संभाजी

विश्वास पाटील

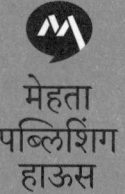

मेहता
पब्लिशिंग
हाऊस

संभाजी / कादंबरी

विश्वास पाटील
७०१, बीच अपार्टमेंट, पटेलवाडी,
हॉटेल नोवाटेलजवळ,
जुहू, विलेपार्ले (प.) मुंबई – ४०००४९.
E-mail : authorvishwaspatil@gmail.com

© विश्वास पाटील

संस्थापक : सुनील अनिल मेहता

प्रकाशक : मेहता पब्लिशिंग हाऊस प्रा. लि.
१९४१, सदाशिव पेठ, माडीवाले कॉलनी, पुणे ३०.
© ०२०-२४४७६९२४

E-mail : author@mehtapublishinghouse.com
Website : www.mehtapublishinghouse.com

मुद्रक
पार्कसन्स ग्राफिक्स

प्रकाशनकाल
२८ नोव्हेंबर, २००५ /
२० डिसेंबर, २००५ /
१० एप्रिल, २००६ /
फेब्रुवारी, २००७ / मार्च, २००८ /
ऑगस्ट, २००९ / जुलै, २०१० /
जून, २०११ / जानेवारी, २०१२ /
ऑक्टोबर, २०१२ / जून, २०१३ /
मार्च, २०१४ / मे, २०१५ /
एप्रिल, २०१६/ मे, २०१७ /
फेब्रुवारी, २०१८ / जानेवारी, २०१९/
मार्च, २०२०/ जानेवारी, २०२२/
जून, २०२३ /
एकविसावी आवृत्ती : जानेवारी, २०२५

मुखपृष्ठ व आतील चित्रे
चंद्रमोहन कुलकर्णी

मुखपृष्ठ : अहमदनगर येथील वस्तुसंग्रहालय
श्री देवदेवेश्वर संस्थान, पर्वती, पुणे व
इतर काही खाजगी आणि सार्वजनिक संग्रहातील
छत्रपती श्री संभाजी राजे यांच्या
अस्सल व काही प्रतिरूप चित्रांच्या संदर्भावरून
नव्याने निर्माण केलेली कलाकृती

आतील छायाचित्रे
उद्धव ठाकरे / प्रविण देशपांडे
रामनाथ देसाई (गोवा) / अतुल देशमुख (रामशेज)

किंमत : ₹ ७९५

P Book ISBN 9788177666519
E Book ISBN 9788184987232

E Books available on :

amazon kindle   Apple Books   Google Play Books

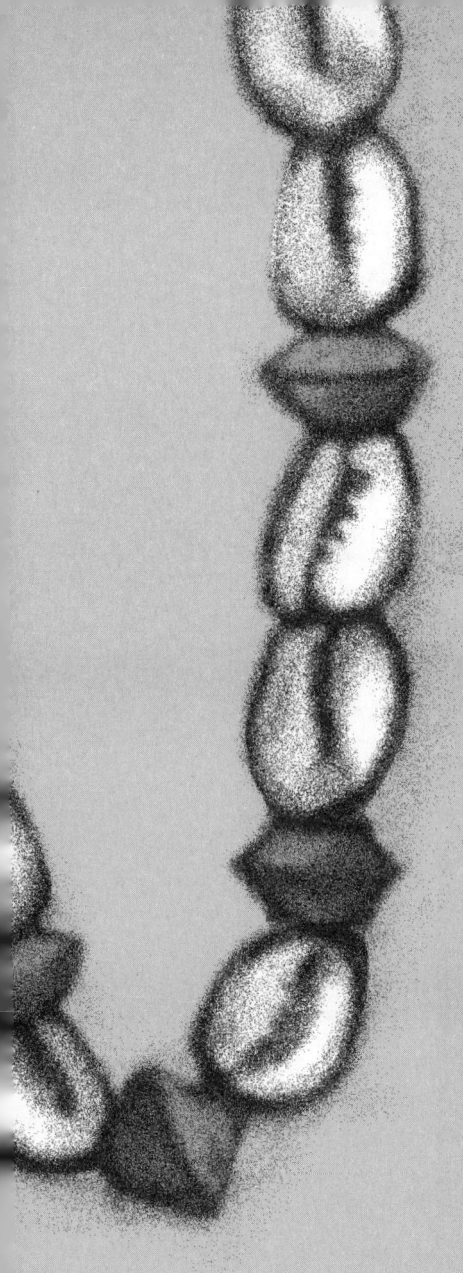

छत्रपती शंभूराजे आणि
त्यानंतर महाराणी ताराबाई
यांच्या झेंड्याखाली
औरंगजेबाच्या पाच लाख सेनासागराशी
सलग सत्तावीस वर्षे
चिवटपणे मुकाबला करणाऱ्या
महाराष्ट्र पठारावरील
सर्व ज्ञात
आणि अज्ञात नरनारींना अर्पण

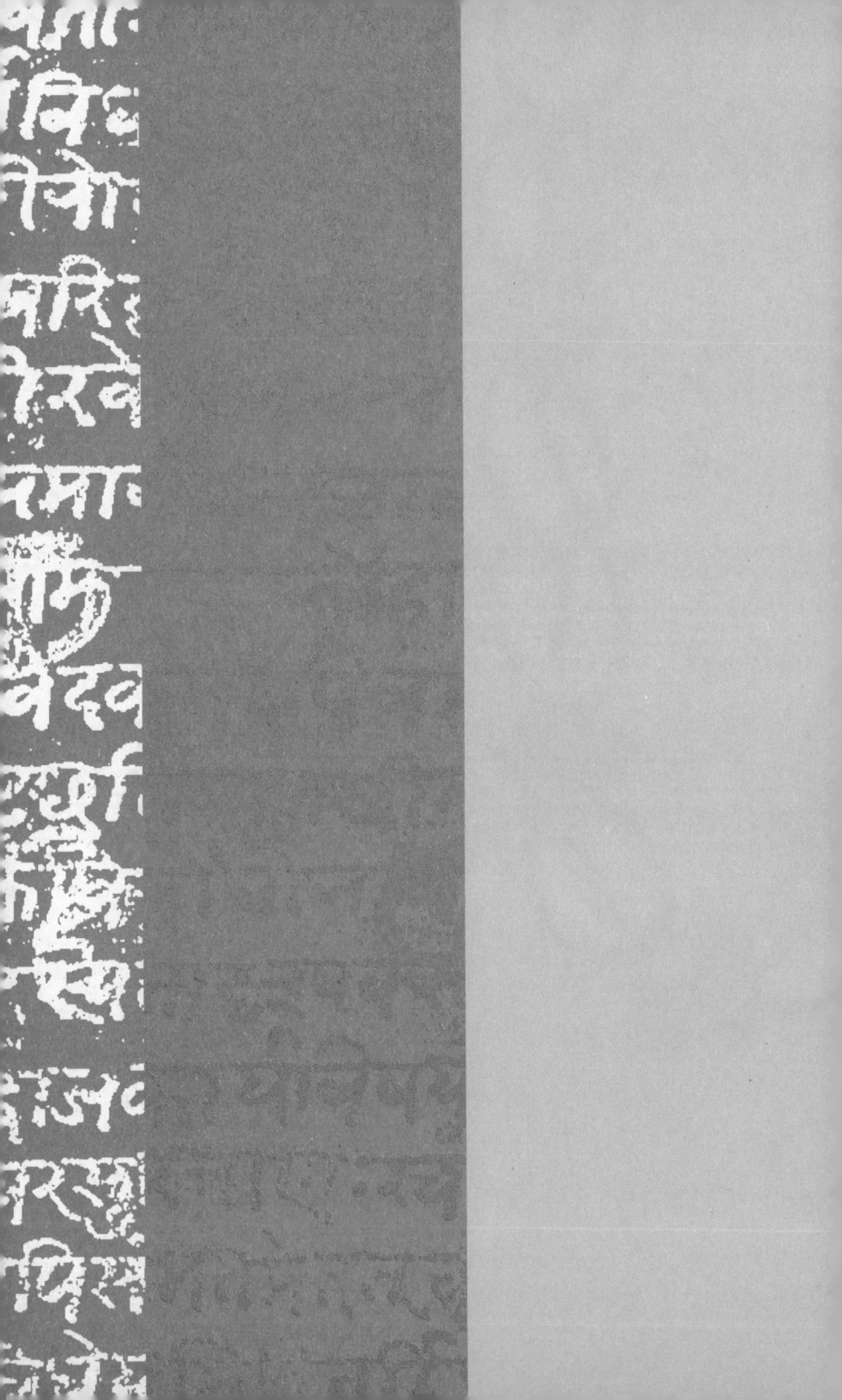

प्र मु ख व्य क्ति रे खा

संभाजीराजे । शिवपुत्र, हिंदवी स्वराज्याचे दुसरे छत्रपती

येसूबाई । संभाजीराजांच्या धर्मपत्नी

शिवाजीराजे । हिंदवी स्वराज्याचे संस्थापक

पुतळाबाई । शिवाजीराजांच्या धर्मपत्नी

राजारामसाहेब । संभाजीराजांचे सावत्रभाऊ

सोयराबाई । राजारामसाहेबांच्या मातोश्री

एकोजी ऊर्फ व्यंकोजी । शिवाजीराजांचे सावत्रभाऊ

दुर्गाबाई । संभाजीराजांच्या धर्मपत्नी

राणूबाई । संभाजीराजांच्या भगिनी

हरजीराजे महाडिक । संभाजीराजांचे मेहुणे

अंबिकाबाई । हरजीराजांच्या धर्मपत्नी

गणोजी शिर्के । संभाजीराजांचे मेहुणे

राजकुंवर । गणोजी शिर्क्यांच्या धर्मपत्नी

महादजी निंबाळकर । संभाजीराजांचे मेहुणे

सकवराबाई ऊर्फ सखूबाई । महादजी निंबाळकरांच्या धर्मपत्नी

पिलाजी शिर्के । येसूबाईंचे वडील

हिरोजी फर्जंद । शहाजीराजांचे अनौरस पुत्र

हंबीरराव मोहिते । मराठ्यांचे सरसेनापती

बाळाजी आवाजी । स्वराज्याचे चिटणीस

खंडो बल्लाळ । बाळाजी आवाजींचा पुत्र

मोरोपंत पिंगळे । स्वराज्याचे पेशवे

केसो त्रिमल पिंगळे । मोरोपंतांचे धाकटे बंधू

निळोपंत पिंगळे । मोरोपंत पिंगळ्यांचे पुत्र

कवी कलश । छंदोगामात्य, संभाजीराजांचे प्रमुख सहकारी

प्रल्हाद निराजी । न्यायाधीश

अण्णाजी दत्तो । सुरनवीस

सोमाजी दत्तो । अण्णाजी दत्तोंचे बंधू

काझी हैदर । न्यायाधीश, शिवाजीराजांचा मुन्शी

कोंडाजी फर्जंद । मराठा सरदार

येसाजी गंभीरराव । पोर्तुगीजांच्या दरबारातील मराठा वकील

येसाजी कंक । मराठा सरदार

कृष्णाजी कंक । येसाजी कंकांचा पुत्र

जोत्याजी केसरकर । मराठा सरदार, शंभूराजांचे बालमित्र

दौलतखान । मराठी आरमारातील अधिकारी

दादजी प्रभू देशपांडे । मराठा सरदार

रायाप्पा महार नाक । शंभूराजांचा बालमित्र
मियाँखान । मुसलमानी उमराव
मायनाक भंडारी । मराठा आरमारातील अधिकारी
जैताजी काटकर । मराठा सरदार
बसप्पा नाईक । इक्केरीचा जहागिरदार
दादजी काकडे । मराठा सरदार
म्हाळोजी घोरपडे । मराठ्यांचे सेनापती
संताजी घोरपडे । म्हाळोजी घोरपडेंचा पुत्र
धनाजी जाधव । मराठा सरदार
दुर्गादास राठोड । रजपूत सरदार
औरंगजेब । हिंदुस्तानचा पातशहा
उदेपुरी । औरंगजेबाची बेगम
मुअज्जम । औरंगजेबाचा थोरला शहजादा
असदखान । औरंगजेबाचा वजीर, काका
आज्जम । औरंगजेबाचा धाकटा शहजादा
झुल्फिकारखान । असदखानाचा पुत्र
अकबर । औरंगजेबाचा शहजादा
जिनतउनिसा । औरंगजेबाची धाकटी शहजादी
हसन अलिखान । मोगल सरदार
दिलेरखान । औरंगजेबाचा सरदार
शहाबुद्दीखान । मोगल सरदार
बहादूरखान कोकल्ताश । औरंगजेबाचा दूधभाऊ
काकरखान । मोगल सरदार
रुहुल्लाखान । औरंगजेबाचा बक्षी
सिद्दी कासम । जंजिरेकर हबशी
सिद्दी खैर्यत । जंजिरेकर हबशी
कौंट दी आल्व्होर । पोर्तुगीजांचा हिंदुस्तानी व्हाइसरॉय
चिक्कदेवराजा । म्हैसूरचा राजा
केजविन । इंग्रज गव्हर्नर
अबुल हसन तानाशहा । गोवळकोंड्याचा कुतुबशहा
मादण्णा पंडित । कुतुबशहाचा प्रधान
सिकंदर आदिलशहा । विजापूरचा आदिलशहा
सर्जाखान । आदिलशहाचा सरदार
मुकर्रबखान । कुतुबशहाचा सरदार
इखलासखान । मुकर्रबखानाचा पुत्र

अनुक्रम

■

■

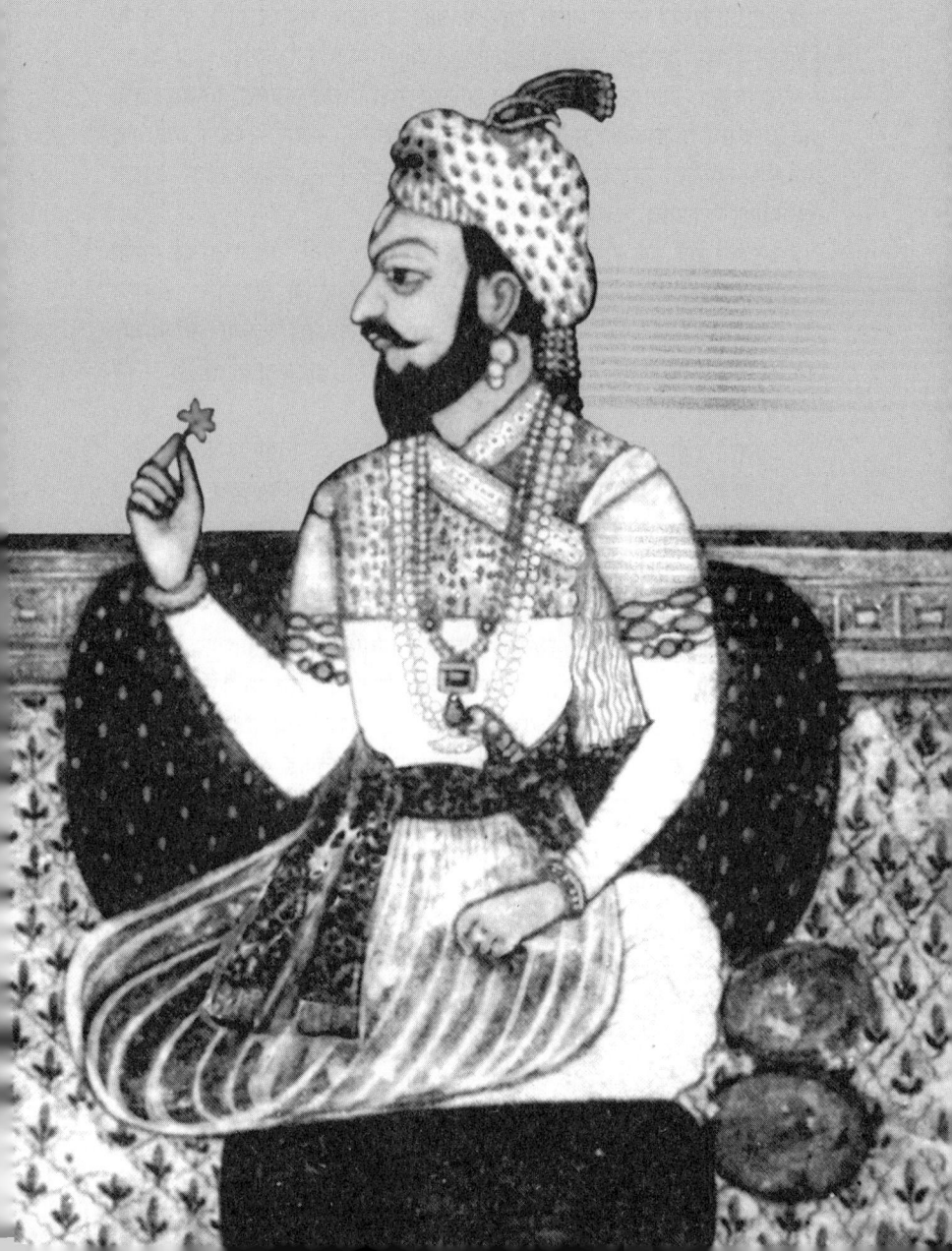

बिलामन

१.

मध्यरात्रीचा झोंबरा, थंडगार वारा वाहत होता. आज काही केल्या गोदूच्या डोळ्यास डोळा लागत नव्हता. वाड्याशेजारच्या जुनाट पिंपळावरच्या डहाळ्यांतून आणि बाजूच्या बांबूच्या बनात वाऱ्याची भिरभिर सुरू होती. पिंपरणीची इवलीशी फळे आढ्यावरच्या हातकौलांवर टप टप आवाज करीत पडू लागली. गोदूने या कुशीवरून त्या कुशीवर मान वळवली. तिच्या मनगटातला हिरवा चुडा अजून उतरला नव्हता. उणापुरा एक महिनाच झाला असेल तिच्या लग्नाला. तिन्हीसांजेची झाकढाळ एकदा उरकली आणि देवघरापुढे सासूबाईंचे अंथरुण टाकले, की गोदू आपल्या खोलीत यायची. ती पलंगावर पाठ टेकते न टेकते तोवर तिच्या खोलीबाहेर नवऱ्याची दबकती पावले वाजायची.

आजची रात्र मात्र गोदूला काहीशी विचित्र वाटत होती. देवघरातल्या समया केव्हाच विझल्या होत्या. पलीकडच्या खोलीतून सासूबाईंच्या घोरण्याचा आवाज ऐकू येत होता. रात्र बरीच झाली होती. मात्र खोलीबाहेर तिच्या नवऱ्याचा, निवासरावचा पत्ता नव्हता. गोठ्यातली जनावरे आणि खुराड्यातली कोंबडीही अजून जागीच होती.

आजची उभी रात्रच गोदूला उगाचच विचित्र, तितकीच विषण्ण भासत होती.

ती मध्येच अंथरुणावरून उठली. एक सोपा ओलांडून तिने हळूच अंगणाकडे नजर टाकली. दिंडी दरवाजाच्या आतल्या बाजूला पडवीवर एक तांबूसलाल मशाल ढणढण जळत असलेली तिने पाहिली. तिथेच खाली पडवीवर कसलीशी एक तातडीची गुप्त मसलत चाललेली दिसत होती. गोदूचे सासरे त्र्यंबकराव चिंताग्रस्त मनाने चवड्यावर बसले होते. त्यांच्या पुढ्यातच निवासराव काहीसा बावरा होऊन बापाकडे टकामका पाहत होता. त्या मसलतीत आणखी तीन अनोळखी, भेसूर चेहऱ्यांची माणसे हजर होती. त्र्यंबकरावकडे बारा गावचे देशपांडेपण. त्यामुळे आला असेल एखादा वाद, असा विचार करीत गोदूने तिकडे कानाडोळा केला.

वाढत्या रात्रीबरोबर वारा वेळूच्या बनात धिंगाणा घालू लागला. कौलांवर पिंपरणीच्या फळांचा नुसता सडा पडत होता. भीतीने गोदूचे काळीज कालवले जात होते. असली कसली म्हणायची ही राजकारणं! तसे गोदूचे माहेर म्हणजे महाडजवळचे एक आडवळणी खेडे. परंतु गोदूचे व्यवहारज्ञान उत्तम होते. तिचे काका छत्रपती शिवाजीराजांच्या अष्टप्रधानातले सुरनवीस अण्णाजी दत्तो प्रभुणीकर. त्यामुळेच काका-मावशीकडे गोदू अनेकदा रायगडला आणि पाचाडला जात असे. शिवशाहीत नेमके काय चालले आहे, कोणत्या नव्या मोहिमा आखल्या जात आहेत, ह्या साऱ्या गोष्टी तिच्या कानावर यायच्या. छत्रपती शिवरायांवर गोदूची जिवापाड भक्ती होती.

आभाळातला सूर्य, चंद्र आणि शिवाजीराजा ह्या तिन्ही गोष्टी तिला प्राणापलीकडे प्रिय होत्या.

काही वर्षांमागे ती बिरवाडीला आपल्या नातेवाईकांकडे राहायला गेली होती. एकदा सायंकाळी पाहुण्यांच्या अंगणात शिळोप्याच्या गप्पा चालल्या होत्या. तेव्हा अचानक एक भयंकर खबर येऊन पोचली होती. पुण्याजवळचा कोंढाणा किल्ला सर करता करता सरदार तानाजी मालुसरे धारातीर्थी पतन पावले होते. शिवरायांनी गड कमावला होता, पण सिंह गमावला होता! या भयंकर बातमीने सर्वांच्या काळजाचा टवकाच उडवला होता! जसे ते वृत्त आजूबाजूच्या वाड्यावस्त्यांमध्ये पसरले, तसा सर्वत्र हलकल्लोळ माजला.

परकरपोलक्यातील गोदू आपले इवलेसे कान देऊन ऐकत होती,

"तानाजी बहाद्दराचा मुडदा पालखीत घातलाय. पालखी इकडंच उंबरठला यायला निघालीय. पालखीला स्वत: शिवाजीराजांनी खांदा दिलाय."

चर्चा चालू असतानाच काही उत्साही पोरे उठली. त्यांनी पालखीला सामोरे जायचा निर्णय घेतला. तसा पोरांचा तो जथा वानरांसारखा उड्या मारत दरीखोरी ओलांडत मधल्या वाटेनेच जंगलातून कोंढाण्याकडे धावू लागला. जंगलराने तुडवणाऱ्या पोरांना तासाभराने लक्षात आले, त्यांच्यामागे जाळ्या खसखसत होत्या. कोणीतरी हरणीच्या चालीने त्यांच्या पाठोपाठ धावत येत होते. मुले थांबली. पाठीमागे वळून पाहू लागली. आठ वर्षांची इवलीशी गोदू त्यांच्या मागोमाग पळत येत होती.

ती अविस्मरणीय मिरवणूक गोदू कधीही विसरणार नव्हती. एखाद्या बळकट किल्ल्याचा बेलाग बुरूज ढासळून पडावा, तसा तानाजी नावाचा शिवरायांचा हातच निखळून पडला होता. शिवरायांच्या तेज:पुंज चर्येवरची सुतकी कळा पाहवत नव्हती. वाटेतल्या गावांतून लोक झुंडीने गोळा व्हायचे. पालखी थांबवली जायची. तानाजीच्या मुखावरचा शेला बाजूला केला की, त्यांची फुलासारखी कोमेजून गेलेली चर्या दिसायची, अन् शिवाजीराजांसारखा धैर्यवान महापुरुषही हेलावून जायचा. पालखीसोबत निघालेला दोनतीन हजार लोकांचा नदीच्या पाण्यासारखा घोंगावत जाणारा तो लोंढा, ते अतीव दु:ख, बलिदानाच्या भावनेने फुरफुरलेले ते बाहू, गोदूचे ठेचकाळलेले पाय - त्या ठणकत्या वेदना गोदूच्या मन:पटलावरून आजपावेस्तोवर नाहीशा झाल्या नव्हत्या.

अर्धी रात्र सरूनही नवरा बिछान्याकडे माघारी वळला नव्हता. शंकाकुशंकांच्या लाल मुंग्या तिचा मेंदू बधिर करू लागल्या. असली कसली म्हणायची ही खलबतं?

गोदू पुन्हा उठली आणि दाराच्या तोंडाशी येऊन उभी राहिली. मघाची ती बैठक

सरली नव्हतीच. उलट थंडीच्या महिन्यात शेकोटीची धग घ्यायला मंडळी दाटीवाटीने गोलाकार बसावीत, तसे सारे एकदुसऱ्याला खेटून बसलेले. संवादांना कुजबुजीचे स्वरूप आले होते. श्वासोच्छ्वासांना कट-कारस्थानाची धार चढली होती. गोदूचा सासरा त्र्यंबकराव खदखदा हसला. आपले घारे डोळे गोलाकार फिरवत उपहासाने बोलला,

"बस्स, फक्त उद्याचीच दुपार व्हायचा अवकाश. उद्याची रायगडावरची रंगपंचमी भोसल्यांच्या कुळीसाठी शिमगा ठरणार आहे. कोळ्यानं जाळं पेरावं, तसे जागोजागी निधड्या छातीचे चाळीस धारकरी पेरलेत. सकाळी नऊच्या प्रहराला त्या शिवाजीची अंबारी होळीच्या माळाजवळ सरकायचा अवकाश, वाघदरवाजाच्या वाटेवरची तोफ मशालीने शिलगावली जाईल. रंगाच्या फकी उडवू आणि त्याच्या आडोशानं त्या मग्रूर शिवा भोसलेचा कायमचा काटा काढू."

"आणि काही घोटाळा झाला तर?" आवंढा गिळत निवासरावाने विचारले.

"बहादूरगडाच्या तळावर जाऊन आम्ही खानसाहेबांशी कटाचं सारं बोलणं केलं आहे. सणाच्या निमित्तानं बारा कट्टर लढवय्ये वीर आधीच रायगडावर जाऊन पोचलेत. एकदा शिवाजी संपला अशी खुणेची तोफ उडायचा अवकाश, बाजूच्या झाडीतल्या मोगली तोफा, पथकं सुसाट बाहेर पडतील. रायगडासकट मराठ्यांचं नाक कापून टाकतील." कटाची ती वीण उलगडून सांगताना त्र्यंबकरावचे डोळे भलतेच भेसूर दिसत होते. त्याच्या आत्मविश्वासाने समोरचे ते अपरिचित पाहुणेही चेकाळून गेले होते.

त्र्यंबकरावाने अंगावरचे उपरणे खुशीनं झटकले. आपल्या लांब शेंडीला पीळदार गाठ मारली. अन् समोरच्या अंधाराकडे तो विजयी मुद्रेने पाहू लागला.

गोदूच्या घशाला कोरड पडली होती. त्या भयंकर कटाच्या कल्पनेनेच तिचा जीव कोंडला. तिला आपल्याच श्वासाची भीती वाटू लागली, म्हणून तिने पदराचा बोळा करून तोंडात घातला आणि ती परसदाराकडे धावली.

बाहेरचं भिरभिरं वारं तिच्या मेंदूमध्ये घुसलं. तिच्या पावलांना विलक्षण गती प्राप्त झाली. तिने पागेतल्या खुंटावळ्यावरचं जिनसामान काढलं आणि साठसत्तर घोड्यांच्या पागेतून पाखऱ्या नावाचा बळीच्या पंखासारखा फुरफुरता घोडा निवडला. झटकन घोड्यावर उडी ठोकून तिने कचकन टाच मारून लगाम मागे खेचला, अन् रात्रीच्या थंडीवाऱ्यातून, अंधाराच्या डोहातून तिचा घोडा रायगडाच्या दिशेने झेप घेऊ लागला.

गोदू जशी काही वाऱ्याच्याच पाठीवर स्वार झाली होती. वाटेतल्या झाडांची, ओढ्याओघळींची, कशाकशाची तिला आता पर्वा नव्हती. रिकिबीमध्ये पाय रुतवून, पालथे पडून पाठीची कमान करीत ती रिकिबीतच अर्धीमुर्धी उभी राहत होती.

"चल, पळ मर्दा! घे बिगी बिगी धाव," असे ओरडत होती. घोड्याच्या तोंडाला फेस येत होता. त्याचे तुषार तिच्या मुखावर उमटत होते.

बघता बघता गोदू पाचाडच्या वेशीपाशी जाऊन पोहोचली. आता पहाट सरत होती. डोंगरकडे, सुळके, गडावरच्या माच्या, हिरकणीचा बुरूज अन पल्याडचा कोकण दिव्याचा उंच कडा - साऱ्या डोंगररांगा आणि कातीव कडे अंधारातून डोकं बाहेर काढू लागले होते.

पाचाड पाठीमागं पडलं. घोडा समोरची तिरपी चढण वेगाने चढू लागला.

अन् उजाडता उजाडता गोदूच्या डोळ्यांपुढे चितदरवाजाची कमान उभी राहिली.

"बापू, मघाशी आपल्या वाड्यामागं कुणाच्या तरी जनावराची पावलं वाजल्यासारखा आवाज आला होता बघा," निवासरावने आंदेशा बोलून दाखवली.

तिघेही गांगरले. शंकेची इंगळी काळजाला डसली. वाडकरांच्या वाड्यामध्ये गडबड उडाली. बैठकीतून सर्वजण पटापट उठले. वाड्याच्या पाठीमागं धावले. तर पाठचा दरवाजा उघडा होता. पागेचेही दार सताड मोकळे अन् आश्चर्य म्हणजे पाखऱ्या नावाचा सर्वात चपळ आणि तगडा घोडाच जागेवर नव्हता. सळसळत्या पिंपळाच्या बुडाखाली सर्वजण घाबरून उभे होते.

इतक्यात निवासरावची म्हातारी आई तिथे पोचली. घरातून आपली सूनबाई कुठे गडप झाली आहे असं विचारू लागली. आता मात्र त्र्यंबकराव वैतागून मनगट चावू लागला. कसली म्हणायची ही भानामती? पागेत घोडा नाही. घरात सून नाही. तितक्यात मोठ्याने भोकाड पसरत निवासराव आतून बाहेर आला,

"बापू, घात झाला घात. पळाली. तुमची सून पळाली."

"म्हणजे रे?"

"मी शपथ घेऊन सांगतो — ती छिनाल रंडीच शिवाजीची भगत आहे. ती घोडा घेऊन रायगडाकडे धावली असणार – आपलं बिंग फोडायला!"

बापलेकांचे चेहरे खर्रकन् उतरले होते. आखूड दाढीची आणि भेसूर तोंडाची ती पाहुणेमंडळीही घाबरून गेली होती. एका पाठोपाठ एक अशी पाचसहा घोडी पागेतून बाहेर पडली. सारेजण वाऱ्याच्या वेगाने रायगडाकडे धाव घेत होते. काय वाटेल ते करून गोदूला वाटेतच रोखायचे होते. तरच पुढची बला टळणार होती.

सारेजण रायगडाच्या दिशेने त्वेषाने घोडी दामटीत होते.

एकदाची चितदरवाजाची पाषाणी कमान दिसली आणि धाप लागलेल्या गोदूने जागीच घोडा रोखला. ती स्वत: घामाने डबडबून गेली होतीच. पण तिच्या मांडीखालचा घोडाही दमून गेला होता. त्याच्या तोंडातून लाळेचा लोळ वाहत होता.

त्याचवेळी हातातल्या भाल्याच्या काठीचा आधार घेत गोदू उठली. तिने डोंबाऱ्याच्या पोरासारखी काठी धरून पुढच्या बाजूला उडी ठोकली. एक क्षणही न दवडता ती बाणासारखी दरवाजाकडे धावली. दारावर जोरजोरात धक्के देत ती मोठमोठ्याने आरोळ्या देऊ लागली, ''अरे, घात झाला घात! दार उघडा दार!''

तिचा चिरका आवाज अंधाराचं काळीज कापीत गेला. रात्रभर जागलेले दोनतीन पहारेकरी कमानीच्या टोकावर आले. दिवट्यांच्या लाल प्रकाशात त्यांनी खाली उभ्या असलेल्या गोदूकडे रोखून पाहिले. तिच्या झिपऱ्या वाऱ्याला लागल्या होत्या. विस्कटलेले ध्यान कोणाशी तरी हातघाई करून आल्यासारखे दिसत होते. घाणेरीच्या झुडपाने चेहरा ओरखडलेला. अंगावरचे लुगडेही फाटलेले. ती बेंबीच्या देठापासून ओरडत, कळवळून बोलली, ''पहारेकरी दादा, दरवाजा उघडा हो दरवाजा. मला राजांना तातडीनं भेटायचंय. अगदी आत्ताच्या आता!''

''कोण, कुठली गं तू? तुला शिवाजीराजांचा कायदा माहीत नाही का?''

''पण दादा —?''

''किल्लेदार सकाळी सातप्रहरालाच किल्ल्यांचा जुडगा घेऊन इथं येतील. तेव्हाच दरवाजा उघडेल. तोवर नाही,'' वरून पहारेकऱ्याचा राकट आवाज आला.

''पण तोवर घात होईल हो घात. राजांच्या जिवाला धोका आहे. दया करा. मला आत सोडा हो!''

पहारेकरी हसले. रात्रीबेरात्री असे अनेक वेडेखुळे जीव आणि भुतंखेतं दरवाजाच्या आजूबाजूला फिरत असतात म्हणे!

गोदू मात्र वेडीपिशी झाली होती. काहीही करून ही भयंकर बातमी तिला तात्काळ गडावर पोचवायची होती. तिने खूप आर्जवे केली. ती ओरडली. किंचाळली. विनवण्या करून कंटाळली. आता इथे थांबून वेळ गमावण्यात हशील नव्हते.

ती तेथून हळूच बाजूला झाली. करवंदीच्या जाळ्यांतून चितदरवाजाच्या पश्चिमेला ती भूतासारखी पुढे सरकू लागली. आईच्या मांडीवर असल्यापासून ती बहादूर हिरकणी गवळणीची गोष्ट ऐकत आली होती. एकदा सायंकाळच्या तोफेबरोबर गडाचे दरवाजे बंद झाले. त्यामुळे वर दूधाचा विक्रा करायला आलेली हिरकणी गवळण अडकून पडली. किल्ल्याच्या तळाशीच तिची वाडी होती. तिचे दूधपिते लेकरू घरात एकटे होते. आपल्या लेकराला स्तनपान करण्यासाठी एका आईचा जीव आसुसला होता. त्याच बेहोषीत रात्रीच्या अंधारात ती किल्ल्याचा कातीव कडा उतरून धाडसानं खाली गेली होती. लेकराच्या भुकेसाठी एका आईने आपला जीव धोक्यात घातला होता. आता इथे एका पराक्रमी महायोद्ध्याचा जीव धोक्यात होता. ज्याच्या अस्तित्वाने दगडाधोंड्यांच्या या माळराना‌ला स्वराज्याचा शेंदूर फासला गेला होता. गावागावातले आणि रानातलेही लांडगे हटले होते. गोरगरिबांच्या

लेकीबाळींची अब्रू वाचली होती. ज्याच्यामुळे देवळांत देव राहिले होते आणि डोईवरच्या शेंड्या वाचल्या होत्या. त्याच त्या मराठ्यांच्या पंचप्राणाचा — शिवाजीराजांचा जीव धोक्यात होता. त्यासाठी नक्कीच काही तरी करायला हवं होतं.

कोंढाणा सर करणाऱ्या तानाजीच्या यशवंती घोरपडीसारखा गोदूचा जीव तळमळू लागला. ती जाळ्या, झाडेझुडपे पालथी घालत होती आणि वर चढून जाण्यासाठी एखादी वाट, चोरवाट आहे का त्याचा शोध घेत होती. पण तिला तसा जास्त वेळ दवडावा लागला नाही. पावसाळ्यात किल्ल्यावरून धो धो वाहणारे पाणी बाहेर काढण्यासाठी पुसाटीच्या एका बुरुजाला एक दोनतीन मनगटाएवढे भोक रिकामे सोडण्यात आले होते. मागचा पुढचा विचार न करता गोदूने आपली मुंडी त्या भोकामध्ये घातली. अन उभ्या कातळांना कोपराच्या ढुसण्या देत ती वर सरकू लागली. त्या धडपडीत तिचे अंग अनेक ठिकाणी सोलपटून गेले. अंगावरचे लुगडे जागोजाग फाटले. जीव कोंदटला. श्वास गुदमरला. परंतु शिवरायांचे आणि आईभवानीचे नाव घेत एकदाची ती वर चढून गेली.

रायगडावरचा अंधार नाहीसा होऊ लागला. पहाटेपासूनच रंगपंचमीची तयारी सुरू होती. किल्ल्यावरचे राजरस्ते फुलमाळांनी, झिरमुळ्या-तोरणांनी सजविले गेले होते. शिवाजीराजांच्या प्रासादापुढे सनईचौघडा वाजत होता. झुली आणि पाखरा चढवून हत्ती सजवले जात होते. फकीर, गोसावी, लहान मुलेबाळे सारेच नवे, रंगीबेरंगी कपडे घालून इकडे तिकडे हुंदडू लागले होते. कमरेला तलवार खोचलेले आणि हातामध्ये भाले-बरच्या घेतलेले पहारेकरी महाराजांच्या दरवाजावर खडा पहारा देत होते.

तितक्यात बेभान झालेली गोदू तिथे धावत आली. पहारेकऱ्यांच्या हातापाया पडत त्यांना विनवू लागली, "मला महाराजांना भेटू द्या हो.... महाराजांना भेटू द्या."

गोदू पुनःपुन्हा विनवू लागली. अनेकवेळा सांगूनही ती मागे हटेना. तेव्हा पहारेकरी तिच्यावर कडाडले, "कशासाठी, कशासाठी भेटायचंय तुला महाराजांना?"

इतक्यात पलीकडून घोड्यांच्या टापांचे जोरदार आवाज आले. सर्जा नावाच्या उंच पाठीच्या आणि आभाळी रंगाच्या घोड्यावर एक अत्यंत देखणा राजकुमार बसला होता. त्याच्या जिरेटोपावर पाचूंच्या माळा रूळत होत्या. त्याचा रंग फिकट तांबूस, रुंद कपाळ, गरुडाच्या नाकासारखी नाकसरी, गडद काळे डोळे— एकूणच त्याचे व्यक्तिमत्त्व कोणाच्याही डोळ्यांत सहज भरणारे होते. रेशमी केसांची त्याची कोवळी कातीव दाढी, पल्लेदार मिशा आणि खांद्यावर रुळणारे मुलायम केस त्याच्या उपजत सौंदर्यात भर घालत होते.

तो उमदा वीर घोडा उडवत तेथे येऊन पोचला. त्या बरोबर, "शंभूराजे ऽऽ संभाजीराजे" अशी कुजबुज वाढली. शंभूराजांच्या पाठोपाठ घोळदार जामानिम्यातले

जोत्याजी केसरकर, कवी कलश, जगदेवराव असे राजांचे उमदे सहकारी घोडा फेकत तेथे येऊन पोचले. त्यांच्या सोबतीनेच महार जातीचा रायाप्पा नाक चालला होता. त्याच्या डोक्यावर जिरेटोप वा पीळदार मराठी पगडी नव्हती तर एक साधेच मुंडासे आणि अंगात घोंगडीच्या वस्त्रापासून बनवलेली काचोळी होती. तो दिसायला काळपट, उग्र, राकट मिशांचा आणि भेदक डोळ्यांचा शेतकरीच होता, पण तो आपला घोडा शंभूराजांच्या आणि कवी कलशांच्या सोबतच हाकत होता.

रंगपंचमीच्या दिवशी तसे युवराज शंभूराजे नेहमी खुशाल आणि काहीसे स्वच्छंदी दिसत. मात्र आज त्यांच्या चर्येवर रात्रभराचे जाग्रण दिसत होते. डोळे ससाण्यासारखे काही तरी शोधत होते. त्यांचे सोबतीसुद्धा मध्यानरात्रीनंतर युवराजांच्या बरोबर भवानी कड्याच्या आणि टकमक टोकाच्या अंगाने दौड करून आले होते. सणाच्या मुहूर्तावर गडावर क़ाही तरी गडबड होणार असल्याचा युवराजांना वास लागला होता. त्यामुळेच त्यांचे मूळचे पाणीदार, जागृत, पण आता काहीसे तारवटलेले डोळे चौफेर फिरत होते.

गोदू पहारेकऱ्यांना "राजांच्या जिवाला धोका आहे–" असे कळवळून सांगत होती. तेवढ्यात शंभूराजांचा फुरफुरता घोडा तेथे समोर येऊन थांबला. वस्त्रे फाटलेल्या, गोंधळलेल्या स्थितीमध्ये उभ्या असलेल्या गोदूकडे युवराजांनी बघितले. शंभूराजांना समोर पाहताच गोदू त्यांच्याकडे भिंगरीसारखी धावली. ती ओरडली, "युवराज ऽ युवराजऽऽ आपल्या राजांच्या जिवाला धोका आहे! राजांच्या जिवाला धोकाऽऽ—"

शंभूराजांनी जोत्याजी आणि रायाप्पाला हळूच सांगितले,

"सर्वांपुढं वाच्यता नको. चला ऽ घ्या सोबत ह्या बाईला."

शंभूराजांचा घोडा आपल्या महालाकडे उधळला. पाठोपाठ गोदूला घेऊन त्यांचे सहकारी वाड्याकडे त्वरेने गेले. आतल्या आपल्या खाजगी सदरेवर शंभूराजांनी चौकशीला सुरुवात केली. गोदूने आपल्या सासऱ्याच्या आणि नवऱ्याच्या पापाचा पाढा वाचला. शंभूराजांना प्रथमदर्शनी तिच्या बोलण्यात सत्यांश दिसला. सदरेवरची गडबड ऐकून तोवर येसूबाईही तेथे येऊन दाखल झाल्या होत्या.

गोदूचे कथन ऐकून युवराज कवी कलशांना बोलले, "आता पटली नं खात्री कविराज? ह्या पंचमीला काही तरी घडणार याची आम्हांला खात्री होतीच!"

"आपण वेळेत दक्ष राहिलात हे खूप चांगलं झालं. पण राजन, गडावरचे सर्व पहारे-चौक्या तपासून झाल्या. आता कोणताही धोका नाही दिसत."

"—असं म्हणून चालणार नाही, कविराज. आमचे आबासाहेब सांगतात तशी अखंड सावधानता हवी. चलाऽ, आपण सर्वजण आपापल्या मोर्च्यावर चला. आणि कविराज, ते वाडकर पितापुत्र इथं कुठं आढळले, तर त्यांना तात्काळ कैद करा.

हवं तर त्यांच्या गावावर माणसं पाठवा. पण आजच त्यांना जेरबंद करा!''

''जशी आज्ञा, राजन–'' असे म्हणत आपली पाठ न दाखवता, मुजरा करत युवराजांचे सर्व सहकारी लागलीच कामगिरीवर बाहेर पडले.

अतिशय घाबरून गेलेल्या, थरथरत उभ्या असलेल्या गोदूकडे युवराजांनी एक नजर टाकली. त्यांनी येसूबाईंना सांगितले, ''हिला ल्यायला चांगली वस्त्रं द्या. आम्हांला वाटतं रायगडावर येणारी मोठी बिलामत हिच्यामुळे टळली. तिचा जीव धोक्यात येऊ शकतो. ह्या गोदूला आपण संरक्षण द्या.''

युवराज तातडीने स्नानगृहाकडे वळले. पूजाअर्चा आटोपून त्यांना त्वरेने बाहेर पडायचे होते.

आता रायगडावर लख्ख उजाडले होते. जागोजाग लेझिमवाली पोरे आणि दांडपट्टा खेळणारे खेळगडी घोळक्याने गोळा होऊ लागले होते. सनईचौघडा, फुलांची आरास, रांगोळ्या, इकडेतिकडे उधळणारे तरुण अशी शिवरायांच्या राजप्रासादासमोर उत्सवाला बहार आली होती. तितक्यात अतिशय घाबरून गेलेले त्र्यंबकराव आणि निवासराव तेथे येऊन पोचले. आपल्याआधी जर गोदू महाराजांना जाऊन भिडली आणि आपले बिंग फुटले तर आपणाला कडेलोटाशिवाय अन्य शिक्षा मिळणार नाही, याची बापलेकांना पुरती कल्पना होती.

त्र्यंबकराव एका पहारेकऱ्याला दबक्या आवाजात विचारू लागला, ''नारिंगी लुगड्यातली, खडीची चोळी घातलेली एक तरणीताठी बाई इकडं आलेली बघितलीत?''

''व्हय व्हय, मघाशी एक बया इथं आली होती. पण मघाशीच तिला घेऊन शंभूराजे गेले आपल्या वाड्याकडं.''

ती गोष्ट ऐकून वाडकर पितापुत्र काहीसे बावरले. पण लगेच सावरलेसुद्धा. गोदूने आपल्या विरुद्ध कांगावा करण्याआधी तिलाच बदनाम करायची, ही नामी संधी चालून आली होती! आपल्या गळ्यामध्ये पडणारी पेटत्या फटाक्यांची माळ काढून ती बेसावध युवराजांच्या गळ्यामध्ये घालायची. बायाबापड्यांच्या नावे शंभूराजांना बदनाम करायची कारस्थाने आधी चालूच होती. त्यात गोदूचेही प्रकरण खपवू. अंगावर आलेले भयंकर संकट कसे का होईना, टळले म्हणजे चांगले!

ते दोघेही पितापुत्र शंभूराजांच्या वाड्याकडे धावले. मात्र प्रत्यक्ष तिथे पोचल्यावर भितीने त्यांचे पाय लटपटू लागले. दोघांनी एकमेकांना चेतवायचा प्रयत्न केला. पण सिंहाच्या गुहेत शिरून त्याला ललकारण्याची हिंमत त्या दोघांमध्येही नव्हती. घाबरलेल्या बापलेकांनी घोडी तशीच पुन्हा महाराजांच्या राजप्रासादाकडे वळवली.

आज पंचमीच्या मिरवणुकीत सामील होण्यासाठी राजांच्या वाड्यापुढे तोबा गर्दी गोळा झाली होती. पंचक्रोशीतले सारे हौसे, गौसे आणि नवसे तिथे जमले

होते.

थोड्याच वेळात महाराज पालखीतून जगदीश्वराच्या मंदिराकडे मिरवणुकीने निघणार होते. तितक्यात त्र्यंबकरावाने तोंडावर पालथी मूठ ठेवली अन् ठो ठो बोंब मारत तो ओरडू लागला, "पळवली, पळवली हो — युवराजांनी गरिबाची सून पळवली."

"आता मी बिना बायकोचा कुठं जाऊ? गणगोताला तोंड कसं दाखवू?" आपल्याच हाताने आपले थोबाड फोडत निवासराव मोठ्याने रडू लागला.

तिथे जमलेले बघे आणि मानकरीसुद्धा चक्रावले. प्रत्यक्ष छत्रपती शिवरायांच्या ज्येष्ठ पुत्रावर असा कोणी किटाळ घ्यावा, उद्याच्या राजगादीच्या धन्यावर अशी उघड चिखलफेक करावी, तीही महाराजांच्या राजप्रासादासमोर? अवतीभवती गर्दी वाढली, तसे त्र्यंबकराव आणि निवासराव यांनी मोठ्याने भोकांड पसरले. आपल्याच श्रीमुखात भडकावत त्र्यंबकराव गरजला, "लोकहो, न्यायाच्याच घरी असा अन्याय घडणार असेल, तर आम्ही गरिबांनी कुठं जायचं? थोरामोठ्यांच्या नजरा पडतील म्हणून काय आमच्या लेकीसुनांची खांडोळी करायची?"

"ये थेरड्या, तुला काय तोफेच्या तोंडी जायचं आहे का?" एक शिलेदार पुढे होऊन विचारू लागला.

"तुझ्याकडं पुरावा काय?" दुसऱ्याने विचारले.

"उलट मलाच कसला पुरावा विचारता? जा, जा त्या युवराजांच्या वाड्याकडं. उघडा दरवाजा आणि बघा तुमच्या डोळ्यांनी — कशी कोंडलीय तिथं माझ्या सुनेला! हाय रे दैवा, आता कुठे जाऊ!"

डोक्यावरचे मुंडासे काढून त्र्यंबकराव गळे काढू लागला.

"पण हे घडलं तरी कसं?" बघे विचारू लागले.

"मी सांगतो की!" हातवारे करत निवासराव बोलला, "चार दिवसांमागे युवराज शिकारीला चालले होते. तिथे पाणवठ्यावर ह्या गरिबाच्या बायकोवर शंभूराजांची नजर पडायचं निमित्त झालं — अन् आज — रायगडावरून लष्कराचं एक पथकच आमच्या घरावर चालून आलं. शंभूराजांच्या त्या दुष्ट धटिंगणांनी तिला अक्षरशः ओढून आणली हो...."

"अरे, युवराजांचे रंगमहाल रंगवा, अन् आम्हा गरिबांच्या अब्रूचे धिंडवडे काढा रे ऽ ऽ" त्र्यंबकराव मोठमोठ्याने ओरडत होता.

थोड्याच वेळात गर्दीच्या मागे एकाएकी हालचाल झाली. एक खासी पालखी घेऊन भोई तेथे धावत आले. शिवाजीराजांच्या अष्टप्रधानांपैकी एक न्यायाधीश प्रल्हाद निराजी पालखीतून खाली उतरले. त्याच वेळी वाडकर पितापुत्रांचा तमाशा तिथे सुरू होता. त म्हणताच ताकभात ओळखणाऱ्या प्रल्हाद निराजींच्या ध्यानात

तो सर्व प्रकार आला. त्यांनाही खूप खेद वाटला. नेमका सणादिवशीच हा असा गलिच्छ प्रकार युवराजांकडून घडावा? करोडो होनांचं राज्य उभारणाऱ्या शिवाजीराजांच्या पदरी ही बदनामी यावी?

कपाळाचा घाम टिपत प्रल्हादपंत तडक आत सदरेवर गेले. महाराजांना मुजरा करायचा रोजचा शिरस्ताही त्यांनी सांभाळला नाही. त्यांनी बाहेरचा तो अश्लाघ्य प्रकार लागलीच महाराजांच्या कानावर घातला. तेवढ्यात हिंदवी स्वराज्यातील विद्वान न्यायाधीश काझी मुल्लासाहेबही सदरेवर येऊन पोचले. तेही घाबऱ्या नजरेने राजांकडे पाहू लागले. राजांनी तातडीने पुढची पावले टाकली. वाडकर पितापुत्रांना आत बोलावून घेतले. त्र्यंबकराव राजांच्या पायावर डोकं आपटीत अंगावर आभाळ कोसळल्यासारखाच ओरडत बोलला, "महाराज, खुद्द युवराजांकडून अशी आगळीक घडणार असेल तर आम्ही जगायचं तरी कसं? तिकडं मोगलाईत रस्त्यावर दिसेल त्या देखण्या बाईला जनानखान्यात खेचतात म्हणं. अन इथं?"

"खामोश ऽ ऽ" राजे तारस्वरात कडाडले. "त्र्यंबकराव, आपली जीभ आवरा. खूप बोलला आहात आपण."

शिवाजीराजांची मुद्रा अतिशय गंभीर दिसू लागली. खरे तर पहाटेच देवपूजा आटोपून, उंची वस्त्रालंकार परिधान करून शिवाजीराजे पंचमीच्या सोहळ्यासाठी बाहेर पडायच्या विचारात होते. मात्र आज सणासुदीचा मुहूर्त साधून अंगावर रंगाऐवजी बेअब्रूचा बुक्का उडवला जाईल याची त्यांना बिलकूल कल्पना नव्हती. शंभूराजांच्या सावत्रमाता पुतळाबाई सणाच्या निमित्ताने पायथ्याचा पाचाडचा वाडा सोडून गडावर आल्या होत्या. त्यांनी पोलादपूरच्या सराफकट्ट्यावरून एक खास रत्नकंठा घडवून आणला होता. होळीच्या निमित्तानं आपल्या लाडक्या शंभूबाळांना त्यांना तो पेश करायचा होता. पण त्या अचानक उद्भवलेल्या प्रकाराने पुतळाबाई मांसाहेबही दिङ्मूढ होऊन गेल्या होत्या.

थोरल्या महाराजांसोबत देवपूजेसाठी सोयराबाई बाहेर पडणार होत्या. गळ्यामध्ये रत्नमाळा, सोन्याचा कमरदाब लेवून, खांद्यावर भर्जरी शाल पांघरून त्या तयारीनेच उभ्या होत्या. पण ह्या अचानक उद्भवलेल्या प्रकाराने त्याही अचंबित झाल्या. आपल्या मुद्रेवरचा भाव कोणाला दिसू नये ह्याचा त्या कसोशीने प्रयत्न करीत होत्या. परंतु शंभूराजांच्या अब्रूचे निघत असलेले धिंडवडे पाहून नकळत त्यांच्या खानदानी चर्येवर एक छद्मीपणाची रेघ उमटत होती. मात्र युवराजांवरील त्या किटाळाने शिवरायांइतकेच पुतळाबाईंचे काळीजही आतल्या आत तुटत होते.

काही महिन्यामागे अण्णाजी दत्तोंची कन्या हंसा आणि युवराज शंभूराजांच्या संबंधाबाबत अशाच वावड्या उठल्या होत्या. शंभूराजांबाबत असे का घडावे, सणासुदीच्या मंगल दिवशी नाचक्कीचा असा प्रसंग का ओढवावा, याचेच महाराजांना

वैषम्य वाटत होते. औरंगजेबासह मोठमोठ्या शत्रूंसमोर ताठ उभी राहणारी त्यांची गर्दन आज शरमेने खाली झुकली होती. मात्र त्यांच्यातल्या जाणत्या राजाने मनातल्या मनात भावनेच्या पुराला तुंबा घातला. युवराजांबद्दलचे काळजातले मायेचे सारे झरे आटल्यासारखे झाले. कर्तव्याचा राजदंड त्यांनी आपल्या हाती घट्ट पकडला होता. ते शांत, धिम्या पण धारदार शब्दांत इतकेच बोलले,

"हे पाहा त्र्यंबकराव, बाहेरचा पालखी सोहळा उरकू दे. तोवर आपण निश्चिंत मनानं इथंच बसून राहा. गुन्हेगार कितीही मोठा असला तरी त्याची चौकशी होईल. निश्चित होईल. तुम्हांला न्याय मिळेल."

बाहेर पडणाऱ्या राजांची पावले अडखळली. त्यांनी काझी मुल्लासाहेबांना जवळ बोलावले. त्यांच्या पिकल्या, लांब, रुळदार दाढीवर राजांचा खूप भरवसा होता. राज्यातले एक नेक न्यायाधीश म्हणून मुल्लासाहेब मुसलमानी रयतेपेक्षाही मराठ्यांमध्ये अधिक प्रिय होते. राजांनी त्यांना काही सूचना दिल्या. मुल्लासाहेबांनी राजांना आदराने कुर्निसात केला. ते पुढच्या कामगिरीसाठी तातडीने बाहेर निघून गेले.

राजदरबारातून बाहेर पडता पडता पुतळाबाईंनी शंभूराजांच्या महालाकडे नजर टाकली तेव्हा त्यांच्या डोळ्यांतून उष्ण अश्रू ओघळले.

२.

रायगडावरची ती रंगपंचमी बदनामीच्या रंगानेच डागाळून गेली होती. आजच्या भव्य मिरवणुकीकडे, अंबाऱ्या आणि पालख्यांच्या छबिन्याकडे अगर ढोल-लेजमांच्या नादाकडे कोणाचे फारसे लक्षच नव्हते. बारुदखान्यापासून ते जगदीश्वराच्या मंदिरापर्यंतच नव्हे, तर पार भवानीकड्याच्या टोकापर्यंत सर्वांचे कान आणि डोळे सावध होते. बघे, पाहुणे आपापसात नको नको ते कुजबुजत होते. बडबडत होते,

"कोण हे युवराजांचे धाडस! बघितलंत, परक्याची बाईल घातली घोड्यावर आणि आणली ओढून राजवाड्यात! ती सुद्धा चक्क दिवसाढवळ्या बरं!"

"चालायचंच! कोवळ्या काकड्या कुस्करायचा राजामहाराजांचा शौक पुराण-काळापासूनचा आहे, त्यात काय वेगळं!" एक शास्त्रीबुवा नाकात गुणगुणले.

रंगपंचमीचा उत्सव कसाबसा पार पडला. सूर्य मावळतीकडे झुकला. सदरेवर बसलेल्या शिवाजीमहाराजांची चर्या कमालीची ताणली गेली होती. एका मोठ्या दडपणाचे ओझे घेऊन ते अतिशय बेचैन स्थितीत सदरेवर बसून होते.

"शंभूराजांनी तातडीने आमच्यासमोर दाखल व्हावे," असा निरोप नव्हे तर

कडक हुकूमच त्यांनी धाडला होता. बैठकीसमोरच्या बसक्या गादीवर त्र्यंबकराव आणि निवासराव अल्लाची गाय होऊन अवघडून बसून होते. आपल्यावर घोर अन्याय झाल्याचा कांगावा त्यांनी चालूच ठेवला होता. तितक्यात दालनाबाहेर पावले वाजली. आपल्या गळ्यातील पाचूच्या माळेशी चाळा करत, धिमी पण ऐटदार पावले टाकत शंभूराजे तिथे दाखल झाले. अतिशय गोरीपान तांबूस मुद्रा, रुंद कपाळ, कमनीय भुवया, अत्यंत बोलके तितकेच भेदक काळेभोर डोळे. अनेक राजांच्या राजकुमारांच्या मेळाव्यातले सवाई राजकुमार ठरावेत, असे सहज मोहिनी घालणारे शंभूराजांचे व्यक्तिमत्त्व होते. त्यांनी शिवरायांच्या नजरेला नजर भिडवली. तेव्हा थोरल्या महाराजांच्या नजरेत उसळलेले विषादाचे पाणी पाहून शंभूराजांच्या पापण्या खाली झुकल्या. पितापुत्रांच्या उपस्थितीने ते दालन उजळून गेले होते. दोघांनाही विधात्याने अप्रतिम सौंदर्याची देणगी बहाल केली होती. क्षणभर सूर्याच्या सदरेवर चंद्रच भेटीस यावा, असे ते मनोहर दृश्य होते.

मात्र बैठकीतला तणाव खूपच वाढलेला. शंभूराजांवर अचानक ओढवलेल्या या बालंटाने त्यांचे यारदोस्तही गळून गेले होते. त्यांचे इमानी सेवक आणि बालमित्र रायाप्पा महार आणि जोत्याजी केसरकर वाड्याबाहेर दुःखी चेहऱ्याने उभे होते. युवराजांच्या पाठोपाठ त्यांच्या धर्मपत्नी येसूबाई आत आल्या. त्यांच्या सदरेवरील अनाहूत येण्याने थोरले महाराज चमकले. तोच त्यांची नजर त्यांच्या पाठीशी उभ्या असलेल्या स्वच्छ लुगड्यातल्या त्या नवयौवनेकडे गेली. त्या अनोळखी तरुणीवरून वाडकर बापलेकांची नजर भिरभिरत होती. शंभूराजांच्या अन्यायाची शिकार झालेली हीच ती अभागी तरुणी असावी, हे शिवाजीराजांनी तात्काळ ओळखले. परंतु येसूबाईसारख्या आपल्या समंजस सुनेच्या उपस्थितीने मात्र महाराजांच्या गोंधळात अधिकच भर घातली. तसा त्यांनी थेट प्रश्न केला,

"सूनबाई, इकडे येण्यामागचं आपलं प्रयोजन काय?"

येसूबाई काहीशा वरमल्या. त्यांच्या ओठांच्या पाकळ्या उघडल्या. परंतु त्यांना बोलायचे धाडस होईना. येसूबाईंच्या साक्षीने महाराज मवाळ होण्याऐवजी अधिक कठोर झाले. नकळत त्यांच्या हाताच्या मुठी वळल्या. कपाळावरच्या शिरा फुगीर झाल्या. ते गरजले,

"सूनबाई, आपण अनभिज्ञ आहात किंवा तुम्हांला अंधारात ठेवण्यात युवराज यशस्वी झाले आहेत. पण लक्षात ठेवा आपण सूनबाई, शंभूचे हे गुन्हे, ह्या आणि अशा वाढत्या हरकती एकवेळ त्यांचा पिता डोळ्याआड करेल, पण राजाला आपला राजदंड ममतेच्या डोहात फेकून देणं परवडणारं नाही."

गाभाऱ्यातल्या मंत्रघोषासारखा महाराजांचा आवाज दुमदुमू लागला.

येसूबाईंना पुढे एक शब्द उच्चारता येईना. संभाजीराजांची चर्या अपमानित

झाली. कमालीच्या तणावाने त्यांची मान खाली झुकली. या वातावरणाचा परिणाम म्हणून की काय, त्र्यंबकराव आणि निवासरावला मोठे बळ प्राप्त झाले. बापलेक धाडसाने उभे राहिले. त्र्यंबकरावाने आपल्या अंगावरचे उपरणे झटकले. पिंपळपानासारखा थरथरत तो बोलला, "महाराज, मला माझी सून हवी."

"राजे, माझी गरिबाची बायको, मला परत द्या हो." निवासराव गयावया करत बोलला.

महाराजांनी एक जळजळीत कटाक्ष संभाजीराजांकडे फेकला. ते दु:खी स्वरात बोलले, "दुर्दैव, केवळ दुर्दैव! आज स्वराज्यात कोणाही स्त्रीची अब्रू सुरक्षित राहिली नाही, असे रयत उघड बोलू लागली तर आम्ही कोणाच्या तोंडाकडं पाहायचं?"

एक कमालीचा सन्नाटा खाजगीकडे पसरला होता. महाराजांच्या कठोर शब्दांनी युवराज आणि युवराज्ञी यांचे बोलणेच खुंटले. वाडकर पितापुत्रांच्या कांगाव्याला जोर चढला. तसा गोदूचा श्वास कोंडला. तिला यापुढे गप्प बसवेना. ती सरळ महाराजांच्या पायावर कोसळली आणि कळवळून बोलली,

"नाही महाराज, मला थोडं बोलू द्या. हे सारं कुभांड आहे."

"छिनाल, तू चूप ऽऽ" त्र्यंबकराव आपल्या सुनेवर कडाडला.

"महाराज, हा माझा नवरा आणि सासरा दिसतात तसे भोळेभाबडे, साधेसुधे नाहीत," गोदू धाडसानं बोलून गेली.

गोदूने महाराजांपुढे गाऱ्हाणे घातले, "आई भवानीची शपथ घेऊन सांगते महाराज, हे दोघेही स्वराज्यद्रोही, दगाबाज आहेत. आज पंचमीच्या गर्दीचा फायदा घेऊन राजांना इथे रायगडावरच जिवे मारायचा कट रचला होता ह्या दुष्टांनी."

"आम्हांवर शस्त्र उगारायचे? अन् तेही ह्या रायगडावर येऊन?" त्याही गंभीर परिस्थितीत शिवाजीराजांना हसू फुटले. राजांच्या सोबत पहारेकरी अन् सेवकांनाही हसू आवरेना. तसा त्र्यंबकरावाला जोर चढला. तो हात जोडत अजिजीने बोलला, "बघितलं ना महाराज, आपल्या युवराजांनी ह्या गरिबाच्या सुनेवर किती भुरळ घातली आहे! महाराज, रंग युवराज उडवतात, पण गरिबांच्या अब्रूच्या चिंध्या उडतात!"

महाराज वरकरणी फक्त बावरल्यासारखे दिसत होते, पण आतून मात्र त्यांचा धीर सुटल्यासारखा झाला होता. महाराजांना शंभूराजांच्या पराक्रमाबद्दल तिळमात्र शंका नव्हती. पण त्यांच्या चारित्र्याबाबत अलीकडे त्यांना भरवसाच उरला नव्हता. एखाद्या सुंदर स्त्रीवर नजर पडली की, युवराज कोणत्याही थराला जाऊन पोहोचू शकतात, हे त्यांच्या अष्टप्रधानांनी, दरकदारांनी त्यांना अनेकदा, कधी आडवळणाने तर कधी स्पष्टपणे ऐकवले होते. त्यामुळेच ते कमालीचे उद्विग्न झाले होते.

तितक्यात सदरेबाहेर थोडीशी गडबड उडाली. पाठोपाठ आपला जरीकाठी शेला सावरत उंचेपुरे, जाडजूड हाडापेरांचे अण्णाजी दत्तो अचानक आत आले. पल्लेदार मिशा, डोळ्यांच्या बोलक्या बाहुल्या, दोन्ही कानांमध्ये झुलणाऱ्या भिकबाळ्या, तुकतुकीत सावळा रंग, सारा त्यांचा कुर्रेबाज रुबाब होता. पासष्टी ओलांडलेल्या अण्णाजीपंतांनी थोरल्या महाराजांसमवेत अनेक उन्हाळे-पावसाळे पाहिले होते.

महाराजांपुढे नम्रतेने झुकत त्यांनी मुजरा केला. ते बोलले, "माफी असावी महाराज. बिनाआवतन्याचा आणि बिनाहुकुमाचा मी सदरेकडे आलो."

पंत काहीसे थबकले. पुढचा शब्द उच्चारण्याआधी अण्णाजी दत्तोंनी संभाजीराजांकडे टवकारून पाहिले. तशी युवराजांनीही घुश्श्यातच त्यांच्या नजरेला नजर भिडवली. युवराजांच्या डोळ्यांतील चमकत्या बाहुल्या पंतांना बरचीच्या लखलखत्या धारदार पात्यासारख्या भासल्या. त्या दोघांमध्ये विस्तव जात नव्हता. अण्णाजीपंतांनी शेल्याने कपाळावरचा घाम टिपला. सारवासारवीच्या भाषेत ते बोलले, "राजे, ही बिचारी गोदू माझ्या मेव्हणीची मुलगी बरे. हे त्र्यंबकराव माझे जवळचे नातलग आहेत, राजे."

बोलता बोलता अण्णाजींची नजर गोदूच्या भाबड्या, निष्पाप चेहऱ्याकडे गेली आणि त्यांच्या मनाचा बांध फुटला. त्यांची एकुलती एक हंसा नावाची पोर त्यांच्या मनात फेर धरू लागली. हंसा म्हणजे एक चालतंबोलतं चैतन्य होतं. पाखरासारखी बागडणारी, मोराच्या पायांनी नाचणारी, फुलपाखरासारखी पंतांच्या भोवती भिरभिरणारी हंसा आणि तिच्या ओल्या आठवणी अण्णाजींची पाठ सोडायला तयार नव्हत्या. रायगडच्या परिसरात कोसळणारा प्रचंड पाऊस, पावसाळ्यात पावलोपावली आढळणारे झरे – त्या निर्मळ झऱ्यांसारखीच हंसा तारुण्याच्या उत्सवात अखंड नाचत राहायची. अण्णाजीपंतांनी हंसाचे काहीसे गडबडीनेच शुभमंगल आटोपले होते. ती पेणहून– आपल्या सासरहून पहिल्या माहेरपणाला माघारी आली होती. एके दिवशी मंगळागौरीच्या निमित्ताने ती राजवाड्यात गेली. तेथून दुःखी नव्हे जखमी होऊनच परतली. दोनतीन दिवसांतच पाचाडच्या भरल्या चौखंडी विहिरीमध्ये पाण्यावर तरंगणारा हंसाचा मुडदा लोकांनी पाहिला. तेव्हा तिच्या त्या अवचित जाण्याने सारा परिसर हळहळला.

झाल्या प्रकाराबद्दल अनेकजण अनेक तोंडांनी बोलत होते. कोणी सांगत होते की, हंसावर बलात्कार झाला. कोणी म्हणत होते तिच्यावर कसलासा मानसिक आघात झाला आणि त्या तारेतच तिने स्वतःच्या हाताने मृत्यू जवळ केला. पण या प्रकरणामध्ये अनेकजण शंभूराजांकडे बोट दाखवत होते. त्यांच्यामुळेच आपल्या लाडक्या लेकीचा नाश झाला अशी अण्णाजींची ठाम समजूत होती. दोन वर्षांमागे घडलेल्या ह्या घटनेचा अनेकांना विसर पडला होता. परंतु, आपल्या लाडक्या

लेकीच्या आठवणीने अण्णाजीपंत मात्र अजूनही वेडेपिसे व्हायचे.

पंतांच्या आगमनानंतर वातावरण अधिकच गंभीर बनले. न्यायाधीश प्रल्हाद निराजी बावरून गेले. त्र्यंबकरावने आपले मुंडासे काढून शिवाजीराजांच्या पायावर ठेवले. तो दु:खी सुरात ओरडला, "महाराज, गरिबाची सून गरिबाला परत करा हो!"

वाडकर पितापुत्रांच्या किंकाळ्यांनी अण्णाजींना अधिकच धारिष्ट्य आले. ते महाराजांना बोलले, "राजे, कल्याणच्या मुसलमान सुभेदाराच्या स्वरूपसुंदर सुनेला साडीचोळीचा आहेर करून सन्मानानं परत पाठवणारे आपणच होतात ना? – जाऊ दे महाराज, ह्याच दरबारात ह्या डोळ्यांनी खूप चांगले दिवस पाहिले आहेत. म्हणूनच पुढचं काही बोलवत नाही–"

अण्णाजी दत्तोंनी शरमेने खाली मान झुकवली. महाराजही कमालीचे खजील दिसू लागले. त्यांनी रागानेच येसूकडे नजर वळवली. मात्र घडल्या प्रकाराचा कसलाही परिणाम येसूबाईंवर झाल्याचे दिसत नव्हते. उलट एक प्रकारच्या अभिमानाने आणि निर्धाराने त्या तेजस्वी दिसत होत्या. त्यांनी पंतांच्या तोंडाला तोंड देत सरळ सवाल केला, "पुराव्याशिवाय भलतासलता कोणावर किटाळ घ्यायचा अधिकार कोणालाच नसतो. अन् अब्रू म्हणाल तर ती जशी प्रजेला प्यारी असते तशीच युवराजांनाही!"

येसूबाईंच्या अचानक हल्ल्याने पंत काहीसे वरमले. मात्र महाराजांनी तातडीने हस्तक्षेप करून येसूबाईंना रोखले, "सूनबाई, तुम्हावर कदाचित पतिप्रेमाची भुरळ पडली असेल. परंतु तुमच्यापेक्षाही एक पिता या नात्यानं आम्ही युवराजांना चांगलं ओळखतो!"

मघापासून ज्यांच्याभोवती वादाची वावटळ घोंगावत होते, ते शंभूराजे मात्र चूप होते. फक्त श्रवणभक्ती करत होते. आपल्या पित्याचा आपल्याबाबतचा अविश्वास, अलीकडची त्यांची आपल्यावरची गैरमर्जी, पितापुत्रांचे संबंध बिघडावेत म्हणून राजदरबारात प्रत्ययी घडणारी कटकारस्थाने या साऱ्यांचा वास त्यांना केव्हाच लागला होता. त्यांना अधिक राहवले नाही. दु:खी सुरात शंभूराजे बोलले,

"आबासाहेब, दु:ख याचंच वाटतं की, आम्हांकडून काही गुन्हा घडला नसताना आम्हांला गुन्हेगार ठरवलं जात आहे. हा घोर अन्याय आहे आबासाहेब. आपण आज घडलेल्या प्रकरणाची जरूर शहानिशा करावी. तपासानंतर आपलीही खात्री पटेल की, आज होळीच्या माळावर ऐन मिरवणुकीत आतषबाजीच्या गोळ्यांऐवजी तोफेतून खरेखुरे गोळे उडवले जाणार होते. कटवाले तुमच्या जिवावर उठले होते आबासाहेब. त्याची वेळेत खबर द्यायला ही निष्पाप गोदू पुढे धावली. ती मूर्ख ठरली आणि आम्ही बदनाम!"

"शंभूराजे, केवळ कपोलकल्पित कथांवर राज्य चालवता येत नाही. त्यासाठी

अस्सल पुराव्याची आवश्यकता असते.''

अण्णाजीपंतांची धुसफूस वाढली होती. आपल्या वारसदारावरच्या उघड आरोपामुळे थोरले महाराज हवालदिल बनले होते. तितक्यात तिथे मुल्ला हैदरांची स्वारी येऊन पोचली. थोरल्या राजांनी त्यांच्याकडे मोठ्या आशेने बघितले. त्यांच्या न्यायबुद्धीवर राजांचा खूप विश्वास होता. साठीतले मुल्लासाहेब पापण्यांची उघडझाप करीत म्हणाले,

''महाराज, आपल्या आदेशानुसार आज वाघदरवाजाजवळच्या तोफेसाठी पोचलेल्या बारुदाची आम्ही चौकशी केली. ती आतषबाजीची दारू नव्हतीच.''

सारे अचंबित झाले. हिंदवी स्वराज्याच्या राजधानीतच घातपाताचा हा प्रकार घडत होता, ही बाब खूप चिंतेची होती. मुल्ला हैदरांनी आपल्या चौकशीचा पूर्ण वृत्तान्त सांगितला. गडावरच्या बारुदखान्यातून तोफगोळे वाघदरवाजाकडे नव्हे, कुठेच रवाना झाले नव्हते. त्याच दुपारी काळ्या हौदाकडे संशयित दिसणाऱ्या सहा-सात जणांना गडकरी कान्होजी भांडवलकर यांच्या पथकाने रोखले होते. तेव्हा ते भामटे कैद चुकविण्यासाठी भवानी कड्याच्या दिशेने पळाले होते. त्यांनी त्या अजस्र, कातीव कड्यावरून खाली बगलेच्या किर्र् जाळवंडात उड्या ठोकल्या होत्या. तिकडे संशयितांचा शोध अजून सुरू होता.

थोड्याच वेळात स्वत: कान्होजीरावही सदरेवर पोचले. त्यांनी शिवाजीराजांना सांगितले, ''महाराज, त्या संशयितांपैकी चारांची प्रेतं सापडली आहेत. वरच्या लिबासावरून ते बाहेरचे पठाण दिसतात. या आधी ह्या मुलखात त्यांना कोणी बघितलं नव्हतं.''

शिवरायांच्या चर्येवरच्या ताणल्या गेलेल्या रेषा मावळल्या. त्यांच्या चमकत्या बाहुल्यांनी गोदूकडे कृतज्ञतेच्या भावनेने पाहिले. दुष्मनांनी एका मोठ्या कटकारस्थानाचे धागेदोरे विणल्याची त्यांची खात्री झाली.

शंभूराजांकडे मोहरा वळवत ते बोलले, ''एवढी तातडीची खबर होती, तर आपण वाघदरवाजाकडे धावण्यापूर्वी आम्हांला आगाऊ कल्पना का दिली नाहीत युवराज?''

''तिकडे धावून, तोफा निकामी करून मराठ्यांच्या पंचप्राणाचं रक्षण करणं हे आमचे प्रथम कर्तव्य होतं, आबासाहेब'' शंभूराजे उत्तरले.

शिवाजीराजांची कठोर नजर वाडकर पितापुत्रावर खिळली. त्या दोघांचीही भंबेरी उडाली होती. ते तत फफ करीत राजांकडे बघत होते. घडल्या प्रकारात नक्कीच काहीतरी काळेबेरे होते, याची अण्णाजींनाही कल्पना आली. त्यांचा आरंभीचा ताठा आपोआप सैल झाला. आता सर्वांच्याच नजरा थोरल्या महाराजांकडे वळल्या. थोरल्या राजांच्या मुखातून नीरक्षीरविवेकबुद्धीने शब्द बाहेर पडले,

''अण्णाजीपंत, ह्या प्रकरणाचं एकूण गूढ वाढलं आहे. त्याची पूर्ण चौकशी

होणं गरजेचं आहे. कान्होजी, चौकशी पूर्ण होईपर्यंत ह्या बापलेकांना कच्च्या बंदीखान्यामध्ये ठेवून द्या.''

त्र्यंबकराव आणि निवासराव यांच्या पाठीला भाल्याची टोके लागली. त्यांची रवानगी बंदीशाळेकडे झाली. त्यांच्यासाठी अण्णाजी काहीही करू शकले नाहीत.

गोदू तशीच बावरून उभी होती. अण्णाजी तिच्याजवळ गेले. तिच्या डोक्यावर हात ठेवत बोलले, ''चल पोरी, कालपासून खूप त्रास सोसावा लागला तुला. चल आपल्या मावशीच्या घरी.''

गोदूने अण्णाजींचा हात झटकला. ती काहीच बोलली नाही. ती इतकेच बोलली, ''महाराज, मला नाही जायचं कोणाही नातलगाकडे. जे झालं ते खूप झालं.''

शिवरायसुद्धा पेचात पडले. गोदूबद्दल त्यांच्या मनात खूप अनुकंपा निर्माण झाली होती. इतर वेळी तिच्या बहादुरीबद्दल त्यांनी आपल्या गळ्यातला रत्नहारही तिच्यावरून ओवाळून टाकला असता. पण वाडकर गुन्हेगार निघाले, तरी अण्णाजींचे जवळचे आप्त होते. चौकशी पूर्ण होईपर्यंत आपल्या अष्टप्रधानातील दरकदाराचा कोणत्याही प्रकारे पाणउतारा होऊ नये याची राजे काळजी घेत होते.

पण गोदूचं काय करायचं? शिवाजीराजेही विलक्षण पेचात पडले. अण्णाजी तिला आपणाकडेच नेऊ इच्छित होते. गोदू त्यांच्याकडे जायला बिलकूल तयार नव्हती.

शेवटी राजांनीच निर्णय दिला, ''ती अज्ञान मूल नव्हे. तिचे तिला ठरवू द्या.''

राजे निर्णय देऊन मोकळे झाले. पण गोदूला काहीच कळेना. जायचे कुठे?

आवर्तात अडकलेल्या पाचोळ्यासारखी गोदू तशीच काही काळ उभी राहिली. तिने प्रथम शंभूराजांच्या धीरगंभीर मुद्रेकडे पाहिले. तिची नजर युवराजांच्या बाजूला उभ्या असलेल्या येसूबाईंकडे गेली. येसूबाई लामणदिव्यातल्या ज्योतीसारख्या तेजस्वी, प्रेमळ, शीतल, स्निग्ध भासल्या. अचानक गोदूला गदगदून आले. तिने तशीच पुढे धाव घेतली आणि येसूबाईंना कडकडून मिठी मारली. ती काकुळतीने बोलली, ''युवराज्ञी, आपणच मला पदरात घ्या. तुमची दासी म्हणून पडेल ती कामं करायला मी तयार आहे.''

जिच्यामुळे आपल्या पतीवर बालंट आले, तीच गळ्यामध्ये पडली होती. या अचानक उद्भवलेल्या प्रसंगाने येसूबाईंसह सर्वांचीच पंचाईत केली. शिवाजीराजे विस्मयचकित चर्येने येसूबाईंकडे पाहत होते. त्यांच्या मिठीत मदतीसाठी धावलेल्या गोदूचा देह थरथरत होता. लोण्याच्या गोळ्यावरून हळुवार हात फिरवावा, तसा त्यांनी गोदूचा चेहरा वात्सल्याने कुरवाळला. त्या धाडसानं बोलल्या, ''ठीक आहे गोदू. तुझी पुढची व्यवस्था लागेपर्यंत तू राणीवशात राहू शकतेस.''

एका हुजऱ्याला हुकूम केला, ''हिला घेऊन आमच्या महालाकडे निघ. मी पाठोपाठ आलेच.'' येसूबाईंच्या वर्तनाला शिवाजीराजे आक्षेप घेतील, अशी पंतांची

समजूत होती. परंतु महाराजांनी तिकडे दुर्लक्ष केले. उलट त्यांनी मुल्ला हैदरांना वाघदरवाजाकडे घडलेल्या प्रकरणाची सखोल चौकशी करायचे आदेश दिले. थोरले राजे आपणास हवे तसे वागत नाहीत, याची जाणीव होताच अण्णाजी दत्तो खजील झाले. उपरणे झटकत राग न दाखवता पंत रागानेच सदरेवरून निघून गेले.

आता महालामध्ये थोरले महाराज, संभाजीराजे आणि येसूबाई या तिघांशिवाय कोणीही नव्हते. महाराज दुखऱ्या नजरेने युवराजांकडे पाहत होते. त्याचवेळी नानाविध भावभावनांचा कल्लोळ युवराजांच्या मुखावर उसळला होता. संभाजीराजांना अधिक धीर धरवेना. ते अत्यंत नम्र सुरात बोलले, "आबासाहेब, माफी असावी. खूप मनस्ताप दिला आम्ही. पण झाल्या प्रकरणात आमची काहीच चूक नव्हती, आबासाहेब."

"शंभो, आपण हिंदवी स्वराज्याचे युवराज आहात. त्यात आपली उमरही भर एकोणीस वर्षांची आहे. निदान यापुढे तरी पाचपोच ठेवून, रीतीभातीनं आपण वर्तन कराल, अशी अपेक्षा बाळगावी का आम्ही?"

"आबासाहेब, एखाद्याकडून गुन्हाच घडला नसेल तर त्याला गुन्हेगार समजून सजा द्यायची हा कुठला न्याय? शिवाय आबासाहेब, एक वेळ आपले युवराज बदचालीचे निघाले असे आपण समजू, पण रायगडाच्या संरक्षणात इतकी ढिलाई केव्हापासून पडू लागली?"

"मतलब?"

"चितदरवाजाची पोलादी द्वारे आजकाल कधीही रात्री-बेरात्री कशी काय उघडली जातात? तेही खुद्द छत्रपती गडावर मुक्कामाला असताना?"

शिवाजीराजे उपहासाने हसले आणि बोलले, "वेडाच आहेस पोरा, अरे, सायंकाळी एकदा चितदरवाजा बंद झाला की, दुसऱ्या दिवशी सकाळपर्यंत माणूसच काय, पण एखादी गोमही वरखाली जाऊ शकत नाही."

राजांच्या उत्तरावर संभाजीराजे म्हणाले, "असं असेल तर त्याच दरवाजातून अण्णाजीपंत आणि मंडळी बोलतात, तशी पहाटेची माणसं जातात कशी आणि सकाळ व्हायच्या आधी वाडकरांच्या सुनेला पळवून आणतात कशी?"

शंभूराजांच्या प्रश्नावर शिवाजीराजे चांगलेच चमकले. युवराजांवर आज उडवलेली राळ आणि वस्तुस्थिती यामध्ये काहीतरी तफावत आहे खास. त्याचवेळी शंभूराजांच्या मुखातून बाहेर पडणारे शब्द शिवरायांचे काळीज चिरत गेले, "आबासाहेब, आजकाल आमचे दिवस इतके फिरले आहेत की, महाराजांनी आपल्या हृदयाची कवाडं शंभूसाठी बंद करून टाकलीत. अन् तिकडे चोरचिलटांनी केव्हाही ये-जा करण्यासाठी चितदरवाजाच्या पोलादी दारांना मात्र पाय फुटू लागले आहेत."

युवराजांच्या बोलांबरोबर पित्याच्या हृदयातले वात्सल्य उचंबळून आले. शंभूराजांच्या खांद्यावर प्रेमाने हात ठेवत महाराज बोलले, "एवढं मनाला लावून घेऊ नकोस,

पोरा. कुठेतरी गफलत आहे खास. आम्ही जरूर चौकशी करू त्याची.''

''आबासाहेब, स्पष्ट सांगतो. तुम्हांला तुमच्या प्याऱ्या पुत्रापासून दूर लोटण्यासाठी साऱ्या सुष्टदुष्ट शक्ती एक झाल्या आहेत.''

महाराजांनी ममतेने शंभूराजांना आपल्या शेजारी बसवून घेतले. त्यांच्या पाठीवरून स्निग्ध हात फिरवत ते बोलले, ''आमच्या कारभाऱ्यांकडून काही चुका घडल्या तर त्याची निश्चित शहानिशा केली जाईल. परंतु एक लक्षात ठेव शंभो. आमचे अष्टप्रधान, आमचे दरकदार स्वराज्याचा प्रासाद उभा करण्यासाठी गेली चाळीस वर्षे रात्रीचा दिवस करणारे हे सारे आमचे जिवाचे जिवलग आहेत. त्यांचा मानमरातब, त्यांची प्रतिष्ठा जपणं हे युवराज या नात्यानं तुमचंही कर्तव्य आहे. आपण आपले वर्तन सुधारा, अन्यथा... ''

''अन्यथा काय?'' शंभूराजांच्या नजरेनेच प्रश्न केला.

''तुमच्याशिवाय आम्ही एकट्यानं कसं जगायचं याची आम्हांला सवय करून घ्यावी लागेल.''

महाराजांचे ते तीक्ष्ण, जळजळीत शब्द कानांवर पडताच महापुराच्या लोंढ्यात एखादे झाड सहज उन्मळून पडावे, तशी युवराजांची स्थिती झाली. संभाजीराजांच्या डोळ्यांत अश्रू उभे राहिले. ते बोलले, ''आबासाहेब, आपल्या दुराव्याच्या कल्पनेने आमचेही काळीज तीळतीळ तुटते. एक वेळ ह्या संभाजीला हत्तीच्या पायांखाली तुडवून मारायची शिक्षा आपण खुशाल द्या. त्या वेदनांचा उत्सव खुशाल पचवेन मी! परंतु तुमच्यापासून ताटातूट ह्या कल्पनेनेच धरबंध सुटतो आमचा.''

एकाएकी शंभूराजांच्या हृदयात आपल्या आजीची, जिजाऊंची आठवण दाटली. ''तू नेहमी शिवबाच्या सावलीत राहात जा शंभूबाळ,'' हा फक्त एकच कानमंत्र त्यांनी युवराजांना दिला होता. मात्र अलीकडे दिनमान बदलत होते. उभ्या जगावर मायेची पाखर घालणाऱ्या थोरल्या राजांकडे शंभूसाठी वेळ नव्हता. न राहून शंभूराजे दाटल्या कंठानं बोलून गेले, ''आबासाहेब! आमच्यामध्ये एक दोष नक्कीच आहे.''

''कोणता?'' राजांनी अस्पष्ट शब्दात विचारले.

''एकवेळ ह्या वेड्या संभाजीशिवाय शिवाजीराजे जगू शकतील, पण आपल्या सावलीच्या आडोशाशिवाय या संभाजीला जगणं केवळ अशक्य आहे. बस्स, हाच आमचा दोष.''

आपले काहीतरी चुकते आहे, याची जाणीव शिवाजीराजांना झाली. शंभूराजांनी आपल्या जन्मदात्रीचे तोंड कधी पाहिले नव्हते. त्यांना पुत्रासारख्या वाढवणाऱ्या जिजाऊसाहेबसुद्धा केव्हाच देवाघरी गेल्या होत्या. राज्याभिषेकाच्या सोहळ्यापर्यंत ज्याला आपण होनहार पुत्र मानत होतो, ज्याने बालवयात कर्नाटकातली कोलारची जहागिरी सांभाळून दाखवली, फ्रेंच, पोर्तुगीज, इंग्रज असे देशोदेशींचे वकील

शिवरायांच्या महालांमध्ये प्रवेश करण्यापूर्वी ज्या शंभूराजांशी सल्लामसलत करायचे, त्यांची बुद्धी आणि तडफ पाहून 'हा तर उद्याचा सवाई शिवाजी आहे' अशी मुक्त कंठाने ज्याची जाहीर प्रशंसा व्हायची, तोच आपला पुत्र आपल्या जवळपास असूनही आज परका होतोय. कुणाचे तरी काहीतरी चुकते आहे खास, या जाणिवेने शिवाजीराजे संभ्रमित झाले. ते आवेगानं उठले आणि शंभूराजांना पोटाशी कवटाळावे या भावनेने पुढे झाले. तर समोर शंभूराजे नव्हते. राजप्रासादातला मधला चौक पार करून ते आणि त्यांच्या पाठोपाठ येसूबाई बाहेर पडत होत्या.

दिङ्मूढ झालेले शिवराय संभाजीराजांच्या पाठमोऱ्या आकृतीकडे फक्त पाहत राहिले होते.

३.

त्या दिवशी महादरवाजाच्या चौकीवर रायाप्पा होता. दुपारी जेव्हा गडावर कमी वर्दळ असते, तेव्हा एक शृंगारलेली सांडणी दरवाजापुढे येऊन उभी राहिली. तिच्या सोबत भास्कर ठाकूर आणि दोन फिरंगी स्वार होते. ते समोर दिसताच पहाऱ्यावरच्या सुभेदाराने हात करून, "जा आत ऽऽ" असे खुणावले. ती मंडळी आत घुसणार, इतक्यात रायाप्पा आडवा आला. जबरी आवाजात विचारू लागला,

"कोण आपण? कुठून आलासा?"

"जाऊ दे रे रायाप्पा. गोवेकर वकील रामजी ठाकूराची माणसं आहेत ती. त्यांना अण्णाजीपंतांच्या वाड्याकडं जायचं आहे." सुभेदाराला ती मंडळी तेथे पोचण्यापूर्वीच येणाऱ्या पाहुण्यांची पूर्ण माहिती असावी असे दिसले.

रायाप्पा काहीसा गडबडला. पण लगेच स्वत:ला सावरत बोलला, " वकिलाची माणसं. मग त्यांनी राजांना भेटायला होवं."

"पण त्यांना पंत सुरनवीसांना भेटायचं असेल तर—?"

"पण तसा हुकूम तरी कुठं आलाय, सुभेदार?"

"रायाप्पा, कशासाठी दोरखंड वळतोस? आज थोरले महाराज गडावर नाहीत."

"मग त्यांनी युवराजांना भेटावं."

सुभेदार रायाप्पाची समजूत घालू लागला, तसा रायाप्पा सावध झाला. भले तो रानवट आणि हडेलहप्पी दिसो, पण रानपाखरांच्या दबक्या सुरातल्या, चोरट्या हाका सुद्धा तो लीलया ओळखायचा. त्यामुळेच पोर्तुगीज व्हाइसरॉयचा वकील, त्याने गुप्तपणे काही ऐवज पाठवणे, तोही सुरनवीस असणाऱ्या अण्णाजी दत्तोंना हा सारा प्रकार रायाप्पाला खूप संशयास्पद वाटला. त्याने गोवेकर मंडळींना तिथेच थांबवून ठेवले आणि युवराजांकडे निरोप धाडला. शंभूराजांकडून सांगावा येताच

रायाप्पाने त्या सर्वांना नेऊन त्यांच्या सदरेवर उभे केले.

शंभूराजांनी भास्कर ठाकूराला फैलावर घेतले. करड्या सुरात जाबसाल केला, ''खरं सांगा, कोणाचा हा माल? काय आहे या संदुकीत.''

गोवेकर कारकून गडबडला. त्याने स्पष्ट सांगून टाकले, '' दोन मोठे रत्नहार आहेत. फिरंग्यांचे वकील रामजी ठाकूर यांनी गोव्याहून पाठवलेत.''

''कोणासाठी?''

''सुरनवीस अण्णाजीपंतांसाठी.''

''बक्षिसी म्हणून?''

''तसं नव्हे, पण–'' भास्कर ठाकूराने त त प प ने सुरुवात करीत सारा प्रकार सांगून टाकला, ''त्याचे काय झालं युवराज, दोन महिन्यामागं आमचे वकील मजकूर थोरल्या महाराजांना रायगडावर भेटायला आले होते. तेव्हा त्यांनी व्हाइसरॉयच्या मार्फत बक्कळ नजराणा राजांना पेश केला होता–''

''बरं....मग?''

''पण– पण, तेव्हा सुरनवीस अण्णाजीपंतांना आणि मोरोपंत पेशव्यांना भेटवस्तू आणायला ते विसरले होते. तरी त्याबाबत मोरोपंतांनी चकार शब्द काढला नाही. मात्र अण्णाजींनी गेल्या दोन महिन्यांत तीन खलिते गोव्याकडे धाडले. रामजीपंतांची खरडपट्टी काढली. तेव्हा पंत म्हणाले– राज्यव्यवहारात कारभारी नाखूष राहिले तर मोठ्या कामांचे मातेरे होते! तेव्हा–''

''पुढं?''

''पुढं म्हणजे त्यांनी दोन मोठे रत्नहार खरेदी केले. तो ऐवज घेऊनच आम्ही आज पंतमजकुरांच्या भेटीसाठी आलो होतो.''

''ठीक आहे. युवराज या नात्यानं आम्ही हा ऐवज स्वीकारतो.''

शंभूराजांनी बाजूला बघितले. तेथे पाठीवर लांब रुळणारे केस सोडलेले, फक्कड आकडेबाज मिशांचे, तांबड्याभडक रंगाचे, उंच, तिशीतले, बळकट पण आटोपशीर शरीरयष्टीचे कवी कलश उभे होते. त्यांच्याकडे पाहात शंभूराजे बोलले, ''कविराज, ह्या मंडळींना लेखी पोच द्या. लागलेच माघारा निघू दे त्यांना.''

गोवेकर दूत निघून गेले. तेव्हा युवराजांना हात जोडत कवी कलश बोलले, ''राजन, थोडं शिस्तीनं घ्या. थांबायला शिका.''

शंभूराजे हसत बोलले, ''का? अण्णाजीपंत तर ऊठसूट नाकाने कांदे सोलतात, की आपण कोणत्याही भानगडीत नाही! राजांची चाळीस चाळीस वर्षं प्रामाणिकपणे सेवा केली, असा दावा आहे नव्हे त्यांचा?''

''पण राजन, काय करायचं ठरवलं आहे आपण ह्या रत्नहारांचं?''

''ज्यांचा माल त्याला देऊन टाकू. मात्र त्यांनी तो मागून घेण्यासाठी आम्हांला

जरूर भेटावे!'' हसून शंभूराजे बोलले.

त्या सायंकाळी अण्णाजींचे धाकटे बंधू सोमाजी दत्तो गडबडीने शंभूराजांकडे आले. त्यांनी सांगितले, ''युवराज, दादांनी दोन महिन्यांमागं गोव्याला द्रव्य पाठवलं होतं. तिथल्या फिरंगी सोनाराला दोन रत्नहार घडवायचं काम दिलं होतं.''

''बरं, मग?''

''बाकी काही नाही. पण– पण, आज ती मंडळी चुकून तुम्हांला भेटून गेलीत वाटतं—'' हे सारं बोलताना सोमाजींच्या घशाला कोरड पडली होती.

''सोमाजीबाबा, आपण म्हणता तसा तो फिरंगी ऐवज इकडं येऊन पोचला आहे खरा.''

''वाऽ, छान...''

'' पण तो ऐवज त्या फिरंगी सराफाने नाही पाठवलेला. ते घेऊन पोर्तुगीजांचे वकील रामजी ठाकूर यांची माणसं आलीत इकडं. आम्हांला एका प्रश्नाचं उत्तर समजत नाही. गावातले सोनार आपला माल पोच करण्यासाठी व्हाइसरॉयचे नोकरचाकर केव्हापासून वापरू लागले आहेत?''

शंभूराजांच्या त्या करड्या नि भेदक उलटतपासणीने सोमाजीबाबा गडबडून गेले. आपल्या भाळावरचा घाम उपरण्याच्या टोकाने टिपू लागले. शंभूराजे अधिकच क्रुद्ध होऊन बोलले, ''सांगा अण्णाजीकाकांना, म्हणावं सारा प्रकार आम्हांला ठाऊक आहे. दोन महिन्यामागं पोर्तुगीजांनी राजांना नजराणा दिला. तेव्हा कारभाऱ्यांना काही मिळाले नाही म्हणून कुरकुर करून हा ऐवज आपण तिकडून मागून घेतला. पण त्याचवेळी लक्षात ठेवा, स्वराज्याचे छत्रपती खुद्द आमचे आबासाहेब भेटीदाखल येतील त्या सर्व वस्तू आणि नजराणे आपल्या सरकारी रत्नशाळेत जमा करतात. कारण इथला कण नि कण हा हिंदवी स्वराज्याच्या मालकीचा आहे; राजाच्या मालकीचा नव्हे, अशी त्यांची धारणा आहे! आपण कारभारी जे वेगळे नजराणे हट्टाने मागून घेता, ते कुठे जमा करता तेवढं सांगा म्हणावं!''

सोमाजी दत्तो काहीही न बोलता खाली मान घालून निघून गेले. अण्णाजींकडून पुढे तो नजराणा मागण्यासाठी कोणी आले नाही. मात्र चारच दिवसानंतर राजमहालामध्ये थोरल्या राजांनी कसल्याशा कारणावरून अष्टप्रधान आणि इतर मुख्य कारभाऱ्यांसाठी भोजन ठेवले होते. पानावर राजांच्या पंगतीला अण्णाजी, मोरोपंत, राहुजी सोमनाथ, बाळाजी आवाजी आणि शंभूराजे होते.

बाळाजी आवाजी हे शिवरायांना सर्वात जवळचे. राजे त्यांना बंधूच मानत होते. अण्णाजीपंत सावळे, हाडापेराने मजबूत नव्हे चांगले धडधाकटच. तर मोरोपंत उभट चेहऱ्याचे आणि नाकसरीचे, त्यांचे डोळे बारीक आणि मोत्यासारखे चमकदार. कपाळावर उभ्या रेखीव गंधरेषा. बोलणे मात्र काहीसे घोगरे. वार्धक्याचा अंमल

पंतांच्या शरीरावर चढलेला. पाठीला थोडेसे कुबडही आल्यासारखे दिसत होते. पण त्यांच्या अंगात उत्साह मात्र अमाप. पोरासोराच्या उत्साहानेच ते फडावरून वावरायचे.

थोरल्या राजांनी मोरोपंतांवर आणि अण्णाजींवर याआधी अनेक जोखमी सोपवल्या होत्या. दोघेही राजांचे जुनेजाणते कर्तृत्ववान सोबती. मात्र त्या दोघांमध्ये अंतर्गत धुसफूस, द्वेष आणि संघर्ष खूप होता. राज्यकारभारात कमीत कमी शब्द वापरणाऱ्या आणि हिशोबी पावलं टाकणाऱ्या अण्णाजींना आज आतली उबळ रोखता आली नाही. शंभूराजांकडे पाहत ते शिवरायांना बोलले, "महाराज ऽ फिरंगी घडणावळीचे रत्नहार खूप सुबक असतात. म्हणून गोव्याकडे द्रव्य पाठवून आम्ही दोन हार मागवून घेतले होते."

"काहीसं ऐकून आहोत आम्हीही!" शिवाजीराजे बोलले.

"पण ती घडणावळ इतकी सुबक निघाली, शंभूराजांना इतकी आवडली म्हणून सांगू! तो ऐवज त्यांनी स्वत:कडं ठेवून घेतला आहे" अण्णाजी बोलले.

अण्णाजींच्या शरसंधानाने डगमगून न जाता शंभूराजे तिथल्या तिथे उत्तरले,

"आपण अगदी या क्षणी खातरजमा करू शकता. तो ऐवज आम्ही आपल्या रत्नशाळेत सरकारजमा केला आहे. पोचपावती आहे आमच्याजवळ."

अण्णाजी चिडिचूप झाले. इतर सरकारकूनांचे चेहरेही पाहाण्यासारखे झाले. शंभूराजांचे तारुण्य, त्यांचा चळवळ्या स्वभाव त्यांना चूप बसू देईना. शिवाजीराजांकडे पाहात ते बोलले, "आबासाहेब, आपणच आम्हां सर्वांना नेहमी सांगता, आमच्या कारभाऱ्यांनी आणि दरकदारांनी दुसऱ्या राजांच्या दिवाणांचे वा वकिलांचे कधीच मिंधं राहू नये. नाही तर त्याचा परिणाम आपल्या राज्यांतर्गत कारमदारावर होतो. राज्य नुकसान पावतं—"

शंभूराजांच्या या बोलाने राहुजी सोमनाथांना जोराचा ठसका लागला. इतरांचीही विचित्र अवस्था झाली. शंभूराजांच्या बोलावर थोरले महाराज काहीच बोलले नाहीत, याचे मात्र सर्वांनाच आश्चर्य वाटले.

दुसऱ्या दिवशी सायंकाळी अण्णाजींच्या वाड्यात बुद्धिबळाचा डाव मांडला गेला होता. राहुजी सोमनाथांना डावातला राजा, उंट अगर हत्तीऐवजी बाहेरच्या गाढवाची आठवण झाली. समोर एक सोंगटी ठेवत ते बोलले, "एक वेळ गाढवाचे कान खूप लांब झाल्यानं बिघडत नाहीत, पण युवराजांचे कान खूप लांबट झाले की ते धोकादायक ठरतात. करा रे करा. काही दवादारू करा. वैद्य बोलवा."

त्यावर अण्णाजी दत्तो विषादानं हसत एवढेच बोलले, "चालायचंच, राहुजी! अनादी कालापासून चालत आलं आहे हे. कारभाऱ्यांनी, सैनिकांनी खस्ता खाऊन राज्ये वाढवायची असतात. थोडे सुखाचे दिवस आले म्हणून कुठं मोकळी हवा खावी म्हटलं, तर मन मारायचं असतं. तोवर आयत्या पिठावर रेघोट्या ओढण्यासाठी

वारसदार नावाचे टिकोजीराव वाड्यात तयार झालेले असतात! आपल्या नशिबाचा पटच असा असेल तर आम्ही तरी काय करायचं?''

''छे! छे! हवं तर पट गुंडाळा. पण अशा अवचितरावांकडून पुन्हा असा उपमर्द घडायला नको!'' राहुजी सोमनाथांनी साफ सांगून टाकले.

४.

तिन्हीसांजेचा भिरभिर वारा वाहत होता. शंभूराजांच्या वाड्यामागे एक छोटासा बाग होता. शंभू आणि येसूबाईंच्या संसारा सोबतच हा बागही फुलारत गेला होता. तिथेच एक जुनाट उंबर आणि वेळूचे बन होते. त्या वृक्षाच्या भल्यामोठ्या फांदीला एक पितळी कड्यांचा झोपाळा बांधला गेला होता. त्यावर युवराज आणि युवराज्ञी शिळोप्याच्या गप्पा मारत होते. समोर पाळीव हरणांची पाडसे बागडत होती. मधूनच फांदीवरून एखादे उंबरफळ खाली टपकन गळायचे.

युवराज-युवराज्ञींना असा निवान्तपणा बऱ्याच दिवसांनी लाभला होता. येसूबाई युवराजांचा अंदाज घेत बोलल्या, ''आम्ही एक बोलावं का?''

''जशी आपली इच्छा, युवराज्ञी.''

येसूबाई काहीशा गंभीर होत बोलल्या, ''राजा हा सर्वाधिकारी असतो. राजेच्छा म्हणजे अंतिम हुकूमच. आपल्या राज्यातील प्रत्येक उत्तम, सुंदर वस्तूवर आणि व्यक्तीवर त्याचा अधिकारच असतो. त्यामुळेच राज्यातील एखादी तरणीज्वान पोर मनात भरली की, तो तिला गाईगुरांसारखी केव्हाही पळवून आपल्या जनानखान्यात जखडून ठेवायला मुखत्यार असतो. नाही का?''

''काय बोलत आहात आपण हे येसू, हे असे नागवे अत्याचार फक्त मोगलांच्या आणि सुलतानांच्या आमदानीत घडू शकतात. शिवाजीराजांच्या स्वराज्यात नाही!''

''युवराज, खरेच सांगता की काय आपण?'' हसता हसता येसूबाईंच्या डोळ्यांतील बाहुल्या कठोर झाल्या, ''तर मग युवराज, प्रत्यक्ष शिवपुत्र संभाजीराजांच्या हातून असा अत्याचार का घडावा?''

''कोणता अत्याचार?''

''अण्णाजी दत्तो प्रभुणीकर म्हणजे शिवरायांचे एक आधारस्तंभ. त्यांच्या लाडक्या लेकीवर, हंसावर अत्याचार करून आपण कोणता पराक्रम सिद्ध केलात?''

''येसू, काय, काय बोलता आहात आपण?'' शंभूराजे व्यथित झाले.

''लोक जेवढं आणि जसं बोलतात तेच फक्त ऐकवलं तुम्हांला.''

संभाजीराजांसारखा शीघ्रकोपी पुरुषसुद्धा येसूबाईंच्या या अचानक हल्ल्याने गांगरून गेला. रायगडाच्या परिसरात एकेकाळी जो दरारा, दहशत आणि आदर

शिवरायांच्या मातेच्या, जिजाऊसाहेबांच्या शब्दांना होता, तोच वसा येसूबाईंकडे आपोआप चालत आला होता.

शंभूराजांपेक्षा त्या एकदीड वर्षांनी लहान असतील. परंतु त्यांच्या कर्तव्यदक्ष, स्नेहमय आणि सर्वसमावेशक व्यक्तिमत्त्वाने एक वेगळी उंची गाठली होती. म्हणूनच उंच, उभट चेहऱ्याच्या, देखण्या नाकसरीच्या, झुपकेदार नथ घातलेल्या, चवळीच्या शेंगेसारख्या सडपातळ बांध्याच्या, तरुण उत्साही येसूबाई ह्या रायगडावरच्या राणीवशात एक आकर्षणबिंदू ठरल्या होत्या. शंभूराजांच्या सोयराबाईंसह अनेक माता तिथे राहत होत्या. परंतु येसूबाईंसारखा असा चमकदारपणा आणि आदर कोणाच्याही व्यक्तिमत्त्वाला लाभला नव्हता.

संगमेश्वर नगरीजवळच काही कोसांच्या अंतरावर आत एका डोंगरदरीत शृंगारपूर वसले होते. तिथले सूर्यराव सुर्वे हे स्वत:ला शृंगारपूरचे शहेनशहा मानायचे. त्यांचे वागणेही तसेच बेदरकार. त्यांच्या कब्जात दाभोळ आणि संगमेश्वर ही मोठी बंदरे होती. सुमारे शंभरभर मोठी जहाजे सूर्यरावांनी बांधून घेतली होती किंवा चाचेगिरीतून हस्तगत केली होती. त्यामुळेच रत्नागिरी, दाभोळ ते हरिहरेश्वरापर्यंत दर्यावर त्यांची हुकूमत चालायची. विशेषत: मक्कामदिनेला जाणाऱ्या यात्रेकरूंना आणि परदेशी जहाजांना लुटणे आणि संपत्ती हडप करणे, हा सूर्यरावांचा मुख्य उद्योग होता. तेच सूर्यराव म्हणजे येसूबाईंचे मातुल आजोबा.

येसूबाईंचे पिता पिलाजी शिर्के एक प्रमुख सरदार म्हणून सूर्यरावांच्या दरबारात सेवा करत असत. ते तिथल्याच जवळपासच्या कुटरे गावचे रहिवासी. पिलाजीराव शिर्केही शिवाजीराजांचा पराक्रम कैक वर्षांपासून ऐकून होते. मात्र राजांनी स्वराज्याची मुहूर्तमेढ रोवली, तेव्हा महाराष्ट्रातील मोगल आणि मुसलमानधार्जिण्या अनेक सरंजामदार मराठ्यांनी त्यांच्या राजवटीला कडाडून विरोध केला होता. हे तथाकथित सरंजामदार एकीकडे परक्यांचे जोडे पुसायचे आणि स्वत:ला मात्र जातकुळीने शिवरायांपेक्षा श्रेष्ठ मानायचे. सूर्यरावही त्याच जातकुळीतले होते. त्यांचा शिवद्वेष इतका पराकोटीचा होता की, थोरल्या महाराजांच्या विरोधात ते ऐनवेळी जावळीकर मोऱ्यांना जाऊन मिळाले होते. राजांच्या विरोधात लढले होते. पुढे सिद्धी जौहरने जेव्हा पन्हाळ्याला वेढा दिला होता, तेव्हाही हेच सूर्यराव जौहरच्या मदतीला धावून गेले होते.

काही वर्षांमागे शिवाजीराजे तळकोकणच्या मोहिमेवर निघाले होते, तेव्हा सूर्यरावांना पूर्वीचे गुन्हे माफ करून त्यांनी एक सुधारायची संधी दिली होती. परंतु आपल्या उपजत स्वभावाप्रमाणे सूर्यराव त्यांच्यावर सापासारखा उलटले. त्यांनी शिवरायांच्या पथकांना कमालीचा त्रास दिलाच, परंतु खुद्द छत्रपतींनी त्यांना पाचारण करूनसुद्धा ते महाराजांपुढे पालवणला हजर झाले नाहीत. त्या स्वराज्यद्रोहामुळे

शिवाजीराजे अक्षरश: संतापून गेले. एकदा या प्रकरणाचा निकाल लावायचाच या इराद्याने राजेच शृंगारपुरवर चालून गेले. ही खबर समजताच आपली राजधानी सोडून सूर्यरावांनी बाजूच्या अरण्यात पोबारा केला होता.

सूर्यरावांच्या गद्दारीने संतापलेल्या शिवाजीराजांनी त्यांचे सिंहासन लाथेने उडवून दिले. संयमाचा बांध फुटला होता. महाराज शृंगारपुरावर छापा घालत होते. सुर्व्यांची संपत्ती जप्त करत होते, तेव्हा सहा-सात वर्षांची छोटीशी येसू कधी गवाक्षातून तर कधी पडद्याआडून थोरल्या महाराजांकडे आदरयुक्त भीतीने पाहत होती. आपले आजोबा पळून गेल्याचे ऐकून तिला खूप वाईट वाटले होते. परंतु तिचे पिता पिलाजी शिर्के मात्र धैर्याने तेथेच थांबून होते.

सुर्व्यांच्या संपत्तीची मोजदाद चालू होती. स्वार, सेवक, तेथील सोन्याचांदीची मोठी भांडी, डोईभर उंचीच्या समया, अनेक नक्षीदार हंडे असे सामानसुमान बांधत होते, तेव्हा महाराज तिथे पाहणी करत आले. त्या चकाकत्या समया, ती स्वच्छ सुंदर सोन्याचांदीची भांडी पाहून महाराज चमकले. ते बोलले, "अशी संपत्ती काय, राजवाड्यांतून खचाखच भरून ठेवलेली आढळते. मात्र अशी स्वच्छता, ही सुंदर सुबक मांडणी एखाद्या जाणत्या स्त्रीच्या देखरेखीशिवाय होणे शक्य नाही."

"महाराज, ही सारी जादू आमच्या कन्येची, येसूची आहे." पिलाजीराव बोलले.

महाराजांनी दुसऱ्या एका दालनात प्रवेश केला. तेव्हा नोकरचाकरांना सूचना देणारी चिमुरडी येसू त्यांना दिसली. ती तिथे ऐटीत उभी होती. काचसामान बांधताना कशी काळजी घ्यावी, उंची सामानांची बांधणावळ कशी असावी, अशा सूचना नोकरांना ती देत होती.

महाराज हळूच पुढे गेले आणि त्यांनी येसूच्या डोक्यावर आपला स्निग्ध हात ठेवला. त्या प्रसन्न, हसऱ्या, उत्साही आणि टापटिपीचा आग्रह धरणाऱ्या चिमुरड्या पोरीला त्यांनी आपल्या पोटाशी धरले. ते तिच्या पित्याला बोलले, "पिलाजीराव, तुमच्या सासऱ्यावरचा - सूर्यरावावरचा आमचा राग एवढा पराकोटीचा होता की, हे अवघे शृंगारपुरच जाळून टाकावे, असे आमच्या मनात होते. मात्र तुमच्या ह्या चिमुरडीनं आमच्यावर भुरळ टाकली आहे. तुमची ही संपत्ती तुम्हांलाच ठेवून घ्या. आम्ही मात्र तुमच्या ह्या राजवाड्यातूनही एकच मौल्यवान वस्तू घेऊन जाणार आहोत."

राजांच्या उद्‌गारांनी संत्रस्त पिलाजीरावांना गोड धक्का बसला. महाराज कृतकृत्य होऊन पिलाजीरावांना बोलले, "आमच्या शंभूराजांसाठी एका चांगल्या कन्येच्या शोधात होतोच आम्ही. अशी सुरेख, कर्तव्यदक्ष पोर आम्हांला दुसरी कुठे लाभावी?"

पिलाजीरावांना हुंदका फुटला. त्यांनी पटकन महाराजांचे पाय धरले. ते बोलले, "महाराज, आम्ही पराभूत, त्यात स्वराज्यद्रोही! कशाला आमच्या लेकीला एवढं थोरपण देता आहात? तुमच्या शंभूसाठी अशा अनेक मुली मिळतील."

“नाही पिलाजीराव, घरातल्या एखाद्या भांड्यावर एवढासा डाग पडला तर जिचा जीव थोडा थोडा होतो, ती ही पोर उद्या गृहलक्ष्मी म्हणून आमच्या प्रासादात येईल तर तिच्या पावलांनी आमच्या राजमंदिराचे खऱ्याखुऱ्या मंदिरात रूपांतर होईल!”

त्या दोनतीन दिवसांत खूपच घडामोडी घडल्या. शिवाजीराजांनी येसूबाई आणि शंभूराजे यांचा विवाह निश्चित केलाच, पण पिलाजीरावांच्या आणि विशेषत: त्यांच्या घरातील संस्काराच्या प्रेमात ते इतके पडले की, राजांनी आपली कन्या नानीबाई उर्फ राजकुंवर हिचाही वाङ्निश्चय पिलाजीचा पुत्र गणोजी याच्याशी पक्का केला. सूर्यरावांच्या उर्मट स्वभावाचा आणि स्वच्छंदी वृत्तीचा प्रभाव पिलाजीरावांनी स्वत:वर पडू दिला नव्हता. त्यांच्या पुढाकारानेच आड-वाटेवरच्या शृंगारपुरचे रूपांतर महाराष्ट्रातील एका अव्वल विद्यानगरीमध्ये झाले होते. देशोदेशींचे अनेक पंडित, विद्वान, तांत्रिक विद्येचे अग्रदूत सारे या परिसरात आपले मठ उभारून अगर गुहेमध्ये आश्रय घेऊन बसले होते. पिलाजीरावांनी केशव पंडित आणि रघुनाथ पंडित या दोन विद्वान ब्राह्मणांची शिकवणी आपल्या मुलांना लावली होती. मात्र गणोजीपेक्षाही शिक्षणाची ओढ येसूबाईंनाच अधिक होती.

कर्तव्यदक्ष पिलाजीरावांनी हिऱ्यामाणकांनी भरलेल्या गोणी हुंडा म्हणून रायगडाकडे पाठवल्या नव्हत्या. मात्र केशव पंडित आणि रघुनाथ पंडित या बंधुद्वयांना ते सासरी नांदायला निघालेल्या येसूसमवेत पाठवायला विसरले नव्हते.

रायगडावरील पाठशाळा सुरू झाली. इतर मुलांसोबत छोटी येसू आणि शंभूराजे एका वेळी पाठ शिकत होते. येसू ही आपली धर्मपत्नी आहे, याची जाणीव व्हायच्या आधीच ती आपली सहकारी, वर्गमैत्रीण याच नात्याने शंभूराजांच्या हृदयावर ठसा उमटवून गेली होती. त्यामुळेच त्या दोघांतील परस्पर सहकार्याला, बालमैत्रीच्या नात्याला एक वेगळीच गडद किनार लाभली होती.

आज अचानक येसूबाईंनी हंसाचा विषय काढल्याने शंभूराजे काहीसे गोंधळले होते. येसूच्या आयुष्यामध्ये एकीकडे शिवाजीराजांसारखा अत्यंत कर्तव्यदक्ष, प्रजा-पालक आणि युगप्रवर्तक सासरा होता, तर दुसरीकडे अंगात तारुण्याची सळसळ घेऊन रानातल्या सिंहाबरोबरच दरबारातल्या वरिष्ठ, मुरब्बी दरकदारांना सहज अंगावर घेणारा आणि त्यांच्याशी बेडरपणे दोन हात करणारा नवरा होता. ह्या दोन्ही परस्परभिन्न टोकांतील नाजूक दुवा म्हणजेच येसूबाई होत्या. त्यांच्याऐवजी हंसाचा विषय शंभूराजांसमोर अन्य कोणी काढला असता तर त्यांनी एक ठोसा मारून त्याची बचाळी त्याच्या हातावर ठेवून दिली असती. परंतु येसूबाईंचे राजवाड्यातील आणि शंभूराजांच्या हृदयातील स्थान काही वेगळेच होते. त्यामुळेच ते गोंधळलेल्या स्थितीत उठले आणि येरझाऱ्या घालत, हातवारे करत बोलले,

"युवराज्ञी, आपण कसे विसरता? अहो, आम्ही युवराज आहोत. समजा, एखादी युवती आमच्या मनामध्ये भरली तर सरळ विवाहबद्ध होऊ. आणखी एखाद्या राणीसाठी महाल बांधायला रायगडावर जागा अपुरी पडते की काय आम्हांला?"

"परंतु युवराज, हंसा ही अण्णाजीपंतांची कन्या होती –"

"कोणाचीही असो, परंतु सुंदर स्त्रियांची नावे आमच्या नावासमवेत चिकटवायचा, इथे लोकांना शौकच जडला आहे."

येसूबाई खुदकन हसल्या. आपलं हसू आवरत पण मोठ्या अभिमानानं सांगू लागल्या; "स्वामींच्या सौंदर्याची तारीफ आणि वाहवा करण्याऱ्या एकाहून एक अशा कथा आजकाल आम्हांला ऐकायला मिळतात. परवा रायाप्पा आणि जोत्याजी दोघंही सांगत होते—"

"काय?"

"स्वामींवर देवानं अशी काही सौंदर्याची उधळण केली आहे की, आजकाल म्हणे स्वामी कुठं मोहिमेवर वा शिकारीवर असताना नदीकाठावर वा उघड्यावर कोठेही स्नान करत नाहीत. कारण राजांच्या गोऱ्यापान, उघड्या देहाची भुरळ पडते आणि पाणवठ्यावर हंडेकळशा घेऊन आलेल्या तरुण मुली जागच्या जागी बेशुद्ध पडतात. असं चांगलं तीनचार वेळा घडलं."

"युवराज्ञी, आपलंही पतिराजावर चांगलं ध्यान दिसतं तर."

"स्वामींच्या देही किती तरी चांगल्या गुणांचा समुच्चय आहे. तलवार असो वा कलम, दोघीही स्वामींना वश. अगदी सपासप चालतात. दोघींचा इष्टमित्रांत दरारा आणि वादीदुश्मनात दराराऽ! आणि सौंदर्याच्या बाबतीत पुसाल तर स्वारी जर चुकूमाकून मदनदेवाच्या राजवाड्यासमोरून निघाली, तर साक्षात मदनदेव आपल्या आसनावरून ताडकन उठतील. स्वामींचं बोट धरून त्यांना मोठ्या आदरानं आपल्या पंगतीला बसवून युवराजांचा सन्मान करतील!"

"पण येसू, आम्हांला लाभलेला सौंदर्याचा हा ठेवाच आज आमच्यासाठी शाप ठरतो आहे. येसू, एक अस्सल म्हण ठाऊक आहे तुला?"

"कोणती?"

"मांजरसुद्धा शेजारची नऊ घरं सोडून चोरी करतं. आम्ही तर रायगडचे वारसदार, राजकुमार आहोत. इष्कबाजी करायचीच ठरवली तर राजाला काय कमी असते? सत्ताधीशांकडून फायदे उपटण्यासाठी स्वतःच्या पत्नीचा, तरण्या लेकी-बाळींचा हात पकडून पाठच्या दरवाजाने भेटणाऱ्या हलकट, रांडूळ्या नामर्दांची संख्या जगात काय कमी असते?"

"युवराज, आपण किती पाक दिलाचे आहात याची कल्पना आहे आम्हांला."

“म्हणूनच सांगतो. आमच्या अलौकिक सौंदर्यानेच जणू आम्हांला शाप दिला आहे. त्याचाच परिणाम म्हणून एकतर्फी प्रेमातून कोणी हंसा आमच्यासाठी वेडीपिशी झाली असेल तर त्यात आमचा दोष तरी काय?”

येसूबाई शंभूराजांकडे रोखून पाहू लागल्या. वाऱ्याची गती वाढली. झोपाळ्याच्या कड्या कुरकुरू लागल्या. त्याच वेळी मागच्या दरवाजाजवळ काही कामानिमित्त आलेली गोदू उभी होती. हंसाचा विषय जेव्हा तिच्याही कानावर पडला, तेव्हा ती तिथेच भिंतीला पालीसारखी चिपकली. कानात प्राण आणून पुढचे शब्द ऐकू लागली.

शंभूराजे त्याच ओघात पुढे सांगू लागले, “येसू, त्या हंसाने जिथं तिथं आमचा नुसता पिच्छाच पुरवला होता. ती दिसायला देखणी, अगदी एखाद्या चित्रासारखी, सुबक तितकीच सोज्वळही. अण्णाजीकाकांची पोर म्हणून एवढीशी होती तेव्हा-पासून इथं राजवाड्यात बागडायची. खेळायची. अगदी आमच्या पाठुंगळीवरही बसायची. पोरी एकदा वयात आल्या की, तीनचार वर्षांतच त्या केवढ्याच्या केवढ्या दिसू लागतात! सुरवंटाचं रूपांतर फुलपाखरात कधी होतं हे कळतही नाही. त्यामुळेच थोर झालेल्या हंसाला मी टाळू लागलो. अण्णाजीपंत म्हणजे आमच्या आबासाहेबांसाठी थोरल्या भावासारखेच.”

“म्हणजे पुढच्या परिणामांची कल्पना होती तर स्वामींना?”

“आम्हांलाच नव्हे तर अण्णाजीपंतांनाही हंसाच्या वेडाचाराची कल्पना आली. म्हणून तर त्यांनी घाईगर्दीने तिचं शुभमंगल उरकलं. लग्नानंतरच ती पाचाडला माहेरपणासाठी पहिल्यांदा परतली होती.

जेव्हा तो वसंत पंचमीचा दुर्दैवी दिवस उजाडला, तेव्हा दुपारी पलीकडच्या महालात स्त्रियामुलींची गडबड उडाली होती. तिथं येसू, तुम्हीही हजर होता. त्या साऱ्या गर्दीतून ही वेडी पोर बाहेर पडली. आम्ही आमच्या महालात काव्यलेखनात गढून गेलो होतो. कोणालाही आत सोडू नका, असे पहारेकऱ्यांना हुकूम दिले होते. मात्र आम्हीच हंसाला बोलावले आहे, अशा भूलथापा मारून ती तडक आमच्या महालात घुसली. तिला प्रीतज्वरानं इतकं पागल बनवलं होतं की, तिने सरळ आम्हांला मिठीच मारली. ती आपल्या भुकेल्या ओठांनी आमच्या कपाळाचे मुके घेऊ लागली. तशी आम्ही खाडकन् तिच्या कानशिलात लगावली. तिच्यावर ओरडलो – ‘शरम वाटत नाही तुला? पंतकाकांची पोर आहेस तू. कोणाची तरी लग्नाची बायको आहेस तू.’ – माझ्या बोलावर ती वेड्यासारखी हसली. आणि जखमी पक्षिणीसारखी आमच्याजवळ येत आमचे हात धरत बोलली– ‘माझ्या देहातल्या ओसंडत्या तारुण्याचा तुझ्यावर अभिषेक घालायला आले आहे मी राजा.’ आम्ही तिला दूर ढकलले आणि सांगितले, ‘बेवकूफ पोरी, तुझ्या या आगळीकीने ह्या महालाला सुरुंग लागेल.’ तरी ती दूर होईना, हटेना, तेव्हा आम्ही तिला

आणखी दोनतीन कानशिलात लगावल्या. तुला वेडबिड लागलंय की काय असं आम्ही तिला विचारू लागलो. तेव्हा ती मोठ्यानं हसत बोलली— राजा, प्रीतीनं ठार आंधळं बनलेल्या पाखराला दृष्टीच नसते. म्हणूनच तर पतंग दिव्यावर झडप घालतो. ज्वाळेच्या जबड्यात मिटून जातो.

शेवटी हंसाची समजूत घालत आम्ही तिला विचारलं — तुला हवंय तरी काय? तेव्हा ती पुन्हा एकदा हसू लागली. तिचे हास्य खूपच खोल आणि भयंकर होते. ती आम्हांला म्हणाली — तुझ्या मर्दानी सौंदर्यापुढे माझा नवरा मला अगदीच नेभळट भासतो. राजा, गेली तीन वर्षे मी मशालीसारखी रात्रंदिवस जळते आहे तुझ्यासाठी. फक्त एकदाच आलिंगन दे.

ती काही केल्या आम्हांला सोडायला तयार नव्हती. तिने आमच्या कमरेभोवती एखाद्या मगरीसारखी घट्ट मिठी मारली होती. तिचा फोल आंधळेपणा, पंतांचे राजप्रासादाशी असलेलं नातं हे सारं तिला परोपरीनं समजावण्याचा प्रयत्न केला. असल्या तुझ्या बेफामपणाला, बेधुंदीला आम्ही बळी पडणार नाही, हेही निक्षून सांगितलं. माझा एक ठोसा तर तिच्या जिव्हारी लागला होता. तिच्या दातांतून रक्त गळत होतं आणि तिच्या ओठाचा कोपरा सुजला होता. आमचा ठाम नकार पाहून ती खूपच दु:खी आणि जखमी झाल्याचं आम्हांला दिसलं. आमच्या महालातून बाहेर पडताना तिच्या लालेलाल डोळ्यांतून आसवांची झड लागली होती. आमच्याकडं पाहून डोळे गरगर फिरवत ती इतकेच म्हणाली– राजा, तुझ्या होकाराची फक्त तीनच दिवस वाट बघेन. नाही तर चौथ्या दिवशी तू माझा मुडदा पाहशील!'

आमच्या महालातून हंसा तडक बाहेर पडली. तेव्हा सोहळ्यातून आपल्या पोरीचा शोध घेत आलेल्या पंतकाकूंनी आमच्या दारातून विस्कटलेल्या वस्त्रानं बाहेर पडलेली हंसा पाहिली. मात्र स्वजनांशी प्रतारणा न करण्याच्या कल्पनेनं पेटलेलं आमचं मन कोणाला दिसणार होतं? घडलेला प्रसंग आम्ही कोणत्या तोंडानं येसूराणी तुम्हांला अगर आबासाहेबांना किंवा आमच्या पंतकाकांना ऐकवणार होतो? शिवाय भविष्यात असे काही अघटित घडेल, याचीही आम्हांला कल्पना नव्हती. चार-पाच दिवसांत पाचाडच्या विहिरीत लोकांनी हंसाचा मृतदेह पाहिल्याची वार्ता आमच्या कानावर आली. तेव्हा आमची वाचाच बसली. तारुण्याच्या बेहोषीत आणि प्रीतीच्या बेदरकारीत उडी घेऊन हंसासारखी सासुरवाशीण सहज निघून गेली. मात्र आमच्या हातून न घडलेल्या गुन्ह्यासाठी आमच्या काळजावर आरोपाच्या आणि बदनामीच्या डागण्या देत आमच्या कल्पित इष्कबाजीच्या कथा चवीनं हे दुष्ट जग रंगवत बसलं आहे. बसेल!''

५.

शंभूराजांनी रात्रीचे भोजन उरकले. शय्यागृहाकडे परतण्यापूर्वी त्यांनी येसूबाईंना सहज विचारले, "मग काय करायचं गोदूचं?"

"कुठे जाईल बिचारी?" येसूबाई बोलल्या, "तिला ना उरले सासर, ना माहेर. अनेक आश्रित, दासदासी राहतात वाड्यावर. राहील त्यांच्यासंगे."

वाडकरांचा महाडजवळचा वाडा तसा साधाच होता. परंतु गोदूसाठी ती सारी दुनिया नष्ट झाली होती. तिचा सासरा आणि नवरा गडावर बंदीवास भोगत होते. ती जेव्हा शंभूराजांच्या वाड्यात घाबरीघुबरी होऊन आली, तेव्हा तिच्या पाठीवर येसूबाईंचा स्निग्ध हात होता. तरीही एवढा ऐसपैस राजवाडा, छतावरची मोठाली झुंबरं, कमरेइतक्या उंच समया, तो राजप्रासाद तिला गंधर्वनगरीतल्या महालासारखाच भासला होता.

येसूबाईंच्या महालामागे त्यांच्या खास दासींच्या खोल्या होत्या. त्यातच गोदूची व्यवस्था लावण्यात आली. पण राजवाड्यात आल्यापासून ती जणू येसूबाईंची सावली बनली होती. युवराज्ञी मुदपाकखान्यात असू देत, चौकातल्या तुळशीवृंदावनाजवळ अगर बाजूच्या बागेत, गोदू तिन्हीत्रिकाळ त्यांच्यासोबत राहायची. देवपूजेसाठी फुलांची परडी तयार ठेवायची असो, दुर्वांच्या बारीक काड्या काढायच्या असोत, की निरांजनातल्या वाती तेवत ठेवायच्या असोत, जिथे-तिथे आजकाल युवराज्ञींना गोदूच लागायची. गोदूही होती अखंड उत्साही. जास्वंदीच्या टपोऱ्या फुलासारखी हसरी आणि तजेलदार. येसूबाईंच्या सवत दुर्गादेवींनाही गोदूचा लळा लागला होता. राजवाड्यात गोदूचा जिथे तिथे वावर वाढला, तशा आजवर कैक वर्षे काम करणाऱ्या दासी आणि कुळंबिणी तिच्याकडे संशयाने, काहीशा मत्सराने पाहू लागल्या.

जेथून गोदू रायगड चढून वर आली होती त्या बाजूचा कडा शिवाजीराजांनी तात्काळ तासून टाकला. किल्ला अजिंक्य केला. हळूहळू रायगडावरच्या सप्तमहालात, अष्टप्रधानांच्या वाड्यांपासून ते बड्या बाजारापर्यंत गोदूविषयी कर्णोपकर्णी चर्चा वाढू लागली.

"ही गोदू मोठी हिकमती आणि कारस्थानी दिसते बुवा! तो गरीब बिचारा नवरा नि तिचा सासरा, शंभूराजांवर आरोप करायला गेले आणि बसले बंदीखान्यात - सडत. अन् ही बया घुसली युवराजांच्या वाड्यात. युवराजांना तर तिची पहिलीच भुरळ पडली आहे. पण बाई एवढी तयारीची की, येसूबाईंच्याही काळजात जाऊन बसलीय. कसं हे सारं जमतं बुवा एकेकाला!"

एकदा रायाप्पा आपला घोडा घेऊन बाजारात गेला होता. गोदूच्या संदर्भात शंभूराजांचे नाव घेऊन चाललेली कुत्सित चर्चा त्याच्या कानावर आली. या आधीही

त्याने तशी कुजबुज ऐकलीच होती. युवराजांवर जिवापाड प्रेम करणाऱ्या रायाप्पाला अधिक ऐकणे सहन होईना. बाजार सोडून तो तसाच तडक वाड्यावर माघारा आला. शंभूराजांच्या प्रेमळ आणि तितक्याच तापट स्वभावाला त्यांच्या जवळची मंडळीही टरकून असायची. रायाप्पाने घाबरत, पण मनाचा हिय्या करून एकदाचा युवराजांपुढे विषय काढला, ''सरकार, लोक आपल्याबद्दल उगाच कुजकं बोलत्यात. ते ऐकायला बरं न्हाई वाटत.''

''कशाबद्दल बोलतोयस राया?''

''ती वाड्यात राणीसरकारांनी आणलेली देखणी बया. तिला तेवढी बाहीर काढा.''

युवराजांनी त्या दुपारी पुन्हा विषय काढला. ''येसू, काय करायचं गोदूचं?''

''असं किती लागतं तिच्या पोटाला? राहू दे इथंच बिचारीला. आम्हांलाही तिची मदत होते.''

''येसू, तुमचं हृदय विशाल आहे. अगदी आभाळासारखं. पण लोकांच्या जिभेला निवडुंगाचे काटे असतात. त्यांच्या उरातले जहर जिभेवरून ओघळल्याशिवाय राहात नाही! मग समोर राजा असो वा रंक.''

येसूबाई थबकल्या. युवराजांच्या नजरेला नजर देत बोलल्या, ''युवराज, सत्य काय आहे हे तुम्हांला आणि आम्हांला ठाऊक आहे नव्हे? – त्या पोरीनं धाडस करून रायगडचा राजेश्वर वाचवला. त्यासाठी तिच्या नांदण्याचं चांदणं झालं. तिच्या उपकाराबाबत बक्षिसी राहू दे – शिक्षा तरी नको तिला द्यायला!''

शंभूराजे काहीच बोलले नाहीत. तशा हळू आवाजात येसूबाई सांगू लागल्या, ''परवा मामंजीसाहेब चौकशी करत होते.''

''कोणाची? गोदूची?''

''होय. ते म्हणाले, त्या अश्राप पोरीकडं नीट लक्ष दे. साडीचोळी काय लागेल ते तिला कमी पडू देऊ नकोस.''

काही दिवस असेच लोटले.

एके दिवशी राहुजी सोमनाथांच्याच हाती एक अत्यंत महत्त्वाचा खलिता पडला. वाडकर पिता-पुत्रांनी बहादूरगडाकडे औरंगजेबाचा दूधभाऊ बहादूरखान कोकल्ताश याला एक गुप्त संदेश पाठवला होता, ''पूर्वी ठरल्याप्रमाणे आम्हांला मदत करावी. आमची सुटका करून शाही सेवेची संधी द्यावी.'' शेवटी वाडकरांचे पितळ उघडे पडले. 'धोकादायक कैदी' म्हणून त्यांची रवानगी लिंगाण्यावरच्या कुप्रसिद्ध अंधारकोठडीत झाली. या निमित्ताने गोदूची कामगिरी जगापुढे आली. आपल्या राजावरचे संकट तरुण गोदीच्या धाडसानेच उघडे झाले, याची सर्वांनाच

खात्री पटली.

खरा प्रकार समजल्यावर युवराजांनी आणि युवराज्ञींनी गोदूची खूप तारीफ केली. येसूबाई बोलल्या, ''गोदू, तू दिलाची इतकी पाक आणि नेक आहेस म्हणून सांगू. तुझे आमच्या स्वराज्यावर खूप उपकार. स्वतःचं नांदणं सोडलंस; पण मराठ्यांच्या राजाचा जीव वाचवलास.''

''वहिनीसाहेब, शिवाजीराजे हेच आम्हा गरिबांचं दैवत! '' भारावलेल्या गोदूने आपल्या धाडसामागचे गुपित उलगडले.

येसूबाईंनी शंभूराजांकडे नजर टाकत म्हटले, ''युवराज, ह्या पोरीला आपण पळवल्याचा खोटा कांगावा तिच्या जवळच्याकडून झाला नसता, तर आजची तिची बहादुरी लक्षात घेऊन शिवाजी राजांनी तिची रायगडावरून मिरवणूकच काढली असती!''

दिवस पालटत होते. आपले नातलग असे स्वराज्यद्रोही निघावेत याचा अण्णाजीपंतांनाही धक्का बसला होता. त्यांनी गोदूला पुन्हा एकदा आपल्याकडे चलण्याचा आग्रह धरला. पण तिच्या ठाम नकारापुढे कोणाचे काही चालले नाही.

मध्येच एकदा शंभूराजांच्या भगिनी राणूबाई आक्कासाहेब वाईवरून आल्या. आपल्या धाकट्या बंधूंच्याच घरी त्यांनी मुक्काम ठोकला होता. त्यांनाही गोदू खूप आवडली. पण आपल्या सासरी जाताना मात्र त्या येसूबाईंच्या कानात कुजबुजल्या,

''पोर नक्षत्रासारखी आहे. गुणवती आहे. पण काही झालं तरी दुसऱ्या घरची बाई. त्यात उफाड्याची आणि देखणी. किती लोकांची तोंडं तू चूप करणार आहेस, येसू?''

येसूबाईंनाही हळू हळू आक्कासाहेबांचे विचार पटले. एके दिवशी शंभूराजांच्याच उपस्थितीत येसूबाईंनी विषय काढला, ''गोदू, तुझ्या संसाराचं काय?''

''काय करणार वहिनीसाहेब? नवरा स्वराज्यद्रोही अन् जन्मकैदी. तो दगाबाज जगला काय नि मेला काय, आता यापुढं त्याचं नाव तोंडी कशाला घ्यायचं?''

''पुन्हा लग्न कर. आम्ही लग्नखर्च, आहेरमाहेर सारं बघू.''

''लग्न? — लग्न करावं तर ते एकाशीच!'' गोदू स्वप्नातल्यासारखी बोलून गेली.

''कोण आहे तो?''

नकळत गोदूची नजर शंभूराजांवरून उडून, पल्याडच्या खिडकीतून उंच आभाळाकडे धावत गेली. आभाळातल्या पांढुरक्या ढगांचा पुंजका तिने पाहिला. एक दीर्घ सुस्कारा सोडत ती तशीच बसून राहिली. शंभूराजांनी कौतुकाने सवाल केला, ''कोणाच्या प्रेमाबिमात पडली आहेस का गोदू?''

युवराजांच्या प्रश्नावर गोदूचे होयही नाही आणि नाहीही नाही. ती आपली मुकाट बसून राहिली. येसूबाईंनी गोदूसाठी सरळ स्थळं शोधायला सुरुवात केली.

तशी गोदू झोपेतून जागी झाली. तिने एक दिवस येसूबाईंना सांगितलं, "राणीसाहेब, एक बोलले तर रागवणार नाहीत, नव्हं?"

"बोल."

"पलीकडच्या दरीत सारवटला माझी एक आत्या राहते. बिचारी म्हातारी, एकटीच आहे. आपली परवानगी असेल तर मी तिथे जाऊन राहते. तिची सेवा करते."

येसूबाई थोड्याशा थांबून बोलल्या, "ठीक आहे. जशी तुझी इच्छा."

येसूबाईंनी गोदूसाठी खूप सामानसुमान दिले. राजाचे दूत मुराळी बनून तिला सोडायला निघाले होते. शंभूराजांनी सारवटच्या पाटलाला एक खास पत्र दिले होते. गोदूला जे काही लागेल ते पुरवायचे आणि नंतर सरकारातून मागून घ्यायचे असा आदेश दिला होता. येसूबाईंचा निरोप घेताना गोदूचे डोळे पाण्याने भरले. चंदनी झोपाळ्याच्या कड्यांना ओढ देत वाड्यातल्या चौकात बसलेले शंभूराजे बोलले,

"गोदू, तुझ्या अचाट पराक्रमानं तू आमच्या आबासाहेबांचे प्राण वाचवले आहेस. कोणत्याही गोष्टीची गरज लागली तर हक्कानं सांगावा दे."

मान डोलावून, राजवाड्याकडे आणि शंभूराजांकडे पुन्हा एकदा भिरभिरत्या नजरेने पाहत गोदू राजवाड्याबाहेर पडली.

६.

एकदा बाळाजी आवजी चिटणीस खाजगीकडे थोरल्या महाराजांची वाट पाहात बसून होते. तेवढ्यात तेथे शंभूराजे आले. चांगला एकान्त होता. बाळाजी शंभूराजांना हसून बोलले, "युवराज, आजकाल आपण अष्टप्रधानांना खूपच धारेवर धरल्याचं ऐकतो."

"का? बाळाजीकाका आमचं काही चुकलं का? आम्ही स्वराज्याच्या हिताच्या विरोधात काही पावलं तर टाकली नाहीत?" शंभूराजांनी विचारलं.

"तसं काही नाही, पण..." चिटणीस थोडेसे अडखळले. पण लगेचच स्पष्टपणे म्हणाले, "युवराज, तुमचं हे धारिष्ट्य तुमच्या वयाला शोभणारं नाही! दुनियेतले हुशार शासनकर्ते आपल्या शत्रूला एकवेळ आंधळेपणानं अंगावर घेतील, पण तेच शासनकर्ते डोळसपणे आपल्या कारभाऱ्यांशी वैर घ्यायचं टाळतात. तेव्हा थोडंसं जरा जपून–"

बाळाजीपंतांसारख्या ज्येष्ठ, अनुभवी व्यक्तीने असा सल्ला दिल्याने युवराज वरमले. ते पाहून चिटणीस त्यांच्या जवळ सरकले. शंभूराजांचा हात प्रेमाने आपल्या हाती घेत बोलले, "युवराज तुम्हास नाउमेद करायचा आमचा मनसुबा

अजिबात नव्हता. पण काय करायचं, ही दुनियाच अशी उफराटी आहे. योद्ध्यांनी रणांगणावर सांडलेलं रक्त पावसाच्या एका सरीनिशी वाहून जातं. पण कारभारी कारकुनांनी कागदोपत्री सांडलेली शाई, मारलेल्या मेखा अनेक पिढ्यांचा जीव घेतात! स्वतःहून हे संकट कशासाठी अंगावर घेता?''

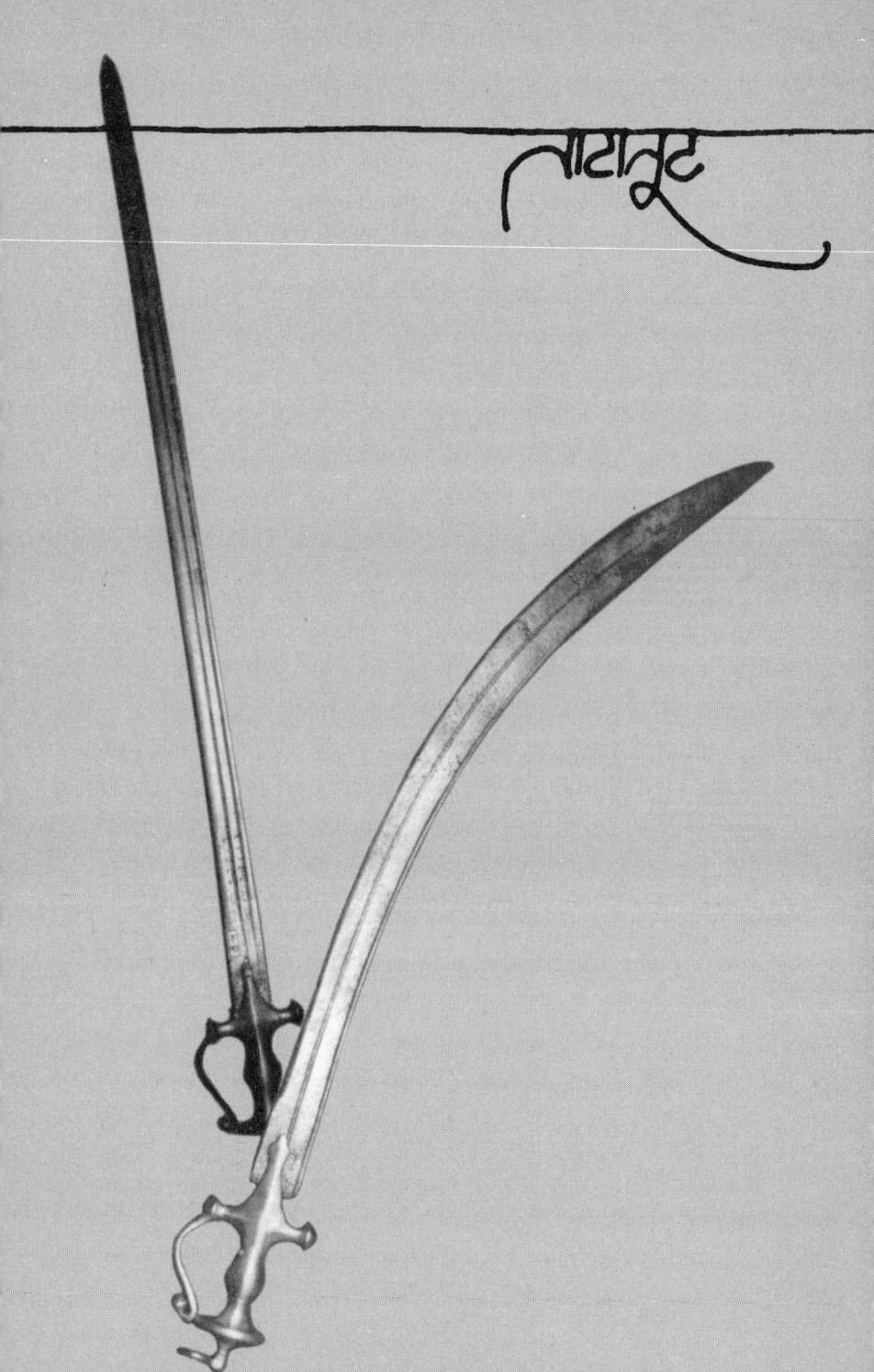

ताराटूट

१.

राज्याभिषेकानंतर प्रथमच शिवाजीराजे मोहिमेसाठी बाहेर पडणार होते. आपल्या कर्नाटकच्या मोहिमेची त्यांनी जोरदार तयारी चालवली होती. चाळीस हजाराचे पायदळ आणि वीस हजाराचे घोडदळ घेऊन शिवाजीराजे आणि शंभूराजे मोहिमेवर निघायचे होते.

परक्या मुलखामध्ये एवढे मोठे लष्कर पोसायचे तर त्याची उत्तम तयारी करणे गरजेचे होते. त्या तयारीसाठीच गडाखालचे, रायगडवाडीच्या रानातले अठरा कारखाने रात्रंदिवस सुरू होते. यंत्रशाळांमध्ये, बारुदखान्याकडे, तसेच मुख्य फडावरही एकच गडबड उडाली होती. दिवसातून अनेक वेळा थोरले राजे शंभूराजांकडे चौकशी करत, "भागानगरला, मादण्णापंतांना खलिता धाडलात का? – राजापुराहून फिरंग्यांकडून नवा दारूगोळा निघाला की नाही? – जंजिरेकर सिद्दीच्या संभाव्य उपद्रवाची काय व्यवस्था केलीत? श्रीबाग, चौल आणि रेवदांड्याकडे पथके रवाना झालीत किंवा कसे?"

थोरल्या राजांचे प्रश्न अनेक होते. शंभूराजे भल्या पहाटे उठून दिवस उगवण्याआधीच फडावर येऊन बसायचे. त्यांच्या आधी इमानी रायाप्पा येऊन युवराजांची वाट बघत बसून राहायचा. रात्री खाजगीकडे परतायला शंभूराजांना उशीर व्हायचा. येसूबाई आणि दुर्गाबाईंचे डोळे शंभूराजांच्या वाटेकडे लागायचे.

शंभूराजे जाणते कर्ते झाले होते. थोरल्या राजांकडून पडेल ती जबाबदारी आणि जोखीम पार पाडत होते. त्यांच्याकडून जाणत्या झालेल्या पुत्राचे सुख म्हणजे काय असते, याची प्रचिती शिवरायांना येत होती. अनेक दरकदारांना, सरदारांना ते परस्पर सांगत, "एवढ्याशा कामगिरीसाठी आमच्याकडे कशाला धावता? युवराजांना भेटा. ते सक्षम आहेत." मोहिमेत युवराजांवर पडणारी जबाबदारी पाहून युवराजांचे यारदोस्तही खूप खुषीत होते. शंभूराजांना तयारीमध्ये काही कमीअधिक पडू नये, यासाठी थोरल्या महाराजांनी बाळाजी चिटणीसांना मुद्दाम सूचना दिल्या होत्या. बाळाजीपंत युवराजांच्या प्रत्येक प्रश्नाकडे बारकाईने लक्ष पुरवित होते.

शिवरायांचा रायगड, त्यांचे स्वराज्य, त्यांचा न्याय आणि नीती याचे कौतुक उभ्या महाराष्ट्रभूमीला होते. रायगडावरच्या राज्याभिषेकाच्या सोहळ्यामध्ये शिवरायांच्या शेजारी युवराज म्हणून बसलेल्या देखण्या शंभूराजांना अवघ्या महाराष्ट्राने पाहिले होते. विशेषत: रायगडाच्या परिसरातील बिरवाडी, पाली, पोलादपूर, महाड, चांदोशी ते श्रीबागेपर्यंतचे अनेक तरुण शंभूराजांच्या अवतीभवती गोळा झाले होते. आपल्या सवंगड्यांना सोबत घेऊन जोरदार घोडाफेक करत शंभूराजे आजूबाजूच्या खेड्यांतून रपेट मारायचे. चांदोशीपासून ते कोकणदिव्याच्या उंच सुळक्याच्या शेंडीपर्यंत सुमारे

चार हजार फुटांचे अंतर धावत चढायची त्यांच्यामध्ये स्पर्धा लागायची. कधी शंभूराजे आपल्या सवंगड्यांसोबत लिंगाण्याच्या भयकारी कड्यावर रात्री कंठत. कधी भरल्या काळगंगेला मोठाली आडवी जाळी बांधून गोड्या पाण्यातली मासेमारी होई, तर कधी बाणगंगेच्या खाडीत जाऊन ते दोस्तांसोबत समुद्रस्नानाचा यथेच्छ आनंद लुटत असत. छोट्याशा खेड्यात, गरिबाच्या लग्नात युवराज लेझीम आणि दांडपट्टा खेळे, त्याचे रयतेला खूप कौतुक वाटे. अनेक दऱ्याखोऱ्यातले बहादूर तरुण शंभूराजांना येऊन मिळत होते. युवराज त्यांची लष्करात भरती करत होते.

एके दिवशी भोगावतीकाठचा जोत्याजी केसरकर कोल्हापुराकडून चालत आला. त्याला शिवरायांचा पुत्र कसा दिसतो हे पाहायची उत्सुकता होती. युवराजांशी त्याची एकच भेट झाली. त्या भेटीतच जोत्याजी त्यांचा जन्माचा यार बनला. शंभूराजे एकदा घोडेडोहाकडच्या रानात शिकारीला गेले होते. तेव्हा त्यांच्या हातातून निसटलेल्या रानडुकरावर पोरसवदा रायाप्पा नाकाने उडी ठोकली. डुकराने रायाप्पाला तीक्ष्ण सुळक्यांनी फाडले. परंतु त्याची मुंडी बगलेत घेऊन रायाप्पाने त्याला कोंडून मारले. त्या मोहिमेपासून रायाप्पा शंभूराजांच्या सेवेत आला आणि जन्माचा सेवक बनला. दरबार असो वा देवघर, रायाप्पा युवराजांचा सच्चा पाठीराखा मित्र म्हणून त्यांच्या सोबत कायम राहायचा. फक्त कवी कलश युवराजांपेक्षा दहा वर्षांनी वडील होते. अन्यथा युवराजांनी सारे आपल्याच शिणेचे यार दोस्त आपल्या अवतीभवती गोळा केले होते. ते आपल्या लाडक्या युवराजासाठी प्रसंगी जान कुर्बानही करायला तयार होते.

विशेषत: राज्याभिषेकाच्या सोहळ्यानंतर शंभूराजांच्या वर्तनाबाबत काही शास्त्री-पंडित आणि घरंदाज मराठे नाराज झाले होते. सर्वांकडून थोरल्या महाराजांच्या कानापर्यंत एक तक्रार गेली होती, ‘‘संभाजीराजे तेज:पुंज आहेत. धाडसी आहेत. पण आजकाल त्यांचा घोडा चौखूर उधळू लागला आहे. युवराज म्हणून मानमरातब उरला नाही. कुठेही वाड्यावस्त्यांमधून, डोंगररानातून भटकत राहतात. महारमांग, कोळीकोष्टी, धनगर-हटकरी अशा हलक्या लोकांत वावरतात!’’

एके दिवशी दुपारी शिवाजीराजांनी आपल्या पुत्राला मुद्दाम बोलावून घेतले. ते देवघरात बसून होते. शंभूराजे भीतीच्या दडपणाखालीच तेथे पोचले. महाराज हसून म्हणाले, ‘‘आपण फक्त दऱ्याखोऱ्यांतून घोडा उधळू नका. स्वार्थाचा कोणताही वारा न लागणारी सच्ची, सामान्य माणसं तिथे राहतात. ती वेचा. ती शिदोरी तुम्हांला जन्मभर पुरेल!’’

काय बोलावे तेच शंभूराजांना कळेना. तेव्हा शिवाजीमहाराज हसून बोलले, ‘‘तुम्हांबाबत खूप तक्रारी पोचल्या आहेत आमच्याकडे. मात्र आज आम्ही तुम्हांला तुमचे अभिनंदन करण्यासाठी बोलावले आहे. शंभूबाळ, तुमचा घोडा योग्य मार्गावरून

धावतोय! असेच धावत राहा!!"

एकाएकी अन्य कुठल्या तरी सृष्टीत हरवल्यासारखी शिवरायांची मुद्रा दिसू लागली. आगीच्या पोटात पिवळेधमक सोने झळाळून उठावे, तसा तजेला त्यांच्या मुखावर चढला. देवसृष्टीला लाजवणाऱ्या रायगडावरील राज्याभिषेकाच्या सोहळ्यातही शिवरायांच्या चेहऱ्यावर असा नूर दिसला नव्हता. शंभूराजांचा हात हाती पकडून शिवाजीराजे भारावलेल्या शब्दांत बोलले,

"बेटा शंभू, महाराष्ट्र म्हणजे केवळ मराठ्यांचे राष्ट्र नव्हे! महाराष्ट्र म्हणजे देवब्राह्मणांचेही राष्ट्र नव्हे! महाराष्ट्र म्हणजे महारांचे राष्ट्र – कष्टकऱ्यांचे राष्ट्र! इथल्या प्रत्येक गडकिल्ल्याचा एक एक चिरा घडवताना, छिन्नीशी खेळताना ज्यांनी आपली बोटं चिंबवली, बुरुजांच्या पायात बलिदान केलं, त्या सर्वांचं राष्ट्र म्हणजे महाराष्ट्र!"

२.

मोरोपंतांनी अण्णाजींना सांगितले, "दत्तोबा, काल आंध्रमावळातले कुणबी भेटले राजांना."

"अस्सं?" मोरोपंतांचे बोल ऐकून अण्णाजी दत्तो गोंधळले.

"थोरल्या राजांनाही पटलं. तिकडे मोठा दुष्काळ पडल्याचं त्यांनी मान्य केलं. सारामाफीचा निर्णयही लागलीच जाहीर केला राजांनी."

अण्णाजींना ती घटना आवडल्याचे दिसले नाही. ते तणतणले,

"तरी मी फडावर सर्वांना सांगून गेलो होतो. त्या कुणबटांना महाराजांकडे थेट सोडू नका. मनापासून पेरायचं नाही. कष्ट उपसायला नकोत."

"राज्यातून कुठून कुठून हे गावंढळ इकडे धावत येतात. ऊठसूठ शंभूराजे, शंभूराजे असा कंठरव करतात. वसूल आणि सारामाफीतही युवराजांनी लक्ष घालायचं तर काळ मोठा कठीणच म्हणायचा."

अण्णाजींच्या वैतागावर मोरोपंत दिलखुलास हसले; तशा अण्णाजी दत्तोंच्या भुवया अधिक वक्र झाल्या. तेव्हा त्यांना शांत करत मोरोपंत आपल्या घोगऱ्या आवाजात बोलले, "तुमच्याच शब्दांत शंभूराजे तुम्हांलाही उलटा प्रश्न करू शकतात."

"तो कसा?"

"राज्यातल्या रयतेचं गाऱ्हाणं युवराजानं न ऐकायचं तर काय राज्याचा भावी वारसदार म्हणून फक्त सागरगोटे खेळायचे की काय?"

"बोला मयूरेश्वर! तुम्ही सारेच युवराजांच्या पक्षाचे." अण्णाजी वैतागले.

"प्रश्न कोण कोणाच्या पक्षाचा हा नाही अण्णाजी. रयतेची गाऱ्हाणी मार्गी लागणं महत्त्वाचे."

"पण ऊठसूट करात सूट वा माफी दिल्यानं राज्याचं नुकसान होतं. हिशेबात खोट येते."

"हिशोबातल्या खोटीबरोबरच रयतेची पाठीला लागलेली पोटंही पाहायला शिका, असा उलटा जबाब शंभूराजांनी दिला आहे तुमच्यासाठी अण्णाजी." मोरोपंत बोलले.

बोलता बोलता मोरोपंतांनी अण्णाजींना पुढे सांगितले,

"काही दिवसांमागे विशाळगडाकडची मंडळी भेटली त्यांना. एका ओढ्याला मोठा बांध घालून पाणी वळवावं, पिकांसाठी वापरावं अशी त्यांची मागणी आहे. युवराजांनी ती उचलून धरलीय. चालायचंच अण्णाजी! जेव्हा कारभारात नवं रक्त येतं, तेव्हा त्याची तडफही कारंजासारखी उसळती राहते. आपल्यासारख्या वृद्धांनी दोन पावलं मागं सरावं, त्यांना वाट द्यावी."

अण्णाजी मोकळेपणाने हसले. युवराजांची चेष्टा करत बोलले,

"भले! आता ओढ्यांचीही दिशा वळवणार. उद्या वाहत्या नद्यांना बांध घालून अडवायची भाषा कराल."

"विस्तारानं आम्हांला काही ठाऊक नाही. पण कर्नाटकाच्या मोहिमेमध्ये शंभूराजे थोरल्या महाराजांकडे अनेक नव्या कल्पनांवर मसलत करणार आहेत म्हणे!"

"चालायचंच! आमच्या युवराजांना त्या कलशाच्या नादाने काव्याची बाधा झाली आहे! कवींची आणि बैलांची डोकी वेगळी असली तरी उद्देश एकच. कोण कागदाशी खेळतो, तर कोणी मातीवर शिंगाने उकऱ्या काढतो! सारंच व्यर्थ!"

मोरोपंत खाजगीकडे निघून गेले. पण अण्णाजींच्या मस्तकात एकच घुसळण चालली होती. त्यांना अचानक चार दिवसामागचा प्रसंग आठवला. तेव्हा फडावर कार्यमग्न असणाऱ्या शिवाजीराजांना मोरोपंतांनी प्रश्न केला होता, "राजे, कर्नाटकाच्या मोहिमेवर शंभूराजे येणार असतीलच ना?"

शिवरायांनी पेशव्यांकडे चमकून पाहिले होते. तेव्हा शिवराय हसत उत्तरले होते,

"मोरोपंत, अहो हातातोंडाशी आलेल्या आपल्या युवराजाला राजाने मोहिमेवर घेऊन जायचं नाही, तर काय त्याला नुसतं घरकोंबड्यासारखं महालात कोंडून ठेवायचं?"

"मोहिमेची आखणी आणि कारभाराच्या उतरंडीचं ज्ञान योग्य वयामध्ये युवराजांना नको का व्हायला?" बाळाजी आवजी मध्येच बोलले.

बाळाजींचे आगंतुक बोलणे अण्णाजी दत्तोंना चोंबडेपणाचे वाटले होते. ज्या संकटाची अण्णाजींना भीती वाटत होती तसेच घडले होते. युवराज संभाजींना कर्नाटकच्या मोहिमेवर बरोबर घेण्याचे थोरल्या राजांनी ठरविले होते. अण्णाजींच्या मते हीच एका दुष्टचक्राची सुरुवात ठरणार होती. सवयीप्रमाणे हजारोंच्या गर्दीत

शंभूराजे उठून दिसणार, लढाईत तलवारबाजी करणार, वाटाघाटीमध्ये हिऱ्यासारखे चमकणार. पुढच्या कल्पनेने अण्णाजींनी जणू धीरच सोडला. त्यांना फडावर काही केल्या थांबवेना. ते भले तिरीमिरीत चालू लागले असतील, पण त्यांची पावले आपोआप त्यांना सोयराबाईंच्या महालाकडे ओढून नेत होती.

सप्तमहालाकडे निघताना अण्णाजींनी अष्टप्रधानांच्या वाड्यांकडे एक नजर टाकली. ते नुकतेच एका वाड्यामध्ये राहायला आले होते. याआधी ते गडाखाली पाचाडात राहायचे. परंतु वर सदरेवर यायला लागणारा वेळ, जवळ येत चाललेले वार्धक्य आणि खालच्या वाड्यात हंसाचा झालेला अपघाती मृत्यू. एकूणच अण्णाजींना पाचाडचे वास्तव्य लाभदायक ठरले नव्हते. त्यांनी गडावरच राहायचे ठरवले.

अष्टप्रधानांमध्ये अण्णाजी स्वत: एक बडे संस्थान होते. उंचापुरा, भक्कम देह, सावळा रंग, डोक्यावरची कलती पगडी, कानातल्या झुलत्या भिकबाळ्या आणि त्यांची दमदार पावलं, ह्या गोष्टी फडावर उठून दिसायच्या. मूळचे ते संगमेश्वरचे कुलकर्णी. परंतु त्यांच्यावर शिवाजीराजांची नजर पडली आणि आयुष्याला वेगळे वळण लागले. आज ते हिंदवी स्वराज्याचे सुरनवीस बनले होते. राजांचा सारा खाजगी पत्रव्यवहार, कारभार आणि सारावसुली यासारखी महत्त्वाची कामे त्यांच्याकडेच होती. स्वराज्यातल्या जमीनमोजणीचे कामही तेच पाहात. राज्यातील कोणाही कारकुनांची दप्तरे ते अचानक जाऊन तपासत. एवढीशी खोटही त्यांच्या नजरेतून सुटत नसे. अण्णाजींचा दरारा असा भयंकर होता की, केवळ त्यांच्या नावाने कारकून, अंमलदार चळचळा कापत.

अण्णाजींनी स्वराज्यासाठी काही कमी खस्ता खाल्ल्या नव्हत्या. राजे जेव्हा अफझुलखानाच्या भेटीस गेले होते, तेव्हा प्रतापगडावर जिजाऊ आणि बाल शंभूराजांच्या संरक्षणाची जोखीम त्यांनी अण्णाजींवर सोपवली होती. इतकेच नव्हे तर राजे आग्र्याला औरंगजेबाच्या भेटीसाठी गेले होते, तेव्हा त्यांच्या माघारी राज्याचे प्रशासन सांभाळण्यात अण्णाजींचा सिंहाचा वाटा होता. भुदरगडजवळचा सामानगड त्यांनीच बांधून घेतला होता. तिथली सबनीशी आजही त्यांच्याकडेच होती. पन्हाळा आणि रांगणा किल्ला काबीज करताना अण्णाजींनी स्वत: तलवार चालवली होती. कोकणपट्टीत स्वराज्याचा अंमल बसावा यासाठी त्यांनी खूप कष्ट उपसले होते. त्याची बक्षिसी म्हणून शिवाजीराजांनी दक्षिण कोकणाचा दाभोळ, राजापूर, कुडाळापासून फोंड्यापर्यंतचा कारभार त्यांच्याकडेच सोपवला होता. एकूण रायगडच्या राज्यकारभारात अण्णाजींचे स्थान एखाद्या बुरुजासारखे भक्कम होते.

संभाजीराजे स्वभावाने सडेतोड. तारुण्यामुळे त्यांच्या अंगामध्ये आलेली थोडीशी बेफिकिरी या गोष्टी रास्त होत्या. परंतु शंभूराजांच्या उग्रपणाची झळ प्रत्यक्ष सरकारकुनांना

बसू लागली, तसे अण्णाजी कमालीचे सावध झाले होते. इंग्रज, डच, पोर्तुगीज रायगडावर राजांना जेव्हा भेटायला येत, तेव्हा राजांच्या बरोबरच ते मोरोपंत, अण्णाजी आणि राहुजी सोमनाथ या तिघांनाही न चुकता नजराणे आणत. त्यामध्ये द्रव्य थोडे कमी पडले तरी अण्णाजींना त्याचा खूप राग येई. काही वेळा अशा वसुलीसाठी गुपचूप आपले शागीर्दही फिरंग्यांच्या वखारीपर्यंत पाठवत. दक्षिण कोकणातून येणाऱ्या वसुलात अनेक वेळा तूट दाखवली जाई. अण्णाजींच्या मर्जीतले अनेक कारकून, सरकारकून तिकडे होतेच.

सत्तासुद्धा लोणच्यासारखी जेव्हा मुरत जाते, तेव्हा अधिकाऱ्यांच्याही तोंडाला पाणी सुटते. असे प्रकार आपल्या राज्यात घडताहेत याची थोरल्या राजांना कल्पना होती. पण सरकारकुनांचे वय, त्यांचा अनुभव, पूर्वचरित्र याचा विचार करून राजे तिकडे दुर्लक्ष करीत. मात्र शंभूराजांसारख्या सळसळत्या रक्ताच्या तरुणाला ह्या गोष्टी सहन होत नव्हत्या. त्यांनी अनेकांच्या चोऱ्या पकडल्या होत्या. तारुण्याच्या कैफात अण्णाजींसारख्यांच्या वयाचा विचार न करता ते अनेकदा उघडपणे बोलून जात, "हे आले फुकटराव!" "हे आलेत द्रव्यचोर सरकारकून!!" युवराजांच्या ह्या धाडसी उद्गारांनी अण्णाजींसारखी मुरब्बी मंडळी आतून दुखावली जात होती.

शंभूराजे अठरा-एकोणीस वर्षांचे झाले होते. ते दिसामासाने बलवान बनत चालले होते. आणि त्यांच्यातली आणि सरकारकुनातली दरीही रुंदावत चालली होती. हंसाच्या प्रकरणामुळे तर अण्णाजींना युवराज जन्मोजन्मीच्या वैऱ्याहून दुष्ट वाटू लागले होते. अण्णाजी आल्याचे पाहून सोयराबाई सुखावल्या. दोघांच्याही मार्गातली धोंड एकच होती. त्यामुळेच सोयराबाईंनी अण्णाजींपुढे आपले मन खुले केले– "अण्णाजीपंत, आमचे राजारामबाळ वयानं शंभूराजांपेक्षा मोठे असते, तर किती बरं होतं!"

"राजगादीसाठी वयाचा विचार अनेकदा केला जात नाही महाराणी! गरोदर राजमातेलाही आदराचे स्थान देऊन भावी राजकुमाराच्या नावाने राज्यरोहणाचे बाशिंग बांधल्याची किती उदाहरणं देऊ तुम्हांला? आणि आमचे राजारामसाहेब तर चांगले सहा-सात वर्षांचे आहेत." राजारामांच्या राज्यारोहणाच्या केवळ कल्पनेनेच अण्णाजी दत्तो सुखावले गेले.

सोयराबाई थोडा वेळ शांत बसल्या. काहीसे आठवून बोलल्या, "एक बरे झाले. तूर्त सुंठेविना खोकला गेला! चाललेत ना शिवपुत्र कर्नाटकाच्या मोहिमेवर? चला, त्यांच्या अनुपस्थितीत रायगडावर बिनाहस्तक्षेपाचे सुखाचे महिने अनुभवू."

"छे, छे, महाराणी आपण काय बोलता आहात?" अण्णाजी कडवट सुरात बोलले, "कोणत्या महाभयंकर स्वप्नात आपण वावरता आहात, याची कल्पना आहे का तुम्हांला? ह्या मोहिमेच्या निमित्तानं थोरल्या महाराजांच्या नजरेत आपण

महापराक्रमी असल्याचं सिद्ध करायची संधी शंभूराजे बिलकुल सोडणार नाहीत. त्यांच्या शिरपेचात आणखी एक तुरा! हिंदवी स्वराज्याचे काबील वारसदार म्हणून तेच मिरवणार!''

सोयराबाईंनी कपाळावरचा घाम आपल्या पदराच्या टोकाने टिपला. दीर्घ श्वास घेत त्या बोलल्या, ''पंत, वाऱ्याची दिशा चांगली नाही.''

''पण त्याला जबाबदार कोण? तुम्ही की आम्ही?''

सोयराबाई चूप झाल्या. त्यांच्याही मनामध्ये एक आंदोलन माजले. खरेच हंसा प्रकरणाची चौकशी कशासाठी आपणाकडे यावी? शिवाजीराजांचे ज्येष्ठ पुत्र, कोट्यवधी होनांचे आणि जनसामान्यांच्या आशेचे प्रतीक बनलेल्या हिंदवी स्वराज्याचे वारसदार शंभूराजे यांच्याकडून अत्यंत नीच कृत्य घडल्याचा आरोप होता. वसंतपंचमीच्या सणानिमित्त राजवाड्यात आलेल्या एका ब्राह्मण कन्येवर शंभूराजे बलात्कार करतात; तोही दिवसाढवळ्या! बरे, ती कन्याही कोणा ऐऱ्यागैऱ्याची नव्हती. स्वराज्याचे अष्टप्रधानांतील तिसऱ्या क्रमाचे अंमलदार सुरनवीस अण्णाजी दत्तो यांची ती लाडकी कन्या. घडल्या प्रकाराची पुन्हा आठवण करून देत अण्णाजी बोलले, ''महाराणी, दैवानं किती चांगली संधी दिली होती. तुम्हांला इतकी कोणाची भीती वाटली? माझी पोर जिवानिशी गेलीच होती. आपण ह्या उर्मट युवराजांवर आरोप ठेवून रिकाम्या झाल्या असतात तर कायमचेच दुखणे मिटले असते हो!''

सोयराबाई त्या आठवणीने गोंधळल्या. थोरल्या महाराजांनी दिलेली जोखीम त्यांनी अत्यंत निष्ठेने पार पाडली होती. संपूर्ण प्रकरणाची चौकशी त्यांनी नीरक्षीरविवेक-बुद्धीने केली होती. मुळात प्रश्न होता, वसंतपंचमीसाठी राणीवशाकडे सर्व लेकीबाळी गोळा झाल्या होत्या; तो मेळा सोडून, दोन महाल सोडून तिसऱ्या महालाकडे हंसा निघून गेलीच कशाला? सोयराबाईंनी पहारेकरी, खिदमतगार, राजांच्या महालातील दासी, सर्वांच्या साक्षी घेतल्या. दुःखाने उन्मळून गेलेल्या हंसाच्या आईचीही भेट घेतली. तिचे सांत्वन केले. ज्या विहिरीत आत्महत्या केली, तिची पाहणी केली. शेवटी त्यांनी शंभूराजांना साक्षीस बोलावले.

युवराज आरंभी काहीच बोलायला तयार नव्हते. शेवटी ते इतकेच बोलले, ''मातोश्री, आमच्या हर महालाच्या आजूबाजूला इतकी मंदिरं आहेत, तुळशी वृंदावनं आहेत, इतकेच नव्हे तर प्रत्येक दरवाजाच्या चौकटीवर श्रीगणेशाच्या कोरलेल्या मूर्ती, प्रत्येक कोनाड्यातल्या देवादिकांच्या पाषाणमूर्ती—हे सारं मांगल्यानं भारलेलं वातावरण, त्याचं पावित्र्य आम्ही कसं विसरू?''

''पण शंभूराजे, तुमच्यावरचा आरोप खरा की खोटा याचीच फक्त साक्ष द्या.''

''आपण असं विचारू तरी कशा शकता मातोश्री? आजूबाजूला सहस्र लोकांनी गजबजलेल्या आमच्या महालात दिवसाढवळ्या एखाद्या तरुण मुलीला आपल्या मंचकी ओढायला आम्ही काय कावळ्याचे पोर होतो? मी सिंहाचा छावा

आहे! रानातला रावा आहे!''

सोयराबाईंनी सर्व साक्षीपुरावे नोंदवले. सोबत बाळाजी चिटणीस होतेच. त्यांच्या हस्ताक्षरात साद्यंत अहवाल लिहून तयार झाला. जेव्हा थोरल्या राजांनी अहवालावरून नजर फिरवली, तेव्हा त्यांनी सुटकेचा मोठा सुस्कारा सोडला. राजांनी सोयराबाईंना फक्त इतकेच विचारले, ''राणीसाहेब, समजा जर खरेच असे पातक घडले असते तर आपण काय केले असते?''

एका क्षणाचीही उसंत न घेता राजांच्या नजरेला नजर देत सोयराबाई बोलल्या, ''युगप्रवर्तक आणि पुण्यवान पित्याच्या पोटी असा बदफैली पुत्र उपजल्याचा आम्हांला धिक्कार वाटला असता. लागल्याहाताने त्याचा कडेलोट करून एक नवा पायंडा पाडा, यासाठी आम्हीच महाराजांकडं आग्रह धरला असता.''

त्या उद्गाराने राजे समाधानाने हसले, तेव्हा सोयराबाई गोंधळल्या. त्यांनी राजांना प्रश्न केला, ''दरबारामध्ये प्रल्हाद निराजी आणि काझी हैदरांसारखे बडे बडे न्यायाधीश असताना ही चौकशी आपण आमच्याकडे का सोपवलीत?''

राजे मंदसे हसत बोलले, ''एक तर हे प्रकरण अतिशय नाजूक होतं. शिवाय आपण शंभूच्या सावत्रमाता. त्यामुळेच आरोपीबद्दल प्रेमाचा लवलेशही मनामध्ये न ठेवता आपण कठोरपणे चौकशी कराल, आणि अंती जे असेल ते सत्य बाहेर येईल याची आम्हांला बालंबाल खात्री होती, म्हणूनच—''

... तो सारा प्रकार सोयराबाईंना पुन्हा आठवला. त्या अण्णाजींना स्पष्ट बोलल्या, ''हंसानं एकतर्फी प्रेमाच्या नैराश्यातून विहिरीत उडी घेऊन जीवन संपवलं; हे आमचं अनुमान आजही आम्हांला बरोबरच वाटतं पंत!''

''हे पाहा महाराणीसाहेब, शंभूराजा नावाच्या युवराजासाठी माझी पोर हकनाक जिवाला मुकली. शंभू हेच आमच्या नाशाचं मूळ, शंभू हाच आमचा घातवार आहे. ही गोष्ट मी माझ्या अखेरच्या श्वासापर्यंत कदापिही विसरू शकणार नाही.''

''मग आम्ही काय करायला हवं होतं, पंत?''

''राणीसाहेब, भावी राजमातेच्या त्या भर्जरी राजवस्त्रांची, मंगल सनईची तुम्ही थोडीशी याद केली असतीत, तरी तुमच्या हातातली न्यायाच्या तराजूची दांडी योग्य बाजूने झुकली असती.''

''पंत, त्या दरम्यान तसा उघड सल्ला देऊन आम्हांला सावध करायचा शहाणपणा तरी तुम्हांला वेळेत का सुचला नाही?'' सोयराबाईंनी विचारले.

''आपला अतिमहत्त्वाकांक्षी स्वभाव लक्षात घेता शंभूराजांचा काटा काढायची ही संधी सोडायचा भोळसटपणा, असा प्रमाद आपल्या हातून घडेल, असं स्वप्नातही वाटलं नव्हतं आम्हांला.''

बराच वेळ दोघांमध्ये मसलत चालली होती. शेवटी आळसावलेले अण्णाजी

उठले. हलक्या आवाजात सोयराबाईंना म्हणाले, "बघा महाराणीसाहेब, आपणच विचार करा. जर शंभूराजे थोरल्या महाराजांसोबत कर्नाटकाकडे जातील तर मोहिमेत तलवार गाजवतील. महाराजांच्या नाकातले बाल ठरतील!"

"पण अण्णाजीपंत, ह्याबाबत राजांशी आमचं बोलणं झालं आहे. ते शंभूराजांना मोहिमेवर नेण्यासाठी कृतनिश्चयी दिसले. त्यांचं मन बदलणं अवघड आहे."

"का?"

महाराज म्हणाले, "जसा रात्रीमागे दिवस धावतो, तसंच राजाबरोबर युवराजानेही मोहिमेवर जाणं अगत्याचं आणि जरुरीचं असतं. उद्या राज्यकारभाराची सूत्रं युवराजांनाच सांभाळायची आहेत!"

"भले! म्हणजे थोरल्या महाराजांनी एकदाचं उत्तर देऊन टाकलं तर!"

अण्णाजींनी कोड्याची नेमकी उकल केली; तसे सोयराबाईंच्या अंगातून अवसान गळाल्यासारखे झाले. त्या पाषाणासारख्या तशाच निमूट बसून राहिल्या. तेव्हा त्यांच्या जवळ जात अण्णाजी कुजबुजले, "महाराणी, याही गोष्टीवर एक इलाज आहे."

सोयराबाईंनी अण्णाजींकडे प्रश्नार्थक नजरेने बघितले, तेव्हा अण्णाजी बोलले,

"तुम्हांला आठवत असेल तर आपलं कर्नाटकाचं राज्य आणि रायगडाचं राज्य अशा हिंदवी स्वराज्याच्या दोन वाटण्या कराव्या असा विचार एकदा थोरल्या राजांच्या डोक्यात आला होता. तेव्हा आपण फक्त बटवाऱ्याचा आग्रह धरा. मग शिवाजीराजांनाच ठरवू दे— त्यांना तूर्तास काय हवंय? राज्याचा बटवारा की, युवराजांना न्यायचं मोहिमेवर?—आमच्या दृष्टीनं म्हणाल तर शंभूराजांनी महाराजांसोबत जाणं आमच्यासाठी घाताचं ठरेल. आधीच पितापुत्रांचं सूत्र उत्तम जमलं आहे. राज्याभिषेकासाठी ते काशीक्षेत्रीचे गागाभट्ट आलेले. त्यांच्याशी तेव्हा हे शिवपुत्र संस्कृत काव्यावर दिवसरात्र चर्चा करत. त्यांना ह्या युवराजांनी इतकं वेडं केलं होतं की, ते काशीकर महंत शिवाजीराजांना काय म्हणाले होते आहे का माहीत?"

"काय?"

"हा सवाई शिवाजी होईल म्हणून!—तेव्हा माझं ऐकाल तर युवराजांच्या कर्नाटक मोहिमेचे दोर वेळीच रोखून धरा! नाहीतर तिकडून येताना हुशार शंभूराजे आपल्यासाठीच वसीयतनामा लिहून आणतील आणि रायगडावरच्या गवताने शाकारलेल्या एखाद्या झोपडीच्या वळचणीलाही जागा उरणार नाही तुमच्या राजारामांना!"

३.

सोयराबाई राणीसाहेब झपाट्याने थोरल्या महाराजांच्या महालाकडे निघाल्या.

कसल्याशा अनामिक भीतीने अलीकडे त्यांना घेरले होते. याआधी शंभूराजे दृष्टीस पडले की, सोयराबाईंच्या चेहऱ्यावर आनंदाचे नुसते ताटवे फुलून येत. राणीवशात एक जिजाऊसाहेब सोडल्या तर शंभूराजांवर सोयराबाईएवढी माया कोणीही केली नव्हती. मात्र त्यांचे चिरंजीव राजारामसाहेब सहा-सात वर्षांचे झाले, त्यांची बालपावलं रायगडावर नाचू लागली, अन् तिकडे शंभूराजांच्या गौर चेहऱ्यावरच्या दाढीमिशा राठ होऊ लागल्या, तसा सोयराबाईंच्या काळजाचा ठोका चुकू लागला. राजारामांच्या बालमनाला मात्र स्वार्थाचा वाराही शिवला नव्हता. उलट संभाजीराजांच्या सोबत हसण्यात, बागडण्यात आणि त्यांच्या पाठुंगळीवर बसण्यातच त्यांना मजा वाटायची.

बिछायतीवर विश्रांती घेणाऱ्या शिवाजीराजांच्या शेजारीच सोयराबाई जाऊन बसल्या. अलीकडे त्या कमालीच्या दक्ष राहत होत्या. दोन वर्षांच्या पाठीमागेच शिवाजीराजे साताऱ्याच्या मुक्कामात आजारी पडले होते. मस्तकशूळाच्या आजाराने त्यांना एवढे क्षीण करून सोडले होते की, सलग तीन महिने ते अंथरुणाला खिळूनच होते. तेव्हा त्यांच्या मृत्यूबाबतच्या अशुभ वावड्याही स्वराज्यात पसरल्या होत्या. भविष्याच्या चिंतेने सोयराबाईही जाग्या झाल्या होत्या. 'आपले आणि दुसऱ्याचे' असा फरक करायला त्यांना काळानेच भाग पाडले होते. राजवाड्यातील दालनातून दुडुदुडु धावणारा आपला राजारामबाळ पित्याच्या जागी सिंहासनावरच बसलेला दिसावा, त्याच्या पाठीशी आज स्वराज्याचे सेनापती असलेले आपले बंधू हंबीरराव मोहिते उभे राहावेत, आईभवानीने बक्कळ आशीर्वाद द्यावेत, अशी मधुर स्वप्ने त्यांना पडत होती. त्याच वेळी थोरल्या महाराजांच्या समवेत, राज्यकारभारात शंभूराजांची प्रतिष्ठा आणि प्रतिमा दिसामासाने वाढत चालली होती. गागाभट्टच नव्हे, तर रायगडावर येणारे फ्रेंच, पोर्तुगीजांचे वकील शंभूराजांच्या कुशाग्र बुद्धीची आणि कर्तृत्वाची तारीफ करत. त्यामुळेच की काय अलीकडे शंभूराजे दिसले की, सोयराबाईंच्या गोऱ्यापान कपाळावरची बारीक शीर तटतटून फुगायची. रंगात उगाच बेरंग करायला आलेल्या अनाहूत पाहुण्यांसारखे शंभूराजे त्यांना उपरे, उचले वाटायचे.

सोयराबाईंनी महाराजांशी अमळ इकडच्या तिकडच्या चार गोष्टी केल्या आणि त्या पुन्हा मूळ पदावर पोचल्या, "स्वामी, शंभूराजे म्हणजे धगधगती आग. स्वामींच्या माघारी त्यांना आवरणार तरी कोण?"

शिवराय हसले. त्यांनी सोयराबाईंच्या डोळ्यांतल्या बदलत्या भावछटा पाहिल्या. आणि ते म्हणाले, "अच्छा! म्हणजे कर्नाटकाच्या मोहिमेवर आम्ही शंभूराजांना घेऊन जावे, अशी शिफारस करायला आला आहात आपण!" सोयराबाई चपापल्या. बोलता बोलता आपल्या तोंडून भलतेच काही बाहेर पडले की काय, या विचाराने त्या थोड्याशा गांगरल्या. पुन्हा स्वत:ला सावरत त्या बोलल्या, "छे! छे! आम्हांला तसं नव्हतं म्हणायचं. आजकाल युवराज आणि कारभारी यांच्यामध्ये विस्तव जात

नाही- त्यात आपण इतक्या दूरदेशी गेलात आणि जर ह्या दोन्ही गटांमध्ये भडका उडाला, तर ती आग विझवायची तरी कोणी?"

महाराज स्तब्ध झाले. थोड्या वेळाने सोयराबाईंकडे रोखून पाहत महाराज विचारू लागले, "राणीसाहेब, खरं सांगा. आम्ही काय करावं? आमच्यासोबत त्यांना न्यावं की न न्यावं?"

"त्यांचं एकूण वर्तन आजकाल असं हाताबाहेर गेलं आहे, की मनस्तापाशिवाय स्वामींच्या हाती दुसरं काहीच पडायचं नाही."

महाराज थोडे थांबले आणि कष्टी सुरात बोलले, "आपल्याप्रमाणेच शंभूबाबत अष्टप्रधान आणि विशेषत: अण्णाजी, राहुजीसारखी मंडळीही आग्रही आहेत. काय वाटेल ते करा, परंतु आपल्या माघारी शंभूराजांना रायगडावर ठेवून जाऊ नका, असा त्यांचा हट्टाग्रह आहे. एकूण काय, ह्या भरल्या स्वराज्यात आमच्या शंभूबाळासाठी काळ तर मोठा कठीण आला आहे."

सोयराबाई घाबरल्या. थोड्याशा सारवासारवीच्या भाषेत, एकएक शब्द उच्चारत त्या बोलल्या, "पाण्यावर वल्हं चालवलं म्हणून पाणी तुटत नाही. शेवटी शंभूराजे काय किंवा राजाराम काय, महाराजांचीच लेकरं. पण कधी कधी वाटतं - दोघांत उगाच संघर्ष नसावा. तेव्हा—"

"बोला, बोला."

"पूर्वी राजांच्या मनामध्ये आपल्या स्वराज्याचे दोन भाग करायचा चांगला विचार होता."

"आपण इथंच थांबावं महाराणी." शिवरायांच्या गरुडी नाकावर घर्मबिंदू गोळा झाले. त्यांचे भव्य कपाळ आठ्यांच्या रेघांनी माखले. ते गरजले, "आमच्या हिंदवी स्वराज्याचा बटवारा ही कल्पनाच किती त्याज्य आणि वेदनादायक आहे, महाराणी. हे आमचं राज्य वा साम्राज्य नव्हेच. पूर्वजांच्या पुण्याईनं, देवादिकांच्या आशीर्वादानं आणि सामान्यांच्या रक्तघामानं आम्हांला लाभलेला हा अमृतकुंभ आहे. त्यांची दोन छकलं कशी होणार?"

न राहवून सोयराबाई बोलल्या, "पण महाराज, आपणास एकटे शंभूराजे नव्हे; आणखीही एक पुत्र आहेत."

"मान्य! पण हा महाराष्ट्र काही सदाचाराने, सदसद्विवेकाने बांधला गेला आहे. शंभू काय किंवा राजाराम काय, जे कर्तृत्वानं नेटके होतील, रयतेचे आणि लष्कऱ्यांचे लाडके ठरतील, तेच आपल्या अंगमेहनतीनुसार वारसदार ठरतील!"

"महाराज, आम्हांवर हा घोर अन्याय आहे. राज्यकारभाराचं आणि मोहिमेचं बाळकडू काय फक्त थोरल्या युवराजांसाठीच राखून ठेवलेलं असतं? न्यायचंच असेल तर मग शंभूसोबत राजारामांनाही न्या!"

"त्यांची उमर ती काय?"

सोयराबाईंच्या मनाचा बांध फुटला. एखाद्या सामान्य स्त्रीसारख्या त्या ओक्साबोक्सी रडू लागल्या. त्यांच्यासारख्या धीरगंभीर स्त्रीचे हे आगळे रूप शिवराय प्रथमच पाहत होते. महाराणी हटायला तयार नव्हत्या. शेवटी त्यांनी राजांना निक्षून सांगितले,

"महाराज, एक तर राजारामांसाठी राज्य तोडून द्यावे किंवा एकट्या शंभूराजांना मोहिमेवर नेऊ नये. यांपैकी कोणताच निर्णय न मिळेल तर आम्ही अन्नपाणी सोडू! देवाचे लाडके होऊ."

शिवाजीराजांनी सोयराबाईंची कशीबशी समजूत घालून त्यांना खाजगीकडे रवाना केले. मात्र राजे अंतर्बाह्य हादरून गेले होते. त्या दिवशी त्यांच्या अंगामध्ये बारीकसा ज्वर भरला. बेचैनी वाढली. शेवटी त्यांनी आपल्या निकटतम बाळाजी चिटणीसांना पाचारण केले. ते वैषम्याने त्यांना म्हणाले,

"चिटणीस, पराक्रमी पुरुषांच्या कर्तृत्वाला मर्यादा नसते. कदाचित उघड्या मैदानावर बारुदाच्या गोळ्यांतून एखादा पुरुष जीवे वाचेल, पण मायाममतेच्या, स्वार्थाच्या जंजाळातून कोण कधी बचावला आहे! मग राम असो वा श्रीकृष्ण! ह्या धाग्यांच्या जंजाळात मी मी म्हणणारी माणसं जर्जर होऊन जातात."

बाळाजीपंत चिटणीस बराच वेळ राजांसोबत मसलत करत होते. त्यांच्याइतके राजांचे मन वाचणारे दुसरे कोण होते? शेवटी बाळाजीपंतांनी सल्ला दिला, "महाराज, राणीसाहेबांच्या शपथेमध्ये इतकं काय गुंतून जायचं? शंभूराजांना मोहिमेवर न्यायचं आहे ना आपल्या मनात? खुशाल घेऊन जावं!"

शिवराय विषण्णपणे हसले. बोलले, "एखाद्या व्यक्तीच्या सहवासात पती वा पत्नीच्या नात्याने उभा जन्म काढला, तरी त्याचे अंत:स्थ जाणता येतंच असं नाही. महाराणींकडून आम्हांला मिळालेला अनुभवही खूप विलक्षण आणि विस्मयकारक आहे."

"महाराज!"

"होय, बाळाजी. आम्हांला पेचात पकडण्यासाठी महाराणी आणि मंडळींनी निवडलेली वेळही मोठी नामी आहे! कर्नाटकाची मोहीम अगदीच चारदोन दिवसांवर येऊन ठेपली आहे. निम्म्या फौजाही रायगडावरून बाहेर पडल्या आहेत. अशा वेळी केवळ गृहकलहाच्या कारणावरून आम्ही मोहीम पुढे ढकलली, तर अब्रूचं खोबरं होईल! आज आम्ही शंभूराजांनाच नव्हे, तर आमच्या न्यायबुद्धीलाही पुरेसा न्याय देऊ शकत नाही. अजून भविष्याच्या पोटात काय काय रचून ठेवलं आहे, हे आई भवानीलाच ठाऊक!"

४.

येसूबाई आपल्या महालाकडे गडबडीने परतल्या होत्या. रोजच्यापेक्षा आज खूप आधीच शंभूराजे खाजगीकडे परतल्याचे रायाप्पाने येऊन सांगितले होते. दमूनभागून आलेल्या युवराजांनी तडक आपले शय्यागृह गाठले होते. चिरागदानांच्या लाल प्रकाशात त्यांनी युवराजांची मुद्रा पाहिली. ते चिंताग्रस्त दिसत होते. त्यांची मनकळी खुलावी म्हणून येसूबाईंनी मुद्दाम एक जुनी आठवण काढली,

"युवराजांना आठवते का जिजाऊ आजीसाहेब नेहमी काय म्हणायच्या ते?"

"कशाबाबत?"

"स्वारींच्या आणि मामंजीसाहेबांच्या नातेसंबंधाबाबत! " शंभूराजांच्या कोणत्याही प्रतिसादाची वाट न पाहता येसूबाई बोलल्या, "आमच्या शंभूशिवाचं नातं म्हणजे खरं तर जिवाशिवाचं नातं! आम्हांलाही वाटतं, एकमेकांना अशी समजून घेणारी पितापुत्रांची जोडी विरळाच! कोणाचीही दृष्ट लागू नये या नात्याला!"

शंभूराजे तसेच अस्वस्थ मनाने बसून होते. युवराजांच्या खांद्यावर आपला हलकासा हात ठेवत येसूबाई बोलल्या, "दमून गेलीय वाटतं स्वारी. कर्नाटकाची मोहीम म्हणजे मोठी तयारी! पार खाली रामेश्वर, जिंजीपर्यंतची दौड!"

"आम्ही खरंच जावं असं वाटतं तुम्हांला तिकडं?" युवराजांनी उदासवाण्या शब्दांत विचारले.

"का नाही? आपण अवघे आठ-नऊ वर्षांचे होतात, तेव्हा आग्र्यापर्यंत दौड मारली होती." शंभूराजांच्या भाळावरून हात फिरवत येसूबाई बोलल्या, "आता तर आपण हिंदवी स्वराज्याचे भावी वारसदार आहात! युवराज म्हणून मामंजींनी या आधीच वस्त्रंप्रावरणे बहाल केली आहेत स्वारींना! शिवाय एक गोष्ट ध्यानी येत नाही स्वारींच्या!"

"कोणती?"

"रायगडावरच्या राज्याभिषेकाच्या त्या देवदुर्लभ सोहळ्यानंतरची थोरल्या राजांची ही पहिलीच मोठी मोहीम आहे. त्यामध्ये तलवार गाजवायची संधी आपण का सोडता?"

येसूबाईंच्या प्रेरक शब्दांनी युवराजांच्या गोंधळामध्ये अधिकच भर पडली. ते पलंगावरून उठले आणि तिथेच महालात येरझाऱ्या घालता घालता बोलले,

"येसू, थांब जराशी. उगाच इमल्यावर इमले बांधू नकोस."

"मतलब?"

"आबासाहेबांनी निर्णय घेतला आहे, आम्हांला कर्नाटकाच्या मोहिमेवर न नेण्याचा."

"काय सांगता?" येसूबाईंची चर्या खर्रकन उतरली.

शंभूराजे अधिक काही बोलले नाहीत. बराच वेळ जखमी सिंहासारखे महालातच येरझाऱ्या घालत राहिले. येसूबाई तर दिङ्मूढ झाल्या होत्या. युवराजांच्या चर्येवरचा गोंधळ, रातवाऱ्याच्या जोराने फुरफुरणाऱ्या चिरागदानांच्या वाती आणि कानामध्ये घुमणारे शिवरायांच्या निर्णयाचे अकल्पित शब्द, यामुळे त्या उभयतांना काहीच सुचत नव्हते. सुमारे चार पाच घटका अगदी पाय मोडेपर्यंत शंभूराजे तसेच अस्वस्थ येरझाऱ्या घालत राहिले. परंतु त्यांचे डोळे सताड उघडे होते. झोप वनवासी पाखरासारखी दूर कुठे पळून गेली होती. येसूबाई कसनुशा हसल्या. दुलईने शंभूराजांचा देह झाकत बोलल्या, "स्वारींनी इतकं चिंतातुर व्हायचं कारणच काय? आबासाहेबांचा निर्णय एका अर्थी मला योग्यच वाटतो."

"तो कसा?"

"नाही तर काय? एवढं करोडो होनांचं राज्य इथं सोडून थोरल्या महाराजांनी एवढ्या दूरच्या मुलखात जायचं ते कोणाच्या भरवशावर? — इथे राजधानीमध्ये राज्याची सूत्रं सांभाळायला कोणी भरवशाचं माणूस नको का? "

"हे पाहा युवराज्ञी, इतक्या भाबडेपणानं एखाद्या प्रश्नाकडं पाहू नका. हे जग खूप जालीम आहे. जाऊ दे— आधीच आमचं डोकं ठणकतंय."

असे काही घडेल याची शंभूराजांना अजिबात अटकळ नव्हती. बरे, कर्नाटक प्रांत शंभूराजांसाठी नवा नव्हता. बालवयातच त्यांना कोलार आणि चिक्कबाळापूरची जहागिरदारी मिळाली होती. त्यासाठी त्यांचे दक्षिणेत अनेकवार जाणेयेणे झाले होते. चारच दिवसांमागे दक्षिणेत गेल्यावर काय काय करायचे याचीही मसलत पितापुत्रामध्ये झाली होती. तेव्हा आपल्या तीर्थरूप शहाजीराजांचा गौरवाने उल्लेख करीत शिवाजीराजे बोलले, "शंभू आमच्या तीर्थरूपांच्या कबजामध्ये बंगळूरची जहागिरी होती. आज त्या नगरीला वैभवी आकार येण्यामध्ये त्यांचाच मोठा वाटा आहे."

"जी, आबासाहेब."

"पण त्यांच्या पश्चात आमच्या सावत्रबंधूंकडून एकोजीराजांकडून एक मोठी चूक झाली. त्यांनी आपलं ठाणं बंगळूराहून खाली पार तंजावरला नेलं."

"पण आबासाहेब तंजावर, त्रिचनापल्ली आणि जिंजीकडचाही मुलूख सुपीक आहे असं ऐकतो."

"ते खरंच आहे. पण एकोजीरावांनी बंगळूरहून दूर दक्षिणेत स्थलांतर केलं. त्यामुळं म्हैसूरचा नरेश चिक्कदेवराजा गेल्या तीनचार वर्षांत खूप माजत चालला आहे. आपल्या दक्षिणेतल्या कर्नाटक-तामिळ देशातील मिळकतींनाही त्याच्यामुळं खूप धोका निर्माण झाला आहे. त्याचाही एक ना एक दिवस तुम्हांला बंदोबस्त करावा लागेल."

त्या साऱ्या गोष्टी शंभूराजांना राहून राहून आठवत होत्या.

शंभूराजे बराच वेळ तसेच तळमळत राहिले. थोड्याच वेळात युवराजांना गाढ झोप लागली. नव्हे ते चक्क मोठमोठ्याने घोरू लागले. त्यांच्या संत्रस्त मनाची आणि थकून गेलेल्या देहाची येसूबाईंना पुरती कल्पना आली होती. त्या रात्रभर तशाच पलंगाचा कोपरा धरून, युवराजांच्या उशीजवळ बसून होत्या. त्यांच्या डोळ्यांतली चिरागदाने अखंड जळत राहिली होती.

५.

शंभूराजांच्या महालावर कमालीची अवकळा पसरली होती. त्यांच्यावर जिवा-पाड प्रेम करणारे कवी कलश, जोत्याजी केसरकर, कृष्णाजी कंक असे सारे सहकारी त्यांच्या अवतीभोवती गोळा झाले होते. युवराजांची मन:स्थिती बिघडू नये, कर्तृत्ववान पिता-पुत्रांमधील दुराव्याची दरी अधिक वाढू नये म्हणून येसूबाई खूप काळजी घेत होत्या. पण अण्णाजी दत्तो यांनी आणि त्यांच्या कारभारी पक्षाने सोयराबाईंच्या मदतीने शंभूराजांच्या पाठीत खंजीर खुपसला होता. जो युवराज पालखीचा गोंडा म्हणून मोहिमेत मिरवणार होता, त्याच्याच इराद्यांना क्षुद्र दरबारी राजकारणाने कोलदांडा घातला होता. वाघाच्या जखमी बछड्यासारखी संभाजीराजांची अवस्था झाली होती.

सारवासारवीच्या भाषेत येसूबाई बोलल्या, "कर्नाटकाच्या एका मोहिमेचे ते काय! अशा कैक मोहिमा निघतील. स्वारींनी धीर सोडू नये. मामंजीसाहेबांनी काही स्वारींना बंदीशाळेत धाडायचा हुकूम केलेला नाही."

"येसू, रायगडाच्या अवतीभवतीनं आजकाल अकल्पित, दुष्ट वारे वाहत आहेत. जीव अक्षरश: गुदमरतो आमचा."

शंभूराजांसह सर्वांची नजर आता फक्त बाळाजी आवजींच्या पावलांकडे लागली होती. सायंकाळीच शिवरायांनी चिटणीसांना खाजगीकडे बोलावून घेतले होते. त्यामध्ये शंभूराजांच्या भवितव्याबाबतच काहीतरी मसलत होईल, याची सर्वांना खात्री होती. तिन्हीसांज टळून गेली. रात्र बरीच वाढली आणि एकदाचे हाशहुश्श करीत बाळाजीपंत महाली पोचले.

रायाप्पाने पुढे केलेले जलपात्र त्यांनी तोंडी लावले. सर्वांना अधिक ताटकळत न ठेवता चिटणीसांनी सांगून टाकले, "कर्नाटकाची मोहीम पार पडेपर्यंत युवराजांनी शृंगारपुरला जाऊन राहावं, असा राजांचा सल्ला आहे."

शंभूराजांनी बाळाजीपंतांकडे चमकून पाहिले. करवंदीच्या काट्याने टचकन रक्तबिंदू बाहेर यावेत, तसेच त्यांचे नेत्र ओलावले. ते कण्हत्या सुरात बोलले,

"याचा अर्थ आम्ही राजांच्या माघारी रायगडावरही राह्यचं नाही!"

चिटणीसांनी आणि येसूबाईंनी माना खाली घातल्या. युवराजांचे इष्टमित्र तर पुरते गांगरून गेले होते. झाल्या प्रकाराने बाळाजीपंतांनाही आतून खूप भरून आले होते. ते म्हणाले, "शंभूराजे, तुमची रदबदली करायचा आम्ही खूप कसोशीनं प्रयत्न केला. पण दुर्दैवानं तुमच्या हितशत्रूंनी चांगलीच उचल खाल्ल्याचं दिसतं!"

"चिटणीसकाका, फक्त एकाच प्रश्नाचं उत्तर द्या. राजाच्या अनुपस्थितीत युवराजांनी गादी सांभाळायची, हा पूर्वापार संकेत— अगदी महाभारत काळापासून चालत आला आहे ना?"

"जाऊ द्या हो!" येसूबाई बोलल्या.

"का जाऊ द्या?" शंभूराजांच्या डोळ्यांत संतापाच्या लहरी उसळू लागल्या. ते कडाडले, "मोहिमेवर जाण्यामागे आमचा काहीही स्वार्थ नव्हता. अलीकडच्या काही वर्षांत आबासाहेबांची प्रकृती अनेकदा बिघडली आहे. बाळाजीकाका, वाटलं होतं, या मोहिमेच्या निमित्तानं आपल्या थोर पित्याच्या छत्रछायेत चार दिवसांचा सुखद सहवास मिळेल. काही नवं शिकायला मिळेल. पण आज कोण का टाकतं आहे हा दुर्दैवी फासा आमच्या गळ्याभोवती? आम्ही आमच्या जन्मदात्यासोबत मोहिमेवर जायचं नाही. त्यांच्या अनुपस्थितीत इथं राजधानीत क्षणमात्र राहायचंही नाही. वर आमच्या सदोदित द्वेष करणाऱ्या गटाचे प्रतिनिधी म्हणून राहुजी सोमनाथ नावाच्या खुज्या अंमलदाराकडे रायगडाची सूत्रं सोपवायची?"

शंभूराजांना गलबलून आले, "येसू, आमच्या डोळ्यांपुढे एक विचित्र चित्र उभे राहते आहे. करोडो होनाची दौलत आणि देदीप्यमान पिता लाभूनही आम्ही अनाथ ठरलो आहोत! एखाद्या बेवारशासारखे स्वतःहून स्वतःचे हात बांधून घ्यायचे. कारभाऱ्यांनी दिलेला हुकूम शिरसावंद्य मानायचा आणि एखाद्या भुरट्या अपराध्यासारखी खाली मान घालून शृंगारपुरच्या दिशेनं फक्त चालत राहायचं."

"पण युवराज, राजांनी तुम्हांवर दक्षिण कोकणची जोखीम सोपवली आहे." चिटणीस बोलले.

"आपण शृंगारपुरात राहून प्रभावळीचा कारभार पाहायचा आहे–" येसूबाई बोलल्या.

"बस्स, बस्स! उगाच सासरेबुवांची तळी उचलून धरू नकोस. आज त्यांना मोहिमेवर निघण्यापूर्वी जगापुढे फक्त देखावा निर्माण करायचा आहे की, शंभूराजांच्याबाबत आमच्या दिलामध्ये काहीही खोट नाही. ते सिद्ध करण्यासाठीच शृंगारपुरचं देखाव्याचं जोखड ते आज आमच्या गळ्यात बांधताहेत. आमचा उघड उपमर्द टाळायच्या ह्या प्रयत्नानं आमच्या काळजाला लागलेली आग थोडीच विझणार आहे?"

एकाएकी वळवाचा धो धो पाऊस दाटून यावा, तसे युवराजांचे मन भरून आले. शंभूराजे उणेपुरे आठ वर्षांचे असतानाचा आग्र्याच्या बंदीशाळेतला तो प्रसंग

त्यांच्या डोळ्यांपुढे उभा ठाकला. औरंगजेबासारख्या अत्यंत दुष्ट, निर्दयी आणि बलाढ्य शत्रूच्या बंदीखान्यातली ती शेवटची जीवघेणी रात्र होती. दुसऱ्याच दिवशी राजे मिठाईच्या मोठ्या पेटाऱ्यात बसून आग्र्यामधून पसार व्हायचे होते. हा धाडसी बेत तडीला गेला तर चांगलेच, परंतु थोडीशी जरी गडबड उडाली, तर त्या पितापुत्रांसाठी आणि महाराष्ट्रासाठी भविष्य म्हणजे काळाकभिन्न अंधार ठरणार होते. ''हिरोजी, आम्ही एक वेळ घोड्यावरून धावा घेत दक्षिणेत निघून जाऊ. पण आमच्या काळजाचा हा तुकडा हो आम्ही कुठे ठेवायचा?'' राजांच्या प्रश्नापुढे तेव्हा हिरोजीही निरुत्तर होते.

महाराजांच्या हृदयाला दुःखाच्या डागण्या लागल्या होत्या. त्यांच्या हुंदक्यांनी दुलईत पहुडलेल्या शंभूराजांना जाग आली होती. शेवटी त्यांना मागे ठेवून दक्षिणेत निघून जायचा निर्णय राजांनी घेतला होता. त्या साऱ्या स्मृती दाटून आल्या आणि शंभूराजांचे मन ओलेचिंब झाले. डोळ्यांतून घळघळ वाहणारे अश्रू पुसत ते सांगू लागले, ''*त्या ताटातुटीच्या प्रसंगीच्या त्या गोड, उष्ण मिठ्या, त्यांची ती धपापती छाती, त्यांच्या हृदयातल्या त्या कळा अजूनही आठवल्या तरी आमचं मन अक्षरश: मोहरून जातं.*''

येसूबाईंनी युवराजांकडे डोळे भरून पाहिले. त्याही स्थितीमध्ये त्या समाधानाने हसल्या आणि बोलल्या,

''असा पहाडासारखा पिता पाठीशी असताना आपण डगमगून का जावं?''

''येसू! परकीयांच्या उखळी तोफांनी ह्या छाताडाच्या चिंधड्या करून टाकल्या तरी हा संभाजी अजिबात कचरणार नाही. पण - पण काय सांगू येसू — स्वकीयांच्या मतलबी मिठ्यांचीच आजकाल आम्हांला खूप भीती वाटते!''

''म्हणजे?''

''येसू, दुःख वाटतं ते एकाच गोष्टीचं. जेव्हा आम्ही आठ वर्षांचे न कळते पोर होतो, तेव्हा औरंगजेब नावाच्या दुष्ट लांडग्याच्या गुहेत आम्हांला मागे ठेवून निर्धास्त मनाने आमचे आबासाहेब दख्खन देशात निघून आले होते. पण आज सतरा-अठरा वर्षांच्या त्याच युवराजाला मोहिमेवर नेलं तर तो पराक्रमाने सव्वाशेर ठरेल अशी भीती त्यांना वाटते —''

''राजांना?''

''नव्हे, त्यांच्या बगलेतल्या कारभाऱ्यांना! आणि रायगडावर राहिला तर कदाचित काळ ठरेल याचं भय वाटतंय आमच्या मातोश्री सोयराबाईंना! उद्या सिंहासन राहू दे, साधे टेकण्यासाठीही ह्या संभाजीला एखादं आसन शिल्लक राहू नये, म्हणून सारे राहूकेतू एकदिलानं धडपडताहेत!''

शंभूराजांच्या वक्तव्याने त्यांचे सर्व इष्टमित्र कमालीचे दुःखी झाले होते. कवी

कलशांच्या चेहऱ्यावरचा तांबूस रंग केव्हाच हरवून गेला होता.

अतिशय दुःखी शंभूराजे बोलले, ''नसे ना का आमच्या नशिबी कर्नाटकची मोहीम. पण मला दुःख वाटतं ते फक्त एका गोष्टीचं, आज रायगडाच्या दरवाजावर खडा पहारा देणाऱ्या चौकीदारावर आमच्या आबासाहेबांवर जेवढा भरोसा आहे, तेवढा तो त्यांच्या पोटच्या गोळ्यावर उरला नाही! केवळ या कल्पनेनंच आमचं काळीज फाटून जातं— सागाच्या वाळल्या पानासारखं!''

६.

संभाजीराजे थोरल्या राजांच्या महालात आले. त्यांना आदराने मुजरा करत बोलले, ''आबासाहेब, आशीर्वाद द्या. आज दुपारीच आम्ही निघतो आहोत.''

''कुठे?''

''दुसरं कुठे जाणार? शृंगारपुरलाच! आपला हुकूम शिरसावंद्य.''

शिवाजीराजे क्षणभर थबकले. पुन्हा मायेनं आपल्या पुत्राचे खांदे पकडत बोलले, ''असं कसं? आपण उद्यापर्यंत थांबा. त्याच वाटेने तर आम्हांला कर्नाटकाकडे निघायचं आहे. बोलत बोलत जाऊ संगमेश्वरापर्यंत.''

दुसऱ्या दिवशी दुपारी दहाबारा खाशा पालख्या बाहेर पडल्या. नाणेदरवाजातून खाली उतरू लागल्या, तेव्हा तुताऱ्यांनी आणि ताशाकर्ण्यांनी अवघा परिसर दुमदुमून गेला. चितदरवाजाजवळच्या मोक्यावर भोई पोचले, तेव्हा शिवरायांनी आणि संभाजी-राजांनी पाचाडकडे नजर टाकली. पाचाडच्या माळावर वीस हजार घोडी आणि चाळीस हजारांचे पायदळ खडे होते. बऱ्याच विश्रांतीनंतर शिवाजीराजे मोहिमेस निघाल्याच्या कल्पनेनेच जनावरे आणि माणसे फुरफुरत होती.

आज राजांना बक्कळ आशीर्वाद देण्यासाठी जिजाऊसाहेब हयात नव्हत्या. त्यामुळेच मोहिमेस कूच करण्यापूर्वी खाशांच्या पालख्या आपोआप आऊसाहेबांच्या समाधीकडे वळल्या. काळ्याशार दगडांमध्ये कोरलेल्या त्या छोट्याशा समाधीवर राजांनी जास्वंदीची आणि सोनचाफ्याची फुले वाहिली. त्या पवित्र समाधीपुढे राजे नतमस्तक झाले. पलीकडे माळावर आनंदराव, बाजी सर्जेराव, येसाजी कंक, सर्फोजी गायकवाड, सूर्याजी मालुसरे, असे एकाचढ एक सरदार कूचाच्या आदेशाची वाट पाहत तिष्ठत उभे होते. परंतु शिवरायांची पावले समाधीच्या परिसरातून लवकर बाहेर पडेनात. त्या मंगल परिसराने राजांवर गारुड घातले होते. जणू काही समाधीलाच डोळे फुटले होते आणि जिजाऊसाहेब शिवरायांकडे रोखून पाहत होत्या.

पुरंदरच्या कुप्रसिद्ध तहानंतरचे दिवस राजांना आठवत होते. मिर्झा राजा जयसिंग आणि दिलेरखानाने महाराष्ट्रावर गंडांतर आणले होते. शिवाजी आणि

संभाजी या पितापुत्रांना औरंगजेबाने आग्र्याच्या भेटीस बोलावले होते. एकदा जहर पचवायचे म्हणजे पचवायचेच हा राजांचा स्वभाव होता. त्यामुळेच उत्तरेत जायच्या तयारीला सुरुवात झाली. परक्या मुलखात कसे राहावे, कसे वावरावे, वैऱ्याच्या दरबारात कुर्न्यात कसे चालावे याच्या शंभूराजांना शिकवण्या सुरू झाल्या होत्या. मध्येच वेळ काढून शिवरायही आपल्या पुत्राला तलवारीचे चार हात शिकवत. भाल्याचा अचूक निशाणा समजावून सांगत.

प्रत्यक्ष पितापुत्र आग्र्याच्या मोहिमेवर निघाले. शंभूराजांनी आपले इवलेसे हात जिजाऊसाहेबांच्या पायांवर ठेवले, तेव्हा तर जिजाऊंच्या डोक्यावर आभाळच फुटल्यासारखे झाले होते. पक्षिणीने पिलावर झडप घालावी तसे त्यांनी शंभूराजांना जवळ ओढले. आऊसाहेब काकुळतीने बोलल्या, "शिवबा, कशासाठी घेऊन चाललात माझ्या शंभूबाळाला? उणेपुरे आठ पावसाळेही पाहिले नाहीत रे लेकराने!"

"करणार काय आऊसाहेब? कराराच्या कलमाने आमचे हात जखडून टाकलेत."

या ना त्या कारणाने जिजाऊसाहेब उशीर करत होत्या. मिठीतल्या शंभूला त्यांना सोडवत नव्हते. आऊसाहेबांची ती आगळीक शिवाजीराजांना सहन झाली नाही. ते चढ्या सुरात बोलले, "कर्तव्य म्हणजे कर्तव्य! आऊसाहेब, सोडा युवराजांना. अफजलखानाच्या भेटीस जाणं म्हणजे मृत्यूच्या दाढेत पाऊल टाकणं, हे माहीत असूनही काळजावर दगड ठेवून केवढ्या निर्भयतेने हसत हसत आपण आम्हांला निरोप दिला होतात. आठवतात त्या गोष्टी?"

शंभूराजांची मिठी ढिली करत जिजाऊसाहेब बोलल्या,

"राजे, आपण जेव्हा आजोबा व्हाल तेव्हा, तेव्हाच आपल्या बाळाच्या बाळाचं अप्रूप आणि प्रेम म्हणजे काय असतं, ते कळेल तुम्हांला!"

"आऊसाहेब, आपलं दु:ख आम्ही समजू शकतो. पण सरड्याची पिलं बिळात वाढतात, म्हणूनच त्यांच्या नशिबात सरपटणंच राहतं. आम्हांला मात्र गरुडाचं पोर वाढवायचं आहे! त्याला संकटाच्या काळदरीत फेकून दिल्याशिवाय त्याच्या पंखांना बळ तरी फुटणार कसं?" शिवरायांनी विचारले होते.

आठवणींच्या त्या ओरखड्याने थोरले महाराज काहीसे दचकले. त्या काळ्याशार समाधीलाच जणू काही डोळे फुटले होते, जिजाऊंचे ते नेत्रच महाराजांना जाबसाल करत होते, "का शिवबा? आता का? गरुडाचं पोर वाढवायची तुमची ती भाषा गेली कुठे? एवढ्या पराक्रमी, बहादूर पोराला शृंगारपुरच्या गुहेत कोंडून आज एकट्यानेच पुढे कुठे चालला आहेस?"

शिवाजीराजे अधिकच हवालदिल बनले. आपले काहीतरी चुकत असल्याच्या जाणीवेने त्यांचे मन अधिकच कष्टी होत होते. मराठा लष्कराची दले चिपळूणच्या दिशेने मार्गक्रमण करत होती. राजांनी शंभूराजांना मुद्दामच आपल्या अंबारीवरील

हौद्यात बसवून घेतले होते. संगमेश्वराजवळची शास्त्री नदी ओलांडल्यावर युवराज शृंगारपुराकडे, तर थोरले महाराज सरळ पुढे कर्नाटकाकडे कूच करणार होते.

वाटेत पितापुत्रांनी कोकणच्या स्वामीचे, परशुरामाचे दर्शन घेतले. सेनासागर संगमेश्वरच्या दिशेने आगेकूच करत होता. घोडी दुडक्या चालीने दौडत होती. हत्तींच्या गळ्यातील घंटानादाने वातावरणात एक वेगळीच लय भरत होती. स्वारांच्या हातातील भगवे झेंडे वाऱ्याच्या झोतावर झुलत होते. राजे अंबारीतूनच अनेकदा सूचना देत होते. अधेमधे घोडा फेकत त्यांच्याकडे हरकारे बातम्या घेऊन येत होते. वेळ मिळेल तसा ते पुत्राशी संवाद साधायचा प्रयत्न करत होते.

एकाएकी संभाजीराजांचा कंठ दाटला. ते बोलले, "आबासाहेब, आपण नुकतेच एका दीर्घ आजारातून उठला आहात. एवढा हातातोंडाशी आलेला युवराज मागे ठेवून राजांना मोहिमेवर निघावं लागतं, नव्हे, आपण आमच्या मर्दुमकीला वाव न देता स्वत: मोहिमेवर चालला आहात, त्याचं खूप वाईट वाटतं आबासाहेब"

"शंभू, धीरानं घे. सारं काही ठीक होईल."

"नाही आबासाहेब, हे मनाला पटत नाही. आपण ह्या वयामध्ये मोहिमेस निघावं आणि आम्ही दाढीमिशा फुटल्या असतानाही शृंगारपुरला गुहेत प्रेतासारखे पडून राहावं? युद्धाच्या आणि मोहिमेच्या कल्पनेनं आमच्या धमन्या पेटतात. आतून अंगरखा आम्हांला जाळत राहतो.... जाऊ दे. करणार काय? आम्ही ते राजीयांच्या खप्पा मर्जीचे धनी!"

शंभूराजांच्या उरातल्या आगीची आणि इर्षेची भाषा राजांना चांगली कळत होती.

ते कष्टी सुरात बोलले, "युवराजावर अन्याय झाला तर राजाकडे सहज जाबसाल करता येतो शंभूबाळ. पण खुद्द राजावरच जेव्हा अन्यायाचे दृश्यअदृश्य आघात होतात, तेव्हा त्याच्यासाठी न्यायाच्या पायऱ्या कुठे राहतात?"

संगमेश्वर जवळ आले, दाट अरण्यातून पथके पुढे सरकू लागली. पितापुत्र दोघेही ताटातुटीच्या कल्पनेने हवालदिल दिसू लागले. शंभूराजांनी थोड्याशा खालच्या पट्टीत आपली रुखरुख व्यक्त केली, "आबासाहेब, आमचं तकदीरच फिरलं आहे म्हणायचं. मर्दांच्या तलवारी कोनाड्यात गंजत पडल्या आहेत आणि कारकुनांच्या लेखण्यांना द्वेषमत्सराचे, सूडाचे दात फुटले आहेत. म्हणून तर आमच्या नशिबी रणांगणाऐवजी शृंगारपूर आलं!"

"जाऊ दे शंभू, आपण वयाने लहान आहात."

"आग्र्याच्या दरबारात औरंगजेबाला भेटायला गेलो, तेव्हा अवघा सातआठ वर्षांचा होतो. वयाचे दहा उंबरठे ओलांडण्याआधी मोगलांचा दोन वेळा मन्सबदार बनलो होतो आम्ही आबासाहेब. आणि आज विशीच्या उंबरठ्यावर आम्ही हूड, त्याज्य आणि नादान कसे ठरतो आहोत आबासाहेब?"

संभाजीराजांच्या उसळत्या रक्ताची जात, त्यांच्या फुरफुरत्या बाहूतली दिशा, डोळ्यांतली आशा सारे काही थोरल्या राजांना समजत होते. निरोपावेळी हातातोंडाशी आलेल्या पुत्राची समजूत घालणेही आवश्यक होते. म्हणूनच ते बोलले, "शंभू, तुम्हांला इकडे मागे ठेवण्यातही आमचा उद्देश आहे. आम्ही दूर परमुलखात अडकून राहिलो तर राज्याच्या संरक्षणासाठी इथं कोणी जबाबदार माणूस नको का?"

राजांच्या बोलावर शंभूराजे दिलखुलास हसले. राजांना आपल्या पुत्राचे हास्य विचित्र वाटले. त्या नापसंतीच्या छटांकडे पाहत शंभूराजे बोलले,

"ठाणेबंद फौज रायगडावर आहे. कारभार, खजिना सारं तिथं आहे. इथे शृंगारपुरात राहून आम्ही कोणाचं नि किती संरक्षण करायचं आबासाहेब?"

काहीतरी लपवायला जावे आणि अधिक उघडे पडावे अशी शिवाजीराजांची अवस्था झाली. त्यांनी मायेने शंभूराजांच्या हाताचा पंजा आपल्या हाती घट्ट पकडला. क्षणभर त्यांना गुदमरल्यासारखे झाले. ते कण्हल्यासारखे बोलले,

"बस् आम्ही इतकंच सांगू, शंभूबाळ, तुमच्यासाठी आज रायगड सुरक्षित नाही. दुर्दैवानं आज आम्ही तुम्हांला रायगडही देऊ शकत नाही आणि त्याच वेळी आम्हांला आमच्या होनहार, प्राणप्रिय शंभूलाही गमवायचं नाही!"

शंभूराजे चिडीचूप झाले. थोरल्या राजांचे अंत:करण कसल्याशा वेदनेने आतल्या आत जळत असल्याचे त्यांना जाणवले. पण आपल्यासाठी रायगड असुरक्षित आहे, हे काही त्यांना पटत नव्हते.

शास्त्री नदीचे छोटेसे पात्र फौज ओलांडू लागली होती. शिवराय संगमेश्वराच्या अवतीभवतीने ठाणबंद होऊन बसलेल्या डोंगररांगांकडे, तिथल्या किर्र झाडीकडे आणि पलीकडच्या नावडी बंदराजवळच्या खाडीकडे पाहत होते. इथले रान काहीसे गूढमय वाटत होते. त्या किर्र वृक्षराजीकडे नजर फेकत शिवाजीराजे म्हणाले,

"शंभूबाळ, यापुढे काही महिन्यांचा निवान्तपणा तुम्हांला लाभणार आहे. आपल्या काव्यप्रेमाबरोबर आणि विद्याभ्यासाबरोबरच इथल्या मातीचे नानाविध रंगही पारखून पाहा. ज्या मुलखात उद्या तुम्हांला राज्य करायचं आहे, तिथली माणसं ओळखायला आणि वाचायला शिका. लक्षात ठेवा, आम्हां मराठ्यांमध्ये अशा काही नीच जातीप्रवृत्ती आहेत की—स्वत:च्या किंचित स्वार्थासाठी त्या आपले राज्य आणि राजासुद्धा बुडवायला मागेपुढे पाहणार नाहीत!"

■

शृंगारपुरान

१.

ताडामाडांच्या गर्द हिरव्या दाटीचा आणि असंख्य मंदिरांच्या शिखरांनी नटलेला संगमेश्वरचा परिसर मागे सारत डावीकडे वळायचे. तेथून छोट्याशा शास्त्री नदीच्या काठाने पुढे जायचे. काही कोसांच्या अंतरावरच दूर उंच पहाडांच्या खोबणीत शृंगारपूर वसले होते. एके काळची ही सूर्यराव सुर्व्यांची राजधानी. त्यांच्यानंतर शिवरायांनी हा प्रदेश पिलाजीराव शिर्के यांच्या ताब्यात दिला. त्याला लागूनच शिर्क्यांचा शिरकाण हा मुलूख पसरला होता.

शृंगारपुरच्या पाठीशी सह्याद्रीची प्रचंड रांग आणि फताडे कडे होते. अत्यंत अडचणीचा आणि वस्पलीचा हा मुलूख दिवसाही अंधारून जायचा. भीतिदायक वाटायचा. ह्याच कडेपहाडातून तिवरा घाटाच्या आणि मळेघाटाच्या अत्यंत बिकट वाटा चढून वर सह्याद्रीच्या माथ्यावर पोचत. सह्याद्रीचा हा माथा ओलांडून खाली उतरले की, पाटणचे खोरे लागायचे. त्याच्या दूर पलीकडे कऱ्हाडचा मुलूख दिसायचा. तिवरा आणि मळेघाटातल्या सरळ उंच काटकोनी वाटा खूप बिकट आणि अरुंद होत्या. कोकण बंदरातला माल येथून बैलांच्या पाठीवरून देशात पोचवायचे. वाघालाही एकट्याने वावरताना भीतीने घाम फुटावा असे निबिड अरण्य इकडे होते. त्यामुळेच बैलांचे चारण नेताना नंग्या तलवारी आणि भाले घेतलेले पन्नाससाठजण चारणाबरोबर पुढे जात. अन्यथा या दुस्तर वाटांच्या नादाला फारसे कोणी लागत नसे.

शृंगारपुरात सुमारे पंधरावीस हजार लोक राहत. गावामध्ये सरदार आणि मानकऱ्यांचे साठभर मोठे वाडे होते. गावाच्या मध्यभागी एक मोठा ओढा होता. त्याच्या काठावर सूर्यराव सुर्व्यांचा टोलेजंग वाडा होता. सुर्व्यांनंतर त्यांचे जामात शिर्के वाड्यात आले. तीच शंभूराजांची सासुरवाडी. त्या वाड्याशेजारीच शिवाजीराजांनी एक भव्य राजप्रासाद बांधला होता. त्यामध्येच शंभूराजे, येसूबाई आणि दुर्गादेवी राहत होते. गावाच्या मधोमध दोन मोठ्या बागा, काटकोनी रस्ते आणि कारंजी होती. बागेच्या पल्याड सुलतान हवेली होती. तिच्यामध्ये युवराजांचे दोस्त कवी कलश निवासास होते.

शृंगारपूर हे शाक्तपंथीयांचे शक्तिपीठ बनले होते. तंत्रमंत्राची विद्या जाणणारे अनेक कऱ्हाडे ब्राह्मण शृंगारपूर परिसरात राहत असत. बंगालमधील 'राधा' ह्या शहरातून सिद्धयोगी नामक गुरूकडून तंत्रोपासनेचे शिक्षण घेऊन 'शिवयोगी' इकडे आला होता. त्याची प्रचितगडाच्या वाटेवर एक मोठी गुहा होती. त्या गुहेत सल्लामसलत करायला शंभूराजे आणि कवी कलश अनेकदा जात. केशव उपाध्याय आणि अनंत जांभेकर यांच्यासारखे अनेक शिष्य शिवयोगींना मिळाले होते.

सह्याद्रीच्या भव्य पर्वतरांगेवर प्रचितगड किल्ला नुकताच शिवाजीराजांनी

बांधला होता. तो शृंगारपुरच्या पाठीवरच होता. त्या किल्ल्याच्या माथ्यावरही तंत्रविद्येतल्या अनेक ब्रह्मर्षींनी आपले मठ उघडले होते. जागोजागच्या गुहा व्यापल्या होत्या.

नाराज शंभूराजांकडे पाहून एकदा येसूबाई बोलल्या,

"युवराज, आमचा मामंजीसाहेबांवर भरवसा आहे. ते एकदा कर्नाटकातून परतले की, सारे काही क्षेमकुशल होईल."

"आणि तोवर?"

"तोवर काय—शृंगारपुरचा इतका देखणा, अवीट परिसर आहे. आपल्यासोबत कवी कलशांसारखा प्रतिभावान मित्र आहे. अन् आपण तर फक्त युवराजच नव्हेत सरस्वतीपुत्रही आहात! ह्या इथल्या निसर्गात आपल्या शब्दांना सोन्याचे पंख फुटतील."

"वा! आमच्यापेक्षा आजकाल तुमच्याच ओठांवर सरस्वती नाचतेय!" शंभूराजे हसून बोलले.

येसूबाईही स्वत: अपमानाने आणि अवहेलनेने आतून पोळून निघत होत्या. त्या जेव्हा रायगडावरून इकडे येण्यासाठी पालखीत बसल्या, तेव्हा गवाक्षातून उपहासाने त्यांच्याकडे नजर टाकणाऱ्या सोयराबाईंना त्या विसरल्या नव्हत्या. मात्र शंभूराजांसारख्या रोखठोक स्वभावाच्या, अपमान अगर अन्यायाने सहज कापरासारख्या पेटणाऱ्या, हळव्या तितक्याच कठोर, समंजस पण तितक्याच शीघ्रकोपी नवऱ्याला सावरणे हे त्यांचे प्रथम कर्तव्य होते.

संकटांची सवय करून घेणे आणि त्याच्याशी दोन हात करणे हे अगदी बालपणापासून येसूबाईंच्या अंगवळणी पडले होते. जगरीतीप्रमाणे वयाच्या सहाव्या-सातव्या वर्षीच त्यांचा संभाजीराजांशी विवाह झाला होता आणि स्वराज्यावरच्या संकटांशी त्यांच्या भावजीवनाची नाळ जोडली गेली होती. महाराष्ट्रावर मोगलांचे पहिले मोठे आक्रमण चालून आले होते, तेव्हा पुरंदरच्या अपमानास्पद तहावर शिवाजीराजांना निमूट स्वाक्षरी करावी लागली. शिवाय शंभूराजांसारख्या आपल्या अवघ्या आठ-नऊ वर्षांच्या कोवळ्या पुत्राला सोबत घेऊन आग्र्याची जुलमी वाट चालणेही त्यांच्या नशिबी आले होते.

पितापुत्र उत्तर हिंदुस्थानात जाऊन तसे बरेच महिने लोटले. तशा इकडे राजगडावर जिजाऊसाहेब खूपच चिंताग्रस्त दिसू लागल्या. त्या आपल्या पुत्राच्या आणि लाडक्या नातवाच्या आठवणीने रात्रीबेरात्री दचकून उठायच्या. पहाटेच्या घनघोर अंधारात पद्मावती तलावात जायच्या. कलश भरभरून तिथल्या पाण्याने शेजारच्या महादेवाला त्यांचा अखंड अभिषेक चालायचा. तेव्हा त्यांची चिमुरडी

नातसूनही – येसूही त्यांच्या सोबत असायची. तलावाच्या काठावरच शंभूराजांच्या मातोश्रींचे– सईबाईंचे वृंदावन होते. त्यालाही येसू नित्यनियमाने जलाभिषेक करायची.

उत्तरेतून पितापुत्र कधी परतणार याची खबर काही लागत नव्हती. मात्र अनेकदा खबऱ्यांकडून आणि वाटसरूंकडून नको नको ते ऐकायला मिळायचे. — औरंगजेबाच्या मगरमिठीतून शिवराय सहजासहजी सुटणार नाहीतच, पण पातशहाच्या दिलामध्ये खोट आहे, दूर कंदाहारकडे शिवाजीराजांना पाठवून पातशहाला काही घातपात घडवून आणायचा आहे, राजांचा परस्पर काटा काढायचा आहे, ह्या अशा खबरी कानावर आल्या की, राजपरिवार हवालदिल होऊन जायचा. समोरच्या पद्मावती माचीवरून कोंढाण्यावरचे निशाण दिसायचे. त्या बाजूच्या दरीतून राजगडाच्या माथ्यावर येणारे ढग दिसले की, येसूचेही मन विषण्ण व्हायचे. डावीकडे दूर दिसणाऱ्या जेजुरी गडावरच्या खंडेरायाला येसू धावा घालायची.

बघता बघता पाऊसकाळ संपला. आभाळात ढगही दिसेनासे झाले. रानातले ओढे, झरे आटले. वाऱ्याच्या झोतावर नाचणाऱ्या ओल्या गवतानेही रंग बदलला. ते करडे, पिवळे दिसू लागले, तसा जिजाऊ आणि येसूचाही धीर सुटला. आचळ भरलेल्या गाईने वासराच्या ओढीने खुंटाच्या भोवती गरगरा चकरा घेत हंबरावे, तशी जिजाऊंची करुण अवस्था झाली होती. राज्यावरच्या आणि परिवारावरच्या महासंकटाने दोघींचा जीव तीळ तीळ तुटत होता. दोघीही देवघरात तासन्‌तास, दिवस न् दिवस बसून राहू लागल्या.

एके दिवशी महालाच्या दारात लंब्या, भगव्या कफन्या घातलेल्या गोसाव्यांचा एक तांडा आला. देवघरात बसलेल्या जिजाऊंकडे छोटी येसू धावत गेली आणि त्यांच्या खांद्यावर हात ठेवत सांगू लागली, "आजीसाहेब, त्या गोसाव्यांना आपली भेट घ्यायची आहे. त्यातला एक गोसावी तर तुमचं दर्शन घेतल्याशिवाय जायचंच नाही म्हणतो. अगदी हटून बसला आहे."

जिजाऊ क्षीण पावले टाकत बाहेर आल्या. गोसाव्यांच्या जथ्यातला लांब कुरळ्या केसांचा, बिना दाढीचा एक गोरापान गोसावी जिजाऊ सामोऱ्या येताच पुढे धावला. त्याने जिजाऊंच्या पायावर आपले मस्तक टेकले. तेव्हा त्याच्या मुखातून हुंकारल्यासारखा स्वर बाहेर पडला, "आऊसाहेब." त्या हुंकाराबरोबर जिजाऊ चटकन पुढे झाल्या. त्यांनी 'शिवबाऽऽ' म्हणत गोसाव्याचं रूप घेतलेल्या शिवबाला मिठी मारली. अखेर औरंगजेबाच्या पोलादी पिंजऱ्याच्या कड्या तोडून राजे पाखरासारखे गडावर येऊन दाखल झाले होते.

सनई, चौघडे आणि शहादन्यांचा कल्ला वाढला. राजगडाच्या बुरुजाबुरुजावरून विजयाच्या तोफा धुडूमधाम् धुडूमधाम असा आवाज देऊ लागल्या. गडावरची रयत, स्वारशिपाई, सारेसारे आनंदातिशयाने नाचू लागले. राजधानीत धडाडणाऱ्या तोफांचा

अंदाज भोवतालच्या परिसरातील बत्तीस किल्ल्यांना लागला आणि प्रत्येक गडावरच्या तोफा दणक्यानेच प्रतिसाद देऊ लागल्या. सर्वत्र दसरादिवाळीचा आनंद पसरला.

येसूची भिरभिरती नजर मात्र शंभूराजांना शोधत होती. कुठे थांबलेत ते? कुठं गेलेत ते? जिजाऊही अस्वस्थ होत्या. त्यांनी काळजीच्या सुरात विचारले, ''शिवबा, एकटाच आलास की काय तू? अरे, माझा शंभूबाळ कुठं आहे?''

शिवाजीराजे चमकले. सारवासारव करत बोलले, ''आऊसाहेब, इथं सर्वांच्या समोर कशाला? रात्री बोलतो तुमच्याशी.''

शिवरायांच्या त्या अस्पष्ट उद्गारांनी येसू मनातून तशी भयभीतच झाली. असे कोणते रहस्य आहे, की जे राजांनी लपवावे? दुसऱ्या दिवशी सकाळी महादेवाला मोठा अभिषेक झाला. गडावरच्या आणि बुरुजांवरच्या सर्व लहानथोर देवतांची पूजा झाली. सर्व रयतेला सामूहिक मिष्टान्न दिले गेले.

तिसऱ्या दिवशी सकाळी प्रातःकाळी महाराज आपल्या खाजगीकडील मोठ्या देवघरात बसले होते. त्यांच्या शेजारी जिजाऊसाहेब आणि शंभूराजांच्या सर्व सावत्रमाता बसल्या होत्या. महाराजांनी छोट्या येसूला जवळ बोलावले, ''ये बाळा, अशी इकडं ये.'' राजांनी तिला आपल्या मांडीवरच बसवून घेतले. येसूची सात वर्षांची उमर आणि तिच्या अंगावर मात्र मोठ्या लुगड्याचा भार. त्यामुळेच ती जत्रेतल्या एखाद्या बाहुलीसारखी दिसत होती. महाराजांनी वात्सल्याने तिच्या मस्तकावरून हात फिरवला आणि दुसऱ्याच क्षणी तिच्या कपाळीचा कुंकवाचा मळवटही पुसून टाकला. जिजाऊसाहेबांसह सारा राजपरिवार अवाक् झाला. त्यांनी राजांकडे रागाने पाहिले. मात्र शिवरायांची दुःखाने ओथंबून गेलेली चर्याही कोणाला पाहावत नव्हती. त्या केवळ कल्पनेनेच जिजाऊंच्या पायाखालची धरणी सरकली. ''बाळ शंभू ऽऽऽ'' असा मोठ्याने हंबरडा त्यांनी फोडताच उभा महाल हुंदक्यांनी भरून गेला.

लहानगी येसू पुरती गोंधळून गेली होती. तिच्या बालमनाला काहीच समजत नव्हते. दुपारी तिच्या सख्यांनी तिला समजावले, ''येसू, तू खूप दुर्दैवी गं. आग्र्याच्या वाटेवर एका निबिड अरण्यात शंभूराजांचं घोड्यावरून पडून निधन झालं!''

दुसऱ्या दिवशी संध्याकाळपर्यंत शृंगारपुरची मंडळी आकान्त करत राजगडावर येऊन पोचली. लेकीवर ओढवलेल्या त्या दुर्दैवी संकटाने पिलाजीरावांचे जणू कंबरडेच मोडले होते. शिवराय त्यांची कशीबशी समजूत घालायचा प्रयत्न करीत होते.

औरंगजेबाच्या सैतानी सापळ्यातून महाराज परत आले, म्हणून रयत राजांच्या भेटीसाठी राजगडाकडे झुंडीने येत होती. परंतु शंभूराजांच्या निधनाची वार्ता ऐकताच सारेजण दुःखाने काळवंडून जात होते. जिजाऊंच्या गळ्यामध्ये गळा घालून सोयराबाई धाय मोकलून रडत होत्या. त्यावेळी त्यांच्या पोटी पुत्ररत्न नव्हते. त्यांनी शंभूराजांनाच स्वतःचा लेक समजून डोळ्यांतल्या बाहुलीसारखे जपले होते. त्यांच्या

दु:खाला तर पारावारच नव्हता. राजगड शोकमग्न झाला होता. बारा मावळांत आणि छत्तीस नेरांत दु:खाचे लोण पसरले होते. शिवाजीराजांच्या समवेत पांढऱ्या शुभ्र घोड्यावरून दिमाखामध्ये अनेकदा सफर करणारा स्फटिकासारखा शुभ्र मोहरा, जितका देखणा तितकाच झुराबावरा दिसणारा शंभूबाळ यापुढे कधीच बघायला मिळणार नाही, या कल्पनेने सामान्य स्वारराऊतांनाही रडू फुटत होते.

महाराजांनी शंभूराजांच्या अंत्यसंस्काराची सर्व तयारी केली. जोधपूर, जयपूरपासून ते दक्षिणेत जिंजीपर्यंतच्या अनेक राजांनी शिवरायांना शोकपत्रे पाठवून दिली होती. अंत्यसंस्कारानंतरचे सर्व विधी पार पाडले जात होते. राजांनी सहस्र ब्राह्मणभोजने घातली. भिकाऱ्यांना, गोसाव्यांना मोठा दानधर्म केला. येसू दु:खाने कोमेजून गेली.

पाठशाळेतला आपला वर्गमित्र, सूरपारंब्याच्या खेळातला सखा आणि ज्याला नवरा म्हणून साऱ्या मैत्रिणी चिडवायच्या ते लडिवाळ शंभूराजे कधीच भेटणार नाहीत, या कल्पनेने ती उदास झाली होती. एका सायंकाळी जिजाऊसाहेबांच्या गळ्याला मिठी मारत येसू बोलली, "आजीसाहेब, आम्हांला सती जायचं आहे."

सतीचा अर्थ, त्यातला दाह अगर वेदना ह्या कशाचीही छोट्या येसूला कल्पना नव्हती. मात्र मृत पतीला मोक्षप्राप्ती व्हावी म्हणून त्याच्या सन्मानासाठीच आर्य स्त्रीने स्वत:ला पेटत्या चितेवर लोटून द्यायचे असते; ह्या बलिदानाच्या पोटात खूप मोठे पावित्र्य असते अशीच येसूची सात्त्विक भावना होती. बरे, पोरवयातील एखाद्या स्त्रीने सती जायचा निर्णय घेतला तर त्याला मोठ्यांचा विरोध असायचा नाही. उलट सासर आणि माहेरची मंडळीही मिळून अशा मुलीला जुलमाने चितेमध्ये फेकून देत. अर्धवट भाजलेली स्त्री किंकाळ्या फोडत आगीच्या लोळातून बाहेर पडू लागली तर तिचे आप्त तिला भाल्याच्या टोकाने अमानुषपणे पुन्हा आत ढकलून देत. येसूच्या निर्णयाला माहेरच्या शिर्के मंडळींनीही कोणताच विरोध दर्शवला नव्हता.

येसूच्या त्या निर्णयाने शिवाजीराजे कमालीचे अस्वस्थ झाले. त्यांच्या डोळ्यांत अश्रू तरळले. तिला पोटाशी धरून स्वत:ची लेक मानूनच तिचा मुका घेत ते सांगू लागले, "चिंता करू नकोस पोरी. देव तुझं कल्याण करेल."

"माझे स्वामीच गेले! आता कसलं कल्याण?" येसूबाईंचे डोळे अखंड गळत होते.

येसू काही केल्या बधेना. शेवटी शिवाजीराजांनीच एखाद्या देवीच्या मूर्तीपुढे नतमस्तक व्हावे, तसे छोट्या येसूसमोर हात जोडले. ते करुण दृश्य पाहून साऱ्यांची हृदये हेलावली. शिवरायांनी मोठ्या कष्टाने येसूला सती जाण्यापासून परावृत्त केले.

दिवस पाचोळ्यासारखे उडून जात होते. गडावरून फिरताना आजूबाजूचे पांढरे ढग पाहिले की येसूच्या पोटात खड्डा पडायचा. त्यामुळे शुभ्र वस्त्रे लेवून ती आपला बहुतांश वेळ देवघरातच घालवायची. खिन्न, उदासवाणी होऊन घटकान्‌घटका बसून राहायची.

शिवाजीराजे आग्र्याहून राजगडावर परतले, त्या गोष्टीला दोन मास आणि आठ दिवस सरले होते. येसू देवघराच्या काळोखातच बसून होती. तितक्यात कडाडत्या बिजल्यांच्या गर्जनेने आकाश फाटून जावे तसे चारी बाजूंनी मोठे ध्वनी होऊ लागले. एका पाठोपाठ एक करत तोफा धडाडू लागल्या. येसू घाबरली. तिच्या काळजाचे पाणी पाणी झाले. तिला जागेवरून नीट उठवेनाही. निश्चित घात झाला असणार. स्वराज्याच्या शत्रूंनी एकाच वेळी राजधानीवर चौफेर हल्ला चढवलेला दिसतो. परंतु तोफांच्या पाठोपाठच तुताऱ्या, शहादने अशी मंगल वाद्ये वाजू लागली. तशी येसूच्या गोंधळात अधिकच भर पडली.

तितक्यात येसूला शोधत सोयराबाई देवघराकडे धावत धावत येताना दिसल्या. त्यांच्या हातात साखरेची परात होती. चेहऱ्यावर हास्याच्या लाटा फुटल्या होत्या. त्यांनी पुढे होऊन आनंदातिशयाने येसूला कडकडून मिठी मारली. तिचे असंख्य मुके घेत त्या ओरडल्या, "येसू, आपला शंभूराजा आला गं! आमचा बाळराजा सुखरूप परतला!" मात्र त्या आनंदलाटेचा तडाखाच एवढा जबरदस्त होता की त्यापुढे येसू टिकली नाही. मूर्च्छित होऊन तिथेच जागेवर कोसळून पडली.

मथुरेहून विसाजीपंत, काशीपंत आणि कृष्णाजीपंत हे तिघे त्रिमल बंधू जिवाच्या जोखमीने बाळराजांना घेऊन, पावलोपावली संकटांशी सामना करीत राजगडापर्यंत येऊन पोचले होते. त्यांच्या सोबत ऐन विशीतले, कवी कलश होते.

त्या सर्वांच्या सन्मानार्थ राजांनी खास दरबार भरवला आणि त्रिमल बंधूंना 'विश्वासराव' हा किताब बहाल केला. त्या प्रत्येकाला हत्ती, पालखी आणि उंची वस्त्रे असा सरंजाम देऊन त्यांचा सन्मान केला.

विसाजीपंत कृतज्ञतेने बोलले, "आम्ही आपल्या मोरोपंत पेशव्यांचे सख्खे मेहुणे आहोत. यापुढच्या काळातही स्वराज्याची सेवाचाकरी करण्यात आम्ही स्वत:ला धन्य समजू."

दरबारानंतर महाराजांनी त्रिमल बंधूंना आपल्या खाजगीकडे बोलावून घेतले. आदराने पंगतीस बसवले. त्या सन्मानाने तर तिघांनाही कृतकृत्य वाटले.

भोजनोत्तर प्रवासाच्या गप्पा सुरू झाल्या. तिथे छोटे शंभूराजे जिजाऊसाहेबांना चिपकून बसले होते, तर येसूबाई सोयराबाईंच्या मिठीत होत्या. महाराजांनी विचारले,

"विसाजीपंत, वाटेत तुम्हांला वेषांतरे करून तऱ्हेतऱ्हेची सोंगे घेऊनच इथवर पोचावं लागलं असेल ना?"

"होय राजे. बहुतांशी वेळा आम्ही युवराजांना जानवं आणि धोतर नेसवून ब्राह्मणबाळाचं रूप दिलं होतं. त्यांच्या डोईच्या लांब केसांनी आणि निरागस, बोलक्या डोळ्यांनी ते आमचे भाचेच वाटत."

"पण महाराज, आपण आणि बाळराजे आग्र्याहून निसटला आहात, ही खबर

सर्वत्र वाऱ्यासारखी पसरली होती. त्यामुळे पुढं पुढं आम्हांला पातशहाच्या वाटेतल्या ठाणेदारांकडून खूपच त्रास होऊ लागला. त्यांना खूप द्रव्य मोजावं लागत होतं. म्हणूनच आम्ही ठरवलं—" मध्येच कृष्णाजीपंतांना आपले हसू आवरता येईना.

तिघेही बंधू खूप हसू लागले. तसे शंभूराजे लाजून गोरेमोरे झाले. काशीपंत म्हणाले, "शंभूराजांची ही अतिशय गौर, पाणीदार चर्या आणि त्यांचा पुतळ्यासारखा रेखीव, आखीव बांधा यामुळे संशय वाढू लागला. तेव्हा पुढची संकटं टाळण्यासाठी आम्ही त्यांना चक्क लुगडं नेसवलं. गळ्यात दागिने घातले. नेत्रांत काजळ भरलं. त्यामुळे आमची दासी म्हणून शंभूराजे प्रवासात सहज खपून गेले."

खाजगीकडे हास्याची मोठी लहर उठली. युवराजांच्या स्त्री वेषांतराच्या कल्पनेने तर येसूची खूपच करमणूक झाली. त्रिमल बंधू निघून गेले. शंभूराजांची आणि कवी कलशांची आग्र्यामध्येच गट्टी जमली होती. ते दोघेही तेथून बाहेर पडले, तसा सारा राणीवसा थोरल्या महाराजांवर तुटून पडला. युवराज जिवंत असताना राजांनी त्यांचे अंत्यसंस्कार करायला सर्वांना भाग पाडले होते. त्यामुळे सोयराबाई रागाने नुसत्या थरथरत होत्या.

जिजाऊसाहेबांच्या नजरेस नजर द्यायचे राजांना धाडस होईना. राजे खाली मान घालत बोलले, "दुसरं तरी आम्ही काय करणार होतो आऊसाहेब? तो औरंग्या तर केवळ पशूच्या काळजाचा. आपल्या तिन्ही भावांना दगलबाजी करून ठेचून ज्याने मारलं, त्या दुष्टाच्या हाती जर आपलं शंभूबाळ लागतं तर त्यानं त्यांचा ओलिसासारखा वापर करून आपलं स्वराज्यही गिळायचा घाट घातला असता."

"पण म्हणून त्यांचे अंत्यसंस्कार करायचे?"

"आऊसाहेब! मान्य, आमचा निर्णय खूप कठोर आणि अमानुष होता. परंतु यामुळेच औरंगजेबाकडून शंभूबाळाच्या होणाऱ्या पाठलागाचा विषय कायमचा निकालात निघाला. आम्ही इतके कठोर न होतो, तर मात्र खरंच बाळाच्या अंत्यसंस्काराचा दुर्दैवी प्रसंग आम्हांवर ओढवला असता."

अरिष्टाच्या कल्पनेने जिजाऊसाहेब थरथरल्या. त्यांनी शंभूबाळांना जवळ बोलावले. त्यांचा गोड, हलकासा पापा घेतला. त्याच वेळी त्यांनी राजांना बजावले, "शिवबा, हा असा गुन्हा पुन्हा करू नकोस. राजकारण तुमचं घडतं, जीव मात्र आमचा जातो!"

२.

शृंगारपुरचा सुपाने पडणारा पाऊस असा धुवांधार होता, की चार हातांवरचा मनुष्य उघड्या डोळ्यांना दिसायचा नाही. एकदा राने, झाडे, सारा परिसर झोडपून पावसाची धुवाधार सर निघून जायची. मग धुक्याच्या दाटीतून पाठीवरचा प्रचितगडाचा

बेलाग कडा दिसायचा. तिथे उगवून खाली घोड्यासारख्या उड्या घेत प्रचंड वेगाने धावणारी शास्त्री नदी आणि बाजूचे अनेक ओढे, ते प्रचंड धबधबे आणि पाण्याचा खळखळाट. निसर्गाची ती अद्‌भुत जादू पाहताना युवराजांच्या डोळ्यांचे पारणे फिटायचे. वर्षातून गौरीच्या सणाला माहेरी परतणाऱ्या सासुरवाशिणीच्या उल्हासाने पर्जन्यधारा चार महिने नुसत्या धिंगाणा घालायच्या. शृंगारपूर आणि त्याच्या पाठीशी खड्या असलेल्या सह्याद्रीच्या दोन अजस्त्र डोंगररांगांनी केलेला काटकोन, या दोहींच्या मध्ये अनेक महावृक्ष उभे होते. कधी कधी वाऱ्याच्या अंगात यायचे. तो पिसाटल्यासारखा वृक्षराजींमध्ये घुसायचा आणि वेळूचेच नव्हे तर महावृक्षांचेही अंग पिळवटून काढायचा.

"कविराज, काय करायचं?" एकदा वैतागून शंभूराजांनी विचारले.

"कशाचं राजन?"

"इथं शृंगारपुरात काव्यलेखनाचा आनंद आणि निसर्गाचा सहवास लाभतो. पण तेवढ्याने आमची तृष्णा भागत नाही. आमची अवस्था जळाविना मासा अशीच आहे."

"राजन— ?"

"गेली अनेक वर्षं अगदी आग्र्याच्या औरंगजेबाच्या दरबारापासून ते फोंड्याच्या लढाईपर्यंत आम्ही जळीस्थळी आबासाहेबांच्या सोबत होतो. जन्मभर त्यांचा उबदार सहवास होता."

"पण लेखणीबहादूरांनी बोलल्याप्रमाणे आपल्या एका हलक्याशा फटकाऱ्यानी तुम्हांला गारद केलं. पित्याच्या मायेपासून छिनून बाजूला काढलं, हे खरं नव्हे?" कलश.

"बिलकूल कविराज! पण आमच्या माहितीनुसार आबासाहेबांना कर्नाटकाच्या मोहिमेवरून माघारी वळायला अजून दीडदोन वर्षं लागतील."

काव्यानंदाच्या कैफात मेंदूची तहान भागत होती, पण अंगातल्या सळसळत्या मर्दानी रक्ताचे काय करायचे? शंभूराजांची आणि कविराजांची मसलत झाली. व्यायामासाठी पाच मोठे आखाडे बांधायचे ठरले. शंभूराजे शृंगारपुरी आल्याची वार्ता सर्व प्रभावळी प्रांतात झाली होती. त्यामुळे अनेक तरणीताठी पोरे रोज त्यांच्या अवतीभवती गोळा होऊ लागली. युवराजांसमवेत तालीमबाजीचा आनंद उपभोगू लागली. दाभोळ आणि राजापूरकडच्या बंदरात येणाऱ्या फिरंग्यांकडून एक नवी गोष्ट समजली होती. तिकडे सातासमुद्रापार म्हणे राजाचे बारमाही खडे लष्कर असते. मराठा गड्यांसारखी पावसाळ्यात भातशेती आणि हिवाळ्याउन्हाळ्यात तलवार हाती, अशी तऱ्हा तिकडे नसते.

सर्वानुमते निर्णय झाला. चेऊल, दाभोळ आणि राजापूर बंदरातून मोठ्या पाठीची, जाडजूड हाडापेरांची, उत्तम पैदाशीची घोडी विकत आणायची. प्रभावळीतलीच धाडसी पोरे गोळा करून तूर्त किमान नवे दोन हजाराचे अश्वदळ बांधायचे. तेव्हा

सरदार विश्वनाथ बोलले, "युवराज, शृंगारपुरात तुमच्या दिमतीस पाच हजारांची फौज असताना हे आणखी कशासाठी?"

"आमचं हे नवं अश्वदळ मोठं हिंमतबाज असेल. ते आम्ही अशा इर्षेनं बांधू की, जिथं तिथं ही घोडी भविष्यात भरारी मारतील, तिथं तिथं ती 'शृंगारपुरी अश्वदौलत' म्हणून ओळखली जाईल."

ठरल्याप्रमाणे गोष्टी पार पडत होत्या. नव्या उत्तम घोड्यांची खरेदी झाली. शंभूराजांनी सामान्य कुणबी, बारा बलुतेदार आणि अठरा पगड जातीतून सारे कष्टाळू वीर आपल्याभोवती गोळा केले. प्रत्यक्ष युवराजांच्या फौजेत झुंजायला मिळणार ह्या कल्पनेने माळामुरडावरचे ते काटक वीर इर्षेने पुढे सरसावले.

घोडदळाला आकार येऊ लागला. लांबलांबच्या दौडी सुरू झाल्या. समोरचा प्रचितगडाचा काटकोनी कडा चढायला खूप अवघड. तरीही ते तरणे ताठे वीर इर्षेनं घोडी वर घालायचे. त्या उभ्या कडसारीच्या वाटा चढताना घोडी चरचरा वाकायची. घामाघूम व्हायची. उद्या जळातून, चिखलपाण्यातून अगर आगीतूनही घोडी पुढे दामटायची जय्यत तयारी शंभूराजे करून घेत होते. त्या घोड्यांच्या आणि माणसांच्या कसरती बघायला आजूबाजूच्या गावातून अनेक बघे गोळा व्हायचे.

शंभूराजांच्या आणि कविराजांच्या अंदाजाप्रमाणेच घडले. एके दिवशी रायगडाकडचा खलिता घेऊन सरदार विश्वनाथ सामोरे आले. आणि दबक्या आवाजात म्हणाले, "युवराज, राहुजी सोमनाथांचा खलिता पावला आहे. त्यांना आपला एक छोटासा खुलासा हवा आहे—"

"पंतांना युवराजांचा खुलासा विचारायचा काय अधिकार?" कविराजांनी विचारले.

"बरं, त्यांचा मुद्दा तरी काय?" शंभूराजे.

"थोरले महाराज कर्नाटकात आहेत. त्यांची अगर रायगडाच्या फडाची पूर्वपरवानगी न घेता आपण नवी फौज कशी बांधू शकता?"

" का नाही?" कलश.

"आपण उगाच मधे बोलू नका, कविराज." सरदार विश्वनाथ डाफरले.

"का नाही? आमच्यावतीनं तेच बोलतील. ते आमचे गुरुबंधू आहेत. दिवाण आहेत." शंभूराजे.

विश्वनाथांचा ताठा थोडा कमी झाला. कविराजांनी सांगितले, "सरदार विश्वनाथजी, आपण खुशाल कळवा रायगडाकडे. म्हणावं, थोरल्या राजांच्या राज्याभिषेकात शंभूराजांना युवराज म्हणून वस्त्रं बहाल केली गेली आहेत. धर्मपरंपरा अन् रूढीनुसार एखाद्या अष्टप्रधानाएवढा त्यांचा अधिकार असतो. ते आपल्या राजाच्या हिताचा कोणताही निर्णय घेऊ शकतात."

सरदार विश्वनाथांनी खाली मान घातली. ते जायला निघाले. तेव्हा शंभूराजे

त्यांच्या जवळ जात मृदू आवाजात विचारू लागले, ‘‘विश्वनाथकाका, काय म्हणायचं ह्या कारकुनी जाचाला? असा पुन:पुन्हा आमचा तेजोभंग करून ही मंडळी जाणूनबुजून का बिथरवतात आम्हांला? सांगा त्यांना– आम्ही इथे आखाडे उघडले आहेत, जनाने नव्हे! तुम्हांकडून म्हणावे कौतुकाची अपेक्षा कधी नव्हतीच. पण ही नसती कुरकुर तरी कशासाठी करता? आम्ही आमच्या मर्यादेनं राहतो आहोत, तुम्ही तुमच्या मानानं राहा.’’

३.

प्रचितगडाच्या शेंडीवर कावळ्याच्या डोळ्यांसारखे निवळशंख, थंडगार पाण्याचे अनेक टाके होते. त्या जलाने तहान मरून जायची. सह्याद्रीच्या माथ्यावरून युवराजांची नजर कधी कधी समोरच्या वारणेच्या विशाल खोऱ्याकडे धावत जायची. तिथेच पुढे होता दूर अंतरावर पन्हाळगड. त्या गडाच्या रेषेतच पुढे विजापूर– अन् विजापूरकडचा मुलूख म्हणजे कर्नाटक आणि तामिळ देश. तिकडेच युवराजांच्या उभ्या आयुष्याचे संचित, जीवनातले सत्य, शिव आणि सुंदर सारे काही असलेले शिवाजीराजे होते. त्यांच्याच मंत्रपावलांकडे युवराजांची नजर लागायची. जीव हुरहुरून जायचा.

सायंकाळी रानातून परतणाऱ्या गाईच्या ओढीने वासराने मेढीला धडक मारावी, पक्षिणीच्या भेटीसाठी पाखराचे हृदय हलके व्हावे, सख्या जिवलग मित्राच्या भेटीसाठी मैत्रीण वेडीपिशी व्हावी, देवाच्या पायरीकडे भक्ताने धाव घ्यावी त्याच औत्सुक्याने, लालसेने आणि ओढीने संभाजीराजे आपल्या पित्याची प्रतीक्षा करत होते.

येसूबाईंना शृंगारपुरातच दिवस गेले होते. पोटातले बाळ दिसामासाने मोठे होत होते. शय्यागृहात येसूच्या पोटावरून आपली लडिवाळ बोटे फिरवत युवराज विचारायचे, ‘‘येसू, कधी भेटायचं ग आबासाहेबांना?’’

‘‘आपण म्हणाल तेव्हा.’’

‘‘नाही. अशा रिकाम्या हातानं जायचं नाही. ओट्यात बाळराजाला घेऊनच रायगडावर जाऊ. लागलेच आबासाहेबांचं आणि जगदीश्वराचं दर्शन घेऊ.’’

शृंगारपुरचा अवघा परिसर म्हणजे वनदेवतेचे अपूर्व लेणे. निसर्गदेवतेचे बक्कळ देणे. इथला आषाढाचा धुवाधार पाऊस नुकताच कुठे थांबला होता. भांग पाजलेल्या घोड्यांप्रमाणे प्रचितगडाच्या अंगाखांद्यावरून खाली उताराकडे धो धो वाहणारे मोठमोठे ओढे आतासे कुठे मनुष्यप्राण्यांना उतार देऊ लागले होते. अलीकडच्याच काही दिवसांत काळ्याकभिन्न मेघांच्या दाटीतून कोवळी सूर्यकिरणे धरतीवर उतरू लागली होती. श्रावणमासात घटिका दोन घटिकांनी मध्येच एखादी

पावसाची सर धावून यायची अन् फुलपाखरांच्या थव्यासारखी भुर्रकन निघूनही जायची. शृंगारपुरच्या माळावर आता ऊन्हे पाडसांसारखी बागडू लागली होती. पाण्याने समढम भरलेली भातखाचरे तृप्त दिसू लागली होती. माळरानावर तेरड्याची, तांबूस गवरफुलांची दाटी होऊ लागली होती. त्यांच्या भांगामधून मध्येच उगवणारी शंकुरबाची पांढरीधोट फुले उनाड तरुणासारखी उगाचच हसताना दिसत होती.

कवी कलश हे शंभू राजांचे दोस्त, गुरू, दिवाण आणि दिवाने सारे काही होते. संभाजीराजांच्या दिलामध्ये आणि दरबारामध्ये त्यांना एक आगळे स्थान होते. तसेच एका परदेशस्थाने प्रगतीच्या शिड्या चढून एवढे शिखरावर जाऊन पोचावे, हे इथे अनेकांना पाहवत नाही, याचीही त्यांना चांगली जाणीव होती. त्यामुळेच आपल्या हातून वावगे काही घडू नये म्हणून एकाकी, कोंडल्यासारखे राहणेच कविराजांना पसंत पडायचे. संभाजीराजांच्या दरबारात कवी कलशांचे महत्त्व दिसामासाने अधिक वाढत होते. त्यामुळे दरबारातील अनेक होतकरू आणि महत्त्वाकांक्षी लोक कवी कलशांचा द्वेषमत्सर करू लागले होते.

'शंभूराजे' हा शब्द कलशांनी प्रथम आपल्या आयुष्यात ऐकला होता तेव्हा कविराजांनी ऐन विशीमध्ये प्रवेश केला होता. पण त्याच तरुण वयामध्ये त्यांनी ब्रजभाषेचा आणि संस्कृत भाषेचा असा सखोल अभ्यास केला होता की, जणू काही दोन्ही भाषाभगिनी त्यांच्या घरामध्ये पाणी भरत होत्या. विशीआधीच एक उत्तम ब्रजभाषी कवी म्हणून त्यांना मान्यता मिळाली होती. मथुरा हे त्यांचे आजोळ. आपल्या संस्कारक्षम वयात त्यांनी बनारस, प्रयाग, मथुरा येथील अनेक ज्येष्ठांच्या संमेलनांना हजेरी लावली होती. अनेक प्राचीन आणि समकालीन कवींच्या कविता, तसेच लोकगीते त्यांच्या जिभेवर होती. आणि बघता बघता ब्रजभाषेतील एक उत्तम कवी, नुसता कवी नव्हे तर कवींच्या मैफलीतील एक कळस —कलश, म्हणूनच 'कवी कलश' असे त्यांचे नाव पडले.

प्रयागच्या मुरलीधरशास्त्र्यांचा मुलगा म्हणजेच उमाजी पंडित म्हणजेच कलश. मुरलीधरशास्त्री हे विठोजी भोसल्यांपासून भोसलेकुळाचे प्रयागमधील उपाध्याय होते. कवि भूषण यांच्यानंतर उत्तर हिंदुस्थानात शिवाजीराजांचे जाहीर गोडवे गाणारे ते एक प्रकाडपंडित. त्यांच्या त्या एका गुन्ह्यासाठीच प्रयागच्या मोगली कोतवालीवर त्यांना एकदा बोलावून घेतले गेले होते. त्यांना दमबाजी केली गेली होती.

एके दिवशी कवी कलश रोजच्याप्रमाणे भल्या पहाटे संगमावर गेले. तेथे पवित्र स्नान आटोपून ओल्या वस्त्रांनिशी आपल्या वाड्यात परतले. तेव्हा अंगणातल्या तुळशीवृंदावनाजवळ त्यांचे वडील मुरलीधरशास्त्री अस्वस्थ होऊन त्यांचीच वाट पाहत तिथे उभे होते. कलश आत येताच त्यांनी चटकन आपल्या वाड्याची कवाडे-खिडक्या बंद करून घेतली. ते गंभीर पण हळू आवाजात बोलले,

“चल, लवकर आटप. अधिक वेळ न दवडता घोडा बाहेर काढ.”

“बाबा, इतकी कसली तातडी?”

“रायगडाहून निरोप आलाय. शिवाजीराजे आपल्या शंभू नावाच्या पुत्राबरोबर येत्या काही दिवसांतच आग्र्याला पोचणार आहेत. औरंगजेबाच्या कृष्णकृत्यांचा राजांना भरवसा नाही. म्हणूनच भोसलेकुळाशी इमान ठेवणाऱ्या उत्तरेतल्या तीनचार कुटुंबांतील कर्त्यांना त्यांनी आग्र्याकडे जल्दीनं बोलावलं आहे. अशा कठीण प्रसंगी खरं तर मीच निघायला हवं होतं. परंतु वार्धक्यामध्ये मला आता प्रवासाची ही दगदग सोसायची नाही.”

कवी कलशांनी तात्काळ प्रवासास उपयुक्त अशा तुटपुंज्या साहित्याचे गाठोडे बांधले. सोबत पाण्यासाठी एक फिरकीचा तांब्या घेतला. मुरलीधरशास्त्री निरोपावेळी कमालीचे भावविवश होऊन बोलले, “आपल्या कुटुंबावर परंपरागत उपाध्याय म्हणून भोसल्यांची खूप मदार आहे. म्हणूनच तू शिवाजीराजांचं आणि त्यांच्या पुत्राचं पडेल ते काम कर. आज परचक्रामुळं भयभीत झालेल्या हिंदुस्थानातल्या तेहतीस कोटी देवदेवता शिवाजीराजांकडं मोठ्या आशेनं पाहतात!”

आपल्या पित्याचा आदेश शिरसावंद्य मानून कवी कलशाने लागलेच आग्रा गाठले. तो शिवरायांच्या सेवेत दाखल झाला. एकदा देवपूजेच्या वेळी कलशांच्या मुखीचे शुद्ध संस्कृत पठण राजांनी ऐकले आणि त्यांची संभाजीराजांकडेच तात्काळ नेमणूक केली. कलश शंभूराजांपेक्षा किमान दहा वर्षांनी वडील होते. शृंगारपुरच्या उमाजी पंडिताने शंभूराजांना संस्कृत भाषेची गोडी लावली होतीच. मात्र कवी कलशांच्या सुमधुर आवाजातील संस्कृत आणि ब्रजभाषी काव्यपंक्ती ऐकताना युवराजांचे तनमन हरपून जाई. आग्र्याच्या वास्तव्यातच त्या दोघांची अशी गट्टी जमली की, कविराज काही कामानिमित्त थोडेसे जरी बाजूला झाले तरी शंभूराजे हिरमुसल्यासारखे दिसायचे.

आग्र्याहून जेव्हा थोरले महाराज बाहेर पडले, तेव्हा शेल्याने आपले डोळे पुसत ते कवी कलशांना बोलले, “आम्ही दक्षिण देशी चाललो तरी आमचा हा प्राणदिवा इकडे मागेच राहणार आहे. त्याची काळजी घ्या.” महाराजांनी आपल्या करंगळीतील हिऱ्याची अंगठी खूण म्हणून कवी कलशांच्या हवाली केली आणि सर्वांचा निरोप घेतला. त्यानंतर कवी कलश आणि त्यांचा एक मित्र सक्सेना हे दोघेजण आग्र्यात काही दिवस राहिले होते. गुप्त बातम्या काढत होते. एकदा त्यांना संशयास्पद स्थितीमध्ये भटकताना त्या नगरीच्या कोतवालाने कैद केले आणि हाग्यामार देऊन आग्र्यातून हद्दपार केले.

तेथून कवी कलश मथुरेला आपल्या आजोळी परतले. तिथे एका तिन्हीसांजेच्या वेळी त्यांनी एका कृष्णमंदिरामध्ये ब्राह्मणबाळाच्या वेषातील कोवळ्या शंभूराजांना

पाहिले. त्यांनी त्यांना तात्काळ ओळखले. पण तिथे बाजारातच बभ्रा व्हायला नको म्हणून कवी कलश अण्णाजीपंत त्रिमलांचा पाठलाग करीत त्यांच्या मुक्कामापर्यंत दबकत दबकत जाऊन पोचले. मथुरावासी त्रिमलबंधू युवराजांना घेऊन दक्षिणेकडे निघाले, तेव्हा कविराजही त्यांच्या सोबतच निघून आले.

पुढे कवी कलश आणि संभाजीराजे यांचा स्नेह उत्तरोत्तर वाढतच राहिला. युवराजांनी कविराजांकडून ब्रजभाषेतील अनेक छंदगीते समजून घेतली होती. कालिदास आणि भवभूती अशा नाटककारांच्या कलाकृतींचाही दोघांनी मिळून अभ्यास केला होता. कृष्ण, राधा, मीरा असे अवघे गोकुळ कविराजांच्या जिभेवर असायचे. त्यांच्या सहवासातच युवराजांना वाङ्मयाची गोडी लागली. कविराजांच्या सहवासात युवराजांनी 'नायिकाभेद' आणि 'नखशिख' 'सातसतक' हे आणखी तीन ग्रंथ लिहून काढले. ब्रजभाषेतील 'नायिकाभेद' ह्या ग्रंथराजात त्यांनी उच्चतम शृंगाराचे वर्णन केले. तसेच अनेक नायिकांचा वेध घेतला. ते 'नृपशंभू' या नावाने काव्यलेखन करत होते.

संस्कृत वा ब्रजभाषेतील काव्यलेखनाचा कच्चा खर्डा तयार झाला, की त्यावरून कवी कलशांची नजर फिरायची. संभाजीराजांनी कविराजांना आपले वाङ्मयीन गुरू मानले होते. त्यामुळे तेच त्यांचे पहिले रसिक आणि वाचक ठरत. त्यांच्या लेखनावर कवी कलशांचा सफाईचा हात फिरे. दिवसा कविराज युवराजांना फडावर भेटत. तिथे राज्यकारभार, प्रशासन, सुभेदारी, तवारिख, जासूदपत्रे अशा प्रशासकीय बाबी युवराजांकडून पार पडत. तिथे कविराज त्यांच्यासोबत असतच. परंतु सायंकाळी वा रात्री युवराजांची काव्याची आराधना सुरू व्हायची. एकदा सरस्वतीच्या दरबारातील घंटा वाजू लागल्या की, युवराजांना कैवल्याचा आनंद मिळायचा. राजकारण आणि काव्य अशा दोन्ही इलाख्यांत गुरुशिष्यांची चौफेर मुलूखगिरी चालायची.

शृंगारपुरच्या रम्य वास्तव्यात केशव पंडित, कवी कलश आणि शंभूराजांच्या काव्यमैफिली रंगायच्या. जरी शिवराय शंभूराजांना मागे टाकून दक्षिणेच्या मोहिमेवर निघून गेले होते. शूंभराजांच्या राजांवरचा राग तसा तात्कालिकच होता. परंतु आपला कर्तृत्वान पिता, आई भवानी हे कुलदैवत, विद्येची देवता गणेश, शिव आणि पार्वती या प्रियत्तम साऱ्या गोष्टी त्यांच्या मनाचे कोपरे पुन:पुन्हा उजळून टाकीत होत्या. त्यांना काव्याचा सुगंध लाभू लागला. शृंगापुरच्या मुक्कामात शंभूराजांनी "बुधभूषणम्" नावाचा संस्कृत ग्रंथ लिहिण्याचा संकल्प जाहीर केला.

जसजसे श्लोक हातावेगळे व्हायचे, तसतसे राजे त कवी कलशांना अवलोकनार्थ द्यायचे. त्या सकाळी आपल्या पुण्यप्रतापी पित्याचं वर्णन करणारा श्लोक शंभूराजांनी लिहून हातावेगळा केला. त्यावरून कलशांनी नजर फिरवली. ते मोठ्यानं वाचू लागले;

"कलिकालभुजंगमावलीढं निखिलं धर्मवेक्ष्य विक्लवं यः।
जगतः पतिरंशतोवतापोः (तीर्णः) स शिवछत्रपतिजयत्यजेयः।

(—कलिकारूपी भुजंग घालीतो विळखा
करितो धर्माचा ऱ्हास
तारण्या वसुधा अवतरला जगपाल
त्या शिवबाची विजयदुदंभी गर्जूदे खास.'')
"कविराज जमलंय काव्य?''
"वाऽ आम्ही तुम्हांला नृपशंभो उगाच म्हणत नाही. वा. संस्कृतसारखी
देवभाषा आपल्या आजोबांपासून, शहाजीराजांच्या काळापासून भोसल्यांच्या घराण्यात
कशी आली आणि नांदतेय हेही दिसतं या निमित्तानं.''

४.

वाड्याच्या गवाक्षातून येसूबाईंनी बाहेर नजर टाकली, तेव्हा प्रचितगडाच्या
भव्य पहाडावरून सूर्याची किरणं पाझरल्यासारखी समोरच्या गर्द झाडीत उतरताना
दिसली. येसूबाई तशाच कितीतरी वेळ समोरच्या दऱ्याडोंगरांकडे पाहत उभ्या
होत्या. पाठीशी येऊन उभे राहून युवराजांनी त्यांच्या खांद्यावर हलकेच हात ठेवला.
तशा त्या दचकल्या. युवराज हसतच विचारू लागले,
"येसू, अशा वेड्यासारख्या काय पाहता त्या झाडांकडे आणि पहाडांकडे?''
"दरीतले ते महावृक्ष बघितले की, मला मामंजीसाहेबांचीच आठवण होते.
रायगड असो वा शृंगारपूर, मामंजींची थोरवी दिंड्यापथकासारखीच डोळ्यांसमोर
नाचत राहते.''
"कारण त्याच रत्नपारख्याने ह्याच शृंगारपुरात लखख धुतलेल्या भांड्यांवरून
एका चिमुरडीलाही हेरलं होतं. तिला सून बनवून रायगडावर आणलं होतं, खरं ना?''
येसूबाईंच्या नाकाचा शेंडा पकडत युवराज लाडाने बोलले. बाळपणीचा आपले जीवन
घडविणारा तो प्रसंग आठवला आणि येसूबाईंच्या डोळ्यांत आनंदाश्रू तरळले.
त्या रात्री युवराज काहीसे लवकरच बिछायतीवर पडले होते. वाड्याच्या
चोहोबाजूस काळाकभिन्न अंधार पसरलेला. शृंगारपुराने समोरचा भव्य कडा जणू
काही आपल्या उशीला घेतला होता. बाजूच्या गर्द झाडीतून अचानक तांबूसलाल
प्रकाश दिसायचा. पहारेकऱ्यांच्या हातातले पलितेटेंभे फुरफुरल्यासारखे भासायचे.
रानातून वेताळांची पालखीच चालल्याचा भास व्हायचा. थोड्याच वेळात वाड्याबाहेर
एक सांडणीस्वार आणि काही घोडी येऊन थांबल्याचा आवाज ऐकू आला. त्या
अनमानधपक्या आलेल्या पाहुण्यांचे आणि सदरेवरील कारभाऱ्यांचे बारीक आवाजात
बोलणे चालले होते. पाठोपाठ तिथे कवी कलशांचा घोडा येऊन थांबला.
कविराजांचा निरोप वरच्या दालनामध्ये पोचण्याआधीच युवराजांनी मांडचोळणा

घातला. देवघरातली कवड्यांची माळ गळ्यामध्ये घातली आणि आपला जामानिमा ठीक करत ते तातडीने सदरेवर आले. तिथे उंच समयांच्या मिणमिणत्या प्रकाशात चारपाच मंडळी बसलेली. एक पांढऱ्या दाढीतला पन्नाशीचा मुसलमान मियाँ युवराजांची प्रतीक्षा करीत होता. त्याच्या एकूण हालचालींकडे कवी कलशांचे बारीक लक्ष होते. युवराज सदरेवर दाखल होताच सारेजण अर्धवट उठून उभे राहिले. तातडीने मुजरे झाले. संभाजीराजांनी बैठक मारत कवी कलशांना डोळ्यांनीच 'बोला' असे खुणावले. तसे कविराज संकोचून बोलले, "तातडीचा खलिता आला आहे — दिलेरखानाकडून."

कवी कलशांच्या बोलावर शंभूराजांनी दीर्घ श्वास घेतला. कोणतीही प्रतिक्रिया व्यक्त न करता ते शून्यात पाहू लागले. दिलेरखान ही कोणी साधीसुधी असामी नव्हती. पातशाही राजकारणामध्ये मुरलेला, प्रसंगी औरंगजेबाचा शहजादा मुअज्जम याच्याशी झगडा केलेला दाऊदजाई जातीचा तो कडवा रोहिला होता. गंगायमुनेपासून ते भीमा-कावेरीपर्यंत अनेक नद्यांचे पाणी प्यालेला तो साठीतला अनुभवी बुड्ढा होता. अशा वकुबाचा हा सरदार दोन वर्षांपूर्वी दक्षिणेच्या सुभेदारीवर आला होता. आणि तेव्हापासून संभाजीराजांशी दोस्ती करण्याचा त्याचा प्रयत्न सातत्याने चालू होता.

शंभूराजांनी गळ्यातली कवड्यांची माळ हाती घेतली. मनातल्या मनात मंत्रपठण केले. त्यांनी दिलेरची ती अखबारथैली उघडून पाहिली. बाकीची सर्व मंडळी दालना-बाहेर गेली. शंभूराजांनी कवी कलशांना खलित्याचे वाचन करावयास सांगितले. कविराजांची नजर त्या सुंदर हस्ताक्षरावरून फिरू लागली—

"राजाधिराज, शेर समशेर, संभाजीराजे भोसले

एखादा मनुष्य जेव्हा यारीदोस्तीखातर आपला हात पुढं करतो, तेव्हा त्याच्या मनातली दुश्मनीची जळमटे जळून खाक होतात, हे आपल्यासारख्या शायर असलेल्या मराठ्यांच्या शहजाद्याला आम्ही अलाहीदा काय सांगावे? मात्र आपण याचाही पक्का खयाल ठेवा की, कमळाची टपोरी फुले फक्त तालाबातच फुलतात. शेरचा बछडा अरण्यातच खुलून दिसतो. त्याच हिसाबानं आम्ही आपणास सवाल करू चाहतो की, मराठ्यांच्या राज्याचे नेक शहजादे असताना आपण शृंगारपुरच्या त्या अंधेऱ्या गुफेत स्वत:ला कोंडून काय करता आहात?

आपण आपल्या हक्काच्या रायगडाला महरूम झाला आहात. शेर शिवाजीसारखा वालीद मिळूनही आपण मायेला यतीम झाला आहात. तुमच्या दिलाची धडकन आम्ही जाणून आहोत. आजवर आपण फक्त मोगलांच्या दुश्मनीबद्दल ऐकले असेल, दोस्तीबद्दल नाही. आमचं दिल साफ नसतं तर राजपुतांच्या तीन तीन पिढ्यांनी आमच्याशी दोस्ताना कशाला ठेवला असता? म्हणूनच तुम्हांस खुल्या दिलाने अर्ज करतो की, मनामध्ये आंदेशा ठेवू नका. आमची दोस्तीची पेशकश

ठोकरू नका. आपणास कोणतीही मुसिबत आल्यास आमच्याकडे तातडीने हरकारे पाठवा, आम्हांला अर्ध्या रात्री उठवा. उमरकी और तजुरबेकी पर्वा किये बैगेर ये बंदा आपकी खिदमतमें हाजीर हो जायेगा.''

कवी कलशांची मुद्रा पडली होती. त्यांच्याच्याने पुढचा काही मजकूर वाचवेना.

शंभूराजे मात्र गालातल्या गालात हसत होते. स्वत:ला रोखायचा प्रयत्न करत होते. परंतु पाण्याचा पाट फुटल्यासारखा त्यांना आपल्या हास्याचा ओघ आवरता येईना. ते खो खो करत पोट धरून हसत सुटले. दुष्ट औरंगजेबाचा सुभेदार शेर शिवाजीच्या पुत्रालाच प्यारमोहब्बतीचे आवातन देतो, ही कल्पनाच किती हास्यास्पद म्हणायची! युवराजांपाठोपाठ कवी कलशही मोठ्याने हसू लागले. येसूबाई धावत दरवाजाजवळ येऊन उभ्या राहिल्या.

खलित्याच्या वाचनाबरोबर महालात एक अस्वस्थ सन्नाटा पसरला. खलित्याच्या जबाबासाठी दिलेरचे दूत महालाबाहेर खोळंबून होते. अस्वस्थ शंभूराजेही आपल्या डोळ्यांच्या कोनातून कवी कलशाकडे आणि दाराशी खोळंबून उभ्या राहिलेल्या येसूबाईंकडे आरूनफिरून नजर टाकत होते. रात्री उलट जबाबाचा कोणताही मजकूर युवराजांनी कविराजांना सांगितला नाही.

दुसऱ्या दिवशीची दुपार झाली. दिलेरखानच्या बैचेन दूतांना शृंगारपुरचा उष्मा सोसवेनासा झाला. त्यांनी शंभूराजांचा एकसारखा पिच्छा पुरवला. तेव्हा राजे त्या दूतावर कडाडले, ''जा, सांगा तुमच्या दिलेरखानाला म्हणावे,— आपण पढतमूर्ख आहात, म्हणूनच पेडगावला राहता ते फारच चांगलं! वळचणीचं पाणी पुन्हा आढ्यावर चढणं जसं अशक्य, सरितेनं सागर कवेत घ्यायचा सोडून पुन्हा सर्पासारखा आपल्या उगमाकडे उलटा वळसा घेणं जसं अशक्य, तशीच मोगली सुभेदारानं शिवाजीच्या पुत्राशी दोस्ती करायची अभिलाषा बाळगणं, हे मूर्खाचं नव्हे तर शतमूर्खाचं लक्षण आहे!''

५.

युवराज-युवराज्ञींना घेऊन पालख्या संगमेश्वरच्या नावडी बंदराच्या काठावर येऊन उतरल्या होत्या. शंभूराजे दूरवर पसरलेल्या चिंचोळ्या खाडीतील पाण्याचा चमचमता पट्टा निरखत होते. सायंकाळी ताडामाडाच्या बनामध्ये वाऱ्याने फेर धरला होता. मावळतीचे तांबूस आभाळ दर्याच्या दर्पणामध्ये उतरले होते. मासेमारी करून आलेल्या कोळ्यांची छोटी गलबते सायंकाळच्या समुद्रलाटांत डुचमळल्यासारखी करीत होती. आखूड कास्टा घातलेल्या, गळाभर मणीमाळा आणि केसांमध्ये रानफुले माळलेल्या कोळणी आनंदाने थिरकत होत्या. डोईवर तांबड्या आखूड

टोप्या घातलेले, रुमाल बांधलेले, गुडघ्यापर्यंत लुंग्या दुमडलेले कोळी होड्यांच्या लाकडी फळीवर ठेका धरून नाचत होते.

''वल्हव रे नाखवा वल्हव मुरारी
होरी बघा आमची थरकली दर्याकिनारी
संभूबाळाला ठेऊन शृंगारपुरी
का गेलं राजं देशांतरी
बोल रे बोल माझ्या देवा मल्हारी''

ती गाणी कानावर पडताच शंभूराजांनी हसून येसूबाई आणि कवी कलशांकडे पाहिले. संगमेश्वर गावाने जणू संभाजीराजांच्या मनावर भुरळ घातली होती. वरुणा आणि अलकनंदा नदीच्या संगमावर असलेले हे पुरातन नगर युवराजांना खूप आवडले होते. एके काळी ह्या नगरीचे नाव रामक्षेत्र होते. परशुरामाने इथे अनेक मंदिरे बांधली होती. सातव्या शतकामध्ये चालुक्य राजा कर्ण करवीराहून संगमेश्वराकडे आला. त्याने इथे स्वतःची राजधानी तयार केलीच, शिवाय कर्णेश्वर नावाचे पाषाणाचे भव्य मंदिरही बांधले. कर्णाच्याच काळात ह्या छोटेखानी नगरीत सुमारे तीनशे नवी मंदिरे आणि नवे तलाव बांधून झाले. संपूर्ण गावाला एक जुनाट तट होता. शिवाजीराजांच्या उदयापूर्वी विजापूरच्या आदिलशहाचा एक सुभेदारही इथे राहायचा. मात्र जसे हिंदवी स्वराज्य वाढले, तशी आंबा घाट उतरून कोकणात यायची आदिलशाही अंमलदारांना छाती उरली नाही.

शंभूराजांनी कर्णेश्वराच्या गाभाऱ्यात जाऊन सपत्नीक दर्शन घेतले. संगमावर एकमेकींना कवेत घेणारे दोन्ही नद्यांचे पाणी पाहून शंभूराजांचे मन हुरहुरले. ते कलशांना बोलले, ''कविराज, दोन नद्यांचा संगम बघितला की, आमचं मन कसल्याशा गूढ हुरहुरीनं असं उचंबळून येतं! ह्या संगमाशी आमचं काय नातं जडलं आहे, कोणास ठाऊक!''

युवराजांनी कसब्याच्या बाजूला एक उंचवट्याची जागा बघितली. चौफेर नारळीपोफळींची आगरे. पाठीमागचे नदीचे खळाळते पाणी आणि चौफेर गस्त घालणारे गच्च वृक्षराजींनी नटलेले हिरवे डोंगर. शंभूराजे बोलले, ''कविराज, हे स्थळ आम्हांला खूप आवडलं. इथंच आमच्यासाठी एक छानसा वाडा बांधा. निसर्गाचाही इथं सहवास लाभेल आणि गोव्याकडून व कोल्हापूरकडून येणाऱ्या मार्गावरही चांगली दहशत ठेवता येईल!''

रात्रीच्या भोजनासाठी युवराजांना शृंगारपुरच्या वाड्यातच परतायचे होते. त्यामुळे पालख्या सोडून शंभूराजे आणि येसूबाईंनी धिप्पाड पाठीच्या दोन मोठ्या अरबी घोड्यांवर मांड ठोकली. युवराजांनी घोड्याला शृंगारपुराच्या दिशेने टाच मारली, तेव्हा आजूबाजूच्या ताडामाडात आणि सभोवतालीच्या दाट वृक्षराजीने नटलेल्या

दऱ्याखोऱ्यात अंधार उतरू लागला होता. गावाकडच्या ओढ्यातून, ओघळीतून वाट दाखवण्यासाठी हातामध्ये फुरफुरत्या दिवट्या घेऊन मशालजी आगेमागे धावू लागले.

शंभूराजे कसबा ओलांडताहेत तोच अचानक दोनतीनशे गरीब शेतकऱ्यांचा आणि कोळ्यांचा जमाव युवराजांच्या पथकाला आडवा आला. त्याबरोबर संगमेश्वरच्या टेहळणीच्या पथकांनी त्यांना "चला, मागे चला, मागे हटा." असे हाताने पाठीमागे लोटले. रेटले. परंतु "अहो बाळराजे, अहो धनीमायबाप थांबा थोडं," अशा करुण किंकाळ्या भरधाव वेगाने पुढे जाणाऱ्या युवराजांच्या कानामध्ये घुसल्या. त्याबरोबर युवराजांनी लगाम खेचून आपला घोडा गर्रकन मागे वळवला.

युवराज थांबल्याचे दिसताच गस्तीवाल्यांची पर्वा न करता शेतकरी पुढे धावले. त्या कास्तकारांनी एकच गिल्ला आणि आकान्त सुरू केला, "मायबाप सरकार, वाचवा हो वाचवा." काहीतरी गंभीर प्रसंग असल्याची जाणीव संभाजीराजांना झाली. त्यांनी पटकन घोड्यावरून खाली उडी ठोकली. त्यांच्या पाठोपाठ कवी कलशही खाली उतरले. त्या दोघांच्या भोवती शेतकऱ्यांनी गराडा घातला. एक म्हातारा शेतकरी टाहो फोडत ओरडला, "मायबाप सरकार, आम्ही कसं जगायचं ते सांगा. हे जप्तीचे हुकूमनामे बघा."

"कोणी धाडलेत ते?"

"पार रायगडावरून आलेत बघा." किडकिड्या अंगाचे दोनतीन शेतकरी एकदम बोलले.

"कविराज, बघा बरं. काहीतरी घोटाळा दिसतो आहे खास," शंभूराजे गोंधळून बोलले, "इथली प्रभावळीची सुभेदारी राजांनी आमच्याकडे दिली असताना आम्हांला डावलून हे हुकूमनामे रायगडावरून येण्याचं काय कारण?"

त्या गलितगात्र शेतकऱ्यांच्या हातातले कागद कविराजांनी घेतले. ते हलक्या सुरात बोलले, "अनेक वर्षं शेतसारा तुंबलाय, म्हणूनच जप्तीचे हे हुकूमनामे पाठवलेले दिसतात."

"पण त्यावर स्वाक्षरी कोणाची आहे?"

"राहुजी सोमनाथ यांची. अण्णाजी दत्तोंच्या सांगण्यावरूनच हुकूमनामे पाठवल्याचं त्यात स्पष्ट म्हटलं आहे."

पोट खपाटीला लागलेल्या त्या कृश शेतकऱ्यांमध्ये पुन्हा भीतीची लाट उसळली. आठ-दहाजणांनी संभाजीराजांच्या आणि येसूबाईंच्या पायांवर सरळ लोटांगणे घातली. ते धाय मोकलून रडत गाऱ्हाणे घालू लागले, "आम्ही तरी काय करणार धनी? गेली सहा-सात सालं काही पिकलंच नाही बघा. ओढ्याचं पाणी सारखं खलाटीत सुटतं. शेताला बांध राहत नाही आन् काई पिकतबी नाही. कितीतरी

लोकांनी वैतागून गळफास लावून घेतले बगा.... दया करा! मायबाप, न्याय द्या.''

त्या कष्टकऱ्यांची दुबळी, लीनदीन शरीरे पाहता दुसऱ्या पुराव्यांची गरजच नव्हती. तरीही युवराजांनी संगमेश्वरच्या ठाणेदाराला बाजूला बोलावून घेतले. शेतकऱ्यांच्या हानीची खातरजमा केली आणि त्यांनी कविराजांना लागलाच हुकूम केला, ''कलशजी, ह्या सर्वांना माफीनाम्याचे लेखी हुकूम द्या.'' युवराजांनी जागेवरच न्याय दिला. ते पाहून कष्टकरी कुणबी तिथेच जल्लोष करीत नाचू लागले. त्यांनी शंभूराजांना बक्कळ आशीर्वाद दिले. युवराजांचे पथक पुन्हा शृंगारपुराकडे धावू लागले.

रात्री कवी कलशांनी शंभूराजांना हळूच इशारेवजा शब्दांत सांगितले,

''आपल्या हुकूमाची तामिली उद्या सकाळीच करतो. माफीनामे खास दूतामार्फत संगमेश्वराकडे पाठवून देतो. परंतु राजन, आपण केलेल्या कारवाईची एक प्रत माहितीसाठी रायगडच्या फडावरही धाडून देतो.''

''काही शंका वाटते का आमच्या हुकूमाबाबत?''

''हुकूम न्याय्य आहे. पण सरकारकून आपल्या विरोधात याचेही भांडवल करण्याची संधी सोडणार नाहीत. तेव्हा म्हटलं....''

तापल्या तव्यावर तेल पडताच ते चरचरून जावे, तसे शंभूराजे उखडले,

''कविराज, आम्ही कायद्याने प्रभावळीचे सुभेदार आहोत. आमच्या अधिकारात आम्ही हा निर्णय घेऊ शकतोच. शिवाय आम्ही हिंदवी स्वराज्याचे युवराज आहोत. शेतातलं बुजगावणं नव्हे! त्यामुळेच नडलेल्या आणि गांजलेल्या रयतेला युवराज या नात्यानं जागेवर न्याय द्यायचा निसर्गदत्त अधिकार आम्हांला आहे!''

कवी कलश मंदसे हसले, पण तितक्याच शांत सुरात बोलले,

''राजन, आपल्या अधिकारकक्षेबद्दल सवाल करायचा मला अधिकार नाही. मात्र आपला एक प्रिय मित्र या नात्यानं मला आपल्याला जरूर सांगावं लागेल. जिथे राजा असतो तिथे एक दरबार असतो. आणि दरबारांच्या भिंती नेहमीच कटाच्या छुप्या कारस्थानांनी पोखरलेल्या असतात. महत्त्वाकांक्षेच्या भुकेनं बेताब असतात. हा खेळ अगदी अनादी काळापासून चालत आला आहे. तेव्हा उगाच पुढेमागे पंचाईत नको म्हणूनच दूत पाठवावा म्हणतो मी रायगडाकडे!''

६.

आभाळातून वाहणाऱ्या पांढऱ्याशुभ्र ढगांप्रमाणे दिवस झरझर जात होते. शृंगार-पूरच्या नित्यपाठामध्ये तसा विशेष काही फरक पडत नव्हता. परंतु एके दिवशी दुपारी बाळाजी आवजी चिटणीसांची पालखी वाड्याजवळ येऊन पोहोचली.

सडपातळ बांध्याचे, काटक, गौर वर्णाचे, साठी ओलांडलेले बाळाजी पालखीतून

खाली उतरले. विशीतल्या उत्साही पोराच्या झपाझप चालीने ते राजवाड्याच्या सलग पंचवीस पायऱ्या एका दमात चढून वर आले. मधल्या चौकात बाळाजी येताच युवराज्ञी येसूबाई त्यांना आदराने सामोऱ्या गेल्या. शंभूराजेसुद्धा बाळाजीपंतांच्या अचानक आगमनाने आश्चर्यचकित झाले, दोघांनी एकमेकांना आलिंगन दिले. शंभूराजांनी हसत विचारले, "बाळाजीकाका, अगदी अनमानधपक्या आलात?"

"शंभूराजे, गडावर आता जीव लागत नाही. महाराजांना कर्नाटकात जाऊन बरेच मास लोटले. म्हटलं, निदान युवराजांचा तरी दिसा दोन दिसांचा सहवास लाभेल."

स्वराज्याची निर्मिती करताना शिवरायांनी आपल्या अवतीभवती अनेक नररत्नांचा समुच्चय गोळा केला होता. त्यापैकी तानाजी, बाजीप्रभू देशपांडे, शिवा काशीद असे अनेक मोहरे धारातीर्थी पतन पावले होते. अनेकांना वार्धक्याने ओढून नेले होते. आज राजांच्या दरबारामध्ये हंबीरराव, येसाजी कंक, हिरोजी फर्जंद, अण्णाजी दत्तो, मोरोपंत पिंगळे, राहुजी सोमनाथ अशी हाताच्या बोटांवर मोजण्याइतपत पहिल्या फळीतली जी मंडळी उरली होती, त्यामध्ये बाळाजी आवजी चिटणीसांचा समावेश होता.

तसा चिटणीस घराण्याचा स्वराज्य सेवेतला प्रवेश होण्यामागे योगायोग आणि अपघात ह्या दोन्ही गोष्टी कारणीभूत झाल्या होत्या. बाळाजींचे कर्तृत्ववान पिता आवजी हरी चित्रे हे जंजिऱ्याच्या सिद्दीकडे दिवाण म्हणून काम पाहत होते. एकीकडे मराठी मुलखावर अनन्वित अत्याचार करण्यामध्ये सिद्दी कुप्रसिद्ध होते. मात्र तिकडे आवजी हरी आपल्या कामाच्या आणि एकनिष्ठतेच्या बळावर सिद्दीच्या दिवाणपदापर्यंत जाऊन पोचले होते. तेव्हा साहजिकच त्यांची उत्तरोत्तर होणारी भरभराट पाहून दरबारातील अनेक मुसलमान कारकुनांचा आणि कारभाऱ्यांचा जळफळाट होऊ लागला.

जेजुरीचा खंडोबा हे आवजी हरींचे दैवत. एकदा त्यांच्या स्वप्नात मल्हारीमार्तंड येण्याचे निमित्त झाले. तेव्हा अंगातल्या कारकुनी शिस्तीप्रमाणे त्यांनी आपल्या आजारी धन्याकडे रीतसर अर्ज सादर केला. त्यानंतरच ते जेजुरीस जाऊन देव देव करून पुन्हा जंजिऱ्यास परतले. नंतर सिद्दी बाबशीखानची प्रकृती अधिकच बिघडली. तेव्हा आवजी हरींच्या विरोधात कारस्थाने करणाऱ्या मुस्लीम कारकुनांसाठी ही चांगलीच संधी चालून आली. त्यांनी, आवजीनेच जेजुरीस जाऊन आपल्या धन्यावर देव घातला आहे, असा कांगावा सुरू केला. त्यातच बाबशीखान हबशी मरण पावला. गादीवर आलेल्या नव्या सिद्दीकडेही दरबारी कारकुनांनी एकच गोंगाट केला, "आवजीने सुलतानावर जालीम चेटूक केले आहे. राज्य बुडवण्याचा त्याचा इरादा आहे." पोर वयाच्या नव्या सिद्दीने ह्या कागाळ्याच सत्य मानल्या. हातापाया पडून आपण निर्दोष असल्याचे आवजीने आपल्या धन्याला परोपरीने सांगितले. पण त्याचा काही उपयोग झाला नाही. उलट नव्या सिद्दीने जुलमाने आवजीच्या हाती विषाचा प्याला देऊन तो लागलीच प्राशन करायला त्यांना भाग पाडले. आवजी आणि त्याचा मोठा भाऊ खंडोजी या दोघांना

मोठ्या पोत्यात करकचून बांधून समुद्रात फेकून दिले.

हबशांनी आवजी हरीचे घर लुटलेच. त्याशिवाय आवजींच्या बाळाजी, चिमणाजी आणि श्यामजी ह्या तिन्ही मुलांना हबशांनी गुलामाची पोरे म्हणून इराण, इराककडे नेऊन विकावयाचे ठरवले होते. एका रात्रीत आवजींच्या पत्नीचे, रखमाबाईंचे दैव फिरले. तेव्हा बाळाजी अवघे अकरा वर्षांचे होते. दुर्दैवी मातेसह तिघा मुलांनी गलबतावर एकसारखा आकान्त मांडला होता. भरल्या समुद्राकडे नजर टाकत, आकाशाकडे पाहत, दैवाकडे आणि देवाकडे ते सारे मदतीची याचना करत होते. दैव बलवत्तर म्हणून की काय निसर्गच त्यांच्या हाकेला धावला! गलबत राजापूरच्या किनाऱ्याजवळ पोचले, तेव्हा अचानक उलटा वारा वाहू लागला. म्हणूनच नाइलाजाने खलाशांनी किनारा गाठला.

योगायोगानेच विसाजी शंकर हे रखमाबाईंचे बंधू राजापूरमध्ये व्यापार करत होते. ऐनवेळी बहिणीच्या मदतीला भाऊ धावला. खलाशांच्या खूप मिनतवाऱ्या करून आणि मोठे द्रव्य त्यांच्या पदरामध्ये टाकून विसाजीने आपल्या आप्तांची कशीबशी सुटका करून घेतली.

बाळाजीपंत आपल्या मामाच्या सावलीमध्ये वाढत होते, त्याचवेळी तिकडे घाटमाथ्यावर शिवाजीराजांनी हिंदवी स्वराज्याचा उद्योग आरंभला होता. त्यांच्या विजयी वार्ता ऐकून बाळाजी हर्षभरीत होऊन जात असे.

एकदा आपल्या मोत्यासारख्या वळणदार अक्षरात त्यांनी शिवाजीराजांना पत्र लिहिले, "हिंदवी स्वराज्याचा एक शिपाई म्हणून सेवाचाकरी करण्यामध्ये मला धन्यता वाटेल, राजे."

योगायोगाने पुढे शिवाजीमहाराज राजापूरच्या मोहिमेवर आले तेव्हा रत्नपारख्याने हिरा जोखला. स्वराज्याच्या चाकरीमध्ये बाळाजींना दाखल करून घेत असल्याचे राजांनी रखमाबाईंना सांगितले. आपल्या कुटुंबावरील आघाताने त्या अद्याप सावरल्याही नव्हत्या. त्यांचा गहिवर पाहून महाराजांचेही मन द्रवले. त्यांनी बाळाजींच्या मातेला अभय दिले, "मातोश्री, तुमच्या पोटी तीन पुत्र आहेत. मलाही आपला चौथा मुलगा समजा. तुमचा सुपुत्र स्वराज्याची काळजी घेईल. आम्ही तुमची घेऊ."

आपल्या प्रामाणिकपणाने, मेहनतीने आणि कर्तृत्वाने बाळाजीपंत राजसत्तेच्या एक एक पायऱ्या चढत वेगाने वर गेले. स्वराज्यातील ब्राह्मण प्रधानांचा सुप्त विरोध डावलून शिवाजीराजांनी त्यांना स्वराज्याचे चिटणीसपद दिले. विशेषत: राज्यातील सर्व किल्ले आणि दुर्गांचा कारभार त्यांच्या हाती सोपवला.

बाळाजीपंतांनीही प्रत्येक गडावर आपल्या प्रभू जातीतील योग्य वकुबाच्या माणसांना महत्त्वाची पदे दिली. गडकिल्ल्यांचा कारभार त्यांनी उत्तम चालवला होता. मात्र बाळाजींचा पदर धरून स्वराज्यात गडागडांवर चांद्रसेनीय कायस्थ प्रभू

जातीचेच लोक माजत चालले आहेत, असा ब्राह्मण मंडळींचा आक्षेप वाढत चालला. त्यामुळेच अष्टप्रधानांमध्ये सुद्धा एका बाजूला बाळाजी आवजी चिटणीस तर दुसरीकडे अण्णाजी दत्तो आणि मोरोपंत पिंगळे अशी दुही माजली होती. प्रभू आणि ब्राह्मण जातीमध्ये कमालीचे अंत:स्थ वैर होते. मात्र शिवाजीराजांसारख्या कठोर शासकाच्या करड्या नजरेसमोर कोणाचे काही चालायचे नाही. राजांच्या माघारी मात्र दोन्ही वर्गात खूप धुसफूस उडायची.

बाळाजी आवजींना शंभूराजांविषयी पहिल्यापासून खूप ओढा होता. बिनामातेचे लेकरू, त्यात थोरले महाराजही सातत्याने आपल्या कामकाजात गढलेले असायचे. अशा वेळी शंभूराजांची हित पाहणारी प्रथम राजगडावर आणि नंतर रायगडावर जी मोजकी मंडळी होती, त्यामध्ये बाळाजी आवजींचा समावेश होता. सागाच्या एखाद्या फोफावल्या रोपासारखे शंभूराजे दिसामासाने मोठे होत होते. राज्याभिषेकापूर्वी थोरल्या महाराजांनी त्यांना रायगडावरील मुलकी आणि राजकीय कारभार सांगितला होता. त्यात उत्साहाने भाग घेऊन चार वर्षे शंभूराजांनी तडफेने रायगडावरील फड सांभाळला होता. कर्नाटकातील कोलार आणि चिक्कबाळपूरच्या आपल्या जहागिरींकडेही जातीने लक्ष पुरवले होते. पुढे अथणी, रायबाग, गोवळकोंड्यापासून हुबळी, फोंडा व अकोल्यापर्यंत कर्नाटकच्या आणि गोव्याच्या सरहद्दीवर मोहीम राबवली होती. कुतूबशहाच्या दिवाण मादण्णाशी मैत्री करून खूप मोठी लूटही रायगडावर आणली होती. तेव्हा शंभूराजांच्या धडाडीने आणि उत्साहाने बाळाजीपंतही भारावून गेले होते.

आपला शांत स्वभाव ढळू न देणारे, दरबारात शंभूराजांचे हित जपणारे, मुत्सद्दी बाळाजीपंत चिटणीस फार दिवसांनी भेटत होते. त्यामुळेच युवराज आणि युवराज्ञी दोघेही सुखावून गेले होते. शंभूराजांनी त्यांच्याकडे राजारामांची आपुलकीने चौकशी केली. बऱ्याच दिवसांनी बाळाजीपंतांनी शंभूराजांसमवेत भोजन घेतले. त्या सुग्रास जेवणाने त्यांची मनकळी खुलली. मात्र भोजन घेता घेता अन्नात गारेचा तुकडा अडकावा तसे झाले. बाळाजींनी चिडक्या स्वरातच विचारले,

"तो अघोरघट कापालिक कुठं आहे?"

"कोण अघोरघट आणि कोण कापालिक?"

नव्या विषयाने बाळाजीपंतांची लोभस मुद्रा कमालीची संतप्त दिसू लागली. ते कडाडले, "ज्यानं तुमच्यावर अखंड भुरळ घातली आहे. आपल्या पापी, कुत्सित मेंदूनं ज्यानं तुम्हांला ठार वेडं बनवलं आहे. जो रेड्याच्या ओल्या कातडीवर बसतो. जारणमारण कर्मे करतो."

"पण कोण?"

"जो अघोरी कृत्यांसाठी वेताळांचा तांडा बोलावतो—"

संभाजीराजांनी हसऱ्या मुद्रेने येसूबाईंकडे पाहिले. तसे ते दोघेही मोठ्याने हसू

लागले. आपले हसू आवरत शंभूराजे बोलले, "इतरांप्रमाणे तुम्हांलाही संशयाचं आणि मत्सराचं फुरसं चावून कविराज परके वाटू लागले की काय?"

"कविराज? अहो युवराज, त्या कलुषा काळकुटाचं नावच घेऊ नका माझ्यासमोर." चिटणीस सावरून बसले आणि ठाम शब्दांत उत्तरले,

"खरं सांगू युवराज, ह्या मुद्यावर मी आपल्या इतर अष्टप्रधानांनाही काडीचा दोष देणार नाही. ह्या कलुषाच्या रूपाने शिवबाच्या पवित्र स्वराज्यात कली घुसला आहे हेच खरं! अन ते तसं नसतं, तर तुमच्यासारख्या कर्तव्यदक्ष राजकुमारानं एवढी भयंकर मजल गाठलीच नसती."

"कसली मजल बाळाजीकाका?"

"ढवळ्याशेजारी पवळा बांधला की, वाण नाही पण गुण लागतोच! ह्या शृंगारपूर परिसरात त्या अधर्मी शाक्तपंथीयांनी नंगानाच मांडला आहे. आपल्यासारखा विद्वान युवराज त्यांची आंधळी शिकार बनावा हे केवढं दुर्दैव!"

"आपला निश्चितच काही तरी गैरसमज होतो आहे, बाळाजीकाका."

"शाक्त पंथीयांमध्ये वाममार्ग खूप बळावला आहे, युवराज. मांस, मटण, ते अभद्र जारणमारण, ते तंत्र काय नि मंत्र काय!"

"बाळाजीकाका, मनुष्याच्या शुद्ध आचरणासाठीच प्रत्येक धर्म आणि पंथ झटत राहतात. पुढे स्वार्थासाठी काहीजण धर्माला वेठीस धरून वाममार्गाचा अवलंब करतात. परंतु धर्मपंथाला पुढे आलेले विपरीत स्वरूप म्हणजे मूळ धर्म नसतो. त्यामुळे फक्त शाक्तपंथीयांमध्ये वाममार्ग संचारला आणि वैदिक जातिधर्माला त्याची लागणच झालेली नाही, असं समजणं मोठं धाष्ट्यांचं ठरेल!" शंभूराजे बोलले. संभाजीराजे पुढे सांगू लागले, "शाक्तपंथ आमच्या लेखी दुसरे तिसरे काहीही नसून ती जगन्मातेची, शक्तीची पूजा आहे! त्यात आम्हां भोसल्यांची कुळमाता म्हणजे तुळजाभवानी आहे. ती शस्त्रधारी, दुष्टांचं निर्दालन करणारी आहे. तिला नैवेद्य लागतो तोच मुळी रक्तमांसाचा!" बोलता बोलता शंभूराजे अडखळले; दाटल्या कंठाने बोलले, "आज आमचे गुन्हे नसतानाही अनेकांच्या दुष्ट, कुत्सित नजरा आम्हांला भोवतात. अनेकांच्या शिव्याशापांचे, तळतळाटाचे धनी आम्ही ठरतो. अशा दुष्ट शक्तींशी मुकाबला करायचा तर कोणाच्या तरी वरदहस्ताची, आशीर्वादाची गरज लागतेच बाळाजीकाका."

"थोरल्या राजांनी असा कुठे आधार शोधला होता शंभूराजे?"

"तुमच्यासारख्याने असं बोलावं चिटणीसकाका?" शंभूराजे आश्चर्याने बोलले, "गागाभट्टाकडून आबासाहेबांनी आपला राज्याभिषेक घडविला. परंतु त्यामध्ये अनेक चुका आणि दोष राहून गेल्याचं त्यांच्या लक्षात आलं तेव्हा आबासाहेबांनी पुन्हा एकदा निश्चलगिरी गोसावींकडून दुसरा तंत्राभिषेक करवून घेतला, हे विसरता की

काय आपण? त्याच निश्चलगिरी बुवांची मठी उभारून राजांनी इथेच संगमेश्वराजवळ त्यांची सोय लावली होती, हेही नका विसरू.''

बाळाजी आवजी थोडेसे नरम पडले. पण लगेचच त्यांनी पुढचा प्रश्न केला, ''आम्हांला वाटलं नव्हतं तुम्हांला राजा व्हायची एवढी घाई लागली होती म्हणून!''

''काय बोलता आहात आपण काका? आमचे आबासाहेब गादीवर असताना राज्यपदासाठी गुडघ्याला बाशिंग बांधायचा आम्हांला काय कारण? तसं करायला आम्ही काय कुठल्या सुलतानांचे वा मोगलांचे दुष्ट शहजादे वाटलो की काय तुम्हांला?''

''तसं नसेल तर मग तो महाभयंकर अभिषेक कसा केलात?''

''कोणता?''

''तो कलशाभिषेक की काय तो!'' डोळे बारीक करीत बाळाजींनी विचारले.

''हो. केला आम्ही.'' शंभूराजांनी स्पष्ट कबुली दिली.

''अरेरे! काय केलंत हे शंभूराजे?'' बाळाजी आवजी हळहळले. त्यांची चर्या उतरली.

''काय करणार बाळाजीकाका? अहो, रपेट मारत असतानाच तगडा घोडा अचानक अडखळून मृत्यू कसा पावतो? आमच्या महालाच्या आगेमागे अनेकदा हळदीकुंकवात भिजवलेले ते लिंबू, सुया टोचलेले बिब्बे, काळ्या मंतरलेल्या बाहुल्या अशा अशुभ वस्तूंचा नित्य सडा पडावा?''

''पण म्हणून कलशाभिषेक?'' बाळाजी आवजींनी डोळे उडवले.

''दुसरं तरी काय करणार काका? खाजगीकडे, दरबारामध्ये, पागेत, कुठं कुठं शांती नाही. मेव्हणा गणोजी नाखूष, जगायची लाज वाटावी अशी दरबारी दुष्टांनी चालवलेली आमची बदनामी, बदफैलीचे घाणेरडे आरोप, ऊठसूठ आम्हांला पाण्यात पाहणारे अष्टप्रधान आणि सर्वांत महत्त्वाचे म्हणजे जगासाठी डोंगरासारखा आधार वाटणारे पण आम्हांपासून रोज दुरावत जाणारे आमचे आबासाहेब—ही सारी वखवख अनुभवली आणि म्हटलं एकदाची शांती करून टाकावी.''

''शांती? ही अशी शांती?'' बाळाजी आवजींची चर्या लज्जित झाली. त्यांच्या डोळ्यांच्या बाहुल्या विलक्षण गतीने गोलगोल फिरू लागल्या. त्यांचा कंठ दाटला. ते कळवळून ओरडले, ''म्हणजे बाळराजे, ज्या शिवप्रभूंनी हा महाराष्ट्र घडवला, त्यांचीच कायमची शांती करायला निघावे तुम्ही?''

बाळाजीपंतांनी जो अर्थ ध्यानात घेतला होता, त्याच्या नुसत्या कल्पनेने शंभूराजांच्या अंगातले वारे गेल्यासारखे झाले. कोणीतरी वक्र पात्याची कट्यारच जणू काळजात घुसवली होती. ते मंचकावरून उठून खाली जाजमावर बसत अत्यंत घाबरलेल्या स्थितीमध्ये बाळाजींना बोलले, ''किती भयंकर बोलता आहात आपण हे काका?''

"बाळराजे, कलशाभिषेकाचा दुसरा अर्थ तरी कोणता?" बाळाजीपंत हुंदके फुटल्यासारखे बोलले, "एक राजा मेल्याशिवाय दुसरा राजा गादीवर येऊ शकत नाही आणि ज्याला सत्तेची घाई झाली आहे, त्याने कलशासारखे असे बदमाष मांत्रिक गोळा करायचे असतात आणि तंत्रमंत्राच्या अघोरी विद्येच्या बळावरच हयात राजाचा नाश करायचा असतो. दिवंगत राजाच्या श्राद्धादिवशीच नव्या राजाने मंचकारोहण केले की, ह्या कलषाभिषेकाची पूर्ण समाप्ती होते, असं शास्त्री पंडित सांगतात."

शंभूराजांच्या डोळ्यांतून घळघळ अश्रूधारा वाहू लागल्या. त्यांनी त्वरेनं विचारले,

"कलशाभिषेकाच्या विधीचा हा भयंकर अर्थ तुम्हांला कोणी सांगितला?"

"अहो, आता कोण बोलायचे राहिले आहे? तिकडे रायगडापासून पन्हाळगडापर्यंत सर्वत्र बभ्रा पसरला आहे. आपल्या ह्या भयंकर कृत्याची बातमी सांगणारे खलितेही राजांकडे काही मंडळींनी कर्नाटकात पाठवले आहेत. अण्णाजी दत्तो, राहुजी सोमनाथांचा शिष्यवर्ग, त्यांचे पुतणे, भाचे, खुद्द आपल्या सावत्र माता सोयराबाई राणीसाहेब, थोरांपासून पोरांपर्यंत आपल्या ह्या करणीबद्दल जो तो बोलतो आहे!" बाळाजी आवजींनी उपरण्याने आपली मुद्रा पुसली. ते बोलले, "ह्या भयंकर गोष्टी तिथे ऐकताना काळजाला छिद्रे पडू लागली म्हणूनच आलो इकडे."

बाळाजीपंतांच्या तोंडून त्या एक एक धक्कादायक गोष्टी ऐकताना युवराज आणि युवराज्ञी दोघेही सर्द झाले होते. आपल्या आसवांचा आणि हुंदक्यांचा उमाळा दाबण्याचा प्रयत्न करीत शंभूराजे बोलले, "ज्या नीच महाभागांच्या कुजक्या मेंदूतून अशी विषारी अनुमानं बाहेर पडतात, त्यांच्या तोंडात राख भरायला उद्या गाढवंसुद्धा पापकर्म मानतील! बरं झालं, आपण इतक्या दूर इथं येऊन आमच्या कानावर ही गोष्ट घातलीत आणि आम्हांला भानावर आणलेत. एवढ्या पराकोटीचा हलकट विचार करणारे मेंदू रामदास आणि तुकोबा यांच्या ह्या मराठी मुलखात जिवंत आहेत तर! त्या बांडगुळांचीही ह्या निमित्तानं आम्हांला चांगली कल्पना आली."

अत्यवस्थ झालेल्या जखमी मावळ्यासारखे शंभूराजे खाली कोसळले. त्यांचा कातर सूर आणि त्यांच्या खोल वेदनेची जात बाळाजी आवजींसारख्या मुरब्बी राजकारण्याने तत्काळ ओळखली. त्यांनी आणि येसूबाईंनी शंभूराजांना आधार देऊन मंचकावर बसवले. पाण्याचे पात्र त्यांच्या ओठी लावले. तापवलेली सळई कोणीतरी काळजावर ठेवावी तशा वेदनेने शंभूराजे कळवळले,

"बाळाजीकाका, अहो ज्या जिजाऊंनी आमच्या मातोश्रींच्या मागे आम्हांला सानाचे थोर केले, त्या जिजाऊंच्या बाळाचा काळ व्हायची भयंकर स्वप्नं हा संभाजी बघत असेल, अशी कल्पना तुम्ही तरी कशी करू शकता?"

"नाही, नाही. केवळ असंभव!" बाळाजी माघारीच्या सुरात बोलले.

"अशा नीच कल्पनांच्या सापसुरळ्या सोडणारी घुबडांच्या औलादीची माणसं ह्या स्वराज्यात उच्च पदावर कामं करतात, ह्या दुर्दैवाला काय म्हणावं?"

संभाजीराजांच्या जिव्हारी घाव बसला होता. त्यामुळे बाळाजीपंतही काहीसे चमकले. ओठात जे असेल ते पोटामध्ये लपवायचे नाही, शठाशी शठ होऊन, उद्धटाशी उद्धट वर्तन करायचे, सज्जनापुढे नम्र व्हायचे हा शंभूराजांचा स्वभाव बाळाजीपंतांच्या चांगलाच परिचयाचा होता. इतकेच नव्हे तर शंभूराजांचे बालपण बाळाजीपंतांच्या डोळ्यांसमोर पार पडले होते. त्यामुळेच त्यांच्या मनाची निर्मळता चिटणीस जाणून होते. ते बोलले, "नाही युवराज, लोक तुम्हांला दोष देत नाहीत. त्यांच्या दृष्टीनं तुमचा कलुषा कब्जीच ह्या साऱ्या दुरावस्थेचं मूळ कूळ आहे."

"तसे बिलकुल नाही. ह्या अष्टप्रधानांचा आणि सरकारकुनांचा नेम जरी कलशांकडे असला, तरी निशाना मात्र आम्हीच आहोत, हे न ओळखण्याइतके आम्ही मूर्ख नाही."

"जाऊ दे शंभूराजे. ह्या सरकारकुनांच्या गदारोळाने आणि गैरबातांमुळे बिलकूल डगमगू नका. आजही स्वतःला उच्चकुलीन आणि घरंदाज मानणारी ब्राह्मण आणि मराठा कुळं खुद्द शिवाजीराजांना क्षत्रिय मानायला तयार नाहीत. नव्हे, त्यांनी याआधीच राजांच्या राज्याभिषेकालाही प्रत्यक्ष अप्रत्यक्ष विरोधच केला होता."

"म्हणजे?" संभाजीराजे चक्रावले.

"ह्या सर्वांच्या मते परशुरामाने सारी पृथ्वी निःशस्त्र केली होती. पृथ्वीतलावर कोणीही क्षत्रिय उरलेला नाही. त्यामुळे शिवाजीराजे तरी कसे क्षत्रिय कुलावंतस ठरू शकतात? जेव्हा ह्या महाभागांनी असा गोंधळ उडवला होता, तेव्हा शिवाजीराजांचे मूळ राजस्थानच्या सिसोदिया घराण्यामध्ये आहे, हे सिद्ध करण्यासाठी आणि संबंधित कागदपत्रांचा धांडोळा घेण्यासाठी हाच बाळाजी आवजी चित्रे राजपुतान्यात जाऊन आला होता शंभूराजे!" बाळाजीपंत बोलले.

"असं? अहो, मग ह्या गोष्टी समजवा ना त्या अण्णाजी दत्तोंना!" शंभूराजे बोलले.

"अण्णाजी सुरनवीस हा मनुष्य कर्तृत्ववान खराच. त्यांनी राज्याचा वसूल वाढवला, शेतीची मोजणी करून घेतली. काही लढायाही जिंकल्या. स्वराज्यासाठी खूप कमावलं. हळूच त्यातला काही ऐवज स्वतःसाठी राखून ठेवला ही गोष्ट वेगळी! मात्र माणूस कर्तृत्ववान असला तरी वृत्ती नीट नाही. मराठा आणि प्रभू जातीमध्ये कोणीही क्षत्रिय नाही, अशा विचाराचे अण्णाजीपंत हे तर मेरूमणीच!"

"पण बाळाजीकाका, असा कसा आपण धडक आरोप करता?"

"अहो शंभूबाळ, हे सारं भोगलं आहे ना ह्या बाळाजी आवजीनं. आमच्या पुत्रांच्या मुंजी करायच्या होत्या, तेव्हा ब्राह्मणांनी प्रभूंच्या घरी वेदोक्त कर्म करू नये, असा हुकूमच ह्या मंडळींनी काढला. एवढंच नव्हे तर अण्णाजीने तर बाळंभट चितळे

नावाचा पोलादपूरचा एक हेकट गृहस्थ आमच्या विरोधात उभा केला. प्रभूंच्या घरी वेदोक्त कर्मे होऊच शकत नाही अशी चळवळच त्यांनी उभी केली. तेव्हा मी घाबरून मोरोपंत पिंगळ्यांकडे न्याय मागितला. पण अण्णाजींनी मोरोपंतांनाही आधीच फितवलेलं. मग ह्या सर्व मंडळींच्या नाकावर टिच्चून मी दस्तुरखुद्द गागाभट्टांनाच आमंत्रित केले आणि ह्या प्रभूने त्या भटांचा पुरता नक्षा उतरवला. गागाभट्टांच्या हस्ते आमच्या लेकरांच्या मुंजी पार पाडल्या, हा तर खराखुरा इतिहास आहे राजे!"

युवराज-युवराज्ञींशी बाळाजींनी सखोल चर्चा केली. शिवाजीराजे कर्नाटकाहून परतण्यापूर्वीच शंभूराजांना होईल तितके बदनाम करावयाचे, अशा कारवायाही विरोधकांकडून अखंड चालू होत्या. त्यासाठीच त्यांनी कवी कलशांचे महाभूत उभे केले होते. जेवढे कलश बदनाम होतील, तेवढी संभाजीराजांचीही नाचक्की होणार होती. विचारात पडलेल्या शंभूराजांच्या गंभीर चेहऱ्यावर अचानक हसू उमटले. ते विचारू लागले, "मघाशी काय म्हणालात काका आपण? कवी कलश व्याघ्राच्या कातड्यावर बसून जारणमारण विधी करतात?"

"व्याघ्राच्या नव्हे हो राजे, रेड्याच्या ओल्या कातड्यावर बसून—!"

बाळाजी आवजींचे वाक्य पूर्ण व्हायच्या आधीच शंभूराजे खो खो करून हसत बोलले, "अहो, मेल्या उंदराचा साधा वास जरी आला तरी त्या शिसारीने ज्यांची धोतरे पिवळी होतात, त्यांना रेड्याच्या कातडीचा दुर्गंध कसा सहन होणार? यांच्यापैकी गेलंय कोणी ते पाहायला? बरं, असं भयंकर कृत्य जर आमचे कलश करीत कुठे बसले, तर साधी गुराखी पोरंही त्यांना ठेचून ठार मारतील, हे कसं कळत नाही, आरोप करणाऱ्या या शतमूर्खांना!"

"जाऊ द्या राजे! ह्या साऱ्याचा मतलब एकच. तुमची बदनामी आणि बदकीर्ती करण्यासाठी रायगडाच्या आसपास अनेक कारखाने अहोरात्र सुरू आहेत!" बाळाजींनी स्पष्ट शब्दांमध्ये सांगितले.

पंत दोन दिवस शृंगारपुरातच राहिले. अनेक मुद्द्यांवर युवराजांसोबत त्यांच्या खुलासेवार चर्चा झडल्या. दरम्यान सहज कसलीशी आठवण काढत बाळाजीपंत बोलले, "युवराज, अलीकडे आपण राज्याचे आर्थिक हित विसरू लागला आहात. रयतेच्या खूप आहारी जाऊ लागला आहात म्हणे!"

"आम्हांला समजलं नाही, काका."

"तुम्ही तर करबुडव्या कास्तकारांना जागेवरच माफीनामे लिहून देऊ लागला आहात. गुंडापुंडांना अभय देऊन कर्तव्यदक्ष कारभाऱ्यांचा घडोघडी उपमर्द करू लागला आहात, असा गदारोळ राहुजी सोमनाथांनी तिकडे राजधानीमध्ये चालवला आहे."

"कसले माफीनामे बाळाजीकाका?" शंभूराजांना आपली संगमेश्वर भागातील भेट आठवली. तसे हळहळत ते बोलले, "अहो, नावडीचे ते लीनदीन कष्टकरी.

गेल्या आठ वर्षांमध्ये अतिवृष्टीने आणि पुराच्या पाण्यामुळे तिथे काही पिकलंच नव्हतं. घेतलेल्या कर्जाच्या परतफेडीसाठी सावकारांनीही ज्यांना गांजलं अशा रयतेच्या डोळ्यांतले अश्रू जर आम्हांला पुसायची मुभा नसेल, तर आमचे हे हात कलम केलेले काय वाईट?'' उद्विग्न शंभूराजे विचारू लागले.

''बाळराजे, आपले हृदय वाहत्या पाण्यासारखं स्वच्छ आणि निर्मळ आहे. मात्र आपण कर्जबुडव्या रयतेला अभय देत आहात, भ्रष्टाचाराला पाठिंबा देत आहात, शिवाजीराजांनी बसवलेली स्वराज्याची घडी त्यांचा पुत्रच विस्कटतो आहे असे खोटेनाटे अहवाल कर्नाटकात थोरल्या राजांकडे त्या मंडळींनी या आधीच पाठवून दिले आहेत.''

''आम्हांला त्याची बिलकुल फिकीर नाही.'' शंभूराजे मोठ्या आत्मविश्वासाने बोलले, ''येऊ देत इथं आबासाहेबांना. आम्ही शेतकऱ्यांची सच्ची दुःखं त्यांच्यापुढे जेव्हा विशद करू, तेव्हा 'वा शंभू' म्हणत ते आम्हांलाच मिठीत घेतील, याची आम्हांला खात्री आहे!''

पंत रायगडी जायला निघाले, तेव्हा त्यांना निरोप देताना शंभूराजांना खूप दुःख झाले. ते कातर सुरात बोलले, ''खरंच बाळाजीकाका, ह्या फिरणाऱ्या दिवसांच्या गतीचाच आम्हांला अंदाज येईनासा झाला आहे. ही कटकारस्थानं करणाऱ्या महाभागांनी आम्हांला आमच्या प्रिय आबासाहेबांसोबत कर्नाटकाकडे जाऊ दिलं नाही. युवराज असूनही रायगडाच्या ओसरीवर राहू दिलं नाही. आमच्या महालात आम्ही वसंतपंचमीच्या वेळी परस्त्रीवर व्यभिचार केल्याचा हीन आरोप केला; एकापाठोपाठ एक झालेल्या ह्या आघातांच्या तडाख्यांनीही हा संभाजी कधी डगमगून गेला नाही—पण—''

महापुराच्या भोवऱ्यात अडकलेल्या नावेसारखा शंभूराजांचा श्वास कोंडला. कढत, उष्ण उसासे टाकत ते बोलले, ''पण चिटणीसकाका, तख्ताच्या अभिलाषेनं हा संभाजी आपल्या जन्मदात्या शिवाजीसारख्या युगप्रवर्तक पित्याच्या जिवावर उठला, असा अत्यंत नीच आरोप जेव्हा आमच्या विरोधकांनी केला, तेव्हा मात्र आमच्या काळजाचे तुकडे तुकडे झाले!''

''असो युवराज, आपण शांत राहा!''

''पित्याच्या जिवावर उठण्याचा क्षुद्र विचार सोडाच, पण जेव्हा केव्हा वेळ येईल, तेव्हा आबासाहेबांच्या स्वप्नांसाठी, त्यांच्या देशधर्मासाठी आणि देवासाठी हा संभाजी आपल्या देहाची फुले काळाच्या खाईत सहज उधळून टाकल्याशिवाय राहाणार नाही!''

७.

थोरल्या महाराजांची आठवण दाटली. त्याबरोबर शंभूराजांच्या डोळ्यांसमोर बेलाग, औरसचौरस रायगड उभा राहिला. खोल उसासे टाकत ते बोलले,

"युवराज्ञी, किती विचित्र हा मनुष्यस्वभाव! स्थितिगती पाहून कशी बदलतात ही माणसे! ह्याच रायगडानं एक असाही प्रसंग बघितला आहे, जेव्हा ह्या शंभूबाळाशी खेळताना सोयराबाई आईसाहेब मुलाहून मूल व्हायच्या! प्रसंगी या शंभूसाठी त्या जिजाऊ आजीसाहेबांशीही भांडायला उठत. पण—"

"पण काय?"

"जसा राजवाड्यानं राजारामांचा पहिला टाहो ऐकला, तेव्हापासून राजप्रासादांच्या भिंतींनी रंग बदलला जणू!"

"पण युवराज, आठवतो मामंजीसाहेबांचा तो राज्याभिषेकाचा भव्य सोहळा. तेव्हा हिंदवी स्वराज्याचे युवराज, भावी वारसदार या नात्याने मामंजींनी तुमचा गौरवही केला होता. तेव्हा पट्टराणी म्हणून तिथे बसलेल्या आत्यासाहेबांनी तुम्हांला काही रोखलं नव्हतं."

"बरी आठवण केलीत युवराज्ञी." तो नेमका प्रसंग डोळ्यांसमोर आणत शंभूराजे बोलले, "तुम्हांला हवं तर आम्ही शपथपूर्वक सांगू, राज्याभिषेकाच्या त्या सोहळ्यानंतर आमच्या ह्या मांसाहेब आमच्याशी पहिल्यासारखं मोकळ्याने हसल्याचं, बोलल्याचं आम्हांला काही आठवत नाही."

येसूबाईंनी युवराजांच्या पंजावरून आपली नाजूक बोटे फिरवली. त्यांना धीर देत त्या बोलल्या, "कशाला उगाच स्वारींनी इतकं निराश अन् नाराज व्हायचं? जे मामंजीसाहेब माझ्यासारख्या परघरच्या पोरीला पोटच्या लेकीसारखी माया देतात, ते तुमच्यासारख्या होनहार पुत्राला कसे विसरतील?"

"नाही येसू. या शंभूला आपल्या पित्याच्या प्रासादात न्याय नाही. उलट आज या राज्यामध्ये त्याचं थोबाड कलंकाच्या काळ्या डागाने रंगवून टाकण्यासाठी अनेकजण धडपडताहेत. एक दुष्ट, दारूबाज, रंगेल, चढेल, अहंकारी युवराज अशी आमची प्रतिमा रंगवण्यासाठी आमच्या हितशत्रूंमध्ये केवढी स्पर्धा चालली आहे."

"युवराज, देवावर भरवसा ठेवा."

"अनेक देवदेवतांची पूजा रोज आम्ही करतो, पण खऱ्या अर्थी एका शिवाजी नावाच्या देवाशिवाय ह्या संभाजीनं अन्य कोणाही देवाला दिलाच्या देव्हाऱ्यावर इतकं उंच ठेवलं नाही की भजलंही नाही! एक महान वटवृक्ष म्हणून आम्ही त्यांच्या सावलीकडे धाव घेत आहोत. आणि काही दुष्ट शक्ती हा महावृक्षच आमच्या जीवनातून दूर पळवून आम्हांलाच मुळापासून उखडून टाकण्याचा प्रयत्न करीत आहेत."

पराच्या उंची बिछायतीवरही शंभूराजांना सुखाची झोप लागत नव्हती. त्यांची जाग्रणे, रात्र रात्र माशासारखे तळमळत पडणे, ते उष्ण श्वास नि नि:श्वास सारे काही येसूबाई खूप जवळून अनुभवत होत्या. त्यांच्यावर अनेक छुप्या कानाकोपऱ्यांतून हल्ले होताहेत, त्यामुळेच त्यांचे स्वाभिमानी मन पेटून उठते आहे, तरल कविहृदय रक्तबंबाळ होते आहे, ह्याची कल्पना येसूबाईंना होती. शक्यतो सर्वांशी सामंजस्याने वागावे, धीर धरावा अशी त्यांची वृत्ती होती. त्यामुळेच त्या युवराजांना बोलल्या,

"युवराज, सरकारकुनांनीही आपलं आयुष्य स्वराज्य बांधणीसाठी घालवलं आहे. आपण स्वत: जाऊन त्यांच्याशी बोलत का नाही? नव्हे, आपण तडक जाऊन त्या अण्णाजींना का भेटत नाही?"

"काय करायचं त्यांना भेटून? कसले ऐकताहेत ते? हंसाने तो दुर्दैवी आत्मघात करून घेतला. त्याचा सारा वहिम त्यांनी आम्हांवर ठेवला आहे. त्यातच ती गोदूही अण्णाजींच्या साडूची पोर निघावी ना! इथे परिस्थितीनंच असं विचित्र वळण घेतलं आहे की, सामंजस्य आपलं तोंड अंधाराच्या गुहेत लपवून रिकामं झालं आहे."

त्या जुन्या वेदनादायक आठवणी शंभूराजांची पाठ सोडायला तयार नव्हत्या. पहाटेपर्यंत युवराज आणि युवराज्ञी जागेच होते.

दुसऱ्या दिवशी सकाळी उशिराच शंभूराजे फडावर गेले, तर तिथे कवी कलश त्यांचीच वाट पाहत उभे होते. त्यांच्या शेजारी संगमेश्वराचा ठाणेदार उभा होता. सकाळीच दौड करीत, घामाघूम होऊन तो युवराजांच्या भेटीसाठी येऊन दाखल झाला होता. शंभूराजांनी काही विचारण्याआधी तोच आर्जवी भाषेत बोलला,

"युवराज, साराच घोटाळा उडाला आहे. काल रायगडावरून पथक येऊन तडक संगमेश्वरात दाखल झालं. त्यांनी गरीब शेतकऱ्यांची भांडीकुंडी जप्त केली. दुभत्या गायीम्हशीही सरकारजमा केल्या...."

"जप्ती? आणि ती कशासाठी?" चक्रावलेल्या शंभूराजांनी कवी कलशांकडे पाहिले. कविराजही नाराजीने खाली पाहत होते. शंभूराजांच्या डोक्यात चटकन प्रकाश पडला. ते दातओठ खात बोलले, "आम्ही गरीब कष्टकरी रयतेला माफीनामे लिहून दिले म्हणूनच त्या बिचाऱ्यांवर सरकारातून संक्रांत आलेली दिसते?"

"अं, होय सरकार." ठाणेदार घाबरत बोलला, "मी त्यांना खूप समजावून सांगितलं. म्हटलं हा निर्णय स्वत: युवराजांनी घेतला आहे. आणि खरंच शेतकऱ्यांची परिस्थिती खूप बेताची आहे. मात्र त्यांचं मत– ते म्हणाले.... म्हणाले...."

"बोला, बोला. काहीही न लपवता स्पष्टपणे सांगून मोकळे व्हा."

"त्यांचं म्हणणं—म्हणजे पथकासंगे आलेला राहुजी सोमनाथांचा कारभारी म्हणत होता—शंभूराजे अजून काही गादीवर बसलेले नाहीत. जेव्हा बसतील तेव्हा करू की मुजरा...."

"अस्सं?" शंभूराजे काहीसे अडखळले. पण लगेच स्वत:ला सावरत बोलले, "हे पाहा, त्यांना म्हणावं उद्या होईल त्या परिणामाला आम्ही जबाबदार राहू. पण आम्हांवरच्या रागासाठी रयतेला नाडू नका."

"ते जायच्या मन:स्थितीत दिसत नाहीत शंभूराजे. खूप खूप भांडलो त्यांच्याशी. पण...."

"अडखळता कशाला? सांगा, सांगा—"

"ते..... ते....कारभारी म्हणत होते, इथे राजांच्या माघारी युवराजांचा हुकूम चालत असता वा चालवायचा असता, तर थोरल्या महाराजांनी कर्नाटकात जाताना शंभूराजांच्या हातामध्ये रायगडाची सूत्रं नसती का दिली? कशासाठी त्यांना खड्यासारखं निवडून शृंगारपुरच्या रानात दूर फेकलं असतं?"

ठाणेदार कसाबसा घडला प्रसंग सांगून मोकळा झाला. शंभूराजांची मुद्रा तशीच दु:खी आणि संभ्रमित होती. मात्र येसूबाई आणि कवी कलश यांचे चेहरे साफ उतरले होते. युवराजांच्या ह्या मानहानीने ते दोघेही कमालीचे संतापून गेले होते. शंभूराजांना अधिक काहीच बोलवेना. फक्त धिम्या आणि करड्या सुरात ते कवी कलशांना म्हणाले, "कविराज, सोबतीला एक हजार स्वारांचं पथक घ्या आणि आत्ताच्या आत्ता संगमेश्वराकडे स्वत: धाव घ्या. राहुजी सोमनाथांच्या कारभाऱ्यासकट रायगडावरच्या त्या हृदयशून्य पुंडांना गिरफ्तार करून इकडे आणा आणि शृंगारपुरच्या बंदीखान्यात डांबून टाका!"

त्या दिवशी सूर्य मावळायच्या आधीच कवी कलश यांनी आपल्या धन्याच्या हुकुमाची अंमलबजावणी केली होती. जेव्हा ते शंभूराजांपुढे मुजऱ्यासाठी उभे राहिले, तेव्हा शंभूराजे बोलले,

"त्या पुंडांना चांगले चार दिवस अर्धउपाशी ठेवा. त्यांची कणीक तिंबून काढा."

शंभूराजांच्या या कारवाईने शृंगारपुरामध्ये एकच गहजब उडाला होता. या आधी प्रभावळीचे सुभेदार स्वत: अण्णाजी दत्तोच होते. त्यांच्या काळापासून वसुलीकारकुनांनी अनेक ठिकाणी हकनाक उच्छादच मांडला होता. त्या मंडळींना कोणीतरी धडा शिकवणारे भेटले म्हणून प्रभावळी परगण्यातील कष्टकरी विशेष करून खूष झाले होते.

रात्री शंभूराजे येसूबाईंना बोलले, "येसू, परवा बाळाजीकाका चिटणीस सांगून गेले, त्यामध्ये खोटं काहीच नाही. वारं फिरतं आहे."

येसूबाईंनी आपल्या सात महिन्याच्या पोटावर शंभूराजांचा हात ठेवला. त्या कष्टी हृदयाने बोलल्या, "युवराज, ह्या वाऱ्याची उगाचच आम्हांला भीती वाटते. त्यासाठीच थोडा धीर धरा. मामंजीसाहेब कर्नाटकाहून परत येईपर्यंत कोणतंही धाडसी पाऊल टाकू नका."

■

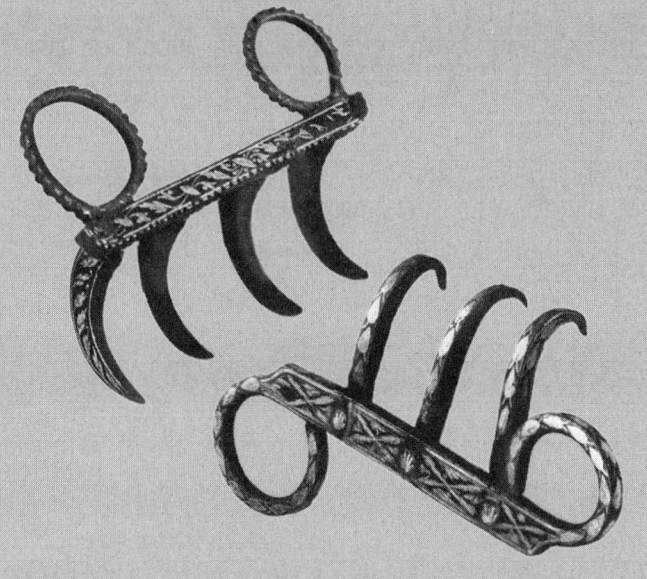

१.

राणूबाई आक्कासाहेबांच्या पालख्या काही दिवसांमागे वाईहून शृंगारपुरात येऊन पोचल्या होत्या. आपल्या धाकट्या बंधूच्या घरी पाळणा हलणार याचे राणूबाई जाधवांना खूप अप्रूप होते. शंभूराजांना आपल्या आईची माया लाभली नाही; युवराज दोन वर्षांचे असतानाच त्या देवाघरी गेल्या होत्या. परंतु संभाजीराजांच्या पाठीशी तीन बहिणींची छाया होती. थोरल्या फलटणच्या महादजी निंबाळकरांना दिलेल्या सकवारबाई उर्फ सखुबाई मधल्या वाईकर जाधवांकडच्या राणूबाई आक्कासाहेब आणि धाकट्या तारळ्याला हरजी महाडिकांना दिलेल्या अंबिकाबाई. तिघीही शंभूराजांपेक्षा वयाने मोठ्या. पैकी शेवटच्या अंबिकाबाईंवर युवराजांची अपार माया होती. मात्र शंभूराजांवर खरा जीव होता तो राणूबाईंचाच.

शंभूराजे दीड वर्षांचे होते. नुकतेच चालायला शिकत होते. एके सायंकाळी उंच आगाशीमधून त्यांची पावले दुडूदुडू धावत होती. बाळराजे त्या उत्साहात आगाशीच्या मागच्या बाजूने पडता पडता वाचले होते. नव्हे राणूबाईंनीच त्यांना पुढे झेप घेऊन मागे ओढले होते. त्या नादात छोट्या राणूचा गुडघा फुटला होता. मात्र शंभूराजांना वेळेत पकडले नसते तर राजगडाच्या मागच्या दरीत कोसळून त्यांचा कपाळमोक्ष ओढवला असता. तेव्हा आपल्या बाळाला पोटाशी धरत सईबाईमाता राणूला कळवळून बोलल्या होत्या, ''राणू, बाळराजांचा स्वभाव खूप हूड आणि आक्रमक आहे. उद्या आम्ही असू नसू, पण माझ्या शंभूची अशीच काळजी घे बरं, लेकी.''

शंभूराजे आपल्या महालात पोचले, तेव्हा बाहेर गच्च अंधार पडला होता. मात्र वाड्याच्या चौकातील चिरागदाने जळत होती. ते माजघरात जाऊन पोचले, तेव्हा येसूबाईंनी त्यांचे हसून स्वागत केले. बाजूच्या देवघराकडे बोट दाखवत त्या म्हणाल्या,

''युवराज, आज आपणाकडे आणखी कोण पाहुणे आलेत, ते बघितले नाहीत वाटतं?''

शंभूराजांनी देव्हाऱ्याकडे पाहिले तर एक बाईमाणूस अलकट पालकट घालून देवासमीप बसले होते. नकळत शंभूराजे चार पावले पुढे गेले. त्यांची चाहूल लागताच त्या स्त्रीने आपली हनुवटी वर करून त्यांच्याकडे लाजून पाहिले. तेव्हा शंभूराजे बावरले. खरेच गोदू किती बदलल्यासारखी दिसत होती! तिचा अटकर बांधा, पाठीवर नितंबापर्यंत लोंबणारा वेणीचा शेपटा तसाच होता. परंतु तिच्या चेहऱ्यावरचे कोवळेपण हरवले होते. डोळ्यांच्या भोवती हलकासा काळपट रंग चढू लागला होता. कसल्याशा काळजीने तिला आतून पोखरले असावे. राजांनी अधिक काही बोलण्यापूर्वीच गोदू सांगू लागली, ''राजे, आपण इकडे वसुली

कारकुनांना कैद केलंत, तेव्हापासून तिकडं गडावर आपल्या विरोधात भलतीसलती कारस्थानं शिजताहेत. खूप कांगावा चालवला आहे सरकारकुनांनी.''

''जाऊ दे गोदू. हे कलमबहादूर करून करून आमचं काय वाकडं करणार आहेत?''

''युवराज, कारभाऱ्यांचा तो कारकुनी कावा तुमच्यासारख्या शिपाईगड्याला कळायचा नाही...'' एकीकडे आपण लहान तोंडी मोठा घास घेत आहोत याची जाणीव होत असतानाच गोदू कारस्थानातली कलमे स्पष्ट करीत म्हणाली, ''अण्णाजीकाकांच्या आशीर्वादानं म्हणे राहुजीपंत आणि मंडळींनी शिवाजीराजांकडे खास खलिता धाडला आहे. सरकारी वसुलाच्या कामी आडकाठी आणल्याबद्दल आणि कारभारात ढवळाढवळ केल्याच्या अपराधाबद्दल म्हणे तुम्हांला जबाबदार धरावं. कैद करावं!''

''गोदू, जबाबदारीनं बोलतेस का तू हे?'' येसूबाईंनी विचारले.

''इतकंच नव्हं बाईसाहेब, जर राजे युवराजांना कैद करायची परवानगी न देतील तर किमान महाराज इथे माघारी येईपर्यंत 'युवराज' या पदावरून युवराजांना तात्पुरतं का होईना बडतर्फ करावं. तुम्हांवर कारवाई करावी. युवराज, किमान तीन खलिते पाठवलेत बघा त्यांनी असे.''

युवराजांनी डोळे मिटले. भवानीचे नाव घेऊन थोडा वेळ चूप राहणेच पसंत केले. पण न राहवून ते लगेच पुटपुटले,

''गोदू, ही खबर आमच्या पट्टीच्या जासुदांनाही कशी मिळवता आली नाही?''

घडल्या प्रकाराबाबत युवराजांची आणि युवराज्ञींची मसलत झाली. काळजीत पडलेल्या शंभूराजांना दिलासा देत येसूबाई बोलल्या,

''युवराज, आपल्यापेक्षा आपल्या पित्याच्या तल्लख बुद्धीची आणि विशाल हृदयाची आम्हांला अधिक कल्पना आहे. ते वाटेच्या वाटसरूलाही न्याय देतात, तर पोटच्या पुत्राला न्यायाविना कोरडा कसा ठेवतील?''

दुसऱ्या दिवशी शंभूराजे आणि कवी कलश शास्त्री नदीच्या पलीकडे काही गावांना भेटी देण्यासाठी गेले होते. तिथल्या शेतकऱ्यांनी नव्याने आंब्याच्या लागवडी केल्या होत्या. दुपारी त्या कष्टकऱ्यांच्या मेळाव्यात युवराज आणि कविराज रमून गेले होते. त्या दोघांनी एका विहिरीच्या काठावर शेतकऱ्यांच्या हातच्या तांदळाच्या भाकरी, लोणी आणि हिरव्या मिरच्या खाल्ल्या.

त्या दोघांची घोडी शृंगारपुराकडे परतू लागली, तेव्हा नदीच्या कोरड्या पात्रातून समोरून येणाऱ्या शाही मेण्याकडे शंभूराजांची नजर गेली. मेणा वाड्यावरचाच होता. येसूबाईंच्या आदेशानुसार भोई गोदूला घेऊन सारवट गावाकडे निघाले होते. तो मेणा शंभूराजांनी रोखला की आत बसलेल्या गोदूने, हे काही नदीच्या पात्रालाही

समजले नाही. कविराजही आपला घोडा घेऊन पलीकडच्या तीरावर जाऊन थांबले. भोई सुद्धा थोडे बाजूला झाले. पात्रात उभ्या असलेल्या गोदूकडे शंभूराजे पाहत होते. वास्तवाचे आणि व्यवहारी जगाचे चटके बसून तिचा चेहरा कोमेजून गेल्यासारखा दिसत होता.

"गोदू, तुझा नवरा नि सासरा– "

"राजे, ते दोघेही आज माझ्यासाठी हयात नाहीत. त्यांनी आपल्या स्वराज्याविरोधात ज्या दिवशी बंडाळी केली, त्याच दिवशी ते माझ्यासाठी मेले. कृपा करून हा विषय पुन्हा काढून किमान माझ्या काळजाला डागण्या तरी देऊ नका."

शंभूराजे काहीसे अडखळत बोलले, "गोदू, तू पुन्हा एकदा लग्न करून का मोकळी होत नाहीस?"

"लग्न करेन की पण ते फक्त एकाशीच– " गोदूचे डोळे विलक्षण चमकले. ती स्वप्नात जाबडल्यासारखी सहज बोलून गेली.

"कोणी का असेना, पण वेळेत लग्न कर गोदू. जिवाची भाषा तुझ्या दिलाच्या दिलवराला कशी कळत नाही?"

"ते देवास माहीत!" गोदू हलक्या स्वरात बोलली, "मला मात्र इतकंच समजतं– त्याची लग्नाची बायको म्हणजे साक्षात देवी लक्ष्मी आहे. तिला दुःख द्यायचं धाडस नाही होत माझ्याच्यानं."

एकीकडे रायगडावरच्या कुरबुरी, शंभूराजांविरुद्ध रोज मुद्दाम फैलावला जाणारा द्वेष यामुळे शंभूराजे व्यथित होत होते. परंतु त्याचवेळी त्यांचे तन, मन मात्र कर्नाटकच्या मोहिमेकडे होते. रोज तिकडील विजयी वार्ता कानी पडत होत्या. थोरल्या महाराजांच्या स्वागतासाठी अवघे भागानगर (हैद्राबाद) रस्त्यावर आले होते. गोवळकोंड्याच्या कुतूबशहाने त्यांचा खूप सन्मान केला होता. कुतूबशहाच्या मुख्य प्रधानाला, मादण्णाला तर राजांना कुठे ठेवू नि कुठे नको असे झाले होते. दक्षिणेतील अनेक राज्यांमध्ये तरणेबांड धनाजी जाधव, नागोजी जेधे आणि मुख्यत्वे हंबीरराव मोहिते यांनी पराक्रमाची शर्थ केली होती. दूर जिंजीच्या बुरुजावर घोडी चढवून मराठा स्वारांनी हिंदुस्थानचा दक्षिण दरवाजा आपल्या घोड्यांच्या टापांनी दणाणून सोडला होता. त्या खुषीच्या बातम्या ऐकल्या की युवराज प्रसन्नचित्त होत असत.

गोदू माघारा गेली, त्याच दिवशी येसूबाई शंभूराजांना बोलल्या,

"स्वारींचा राग म्हणजे अंगावर गाजतगर्जत कोसळणारी लाट. ती जितक्या वेगाने येते, तितक्याच गतीने नाहीशीही होते."

"छे! छे! असं काही नाही हं!" शंभूराजांनी प्रत्युत्तर दिले.

"तसं नसतं तर रायगडाच्या वसुली कारकुनांना आपण चांगले महिनाभर

इथल्या बंदीखान्यात गंजत ठेवणार होतात. पण झालं काय? दोनच दिवसांत त्यांना मुक्त केलंत. उलट त्यांच्या भोजनाची आणि वाटखर्चाची व्यवस्था करा, असा हुकूम कलशांना सोडलात.''

त्यावर शंभूराजांना हसू आवरले नाही.

दोनच दिवसांत दिलेरखानाचे दूत नवा खलिता घेऊन शृंगारपुरात येऊन गुप्तपणे दाखल झाले. कविराजांनी तो खलिता शंभूराजांकडे सादर केला, तेव्हा राजे वैतागून बोलले,

''काय वेडबिड लागलंय की काय त्या बुड्ढ्या खानाला?''

त्यांची धावती नजर खलित्यातल्या ओळींवरून फिरू लागली.

''रुस्तुम-ए-दख्खन संभाजीराजे!

मेहेरबानी करा. आमच्या शिबिरामध्ये दाखल व्हा. पातशहा औरंगजेब गाझी आहे. त्याला सह्याद्रीसह पुरा दख्खन देश जिंकायचा आहे. गुस्ताखी माफ, आपल्या शाही खानदानाच्या मामल्यामध्ये आम्हांला नाक खुपसण्याचा अधिकार नाही. पण तरीही आम्ही आपल्या दिलाचा दर्द जाणतो. तुमच्या पित्याची खरी मोहब्बत सोयराबाई आणि राजाराम यांच्यावर आहे. फडावरचे सारे कारकून, दरकदार तुमच्यासारख्या मर्द छाव्याला दुश्मनीच्या निगाहाने देखतात. म्हणूनच तुमच्या त्या लंगोटाएवढ्या रियासतीचा शहजादा म्हणून अपमानित मनानं मिरवण्याऐवजी आलमगीरांकडं या. आमच्या दोस्तीचा हात पकडा. आज ना उद्या आलमगीर-साहेबांची स्वारी दक्षिणेत येईल. तुमची आणि आमची किस्मत एकदम रोशन होऊन जाईल.''

आपल्या डोळ्यांसमोरचा लखोटा बाजूला करत शंभूराजे बोलले,

''कविराज, दिलेरला लागल्या हाताने जबाब द्या. त्याचं पत्र अनुत्तरित राहता कामाचं नाही.''

''म्हणजे राजन?''

''आमचे शांत राहणं म्हणजे आमची मूकसंमती असा त्यानं गैरार्थ काढू नये.''

शंभूराजांच्या मुखातून एकेक शब्द बाहेर पडू लागला. तिथेच आपले पाय दुमडून उतरत्या मेजावर कवी कलश मजकूर लिहू लागले–

''खानसाहेब, आम्हांस आपलं मानून आपण सातत्यानं आमच्याविषयी जी चिंता प्रगट करता त्याबद्दल आम्ही खरं तर अल्लाचेच आभार मानायला हवेत. आमचा राजपरिवार गृहभेदाने दुभंगल्याबाबत जी आपणांस खबर प्राप्त झाली आहे, ती सत्यच आहे. मात्र त्यामुळे आपण अधिक

आनंदित व्हायचं काहीच कारण नाही. हे वतन आम्हां सर्वांच्या हाती सुपूर्त करून आमचे आबासाहेब केवढ्या भरवशानं परमुलखात निघून गेले आहेत. त्यांच्या माघारा त्यांच्याशी गद्दारी करून ही दौलत आपल्या झग्यामध्ये टाकू म्हणता? असं गैरकाही आमच्या हातून घडणं म्हणजे मेरे प्यारे दिलेरभाई, रावणाची मदत घेऊन श्रीरामानेच दशरथाविरुद्ध बगावत करणं! खानसाहेब, शिवरायांसारखा पिता दैवी कृपेमुळं लाभला असताना, त्या वटवृक्षाची थंडगार सावली सोडून तुमची सोन्याची लंका आम्हांला हो काय करायची?''

मजकूर सांगता सांगता संभाजीराजांचे डोळे पाण्याने भरून आले. त्यांचे आपल्या पित्यावरचे आणि स्वराज्यावरचे प्रेम पाहून कवी कलशही सद्‌गदित झाले. इतक्यात काहीसे मनात येऊन युवराजांची पावले तिथेच रेंगाळली. अखबार थैली बांधणाऱ्या कवी कलशांना ते म्हणाले,

''थांबा. आम्हांला वाटते ह्या पत्राला एक ताजा कलम जोडून द्यावा.''

''जसा हुकूम.''

दोघेही पुन्हा खाली बसले. युवराजांनी मजकूर सांगितला, ''दिलेरजी, तुम्हांला आणि तुमच्या पातशहाला खरेच आमचा पराक्रम इतका आवडत असेल तर आपण दोघेही एक होऊ या. दुसरा एखादा मुलूख जिंकून पातशहांना पेश करू या.''

युवराज कलशांना पुढे बोलले, ''हा ताजा कलम जोडण्यामागे आमचा एक हेतू आहे. दिलेरखानाने पुढे केलेला हात पूर्णत: झिडकारण्यामध्ये हाशील नाही. एखादा धागा राहू द्यावा.''

''पण राजन, असंगाशी संग हवाच कशाला?'' कवी कलश उद्विग्न सुरात विचारू लागले.

शंभूराजांची चर्या काळवंडून गेल्यासारखी दिसली. ते हसण्याचा आव आणत आणि एक दीर्घ सुस्कारा सोडत बोलले, ''कविराज, मनुष्याच्या आयुष्यात वेळा काही सांगून येत नाहीत!''

२.

राजवाड्याच्या आगाशीमध्ये येसूबाई अंमळ उभ्या होत्या. त्यांची नजर दूर संगमेश्वराच्या बाजूला लागलेली. तिथल्या दाट वृक्षराजीतून घोड्यांचे एक पथक दुडक्या चालीने धावत येताना दिसले. येसूबाईंनी बारीक डोळे केले. टाचा उंचावून त्या अश्वपथकाकडे रोखून पाहिले. समोरच्या घोड्यावर हातामध्ये फरफरता भगवा

झेंडा घेऊन एक स्वार बसला होता. अचानक थोरल्या महाराजांची येसूबाईंना आठवण झाली आणि त्यांची मनकळी खुलली. सुमारे पावणेदोन वर्षांनंतर शिवाजीराजे पन्हाळगडावर परतले होते. चारच दिवसांमागे त्यांच्या आगमनाचे वृत्त युवराज आणि युवराज्ञींच्या कानावर आले होते. तेव्हापासून पन्हाळ्यावरून कधी बुलावा येतोय याकडेच दोघांचेही कान लागले होते.

शृंगारपुराला पन्हाळ्यावरून आलेल्या पथकाची लगेचच चाहूल लागली. कवी कलश आपल्या वाड्यातून तातडीने सदरेकडे आले. शिवरायांची वार्ता जाणून घेण्यासाठी अवघे चराचर जणू उत्सुक झाले होते.

सदरेवर सरदार विश्वनाथ, कवी कलश, राणूबाई आक्कासाहेब आणि युवराजांची इतर जिवाभावाची माणसे येऊन दाखल झाली होती. प्रकृती नाजूक असतानाही तातडीने जामानिमा करत वृद्ध पिलाजी शिर्केसुद्धा गडबडीने सदरेकडे आले होते. बैठकीमध्ये एक औत्सुक्याचे वातावरण पसरले होते. त्यातच शंभूराजे सदरेवर दाखल झाले. तसे सर्वांनी झटाझट मुजरे केले. पाठोपाठ येसूबाई समोरच्या मंचकावर येऊन प्रसन्नचित्ताने बसल्या. महत्त्वाच्या खलित्यांचे वाचन कवी कलशाने करायचे, हा जणू सदरेवरचा प्रघातच होता. त्याच्याकडे बोट दाखवत संभाजीराजे उत्सुकतेने बोलले, "कविराज, चला. वाचा– "

"प्रिय शंभो, कर्नाटकाची मोहीम फत्ते झाल्यावर रोज आम्ही किती वेगाची दौड मारत होतो. असंच वाऱ्याच्या सुसाट वेगानं यावं आणि तुम्हांस मिठीत घेऊन कडकडून भेटावं, या एकाच कल्पनेनं आमचं मन किती अधीर बनलं होतं! पण...."

कवी कलश दचकून जागीच थांबले. त्यांनी आवंढा गिळला. 'पण' हा नकारात्मक शब्द कविराजांचा स्वतःचाच असावा, अशी ऐकणाऱ्यांनी आपल्या मनाची समजूत करून घेतली. "पण आपले, आपले..."

कविराजांच्या पोटात भीतीचा गोळा उठला. त्यांनी विलक्षण गतीने आपल्या भुवया ताणल्या. घाबरून मान वर केली. त्यांच्या चर्येवरच्या वक्ररेषा अमंगल दिसल्या. तितक्यात युवराजांचाच धीरगंभीर आवाज सदरेवर घुमला, "कलश, जे असेल ते वाचून दाखवा."

कसेबसे स्वतःला सावरत कविराज धिम्या गतीने पत्रातला एक एक शब्द वाचू लागले,

"– पण आपले एकेक भले पराक्रम आमुच्या कानी आले आणि आमचे कर्ण धन्य पावले. युवराज, आता आपण चांगले एकवीस-

बाविशीचे जवाँमर्द झाला आहात. आपण काही नेणते मूल नव्हेत. मात्र तुम्हांस वाढत्या वयामध्येही काही पाचपोच न उरावा याचंच आम्हांला सखेद आश्चर्य वाटतं. आमच्या माघारी आपण करबुडव्या प्रजेला अभय देता काय, जेव्हा तेव्हा आमच्या कारभाऱ्यांचा पाणउतारा करता काय, आमचे अष्टप्रधान म्हणजे कोण वाटले तुम्हांला? गेली पंचवीस-पंचवीस, तीस-तीस वर्षे आमच्या खांद्याला खांदा देऊन स्वराज्यासाठी अहोरात्र कष्ट वेचणारे ते आमच्या जिवाचे जिवलग आहेत. त्यांच्या वयाचं, अनुभवाचं, सेवेचं भान न ठेवता आपण त्यांचा सदोदित उपमर्द केलात, नव्हे त्यांना छळलंत. आमच्या भेटीसाठी आपण खूपच उत्सुक असल्याचे कळते. मात्र आता यापुढे आम्हांस आपुले तोंड दाखवायची तोशीश घेऊ नये. जाणिजे लेखनालंकार.''

भीतीने, दुःखाने आणि आश्चर्याने कवी कलश अवाक् झाले. त्यांच्या हातातील ते पत्र तसेच थरथरत राहिले. सदरेवर हजर असलेल्या शंभूराजांच्या आप्तजनांचे रूपांतर जणू पाषाणाच्या ढिगाऱ्यामध्ये झाले. कविराजांनी शंभूराजांच्या डोळ्यांकडे दुःखमिश्रित दृष्टिक्षेप टाकला. जणू दुःखाच्या, उद्वेगाच्या कढईमध्येच ते जागच्या जागी जळून जात होते. तरीही शंभूराजांनी पत्र पुढे वाचण्याचा कविराजांना इशारा केला. त्याबरोबर ''थांबा ऽऽ'' असा करारी शब्द येसूबाईंच्या मुखातून बाहेर पडला. भरल्या सदरेवर चारचौघींसारखे रडून आपले दुःख व्यक्त करायची त्यांची इच्छा नव्हती. परंतु त्यांचे डोळे आपोआप पाणावले होते. येसूबाई बोलल्या, ''बस्स, बस्स कविराज! आता आमच्याच्याने पुढचा एकही शब्द ऐकवत नाही!''

''कविराज, थांबलेलेच बरे.'' राणूबाई बोलल्या.

''का, का ऐकवत नाही? हे शब्द आपल्या शिवप्रभूंचेच आहेत. कविराज, थांबू नका. कारण अर्धवट मजकूर ऐकून काही मंडळी निम्म्यातून उठून गेली तर उद्या यापेक्षा अधिक अफवांचे बुडबुडे उठतील. त्याऐवजी, जे असेल ते त्यांच्या कानांवर पडलेलं बरं.''

कवी कलश पुढचा मजकूर वाचू लागले,

''आम्ही बसवलेली कारभाराची घडी विस्कटण्यापेक्षा, आमच्या अष्टप्रधानांना आणि दरकदारांना ऊठसूठ अपमानित करून स्वराज्य कारणाचा नाश न करावा. अद्यापही आपल्या हृदयात चुकूनमाकून काही विवेकबुद्धी शिल्लक असेल, तर आपण आमचा सल्ला ऐकावा. आमच्या भेटीसाठी पन्हाळ्याकडे मोहरा न वळवता आपण लागल्या पावली सज्जनगडावर निघून जावे. तिथे श्रीरामदासस्वामींच्या संगतीमध्ये राहावे.

थोडे सदाचाराचे आणि सद्‌वर्तनाचे धडे गिरवावेत. वखत निघून जाण्याआधी शहाणे व्हावे. स्वामींचा प्रसाद पावोन निरंतर सुखी व्हावे.''

त्या खलित्याच्या वाचनानंतर सारी सदर सर्द झाली होती. न सांगता एक एक आप्त, मित्रजण त्या बैठकीतून हळूच बाहेर पडले. पिलाजी शिर्केही अत्यंत दुःखी मनाने तेथून निघून गेले. युवराज्ञींची मुद्रा तर पाहवत नव्हती. त्यांना कापरे भरल्यासारखे झाले होते. युवराज एखाद्या पाषाणमूर्तीसारखे तिथेच बसून होते. बराच वेळ कोणीच काही बोलले नाही. एक खोल उसासा टाकत शंभूराजे वैफल्याने म्हणाले,

''पाहा तो दिलेरखान आमचा गनीम असूनही किती शहाणपणाचे धडे आम्हांला शिकवतो – मिथ्यामाया, नातीगोती सारं काही झूट आहे. बऱ्याचदा शत्रूच्या मुखातही ओव्या संचारतात हेच खरं!''

''राजन, कृपा करा. आपण धीर सोडू नका.'' कविराज कळवळ्याने बोलले.

''ह्याच एका गोष्टीशिवाय अलीकडे आम्ही करतो आहोत तरी काय?'' सुस्कारा टाकत शंभूराजे बोलले, ''पावणेदोन वर्षांच्या आबासाहेबांच्या जालीम दुराव्यानंतर त्यांच्या भेटीची आम्ही किती औत्सुक्यानं वाट पाहत होतो. कर्नाटकाकडे जाण्यापूर्वी आबासाहेबांनी आम्हांला वचन दिलं होतं. माघारा आल्यावर आमच्या ज्या काही तक्रारी आणि सरकारकुनांचे जे आरोप असतील, त्याबद्दल आमचे आबासाहेब आमच्याशी सखोल चर्चा करतील. पण....''

''युवराज?''

''हो. पण आता ना भेट, ना साधी दृष्टभेट ना प्रेमाची अखबारथैली. कैफियत मांडायचीही संधी न देता आम्हांला गुन्हेगार ठरवलं गेलं. राजांनी आमच्या समाचारासाठी धाडून दिली ती फक्त फाटक्या जोड्यांचीच माळ!''

तीक्ष्ण तीरकामठ्यांनी एखाद्या वाघाच्या बछड्याच्या अंगाची चाळण करावी आणि जखमाही बऱ्या होऊ नयेत, त्या जळत, पोळत तशाच राहाव्यात, तसे शंभूराजे बेचैन झाले होते. त्यांनी खाना घेतला नाही. दुपार ढळली. सावल्या लांबल्या. थोड्याशा उशिराने युवराज्ञी घाबरतच थाळा घेऊन जवळ आल्या. तेव्हा शंभूराजांनी तो लागलाच दूर फेकून दिला. युवराज बिछायतीवर तळमळत पडलेले होते. परंतु बिछायतच आगीचा ओहोळ झालेली. त्यामध्ये युवराजांचा देह भाजून निघत होता.

शंभूराजे वरच्या झुंबराकडे पाहत होते. त्यांचा जीवच जणू तेथे टांगला गेला होता. ते शय्यामंचकावर आपली वज्रमूठ आपटीत बोलले, ''येसू, तसा घडणाऱ्या गोष्टींचा आम्हांला आधीच वास लागला होता, की हे लबाड कारभारी आणि

सरकारकून महाराजांचे कान फुंकणार. ते कसे स्वस्थ बसतील? त्यात ते अण्णाजी दत्तो प्रभुणीकर म्हणजे यांचे म्होरके. आमचा द्वेष करण्यातच त्यांची निम्मी हयात गेली. आपल्या अब्रूची लक्तरं वाचवण्यासाठी आणि महाराजांचं ध्यान दुसरीकडे वळवण्यासाठी नुसता कांगावा करत राहायचं हाच यांचा स्वभाव."

"ते कसं?"

"कर्नाटकातून परतल्यावर जंजिऱ्याची मोहीम अद्याप का फत्ते झाली नाही म्हणून महाराज झडती घेतील. तेव्हा नेमक्या वेळी आमच्याबद्दल कागाळ्या करून लक्ष दुसरीकडे वेधायचं आणि एकावेळी एका दगडात अनेक पाखरं मारून टाकायची, हाच या बुढ्ढाजींचा डाव."

युवराज्ञी पुढे सरकल्या. ज्वराने उष्ण झालेल्या शंभूराजांच्या गौर कपाळावरून आपला हात हलक्याने फिरवत त्या बोलल्या, "इतके भावविवश होत जाऊ नका. हेही दिवस जातील. स्वत:ला आवरा."

"येसू, कसं आवरू आणि कसा सावरू गं? इकडे कारभाऱ्यांनी राळ उडवली आहे. तिकडे सोयराबाई मासाहेबांनी महाराजांच्या मंचकाभोवती आमच्या विरोधात अहोरात्र द्वेषाचा धूप जाळत ठेवला आहे. साध्या मायेसाठी भुकेलेल्या शिवबाच्या पुत्राच्या नशिबी वडिलांची छायाही नाही! आज रायगडही दुर्जनगड झाला आहे. येसू, आज आम्ही कोणाचे राहिलो नाही!! आमचं कोणी उरलं नाही!!"

विरोधकांच्या कारवाया काही थांबत नव्हत्या. रायगड आणि पन्हाळगडाभोवती घिरट्या घालणारे शंभूराजांचे खाजगी जासूदही नवी बातमीपत्रे आणतच होते. त्यानुसार अष्टप्रधानांच्या महालात आणि शिवाजीराजांच्या दरबारामध्ये काही वेगळीच राजकारणे घडत होती. हिंदवी स्वराज्याची दोन शकले करावीत. रायगडासह बारा मावळचा कारभार धाकट्या युवराजांच्या म्हणजेच राजारामबाळांच्या हाती द्यावा, आणि बिनभरवशाचे दूर जिंजीकडचे राज्य संभाजीराजांच्या हाती द्यावे, अशी काही मंडळींची कारस्थाने चालली होती. खुद्द शिवाजीराजांच्या डोक्यातही असाच विचार घोळत असल्याचे विरोधक पैजा लावून खाजगीत बोलत होते.

शृंगारपुरचा विजनवास सोसवत नव्हता. संपतही नव्हता. त्यातच जखमेवर मीठ चोळायचे म्हणून की काय दिलेरखानाकडून आणखी एक तवारिख येऊन पोचली.

> "बदनसीब शहजादे! शंभूराजे! आपल्या कारभाऱ्यांनी तुमचा दिल इतका खूष केल्यावर अजून कोणच्या फैसल्याचा इंतजार करता आहात? तिकडे दूर दराज जिंजीस जाण्याऐवजी भीमेकाठचा पातशहाची छावणी तशी जवळच नव्हे का? दिलामध्ये कोणतीही आंदेशा न ठेवता आमच्याकडे

या. इस्तिकबालके लिऐ हमारे शामियानेके दरवाजे कबसे बेसबर है''

दिलेरखानाच्या या ताज्या पत्राने शंभूराजे सावध झाले. देव्हाऱ्यातले देव थडगी होऊन बसले होते आणि दूर मशिदीवरचा चाँदतारा त्यांच्या सैरभैर मनाला खुणावू लागला होता.

दोस्तीचा हात पुढे करणारा दिलेरखानही कोणी साधासुधा इसम नव्हता. उंच ताडामाडासारखा, धिप्पाड देहाचा दिलेरखान म्हणजे एक कडवा रोहिला. गंगायमुनेचे पाणी पिऊन औरंगजेबाच्या दरबारात ताठ मानेने उभा राहणारा योद्धा. वेळप्रसंगी ज्याने खुद्द औरंगजेबाच्या शहजाद्याला अंगावर घेतले होते. तो जितका शौर्यवान तितकाच धर्मनिष्ठ, जितका कर्तृत्ववान तितकाच क्रूर आणि कठोर असा शिपाईगडी होता.

आपल्या हातून आलमगीरांची अलौकिक अशी सेवाचाकरी घडावी की ज्याने औरंगजेबसाहेबांचे होश उडावेत. एका दिवसात आपण शाही दरबारामध्ये सर्वोच्च मोहरे ठरून खुद्द पातशहाने आपल्या पगडीमध्ये मानाचा शिरपेच लावावा, ह्या आकांक्षेने तो अहोरात्र तळमळत होता. आता काबूल-कंदाहारापासून ते बंगालपर्यंत उभ्या हिंदुस्थानात औरंगजेबाला आव्हान देणारा कोणीही मायेचा लाल उरला नव्हता. मात्र एक शिवाजी संपला की आपण पृथ्वी जिंकली, असेच आलमगीर खाजगीत बोलून दाखवतो. पातशहाची अशी नाजूक मनोवस्था झाली असताना जर आपण संभाजी नावाचा शिवाजीच्या कलेजाचाच तुकडा छाटून नेऊन आलमगीरांच्या पायावर पेश केला तर कोण बहार येईल, ह्या एकाच विचाराने दिलेरखान गेली दोन वर्षे गळ टाकून तळमळत बसला होता. तो आपल्या गुप्त जासुदांमार्फत रायगडावर शंभूराजांच्या प्रत्यही होणाऱ्या अपमानाची, अवहेलनेची बारीकसारीक माहिती घेत होता.

शंभूराजांनीही मुत्सद्देगिरीचे नवे नवे फासे टाकायला सुरुवात केली. त्यानी जोत्याजी केसरकरांना गुप्तपणे दिलेरखानाच्या मुलखामध्ये पाठवून दिले. परिस्थितीचा अंदाज घ्यायला सांगितले. ही बाब जेव्हा येसूबाईंच्या ध्यानात आली, तेव्हा त्या कमालीच्या धास्तावल्या!

एके सकाळी संभाजीराजांनी आपली दीर्घ पूजा आटोपली. उघड्या अंगाने आणि पवित्र मनाने ते देव्हाऱ्यातून उठले. तेव्हा ती अचूक वेळ साधून येसूबाई पुढे झाल्या. अत्यंत नम्र होऊन युवराजांपुढे हात जोडत त्या आर्जवी सुरात बोलल्या,

''युवराज, इतकी ही तामसी वृत्ती चांगली नाही. संयम पाळा, संघर्ष टाळा.''

आपल्या पायांजवळ बसलेल्या युवराज्ञींची पर्वा न करता शंभूराजे बोलले,

''युवराज्ञी, तुम्ही काहीही म्हणा, माना. हा संभाजीच आता तुमच्या स्वराज्याला नकोसा झाला आहे.''

"म्हणून काय त्या दगाबाज दिलेरखानाच्या ओट्यात आपण आपली मुंडी ठेवायला निघालात?'' येसूबाईंच्या डोळ्यांत त्वेषाच्या ठिणग्या नाचू लागल्या. त्यांनी गुरकावल्या सुरात विचारले, "तुम्हांला ठाऊक आहे, कोण आहे हा दिलेरखान? पुरंदरच्या वेढ्यात आपल्या वीर मुरारबाजींची मुंडी छाटणारा तोच हा चांडाळ! युवराज, धीर धरा. विचार करा.''

"तर मग आम्ही इथं थांबून करावं तरी काय? ह्या राज्याचे युवराज असूनही मोहिमेवर जायचं नाही. आमच्या हक्काच्या राजप्रासादात राहायचं नाही. साधे हजार दोन हजाराचे नव्याने घोडदळही उभं करायचं नाही. रयतेची एखादी क्षुल्लक फिर्यादही ऐकायची आम्हांला मुभा नाही. तर मग काय फक्त सज्जनगडावर जाऊन आम्ही टाळ कुटत आयुष्य घालवायचं?'' युवराजांनी विचारले.

"युवराज, खरंच आमचं ऐका. सज्जनगड ही तूर्तास इष्टापत्तीच माना. तिथल्या मंगल, सात्त्विक वातावरणानं निदान मनातली किल्मिषं दूर होतील. आजच्या अंधाऱ्या धुक्यातून वाटही गवसेल.'' येसूबाईंचा कातर आवाज घुमला.

शंभूराजांचे स्वप्नाळू डोळे कसल्याशा विचाराने चमकले. पण लगेचच चर्येवर दुःखाची छाया पसरली. ते हळहळल्यासारखे बोलले, "येसू, आजकाल आम्हांला उगाचच धास्ती वाटते. पुढच्याच महिन्यात आपल्या इवल्याशा बाळराजाला घेऊन आपण दोघे आबासाहेबांच्या भेटीसाठी जाणार होतो. वंशाचा दिवा त्यांच्या पायावर घालणार होतो. पण त्या ऐवजी.... त्या आधीच आम्हांला साखळदंडाने जखडा, मुसक्या बांधून रायगडावर पेश करा, असा आबासाहेबांचा हुकूम नाही आला म्हणजे मिळवलं!''

"किती एकतर्फी विचार करता युवराज? आपल्या बलाढ्य पित्याचं तुम्हांस काहीच कसं वाटेनासं झालं आहे? जे चाललं आहे ते खूप गैर आहे!'' येसूबाईंनी युवराजांना सुनावले.

संभाजीराजे आपल्या उद्वेगाच्या आणि अवहेलनाच्या लहरी आतल्या आत जिरवत बोलले, "आपल्या युवराजाची अशी निर्भत्सना करणारं पत्र आबासाहेबांनी हरकाऱ्यांमार्फत कशासाठी धाडायचं? त्या ऐवजी समक्ष बोलावून आमची चामडी लोळवली असती, तरी त्याचं काहीच दुःख वाटलं नसतं.''

येसूबाईंचे बाळंतपण महिन्यावर आले होते. त्यामुळे त्यांच्या पोटाचा आकार वाढून अंगामध्ये एक जडशीळपणा आला होता. परंतु त्याच वेळी मानहानीच्या दुःखाने पोळणारा आपला कर्तृत्ववान पती पाहून त्यांचे काळीज तीळ तीळ तुटत होते. त्यांच्या महालाशेजारीच दुर्गाबाईंचा महाल होता. त्यांनी राणूबाई आक्कासाहेबांच्या साक्षीने आपल्या सवतीला रात्री बोलावून घेतले.

तिला विश्वासात घेत त्या बोलल्या, "दुर्गावती, युवराजांची मनःस्थिती अजिबात

चांगली नाही. आपण त्यांना खूप जपायला हवं.'' दुर्गाबाईंनी काही न बोलता येसूबाईंच्या हातामध्ये आपला हात दिला.

एकदा सुप्याच्या जाधवरावांच्या वाड्यामध्ये भोजनासाठी शंभूराजांना आमंत्रित केले गेले होते. तेव्हा खाशा मंडळींना पाने वाढण्यासाठी जाधवरावांची गोंडस कन्या दुर्गा पुढे आली होती. तिची स्त्रीसुलभ आदब, मोहक चालणे, मंजुळ बोलणे ह्याची पहिल्याच दृष्टिक्षेपात शंभूराजांवर छाप पडली होती. दुर्गा येसूबाईंसारखी उंच आणि केतकीच्या वाणाची नव्हती; उलट ती तशी बऱ्यापैकी ठेंगणी, थोडीशी जाड पण मोहक बांध्याची आणि गोबऱ्या गालांची पोर होती. येसूबाईंसारखे तिचे टपोरे, हरणाक्षी नेत्र नव्हते, मात्र तिच्या गुंजेसारख्या दिसणाऱ्या बारीक डोळ्यांत एखाद्याला सहज बांधून टाकायची अजब जादूगिरी होती.

दुर्गेशी एकदोनदा डोळाभेट झाली आणि शंभूराजांच्या सुपे आणि बारामती भागातल्या भेटी वाढल्या. शिकारीच्या निमित्ताने कऱ्हा नदीचा काठ धरून ते नेमके दुपारी सुप्याच्या जाधवरावांच्या वाड्यापर्यंत पोचायचे. थोड्याच दिवसांत शंभूराजांच्या ह्या छुप्या सफरींचा येसूबाईंना वास लागला अन् मग त्यांनीच स्वत:हून आपल्या प्याऱ्या पतिराजांसाठी दुर्गाबाईंना सरळ मागणी घातली. विवाहानंतर जेव्हा दुर्गा येसूबाईंना एका निवांत दुपारी देवघरात भेटली, तेव्हा तिचे नाजूक हात आपल्या हाती धरत येसूबाई बोलल्या, ''एक लक्षात ठेव. तुला ह्या राजवाड्यात उगाच आणलं नाही. शंभूराजांसारखा एक जळता, धगधगता निखारा माझ्या एकटीच्या पदराला पेलवणार नाही, म्हणूनच तुला आपल्या थोरल्या आक्काच्या मदतीसाठी बोलावलं आहे मी!''

येसूबाईंचा स्वभाव तसा बऱ्यापैकी बडबडा. मात्र दुर्गाबाई अबोल आणि शांत वृत्तीच्या. आताही त्यांना आपल्या जवळ बोलावत येसूबाई बोलल्या, ''दुर्गा, आता यापुढचा काळ तुझ्यासाठी आणि माझ्यासाठी खूप कठीण आहे. अंगातल्या या जडपणामुळं, पोटातल्या आठ महिन्यांच्या बाळाचं ओझं घेऊन मला युवराजांमागे धावायला जमायचं नाही. दुर्गा, घेशील राजांची काळजी? करशील त्यांना मदत?''

''आक्कासाहेब, आम्ही का तुमच्या शब्दाबाहेर आहोत?'' दुर्गा बोलली.

एके रात्री शंभूराजे जवळपास रात्रभर अखंड काहीतरी लिहीत बसले होते. लेखनिकाच्या किंवा कवी कलशांच्या मदतीशिवाय त्यांनी हा उद्योग चालवला होता. बिछायतीवर पडलेल्या येसूबाईंचे डोळे खूप जड झाले होते. मात्र त्या अधेमधे जाग्या व्हायच्या आणि दचकून युवराजांकडे पाहायच्या. युवराज आपले बसक्या मेजावर अखंड लिहीतच राहिलेले. पहाट सरली. बाजूच्या वडपिंपळाच्या फांद्यांवर वटवाघळांचा चीत्कार सुरू झाला तेव्हा कुठे शंभूराजे उठले आणि त्यांनी मंचकावर आपला थकला देह टाकून दिला. आता मात्र येसूबाईंना पूर्ण जाग आली होती. त्या

उठल्या आणि मेजाकडे पाहू लागल्या. तिथे आजूबाजूला कागदांच्या अनेक गुंडाळ्या पडलेल्या.

येसूबाई हलक्याने उठल्या. त्या पुढे पाहतात तर मेजावर एक शाही अखबारथैली पडलेली! तिच्यावरची औरंगजेबाची मोहर येसूबाईंनी तात्काळ ओळखली. नाना शंकाकुशंकांनी घेरलेल्या त्यांच्या मनात ती तवारिख वाचल्याशिवाय राहवेना. त्या मजकुरावरून त्यांना समजले, की औरंगजेबाचा पुत्र शहाआलम दक्षिणेचा सुभेदार म्हणून आला आहे; संभाजीराजे मोगलांना जाऊन मिळतील तर त्यांना पूर्ण अभय दिले जाईल, अशा आशयाचा, शहाआलमच्या सहीशिक्क्याचा खलिता दिलेरखानाने शृंगारपुरला पाठवून दिला होता. शंभूराजांच्या पुढील प्रवासाची दिशा येसूबाईंच्या लक्षात आल्याशिवाय राहिली नाही. सकाळी उशिराच उठलेल्या शंभूराजांना त्यांच्या पायाजवळ अश्रू गाळत बसलेल्या येसूबाई आढळून आल्या. युवराजांची पावले पकडून त्या किंचाळत बोलल्या, "दया करा युवराज. पण असा चुकीचा निर्णय घेऊ नका. आपल्या जाण्यानं वैऱ्याच्या वाड्यावर विजयाचं निशाण चढेल. कारभाऱ्यांवरच्या रागापोटी शिवाजीराजांच्या स्वराज्याचा गळा नका घोटू युवराज."

"आपण मूर्खच ठरतो आहोत युवराज्ञी तुम्हांला काय कल्पना? तिकडे पन्हाळ्यावर पक्का निर्णय झाला आहे. बारा मावळ आणि रायगडाचे राज्य राजारामांना मिळणार आणि आम्ही आपले जिंजीकडे चालू लागायचे?"

येसूबाईंनी आपले डोळे पदरांनी पुसले. युवराजांच्या नजरेला नजर देत त्यांनी थेट सवाल केला, "गेले तर गेले राज्य. मात्र केवळ राज्याचा आणि सत्तेचा लोभ युवराज आपल्यासारख्या संस्कृतपंडिताला, तलवारबहादुराला आणि कविहृदयाच्या विवेकी पुरुषाला केव्हापासून पडू लागला? युवराज, अहो एका बाजूला चौदा चौकड्यांचं राज्य आणि दुसऱ्या बाजूला शिवाजीराजांसारखा पिता, यामध्ये आपण कोणाची निवड कराल?"

"या प्रश्नाचं उत्तर तुम्हांला माहीत आहे. त्यामुळे तोच सवाल पुन:पुन्हा करायचा वेडेपणा करू नका. येसूराणी, तुम्हांला हेही माहीत आहे की, शिवाजीराजांशिवाय, त्यांच्या स्वप्नांशिवाय हा संभाजी एक क्षणही जगू शकणार नाही. मात्र ज्या राजांच्या हृदयात आम जगासाठी रांजणभर माया आहे, त्याच हृदयात या शंभूसाठी आज दयेचा वा मायेचा साधा लवलेशही उरलेला नाही, त्याचं काय?"

येसूबाई मूक झाल्या. युवराजांचे अतीव दु:ख पाहून त्यांच्या डोळ्यांतले अश्रूही पळून गेले. त्या हलक्या आवाजात इतकेच बोलल्या, "युवराज, आपल्यावरील अन्याय पाहून माझंही काळीज पिळवटून निघते हो. मात्र उद्या आपल्या शत्रूंच्या शिबिराकडे जाण्याने मामंजीसाहेबांच्या हृदयाला किती घरं पडतील याची फक्त कल्पनाच करा!"

त्या रात्री येसूबाईंच्या अंगामध्ये खूप ज्वर भरला होता. वैद्यराजांनी काढा दिला. युवराजांनी तो स्वत: येसूबाईंच्या ओठी लावला. मात्र त्यांच्या ज्वराचे खरे कारण युवराजांना ठाऊक होते. रुग्णाईत येसूच्या मुखावरून हळुवार हात फिरवत ते बोलले, "उगाच घाबरू नका. अतिविचाराने जिवाला त्रासही करून घेऊ नका. समजा, उद्या आम्ही मोगलांच्या शिबिरात जाऊन पोचलो, तर असं काय आभाळ कोसळणार आहे? याआधी दस्तुरखुद्द आबासाहेबांनी आमची इवली बोटं पकडून आम्हांला मोगलांचा शामियाना दाखवला नव्हता काय? चांगली दोन वेळा मोगलांची मन्सबदारी केली आहे आम्ही."

येसूबाई कसनुशा हसत बोलल्या, "तेव्हाचं आपलं जाणं हा मामंजीसाहेबांच्या राजकारणाचा भाग होता."

"पण आता तरी आम्ही किती स्वस्थ बसावं? ह्या कारभाऱ्यांना काय वाटतं- शंभूच्या मानेला मणका नाही? पाठीला कणा नाही की उरात हिंमत नाही? येसू, आम्हांला वाटते आता एकच करावे. आमच्यावरची बिलामत घालवण्यासाठी आणि बाहेर यश संपादन करून पुन्हा एकदा आबासाहेबांच्या समोर ताठ मानेनं खडे होण्यासाठी आपणही सोंगट्यांचा खेळावा थोडा खेळ!"

शंभूराजांच्या प्रतिपादनाने येसूबाईंच्या मनातला संभ्रम काही दूर झाला नाही. तेव्हा त्यांना समजावत ते बोलले, "तूर्तास हळूच गोड बोलून आपणही शत्रूच्या गोटात घुसायचं. योग्य वेळी त्याचं पोट फाडून बाहेर पडायचं."

"युवराज, दिलेरखान म्हणजे साधा मासा नव्हे, तो मगरमच्छ आहे."

"हे बाळही साधं बाळ नव्हे, ते शिवाजीचं बाळ आहे. मोगलांचा कर्दनकाळ ठरणार आहे!"

युवराज आणि युवराज्ञीने ती अवघी रात्र जागून काढली. संभाजीराजांनी मोगलांच्या छावणीकडे जाऊच नये, असे येसूबाईंचे ठाम मत होते. त्यांच्या अंगामध्ये चढणारा ज्वर, त्यांची कोमेजली मुद्रा, त्यांचा क्षीण आवाज या साऱ्या गोष्टी शंभूराजांच्या सामर्थ्यवान पावलांना मायेच्या शृंखला बांधत होत्या. त्या तोडून बाहेर पडताना शंभूराजांच्या जिवाची घालमेल होत होती. शेवटी येसूबाईंनी अंगच्या स्त्रीत्वाची, मातृत्वाची, सखीची सर्व ताकद पणाला लावली. शंभूराजांचा हात आपल्या काळजाजवळ नेत बोलल्या, "युवराज, आपल्या ह्या अडाणी सहचारिणीला एक वचन द्याल?"

"बोला."

"प्रथम महाराजांच्या आज्ञेनुसार सज्जनगडावर जाल? रामदास स्वामीजींचा कृपा-प्रसाद घेऊन नंतरच पुढे झेप घ्याल?"

"हो, दिलं वचन."

३.

शृंगारपुराबाहेरचे ते महादेवाचे मंदिर सरत्या पहाटेचे शंभूराजांच्या इष्टमित्रांनी भरून गेले होते. आभाळ ढगांनी गच्च दाटून आले होते. नव्या, धाडसी मार्गावर निघायचे होते. शंभूराजांनी महादेवाला अभिषेक सुरू केला होता. अनेक शास्त्रीपंडित उघड्याबंब अंगाने त्या भव्य देवालयाच्या गाभाऱ्यात हजर होते. तासाभरात अभिषेक आटोपला. काळेशार ढग पांगून पांढरट कवडसे दिसू लागले. दिवाण, दरकदार, सरदार विठ्ठलराव मंदिराच्या बाहेर पडले. आता गाभाऱ्यामध्ये फक्त कवी कलश आणि शंभूराजे उभे होते. न राहवून कवी कलश बोलले, "राजन, अगदी आग्रामथुरेपासून ते आजवर आम्ही आपली सावली बनलो आहोत. आपणच आमचे घरदार, वतन आहात असे मानून आपल्या पाठीमागून जन्मभर फिरतो आहोत."

शंभूराजांनी कलशांकडे पाहून मंद स्मित केले. ते बोलले,

"कविराज, आपली सोबत म्हणजे ज्ञानवृक्षाची सावली, काव्यशास्त्रविनोदाच्या अखंड लहरी. आपण आमचे कुठले मित्र. आपण तर आमचे वडीलबंधू!"

"मग निघायचं का आम्ही आपल्यासोबत?"

"नको कविराज, यावेळी नको." शंभूराजे कसनुसे हसून बोलले, "आपण आमच्यासोबत याल तर हे विखारी जिभांचे सरकारकून काय ओरडतील आहे माहीत? दुष्ट, दगाबाज कवी कलशानेच भानामती केली. वेड्या शंभूला तंत्रमंत्र करून मोगलांच्या कळपात ओढून नेला!"

कलश विषण्णतेने हसले. मात्र शंभूराजांच्या दुराव्याचे दुःख त्यांच्या मुखावरून हटायला तयार नव्हते. तेव्हा त्यांना दिलासा देत शंभूराजे बोलले, "उलट आपण पाठीमागे राहाल, तर आमच्या हितशत्रूंच्या हालचालींवर आपला वचक राहील. तिकडे आम्हांवर काही संकटं आली, तर आपल्याला हाक तरी मारता येईल."

"जसा आपला हुकूम राजन." कवी कलश बोलले, "मात्र युवराज, आपल्या माघारी फडावरच्या काही कावेबाज प्रवृत्ती शांत राहणार नाहीत. तडक महाराजांकडे कागाळ्या करून ते 'आम्हांला हद्दपार करा' असाही आग्रह धरायला मागंपुढं पाहणार नाहीत."

संभाजीराजे प्रसन्नतेने हसत बोलले, "त्याची आपण फिकीर करू नका कविराज. कवी कलश ही व्यक्ती काय वकुबाची आहे, हे संभाजीपेक्षा शिवाजीराजेच अधिक जाणून आहेत. त्यांनीच तर आमच्या मार्गदर्शनासाठी आग्र्याला आपली प्रथम निवड केली होती."

"ही मंडळी काहीही वहीम ठेवतात हो. म्हणे आम्ही रेड्याच्या कातडीवर बसून अनुष्ठाने करतो."

"असे आरोप फक्त बैलबुद्धीचेच महाभाग करू शकतात! रेड्याचं कातडं किती जड असतं, ते कापून घ्यायला किती लोक लागतात, अंथरायला किती लोक लागतील याची कल्पना आहे का त्या महाभागांना?" कविराजांना धीर देत शंभूराजे बोलले, "आपल्या तैलबुद्धीची, ह्या शंभूवरच्या निष्ठेची थोरल्या राजांना पूर्ण कल्पना आहे. आमचे हितशत्रू रंगवतात तसेच आपण असता आणि आपला पुत्र खरेच एका भोंदू मांत्रिकाच्या नादी लागला आहे, असं काही आबासाहेबांना दिसलं असतं, तर त्यांनी तुमचा केव्हाच टकमक टोकावरून कडेलोट केला असता कविराज!"

कवी कलश अधिक काही बोलले नाहीत. शंभूराजांचा हात हाती धरत ते घोगऱ्या आवाजात इतकेच बोलले, "राजन, स्वत:ची काळजी घ्या."

दुपारी आभाळात असंख्य ढग उठले होते. त्यांच्या सावल्या शृंगारपुरावर उतरलेल्या. आपल्या अडीच हजार स्वारांसह संभाजीराजे सज्जनगडाकडे कूच करीत होते. त्यांना आणि मेण्यात बसलेल्या राणूबाई आक्कासाहेब व दुर्गाबाईंना निरोप देण्यासाठी निम्मे नगर शिवेजवळ गोळा झाले होते. निरोपावेळी कवी कलशांचा कंठ दाटून आला होता. येसूबाईंना घेऊन आलेली पालखी एका विराट जांभूळ वृक्षाच्या बुंध्याजवळ थांबली होती. येसूबाईंच्या मुखावर बाळंतसूज दिसू लागली होती. डोळे खोल गेलेले. येसूबाईंची चर्या भरल्या आभाळासारखी दु:खाने माखून गेली होती. त्यांच्या डोळ्यांतून आसवांच्या झडी वाहू लागल्या, तेव्हा त्यांच्या नेत्रातील काजळरंग गोऱ्या गालावर ओघळला. शंभूराजांनी आपल्या शेल्याने त्यांची आसवे टिपण्याचा प्रयत्न केला.

येसूबाई आणि दुर्गाबाई राणूबाईंच्या जवळ गेल्या. राणूबाईंनी दुर्गाबाईंच्या पाठीवरून हात फिरवला. "काळजी घे हो." त्या पुटपुटल्या. शंभूराजांनी राणूबाईंना येसूबाईंच्या सोबतीला राहा असे परोपरीने समजावले, पण आक्कासाहेब बोलल्या, "शंभूराजे, सज्जनगडावर तुम्हांला स्वामीजींच्या दारापर्यंत पोचवेन. तेथूनच तशी वाईकडे निघून जाईन."

काहीशा खिन्न दिसणाऱ्या शंभूराजांना भरवसा देत येसूबाई बोलल्या,

"माझी खात्री आहे युवराज, तुम्हांला सज्जनगडी स्वामी भेटतील. मनातली सारी किल्मिषं दूर होतील. हेही दिवस जातील."

"युवराज्ञी, अधिक काळ आपणही इथे शृंगारपुरी राहू नका."

"तर मग?"

"लागल्याच पन्हाळ्याकडे निघा."

"पन्हाळ्याकडे? ते कशापायी?" येसूबाईंनी अचंब्याने विचारले.

"माहीत नाही का तुम्हांला? आमचे आबासाहेब आता थकलेत. कमालीचे वृद्ध दिसू लागलेत. त्यांच्या तब्येतीची काळजी वाहायला आपलं घरचं, जवळचं

माणूस आजूबाजूला नको का?'' संभाजीराजे बोलले. तेव्हा येसूबाईंच्या डोळ्यातलं पाणी आपोआप हटलं. नवऱ्याबाबतच्या अभिमानाने त्यांचा माथा ताठ झाला.

४.

अपमान आणि अवहेलनेचा अंगार किती दाहक असतो, याची कल्पना फक्त संवेदनशील, स्वाभिमानी मनुष्यालाच असते. संभाजीराजे आपल्या पथकानिशी एकदाचे सज्जनगडाच्या दरवाजाजवळ आले; तेव्हा अतिविचाराने त्यांचे मस्तक नुसते ठणकत होते. अशा भणभणत्या मस्तकावरचा रामबाण इलाज म्हणजे एक तर खडकावर गेंड्यासारख्या धडका घेऊन मस्तक कायमचे शांत करायचे; अथवा तुकोबा अगर रामदासस्वामींच्या दर्जाच्या एखाद्या श्रेष्ठ संतसज्जनाच्या पायावर जाऊन डोके ठेवायचे. त्यांच्या ज्ञानमय, आध्यात्मिक पाणपोईतील अमृत चाखायचे आणि त्या आधारे जीवनातील साफल्य शोधायचे.

गडाच्या महादरवाजात तेथील अधिकारी वासुदेव बाळकृष्ण आणि कृष्णाजी भास्कर या दोघांनी शंभूराजांचे स्वागत केले. तेथील महालामध्ये जाऊन विश्रांती घ्यायच्या आधी रामदासस्वामींच्या मठाच्या गाभाऱ्यामध्ये जाऊन पोचावे असाच मनसुबा युवराजांनी केला होता. मात्र अलीकडे ते जिथे जिथे जातील, तेथे तेथे दुर्दैवाच्या काटेरी फांद्या त्यांचा पाठलाग करत होत्या. ज्या दिवशी युवराज सज्जनगडावर पोचले, त्याच्या नेमक्या आदल्याच दिवशी स्वामीजींनी गड सोडला होता. ते मसूरमार्गे कोल्हापूरकडे निघून गेले होते. आणखी पंधरा दिवस तरी तेथे परतून यायची त्यांची शक्यता दिसत नव्हती.

येसूबाईंच्या माघारी आता दुर्गाबाई त्यांची काळजी वाहत होत्या. राणूबाईही आज ना उद्या गुंता सुटेल, शंभूराजांनी धीर सोडून नये, अशी त्यांची समजूत घालत होत्या. शंभूराजेही गडावर स्वत:चे मन रमवण्याचा नाना परीने प्रयत्न करत होते. त्यांनी गडाच्या एका टोकास असलेल्या धाऱ्याच्या मारुतीरायाचे दर्शन घेतले. आपल्या पाठीमागची सर्व शुक्लकाष्ठे दूर व्हावीत म्हणून ते मारुती आणि शनीची उपासना करीत होते. अनेकदा सकाळी आणि सायंकाळी ते संरक्षणाचे आपले छोटेखानी पथक घेऊन बाहेर पडत. कधी दोर तुटलेल्या पतंगासारखे गडाच्या तटबंदीभोवती भरकटत राहत, तर कधी रामघळीजवळ जाऊन ध्यानसाधनेस बसत. आभाळात पांढऱ्याशुभ्र ढगांचे पुंजके दिसू लागले की, त्यांना येसूबाई आणि कवी कलश यांची खूप आठवण येई.

एके दिवशी सायंकाळी लिंब गावचा सदानंद गोसावी धावत धावत युवराजांकडे आला. आपल्या मठाचे बंद झालेले इनाम सुरू करावे, अशी त्याने मागणी केली.

युवराजांनी दुसऱ्या दिवशी त्याचा खटला ऐकायचे नक्की केले. त्या रात्री शंभूराजांचे मन खूप समाधानी होते. बऱ्याच दिवसांनंतर राजकीय कामकाजामध्ये लक्ष द्यायची त्यांना संधी लाभणार होती. दुर्गाबाईंशी आणि राणूबाईंशी चर्चा करताना थोरल्या महाराजांचा विषय निघाला. तेव्हा दु:खीकष्टी झालेल्या शंभूराजांकडे पाहत राणूबाईंनी विचारले, "किती राग धराल शंभूराजे आमच्या आबासाहेबांवर?"

"आबासाहेबांना कर्नाटकाहून माघारी येऊन किती महिने झालेत याचा कधी विचार केलाय तुम्ही दोघींनी?"

"किती?"

"ते उन्हाळ्यात, चैत्रमासात स्वराज्यात परतले. त्याला एकदोन नव्हे पुरे सहा महिने लोटले आहेत. आमची उमर आज विशीची आहे. आपल्या एवढ्या मोठ्या जाणत्या पुत्राला त्याचा पिता सहा सहा महिने भेटत नाही. 'भेटीस या' असा सांगावाही देत नाही. आम्ही स्वत:हून भेट मागितली तर त्याचा साधा जबाबही मिळत नाही. सांगा राणूआक्का, सांग दुर्गा, असं ह्या संभाजीनं कोणतं पाप केलं आहे? जगासाठी सरितेसारखं अखंड वाहणारं तुमच्या शिवाजीराजांचं हृदय पोटच्या पोरासाठी असं कोरडं ठणठणीत का राहावं? शेवटी हा संभाजी म्हणजे अगदीच काही तुमच्या जोत्याचा भावनाशून्य, मुका दगड नव्हे!"

आभाळामध्ये ढग गडगडून उठावेत आणि पावसाच्या पखाली ओतत त्यांनी विरून जावे तसे कितीतरी वेळ शंभूराजे तळमळत पडले होते. दुसऱ्या दिवशी लिंबच्या सदानंद गोसाव्याची पूर्ण चौकशी करून न्याय देत शंभूराजे बोलले, "आपल्यावर अन्याय झाल्याचं स्पष्ट दिसतं. मात्र याबाबतचा सरकारी हुकूम सुरनवीस या नात्यानं अण्णाजी दत्तो यांनीच द्यायला पाहिजे. तसं त्यांना आम्ही आजच कळवतो."

सदानंद गोसाव्याची चर्या काळवंडली. अर्धवट उठून, गडबडीने मुजरा करीत गोसावी बोलले, "युवराज, असा अर्धवट न्याय नको. आपण आपल्या मुद्रेचा ठसा उमटवून लागलीच कागदपत्रं करून द्या–"

"हे पाहा गोसावी, आबासाहेबांच्या कारभाराची घडी आम्ही कशी मोडणार? सहीशिक्याचे कागद तुम्हांला सुरनवीस अण्णाजी दत्तोंकडेच मिळतील. तुम्ही चिंता नका करू. सुरनवीसांना आम्ही आजच खलिता पाठवू. चारपाच दिवसांनंतर जाऊन भेटा त्यांना."

"जशी आज्ञा." असे म्हणत, मान डोलावून गोसावी निघून गेले.

आणखी चार आठवडे गेले. समर्थ रामदासस्वामी अद्यापि गडावर परतले नव्हते. त्यांच्या पट्टशिष्यांकडे आणि किल्ल्यावरील अधिकारी वासुदेव बाळकृष्ण व कृष्णाजी भास्करांकडे युवराज वारंवार चौकशी करायचे, कधी परतणार आहेत स्वामी? समर्थ कोल्हापूर, बेळगावकडेच गुंतल्याचे उत्तर मिळे. परळी-सज्जनगडाच्या

परिसरात फिरून फिरून युवराजांना कंटाळा आला.

महिन्याभराच्या अंतराने सदानंद गोसावी पुन्हा उगवले. युवराजांनी त्यांना तात्काळ विचारले, "मिळाली कागदपत्रं?"

"कशी मिळतील?" सदानंद गोसावी वैतागून बोलले, "युवराज, आपल्या आदेशानुसार तीन हप्ते रायगडाच्या फडापुढचे जोते बसून बसून झिजवले. अण्णाजींची आणि राहुजींची टाळाटाळ आणि कुत्सित नजरा पाहून वैतागलो. शेवटी हिय्या करून अण्णाजींना विचारले. 'पंत, खरं काय ते सांगा.' तेव्हा अण्णाजी बोलले, आमचा राजा आजकाल पन्हाळ्यास राहतो. सज्जनगडास नाही! शेवटी नाराजीने गड उतरू लागलो. तेव्हा लोकांची चर्चा ऐकून खरा खुलासा झाला."

"कोणता खुलासा?"

"लोक सांगत होते, थोरल्या महाराजांची आपणावर पहिल्यासारखी कृपादृष्टी राहिलेली नाही. त्यामुळेच आपण दिलेल्या निकालांना काही अर्थ नसतो. आपल्या आदेशाची अंमलबजावणी करायचे सोडाच, पण आपले कागदसुद्धा हातात घ्यायचे कष्ट कारकून घेत नाहीत."

बोलता बोलता सदानंद गोसावी गवताच्या गंजीमध्ये जळती काडी टाकून निघून गेले, आणि मग आग भडकतच राहिली. शंभूराजांचा चेहरा संतापाने लाल झाला! त्यांच्या डोळ्यांत जणू रक्त उतरले होते! कनिष्ठ दर्जाच्या सर्व सेवकांना शंभूराजांनी सदरेबाहेर जाऊ दिले. आणि किल्ल्याचे कारभारी वासुदेव बाळकृष्ण यांच्याकडे संतापाने नजर टाकली. वासुदेव बाळकृष्णांची भंबेरी उडाली. त्यांनी युवराजांपुढे नम्रपणे हात जोडत सांगितले, "राजे, त्या गोसाव्याचं बोलणं अगदीच काही खोटं नव्हतं. युवराजांनी दिलेल्या न्यायनिवाड्यांकडे आणि सोडलेल्या हुकुमांकडं शक्यतो कानाडोळा करावा, असेच वरून आदेश आहेत."

"लेखी?" शंभूराजांनी कमालीच्या थंडपणाने विचारले.

"लेखी नाही, पण तोंडी–"

"पन्हाळगडाकडून? आबासाहेबांचे आदेश?"

"तिकडून नव्हे, पण रायगडाहून– राहुजी सोमनाथ आणि इतर मंडळींचे."

"त्यावर आपण कोणता निर्णय घेतलात?"

"सरकार, आम्ही आपली चाकर माणसं. जेव्हा रायगडाकडून तोंडी आदेश आले, तेव्हा त्याचा खुलासा करून घेण्यासाठी आम्ही पन्हाळ्याकडे महाराजांकडे दूत पाठवले. मात्र चार मुक्काम ठोकूनही, राजांकडून आम्हांला कोणतंच स्पष्ट उत्तर प्राप्त झालं नाही. सांगा! आम्ही सेवकांनी कोणता अर्थ काढायचा?"

शंभूराजे उदासवाणे हसले. कारभाऱ्यांपुढे काही बोलले नाहीत. मात्र महालामध्ये त्यांच्याच्याने राहवेना. ते दुर्गाबाई आणि राणूआक्कांना म्हणाले, "कर्नाटकाहून

परतून जवळपास आठ महिने लोटले. आमच्या आबासाहेबांनी आम्हांला भेट दिली नाही. नव्हे, आम्हांला टाळलं. इथे सज्जनगडावर येऊनही दोन अडीच महिने लोटले. समर्थांचाही इथे पत्ता नाही. सांगा, आमच्या हातून अशी कोणती पापं घडली आहेत की आम्हांला रायगडाच्या स्वामीने झिडकारावं? सज्जनगडाच्या समर्थांनी टाळावं? युवराज असून प्रजेची गाऱ्हाणी ऐकायची नाहीत; आम्ही एखादा न्याय दिला तर तो कारभारी कारकुनांनी जुमानायचा नाही! आमच्याच माणसांना, मातीला आणि मुलखाला जर आम्ही इतके परके वाटत असू, तर परमुलखातच सरळ निघून गेल्यानं असं काय वाईट घडणार आहे?''

''शंभूबाळ, शांत राहा. अरिष्टं टळतील.'' राणूआक्कांनी युवराजांना कवेत घेतले. त्यांना शांत करायचा वेडा प्रयत्न चालविला.

त्या दुपारी माहुलीचे सुभेदार खेळोजी नाईक भणगे युवराजांच्या भेटीसाठी आले. खेळोजीबाबा आता सत्तरीकडे झुकले होते. परंतु अजूनही एखाद्या पोराच्या उत्साहाने ते कारभार हाकत होते. त्यांची थोरल्या राजांवर अतोनात निष्ठा होती आणि शंभूराजांवर खूप जीव होता. खेळोजीबाबांना शंभूराजे बोलले, ''उद्या मोठी पर्वणी आहे, म्हणूनच पवित्र स्नानासाठी आम्ही आपल्या माहुली क्षेत्री येणार आहोत! आमच्या आगमनाची कोणालाही खबर देऊ नका. उद्या पहाटे अगदी शांत चित्तानं मला तुमच्या स्वराज्यात आंघोळ करू द्या.''

३ डिसेंबर १६७८.

भल्या पहाटेच आपल्या शृंगारपुरी अश्वदलातले निवडक तीनशे स्वारांचं पथक घेऊन संभाजीराजे क्षेत्र माहुलीकडे जायला निघाले. तांबडे फुटता फुटता त्यांची घोडी कृष्णेच्या काठावर जाऊन पोचली. माहुली गावाजवळ कृष्णा आणि वेण्णा यांचा संगम झाला होता. भल्या सकाळी गारठ्यामध्ये शंभूराजे संगमाजवळ उभे होते. दोन्ही नद्यांचे पाणी एकमेकांना कवेत घेत होते. नदीच्या अल्याड हिंदवी स्वराज्याचा, शिवरायांचा मुलूख होता. तर पलीकडच्या काठापासून विजापूरच्या आदिलशाहीचा अंमल चालायचा. त्यांचे सातारा मुलखातील रहिमतपूरचे ठाणे इथून जवळपासच होते. त्या दोन्ही नद्यांच्या काठावर अतिप्राचीन पिंपळवृक्ष, जटाधारी पसरट वटवृक्ष आणि ऐनाची मोठाली झाडे होती. ती तपश्चर्येला बसलेल्या महान साधूंसारखी दिसत होती. आज पर्वणीचा दिवस असल्याने भल्या पहाटे संगमावर भटभिक्षूक, यात्री-बैरागी यांची मोठी गर्दी उडाली होती.

युवराजांनी आपल्या लाडक्या हैबती घोड्यावरून खाली उडी ठोकली, तेव्हा खेळोजीबाबांच्या पिकल्या दाढीमिशात कौतुकाचे हसू फुटले. शिवबाच्या पुत्राचे स्वागत करताना त्यांची म्हातारी पाठ नम्रतेने अधिकच झुकली होती.

संगमावर पूजापाठ सुरू होते. मात्र संभाजीराजांचे लक्ष मुळी त्या पूजाअर्चेमध्ये

नव्हतेच. ते नदीच्या पूर्व किनाऱ्याकडे पुन:पुन्हा मान वळवून पाहत होते. बघता बघता रात्र सरली. संगमावरचा हिरवा परिसर उजाडला. गवंडावर पाखरांचा किलबिलाट आणि भाविकांचा गोंगाट वाढला. पात्रामध्ये अनेक खोलगट पाण्याचे डोह निर्माण झाले होते. नदीतले पाणी तसे कमी होते. कमरेइतक्या पाण्यातून काही भाविक या काठावरून त्या काठाकडे जा-ये करत होते. त्यांच्याकडे खेळोजी लांबूनच कौतुकाने पाहत होते. शंभूराजांनी तिथल्या एका डोहातच स्नान आटोपले.

नदीपल्याडच्या काठावरील पिकामध्ये अचानक काहीतरी खसखस झाली. एक हिरवा झेंडा इशारा केल्यासारखा वर आला आणि पुन्हा लुप्त झाला. त्या प्रकाराचे खेळोजींना आश्चर्य वाटले. एवीतेवी तो शत्रूचाच मुलूख, काय करायचे आपणाला म्हणून त्या म्हाताऱ्या सुभेदाराने तिकडे दुर्लक्ष केले. शंभूराजांनी गडबडीने जामानिमा घातला. डोक्यावर रेशमी जिरेटोप ठेवताच त्यांचे रूप कमालीचे देखणे दिसू लागले. कोणाचीही नजरबंदी करणारी त्यांच्या नेत्रांतली विलक्षण चमक, भुरळ घालणारा तांबूस गौर वर्ण आणि शिवरायांसारखीच गरुडी नाकाची ठेवण– शंभूराजांकडे पाहता पाहता खेळोजींना साक्षात शिवरायच आठवले. त्या धुंदीमध्ये ते युवराजांकडे फक्त पाहतच राहिले.

तितक्यात शंभूराजांनी लगाम खेचून आपल्या राखाडी रंगाच्या हैबती घोड्याला टाच मारली. तसा घोडा खुषीने खिंकाळला. वाघाने पुढच्या पंजावर झेप घ्यावी, तसा आभाळाकडे आपले खूर उंचावत तो अश्व जागीच मस्तीने फुरफुरत नाचला. खेळोजीच्या नजरेला क्षणभर भुरळ पडली. युवराजांनी नदीतीरावरून परळीच्या दिशेने घोडा वळवण्याऐवजी तो सरळ नदीच्या पात्रातच घातला.

संभाजीराजांच्या पाठोपाठ त्यांच्या सहकाऱ्यांची घोडीही पाण्यात झेपावली. सूर्य उगवायच्या आधीच पलीकडच्या तीरावर एक मोगली पथकाची रांग केव्हाची येऊन उभी ठाकली होती. अंगामध्ये जर्द हिरवे सदरे आणि मांडचोळणे घातलेले, लांब लांब दाढीमिशातले मोगल घोडेस्वार, शंभूराजांकडे हरकल्या नजरेने बघत होते. राजे पात्रात उतरताच त्या मुस्लिम घोडेस्वारांनी हवेमध्ये आपले हिरवे बावटे आणि तलवारी नाचवल्या. "अल्ला हो अकबरऽऽ" आणि "जय जय शंभूराजाऽऽ" असा त्यांनी एकच गिलका केला.

ते अभद्र दृश्य पाहून म्हाताऱ्या खेळोजीचे काळीज चरकले. त्याने आपल्या अंगावरच्या वस्त्रांनिशी पुढे पाण्यात उडी घेतली. हातातली नंगी तलवार नाचवत आणि शंभूराजांचा पाठलाग करत खेळोजी ओरडला,

"अहो, धाकटं राजं कुठं चाललात?"

शंभूराजांनी गर्रकन मान वळवली. ते दुःखीकष्टी स्वरात गरजले, "खेळोजीबाबा, संपले सारं. यापुढे तुमचा मार्ग निराळा आणि आमचा मार्ग वेगळा."

“असं काय वादी दुश्मनासारखं बोलताय युवराज? शिवाजीराजाचा पुत्र आणि खानाच्या सावलीला? अहो, पुनव हो कशी उभी राहणार अमावस्येच्या संगतीला?” खेळोजी जीव तोडून शंभूराजांना विनवत होते, “बस्स, राजे, आता यापुढं एकही पाऊल टाकू नका. मुकाट्यानं मागं फिरा.”

शंभूराजांनी पाण्यातच घोडा पुन्हा गर्रकन मागे वळवला. त्यांनी आश्चर्याने पुढे बघितले तर खेळोजीच्या पाठोपाठ आणखी तीसचाळीस मराठे पाण्यात उतरले होते. शंभूराजांकडे धाव घेत होते. त्यांना युवराजांना अविचारापासून मागे वळवायचे होते.

कदाचित ते सगळे मराठे पथक अंगावर कोसळेल आणि आपणाला आपल्या इराद्यापासून रोखेल, अशी युवराजांना भीती वाटली. त्यामुळेच ते म्यानातून तलवार बाहेर उपसून सावध झाले. तितक्यात जिवाची पर्वा न करता खेळोजीने पुढे घोडा घातला. युवराजांच्या जवळपास भिडत आणि डोळ्यांतून आसू गाळत ते म्हातारे हाड कळवळले, “नको रे, नको असं वाईटवंगाळ बोलू शंभूराजा ऽऽ. तुझ्या या वागण्यानं शिवबाच्या काळजाला घरं पडतील रं पोरा!”

शंभूराजांनी घोड्यावरूनच कृष्णेतलं कुडचाभर पाणी हाती घेतलं आणि ते गरजले, “म्हातारबा, ह्या कृष्णामायेची शपथ घेऊन सांगतो, योग्य वेळ येताच हा संभाजी कोण आहे, कसा आहे याची प्रचिती तुम्हां सर्वांना आणून देईल. सह्याद्रीसह जग जिंकेन आणि मगच तुमच्या मुजऱ्यासाठी माघारा फिरून येईन!”

अचानक कृष्णेच्या प्रवाहात आट्यापाट्याचा खेळ सुरू झाला. “थांबा ऽ थांबा ऽऽ.” अशा आरोळ्या ठोकत मराठा वीर शंभूराजांच्या पाठीशी लागले. ते युवराजांचा घोडा वळवण्यासाठी नदीच्या पाण्यातच वेडीवाकडी रिंगणे काढू लागले. शंभूराजांना मराठे रोखताहेत, हे लक्षात येताच काठावरच्या मोगलांनी नदीच्या पात्राकडे धाव घेतली. ते मराठ्यांच्या हातघाईला कडवा प्रतिकार करू लागले.

खेळोजी म्हातारा मुलखाचा चिकट होता. त्यांचा घोडा अगदी आपल्या घोड्याच्या शेपटाजवळ येऊन भिडतोय, हे शंभूराजांच्या लक्षात आलं, तसे ते गांगरून गेले. एक वेळ खेळोजीशी तलवारीने दोन हात करणे सोपे होते. मात्र “शंभूबाळ, शंभूबाळऽऽ” असं ओरडत जर त्याने युवराजांना कवळा भरून मिठी मारली असती, तर त्या मायेपुढे युवराजांची तलवारच गळून पडली असती. ती मिठी चुकवण्यासाठी शंभूराजांनी सरळ समोरच्या काठाकडे धाव घेतली. अगदी त्यांच्या थेट नाकासमोर खडी दरड होती. ती पार करण्यासाठी घोडा डावीकडे किंवा उजवीकडे तिरपा वळवूनच पुढे धाव घेणे आवश्यक होते. परंतु पाठशिवण टाळण्याच्या धुंदीतच युवराजांनी आपले जनावर सरळ नाकासमोर रेटले. परंतु या खड्या काठाची अटकळ आल्याने ते मुके जनावर जागच्या जागीच आपले खूर नाचवत खिंकाळत उभे राहिले. संतापलेल्या युवराजांनी जोरात टाच मारली आणि अतिशय वेगात लगाम खेचला. तशी घोड्याच्या नाकातून

रक्ताची धार सुटली. मात्र पाठीवरच्या आपल्या धन्याची निकड त्या जनावराच्या ध्यानी आली असावी. त्यामुळेच धुंदावलेला हैबती घोडा ती उभी चढण चढायचा वेडा प्रयत्न करत पुढे धावला. तो सारा प्रकारच आपल्या आवाक्याबाहेरचा आहे, हे घोड्याच्याही लक्षात आले. तरीही तो नेटाने पुढे झेपावण्याचा प्रयत्न करू लागला आणि त्या नादामध्ये धाडकन खाली कोसळला. जनावरासोबतच युवराजांच्या अंगाचीही दामटी व्हायची वेळ आली होती. मात्र घोडा कोसळण्यापूर्वीच युवराजांनी पलीकडच्या अंगाला उडी ठोकली आणि स्वत:ला कसेबसे वाचवले.

मात्र त्या अवघड कसरतीने हैबती घोड्याचे पेकाट मोडले होते. बरगड्या फुटल्याने ते मुके जनावर जागच्या जागी शेवटचे आचके देत होते. त्याच वेळी काठावरचे मोगली स्वार ''आईए युवराज, जल्दी आईए'' अशा मोठ्याने हाकाट्या घालत होते. तर मागे खेळोजीबाबांचे दंड पकडून काही मुसलमान शिपायांनी त्यांना रोखून धरले होते.

घोड्याची छाती फुटल्याने भयंकर रक्तस्राव झाला होता. त्याच्या नाकपुड्यांतून घुरघुर असा आवाज येत होता. त्याच्या खुरांची वेदनेने होणारी तडफड संभाजीराजांना पाहवेना. ते काठावरच्या मोगली पथकाला विसरून मागे धावले. त्यांनी घोड्याच्या जीनसामानावरच्या चामड्याच्या पिशवीचा बंद तोडला. त्यामध्ये साठवलेले पाणी ते मृत्यूपंथाला लागलेल्या घोड्याच्या तोंडात ओतू लागले. त्या जनावराचे अंग बघता बघता ताठ होत गेले आणि त्याने डोळे मिटले, ते कायमचेच.

पुन्हा एकदा शंभूराजे निर्धारी मनाने पलीकडची चढण चढू लागले. समोरच्या हिरव्या पिकाकडे धावताना मात्र त्यांचे काळीज कालवत होते. कसल्याशा भीतीचे फास त्यांना मागे खेचत होते. नव्या वाटेवर पाऊल टाकण्यापूर्वीच हा कसला अपशकून म्हणायचा? पण मग जाणार तरी कुठे? ....मागे पडलेल्या स्वराज्यातल्या काठावरची ती पिके, माणसे, ते किल्ले, ते महाल, ते त्यांचे तरी कुठे उरले होते?

समोरच्या हिरव्या पिकापल्याड भाग्यामध्ये काय वाढून ठेवले आहे, हेही नेमके ठाऊक नव्हते! पण धाडस हाच मर्दाचा खरा दागिना नव्हे का? आपले आजोबा शहाजीराजे आदिलशहाच्या दरबारामध्ये सेवाचाकरी करीत असताना आबासाहेबांनी नव्हते का पुकारले बंड त्या आदिलशाहीविरोधात? आज स्वराज्यातल्या अविश्वासाच्या, अन्यायाच्या गर्तेत असेच सडून मरण्याऐवजी परक्या मुलखात झेप घेऊ, पराक्रमाचे, यशाचे कंगण लेवू आणि पुन्हा आबासाहेबांच्या मंगल आशीर्वादासाठी स्वराज्यात परतून येऊ. त्यासाठी दिलेरखान नामक सुवर्णमत्स्याच्या जबड्यामध्ये धाडसी उडी ठोकण्याशिवाय आज उरले तरी काय आहे आपल्या हातात?

५.

सह्याद्रीचा छावा मोगलाईचे रान तुडवत वेगाने पुढे धावत होता. त्याच्या सोबत असलेली मुसलमानी पथके बडा हैदोसदुल्ला करत जोराची दौड करत होती. हा प्रसंगच मोगलाईसाठी अजब होता. मराठ्यांचा युवराज विनासायास मोगलांच्या गळाला लागणार होता. ह्या नुसत्या वार्तेने दिल्लीकर औरंगजेबापासून ते दक्षिणेतील दिलेरखानापर्यंत सर्व अमीर-उमरावांना आनंदाच्या उकळ्याच फुटणार होत्या.

जसजसा आपला मुलूख पाठीमागे पडू लागला, तसे शंभूराजे मनातून कावरेबावरे होऊ लागले. पेटत्या वणव्यातून जीव वाचवण्यासाठी एखादा मनुष्य बाहेर पडतो, तेव्हाही वाटेतील निखाऱ्यांचे कण चटके देतात, हिंस्र चावे घेतात, तशीच अवस्था शंभूराजांची झाली होती. त्यांच्या या करणीमध्ये धाडसापेक्षा जीवघेणा धोकाच अधिक होता. वाठार गावाजवळ दिलेरखानचा सुभेदार एखलासखान आणि त्याचा पुतण्या गैरत हे दोघे तीन हजाराची खडी फौज घेऊन युवराजांची वाट पाहत उभे होते. त्या दोघांनीही युवराजांचे जंगी स्वागत केले. दिलेरखानाने या आधी दिलेल्या वचनाप्रमाणे सारे काही घडत होते.

सालप्याचा घाट मागे पडला. निरा नदीही मागे गेली. कुरकुंभ गावाजवळ उभारलेल्या शामियान्यासमोर दिलेरखान वेड्यासारखा येरझारा मारत फिरत होता. त्याने एखलासखानाला मुद्दाम पुढे युवराजांच्या स्वागतासाठी पाठवले होते. पण त्याचा मराठा जातीवर बिलकुल विश्वास नव्हता. पुण्यातल्या लाल महालाच्या छाप्यामध्ये शिवाजीराजांनी शाहिस्तेखानाची बोटे तोडली होती. शाहिस्तेखान म्हणजे दिलेरचा दोस्त. आपला विद्रूप पंजा दिलेरखानाला दाखवत शाहिस्तेखान अनेक वेळा रडला होता. प्रतापगडाजवळ शिवाजीने अफजलखानाचा कोथळा कसा फाडला, याच्या रसभऱ्या कहाण्याही खानसाहेबांनी अनेकदा ऐकल्या होत्या. त्यामुळेच संभाजीने जरी रुकाराची पत्रे दिली असली, तरी त्यामध्ये दिलेरखानाला कमालीचा धोका वाटत होता. कदाचित शिवाजी आणि संभाजी या बापलेकांनी रचलेले हे कपटनाट्य तर नसेल ना, अशा शंकेने त्याला ग्रासले होते!

दिलेरखान मध्येच खुषीने खदाखदा हसतही होता. कारण तासापूर्वी दोन घोडेस्वार खुषीची खबर घेऊन तळावर पोचले होते. ''शिवा का छोकरा अपने लष्करमें आ पहुँचा,'' त्या दूतांच्या ह्या निरोपावर क्षणभर दिलेरचा विश्वासच बसला नव्हता. पुरंदरच्या जीवघेण्या वेढ्यामध्ये दिलेरखानाने जेव्हा मुरारबाजी देशपांड्यांची मुंडी छाटली होती, रक्ताने बरबटलेले हात आपल्या किनखाफी झग्यावर पुसले होते, तेव्हाच्या त्या आसुरी आनंदातही आजच्याएवढी खुषी नव्हती.

अचानक दिलेरखानाची नजर दोनतीन कोसांवरच्या सपाटीकडे पोचली. आभाळात धुळीचे लोट उडवत धुंदावलेली घोडी मस्तीत पुढे पुढे धावत होती. काही वेळातच फौज दिलेरखानच्या नजरेच्या टप्प्यात पोचली. त्याचा स्वत:च्या डोळ्यांवर विश्वासच बसेना! त्याने आपल्या नेत्रांतले खुषीचे आसू पुसले. पाहतो तर समोर नखशिखान्त शृंगारलेल्या हत्तीच्या हौद्यात एखलासखानासोबत संभाजीराजे दिमाखात बसले होते. शिवराय आणि संभाजीराजे यांच्या चेहऱ्यामध्ये बरेचसे साम्य होते. दिलेर नुसता त्या हौद्याकडे वेड्यासारखा एकटक पाहतच राहिला.

हशमांचे पथक पुढे धावले. त्यांनी हत्तीजवळ उताराची शिडी उभी केली. मात्र दिलेरखानाने वर जाणाऱ्या हशमांना रोखले. तो स्वत: शिडी चढून सरसर वर गेला. "आइये दख्खनकी शान. शेर संभाजीराजे आईए!" असे म्हणत त्याने तिथूनच शंभूराजांना आलिंगन दिले. हाजच्या यात्रेत आपला धाकटा भाऊ चुकावा आणि दहावीस वर्षांनी तो फिरून माघारी यावा, तसाच अत्यानंद दिलेरखानाला झाला होता. शंभूराजांना कुठे ठेवू आणि कुठे नको असे त्याला होऊन गेले होते.

दिलेरखानाने शंभूराजांना दुपारी शाही खाना दिला. भागानगरी कबाब खाऊ घातले. खानसाहेब युवराजांपेक्षा चाळीस वर्षांने वडील होते. परंतु आपली उमर विसरून युवराज आपले बाळपणाचे यारदोस्त असल्यासारखा बर्ताव दिलेरखान करत होता. हळूहळू खानसाहेबांच्या नजरेने शंभूराजांच्या मुखावरची विषण्णता ओळखली. युवराजांना दिलासा देत दिलेरखान बोलले, "शहजादे, इंद्रप्रस्थाचा इंद्र आणि राजेंद्रांचा राजेंद्र तो आलमगीर औरंगजेब तुम्हांवर बेहद्द खूष आहे. त्याची मेहेरनजर असल्यावर या जगात कोणाला डरायचे काय कारण?"

दुपारी एकान्तात दोघांच्या वाटाघाटी चालल्या होत्या. इथवर पोचलेल्या मराठ्यांच्या स्वाभिमानी युवराजाला उगाच काहीतरी मूर्खपणा करून बुजू द्यायचे नाही, तर प्रेमाच्या पायघड्या घालून आपल्या मुलखात घेऊन यायचे यासाठी दिलेरखान खूप दक्षता घेत होता. तो शंभूराजांना चेतवीत बोलला, "शहजादे, यापुढची तुमची जिंदगी म्हणजे खूप मजा. बिलकुल फिक्र मत करना शहजादे! आपल्या नाराजगिची आणि रायगडावरच्या बेबनावाची पुरी खबर आहे तुमच्या ह्या भाईजानला."

शंभूराजे गप्प होते. दिलेरखान विश्वासाचा हात पुढे करत बोलला, "लेकिन शहजादे, मायेने अंधे होऊन आपला शियासती मजहब विसरायचं पाप कधी करू नका. राजाने आपली हुकूमत सांभाळताना आपली मां, बाप, यारदोस्त, मेहमान या सर्वांना आपल्या कब्जातच ठेवायला हवं. उद्या तुमची सौतेली माँ सोयराराणी आपल्या बछड्यासाठीच राज्य मागणार आहे. तिच्या इच्छेपुढं तुमचे अब्बाजान शिवाजी शरण जाणार! शेवटी आपल्या प्याऱ्या औरतीच्या हट्टापुढे राजा दशरथानं तरी काय केलं?"

शंभूराजे काहीसे दचकून हसत बोलले, ''म्हणजे आपण रामायणाचाही अभ्यास....?''

''जेथे अंमल चालवायचा तिथली अबोहवा जोखायलाच हवी. तिथल्या भुतांची आणि देवतांची जानकारीही ठेवावी लागते. लेकिन फिक्र मत करना. हिंदुस्थानच्या पातशहाची, औरंगजेबाचीच तुम्हांवर मर्जी आहे.''

''शुक्रिया खानसाहेब.''

''त्यासाठीच सांगतो शहजादे, आपल्या बिरादरीला सोडून इकडं आल्याचं दु:ख मानू नका. तुमची पुराणे पढा, इतिहास वाचा. रावणाने आपल्या भाईजानशी जंग केला. कुशलव रामाशी, धर्मराज आपल्या मामा शकुनीशी, एवढंच नव्हे तर दस्तुरखुद्द औरंगजेबही आपल्या बुढ्ढ्या बापाबरोबर लढले, जंग केल्याशिवाय फतेह नाही आणि फत्तेहशिवाय कीर्ती नाही.''

दिलेरखानाला अजून बरीच दौड पार पाडायची होती. कदाचित आपल्या युवराजाचे मन वळवण्यासाठी स्वत: शिवाजीराजे आपली बलाढ्य फौज घेऊन पाठलाग करतील, याचीही भीती खानाला वाटत होती. म्हणूनच त्याने डेरेदांडे गुंडाळून पुढचा रस्ता चालायचे आदेश आपल्या फौजेला दिले. कुरकुंभला शंभूराजांच्या झालेल्या स्वागतापेक्षा अधिक भव्य, दिमाखदार स्वागताची तयारी बहादूरगडावर सुरू असल्याचे शंभूराजांना समजले.

बहादूरगड हे नाव कानावर पडताच संभाजीराजांच्या घशाला कोरड पडली. त्यांच्या ताणलेल्या चर्येमागचे कारण खानालाही कळेनासे झाले. मोगलांची पथके पुढच्या ओढीने धावत होती. आता सह्याद्रीच्या डोंगररांगा मागे पडल्या होत्या. भीमेकाठचा हिरवाचार मुलूख लांबून दिसू लागला होता.

दख्खनच्या मुलखाची जबाबदारी याआधी औरंगजेबाने आपला दूधभाऊ बहादूरखान कोकलताश जाफरजंग याच्यावर सोपवली होती. त्यानेच भीमा नदीच्या काठी पेडगावजवळ एक भलादांडगा भुईकोट किल्ला बांधला होता. बहादूर कोकलताशने स्वत:चेच बहादूरगड असे नाव किल्ल्याला दिले होते. शिवाजीराजांच्या राज्याभिषेकानंतर रायगडावरील महालामध्ये शंभूराजांच्या कानावर प्रथमच बहादूरगडाचे नाव पडले होते. त्या भुईकोटावर नुकतेच भारी किंमतीचे दोनशे जातिवंत अरबी घोडे आणि एक करोड रुपयांचा खजिना येऊन पोचल्याची पक्की बातमी शिवरायांना तेव्हा समजली आणि ह्या नव्या दौलतीचा सुगावा लागताच शिवराय कमालीचे सावध झाले.

एके दिवशी अचानक लिंपण गावाकडून पश्चिम दिशेने दोन हजार मराठा स्वार लपतछपत बहादूरगडच्या वेशीकडे येत असल्याची बातमी समजली, त्याबरोबर दख्खनचा सुभेदार बहादूर कोकलताश खूप खूष झाला. त्याने पश्चिमेकडील दरवाजावर मुद्दाम पहारे सैल ठेवायचे आदेश दिले आणि युक्तीने दोन हजारांची

मराठा फौज आत घेतली. परंतु किल्ल्यात खडा पहारा देणाऱ्या हजारो मोगली स्वारशिपायांना मराठ्यांनी पाहिले, त्याबरोबर त्यांची गाळण उडाली.

घाबरगुंडी उडालेली ती मराठा फौज भैरोबाकडच्या वेशीजवळून घाबरून बाहेर पळू लागली. त्याबरोबर बहादूरखान खुषीने पागल झाला. त्याचे सारे सैन्य मराठ्यांचा जीवघेणा पाठलाग करू लागले. तेवढ्यात मराठा फौजेने समोरच्या सरस्वती नदीचे छोटे पात्र ओलांडले. ते सारे टाकळी, जलालपूर आणि शेडगावच्या रानाकडे जीव वाचवत धूम पळू लागले. तसा बहादूरखानाला आणखी चेव चढला.

आता बहादूरगडची तटबंदी एकटीदुकटी आणि भकास भासू लागली होती. किल्ल्यात राहणारी स्त्रियापोरे, आचारी-पाणके आणि नोकरचाकरच फक्त मागे उरले होते. किल्ल्याच्या बारा वेशींचे दरवाजे बंद करण्याइतकीही शिबंदी मागे उरली नव्हती आणि तेवढ्यात दूर काष्टीच्या बाजूला झाडाझुडपांत, ओढ्याओघळीत लपून बसलेली सात हजाराची मुख्य मराठा फौज अचानक सरसावून पुढे आली. किल्ल्यावर त्यांना काडीचाही प्रतिकार झाला नाही. दोनशे अरबी घोड्यांची दावण घेऊन मराठे तिथून निघून गेलेच, परंतु जाता जाता वाघाने मेलेले हरीण पाठीवर टाकून न्यावे, तसा त्यांनी एक करोड रुपयांचा खजिनाही लंपास केला होता. युक्तिबाज शिवाजीराजांनी शक्तिवान मोगलांना पुन्हा एकदा कात्रजचा घाट दाखवला होता. दिवसाढवळ्या झालेल्या ह्या लुटीने बहादूरखान पश्चात्तापाने आपले डोके बडवत होता. तो खऱ्या अर्थी पेडगावचा शहाणा निघाला होता.

आज शंभूराजे मात्र विलक्षण दबावाखाली होते. आपण स्वराज्याचे नाव वाढविण्यासाठी की बुडवण्यासाठी चाललो आहोत हेच त्यांना उमजत नव्हते. दूरवर औरसचौरस बहादूरगडाची तटबंदी दिसू लागली. उजव्या हाताला भीमा नदीचा विशाल डोह दिसत होता. शंभूराजांच्या स्वागतासाठी शहाजणे, कर्णे, ताशे अशी मंगल वाद्ये वाजत होती. हत्तीवरच्या खवासखान्यात युवराजांशेजारी दिलेरखान बसला होता. किल्ल्याच्या तटबंदीच्या आत मोगलांनी दक्षिणेतले एक मोठे नांदते, बोलते नगर वसवले होते. गावामधील माड्याहवेल्यांच्या माथ्यांवर आणि बुरुजांच्या उंच टोकांवर औरंगजेबाची चाँदसिताऱ्याची हिरवी निशाणे डोलताना दिसत होती.

बहादूरगडचा भुईकोट किल्ला मोगलांच्या अहंकाराचे प्रतीक होता. इथल्या चिरेबंदी भिंती आणि बळकट बुरुज मस्तवाल होते. ते दख्खनच्या मातीला कस्पटा-समान मानत. याआधी बहादूरगडच्या रहिवाशांनी दक्षिणेतील सरदारांना आपल्या वेशीतून खाली मान घालत, हातात नजराण्याने भरलेल्या हिऱ्यामोत्यांच्या पराती तोलत येताना अनेकदा बघितले होते. अनेक दख्खनी अमीरउमरावांचे स्वागत चाबकाच्या कोरड्यांनी केले गेले होते. परंतु आज प्रथमच दक्षिणेतील एका उमद्या राजकुमाराला हत्तीवर बसवण्यात आले होते. त्याचा दिमाखदार जुलूस

निघाला होता. माड्यांवर, छतांवर आणि गल्लीमोहल्ल्यांत गोळा झालेली स्त्रियापोरे शिवाजीच्या पुत्राकडे कौतुकाने पाहत होती.

आजच्या मिरवणुकीत उत्साहाचा जलवा होता. थाटमाट होता. परंतु उगाचच कुठेतरी, काहीतरी करपल्याचा भास शंभूराजांना होत होता. भले मिरवणुकीने असो, पण शत्रूच्या नगरात असे निघून येणे, शिवाजीच्या पुत्राने मोगली मन्सबदारांना कुर्निसात करणे, हा आपला मान की अपमान? विजय की पराजय?

युवराजांच्या तोंडाला कोरड पडली. चामड्याची पिशवी तोंडाला लावून ते घटाघटा पाणी पिऊ लागले. परंतु त्यांची तहान मात्र शमत नव्हती.

भीमेकाठचा तो भव्य भुईकोट सुमारे सहाशे एकर जमिनीमध्ये पसरला होता. आतल्या तटबंदीमध्ये मोगलांचे नगर पसरलेले. बाहेरची तटबंदी पूर्वेकडे सुमारे दीड कोस अंतरापर्यंत पसरली होती. तिने भीमेस मिळणाऱ्या छोट्या सरस्वती नदीलाही आपल्या कवेमध्ये घेतले होते. राजगड, रायगड अशा डोंगरी किल्ल्यांवरील राहणीची युवराजांना सवय होती. त्यामुळेच बहादूरगडावरील काटकोनातील माड्या-हवेल्या पाहताना, आणि उंच मंदिरांची आणि मशिदींची शिखरे आजमवताना शंभूराजांना बालपणी बघितलेले आग्रा शहरच आठवत होते. बहादूरगडावर साठसत्तर हजार रयतेची आणि लष्कराची वस्ती होती. अरबी, इराणी खोजी, मोगल, दख्खनी मुसलमान, मराठा स्वारशिपाई, सगळीकडे वरचष्मा असलेले उत्तरेचे मोगल, कुणबी, कारागीर, भिस्ती आणि पाणके अशा नाना जातींच्या आणि नाना रंगवर्णांच्या लोकांची इथे नुसती रेलचेल उडाली होती.

भुईकोटाच्या मधोमध उंचवट्यावर बहादूरखानाने एक मोठा चौसोपी महाल बांधला होता. त्या सागवानी आणि शिसवी महालाला पडदे किंवा भिंती नव्हत्या. त्यामुळेच तिथे आमसभेत बसलेल्या राज्यकर्त्यांना आणि रयतेला तटापलीकडच्या भीमेच्या पात्राचे सहज दर्शन होई. त्या भव्य महालामध्ये आज संभाजीराजांना मोगलांतर्फे मानाची वस्त्रे दिली जाणार होती. त्यासाठी झिरमुळ्या, पताका आणि कलाबुताच्या गोंड्यांनी उभा महाल शृंगारलेला होता. एकूणच सारा थाट कंदाहारी नखऱ्यावरही ताण करणारा होता.

दिलेरखानाच्या सोबत शंभूराजे जेव्हा त्या महालामध्ये प्रवेश करू लागले, तेव्हा दिवाळीसारखी रोषणाई सुरू होती. मोहल्ल्यांतून आणि गल्ल्यांतून आपटबार आणि भुसनळे उडत होते. तिथल्या भव्य तटांवर चंद्रज्योती उजळत होत्या. त्यांचा दिमाखदार, लखलखता प्रकाश भीमेच्या संथ पात्रावर लवलवताना दिसत होता. ती सारी रोषणाई खदखदा हसत बाजूच्या अंधाराला सांगत होती,

"शिवाजीचा पुत्र संभाजी मोगलांना मिळाला ऽऽ"

समारंभात शंभूराजांच्या पराक्रमाचे पोवाडे गायले जात होते. त्यांना उंची वस्त्रे,

रत्नहार अर्पण केले गेले. चौफेर बसलेल्या दरबारी दरकदारांवरून युवराजांची नजर फिरत होती. इतक्यात समोरच बसलेल्या, शंभूराजांकडे टकमक पाहणाऱ्या एका उंच आणि शेलाट्या उमरावाने शंभूराजांचे लक्ष वेधून घेतले. त्या गृहस्थाची दाढी मोगली वळणाची होती. अनेक दिवस परक्यांच्या सहवासात वावरल्याने त्याचा लिबास, जामानिमा, अगदी डोईवरचा मंदिलही पक्का मुसलमानी वळणाचा दिसत होता, पण तो जातीचा मराठा होता. शंभूराजांनी त्याच्या नजरेला नजर देताच त्याने कुत्सित चेहरा केला आणि नाराजीने दुसरीकडे नजर वळवली. बऱ्याच दिवसाने भेटणारा तो उमराव म्हणजे बजाजी नाईकाचा पुत्र महादजी होता. त्याचे संभाजीराजांच्या थोरल्या बहिणीशी सखुबाईंशी लग्न झाले होते.

आज शत्रूच्या शिबिरात शिवपुत्राचा मोठा सन्मान चालला होता. मात्र बहादूरगडच्या गालावर छत्रपती शिवाजीने मारलेली दुसरी सणसणीत चपराक अद्यापि बहादूरगड विसरला नव्हता. जेव्हा शिवराय कर्नाटकाच्या दीर्घ मोहिमेवर निघाले होते, तेव्हा आपल्या अनुपस्थितीत कदाचित दक्षिणेचा मोगलांचा सुभेदार बहादूरखान जाफरजंग आपल्या राज्याला त्रास देईल, याची त्यांना भीती वाटत होती. त्यासाठीच त्यांनी खानाशी समेटाचे बोलणे चालू ठेवले होते. "हिंदवी स्वराज्यातील महत्त्वाचे सर्व किल्ले औरंगजेब पातशहापुढे नजर करून आपण बिनशर्त शरणागती पत्करत आहोत. आता या वयामध्ये आम्हांला फक्त शांती हवी आहे–" अशा मजकुराचा तहनामा घेऊन जेव्हा मराठ्यांचे दूत स्वतःहून बहादूरखानाकडे गेले, तेव्हा सुंठेविना खोकला जाणार असल्याचे समाधान त्याला वाटले. काबूल, कंदाहार आणि अफगणिस्तानकडच्या कटकटीमध्ये गुंतलेल्या औरंगजेबाच्या त्रस्त मनाला हा प्रस्ताव म्हणजे मोठी जीतच वाटली.

बोलाचाली आणि राजीखुषी झाली. त्या करारनाम्यास पूर्ण आकार देण्यासाठी शिवाजीराजांनी फक्त एकच अट घातली होती. करारपत्रावर पातशहाच्या हाताच्या पंजाचे ठसे उमटवायला हवे होते. बहादूरखानाने ही अट हसत हसतच स्वीकारली. पंजाचे ठसे उमटवण्यासाठी कागदपत्रे दिल्लीकडे रवाना झाली. ती परत आली की समेटाचा करार पार पडणार होता. त्या आनंदाच्या बेहोषीत खानाने राजांना आपल्या मोहब्बतीचे प्रतीक म्हणून काही भेटी द्यायचे निश्चित केले होते. त्यासाठी एक अव्वल जातीचा हत्ती आणि चंदनाची पालखीही तयार ठेवली होती. त्या करारमदाराच्या अटी, ते बोटांचे ठसे, हे सारे उपचार पार पाडण्यामध्ये बरेच महिने निघून गेले. तेवढ्यात शिवरायांनी कर्नाटकची मोहीम खुबीने उरकून घेतली होती. तिकडून ते माघारी आले आणि खानाचे दूत जेव्हा कराराची कागदपत्रे घेऊन गेले, तेव्हा शिवाजीराजांनी तो समेटच धुडकावून लावला. पुन्हा एकदा बहादूरखान तोंडावर आपटला. तो औरंगजेबाच्या रोषाचा धनी झाला आणि दक्षिणेची सुभेदारीही

गमावून बसला.

तो सोहळा चालू असतानाच दिलेरखानाने तिथे एका बाजूला आपले बोट केले. त्या कोपऱ्यात शृंगारलेला, उंचाखासा हत्ती झुलत होता. त्याच्याकडे नजर टाकत दिलेरखान बोलले, "शहजादे, दीडदोन वर्षांमागे तुम्हां मराठ्यांना नजर करण्यासाठी हाच हत्ती बहादूरखान साहेबांनी तयार ठेवला होता. तोच आम्ही तुम्हांला आज पेश करणार आहोत."

"का हो?"

"म्हटलं, राजाला नाही, निदान शहजाद्याला तरी ही बक्षिसी द्यावी! काय तकदीर आहे पाहा ह्या गजान्तलक्ष्मीचे!"

या निमित्ताने आपल्या पराक्रमी पित्याच्या बहादुरीची शंभूराजांना पुन्हा एकदा आठवण झाली. तितक्यात दिलेरखान उठले. त्यांच्या हातामध्ये चांदीचे तबक होते.

खाशांच्या जमावाकडे हात उंचावत दिलेरखान खुषीने बोलले, "आम्ही शंभूराजां-साठी आणलेला हा शाही लिबास आणि सुवर्णालंकार, हिरेजवाहारात आमच्यामार्फत युवराजांचे साले महादजी नाईक निंबाळकरच त्यांना पेश करतील."

भोवतालीच्या तुडुंब गर्दीने दिलेरच्या प्रस्तावाला जोराने टाळ्या वाजवत पाठिंबा दिला. कसनुसा चेहरा करीत महादजी नाईक उठून उभे राहिले. परंतु उठता उठताच त्यांच्या पाठीला जोराची उसण भरली. आपले तोंड वाकडे करत ते पुन्हा तसेच आपल्या जागेवर खाली बसले. तेव्हा दिलेरखानाने स्वत:च मानवस्त्रे देऊन युवराजांना सन्मानित केले. दिलेरखान लोकांच्या गर्दीकडे हात वर करून उत्साहाने बोलला,

"शहेनशहा औरंगजेबसाहेबांच्या वतीनं आम्ही संभाजीराजांना सात हजाराची मनसब जाहीर करत आहोत. त्यांना 'राजा' हा किताब आम्ही बहाल करतो आहोतच. शिवाय यापुढे त्यांना राजाच्याच मानमरातबानं वागविलं जाईल!"

सोहळा उरकल्यावर दिलेरखानासह अनेकांनी शंभूराजांना त्या हत्तीवर बसायचा आग्रह धरला. त्यांनी त्या अंबारीमधून आपल्या हवेलीकडे निघावे, असा मंडळींचा आग्रह होता. मात्र संभाजीराजांनी तो सन्मान धुडकावून लावला. आपल्या हवेलीकडे ते पायीच परतले. दिलेरखानांनी आतल्या बालेकिल्ल्यातच शंभूराजांच्या मुक्कामाची व्यवस्था केली होती. महादजी निंबाळकरांचा मुक्काम शेजारच्याच सदनात असल्याचे शंभूराजांना समजले. झोपी जाण्यापूर्वी आपल्या मेव्हण्याच्या तब्येतीची चौकशी करावी, असे युवराजांच्या मनात आले. युवराज स्वत:च महादजींच्या समोर जाऊन उभे राहिले. समोरच्या बिछायतीवर बसलेला महादजी जागचा हलला नाही, की त्याने शंभूराजांना काडीचाही आदर दाखविला नाही. तेव्हा युवराजच त्यांना बोलले, "कशी आहे आपली तबियत दाजी?"

"ठीक आहे." महादजी गुरगुरले.

"खोटी खोटी उसण भरल्यावर कळा तरी कशा येणार म्हणा!"

महादजींनी घुश्श्यातच संभाजीराजांकडे पाहिले. बाजूला पचकन थुंकत त्यांनीच उलट सवाल केला, "शिवाजीला सोडून तू इकडे कशाला आलास संभा? काय गरज होती इथं यायची?"

"आपल्या मेव्हण्यासारखंच दुसऱ्यांचं गुलाम व्हावं म्हटलं!"

"उगाच आमच्या दुःखावर डागण्या देऊ नकोस संभा. आमच्यासारखे सरंजामदार मराठे गेल्या अनेक पिढ्या परक्यांच्या चाकऱ्या करत आलेच आहेत रे! परंतु तुम्ही दोघा बापलेकांनी हिंदवी स्वराज्याचा जो देखावा मांडला होता, तो तरी पूर्ण करा."

महादजींचे बोल युवराजांचे काळीज चिरत गेले. त्यांच्या चर्येवरची दरबारची ती उत्सवी कळा कुठल्या कुठे पळून गेली होती. ऐश्वर्याने नटलेल्या त्या नगरीमध्ये शंभूराजांना खूप एकाकी आणि उदास वाटू लागले होते.

दोन दिवसांतच रहिमतपुराहून लांबचा प्रवास करत शाही मेणे बहादूरगडावर येऊन पोचले. मोगलांच्या राज्याकडे पळून जाताना कदाचित आपला पाठलाग होईल, प्रसंगी झटापटी उडून तलवारीला तलवार भिडेल, या भीतीपोटीच सज्जनगडा- वरून बाहेर पडताना शंभूराजांनी दुर्गाबाईंना सोबत घेतले नव्हते. उलट त्यांना जवळच्या मोगली ठाण्यावर रहिमतपूरला आपल्या काही विश्वासू सेवकांमार्फत पाठवून दिले होते. तिथल्या ठाणेदाराने आता त्यांना बहादूरगडला सुखरूप पोचवले होते.

मात्र दुर्गाबाईंसोबत राणूबाईंना बघितल्यावर शंभूराजांना खूप धक्का बसला. त्यांनी काळजीने विचारले, "हे काय करून बसलात आक्कासाहेब? वाईकडे घरसंसार, लेकरेबाळे, सारा सरंजाम आणि नातीगोती सोडून इकडं कशासाठी आलात?"

"शंभूबाळ, आमची चिंता करू नका. मात्र तुमचीच काळजी वाहण्यासाठी आम्ही अट्टाहासाने दुर्गाबाईंसोबत इकडं आलो आहोत."

"पण आक्का–?"

"जाऊ दे शंभू. तुम्हांला ना कधी आईची सावली लाभली. आजी जिजाऊसाहेबही नाहीत. आबासाहेबांनीही तुम्हांकडे पाठ फिरवली. घरचं एखाददुसरं मायेचं नको का कोणी तुमच्याबरोबर?"

आक्कासाहेबांच्या बोलण्यावर शंभूराजांना काहीच बोलता आलं नाही.

दिलेरखानाने युवराजांसाठी सुंदर, उंची हवेली, पुरेसे नोकरचाकर आणि द्रव्यही पुरवले होते. शंभूराजांच्या हवेलीमागेच एक बसके घर होते. त्या जुनाट वळणाच्या परंतु दगडी फरसबंदी मजबूत घरामध्ये कोणा राजबंद्याला जखडून ठेवण्यात आले होते. आपल्या हवेलीतील उंच माडीवरून कधी दिवसा तर कधी

रात्री शंभूराजांची नजर त्या रहस्यमय घराकडे वळायची. त्या घराचा दरवाजा कोणी उघडल्याचा आवाज कधी युवराजांनी अथवा दुर्गाबाईंनी ऐकला नव्हता. तिथे जखडलेल्या राजबंद्याची अवस्था मोठ्या सापळ्यात बांधून ठेवलेल्या जनावरासारखीच होती. त्यामुळेच की काय त्या बंद्यासाठी दिवसातून दोन वेळा खिडकीद्वारेच खाना आत टाकला जायचा.

कधी दिवसाच्या तुटपुंज्या प्रकाशात तर कधी रात्री मेणबत्तीच्या थोड्याशा उजेडात त्या राजबंद्याचा चेहरा दिसायचा. तो साठीकडे झुकलेला, मध्यम हाडापेराचा आणि विलक्षण बोलक्या डोळ्यांचा मुसलमान बुड्ढा होता. साधा कैदी म्हणून एखाद्या अंधाऱ्या तळघरामध्ये फेकून देण्याऐवजी राजबंदी मानून बऱ्यापैकी जुनाट घरात त्याची व्यवस्था लावली होती इतकेच. थोड्याच दिवसांत त्या बंद्याचे नाव मियाँखान असून तो अथणीचा सुभेदार होता, एवढी खबर शंभूराजांना समजली. मात्र त्याच्या वर्तनावरून तो कोणी भला मनुष्य असावा, आणि दुर्दैव म्हणूनच त्या बंदीखान्यात खितपत पडला असावा, असे त्यांना वाटले.

दोन महिने लोटले तरी दिलेरखानाचे पुढचे धोरण समजत नव्हते. शत्रूच्या शिबिरामध्ये संभाजीराजांचा जीव नुसता कोंडत होता. बहादूरगडच्या त्या जालीम हवेलीमध्ये काही केल्या त्यांना झोप यायची नाही. आईभवानीच्या नावाने गळ्यामध्ये बांधलेला ताईत ते पुन:पुन्हा आपल्या डोळ्यांसमोर धरत. आपल्या मातीची, मुलखाची आणि विशेषत: लाडक्या आबासाहेबांची त्यांना आठवण दाटून येई. डोळ्यांसमोर येसूबाईंच्या नेत्रातील प्रेरणादायी बाहुल्या उभ्या राहत. त्यांचे ते गांजलेपण, ती बेचैनी आणि ती तडफड पाहून दुर्गाबाई आणि राणूबाईंचा जीव थोडा थोडा होई. युवराजांपेक्षा त्यांचेच अधिक जागरण होई. आपल्या पतीला मानसिक, भावनिक आधार द्यायचा दुर्गाबाई खूप प्रयत्न करत.

एके रात्री कसल्याशा भयंकर स्वप्नाने शंभूराजांचे काळीज कुरतडून टाकले. ते अचानक उठून घाबरे होऊन बिछायतीवर बसून राहिले. आजूबाजूची लिंबाची झाडे वाऱ्याने वाजत होती. दुर्गाबाई घाबरून युवराजांच्या मुखाकडे पाहत होत्या. शंभूराजांच्या डोळ्यांसमोरून ते भयंकर स्वप्न हलता हलत नव्हते. दिलेरखानाने पेश केलेला तो शृंगारलेला हत्तीच खवळला होता. त्याचे खांबासारखे अवजड पाय शंभूराजांचे अंग तुडवून तुडवून त्यांचे तुकडे तुकडे करत होते! युवराजांचे अवघे शरीर रक्तबंबाळ झाले होते!

■

राजगडाच्या विळख्यात

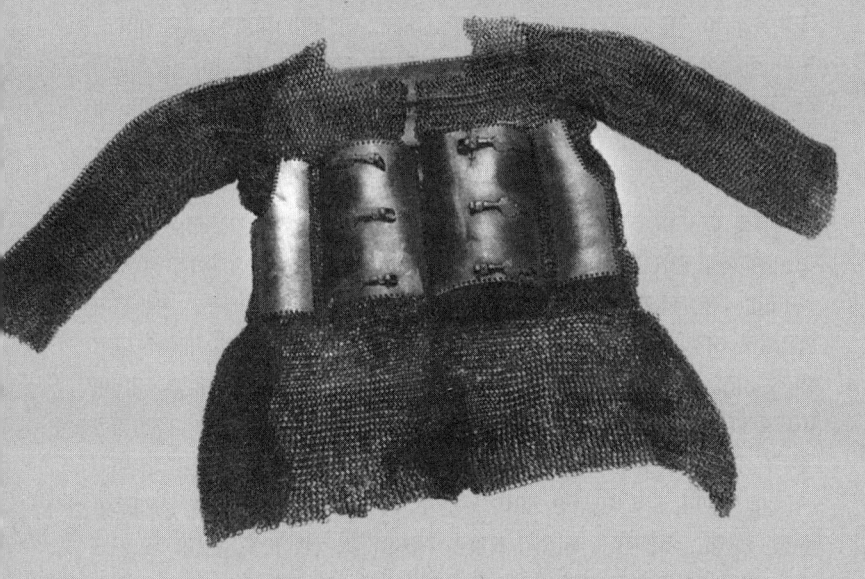

१.

बहादूरगडची पोलादी तटबंदी भेदून मराठी घाटणीचे दागिने विकायच्या उद्देशाने एक सोनार आत बालेकिल्ल्यात येऊन पोचला. तो महाड-पोलादपूरकडचा राहणारा होता. जुबान मिठास, संभाषणामध्ये चतुर. म्हणूनच की काय त्याने अनेक किंमती दागिने विकत घ्यायला दुर्गाबाईंना भाग पाडले. तेथेच पडवीवर शंभूराजे आल्याचे पाहून त्याने हळूच लाखमोलाची खबर देऊन टाकली.

"धाकलं महाराज, तुम्हांवर देवीची कृपा झाली. पोटी लक्ष्मी जन्माला आलीय. बाळ आणि बाळंतीण दोघंबी शृंगारपुरात सुखरूप आहेत."

ती खबर ऐकूनच शंभूराजांचे हृदय मायेने भरून आले. त्यांनी आपल्या गळ्यातला कंठा काढला आणि त्या जासुदाला बहाल केला. आपल्या पहिल्या अपत्याच्या, भवानीबाईच्या जन्मावेळी आपण शृंगारपुरात उपस्थित असायला हवे होते; तेथे आपण हत्तीवरून जिलेबी वाटली असती, असे शंभूराजांना वाटले. शंभूराजांनी आपल्या खजिन्यातील हिऱ्याच्या दोन बिंदल्या भवानीबाळाला देण्यासाठी त्याच जासुदाकडे सुपूर्त केल्या. आपल्या सानुलीच्या इवल्याशा हातांमध्ये त्या किती चमकून दिसतील, या केवळ कल्पनेने त्या दोघांच्याही अंगावर सरसरून काटा उभा राहिला.

आपल्या हवेलीच्या माडीतून– विशेषत: मागच्या गवाक्षातून शंभूराजांची नजर अनेकदा त्या काळपट, रहस्यमय घराकडे जायची. त्यांना अधेमधे मियाँखान दिसायचे. अथणीच्या त्या आदिलशाही सुभेदाराबद्दल त्यांना बरीचशी माहिती प्राप्त झाली होती. मुळात तो आदिलशाही सेवेत असला तरी त्याची आणि त्याच्या घराण्याची निष्ठा ही दिल्लीकर मोगल पातशहांशीच होती. मियाँखानही दक्षिणेतील खबरा औरंगजेबाला पोचवणे, मोगलांचे हित जपणे, अशी कामे पाहत होता. परंतु त्याच्या वैऱ्याने डाव साधला होता. त्याच्या विरोधात औरंगजेबाकडे कागाळ्या केल्या होत्या. आलमगीर आधीच संशयी स्वभावाचा, त्याला इतके निमित्त पुरेसे होते. त्याने आपल्या फौजेचा बेहडा रात्री अथणीवर पाठवला होता. मियाँखानला कैद करून बहादूरगडावर फरफटत आणले होते.

हळूहळू एक गोष्ट प्रकर्षाने शंभूराजांच्या ध्यानात येऊ लागली. मराठी राज्याचा युवराज म्हणून त्यांना आत गडावर कितीही फिरायची मुभा असली तरी, मात्र त्यांच्या हवेलीच्या आजूबाजूने रात्रीबेरात्री गस्तीची पथके दबक्या पावलाने फिरत असत. युवराजांवर पाळत ठेवीत. कधी शंभूराजे आपली वेस ओलांडून दिवसा पलीकडे सरस्वती नदीच्या बाजूला निघाले की, संरक्षणाच्या नावाखाली त्यांच्या आगेमागे अनेक लष्करी बेहड्यांची भुतावळ धावतच असायची. कधी ते समोरच्या बाजूला भीमा नदीच्या विशाल पात्राच्या काठाने रपेट मारू लागले, तरी तिथेही

त्यांच्यावर पाळत राही. एके दिवशी या साऱ्याचा शंभूराजांना वैताग आला. त्यांनी दिलेरखानाला सरळच सवाल केला, "खानसाहेब, आम्ही आपले मेहमान आहोत की बंदीवान?"

बुड्ढा दिलेरखान मनापासून हसत बोलला, "शिवाजीचा पोर म्हणजे काय मंडीतली सब्जी वाटली? आपण मराठ्यांचे शहजादे आहात. हिंदुस्तानातले एक मौल्यवान रत्न आहात. आपली काळजी नको का वाहायला?"

दिलेरखानाचे आपल्याबद्दल नेमके काय धोरण आहे हे शंभूराजांना लवकर समजत नव्हते. त्यामुळेच ते बेचैन, बेताब होत होते. एवढा मोठा मोहरा आपल्या हाती लागला आहे, अशी खुषीची खबर दिलेरखानाने तातडीने दिल्लीकडे धाडली होती. परंतु ती खरी मानायला औरंगजेबाचे मन तयार होईना. त्याने आपल्या खास लोकांकडून ह्या गोष्टीची शहानिशा करायचे ठरवले. शिवाजीचा पोरगा म्हणून आपल्या छावणीत येऊन पोचलेला तरुण खरेच शिवपुत्र आहे की, त्याचा तोतया हे तपासून पाहणे गरजेचे होते.

दिल्लीचे धोरण काय राहील, हे दिलेरखानाला समजेना. त्यामुळे दिलेरच्या तरी दिलामध्ये काय आहे, हे शंभूराजांनाही उमगेना. दिवस सरत नव्हते. रात्री जाता जात नव्हत्या. शंभूराजांची बेचैनी खूप वाढत होती. जीव अखंड तळमळत होता.

एके रात्री त्यांनी पाठीमागच्या रहस्यमय घरात मेणबत्तीचा उजेड पाहिला. खिडकीच्या तोंडाशी मियाँखान येऊन बसला होता. कसल्याशा अतीव दुःखाने त्याला बेजार केले होते. त्याच्या डोळ्यांतून अखंड अश्रू वाहत होते. त्याच्या नाकाचा शेंडा अतिशोकाने लालेलाल झालेला. मध्येच तो स्वतःवर गुस्सा करायचा. वैतागून खिडकीच्या गजावर डोके आपटायचा.

दुसऱ्या दिवशीही दुपारी दुर्गाबाईंनी तेच दृश्य पाहिले. शंभूराजांचे लक्ष तिकडे वेधत त्या बोलल्या, "कसल्या दुःखाने तो पोळतोय बिचारा कोणास ठावे! कालपासून पाहातेय त्याच्या आसवांची धार काही तुटलेली नाही." दुसऱ्या रात्रीही शंभूराजांनी कालचेच करुण दृश्य पाहिले. माशाचे जिवंत पिल्लू कोणीतरी तापल्या तव्यावर दुष्टपणाने टाकावे, तशीच मियाँखानची अखंड तडफड चाललेली होती. ती पाहून शंभूराजे दुर्गाबाईंना बोलले, "आपण सकाळी भैरोबाच्या दर्शनाला घराच्या पाठीमागूनच जाता ना?"

"हो, का हो?" दुर्गाबाईंचा प्रश्न.

"उद्या सकाळी उजाडायच्या आधीच जा ना दर्शनाला. जाता जाता स्वतः त्या खिडकीलाच विचारा तिचं दुःख! पण हा विषय उगाच नोकरचाकरांच्या हाती लागू नये, म्हणून आपण स्वतः—"

भल्या सकाळी, झुंजूमुंजूच्या वेळी आपल्या विश्वासातल्या खास दोन दासी घेऊन

दुर्गाबाई हवेलीतून बाहेर पडल्या. पहिल्या सूर्यकिरणांबरोबर त्या भैरोबाचे दर्शन घेऊन हवेलीमध्ये परतल्यासुद्धा. माडीवर शंभूराजे त्यांचीच वाट पाहत खोळंबून उभे होते. दुर्गाबाई तिथे येऊन पोचल्या आणि भारावलेल्या सुरात सांगू लागल्या,

"बिचारा खूप भला माणूस दिसतो. औरंगजेब पातशहाने त्याची फसगत केल्याचं दुःख त्याला आहेच, पण आता मात्र दुसऱ्या एका घरेलू दुःखानं त्याला वेडंपिसं करून टाकलं आहे."

"काय प्रकार आहे तरी काय?"

"त्याची बेगम बाळंतपणातच वारली. परंतु तिच्या पोटी दोन आवळ्याजावळ्या मुली झाल्या आहेत. त्या दोन्ही लेकींना आईमाघारी वाढवण्यातच मियाँखानने धन्यता मानली. सहा महिन्यांमागे त्यांची विजापूरच्या एका जमीनदाराच्या दोन मुलांशी शादी ठरली आहे. प्रत्यक्ष शादीचा सोहळा मात्र चारच दिवसांवर येऊन ठेपला आहे."

"बरं मग?"

"मियाँखानाने आपल्या जावयांसाठी मोठं दहेज कबूल केलं होतं. त्या मुलींना आईही नाही आणि इकडे बाप ऐनवेळी बंदीखान्यात. त्याला वाटतंय, वाड्यातल्या गडीमाणसांकडून शादी नीट पार पडणार नाही; ती कदाचित मोडली जाईल. दुर्दैवाने त्याचा दोष मात्र मुलींच्याच कपाळी गोंदला जाईल. त्यांच्यामध्येच काही खोट आहे असं दुनिया समजेल, आणि त्यांचं भविष्य बरबाद होईल, ह्या एकाच विचाराने त्या दुर्दैवी बापाला अक्षरशः वेडंपिसं केलं आहे."

ती सारी कहाणी ऐकून शंभूराजांचे मन द्रवून गेले. त्या दिवशी हवेलीच्या सज्जातून ते अस्वस्थपणे बाहेर नजर टाकत होते. अजून दिवस का मावळत नाही, म्हणून बेचैन होत होते. एकदाचा अंधार पडला. आणि मग शंभूराजांच्या त्या हवेलीतील हालचालींना अनेक पाय फुटले. त्यांनी आपल्या मुदपाकखान्यामध्ये काम करणाऱ्या जैनुदिनला बोलावून घेतले. त्या जाडजूड अंगाच्या दाढीवाल्या म्हाताऱ्या जैनुदिनकडे ते खुषीने पाहतच राहिले. त्याच वेळी त्यांनी आपल्यासोबत बहादूरगडावर आलेल्या स्वारांपैकी तीन बहादुरांना तिथे मुद्दाम पाचरण केले होते. शंभूराजांनी रात्रीच्या अंधारात जैनुदिनला घेऊन आपल्या खास विश्वासू सहकाऱ्यांना त्या रहस्यमय घराकडे पाठवून दिले.

स्वतः शंभूराजे हवेलीच्या दारामध्ये येऊन फटाके उडवू लागले. त्यांची गडीमाणसेही चंद्रज्योती आणि आपटबाराचा आनंद लुटू लागले. आजूबाजूला सगळीकडे गडबड उडाली. शंभूराजांचे काही सेवक तिथे गोळा होणाऱ्या मंडळींना जिलेबी वाटत होते. शंभूराजांना मुलगी झाल्याची खबर खुषीने सर्वांना सांगत होते. हवेलीसमोर फटाक्याची आतषबाजी चालली होती. ती कौतुकाने पाहायला आजूबाजूचे सर्व पहारेकरी तिथे गोळा झाले होते. त्याच वेळी पाठीमागच्या त्या रहस्यमय घराच्या बिजागऱ्या लोखंडी

पारीने ढिल्या केल्या जात होत्या आणि शंभूराजांचा विश्वासू स्वयंपाकी जैनुदिन त्या राजबंद्याच्या जागेवर दारेखिडक्या बंद करून आत खुशाल जाऊन बसला होता.

मध्यरात्र झाली. आजूबाजूला शुकशुकाट झाला. तेव्हा हवेलीच्या तळघरात लपलेला मियाँखान शंभूराजांसमोर आला. त्याने धावत पुढे जाऊन शंभूराजांच्या पायाला कडकडून मिठी मारली. तो कळवळून बोलला,

"बेटे, आपल्या रूपानं माझ्या हाकेला अल्लाच धावला!"

"त्यात काय एवढं मियाँखान, आता आम्हीही एका लेकीचे बाप बनलो आहोत. त्यामुळे पोरीच्या बापाचं दुःख– "

"केवढी मोठी आहे तुमची बिटियाँराणी? कशी दिसते?"

शंभूराजे खूप कष्टी दिसले. एक सुस्कारा टाकत ते बोलले,

"ती कशी दिसते हे आम्हांला तरी कुठं ठाऊक आहे?"

"शंभूराजे, तुमचे उपकार मी जिंदगीभर विसरणार नाही."

शंभूराजांनी आपल्या सेवकाला आधीच बोलावले होते. त्याने वस्तऱ्याने काही क्षणातच मियाँखानच्या चेहऱ्यावरचे दाढीचे ओझे उतरवून टाकले. म्हाताऱ्या सिंहासारखा दिसणारा मियाँखान आता शेळपटासारखा विनोदी दिसू लागला. तो शंभूराजांच्या खाजगी सैनिकांबरोबर वेशीतून बाहेर पडणार होता. शंभूराजांनी मियाँखानला विचारले,

"खानसाहेब, माघारा कधी याल?"

"पाचवी रात्र पुरी व्हायच्या आधीच वापस येईन मी माझ्या बंदीखान्यात."

शंभूराजे काहीसे अडखळले. कोरडे उसासे टाकत ते बोलले, "मियाँखान, मुलीच्या दुर्भागी बापाचे अश्रू– त्या आसवांचाच फक्त आम्ही भरवसा धरला आहे! यामध्ये काही कमीजास्त होईल तर एक खतरनाक राजबंदी बिना हुकूमानं, बिना अधिकारानं सोडल्याचा गुन्हा आमच्यावर दर्ज होईल. उभ्या जगाच्या साक्षीने आम्हांला फासावर लटकवायची संधी त्या औरंगजेबाला कायद्यानं आपोआप प्राप्त होईल."

शंभूराजांच्या त्या उद्गाराने आजूबाजूला उभी असलेली खाजगीकडची मंडळी सर्द झाली. मियाँखानला तर गलबलून आले होते. तो हात जोडून बोलला,

"शंभूराजे, आपल्या भरवशाला मी जराही तडा जाऊ देणार नाही. त्या थोर अल्लातालाने बस्स् एकदा आपल्या सेवेची संधी द्यावी. तेव्हा आम्ही आमच्या काळजाचे तुकडे कापून आपल्या पायांसाठी त्याच्या जरूर मोजड्या बांधू!"

हळूहळू आजूबाजूच्या लोकांना उमगले, मियाँखानची तबियत अलीकडे फारशी बरी नसते. त्यामुळे ते मध्ये बरेच दिवस खिडकीच्या तोंडाशी दिसत नव्हते. मात्र आतून त्यांचा मोठ्याने खोकल्याचा, काही ना काही चालू असल्याचा आवाज लोकांना बाहेर ऐकू येत असे. काही दिवसांनंतर मियाँखानांची समाधानी चर्या

शंभूराजांच्या रोज दृष्टीस पडू लागली. ते सकाळ, संध्याकाळ शंभूराजांच्या हवेलीकडे पाहत मोठ्या आदराने कुर्निसात करत असत.

२.

शंभूराजांना बहादूरगडला येऊन तीन महिने लोटले होते. तिथल्या त्या पोलादी तटबंद्या, इतर अमीर-उमरावांना शंभूराजांना भेटण्यासाठी असलेली बंदी, त्यांच्यावरची गुप्त पाळत या साऱ्या बाबींमुळे युवराजांना तिथे खूप कोंडल्यासारखे वाटू लागले होते. त्यांच्या हवेलीला बाहेरून कडी-कोयंडे लावले जात नव्हते इतकेच. मात्र आपण जुलुमाच्या बंदीखान्यामध्ये अडकून पडलो आहोत, एवढी जाणीव त्यांच्या स्वाभिमानी मनाला केव्हाच झाली होती. दुर्गाबाई आणि राणूबाई आक्कासाहेब असे आप्त आणि व्यक्तिगत सेवक सोबतीला नसते, तर मात्र त्यांना इथे जीव नकोनकोसा झाला असता.

बुड्ढा दिलेरखान त्यांच्याशी अजूनही गोड गोड बोलत होता. वरून दोस्तीचे नाटक करत होता. वर्षानुवर्षांची मोगलांची रियासत, त्यांचे शिस्तबद्ध लष्कर आणि इकडच्या मैदानी मुलखावर त्यांच्या फौजांचे असलेले वर्चस्व, यामुळे शंभूराजांनी आधी योजलेल्या वेगळ्या आणि धाडसी प्रयत्नांना यश येण्याची शक्यता फारशी दिसत नव्हती. ह्यामुळेच ते दिवसेंदिवस अधिकाधिक अस्वस्थ होऊ लागले होते.

अजूनही बहादूरगडावरच्या शंभूराजांच्या मुक्त फेरफटक्यांना काही पायबंद आला नव्हता. मोगली पथकांच्या संगतीने ते भीमेच्या तीरावरून आणि गडाच्या तटबंदीवरून, तर कधी खाली नदीच्या अवघड उतारावरून फिरत राहायचे. तिथे नदीतीरी चाँदबीबीने बांधलेला एक सुंदर महाल होता. त्याच्या पलीकडेच काही यादवकालीन सुंदर मंदिरे होती. ती अव्वल जातीच्या काळ्याकभिन्न पाषाणामध्ये बांधलेली असून, त्यांच्या चारी भिंतींवर आणि घुमटावरही अनेक यक्षकिन्नरांची चित्रे खोदलेली होती. एकूणच बहादूरगडच्या ह्या भाग्यवंत रानाने अनेक पावसाळेच नव्हे तर अनेक शतके, अनेक राजवटी आणि संस्कृती पाहिल्या होत्या. पचवल्या होत्या.

त्या भुईकोटाजवळच भीमेच्या विशाल पात्राने एक अर्धवर्तुळाकार वळसा घेतला होता. तिथे कोस दोन कोस अंतरामध्ये नदीच्या विलक्षण खोलीने मोठा जलाशय निर्माण झाला होता. उन्हाळ्यातही लाखो स्वार-शिपायांना आणि जनावरांना पुरेल इतके बक्कळ पाणी तिथे होते. त्यामुळेच अनेक राजवटींना या स्थानाची भुरळ पडली असावी. विशेषत: मोगलांनी नदीच्या तीरावर दोन-तीन ठिकाणी हत्तींच्या मोटांसाठी सुमारे चाळीस-चाळीस फूट उंचीचे भव्य धमधमे बांधले होते. एखाद्या शेतकऱ्याने आपल्या विहिरीवर मोट ओढण्यासाठी सहज बैल बांधावेत, सोडावेत, तितक्याच

सहजतेने खळ्याएवढ्या मोठ्या आकाराच्या चामडी मोटा ओढण्यासाठी एका वेळी चार-चार हत्ती एकत्र बांधले जायचे. आपल्या गळ्यातील घंटानादाच्या ठेक्यावर हत्ती पाण्याने भरलेल्या त्या भव्य मोटा वर खेचत. मग पलाणीमध्ये एखादी मोट जेव्हा ओतली जाई, तेव्हा एखादा ओढा वाहावा तशा जोशाने त्या पलाणीतून पाणी पुढे जाई. उंच दाबाच्या तत्त्वावर मोगलांनी किल्ल्यामध्ये पाणी सर्वत्र खेळवले होतेच. शिवाय जागोजागी हत्ती-घोड्यांना पिण्यासाठी मोठाले हौदही बांधले होते.

आज भीमेच्या तीरावरून फेरफटका मारत शंभूराजांची स्वारी काठाकाठाने पुढे चालली होती. त्यांनी वाटेत बांधलेल्या सतींच्या छोट्या छोट्या दगडी समाध्यांना मनोभावे दंडवत घातला. बहादूरगडाने चैतन्यमय जीवनाबरोबरच अनेक भीषण मृत्यूचे प्रसंगही पाहिले होते. घोड्यावरून दौडत दौडत दमडी मशिदीला वळसा घालत शंभूराजांची स्वारी बालेकिल्ल्याच्या एका वेशीतून बाहेर पडली.

उगवतीच्या बाजूला दूर नजरेच्या टप्प्यात छोट्या सरस्वती नदीचे पात्र दिसत होते. ती याच गावच्या हद्दीत भीमेला येऊन मिळत होती. तिच्या काठावरही एक भला मोठा हत्तीमोटेचा धमधमा होता. सरस्वतीच्या काठाजवळ किल्ल्याबाहेरच्या बाजूची आणखी एक तटबंदी होती. मध्ये एक भव्य माळ पसरलेला होता. उत्तरेतून किंवा निजामशाहीतून मोहिमेवर कूच करण्यासाठी या भागातून फौजा पुढे जायच्या, तेव्हा त्यांचे तात्पुरते मुक्काम याच माळावर पडत असत.

आज का कुणास ठाऊक, शंभूराजांना दुपारी उन्हातून दौड करताना गुंगी आल्यासारखे वाटत होते. हत्तीमोटेच्या वरच्या दरडीजवळ त्यांनी छोटे जांभळाचे बन पाहिले. ह्या तटबंदीवर देखरेख करणाऱ्या एका उमरावाने त्या जांभूळबनात हिरव्या रंगाचा तात्पुरता बिचवा उभारला होता. शंभूराजे घोड्यावरून उतरून त्या बिचव्याच्या सावलीला गेले. अंग अगदी आळसावल्यासारखे झाल्याने ते तिथे ठेवलेल्या बाजेवर आडवे झाले. खाली पडल्या पडल्या त्यांची नजर सरस्वतीच्या पात्रापलीकडच्या विस्तीर्ण माळाकडे गेली. तो भाग 'खंडोबाचा माळ' या नावाने ओळखला जायचा. त्या रखरखत्या उन्हामध्ये शंभूराजांची नजर हरवून गेली होती. त्यांना त्या माळावर एक विलक्षण मृगजळ दिसू लागले.

त्या वामकुक्षीमध्ये शंभूराजे हरवून गेले... अचानक त्यांच्या कानावर आभाळ फाटल्यासारखे हत्तीघोड्यांचे चीत्कार ऐकू येऊ लागले. एक वनराज सिंह खवळला होता. हत्ती मोकाट सुटले होते. साऱ्या आसमंतावरच कसले तरी भयंकर अस्मानी सुलतानी संकट येऊन पोहोचले होते. बघता बघता नदीतीरावरच्या त्या बळकट तटबंदीला पोट सुटले. ती समोरच्या जलाशयामध्ये कोसळू लागली. विरघळू लागली. नदीतले पाणी कमालीचे काळेशार आणि शेवाळलेले दिसू लागले. एका विचित्र प्राण्याच्या आयाळीचा आकार त्या जलपृष्ठाला आला होता. तो विचित्र प्राणी

किल्ल्याची ती भव्य तटबंदी चवीने चघळत उपहासाने हसत होता.

त्या पाठोपाठ शंभूराजांच्या डोळ्यांसमोर पुन्हा एकदा, रखरखत्या उन्हातले खंडोबाच्या माळाचे चित्र उभे राहिले. तिथे विचित्र मृगजळे नाचू लागली. तो ओकाबोका माळ आणि त्या माळाच्या दूरवरच्या कोनातून ऐकू येणारे सतींचे हंबरडे आता कानाला ऐकवत नव्हते. हळूहळू वेताळाच्या जुलूसासारखी एक विचित्र मिरवणूक त्या उघड्या माळावर दिसू लागली. वाद्ये मोठी होती आणि वादक अगदी छोटे रोगट चिमण्यांसारखे, भटक्या कुत्र्यांसारखे. कोणाची ती मिरवणूक? कसला तो छबिना? माळावर माजलेले सराट्यांचे रान तुडवत रक्ताळलेल्या पायांनी ते वाजंत्री कुठे चालले आहेत? शंभूराजे डोळे फाडून त्यातल्या आकृती ओळखण्याचा प्रयत्न करत होते. मात्र त्या विचित्र आकृती अंधूक बनत चाललेल्या होत्या अन् माळावरचे त्या अदृश्य सतींचे हंबरडे मात्र काळजाला भेगा पाडत होते.

—कसले म्हणायचे हे भीषण स्वप्न? शंभूराजांच्या घशाला कोरड पडली होती. ते धाडकन बाजेवर उठून बसले. नजरेसमोरचा खंडोबाचा तो सुना सुना माळ तिथेच होता. मात्र शंभूराजांचे सर्वांग घामाने डबडबले होते.

३.

दक्षिणेची सुभेदारी म्हणजे सुळावरची पोळी हे दिलेरखान जाणून होता. दिल्लीच्या पाठोपाठ मोगलांच्या राजवटीतले खरेखुरे सत्तेचे सिंहासन म्हणजेच ही सुभेदारी होती. एक तर औरंगजेब स्वत:च दोन वेळा दक्षिणेचा सुभेदार होता. त्यामुळे इथले सारे बारकावे, तंटेबखेडे, फायदेतोटे या साऱ्या गोष्टींची पातशहाला कल्पना होती. आपण गोड बोलून प्रत्यक्ष बंडखोर शिवाजीच्या पुत्राला बहादूरगडच्या सापळ्यामध्ये आणून बंद केले आहे, ही खबर ऐकल्यावर पातशहाकडून आपणाला बक्षिसी मिळेल, अशी दिलेरखानची किमान अपेक्षा होती. परंतु त्याऐवजी आलमगीरने आपला शहजादा मुअज्जम याला दक्षिणेकडे धाडून दिलेरखानाला बेचैन करून सोडले होते.

एके दिवशी दिल्लीहून सांडणीस्वार आला. एखाद्याकडून मेजवानीची अपेक्षा करावी आणि त्याने कपाळावरच दगड मारावा, तसे दिलेरखानाचे झाले. औरंगजेबाचे शब्द डोळे फाडफाडून वाचताना त्याला गुदमरल्यासारखे वाटू लागले होते,

"दिलेर, रोज ऊठसूट आपण त्या संभाजीचा जुलूस काढता अशी खबर आम्हांला मिळते आहे. नाकापेक्षा मोती जड होऊ देऊ नका. दुश्मन बच्चा आपल्या छावणीत आला आहे, त्याचा फायदा घ्या. आपल्या लष्करात नेहमीच त्याला ढालीसारखा आघाडीवर ठेवा. मरगठ्ठ्यांच्या मुलखावर छापे घाला. गनिमांचं जास्तीत जास्त नुकसान करा."

बक्षिसाऐवजी या कानउघाडणीच्या भाषेने दिलेरखान खूप दुःखी झाला. त्याने आपल्या अनुभवी दिवाणाचा सल्ला विचारला. तेव्हा त्याचा दिवाण झियाँखान हसून बोलला, "अजी हुजूर, हा खलिता लिहिताना पातशहाने आपला भेजा खूप वापरला आहे."

"मतलब?"

"त्याला गोफणीच्या एका तडाख्यामध्ये दक्षिणेतले अनेक पंछी मारायचे आहेत. आपण एका वेळी शिवाजी, विजापूर आणि गोवळकोंड्याकडेही छापामारी करावी; त्यासाठी शिवाजीच्या पोराला बकोटीला धरून चौफेर फिरावं, असं आलमपन्हांना वाटतं!"

संभाजीराजे आपल्या कचाट्यात सापडलेच आहेत. त्यांचा वापर करण्याची नामी संधी साधणे हे दिलेरच्याही हिताचे होते. त्यात आपली फसवणूक झाली असे संभाजीराजांना वाटेल कदाचित, पण त्यांच्या गैरमर्जीची पातशहाच्या मर्जीपुढे काय पर्वा करायची? दिलेरखानाने झियाँखानला विचारले, "आता प्राप्त परिस्थितीत आपण कुठे जंग करू शकतो की ज्याने आलमपन्हा खूष होतील?"

"भूपाळगड."

"भूपाळगड? वो कहाँ है?"

"विजापूरच्या वाटेवर बाणूर गावाजवळ. जतच्या आसपास."

"कोणाचा किल्ला?"

"मरगठ्ठ्यांच्याच ताब्यात आहे. त्या किल्ल्याची तटबंदी मात्र बडी मजबूत. त्या किल्ल्यावरचा मराठा किल्लेदार पोलादाच्या छातीचा आहे. पण हा किल्ला हाताशी लागला तर विजापूरच्या नाकाला वेसण घालणेही खूप सोपे जाईल."

दिलेरखानाच्या मेंदूला अनेक पाय फुटले. त्याने लगेचच भूपाळगडची बारीकसारीक माहिती गोळा करायला सुरुवातही केली. चाकणजवळचा भुईकोट किल्ला पंचावन्न दिवस लढवून फिरंगोजी नरसाळा ह्या बहाद्दराने एके काळी शाहिस्तेखानाचा माज उतरवला होता. तोच फिरंगोजी आता भूपाळगडचा किल्लेदार होता. त्याच्या सोबत विठ्ठल भालेराव हा त्याचा सबनीस होता. किल्ल्यावर बराच दारूगोळा आणि प्रचंड धान्यसाठा असल्याची खबरही दिलेरखानाला लागली होती. किल्ल्याच्या बाहेरील मुलखात सरहद्दीवरील गावांतून आदिलशाही विरुद्ध मोगली फौजा किंवा मराठे विरुद्ध आदिलशाही फौजा अशी नेहमीच झंगडपक्कड चालायची. त्यामुळे लष्करी हालचालींनी जर्जर झालेली त्या परिसरातील जनता भूपाळगडच्या आधाराला येऊन राहिली होती. किल्ल्यावर बाणोबाचे म्हणजेच महादेवाचे जागृत मंदिर होते. तिथे राहणाऱ्या रहिवाशांचा बाणोबावर आणि फिरंगोजीवर खूप भरवसा होता.

बहादूरगडावरून भूपाळगडच्या मोहिमेची सूत्रे वेगाने हलवली जात होती. एके

सकाळी बहादूरगडच्या चार वेशींतून अचानक स्वारराऊतांची पथके बाहेर पडू लागली. तोफगाड्यांच्या चाकांची आरी वाजू लागली. फौजेसोबत निघणारा बाजार तर भल्या पहाटेपासूनच जागा झाला होता. वाणी, भिस्ती, उदीम सारे आपल्या घोड्याखेचरांसह बाहेर पडू लागले होते.

हवेलीत शंभूराजे चिंताग्रस्त मनाने बसून होते. एक तर या मोहिमेबाबत दिलेरखानाने त्यांच्याशी उघड अशी कोणतीही चर्चा केली नव्हती. शिवाय दोनच दिवसांमागे शृंगारपुरहून कवी कलशांची आणि रायगडाहून येसूबाई राणीसाहेबांची गुप्त पत्रे एकाच वेळी प्राप्त झाली होती. दोघांनीही लिहिलेला मजकूर जवळपास सारखाच होता. "युवराज, स्वस्थ न बसता काहीतरी करा. आपण मोगलाईत निघून गेल्यापासून इकडे तुमच्या विरोधकांनी बदनामीचे कारखानेच उघडले आहेत. काहीजणांनी तर लवकरच आपण नेताजी पालकरांप्रमाणे मुसलमानी धर्म पत्करणार, अशी भूमका सोडून दिली आहे! आपल्या आकांक्षेप्रमाणे तकदीर साथ देत नसेल, काही तरी वेगळी बहादुरी घडवण्याची संधी मिळत नसेल, तर निदान जे आहे ते तरी सांभाळण्याचा प्रयत्न करा." ह्या आप्तजनांच्या गुप्त पत्रांनी तर शंभूराजांची अवस्था खूपच नाजूक करून सोडली होती.

तितक्यात दिलेरखानाचा दिवाण झियाँखान युवराजांच्या हवेलीमध्ये येऊन पोहोचला. "चलो शहजादे, खानसाहेब आपल्या महालामध्ये आपली किती देर वाट बघताहेत."

"त्यांनाच बोलवा इकडे." युवराज गुरगुरले.

"ये कैसे होगा हुजूर? दिलेरखान तर दख्खनचे सुभेदार आहेत." दिवाणाने गर्विष्ठ उद्‌गार काढले.

"आम्ही तर स्वतंत्र राजे आहोत, शिवाजीराजांचे छावे आहोत, याचा विसर पडला की काय तुमच्या खानसाहेबांना?"

शंभूराजांच्या तिरकस नजरेने आणि चढ्या सुराने खानाचा दिवाण गोरामोरा झाला. खाली मान घालून तो मुकाट्याने बाहेर पडला. मात्र बाहेर कूचाचे नगारे वाजत होते. वखत थोडा होता. त्यामुळेच की काय पोलादी शिरस्त्राण परिधान केलेले, मोहिमेवरचा जामानिमा चढवलेले दिलेरखान स्वत: युवराजांच्या महालात पोहोचले. त्यांनी शंभूराजांना कुर्निसात करत सांगितले, "चला आवरा, निघा शहजादे. दोन दिवसांत आपल्याला भूपाळगडावर पोचायचे आहे."

"तिकडे फिरकायची आमची इच्छा नाही." शंभूराजांनी स्पष्ट नकार दिला.

"पण पातशहा आलमगीरांचा तसा स्पष्ट हुकूम आहे."

"अस्सं? आम्ही कोणता मुलूख जिंकावा आणि जिंकू नये, यासाठी थेट दिल्लीहून फरमाने निघू लागली तर!"

दिलेरखानाच्या मनावर पातशहाचे नवे हुकूम कोरले गेले होते,

"मरगठ्ठ्यांचा शहजादा संभा म्हणजे खूप किमती हिरा आहे. त्याच्याकडून खुबीनं अशी कामं करून घ्या की ज्यामुळे त्या शिवाची खूप बदनामी होईल आणि आमच्या मोगलाईचा फायदा साधला जाईल."

स्वत:च्या मनाविरुद्ध शंभूराजांना भूपाळगडाकडे कूच करणे भाग होते. दोन-तीन दिवसांतच फौजा भीमेचे खोरे पार करून बारामती, फलटण आणि माणदेश करत भूपाळगडच्या आजूबाजूला पोहोचल्या. दिलेरखान खूप सावधपणे पावले टाकत होता. चाकणचा भुईकोट किल्ला छोट्या फौजेनिशी लढवणारा आणि औरंगजेबाच्या मामाला, शाहिस्तेखानाला घाम फोडणारा फिरंगोजी नरसाळा हा भूपाळगडचा किल्लेदार आहे; तो अशी तशी तलवार खाली ठेवणार नाही, उलट जिद्दीचा जंग देईल, अशीच दिलेरखानाची अटकळ होती. त्यामुळेच मध्यरात्री त्याने किल्ल्याच्या सभोवार, जागोजाग आपली पथके पेरून ठेवली होती. रात्री तो संभाजीराजांना बोलला,

"कळवा आपल्या जातभाईला. म्हणावे जंग टाळा. किल्ला सोडून निघून जा."

शंभूराजांना दिलेरचा कावेबाजपणा कळत होता. पण गळाला अडकवलेल्या माशाप्रमाणे सुटताही येत नव्हते. जगण्यासाठी तडफडही आवश्यक होती. त्यांनी आपल्या खास दूतांमार्फत किल्ल्यावर खलिता धाडला. "गड दुर्बल आहे. त्यात दिलेरखानाची फौज दांडगी. निष्कारण युद्ध कशाला करता? आबासाहेबांच्या सैन्याची हानी करू नका. किल्ला मुकाट्याने आमच्या ताब्यात द्या व निघून जा."

गडाखालच्या एका दरीमध्ये लष्करी डेरेदांडे उभारले गेले होते. तिथेच एका बाजूला दिलेरखान, तर जवळपासच संभाजीराजांचा डेरा पसरला होता. उजाडता उजाडता किल्ल्यावरून जाबसाल घेऊन निरोपाचा स्वार माघारी आला. युवराजांनी प्रथम फिरंगोजींचे शब्द वाचले. त्यावर कोणतीही प्रतिक्रिया व्यक्त न करता तो कागद तसाच दिलेरखानाच्या हाती सुपूर्त केला—

"न लढता किल्ला सोडून हात हलवत निघून जाण्याची रीत शिवाजी-राजांच्या फौजेत नाही! ती यवनांचीच आहे, हे संभाजीराजे आपण आपल्या याराला का समजावून सांगत नाही?"

तो खलिता वाचून दिलेरखान रागाने लालबुंद झाला. तो गरजला,

"खलित्याचा जबाब द्यायची ही काय रीत झाली?"

"खानसाहेब, अहो मानी मराठा हा मानाप्रमाणेच वागणार! सारेच काय या संभाजीसारखे दुर्वर्तनी निघणार आहेत?"

ही खुली कबुली देताना संभाजीराजांची चर्या विषादाने माखून गेली होती. दिलेरखानाने आपल्या काजळभरल्या डोळ्यांच्या कोनातून शंभूराजांकडे पाहिले.

त्यांची मनधरणी करत तो बोलला, "शहजादे, रायगडावरच्या त्या बेकार आठवणी काढून अजून किती दिवस झुरणार आहात आपण? स्वत: आपण मराठी राज्याचे कानूनी वारसदार असूनसुद्धा तुम्हांला रायगडावर जायला चोरी. तुमचा पिता तुम्हांला मोहिमेवर नेत नाही. सौतेली माँ सियासतीकडे फिरकू देत नाही. तुमच्या अब्रूच्या चिंध्या करायला तुमचे सचिव आणि दरकदारांची टोळी तिथे हमेशा खडी आहे. अहो, अशी गैरवर्तणूक एखाद्या दासीपुत्रालाही मिळत नाही."

"म्हणून काय आम्ही आगीतून निघून फुफाट्यातली धूळ खात मरायचं?" शंभूराजे गुरगुरले.

युवराजांची समजूत घालण्यासाठी दिलेरखान अगदी त्यांच्या जवळ गेला. त्यांचे हात घट्ट पकडत कण्हत्या सुरामध्ये बोलला, "शहजादे, तुमच्या कठीण वक्तामध्ये आम्ही तुमच्याकडे दोस्तीचा हात पुढे करतो आहोत आणि तुम्ही दुष्मनाच्या नजरेनं आमच्यावर डोळे वटारता?"

दिलेरखानाच्या प्रतिपादनावर युवराज काहीच बोलले नाहीत. ते फक्त मूग गिळून चूप राहिले. आता वेळ दवडून उपयोग नव्हता. दिलेरखान धावतच आपल्या बिचव्याबाहेर आला. त्याने लढाईला सुरुवात करायचे आदेश देताच शंभूमहादेवाच्या दऱ्यांतून तोफा कडाडू लागल्या. त्यांचे कानठळ्या बसवणारे आवाज बाजूच्या दरीदरीतून घुमू लागले.

थोड्याच वेळात खानाच्या गस्तीच्या पथकांनी एक खलिता आणला. फिरंगोजीने तो संभाजीराजांना पाठवला होता, परंतु मध्येच मोगलांनी हस्तगत केला होता. "युवराज, आपण आल्या वाटेने निघून जा. आपण संकटात असाल तर कळवा. आपल्याला वाचवण्यासाठी रक्ताचे सडे सांडू. तात्काळ कळवा." दिलेरखानाने तो खलिता शंभूराजांकडे पाठवायचा प्रश्नच नव्हता.

धुनीमध्ये जळणारा तो खलिता पाहताना दिलेरखान अस्पष्ट शब्दांत स्वत:शीच बोलला, "अल्ला, आमच्यावर बरी मर्जी राखलीस."

खान तेथूनच बुरुजावरच्या लढाऊ मराठी फौजेकडे पाहत होता. गडाची तटबंदी गिळण्यासाठी मोगलांचे तोफगोळे आवेगाने पुढे धाव घेत होते. परंतु मराठ्यांची जिद्दी पथके प्रतिकाराच्या धुंदीने पुढे झेपावत होती. समोरून होणाऱ्या माऱ्याची पर्वा न करता कडवा प्रतिकार करत होती. मराठी पथकांनी बुरुजावरून दगडांचा, गोफणगुंड्यांचा आणि बाणांचा एकच मारा सुरू केला. मराठ्यांचा तो कडवा रेटा पाहून दिलेरखान बावरला. आपल्या बिनीच्या सहकाऱ्यांना बोलला, "काहीही करा आणि या भूपाळ-गडाच्या तटबंदीला पहिली खिंडारं पाडा. त्याशिवाय तो बुड्ढा फिरंगोजी शस्त्र खाली टाकणार नाही."

खानाच्या नव्या आदेशानुसार बेलदार, घडवंची आणि तोफचींची नवी पथके

आडोसा धरत समोरची चढण चढू लागली. गडावरून बाणांचा आणि दगडांचा जोरदार मारा सुरू होता. बेलदारी पथके लोखंडी पराती आणि पसरट ढाली डोक्यावर घेऊन स्वत:चा बचाव करू लागली.

एका हाताने आडोसा धरत दुसऱ्या हाताने ही पथके भोके पाडत होती. त्यात सुरुंगाची दारू ठासली जात होती. मजुरांनी झटापटीने काम आटोपले आणि सुरुंगांना बत्त्या देऊन ते दूर पळाले. कड कड कडाड करीत सुरुंगाची दारू पेटू लागली. त्याच्या तडाख्याने बुरुजांना भेगा पडू लागल्या. तटबंदीचे काही दगड आडवेतिडवे झाले. मात्र ती मानी, अभेद्य तटबंदी न कोसळता तशीच ताठ मानेनं उभी होती.

दुपारी दुसऱ्या बाजूने संभाजीराजांनी युद्धनेतृत्व आपल्या हाती घेतले. त्यांनी तटबंदीला लांबचलांब शिड्या लावल्या. त्याच्या आधाराने मोगली सैनिक भराभर वर चढू लागले. मात्र समोरून होणाऱ्या गोळागोळीने काहीजण भाजले. तोफांच्या तडाख्याने काहींची शरीरे कागदाच्या बोळ्यासारखी पेटली आणि खाली कोसळली. अनेकजणांना मराठ्यांच्या बाणांनी जायबंदीही केले. परंतु शेवटी एका बुरुजाने मोगली पथकांना वाट दिली. फिरंगोजीने किल्ला लढवण्यासाठी प्रयत्नांची शर्थ केली. परंतु संभाजीराजांच्या आणि दिलेरखानाच्या आक्रमक झुंजीसमोर मराठ्यांना हार खावी लागली. किल्ला पडतो आहे हे लक्षात येताच अनेक मराठी पथकांनी तिथून पोबारा केला. अनेकजण कैद झाले.

सूर्य मावळतीकडे गेला. रक्ताळलेला भूपाळगड अंधाराचा अंगरखा पांघरून आपल्या जखमा लपवण्याचा प्रयत्न करू लागला. शंभूराजे आणि दिलेरखान आपल्या गोटाच्या समोर माळावर बाज टाकून बसले होते. आतल्या भव्य डेऱ्यात चिरागदाने पेटली होती. मशालजी दिवट्या मिरवू लागले होते. इतक्यात समोरचा गड उतरत अंधारातूनच सातशे मराठा स्वारांचे एक पथक आले. त्या सर्वांचे हात पाठीवर बांधले होते. थंडगार वारा सुटला होता. शंभूराजांच्या समोरूनच ते मराठा कैदी दुसरीकडे हलवले जात होते. युवराजांना पाहताच ते पथक थांबले. शंभूराजेही पथकाला सामोरे गेले. त्यातले अनेकजण युवराजांना ओळखत होते. अनेकजण संभ्रमित नजरेने, तर अनेकजण रागाने शंभूराजांवर डोळे वटारत होते. त्यांच्या पीळदार, राठ मिशा आणि तांबारलेले डोळे शंभूराजांचे उभे अंग जाळत होते.

त्याही स्थितीमध्ये त्यांपैकी बऱ्याचजणांनी खाली मान लववत शंभूराजांना मुजरा केला. स्वराज्याची ती दौलत पाहून शंभूराजांचे मन कालवले. त्यांनी दिलेरखानाला विचारले, ‘‘ह्या कैद्यांना कुठे धाडता आहात खानसाहेब?’’

‘‘पाठवतोय तिकडं बहादूरगडच्या कैदखान्यात.’’

‘‘लक्षात ठेवा खानसाहेब, बंदीवासाशिवाय यांना अन्य कोणतीही शिक्षा होता कामा नये.’’ युवराजांनी फर्मावले.

दुसऱ्या दिवशी सकाळी युवराजांना जाग आली तीच मुळी लोखंड आणि खोऱ्यांच्या खणखणाटाने. संभाजीराजांचा आपल्या डोळ्यांवर विश्वासच बसेना. दिलेरखानाने अनेक मजुरांच्या टोळ्या लावल्या होत्या. त्यांच्याकरवी तो भूपाळगडची तटबंदीच फोडत होता. तो मूर्खपणा पाहून शंभूराजे बावरले. तसेच उठून ते खानाच्या बिचव्यामध्ये घुसले. बिचव्याच्या खिडकीतून वर बोट दाखवत ते बोलले, "खानसाहेब, हे काय चालवलंय तुम्ही? एकदा गड हाती आल्यावर तेथे अंमल बसवायचं सोडून किल्ल्याचं स्मशान बनवायचा हा कोणता अघोरी प्रकार?"

दिलेरखान उपहासाने बोलला, "एक तर हा किल्ला विजापूरकरांच्या आणि तुम्हां मराठ्यांच्या सरहद्दीवर आहे. त्याचं रक्षण करायचं तर त्याचा आम्हां मोगलांना काय उपयोग?"

शंभूराजे खूपच निराश झाले. तेवढ्यात अंगावर उकळत्या तेलाचे थेंब पडावेत, तसे दिलेरचे शब्द युवराजांच्या कानावर आले, "तसे इकडे किल्ले ठेवून चालणारही नाहीत! आपल्या माळावर किल्ले बघितले, की गुरांमागे धावणारी कुणब्याची पोरं राजा बनायची सपने पाहू लागतात!"

त्या मानहानीने शंभूराजांचे डोके तडकले.

माहुलीजवळ कृष्णा नदी ओलांडल्यापासून आणि मोगलांच्या मुलखात पोहोचल्यापासून सारी अपशकुनी घटनांची मालिकाच तर सुरू होती.

ते आपले काही सहकारी घेऊन गडावर बाणोबाच्या दर्शनाला निघाले. सोबत दुर्गाबाई आणि राणूबाईंच्या पालख्या होत्याच. चढ्या उतारावर घोडी मोकळी चालली होती. शंभूराजांची पावले आज उगाचच दगडांना ठेचकाळत होती. पाठीमागून तटबंदी फोडण्याचा, लोखंड पारींचा आणि टिकावांचा आवाज ऐकू येत होता. गेल्या सात पिढ्यांच्या पुण्याईने शिवाजीराजांनी राज्य उभे केले. त्याचीच तटबंदी तर आपण ढासळवत नाही ना, या कल्पनेने युवराजांचे मस्तक गरगरत होते.

वाटेत एक काझीसाहेब भेटले. युवराजांना सलाम करीत बोलले, "इथल्या सर्व जातीच्या लोकांना लाज वाटावी असा गुन्हा तिकडे आलमगीरांनी केला आहे."

"काय झाले काझीमियाँ?"

"औरंगजेब पातशहा पुढल्या हप्त्यापासून मुसलमान नसणाऱ्या सर्व जातीच्या लोकांवर जिझिया नावाचा कर बसवणार आहे. अशी गैरबात औरंगजेबाच्या बापानं अगर दादानंसुद्धा केली नव्हती!"

चालता चालता शंभूराजे स्वत:शीच बोलले,

"हा बाणोबानेच दृष्टान्त दिला म्हणायचा. लाखो हिंदू रयतेवर अमानुष जिझिया कर बसवणारा हा औरंग्या आम्हांला काय न्याय देणार?"

काळ तर मोठा कठीण येत चालला होता! बाणोबाच्या थंडगार गाभाऱ्यात

शंभूराजे पोहोचले. देवाच्या पायावर डोके ठेवून ते तिथे बराच वेळ बसून राहिले.

राणूबाईंनी एकवीस नारळांचे तोरण आणि गळ्यातला सोन्याचा हार बाणोबाच्या पिंडीवर ठेवला. पुजाऱ्याने त्यांना मंगल आशीर्वाद दिले. त्यावेळी राणूबाईंना राहवले नाही. त्या पुजाऱ्याला बोलल्या, "भटजीबुवा, यावेळी आमच्या बंधुराजांच्या पोटी पुत्रच होईल असा कौल मागा." राणूबाईंच्या बोलाबरोबर दुर्गाबाईंच्या चर्येवर वसंत फुलला. त्या खुदकन हसल्या. शंभूराजे काहीसे आश्चर्यचकित होऊन त्या दोघींकडे पाहू लागले. या धावपळीत हे गोड ओझे घेऊन आता कसे नि किती पळायचे, असा त्यांना प्रश्न पडला.

संभाजीराजांचा निवान्तपणा फारसा टिकला नाही. ते तिथे विश्रांती घेत होते, तोवर त्यांचेच चार खाजगी सेवक तिथे धावतपळत आले. ते अतिशय भयभीत दिसत होते. "युवराज ऽ, युवराज ऽ ऽ" अशा काळीज फोडणाऱ्या हाका देत होते. त्या आवाजाने संभाजीराजे ताडकन उठले. निश्चितच काहीतरी दगाफटका झाला असणार. शंभूराजांनी पवित्रा घेतला. हातातली तलवार उंचावली आणि करड्या सुरात सेवकांना विचारले, "बोला रे बोला. सांगा काय प्रकार आहे?"

"राजे, खूप अन्याय झाला हो, खूप अन्याय झाला ऽ ऽ!" एकजण बोलला.

दुसरा भयभीत होऊन सांगू लागला, "काल इथं गडावर खानानं पकडलेले ते सातशे मराठे सैनिक बघा तिकडं गडाखाली नेले होते–"

"अरे, काय झालं काय त्यांना?" युवराजांचा श्वास वाढला.

"आता कसं सांगू राजे?" त्या सेवकाच्या दोन्ही डोळ्यांतून घळाघळा अश्रू वाहू लागले. तो हुंदके देत बोलला, "युवराज, त्या दुष्टांनी त्या सातशेजणांपैकी निम्म्या जणांचे एक एक हात तोडून त्यांना थोटं केलं हो! उरलेल्यांचा एक एक पाय तोडला आणि त्यांना लंगडं केलं बघा. अशी विटंबना माणसांची सोडाच पण जनावरांचीबी कोणी केली नसंल!"

ते भयंकर वृत्त कानांवर पडताच संभाजीराजांचा क्रोधाग्नी खवळला. त्यांच्या डोक्यावरचे मऊ, रेशमी केस ताठ झाले. हाताच्या मुठी वळल्या. संतापाने त्यांनी दात चावले. मंदिराच्या बाहेरच संभाजीराजांचा घोडा उभा होता. राजांनी धावत जाऊन घोड्याच्या पाठीवर आपला राठ हात ठेवला. त्याच्या आधाराने गोपाळाच्या पोरासारखी त्यांनी घोड्यावर उडी ठोकली. गडावरच्या मागच्या जंगली वाटेने दगडांतून, खळग्यांतून जोराने घोडा हाकलला. पाठीमागून स्वारराऊत मोठमोठ्याने ओरडत होते, "युवराज थांबा, गडबड करू नका. घोडा पडेल, थांबा." युवराजांच्या सैरभैर मनाला कोणाचेही आवाज ऐकू येईनासे झाले. बघता बघता खाचखळग्यांची ती अत्यंत धोकादायक उतरण त्या जनावराने एकदाची पार केली. घामाने थबथबलेला घोडा खानाच्या गोटासमोर एकदाचा येऊन थांबला.

शंभूराजांच्या त्या अचाट दर्शनाने मोगली दरकदार त्यांच्याकडे पाहतच राहिले. घोड्याचे चारही पाय रक्ताने माखलेले. युवराजांच्या डोळ्यांत तर लालेलाल निखारे फुललेले. त्यांनी घोड्यावरून जमिनीवर उडी ठोकली. मोठ्याने गर्जना करीत आवाज दिला, "कुठे आहे तो बुड्ढा, हरामखोर दिलेरखान?"

जेव्हा भूपाळगडची कातीव कडसर उतरताना शंभूराजांना दिलेरने पाहिले होते, तेव्हाच त्याला पुढच्या भयसंकटाची जाणीव झाली होती. खानाच्या गोटाभोवती सुमारे दोन हजार शस्त्रधारी सैनिकांचे कडे होते. शेताच्या बांधात लपून बसलेल्या उंदरासारखा खान आत लपला होता. संतप्त शंभूराजांशी सामना करायची हिंमत त्याच्यात आता उरली नव्हती.

"डरपोक बुड्ढ्या ऽ ऽ बाहेर ये!" बराच वेळ शंभूराजे हाका देत राहिले.

खूप उशिराने वरच्या लाटा शांत झाल्या. परंतु खवळलेला समुद्र अद्यापि निवला नव्हता. त्यांनी समोरच्या सैनिकी जमावाकरवी दिलेरखानाला निरोप दिला,

"जाऽ सांगा त्या तुमच्या बुड्ढ्या खानाला– एक संभाजी मोगलांना मिळाला म्हणून काही शिवाजीराजा अजून संपलेला नाही, संपणार नाही!"

रात्री शंभूराजे भयंकर बेचैन होते.. कोपरापासून हात आणि गुडघ्यापासून पाय तोडलेले सातशे मराठे डोळ्यांसमोर सारखे उभे राहात होते. शंभूराजांकडे क्रोधित, अपमानित आणि अचंबित होऊन पाहणाऱ्या त्यांच्या नजरा त्यांना क्षणाचीही उसंत द्यायला तयार नव्हत्या. डोके अक्षरश: ठणकत होते. त्यांची विचित्र अवस्था पाहात मंचकाजवळ दुर्गाबाई आणि राणूबाई अर्धी रात्र झाली तरी बसून होत्या. मस्तकशूळ थंड होण्याची लक्षणे दिसेनात. शंभूराजे धाडकन उठले. त्यांनी कोपऱ्यातला वरवंटा हाती घेतला. राणूबाईंना आपल्या बंधूंच्या क्रोधाची चांगली जाणीव झाली होती. त्या पुढे धावल्या आणि त्यांनी शंभूराजांना पाठीमागून कवळा घातला. बाकीचे सेवकही त्यांच्या मदतीला धावले. सर्वजण शंभूराजांना आवरायचा यत्न करू लागले. तेव्हा शंभूराजे ओरडले, "सोडा, सोडा आक्कासाहेब आम्हांला."

"काय करता आहात राजे आपण?"

कपाळावर हात मारीत शंभूराजे म्हणाले, "राणूआक्काऽ ह्या दरीमध्ये शिवाजीचा हा पोर संभाजी मुक्कामी असताना, पलीकडे इथून थोड्याशाच अंतरावर सातशे मराठ्यांचे हातपाय तोडले जातात— ते अमानुष कृत्य करणाऱ्या बदमाषांना जर आम्हांला रोखता आलं नसेल, तर ह्या हातांचा काय उपयोग? थांबा, आमचे हे हातच थोटे करून आम्हांला प्रायश्चित्त घेऊ द्या!"

"राजे, संयम बाळगा." दुर्गाबाई हात जोडत बोलल्या.

"शंभूबाळ, तुम्हांला आमच्या रक्ताची आण आहे." राणूबाई.

"तुम्हीच जर जाणूनबुजून असे अपंग होऊ लागला तर– तर काय होणार

आपल्या मराठी राज्याचं?'' दुर्गाबाईंनी विचारले.

शंभूराजांनी आपल्या अंगातील शक्तीने एक जोराचा हिसका दिला. तसे त्यांना अडवणारे सेवक बाजूला जाऊन पडले. ते पाहताच राणूबाईंनी पुढे धाव घेतली. त्या सरळ शंभूराजांच्या पायाजवळ जाऊन कोसळल्या. शंभूराजांचे हात हाती धरत हंबरडा फोडत बोलल्या, ''ऐका ना हो शंभूबाळ ऽ ऽ! आज तुम्ही आपले हात गमावून बसाल, तर उद्या आमचे काय होईल? आबासाहेबांच्या माघारी तो पापी औरंग्या आपल्या मुलखावर धावून आला, तर त्याच्या घोड्याचे पाय छाटायची ताकद तुमच्याशिवाय दुसऱ्या कोणाच्या हातात आहे शंभूराजे?''

राणूबाईंच्या हंबरड्याने, त्यांच्या कळवळ्याने शंभूराजांच्या हातचा वरवंटा गळून पडला. समोर डेऱ्याचा बळकट मध्यखांब उभा होता. शंभूराजांनी सरळ त्या खांबालाच मिठी मारली. खवळलेला हत्ती आपल्या भणभणत्या मेंदूचा ज्वर थंड करण्यासाठी जसा फत्तरावर धडका घेत डोके आपटतो, त्याचप्रमाणे शंभूराजे त्या खांबावर डोके आदळत होते. मध्येच त्याला कडकडून मिठी मारत होते. डोळ्यांतल्या उष्ण आसवांची सर पुसत हंबरत होते,

''आबासाहेब, खूप चुकलो हो आम्ही. खूप चुकलो ऽ ऽ!''

४.

सिंहाच्या नाकावर उंदराने ओरखडा जरी ओढला, तरी तो वनराज त्वेषाने खवळून उठतो. हा शंभूराजा तर मुलखाचा अभिमानी, त्याहून अत्यंत भावनाप्रधान. जागृत. उमरही फक्त विशीची. त्यामुळे मुळात अंगातले रक्त गरम. त्यात आपल्या-सारख्या यवनी सरदाराकडून सातशे मरगठ्ठ्यांचे हातपाय तोडण्याचे पातक घडले. त्यामुळेच हा सळसळत्या रक्ताचा, स्वाभिमानी युवराज किती डिवचला गेला असेल, ह्या कल्पनेनेच दिलेरखान भयंकर बेचैन होऊ लागला होता! मुख्य म्हणजे त्याला एकाच भीतीने कमालीचे ग्रासून टाकले होते— सलग अडीचतीन वर्षांच्या अविरत प्रयत्नाने संभा नावाचा अत्यंत मौल्यवान मोहरा हस्तगत झाला होता. आपल्या ह्या एका कृत्याने शिवाजीसह साऱ्या मराठ्यांची झोप उडविली होती. मात्र आता हा संतापलेला सिंहाचा बछडा जर अचानक गुंगारा देऊन निघून गेला, तर आपली काय इभ्रत राहील?

भूपाळगडाच्या बगलेवरच फौजा थांबून राहिल्या होत्या. शंभूराजे सलग तीन दिवस आपल्या गोटातून बाहेर पडले नव्हते. युवराज अन्नाला शिवतही नव्हते. घटिकानूघटिका आपल्या गोटातील देव्हाऱ्यासमोर भ्रमिष्टासारखे बसून राहतात, दुधाच्या अर्ध्या पेल्यावरच दिवस काढतात, त्यांची ती अवस्था बघून त्यांची बायको

आणि बहीण दोघीही घाबरून गेल्या आहेत, ह्या साऱ्या बातम्या दिलेरखानाला मिळत होत्या. संभाजीराजांची ती अवस्था पाहून दुर्गाबाईंच्याही अंगात ज्वर भरत होता. संधीचा फायदा घेऊन दिलेरखानाने आपले खास वैद्य आणि हकीम युवराजांच्या गोटामध्ये पाठवायला सुरुवात केली. पाठोपाठ मिठाई आणि फळांच्या करंड्या जाऊ लागल्या. हकिमांद्वारे त्याने चापलुसीही सुरू केली. त्या मराठी पथकाचे हातपाय तोडायची शिक्षा त्याने दिलीच नव्हती म्हणे! त्याला ताकास तूर लागू न देता त्याचा पुतण्या गैरतखान यानेच म्हणे तो पाशवी गुन्हा केला होता!

असेच चार दिवस लोटले. खवळलेला दर्या थोडा शांत झाला आहे, नदीचा पूर ओसरू लागला आहे, याचा अंदाज दिलेरखानाने घेतला. तो हळूच चोरासारखा शंभूराजांच्या गोटामध्ये घुसला. त्यांच्या उशीजवळ जाऊन गरीब गाय होऊन बसला. आपले डोळे ओले झाल्याचे नाटक करत. तो काकुळतीने युवराजांना बोलला, "राजे, जो हुआ वो बहुत बुरा था. आमचा गैरतखान कुठे गायब झाला आहे कोणास ठाऊक! पण त्याला फासावरच लटकवा अशी शिफारस मी आलमगीरांकडे पाठवली आहे."

"गैरतच्या फाशीने असा काय फरक पडणार आहे? पण खानसाहेब, उद्या एका पायानं लंगडी अगर एका हातानं थोटी झालेली ही दुर्दैवी माणसं जेव्हा स्वराज्यात परततील, तेव्हा पोरंसोरंही आमच्या तोंडात शेण घालतील. तळाजवळ शिवाजीचा पुत्र मौजूद असताना किल्ल्यावर असा भयंकर जुलूम घडतोच कसा? रयतेच्या- राजांच्या या प्रश्नाला आम्ही काय उत्तर देणार?"

शंभूराजा हा बुद्धीने अतिशय तल्लख आहे, तेव्हा त्याचा राग शांत करण्यासाठी काही ठोस पावले उचलायला हवीत, असा विचार खानाने केला. त्याने याआधी एक गुप्त प्रस्ताव औरंगजेबाकडे पाठवला होताच, याची त्याला प्रकर्षाने पुन्हा आठवण झाली. त्याने झियाँखानला तातडीने आपल्या डेऱ्यात बोलावून घेतले.

खलित्याचा नवा मजकूर सांगितला,

> "आलमपन्हाँ, संभाजी हाच खरा मराठ्यांचा राजा आहे, शहेनशहा आहे, अशी एकदा संपूर्ण हिंदुस्थानभर ऐलान करा. संभाजीला चाहणारी मोठी तादाद शिवाजीच्या फौजेत आहे. त्यांना आपल्यासारख्याची फूस मिळाली की संभाही खूष होईल. बापबेट्यामध्ये एकदा झगडा जुंपला की त्याला तेज धार चढेल. मरगठ्ठ्यांमध्ये दरार पडेल. एकदा दुहीच्या तडाख्याने मुलूख तेहसमेहस झाला, की मग तो तबाह करायला असा कितीसा वखत लागतो?"

दिलेरखानाने झियाँखानला सांगितले, "सांगा त्या संभाला, म्हणावे तुम्हांला

मराठ्यांचा शहेनशहा म्हणून जाहीर करायची जोरदार शिफारीश आम्ही आलमगीरांकडे केली आहे. त्यांची त्यासाठी पाठ धरली आहे.''

झियाँखानाने या शिफारशीचे रसभरित वर्णन शंभूराजांना जाऊन ऐकवले. त्यावर युवराजांनी कोणतीच प्रतिक्रिया व्यक्त केली नाही. आपल्या पित्याविरुद्ध आपल्याला भडकवण्याचे हे बालिश उद्योग आहेत, याची त्यांना कल्पना होती. भूपाळगडच्या बगलेवर दिलेरखानाने जे अत्याचार केले होते, त्याचा खूप खोल धसका युवराजांच्या मनाने घेतला होता. वर आपल्या पित्याविरुद्ध भडकण्याचा डाव हा खेळता आहे! ह्या दिलेरच्या अंगावर सरळ धावून जावे आणि त्या बुड्ढ्याचा कंठ शोषावा, असेच त्यांना वाटू लागले. ते राणूबाई आणि दुर्गाला म्हणायचे, ''ह्या पाजी दिलेरखानाचे एका घावामध्ये आम्ही केव्हाही दोन तुकडे करू. पण सभोवताली बसलेली मोगलांची लाचार फौज आम्हांलाही जिवंत सोडायची नाही.''

एके दिवशी दिलेरखान तणतणत युवराजांच्या डेऱ्यात आला. त्याच्या हेरांनी हस्तगत केलेला शिवाजीराजांचा खलिता त्याने शंभूराजांसमोर धरला. दिलेरखान गुरकावल्यासारख्या सुरात बोलला,

''ही काय आपल्या बछड्याशी वागायची शिवाजीसारख्या बापाची रीत झाली?''

''का, काय चुकलं आमच्या आबासाहेबांचं?'' शंभूराजांनी प्रतिप्रश्न केला.

''वाचा ना, वाचा तो खलिता. काय सांगताहेत ते सर्व गडकऱ्यांना, 'संभाजीचे संकट पोचले तर स्वस्थ बसू नका. प्रत्येक गडावर, गडावरच्या प्रत्येक बुरुजावर–तटबंदीवर गोळा वाजवावा. आखिरतक किल्ले लढवा. संभाजीराजे आमचे चिरंजीव आहेत म्हणून त्यांचा मुलाहिजा ठेवू नका–' बघितलीत ना ही भाषा आपल्या जन्मदेत्या वालीदाची?''

दिलेरखानाच्या या त्राग्याने शंभूराजे विषादाने हसले. ते म्हणाले, ''असा हुकूम आमच्या पित्याने न काढायचा तर मग काय करायचे? पोटचा पोर शत्रूच्या शिबिरात पळून गेला म्हणून काय त्यांनी खुषीने आमच्या गळ्यात रत्नहार घालायचा?''

युवराजांच्या त्या प्रतिक्रियेवर दिलेरखानाचा आवाज बंद झाला. एकूणच शंभूराजांची पहिली मन:स्थिती आता राहिलेली नाही, मोगली फौजेत ते खूप बेचैन आहेत, हे त्या चतुर खानाने ताडले. त्या रात्री दिलेरखानाने डोळे जागवले. अर्धी रात्र कंठून पातशहाकडे तातडीचा संदेश पाठवला—,

> ''जहाँपन्हाँ, मेहरबानी करा. संभाला मराठ्यांचा शहेनशहा म्हणून शाही मंजुरी द्या. तसा सल्तनतमध्ये जाहीरनामा काढा. आपल्या एका खलित्याने बापबेट्यात खूप बेबनाव माजेल. मरगठ्ठोंकी सल्तनत टुकडोमें बय जायगी!''

दिलेरखान शाही उत्तराची पाखरासारखी वाट पाहत होता. परंतु त्याला कोणताही जबाब मिळाला नाही. संभाजीराजांचे निश्चित काय करायचे या विचाराने दिलेरखान गोंधळात पडला होता. त्याची तगमग आणि धांदल त्याचा दिवाण झियाँखान जवळून बघत होता. त्यानेही मोका साधून खानाला सांगितले, "खानसाहब, उगाच वखत दवडू नका. संभा अलीकडं गुरकावल्यासारखा करू लागला आहे. त्याला तात्काळ गिरफ्दार करा आणि एखाद्या जनावरासारखा बांधून आग्राकडं घेऊन चला."

"त्यात आमचा काय फायदा?"

"दिलेरसाब, तुम्हांला खूप, खूप मोठी बक्षिसी मिळेल! आलमगीर मेहेरबान तर दिलेर दिल्लीका दिवाण!" चेकाळून झियाँखान बोलला.

"बेवकूफ, याचा मतलब तू अजून आपल्या आलमगीरांना नीट ओळखलं नाहीस." दिलेरखान हसत सांगू लागला, "आलमगीरांचे तकदीर मोठे म्हणून त्यांचे उत्तरेतले सर्व दुष्मन खतम् झाले. संभा आणि शिवाही संपला तर औरंगजेब इतका माजेल की आपल्यासारख्या सेवकांची अवस्था कुत्र्यामांजरासारखी होईल."

"फिर करना क्या?"

"बस् इतनाही बेटा, काठीही मोडायची नाही आणि सापालाही मरू द्यायचे नाही, तरच तुझ्यामाझ्यासारख्या दरबारी गारुड्यांचे पोट भरेल! नाही तर कोण विचारतो आपल्याला?"

एके दिवशी तिन्हीसांजेचा दिलेरखान आपल्या गोटातून बाहेर पडला. आसमंतात अंधार पाझरू लागला होता. दिलेरच्या आगेमागे गस्तीची घोडी धावत होती. समोरची टेकडी ओलांडून दिलेरखान पलीकडच्या लवणात गेला. तेव्हा त्या दरीजवळ कोणीतरी एक बळकट पिंडाचा आदमी उभा असल्याचे त्याने पाहिले. त्या अंधुक आकृतीबरोबर गस्तीचीही काही पथके उभी आहेत, हे दिलेरखानाने बघितले. त्याने शंकित मनाने झियाँखानला विचारले, "अरे, ते कोण? आपले शंभू शहजादेच ना?"

"जी, खानसाहेब."

"मग इकडे अंधारात काय करतात ते?"

"खानसाहेब, आपण विसरलात की काय ही जागा? इथेच तर तुमच्या हुकमाने सातशे मराठ्यांचे हातपाय पंधरवड्यापूर्वी छाटले गेले होते. तिथे हा संभा कधी दिवस उजाडायच्या आधी, तर कधी तिन्हीसांजेचा, तर कधी रात्रीबेरात्रीही येऊन तासन्‌तास थांबतो. तिथली मिट्टी हातामध्ये घेऊन लहान पोरासारखा रडतोही म्हणतात!"

"पागल शायर!" दिलेरखान स्वत:शीच पुटपुटला, "शायरभी है लेकिन शेरभी है. म्हणून तर या संभाची मला कधी कधी खूप भीती वाटते!"

खान आपल्या गोटाजवळ परतला, तेव्हा आपल्या दिवाणाला हळू आवाजात बोलला, "ही शैतानांच्या आसरने पछाडलेली जागा सोडून आपण येथून जलदीनं बाहेर पडलेलं बरं. नाही तर तो संभा इथं राहून बावरा व्हायचा. बाकी कुठल्या तरी कामात त्याचा दिल रिझवायला हवा."

दिलेरखान बेचैन होता. औरंगजेबाची मर्जी सांभाळण्यासाठी त्याने अलीकडे विजापूरच्या राजकारणात अधिक डोके घातले होते. विजापूरचे गतवैभव संपले होते. खिळखिळ्या आदिलशाहीला जीवदान देण्याचं काम एका बाजूने शिवाजी महाराज करत होते. मात्र दिलेरखान दरबारातल्या काही सरदारांना लाचेची मोठी मोठी गाठोळी पाठवून, तर कधी वचनचिठ्ठ्यांची खैरात करून दिलेरखान आपलेसे करीत होता. तिथले अनेक सरदार फुटत होते. अगदी सर्जाखानासारखा बडा मासा जेव्हा दिलेरच्या गळाला लागला, तेव्हा सर्वांनाच आश्चर्याचा धक्का बसला.

त्यातच एके दिवशी दिल्लीहून दिलेरच्या दोस्तांची तातडीची सांडणी आली. त्यांनी दिलेरखानाला कळवले होते, "दिलेर, यापुढे त्या संभाला राजा बनवा अशी शिफारीश करणारे तुझे ते खलिते आलमगीरला अजिबात धाडू नकोस. तुझ्या या खलित्यांनीच औरंगजेबाच्या मस्तकावर संशयाचे भूत सवार झाले आहे! हा दिलेरखान आजकल त्या बेवकूफ संभाची रोज तारीफ का करतो? त्या दोघांनी दिलजमाई तर केलेली नाही? आपला दिलेरखानच मराठ्यांना आतून फितूर तर झाला नाही? किंवा संभा आणि दिलेर दोघे मिळून भागानगरची चाकरी तर करणार नाहीत?— अशा नाना आंदेशा येऊन बुढ्ढ्या आलमगीरला संशयाच्या भुताने पागला केलं आहं!"

दोनच दिवसांत दिलेरखान हसतमुख चेहऱ्याने संभाजीराजांच्या डेऱ्यात उगवला. दोस्तीचा हात पुढे करत बोलला, "शंभू शहजादे, तुम्हांला काय वाटलं आम्ही फक्त मराठ्यांचाच मुलूख जिंकतो? त्यांनाच जाळतो? चला, तयारीला लागा. आपण विजापूरच्या मोहिमेवर कूच करू. मी तुम्हांला दाखवून देतो हा दिलेरखान इस्लामचा मुलूखही कसा बेचिराख करतो ते!"

५.

एके रात्री एका गुप्तहेराची पावले शंभूराजांच्या गोटाबाहेर वाजली. रायगडाहून नानाविध सोंगे घेत तो हेर लाखमोलाचे पत्र घेऊन शंभूराजांच्या भेटीला आला होता. शंभूराजांनी थरथरत्या हाताने तो लखोटा समोर धरला. त्यावरची मुद्रा डोळेभरून पाहिली.

प्रतिपच्चंद्रलेखेव वर्धिष्णुर्विश्ववंदिता।
शाहसूनोः शिवस्यैषा मुद्रा भद्राय राजते।।

शंभूराजांनी आपले आसवांनी डबडबलेले डोळे पुसले व आपल्या भावनेच्या पुराला काबूत आणत ते पुन्हा खलिता वाचण्याचा प्रयत्न करू लागले.

क्षत्रिय कुलावंतस राजा शिवाजी प्रती युवराज शंभूराजे दंडवत उपरी

जैसा वाळल्या वृक्षात भ्रमर घुसावा, तैसे तुमच्या चिंतेनं आमचा मेंदू पोखरला आहे.

जेव्हा शृंगारपुरच्या केशवपंडितांकडून आपण रामायणाचा मतलब जाणून घेत होता, तेव्हा तुम्हांला काय काय जाणवले? दशरथासारख्या आपल्या पित्याला दिलेलं वचन पाळण्यासाठी भरल्या राज्यावर लाथ मारून प्रभू रामचंद्र निघूनी गेले. वनवासी झाले. आणि आज इकडे करोड होनांचे आमचे भरले स्वराज्य आपण लाथाडलेत. आम्हांला पारखे होऊन गनिमाच्या मुलखात जायची आगळीक केलीत. फायद्या-तोट्याचा कोणताही विचार न करता आपण रागभरे वैऱ्याच्या मुलखी गेलात. तुमचा हा विचित्र दुर्दैवी वियोग आमचे अंग जाळतोच आहे. त्यातच अलीकडच्या भूपाळ-गडावरच्या अत्याचाराची कहाणी ऐकली. मात्र त्या घटकेपासून आमच्या डोळ्यांतून अश्रू नव्हे रक्त वाहते आहे. इथल्या सरंजामदारांचे हात जेव्हा परक्यांच्या सेवाचाकरीचे शेण उचलण्यामध्ये आपल्या जन्माचे सार्थक मानत होते, तेव्हा रानोमाळातल्या कोणा तानाजीचा, कोणा मुरारबाजीचा असे अठरापगड जातीच्या कष्टकऱ्यांचे हात एकत्र आणून आम्ही स्वराज्य मंदिर उभारीले. तेच हात गनिमाकडून संभाजीराजांच्या देखत दिवसाढवळ्या छाटीले जातात, या दुर्भाग्याला काय म्हणावे? असो. आपल्याही हृदयीचे दुःख आम्ही जाणतो. का कोणास ठाऊक, तुमचा द्वेष आणि मत्सर करणारे डोळे आमच्या राज्यात कमी नाहीत. मात्र आम्ही फक्त त्यांच्याच ओंजळीने उदक पितो ऐसे जर आपले मत असेल तर ते साफ झूट आहे. आपला द्वेष बाळगणाऱ्या मंडळींबरोबरच तुमच्यावर अक्षरशः जीव ओवाळून टाकणारेही बरेचजण आमच्या स्वराज्यात आणि लष्करात अधिक आहेत! ह्या गोष्टीकडे एक सिंहासनाधिश्वर राजा आणि एक मायाळू बाप म्हणूनही आम्ही दुर्लक्ष कसे करू? झाल्या गोष्टी पुरे झाल्या. आता रुसवेफुगवे नकोत. त्या नरकातून लवकर बाहेर पडा. जसा कृष्णसखा रुसून गेल्यावर गोकुळीची मुलेमाणसे, रानपाखरे, गाईवासरे वेडीपिशी बनली होती, तैशीच अवस्था इथे तुम्हांवर मायालोभ ठेवणाऱ्यांची झाली आहे. ह्या शिवाजीराजांसह अवघा महाराष्ट्र, इथले साधुसंन्यासी अन् देवदेवताही आपल्या वाटेकडे नजर लावून आहेत. या, युवराज आपण लवकर स्वराज्यात

माघारी या. पुढचे संकटाचे सारे गोवर्धन उचला.

ता. क. मगरीचा जबडा फाडून बाहेर निघणे तुम्हांस कष्टाचे जाईल, याची आम्हांस कल्पना आहेच. पण फिकीर नको. आम्ही दक्ष आहोतच. विजापूरकरांशीही आता आपले चांगले मैत्र जुळले आहे. वेळप्रसंगी तेही आपल्या मदतीस धाव घेतील. शंभूबाळ, यापरी चिंता नसावी. अंतर पडो न देणे. जाणिजे, लेखनालंकार.''

शिवाजीराजांच्या त्या भावस्पर्शी शब्दांनी शंभूराजांच्या काळजाचा ठाव घेतला. नुकतीच धुळाक्षरे शिकलेले पोर आपले लेखन मायपित्याला आनंदाने दाखवत सुटते, तसाच शिवाजीराजांचा तो खलिता युवराज दुर्गाबाईंना आणि राणूबाईंना दाखवत होते. आनंदाने वेडे झाल्यासारखे करत होते. भूपाळगडावर घडलेल्या अत्याचाराच्या वेदनांनी त्यांचे मन पाखडत होते. मात्र आबासाहेबांच्या या पत्राने दिलाला कितीतरी दिलासा मिळाला होता. आता एकाच विचाराचे चक्र त्यांच्या मस्तकात गरगरत होते; कसे बाहेर पडावे दिलेरखानाच्या या चक्रव्यूहातून?

हस्ते परहस्ते स्वराज्यातील वार्ता शंभूराजांच्या कानांपर्यंत येऊन पोहोचत होत्या. विजापूरची आदिलशाही राजवट धोक्याच्या उंबरठ्यापर्यंत येऊन पोहोचली होती. त्यांचा मुख्य दिवाण मसूदखान याने, ''मोगली फौजांपासून आमचं विजापूरचं राज्य वाचवा–'' असे गाऱ्हाणे शिवाजीराजांकडे घातले होते. शिवरायही आल्या संधीचा फायदा करून घेत होते. या निमित्ताने मोगलांच्या विरोधात दक्षिणेत एक मोठी फळी बांधली जात होती. मोगलांच्या आक्रमणाबरोबरच विजापूरच्या रयतेला दुष्काळाने ग्रासले होते. अन्नधान्याच्या टंचाईने माणसे आणि जनावरे खंगत चालली होती. म्हणूनच विजापुरी रयतेच्या मदतीला महाराज धावले. दोन हजार बैलांच्या पाठीवर धान्याच्या गोणी लादून त्यांनी ती भरीव मदत विजापूरला पाठवून दिली होती. अशा धावपळीच्या दिवसांत आपण स्वराज्यात असायला हवे होतो, असे युवराजांना राहून राहून वाटू लागले.

एके दिवशी रागाने लालबुंद झालेला दिलेरखान शंभूराजांकडे आला आणि गुरकावल्यासारखा विचारू लागला,

''शंभूशहजादे, तुमच्या पित्याला तुमच्या सुरक्षेची किमान काही फक्र उरली आहे की नाही? ते आजकाल खूप तिढ्याचे राजकारण खेळू लागले आहेत. त्यांनी स्वत: औरंगाबादेकडे आमच्या जालनापुरावर हमला चढवला आहे.''

''बरे मग?''

''तो हमला त्यांनी स्वत:च्या फायद्यासाठी चढवला असता आणि आणखी एक सूरत बेसूरत केली असती तरी आमची तक्रार नव्हती. मात्र आमच्या विजापूरच्या

चढाईवरचा दाब इकडे कमी व्हावा, असा तुमच्या अब्बाजानचा मनसुबा आहे. हे काटशहाचे राजकारण खेळण्यासाठीच त्यांनी जालन्याच्या जंग पुकारला आहे.''

शंभूराजे दिलेरखानाला प्रत्युत्तर देण्याच्या फंदात पडले नाहीत. उलट त्या बुड्ढ्या मगरीच्या दाढेतून आपल्या कुटुंबकबिल्यासह बाहेर कसे पडायचे, या एकाच विवंचनेने त्यांना बेचैन केलेले होते. त्यातच एके दिवशी सेनापती हंबीरराव मोहिते यांचा निरोप घेऊन काही हेर आले. ''युवराज, आम्ही सड्या, बहाद्दर सैनिकांची पथके तुमच्याकडे पाठविली आहेत. ती अथणी आणि जवळपासच्या जंगलातून फिरताहेत. त्यांची मदत घ्या. स्वराज्यात लवकर परतून या.''

या निरोपाने शंभूराजांना खूप बरे वाटले. शंभूराजे आणि दिलेरखान हे दोघेही आता नियतीच्या वेगळ्याच पेचात अडकून पडले होते. दोन बलाढ्य हत्ती एकमेकांशी झुंजावेत, सोंडेमध्ये सोंड गुंतून जावी अन् अंगाखालच्या चिखलात त्यांचे खांबासारखे पाय फसून जावेत, तशीच दोघांची अवस्था झाली होती. ''संभाला तात्काळ गिरफ्दार करा. त्याच्या मुसक्या बांधून त्याला औरंगाबादला घेऊन या'' असे मोगलांच्या वरिष्ठ अधिकाऱ्यांचे म्हणणे होते. मात्र आपल्या हातचा हा परीस आपण गमावून बसलो, तर पुढे आपल्याला कवडीचे मोल राहणार नाही, अशाच विचाराने दिलेरखानाला गोंधळात लोटले होते. पाषाणहृदयी दिलेरखानाशी दोस्ती ठेवणे यापुढे शक्यच नव्हते. त्याच्यासोबत विजापुराकडे तरी कशी धाव घ्यायची? आबासाहेबांनी विजापूरशी सुरू केलेले दोस्तीचे राजकारण बिघडून जायचे.

त्यातच एके रात्री कवी कलश आणि जोत्याजी ह्या जिवलग दोस्तांचा एक गुप्त खलिता येऊन पोहोचला, ''शंभूराजे, सावध! दिल्लीकर पातशहाकडून तुमच्या जिवाला धोका असल्याची खबर मोगलांच्या मिरज आणि रहिमतपूरच्या ठाण्यावर पोचली आहे. केव्हाही कैद होऊ शकते. जाळे तोडा. पाखरासारखी भरारी घ्या.''

शंभूराजे बाहेर झेप घ्यायचा सांधा शोधत होते. पण अहोरात्र दिलेरखान त्यांच्या अवतीभवती रिंगण काढत होता. एके दुपारी त्याने युवराजांना स्पष्ट सांगितले,

''शंभूराजे, तुमच्या झेंड्याखाली आम्हांला पन्हाळा जिंकायचा आहे.''

खानाच्या बोलण्यातली मेख शंभूराजांना चांगली समजत होती. ते विषादाने बोलले, ''म्हणजे पुन्हा भूपाळगडासारखी तुम्हांला आमचीच ढाल करून आम्हांला मोर्च्यावर उभे करायचे आहे! आमच्या मुलखात नेऊन बदनाम करायचे आहे.''

''बदनामीचा खयाल कसला करता शंभूशहजादे? आपण तर मोगलांचे सरदार बनणार आहात. तुम्हांला लवकरच दिल्लीस नेऊ. पातशहाकडून खिलतीचा लिबास देऊ!''

''मानवस्त्रं की मणामणाच्या बेड्या?''

शंभूराजांच्या त्या अचानक सवालाने दिलेरची भंबेरी उडाली. परंतु शंभूराजे

खूपच सावध असल्याचे जाणवून तोही कमालीचा सतर्क बनला.

शंभूराजांना बगलेत दाबून दिलेरखान नेटाने पन्हाळ्याकडे मार्गक्रमण करत होता. त्याच वेळी गुप्तहेरांनी युवराजांना खबर दिली. दोन वर्षामागे वाडकर पितापुत्रांना ह्याच दिलेरखानाने फितवले होते. पंचमीच्या सणादिवशी रायगडावर दंगाफसाद करून तो शिवाजीराजांच्या जिवावर उठला होता. त्याच्यावर विश्वास ठेवणे हा गुन्हाच आहे! खानाने आजवर सभ्यतेचा बुरखा पांघरला होता. परंतु अलीकडे त्याच्यातला हैवान त्याला चूप बसू देत नव्हता. त्याने फौजेच्या मार्गातील तिकोटा आणि अथणी गावांवरून गाढवाचा नांगर फिरवला. खरे तर दोन्ही गावांत हिंदूंपेक्षा मुसलमानांचा भरणा अधिक होता. परंतु ते केवळ विजापुरी इलाख्याचे रहिवासी आहेत, हाच त्यांचा गुन्हा ठरला होता.

दिलेरने अन्यायाची परिसीमा केली. त्याने पेठा लुटल्या, व्यापारी नागवले. उभी पिके जाळली. राने उद्ध्वस्त केली. मात्र एवढ्यावरच त्याची भूक थांबली नाही. त्याने स्त्रीपुरुषांना उघडे करून चौकाचौकांत चाबकाने फटकारले. त्यांच्या चामड्या लोळवल्या. मायभगिनींच्या करुण हंबरड्यांनी तर सारा मुलूख विव्हळत होता. दिलेरच्या दुष्ट सैनिकांनी हिंदू आणि मुसलमान ह्या दोन्ही धर्मातल्या लेकीबाळींची काही पर्वा केली नाही. दिवसाढवळ्या अब्रू घेतली. बलात्कार करून अनेक स्त्रियांना ठार मारले. त्यांची प्रेते झाडांना टांगली. अनेक माताभगिनींनी भरल्या विहिरींचा आश्रय घेतला आणि आपले जीवन संपवले.

दिलेरखानच्या ह्या अत्याचारी वृत्तीने अनेक मुसलमान सरदारही हबकून गेले होते. परंतु खानापुढे उभे राहायची त्यांची हिंमत नव्हती. त्यांनी मिळून शंभूराजांच्याच कानावर आपले गाऱ्हाणे घातले. आधीच प्रक्षुब्ध झालेले शंभूराजे रागाने पाय आपटत दिलेरखानाच्या गोटात धावत गेले. त्यांनी त्याला धमकावणीच्या सुरात विचारले, "आपण इन्सान आहात की हैवान? गरीब रयतेवर असे अत्याचार करताच कसे?"

"शंभूशहजादे, झाली ना खात्री? आम्ही फक्त हिंदूंचाच गळा घोटतो असे नाही, तर मुसलमानांचाही खातमा करतो."

"आपण आहात तरी कोण? दिल्लीच्या पातशहाचे सुभेदार की ठगपेंढाऱ्यांचे मुखिया? हे अत्याचार तात्काळ बंद करा. नाही तर–?"

"नही तो क्या करोगे?" दिलेरखानाने गुलजार हसत विचारले.

शंभूराजांच्या उभ्या अंगाला इंगळ्या डसल्या होत्या. ते सताड उघड्या डोळ्याने आपल्या बिछायतीवर बसून होते. त्यांची ती गांगरलेली अवस्था पाहून राणूबाई

आणि दुर्गाबाईंचे चित्त हरवले होते. चरकामध्ये उसाचे कांडे पिळावे, तसे शंभूराजांचे मन अखंड आक्रंदत होते. ते बोलले, "दुर्गा, काय करून बसलो आहोत ग हे आम्ही स्वत:च्या हातांनी? हा दिलेरखान आता स्वस्थ बसणार नाही. तो आम्हांला असाच खेचत पन्हाळ्यापर्यंत घेऊन जाणार. तिथे भूपाळगडासारखाच तो नंगानाच करणार आणि आम्ही मात्र जन्मोजन्मीचे बदनाम होणार."

दोनच दिवसांत शंभूराजांसाठी बहादूरगडावरून एक गुप्त खलिता येऊन पोचला होता. ते शब्द मियाँखानचेच आहेत, हे कळल्यावर शंभूराजांच्या वृत्ती आनंदल्या. मियाँखानने राजांना लिहिले होते,

"मेरे प्यारे दोस्त, शंभूराजे,

माझ्या दोन्ही लाडक्या लेकींच्या हातांवर सगाईची मेहंदी दिसली ती केवळ तुमच्याच एहसानमुळे. अलीकडे मी जेव्हा बालपणी मौत आलेल्या माझ्या बछड्याची याद करतो तेव्हा शंभूराजा, तुझीच तस्वीर माझ्या डोळ्यांसमोर उभी राहते. हे तातडीचे पत्र तुला धाडण्यामागं दोन कारणं आहेत. एक खुषीची खबर म्हणजे दिल्लीहून शाही फैसला झाला आहे, मी बेगुनाह ठरलो आहे. लवकरच माझी सुटका होईल. पण दिल्लीहून काही वाकनविसांकडून मिळालेली दुसरी खबर खूपच खतरनाक आहे. येत्या चारदोन दिवसांत शंभू तुम्ही गिरफ्दार व्हाल. पातशहाचे खास शैतान त्या कामगिरीसाठी पाच हजाराची फौज घेऊन औरंगाबादेहून केव्हाच रवाना झाली आहे. तुला कायमचा जेरबंद करून, हातापायांची नाखून काढून चिडियाघरातल्या शेळपट शेराप्रमाणं जन्मभर नाचवायचं आणि शिवाजी-सारख्या तुझ्या थोर बापाचं बुढाप्यामध्ये जीणं हराम करायचा औरंगजेबाचा जहरी इरादा आहे. लक्षात ठेवा, दिलेरखान हा फक्त औरंगजेबाचाच गुलाम आहे. तो कोणाचा, कधीच दोस्त बनू शकत नाही, एक पलकी भी देर ना करो, शंभो जाऽ भाग जाऽऽ."

मियाँखानच्या पत्राने शंभूराजांच्या डोक्यावर केस उभे राहिले. आता रात्री वैरिणी होऊन चेटकिणीसारख्या धुमाकूळ घालू लागल्या होत्या. एकीकडे थोरल्या महाराजांची दु:खाने माखलेली चर्या त्यांना बेचैन करत होतीच, परंतु दुसरीकडे भूपाळगडावर तुटून पडलेल्या सातशे मराठ्यांचे थोटके हात आणि लंगडे पाय त्यांच्या डोळ्यासमोर वेताळांच्या दिवट्यांसारखे नाचत होते. शिवरायांनी तहात नाकारलेला बहादूरगडावरचा तो हत्ती युवराजांचे सर्वांग तुडवत होता. नको, नको हे अपमानित जिणे! वैऱ्यांच्या गजाआड गंजत राहणे आणि सूर्यासारख्या बापाला जन्मभर दु:खी करणे!

आपल्या डोळ्यांच्या वाती रात्रभर जाळत शंभूराजे देव्हाऱ्यासमोर बसून होते.

तिथेच दुर्गाबाई जाऊन पोचल्या. त्यांनी आसवाने भरलेला आपला मुलायम चेहरा शंभूराजांच्या पायावर टेकला. त्यांनी हुंदकत हंबरडा फोडला,

"युवराज, आमच्या काळजीपोटीच तुमच्यासारख्या पराक्रमी पुरुषाची पावलं इथं अडखळून पडतात. त्यामुळेच तुमच्या पंखात बळ संचारत नाही. तुमचे काळीज तुटते. पण राजे, आम्ही इथे गंजून मरू. त्याने असा काय फरक पडणार आहे? पण आपल्या बचावामुळे शिवाजीराजांचे स्वराज्य टिकणार आहे."

शंभूराजांनी आपले डोळे पुसले. कसल्याशा निर्धाराने ते उठले. दुर्गाबाईंच्या पोटात सहा-सात महिन्यांचे बाळ होते. गरोदरपणामुळे त्यांचे सर्वांग डवरून आले होते. त्यांची ती पिवळसर झालेली कांती, अंगातले जडपण, काजळाने भरलेले डोळे– हे सारे पाहून संभाजीराजांना भडभडून आले. तशा आपल्या जडावल्या अंगाने दुर्गाबाई उठल्या आणि शंभूराजांकडे धावण्याचा प्रयत्न करू लागल्या. त्यांचा तोल जाऊ नये, म्हणून आपल्या डोळ्यातली आसवांची सर आवरत शंभूराजे पुढे धावले. त्यांनी दुर्गाबाईंचा ऊष्ण देह आपल्या बाहूत धरला. दुर्गाबाई बोलल्या, "राजे, आमच्या मायेमध्ये इतके गुंतून का पडता?"

"दुर्गा, कसले भिकारडे तकदीर म्हणायचे ग आमचे! आम्ही शृंगारपुराहून बाहेर पडलो, तेव्हा येसूबाईंच्याही पोटात बाळ होते. आणि आज अशा अवघडल्या परिस्थितीमध्ये आमच्या दुसऱ्या बाळासह तुला सैतानांच्या विळख्यात ठेवून आम्ही स्वराज्यात परतून निघून जावे, असा सल्ला तुम्ही आम्हांला देता आहात? आमच्याच मांडवावर फुलणाऱ्या कळ्या स्वतःच्या डोळ्यांनी पाहायचे भाग्य कधी ह्या दुर्दैवी संभाजीच्या नशिबामध्ये उगवणार आहे की नाही?"

"आपण दोघांनी? म्हणजे?" राणूबाई चमकल्या.

"दुर्गा इथे खानाच्या तळावर मागेच राहील."

"अहो, शंभूबाळ, ह्या अशा गरोदरपणात त्यांची काळजी कोण घेणार?" राणूबाईंनी प्रतिप्रश्न केला.

"वेड्या आहात आपण आक्कासाहेब! चार दिवसांच्या पाहुणचारासाठीच आमच्या मेव्हण्यांनी धाडलं होतं तुम्हांला माहेरी. अन् आज आम्ही तुम्हांला इथे मागे टाकून स्वराज्यात कोणत्या तोंडानं जाऊ? लग्न झालेली बहीण सासरची मंडळी तिच्या माहेरी कशासाठी धाडतात? साडीचोळी करण्यासाठी. कोणा खानाच्या खवास-खान्यामध्ये नेऊन सोडण्यासाठी नव्हे!"

राणूबाई शंभूराजांच्या जवळ आल्या. त्यांचा हात आपल्या मस्तकाजवळ धरत बोलल्या, "शंभूबाळ, शांत व्हा. आमची फिकीर करू नका. आम्हांला घेऊन जाण्याच्या खटपटीमध्ये आपण मात्र स्वतः मोगलांच्या या कैदखान्यामध्ये जन्माचे अडकून पडाल. एक वेळ वाईकर जाधवांना माझ्यासारख्या अनेक सुना मिळतील.

पण शिवाजीराजांच्या स्वराज्याला पुढे तारून धरणारा दुसरा संभाजी मिळणार नाही! दया करा. वेळ दवडू नका. आपल्या थोरल्या बहिणीच्या पदरामध्ये इतकीच ओवाळणी बांधा आणि आपण निघून जा आपल्या स्वराज्यात!''

बराच वेळ शंभूराजे तसेच निर्विकार चेहेऱ्याने बसून होते. काय करावे, काय न करावे त्यांना काहीच सुचत नव्हते. राणूबाई पुन्हा शंभूराजांच्या जवळ गेल्या. त्यांच्या पाठीवरून हात फिरवत बोलल्या, ''शंभूराजे, आबासाहेबांचे हृदय तुमच्यासाठी किती द्रवते, हे कदाचित तुम्हांला ठाऊक नसेल! आबासाहेबांनी आम्हांला अनेकदा सांगितले आहे– आमच्या शंभूचे काळीज फक्त राजाचे असते तर आम्हांला त्याची चिंता वाटली नसती. पण त्यांच्या काळजाची एक झडप राजाची आहे आणि दुसरी कवीची! अशी माणसे मूलतः खूप धोकादायक असतात. चिडली, रागवली तर हत्तीच्या झुंडीसारखी गडगडत अंगावर येतील. पण एकदा त्यांच्या मनाचा निचरा सुरू झाला की, ती धबधब्यासारखी वाहूनही जातात! राजाला असे वाहून चालत नाही. त्याने आपल्या पोटामध्ये विषाचे, द्वेषाचे आणि सुडाचे कुंभही योग्य वेळीच्या वापरासाठी जपून ठेवायचे असतात. आमच्या शंभूच्या कलेजात असे काहीच राहत नाही, म्हणूनच त्याची आम्हांला जास्त काळजी वाटते!''

''राणूआक्का, आपले आबासाहेब किती बारीक विचार करतात!''

''एकदा तर डोळ्यांत पाणी आणून आबासाहेब आम्हांला म्हणाले, ह्या शंभूमधल्या शूराचे, थोराचे आणि पोराचेही काळीज समजून घेणारी एकच व्यक्ती होती स्वराज्यात. ती म्हणजे आमच्या आऊसाहेब! उद्या आमच्या ह्या वेड्या शंभूला कोण समजून घेणार, असे बोलता बोलता आपल्या आबासाहेबांचा कंठ दाटून आला होता, शंभूबाळ!''

बराच वेळ शंभूराजे तसेच बसून राहिले. तसे त्यांचे हात ओढून त्यांना उठवण्याचा प्रयत्न करत राणूबाई बोलल्या,

''उठा शंभूराजे. गेल्या काही दिवसांमध्ये दैव आमच्याशी जणू सारीपाटाचा खेळ खेळत आहे. जेव्हापासून आपण कृष्णा ओलांडून मोगलाई मुलखात आलात, तेव्हापासून आपल्या आबासाहेबांची काय अवस्था झाली असेल? एकही दिवस त्यांना सुखाची झोप लागली नसेल याची खात्री आहे मला.''

''पण सारे नको नको म्हणत असताना तुम्ही इकडे आमच्यासोबत आलातच कशाला आक्कासाहेब?''

''का कोणास ठाऊक! उगाचच आमचं मन खात होतं. तुमच्याबद्दल अकारण काळजी, हुरहूर वाटत होती. म्हणूनच आले इकडे. मात्र शंभू, आता वेळ नका दवडू. चला आटपा. तयारी करा. शंभूबाळ, आपल्याकडचे बहुतांशी किल्ले बांधताना पूर्वीचे राजे काय करत, ठाऊक आहे आपल्याला?''

"काय?"

"पूर्वी किल्ले बांधताना त्यांचे तट ढासळायचे. बुरुज कोसळायचे. ते बांधकाम पक्कं राहावं म्हणून अनेकांनी बांधकामाच्या पायामध्ये नरबळी दिले. स्त्रियापोरांच्या रक्तामध्ये चुनखडी कालवली. त्याचप्रमाणे माझ्या भाऊराया, तुझ्या या बहिणीची आणि आपल्या गर्भारशी लाडक्या पत्नीचीही पर्वा तू करू नकोस. उद्या नशिबानं तुम्हांला आम्हांला साथ दिली तर आपण पुन्हा सारे जरूर भेटू! पण ते न घडले तरी बेहत्तर! आम्ही मेलो तरी चालेल. पण शिवाजी-संभाजीच्या स्वराज्याचा बुरूज वाऱ्यावादळाची टक्कर देत असाच खडा राहायला हवा."

६.

दिलेरखानाची आता खऱ्या अर्थी झोप उडाली होती. एवढ्या मोठ्या फौजेच्या समोर मराठ्यांच्या युवराजाने आपल्या अंगावर तलवारीनिशी हमला चढवावा, त्याच्या त्या धाडसानेच खान हादरून गेला होता. इतके दिवस "शिवाच्या खतरनाक पोराला जल्दी कैद करा. त्याच्या मुसक्या बांधून त्याला काहीही कोशिश करून दिल्लीकडं रवाना करा." अशी पत्रावर पत्रे औरंगजेब का लिहित होता, याचा उलगडा आता दिलेरखानाला होऊ लागला.

त्या सकाळी मुनासीबखान दिलेरखानाच्या मुजऱ्यासाठी आला, त्याच्यासोबत त्याचा पुतण्या बालेखान होता. काही महिन्यांपूर्वीच विजापूरकरांची चाकरी सोडून मुनासीब आपल्या पुतण्यासह दिलेरखानाला येऊन मिळाला होता. मुनासीबच्या हाताखाली स्वत:ची पाच हजारांची फौज होती. दिलेरखानाने काळजीच्या सुरात विचारले, "मुनासीबचाचा आगे क्या हुआ?"

"खानसाब, आपल्या हुकुमाची तामिली झाली. संभाच्या मरगट्ट्यांच्या मुलुखातून आलेल्या दोनशे घोडेस्वारांची आम्ही फारकत केलीय."

"बहुत अच्छा!"

"त्यांच्या अंगाखालची घोडी काढून आमच्या ताब्यात घेतलीत. वर त्या दोनशे नामर्दांना आम्ही आमच्या वेठबिगारी मजुरांत दाखल करून घेतलंय."

मुनासीबखानाकडून ती गोष्ट ऐकताच दिलेरखान खूप खूष झाला. त्याने शेजारच्या सुरईतले शरबत घटाघटा पिऊन टाकले. आपल्या पिकल्या दाढीवरून हात फिरवत तो बोलला, "संभाच्या रक्तात खूब जलवा आहे. कालपरवाचं त्याचं ते धाडस बघून तर मी हैराण झालो होतो!"

"लेकिन खानसाब, ही आग अजून किती दिवस सांभाळायची?"

"मुनासीबचाचा, उद्या सकाळपर्यंत औरंगाबादचं पाच हजारांचं पथक इथं

पोचेल. सोबत आपले पाच हजार देऊ आणि हा आगीचा लोळ देऊ पाठवून औरंगजेबाकडे. एकदा आलमगीर साहेबांच्या कबजात एखादी वस्तू गेली, की भडकत्या आगीचं सुद्धा कसं पाणी पाणी होतं, हे दुनिया जाणते!''

दुसऱ्या दिवशी दुपारी पथके पुढे चालली होती. दिलेरखानाने आपल्या शेजारच्या हत्तीवरच्या खवासखान्यात संभाजीराजांना मुद्दाम बसवले होते. कालच्या भांडणाचा राग त्यांच्या डोक्यातून जावा, किमान त्यांना जेरबंद करायला पातशहाच्या फौजेतून बाहेर पडलेले घोडदळ इथे पोचेपर्यंत वेळ मारून न्यावी, म्हणूनच दिलेर आज त्यांच्याशी लाडीगोडी करत होता. त्यांना खूष ठेवण्याचा प्रयत्न करत होता.

समोरची एक टेकडी लष्कराने ओलांडली. हत्तीघोडे उताराला लागले. शंभूराजांची नजर बाजूच्या दरीकडे गेली. तिथे एक पाण्याने भरलेले मोठे तळे आणि बाजूने वाहणारा ओढा दिसत होता. तळ्याच्या काठीच एक छोटेखानी, जुने दगडी शिवमंदिर दिसले. तसे युवराजांनी हत्ती रोखायला सांगितले. ते हसत दिलेरखानाला म्हणाले, ''खानसाहेब, बरेच दिवस झाले. मी देवाचं दर्शन घेतलेलं नाही. इथं थोडं थांबावं. स्नान करून देवदर्शन करावं असं वाटतं.''

दिलेरखान मनापासून हसत बोलला, ''युवराज, अशी बिनती काय करता? आम्हांलाही दुपारचे विसाव्यासाठी थांबायचंच होतं. घ्या तुमची पूजा उरकून.''

दिलेरखान मनातून सुखावला होता. आपल्या कब्जात संभाजीची ही शेवटची आंघोळ असणार हे त्याला ठाऊक होते. फौज तिथेच रस्त्याच्या शेजारी पुढे मागे जशी जागा सापडेल तशी विश्रांतीसाठी पसरू लागली. संभाजीराजे आपले खाजगी सेवक घेऊन तळ्याकडे गेले. प्रथम महादेवाला नमस्कार करून ते बाजूच्या तलावात उतरले.

आज शंभूराजांचे चित्त खूपच प्रसन्न दिसत होते. त्यांनी आपल्या सेवकांनाही कपडे काठावर ठेवून आंघोळीसाठी पाण्यामध्ये उतरायला भाग पाडले. स्वत: युवराज पाण्यामध्ये उभे आडवे हात मारत, लाडाने पाणी उडवत जलक्रीडेचा आनंद घेत होते. त्यांच्या सोबतची मुनासीबखानाची गस्तीची पथके वरच्या बाजूला ओढ्याकाठी दुपारचा खाना घेत होती. परंतु त्यांनी खबरदारी म्हणून आपल्यातल्या काही लढवय्या मर्दांना मुद्दाम तळ्याच्या काठी पहाऱ्यासाठी खडे केले होते.

त्याच तळ्याकाठी पाच गोसावी स्नान करत होते. त्यांचे मंत्रपठण चालू होते. मधेच 'जय शंभो ऽऽ'असा ते मोठ्याने उच्चार करत होते. शंभूराजांचे तिकडे फारसे लक्ष गेले नाही. पुन्हा कानावर दबक्या सुरामध्ये आवाज आले, 'शंभो ऽऽ शिवाका शंभो!'

शंभूराजांचे तिकडे लक्ष गेले. त्यांनी डोळे रोखून पाहिले. तशी त्यांच्या अंगामधून विजेची लहर चमकून गेली. त्या पाच गोसाव्यांपैकी एकजण जोत्याजी

होता आणि दुसरा रायाप्पा.

राजांचे डोळे चौफेर फिरले. रखवालदारांना संशय न येईल अशा बेताने ते हळूहळू पोहण्याचा बहाणा करत पुढे सरकले. गोसाव्यांपुढे शंभूराजे पोचताच मंत्रपठणाचा आव आणता आणता जोत्याजीने हळू आवाजात सांगितले, "मंदिराच्या मागं आमची फक्त पाच घोडी आहेत. टेकडीच्यामागं जंगलात फक्त पन्नास शृंगारपुरी घोडेस्वार आहेत. एवढ्याच बळावर धाडस करायला पायजेल राजेऽऽ"

शंभूराजांनी पाण्यातून सूर्याला नमस्कार घातला. ते पाण्यामध्ये पुन:पुन्हा डुबक्या मारू लागले. पहाऱ्यावरचे स्वारशिपाई त्यांच्याकडे कौतुकाने पाहत होते. किती तरी वेळ डुबक्या सुरू होत्या. जास्तीत जास्त वेळ राजे श्वास रोखून पाण्यात थांबण्याचा जणू विक्रमच करत होते. मधे थोडा वेळ गेला. पण बराच वेळ शंभूराजे पाण्याबाहेर येईनात, तसे पहाऱ्यावरचे शिपाई बावरले. तितक्यात शेजारच्या देवळामागून बोंब ऐकू आली, "संभा निकल गयाऽऽ! संभा भाग गयाऽऽ! संभा गया ऽऽ—"

दिलेरखानाच्या तळावर गडबड उडाली. दिलेर संतापाने थयथय नाचू लागला. परंतु तोवर हुकुमाची वाट न बघता बालेखान आपल्या पाच हजारांच्या फौजेनिशी जंगलामध्ये घुसला. दिलेरखान आगपाखड करू लागला. इतक्यात बुड्ढा मुनासीबखान घोडा फेकत दिलेरखानाच्या गोटापुढे आला. त्याच्या चर्येवर अजिबात चिंता दिसत नव्हती. दिलेरखान मुनासीबवर उखडला, "ये क्या हसनेकी बात है?"

"नही तो क्या, हुजूर?" मुनासीब बोलला, "संभासारखा बेवकूफ लौंडा कोणी बघितला नसेल. हुजूर, मी पुरी जानकारी घेतलीय. मोजून पाच गोसावी त्याच्यासोबत आहेत. आमचा बालेखान पाच हजारांची फौज घेऊन घुसलाय ह्या जंगलात. भागून तो बेवकूफ संभा किती भागणार? पुरं जंगल छान मारतो. अवघ्या तासा दोन तासात त्याची बोटी बोटी करून रुमालात बांधून वापस घेऊन येतो."

मुनासीबखानाने घोड्याला टाच मारली. तो पुढे धावला. तितक्यात दिलेरखान ओरडला, "ठहरो मुनासीबमियाँ."

"क्यूं, खानसाब?"

"संभाला जिंदाच पकडून आणा. त्याला मारू नका. नाही तर ती लाश संभाची आहे, हे शहेनशहाला पटणार नाही. नौबत ओढवेल!"

मुनासीबखान आपल्या सोबतची माणसे घेऊन जंगलात घुसला. परंतु शंभूराजे आणि त्यांचे सहकारी खूप वेगाने पुढे गेले होते. त्यांचा पाठलाग करत बालेखान आणि त्याची फौजही खूप अंतर चालून पुढे निघून गेल्याचे दिसत होते. त्यामुळे मुनासीबखान बावरला. आपल्या घोड्याला पुन:पुन्हा जोरदार टाचा मारत, आपल्या दोन्ही मांड्यांमध्ये धरून त्या जनावरला दाबत, चेतवत तो सुसाटासारखा पुढे निघाला होता.

सायंकाळ होत आली. सावल्या अरण्यात उतरू लागल्या. मोराने आपला पिसारा मिटावा तशी एकेक करून सूर्यकिरणे लुप्त होत होती. सूर्य अस्तास गेला. एका टेकाडावरून मुनासीबखानाने खालच्या दरीकडे पाहिले. तेथून एक मोठा ओढा वाहत होता. ओढ्याकाठी झाडाच्या बुंध्याला शंभूराजांना बांधले होते. त्यांना येऊन जंगलामधेच मिळालेल्या साठ शृंगारपुरी घोडेस्वारांपैकी निम्मे गतप्राण होऊन बाजूला पडले होते. पाठलागामध्ये मोठी झटपट घडून गेल्याचे दिसत होते.

शंभूराजांचे सर्वांग रक्ताने माखले होते. चर्याही रक्ताच्या ओरखड्यांनी भरून गेलेली. ह्या मर्दाने हातघाईच्या जंगात किमान साठसत्तरजण सहज लोळवले असतील अशा रक्तखुणा आणि ओरखडे त्यांच्या सर्वांगावर दिसत होते. त्यांचे आणि बालेखानाचे जोरदार भांडण सुरू असल्याचे वरून दिसत होते. बालेखान हातातली तलवार उंचावत रागाने शंभूराजांच्या पुढे नाचत होता. दोघेही चिडून एकमेकांना खूप शिव्या देत होते.

ते दृश्य पाहून मुनासीबखानाचे काळीज हलले. तो आपल्या पुतण्याकडे बघून ओरडला, "बेटे बालेखान ऽ ठहरो. ठहरो ऽऽ! आगे मत बढो. खुदाके वास्ते ठहरो बेटे ऽऽ—" असे म्हणतच त्याने घोड्यावरून खाली उडी घेतली. जीनसामानातला पल्लेदार भाला हातात घेतला. भाल्याच्या काठीचा आधार घेत तो जवळच्या मार्गाने एक कडा उतरत, घसरत खाली निघाला. अजूनही शंभूराजांच्या आणि बालेखानाच्या मोठमोठ्याने चाललेल्या भांडणाचे आवाज कानावर पडत होते. खाली घसरत उतरणारा मुनासीबखान मधेच हाळी देत होता, "बेटेऽ बालेखान ऽऽ, कुछ मत करना. मै आ रहा हूँ, बेटे."

एकदाचा मुनासीब तो कडा उतरून फक्त काही अंतरावर गेला. तितक्यात त्याने पुढे पाहिले. चिडलेला बालेखान आता पुढे होऊन बांधलेल्या शंभूराजांना गुद्दे मारत होता. शिव्या देत होता. त्याने रागाच्या कैफात शंभूराजांची दाढी पकडून पुढे हिसकली. ओढली. तसे शंभूराजे भयंकर चिडले. बालेखानाच्या तोंडावर थुंकले. त्याबरोबर बालेखानाला राग आवरला नाही. त्याने झटकन म्यानातून तलवार काढली. दोन्ही हातांमध्ये धरून त्या तलवारीचे पाते शंभूराजांच्या डोक्यात तो मारणार, तोच पाठीमागून गर्जना आली, "बालेखान ऽऽ बेटे ऽऽ—" पाठोपाठ बाणाच्या वेगाने भाला आला आणि त्याचे पाते कचकन बालेखानाच्या पाठीत घुसले. रक्ताच्या थारोळ्यात बघता बघता बालेखान खाली कोसळला.

स्वत: शंभूराजे, त्यांना वेढा घातलेले हजारो मुसलमान शिपाई आणि भालाफेक करणारा मुनासीबखान सारेच अवाक् झाले. दुसऱ्याच क्षणी मुनासीबने बालेखानाकडे झेप घेतली. त्याचा रक्ताने माखलेला देह पोटाशी कवटाळला. त्याला पाणी पाजण्याचा वृथा प्रयत्न केला. परंतु बालेखान केव्हाच संपला होता. मुनासीब

त्याच्यासाठी धाय मोकलून रडत होता.

मुनासीबखानाचे अनेक जाणते साथीदार, फौजी पुढे आले. ते आपल्या धन्यावर भयंकर संतापले. त्यातल्या एकाने रागाने विचारले, "चाचाऽ एका जहन्नमी काफराच्या बचावासाठी आपण हे काय केलंत! स्वत:च्या पुतण्याला मारलंत?"

बालेखानाच्या शवाकडे पाहताना मुनासीबला पुन्हा एकदा उमाळा फुटला. अश्रू ढाळत तो बोलला, "जो हुआ वो बहुत बुरा हुआ. लेकिन दोस्तो ऽ हा तुमचा मुखियाँ होता आणि माझा दुनियेतला एकमात्र वारिस."

"तेच सांगतो, खानसाब! एका बेवकूफ काफरासाठी आपल्याच पोराची हत्या करायची तुम्हांला काय जरुरत होती?"

"क्यूं बेटे? खाली एक मुर्दा बघून तुम्हांला इतकं वाईट वाटतं?"

"मतलब?"

सहकाऱ्यांवर जळजळीत कटाक्ष टाकीत मुनासीब गरजला, "अथणी आणि तिकोट्याला त्या बदमाष दिलेरखानाने भर चौकामध्ये कोणाची अब्रू घेतली? अनेक औरते, मां-बहने नंगी करून त्यांना झाडांना टांगून त्यांची बेअब्रू कोणी केली?— भूल गये आप?— त्या बेसहारा स्त्रियांत हिंदू कमी आणि मुसलमान माँबहने जास्त होत्या. पण ते दृश्य बघून तुमच्यापैकी कोणाची तलवार का म्यानाबाहेर आली नाही?"

"याने?"

"तो अत्याचार बघून ज्याच्या अंगातले रक्त गरम झाले, त्या अत्याचारी दिलेरखानाच्या अंगावर धावून जो एकमात्र माणूस गेला, तो हा शिवाचा छावा होताऽ, आपमेंसे कोई नही था! तब कहाँ गयी थी अपनी तलवारें? कहाँ चूप बैठी थी ये मर्दानगी?"

बाकीचे सारे शांत झाले. चक्रावून गेले. एकजण गोंधळून विचारू लागला, "आखिर आप कहना क्या चाहते हो चाचा?"

"बस इतनाही. मोठी चाहत होती आम्हां सर्वांची! त्यासाठीच सहा महिन्यांमागे आपली विजापूरची चाकरी सोडून आपण सारे दिलेरखानाला जाऊन मिळालो. तो आपल्या जिंदगीतला सर्वात बडा गुन्हा होता. आज औरंगजेबाचा एक सरदार दक्षिणेत येऊन आपल्या इस्लामी माँबहनांवर इतके अत्याचार करू लागला, तर कल औरंगजेब आल्यावर काय होईल?"

"बिलकूल चाचा!" समोरून काही आवाज आले.

""मी खुदाची कसम खाऊन सांगतो, आज शियापंथी दख्खनी मुसलमानांसाठी दुनियेतला सर्वांत बडा काफर औरंगजेब पातशहा आहे. बच्चों, हा दिल्लीवाला सैतान मराठ्यांचं राज्य नेस्तनाबूत करण्यात कामयाब झाला, तर आपल्या विजापूरच्या आणि गोवळकोंड्याच्या सल्तनती एक दिवसही जिवंत ठेवणार नाही तो. हमें कैसी भूल

पडी? गेल्या वर्षी विजापूर बचावण्यासाठी दहा हजार बैलांच्या पाठीवरून धान्य पाठवले होते ते शिवाजीने! औरंगजेबाने नाही!! म्हणून सांगतो, औरंगजेबाच्या अत्याचारातून आम्हां दख्खनींना मुक्ती मिळण्यासाठी शिवाजीचं राज्य टिकलं पाहिजे!''

मुनासीबखानाने आपल्या कमरेला खोचलेली कट्यार बाहेर काढली. बोलता बोलताच त्याने शंभूराजांना बांधलेले दोर कचाकच तोडून टाकले. समोरच्या काही सहकाऱ्यांना जवळ बोलावले. शंभूराजांना घेऊन जाण्यासाठी आलेल्या पंचवीसतीस साथीदारांना ताजी घोडी दिली. शंभूराजांच्या पाठीवर प्रेमाने हात ठेवत तो आपल्या सहकाऱ्यांना म्हणाला, ''त्या शिवावर एहसान करण्यासाठी नव्हे, तर आम्हा दख्खनींच्या हिफाजतीसाठी शिवाचा हा पोर शाबूत राहिला पाहिजे. जाऽ, बेटे! भाग ऽऽ, बेशक निकल जाऽ ऽ''

शंभूराजांनी रक्ताळलेल्या अंगरख्यानेच मुनासीबखानाला मिठी मारली. सर्वांचा निरोप घेतला.

संभाजी चतुराईने कसा पळून गेला, दिलेरखानाला नेमके काय सांगायचे याचा विचार करत ती विजापुरी फौज माघारा वळली. बालेखानाचा ओला मुडदा दफन करण्यासाठी माघारा घेऊन खांदेकरी चालले होते. त्यांच्यासोबत घोड्यावरून जाणारा मुनासीबखान आपल्या वारसाच्या शवाकडे पुन:पुन्हा बघत होता. आपल्या म्हाताऱ्या दाढीत ओघळणारी आसवे पुसायचा प्रयत्न करत होता.

■

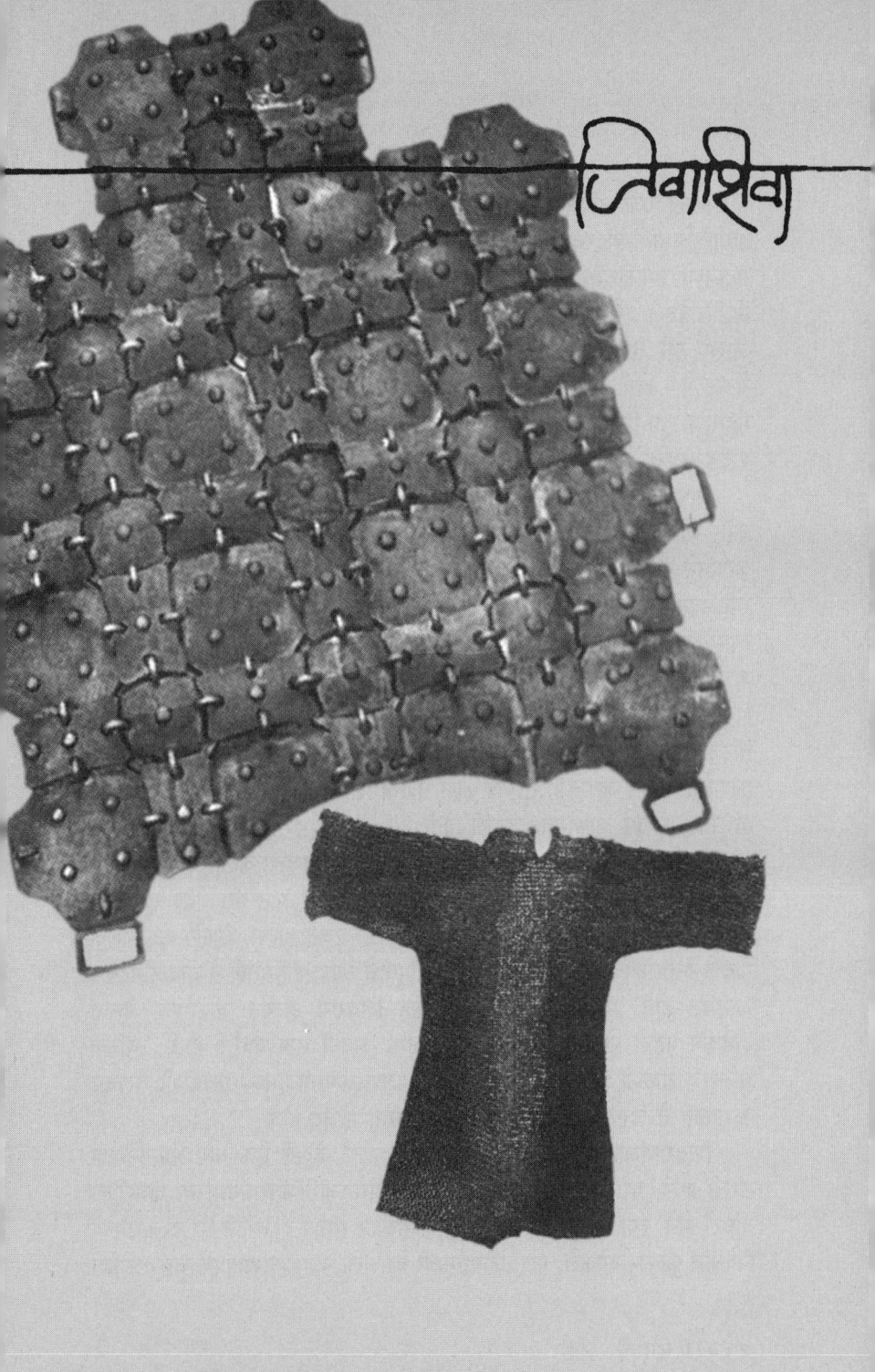

शिवाशिवा

१.

काल रात्री उशिराच शिवाजीराजांची पालखी पन्हाळगडावर येऊन पोचली होती. तेव्हा महादरवाजात तोफा कडाडल्या. राजांचे जंगी स्वागत झाले. त्या गर्दीमध्ये समोरच्याच बाजूला शंभूराजे उभे होते. शिवाजीराजांनी त्यांना आपल्या मिठीत घेतले. त्यांच्या पाठीवरून मायेने फिरणारा राजांचा हात थरथरला. ऊर भरून आला. खरे तर खूप खूप बोलायचे होते. मधे अनेक कडूगोड घटनांचे दुष्टचक्र येऊन गेले होते. मने मोकळी होणे आवश्यक होते. मात्र दूरच्या प्रवासाने थोरले महाराज खूप शिणले होते. शिवाय साऱ्याच गोष्टी मोकळेपणाने गर्दीसमोर बोलणे शक्य नव्हते. त्यामुळेच दुसऱ्या दिवशी सकाळी भेटायचे ठरले.

शंभूराजांना पन्हाळ्यावर पोचून एक महिना पार पडला होता. परंतु ते फारसे बाहेर जात नसत. त्यांच्यासारखा बाणेदार युवराज मोगलांना जाऊन मिळावा, या कल्पनेने सामान्य रयतेची मने खूप दुखावली होती. ते कधी सहज घोडा घेऊन रपेटीसाठी बाहेर पडले तरी लोक त्यांच्याकडे विचित्र नजरेने पाहत राहायचे. त्यामुळेच महालात बसून राहाणेच युवराजांना बरे वाटायचे. काल रात्रीपर्यंत तर शंभूराजांच्या मस्तकामध्ये प्रचंड गोंधळ उडाला होता. अनेक दिवस ते तळमळत होते. एक वेळ बत्ती दिलेल्या अजस्र पेटत्या तोफेला सामोरे जाणे कमी धोक्याचे वाटले असते, परंतु स्वराज्यद्रोहासारखा भयंकर गुन्हा करून आपल्या पित्यापुढे कोणत्या तोंडाने जायचे? ....मात्र काल रात्रीची शिवरायांची ती आल्हाददायक मिठी शंभूराजांना खूप आश्वासक वाटली होती.

पहाटे संभाजीराजांनी आपल्या अंगावरची दुलई बाजूला केली. गवाक्षाची दारे उघडली, तेव्हा अंगावर थंडगार झुळूक घेऊन पहाटवारा आत येत होता. रात्र सरत चाललेली. मेंदूच्या गाभाऱ्यात मांगल्याच्या घंटा वाजत होत्या, आणि युवराजांची पावले गतकाळाकडे वळत होती. तेरा वर्षांपूर्वीचे आग्रा शहरातले ते वादळी दिवस आठवत होते. मराठी साम्राज्याचे नरसिंह शिवराय अत्यंत जीवघेण्या पेचात अडकून पडले होते. तेव्हा शंभूराजांची उमर अवघी नऊ वर्षांची होती. त्यांच्या चर्येवरचे बाळसे हटले नव्हते. तरीही आपल्या कमरदाबामध्ये एवढीशी तलवार सांभाळत ते दिल्लीच्या शहेनशहाच्या दरबारात मौजूद होते.

शिवरायांसाठी आग्र्याचा तो पातशाही दरबार म्हणजे एक घोर अपमानयात्रा ठरली होती. मराठ्यांच्या छत्रपतीला सामान्य पंचहजारी मनसबदारांच्या दावणीला बांधले होते. त्या उपमर्दामुळे शिवाजीराजे भयंकर संतापले. त्यांनी भर दरबारामध्ये निषेधाचे फुत्कार ओकले. मात्र उच्चासनावर बसलेला पातशहा शांतपणे जपमाळेतील

मणी मोजत होता. कमालीचा थंड रक्ताचा औरंगजेब काही घडलेच नाही अशा अर्थी शिवरायांकडे दुर्लक्ष करत होता.

एकदाचा तो दरबार संपला. संतापाने थरथर कापत शिवाजीराजे आणि त्यांच्यासोबत रामसिंग जयपूर महालाकडे परतले. भर दरबारात दिल्या गेलेल्या अपमानाच्या डागण्यांनी अजूनही शिवरायांचे शरीर पोळून निघत होते. श्वास कोंडत होता. त्यांच्या खवळलेल्या देहाकडे आपल्या इवल्या डोळ्यांनी संभाजीराजे पाहत राहिले होते. दरबारातल्या शिवाजीच्या दंग्याची पुरेशी नोंद औरंगजेबाच्या कारभाऱ्यांनी घेतली होती. हा मानी मराठा एवढ्यावरच थांबणार नाही, अजून काहीतरी अचाट, अकल्पित पाऊल उचलेल याची दरबाराला कल्पना आलेली होती. त्यामुळेच शिवाजी आणि संभाजी जयपूर महालामध्ये जाऊन पोचले मात्र, त्यांच्या पाठोपाठ तिथे घोडदळाची पथके आणि सांडणीस्वारांची दलेही धावली. महालाला वेढा पडला. शिवराय गवाक्षातून नजर फेकत होते, तेव्हा महालाच्या सभोवती जणू शस्त्रास्त्रांचं रान उगवले होते.

ती वेळच अशी आणीबाणीची होती. महाराष्ट्राची भूमी आग्र्यापासून शेकडो कोस दूर. आजूबाजूला ना कोणी मायेचे, ना ममतेचे. औरंगजेबासारखा उलट्या काळजाचा दैत्य छाताडावर पाय रोवून उभा राहिलेला. क्षणभर राजांना अंगातून बळ गेल्यासारखे वाटले. संपले सारे. पहाऱ्यावरच्या मशाली भेसूर दिसत होत्या. शत्रूचे स्वारशिपाई महालाला वेढा देऊन वेताळाच्या छबिन्यासारखे कडे करून उभे राहिलेले.

थोरल्या महाराजांना एक जोरकस हुंदका फुटला, तेव्हा त्यांच्या गोऱ्यापान निमुळत्या बोटांतूनही अश्रू खाली टपटपत होते. इतक्यात एक इवलासा हात त्यांच्या लांबसडक केसांवरून फिरू लागला. त्या स्निग्ध, मायाळू, कनवाळू हातांच्या स्पर्शाने राजांच्या शरीरावर काटा शहारला. समोर त्यांचे नऊ वर्षांचे, निरागस युवराज शंभूराजे उभे होते. राजांनी त्यांना मिठी मारली. पश्चात्तापाने पोळलेले शिवाजीराजे बोलले, "काळीज फाटतं रे लेकरा. ह्या दुर्दैवी चक्रव्यूहातून मायदेशाची वाट कशी सापडायची तुला मला?"

बाळराजे काहीच बोलले नाहीत. त्यांनी फक्त राजांचे मुख आपल्या पोटाजवळ बाहुलीसारखे कवटाळले. त्यांना थोपटले, ओंजारले, गोंजारले. त्याही स्थितीमध्ये महाराजांना हसू फुटले. त्यांनी त्यांना विचारले, "वा वा! अगदी कर्त्या पुरुषासारखाच वागायला लागलास की रे! हे सारं कुठं शिकलास रे पोरा?"

"जिजाऊ आजीसाहेबांकडे. दुसरं कुठं?"

प्राण गेला तरी जिथे आपला घोर अपमान झाला, त्या औरंग्याच्या दरबाराचे तोंड पुन्हा पाहायचे नाही, असा निश्चयच महाराजांनी केला होता. मात्र अशी अहंकाराची भाषा आणि एखाद्याचा हा असा ताठा औरंगजेब कदापिही सहन करणार

नाही; त्याच्या समाधानासाठी तरी काहीतरी करायला हवे, असा आग्रह धरत रामसिंग महाराजांकडे बसून राहिला. विचारांती त्या दोघांनी मिळून एक तोडगा काढला. शिवाजीराजांनी आपण आजारी असल्याचे कारण पुढे करायचे. त्यांच्या बदली छोट्या संभाजीराजांनी मात्र औरंगजेबाच्या दरबारात रोज हजेरी लावायची.

पहिल्या दिवशी जेव्हा दरबाराकडे युवराज निघाले तेव्हा त्यांचा जामानिमा स्वत: शिवाजीराजे नीट करत होते. शेवटी त्यांच्या तांबूस गोऱ्यापान कपाळावर राजांनी केशरी गंध लावले. त्यांच्या बाळसेदार चर्येकडे पाहिले तेव्हा त्यांना भरून आले. शंभूच्या गालावरून, पाठीवरून त्यांचा मायेचा हात फिरला.

शंभूराजे हसले. आपल्या इवल्याशा हातात महाराजांचा हात घट्ट पकडून तो दाबण्याचा प्रयत्न करीत ते बोलले, “आबासाहेब, आपण असे कष्टी होऊ नका. जिथे-जिथे तुम्ही गैरहजर राहाल ती ती जागा भरायचा प्रयत्न हा शंभू जरूर करेल!”

प्रात:काळीच थोरल्या महाराजांचा निरोप आला. त्यांनी संभाजीराजांना सकाळी-सकाळीच गडावरच्या महालक्ष्मी मंदिरामध्ये बोलावले होते. त्यांच्या आगमनाच्या निमित्ताने महापूजेचा संकल्प सोडला होता. पूजाकर्म आटोपायला बराच वेळ झाला. शेवटी ते दोघे पितापुत्र दुपारीच एकान्तामध्ये भेटू शकले. खाजगीकडील त्या महालात अन्य कोणी नव्हते. मध्ये बऱ्याच वादळवाटा उठल्या होत्या. विरूनही गेल्या होत्या. दोघेही पितापुत्र एकमेकांच्या प्रसन्न मुद्रांकडे अप्रुपाने पाहत होते.

थोरले महाराज हसत बोलले, “शंभूराजे, जरी आपण मोगलांना सोडलं तरी स्वराज्यात परताल की नाही या शंकेनं आम्हांला बेचैन करून सोडलं होतं. वाटलं इथं परतण्यास कचराल किंवा लाजाल. कदाचित दुसरीकडे निघून जाल.”

शंभूराजांनी आवंढा गिळला. त्यांच्या डोळ्यांच्या दाट पापण्या लवलवल्या. ते काहीसे कष्टी होऊन बोलले,

“आबासाहेब, खूप दुनिया देखली. अंधाराची वाट चालताना ठेचकाळलो, पण पुन्हा स्वत:च्याच हातानं फाटकं काळीज सांधवलं! म्हटलं, पुन्हा सूर्यदेवाकडंच चालत जायचं, तर घाबरायचं कशाला?”

“शंभू! शंभू! सांगतो काय, प्रथम आपण कवी आहात आणि नंतर युवराज!” शिवाजीराजे कळवळ्याने बोलले.

संभाजीराजांना शिवराय आपल्या डोळ्यांत साठवण्याचा प्रयत्न करत होते. अचानक त्यांच्या डोळ्यांतून गालावर मोती ओघळले. आवंढा गिळत ते दु:खी सुरात बोलले, “तर शंभूराजे, आपण एकट्यानेच माघारी आलात?”

“माफ करा आबासाहेब,” शिवरायांच्या विचारणीने शंभूराजांच्या काळजाचा टवका उडाला होता. दोघेही पितापुत्र कमालीचे दु:खी झाले होते. शंभूराजे बोलले,

"आबासाहेब, आमच्यासोबत निघा असा दुर्गाला आणि राणूआक्कांना आम्ही खूप आग्रह केला होता. जीव तोडून मिनत्या केल्या. पण त्यांनी ऐकलं नाही."

"नाही! नाही, शंभूबाळ. त्या पोरींचंच खरं. त्यांना माघारी आणण्याच्या फंदात आपण स्वत: तिथे कायमचे अडकून पडला असता. असो! शंभूबाळ, आज ना उद्या आई भवानी ताकद देईल तुमच्या हातांना. तेव्हा मात्र आपल्या बळकट हातांनी दोघींनाही सोडवून आणा म्हणजे झालं." आपल्या होनहार पुत्राकडे नजर टाकत शिवराय बोलले, "शंभूराजेऽ तुम्हास कर्नाटकाच्या मोहिमेस न नेऊन आम्ही तुमच्यावर घोर अन्याय केला, अशीच आपली भावना असेल, होय ना?"

शंभूराजे अडखळले. पण न राहून बोलले, "का असू नये आबासाहेब? आमचे अवघं नऊ वर्षांचं वय असताना आपण आम्हांला दूर लोटलंत. पुरंदरच्या करारानुसार मिर्झा राजा जयसिंगाकडे ओलीस ठेवलंत. दहाव्या वर्षी औरंग्याच्या आग्रा दरबारात हिंदवी स्वराज्याचा प्रतिनिधी म्हणून आम्ही हजेरी लावत होतो. पुन्हा एकदा अकरा-बाराव्या वर्षी मोगलांचा मनसबदार म्हणून आपण आम्हांला शहजादा मुअज्जमकडे धाडलंत."

"साऱ्या गोष्टी स्मरणात आहेत शंभूराजे आमच्या." शिवराय बोलले.

"अजून थोडी आठवण करून देतो. आबासाहेब, आम्ही मुअज्जमकडे असताना आमच्यावर आपण कोणती जोखीम सोपवली होती?" शिवाजीराजांनी प्रश्नार्थक नजरेने शंभूराजांकडे पाहिले. युवराज पुढे सांगू लागले, "औरंगजेबाच्या शहजाद्याला, त्या हुशार मुअज्जमला आम्ही फोडावं. त्याच्या बापाविरुद्ध त्याला बगावत करण्यासाठी भाग पाडावं, ही कामगिरी तेव्हा आपण मला सांगितली होती."

त्या आठवणीने शिवराय खुदकन हसले. शिवाजीराजांच्या त्या आनंददायी मन:स्थितीतच शंभूराजांनी पुढचा खडा टाकला,

"का आबासाहेब? प्रयत्न करूनही नाही का यश येईना त्या कामगिरीत, पण अवघ्या अकराव्या-बाराव्या वर्षांत ज्या युवराजावर औरंगजेबाच्या शहजाद्याला फोडायची आपण जोखीम सोपवली होतीत, तोच तुमचा पुत्र वयाच्या विशीमध्ये आपल्या पित्याचं बोट धरून मोहिमेवर येण्यात नालायक कसा ठरला हो?"

शिवरायांची मुद्रा कष्टी झाली. ते बोलले, "शंभू, कर्नाटकाच्या मोहिमेवेळेचा प्रसंग हा आमच्या जीवनातला कटू अध्याय होता. आपण जेव्हा छत्रपती व्हाल तेव्हाच आमचं खरं दु:ख कळेल तुम्हांला. काही वेळा राज्याचं, समाजाचं हित लक्षात घेऊन आपल्या प्रिय व्यक्तीवर हेतूत: अन्याय करावा लागतो. पण तेवढा आमचा अधिकार नव्हता का शंभूबाळ आपल्यावर?"

"निदान रायगडावर तरी आम्हांला सुखानं राहून द्यायचं."

'रायगड' हे नाव कानावर पडताच शिवाजीराजे स्तब्ध झाले. एक खोल

सुस्कारा सोडत बोलले, "शंभूराजे, पहिल्यासारखा रायगड आता राहिलेला नव्हता. सामान्यांच्या भुका अगदी जुजबी असतात. कर्त्या स्त्रीपुरुषांची तृष्णा मात्र खूप मोठी असते. त्यातल्या त्यात राजतृष्णेसारखी जहरी तहान दुसरी नाही! राज्यतृष्णा शमविण्यासाठी प्रसंगी लेकरेही बापाचा गळा घोटतात. माता वैरिणी होतात. अलीकडे रायगडावर अशा राज्यतृष्णेला खूप जिभा फुटू लागल्या आहेत. त्यांचा सारासार विचार करूनच आम्ही तुम्हांला तेथे न ठेवू देण्याचा निर्णय घेतला होता."

दिलेरखानाच्या विळख्यातून शंभूराजे सुटल्याचा राजांना खूप आनंद होता. ते म्हणाले, "पण आपण माघारी आलात आणि आम्हांला धन्य वाटले! अवघ्या राज्यालाच सूर्यग्रहणाने ग्रासले होते. आपल्या स्वराज्याची वेळ बरी, नाही तर तुम्हांला दगाफटका करायचा औरंगजेबाचा पक्का इरादा होता. शंभूराजे, आपण स्वराज्यात माघारी आल्याची बातमी आम्हांला जालन्याच्या वाटेवरच समजली, तेव्हा आनंदाच्या त्या कैफामध्ये आम्ही सलग चार दिवसांत जालन्याची मोहीम फत्ते केली. तिथल्या अगणित लुटीनं हत्ती नि उंट अक्षरश: चरचरा वाकून गेले. पण..."

"काय झाले आबासाहेब?"

"केवळ परमेश्वरी कृपा म्हणूनच आज आम्ही तुम्हांला भेटलो आहोत." काहीशा खिन्न, धास्तावलेल्या सुरामध्ये शिवाजीराजे बोलले,

"का? वाटेत पुन्हा आपली तबियत बिघडली होती की काय?" शंभूराजांनी काळजीने विचारले.

"शंभूबाळ, तब्येतीचं सोडाच. आम्ही जगून वाचून माघारा आलो हे काय कमी झालं? जेव्हा लुटीने चरचर वाकलेली जनावरं घेऊन आम्ही जालन्याहून सैन्यासह माघारा वळलो होतो, संगमनेरमार्गे रायगडाकडे परतत होतो तेव्हा संगमनेरच्या घाटाजवळ ऐन अरण्यात रणमस्तखान ह्या मोगलांच्या सरदाराने वीस हजार फौजेनिशी औरंगाबादहून येऊन आमची वाट रोखली. आम्हांला चारी बाजूंनी वेढा देऊन अक्षरश: खिंडीतच गाठलं होतं. रायगडचा राजदंड आम्ही तेथे गमावून बसलो असतो! पण ऐनवेळी मदतीला धावले ते तिथलं दाट अरण्य आणि आमचे बहिर्जी नाईक. ते जंगल इतकं किर्र की तीन दिवसांमध्ये त्या घनदाट झाडीत आमच्यापर्यंत सूर्याची किरणंसुद्धा पोचू शकली नव्हती. शेवटी बहिर्जीबरोबर मधले दऱ्याडोंगर पार करत, एकीकडे जुन्नरच्या मोगली ठाण्याला बगल देत आम्ही माळशेज घाटाने कसेबसे बाहेर पडलो!"

तो प्रसंग ऐकताना शंभूराजे अक्षरश: अवाक् झाले होते. थोरले महाराज पुढे बोलले, "अंगामध्ये कितीही पराक्रम असून काय उपयोग? दुर्दैवाने आम्ही जर मोगलांच्या हाती गवसलो असतो तर आमची अब्रू ती काय राहिली असती? शंभूबाळ, मनुष्यमात्र कितीही पराक्रमी असो, मानवी प्रयत्नांना देवाची साथ हवी हेच खरं!"

थोरले महाराज खूप प्रसन्नचित्त दिसत होते. ते बोलले,

"आपली पुनर्भेट ही जगदंबेचीच कृपा म्हणायची! पण एक ध्यानात ठेवा, मायाममतेच्या लोभामध्ये न अडकता राजाला कठोर निर्णय घ्यावे लागतात. आज एक पिता म्हणून आम्ही तुम्हांला पोटाशी धरत आहोत, असा अर्थ नका काढू शंभूराजे!"

शंभूराजांनी चमकून राजांकडे पाहिले. तेव्हा शिवराय प्रसन्नचित्ताने बोलले, "आम्ही कर्नाटकाकडे असताना गरीब कास्तकारांच्या साऱ्यात सूट द्यायचा जो निर्णय आपण घेतलात, त्याची आम्ही चौकशी केली. आणि वृद्ध राजाने आपल्या जवान युवराजाला नव्हे, तर प्रजाहितदक्ष वारसदाराला शुभाशीर्वाद द्यायचं नक्की केलं!"

शंभूराजे शिवरायांकडे काहीसे अचंबित नजरेने पाहू लागले. तेव्हा त्यांच्या खांद्यावर हात ठेवत शिवाजीराजे बोलले, "आतापर्यंत औरंगजेब काबूल, कंदाहार अशा वेगवेगळ्या मोहिमांमध्ये अडकून पडला होता. परंतु शंभू, गुप्तहेरांकडून मिळालेल्या बातम्या खूप चिंताजनक आहेत. वर्षा दोन वर्षांत औरंगजेब मोठी फौज घेऊन दक्षिणेत उतरल्याशिवाय राहणार नाही. त्यासाठीच त्याने बुऱ्हाणपूर, गुजरात आणि तिकडे माळव्यातही दीडदोन लाखाच्या ताज्या फौजेची उभारणी केली आहे."

शंभूराजे थोरल्या महाराजांकडे पाहात दिलखुलास हसले. त्यांच्याकडे अभिमानाने नजर फेकत बोलले, "आबासाहेब आता बोध झाला. गेल्या काही वर्षांपासून आपण फिरंग्यांकडून दारुगोळा जास्ती का खरेदी करता आहात ते."

"पोरा, माझा खरा बारुदखाना तूच आहेस! एक मिर्झाराजा जयसिंग आणि दुसरा दिलेरखान हे दोनच सरदार त्या औरंगजेबाने महाराष्ट्रावर पाठवले होते. तेव्हा त्या दोघांनी आम्हांला दे माय धरणी ठाय करून पुरंदरच्या नामुष्कीच्या करारावर सह्या करायला लावलं होतं. आमच्या पाठीला धाकाच्या बर्च्या लावून आम्हांला जुलमानं आग्र्याला जाणंही भाग पाडलं होतं त्या दुष्टांनी. आणि आज तर उभ्या स्वराज्यावर दस्तुरखुद्द औरंगजेब चालून यायची भीती निर्माण झाली आहे. आज जगातल्या फक्त दोन-तीन बलाढ्य सम्राटांमधला औरंगजेब एक आहे हे विसरून चालणार नाही. त्याच्याशी दख्खनच्या पठारावर मुकाबला फक्त आमचा छावा करू शकतो, हे सांगायला कोणा भडभुंज्या ज्योतिषाची आम्हांला गरज नाही. लेकरा लढ! त्या कळीकाळाशी प्राणपणाने लढ! इथल्या रानावनाला, पशूपाखरांना, गरीब लेकरांना मुक्ती दे!"

शंभूराजे झटकन खाली वाकले. थोरल्या राजांचे पाय कृतज्ञतेने धरत ते बोलले,

"आबासाहेब, आपल्या आशीर्वादाने आम्ही इकडचा पर्वतही तिकडे करू."

शिवाजीराजे मंदसे हसत बोलले, "बेटा, झुंजणे-झगडणे मनुष्याच्या हाती असते. पण नियतीच्या उलटयासुलटया चाली आणि भाग्यरेखांची वक्र वळणं काही

मनुष्याच्या मुठीत नसतात! उद्या कदाचित औरंग्याविरुद्धच्या तुझ्या त्या महासंग्रामात आम्ही असू किंवा नसू, मात्र आमचे आशीर्वाद आणि आमची पुण्याई तुझी जरूर पाठराखण करेल!''

२.

जवळपास तीन वर्षांच्या अंतराने राजांना आपला ज्येष्ठ पुत्र भेटत होता. पाण्याच्या पृष्ठभागावर काठी मारली, म्हणून पाणी काही तुटत नाही, तसाच मायालोभ आणि जिव्हाळा काही सुटत नाही. अनुभवाने आणि अभ्यासाने दोघेही या मतास पोचले होते की, ह्या पुत्राला असा असामान्य पिता दुसरा कोणी मिळू शकत नाही, तसेच ह्या भाग्यवान पित्याला असा होनहार पुत्र भेटणे केवळ अशक्य! त्यामुळेच त्या दोघांतल्या चर्चेला, संवादाला एक वेगळीच उंची लाभायची. किती बोलू नि किती नको, असे त्या जिवाशिवांना होऊन जायचे.

सकाळीच पितापुत्रांच्या पालख्या गडावर फिरायला बाहेर पडत. कधी भवानीच्या मंदिरात थांबायचे, तर कधी फडावर जाऊन राजव्यवहार पाहायचे. सायंकाळच्या झुळझुळत्या वाऱ्यात मात्र या ना त्या तटबंदीवरून पालख्यांचा प्रवास ठरलेलाच असायचा. उत्तर दिशेच्या तटाखाली दूरवर वारणा नदीचे औरसचौरस खोरे पसरले होते. तिथला हिरवा साज डोळ्यांना भुरळ घालायचा, तर कधी दक्षिणेच्या तटाने दूरवरचे पंचगंगेचे पात्र आणि जवळपासचा भोगावतीचाही मुलूख दिसायचा.

आज तिन्हीसांजेच्या पालख्या तीन दरवाजाजवळ येऊन थांबल्या होत्या. पितापुत्र त्या भव्य दरवाजावरच्या सज्जात बसून मावळतीच्या मुलखाकडे नजर टाकत होते. तिकडे दूर गजापूर आणि विशाळगडाकडची राने होती. देवापुढे भक्ताने पूर्णतः शरण जावे, त्याच्या नामसंकीर्तनात तल्लीन व्हावे, तसे शंभूराजे अलीकडे शिवभक्त झाले होते. आपसातल्या गैरसमजाच्या मेणाच्या भिंती कधीच वितळून गेल्या होत्या. हातातोंडाशी आलेल्या आपल्या करारी पुत्राला जाणकार पिता आपल्या प्रेमाची ऊब देत देत कर्तव्याच्या गोष्टी शिकवत होता. शिवराय बोलले, ''आपण आणि छोटे बाळ राजाराम दोघेही सख्खे भाऊ. भाऊबंदकीचा मराठीधर्म सोडा आणि गुण्यागोविंदाने नांदा. आई भवानी तुमचं कल्याण करो.''

''आबासाहेब, आपल्या पावलांच्या आशीर्वादाशिवाय आम्हांला अन्य काही नको. फक्त दूधभात खाऊनही आपली आणि हिंदवी स्वराज्याची सेवा करत राहू आम्ही!''

शिवाजीराजांना कसल्याशा तीव्र विचाराने जागे केले. ते बोलले, ''बाळ, एकवेळ सांगूनसवरून, तलवारीचे उघडे पाते हातात घेऊन, ललकारत

अंगावर येणारा शत्रू परवडला, पण अस्तनीतले निखारे थंड करताना मात्र खूप त्रास होतो. उघड शत्रूंना आम्ही माफ करू, कारण ते आमचे शत्रूच आहेत. परंतु मराठ्यांमधील नादान सरंजामवर्गाला मात्र आम्ही कधीच माफ करणार नाही.''

''आम्ही समजलो नाही, आबासाहेब.''

''तुम्हांला तसे चटकन लक्षात येणार नाही. आम्हांला मात्र आमच्या कोवळ्या वयापासून ह्या सरंजामी औलादींचा दाह सोसावा लागला आहे. ऊठसूठ आपलं सूर्यकुलाशी नातं आहे, अशा वल्गना करणारे हे सरंजामदार स्वत:च्या गावठी गढीवर उभे राहून मिशा पिळायचे. स्वत:ला 'राजे' मानायचे. पण यांच्या सर्व पिढ्या अहमदनगरचा निजामशहा, विजापूरकर आदिलशहा आणि दिल्लीकर मोगल यांची सेवाचाकरी करण्यातच खर्ची पडल्या. ह्या गावातल्या कोल्ह्यांनी गढीच्या अंधारात गरीब लेकीबाळींची अब्रू लुटली. कष्टकरी शेतकऱ्यांची खळी लुटून स्वत:च्या तुंबड्या भरल्या. म्हणूनच ह्या वतनदारीला मूठमाती देऊन गावोगावच्या ह्या गढ्या उद्ध्वस्त करून स्वराज्याचं मंदिर बांधणं आवश्यक होतं. त्यासाठीच कोणीही स्वत:साठी नवी गढी किंवा संरक्षणात्मक तटबंदीही बांधू नये असा आम्ही कायदाच केला. हिंमतीनं जुन्या गढ्या उद्ध्वस्त केल्या. तेव्हा ह्या सरंजामदारांनी जेवढा म्हणून प्रखर विरोध अगर घातपात करणं शक्य होतं, ते सारे प्रयत्न केलेले आहेत.''

शिवराय सांगत होते आणि शंभूराजे त्यांच्याकडे कान आणि डोळे लावून फक्त ऐकत होते. थोरले महाराज पुढे बोलले, ''अरे हा रांझ्याचा दुष्ट पाटील कोण होता? आज तुमचा सख्खा मेहुणा फलटणचा महादजी निंबाळकर मोगलांच्या फौजेत कोणाच्या भाकरी भाजतोय? जावळीच्या मोऱ्यांसारखे गद्दार, देशद्रोही दुसरे कोणी गवसतील कुठे? ते शृंगारपुरचे सुर्वे काय आणि आमचे जामात गणोजी शिर्के– जे तनाने स्वराज्यात राहतात आणि मनाने मोगलाईत वावरतात! जेव्हा अफजलखानानं साक्षात तुळजाभवानीच्या मस्तकावर घण घालून तिची मूर्ती छिन्नविच्छिन्न केली, तेव्हा अफजलखानाच्या सोबत स्वत:च्या खानदानाचा ऊठसूठ उदो उदो करणारे अनेक मराठा सरदार होते. पण त्यांपैकी खानाचा हातोडा रोखायची नव्हे तर त्याच्याकडं डोळे वर करून पाहायची देखील एकाही वतनदाराची हिंमत झाली नव्हती.''

''असे आप्तस्वकीय आजूबाजूला असताना आपण हिंदवी स्वराज्य उभारलेत! आबासाहेब आपली धन्य आहे!'' शंभूराजे कृतज्ञ मनाने बोलले.

''सांगतो काय शंभूराजे, शत्रूला कंठस्नान घालताना आमची तलवार तेजाने चमकली आहे. परंतु आप्तांच्या आणि घरभेद्यांच्या दगलबाजीने ती कित्येकदा शरमेनं काळवंडून गेली आहे! म्हणूनच सांगतो ह्या स्वार्थी मराठा आणि ब्राह्मण वतनदारांपासून भविष्यातही सावध राहा.''

सूर्य विशाळगडाकडे अस्ताला चालला होता. दर्यावर तुफान दाटून यावे आणि पोटात लाटांच्या अनेक टेकड्या तयार व्हाव्यात, त्या एकमेकींवर आदळाव्यात, तशा अशान्त दर्यासारखेच राजांना भरून आले होते. ते आपल्या पुत्राला अनेक गोष्टी सांगत होते.

"शंभूराजे, राज्यकारभार करताना गरिबातल्या गरीब जनतेवर, अगदी गुराखी पोरांवरसुद्धा श्रद्धा ठेवा. त्यांना बळ द्या. आम्ही जीवनामध्ये उभे राहिलो तेव्हा परधार्जिण्या आणि बेभरवशाच्या ह्या सरंजामदारांना खड्यासारखं बाजूला ठेवलं. गायीगुरांच्या मागे धावणाऱ्या पोरांना आणि नांगरधाऱ्या शेतकऱ्यांनाही शिलेदार बनवलं! ह्या कष्टकऱ्यांच्या खांद्यावरची घोंगडी बाजूला ठेवली. त्यांच्या कमरेला शेले बांधले आणि त्यांच्या हिंमतबाज मनगटात भाले-तलवारी दिल्या. त्यांच्यातलं स्फुलिंग जागवलं. आणि त्यातूनच कोणी तानाजी घडला, कोणी मुरारबाजी जन्मला. हे सामान्यजनच अखेरपर्यंत आपल्या स्वराज्याशी एकनिष्ठ राहिले!"

"परंतु आबासाहेब, ही सरंजामदार मंडळी म्हणजे अगदीच काही गणशत्रू नव्हेत."

"पण ते रयतेचे मित्रही असू शकत नाहीत! त्यांची पहिली निष्ठा असते ती स्वत:च्या फायद्यावर, स्वत:च्या गढीवर, स्वराज्यावर नव्हे."

बोलता बोलता शिवाजीराजे काहीसे थांबले. शंभूराजांचा हात हाती घेत बोलले, "एकेकाळी सिंहगडावरचं हिरवं निशाण मासाहेबांच्या काळजाला सलत होतं. तसंच जंजिऱ्याच्या किल्ल्यावरचं सिद्दीचं अवखळ निशाण आमच्या अंतर्मनाला रक्तबंबाळ करून सोडतं. तिथे भगवं निशाण फडकावं यासाठी आम्ही आठ वेळा झुंजलो, झगडलो आहोत. परंतु शेवटपर्यंत त्या पाणकोटाने आम्हांला गुंगारा दिला आहे."

"एवढं महत्त्व आहे जंजिऱ्याचं?"

"महत्त्व?" शिवाजीराजांची चर्या नुसत्या कल्पनेनं जास्वंदीच्या फुलासारखी हसरी झाली. आपल्या मुठी वळवत ते प्रेषिताच्या सुरात बोलले, "शंभूबाळ, देशीविदेशी व्यापाराच्या नाड्या मुठीत ठेवणारा तो जंजिऱ्याचा जालीम दुर्ग एकदा टाचेखाली आणा तरी खरा, मग पाहा कशी आपल्या स्वराज्याची सरहद्द गंगायमुनेला जाऊन भिडतेय ती!"

स्वराज्यातल्या सत्ताविभाजनाचा प्रश्न पुन्हा एकदा चर्चेत निघाला. चार वर्षांपासून महाराज अनेकदा आजारी पडत होते. त्यामुळेच त्यांच्या प्रकृतीची अनेकांना चिंता वाटत होती. वास्तविक आपल्या राज्याभिषेकावेळी शंभूराजांना युवराजपदाची वस्त्रे देऊन महाराजांनी हा प्रश्न निकालात काढला होता. पण राजारामबाळांसाठी सोयरा-बाईंच्या महत्त्वाकांक्षेने उचल खाल्ली होती. शिवाजीराजांच्या राज्याभिषेकाआधी शंभूराजांनी चार वर्षे रायगडावर मुलकी कारभार सांभाळला होता. त्यांना

प्रशासनातल्या खाचाखोचा, बळकट बुरूज आणि चोरटी भुयारे ह्या साऱ्या गोष्टींची पूर्ण माहिती होती. त्यांच्याऐवजी पोरवयाचे राजाराम गादीवर आले तर राजालाच कारभार शिकवायचे निमित्त साधून स्वार्थही साधता येईल, सत्तेची काजुगरे बिनबोभाट खाता येतील, यासाठी अण्णाजी दत्तोंसारख्या सरकारकुनांना राजारामच हवेहवेसे वाटत होते. पर्यायाने कारभाऱ्यांसाठी आणि राजमातेसाठी संभाजीराजे एक समान संकट बनले होते. याउलट सामान्य सैनिक आणि रयतेला शंभूराजेच स्वराज्याचे वारसदार म्हणून हवे होते.

कर्नाटकाकडचे राज्य शंभूराजांना द्यावे आणि सोयीस्कररीत्या रायगडसह मराठी राज्य राजारामबाळांच्या झोळीत टाकावे, आपापली दरबारी पदे आणि प्रतिष्ठा टिकवावी, असे कारभारी वर्गाचे मत होते. स्वराज्याच्या वाटणीचा विषय निघताच शिवाजीराजे कसनुसे हसत म्हणाले, "आमचे स्वराज्य म्हणजे कोणा सरंजामदारांची खाजगी मिळकत नाही. ते वतनही नव्हे. अनेकांच्या रक्ताघामातून आकाराला आलेलं ते पवित्र मंदिर आहे. दखखनच्या ताकदीची, शक्तीची, युक्तीची आणि संस्कृतीची निशाणी बनलेलं हे स्वराज्यमंदिर कोणात कसं वाटायचं हो शंभूराजे?"

ते बोल ऐकून शंभूराजे कातर सुरात बोलले, "आबासाहेब, सत्तेसाठी आमचाही जीव कधीच तहानला नव्हता. आमच्या हातावर नारळसुपारी ठेवलीत तरी तो आम्ही कृपाप्रसाद मानू! आपल्या पावलांची पूजा करत अगदी दूधभातावर सुद्धा दिवस काढू!"

गजापूर आणि विशाळगडाकडच्या पश्चिम कडेवर सूर्याची तिरकस सोनेरी किरणे रांगत होती. मावळतीच्या त्या किरणांमध्ये शंभूराजांची चर्या मोठी मोहक दिसत होती. त्यांच्या जिरेटोपावरील पाचूंच्या रत्नमाळेचा एक शेव सुटला. तो हलकेच आपल्या हाताने बाजूला खोचत शिवाजीराजे बोलले,

"शंभो, आपलं रायगडावरचं सिंहासन नीट डोळ्यांनी पाहिलंत कधी?"

"अनेकदा!" शंभूराजे हसत बोलले.

"शंभो, आज मुद्दाम ही गोष्ट आम्हांला तुमच्या निदर्शनास आणायची आहे. पित्याच्या गादीवर वारसाहक्कानं बसायचा अधिकार युवराजांना जगभर मिळत असेल, पण रायगडची राजगादी जगापेक्षा वेगळी आहे."

"म्हणजे आबासाहेब?"

"तेच सांगतो शंभूराजा. वारसाधिकाराच्या हक्काने रिकिबीमध्ये पाय ठेवून टाच मारायची तुम्ही बिलकूल घाई करू नका! रायगडच्या सिंहासनासमोर जाऊन पुन्हा एकदा उभे राहा. डोळे उघडे ठेवून त्या पवित्र तख्ताकडे पुन:पुन्हा पाहा. आमच्या पंचपायऱ्यांच्या सिंहासनाचं नीट दर्शन घ्या!

"पहिल्या पायरीकडे तुम्ही जेव्हा बारीक नजर टाकाल, तेव्हा मोराच्या रुंद

पंखावर दिसावेत तसे तुम्हांला अनेक डोळे दिसतील. ते डोळे आहेत बारा मावळातल्या आणि छत्तीस नेरातल्या गरीब शेतकऱ्यांचे, त्यांच्या गाईगुरांचे. जेव्हा त्या पहिल्या पायरीचा तुम्ही कानोसा घेऊ लागाल, तेव्हा कृष्णा, भीमा, गोदावरीसारख्या पवित्र नद्यांच्या पोटातला खळखळाट आणि चैतन्य ऐकू येईल तुम्हांला!

"जेव्हा तुम्ही दुसऱ्या पायरीवर पाऊल टाकाल, तेव्हा सह्याद्रीच्या दरीकंदरात अगर दर्याच्या पोटात खोदलेल्या साडेतीनशे किल्ल्यांचे आणि दुर्गांचे तुम्हांला दर्शन घडेल. तुम्ही अधिक समीप जाऊन दुर्गतटावरचे फत्तर जेव्हा पाहाल, तेव्हा ते तुम्हांला आपल्या अनेक धारकऱ्यांच्या रक्ताच्या नक्षीने रेखलेले दिसतील...

"जेव्हा तिसऱ्या पायरीवर तुम्ही पाऊल ठेवाल, तेव्हा तिथे तुम्हांला दर्शन घडेल आऊसाहेबांचं– जिजाबाईंचं आणि आपल्या मावळी मुलखातल्या हजारो लेकीबाळींचं. ह्या माताभगिनींनी स्वराज्यासाठी वैधव्य सुखाचं मानलं. आपले कर्ते पुत्र हिंदवी स्वराज्यासाठी बहाल केले. तिथेच तुम्ही ऐकाल, अनेक माताभगिनींच्या चुरडल्या काकणांचे किणकिणाट!

"चौथ्या पायरीवर तर तुम्ही जपूनच पाऊल टाका. तिथे तुम्हांला तुकोबांची अभंगवाणी ऐकायला मिळेल. ज्ञानेश्वरांच्या अवीट विराण्या ऐकाल तिथे तुम्ही!. रामदासांसह साऱ्या संतसज्जनांचा मेळा भेटेल तिथे तुम्हांला.

"आणि जेव्हा तुम्ही पाचव्या पायरीवर पोहोचाल, तेव्हा सह्य पर्वताच्या अंगावरची सारी उंच शिखरं तुमच्याकडे मोठ्या आशेनं, आस्थेनं आणि श्रद्धेनं टकमक पाहात असल्याचं जाणवेल तुम्हांला. अपूर्ण, अर्धवट स्वप्नांनी बेचैन झालेला आपला भूतकाळ तुमच्याकडे मोठ्या आशेनं पाहील. न भरलेल्या जखमा तुमच्याकडे दवा मागतील. तुमच्या हातून महान, मंगल कल्याणकारी असं काहीतरी घडावं म्हणून उगवतीची किरणं तुम्हांला दुवा देतील. अशा रीतीने शंभू, हे मर्द गड्या, भूत, वर्तमान आणि भविष्य हे तिन्ही काळ हरणांच्या पाडसासारखे तुमच्या पावलात घुटमळतील.

"जेव्हा त्या पंचपायऱ्यांचं परिपूर्ण दर्शन तुम्हांला घडेल, तेव्हा माझ्या प्रिय पुत्रा, तुम्ही तुमच्या मनाला फक्त एक साधा सवाल करा. ह्या प्रचंड जबाबदाऱ्या, न सुटलेल्या प्रश्नांच्या गोणी आणि रयतेच्या पर्वतप्राय इच्छा-आकांक्षांची ओझी उचलण्याची हिंमत खरोखरच तुमच्या उरात आहे का? तसं तुम्हांला पटलं तर स्वत:वरच्या पूर्ण विश्वासानं, इथल्या मातीवरच्या निष्ठेनं स्वराज्याच्या पवित्र सिंहासनावर खुशाल जाऊन आरूढ व्हा! परंतु स्वत:च्या कुवतीबद्दल एवढीशी जरी शंका आली, तर मात्र त्या सिंहासनाच्या वाऱ्यालाही थांबू नका. अंगात कफनी घाला आणि एक गोसावी बनून खुशाल अरण्याकडे चालते व्हा!"

३.

रायगडावर दसरादिवाळीचा उल्हास पसरला होता. दोन-अडीच वर्षांनंतर शिवाजी-राजे आपल्या राजधानीत परतल्याचा आनंद होताच. त्यातच त्यांनी आणखी एक मंगलनिश्चय जाहीर केला. त्यांचे कनिष्ठ चिरंजीव राजारामसाहेब आता दहा वर्षांचे झाले होते. त्यांच्या लग्नाचा बार उडवून द्यायचे निश्चित झाले. त्यामुळेच सर्वांच्या उत्साहाला उधाण आले होते. मोरोपंत पेशवे हसत हसत आपल्या फडावरील सहकाऱ्यांना बोलले, "थोरले महाराज नवी सोयरीक कोणाशी घडवून आणतात त्याबद्दल आम्हां सर्वांनाच खूप उत्सुकता होती. पण प्रतापरावांच्या जानकीची त्यांनी सून म्हणून निवड केली तेव्हा सर्वांनाच आनंदाचं भरतं आलं."

"प्रतापराव गुजरांचा पराक्रम तो किती वर्णावा! त्या विजापुरी बहलोलखानास माफी करायचा गुन्हा त्यांच्याकडून चुकून घडला. त्यामुळे शिवाजीराजे त्यांच्यावर खूप उखडले. प्रतापरावांसारख्या शिपाईगड्याच्या काळजास ते बोल असे लागले म्हणता, फक्त सहा सोबती संगे घेऊन तो मर्द खानाच्या सेनासागरावर जाऊन आदळला. गर्दीस मिळाला. पावन झालाऽ!" बाळाजी बोलले.

"त्याच प्रतापरावांच्या कन्येला रायगडची महालक्ष्मी बनवणार आहेत महाराज. आपल्या सोबत्यांच्या घरचे नेमके सुखदु:ख ते ओळखतात. म्हणूनच रामदासस्वामी त्यांना 'जाणता राजा' म्हणतात." मोरोपंत बोलले.

"हे बघा मंडळी, शिवाजीराजांचे चारित्र्य, न्यायनीती, त्यांचा त्याग, त्यांची दूरदृष्टी याबद्दल आम्हांला शंका होतीच कधी?" अण्णाजी दत्तो बोलून गेले. अण्णाजींना पुढे काय म्हणायचे होते, हे बाकीच्या सरकारकुनांनी ओळखले, आणि तो विषय अर्धवट सोडून दिला.

महाराजांच्या घरचेच कार्य म्हणून सारे सरदार, दरकदार कामाला लागले होते. राजांच्या महालातील सदरेवर अष्टप्रधानांची सारखी गडबड उडायची. राजे स्वत: वरपिते असल्यामुळे ते मधूनच बैठकीतून उठायचे. आत राणीमहालामध्ये जाऊन यायचे. सेवकांची आणि हुजऱ्यांची तर झुंबडघाई उडाली होती.

आज महाराज राणीवशाकडे व्यस्त असल्याचे लक्षात आले. ती संधी साधून बाळाजी आवजींनी हळूच प्रश्न केला, "पंत, खरंच हे खरं आहे?"

"कशाबद्दल विचारता?"

"हेच म्हणजे, पन्हाळ्याकडे संभाजीराजे आणि येसूबाईंना म्हणे लग्नाचं आवतणही पाठवलेलं नाही?"

"दुर्दैवाने ती गोष्ट खरी आहे, बाळाजी!" मोरोपंत विषादाने बोलले.

बाळाजी आवजींना खूप वाईट वाटले. ते न राहवून बोलले, "अहो, निदान

तोरणादारी आणि मरणादारी कोणा आप्तांना चुकवू नये असं म्हणतात! शंभूराजे तर राजारामांचे वडीलबंधू आहेत!''

ते दोघे हलक्या आवाजात बोलण्याचा प्रयत्न करत होते. परंतु त्यांचा सारा संवाद पलीकडेच बसलेल्या अण्णाजी दत्तोंच्या कानावर गेला होता. त्यांनी डोईचा रुमाल बाजूला केला. आपल्या पिकल्या दाट कल्ल्यांतून आणि केसांतून बोटे फिरवत कसनुसे हसत ते बोलले, ''बाळोबा, मनुष्याला त्याच्या गुणानुसार आणि लायकीनुसार नशीब मिळत असतं!''

''तरीही भावाच्या विवाहाचं साधं आमंत्रण शंभूराजांना मिळू नये हा अन्यायच खरा!'' नेमस्त मोरोपंत मध्येच बोलले.

पेशव्यांचा हस्तक्षेप अण्णाजींना अपेक्षित नव्हता. त्यामुळे त्यांची चर्या तर अधिकच कडवट बनली. ते म्हणाले, ''दुधामध्ये मिठाचा खडा आणि विवाहासारख्या मंगल सोहळ्यात अनाहूत पाहुणा हवाच कशाला?''

''अण्णाजीपंत, तुमचं हे थोडं अतीच होतं बुवा ऽ शंभूराजांबद्दलचा राग तुमच्या देहाच्या कणाकणात अगदी ठासूनच भरलेला दिसतो.'' बाळाजी बोलले.

''युवराजांच्या तारुण्याचे चोचले पुरवण्यासाठी ज्यांनी आपल्या लेकीबाळी गमावल्या आहेत, त्यांनाच त्या दु:खाच्या डागण्या ठाऊक बाळाजी. बघ्यांना त्याची कल्पना कशी येणार?'' बोलता बोलता अण्णाजींचा आवाज घोगरा झाला.

फडावरचा रंग बदलला. अण्णाजींच्या कडवट सुरांनी बाकीचे चिडीचूप झाले.

थोरल्या महाराजांच्या धाकामुळे सारे अष्टप्रधान सोहळ्यात, फडावर आपापसात खूप एकोपा असल्याचा देखावा निर्माण करत, पण परस्परांत अनेक अंतर्गत कुरबुरी होत्या. अगदी मोरोपंत आणि अण्णाजी यांचेही आपापसात बनत नव्हते. त्यामुळे शिवाजीराजे दोघांना कधी एकत्र एका मोहिमेवर पाठवत नसत.

दुपार झाली. फड मोडला. पेशवे, मोरोपंत आणि इतर मंडळीही बैठकीतून बाहेर पडली. त्यांच्या पाठोपाठ प्रल्हाद निराजीही जाऊ लागले. तसा अण्णाजींनी त्यांचा हात घट्ट पकडला. 'थोडे थांबा' असे त्यांनी डोळ्यांनी दटावले. बैठकीतून खाजगीकडे निघणाऱ्या शिवाजीराजांना जवळजवळ ते आडवेच झाले. मुखावर नम्रतेचा भाव आणत ते अजिजीने बोलले, ''महाराज, आपण थोडे थांबलात तर फार बरं होईल. आम्हां कारभारी वर्गाचा एक अर्ज आहे स्वामींकडे.''

''बोला.'' राजांची पावले रेंगाळली.

''रामदासांसारख्या युगपुरुषाने साहेबस्वारीस उगाच गौरवले नाही– महाराष्ट्रधर्म उरला काही तुम्हां कारणे! त्याच आमच्या राजश्रींकडून आम्ही थोडी न्यायाची, थोडी समानतेच्या वागणुकीची मागणी केली तर ती कशी वावगी ठरावी महाराज?''

"पंत, असे आडवळण कशाला घेता? जे असेल ते स्पष्ट करावं." महाराज उत्तरले.

"कोणी नात्याचं असो, जिव्हाळ्याचं असो, स्वामींनी हिंदवी स्वराज्याच्या हितापुढं कोणाकोणाची कधीच पर्वा केली नाही. आपण प्रतापगडाच्या पायथ्याजवळ त्या अफजलखानाला फाडला, तेव्हा त्या खंडोजी खोपड्याने डोंगररानातून नेऊन खानाच्या पोराला वाचवलं. खंडोजीचे जामात शिळीमकर आपले मोठे सेवक. सासरा गुन्ह्यातून सुटावा म्हणून ते आपणाकडे कान्होजी जेध्यांना रदबदलीसाठी घेऊन आले. कान्होजीबाबा तर जुने हाड. तुम्हांला वडिलांच्या जागी. परंतु महाराज तारीफ करावी ती आपल्या निग्रहाची, निश्चयाची आणि पाक हृदयाची! शेवटी स्वामींनी त्या खोपड्याचा एक हात अन् एक पाय कलम केलाच ना!"

"अहो सुरनवीस, राजे घाईत आहेत. एवढं मोठं पुराण कशाला लावलंत?" बाळाजी आवजी मध्येच हस्तक्षेप करत बोलले.

अण्णाजीपंतांना बाळाजींच्या चोमडेपणाचा विलक्षण राग आला. एक हात उंचावत न्यायाधीशाच्या थाटात अण्णाजी बोलले, "आम्हांला इतकंच सांगायचं होतं– स्वराज्यद्रोहासारख्या गुन्ह्यास शिवरायांकडे कस्पटाएवढीही क्षमा नसते!"

शिवरायांची चर्या कमालीची गोंधळली होती. तेव्हा बाळाजी सोडून बाकीचे सारे दरकदार थरथर कापत उभे होते. असे विलक्षण धाडस अण्णाजीच करोत. अण्णाजींच्या हल्ल्याचा नेमका रोख काही क्षणातच महाराजांनी ओळखला होता. ते स्पष्ट शब्दांत बोलले, "हे पाहा सुरनवीस, उगाच अवतीभवती घोडा नाचवत रिंगण काढू नका. तुमची जी शंभूराजांबद्दल तक्रार असेल ती सांगून व्हा ना मोकळे!"

अण्णाजी थोडेसे वरमले. पण पुन्हा मनाचा हिय्या करत बोलले, "माफी असावी महाराज. पण मीच नव्हे तर धर्मशास्त्रसुद्धा शिकवतं– न्यायाच्या तराजूपुढे सामान्य गुराखी आणि युवराज दोघेही सारखेच! नाही, म्हणजे थोरले युवराज तिकडे पन्हाळ्यावर नजरकैदेत नव्हे तर सुखचैनीत वावरत आहेत. तेव्हा म्हटलं–"

"आम्ही त्यांना कधीच आणि कोणत्याच कैदेत ठेवलेलं नाही." शिवाजीराजे स्पष्ट बोलले, "त्यांच्यावर आम्ही पन्हाळा, प्रभावळी आणि दाभोळच्या सरसुभ्याची जबाबदारी सोपवली आहे."

"तेच, तेच म्हणतो आम्ही स्वामी." अण्णाजींनी उपरण्याने आपल्या चर्येवरचा घाम पुसला आणि पुन्हा एकदा हात जोडत ते बोलले, "यापुढं आपल्या राज्यात राजद्रोहाच्या गुन्ह्याबद्दल शिक्षेऐवजी बक्षीसच मिळतं, गुन्हेगार मोकाट सुटतात असा उगाच रयतेचा गैरसमज व्हायला नको."

खाजगीकडे वळलेली महाराजांची पावले थबकली. ते पुन्हा माघारी वळले आणि मसनदीवर बसले. भर बैठकीमध्ये अण्णाजी दत्तो शिवाजीराजांना अडवत

होते. एकदाचे काय ते होवो, असा निश्चय करून महाराज तिथे बसून राहिले. ते कसनुसे हसत बोलले, "शंभूराजे मोगलांना जाऊन मिळाले. परंतु त्यांना त्यांच्या गुन्ह्याबद्दल सजा मिळाली नाही, ही फिर्याद घेऊन आमच्याकडे बाकी कोणी फिरकले नाही, तरी अण्णाजीपंत आपण जरूर याल, याची खात्रीच होती आम्हांला."

"आमचं इतकं म्हणणं महाराज, शंभूराजे कास्तकारांचा खूप कळवळा धरतात. करबुडव्यांना सारा माफ करतात."

"अण्णाजी, प्रभावळीतल्या कोणत्या शेतकऱ्यांना शंभूने माफीनामे लिहून दिले, त्यांनी वसुली कारकुनांचा केलेला अपमान ह्या साऱ्या प्रकरणाची खूप बारकाईने आम्ही चौकशी केली. त्या गरीब शेतकऱ्यांची स्वतंत्र पाहणी करून आमचे दूत आले, तेव्हा आम्ही या मतास आलो की, त्या गरीब शेतकऱ्यांची इतकी अन्नान्नदशा झाली होती की, जर शंभूनं त्या पीडितांना सारा माफ केला नसता, तर तो गुन्हाच ठरला असता!"

"तरीही शंभूराजांचं वर्तन कधीच फारसं सदाचाराचं नव्हतं, महाराज!"

शिवाजीराजे अचंबित झाले. हा असा नाजूक विषय अण्णाजी दत्तो चारचौघांसमोर फडावर काढतील अशी महाराजांची अजिबात अपेक्षा नव्हती. किमान या प्रकरणाची पाळेमुळे अण्णाजी दत्तोंशी संबंधित असल्यामुळे ती उघडपणे छेडणे योग्य नव्हते. इतर प्रधानांची आणि दरकदारांची विचित्र अवस्था झाली. आपण इथून पळावे की काय असेही त्यांच्या जिवास वाटले. परंतु तरीही या विषयावर राजे काय प्रतिक्रिया व्यक्त करतात हे जाणून घ्यायची त्यांची उत्सुकता होतीच. आता कोणताही आडपडदा ठेवायला नको असे राजांनाच वाटले. ते विषयाला सरळ हात घालत निश्चयी सुरात बोलले, "हे पाहा अण्णाजीपंत, तुमच्या तरुण कन्येच्या अपघाती मृत्यूमुळे तुम्हांला किती दु:ख झाले असेल याची आम्ही कल्पना करू शकतो. त्यामुळे खरंच या प्रकरणामध्ये शंभूराजे दोषी आहेत किंवा कसे याची चौकशी आम्ही सोयराबाई राणीसाहेबांवर सोपवली होती. या प्रकरणी शंभूराजांकडून अत्याचार घडल्याचा एकही पुरावा आमच्यासमोर आलेला नाही."

"राजे, आपण तर मुसलमान सुभेदाराच्या सुनेलाही साडीचोळीचा आहेर केला होता—"

"त्याच न्यायानं आम्ही तुम्हांला फर्मावतो अण्णाजीपंत, शंभूच्या बदवर्तनाचा आपण पुरावा पेश करा. ते गुन्हेगार आढळतील तर आम्ही आमच्या पुत्रास योग्य ती शिक्षा करू, जेरबंद करू."

"राजे, आमच्या गोदूचं तरी काय झालं?" अण्णाजीपंत मागे हटायला तयार नव्हते.

"हे पाहा, तिच्या फिर्यादीची आणि रंगपंचमीच्या दिवशी गडावर घडलेल्या

सर्व हालचालींची आम्ही बारकाईनं चौकशी केली आहे. त्र्यंबकराव आणि निवासराव ह्या बापलेकांना शत्रूशी संधान बांधताना रंगेहाथ पकडलं गेलं. त्या दोघांनी लिंगाण्यावरची अंधारकोठडी फोडून रात्रीचा बाहेर पडायचा यत्न केला. तेव्हा त्या कड्यावरून ते खाली काळदरीत खडकावर कोसळले. तेव्हा त्यांच्या ठिकऱ्या ठिकऱ्या झाल्या, ही वस्तुस्थिती तुम्हांलाही ठाऊक आहे.''

फडावर कमालीचा तणाव निर्माण झाला होता. राजांच्या स्वाभिमानी मनाची तार अण्णाजी दत्तोंनी छेडली होती. राजारामांच्या विवाहाच्या निमित्ताने नव्हे तर अन्य कोणत्याही कारणाने शंभूराजे रायगडावर पुन्हा परतायला नकोत, अशीच अण्णाजींच्या मनाची धारणा होती. त्यामुळेच महाराजांच्या रोषाची पर्वा न करता ते बोलत राहिले होते. इतक्यात खाजगीकडे जाणाऱ्या दरवाजाजवळचा चिकाचा पडदा हलला. पलीकडून जोडवी वाजल्याचा आवाज राजांनी ऐकला. त्या जोडव्यांचा नाद त्यांच्या परिचयाचा होता. म्हणूनच ते जरबेने बोलले, ''भिंतीच्या आडोशाने आमचे सर्व शब्द कदाचित तुम्हांला ऐकू यायचे नाहीत राणीसाहेब! आपण सरळ बाहेरच या ना.''

आपली नजर पायाकडे झुकवत सोयराबाई बाहेर आल्या. बैठकीत एका बाजूला स्थानापन्न झाल्या. शंभूराजांच्या प्रेमाचे आणखी एक मनुष्य आले– अशाच विषादपूर्ण नजरेने राजांनी महाराणींकडे पाहिले. महाराजांच्या सरबत्तीने सचिव अण्णाजीपंत चांगलेच हादरले होते. परंतु सोयराबाईंच्या आगमनाने त्यांना थोडे हायसे वाटले. बाकीची प्रधानमंडळीही कमालीची तणावाखाली दिसत होती. शिवरायांनी मनातल्या संतापाचे विष गिळून टाकले. ते सामंजस्याच्या सुरात बोलले, ''हे पाहा मंडळी, शंभूराजे जसे आमचे पुत्र आहेत, तसेच तुमच्यापैकी अनेकजणांशी आमचे जन्माचे मैत्र जुळले आहे. आपणही ह्या स्वराज्याच्या बांधणीसाठी खूप खस्ता खाल्ल्या आहेत, हे आम्ही नाही विसरू शकत.''

अण्णाजीपंतांनी अर्धवट ओठ उघडले. त्यांनी जेव्हा सोयराबाई राणीसाहेबांच्या डोळ्यांकडे पाहिले, तेव्हा त्यांना त्यांच्या नेत्रात भरवशाची, आधाराची झाक दिसली. तशी अण्णाजींना हिंमत आली. ते बोलले, ''महाराज, ह्या साऱ्या प्रकरणाचा आम्ही सोयीस्कर अर्थ असा काढायचा का– की, असे काही घडलंच नव्हतं? शंभूराजे मोगलांनासुद्धा मिळाले नव्हते. ते तिकडं गेलेच नव्हते. शृंगारपुरच्या वाड्यात फक्त बसून होते.''

''अण्णाजीपंत, लक्षात ठेवा. शंभूराजे तर दिवसाढवळ्या मोगलांना जाऊन उघडपणे मिळाले होते. आता प्रश्न इतकाच उरतो की, मोगलांकडे जाऊन त्यांनी स्वराज्याचे काय नुकसान केले? मोरोपंत कुठं आहेत ते? बोलवा त्यांना.''

''राजे, शंभूबाळ हूड स्वभावाचे आहेत. कोणाला ते उर्मटही वाटतात. परंतु त्यांचं हृदय मात्र निर्मळ आहे, हे आम्ही शपथेवर सांगू.'' अण्णाजी आणि

सोयराबाईंच्या वक्र नजरेची पर्वा न करता बाळाजीपंत चिटणीस बोलले.

"अस्सल पुरावाच पाहू ना आपण. हा सूर्य आणि हा जयद्रथ!" महाराज उद्गारले.

राजांच्या हुकुमानुसार एक गुप्त लखोटा घेऊन मोरोपंत पेशवे फडावर पोचले. त्यांनी लखोट्याची चंदनी दांडी महाराजांच्या हाती सुपूर्त केली. तिचे रेशमी बंध उघडत शिवाजीराजे बोलले,

"हे पाहा, आम्ही कर्नाटकात गेलो होतो तेव्हा जातानाच शंभूराजांच्या अवती-भवती गुप्त जासुदांची पेरणी केली होती. शंभू आणि दिलेरखान यांच्यामध्ये पत्रव्यवहार सुरू होता; त्याची कल्पना आमच्या जासुदांना आली होती. अनेकदा ते युवराजांची पत्रे मध्येच हस्तगत करत. त्याची नक्कल बनवून आम्हाकडे कर्नाटकला पाठवत. पुढे आम्ही पन्हाळ्यावर परतलो आणि शंभू सज्जनगडावर गेले. त्या दरम्यानच आमच्या गुप्त जाळ्याचा धागा कुठेतरी खंडित झाला. म्हणूनच पुढचा अनर्थ ओढवला. असो. मात्र शंभूराजांनी शृंगारपुराहून दिलेरखानाला पाठवलेल्या एका पत्राची ही नकल पाहा. काय लिहितात आमचे चिरंजीव ह्या खलित्यामध्ये?— आमचे पिताश्री आमच्यावर भरवसा ठेवून दूरदेशी गेले असताना त्यांच्याशी दगाफटका करणं आणि तुम्हांला येऊन मिळणं, हे जातिधर्माला शोभणारं नाही! —गड्यांनो, दिसतो काही फरक इथे तुम्हांला? आपल्या पाठच्या सख्ख्या भावांची आणि पोटच्या पोरांचीही सत्तेसाठी बकरीसारखी मुंडी छाटणारे ते मोगलांचे शहजादे कुठे आणि आपल्या पित्याच्या गैरहजेरीत राज्याचे नुकसान करायला घाबरणारा हा बाजिंदा राजकुमार कुठे? हाच, हाच फरक असतो मोगलांच्या शहजाद्यांमध्ये आणि मराठ्यांच्या युवराजांमध्ये!"

महाराजांची मुद्रा खूपच व्यथित दिसू लागली. ते आपल्या सहकाऱ्यांना बोलले,

"दिलेरला जाऊन मिळण्याचा संभाजीराजांचा गुन्हा म्हणजे एक प्रकारचा अविवेक होता, तारुण्याचा वेडा कैफ होता आणि स्वत:बद्दलच्या भ्रामक कल्पनांचा तो उच्छाद होता यात शंकाच नाही! मात्र त्याचवेळी आपण हे ध्यानात घ्यावं, मराठी राज्याच्या नरडीला नख लावावं आणि आईभवानीचा कपाळमोक्ष व्हावा अशा गद्दारीच्या कल्पनेनं खरंच शंभूला पछाडलं असतं तर? सांगा, सांगा. आमच्या गैरहजेरीत गुपचूप रायगडाच्या माथ्यावर जाऊन बंडाची तुतारी फुंकली असती तर? ती धक्कादायक बातमी कळल्यावर धावत्या घोड्यावरून इथे पोचायलाही आम्हांला चार दिवस लागले असते. पण दरम्यान कोण रामायण घडले असतं!"

महाराजांच्या वक्तव्यावर बाकीची प्रधानमंडळी चिडीचूप झाली होती. महाराजांनी अण्णाजींवर नजर रोखत मोरोपंतांना प्रश्न केला,

"काय पंत, अशी नौबत उद्भवली असती तर आपण काय केलं असतं?"

“माफ करा स्वामी. असा दुर्दैवी प्रसंग एक तर ओढवलाच नसता. मात्र तशी आणीबाणी आलीच असती तर आम्ही सर्वांनी मिळून शत्रूंशी झुंज दिली असती–”

महाराज मोठ्याने हसत बोलले, “तुमच्यापैकी तेव्हा रायगडावर कोणीही मौजूद नव्हते. तुम्ही सारेजण कोणत्या ना कोणत्या कामगिरीवर बाहेर गेला होतात. ठीक आहे पंत, आपण हेही मान्य करू. युवराजांच्या अशा आततायीपणामुळे आपलं राज्य बुडालं नसते कदाचित, मात्र वैऱ्यांच्या नजरेत ते कमालीचे पंगू झाले असते, त्याचे काय?”

आता सदरेवर कोणालाही काही बोलवत नव्हते. महाराजांची चर्या, त्यांचा कातर सूर आज सारेच काही वेगळेच भासत होते. ते कष्टी होऊन बोलले,

“काही महिन्यांमागे संभाजी आणि राजाराम ह्या दोन्ही पुत्रांमध्ये वाटणी करावयाची आमची कल्पना होती. मात्र राज्य शिवाजीचं असो वा प्रभू रामचंद्राचं. राजा, प्रधान मंडळी आणि प्रजा सारेच असतात मातीचे गोळे! त्यामुळे अनेक व्याधीविकारांनी सर्वांनाच गाठलेले असतं. आज स्वराज्याची पालखी उचलण्यापेक्षा स्वार्थाच्या बुट्टया वाहण्याकडे अनेकांची मनं ओढ घेताहेत. परस्परद्वेष, दुफळी इतकी माजली आहे की, कधी काळी तोरणा किल्ल्यावर आम्ही पुकारलेल्या मंत्रघोषामध्ये आता पहिले निनाद उरलेले नाहीत. इथे आमच्या अष्टप्रधानांमध्येही झगडे, एकीकडे ब्राह्मणांचा गट, तर दुसरीकडे चांद्रसेनीय कायस्थ प्रभूंचा सवतासुभा. इथे दरबारात बाळाजी आवजी आणि अण्णाजी दत्तोंमध्येही सूर जुळत नाहीत. उच्चनीचतेच्या, शहाण्णव-ब्याण्णव कुळीच्या भेदाने मराठा जात कायमची पांगळी झालेली. अशा गैरविश्वासू, असमंजस आणि दूषित वातावरणात स्वराज्याची वाटणी करणं, म्हणजे संकटाच्या कर्दमात अधिक खोल रुतणं. असो. भविष्यात जसं घडेल तसं काळ ठरवील!”

थोरले महाराज उठले. प्रधानमंडळीही जायला निघाली. तेव्हा महाराजांची पावले पुन्हा थबकली. सर्वांकडे नजर टाकत ते कातर आवाजात बोलले,

“शंभूराजांच्या जन्मावेळी आम्ही प्रतापगडच्या लढाईत मश्गुल होतो. जेव्हा पुरंदर किल्ल्यावर धो धो पाऊस कोसळत होता, तेव्हा शंभूराजे जन्माला आले. तो मांसाचा इवलासा गोळा सईबाईंनी आमच्या आणि जिजाऊसाहेबांच्या हाती सुपूर्त केला. आपल्या इवल्याशा चिमण्याला सोडून आजाराने जर्जर झालेली त्याची माता लवकरच देवाघरी गेली. शंभूला आम्ही आमच्या छातीशी प्रथम लपेटलं होतं. तेव्हा त्यांनी आमचा अंगठा घट्ट धरून ठेवला होता. तेव्हापासून आमच्यातल्या राजाने आणि राजवस्त्रांच्या आत लपलेल्या त्याच्या पित्याने त्याला खूप जवळून निरखलेलंही आहे. सोयराबाई राणीसाहेब, अण्णाजीपंत, तुम्हां कोणाला आमचे शंभू शीघ्रकोपी वाटतील, कोणाला उद्धट भासतील, पण एक मुद्दाम लक्षात ठेवा, आमच्या जिजाऊसाहेब आम्हांला नेहमी आठवण करून द्यायच्या– शिवबा, ह्या शंभूच्या

वरवरच्या धसमुसळेपणावर जाऊ नकोस. हे पिवळेधमक खणखणतं नाणं आहे! पुढे मागे तुझ्या हिंदवी स्वराज्यावर तसाच प्रसंग ओढवला तर तुझा हा वेडा पोर प्रसंगी प्राण गमावेल, पण सत्त्व सांभाळेल!''

४.

भोगावतीच्या खोऱ्यातून आणि दूर विशाळगडाच्या डोंगररांगांतून ढग उठायचे. विस्तीर्ण म्हसाईच्या पठारावरून तरंगत तरंगत पुढे यायचे. सज्जाकोठीच्या आगाशीतून शंभूराजांचे लक्ष दूर तीन दरवाजाकडे जायचे. त्याच बाजूने येणाऱ्या ढगांचा आकार इतका पसरट वेडावाकडा असायचा की, जसे काही जटायूसारखे अजस्त्र पक्षी आभाळातून भराऱ्या घेत आहेत. बऱ्याचदा फाटक्या पंखांच्या पसरट मेघसावल्या अशुभाची पेरणी करतच यायच्या. दैत्यासारख्या गडावरून पुढे धावत जायच्या.

संक्रांतीच्या आदल्या दिवशी शंभूराजांची आपल्या पित्याशी भेट झालेली. त्यानंतर सलग तीनचार दिवस त्यांच्या चर्चा चालूच होत्या. राजे रायगडाकडे निघून गेले होते. शिवरायांच्या हृदयातील अमृतकुंभाची शंभूराजांना पुन्हा नव्याने प्रचिती आली होती. परंतु राजांनी त्यांच्याकडे पन्हाळगडची सुभेदारी सोपवूनही त्यांना इथे आजकाल पाहुण्यासारखेच वाटत होते. एक तर त्यांच्यासोबत काम करायला हिरोजी फर्जंद, जनार्दनपंत सुमंत असे अनुभवी पुरुष आणि सोमाजी बंकी आणि दुसरा बहिर्जी नाईक यांसारखी नवागत मंडळी देण्यात आली होती. फर्जंदकाका हे नात्याने शंभूराजांचे तसे चुलतेच. परंतु अलीकडे त्यांच्यामध्ये पहिल्यासारखा ओलावा राहिला नव्हता. गडावरील इतर कारभारी मंडळी तर अष्टप्रधानांच्या कलाने चालणारी होती. त्यामुळेच शंभूराजांना उगाचच स्वभूमीतही परक्यासारखे वाटत होते.

अडीच-तीन महिन्यामागे जेव्हा थोरले राजे रायगडाकडे निघाले, तेव्हा शंभूराजांनी त्यांना विचारले होते, ''आबासाहेब, आम्ही किती दिवसांनी यायचं तिकडे?''

''आँ?'' शिवाजीराजे किंचित अडखळले होते. पुन्हा स्वतःला सावरत बोलले होते, ''असं करा शंभूबाळ, आम्ही जोवर सांगावा धाडत नाही तोवर आपण इथेच राहा.''

''एकूण काय आबासाहेब, आमच्याबद्दलचा संशय आपल्या मनातून निघून न जावा हे आम्ही आमचं दुर्भाग्यच मानावं काय?'' न राहवून शंभूराजे बोलले.

शिवाजीराजांचे हृदय उचंबळून आले. ते बोलले,

''शंभूराजे, आपले दिल किती साफ आहे ह्याची साक्ष आम्हांला अन्य कोणाकडून नको आहे. पण तूर्तास रायगडाकडचा विषारी वारा तुमच्या प्रकृतीस मानवणार नाही. जसा वेळ जाईल तसे हळू हळू किल्मिषांचे काटे झडून जातील.

भेगा लिंपतील. मनं सांधली जातील. मग आपण सारे एका दिलानं रायगडावर एकत्र येऊ. जगदीश्वराला अभिषेक घाला. खूप बोलायचं आहे! खूप करायचं आहे!''

त्या चार रोजात पितापुत्रांदरम्यान झडलेला दीर्घ संवाद शंभूराजांच्या मन:पटलावर ताजा होता. त्यातच रायगडावर राजारामांच्या मुंजीचे आणि लग्नाचे कार्य महाराजांनी आयोजल्याची खबर येऊन पोचली. त्यांनी राजारामसाहेबांसाठी प्रतापरावांची कन्या सून म्हणून निवडल्याचे कळले, तेव्हा युवराज आणि युवराज्ञींना खूप आनंद झाला. तथापि लग्नकार्याचं आमंत्रण काही शंभूराजांना आले नाही. आज ना उद्या ते येईल याची खात्री होतीच. परंतु तसे काही दिसेना.

शंभूराजे हताश दिसू लागले. येसूबाईंनी विचारले, ''निमंत्रण न आलं तर जायचं नाही?''

''न जायला ह्या शंभूला रायगडावर कोण अडवणार आहे? राजारामाच्या लग्नमंडपात आम्ही नाही तर काय कोणी मोगली शहजाद्यांनी मिरवायचं?''

दोघांनीही रायगडाकडे जायचा निश्चय केला होता. तेवढ्यात तिकडून हिरोजी फिर्जंद, जनार्दनपंत यांच्यापासून ते अनेक छोट्यामोठ्या कारकुनांपर्यंत आवतणे आली होती. जनार्दनपंतांची नातवंडे विवाहास जाण्यासाठी सजून बसली होती. तेव्हा दोन अडीच वर्षांची इवलीशी भवानी येसूबाईंकडे धावत आली आणि आपल्या आईच्या गळ्यात पडत बोलली, ''मासाहेब, रायगडाकडच्या लग्नासाठी तिकडे घोडी नटलीत, आपण कधी निघायचं?''

शंभूराजांनी छोट्या भवानीला आपल्या छातीशी ओढून घेतले. दाटून आलेले हुंदके आतल्या आत कोंडत ते बोलले, ''बाळ, धाकट्या बाळराजांच्या मातोश्रींना आम्ही तिथे गेल्याचं आवडत नाही.''

थोड्या वेळाने येसूबाईंना शंभूराजे बोलले, ''युवराज्ञी, इथं आबासाहेबांशी आमचा दीर्घ सुखसंवाद झाला तेव्हा किती खुल्या दिलानं बोलले होते ते! रायगडाकडे गेल्यावर मात्र आमच्या बंधूंच्या लग्नकार्यास आम्हांस न बोलवण्याइतका त्यांना विसर पडावा?''

''विवाहकार्यास वरमातेचे खूप महत्त्व असते युवराज. शिवाय मामंजीसाहेबांच्याही काही अडचणी असतील. संसाराच्या आणि आप्तस्वकीयांच्या हेव्यादाव्यातून महापुरुषांची तरी कुठे सुटका झाली आहे?''

त्या दिवशी पन्हाळ्याहून अनेक सजलेली घोडी रायगडाच्या वाटेकडे निघून गेली. इतरांना निमंत्रणे आली नसती तर तिकडे आपणहून जायचा, युवराज आणि युवराज्ञींचा निश्चय होता. पण मुद्दाम दाखवल्या गेलेल्या सावत्रपणाचा दाह अधिक जहरी होता. त्या दिवशी शंभूराजांना खूपच अस्वस्थ वाटत होते. नवे रेशमी झबले आणि मोत्याची माळ घालून लग्नासाठी नटलेली भवानी इकडे तिकडे नाचून तशीच

झोपी गेली होती. शंभूराजांना आजवरचे दिवस आठवले. ते बोलले, "येसू, राजारामांना बंधूसारखं नव्हे, स्वपुत्रासारखं पाठुंगळीवर बांधून आम्ही साऱ्या रायगडावरून फिरवलं आहे. त्यांच्याशी आट्यापाट्यांचा आणि सुरपारंब्याचाही खेळ खेळलोय. आम्ही राजारामबाळांना एक वचन देऊन बसलो आहोत."

"कोणतं?" येसूबाईंनी विचारले.

"त्यांनी आम्हांला फर्मावले होतं – दादासाहेब, आमच्या लग्नात आपण मावळी गड्यांसारखं मुंडासं बांधायचं आणि ढोललेजीम खेळायचं! खरं सांगू येसू, त्या वचनाच्या पूर्तीसाठी आम्ही किती आतुर होतो!"

येसूबाई शंभूराजांना आवरायचा खूप प्रयत्न करायच्या. पण एकदा गृहकलहाचे चेटूक घुसले की, ते रिकाम्या भांड्यासारखे वाजतच राहते. शंभूराजे विषादाने विचारत होते, "येसू, स्वार्थाचा खरवस चाखण्यासाठी कशी बदलतात ही माणसं! कशी तुटतात ही नाती!"

"अजून काय आठवलं युवराज?"

"आज कदाचित कोणाला ह्या गोष्टी पटायच्याही नाहीत. पण ह्या शंभूच्या शैशवाचं अंगण होती ती आमच्या जिजाऊसाहेबांची मांडी. आणि आमचा बाळपणातला चैतन्याचा झुला म्हणजे आमच्या सावत्र माता सोयराबाईसाहेबच! ती माया, तो लोभ, कुठं गेलं ते सारं?"

युवराजांच्या तोंडून त्या गोड गहिऱ्या आठवणी ऐकल्या आणि येसूबाईंचे मनही कातर झाले. त्या बोलल्या, "खरंच किती बदलतात हो दिवस!"

रात्री खायला उठत. मग दिवसा मात्र शंभूराजे आपल्या मित्रांसमवेत पन्हाळ्याच्या परिसरात बाहेर पडत. त्यांच्या सोबत पुनाळचे जोत्याजी केसरकर, केर्लीचे दगडोजी पाटील, कोडोलीचे अप्पासाहेब कुलकर्णी अशी मित्रमंडळी असत. पन्हाळ्याच्या पश्चिमेला तीन मैल लांबीचे म्हसाईचे पठार होते. त्या पठारावर आठ-दहा छोटे मोठे डोंगर एकत्र येऊन आतल्या अंगाला अनेक दऱ्या निर्माण झाल्या होत्या. जांभ्या दगडांच्या त्या डोंगरकडांमध्ये, सुळक्यांच्या पायथ्याला आत अनेक आडोशाच्या जागा निर्माण झाल्या होत्या. त्या जागेवर उभ्या असणाऱ्या हजारभर सैन्याला पन्हाळ्यासह बाहेरचा मुलूख दिसे, परंतु ही आडोशाची, गुहेसारखी मोठी जागा बाहेरच्या मंडळींना दिसत नसे. याच जागेला शंभूराजांनी 'बारद्वारी' असे नाव दिले होते. तिथे पोचल्यावर शंभूराजे आपल्या मित्रांना अभिमानाने सांगत, "आपल्या ह्या सह्याद्रीच्या डोंगररांगांत अशा कितीतरी दऱ्या, काळदऱ्या, बारद्वारी आहेत. हा प्रदेश इतका कठीण आणि अजिंक्य आहे की, आमचे हे डोंगरकडे स्वत:चं पोट चिरून आम्हांला सहज लपवून ठेवतील. जिथे सूर्याची किरणेसुद्धा पोचू शकत नाहीत, अशा ह्या कठीण कडेकपारीपर्यंत त्या पापी औरंगजेबाची नजर तरी कशा पोचणार?"

रात्री छपरी पलंगाच्या मऊसूत गादीवरही शंभूराजांचा डोळा लागायचा नाही. त्यांच्या बेचैनीने येसूबाईंच्या अस्वस्थतेमध्ये अधिकच भर पडे. जेव्हा कारभारी आणि दरकदारांच्या गोष्टी आठवत तेव्हा विषादाची जागा अनावर संताप घेई. कण्हत्या सुरात युवराज बोलत, ''अलीकडे, आमच्या हिरोजी फर्जंदकाकांना तरी काय झालं आहे कोणास ठाऊक! आग्र्याच्या महालातून आबासाहेब जेव्हा बाहेर पडले होते तेव्हा काही तासांसाठी त्यांनी आपल्या जागेवर हुबेहूब आपल्यासारख्याच दिसणाऱ्या फर्जंदकाकांना झोपवलं होतं. युवराज्ञी, आमच्या बालमनाला तेव्हापासून वाटे– तसाच प्रसंग आला तर आबासाहेबांची जागा आमच्यासाठी फर्जंदकाका भरून काढतील. मात्र अलीकडे आम्हांला टाळण्यातच ते धन्यता मानतात.''

''युवराज, ते सारेजण तुम्हांला दुर्गुणी समजतात.''

''होय. आम्ही बदफैली आहोत, बाईबाज आहोत, ऊठसूठ चोरून मद्य रिचवतो आणि गांजाच्या कैफातच वावरतो असा जावईशोध ह्या मंडळींना अलीकडेच कसा लागला आहे?''

''जाऊ दे! स्वारींनी अधिक चिंता करू नये. इथे पन्हाळ्यावर मामंजीसाहेबांशी झाल्या आहेत नव्हे खुलासेवार गोष्टी? त्यांचं हृदय तर निर्मळ आहे. मग इतरांची पर्वा करायची कशाला?''

''नाही येसू, राज्य चालवण्यासाठी कारभाराचा गाडा हाकावा लागतो. त्यासाठी कारभाऱ्यांची नियुक्ती करावी लागते. आणि बऱ्याचदा हे कुंपणच शेत खाऊन रिकामं होते.''

चर्चेच्या ओघात येसूबाई बोलल्या, ''जसे सोयराबाई राणीसाहेबांचे पाठचे बंधू हंबीरराव स्वराज्याचे सरसेनापती बनले, तसं आमच्या सासूबाईंना अलीकडं गगनच ठेंगणं वाटू लागलं आहे. त्या आजकाल बोलतातही– वाघासारखा आमचा बंधू स्वराज्याचा सेनापती बनला असताना आमचे राजारामबाळ सिंहासनापर्यंत पोचल्या-शिवाय राहतीलच कसे?''

संभाजीराजे काहीच बोलले नाहीत. तशा येसूबाईच खोदून विचारू लागल्या, ''स्वामींना वाटते ही गोष्ट खरी? करतील हंबीरराव त्यांना मदत?''

''का नाही येसू? अगं, असं कोट्यवधी होनांचं राज्य आपल्या भाचेसाहेबांना मिळत असेल तर जगातला कोणता मामा त्या गोष्टीला नाही म्हणेल? आज ना उद्या हंबीरमामा आपल्या बहिणीच्या पक्षाला मिळणार, ही तर काळ्या दगडावरचीच रेघ आहे!''

लवकरच लग्नकार्य उरकून इकडून गेलेली मंडळी पन्हाळ्यावर परतली, तेव्हा राजारामांच्या ममतेपोटी तिकडचे क्षेमकुशल विचारल्याशिवाय शंभूराजांना राहवेना. जाणारे सांगत होते, जेव्हा सोहळा उरकला तेव्हा थोरल्या महाराजांना प्रतापरावांची

खूपच सय झाली म्हणे! ते अगदी गलबलून गेले होते. काहीजणांनी शंभूराजांना सांगितले, "ऐन लग्नमंडपात राजारामराजे रुसले हो! आमच्या लग्नासाठी आमच्या संभाजीदादांना का बोलावलं नाही असा त्रागा त्यांनी सुरू केला. ते बोहल्यावर चढायलाच तयार नव्हते. शंभूराजे संध्याकाळपर्यंत पोचणार आहेत, अशी त्यांच्या हंबीरमामांनी समजूत काढली, तेव्हा कुठे धाकटे युवराज कळसात उभे राहिले."

ती कहाणी ऐकताना शंभूराजांचे काळीज तीळ तीळ तुटत होते.

दुसऱ्या दिवशी दुपारी शंभूराजे चंदनी पाटावर भोजनासाठी बसले होते. त्यांच्यासोबत ज्योत्याजी केसरकर आणि इतर मित्रमंडळीही पंगतीला होती. तितक्यात जनार्दनपंत सुमंतांच्या वाड्यातून एक सेवक लाडवाने भरलेली दुर्डी घेऊन आला. ती रेखीव रुमालाने आच्छादलेली, नव्या कोऱ्या कांबेची पानेफुले रेखलेली दुर्डी येसूबाईंनी पाहिली आणि त्यांना थोडा धक्काच बसला. रायगडाच्या लग्नघरातून आलेली ती भेट होती, हे ओळखायला येसूबाईंना वेळ लागला नाही. त्यांनी नजरेनेच सेवकाला दटावले. दुर्डी बाजूला नेऊन ठेवायचा इशाराही केला. पण तो बिचारा सेवक भांबावून गेलेला. तेव्हा येसूबाईच त्वरेने पुढे झाल्या. दुर्डी उचलून पटकन कोपऱ्यामध्ये नेऊ लागल्या. तर त्यांच्या कानावर शंभूराजांचे कठोर शब्द पडले,

"येसू, कशाला लपवतेस? काय लपवतेस? मंगल कार्यातली मिठाई अशी लपवून ठेवायची असते का? ये. वाढ बरं ते लाडू साऱ्या पंगतीला."

शंभूराजांचा तो रुद्रावतार पाहून येसूबाईंनी पटकन पंगतीला लाडू वाढले. शंभूराजांनी दुर्डीतला एक लाडू उचलला आणि येसूबाईंच्या हातावर दिला. "खाऽ खा म्हणतो ना तुम्हांला!" शंभूराजे ओरडले. दासी आणि कुळंबिणीसमोर उगाच शोभा नको म्हणून येसूबाईंनी लाडवाचा घास घेतला. त्यांच्या नाकाचा शेंडा लाल झाला होता. डोळ्यांत अश्रू तरळले होते. शंभूराजांनीही अर्धवट लाडू आपल्या मुखात ठेवला. आणि एकदम ढग गळू लागावा, तसे त्यांना भडभडून आले.

आपले अश्रू लपवण्याचा प्रयत्न करत ते बोलले, "जोत्याजी, येसूबाई, अरे खा रे खा. लाडू खा. कडू असोत वा गोड. आता यापुढे ताटावर विखाचे लाडू जरी कोणी ठेवले तरी ते गोड मानूनच खायला हवेत! येसू, आपल्यासाठी आता दुसरा पर्याय तरी काय उरला आहे!"

५.

फाल्गुनी अमावास्या आली. त्या सायंकाळी सूर्यास्तापूर्वीच सूर्यदेवाला ग्रहणाने ग्रासले होते. पन्हाळगडावरची काही हौशी मंडळी सूर्यग्रहण पाहत होती. आपल्या महालाच्या आगाशीतून शंभूराजांनी तिकडे दृष्टिक्षेप टाकला, तशा येसूबाई लगबगीने

तिथे धावल्या. युवराजांचा हात पाठीमागून ओढत त्या बोलल्या, "आत चला कसे! अशावेळी सूर्याचं तोंड पाहणं खूप अशुभ असतं, असं म्हणतात!"

"जाऊ दे येसू, आता कसली शुभाशुभाची पर्वा करायची? वैऱ्याच्या वळचणीला जाऊन उभा राहायचा घडू नये तो अपराध आमच्याकडून घडला. मात्र एवढं घडूनही हत्तीचं काळीज असलेल्या आमच्या आबासाहेबांनी आम्हांला पोटाशी धरलं. 'लेकरा, पुन्हा असा सोडून जाऊ नको रे', असं म्हणत मिठीत घेतलं. त्यांच्या त्या एका मिठीने मनातला विषाद, मत्सर, शंकाकुशंका सारं विरघळून गेलं."

आणखी चार दिवस उलटले असतील, नसतील. शंभूराजे अतिशय चिंताग्रस्त मनाने आपल्या महालाकडे परतले. स्वागतासाठी दरवाजात उभ्या असलेल्या येसूबाईंनी त्यांना काळजीने विचारले, "स्वारींनी आज इतकं गंभीर का व्हावं?"

"आबासाहेब अंथरुणाला खिळून आहेत." अत्यंत कष्टी मनाने शंभूराजे बोलले.

"काय सांगता?" येसूबाईंनी घाबरत आपल्या पदराचा काठ हनुवटीजवळ ठेवला.

"इतकंच नव्हे तर रायगडावर रोज एक अशा गंभीर घटना घडताहेत की, त्या ऐकून चांगल्या मनुष्याला फेफरं यावं."

"असं काय घडलं आहे तरी काय?"

"आबासाहेबांच्या आजारपणाचा मातोश्री सोयराबाईंनी खूप फायदा उठवलाय. त्यांच्या डोक्यात नेमकं काय आहे ते समजत नाही. त्यांनी सरळ रायगडाची नाकेबंदीच करायला सुरुवात केलीय."

"अगं बाई, काय सांगता?"

"होय. सारं भीतीचं आणि संशयाचं वातावरण पसरलं आहे तिथं. गडाचे दरवाजे तर बंद आहेतच, पण दिंड्याही क्वचितच उघडल्या जातात. कडक नाकेबंदीमुळं कोणाही मनुष्यास गडावर प्रवेश मिळत नाही. राहुजी सोमनाथ, रामचंद्र नीळकंठ आणि प्रल्हाद निराजींची इकडेतिकडे धावपळ सुरू आहे. गडाखाली दहा हजाराची हत्यारबंद फौज घेऊन सरदार मालसावंत उभे आहेत. येसू, आपल्या रायगडावर कसलीतरी अघटित राजकारणं शिजताहेत खास!"

युवराजांची चर्या काळजीने पुरती काळवंडून गेली होती.

येसूबाईंच्या पापण्या भिरभिरल्या. युवराजांचा अंदाज घेत त्या बोलल्या,

"मला वाटतं, इथं अधिक वेळ दवडण्याऐवजी तिकडे निघालेलंच बरं."

"तेच कळत नाही येसू. आम्ही काय करावं? आबासाहेबांच्या तब्येतीच्या काळजीनं तर आमचं काळीजच पोखरलं आहे. पण आम्ही तिकडे निघणार म्हणजे सैन्यसुद्धा कूच करणार. बरं आमची कोणी वाट अडवू पाहील, आमच्यासाठी दरवाजा बंद करू पाहील तर आम्ही तात्काळ त्या दरवाजांच्या कड्या आणि

बिजागऱ्या खिळखिळ्या केल्याशिवाय स्वस्थ बसणार नाही. पण याचाच दुसरा अर्थ पुन्हा संघर्ष, पुन्हा दंगल. येसू, खरं सांगू, आम्ही मोगलांकडे काही महिन्यांसाठी जाऊन स्वराज्याचं काडीचंही नुकसान केलं नाही. पण आमचं कपाळ मात्र कायमचं फोडून घेतलं! आज आम्हांला कल्पांताचीही भीती वाटत नाही, पण आमच्या भाऊ-बंदांच्या तिरकस नजरा पाहिल्या की, आमचा जीव अगदी कासावीस होऊन जातो.''

''नको नको. स्वारींनी थोडं इकडंच थांबलेलं बरं!'' येसूबाई बोलल्या, ''काही ना काही निरोप येईलच तिकडून. भले, बुरे पाहू. मगच पुढचं पाऊल टाकू.''

गाफील न राहता पुढची पावले टाकणे आवश्यक होते. युवराजांनी संगमेश्वराकडे कवी कलशांना तात्काळ खलिता धाडून दिला. पाठोपाठ शृंगारपुराकडे घोडी धाडली. आपल्या सासरेबुवांना, पिलाजीराव शिर्क्यांनाही सावध राहायचा इशारा दिला.

चैत्र शुद्ध पौर्णिमा आली. तो हनुमान जयंतीचा दिवस होता. युवराज भल्या सकाळी उठले. स्नान उरकून हनुमानाच्या देवालयात गेले. त्यांनी उभयता हनुमान मूर्तीची महापूजा केली. मात्र आज ती एक पुरुष उंचीची पाषाणमूर्ती काही वेगळीच भासत होती. हनुमंताची शेंदराने माखलेली चर्या खूपच कोपिष्ट दिसत होती. आज तर पहाटे उठल्यापासून येसूबाईंच्या जिवाची नुसती तगमग चालली होती. खूप भयंकर, भीतिदायक आणि अतर्क्य असे काहीतरी वाटत होते. कशातही त्यांचे मन रमत नव्हते. दुपारी त्या युवराजांना घाबरत बोलल्या, ''आम्हांला मामंजीसाहेबांची खूप चिंता वाटते.''

शंभूराजांची स्थितीही काही वेगळी नव्हती. जीव पाखडल्यासारखा झालेला. काळजात खोल घळई निर्माण होऊन त्यातून भीतीचे कंप सुटल्यासारखे जाणवत होते. पण तरीही आपल्या धर्मपत्नीला दिलासा देत ते बोलले,

''आबासाहेबांच्या तब्येतीची तुम्ही कसली चिंता करता? ते तर सिद्धपुरुष! दीर्घायुषी ठरणार आहेत. आणि त्यांचं वय तरी असं काय झालं आहे? पन्नाशीचा उंबरठा ओलांडायलाही त्यांना अजून एक मास बाकी आहे. तुझ्यामाझ्यापेक्षा ह्या मराठी मातीलाच त्यांच्यासारख्या भाग्यवंताची अधिक गरज आहे.''

सायंकाळी कवी कलश युवराजांच्या महालामध्ये येऊन दाखलसुद्धा झाले. त्यांच्या पाठोपाठ संभाजीराजांचे दोन जासूद महाड आणि रायगडवाडीकडची दौड करून परतले. ते खूपच घाबरेघुबरे दिसत होते. गोंधळून सांगत होते, ''आम्हांलाच काय पण कोणालाही गडावर प्रवेश मिळत नाही. थोरले महाराज खूप आजारी पडून बिछायतीला खिळल्याचे जो तो सांगतो. पंचक्रोशीतील रयतसुद्धा झुंडीने चितदरवाजाच्या भोवती गर्दी करतेय. पण मुंगीलाही कोणी आत जाऊ देत नाही.''

''काहीजण तर सांगतात, राजे गुडघी रोगाने आजारी आहेत.'' दुसरा जासूद बोलला.

“काहीजण तर असंही म्हणतात– कोणी दबक्या आवाजात घाबऱ्याघुबऱ्या सांगू लागले, की थोरल्या महाराजांवर सोयराबाईंनी विषप्रयोग केलाय!”

जासुदांनी आणलेल्या बातम्या शंभूराजे शांतपणे ऐकून घेत होते.

कढत सुस्कारे सोडत ते कलशांना बोलले, “कवीजी, स्वराज्याची चक्रं खूप उलट्या सुलट्या दिशेनं धावताहेत. सज्ज आणि सावध राहा. आबासाहेबांच्या प्रकृतीचं नेमकं वृत्त मिळविण्यासाठी वाऱ्याच्या वेगानं आणखी काही जासूद रायगडाकडे टाकोटाक पिटाळा.”

चैत्री पौर्णिमेचा दिवस. छत्रपती शिवरायांच्या अंगामध्ये आठ दिवसांचा नवज्वर भरल्याचे निमित्त झाले आणि शिवराय परलोकवासी झाले!

शिवरायांच्या ह्या अशा आकस्मिक जाण्याने पुरा रायगड दुःखाने काळवंडून गेला होता. बुरूज झुकले होते. कमानी दुःखाने वाकल्यासारख्या दिसत होत्या. गंगासागरापासून ते काळ्या हौदापर्यंत अनेक तलावांचे, टाक्यांचे आणि झऱ्यांचे पाणी मचूळ, बेचव लागत होते.

त्या वज्राघाताने मराठी राज्याचे कंबरडे मोडल्यासारखे झाले. मात्र स्वराज्याचे भोवतालीचे शत्रू हे वृत्त कसे स्वीकारतील, त्यांच्याकडून अचानक हमले होतील की काय, काहीच समजत नव्हते. गडावर अष्टप्रधानांपैकी कोणीही कर्ते माणूस मौजूद नव्हते. त्यामुळेच कान्होजी भांडवलकर, राहुजी सोमनाथ आणि सोयराबाई राणीसाहेबांनी ही बातमी गुप्त राहावी यासाठी कसोशीने प्रयत्न केला.

राजारामांच्या हस्ते कशीबशी उत्तरक्रिया आटोपण्यात आली.

कारवारकडे मोहिमेवर असलेले अण्णाजी दत्तो त्वरेने रायगडाकडे परतले. पाठोपाठ नाशिक-त्र्यंबकेश्वर भागातून पेशवे मोरोपंत माघारी आले.

राज्य रावणाचे असो वा रामाचे, प्रशासनाच्या उतरंडीमध्ये आपले हुकुमाचे आणि मोक्याचे स्थान कसे शाबूत राहील, हे पाहणं हा जातिवंत प्रशासकाचा मुख्य पवित्रा असतो. त्यामुळेच रायगडावर सचिव अण्णाजीपंत हे खूप बेचैन होते, “इथं काय घडायचं ते घडू दे. पण एकदा जर का तो संभा सिंहासनावर आला, की मग आपलं काही खरं नाही.” असाच कंठरव त्यांच्या पक्षाने चालू ठेवलेला. अण्णाजींची अक्षरशः झोप उडाली होती. आजवर त्यांनी संभाजीराजांच्या द्वेषाची, त्यांना चारचौघांमध्ये उघडे पाडण्याची एकही संधी सोडली नव्हती. त्यांची एकूण अरेरावी, त्यांनी वसुलाच्या प्राप्त रकमेमध्ये घातलेले घोळ, परस्पर जारी केलेल्या सनदा आणि स्वतः गैरमार्गाने कमावलेला द्रव्यसंचय याची खडान्‌खडा माहिती शंभूराजांकडे होती. त्यामुळेच अण्णाजी समोर दिसले की, “अपश्यतः पश्चतामात्यान्पश्यतो– हे पाहा दिवसाढवळ्या द्रव्य लुबाडणारे अमात्य आले,” अशा शब्दांत युवराज त्यांचे अक्षरशः वाभाडे काढत.

शिवरायांचा मंत्र सर्वकल्याणाचा असला तरी त्यांच्या काही वरिष्ठ कारभाऱ्यांचा, दरकदारांचा कल स्वत:च्या तुंबड्या भरण्याकडेच आहे; त्यामुळेच वसुलाची पूर्ण रक्कम खजिन्यापर्यंत येत नाही; हिशोबात खोट येते; एवढेच नव्हे तर फ्रेंच, इंग्रज, पोर्तुगीज अनेक परदेशी पाहुणे गडावर येतात; तेव्हा राजांबरोबर आपणासही नजराण्याची दक्षिणा मिळावी, यासाठी कारभारी हपापलेले असतात; ऐन बाविशीतल्या युवराजांच्या तरुण रक्ताला ह्या गोष्टी सहन होत नसत. त्यामुळे ते धुसफुसत राहत आणि पर्यायाने कारभाऱ्यांची नाराजी ओढवून घेत. शिवरायांच्या निधनानंतर अण्णाजींचे इष्टमित्र हळूच त्यांना विचारू लागले, "काय हो अण्णाजी, आता राज्याच्या गादीवर शंभूराजे स्थानापन्न होतील. मग तुमचं काय?"

आपल्या भविष्याच्या चिंतेने अण्णाजीपंतांना ठार वेडे केले होते. आपला पुत्र मंचकी बसावा ह्या लोभापोटी सोयराबाई निश्चितच शंभूराजांना विरोध करतील; मात्र केवळ बुद्धीच्या आणि कारस्थानाच्या बळावर राज्य उभे राहत नाही. त्याला बाहुबळाचीही खूप गरज असते, हे अण्णाजींना चांगलेच ठाऊक होते. स्वराज्याचे सेनापती हंबीरराव मोहिते यांचा कराडजवळ तळ पडला होता. पंतांनी त्यांच्याकडे लागलीच खलिता धाडला, "आपल्याच भाच्यांना, राजारामसाहेबांना राजगादीवर बसवायचा आमचा पक्का इरादा आहे. ते तुमच्या सातकुळीचा उद्धार करतील. मात्र आमच्या या प्रयत्नांना आपला कौल मिळेल, तरच आम्ही यशस्वी होऊ."

सुदैवाने दोनच दिवसांत हंबीररावांचा उलट जबाब आला, "सुरनवीस, आपण स्वत: इतके जाणते आणि तल्लख बुद्धीचे आहात! स्वराज्यातल्या कोणत्या झाडास किती पानं आहेत, याचा सारा हिशोब फक्त तुम्हांकडेच आहे. आपल्या पुढाकाराने आमच्या भाचेसाहेबांचं कल्याण तर होईलच, मात्र तुमच्या बुद्धीनं चाललो तर अवघ्या स्वराज्याचं सोनं होईल. ह्या शिपाईगड्यास अजून काय हवं आहे?"

हंबीररावांच्या लेखी संमतीने अण्णाजीपंत भलतेच खूष झाले. त्यांच्या कारभारी पक्षाला मोठा जोर चढला. गडावर आल्यापासून ते सोयराबाईंना दोनतीन वेळा भेटले होते. आता कनवटीला सेनापती हंबीररावांचे पत्र होते. त्यामुळे तर सोयराबाईंच्या महालाकडे जाताना त्यांच्या पावलांना विलक्षण गती प्राप्त झाली होती. पुढचे काम खूप सोपे होते. सोयराबाई राणीसाहेब पुत्रप्रेमाने किती आंधळ्या झाल्या आहेत, राजगादीसाठी त्या किती हपापल्या आहेत, हे अण्णाजीपंतांएवढे दुसरे कोणीच जाणत नव्हते. त्यांच्या ह्या मन:स्थितीचा फायदा घ्यावा. थोडीशी हळुवार फुंकर घालायचा अवकाश, लगेच सोयराबाईंच्या महत्त्वाकांक्षी मनाचे निखारे फुलतील. अशाने राजारामांना गादी मिळणार होती आणि अण्णाजीपंतांचा स्वार्थ आणि सुरक्षा या दोन्हीही गोष्टी अबाधित राहणार होत्या.

राजांच्या मृत्यूनंतर सप्तमहाल ओकाबोका दिसू लागला होता. मात्र राणीवशाबाहेरच्या

एका दालनामध्ये अण्णाजीपंतांना फारशी प्रतीक्षा करावी लागली नाही. दासींनी निरोप देताच थोड्याच वेळात सोयराबाई तिथे येऊन पोचल्या. पतिनिधनाने त्यांचे मन मोडून गेले होते. मात्र आपल्या आणि आपल्या पुत्राच्या भविष्याच्या चिंतेने त्यांना खूप व्याकूळ केले होते. आल्या प्रसंगाने दबून न जाता सोयराबाईंनी किल्ल्यावर आणि किल्ल्याबाहेर चोख बंदोबस्त ठेवला होता. अण्णाजीपंत राणीसाहेबांचा वकूब, तडफ आणि इरादा सारे काही जाणून होते. त्यामुळेच ज्या आकांक्षेने आपण इथवर येऊन पोहोचलो, ती फलद्रूप होणारच अशी अण्णाजीपंतांना खात्री वाटत होती.

राणीसाहेब समोरच्या मंचकावर येऊन बसल्या तसे अण्णाजीपंत उठून मुजरा करीत अजिजीने सांगू लागले, "महाराणीसाहेब, आता अधिक वेळ दवडणं कोणाच्याही हिताचं नाही. बाहेर जनता गोंधळली आहे. लष्कर हवालदिल झालं आहे. त्यांना योग्य तो हुकूम वेळेतच मिळालेला बरा."

"इतकी त्वरा करावी म्हणता?"

"त्वरा? राणीसाहेब, राजांच्या निधनाची खबर दाबून ठेवावी, तितकी ती अधिक वेगानं बाहेर पसरते आहे. शिवाय सिंहासन अधिक काळ मोकळं ठेवलं, तर आपणच आपल्या हाते अराजकाला आवतान दिल्यासारखं होईल!"

सोयराबाई अधिक चिंतातुर दिसल्या. त्यांच्या दुःखवेदना लपत नव्हत्या. दीर्घश्वास घेत त्यांनी विचारले, "कोणाला बसवावं सिंहासनावर?"

"भले! तेच अचूक लक्ष्य साधायची संधी आपल्या पावली चालून आली असताना आपणच आमची परीक्षा घेता? म्हणे कोणाला सिंहासनावर बसवायचं!"

अण्णाजीपंतांच्या भरवशाने सोयराबाई उत्साहित झाल्या. परंतु तरीही एका धूसर शंकेनं अद्यापि त्यांची पाठ सोडली नव्हती,

"शंभूराजांच्या ऐवजी आपण जर राजारामबाळांना सिंहासनावर बसवलं, तर रयतेला ते मान्य होईल का? त्यांना ज्येष्ठांची संमती मिळेल का?"

"कशासाठी ऐनवेळी असे कचरल्यासारखं करता?" सोयराबाईंना आठवण करून देत अण्णाजीपंत बोलले, "आपण थोरल्या महाराजांना एवढं जवळून पाहिलं. त्यांनी तरी आपल्या हयातीत राज्य शंभूराजांच्या हवाली करावं असं कधी म्हटल्याचं स्मरतं का तुम्हांला?"

"पण त्यांना ते देऊ नका, असं तरी कुठं सांगितलं होतं राजांनी?"

आपल्या रेशमकाठी रुमालाने अण्णाजी दत्तोंनी आपला घामेजला चेहरा पुसला. सोयराबाईंना अधिक चेतवत ते बोलले, "महाराणीसाहेब तुम्हीच सांगा, मोठ्या राजांच्या शेवटच्या आठ दिवसांत वाऱ्याची दिशा कोणत्या बाजूने वाहत होती?"

सोयराबाई काहीशा संभ्रमित झाल्या. त्या बोलल्या,

"त्या दिवसात राजे अर्धवट गुंगीत असायचे. मध्येच जाबडल्यासारखे बोलायचे–

शंभूबाळांना बोलावून घ्या. माझ्या शंभूला बोलवा.''

"बोलावून घ्या म्हणजे काय गादीवर बसण्यासाठी बोलवा, असं थोडंच होतं? मृत्यूसमयी मनुष्याचा जीव तळमळतो. लेकराबाळांची याद येते, दुसरं काय?''

अण्णाजी दत्तोंना आता खूप गुदमरल्यासारखे वाटू लागले. उपरण्याने वारा घेत ते बोलले, "आणि समजा त्यावेळी थोरल्या राजांनी स्पष्ट सांगितलं असतं की, शंभूराजांनाच गादीवर बसवा; तर त्यांचा तो सल्ला ऐकायला तुम्ही आम्ही खुळे होतो काय?''

अण्णाजींच्या फुलावणीने सोयराबाई अधिकच कृतनिश्चयी दिसू लागल्या. अण्णाजी तर त्यांच्याच हृदयाची भाषा बोलून दाखवत होते. न राहवून काळजीच्या सुरात ते बोललेच, "महाराणी, कृपा करा. त्वरा करा. आपण राज्यरोहणाचा निर्णय लांबवत असल्यामुळे, राजांच्या निधनाचं वृत्त लपवून ठेवल्यामुळे, गडाबाहेरच्या लोकांना भलत्याच शंका येऊ लागल्या आहेत.''

"कसल्या शंका?''

इकडे तिकडे पाहत अण्णाजीपंत दबक्या पण धारदार शब्दांत बोलले, "बाहेरच्या लोकांच्या जिभा खूपच वळवळू लागल्या आहेत. ते म्हणतात, राज्यतृष्णेने सोयराबाई राणीसाहेब आंधळ्या झाल्या. त्यांनीच थोरल्या महाराजांना विष घातलं. बाईनं राजा मारला!'' सोयराबाई कमालीच्या प्रक्षुब्ध झाल्या. पण वेळ गमावून उपयोग नव्हता. पटकन पुढचे निर्णय घेणे आवश्यक होते.

त्याच दिवशी दुपारी खाजगीकडच्या सदरेवर रामचंद्र नीळकंठ, न्यायाधीश प्रल्हाद निराजी आणि राहुजी सोमनाथ अशी शेलकी मंडळी मसलतीसाठी गोळा झाली. मसलतीला सुरुवात होऊन बराच वेळ लोटला, पण तिकडे अजून पेशवे मोरोपंत पिंगळे फिरकले नव्हते. तसा अण्णाजी दत्तोंना मोरोपंतांचा कधीच भरवसा नव्हता. नाशकाकडून गडावर यायला पंतांना बरेच दिवस लागले. आपण त्यांच्या-आधी पोचलो ते एक बरे झाले! शंभूराजांना विरोध करणाऱ्यांची फळी बांधायची संधी तरी प्रथम आपणास मिळाली, याचे अण्णाजींना मनोमन समाधान वाटत होते.

बैठकीमध्ये मोरोपंत न आल्याने काहींच्या नजरा वक्र झाल्या. अण्णाजी दत्तो अस्वस्थ होऊन उठले. त्यांनी मोरोपंतांकडे आतापर्यंत एकूण तीन दूत पाठवले होते. तरीही ते न फिरकल्याने अण्णाजी चांगलेच बेचैन झाले. शेवटी सहन न होऊन ते राहुजी सोमनाथांना बोलले, "उठा हो. सोबत लष्कराचे पथक घ्या आणि मोरोपंतांच्या वाड्यावर जाऊन चौक्या बसवा. त्याशिवाय त्या गर्विष्ठ मनुष्याचा पारा उतरणार नाही.''

तितक्यात उंच, किडकिडे, गव्हाळ वर्णाचे मोरोपंत पेशवे साक्षात समोर उभे राहिले. अण्णाजींची काही वाक्यं त्यांच्या कानावर आदळली. त्यामुळेच मोरोपंतांचे

घारे डोळे कमालीचे तिरके झाले. त्यांनी शंभूराजांच्या विरोधात बैठकीस जमलेले हरीहर पाहिले आणि थोडेसे नमते घेत ते खाली बसले.

"बोला मंडळी, बोला! प्रसंग बाका आहे. वेशीच्या बाहेर शत्रू खडा आहे. अशा वेळी शहाणपणाचाच निर्णय घेणे केव्हाही श्रेयस्कर ठरेल." अण्णाजीपंत हातवारे करत सर्वांना सांगू लागले, "अगदी गेल्याच वर्षी जो मनुष्य मोगलांना जाऊन मिळाला, ज्याने आपल्या भूपाळगडासारख्या बलाढ्य किल्ल्याला खणत्या लावून तो किल्ला पाडला, ज्याने स्वत:च्या वडिलांशी आणि स्वराज्याशी गद्दारी केली, अशा स्वराज्यद्रोही माणसाच्या हाती द्यायचं हे राज्य?"

अण्णाजी दत्तोंच्या तोंडचे मुद्दे सर्वांना बिनतोड वाटले. परंतु त्यांना आपल्या शांत आणि धिम्या सुरात प्रत्यवाय करत मोरोपंतांनी विचारले, "आम्ही म्हणतो थोडे दमाने घ्या. एवढी तातडी कशाला?"

"तातडी कसली?" खाली बसू लागलेले अण्णाजीपंत झटकन उभे राहिले आणि बोलले, "का? आपण शंभूराजांच्या आगमनाची वाट पाहता आहात काय? त्यांनी इकडे लवकर निघून यावं आणि आम्हां कारभाऱ्यांची मस्तकं हत्तीच्या पायाखाली तुडवून आमचा चेंदामेंदा करावा अशी आपली अपेक्षा आहे काय पेशवे? अहो, किमान स्वत:च्या जिवाची, आपल्या भविष्याची काही फिकीर कराल की नाही?"

अण्णाजीपंतांनी खूप आकांडतांडव केले. परंतु प्रधानमंडळींपैकी कोणी पटकन त्यांच्या मदतीस धावेना. उलट— अण्णाजीही मोठे उस्ताद आहेत, त्यांनी स्वराज्याच्या नावावर चांगली माया गोळा केली आहे, त्यामुळे शंभूराजांपुढे ते उघडे पडत असतील तर पडू देत, आम्हांला काय त्याचे, असाच विचार बहुतांश मंडळींच्या मनात होता.

प्रधान आणि दरकदारांचा तो कमालीचा थंडपणा पंतांना खूप डाचू लागला. ते दातओठ खात आणि आपल्या बोरुसारख्या टोकदार मिशांवरून हात फिरवत बोलले, "चला, तुम्हां सर्व मंडळींना शंभूराजांचे जोडे पुसावेत असंच वाटतंय असं दिसतं. खुशाल सेवाचाकरी करा बापड्यांनो. आम्हांला मात्र इथं एकही क्षण कंठवणार नाही. त्याऐवजी सोटा आणि लोटा घेऊन काशीस जाणं अस्मादिकांना अधिक आवडेल!"

अण्णाजींनी पुन्हा एकदा सर्वांकडे नजर टाकली. मात्र कोणाकडूनच रुकार येईना, हे पाहून ते कमालीचे हताश झाले. बैठकीत अण्णाजी एकाकी पडताहेत, हे सोयराबाईंच्या लक्षात आले. अशाने राणीसाहेबांचे सारे मनसुबे ढासळून पडणार होते. राजमाता म्हणून त्या दरबारामध्ये वावरायचे तर सोडाच, पण यात्रेकरूंच्या तांड्यातून आपण भकास कपाळाने काशीयात्रेस निघालो आहोत, असे दृश्य त्यांच्या

डोळ्यांसमोर तरळले. तशा त्या पुढे सरसावल्या. कारभाऱ्यांना फैलावर घेत बोलल्या, "अण्णाजीपंत काय स्वतःच्या भल्यासाठीच सांगताहेत सारं? आज महाराजांच्या मृत्यूने स्वराज्याचं गलबत दर्यात बुडायची वेळ आली आहे. त्यातच भल्याबुऱ्याचा विधिनिषेध न बाळगणारी शंभूराजांची ती पापानं बरबटलेली पावलं जर इथं सिंहासनापर्यंत पोचली, तर काय अनर्थ ओढवेल याची किमान कल्पना तरी केली आहे कोणी? म्हणूनच सांगते, काय तो आताच निर्णय घ्या. अण्णाजीपंतांच्या रागासाठी नव्हे, तर आपल्या राज्याचा प्रेमासाठी काहीतरी करा. स्वस्थ बसाल तर जिवास मुकाल!"

स्वतः राणीसाहेबांनी एवढा पुढाकार घेतल्यावर बैठकीत उलट्या दिशेने वारे वाहू लागले. तसे बहुतांशी सरकारकून शंभूराजांकडून कोणत्या ना कोणत्या कारणाने दुखावले गेले होते. त्यामुळे प्रत्येकाला युवराजांमध्ये काही ना काही दोष दिसू लागला. नेमस्तांनाही कंठ फुटू लागला. न्यायाधीश प्रल्हाद निराजी बोलले, "केवळ पुत्रप्रेमापोटी थोरले महाराज उघड वाईट बोलत नसत. मी पैजेवर सांगतो, त्यांच्यासारख्या उग्रप्रकृतीच्या पुरुषाला राज्य सांभाळता यायचं नाही."

"लाख बोललात. ते सर्वांचा नाश करतील आणि स्वतःही नाश पावतील." रामचंद्र नीळकंठ बोलते झाले.

"त्यासाठीच सांगतो, त्वरा करा. औरंग्यासारखा शत्रू दारात उगवण्यापूर्वी स्थिर बुद्धीच्या राजारामबाळांकडे कारभार सोपवा. स्वतः निश्चिंत राहा. यातच सर्वांचं कल्याण आहे." अण्णाजीपंत बोलले.

सर्वांना शांत करत सोयराबाई खोचक आवाजात सांगू लागल्या, "माजघरातल्या गोष्टी कधी फडावर सांगायच्या नसतात. पण ही वेळच अशी आल्यानं स्वस्थ बसणं म्हणजेही पाप ठरायचं. आमच्या सौभाग्यलंकाराने— थोरल्या महाराजांनी याच विषयावर आमच्याशी खाजगीत अनेकदा चर्चा केली आहे. त्यांच्या मते शंभूबाळ म्हणजे भडक माथ्याचे तरुण पुरुष. अनेक दुर्गुणांचे आणि व्यसनांचे वारुळ त्यांच्या देहात वाढलं आहे. वर्तन बेछूट आणि बेजबाबदार आहे. त्या औरंगाबादला आणि बहादूरगडावर राहून आल्यामुळे त्यांचं खाणं, पिणं, स्वच्छंदी राहणं– अधिक काय सांगायचं– सारे मुसलमानी वळणाचे विलासी शौक त्यांना जडलेले आहेत. त्यामुळेच अशा अरेरावी प्रवृत्तीचा तरुण गादीवर आला तर राज्य दुभंगेल, लयास जाईल–"

सोयराबाई आणि अण्णाजी दत्तोंच्या कथा नि आर्जवाने मसलतीचे स्वरूपच बदलून गेले. राजारामसाहेबांना गादीवर बसवून त्यांच्या नावे कारभार करायच्या आणाभाका झाल्या. पण शंभूराजांचे संकट टाळायचे तर पुढे कोणती पावले उचलावीत असा मुद्दा निघाला. तितक्यात अण्णाजीपंतांची चाणाक्ष नजर मोरोपंतांवर गेली. सर्वांचे चित्त त्यांच्याकडे वेधत अण्णाजी दत्तो विचारू लागले, "मोरोपंत पेशवे, आपण असे शांतचित्त का?"

मोरोपंतांचे घारे डोळे चमकले. ते शांत सुरात उत्तरले, ''आम्ही तर राजियांचे मीठ खाल्ले आहे. त्यांचीच आण घेऊन स्पष्ट सांगतो, ज्येष्ठ पुत्र जिवंत असताना त्याला अंत्यसंस्कारासाठी न बोलावणे, धर्मशास्त्र नाकारून त्याच्या वारसाधिकारामध्ये कोलदांडा घालणे, ह्या गोष्टी आमच्यासारख्याला बिलकुल पटणाऱ्या नाहीत!''

''अहो, पण सर्व राजमंडळाचा निर्णय आहे हा!'' अण्णाजी दत्तो फणकारले.

''मंडळी, तुम्ही काय तुम्हांस हवा तसा निर्णय घेण्यास मुखत्यार आहात. पण तुमच्या या पापामध्ये कृपा करून आम्हांला गोवू नका.''

मोरोपंतांच्या ह्या भूमिकेने सर्वांचीच तोंडे पाहण्यासारखी झाली. सोयराबाई तर कमालीच्या अस्वस्थ झाल्या. आतापर्यंतच्या आपल्या प्रयत्नांवर पाणी पडणार, हे लक्षात येताच अण्णाजी दत्तो भयंकर संतापून मोरोपंतांना विचारू लागले, ''हे पाहा पेशवे, आपण भानावर आहात का? काय बोलता आहात काय आपण?''

''अण्णाजीपंत, आपलंच डोकं शांत राहील तर किती बरं होईल!'' आपल्या शांत स्वराची पट्टी जराही वाढू न देता मोरोपंत बोलले, ''राजारामबाळांना आमचा विरोध असायचं कारण नाही. पण मंडळी, वेळ विचित्र आहे. प्रसंग बाका आहे. उद्या त्या दिल्लीश्वर औरंगजेबाची फौज पाण्याच्या पर्वतासारखी आपल्या राज्यावर येऊन आदळली तर तिला वेसण कोण घालणार?''

''वा मोरोपंत! याचा अर्थ आम्ही बाकी सारे नामर्द आणि तुमचे ते शंभूराजेच हिंमतबाज!'' अण्णाजीपंत चेष्टेने बोलले.

''हो, हो. शंभूराजेच खरे जिगरबाज आहेत! त्यांची बरोबरी मराठी राज्यात आज तरी दुसरा कोणी करू शकत नाही.'' मोरोपंतांनी निक्षून सांगितलं, ''इथे थांबू नका. जरा बाहेर गडाखाली काय चाललं आहे ते बघा. तिथे दरवाजापाशी पाचाड, रायगडवाडीपासून ते महाडपर्यंतची रयत हजारोंच्या संख्येने जमा होऊ लागली आहे. शंभूबाळांनाच सिंहासनावर बसवा, अशी त्यांची जोरदार मागणी आहे. लष्करात तर युवराजांचाच हुकूम चालतो. सबब काळाची पावलं ओळखा. अक्कल आवरा. अण्णाजीपंत, हवं तर तुमच्यासाठी आम्ही शंभूराजांकडे रदबदली करू. त्यांच्या रागापेक्षा त्यांचं काळीज मोठं आहे. म्हणूनच सांगतो, हा उतावीळपणा आणि पोरकटपणा वेळीच थांबवा.''

मोरोपंतांच्या स्पष्ट बोलण्याने अण्णाजीपंतांच्या पक्षाची घाबरगुंडी उडाली. तितक्यात आपल्या बुडाखाली एक गिर्दी घेत बाळाजीपंत चिटणीस पुढे सरसावले. त्यांच्या तोंडातून उत्साहाने शब्द बाहेर पडले, ''आता खरेच सांगायचे तर—''

''नका, तुम्ही काहीच बोलू नका. तुम्ही काय बोलणार आहात ते आम्हांला चांगलं ठाऊक आहे.'' अण्णाजीपंतांनी बाळाजी आवजींना मध्येच थोपवले. पुन्हा आपला मोहरा मोरोपंतांकडे वळवत ते बोलले, ''तर पंत, तुम्हांला काय लष्कराची

भीती वाटते? विसरलात की काय आपण? आपले सेनापती हंबीरराव हे सोयराबाई राणीसाहेबांचे धाकटे बंधू आहेत. त्यांच्या नजरेच्या इशाऱ्यानेच लष्कर चालते. दळ हलते.''

''शिवाय हंबीररावांनी आमच्या पाठिंब्याचं पत्र आधीच पाठवून दिलं आहे.''सोयराबाई मध्येच बोलल्या.

''पंत, चितदरवाजाची हद्द ओलांडून येण्यापूर्वी बाजूला उभी असलेली पंधरा हजारांची फौज आपण पाहिली नाहीत का? ती आपलीच आहे. गडावरचा खजिना आणि कोट्यवधी होनांचं रत्नालय आमच्याच हुकुमतीखाली आहे. सेनापती आमचे, महाराणीही आमच्या पाठीशी. हे सारं सोडून पंत आपण जाणार कुठं? त्या कवी कलशांकडं?'' अण्णाजींनी विचारले.

कसलेल्या नटासारखे अण्णाजीपंत आपली भूमिका वठवत होते. बोलता बोलता ते कधी आपले नेत्र गरगर फिरवत, तर कधी डोईचे मुंडासे काढून बाजूला आपटत. दरम्यान त्यांनी आपल्या लांब शेंडीची गाठ दोन वेळा सोडली आणि दोन वेळा बांधली. त्यांनी राजारामांना गादीवर बसवण्यामागचे फायदे पुन्हा एकदा विशद केले. संभाजीराजांच्या दुर्वतनांचा, बदफैलीपणाचा आणि रागीट स्वभावाचा पाढा पुन्हा एकदा वाचला. आणि पुन्हा एकदा कवी कलशांवर घसरत ते बोलले,

''अरे, एकदाचा रायगडावर येऊ द्या शंभूराजांच्या त्या चेटक्या धटिंगणाला. जेव्हा रेड्यांची ओली कातडी पसरून तो नराधम जारणमारण क्रिया करत बसेल, मंत्रतंत्रांची भुतावळ घेऊन टाचण्या-सुया खोचलेल्या काळ्या बाहुल्यांसारखा तो काळ तुम्हांला थयथया नाचायला लावेल, तेव्हाच तुमची डोकी ठिकाणावर येतील.''

कवी कलशांच्या अनामिक भीतीने सर्वजण घाबरून गेले. शेवटी अण्णाजीपंतांनी खूप आदळआपट करून पदरी हवे तसे दान पाडून घेतले. त्यांच्या बोलण्याला अखेर मोरोपंतांनीही दुजोरा दिला. तेव्हा अण्णाजीपंत त्यांना बोलले, ''हे पाहा मोरोबा, जे काही ठरले असेल ते एकदाचे लेखीटाकी होऊन जाऊ दे.''

''आम्ही बोललो तसे वागणारच.'' मोरोपंत बोलले.

''अहो, असे कसे मोरेश्वर? हवेतले शब्द उगाच हवेत विरून जातात. तेव्हा लेखीटाकी कौलकराराचं स्वरूप आलं की, तुम्ही मोकळे, आम्ही मोकळे!''

अण्णाजी दत्तो आणि सोयराबाईंनी निःश्वास टाकला. सर्व राजकारण हवे तसे मुठीत आल्याची त्यांना खात्री पटली. राजारामांच्या मंचकरोहणाचा निर्णयही पक्का झाला. मात्र सर्वांपुढे एकच काळप्रश्न होता. शंभूराजांचे काय करायचे? त्यांना जखडून ठेवल्याशिवाय कारभार चालवणे, एक दिवसासाठीही कोणाला शक्य नव्हते. अण्णाजीपंतांनी पेशव्यांना तिथल्या तिथेच आदेश देऊन टाकला, ''मोरोपंत, शंभूराजांना तातडीने कैद करण्याचा हुकूम पाठवा. ते मुक्त राहतील तर राज्यामध्ये

कोणालाही सुखाचा घास खाऊ द्यायचे नाहीत.''

''लिहा पंत, आताच लिहा.'' सोयराबाई राणीसाहेब बोलल्या, ''जनार्दनपंत सुमंतांना हुकूम पाठवा. युवराजांना पकडून म्हणावे, तिथेच पन्हाळ्याच्या बंदीखान्यात लोटून द्या. उगाच ती पीडा रायगडापर्यंत आणायला नको.''

मोरोपंत सर्वांकडे पाहून मिठास हसले. अण्णाजीपंतांना बोलले, ''अहो सुरनवीस, गडबडीत आपण राज्यातले कायदेकानूही विसरत चाललात की काय? राज्यकारभार-विषयक महत्त्वाचे लेखी हुकूम ना तुमच्या हुकुमाने निघतात ना आमच्या हुकुमाने!''

''बरं मग?''

''कोणताही किल्लेदार वा सुभेदार बाळाजी आवजी चिटणीसांची स्वाक्षरी आणि मुद्रा पाहिल्याशिवाय हुकूम मानणार नाही.''

मोरोपंतांच्या बोलाबरोबर अण्णाजी चक्रावले. त्यांना घाम फुटला. सोयराबाईंची नजर बाळाजी आवजींना बैठकीमध्ये शोधू लागली. परंतु बैठकीतून चिटणीस केव्हाच मागच्या पावली निघून गेले होते. ती गोष्ट लक्षात येताच सारे चक्रावले.

६.

महालातली चिरागदाने जळत होती. राणीवशापलीकडे काही अंतरावर असलेल्या जंगली जाळ्यात आणि झाडझाडोऱ्यात वारा जोराने वाहत होता. हिरकणी बुरुजाकडून रातकिड्यांची किर्र किर्र ऐकू येत होती. राणीवशाबाहेरील बैठकीमध्ये फक्त अण्णाजी दत्तो आणि महाराणी सोयराबाई दोघेच बसून होते. ते दोघेही खूप तणावाखाली दिसत होते. अण्णाजी दत्तो नाराजीने बोलले, ''ह्या बाळोबा चिटणीसांच्या गळी हा निर्णय कोण उतरवणार? एक तर पहिल्यापासून ह्यांचा ओढा शंभूराजांकडेच आहे.''

सोयराबाई मात्र अस्वस्थ दिसल्या. त्या बोलल्या, ''बोलावणे गेले आहे ना त्यांना? येतील आता ते! आमचा हुकूमही मानतील ते!''

थोड्याच वेळात उंच, ताडमाड बाळाजीपंत बैठकीमध्ये दाखल झाले. त्यांनी सोयराबाईंना लवून मुजरा केला. सोयराबाईंनी शक्यतो गोड शब्दात राज्यापुढच्या अडचणींचा पाढा त्यांच्यापुढे पुन्हा एकदा वाचला आणि म्हटले, ''चिटणीस, तुमच्या दरखाची पत्रं जायलाच हवीत.''

''आमच्या जिवात जीव असेपर्यंत ते शक्य नाही, महाराणीसाहेब.''

''पण तुम्ही तुमच्या शिक्क्याची पत्रं न धाडाल तर कोणताही किल्लेदार शंभूराजांना कैद करण्याचं धाडस दाखवणार नाही.''

सोयराबाईंनी चिटणीसांना पुन्हा पुन्हा विनंती केली. अण्णाजी दत्तोंनी त्यांना धमकावण्याचा प्रयत्न केला. परंतु त्या आग्रहाचा आणि विनंतीवजा धमक्यांचा

बाळाजी आवजींवर काहीच परिणाम झाला नाही. महाराणींची माफी मागत ते आदराने बोलले, "आम्ही अशी कशी लेखणी चालवू? आम्ही तर सरकारांचं मीठ खाल्लं आहे. संभाजीराजे आमचे खावंद!"

"तरीही तुम्हांला आम्ही सांगू तसेच हुकूमनामे लिहावे लागतील." सोयराबाई आणि अण्णाजी दत्तो दरडावणीच्या भाषेत बोलले.

"उगाच आम्हांवर दबाव आणू नका. आमच्याने हे पाप घडणार नाही." स्पष्ट नकार देत बाळाजीपंत बोलले, "हे पाहा महाराणीसाहेब, हा सारा प्रकार शास्त्र, रुढी आणि परंपरेला धरून नाही."

बाळाजीपंत कैदेचा हुकूम लिहायला अजिबात तयार होईनात, जराही बधेनात, तेव्हा अण्णाजीपंतांनी आपला स्वर बदलला. ते काकुळतीने बोलले,

"अहो चिटणीस, आपले शंभूराजे आम्हांला तरी नकोसे आहेत का? थोरल्या राजांनी आम्हांला वडीलबंधूंचं प्रेम दिलं. त्यांचे चिरंजीव म्हणजे आमच्याच पोरासारखे ना! शिवाय राजारामबाळांकडे सत्ता काही कायमची द्यायची नाही. शंभूराजे अजून हूड आहेत. न कळते आहेत. थोडे जाणते झाले की त्यांचं राज्य त्यांना देऊन टाकू. मग ते सांभाळोत किंवा न सांभाळोत!"

खरे तर सोयराबाईंच्या आणि अण्णाजीपंतांच्या साळसूदपणाचा बाळाजींना खूप राग आला होता. तो त्यांनी मोठ्या कष्टाने गिळून टाकला.

रात्र सरत होती. वेळ वाढत होती. मात्र बाळाजी आवजी काही ऐकायला तयार होईनात. तसा सोयराबाईंनी आवाज वाढवला, "चिटणीस, युवराजांच्या अटकेचा हुकूम तुम्हांला बऱ्या बोलानं लिहायचा आहे की नाही?"

"बाळाजीपंतऽ आता वृद्ध झाला आहात! तुम्हांला खंडोबा, निळोबा अशी लहान लेकरं आहेत. ते काही पुन्हा जंजिऱ्याकडे जाऊन चाकरी करणार नाहीत. त्यांची भाकरी ह्या राणीसाहेबांच्याच पायाजवळ आहे. कशाला उगाच आडमुठेपणा दाखवून स्वत:च्या हातानं आपल्याच अन्नामध्ये माती कालवून घेता?" आता अण्णाजी दत्तोंनी बाळाजीपंतांच्या गाभ्यालाच हात घातला होता.

हुकूमनामा घेतल्याशिवाय अण्णाजी आणि राणीसाहेब उठायलाच तयार नव्हते. उत्तररात्रीबरोबर बाळाजीवरचा भावनिक आणि मानसिक दबाव वाढत होता. ते हात जोडत धीरगंभीर स्वरात बोलले, "आपण लाख समजवा. मात्र आमच्या मनाला ह्या गोष्टी पटत नाहीत. आमच्याने हे पाप घडणार नाही."

बोलता बोलता बाळाजींच्या डोळ्यांपुढे गतकाळ उभा राहिला... राजापुरात बेकारीत दिवस काढणाऱ्या बाळाजी ह्या तरुणाचे पत्र त्यांना आठवले. त्या पत्राने, पत्रातल्या वळणदार अक्षराने आणि आर्जवाने शिवाजीराजांना भुरळ घातली होती. त्या साऱ्याची आठवण होताच बाळाजीपंतांना भडभडून आले. डोळ्यातले अश्रू पुसत ते

बोलले, "ज्या अक्षरांनी माझ्यासारख्या अनाथाला हिंदवी स्वराज्याच्या चिटणीसपदाच्या उंचीवर नेऊन ठेवले, त्याच अक्षराने दगाफटका करायचा? साक्षात शिवपुत्र संभाजी-राजांना गिरफ्तार करायचा हुकूम लिहायचा? छे! छे! अण्णाजीपंत, भले कोयत्यानं आमच्या हाताची बोटं तोडा. पण भलतीकडे आमची लेखणी चालणार नाही."

अर्ध्या रात्री अण्णाजीपंतांनी बाळाजींनाच गिरफ्तार करून त्यांची जायदाद जप्त करण्याची धमकी दिली. परंतु त्याही धमकीला बाळजीपंत डरले नाहीत. शेवटी अण्णाजीपंतांनीच आपली तैलबुद्धी वापरली. मध्यममार्गी सल्ला दिला. तेव्हा डोळ्या-तले अश्रू गाळत बाळाजीपंत बोलले,

"ठीक आहे सुरनवीस. आपण अगदी हट्टालाच पेटला आहात तर आमच्या चिरंजीवांच्या, आवजीबाबांच्या अक्षरातला खलिता लिहून घ्या. पण हीही गद्दारी आमच्या मनाला पटत नाही. शंभूराजे आम्हांवर कोण भरवसा ठेवतात! काय वाटेल त्यांच्या हृदयाला?"

७.

शंभूराजांची नजर सज्जाकोठीसमोरच्या प्रचंड दरीकडे जायची, तेव्हा त्यांना शिवरायांची आठवण व्हायची. पित्याच्या काळजीने त्यांच्या पोटात खड्डा पडायचा.

आज सज्जाकोठीमध्ये मनाला कोंडल्यासारखे वाटत होते. म्हणूनच त्यांनी आपला घोडा बाहेर काढला. कवी कलश आणि जोत्याजी केसरकर यांची घोडी त्यांच्यासोबत दौडत निघाली. ते तिघेही गडावरून जोरदार रपेट मारत वाघ दरवाजाच्या बाजूला गेले. जवळच्या एका बुरुजाजवळ एक प्रचंड शिळा पाहून तिघेजण तिथेच टेकले. खालून दूरच्या सपाटीकडून नागमोडी वळणे घेत एक पायवाट वर येत होती. वाटेच्या दुतर्फा जागोजाग अनेक झुडपे माजली होती. बोरीच्या आणि करवंदाच्या काटेरी जाळ्या पसरल्या होत्या. वर उभ्या असलेल्या शंभूराजांची नजर सहज खाली गेली, तर खालच्या वाटेने दोन पाहुणे वर येताना दिसत होते. तो खडा, तिरकस कडा चालताना जनावरांची दमछाक व्हायची, म्हणूनच त्या दोघांनी आपापल्या घोड्यांचे लगाम पकडले होते आणि ते हळू नेटाने पायीच चढण चढून वर येत होते.

मधले एक गवतरान संपले. बराचसा डोंगर चढून ते दोघे अगदी वर येऊन पोचले तेव्हा त्या दोघांच्याही आकृती अगदी स्पष्ट दिसू लागल्या. संभाजीराजांची पारखी नजर त्यांच्याकडे एकटक पाहू लागली. त्यापैकी एकजण होता खंडोजी नाईक आणि दुसरा गणोजी कावळे. हे दोघेही पट्टीचे जासूद होते. पन्हाळा, विशाळगड ते रायगड या दरम्यान त्यांची सातत्याने ये-जा चालू असायची. ते दोघेजण आज नक्कीच रायगडाकडून आले असावेत, असे युवराजांनी जाणले.

एकदाची चढण संपली. ते दोघे जासूद हाशहुश करत समोर पाहू लागले, तर त्यांच्या ऐन मार्गावर शंभूराजे आणि कवी कलश दैत्यासारखे उभे होते. ते दोघेही गडबडले. लटपटले. त्यांना काय बोलावे हेच सुधरेना. तेव्हा शंभूराजांनीच विचारले,

“काल दुपारचेच निघालात का रायगडाहून?”

“व्हय, व्हयजी धनी!” खंडोजी कसेबसे म्हणाला.

खंडोजी आणि गणोजीच्या चोरट्या नजरा चाळवल्या. खंडोबाने कमरेला बांधलेला धडपा उघडला आणि त्यातला एक खलिता शंभूराजांच्या हाती दिला. राजांनी तिथेच दांडीची रेशीमगाठ सोडली. उभ्या उभ्या खलिता वाचला. ख्यालीखुशालीशिवाय अन्य कोणताही मजकूर त्यात नव्हता. मात्र नेहमीसारखे लेखन बाळाजी चिटणीसांच्या अक्षरातले नव्हते. आवजी बाळाजींचे अक्षरही कारभारी मंडळींच्या आणि युवराजांच्याही चांगल्या परिचयाचे होते. “सरकार, गडबड आहे. निघतो जी.” असं बोलत ते दोन जासूद गडबडीने बालेकिल्ल्याची वाट चालू लागले. एकूणच शंभूराजांना सारा प्रकार काहीसा विचित्र वाटत होता. त्यांनी त्या जासुदांना हटकले,

“अरे थांबा. थांबा! तुम्हांला इतकी जल्दी कसली?”

“दिवसाउजेडी किल्लेदारांना भेटतो जी.” खंडोजी बोलला.

शंभूराजांनी त्या दोघांवर आपली करडी नजर रोखली. त्यांना बोटाच्या इशाऱ्याने जवळ बोलावले. तसे ते दोघेही यांत्रिकपणे माघारा आले. थरथरत युवराजांना पुन्हा मुजरा करत उभे राहिले. आता तर त्या दोघांनाही पुरता घाम फुटला होता. शंभूराजे जरबेने बोलले, “कावळे, काय आहे तुमच्या कमरेला?”

“काही नाही जी. काही नाही जी. ही आपली रोजचीच पत्रं– किल्लेदारांच्या नावाची होती.” गणोजी धिटाईने बोलत होता. परंतु त्याचे लटपटते पाय मात्र दगाबाजी करत होते.

संशय अधिक बळावताच युवराजांनी आपल्या सहकाऱ्यांना इशारा केला. तशी त्या दोघांनीही जासुदांच्या अंगावरची सर्व पत्रे हस्तगत केली. त्यापैकी एक खलिता होता किल्लेदार विठ्ठल त्र्यंबकांच्या नावे आणि दुसरा होता हवालदार बहिर्जी नाईकांच्या नावे.

संभाजीराजांची नजर पत्रातल्या गूढ मजकुरावरून फिरू लागली,

> “इकडे परिस्थिती फारच चिंतेची आहे. जैसा बंदोबस्त घडेल, तैसे कळवत जाऊ. मात्र कोणत्याही परिस्थितीमध्ये संभाजी महाराजांना किल्ला उतरू देऊ नका. युवराजांना कैद करून बहुत सावधाने राहावे. महाराजांचे इकडील वर्तमान तिकडे फुटू न देणे. यथावकाश पुढचे आदेश येतीलच.”

शंभूराजांच्या रागाचा पारा चटकन चढला. त्यांच्या संतापी नजरेशी सामना

करायचे धाडस जासुदांना होईना. ते घाबरून अधिकच लडबडू लागले. युवराजांनी त्यांना खडसावले, "खरं सांगा. काय चाललं आहे तिकडं रायगडावर? आम्हांला जेरबंद करण्याच्या ह्या कटामागचा बोलवता धनी कोण आहे? आमच्या पूज्य मातोश्री की निष्ठावंत अण्णाजी दत्तो?"

त्याचवेळी शंभूराजांना आपल्या पित्याची सय दाटून आली. ते कातर सुरात विचारू लागले, "सांगा, कशी तब्येत आहे आमच्या आबासाहेबांची?"

युवराजांनी प्रश्नांची सरबत्ती सुरू केली. तसा त्या दोघांचाही धीर तुटला. आणि कमरेतून वारे गेलेल्या माणसासारखी त्या दोघांनीही जागेवर बसकण मारली.

आपण एक भयंकर वाईट खबर लपवत आहोत, स्वराज्याच्या भावी वारसदारासमोर खोटे बोलतो आहोत, ह्या अपराधाची त्या दोघांनाही जाणीव झाली. तसे ते हाय खाऊन लहान मुलासारखे रडू लागले. शंभूराजांचे पाय धरून दयायाचना मागू लागले, "सरकार, तुम्ही लय मोठी माणसं. तुमच्या झगड्यात आम्हां गरिबांना दानीला काय देताय?"

शंभूराजांनी इशारा केला. तसे त्यांच्या मागोमाग असणारे गस्तीचे पथक पुढे धावले. त्या दोघांना जागेवरच कैद केले गेले. युवराज आपल्या महालातील सदरेवर त्वरेने माघारा आले. पन्हाळ्याचे किल्लेदार विठ्ठल त्रिंबक आणि हवालदार बहिर्जी नाईक, तसेच जनार्दनपंत सुमंत अशा अंमलदारांना सदरेवर तात्काळ पाचारण केले गेले. त्या गुप्त खलित्यांचे पुन्हा एकदा सर्वांसमोर वाचन झाले. झडत्या घेतल्या गेल्या. तेव्हा ह्या सर्व प्रकारामागे एक मोठा राजकीय कट असल्याचे शंभूराजांच्या ध्यानात आले. संभाजीराजांनी खंडोजींना प्रश्न केला, "खंडोबा, आता कोणतेही सोंग न घेता खरे काय ते सांगून टाक. आमच्या आबासाहेबांची प्रकृती कशी आहे?"

आता त्या जासुदांना भीतीने कंप सुटला होता. त्यांनी लपवलेली खबर इतकी महाभयंकर होती की, ती व्यक्त करताना त्यांचाही कंठ दाटला. ते मोठमोठ्याने रडत सांगू लागले, "युवराज, दैवाने सारा घात केला हो, घात! गेले, थोरले महाराज आम्हां सर्वांना सोडून गेले."

त्या भयंकर वृत्ताने सर्वांवर आकाश कोसळले. राजवाड्यात एकच हलकल्लोळ उडाला. सर्वजण धाय मोकलून रडू लागले. किल्लेदार विठ्ठल त्र्यंबकांसारख्या कटात सामील असलेल्यांनाही आपली आसवे आवरेनात. सेवक, नोकरचाकर, दासदासी सारेच दुःखसागरात बुडून गेले होते. त्या बातमीचा मात्र संभाजीराजांवर काही औरच परिणाम झाला. त्यांनी दुःखाने टाहो फोडला नाही की आक्रोश केला नाही. मात्र एखाद्या कड्यावरून भव्य पाषाणमूर्ती खाली कोसळावी त्याचप्रमाणे शंभूराजे पाय नसल्यासारखे खाली गळून पडले. त्यांना मूर्च्छा आली म्हणावी तर डोळे सताड उघडे, ना आली म्हणावे तर कोणतीच हालचाल नाही!

सर्वांची एकच धावपळ उडाली. लिंबाच्या फोडी आणि ओल्या कांद्याची टरफले त्यांच्या नाकपुड्याजवळ धरली गेली. बऱ्याच उशिराने वेदनेने जर्जर झालेला सिंह आपली आयाळ पिंजारत गर्जून उठावा, तसा त्यांनी 'आबासाहेब' असा टाहो फोडला. कवी कलशांसह अनेक दरकदार त्यांना आवरण्याचा प्रयत्न करू लागले. पण शंभूराजे एखाद्या वादळासारखे उठले. आपल्या सशक्त बाहूंचे सर्वांना तडाखे देत त्यांनी समोर उसळी घेतली. आपल्या कवेत न मावणाऱ्या गोलाकार दगडी खांबाला त्यांनी विळखा घातला. त्या पाषाणावर आपले कपाळ बडवत ते 'आबासाहेबऽ आबासाहेबऽऽ' असा धावा करत राहिले. जणू खांबाच्या रूपाने पंढरीचा पांडुरंग तिथे अवतरला होता. त्याच्या खांद्यावर मान टाकून शंभूराजा शिवरायांच्या नावाने रुदन करीत होता. ते दृश्य पाहून सर्वांच्या काळजाला घरे पडत होती.

बऱ्याच उशिराने युवराज थोडेसे शांत झाले. जलपात्रातून त्यांना पाणी पाजले गेले. परंतु धरणीकंपाचा हादरा निघून जावा आणि तरीही जमीन थरथरत राहावी, तशी शोकमग्न अवस्था शंभूराजांची झाली होती. ते जासुदांवर ओरडले, "गड्यांनो, आमची गंमत करायची तुम्हास जर लहर आली असेल, तर तसे सांगा. कसे निघून जातील आमच्यातून आमचे आबासाहेब इतक्या लवकर?"

"युवराज, दुर्दैवाने घडलेली घटना खरीच आहे. फक्त सात दिवसांच्या ज्वराचं निमित्त झालं. शिवराय आम्हांला सोडून गेले."

भावनेचा पहिला मोठा पूर ओसरून गेला होता. ते जासूद रायगडावरील घटनाक्रम सांगत होते. गडाची नाकेबंदी कशी केली गेली होती, त्यामुळे आसपासची रयत कशी बेचैन झाली होती आणि हनुमानजयंतीच्या दिवशी दुपारी महाराज सर्वांना कसे पारखे झाले. जासूद सांगत होते आणि भोवती गोळा झालेले सर्वजण हुंदका देत होते.

"आणि राजांचे उत्तरकार्य कोणी पार पाडले?" महालामध्ये कवी कलशांचा आवाज घुमला. त्या नेमक्या प्रश्नासरशी संभाजीराजांनीही त्या दूताकडे चमकून पाहिले, "काळ्या हौदाजवळ गडावरील मोजकी मंडळी गोळा झाली होती. तिथेच चंदनकाष्ठे, बेलकाष्ठे यांनी मंत्राग्नी दिला गेला."

"पण शेवटचे क्रियाकर्म पार पाडले कोणाच्या हातून?"

"राजारामसाहेबांच्या हातून. त्यांच्याजवळ शिंगणापूरवासी साबाजीबाबा भोसल्यांना बसवलं गेलं होतं. त्यांच्याच मदतीनं बाळराजांनी क्रियाकर्मं आटोपली."

"का? वडिलांच्या उत्तरक्रियेचा अधिकार शास्त्राने ज्येष्ठ पुत्रालाच बहाल केला आहे, याचा विसर पडला होता की काय तुमच्या त्या शास्त्रीपंडितांना आणि मुजोर कारभाऱ्यांना?" शंभूराजांनी सवाल केला.

देवाच्या गळ्यातील मोतीमाळेचा दोरा जीर्ण व्हावा, आणि एका पाठोपाठ एक सारे मोती घरंगळून खाली पडावेत, त्याप्रमाणे एका बाजूने शंभूराजांच्या डोळ्यांतून अश्रूपात सुरू होता. आणि त्याचवेळी दुसरीकडे अन्यायाच्या विरोधात त्यांचे मन बंडावा करत होते. ते विचारत होते,

"अंत्यसंस्काराचा हा निर्णय आम्हांला डावलून आमच्या पाताळयंत्री कारभाऱ्यांनी आणि मातोश्रींनी घेतलाच कसा? का त्या शिवरायांचा हा शंभूबाळ अजून जिवंत नव्हता? की आपल्या जन्मदात्या, लोकोत्तर पित्याच्या देहाला अग्नी देण्याइतकेही त्याचे हात पवित्र उरले नव्हते? एक सामान्य मेंढपाळ अगर कुणबा समजून तरी तुम्ही आमच्याकडं निरोप धाडायचा! निदान त्या निमित्तानं तरी ह्या दुर्दैवी संभाजीला आपल्या महाप्रतापी पित्याच्या चितेवर चाफ्याची चार रानफुलं वाहायची संधी मिळाली असती! धन्यता वाटली असती!"

■

रायगडावर

१.

"बऱ्याच दिवसांत लढाई नाही, त्यामुळे अंग कसं ढिलं पडलंय" असे बोलत हंबीररावांनी थंडगार पाण्याची कासंडी उचलली आणि तोंडी लावून चूळ भरली. कोयनेच्या काठावरून त्यांनी खाली पात्राकडे नजर टाकली. उगवत्या सूर्याबरोबर नदीच्या दरडीला हंबीररावांच्या जोरबैठका चालल्या होत्या. तिथे बाजूलाच किंजळ वृक्षांची दाटी होती. पलीकडे अर्ध्या कोसावर त्यांच्या लष्कराचा तळ पडला होता. अनेक दिवस एके ठिकाणीच मुक्काम पडल्याने घोडी, खेचरे आणि हत्ती– सर्व जनावरे आळसावल्या अंगाने खडी होती.

काल रात्री उशिराच हंबीरराव आपल्या तळबीडच्या वाड्यातून लष्करात परतले होते. रोज किमान दोन हजार जोर-बैठका काढल्याशिवाय त्यांच्या अंगाला रग लागायची नाही. जोर काढताना त्यांचा खाक्या काही औरच असायचा! ते समोरून जमिनीजवळ नाक टेकत, तेव्हा पाठीमागे आपले अंग उचलून जोर काढत जमिनीच्या पृष्ठापासून वर यायचे. तेव्हा पंधरासोळा वर्षांचा एखादा पोरगा हंबीररावांच्या गुडघ्यामागच्या दोन्ही लवणीत दोन पाय रोवून उभा राह्यचा. आपल्या दोन्ही हातांनी हंबीररावांच्या लंगोट्याजवळ बांधलेला चांदीचा करदोडा हातांमध्ये घट्ट पकडून धरायचा आणि पाठीवरचे ते ओझे सांभाळीत हंबीरराव तासभर जोर काढायचे. जेव्हा अतिव्यायाम करून त्यांची छाती फुलून यायची आणि अंगाखाली घामाचा पाट वाहायचा, तेव्हाच त्यांना कुठे अंग सैल झाल्यासारखे वाटायचे.

हंबीररावांनी तलवारीच्या जोरावर मर्दुमकी गाजवली होती. आपल्या नावाभोवती एक वेगळे वलय निर्माण केले होते. कृष्णा-कोयनेकाठच्या दुधावर वाढलेले हंबीरराव सागाच्या फाकेसारखे उंच होते. त्यांच्या राठ-पल्लेदार मिशा, जाडजूड गर्दन आणि शरीरातले एकूणच करारीपण यामुळे ते झोकदार दिसायचे. नेसरीच्या लढाईत प्रतापराव गुजरांनी आपल्या सहा सोबत्यांसह बहलोलखानाच्या सेनासागरात उडी ठोकून वेड्या जिद्दीपायी बलिदान केले होते, तेव्हा त्यांच्यामागे उरलेल्या लष्करात हंबीरराव होते. त्यांनी रूपाजी भोसले आणि आनंदराव मकाजी अशा आपल्या सहकाऱ्यांना मदतीस घेतले; प्रतापरावांच्या मृत्यूची बातमी ऐकून गर्भगळीत होऊन पळणाऱ्या फौजेला निर्धाराने एकत्र गोळा केले आणि शिकाऱ्यांनी रानडुकरांचा कळप जंगलाकडे पळवून लावावा, तसे हंबीररावांनी बहलोलखानाला विजापुराकडे हुसकावून लावले. शिवाजीराजांचे सावत्र बंधू व्यंकोजीराजे यांनी मराठी साम्राज्याची कळ काढली होती, तेव्हाही हंबीररावांनी हिंमतीने तंजावरच्या वेशीत घोडी घालून व्यंकोजी-राजांना पळता भुई थोडी केली होती.

"एका हंबीररावांच्या बदल्यात किल्ल्यांना खिंडारे फोडणाऱ्या पन्नास फिरंगी तोफा जरी आम्हांला कोणी देऊ केल्या, तरी आम्ही त्या नाकारू; पण हंबीररावांना अंतर देणार नाही!" अशा शब्दांत थोरले महाराज हंबीररावांचे गुण गात असत.

आता रायगडावरील गृहकलहाकडे संपूर्ण मराठी पठाराचे लक्ष लागले होते. अशा वेळी हंबीररावांसारख्या कडव्या सेनापतीचे आपल्या बाजूला असणे आणि नसणे यामुळे दोन्ही पक्षांना निर्णायकी फरक पडणार होता. त्यामुळेच दोघांकडूनही हंबीररावांकडे विनंतीची पत्रे पोचली होती. काल रात्री तळबीडच्या वाड्यातून बाहेर पडताना धर्मपत्नींनी, रखमाबाईंनी त्यांचे औक्षण केले. वाड्याच्या दारात निरोप देण्यासाठी जमलेल्या सर्व नातलगांच्या हृदयातला विचार रखमाबाईंच्या मुखावाटे बाहेर पडला— "सोयरावन्संची पत्रं पोहोचली आहेत. काहीही झालं तरी रक्ताचं नातंच जन्मभर उपयोगी पडतं! राजाराम बाळराजे आपले भाचे! त्यांना गादी मिळावी– आपल्या भाच्याच्या पाठीशी आधारवडासारखं उभं राहा," असे रखमाबाई पुन:पुन्हा सांगत होत्या, तेव्हा हंबीरराव फक्त गोड हसत होते.

रात्री उशिरा आपल्या तळावर हंबीरराव परतले, तेव्हा त्यांच्या कारकुनाने सायंकाळी पन्हाळ्याहून आलेला लखोटा त्यांच्यापुढे धरला. मशालीच्या तांबूसजाळ प्रकाशात हंबीररावांनी संभाजीराजांचे पत्र वाचले—

> "क्षत्रियकुलावंतस श्री राजा शंभू छत्रपती प्रती
> सरनोबत, सरलष्कर हंबीरराव मोहिते दंडवत उपरी,
>
> मामासाहेब– नात्यानं आम्हीही आपले भाचे आहोत. भोसले आणि मोहिते घराण्याची सोयरीक तर गेल्या तीन पिढ्यांची. आबासाहेबांनी सेनापतीपदाचा मंदिल तुमच्या मस्तकावर काय म्हणून ठेवला? सोयराबाई–साहेबांचे बंधू म्हणून नव्हे, तर महाराजांना महाप्रतापी प्रतापराव गुजरांची जागा भरून काढायला एका रत्नाची आवश्यकता होती. आता थोरले महाराज गेले, आम्ही सारे पोरके जाहलो! योग्य तो निर्णय घेण्याइतके आपण सुज्ञ आहात, मामासाहेब— उपरी अधिक काय लिहावं? अंतर न पडू द्यावे ही प्रार्थना."

एकदाचा त्यांनी व्यायाम आटोपला. आता हंबीररावांची उमर पंचावन्न वर्षांकडे झुकली होती. परंतु त्यांच्या अंगातला उत्साह आणि जोश नुकताच मिसरूड फुटणाऱ्या पोरांनाही लाजवेल असा होता. त्यांनी व्यायाम संपताच नदीकडे झेप घेतली. बघता बघता ते दहा-पंधरा पावले धावत गेले आणि गोपाळाच्या पोरासारखी त्यांनी नदीकाठावरून खाली तीन-चार पुरुष पाण्यात धाडकन उडी ठोकली.

पात्रामध्ये आडवेतिडवे हात मारत ते यथेच्छ पोहले. पुन्हा दरड चढून

निथळत्या अंगाने काठावर येऊन पोचले. तरी त्यांच्या मनामध्ये उठलेले तरंग अजून मिटत नव्हते. त्यांची वस्त्रे घेऊन नोकरचाकर खडे होते. जत्रेमधला पहिलवान फडावर सजावा, तसे त्यांनी वस्त्रालंकार नदीतीरावरच परिधान केले आणि त्यांचा घोडा दुडक्या चालीने धावत बाजूच्या लष्करी तळावर येऊन पोचला. वाटेतल्या शिलेदारांचे, कारभाऱ्यांचे मुजरे स्वीकारत हंबीररावांनी मोठ्या दिमाखाने आपल्या डेऱ्यात प्रवेश केला. त्यांची वाट पाहत रूपाजी भोसले आणि आनंदराव मकाजी केव्हापासून तिथे तिष्ठत उभे होते.

"सेनापती, रायगडची मंडळी काल रात्री उंब्रजच्या तळावर येऊन पोचली आहेत म्हणतात!" रूपाजीनी सांगितले.

"कोण मंडळी?"

"आपले सुरनवीस अण्णाजी दत्तो आणि मोरोपंत पिंगळे."

"कशासाठी ते?" माहिती असूनही हंबीररावांनी मुद्दाम खडा टाकला.

"तुमची मनधरणी करायची. तुम्हांला सोबत घेऊन पन्हाळ्याकडे निघायचं आणि उद्या दुपारपर्यंत शंभूराजांना दंडबेड्या ठोकायच्या, असा त्यांचा इरादा असल्याची खबर आहे." आनंदरावांनी माहिती दिली.

हंबीरराव त्यावर काहीच बोलले नाहीत. नदीतीरावरचा आपला तालीमबाजाचा अवखळपणा ते तिथेच विसरून आले होते. आता लष्करी डेऱ्यातून वावरताना, अखबारथैल्या वाचताना, सैनिकांना हुकूम सोडताना त्यांच्या अंगामध्ये एक वेगळेच करारीपण जाणवत होते.

हंबीररावांना शंभूराजांच्या यापूर्वीच्या आणखी एका पत्राची आठवण झाली. त्यांनी पुन्हा बंध सोडले. त्या खलित्यावरून त्यांची झरझर नजर फिरू लागली;

क्षत्रियकुलावंतस श्री राजा शंभू छत्रपती प्रति राजश्री हंबीरराव मोहिते, सरलष्कर

तीर्थरूप आबासाहेबांचे महानिर्वाण जाहले. आमुच्या मस्तकावर अस्मानच फुटले. ऐशा कालकोपामध्ये एकच गोष्ट चांगली म्हणायची. तीन मासामागे पन्हाळगडी तीर्थरूप आबासाहेबांची दीर्घ भेट घडोनी आली. त्यांच्या सहवासे सलग चारपाच रोज बहुत मसलती जाहल्या. मनातल्या आंदेशांचा आणि किंतुपरंतुंचा निचरा झाला. आम्हांकडून मोगलाईत निघून जाण्याचा अविवेकही आबासाहेबांनी पोटात घातला. तीर्थरूपांचे काळीजच डोंगराएवढे. माफीही केली आणि मोगलाविरुद्ध नव्या आघाडीची कामगिरीही त्यांनी सांगितली. तीर्थरूपांचे अवचित जाण्याची जखम खूप दांडगी. आठवाने अजूनही डोळे गळतात. याउपरीही, श्रीकृपेकरोनी पुन्हा

कंबर कसून खडे राहण्याचा आमुचा मनसुबा पक्का आहे.

परंतु काही दुष्ट कारभाऱ्यांच्या आणि स्वार्थी मंत्र्यांच्या चाली तिरक्या आहेत. दिलामध्ये खोट. बालके राजारामांना गादीवर बसवण्याचा घातकी विचार ते मातोश्री सोयराबाईंच्या डोक्यात भरवतात. स्वार्थापोटी राजघराण्यात बखेडा करू बघतात. मामासाहेब, राजारामाप्रमाणे आम्ही आपले सख्खे भाचे नसू, पण हिंदवी स्वराज्य निर्माण कर्त्या शिवाजीचे बाळ आहोत. त्या पापी औरंगजेबाचा एक दिवस काळ ठरू. आज राज्यापुढच्या वाटा निसरड्या. पल्ला दांडगा गाठायचा मनसुबा आहेच. ऐशा वक्तास आपलाही हात द्याल तर संकटांचा दर्या सहज पार करू. हातून गलती घडल्यास आवश्य कान पीळायला आपुला अधिकार.

औरंगजेब पातशहा खूप माजला आहे. जिझिया कराचे हत्यार आमुच्या मस्तकी मारू चाहतो. राजश्री आबासाहेबांचे जे संकल्पित होते, ते चालवावे हेच आम्ही अगत्य जाणोन कारभार करितो. आशीर्वाद असू द्यावे. जाणिजे, लेखनालंकार.

शंभूराजांच्या त्या मनस्वी शब्दांनी हंबीररावांच्या मनावर दुपारभर गारुड घातले होते. तेवढ्यात मराठी राज्याचे दोन महत्त्वाचे प्रधान सेनापतींच्या भेटीस येत आहेत, असा निरोप डेऱ्यात येऊन पोचला. हंबीररावांनी डेऱ्याच्या कापडी खिडकीतून बाहेर नजर टाकली. उन्हाच्या झळांत एक करड्या रंगाचा घोडा पुढे येत होता. त्यावर बसलेले मोरोपंत पेशवे खूप थकल्यासारखे दिसत होते. उन्हात त्यांच्या कानाच्या पाळ्या आणि नासिकेचा शेंडा अधिक लाल झाला होता. जुलमाने घोड्यावर बसवलेल्या यात्रेकरू पोरासारखे ते गोंधळून गेल्याचे दिसत होते. पाठोपाठ काळ्याशार वाणाचे आणि पीळदार दंडाचे भोई धावत येताना दिसले. त्यांच्या खांद्यावरच्या पालखीने त्यांची पुरती दमछाक उडवली होती. पालखीमध्ये जाडजूड देहाचे अण्णाजी दत्तो होते. पालखीमध्ये दीर्घकाळ बसून राहणेही त्यांना जिकिरीचे वाटत होते.

मंडळी हाशहुश करीत एकदाची डेऱ्यात स्थानापन्न झाली. दोघेही प्रधान प्रवासाने श्रमलेले दिसत होते. परंतु पुढच्या कामाची त्यांना विलक्षण घाई होती.

हंबीररावांनी डेऱ्यातली आपली विश्वासाची माणसेही बाहेर घालवली. आता तिथे सुरनवीस अण्णाजीपंत, पेशवे मोरोपंत आणि सेनापती हंबीरराव यांच्याशिवाय तिसरे कोणीही उरले नव्हते. हंबीररावांनी पंतांना हसून विचारले,

"अण्णाजीपंत, घोडा उंब्रजात थांबवून आपण पालखी केली की काय?"

"छे! छे! अण्णाजींना आजकाल घोड्यावर बसणं जमतं कुठे? ते तर रायगडापासून पालखीतूनच आले आहेत. दोनदोन पाळ्या करून बिचाऱ्या भोयांचे

खांदे मोडले.'' हसत मोरोपंतांनी माहिती पुरवली.

अण्णाजींची चर्या त्रासिक दिसली. पेशव्यांची टिपण्णी त्यांना आवडली नव्हती. अण्णाजी आणि मोरोपंतांना सलामीलाच चुकल्यासारखे वाटू लागले. ते दोघेही विषयाला हात घालेनात, हे सेनापतींनी ओळखले. तसे हंबीरराव स्वत:च बोलले, ''पंत, ज्या कारणासाठी मोठ्या अपेक्षेनं या डेऱ्याच्या सावलीला आपण आला आहात, ती तुमची मनोकामना इथे पूर्ण होईल असं नाही वाटत बुवा!''

आरंभीच अशा उघड नकाराची नौबत वाजेल असे त्या दोघांच्या ध्यानीमनीही नव्हते. पैलवान मंडळींचा मेंदू गुडघ्यात असतो असे लोक म्हणतात, त्यामुळेच हंबीररावांना सलामीलाच छलांग मारू, हवे तसे वळवू त्यांच्या लष्करासह त्यांना पन्हाळगडाकडे पळवू असा सुरनवीस आणि पेशव्यांचा कयास होता, परंतु आरंभीच तोंड फुटल्याने त्यांच्या मुद्रा पाहण्यासारख्या झाल्या. अण्णाजी दत्तो तर गुश्श्याने बोलले, ''अहो हे असं कसं? 'तुम्ही जिथं जाल, तिथं तुमच्या मागून येऊ' असं लेखी वचन दिलं आहे तुम्ही आम्हांला! आणि आता ऐन मोक्याच्या प्रसंगी काखा वर करता काय?''

मोरोपंतांनी अण्णाजींना इशारा केला. तसे दोघेही एका सुरात आग्रहाने बोलले,

''सेनापती, अहो, आमचे नव्हे तुमचेच भाचे राजे बनणार आहेत!''

दोघांच्या त्या बोलावर कसनुसे हसत हंबीरराव विचारू लागले, ''आम्हांला कळू द्या तरी मंडळी. कोणत्या कारणासाठी आमच्या भाच्यांना- राजारामबाळांना गादीवर बसवायचं?''

''अहो हंबीरराव, शिवाजी महाराजच आम्हांला सांगून गेले होते तसं'' अण्णाजी-पंतांनी दडपून सांगितले.

''उगाच खोटं कशाला बोलता पंत? महाराजांच्या मनात तसा पक्का विचार असता तर त्यांनी लेखीटाकी त्याची नोंद ठेवली नसती का?'' हंबीरराव स्पष्टपणे बोलले.

''पण शंभूराजांना तरी राज्य द्यावं असं महाराजांनी कुठं म्हटलं होतं? तेव्हा हंबीरराव आमचं ऐका. तुमचाच भाचा गादीचा धनी होईल. त्यात तुमचंही हित आहे आणि आमचंही हित आहे.'' अण्णाजीपंत बोलले.

''नाही, ते शक्य नाही!'' हंबीररावांनी ठाम नकार दिला.

अण्णाजीपंत खूपच चिडले. हंबीररावांना दरडावून विचारू लागले, ''नाही? नाही म्हणजे काय हो? आपण राजारामांचे मामा आहात की कंसमामा?''

अण्णाजींच्या हल्ल्याने हंबीरराव चिडले नाहीत. ते शांतपणे उत्तरले,

''हे पाहा सुरनवीस, नातेसंबंधांचं हे कलम तुमच्यापेक्षा आमच्या अधिक फायद्याचं आहे. आपण तर सरस्वतीचे पुजारी! तुम्हांला आमच्यासारख्या शिपाईगड्यानं काय

सांगायचं? आमच्यासारख्या रांगड्या गड्याला इतकंच कळतं, देवाच्या पालखीसंगं माणसं कशासाठी चालतात? आपल्याही अंगावर चार गुलालाच्या मुठी पडून पावन व्हावं म्हणूनच नव्हे? तसंच शिवाजीसारख्या महापुरुषासोबत जन्मभर प्रवास करून स्वत:च्या भाच्या नि पुतण्याच्या हितापल्याड आम्ही काहीच शिकलो नाही का याचा आज तुम्ही मस्तकं ठिकाणावर ठेवूनच विचार करायला हवा होता—''

''म्हणजे?'' दोघांनीही डोळे रोखले.

''आज शिवाजीराजांसारखा आमचा तारणहार अकस्मात निघून गेला, त्यांची धुळीत पडलेली भवानी तलवार आम्हांला खुणावते आहे. शिवाजीचे सच्चे वारसदार म्हणून त्या तलवारीचं पावित्र्य जपायची आपल्यावर जोखीम आहे. महत्त्वाची गोष्ट म्हणजे आमच्या भाच्याला राज्यपद आणि बहिणीला राजमातेचा दर्जा — हे मधाचे बोट तुम्ही आम्हांला लावू नका! आमच्या भगिनीस साडीचोळीची तोशीस पडली तर तिच्यासाठी थैल्या सोडण्याइतका तिचा भाऊ नक्कीच सामर्थ्यवान आहे. पण थोडा बारीक विचार करा. स्वत:च्या अंतर्मनाची साक्ष काढा. मग तुम्हांला पटेल की, आज उद्‌भवलेल्या या परिस्थितीमध्ये शिवाजीराजांचं नाव आणि निशाण शाबूत ठेवायचं असेल तर संभाजीराजांना सिंहासनावर बसवण्याशिवाय अन्य पर्याय आपल्यापुढे नाही!''

न्यायाधीशाने अंतिम निकालपत्र वाचून दाखवावे आणि ती सत्यवचने ऐकून लबाडांची पंचाईत व्हावी, तशीच अवस्था अण्णाजी आणि मोरोपंतांची झाली. ते कमालीचे केविलवाणे दिसू लागले. अण्णाजींनी डोक्यावरची पगडी काढून मांडीवर ठेवली. ते हंबीररावांकडे गुरकावल्यासारखे पाहू लागले. मोरोपंतही गोंधळून गेले. त्यांना काही सुचेना. तेव्हा त्या दोघांच्या डोळ्यांस डोळा देत हंबीरराव आपली बुबुळे गरगर फिरवू लागले. त्यांना समज देत म्हणाले, ''फडांवर आपल्या पित्यासमोर मान झुकवून नम्रपणे बसणारे शंभूराजे फक्त आपण बघितले आहेत. पण तोच शंभू जेव्हा रणांगणावर आगीचा अंगरखा लेवून उतरतो, शत्रूंवर सपासप तलवारबाजी करतो, तेव्हाचं त्याचं ते तेज:पुंज रूप तुम्ही अभाग्यांनी कधी पाहिलेलं नाही. शिवाजीराजे जेव्हा जेव्हा मोहिमेवर निघत, तेव्हा ते दहा दहा हजाराच्या तुकडीचं नेतृत्व शंभूवर सोपवत. शंभूराजेबी मिळालेल्या संधीचं सोनं करत. रणमैदानावरील त्याची उपस्थितीच मुळी दहा हजार कडव्या लढवय्या शिपायांबरोबरची असते. घोड्याला टाच मारून तो जेव्हा त्याला थयथया नाचवतो, तेव्हा ते पाहून सामान्य राऊताच्या अंगातही दहा हत्तींचं बळ चढतं; आणि हत्तीघोड्यांसारख्या मुक्या जनावरांनाही मर्दानगीचे पंख फुटतात. थोरले महाराज अचानक गेले. त्यामुळे आपल्या शत्रूंना चेव चढणार आहे. उद्या मराठी राज्याच्या दरवाजावर औरंगजेबाचं अस्मानी, सुलतानी संकट जेव्हा धडका मारू लागेल, तेव्हा तशा निदानप्रसंगी रायगडाच्या सिंहासनावर शंभूबाळांसारखा देवाघरचा शिपाईच राजा म्हणून आम्हांला हवा आहे!''

“डोकं फिरल्यासारखं काय बोलता आहात हंबीरराव?” अण्णाजी दत्तो तंबूच्या खांबाला धरत कसेबसे उठून वैतागून विचारू लागले.

“आजवर शिवाजीमहाराजांच्या आणि प्रतापरावांच्या सान्निध्यात जो काही रणधर्म आम्ही शिकलो, त्याप्रमाणेच आम्ही वागणार आहोत, अण्णाजीपंत.”

“अहो, पण तुमचा भाचा रायगडाचा राजा...”

“सोडा हो अण्णाजी! भाचाच कशाला? त्या जागी पोटचा पुत्र असता तरी त्याला बाजूला ढकलून ह्या मर्दमावळ्यानं शंभूराजालाच मुजरा केला असता!”

हंबीररावांच्या तोंडून शंभूराजांचा हा असा पोवाडा ऐकायला मिळेल याची अटकळ त्या दोघांनाही नव्हती. त्यामुळे अण्णाजीपंतांना तर बराच वेळ काही सुधारलेच नाही. त्यांच्या घशाला कोरड पडली. ते पात्रातले पाणी घटाघटा प्यायले, तेव्हा त्यांना थोडे हायसे वाटले. ते शांत आवाजात हंबीररावांना म्हणाले,

“तुमच्या दिवाणाला तात्काळ आमच्यासमोर बोलावून घ्या.”

अण्णाजींच्या इच्छेनुसार दिवाण रायभान सबनीस डेऱ्यामध्ये आले. अण्णाजीपंतांनी हंबीररावांकडे पुन्हा एकदा टवकारून पाहिले. पंतांच्या मस्तकात माजलेले संतापाचे वादळ काबूत ठेवणे त्यांना जड जाऊ लागले. ते गरजले, “लष्करे दिवाण, आज ह्या घडीला कायद्याने राजारामसाहेब मराठी राज्याचे राजे आहेत. त्यांचा कायदेशीर सुरनवीस म्हणून मी अण्णाजीपंत प्रभुणीकर आणि राज्याचे पेशवे म्हणून हे मोरोपंत, आम्ही दोघे मिळून एक विचारे तुम्हांला असा हुकूम देतो आहोत की, राजद्रोहाच्या गुन्ह्यासाठी ह्या हंबीरराव मोहित्याला तात्काळ बेड्या ठोका. त्याच्या मुसक्या बांधा आणि त्याला फरफटत घेऊन लागल्या पावली रायगडाच्या बंदीशाळेकडे चालू लागा.”

अण्णाजीपंतांनी अवाढव्य तोफेची बत्ती पेटवली होती, पण बारच फुसका निघाला! त्यांचा हुकूम बजावण्यासाठी दिवाण जागचा हलेना. तेव्हा अण्णाजीपंतांचा चेहरा गारभांड्यासारखा काळाठिक्कर दिसू लागला. भयंकर संतापाने ते उठले. मोरोपंतांना घेऊन तरातरा बाहेर पडले. त्यांनी रायगडाहून आणलेली पाच हजारांची फौज बाहेर खडी होती. परंतु त्या फौजेच्या अवतीभोवतीने हंबीररावांचा वीस हजारांचा सेनासागर पसरला होता. तरीही आपल्या पथकाकडे हात उंचावत अण्णाजीपंत गरजले,

“चला रे. या घुसा. घुसा ह्या डेऱ्यात. ह्या मूर्ख हंबीररावाच्या मुसक्या बांधा!”

तोवर हंबीररावही डेऱ्याच्या दारात येऊन उभे राहिले. अण्णाजींचा व मोरोपंतांचा हुकूम मानण्यासाठी त्या सैन्यसागरातला एकही स्वार किंवा राऊत पुढे धावून आला नाही. त्या दोघांची अवस्था बाजारात हातवारे करत उभ्या राहणाऱ्या वेड्यांसारखी झाली. तेव्हा हंबीररावांनी आपल्या उपसेनापतींना जवळ बोलावले आणि धिम्या आवाजात फर्मावले, “रूपाजी, आनंदराव, ह्या दोघांना पकडा. त्यांना घेऊन आज

रात्रीपर्यंतच पन्हाळ्याला दाखल व्हा. शंभूराजांपुढे हा नजराणा पेश करा. त्यांना सांगा, उद्या सकाळी दिवसाच्या उगवत्या गोंड्याबरोबर हा हंबीरराव आपल्या मुजऱ्या-साठी पन्हाळ्यावर हजर राहील.''

२.

कामाचे डोंगर उपसायचे होते. कारभाराचा व्याप खूप मोठा होता. भाऊबंदकी आणि बेदिलीमुळे बिघडलेली स्वराज्याची घडी पुन्हा बसवायची होती. शंभूराजांची पन्हाळ्यावर अखंड जाग्रणे सुरू होती. राजांचे डोळे जळत्या मशालीसारखे तांबडे दिसत होते. ते खाजगीकडील महालात सुद्धा आता भररात्री कामात व्यग्र होते. इतक्यात त्यांचा सेवक रायाजी आत आला. बाहेर रूपाजी भोसले भेटीसाठी आल्याचे सांगून गेला. शंभूराजांनी आपला कमरदाब नीट केला. गळ्यातल्या कवड्यांच्या माळेशी चाळा करतच ते बाहेरच्या दालनात आले. रूपाजीने शंभूराजांना झटकन मुजरा केला. तो खूष होऊन जवळजवळ मोठ्याने ओरडलाच, ''राजे, आपण जिंकलो. आपल्याला कैद करू पाहणाऱ्यांनाच दंडाबेड्या पडल्या.''

''म्हणजे?''

''आज दुपारीच अण्णाजीपंतांना आणि मोरोपंतांना कराडजवळ हंबीररावांनी कैद केलं. त्या दोघांच्या मुसक्या बांधून आम्ही त्यांना इकडे गडावर घेऊन आलो आहोत. उद्या सकाळपर्यंत हंबीररावही आपल्या मुजऱ्यासाठी पाठोपाठ पोचतील.''

''उत्तम. कैद्यांना इथे बंदीखान्यात लोटा. त्यांच्यावर करडी नजर ठेवा. बाकीचं सारं उद्या पाहू.'' समाधानाने शंभूराजे बोलले.

तसा गेल्या दोनतीन रोजात पन्हाळ्यावर पेच सुटत चालला होता.

रायगडावर कोणी का नाममात्र राजा असेना, पण स्वराज्यातील रयतेच्या नजरेत शंभूराजेच खरे शिवरायांचे वारसदार होते. त्यामुळेच त्यांच्या भेटीसाठी पन्हाळगडा-कडे स्वारराऊतांची नुसती रीघ लागली होती. शंभूराजे आपल्या शय्यागृहाकडे परतले. बऱ्याच दिवसानंतर येसूबाई निवान्त पहुडल्याचे दिसत होते. गेल्या काही दिवसांतील अनंत कटकटी, कामे आणि चिंता यामुळे त्यांचा जीव ग्रासला होता. देह श्रमला होता. त्यामुळेच त्यांची झोप खराब करू नये असे राजांना वाटले. परंतु जसजसा अधिक वेळ जाऊ लागला, तसे राजे अधिक बेचैन दिसू लागले. आता हाताशी आलेली बातमी काही साधी नव्हती. राजकारणाच्या दृष्टीने अण्णाजीपंत आणि मोरोपंतांची कैद ही बाब महत्त्वाची खरी! परंतु स्वराज्याचे सेनापती आपल्या गटास मिळत होते. उद्या त्यांच्यासोबत शिवरायांचे सर्व लष्कर शंभूना येऊन मिळणार होते. त्यांच्या या एका पावलाने शंभूराजांचा दु:स्वास करणाऱ्या अंतर्गत

शत्रूंना आणि सरहद्दीबाहेरच्या उघड शत्रूंनाही चांगला जाबसाल मिळणार होता.

अधिक विचार न करता राजांनी येसूबाईंना हलवले. पोटाशी घट्ट मिठी मारून भवानीबाई झोपल्या होत्या. त्यांना हलकेच बाजूला करून येसूबाई उठल्या. शंभूराजांकडे दचकून पाहू लागल्या. राजांनी ते लाख मोलाचे वृत्त त्यांना ऐकवले. तशा युवराज्ञीही मोहरून गेल्या. त्यांनी हलकेच प्रश्न केला,

"उद्या हंबीरमामा राजांना कुठे भेटणार आहेत?"

"इथेच खाजगीकडे."

"असे कसे राजे? हंबीरमामांच्या यथोचित स्वागतासाठी उद्या पन्हाळ्यावर दरबार भरवा."

"कल्पना चांगली आहे. पण येसू, आपलं सिंहासन तिकडं रायगडावर आहे."

"त्याची काळजी राजांनी का करावी? आपल्यासारखा मर्द राजा जिथे उभा राहतो, त्या ठिकाणाचे रूपांतर सिंहासनात होतं.

रात्रीचेच निरोप गेले. दुसऱ्याच दिवशी पन्हाळ्यावर छोटेखानी दरबार भरला. सेनापती हंबीरराव युवराजांच्या पक्षाला मिळण्याने सगळीकडे अवघा आनंदीआनंद झाला होता. दरबारातले मानकरी, कारभारी सारे हंबीररावांची वाट पाहात होते.

इतक्यात उंच शरीरयष्टीच्या आणि बळकट बांध्याच्या हंबीररावांनी कुर्ऱ्यातच दरबारात प्रवेश केला. त्यांच्या लष्करी पगडीवरील मोत्यांच्या माळा विलक्षण चमकत होत्या. त्यांनी संभाजीराजांपुढे येऊन मोठ्या आदराने लवून मुजरा केला. तसे राजे गहिवरले. हंबीररावांनी झटकन त्यांचे मनगट पकडले. राजांना आलिंगन दिले.

थोडा वेळ संभाजीराजे आणि हंबीरराव हे दोघे एकमेकांकडे मोठ्या आदराने आणि कौतुकाने पाहात होते. त्या दोघांकडे पाहताना येसूबाईंचे मन समाधानाने भरून आले. राजारामांचा पक्ष सोडून आणि सोयराबाईंसारख्या सख्ख्या बहिणीचा हट्ट तोडून हंबीरराव बाहेर येतील, आपणहून शंभूराजांना मिळतील, असा खुद्द राजांनाच भरवसा नव्हता. याउलट आपल्या वर्तनाने सेनापतींनी युवराज आणि युवराज्ञींना काहीसे लाजवले होते. शंभूराजे सद्‌गदित मनाने बोलले, "मामासाहेब, आपल्या येण्याने खूप संतोष वाटला. यापुढेही मराठी राज्याच्या संरक्षणाचे खड्‌ग सेनापती या नात्याने आपल्याच हाती राहील."

"शंभूराजे, आमच्याकडं केवळ आपण नातेसंबंधाच्या नजरेनं पाहू नये. शिवाजी-राजे आम्हांला नेहमी सांगत असत. नातेसंबंधाची मानमर्यादा भोजनासाठी मांडलेल्या पाटाभोवती जी रांगोळी असते, तेवढ्याच हद्दीपुरती मर्यादित ठेवावी."

"तरीही मामासाहेब, आपला त्याग मोठा आहे!" शंभूराजे बोलले.

हंबीररावांच्या जिव्हाळ्याने आणि निष्ठेने शंभूराजे आणि येसूबाई दोघेही खूप भारावून गेले. राजांनी आपल्या गळ्यातला कंठा काढून हंबीररावांच्या गळ्यात

घातला. उंची वस्त्रालंकार अर्पण करून त्यांचा मोठा बहुमान केला. त्याच वेळी शंभूराजे बोलले, “मामासाहेब, आजच्या दरबारामध्ये दुसऱ्या एका बुजुर्ग व्यक्तीचा सन्मान करायचा आहे. आता येतीलच ते इकडं.”

“कोण बरं?”

“आपले हिरोजी फर्जंदकाका. मामासाहेब, आपण जाणताच. आबासाहेबांनी हा हिंदवी स्वराज्याचा रथ अशा उंचीवर नेऊन ठेवला आहे की, तिकडे फक्त नजर टाकताना एखाद्याची छाती दडपून जावी. हा जडशीळ रथ हाकताना माझ्यासारख्याचीही खूप दमछाक होणार आहे. त्याचवेळी तारुण्याच्या कैफामध्ये आमच्याकडून काही चुका घडायला नकोत. म्हणूनच आपल्यासारख्या जुन्या, अनुभवी मंडळींच्या सल्ल्याने पुढची वाट चालायचं आम्ही ठरवलं आहे. त्यात फर्जंदकाकाही आहेत.”

दरबाराचे कामकाज सुरू असतानाच गोव्याहून पोर्तुगीजांचे वकील रामजी नाईक ठाकूर तिथे दाखल झाले. त्यांनी तेथील पोर्तुगीज व्हाइसरॉय एतानिओ पाईस द सांदे यांचा खलिता शंभूराजांपुढे पेश केला. पोर्तुगीज व्हॉइसरॉयने शिवरायांच्या अकाली मृत्यूबाबत शोक व्यक्त केला होता. यापुढे गोवेकर पोर्तुगीज आणि मराठ्यांमध्ये सलोखा राहावा, अशी इच्छा प्रगट केली होती. तो खलिता वाचत असतानाच सागराच्या निळ्याशार लाटा शंभूराजांना खुणावू लागल्या. एका बाजूला गोव्याचा निथळता किनारा तर दुसरीकडे अनेक वेड्यावाकड्या खाड्यांनी, अजस्त्र झाडावेलींनी विणलेला कोकणचा किनारा – त्यातही पायामध्ये सर्पाचा विषारी काटा अडकून कुरूप होऊन बसावा तसा मुरुडजवळचा तो जंजिराही शंभूराजांना अस्वस्थ करू लागला.

दरबारात हंबीररावांनी आठवण करून दिली, “राजे, आपण इथं पन्हाळ्यावर अधिक काळ दवडणं योग्य नाही. लवकरात लवकर रायगडाकडं धाव घेऊन तिथे अंमल बसवणं महत्त्वाचं.”

“एवढ्या जल्दीची जरूरत नाही हंबीरमामा. इकडे सैन्याची जमवाजमव चालली आहे. पाहता आहात नव्हे. फ्रेंच, इंग्रज, पोर्तुगीज अशा देशोदेशींच्या वकिलांची पत्रं इकडेच येताहेत. त्यांनाही थोडा वेळ द्यायला हवा.”

दुपारी मोरोपंत आणि अण्णाजी दत्तोंना शंभूराजांपुढे पेश करण्यात आले. मोरोपंतांची मनगटे फक्त दोरीने बांधलेली, परंतु अण्णाजी दत्तोंच्या हातात पोलादाच्या जडशीळ बेड्या होत्या. मोरोपंतांच्या चर्येवरची तर रयाच गेली होती. ते खूपच मलूल खिन्न आणि अपराधी दिसत होते. त्याचवेळी त्यांच्या चेहऱ्यावरचा अपराधी भावही लपत नव्हता!

शंभूराजे सिंहासनावरून खाली उतरले. ते मोरोपंतांकडे चालत गेले. त्यांना म्हणाले, “काका, उगाच का गेलात अपराधाच्या वाटेला? कशाला फसलात दुष्टांच्या संगतीमध्ये?”

"कोणाचं काय चुकलं कोणास ठाऊक! पण जे घडलं ते बरं नाही हेच खरे," मोरोपंत उदास, दीनवाण्या सुरात बोलले.

शंभूराजांनी बाजूच्या पहारेकऱ्यांना खुणेने जवळ बोलावले. ते बोलले,

"मोरोपंतांचं वय साठीसत्तरीच्या घरातलं आहे. त्यांच्या मनगटामध्ये काहीही बांधू नका."

शंभूराजांनी अण्णाजी दत्तोंकडे नजर टाकली. तेव्हा शरमेने, अपराधेने किंवा नाराजीनेही त्यांनी आपली नजर चळू दिली नाही. डिवचलेल्या जंगली श्वापदासारखे ते तसेच कुर्ऱ्यात उभे राहिले. शंभूराजे न राहवून बोलले,

"अण्णाजीपंत, तुम्ही तर दगाबाजांचे मुकुटमणीच! आमच्याविरुद्ध बंडावा करण्याचं तुम्हांस काय कारण? तुमच्या अपराधाला क्षमा करणं किंवा तुम्हांला काही सूट देणं हा कोणाचाही आत्मघातच ठरेल!"

त्या जखडलेल्या स्थितीतही अण्णाजीपंत तसूभरही मागे हटायला तयार नव्हते. ते युवराजांकडे पाहून तणतणत बोलले,

"संभाजीराजे, कोणताही विचारी मनुष्य तुम्हाकडून एखाद्या चांगल्या गोष्टीची अपेक्षा ठेवेलच कशाला? गेले ते थोरले महाराज! संपली त्यांची कारकीर्द! त्यांच्यासोबत सत्त्वही गेलं आणि तत्त्वही गेलं. यापुढे झुंडगिरीशिवाय मराठी राज्याच्या नशिबात दुसरं काय असू शकणार आहे?"

"पंत, कशाला राज्याची भली चिंता करता? पहिलं स्वतःकडं पाहा. काय, असं काय कारण होतं तुम्हांला आमच्या विरोधात बंडाळी करायचं?"

"सांगावं म्हणता? आपल्या अंगातला हुडपणा गेला असेल अन थोडा सुसंस्कृतपणा उरला असेल तरच सांगतो."

"सदाचाराची भाषा गद्दार लांडग्यांच्या तोंडी शोभून दिसत नाही. बोला तुमचं काय करायचं?"

"प्रथम आमच्या हातापायातल्या ह्या जाड बेड्या आणि साखळदंड तोडा." अण्णाजीपंत गरजले.

"पंत, राजद्रोहाच्या गुन्ह्याबद्दल हा किरकोळ आहेर म्हणजे काहीच नव्हे."

"राजद्रोहाचा गुन्हा संभाजीराजे आपणच करीत आहात. आज रायगडावर खरा राजा कोण आहे? त्यांच्याच सहीशिक्क्याचे हुकूम घेऊन आलो आहोत आम्ही. त्यामुळे आमच्या अंगावरच्या ह्या बेड्या आपल्यालाच ठोकायला हव्यात!"

"एकूण काय, आपला सुंभही जळणार नाही आणि पिळाचा तिढाही सुटणार नाही." दीर्घ श्वास टाकत शंभूराजे बोलले.

"शंभूराजे, आपण पापी आहात. दुर्वर्तनी आहात आणि बदफैलीही आहात." शंभूराजांकडे हातवारे करत अण्णाजी दत्तो ओरडू लागले. येसूबाईंच्या चेहऱ्यावर

वेदनांचे जाळे उमटले. शंभूराजांनी हंबीररावांकडे नजर टाकली. त्याबरोबर हंबीरराव पहारेकऱ्यांवर ओरडले,

"जा रे, येथून घेऊन जा या थेरड्याला. फेकून द्या त्याला बंदीखान्यात." लागलेच मोरोपंतांना कच्च्या कैदखान्यात हलवले गेले, तर अण्णाजींची रवानगी ताबडतोब अंधारकोठडीमध्ये झाली.

खूप वेळ दरबाराचे कामकाज चालले होते. हिरोजींचा पत्ता नव्हता. दिवाणाने दरबार संपल्याचा इशारा केला. तितक्यात आठदहा राऊतांचा एक घोळका वेगाने आत घुसला. सारेजण पटापट मुजरे करत घाबरल्या स्थितीमध्ये शंभूराजांपुढे उभे राहिले. एकाच वेळी अनेकजण मोठ्याने सांगू लागले,

"राजे, घात झाला. फर्जंद पळाले, पळाले."

"कोण फर्जंद?" शंभूराजांनी अवाक् होऊन पुढे नजर टाकली.

""फर्जंद म्हणजे हिरोजीबाबा फर्जंद." सैनिक सांगू लागले.

"अहो, पण त्यांना कुठं आम्ही कैदखान्यामध्ये डांबलं होतं?"

"पळाले म्हणजे खजिना घेऊन पळाले! कोकणच्या दिशेने पळाले."

"काय सांगताहात?" शंभूराजे कमालीचे गोंधळून गेले.

"होय, सरकार. रत्नांच्या दोन मोठ्या पेट्या घेऊन ते पळाले. त्यांच्या सोबतीला त्यांची पंधरावीस माणसं आहेत."

हिरोजींसारख्या जाणत्याच्या दगाफटक्याने हंबीरराव गोंधळल्यासारखे दिसले. ते शंभूराजांना म्हणाले, "फर्जंदांचा ताबडतोब पाठलाग करायला हवा. एक पथक देतो पाठवून त्यांच्या समाचाराला."

"द्या पाठवून. असे पळून किती दूर पळतील?" आपली चित्तवृत्ती ढळू न देता शंभूराजे बोलले, "हंबीरमामा, काही महत्त्वाचे निर्णय घ्यायचे आहेत. देर रातीपर्यंत मसलतीस बसावे लागेल."

"जशी मर्जी! शंभूराजे!"

रात्री मसलतीला आरंभ झाला. म्हाळोजी घोरपडे, हंबीरराव, कृष्णाजी कंक आणि प्रल्हाद निराजी बैठकीस होते. शंभूराजांच्या बाजूला येसूबाईही बसून होत्या. सर्वांवर नजर टाकत शंभूराजे बोलले, "आजच्या आमच्या उत्साहाला हिरोजीकाकांनी गालबोट लावलं. पण त्याची फिकीर करायचं बिलकूल कारण नाही. जिथं घर तिथं अशा चारदोन उंदीरघुशी निघायच्याच. वेळोवेळी त्या ठेचून काढू. ह्या कारभाऱ्याच्या बगावतीची आणि गृहकलहाची आम्हांला तेवढी चिंता नाही वाटत. मात्र भविष्यात ह्या भूमीवर तो पापी औरंग्या धावून येईल, त्याची मोर्चेबांधणी आतापासूनच करायला हवी. आबासाहेबांनी तीनचार महिन्यांमागे आम्हांलाही ह्या धोक्याची जाणीव करून दिली आहे. दुनियेतल्या तीनचार महाबलाढ्य राजांमध्ये औरंग्याचा समावेश

होतो म्हणतात. त्याचा एक एक सुभा आपल्या स्वराज्याच्या दुप्पट, चौपट आहे.''

''काय सांगता?'' प्रल्हाद निराजींनी आवंढा गिळला.

''होय प्रल्हादपंत, एखाद्या महानदीच्या रोरावत्या लोंढ्यासारखं आपल्या राष्ट्रावर औरंगजेबाचं लष्कर चालून येत असल्याचा आम्हांला भास होतो. थोरल्या राजांचा महाराष्ट्र टिकवायचा असेल, तर प्रत्येक किल्ल्याकिल्ल्यावर दारूगोळ्याची आणि धान्यसाठ्याची तजवीज करून ठेवायला हवी.''

''ठीक आहे राजे. आपण एकदा रायगडावर गेलो की, पहिलं हेच काम हाती घेऊ.'' प्रल्हादपंतांनी मान डोलावली.

''उद्या नव्हे, आता या क्षणापासून कामाला लागा. आमंत्रण देऊन अरण्यातला वणवा पेट घेत नाही. तशी संकटेही सांगून येत नाहीत!'' शंभूराजे पुढे म्हणाले, ''पंत, येत्या चार रोजातच आपल्या राज्यातल्या प्रत्येक किल्ल्यावर किती रसद आहे याची मोजदाद व्हायला हवी. तीन महत्त्वाच्या गोष्टींची पहिली काळजी घ्या - दारूगोळा पेटणार नाही, गडावरचं पाणी आटणार नाही, धान्यबारुदाचा साठा कुठे कमी पडणार नाही. शिवाय प्रत्येक किल्ल्याचे गडकरी कोण, सबनीस, कारखानीस, नाईक कोण कोण आहेत त्याचीही यादी हवी आहे आम्हांला.''

धान्य पुरवण्याबाबत खूप खल झाला. शंभूराजांनी आदेश दिला,

''प्रल्हादपंत, उद्याच राजापूर बंदराकडे घोडी धाडा. तिथे जो काही पाचसहा हजार खंडी धान्याचा साठा असेल, तो उचला. आम्ही रायगडावर पाऊल ठेवायच्या आधी राज्यातील प्रत्येक गडावर मुबलक रसद पोचायलाच हवी.''

स्वराज्यात सोयराबाई आणि शंभूराजे दोघांचीही बाजू न घेता तटस्थ बसलेले बरेच सरदार होते. काही रुसलेले होते. अशा सर्वांची यादी शंभूराजांनी बैठकीतच तयार केली आणि तात्काळ भेटीस यावे अशी प्रेमाची आमंत्रणे त्यांना धाडली गेली.

शंभूराजांची ही तडफ पाहून म्हाळोजी, प्रल्हादपंत आणि हंबीरमामांसारख्या जुन्या माणसांचा ऊर भरून आला. जोत्याजी आणि कृष्णाजी कंकासारख्या तरुणांच्या छात्या उमलून गेल्या. महालातून येसूबाईसमवेत बाहेर पडता पडता शंभूराजांनी पुन्हा एकदा आपल्या पाठीराख्यांकडे नजर टाकली. ते अभिमानाने बोलले, ''कळवा त्या औरंगजेबाला. म्हणावं अनेक शतकांच्या ज्वालामुखीच्या उफाळत्या, फेसाळत्या, खदखदत्या ज्वालांमधूनच आमचा दख्खन देश निर्माण झाला आहे. इथे माणसंही पोलादाच्या कांबीसारखी चिवट आहेत! आम्ही तुझ्याशी अशी टक्कर देऊ की, येताना तू भला सोन्याच्या अंबारीत बसून दिमाखात येशील, पण शिवबाचं नाव घेऊन हा सह्याद्री आम्ही असा झुंजता ठेवू की तुझा मुडदा दिल्ली-आग्र्यापर्यंत आम्ही कधी पोचू देणार नाही! तू कोण्या ओढ्याओघळींची माती होशील तेही कोणाला धड समजणार नाही!''

३.

हिरोजी फर्जंदांनी शिवाजीराजांच्या आग्रा मुक्कामामध्ये इतिहास घडवला होता. राजे पेटाऱ्यातून निघून गेल्यावर राजांच्या जागी बिछायतीवर हिरोजी काही काळ आजाऱ्याचे सोंग घेऊन पडले होते. तेव्हा औरंगजेबाकडून कोणत्याही क्षणी आपली मुंडी छाटली जाईल, या गोष्टीचीही त्यांनी तेव्हा पर्वा केली नव्हती. तेच हिरोजी आज खजिन्याच्या पेट्या घेऊन पळून गेले होते. हिरोजी दिसायला आगळनिगळ शिवरायां-सारखेच होते. ते शहाजीराजांचे रक्षापुत्र होते. त्यामुळे शिवरायांत आणि हिरोजीत विलक्षण साम्य दिसायचे.

शंभूराजे खूपच संत्रस्त झाले होते. ते युवराज्ञींना बोलले,

"येसू, अशी का वागतात ही माणसं? सरड्यासारखा रंग का बदलतात ही माणसं? फर्जंदकाकांची वर्तणूक गोंधळात टाकणारी आहेच. पण बाळाजी आवजी चिटणीसांसारख्या ज्येष्ठ आणि अनुभवी पुरुषाच्या करणीला काय म्हणावं?"

"बाळाजीकाकांकडून चुका–?" येसूबाईंचे शब्द तोंडातच अडखळले.

"त्यांची गफलत तुम्हांला तरी कशी कळणार? उठसूठ 'सूनबाई' अशी तुम्हांला हाक मारायची त्यांची लडिवाळ रीत. त्यातच त्यांची खंडोबा आणि निळोबा ही दोन्ही पोरंही तुम्हांला पुत्रवतच वाटतात. पण लक्षात ठेवा युवराज्ञी, केवळ प्रेमापोटी राजद्रोहाकडे दुर्लक्ष करणं ही घोडचूक ठरेल!"

"राजे, बाकीच्या कारभाऱ्यांपेक्षा बाळाजीकाकांची प्रतवारी नक्कीच वरच्या दर्जाची आहे."

"काही सांगू नका. सारे एका माळेचे मणी. तसं नसतं तर त्यांनी पन्हाळ्याच्या किल्लेदाराकडे गुप्त खलिता कशाला पाठवला असता? वर आम्हांला गिरफ्तार करा, असे हुकूमनामे मोरोपंतांच्या हाती त्यांनी कसे दिले असते?"

शंभूराजांच्या रागाचा पारा खूप चढला होता. तेव्हा येसूबाई बोलल्या,

"राजे, हुकूमनाम्यावरची अक्षरं चिटणीसांच्या हातची नव्हती. ते लेखन त्यांच्या पुत्राच्या हातचं, आवजीबाबांचं होतं."

येसूबाईंचे प्रत्युत्तर शंभूराजांना बिलकूल सहन नाही. त्यांच्याकडे जळजळीत कटाक्ष टाकत राजे बोलले,

"युवराज्ञी, आम्ही काय बोळ्यानं दूध पितो असं तुम्हांला वाटतं?"

"पण स्वामी...."

"बोलूच नका. बाळाजीकाकांच्या गैरहजरीमध्ये आवजींची स्वाक्षरी आणि मुद्रा चालते, ही बाब स्वराज्यातील साडेतीनशे गडकऱ्यांना आणि असंख्य कारभाऱ्यांनाही

चांगलीच ठाऊक आहे.''

''आमचं मन आम्हांला अजून सांगतं, ह्या हुकुमाला बाळाजीकाकांची संमती नसणारच.''

ज्याच्यावर प्रेम करायचे, त्याच्यावर दिलोजान मोहब्बत करायची. त्याच्याकडे भक्तीने आणि निष्ठेने पाहायचे हा शंभूराजांचा स्वभावच होता. त्यातच बाळाजी आवजी आणि राजपरिवारामध्ये गाढा स्नेह होता. चिटणीसांशी असलेला हा स्नेहधागा शिवरायांनी आणि नंतर शंभूराजांनी जपला होता. त्या पार्श्वभूमीवरही बाळाजीपंतांनी आपणास तोंडघशी पाडल्याचे शंभूराजांना खूप वाईट वाटले.

एकूणच कारभाऱ्यांच्या दगलबाजीने राज्यातले वातावरण काहीसे करपले होते, त्यामुळे शंभूराजे व्यथित झाले होते. परंतु हळूहळू का होईना वातावरण बदलत होते. स्वराज्यातल्या सामान्य शिपाईगड्यांसाठी शंभूराजे म्हणजे नाकातले बाल होते. त्यातच आता राजधानी रायगड, पाचाड, महाड, पोलादपुरापासून कोकणपट्टीतली आणि घाटावरचीही सामान्य रयत बंड करून उठली होती. शिवपुत्राचा निसर्गदत्त वारसाअधिकार नाकारला जातोय, त्यासाठी कारभारी आणि सरकारकून षड्यंत्रे रचताहेत, राजांची मुस्कटदाबी करताहेत, याची रयतेला चीड आली होती. त्यामुळेच रायगडावरच्या रयतेने आणि लष्कराने बंडावा केला. सोयराबाईंचा आणि कारभाऱ्यांचा पक्ष उचलून धरणाऱ्या मंडळींना त्यांनी जेरबंद केले. म्होरके कोंडले. त्यांना बंदीखान्यात अडकवले. इतकेच नव्हे तर संतापलेल्या रयतेने १६ मे १६८० या दिवशी मोरोपंत आणि अण्णाजी दत्तोंच्या वाड्यावर चाल केली. दोघाही प्रधानांची घरे लुटून फस्त केली. बंडकऱ्यांनी रायगड ताब्यात घेऊन 'राजे, लवकर या' असा सांगावा घेऊन पन्हाळगडाकडे दूत धाडले.

बदलत्या वाऱ्याने शंभूराजांना नवा हुरूप चढला. त्यांनी एकाचवेळी अनेक कामे नेटाने पार पाडायचा धडाका चालवला. शृंगारपुरला दूत धाडले. आपल्या सासऱ्यांना, पिलाजीराव शिर्क्यांना दहा हजाराची फौज घेऊन रायगडाकडे आगेकूच करायची विनंती केली. शिवाय हंबीररावांच्या पुढारपणाखाली नवी पाच हजारांची फौज बांधली. आपल्या सर्व लष्कराला पुढील दोन महिन्यांचा आगाऊ पगार देऊन टाकला. चोवीस मावळात आणि छत्तीस नेरात गावोगावी शंभूराजांचे निरोप गेले. पागेतला फुरफुरता घोडा बाहेर काढून, भालेतलवारी नाचवत शिलेदार भोई पन्हाळगडची वाट चालू लागले आणि शंभूराजांना येऊन मिळू लागले. राजापूरच्या वखारीतून धान्याच्या गोणी बाहेर पडल्या. हजारो बैलांच्या पाठीवरून वाटप केल्याप्रमाणे धान्य गडागडाकडे रवाना होऊ लागले.

चिंता मिटत होत्या. पेच सुटत होते. अडचणींना नव्या पायवाटा गवसत होत्या. शंभूराजांच्या वाड्यासमोरचा बगीचा नानाविध फुलांनी डवरून आल्यासारखा दिसत होता.

राजवाड्यातून बागडताना, छोट्या भवानीच्या पायातली पैजणं छुमछुम वाजत होती.

एके सकाळी येसूबाई चौकातल्या भव्य तुळशीवृंदावनाला पाणी घालत होत्या. तुळससुद्धा अलीकडे नव्या जोमाने डवरल्यासारखी दिसत होती. इतक्यात पाठीमागे कोणाचीतरी पुरुषी पावले वाजली. राजांच्या पावलांची ढब, त्यांच्या सपात्यांचा नाद असा नव्हता. तर मग विनानिरोपाचे सरळ अंतःपुरात पोचायचे धाडस केले तरी कोणी? येसूबाईंनी गर्रकन पाठीमागे मान वळवली. तर सहा फूट उंचीचे, सडपातळ, सावळे, भव्य कपाळाचे, मोठ्या डोळ्यांचे आणि छपरी मिशांचे गणोजी शिर्के तिथे हसत उभे होते.

येसूबाईंनी पूजा आटोपती घेतली. आपल्या बंधूजींचे स्वागत केले. गणोजी तिथेच बाजूच्या चंदनी झोपाळ्यावर ऐसपैस बसले. झोपाळा फिरेल तसा त्याच्या बारीक काड्यांचा नाद ऐकू येऊ लागला. उद्या रायगडची राणी होणाऱ्या आपल्या धाकट्या बहिणीकडे गणोजी मोठ्या कौतुकाने बघत होते. त्यांना आपल्या बाळपणातले छोट्या येसूसोबत शृंगारपुरच्या रानात घालवलेले दिवस आठवू लागले– ते तिथले कड्यावरून कोसळणारे ओढे, खळखळ वाहणारे झरे, रानातल्या तेरड्याच्या फुलांच्या, गवर फुलांच्या त्यांनी आपल्या बहिणीसाठी तयार केलेल्या साखळ्या, ते सारे आठवत होते. ते दिवस केव्हाच सरले होते. शिवाजीराजांचे करोडो होनांचे हिंदवी स्वराज्य आता त्याच येसूच्या पायांजवळ पोचले होते.

आपल्या बंधूंचे स्वागत करून येसूबाई बोलल्या,

"दादासाहेब, इकडं येण्याऐवजी आपण सरळ रायगडाकडंच गेला असता तर किती चांगलं झालं असतं! तिथली कामं, तिथली व्यवस्था–"

"किती काळजी करशील येसू? संपले ते आपले एका जहागिरीपुरते दिवस. आता भाग्यच सावलीसारखं तुझी पाठराखण करते आहे."

"त्याचे फुकाचं श्रेय आम्हांला कशाला देता दादा? ही देण आमच्या मामंजीसाहेबांची – शिवरायांचीच! त्यांनी स्वच्छ धुतलेल्या हंड्यापातेल्यावरून आपल्या सुनेची पारख केली होती. आठवते ना? खरे रत्नपारखी तेच!"

चिंतेची एक बारीकशी छटा गणोजीच्या सावळ्या मुद्रेवर डोकावली. मोठा श्वास घेत ते विचारू लागले,

"येसू, महाराणीची वस्त्रं पांघरल्यावर विसरणार नाहीस ना तुझ्या या बंधूला?"

"किती गंमत कराल बहिणीची दादा!"

"तसं नव्हे गं. आम्हां गरिबांचं इतकंच म्हणणं, आता तुम्हां सर्वांचा भाग्योदय झालाच आहे. त्यातले चार किरण वळू देत आपल्या भावाकडं."

"असं कोड्यात काय बोलता दादा?" येसूबाई संभ्रमित झाल्या.

"कोड्यात कसलं? आपलं स्पष्ट बोलतोय. एकदा सत्तेच्या वारूवर राजानं टांग टाकली आणि रिकिबीमध्ये घट्ट पाय रोवले की, त्याला आजूबाजूच्यांचा विसर पडतो. तेव्हा म्हटलं, वेळेतच आठवण करून दिलेली बरी!"

येसूबाई अचंबित होऊन गणोजीरावांकडे पाहतच राहिल्या.

आपल्या हाताची बोटं नाचवत अस्वस्थ गणोजी बोलले, "ज्या दिवशी महाराणी म्हणून रायगडावर तुझ्या डोक्यावर छत्रचामरं ढळतील, त्याच दिवशी आपल्या बंधूच्या घरावरही वतनाचं एक छोटसं तोरण बांधशील तर उपकार होतील...."

"कसलं वतन?"

"आम्ही राजेशिर्के आहोत. नव्यानं आम्हांला काही नको. पिढ्यान्‌पिढ्या चालत आलेलं दाभोळच्या देशमुखीचं आमचं छोटंसं वतन आम्हांला देऊन टाका."

येसूबाई बावरल्या. पण आपल्या ज्येष्ठ बंधूच्या तिरकस बोलण्यावरून एकूण सारा प्रकार गंभीर असावा हे त्यांच्या चाणाक्ष बुद्धीने ओळखले. तेव्हा त्या बोलल्या,

"राजवाड्यात तूर्त गडबड आहे दादा. राजे अजून रायगडाकडे पोचायचे आहेत. त्यांनी कारभाराची सूत्रंही हाती घेतलेली नाहीत. तेव्हा म्हटलं थोडं सबुरीनं घ्या. तरीही मी स्वारींना बोलते, पाहते."

मध्ये फक्त दोन दिवस गेले असावेत. गणोजीरावांनी वाड्यावरच मुक्काम ठोकला होता. तिसऱ्या दिवशी त्यांनी येसूबाईंना पुन्हा हटकले.

"काय झालं येसू?"

"कशाचं?"

"वा! भोसल्यांच्या घरातलं लबाडीचं पाणी तुला खूप लवकर लागलं तर!" काहीसा कडवट चेहरा करत गणोजी विचारू लागले,

"येसू, तुझ्या माहेरच्या, दाभोळच्या देशमुखीचं काय झालं ते विचारतोय."

"हो... हो.... दादासाहेब. राजांशी बोलले मी!" ते म्हणाले, "थोडं थांबायला सांगा गणोजीराजांना."

"येसू, भोसल्यांची सून झालीस म्हणून राजेशिर्क्यांच्या अंगातल्या सूर्यकुळीच्या रक्ताचा विसर पडला की काय तुला?"

"पण मी म्हणते दादासाहेब, आताच इतकं हट्टाला पेटायला तुम्हांला काय झालं?"

"गुन्हा आमचा नाही. तुझ्या त्या थोर थोर सासऱ्यानं, शिवाजीनं आम्हां शिर्क्यांवर केलेला हा जुलूम आहे. केवळ दबावानं त्यांनी आमचं दाभोळचं परंपरागत वतन खालसा केलं." दातओठ खात गणोजी शिर्के बोलले.

"कशासाठी दादासाहेब शिवरायांना दोष देता? आपणही स्वत: त्याच शिवाजीराजांचे जामात आहात हे विसरता आपण."

“मोठा बनेल होता गं तुझा तो सासरा! आमचं वतन धाकदपटशा दाखवून बळकावलं ते बळकावलं, वर आम्हांला मधाचं बोटही लावलं. म्हणे, गणोजीरावांना जेव्हा पुत्ररत्न होईल तेव्हाच वतन देऊन टाकू. वा रे वा! समजा, उद्या पोटपाणी पिकलंच नाही तर?”

“पण दादासाहेब, कोणालाही वतनं देऊ नयेत असंच मामंजीसाहेबांचं धोरण होतं.”

“हे बघ, आमच्या वतनाशी तुम्हां भोसल्यांचा काडीमात्र संबंध नाही.” गणोजी शिर्के संतापानं कडाडले, “दाभोळचं ते वतन विजापूरच्या आदिलशहानं आम्हांला बक्षिसी म्हणून दिलं होतं. आम्ही काही तुमच्याकडं भीक मागत नाही. आमचा हक्क मागतोय.”

गणोजींचा चढता सूर राजवाड्यातील आनंदावर विरजण घालणारा होता. त्यामुळेच सारवासारव करत येसूबाई बोलल्या,

“क्षमा करा दादासाहेब. थोडी वेळकाळ पाहा. कदाचित आमचंही चुकलं असेल, परंतु आज तुमचे सख्खे मेहुणे शंभूराजे आता स्वराज्याचे नवे सम्राट होताहेत.”

“म्हणूनच म्हटलं याद करून द्यावी. तुझा सासरा वचन न पाळता देवाघरी गेला. निदान तुमच्याकडून तरी न्याय मिळेल! पण भोसलेच तुम्ही! सूर्यकुळातल्या घरंदाज मराठ्यांचं दुःख तुम्हा वेरुळच्या नांगरगट्टांना काय समजणार?”

जेव्हा गणोजीरावांनी खूप आटापिटा केला, ज्येष्ठ बंधूच्या अधिकाराने येसूबाईंना खूप भंडावून सोडले, तेव्हा युवराज्ञींना राहवले नाही. त्यांनी आपल्या बंधूराजांना स्पष्ट सांगितले, “वतनासारख्या नाजूक बाबीमध्ये आम्ही कसा काय घाईगडबडीनं निर्णय घेणार? आपण हवं तर राजांना भेटू शकता.”

गणोजी रुसले. अचानक जायला निघाले. निरोपावेळी येसूबाईंनी खाली वाकून त्यांना नमस्कार केला. त्या बंधूराजांना म्हणाल्या, “छोट्याशा बाबीवरून आपण राग धरू नये. तुमचा गुंता सुटेल. आपण सोडवू. पण दादासाहेब, राजांच्या मंचकरोहणावेळी मात्र न चुकता आपण रायगडावर हजर राहावे.”

येसूबाईंकडे कुत्सित नजरेने पाहत गणोजीराव विचारू लागले, “कशासाठी? तुमच्या मस्तकावर ढळणारी राज्यपदाची चामरं बघायला आणि आमच्या कपाळावर नाराजीचे, अपमानाचे दगडगोटे झेलायला?”

४.

शिवरायांचे महानिर्वाण होऊन दोन महिन्यांहून अधिक काळ लोटला होता. आता अधिक काळ राजधानीबाहेर राहणे हितकारक नव्हते. ‘राजाने दीर्घकाळ

राजधानी-बाहेर राहू नये.' कविराज सल्ला देत होते. अरिष्टे दूर झाली, गडागडावर रसद पोचल्याची खात्री झाली, तेव्हाच शंभूराजे आपल्या लष्करासह मजल दरमजल करत कराडमार्गे रायगडाकडे निघाले.

वाटेत प्रतापगडावरील भवानीला शंभूराजांनी दह्यादुधाचा अभिषेक घातला. ते मंदिरातून बाहेर पडले तेव्हा त्यांच्यासोबत सेनापती हंबीरराव मोहिते, कवी कलश, बुजुर्ग सेनानी म्हाळोजी घोरपडे आणि इतर राजोपाध्ये मंडळी होती. हिरोजी फर्जंद राजांशी कसेही वागले तरी कोंडाजी फर्जंदासारखा साठीच्या घरातला जुनाजाणता, काटक मर्द सेनानी शंभूराजांच्या पाठीशी होता. आजकाल रायाप्पासोबतचे कोंडाजी शंभूराजांची खूप काळजी वाहायचे.

राजे भवानी मंदिरातून चालत एका बुरुजाच्या टोकावर येऊन उभे राहिले तेव्हा त्यांना समोरच्या सह्याद्रीच्या हिरव्याचार पर्वतरांगांचे दर्शन घडले. ह्या रांगा कुठे समांतर, कुठे काहीशा वक्र, तर कुठे अर्धवर्तुळाकारही दिसत होत्या. पंचमीच्या खेळात झिम्माफुगडी खेळणाऱ्या मैतरणीसारख्या त्या एकमेकींच्या गळ्यात गळा घालत होत्या. तर खालच्या बाजूला नजर टाकली की, सह्याद्रीचे तुटलेले कडे आणि ढाळी दिसत होत्या.

आकाश निरभ्र होते. त्यामुळेच नीट डोळ्यांसमोर साठसत्तर मैलांच्या पल्याडचे रायगडावरचे भवानी टोक तेथून स्पष्ट दिसत होते. राजांनी उजव्या हाताच्या महाबळेश्वराच्या उंच कड्याकडे एक दृष्टिक्षेप टाकला. चैत्रपालवीच्या हिरव्या साजाने सारी जंगलराने सजली होती.

सुदैवाने अंतर्गत बंडाळीची आग थोडक्यातच आटोपली होती. हंबीररावांच्या कणखर भूमिकेनंतर तर सर्व सेनाधिकारी आणि लष्कर संभाजीराजांच्या गोटामध्ये दाखल झाले होते. रायगडावरच्या रयतेने सरदार मालसावंताला जेरबंद केले होते. राज्याच्या सर्व नाड्या शंभूराजांच्या घट्ट मुठीमध्ये आल्या होत्या. एकदा जबाबदारीचे ओझे अंगावर पडले की मनुष्य काहीसा हळवा आणि श्रद्धाळूही होतो. वाटेतून येतायेता शंभूराजे कोरटीच्या सदानंद आणि मल्हार गोसाव्यांना भेटले. संतसज्जनांना भेटणे, त्यांचे आशीर्वाद घेणे आणि धार्मिक कारणांसाठी मठांना मदत करणे चाललेच होते. औरंगजेबही दूर राजपुतान्यातील लढायांमध्ये गुंतल्याच्या वार्ता हेरांनी आणल्या होत्या. त्यामुळेच शंभूराजे प्रसन्न आणि निर्धोक मनाने मार्गक्रमण करत होते.

राजे गड उतरून खालच्या पार नावाच्या गावात पोचले. तोवर पोलादपूरकडची कशेडी खिंड ओलांडून त्यांचे एक पथक धावत येताना दिसले. तो बेडा जसा जवळ पोचला, तशी लष्करात खळबळ माजली. "हिरोजी सापडले! हिरोजी कैद झाले!" चिपळूणमध्ये राजांच्या त्या पथकाने पळून जाणाऱ्या हिरोजी फर्जंदांना गिरफ्दार केले

होते. त्यांच्याकडून पळवून नेलेल्या रत्नपेट्या आणि उर्वरित खजिना जप्त केला होता. गुन्हा मोठा होता, परंतु गुन्हेगार व्यक्तीही काही सामान्य नव्हती. त्यामुळेच फर्जंदांची सर्वांसमोर हजेरी घेणे राजांनी टाळले.

पारच्या पाटलाच्या वाड्यात फर्जंदांना राजांसमोर पेश करण्यात आले.

हिरोजींच्या साठीतल्या कुर्रेबाज देहयष्टीकडे शंभूराजे अवाक् होऊन पाहात होते. त्यांची निमुळती हनुवटी, गरुडी नाक, लांब सुबक दाढी आणि आबासाहेबांसारखेच मोठे बोलके डोळे. आबासाहेबांची सय करत स्तिमित होऊन राजे फर्जंदांकडे पाहातच राहिले. मात्र हिरोजींच्या चर्येवर पहिले पाणी उरले नव्हते. त्यांची गोरीपान चर्या काळजीने आणि अपराधभावनेने शरमिंदी झाली होती. त्यांना राजांपुढे एक वाक्यही धड बोलता येईना.

हिरोजींच्या ओठांतून शब्द बाहेर पडण्याआधी त्यांच्या डोळ्यांच्या कडा पाझरल्या. ते दाटल्या गळ्याने बोलले, "शंभूबाळ, मेलेल्याला अधिक मारू नका."

"हिरोजी फर्जंद बहाद्दर! काका, आपले नाव काय, कीर्ती काय आणि म्हातारपणीची ही उपरती काय! आबासाहेब वारले म्हणून आम्हांला पोटाशी धरण्याऐवजी आपण संधी साधून भुरट्या चोरासारखा खजिना पळवता? आमच्या पाठीत सुरा खुपसू पाहता?"

"चुकलं शंभूबाळ." हिरोजींनी हात जोडले.

"फर्जंदकाका, नुसती इच्छा प्रदर्शित केली असती, तरी आपल्या पायावर अख्खा खजिना रिता केला असता! असे चोराचिलटांचे मार्ग कशासाठी अवलंबलेत?"

बाजूच्या दालनात जाऊन राजांनी आपल्या सहकाऱ्यांशी सल्लामसलत केली.

राजे म्हणाले, "जाऊ दे. झालं गेलं विसरू. हिरोजींना माफ करू."

मध्येच हस्तक्षेप करत हंबीरराव बोलले, "शंभूराजे, आपल्या मनाचा मोठेपणा आम्ही समजून घेऊ शकतो. परंतु आपण आता युवराज नव्हे, राजे आहात. आपल्या सहृदयतेचा लोक गैरार्थ काढतील. शिक्षेची भीती नसेल तर पुंड माजतील."

सारासार विचार करून शंभूराजांनी निर्णय घेतला. हिरोजींना अजून काही दिवस नजरकैदेत ठेवावे. 'मात्र त्यांना दंडाबेडी न घालता त्यांचा कोणत्याही स्वरूपात अपमान न करता, पुरेशा इज्जतीने त्यांना रायगडाकडे घेऊन जा' असे आपल्या पथकाला सांगायला शंभूराजे विसरले नाहीत.

प्रवासात शंभूराजांच्या चर्येवरची खिन्नता पाहून कवी कलशांनी विचारले, "राजन, आपण असे चिंताक्रांत का दिसता?"

"आपल्या भरवशाच्या आप्तांनाच अशी कारस्थानाची नखं फुटतात, तेव्हा आपली मती गुंग होते, कविराज. हे फर्जंदबाबा काय, एके काळी पोटच्या पोरापेक्षाही आम्हांला लळा लावणाऱ्या सोयराबाई मातोश्री काय! त्यांनी पित्याच्या

अंत्यसंस्कारापासून आम्हांला वंचित ठेवायचं?''

''जाऊ द्या राजन!''

''नाही कविराज. सारेच काही आलबेल नाही. अनेकांच्या शापाचे, द्वेषमत्सराचे आणि तळतळाटाचे आम्ही लक्ष्य ठरलो आहोत!''

लष्कराने बिरवाडी ओलांडली. महाडजवळ चांभारखिंडीला वळसा घेऊन फौजा समोरच्या वृक्षराजीमध्ये घुसल्या. वाटेतल्या छोट्यामोठ्या टेकड्या, कधी बसकण मारलेल्या धष्टपुष्ट बैलांसारख्या, तर कधी थोराड हत्तींसारख्या दिसत होत्या. झाडे-झुडपे विरळ झाली की दूर पल्याडचा रायगड किल्ला डोळ्यांत भरायचा. तो छाती फुगवून बसलेल्या एखाद्या बलदंड गरुडासारखा दिसायचा. गरुड जसे उंच पाषाणी सुळक्यांच्या शेंड्याशी आपले घरटे बांधतो, तशीच शिवाजीराजांनी रायगडाची निवड केली होती. अनेक भावभावनांची आंदोलने शंभूराजांच्या मनामध्ये फेर धरू लागली होती. केवढा हा विजनवास म्हणायचा? रायगडच्या ज्या परिसरात शंभूराजांनी आपल्या शैशवातले सुवर्णक्षण सांडले होते, पर्णपुष्पांशी कुजबूज करता करता जिथून ते पौगंडावस्थेतून बाहेर पडले होते, त्याच रम्य परिसराचे त्यांना तीन वर्षांच्या अंतराने दर्शन घडत होते.

रायगडच्या नव्या राजेश्वराच्या स्वागतासाठी पंचक्रोशी नटली होती. शृंगारलेल्या कमानी फुलांच्या भारांनी वाकल्या होत्या. ढोल-लेजीम, सनई-चौघडे आणि तुताऱ्या-कर्ण्यांच्या जल्लोषात शंभूराजांचे जोरदार स्वागत झाले. पाचाडच्या वेशीवर जणू काही जत्राच फुटली होती. खाली पायथ्याला वाद्यांचा गदारोळ सुरू झाला, तेव्हा गडावरच्या तोफा धुडूम्धाम, धुडूम्धाम आवाज देऊ लागल्या. शिवरायांच्या अकाली निधनाने काळवंडलेला, कटकारस्थानांनी भांबावून गेलेला रायगड आता सावरून हुरूप धरू लागला होता! मंगलदायी दिसू लागला होता!

या आधीच गडावरील राहुजी सोमनाथ, कान्होजी भांडवलकर आणि मालसावंतांसारख्या कटवाल्यांची धरपकड केली गेली होती.

पाचाडच्या वेशीजवळ शंभूराजांचे सासरे पिलाजीराव शिर्के आपल्या जावयाच्या स्वागतासाठी स्वतः हजर होते. त्यांनी गडावरच्या सर्व मोक्याच्या जागी चौक्यापहारे बसवून कडा बंदोबस्त ठेवला होता. आपले जामात शंभूराजे हिंदवी स्वराज्याचे दुसरे छत्रपती झाले याचा अत्यानंद त्यांच्या वृद्ध चेहऱ्यावर झळकत होता.

समोरची गर्दी पाहून शंभूराजे काहीसे अचंबित झाले. वाऱ्याची दिशा पाहून वातकुक्कुटाने आपला मोहरा वळवावा तसे झाले होते. समोर स्वागताला राजांचे सर्व मेहुणे बिनाआमंत्रणाचे हजर झाले होते. राजांचे चुलतबंधू अर्जुनजी भोसले, हरजीराजे महाडिक, तुकोजी पालकर वगैरे आप्त पुढे पुढे करत होते.

येसूबाई आपल्या ज्येष्ठ बंधूराजांकडे, गणोजी शिर्क्यांकडे अचंबित नजरेने

पाहात होत्या. आपल्या वतनाचे कलम जोपर्यंत मार्गी लागत नाही, तोवर तोंड दाखवणार नाही अशी प्रतिज्ञा त्यांनी फक्त पंधरा दिवसांपूर्वीच केली होती. मात्र तसे काही घडलेच नाही, अशा अर्थी गणोजी येसूबाईंकडे कौतुकाने बघत होते. राजांच्या नजरेतून महादजी निंबाळकरांचा हसरा चेहराही सुटत नव्हता. जोत्याजी केसरकर हळूच शंभूराजांच्या कानाशी लागले, "कळलं का, महादजींनी मोगलांची चाकरी कायमची सोडली."

"अस्सं?" शंभूराजे आश्चर्यचकित झाले.

"हो. स्वत:चे मेहुणेच छत्रपती झाल्यावर परक्याची नोकरी कोण कशाला करेल?"

पाचाडकरांनी केलेले जंगी स्वागत, वाद्यांचा जल्लोष, फटाक्यांची आतषबाजी, तोफांचा गडगडाट, तर दुसरीकडे शेकडो ब्रह्मवृंदाचे मंत्रोच्चार, वृद्धांचे आशीर्वाद आणि तरुण सहकाऱ्यांचा हुरूप या साऱ्या कोलाहलातून शंभूराजांचे लक्ष दुसरीकडेच वेधले गेले होते.

त्यांचे सैरभैर मन बाजूच्या जिजाऊसाहेबांच्या वाड्याकडे ओढ घेत होते. ममतेचा, मांगल्याचा ठेवा असणारी ती वास्तू त्यांनी डोळे भरून पाहिली.

ते जिजाऊसाहेबांच्या समाधीजवळ गेले. तेथे नतमस्तक झाले. त्या समाधीच्या खडखडीत दगडी चबुतऱ्यावरून त्यांनी हात फिरवला मात्र, त्या केवळ स्पर्शाच्या जादूनेच त्यांना कमालीचे भावविवश केले. त्यांच्या डोळ्यांत अश्रू होते. दु:खाचेही आणि आनंदाचेही. ते दृश्य बघणाऱ्यांच्या हृदयात मात्र कालवाकालव झाली.

सायंकाळी वाड्यासमोर रंगीत फेटे आणि नवी घोंगडी काचोळी घातलेल्या भोयांचा जथा उभा होता. सोन्याची पालखी शृंगारली होती. संभाजीराजे दिमाखात पालखीत विराजमान झाले. कलाबुताचे गोंडे बाजूला करत आणि आपल्या देखण्या, आरसपानी, अवघ्या बाविशीच्या मुद्रेचे दर्शन देत राजे पुढे निघाले.

पालखी चालू लागली. सोबतच्या पालख्या आणि मेण्यांतून कवी कलश, येसूबाई, पिलाजी शिर्के, हंबीरराव ही सारी मंडळी होतीच. पालखी चितदरवाजाला भिडली, तसे राजांनी भोयांना हटकले. ते खाली उतरले. आज शंभूराजांचे चित्त काही थाऱ्यावर दिसत नव्हते. त्यांनी एकदा गलबलत्या मनाने टकमक टोकाकडे, पुन्हा पुसाटीला असलेल्या मधल्या नाणे दरवाजाकडे आणि तेथून वर महादरवाजाकडे नजर टाकली. राजे सारा साज-सरंजाम विसरून गेले. त्यांनी सामान्य मावळ्यासारखीच बाजूच्या पायरीवर बसकन मारली, तेव्हा सारेच आश्चर्यचकित झाले! एकाएकी शंभूराजांचा कंठ दाटून आला. त्यांची गौर, नितळ चर्या लालेलाल झाली. ते कातर सुरात पिलाजीरावांना बोलले, "मामासाहेब, आता कशासाठी जायचं वर त्या ओसाड गडावर? देवाशिवाय देऊळ बघणं आणि शिवरायांशिवाय रायगड

पाहणं ह्या दोन्ही गोष्टी सारख्याच!....''

बोलता बोलता शंभूराजांच्या हृदयातला कवी जागा झाला. शंभूराजे गदगदत्या सुरात सांगू लागले, ''मनुष्यमात्राने किती जरी पुण्यं संपादली, देव देव केलं, चारी धाम धुंडाळले, तरी आमच्या लेखी त्याला महत्त्व नाही.

वृंदावन, मथुरा, काशी आणि रामेश्वर कोणाला,
ज्या अभाग्याने रायगड न देखिला त्याला!''

सहकाऱ्यांनी राजांची कशीबशी समजूत घातली, तेव्हा कुठे पालख्या गड चढू लागल्या. वरच्या महादरवाजात शंभूराजांचे जंगी स्वागत झाले. तेथूनच ते जगदीश्वराच्या दर्शनास गेले. फडावर अनेक कर्ती मंडळी गोळा झाली होती. राजांनी त्यांच्याशी वार्तालाप केला.

थोड्याच वेळात कारभारी पक्षाच्या सरदार मालसावंतांना, हिरोजी इंदुलकरांना आणि कान्होजी भांडवलदारांना राजांच्या समोर पेश करण्यात आले. या आधीच शंभूराजांनी मालसावंतांकडून कौल मागितला होता, ''आम्ही सोयराबाई राणीसाहेबांचे मीठ खातो.'' असे दुरुत्तर त्यांनी केले होते. इतकेच नव्हे, तर अण्णाजी दत्तोंच्या वाड्यावर धावून गेलेल्या रयतेला त्यांनी चोप देण्याचा प्रयत्न केला होता. कान्होजी आणि इंदुलकरांना राजांनी बंदीखान्याकडे रवाना केले. परंतु इतक्या दिवसांच्या बंदीवासानंतरही मालसावंतांचा मुजोरपणा कमी झाल्याचे दिसत नव्हते. ते कुत्सितपणे राजांच्या नजरेला नजर देत होते. राजांचा क्रोधाग्नी भडकला. ते कडाडले, ''सज्जनांसाठी केवळ नजरेचा धाक पुरेसा असतो. गुंडापुंडांना मात्र शस्त्राचीच लिपी कळते!''

शंभूराजांनी तिथल्या तिथे कडेलोटाची कठोर शिक्षा फर्मावली.

त्या रात्री टकमक टोक राक्षसाच्या जबड्यासारखे भयकारी दिसत होते. तेथून जोराचा वारा वाहत होता. तो उंच कडेकपारींना थटून त्याचा घुईं, घुईं असा कर्कश शीळ घातल्यासारखा आवाज येत होता. त्या अंधाऱ्या रात्री गद्दारांचे डोळे बांधले गेले. त्यांना टकमक टोकाच्या शेंडीवरून खाली लोटले, तेव्हा त्यांची धडे ज्वारीच्या पोत्यासारखी खाली घरंगळून कडसारीच्या फत्तरावर आपटली. त्यांच्या शरीराचे छिन्नविच्छिन्न तुकडे झाले. ते घारीगिधाडांचे भक्ष्य बनले.

एके सकाळी पाचाडच्या कोटाचा दरवाजा करकरला. तेथून अण्णाजी दत्तो आणि मोरोपंत या अव्वल राजबंद्यांना बाहेर काढले गेले. पहारेकऱ्यांच्या बंदोबस्तात ते दोघे पायानेच गड चढू लागले. मोरोपंतांना आपल्या अपराधाची जाणीव झाली होती. ते काहीसे थकलेले, गांगरलेले, गलितगात्र दिसत होते. अण्णाजी दत्तोंचे मन मात्र निर्ढावलेले. ते गुरकावल्या नजरेने बाजूच्या उंच तटबंदीकडे पाहत होते.

काही गद्दारांचा कडेलोट झाल्याची खबर आली, तेव्हा अण्णाजींची तर खात्री

झालीच होती. मालसावंतापेक्षा आपण कितीतरी मोठे गुन्हेगार आहोत. गड चढता चढता त्या दोघा राजबंद्यांच्या नजरा अभावितपणे टकमक टोकाकडे धाव घेत होत्या. गर्भगळीत झालेले मोरोपंत अण्णाजींना बोलले, "सुरनवीस, आम्ही आपल्या नादाने जिंदगीचं नुकसान करून घेतलं. सेवेला बट्टा लागला. पोरासोरातही थट्टा झाली"

"जाऊ दे रे मोरोबा. मी तर आता भविष्याचा विचार करणंच सोडून दिलं आहे." उसासून अण्णाजी बोलले, "नशिबानं चांगली साथ दिली तर मोरोपंत तुम्हांला शिक्षेत सूट तरी मिळेल. पण शंभूराजांनी आम्हांला जिवंत ठेवावं असं कोणतंही चांगलं कृत्य आमच्या हातून घडलेलं नाही!..."

त्या दोघाही राजबंद्यांना त्यांच्या महालातच कोंडले गेले होते. दारावर चौक्या आणि खडे पहारे बसवले गेले होते. त्याच दिवशी इंदुलकरांना शंभूराजांसमोर उभे करण्यात आले. इंदुलकरांची अर्ध्यापेक्षा अधिक हयात रायगड किल्ल्याची बांधणी करण्यात, तिथे राजप्रासाद, चौक, वाडे आणि उद्याने बांधण्यात गेली होती. परवाच्या रात्री कर्मधर्मसंयोगाने इंदुलकर बचावले होते. कोण ओळखत नव्हते इंदुलकरांना? चैत्राच्या अंग जाळणाऱ्या उन्हात, आषाढातल्या प्रचंड जलधारांत आणि हिवाळ्यातल्या बोचऱ्या थंडीत सुद्धा हिरोजी इंदुलकर गडाची पडझड पाहत अखंड फिरत राहत. शिवाजीराजे त्यांचा 'एक मंतरलेले पिशाच्च' असा कौतुकाने उल्लेख करत. असा भला मनुष्य बंडखोरांच्या संगतीने फसावा याचे सर्वांना दुःख वाटत होते.

शंभूराजांनी भर सदरेवर इंदुलकरांना जवळ बोलावले. त्यांची सुरकुतलेली बोटे आपल्या हाती घेत राजे बोलले, "ह्या वृद्ध बोटांची पुण्याई खूप मोठी आहे. परंतु इंदुलकर अलीकडे आपण अविवेकी कारभाऱ्यांच्या नादी लागून हीच बोटे कलंकित केली आहेत."

सर्वांनाच परवाच्या कडेलोटाची आठवण झाली. तशा सर्वांच्या मुद्रा गंभीर झाल्या. इंदुलकरांसाठी सर्वांचे काळीज तुटत होते. शंभूराजांनी इंदुलकरांचा हात घट्ट पकडताच त्यांच्या डोळ्यांपुढे अंधारून आले. राजे मोठ्याने म्हणाले,

"इंदुलकर, ताजमहालाची गोष्ट ठाऊक आहे ना? तो बांधून झाल्यावर औरंग्याच्या बापाने, शहाजहानने तिथल्या कारागिरांची बोटे तोडून टाकली होती, असं म्हणतात."

शंभूराजांच्या वक्तव्याबरोबर इंदुलकरांनी हाय खाल्ली. सर्वजण घाबरून गेले. राजे नेमका कोणता निर्णय घेताहेत याकडे सर्वांचे लक्ष लागले. शंभूराजे हसत बोलले, "आबासाहेबांच्या पारखी दिव्यदृष्टीने इंदुलकर तुम्हांला हेरलं होतं. तुमचा हा परिसासारखा हात आम्ही बचावू शकलो नाही, तर संस्कृत आणि ब्रजभाषेतील नाट्यप्रतिभेचा, काव्यसंस्कृतीचा ध्यास धरणाऱ्या ह्या राजाच्या ठायी रसिकतेचा थोडा तरी लवलेश होता की नाही, असा प्रश्न पुढच्या पिढ्या आम्हांला पुसतील.

जाऽऽ आपल्या बोटातली ही जादूगिरी अशीच चालू ठेवाऽ ऽ!''

शंभूराजांच्या निर्णयाने सारेजण अचंबित झाले. इंदुलकरांनी राजांचा हात आपल्या छातीशी कवटाळला. राजांपुढे नतमस्तक होत, जमलेल्या सर्वांकडे हात करत आनंदाने अश्रू ढाळत इंदुलकर बोलले, ''अरे, कोण म्हणतो थोरले राजे निवर्तले? ह्या शंभूबाळाच्या रूपानं आमचे महाराज जिवंत आहेत!''

५.

दुपारी शंभूराजांनी आणि येसूबाईंनी जगदीश्वराला जाऊन अभिषेक घातला. येता येता शिर्काई देवीचेही दर्शन घेतले. आल्या दिवशी रात्रीच त्यांनी मातोश्री पुतळाबाईंचे सांत्वन केले. त्या शिवरायांच्या वियोगाने पूर्ण खंगून गेल्या होत्या. तुळशीच्या काष्ठासारखी त्यांची काया दिसत होती. दिवसभर शंभूराजांच्या डोक्यात पुतळाबाईंचाच विषय घोळत होता. सोयराबाईंच्या महालाकडे डोकावू नये असाच येसूबाईंचा आग्रह होता.

सोयराबाईंच्या तुलनेत शंभूराजांना पुतळाबाईंचीच खूप सय होत होती. आपल्या पतीच्या अकाली निधनाने त्या अक्षरशः मोडून गेल्या होत्या. त्यातच पुतळाबाई अग्निनारायणाच्या पोटात प्रवेश करून सती जाणार आहेत, हे समजल्यावर तर शंभूराजे खूप गंभीर बनले होते. एके काळी शहाजीराजांच्या मृत्यूनंतर जेव्हा आपल्या आजी जिजाऊसाहेब सती चालल्या होत्या, तेव्हा त्यांना रोखण्यासाठी आपल्या आबासाहेबांनी किती प्रयत्न केले याची शंभूराजांना आठवण होत होती.

गडावर कामकाजाची एकच धांदल उडाली होती. रायगडवाडीच्या यंत्रशाळेमध्ये किती शस्त्रास्त्रे शिलकीत आहेत आणि गडावरील बारूदखान्यात दारू नि तोफगोळ्यांचा किती साठा शिलकीत आहे, याची मोजदाद येसाजी कंक आणि म्हाळोजी घोरपडे करत होते, तर राजमहालामध्ये राजांसाठी ग्रंथागाराचे एक खास दालन उभारले जात होते. त्याची व्यवस्था कवी कलश जातीने पाहत होते. त्यांनी राजांच्या पोथ्या आणि ग्रंथसंग्रह शृंगारपुराहून आणण्यासाठी जोत्याजी केसरकरांना रवाना केले होते.

राजांना अचानक प्रकांड पंडित गागाभट्टांची याद आली. शिवरायांच्या राज्याभिषेकावेळी त्यांची महंतांशी चांगली मैत्री जुळली होती. विविध ग्रंथ, शास्त्रपुराणे या विषयांवर पोरसवदा शंभूराजांनी अनेक प्रश्न विचारून तेव्हा गागाभट्टांना भंडावून सोडले होते. राजकुमार खूपच तैलबुद्धीचे आहेत –अशा शब्दात गागाभट्टांनी थोरल्या राजांकडे युवराजांचे कौतुक केले होते. त्या साऱ्या गोष्टींची सय होताच, पोथ्या बयाजवार ठेवणाऱ्या कविराजांना राजे बोलले, ''कलशजी, आजच गागाभट्टांना

खलिता पाठवून द्या. सोबत हजार मोहरांची थैलीही भेट पाठवा.''

''राजन...?''

''होय कविराज, गागाभट्टांकडून आम्हांला एक नवा ग्रंथराज लिहून हवा आहे. धर्म आणि नीतीचे पालन राजाने कसे करावे, या विषयावर त्यांच्यासारख्या अधिकारी व्यक्तीने ग्रंथ लिहिल्यास तो आम्हांला मार्गदर्शकच ठरेल.''

सूर्य अस्ताला चालला. सायंकाळची सोनेरी किरणे गडावर फाकली. शंभूराजांचे मन हुरहुरले. तिन्हीसांजेचे टेंभे आणि पलिते पेटू लागले, चिरागदाने उजळू लागली. तेव्हा शंभूराजांची पावले पुतळाबाईंच्या महालाकडे वळली. त्यांच्यासोबत येसूबाईही होत्या. पांढऱ्याशुभ्र वस्त्रातील पुतळाबाई शिवरायांच्या पलंगाजवळ बसल्या होत्या. पलंगावर राजांच्या सपाता, गंधफुले, वैजयंती माळ, रेशमी अंगरखा अशा वस्तू भक्तिभावाने ठेवल्या गेल्या होत्या. शंभूराजे पुतळाबाईंच्या जवळ गेले. पुतळाबाईंनी त्यांना वात्सल्याने आपल्या मिठीत घेतले. त्या हुंदके देत राजांना विचारत होत्या, ''शंभूबाळ, इतक्या लवकर मृत्यू ओढवावा असं महाराजांचं वय झालं होतं काय?''

येसूबाई आणि शंभूराजे यांनी पुतळाबाईंचे खूप सांत्वन केले. ढगाचा निचरा झाल्यासारखा पहिला बहर ओसरला. आपले डोळे पुसत पुतळाबाई बोलल्या,

''शंभूराजे, आपण आलात ते खूप चांगलं झालं. तुमच्याच वाटेकडं आमचे डोळे लागले होते. राजांच्या मागे ही दौलतदुनिया व्यर्थ आहे. त्यांच्यासोबतच इहलोकाची यात्रा संपवायचा आम्ही निश्चय केला होता. पण आम्ही थांबलो होतो ते फक्त दोन कारणांसाठी.''

''आईसाहेब, सारं दुःख विसरून जा.'' राजे बोलले.

पुतळाबाई आपल्या निश्चयापासून अजिबात ढळायला तयार नव्हत्या. त्या बोलल्या, ''अचानक महाराज निवर्तले. तो धक्का असह्य होता. राजधानीवर शत्रूचे आक्रमण होण्याची शक्यताही होती. त्यामुळे गडाचे दरवाजे दहाबारा दिवस बंदच होते. शिवाय सतीची वस्त्रे आणायसाठी कारभाऱ्यांना महाड किंवा पोलादपूरच्या बाजारात पाठवणं भाग होतं. गडावरून अशी वस्त्रं नेण्यासाठी दूत आल्याचं कळलं असतं तर राजांच्या निधनाचं वृत्त सगळीकडे पसरलं असतं.''

''जाऊ दे आईसाहेब, झाल्या गोष्टीला आता दोन महिने होत आले....''

शंभूराजांच्या आर्जवांकडे लक्ष न देता पुतळाबाई सांगत राहिल्या, ''आम्ही सती न जाण्यामागं दुसरं एक कारण होतं. राजारामबाळांचा विवाह झाला आणि अवघ्या सतराअठरा दिवसांतच आमच्या डोक्यावर हे आभाळ कोसळलं. शेवटच्या दहाबारा दिवसांत तर महाराजांची शुद्धच हरवली होती. डोळ्यांच्या वाती जाळत आम्ही रात्रंदिवस राजांच्या उशाशी बसून होतो. एके रात्री अचानक राजे शुद्धीवर आले. त्यांनी

आम्हांला जवळ बोलावून जे सांगितलं, ते तुमच्यासाठी खूप महत्त्वाचं होतं.''

शंभूराजांच्या अंगावर सरसरून काटा उभा राहिला. राजे आणि येसूबाई दोघेही कानात जीव आणून ऐकू लागले. पुतळाबाई क्षीण आवाजात सांगत होत्या, ''राजांनी आमचा हात आपल्या दुबळ्या हातात घेत सांगितलं— पुतळा, यापुढे आमच्या शंभूबाळांची भेट होईल असं आम्हांस वाटत नाही. पण त्यांना आमचा निरोप द्या. म्हणावं– शंभो, आम्ही आज निजधामास चाललो आहोत. रयतेच्या अश्रूघामावर आम्ही उभारलेलं हे कष्टकऱ्यांचं स्वराज्य तुमच्या मनगटात सुरक्षित राहील याची आम्हांस खात्री आहेच. मृत्यूच्या मांडीवर डोके ठेवण्यापूर्वी एकदा तुम्हांस छातीशी कवटाळलं असतं, तर त्या अश्रुपातात मनातलं सारं मळभ धुऊन गेलं असतं; जिवास धन्य वाटलं असतं. तो पापी औरंगजेब जर आमच्या पुण्यवान भूमीकडे चालून आलाच, तर त्याच्या पायात पोलादाची नाल ठोकून त्याला रोखायची हिंमत शंभूबाळ फक्त तुमच्या मनगटात आहे! आम्ही अल्पायुषी ठरलो. परंतु देवानं आणि दैवानं आमच्या भाळावर कीर्तीचं आणि वैभवाचं तोरण बांधलं. अशीच दैवगती आपल्या पाठीशी राहो, हीच जगदीश्वराकडे प्रार्थना!''

राजांचा तो अखेरचा निरोप ऐकताना शंभूराजांना अश्रू आवरत नव्हते. शिवरायांचा जिरेटोप आणि तलवार आपल्या हृदयाशी कवटाळत ते म्हणाले, ''आईसाहेब, राजांची प्रकृती खालावली तेव्हा सांगावा तरी धाडायचा होता....!''

''कसा धाडणार शंभूराजे? आम्ही हतबल होतो. तेव्हा ही राजधानी कोणाच्या कब्जात होती हे काय आम्ही तुम्हांला सांगायला हवं?''

राजधानीत पोचल्या पोचल्या शंभूराजांनी राजारामांना त्यांच्याच महालात नजरकैदेत ठेवायचा हुकूम दिला होता. सोयराबाई मातोश्रींची नुसती आठवण झाली तरी शंभूराजे प्रक्षुब्ध होऊन जात. त्यांनी दोनतीन दिवस सोयराबाईंच्या महालाकडे जायचे मुद्दाम टाळले होते. परंतु पुतळाबाईंच्या सेवाभावी, त्यागी दर्शनानंतर त्यांना सोयराबाईंच्या महत्त्वाकांक्षी आणि कुटिल स्वभावाचा अधिकच राग येऊ लागला होता. अचानक एके सायंकाळी त्यांच्या मनाचे लगाम तुटले. ताडताड पावले टाकीत शंभूराजे सोयराबाईंकडे निघाले.

दरवाजाजवळ पाणीदार डोळ्यांचे, दहा वर्षांचे कोवळे राजाराम त्यांच्या अचानक दृष्टीस पडले. शंभूराजे दिसताच त्यांनी ''दादासाहेब'' अशी मोठ्याने हाक मारली, तसे दोघेही बंधू एकमेकांकडे आवेगाने धावत सुटले. शंभूराजांनी राजारामबाळांना मिठीत घेतले. त्यांच्या गालाचे पापे घेतले. तेव्हा फुरंगटल्यासारखे करत राजाराम बोलले, ''दादासाहेब, आम्ही तुम्हांवर खूप रागावलो आहोत.''

''कशासाठी हो?''

"आमच्या लग्नाला आला नाहीत ते."

"आम्हांला आवातन नव्हते रे, बाळा" कष्टी शंभूराजे बोलले.

"घरच्या मनुष्याला कशाला हवं आमंत्रण?"

तेव्हा शंभूराजे अधिकच गंभीर होऊन बोलले, "तिकडं पन्हाळ्याला आमच्या दासदासींनासुद्धा तुमच्या मातोश्रींनी आमंत्रणं धाडली होती. शेवटी मानहानीलाही एक मर्यादा असते बाळराजे! असो! आपण मोठे झालात की कळेल सारे तुम्हांला."

तिथेच राजारामांना प्रल्हाद निराजींच्या हवाली करून, मुद्दाम मागे ठेवून शंभूराजे सड्यानेच आत धावले. महालाच्या दारात राजांची उग्र मूर्ती दिसताच दासी, कुळंबिणी किंचाळल्या. साऱ्याजणी घाबरून पसार झाल्या. सोयराबाई थोड्या दचकल्या, पण लगेचच स्वतःला सावरून तिथेच कुर्च्यात उठून उभ्या राहिल्या. शंभूराजे काय त्यांच्या परिचयाचे नव्हते? राजे अंगड्याटोपड्यात होते, तेव्हापासून त्यांनी सानुल्या शंभूबाळांना मिरवले होते.

"मनुष्याच्या जातीने पुत्रप्रेमासाठी किती पागल व्हायचं असतं याला काही आहे मर्यादा? आपण पोटभरू स्वार्थी कारभाऱ्यांच्या हातचं बाहुलं झाला होतात मातोश्री!" शंभूराजे संतापाने बोलले.

सोयराबाईंना आपल्या अपराधाची जाणीव होती. अष्टप्रधानांच्या संगतीने त्या एक डाव खेळल्या होत्या. आपल्या राजारामबाळासाठी त्यांनी संभाजी नावाची आग स्वतःवर ओढवून घेतली होती. त्या आगीच्या फुलत्या निखाऱ्यावर अण्णाजींसारख्या कारभाऱ्यांनी स्वतःचे पापड खरपूस भाजायचा प्रयत्न करून पाहिला होता. परंतु तो डाव आता सर्वांच्याच अंगाशी आला होता. सोयराबाईंनी सिंहाच्या छाव्याला नव्हे, तर त्याच्या पराकोटीच्या स्वाभिमानाला डिवचले होते.

आपल्या हाताने मातोश्रींना आसनस्थ व्हायची खूण करत शंभूराजे दरडावल्या सुरात बोलले, "मातोश्री, आपली इच्छा असो वा नसो, तुम्हांला आवडो वा ना आवडो, आम्ही राजमुकुट परिधान केला आहे. एक रीत म्हणून तरी आमचं स्वागत करायचं किमान सौजन्य आपण दाखवायला हवं होतंत!"

"स्वागताच्या आरत्यांची आम्हांकडून अपेक्षा कशासाठी बाळगता? आपण इथे पोचल्या पोचल्या त्या टकमक टोकावरून सातआठजणांचा कडेलोट केलात. त्या मृतात्म्यांच्या प्रेतांनी जे स्वागत केले, ते पुरेसं नव्हतं का?" सोयराबाईंनी चिडून विचारले.

"आपण माता आहात की वैरीण? हे मातेचं हृदय मानायचं की जारिणीचा सापळा?"

"शंभूराजे, आपला मेंदू आहे की दारूचे कोठार? केवढे संतापता! सारा विवेकच जळून जातो!"

"त्या प्रेतांचा तरी तुम्हांला इतका पुळका का यावा? राजद्रोहाच्या भयंकर गुन्ह्यासाठी त्यांच्यासारख्यांची काय अभिषेकपूजा बांधायची?" संभाजीराजांनी विचारले.

"हिरोजी फर्जंदासारख्या जुन्या जाणत्या सरदारांनाही आपण कैदखान्यात फेकलं. त्यांच्या वयाचा आणि अनुभवाचा कधी केलात विचार?" सोयराबाई.

"खरं तर फर्जंदाना लिंगाण्यावरच्या अंधारगुहेत कायमचं लोटून द्यायला हवं होतं. अण्णाजी दत्तो आणि मोरोपंतांसारख्या गुन्हेगारांना तर आम्ही सुरुवातीलाच तोफेच्या तोंडी द्यायला हवं होतं. ते काहीच न करता आम्ही ह्या सर्व मंडळींना त्यांच्याच वाड्यात फक्त पहाऱ्यात ठेवलं आहे. त्यांची बेअब्रू होईल असं कोणतंही कृत्य केलेलं नाही आम्ही. मातोश्री, आमच्या आबासाहेबांकडून आम्ही अन्य काही शिकलो नसू, परंतु राज्यव्यवहारात काळ-वेळ म्हणजे काय आणि पाचपोच कशाला म्हणतात, याचे किमान धडे तरी त्यांच्या तालमीत आम्ही नक्कीच गिरवले आहेत."

शंभूराजांच्या संतापलहरींची पहिली लाट ओसरली, तेव्हा सोयराबाई त्यांच्या तोंडास तोंड देत बोलल्या, "शंभूराजे, आपण आणि आपल्या पोरकट मित्रांनी आमची बदनामी चालवली आहे. म्हणे आम्ही महाराजांवर विषप्रयोग केला आणि त्यामध्येच राजांचं निधन झालं!"

सोयराबाईंच्या आरोपाने शंभूराजांची मान झुकली. ते बोलले,

"नाही मातोश्री, असे हेत्वारोप कोणी बिलकूल करू नयेत. आज तुम्हांला पुत्रप्रेमाने आंधळे बनवले असेल, पण आपलं हृदय मूलतः स्फटिकासारखे स्वच्छ आणि सौजन्ययुक्त आहे, याची आम्हांस कल्पना आहे. पण तरीही आमच्या द्वेषाच्या पोटी तुमच्या हातून घडलेले गुन्हे नक्कीच माफ होण्यासारखे नाहीत!"

सोयराबाई दचकल्या. राजांचे हात अजून शिवशिवत होते. मस्तक भणभणत होते. राजे आता क्रौर्याच्या उच्चतम बिंदूजवळ जाऊन पोचले होते. राजांनी मुठी आवळल्या. इतक्यात त्यांची नजर पाठीमागे वळली. तेथे भिंतीला चिपकलेल्या पालीसारखे राजाराम घाबरून उभे होते. ते दृश्य पाहताच जलधारेच्या स्पर्शाने मिठाचा खडा विरघळावा, तसे ते विरघळू लागले. त्यांच्या मस्तकात माजलेले विराट वादळ काही क्षणातच विरून गेले.

शंभूराजे पुढे झाले. त्यांनी घाबऱ्याघुबऱ्या राजारामांना आपल्याजवळ ओढून घेतले. ते बोलले, "बेटा, आबासाहेबांच्या माघारी तुम्हावर मायेची पाखर पांघरायला आमच्याशिवाय आहे तरी कोण?"

"दादासाहेब, आपण आमच्या मातोश्रींना बंदीखान्यात तर ठेवणार नाहीत ना?"

"नाही, तुमच्या माता त्या आमच्याही माता. आम्ही त्यांच्या केसालाही धक्का न लावू. पण तुम्हा दोघांना मात्र आम्ही नजरकैदेत जरूर डांबू."

"म्हणजे हो दादा?"

"तुम्हा दोघांवर कोणा पापी कारस्थान्यांची नजर पडू नये, तुमचा कोणी प्यादी म्हणून वापर करून आमच्या नरडीस नख लावू नये, एवढी काळजी राजा म्हणून आम्हास घ्यावीच लागेल!"

"जशी आपली आज्ञा दादासाहेब," राजाराम बोलले.

त्या मातापुत्रांचा निरोप घेताना शंभूराजे सोयराबाईंना फक्त इतकेच म्हणाले, "मातोश्री, हवी तर आम्ही जगदीश्वराच्या पिंडीवरची बेलपत्रं उचलून आण घेऊ. आज आम्ही शपथपूर्वक सांगतो की, यापुढे हा संभाजी छत्रपती शिवाजीराजांच्या लौकिकाला साजेसंच वर्तन करणार आहे. प्रश्न फक्त एवढाच आहे मातोश्री, आजवर जे घडलं ते घडलं. निदान यापुढं तरी आपलं वर्तन त्या युगपुरुषाच्या सहचारिणीला साजेसं राहणार आहे की नाही?"

६.

तीन आठवडे पाचोळ्यासारखे उडून गेले. माघ शुद्ध एकादशीला थोरल्या राजांच्या अस्थिकलशासह पुतळाबाईसाहेब सती गेल्या. त्यांना त्या विचारापासून परावृत्त करायचा प्रयत्न शंभूराजांनी केला. परंतु त्यांचा अभंग निर्धार पाहून शेवटी राजांचाही नाईलाज झाला.

मातेच्या अग्निप्रवेशानंतर शंभूराजांनी गडावर खूप दानधर्म केला.

दिनांक २० जुलै १६८० या दिवशी शंभूराजांचे मंचकारोहण होणार होते. त्या निमित्ताने राजधानीत पैपाहुण्यांची आणि इष्टमित्रांची मोठी गर्दी झाली होती. शंभूराजांच्या ज्येष्ठ भगिनी सखुबाई आणि महादजी निंबाळकर, अंबिकाबाई आणि हरजीराजे महाडिक यांच्या पालख्या गडावरून खाली उतरल्याच नव्हत्या. गणोजीराजे शिर्क्यांचा राजपरिवारातला वावर तर सर्वांत जास्त दिमाखदार होता. एकीकडे शंभूराजांच्या भगिनी राजकुंवर ह्या गणोजींच्या धर्मपत्नी होत्या, तर दुसरीकडे तेच गणोजीराव येसूबाईंचे ज्येष्ठ बंधू होते. ह्या दुहेरी शिरपेचामुळे गणोजींच्या सहज उद्गारालाही तेथे केवढे तरी महत्त्व प्राप्त झाले होते.

त्या प्रात:काळी शंभूराजांनी स्नान उरकले. ते तसेच निमओल्या अंगाने आपल्या देव्हाऱ्याकडे निघाले. देवपूजेचं तबक, जास्वंदाच्या आणि चाफ्याच्या ताज्या फुलांची परडी अशी सारी तयारी करून येसूबाई उभ्या होत्या. एवढ्या सुंदर प्रात:काळीही राजांची मुद्रा काहीशी खिन्न दिसत होती. देव्हाऱ्यात प्रवेश करण्यापूर्वी ते महाराणींना बोलले, "येसू, ह्या मंगल आणि आनंदाच्या दिवसात आमच्या राणूबाई आक्कासाहेबांची आणि आमच्या दुर्गेची खूप याद येते हो. कशा असतील त्या दोघी?"

राजांच्या कातर स्वरांनी येसूबाईंचेही काळीज कालवले. त्या कष्टी मनाने बोलल्या, "राजे, तुमच्यासारखेच आमचेही डोळे त्यांच्या आगमनासाठी आसुसलेले आहेत. पण आता हळहळत बसण्यात काय अर्थ? आई भवानी ताकद देतेच आहे. योग्य संधी बघून वैऱ्यावर घाला घाला. त्या दोघींनाही मुक्त करून राजधानीत घेऊन या."

शंभूराजे आत गाभाऱ्यात प्रवेश करणार तोच त्यांच्या कानावर आवाज आला, "शंभूबाळ, थांबा थोडंसं." राजांनी मान वळवून पाठीमागे पाहिले. त्यांच्यापेक्षा वयाने मोठ्या असलेल्या पण त्यांच्या सर्व भगिनींमध्ये सर्वांत धाकट्या आणि सर्वांत आवडत्याही अंबिकाबाई आक्कासाहेब तिथे कोपऱ्यामध्ये उभ्या होत्या. त्यांच्याकडे पाहून राजांना आश्चर्यच वाटले. कारण एवढ्या सकाळी उठायची आक्कासाहेबांना मुळीच सवय नव्हती.

राजांनी पुढची चौकशी करण्याआधीच त्या बोलल्या, "शंभूराजे, कर्नाटक - जिंजीकडचा आपला सधन प्रांत म्हणजे आपल्या राज्याच्या दृष्टीनं सोन्याची खाण."

"बिलकूल आक्कासाहेब."

"प्रश्न उरतो तो एवढाच राजे, तिकडचा सारा वसूल आपल्या खजिन्यापर्यंत पोचतो का?" अंबिकाबाईंनी थेट प्रश्न केला.

"न पोचायला काय झालं? रघुनाथपंत हणमंतेसारखा करारी मनुष्य तिथले सर्वेसर्वा आहेत. अशी जुनी, अनुभवी, प्रामाणिक माणसं सापडणंही कठीण. आक्कासाहेब, रघुनाथपंतांची त्या सुभ्यावर पहिल्यांदा नेमणूक कोणी केली होती, आहे ठाऊक? आपल्या आजोबांनी. शहाजीराजे भोसल्यांनी, तेव्हापासून गेली तीस वर्षं कोणतीही पडझड होऊ न देता ते आपला दक्षिण बुरूज सांभाळताहेत. अगदी विनातक्रार."

रघुनाथपंतांच्या त्या गौरवामुळे आक्कासाहेब काहीशा वरमल्या. परंतु त्यांच्या रुंद, गौर कपाळावरच्या आठ्या त्यांच्या मोठ्या कुंकवाच्या आड काही लपून राहिल्या नाहीत! शंभूराजांनीच त्यांना विचारले, "आक्कासाहेब, तुम्हांला काय झालं आहे काय आज? आज सकाळीसकाळीच हा विषय ऐरणीवर घेतलात तो?"

"खरं सांगू शंभूराजे, आज आपण रायगडचे राजे असला तरी आमचे लाडके कनिष्ठ बंधू आहात. वडिलांच्या माघारी आपल्या बंधूंची काळजी वाहणं हे ज्येष्ठ भगिनींचं कर्तव्यच ठरतं. तुमचा जन्मजात अधिकार असतानाही आपल्या इथल्या सरकारकुनांनी आणि कारभाऱ्यांनी बंड केलं होतंच की!"

"पण आक्कासाहेब, बंडाची ती आग आता विझली आहे!" राजे हसत बोलले.

"वरून दिसत असेल तसं, पण राखेच्या आड अजूनही काही धगधगते निखारे आहेत. हे तुमचे थोर रघुनाथपंत त्यांपैकीच एक."

"काहीतरीच बोलता आहात आक्कासाहेब!" शंभूराजे गोंधळलेच.

"हे पाहा राजे, ह्या गोष्टी तुम्हांला पटोत वा न पटोत. हेच रघुनाथपंत सोयराबाई मातोश्रींशी गुप्त पत्रव्यवहार ठेवून होते. अवश्य खात्री करून घ्या, हवी तर! आम्हांला काय, आम्ही सांगायचं काम केलं!"

"इतक्या नाराज नका होऊ आक्का."

"आपलं नातं रक्ताचं. त्यामुळेच जीव गोळा होतो हो. म्हणूनच सांगते, आपल्या राज्यातला सर्वांत सधन आणि पिकाऊ मुलूख जर आपण एखाद्या आपल्या दांडग्या विरोधकाकडे ठेवलात तर तो धोकाच की! शिवाजीराजांची कन्या या नात्याने आई जगदंबेनं जेवढं शहाणपण दिलं आहे, तेवढं ऐकवलं. आता पुढचं काय नि कसं करायचं ती तुमची मर्जी!" इतके बोलून आक्कासाहेब त्या दालनातून झटकन बाजूला झाल्या.

शंभूराजांनी कशीबशी देवपूजा आटोपली. खाजगीकडून जामानिमा करून राजे बाहेर आले. खिदमदगार त्यांच्या गळ्यामध्ये पाचूच्या माळा बांधत होते. त्यांच्या कमरेला कमरदाब लावला जात होता. तेवढ्यात सकाळपासून डोक्यात धिंगाणा घालणाऱ्या आक्कासाहेब पुन्हा डोळ्यांसमोर साक्षात उभ्या राहिल्या. शंभूराजांच्या मुखातून आपसूक शब्द बाहेर पडले, "समजा आक्कासाहेब, जिंजी-कर्नाटकाचा मुलूख आम्ही घेतला काढून रघुनाथपंत हणमंत्याकडून, तर त्यांची जागा घेणार तरी कोण? एवढ्या दूरदेशी जाऊन कारभार बघेल असं आहे कोण आम्हांकडे?"

आक्कासाहेबांच्या पापण्या क्षणभरच खाली झुकल्या. लगेच राजांच्या थेट डोळ्यांत पाहात त्या बोलल्या, "आमचे धनी हरजीराजे महाडिक काय कमी हिंमतीचे आहेत? हवा तर तुमच्या कलशांचा घ्या सल्ला."

शंभूराजे स्तब्ध झाले. आक्कासाहेब निघून गेल्या. थोरल्या महाराजांचे शब्द शंभूराजांच्या कानात गुंजू लागले, "आमच्या चारी जामातांमध्ये आमचे हरजीराजे आम्हांला खूप शेरहिंमतीचे वाटतात. शंभूराजांसारखाच सिंहाच्या जबड्यात हात घालू शकेल असा हरजी एक हिंमतवाला आहे."

गोष्टी तिथेच थांबल्या. बाहेर अनंत कामे पडली होती. फडावर काही तातडीची प्रकरणे खोळंबली होती. त्यात मंचकारोहणाचा मुहूर्त फक्त दोन दिवसांवर आला होता. अनेक धार्मिक विधीही त्याच वेळी सुरू होते. म्हणूनच शंभूराजे गडबडीने आपल्या महालाबाहेर पडले.

फडावर कवी कलश, प्रल्हाद निराजी आणि इतर मंडळी राजांची वाट पाहत होती. सुरुवातीलाच अष्टागारातील काही कोकणी शेतकऱ्यांचा मेळा राजांना भेटला. चालू वर्षी पनवेल, पेणपासून श्रीबाग, चेऊल ते पुढे हबसाणाच्या हद्दीपर्यंत मोठा दुष्काळ पडला होता. श्रावणापासूनच कोकणातील या प्रदेशात पावसाने दडी मारली होती. त्यामुळे भातशेतीचे खूप नुकसान झाले होते. तेव्हा शंभूराजांनी

संबंधित शेतकऱ्यांना सारा माफ करण्याचे आदेश जारी केले. तसेच सरकारातून पुढील वर्षी बी-बियाणे पुरवण्याचेही लेखी हुकूम तात्काळ दिले. शंभूराजांना कृतज्ञतेने मुजरा करीत शेतकरी बाहेर पडले.

"राजन, गेले चार दिवस पोर्तुगीज टोपीकर आपल्या भेटीसाठी काळ्या हौदा-जवळच्या वकिली महालामध्ये मुक्काम ठोकून आहेत."

"अस्सं! कविराज, एका वेळी अनेक शत्रूंना अंगावर घेणं शहाणपणाचं नसतं. मग ते घरचे असोत वा बाहेरचे! परिवारातल्या भाऊबंदकीच्या धुरानं आमचा श्वास कोंडून टाकला आहेच, शिवाय गोव्याच्या पाण्यातली पोर्तुगीज नावाची ती मगरमच्छ, इथल्या कोकणकिनाऱ्याजवळचा जंजिऱ्याचा सिद्दी नावाचा विषारी सर्प आणि आज ना उद्या फुत्कार टाकत दिल्लीकडून प्रचंड फौज घेऊन दक्षिणेत उतरायची तयारी करणारा औरंगजेब नावाचा तो जहरीला भुजंग! याशिवाय इंग्रज, डचांसारखी फुरशीही आहेत आजूबाजूला. ह्या सर्वांच्या विळख्यातून स्वराज्य बचवायला हवं! कविराज."

"बिलकूल, राजन!"

"जंजिऱ्याच्या हबशांनी औरंगजेबाचं मांडलिकत्व स्वीकारलं आहे. मात्र पोर्तुगीज आणि औरंगजेबाची दोस्ती होण्यापूर्वीच ह्या गोवेकरांना ताळ्यावर आणायला हवं. कारण दारूगोळ्याची आणि शस्त्रास्त्रांची पोर्तुगीजांची ताकद फार मोठी आहे."

दोन तासांनी पोर्तुगीज वकिलाला फडावर पाचारण करण्यात आलं. उंच गोलाकार टोपीतले, जाडजूड डगला आणि पतलून घातलेले भडक तांबूस पेहरावातले दोन फिरंगी वकील समोर आले. त्यांनी शंभूराजांना हिंदुस्थानी रिवाजाने मुजरा केला. त्यांच्यासोबत त्यांचा दुभाषा रामचंद्र शेणवी होता. शिवाय शंभूराजांचे गोव्याकडील दोन वकील रामजी ठाकूर आणि येसाजी गंभीररावही सोबत होते. रामचंद्र शेणवीने व्हाइसरॉयचा मजकूर मराठीतून वाचून दाखवला. "सिंहासनाधीश शंभूराजे यांना गोवेकर नूतन व्हाइसरॉय काउंट द ऑल्व्हेर यांचा मानाचा मुजरा. राजे, तुमच्याशी स्नेह जोडायला तुमच्यापेक्षा आम्ही अधिक उत्सुक आहोत."

"व्हाइसरॉयसाहेबांना आमच्या स्नेहाची इतकी आस लागावी, हे ऐकून आम्हांलाही आनंद वाटतो." मिस्किलीने हसत शंभूराजे बोलले.

"त्याचं एक महत्त्वाचं कारण आहे राजे." पोर्तुगीज दूतांनी दुभाषामार्फत स्पष्ट केले. "सावंतवाडी आणि कुडाळ भागात तुमच्या आणि आमच्या सीमा एकमेकींना भिडल्या आहेत. म्हणूनच व्हाइसरॉय मजकुरांनी तुम्हांला एक खास सांगावा धाडला आहे. आपण आपल्या दक्षिण सीमेवर एकही प्यादा नोकरीस ठेवू नये."

"का बुवा?"

"कारण तुमचे शिपाई म्हणून त्या सीमेचे संरक्षण आम्ही पोर्तुगीज करू!"

"वा ऽ ऽ ऽ!" राजांनी हसून दाद दिली.

फिरंग्यांनी अनेक उंची भेटवस्तू राजांना नजर केल्या. फिरंग्यांचे शिष्टमंडळ निघून गेले.

दुपारी काही धार्मिक विधी पार पडले. मंचकारोहणाची सर्वत्र जोरदार तयारी सुरू होती. मंगल वाद्ये वाजत होती. गडावरचे वातावरण खूप उत्साही, उत्सवी होते.

सारे आप्तमित्र सायंकाळी सभोवती रिंगण केल्यासारखे गोळा झाले. सर्वांचे डोळे विलक्षण बोलके होते. कोणत्या तरी महत्त्वाच्या मसलतीसाठी सर्वजण जमून आले असावेत, हे शंभूराजांनी ओळखले. महादजी निंबाळकर बोलले,

"शंभूराजे, रायगडावर स्वर्ग अवतरला आहे. आपण सिंहासनाचे स्वामी होणार. तुम्हांवर छत्रचामरं ढळणार. आपल्या आनंदात आम्हीही सहभागी आहोत. पण –?"

"बोला, बोला!"

"राजे, आपल्या प्रासादातून उजवीकडे अष्टप्रधानांच्या वाड्याकडे पाहिलंत कधी?"

"मतलब?"

"गेले दोनअडीच महिने बाळाजीपंत चिटणीस, अण्णाजी दत्तो, हिरोजी फर्जंद ह्यांसारखी बुजुर्ग मंडळी नजरकैदेत आहेत. त्यांच्या दारावर खडे पहारे आहेत."

"म्हणूनच राजे, आम्हां सर्वांना वाटतं, आपल्या घरी दिवाळी आणि सरकारकुनांच्या घरी होळी असं दृश्य बघायलाही बरं वाटत नाही." हरजीराजे महाडिक आणि येसूबाई बोलल्या.

शंभूराजे बराच वेळ तसेच मूकपणे बसून राहिले. एखाद्या डोंगरदरीवरून ढगांच्या सावल्या वेगाने झरझर निघून जाव्यात, तसे त्यांच्या मुद्रेवरचे भाव पालटत होते. काही वेळाने त्यांच्या चर्येवरच्या आकसलेल्या रेषा ढिल्या होऊ लागल्या. खोल उसासा टाकत ते बोलले, "हे बघा तुम्हा सर्वांपेक्षा ह्या कारभारी मंडळींबद्दल माझं हृदय दु:खानं भरून जातं. कारण ही सारी आबासाहेबांच्या सान्निध्यातली माणसं आहेत. त्यांच्या अंगाखांद्यावरून खेळता खेळता आम्ही सानाचे थोर झालो. हिरोजीकाका नात्याने आमचे चुलतेच. ह्या सर्वांना एक वेळ माफ करायचा विचार तुमच्याआधीच आमच्याही डोक्यात अनेकदा डोकावला आहे. पण निदान यापुढे तरी यांच्या निष्ठा आपल्या राजाच्या प्रती राहणार आहेत का?"

शंभूराजांच्या सवालाने सर्वांनी खाली माना घातल्या. नजरेच्या कोनातून राजांनी येसूबाईंकडे पाहिले. येसूबाई सहज बोलून गेल्या, "राजे, आपण वृथा विचार खूप करता. अहो, गुन्हे कोणाकडून घडत नाहीत? चुका कोण करत नाही?"

येसूबाईंचे उद्गार शंभूराजांच्या काळजात कट्यारीसारखे घुसले. परंतु त्यांनी आपल्या चेहऱ्यावरून जाणवू दिले नाही. रात्री भोजनानंतर पुन्हा एकदा अंबिकाबाई एकान्त पाहून शंभूराजांच्या समोर येऊन उभ्या राहिल्या. त्या बोलल्या काहीच नाहीत.

परंतु त्यांच्या नजरेतली प्रश्नचिन्हे शंभूराजांनी तात्काळ ताडली. ते इतकेच बोलले,

"आक्कासाहेब, उगाच घाई करू नका. हरजीराजांच्या बहादुरीबद्दल आम्हांला शंका नाही. पण आम्हांला एकच मेहुणे नाहीत. तुमच्या आधी गणोजीराजेसुद्धा अडून बसले आहेत."

"पण शंभूराजे, गणोजींना वतन हवे आहे, स्वतंत्र राजासारखे मोकाट वागायला. आम्ही फक्त सेवक म्हणून सुभेदारी मागतोय, आपली चाकरी करायला."

शंभूराजे तसेच निमूट बसले. तशा अंबिकाबाई आक्कासाहेब बोलल्या,

"राजे, तुमच्या इतर मेहुण्यांशी हरजीराजांची तुलनाच करू नका. आपल्या दिवंगत मातोश्रींची, सईबाईंची शपथ घेऊन सांगते, उद्या राज्यावर तसाच प्रसंग उद्भवला तर आमचे घरधनी स्वत:ची मुंडी देतील, परंतु आपल्या राजाशी दगाबाजी करणार नाहीत."

"योग्य वेळी योग्य तो निर्णय घेऊ" असे सांगून शंभूराजांनी आपल्या लाडक्या बहिणीचा निरोप घेतला. ते आपल्या शय्यागृहात आले. तेव्हा मंदशा हसत येसूबाई बोलल्या, "अंबिकाबाईंच्या प्रस्तावाने स्वामींनी किती बेचैन व्हायचं? छत्रपतींचे पाहुणे असणं हा काही गुन्हा ठरत नाही, राजे."

"ती गुणवत्ताही नव्हे, येसूराणी!" शंभूराजे फणकारले. "सत्तेच्या आणि संपत्तीच्या छबिन्यापुढे हे आप्तसोयरे खूप नाचतील विदुषकांसारखे. पण एकदा मनुष्याचा पडता काळ सुरू झाला की, हे सारे पाहुणेरावळे पळतात दूर तोंडं लपवत. येसूराणी, तुम्हांला आम्ही स्पष्ट सांगतो, आमच्या आबासाहेबांनी ही गणगोताची गर्दी मुद्दाम दूर ठेवली होती. त्यांनी निवडले ते मातीतले मोहरे! म्हणूनच तर आज स्वराज्यमंदिराचा कळस इतका देखणा दिसतो आहे!"

सहज बोलता बोलता शंभूराजांना काही तरी आठवले. तशी चुटकी मारत ते बोलले, "युवराज्ञी, तुम्हांला एक माहीत आहे का, इकडे दूर कोकणात सह्याद्रीच्या ह्या कडेकपारीत, हा रायगड किल्ला थोरल्या राजांनी राजधानी म्हणून का निवडला?"

त्या प्रश्नाबरोबर येसूबाईही राजांकडे पाहतच राहिल्या. तेव्हा राजे म्हणाले,

"मिर्झा राजा जयसिंग आणि दिलेरखानाने पुरंदरवर आक्रमण केलं होतं, तेव्हा आबासाहेब मोगलांच्या आक्रमणाला भीक घालेनात म्हणून दिल्लीकरांनी त्यांच्यावर दबाव वाढवला. राजगडाच्या आजूबाजूची साठसत्तर गावं बेचिराख केली. भविष्यात आपल्या प्रजेचे असे हाल व्हायला नकोत, म्हणून राजांनी आपली राजधानी मैदानी आक्रमणांच्या टापूतून हलवायचं ठरविलं. रायगडाकडे वस्ती विरळ आणि किल्ला अनेक उंच कड्यांच्या नैसर्गिक बंदोबस्तात दिमाखात उभा. रायगडावर वर पोचायला एकच अरुंद वाट. किल्ल्याच्या उंच माथ्यावर फक्त भिरभरता वारा आणि जलधाराच पोचू शकतात!"

शंभूराजे थांबले. विषण्णपणे हसले. बोलले, "आबासाहेबांनी रायगड राजधानी म्हणून निवडण्यामागे आणखी एक महत्त्वाचे कारण आहे. इथला निसर्ग भरवशाचा आणि स्वराज्याच्या पाठीशी उभी राहणारी कुणबी, कोळी, भंडारी ही सामान्य माणसं खूप इमानी! उलट घाटावर आपल्या भाऊबंदांचे आणि सग्यासोयऱ्यांचे आपापसात खूप तंटे आणि कटकटी. तिथल्या फुटीर, फितूर, स्वार्थी आणि गर्विष्ठ वृत्तीच्या मराठ्यांपासून दूर राहण्यासाठी रायगड हे सर्वांत उत्तम ठाणे!"

शंभूराजांच्या प्रतिपादनावर येसूबाई हसल्या. त्या बोलल्या, "राजे, फडावरून इकडे येण्याआधी आपण बाळाजीपंत चिटणीस, अण्णाजी दत्तो, हिरोजी फर्जंदासह ज्यांनी ज्यांनी गुन्हे केले, त्या सर्वांना मोठ्या दिलाने माफ केलं ते चांगलंच झाले. हरजीराजांनी मात्र कोणताही गुन्हा केलेला नाही. त्यांची पाटी कोरी आहे."

"इतका भरवसा वाटतो तुम्हांला महाडिकांचा?"

"हो! का नाही? ते बुद्धीचे तेज आहेत. त्यांच्या अंगात काहीतरी करायची ऊर्मी आहे –"

शंभूराजे दिलखुलास हसत म्हणाले, "चला ऽ एकूण हरजीदाजींचं तकदीरच थोर दिसतं!"

"ते कसं?" येसूबाईंनी उत्सुकतेने विचारले.

"कालच जासूदपत्रं पावली आहेत. तुम्हांला ऐकून माहीत असले. बंगळूरचं ठाणं खऱ्या अर्थी आमच्या आजोबांनी, शहाजीराजांनी वाढवलं. त्याला विराट नगरीचं रूप दिलं आमच्या आबासाहेबांनी आणि एकोजीराजांनी दक्षिणेत मराठी अंमल बसवला. परंतु आमच्या त्या सुपीक दक्षिण प्रांतालाच आता धोका निर्माण झाला आहे!"

"कोणाकडून?"

"म्हैसूरकर चिक्कदेवराजाकडून. युवराज्ञी, कर्नाटकाकडे तंजावर-मदुरेपासून म्हैसूर, बंगळूरपर्यंत जागोजाग आपल्या जहागिऱ्या आहेत. पण त्या मुलखात स्थानिक पाळेगारांचा आणि गुंडापुंडांचा जाचही खूप आहे. आता तर चिक्कदेवराजा खाली त्रिचनापल्लीकडे घुसला आहे. त्याच्यावर वेळेत वचक बसवणं गरजेचं आहे. अशा वेळी आपल्या धारदार तलवारीचा आणि तल्लख बुद्धीचा वापर करून दक्षिणेचा बुरूज सांभाळणाऱ्या समर्थ पुरुषाची आम्हांला गरज होतीच—"

"म्हणूनच आपले मेहुणे—'

"नाही येसूराणी, मेहुणे म्हणून नव्हे, पण एक काबिल, कर्तृत्ववान आणि हिंमतबाज मराठा सुभेदार या नात्यानं आम्ही हरजीराजांना कर्नाटकाकडे पाठवायचं मनोमन नक्की केलं आहे."

शंभूराजे आपल्या शेजेवर विचारमग्न अवस्थेत तसेच पडून राहिले होते. इतक्यात त्यांना सकाळी येसूबाईंनी सहज काढलेल्या उद्‌गारांची आठवण झाली,

'राजे, गुन्हे कोणाकडून घडत नाहीत? चुका कोण करत नाही?'

त्या उद्गारांची सय होताच शंभूराजे खंतावल्या मनाने बोलले,

"राणीसाहेब तुमचा तो उद्गार आमच्या काळजात बाणासारखा रप्कन घुसला होता! आपण त्याचा उच्चार केला नसता तर फार बरं झालं असतं!"

"माफ करा राजे. आपला अधिक्षेप करायचा आमचा कोणताही विचार नव्हता." येसूबाई शांतपणे बोलल्या, "राजे, शिवरायांसारख्या महान पित्याला सोडून दिलेरखानाकडे काही दिवस का होईना निघून जाणं हा आपला अपराधच होता."

"नाही येसू. तो अपराध नव्हता, तो होता तारुण्याचा कैफ. ती होती बेहोषी. त्या दिलेरखानाला जाऊन मिळण्याचं सोंग करणं आणि त्याला बेवकूफ बनवून, शत्रूच्या पोटात घुसून, त्याचं पोट चिरून पुन्हा बाहेर येणं, कर्तृत्वाची नवी कमान उभारणं आणि मुलखावेगळं संचित प्राप्त करून यशाच्या त्या चंद्रज्योतीनं आपल्या पिताश्रींचे डोळे दिपवून टाकणं, हेच धाडसी स्वप्न होतं त्या बेहोषीच्या बुडाशी! पण दुर्दैवाने सारे फासेच उलटे पडले."

"तरीही, काहीही म्हणा राजे, शुभ्रातल्या शुभ्र पौर्णिमा फुलत राहिल्या, तरी चंद्रदेवतेच्या मुखावरचा डाग जसा कधीही पुसला जात नाही, तसा हा बदनामीचा डाग तुमचीही सदैव सोबत करणार आहे!" येसूबाई स्पष्टपणे बोलल्या.

"आणि चंद्रच जळून खाक झाला तर?" दातओठ खात, घोगऱ्या आवाजात शंभूराजांनी विचारले.

"अं? हे असं भयंकर काय बोलता आहात राजे?"

शंभूराजे झटकन उठले. बाहेर सोसाट्याचा वारा वाहत होता. तावदाने, खिडक्या वाजत होत्या. शंभूराजांनी येसूबाईंचे मनगट घट्ट पकडले. त्यांना जवळ जवळ खेचतच त्यांनी बाहेरच्या आगाशीमध्ये ओढले. आभाळ ढगांनी गच्च भरून गेलेले. इवलीशी चंद्रकोर ढगांच्या डोंगराआड लपलेली. येसूबाईंचा हात आपल्या हृदयाजवळ खेचत आणि विषादाने त्या चंद्रकोरीकडे मोहरा वळवीत शंभूराजे दुखऱ्या स्वरात बोलले, "येसूराणी, तशीच या मातीची मागणी आली तर तुमच्या भाळावरचा हा चंद्र आबासाहेबांच्या हिंदवी स्वराज्यासाठी जळून खाक होईल! पण कधी कोणासाठी अशी जळून खाक व्हायची तयारी आहे का, ते विचारा तुमच्या ह्या आभाळातल्या चंद्राला?....."

■

राजदंड

१.

"राजन, गडावरचा हा धुवाधार पाऊस आणि दिवसा पांढरा अंधार माजवणाऱ्या या इथल्या धुक्यात त्या पाहुण्यांनी कसे दिवस काढले असतील?" कवी कलश हसत विचारू लागले.

"कोण पाहुणे?"

"ते दोघे ब्रिटिशांचे वकील– गॅरी आणि रॉबर्ट! त्यात त्या बिचाऱ्यांच्या वाड्याची जागा गडावर अगदी पूर्वटोकाला. कड्याच्या तोंडाजवळ. जेथून मोठमोठे धबधबे कोसळतात. तिथं गेल्या तीन महिन्यांत ह्या साहेबांचा जीव अगदी बेजार झाला आहे. त्यांचा बटलर सांगत होता, हे दोघेही बिचारे रात्रीबेरात्री जाबडून उठतात. कोसळत्या पाण्याच्या आणि दरीत घुमणाऱ्या वाऱ्याच्या आवाजानं त्यांची झोपमोड होते. इथं अधिक राहू, तर एक दिवस मोड फुटतील आमच्या अंगाला, असं ते काहीतरी बडबडत असतात, असं नारायण शेणवी सांगत होता."

"कविराज, कशासाठी वळता एवढं लांबट चऱ्हाट? तुमचा प्रस्ताव काय ते सांगून व्हा मोकळे!"

"द्या ना त्या बिचाऱ्यांना एकदाची भेट."

शंभूराजे काहीच बोलले नाहीत. मात्र त्या रात्री कवी कलश आणि जोत्याजी केसरकर बराच वेळ मसलत करत बसले होते. पोर्तुगीजांकडून मुंबई बेट इंग्रजांच्या ताब्यात आले होते. मुंबईत इंग्रजांची व्यापाराबरोबर मग्रुरीही वाढू लागली होती. त्यातच मुंबईपेक्षाही त्यांचे सुरतेचे ठाणे ही मराठ्यांच्या चिंतेची बाब बनली होती. सुरतकर इंग्रज जंजिऱ्याच्या सिद्दींना अधिक चढवून ठेवत होते. दारूगोळा पुरवत होते. पर्यायाने सिद्दी अधिक माजत होता. कोकण किनाऱ्याला भाजत होता. ह्या धामधुमीच्या काळातही राजांनी कवी कलशांना दक्षिण कोकणात धाडले होते. ते नुकतेच चिखलपाऊस तुडवत रायगडावर परतले होते. डिचोली आणि कुडाळ येथे बारुदाचे कारखाने स्वत: सुरू करावेत, अशी शंभूराजांची इच्छा होती. एकदा स्वत:चे कारखाने सुरू झाले की, तोफगोळ्यांसाठी डच अगर इंग्रजांवर विसंबून राहायला नको.

वाढत्या रात्रीबरोबर मसलत रंगली. झोपायला खूप उशीर झाला. तरीही शंभूराजे भल्या पहाटे जागे झाले. त्यांनी गवाक्षातून दूरवर नजर टाकली. हलकेच खिडकी उघडली. तसा थंडगार वाऱ्याचा झोत आत आला. किल्ला धुक्याने आणि अंधाराने भरून गेलेला. पहाटेच शंभूराजे स्नान आटोपून आपल्या महालातून बाहेर पडले.

कामाच्या व्यापातून असा प्रात:काळचा फेरफटका मारायला क्वचितच उसंत मिळायची. शंभूराजे पालखी दरवाजाच्या पायऱ्या उतरून बाहेर पडले. त्यांच्या मागोमाग बारापंधरा हातांवरून त्यांचे शस्त्रधारी सेवक चालले होते. आतासे कुठे फटफटू लागले होते. धुके हळूहळू विरू लागलेले. श्रावण नुकताच संपून गेलेला. गडावर जागोजाग खूप गवत माजलेले. तेरड्याच्या तांबूस फुलांनी, प्राजक्ताच्या शुभ्र इवल्या मोहक फुलांनी रायगडाचा परिसर भरून गेला होता. दरीपल्याडचा डोळ्यांसमोरचा कोकणदिव्याचा सुळकाही उजळू लागला होता.

शंभूराजांच्या समोर गंगासागर तलाव पसरलेला. त्यातले पाणी निवळशंख डोळ्यांसारखे दिसत होते. नावाप्रमाणे ती गंगाही नव्हती आणि सागरही नव्हता. परंतु जागोजाग कमलपुष्पांनी नटलेला तो सुंदर जलाशय होता. त्या जलपृष्ठाकडे पाहताना शंभूराजांचे मन उगाचच धास्तावले. ते पालखी दरवाजाच्या पायऱ्या चढून पुन्हा बालेकिल्ल्यात आले. तेथूनच रत्नमहालाजवळच्या चिंचोळ्या वाटेने ते बाजूच्या एका मनोऱ्यात जाऊन पोचले. गंगासागराच्या बगलेवरच रायगडच्या सौंदर्यात भर घालणारे ते तीन द्वादश कोनी आणि पंचमजली मनोरे ही गडाची अपूर्व शोभा होती.

राजे तिसऱ्या मजल्यावर चढून आले. चिकाचा पडदा बाजूला करून त्या घुमटाकृती छताखाली उभे असलेले शंभूराजे बाहेर नजर टाकू लागले.

आता धुके पूर्णत: हटले होते. श्रावणानंतर तिथे अवतरलेल्या हिरवाईत सूर्याची कोवळी किरणे उतरू लागली. दुडुदुडु धावणाऱ्या बाळासारखी ती धावू लागली. त्या नितळ निसर्गसौंदर्याने त्यांच्या कविमनाला खरे तर भुरळ पडायला हवी होती; परंतु त्यांची उदास, बावरी नजर समोरच्या जलाशयावर स्थिरावली. त्या काळसर, निळ्या पाण्यात त्यांना दुर्गाबाईंचे आणि राणूआक्कांचे नेत्र दिसू लागले, तसे ते कमालीचे हळवे बनले! त्यांनी जुलमाने आपली नजर तेथून हटवली. ते गडाखाली पसरलेल्या पश्चिमेकडच्या दऱ्याखोऱ्यांकडे पाहू लागले. त्याच्या पल्याड होता कोकणचा हिरवा किनारा आणि तिथला फेसाळता दर्या. त्या दर्यात एकमेकींच्या अंगावर अंग टाकून तुस्त पडून राहिलेल्या महाकाय सुसरींच्या पाठीसारखी दिसणारी ती जंजिऱ्याची तटबंदी!

शंभूराजांच्या जिवाला डंख लागला. राज्यकारभाराची सूत्रे स्वीकारून तीन महिने लोटले होते. परंतु अद्यापि त्यांनी जंजिरेकर सिद्दीच्या विरोधात मोहीम उघडली नव्हती. सिद्दी नावाच्या पाणसर्पाने मुरुड, तळा, म्हसळा ते श्रीवर्धन हा कोकणकिनाऱ्यावरचा अव्वल मुलूख आपल्या कब्जात घेतला होता. सिद्दी हे मूळचे आफ्रिकेतले हबशी. म्हणूनच त्यांच्या या मुलखाला 'हबसाण' म्हटले जाई. जंजिऱ्याच्या जागी पूर्वी चाळीसभर एकरात एक विशाल खडक होता. किल्ला असा

नव्हताच. जवळच्या मुरुड गावात रामा पाटील हा कोळी राहायचा. त्या धाडसी खलाशाने प्रथम त्या खडकावर लाकडी मेढी उभारून एक मेढेकोट बांधला. ज़वळून इराण, इराक, इस्तंबूल ते आफ्रिकेकडून मुंबईकडे व्यापारी जहाजे ये-जा करत. त्या मेढेकोटाच्या आधाराने रामा कोळी व्यापारावर नियंत्रण ठेवू लागला.

त्यावेळी निजामाच्या पदरी असलेल्या सिद्दीने एके रात्री रामा कोळ्याला दारूच्या नशेत फसवले. आपले सैन्य गुप्तपणे त्या मेढेकोटावर घुसवले. पुढे बुऱ्हाणखानाने त्या अजस्त्र खडकावर किल्ला बांधायला सुरुवात केली आणि बघता बघता परदेशी व्यापारावर हुकूमत गाजवत त्या किल्ल्याच्या आधारेच सिद्दी बलाढ्य झाले. सिद्दी तसे कोणाचे मित्र नव्हते. उलट अत्यंत स्वार्थी, घातकी, जुलमी आणि दगलबाज अशीच त्यांची ख्याती होती. मात्र पोर्तुगीज, इंग्रज आणि मोगल हे तिन्ही दर्यावर्दी स्वत: गारुडी बनत आणि त्या पाणसर्पाला आपल्या तालावर नाचवत. पण तो पाणसर्पही खूप बनेल होता. आपल्या कंठातल्या विषाची आणि आपल्या दहशतीची त्याला पुरेपूर कल्पना होती. त्यामुळे तो स्वत: अनेकदा डोळे वटारायचा आणि गारुड्यांनाच आपल्या तालावर नाचवायचा. त्यांच्या तोंडाला आलेला फेस पाहून तो खुषीने शेपटी आपटायचा.

दुपारी राजे फडावर गेले. तितक्यात नगारखान्याकडील दरवाजातून दोनतीनशे लोकांचा जमाव मोठमोठ्याने आरोळ्या ठोकत आत आला. पावसात भिजलेल्या शेळ्यामेंढ्यांसारखी ती रयत शंभूरायांसमोर येऊन उभी राहिली. ते नागोठाणे, आपटा आणि नागाव भागातील आगरी, कोळी आणि कुणबी होते. ते सर्वजण राजांच्या पायावर लोटांगण घेत कळवळून सांगू लागले, "राजे, वाचवा हो आम्हांला ह्या हबशांच्या जाचातून! त्या बदमाषांची टोळधाड परवा आमच्या गावावर चालून आली. गावातल्या साऱ्या तरण्याताठ्या पोरी पळविल्या बघा त्यांनी—"

"आमच्या लेकीबाळींचं वाटोळं वाटोळं होणार! ते सिद्दी त्यांना बटकी बनवणार. मुंबैयच्या बाजारात नेऊन विकणार...." म्हाताऱ्या बायाबापड्या आक्रंदत होत्या.

त्या जमावातल्या कर्त्या माणसांनी राजांचे पाय पकडले. "सरकार, त्या सिद्द्यांनी धुडगूस घातलाय. आजकाल होडग्यात बसून समुद्रावर मासेमारीसाठी जायलाही कोळी घाबरतात. ते जालीम हबशी आम्हांला गुलाम बनवतात. परदेशात नेऊन विकतात—"

रयतेची ती गाऱ्हाणी ऐकता ऐकता शंभूराजे प्रक्षुब्ध झाले. या आधी अशा अनेक तक्रारी सदरेपर्यंत पोचल्या होत्या. शंभूराजे कविराजांवर कडाडले,

"कलश, ऐकलात का हा टाहो? त्या इंग्रज वकिलांची आपण खूप तारीफ करत होता ना! मग सांगा, हे सिद्दी माजलेत कोणाच्या बळावर?"

"पण राजन —?"

"आमचे आबासाहेब आम्हांला सांगायचे तेच खरं. घरात घुसलेला उंदीर जसा सर्वांची झोप उडवतो, तसेच सिद्दी आमचा कोकणकिनारा कुरतडतात. हे पाताळयंत्री आणि नाटकी लोक एकीकडे त्या औरंग्याशी करारमदार करतात, त्याच वेळी मुंबईकर इंग्रजांना आपल्या कच्छपी लावतात. ह्या विषारी औलादीचा नायनाट होईल तोच खरा सुदिन!"

हबशांचा योग्य तो बंदोबस्त करू, असे वचन राजांनी रयतेला दिले, तेव्हा लोक पांगले. शंभूराजांनी कवी कलशांना फर्मावले,

"आज सायंकाळीच त्या दोघा इंग्रज वकिलांना सदरेवर बोलावून घ्या."

त्या सायंकाळी गॅरी आणि रॉबर्ट शंभूराजांपुढे आदराने कुर्निसात करत उभे राहिले. राजांच्या पायाजवळ गॅरीने हिऱ्यामाणकांनी भरलेली मोठी परात पेश केली होती. तिकडे राजांचे लक्ष वेधावे म्हणून रॉबर्टच्या नजरेचे चाळे सुरू होते. त्यांची ती केविलवाणी वळवळ पाहून शंभूराजे शुष्क स्वरात बोलले,

"आपल्या ह्या किंचित नजराण्याने आमचे डोळे दिपून जातील, हा झाला तुमचा भ्रम! सबब यापुढे अशा हलक्या आमिषाने आम्हांला जिंकायची स्वप्नं पाहू नका."

इंग्रजांच्या वकिलांना शंभूराजांच्या डोळ्यांत अंगार दिसत होता. आपल्या किनखापी तांबड्या डगल्यात ते आतून घामाघूम झाले होते. हडबडून गेलेल्या त्या वकिलांनी दुभाषाकरवी शंभूराजांना विचारले,

"राजे, आम्हां गरीब फिरंग्यांवर आपण एवढे का कोपता?"

"कारण दिलेला शब्द पाळायची तुम्हा इंग्रजांना सवय नाही म्हणून. आपण यापूर्वी शिवाजीमहाराजांशी कोणता करार केला होता? जंजिरेकरांना कसलीही कुमक न पुरवण्याचा! आज त्या कराराची सारी कलमं पायदळी तुडवता काय? सिद्दीच्या गलबतांना मुंबईत आसरा देता काय, त्यांना दारूगोळा पुरवता काय, बऱ्या बोलानं हे नाठाळ उद्योग बंद करा. अन्यथा गाठ आमच्याशी आहे!"

शंभूराजे फक्त एवढ्याच दमदाटीवर थांबले नाहीत. त्यांनी दुभाषा शेणवीला फटकारले, "जिथे तुम्ही वकिली महालात उतरला आहात, त्याला लागूनच एक खोल दरी आहे. दरीच्या पल्याड किल्ल्याचे मोठे सुळके दिसतात. ते कधी दाखवलेत का ह्या साहेबस्वारींना?"

"अं?.... होय सरकार!...."

"त्या लिंगाण्यावरच्या अंधारकोठड्या खूप जालीम आहेत. जेव्हा सिद्दी जौहारच्या मदतीसाठी तुमची राजापूरची इंग्रज मंडळी पन्हाळ्याच्या पायथ्याला आली होती, तेव्हा आमच्या आबासाहेबांनी त्या इंग्रजांना पकडून वर्ष-दोन वर्ष कोंडलं होतं,

त्याच त्या ह्या लिंगाण्याच्या अंधारकोठड्या बरं! तेव्हा तुमच्याही धन्याला समजावून सांगा. म्हणावं, जंजिरेकर हबशांशी अशीच दोस्ती ठेवाल, आमच्याशी मस्ती करत राहाल, तर तुम्हांलाही लिंगाण्याची सहल घडवू!''

इंग्रजांचे वकील खालमानेने बाहेर निघून गेले. तेव्हा तेथे उपस्थित असलेल्या कृष्णाजी कंकाने युवराजांचे तोंडभरून कौतुक केले, ''राजे ऽ काय हाग्यादम दिलाय आपण ह्या गोऱ्या माकडांना! चार दिवस धड झोपायचेही नाहीत बघा.''

शंभूराजे मिठ्ठास हसत बोलले, ''कृष्णाजी, दमबाजी म्हणजे केवळ तोंडाची व्यर्थ वाफ! त्यावर काय राज्य चालते?'' कवी कलशांकडे पाहत राजे म्हणाले, ''राजापूर बंदरात आपल्या दौलतखानांच्या जवळ आपलं पाच हजारांचे मराठा आरमार आणि पन्नास गलबतं आहेत. आम्ही कारभार हाती घेतल्यापासून त्यांनी सारखा मागे लकडा लावला आहे, की पुढची दिशा काय? कळवा त्यांना. म्हणावे, असेच सज्ज राहा. जंजिरेकर जास्ती वळवळू लागला तर त्याला लागलाच ठेचून काढू. पाऊसकाळात सिद्दी त्यांना असाच आश्रय देऊ लागले, तर त्यांच्या मुंबईतल्या वखारीही जाळून टाकू!''

२.

''काहीही करा. पण आपलं राज्य आणि धर्म वाचवायचा असेल तर ह्या कलुशाचा पहिला बंदोबस्त करा बुवा!'' अतिशय कळवळ्याने सोमाजी दत्तो सांगत होते.

मंचकरोहणावेळी सर्व सरकारकुनांची मुक्तता झाली होती. त्यांना पूर्वीचे मानपान चालू ठेवण्याची राजाज्ञा झाली होती, पण अजून प्रत्यक्ष कामाचे वाटप झाले नव्हते. मात्र बाळाजी आवजींना चिटणिसांचा कारभार सांगितला होता. बाळाजींनी झाले गेले विसरून स्वत:ला कामामध्ये गाडून घेतले होते. मोकळा वेळ होता. मोरोपंतांच्या वाड्यामध्ये मंडळी बैठकीवर बसली होती. पानसुपारी सुरू होती. अंमळ चर्चा चाललेल्या.

आपल्या बैठकीत अण्णाजी आणि सोमाजी दत्तो यांचे येणे मोरोपंत पेशव्यांना विशेष आवडले नव्हते. कारण अण्णाजींच्या अतिमहत्त्वाकांक्षी स्वभावामुळे आणि धाडसामुळे मधले तीन महिने बंदीवासात गेले होते. शारीरिक छळ शंभूराजांकडून काही झाला नव्हता, पण मानसिक वेदनांनी मात्र पेशवे खूप संत्रस्त झाले होते.

'सायंकाळी सहज येऊन जातो–' असा न्यायाधीश प्रल्हाद निराजींचाही निरोप होता. सर्वजण त्यांचीच वाट पाहात होते. अण्णाजींना राहवले नाही. त्यांनी तिथे उपस्थित असलेल्या देवाजी हुजऱ्याला सांगितले, ''देवबा, जा रे तिकडे पलीकडे

फडावर आणि बघून ये, कचेरीत काय चाललंय् ते!''

अडकित्ता आणि सुपारी बैठकीतून फिरत होती. डोळ्यांसमोरच बालेकिल्ल्याची खडी भिंत होती. त्या पलीकडेच आतल्या बाजूला कचेरी. त्यामुळे देवबा हुजऱ्या धावत गेला आणि लगेच लागल्या पावली माघारीही वळला. तोवर अस्वस्थ अण्णाजी उठले. त्यांनी पुन्हा बाजूच्या झोपाळ्यावर बैठक मारली. त्यांच्या बेचैनीबरोबर झोपळ्याच्या कड्याही कुरकुरू लागल्या. समोर मुजरा करून उभ्या असलेल्या देवबाला त्यांनी विचारले, ''काय रे पोरा, काय चाललंय तिकडं?''

''न्यायाचं काम चाललंय, जी. राजांचा न्याय.''

''राजांचा? अरे, शंभूराजे तर दुपारीच गड उतरले म्हणतात—''

''व्हय. ते वाडीकडं यंत्रशाळेकडं गेल्यात म्हणं. पण इथं कचेरीत मसूरच्या महादजी पाटलाचा खटला चाललाय जी, अक्षी दुपारपास्नं.''

''गाढवा, राजे जर तिथं नाहीत, तर न्यायदानाला कोण बसलंय?'' अण्णाजींनी तिरकसपणे विचारलं.

''आपले कवी कलुशासाहेबजी.''

''कुठं राजांच्याच मसनदीवर?''

''छ्या, छ्या ऽऽ काय तुमी पण बोलता पंत?'' देवाजी बोलला, ''मसनद अशी वर राहती. त्याच्या तीन पायऱ्या खाली कविबुवा बसल्यात. ते राजाच्या सिंहासनावर कसं बसत्याल? अवो, राजं तथं नसलं तर ते मोकळ्या सिंहासनालाबी लवून मुजरा घालत्यात जी.''

अण्णाजी उदासवाणे हसले. मघापासून त्यांच्याकडे सर्वजण बावरून पाहत होतेच. त्या सर्वांच्यावरून आपली नजर गरगर फिरवत अण्णाजी बोलले,

''सिंहासनावर बसलं काय नि न बसलं काय! राजाचा न्याय आजकाल कविराजच देतात! गंगा उलटीच वाहते म्हणायची.''

मोरोपंतांनी अण्णाजींकडे घाबरून पाहिले. तितक्यात प्रल्हाद निराजीही तिथे पोचले. तसा अण्णाजींना चेव चढला. त्यांनी पंतांना हटकले,

''काय प्रल्हादपंत ऽ ऽ, आजकाल तुम्ही न्यायाधीश या नात्यानं न्याय द्यायचं सोडलं की काय? आणि थोरल्या राजांनी न्यायाधीश म्हणून डोक्यावर बसवलेला तो काझी हैदर काय हाज यात्रेला गेला की काय?''

''काय तरीच बोलता झालं अण्णाजी!''

''अहो, तसं नसेल तर कचेरीत बसून आजकाल तो कनोजी किडा कसली वळवळ करतोय म्हणायचा?''

''कविराज होय? राजे आज खाली शस्त्रशाळेकडं गेलेत. त्यांच्या बदली त्यांनी मसूरचा तो कज्जा कविराजांकडे सोपवला आहे.''

"राजा हयात असताना?'''

प्रल्हाद निराजींच्या घशाला कोरड पडल्यासारखी झाली. ते बोलले, "अहो राजाला एका वेळी सहस्त्र व्यवधानं सांभाळावी लागतात. त्यामुळे आपली काही कामं तो दुसऱ्या पात्र व्यक्तीकडे सोपवू शकतो. थोरले महाराजही काही जबाबदाऱ्या दुसऱ्यांवर सोपवत असत. शिवाय कविराजांनी काहीही निर्णय दिला तरी तो न्यायाला धरून आहे की नाही, याची छाननी सरन्यायाधीश या नात्यानं आम्ही करतो. मगच अंमलबजावणी होते. तशी राजाज्ञाच आहे अण्णाजीपंत!"

"एकूण काय प्रल्हादपंत, तुम्ही वळणावर जाणार. अहो, आपण सर्व कारभाऱ्यांनी मिळून बंड केलं, तेव्हा तुम्ही पन्हाळ्यावर शंभूराजांना पकडायला म्हणून गेलात आणि रात्रीत पक्ष बदलून, गोड बोलून पुन्हा आपलं न्यायाधीशपदाचं घोडं पटकावून मोकळे झालात. आम्हांला तोंडघशी पाडलंत," अण्णाजी दत्तो कुरकुरले.

"जाऊ दे अण्णाजी, आम्ही अधिक काय बोलणार? तुमचं भले व्हावं म्हणून आम्ही धडपडतो. तिकडे महाराणींसह अनेकजण तुम्हाआम्हासाठी प्रयत्न करताहेत. आम्हांला पहिली प्रतिष्ठा मिळावी –"

"कसली प्रतिष्ठा घेऊन बसला आहात? ह्या बदनाम राजाच्या आणि त्याच्या लुच्च्या दोस्ताच्या काळात कसला मानमरातब घेऊन बसलात? केवळ अधर्म आणि अनितीशिवाय दुसरं काय घडणार आहे ह्या रायगडावर?"

आता मात्र मोरोपंतांना राहावेना. घाबरून इकडे तिकडे पाहत ते कळकळीने बोलले, "बस, अण्णाजी बस! हवे तर आम्ही तुमच्यापुढे हात जोडतो. तुमच्या त्या दोघांबाबतच्या अतिमत्सराच्या आगीमध्ये आम्हांला जाळू नका. म्हातारपणी झाली ती शोभा खूप झाली. आम्हांला सुखाने चार दिवस जगू द्या!" थकलेल्या मोरोपंतांनी आपल्या मुलाकडे, निळोपंताकडे बावरी नजर टाकली.

३.

राज्याभिषेकाचा सोहळा जवळ येत चालला होता. फडावर समारंभाची तयारी सुरू होतीच. पण लोकोपयोगी निर्णयही नेटाने घेतले जात होते. राज्यातील गडकिल्ल्यावर जे लोक संरक्षणास राहत, त्यांच्या गाईम्हशी तिथेच चरत. त्यामुळे त्यांच्या चरितार्थास हातभार लागे. थोरल्या महाराजांप्रमाणे शंभूराजांनीही चराईचा कर रद्द केला.

धर्मातील मांगल्याविषयी शंभूराजांच्या हृदयात जात्याच ओढ होती. म्हणूनच रायगडची गादी हाती आल्यापासून त्यांनी एकेक निर्णय घ्यायला सुरुवात केली होती. त्यांनी संत तुकारामबुवांचे चिरंजीव महादोबांना वर्षासनाची मोईन करून

दिली. एके दिवशी कऱ्हाड प्रांतातली काही मंडळी गडावर येऊन तक्रार करू लागली, "शंभूराजेऽ, चाफळला रामदासस्वामींनी रामाचे मोठे देवालय बांधले आहे. तिथे रामनवमीचा उत्सव मोठा भरतो. दरसाल सहस्त्र लोक गोळा होतात. पण थोडी अडचण आहे—"

"कसली अडचण? कैलासवासी महाराजांनी जी सज्जनगड आणि चाफळसाठी वर्षासनं लावली. ती आम्ही चालूच ठेवली. स्वामींना वरकड द्रव्य वा अन्य मदतीची गरज लागली तर ती पुरवा. आमच्या हुकुमाची वाट बघू नका अशा सूचना आम्ही फडाला केव्हाच दिल्या आहेत."

"तेच सांगतो राजे. चाफळच्या उत्सवात बऱ्याच वेळा मुसलमान धटिंगण येऊन बिघाड घडवतात. गरीब यात्रेकरूंना नाडतात."

शंभूराजांच्या कपाळावर आठ्यांचं जाळं दिसलं. त्यांनी लागलाच कवी कलशांना हुकूम दिला; "कविराज, वासुदेव बाळकृष्णांना जलदीने खलिता पाठवा. चाफळच्या उत्सवास आणि अलीकडे स्वामीजी आणि देवाच्या निमित्ताने चाफळास नवी घरे करून राहू लागलेल्या ब्राह्मण कुटुंबीयांस पुरेसं संरक्षण द्या. कामगिरी पार पडताच तसा मजकूर आम्हांला कळवा म्हणावे."

"जी राजन."

"याच हुकुमाची एक प्रत स्वामींचे पट्टशिष्य वेदमूर्ती दिवाकर गोसावी बुवांकडे माहितीसाठी पाठवून द्या."

चिंचवड देवस्थानाचे स्वामी मोरेश्वर गोसावी यांनाही गुंडापुंडाकडून त्रास होतो, अशा तक्रारी राजांकडे आल्या. त्यांनाही संरक्षण देण्याचा हुकुम शंभूराजांनी आपल्या लष्करी अधिकाऱ्यांना दिला. राज्याभिषेकाचा मुहूर्त जवळ येऊ लागला, तसे शंभूराजे एके दिवशी घाईने गड उतरले. महाड, मंडणगड ओलांडून केळशीला गेले. तिथे सागर किनारी याकूब अवलिया फकिरबाबांचे स्थान होते. तेथे राजे अवलियाबाबांच्या समाधीपुढे नतमस्तक झाले. याच ठिकाणी बालपणी थोरल्या महाराजांसमवेत त्यांनी अनेकदा भेटी दिल्या होत्या. बाबांचे दर्शन घेतले होते. त्या साऱ्या आठवणी राजांना दाटून आल्या. शंभूराजांनी तिथेच सागरकिनारी डेरेदांडे उभे केले. बाजूच्या हक्काच्या मंडणगडावर जाऊन न राहता ते अवलियाबाबांच्या समाधी परिसरातच आठ दिवस राहिले. मोठी मन:शांती लाभली.

राज्याभिषेकाची रायगडावर जोरदार तयारी सुरू होती. शंभूराजांच्या खाजगीकडे तर लगीनघाईच उडाली होती. आज दुपारीच खंडो बल्लाळ काशी क्षेत्राकडून राजधानीमध्ये परतल्याचा निरोप येसूबाईंना मिळाला होता. तिन्हीसांज झाली तरी राजे अजून फडाकडेच गुंतून पडले होते. राजांकडून ती आनंदवार्ता ऐकण्यासाठी येसू-बाईंचे कान आसुसले होते. त्या थोरल्या आक्कासाहेबांना सखुबाईंना बोलल्या,

"राज्याभिषेकाचा मुहूर्त नक्की निघेल. गागाभट्टांनी फक्त 'मम' म्हटले, की सारं सुरळीत होईल.''

"आमच्या आबासाहेबांच्या राज्याभिषेकासाठी गागाभट्ट दूर काशीवरून आले. आता महाराष्ट्राच्या दुसऱ्या छत्रपतीला आशीर्वाद देण्यासाठीही ते नक्कीच धावतील.''

"खरं आहे आक्कासाहेब तुमचं. खंडोबल्लाळ अगदी पोर वयाचे असले तरी बुद्धीचे कुशाग्र आहेत. काशीहून निघताना ते मुहूर्त काढूनच निघाले असतील.''

एकदाचे राजे खाजगीकडे पोचले. ते वरून हास्याचा देखावा निर्माण करीत होते, पण त्यांच्या चर्येवरच्या छुप्या उदास रेषा येसूबाईंच्या नजरेतून सुटल्या नाहीत. राजांनी गडबडीने भोजन घेतले. त्यानंतर खाजगीकडच्या सदरेवर त्यांच्या जिवाभावाच्या मंडळींची एक तातडीची बैठक होणार होती. भोजन उरकल्यावर येसूबाई हळूच बोलल्या, "का, खंडोबाची आणि गागाभट्टांची भेट झाली नाही का?''

"अं..... हो झाली! आम्ही याआधी सांगितल्याप्रमाणे गागाभट्टांनी आमचं म्हणणं ऐकलं. नीतिधर्मावरील 'समयनय' नावाचा ग्रंथ आमच्यासाठी त्यांनी लिहिला आहे. तो खंडो बल्लाळांसोबत पाठवूनही दिला आहे.''

"राज्याभिषेकाच्या समारंभाला येणार नाहीत का ते? – राजे, आपण बोलत का नाही?'' येसूबाईंनी अडखळत विचारले.

"हो! त्यांची तबियत ठीक नाही म्हणे—''

येसूबाई आणि थोरल्या आक्का चूप राहिल्या. पण शंभूराजांना राहवले नाही. ते उसासा टाकत म्हणाले, "राणीसाहेब, आपल्यापेक्षा आपल्या छुप्या विरोधकांच्या धावा खूप दूरच्या आहेत. आम्ही गागाभट्टांना निमंत्रित करणार ह्याची आमच्या शुभेच्छुकांना कुणकुण लागली मात्र, खंडोबा पोचायच्या आधीच ते काशीक्षेत्री पोचले.''

येसूबाई दचकल्या, "अगं बाई.''

"आमच्या हितशत्रूंनी गागाभट्टांचे कान फुंकले आहेत —राज्याभिषेक शिवाजीराजांच्या युवराजांचा आहे. परंतु युवराजांचं वर्तन न्यायनीतीला धरून नाही; सारा अधर्म माजला आहे, वगैरे वगैरे....''

असे कडू काढे घोटायची आता राजांना सवयच झाली होती जणू. तोवर जोत्याजी केसरकर, दादजी रघुनाथ देशपांडे, कृष्णाजी कंक अशी शंभूराजांची दोस्त मंडळी सदरेवर आल्याची वर्दी रायाप्पाने दिली. पाठोपाठ येसाजी कंक, कोंडाजीबाबा फर्जंद, केसोबा त्रिमल, म्हाळोजी घोरपडे, हंबीरराव मोहिते असे बुजुर्गही येऊन पोचले.

मसलतीला सुरुवात झाली. आरंभी नुकत्याच निधन पावलेल्या मोरोपंत पेशव्यांचा विषय निघाला. थोड्याशा आजाराचे निमित्त होऊन ते पिकले पान गळले

होते. त्यांची आठवण काढत शंभूराजे बोलले,

"पेशवे दिलाचे भले मनुष्य होते. इतरांच्या नादी लागून आपणांकडून बंडाव्याची अक्षम्य चूक झाल्याची कबुली त्यांनी अनेकदा आमच्याकडे दिली होती."

"राजे, त्यांचं यथोचित स्मारक व्हायला हवं." हंबीरमामा बोलले.

"त्यांच्या ज्येष्ठ चिरंजीवांच्या, निळोपंतांच्या अंगातलं पाणी आम्ही जोखलं आहे. पेशवेपदाची वस्त्रं त्यांनाच द्यायचं आम्ही नक्की केलं आहे." शंभूराजे बोलले.

राजांच्या या निर्णयाचा सर्वांनाच खूप आनंद झाला. आपल्या मनातले एक शल्य खुले करीत शंभूराजे बोलले, "येसाजीकाका, कोंडाजीकाका, तुम्हा मंडळींना मुद्दाम एक गोष्ट सांगावीशी वाटते. आबासाहेबांच्या काळातल्या मंडळींचा, त्यांच्या सत्कार्याचा आम्ही मानपान ठेवत नाही, सरकारकुनांचा द्वेष करतो, त्यांना छळतो, असं दूषित चित्र निर्माण करण्यात आमचे हितशत्रू यशस्वी झाले आहेत. त्यांच्या जिव्हा इतक्या काटेरी झाल्या आहेत की, त्याचा संसर्ग नाशिक-त्र्यंबकापासून ते पार काशीपर्यंत जाऊन पसरला आहे."

"अपुऱ्या बुद्धीची काही माणसं तशी बाष्कळ बडबड करत असतीलही. पण येसाजीबाबा, आमचे हंबीरराव, केसोबा त्रिमल, हे म्हाळोजी घोरपडे ही सारी काय आजकालची तरणी खोंडं आहेत का? शिवाजीराजांचा काळ पचवलेली आम्ही सारी बुजुर्ग मंडळी तुमच्या पाठीशी असताना कोल्हेकुईची कशाला चिंता करता, राजे?" कोंडाजी फर्जंद बोलले.

"अव्वल तोफेच्या धडाकेबाज गोळ्यापेक्षा आम्हांला ह्या दुष्टांच्या जिभांची भीती वाटते."

"पण राजद्रोहाचा गुन्हा करणाऱ्या सरकारकुनांना आपण जीवदान दिलं. पुन्हा मानपानही देऊ लागलात. गद्दारांना एवढी सवलत शिवाजीराजांच्या काळात अजिबात नव्हती राजे." हंबीरमामांनी आठवण करून दिली.

"शंभूराजे, पहिलंच तुम्हांला बजावून सांगतो– तुम्ही काहीही करा, पण त्या अण्णाजी दत्तोला तेवढा पुन्हा घेऊ नका!" दादजी देशपांडे आणि कोंडाजी फर्जंद एका वेळी बोलले.

"कोंडाजीबाबा, एवढेही एकेरीवर नका येऊ. अण्णाजींचं पूर्वीचं काम खूप मोठं आहे." शंभूराजे बोलले.

थोड्या वेळाने बाळाजी चिटणिसांनाही मसलतीमध्ये पाचारण करण्यात आले. राजे म्हणाले, "चिटणीस, समर्थ रामदास स्वामींकडे खास दूत पाठवा. त्यांनी स्वत: सोहळ्यास हजर राहावं असं आमच्यामार्फत आग्रहाचं आमंत्रण द्या. स्वामी कुठे सज्जनगड, चाफळ, जिथं कुठं असतील तिथे दूत धाडून द्या."

अनेक बाबींवर खल झाला. रात्री उशिरा बैठक संपली.

बिछायतीवर पडलेल्या शंभूराजांना काही केल्या झोप लागत नव्हती. ते येसूबाईंना विचारू लागले, "तुम्हांला काय वाटतं? काय करावं ह्या अण्णाजीपंतांचं?"

"काही असेल तो निर्णय घेऊन मोकळे व्हा. कठोर तर कठोर."

शंभूराजे थोडी उसंत खात बोलले, "अण्णाजी म्हणजे जात्याच मोठे बनेल. गिळगिळीत माशासारखे. सापडले म्हणेस्तोवर सटकणारे! शिवाय खूप आकांडतांडव करून आपण आणि आपल्यासोबतचे एकदोन सरकारकून म्हणजेच शिवाजीराजांचा उभा फड होता, असं चित्र ते भासवतात. एकूण या प्रकरणी आमची अवस्था मुरगळलेल्या पायासारखी झाली आहे. धावावं म्हटलं तरी दुखतो, स्वस्थ बसावं म्हटलं तरी विलक्षण ठणकतो!"

१६ जानेवारी १६८१.

सुमारे सहा वर्षांच्या कालावधीनंतर रायगडावर असा मोठा दरबार भरत होता. राज्याभिषेकाच्या या दरबारासाठी देशोदेशींचे अनेक दूत आणि स्वराज्यातील लाखभर माणसे गडावर गोळा झाली होती. त्यामध्ये अनेक भटभिक्षुक, ब्राह्मण, जोगी, कलावंत अशी हजारोंच्या संख्येने मंडळी जमली होती. राजपरिवारातील अनेक पाहुणेमंडळी सहकुटुंब राजधानीत येऊन पोचली होती. राजप्रासादातून हरजीराजे महाडिक, महादजी निंबाळकर आणि गणोजी शिर्के ही मेहुणीमंडळी कुर्ऱ्यात फिरत होती. एक राणूबाई सोडल्या तर राजकुंवर, सखूबाई उर्फ सकवारबाई आणि अंबिकाबाई ह्या शंभूराजांच्या तिन्ही बहिणी त्या शाही सोहळ्यासाठी गडावर हजर झाल्या होत्या.

दर आषाढी कार्तिकीला चंद्रभागेच्या वाळवंटात विठ्ठलनामाचा गजर करीत लक्षावधी वारकरी गोळा व्हावेत, त्याच उत्साहाने रायगडावर सप्तमहालापासून होळीचा माळ, राजबाजार, जगदीश्वराचे मंदिर ते पार काळ्या हौदापर्यंत लाखोंची गर्दी लोटली होती. जागोजागी उभारलेल्या कमानी, गंगासागराजवळचे द्वादशकोनी मनोरे, ठिकठिकाणचे बुरूज रंगीत पताकांनी मढविले गेले होते.

राजे सभामंडपाकडे जाऊ लागले. इतक्यात प्रवेशद्वाराजवळ त्यांना पंधरावीस मुसलमान मंडळींचा जथा उभा असलेला दिसला. ते सारे दिसायला फाटके, लांब निमुळत्या दाढीतले, मळकट पेहरावातले होते. राजे अगदी समीप येऊ लागले, तसे सोमाजी दत्तो आणि जोत्याजी व इतरांनी त्या मंडळींना "मागे व्हा, मागे. महाराज पुढे चाललेत—" म्हणत दटावले.

मुहूर्ताला उशीर होऊ नये म्हणून महाराजांना पुढे निघायची घाई होतीच. इतक्यात शनिस्तोत्राचे शब्द त्यांच्या कानी आले–

"निलांजनं समाभासम् रविपुत्रमं यमाग्रजम्
छाया मार्तंडसंभुतम् तं नमामि शनैश्चरम् ।"

शंभूराजे जागीच थबकले. भीतीच्या सुरात शनीचा धावा कोण करत आहे, कोण आहे एवढ्या संकटात? त्यांनी शनिस्तोत्र म्हणणाऱ्या त्या गरीब तरुण मुसलमान पोराकडे पाहिले. राजे तसेच त्या जथ्याजवळ गेले. बाकीचे लोक दूर झाले. राजांनी विचारले, "कोण, कोण आहेत हे लोक?"

"राजे, आम्ही जातीचे ब्राह्मण. कोल्हटकर, श्रीबागचे. हे रसूलचे गंगाधरपंत कुलकर्णी. आम्हा सर्वांना त्या जंजिरेकर हबशांनी जुलमानं बाटवलं. मुसलमान बनविलं."

"राजे, आपण आम्हांला पुन्हा धर्मामध्ये घ्या. असाच घोर अन्याय झालेले आमच्यासारखे अनेकजण राज्यात आहेत," रसूलकर विनवणीच्या सुरात बोलणे.

राजे तेथेच थांबले. चिटणिसांना म्हणाले, "बाळाजीपंत, धर्माचरण मनुष्यानं स्वेच्छेनुसार करायचं असतं."

"जी, राजे!"

"यांच्या प्रश्नामध्ये तातडीनं लक्ष घाला."

"चिटणीस सोहळ्याच्या गडबडीमध्ये आहेत, मी स्वत: पाहतो या प्रश्नाकडे, राजे." सोमाजी दत्तो पुढे होत बोलले.

राजांना आणि महाराणींना शाही मंडपात पोचण्यासाठी जसा उशीर होऊ लागला, तसे लोक बेचैन होऊ लागले. सिंहासनाच्या उजव्या कोपऱ्याकडे डोळे ताणून पाहू लागले. त्या राजदरबाराची मांडणावळ पातशहाच्या दरबाराला वरताण होती. सोहळ्या-साठी राजांनी मुठीमुठीने मोहरा उधळल्या होत्या. मराठ्यांच्या राजगादीवर दुसरा छत्रपती आरूढ झाला, हा निरोप दशदिशांमध्ये पसरणे आवश्यक होते. दरबारातल्या भिंती रामायण आणि महाभारतातील अनेक प्रसंगचित्रांनी सुशोभित केल्या होत्या. स्फटिका-सारख्या सुंदर व्हेनिसी काचसामानाने बनवलेली झुंबरे दरबाराची शान वाढवत होती. मानकऱ्यांसाठीही मखमली लोडतक्क्यांची व्यवस्था केली गेली होती.

रायगडावरचे ते सुवर्ण सिंहासन शंभूराजांची केव्हापासून तरी वाट पाहत होते. त्या तख्तपोशीशी मावळी मर्दांचे रक्तघामाचे, स्नेहाचे आणि आदराचे नाते होते. एकाएकी उजव्या कोपऱ्यातून मंगल वाद्ये वाजू लागली. पाठोपाठ नगारे मोठ्याने झडू लागले आणि भालदार-चोपदारांची ललकारी घुमली—

"आस्ते कदम, महाराज ऽ ऽ!
सकलशास्त्र विचारशील, धर्मज्ञ, शास्त्रकोविद, क्षत्रियकुलावंतस
श्री शंभूराजा आ रहे हैं ऽ ऽ!,"

त्या पाठोपाठ अत्यंत धिम्या पण दमदार गतीने पावले टाकीत शंभूराजांचे आगमन झाले. दरबारात हर्षाच्या आरोळ्या उठल्या. अवघ्या बावीस-तेविशीचे उंच, बलदंड, आखीव आणि रेखीव चर्येचे, स्वप्नाळू डोळ्यांचे, धारदार नाकसरीचे आणि तांबूस वर्णाचे शंभूराजे सर्वांच्या दृष्टीस पडले. त्यांची निमुळती दाढी शिवरायांची याद देत होती. त्यांच्या गळ्यातल्या रत्नांच्या आणि पाचूंच्या माळा चमकत होत्याच, परंतु त्यांच्या चर्येवरची झळाळी आणि दिमाख काही औरच होता.

राजांच्या पाठोपाठ उंच, सडपातळ आणि घरंदाज सौंदर्याच्या येसूबाई पुढे आल्या. त्यांच्या अंगावर अंजिरी रंगाचा शालू होता. गळ्यात पिवळाधमक कोल्हापुरी सर, कमरेला सुवर्णाचा कमरदाब, रुंद कपाळावर रेखलेली कुंकवाची लांबट चिरी, कुंकवानेच भरलेला भांग आणि उगवत्या चंद्राभोवती ढगांचा झिरझिरीत पडदा दिसावा तसा डोक्यावरचा पदर. मदुराईतल्या ब्रह्मवृंदांनी तासन्‌तास खपून सजविलेल्या मीनाक्षीदेवीच्या आकर्षक मुखवट्यासारख्याच येसूबाई कमालीच्या सुंदर दिसत होत्या. त्यांच्या चर्येवर विलासणारे हास्य आणि झळाळी जणू त्यांच्या अंगावरच्या उंची वस्त्रांना आणि आभूषणांना करपवून टाकत होती. येसूबाईंच्या पाठोपाठ पोरसवदा वयाच्या राजारामांच्या जानकीबाई नि पाठोपाठ शंभूराजांच्या सावत्रमाता सोयराबाई दरबाराकडे येताना दिसत होत्या.

शंभूराजांच्या सोबत अकरा वर्षांचा एक बाजिंदा राजकुमार येताना दिसला. त्याच्या अंगावरचा उंची, रेशमी, जाळीदार सदरा आणि आभूषणे विशेष चमकत होती. ते राजाराम आहेत हे ओळखायला कोणाला फारसा वेळ लागला नाही.

धिम्या गतीने एक एक पाऊल टाकत शंभूराजे सिंहासनाजवळ पोचले. त्यांनी एक नजर खचाखच भरलेल्या दरबाराकडे फेकली आणि दुसऱ्याच क्षणी गर्रकन मागे वळून त्या सुवर्ण सिंहासनाकडे पाहिले. त्या क्षणीच त्यांची पावले अडखळली. मनात गोंधळ माजला– काय करावे, त्या पवित्र सिंहासनावर बसावे की ते झुगारून भरल्या मंडपातून माघारा फिरावे? शंभूराजे त्याच ठिकाणी एखाद्या शिलाखंडासारखे स्तब्ध उभे राहिले. वेळूच्या बनात गुंजणाऱ्या वाऱ्यासारखे शिवरायांच्या पन्हाळ्यावरील भेटीतील ते शब्द त्यांच्या कानात रुंजी घालू लागले– ''पोरा, जेव्हा आपल्या पवित्र सिंहासनाच्या पंचपायऱ्यांचे परिपूर्ण दर्शन तुझ्या डोळ्यांना घडेल, तेव्हा इथल्या पर्वतप्राय इच्छाआकांक्षेची ओझी उचलण्याची धमक खरोखरच तुझ्या बाहूमध्ये आहे का, हा प्रश्न तू तुझ्या जिवाला विचार. केवळ जन्माधिकाराने नव्हे, तर स्वत:वरच्या पूर्ण विश्वासाने, मराठी मातीवरच्या अढळ निष्ठेने तू रायगडाच्या सिंहासनावर खुशाल आरूढ हो. परंतु स्वत:च्या कुवतीबद्दल आणि स्वराज्यावरील

निष्ठेविषयी तुला एवढीशी जरी शंका आली, तर मात्र त्या सिंहासनाच्या वाऱ्यालाही थांबू नकोस. त्या ऐवजी अंगात कफनी घाल आणि एक गोसावी बनून खुशाल अरण्याकडे चालता हो!''

शंभूराजांनी पुन्हा एकदा सभामंडपाकडे वळून पाहिले. तेव्हा सहस्र मर्द मावळ्यांच्या नेत्रांतील जादूने त्यांच्या अंगामध्ये नवचैतन्य स्फुरले. अभिमानाने त्यांची छाती तटतटून फुगली. ते पुन्हा एकदा सिंहासनाकडे नजर लावून पाहू लागले, तेव्हा तिथे थोरले महाराज आसनस्थ झाल्याचा त्यांना भास झाला. केवळ त्या कल्पनेने त्यांच्या डोळ्यांतून अश्रुधारा वाहू लागल्या. त्या आसवांवर झुंबरातील किरणशलाका पडल्यामुळे राजांचे अश्रूच स्फटिकासारखे चमकताना दिसू लागले. ते स्वत:शीच काहीतरी अस्पष्ट बोलले. त्यांची ती पुटपुट पहिल्या दोनतीन ओळीतील मानकऱ्यांना कानावर गेली. —''होय आबासाहेब, आपल्या पवित्र पादुकांचे, आपल्या शिक्केकट्यारीचे आणि परंपरेचे आम्ही प्राणापल्याड जतन करू.''

''वा राजे वा!'' कवी कलश, जोत्याजी, प्रल्हाद निराजी अशा सहकाऱ्यांनी आनंद आरोळ्या ठोकल्या.

थोरल्या महाराजांच्या समोरच शपथ वाहावी तशा ओजस्वी शब्दांत राजे बोलले,

''जास्वंदीचं फूल सहज नखानं खुडावं तशी आमची मुंडी छाटली जाऊन एक निर्माल्य बनून जरी काळाच्या पायावर वाहिली गेली तरी बेहत्तर, पण आपलं हे हिंदवी स्वराज्य, सह्याद्रीच्या अंगरख्यावरील हिऱ्यामाणकांपेक्षा लक्षपटीनं मौल्यवान असलेले हे गडकिल्ले आम्ही कोणाच्याही हाती लागू देणार नाही!!''

शंभूराजे निर्धाराने सिंहासनावर आरुढ झाले. त्या क्षणी रायगडाच्या बुरुजाबुरुजावरून तोफा धडाडू लागल्या. गेल्या काही वर्षांत नगारे असे झडले नव्हते. हलग्या अशा कडाडल्या नव्हत्या. शंभूराजांवर देवांना हेवा वाटावा अशी पुष्पवृष्टी झाली. येसूबाईंच्या डोळ्यांत आनंदाश्रू वाटले. धाकटे राजाराम, जानकीबाई, राजांचे इष्टमित्र सारे सारे गलबलून गेले होते.

मंत्रपठण, जयघोष, विधी सारे काही एकाच वेळी यथासांग सुरू होते.

आरंभीचे सोहळे उरकल्यावर नजराणे पेश झाले. त्या सोहळ्यास रामदास स्वामींमार्फत त्यांचे शिष्य दिवाकर गोसावी हजर होते. त्यांनी स्वामींच्या वतीने संभाजी महाराजांना मंगल आशीर्वाद दिले. महाराजांनी त्यांच्याकडे वस्त्रे, जवाहीर देऊन समर्थांचा बहुमान केला. सोहळ्यास संत तुकारामांचे चिरंजीव महादोबा आणि नारायण महाराज उपस्थित होते. त्या दोघांचा बहुमान केला गेला. परराज्यातले वकील आदराने झुकले.

ते सोहळे आटोपताच शंभूराजे म्हणाले, "काही दिवसांमागे आम्ही एक निर्णय घेतला होता. बाळाजीपंत, अण्णाजी आणि हिरोजींच्या घरावरील चौक्यापहारे उठवले होते. जनहो, आम्ही थोरल्या राजांच्या काळातील ह्याच जुन्या, अनुभवी मंडळींच्या खांद्यांवर नव्याने जबाबदाऱ्या सोपवणार आहोत!"

राजांच्या उद्‌गारावर मंडपातील सनई आणि मंगल वाद्ये खुषीने वाजली. बुजुर्गांचा मान राखल्याबद्दल वृद्धांनी राजांची खूप वाहवा केली. तितक्यात डाव्या बाजूला झिरझिरीत पडद्याआडून प्रथम बाळाजी आवजी चिटणीस, नंतर अण्णाजी दत्तो, हिरोजी, राहुजी असे सरकारकून सभामंडपात एकामागोमाग एक येऊन उभे राहिले. त्यांच्या डोक्यावरच्या कळीच्या पगड्या, पागोटी, उंची वस्त्रे, गळ्यातले रत्नहार सारे कसे दिमाखदार दिसत होते. त्या सर्वांनी प्रथम शंभूराजांना आणि नंतर उभ्या दरबाराला खुषीने मुजरा केला. त्याबरोबर दरबारातील रयतेने राजांचा जयघोष केला.

शंभूराजांनी समाधानी मनाने सांगितले, "मंडळी, गैरसमजाचे गढूळ पाणी वाहून गेले आहे. आमच्या मनात कोणताही किंतु वा किल्मिष उरलेले नाही. सांगा, राज्याचे चिटणीसपद आम्ही कोणाला द्यावे?"

दरबार चिडीचूप झाला कान्ह— तेव्हा शंभूराजे हसून बोलले, "एकनिष्ठा आणि सेवाभावाचे दुसरे नाव बाळाजीपंत चिटणीस याशिवाय अन्य काय असू शकते?"

शंभूराजांच्या प्रांजळ कथनाने सर्वांची मने भरून आली. मानाची वस्त्रे देण्यासाठी त्यांनी चिटणीसांना जवळ बोलावले. तेव्हा सद्‌गदित झालेल्या चिटणिसांनी शंभूराजांचे पाय धरण्याचा प्रयत्न केला. मात्र राजांनी त्यांना थोपवले. पित्याला मिठी मारावी तसा त्यांचा कवळा भरला. मोरोपंतांनंतर त्यांचे चिरंजीव निळोपंतांना पेशवे करायचे, असा निर्णय राजांनी घेतला होताच. पण त्याचबरोबर त्यांच्याकडे कल्याण आणि भिवंडीच्या सुभ्याचीही जोखीम सोपवायचा मनसुबा त्यांनी जाहीर केला. बाजूला उभ्या असलेल्या हंबीरराव मोहितेमामांकडे शंभूराजांनी मोठ्या अभिमानाने पाहिले. ते बोलले,

"मर्दाचा पोवाडा मर्दानेच गावा म्हणतात! त्याच नीतीने मर्दाचे शस्त्रही महामर्दानेच चालवायचे असते. प्रतापराव गुजरांच्या अवचित जाण्यानंतर मामांनी ते पोलादी शस्त्र हिंमतीने सांभाळले आहे. यापुढेही सेनापतीपदाचा भार हंबीरमामाच सांभाळतील."

हंबीररावांच्या पाठोपाठ प्रल्हाद निराजींना न्यायाधीशाची वस्त्रे मिळाली. डबीर जनार्दनपंत, तर दानाध्यक्ष मोरेश्वर पंडितराव झाले. आबाजी सोनदेव सुरनवीस बनले, तर वाकेनवीस दत्ताजीपंत झाले.

मघापासून कोपऱ्यात उभे असलेले रुंद हाडापेराचे अण्णाजी दत्तो मात्र कावरेबावरे दिसू लागले होते. त्यांच्या सावळ्या कपाळावर घर्मबिंदू गोळा झालेले. त्यांची नजर स्थिर नव्हती. चित्त जागेवर नव्हते. अण्णाजींकडे आपली शांत पण करारी नजर टाकत शंभूराजे बोलले, ''पंत, तुमच्या हातापायांच्या बेड्या काढून टाकायचा अपराध आम्ही करू नये, असा आमच्यावर खूप दबाव होता. पण या नव्या राजवटीतही आपले स्थान मानाचेच राहील. स्वराज्याचे मुजुमदार म्हणून आम्ही तुमची मोठ्या आनंदानं नियुक्ती करत आहोत.''

मुजुमदारी मिळाल्याचा उसना आनंद अण्णाजी आपल्या मुखावर दाखवण्याचा प्रयत्न करत होते. पण हातची सुरनिसी गेल्याचे त्यांचे दुःख काही लपता लपत नव्हते. राजांनी आपल्या सोयराबाई आणि धाराऊ ह्या दोन्ही मातांचा सन्मान केला. त्यांनी कापूरहोळला खास घोडी पाठवून आपल्या दूधआईला, वृद्ध धाराऊ गाडेंना मुद्दाम सोहळ्यासाठी बोलावून घेतले होते. राजांनी आणि महाराणींनी धाराऊचा आणि तिच्या लेकरांचा खूप बहुमान केला. आपल्या जन्मभराच्या सेवकाचा– रायाप्पा महाराचा सत्कार करायलाही राजे विसरले नाहीत.

शंभूराजांची नजर समारंभात शिरोभागी असलेल्या दर्यासारंग आणि दौलतखानांकडे गेली. त्यांचे तुर्की पद्धतीचे निमुळते पण आकर्षक फेटे, अंगातले हिरवे झगे, मेंदी भरलेल्या आखूड दाढ्या यामुळे ते मंडपात उठून दिसत होते. त्यांच्या शेजारीच कुर्रेबाज मराठी पेहरावातील मायनाक भंडारी बसला होता. त्या तिघांकडे हसरी नजर फेकत शंभूराजे म्हणाले,

''उद्या आपल्या स्वराज्यातले गडकिल्ले सांभाळून जगात झेंडा फडकावयाचा असेल तर पाण्यावर राज्य करायला शिका, असे आमचे आबासाहेब आम्हांला सांगत. म्हणूनच आमची दर्यादौलत सांभाळणाऱ्या आमच्या बहादूर सेनानींना सन्मानित करणं हे आम्ही आमचं कर्तव्य समजतो!''

त्या तिघा दर्यावर्दींना मानवस्त्रे दिली गेली.

राजांनी आपल्या तिन्ही भगिनींचा आणि मेहुण्यांचा उंची वस्त्रे आणि अलंकार देऊन गौरव केला. दरबाराकडे आपली नजर फेकत शंभूराजे बोलले,

''एखाद्या स्त्रीच्या हातामध्ये आपलं कुटुंब वा राज्य जरी दिलं तरी त्या आपल्या कर्तृत्वाची जादू कशी दाखवून देतात, याचा आदर्श म्हणजे आमच्या जिजाऊ आजीसाहेब होत्या. त्यांनी शिवरायांना घडवलं. शिवरायांनी हिंदवी स्वराज्य निर्माण केलं. कर्तृत्ववान पुरुषांच्या मुकुटातला कौस्तुभमणी म्हणजे त्याची भार्या!'' शंभूराजांनी आपली नजर जेव्हा महाराणी येसूबाईंकडे वळवली, तेव्हा दरबाराला अतीव आनंद झाला. राजे बोलले, ''शत्रूचा मुकाबला करण्यासाठी आम्हांला नेहमीच अष्टप्रधानांसह बऱ्याच वेळा मोहिमेवर जावं लागतं. म्हणूनच आमच्या

मुलकी कारभाराची सूत्रं आम्ही महाराणी येसूबाईंच्या हाती सोपवत आहोत. ही सुवर्णमुद्रा आणि त्यावरील 'स्त्री सखी राज्ञी जयती' हा शब्दलेख हीच महाराणींच्या ओळखीची निशाणी बनून राहील."

तिकडे होळीच्या माळावर अखंड दक्षिणावाटप आणि दानधर्म सुरू होता. हिंदुस्थानच्या कानाकोपऱ्यांतून आलेले भटभिक्षुक तिथे गर्दी करत होते. राजांनीही दरबारात खूप दानधर्म केला. ते बोलले, "आमचे आबासाहेब हे दुनियेतले सर्वांत मोठे रत्नपारखी असावेत. म्हणून तर त्यांनी अगणित द्रव्याच्या खातेऱ्यात लोळणाऱ्या भल्या भल्या सरंजामदारांना बाजूला फेकले आणि तानाजी, येसाजी, मुरारबाजी, दौलतखान, दर्यासारंग अशा सामान्यजनांना संधी दिली. त्यामध्ये राजांचाही गौरव झाला. आम्हीही आमच्या एका अत्यंत निष्ठावान स्वराज्यसेवकाचा इथे सन्मान करतो आहोत. ज्यानं कधी आमच्याकडे प्याद्याचंही पद मागितलं नाही, त्या आमच्या कवी कलशांना आम्ही 'छंदोगामात्य' हा किताब देतो आहोत आणि त्यांचा आमच्या अष्टप्रधानांमध्ये समावेशही करीत आहोत."

त्या उंची वस्त्रांनी आणि आभूषणांनी कवी कलश कृतकृत्य झाले. येसूबाईंच्या पाठीशी उभ्या असलेल्या त्यांच्या धर्मपत्नीला– तेजसबाईंना अश्रू आवरले नाहीत. शंभूराजे पुढे सांगू लागले, "कविराजांचा हा किताब काव्यछंदाशी संलग्न आहे. काव्यप्रांतातील आमची मुशाफिरी असो, आखाड्यातील मल्लगिरी असो वा रण-मैदानावरील तलवारबाजी असो, जिथे तिथे आमचे हे ज्येष्ठ मित्र आमच्या मदतीसाठी पुढे धावतात, धावतील."

शंभूराजांच्या त्या बोलाबरोबर कविराज पुन्हा एकदा उठून उभे राहिले. राजांपुढे नम्रपणे झुकत बोलले, "राजे, आपल्या जिरेटोपावरील मोत्याच्या लहडीस आम्ही जरासाही उणेपणा येऊ देणार नाही. मरते दम तक साथ करू!"

हिंदवी स्वराज्याच्या दुसऱ्या छत्रपतींच्या राज्याभिषेकाचा मंगल सोहळा थाटात पार पडला. गडावर लाखाहून अधिक लोक मौजूद होते. खाली उतरण्यासाठी परतीची एकच अरुंद वाट. त्यामुळे तिथे मोठी झुंबड गर्दी उडाली. होळीच्या माळावर दक्षिणा मिळविण्यासाठीही खूप चेंगराचेंगरी झाली. खास बांधून घेतलेल्या लकडकोटांची व्यवस्थाही मोडून पडली. एकाच वेळी हजारो भटभिक्षुकांनी पुढे धाव घेतली. खूप हुल्लड माजली. त्या चेंगराचेंगरीमध्ये श्वास कोंडून दोनशेहून अधिक भिक्षुक मरण पावले.

गर्दीच्या महापुरामुळे परतीच्या वाटेवरही खूप रेटारेटी झाली. साहजिकच अफवांनाही ऊत येत होता. ज्यांना द्रव्यलाभ झाला नाही, त्यांचे तळतळाट आणि शाप तर मोठेच होते. त्रासलेली मंडळी आपापसात बडबडत होती,

"कसले द्रव्य आणि दक्षिणा घेऊन बसला आहात? आता रायगडाचा कब्जा

त्या कब्जी कलुशानेच घेतला आहे. तुमच्या वाट्यास काय येणार घंटा?''

''त्या पापी कलुशाचं चांगलं होणार नाही. उगाचच गर्दी करून माणसं मारली त्या नराधमानं.''

वाटेत कवी कलशांचा आणि त्यांच्या कनोज मुलखाचा उद्धार चालला होता. एक शास्त्री तावातावाने सांगत होते, ''पटलं ना आता तुम्हांला. अहो, ही चेंगराचेंगरी आणि नरबळी हा त्या दुष्ट कलुशानेच घडवून आणलेला घातपात! तब्बल चौदाशे माणसं आणि चार हजार मेंढरं कापली हो त्या नराधमानं!''

''ती हो कशासाठी?''

''अशा पोरकटासारख्या काय शंका विचारता? त्या कलुशाचे प्रियतम शंभूराजे सिंहासनाधीश झाले ना. म्हणूनच ह्या चांडाळ, शाक्तपंथी कलुशाचा हा घातकी कावा! त्याच्या मते जेवढे नरबळी होतील, मेंढरं प्राणास मुकतील, तेवढे शत्रू नाश पावतील!''

माणसे गर्दीने आणि अतिउत्साहाने प्राणास मुकली होती. खापर मात्र कवी कलशांच्या माथी फुटत होते.

४.

शंभूराजांच्या खाजगीकडे त्यांची काही जिवलग मंडळी गोळा झाली होती. मध्यरात्री उशिरापर्यंत मेजवानी सुरू होती. त्यामध्ये बाळाजी चिटणीस, म्हाळोजी घोरपडे, कोंडाजी फर्जंदबाबा अशा बुजुर्गांबरोबर कवी कलश, कृष्णाजी कंक, निळोपंत पेशवे अशी तरुण मंडळीही होती. सारे काही निर्विघ्न पार पडल्याचे समाधान हंबीरमामांना खूप होते.

भोजने आटोपत आली. पाणके, शागीर्द, वाढपी बाजूला झाले. महालाच्या मागच्या आगाशीमध्ये मध्यरात्री खाशी मंडळी एकत्र आली. हंबीरमामांना शंभूराजे बोलले, ''हंबीरमामा, संपला एकदाचा राज्याभिषेकाचा सोहळा. आता ह्या प्रसंगाची आठवण म्हणून एखादे शिलंगणाचे सोने लुटूया.''

''बेशक शंभूराजे! तशी तयारी आम्ही आधीपासून ठेवली आहे.'' हंबीरराव खुषीने सांगू लागले, ''शहापूरजवळच्या आपल्या माहुलीच्या बलाढ्य किल्ल्यात खूप रसदेचा आणि दारूगोळ्याचा साठा आम्ही करून ठेवला आहेच. पण आज दुपारीच दूतांनी ताजी खबर आणली. किल्ल्यातली पथकं नाशिक-बागलाणकडची वाटसुद्धा चालू लागली आहेत. आपण सांगितल्याप्रमाणे पावसाळा संपल्यापासूनच त्या मुलखात आम्ही जय्यत तयारी ठेवली होती.''

''तेच सांगतो हंबीरमामा, आबासाहेबांच्या काळात घाटावरील सिंहगड-राजगड-

प्रतापगडाने खूप नाव कमावलं. आता आमच्या कारकिर्दीत नाशिक-बागलाणकडील साल्हेर, अहिवंत, रामशेज आणि त्र्यंबकेश्वरनेही नवा इतिहास घडवायला हवा!''

बोलता बोलता शंभूराजे स्तब्ध झाले. आपला खालचा पातळ ओठ दाबत आणि हाताच्या मुठी वळत ते बोलले, "तो औरंग्या महाराष्ट्रावर चालून येणार अशा वार्ता आहेत नव्हे? येऊ द्या. आरंभीलाच त्याला असा मुहतोड जबाब द्या की—''

हंबीरमामा हसून म्हणाले, ''शंभूराजे, राजाचा राज्याभिषेक म्हणजे त्याचे धरतीशी लग्न!''

''होऽ, तो सारा धार्मिकविधींचाच भाग आहे.''

''बाकी काही नाही. पण सहज याद आली. मारवाड्याच्या पोराच्या लग्नात मुलाच्या मामाने खूप खर्च करून वरकड भेटी द्यायच्या असतात. या मानपानाला 'मामेरा' म्हणतात. तुमच्या या विवाहानिमित्तानं आम्हीबी बक्कळ 'मामेरा' द्यावा म्हणतो.''

''पण मामासाहेब आपली दिशा तरी कळू द्या.''

''सुरतऽऽ!'' हंबीरमामा हळू आवाजात पण सर्वांना ऐकू जाईल अशा बेतानं बोलले.

''तिसऱ्यांदा सुरतेची लूटऽऽ?'' सर्वांनी एकदम विचारले.

''होऽ का नाही? अजून खूप द्रव्य आहे तिथं.''

सूरतेच्या मोहिमेची अधिक चर्चा करू नका. शत्रूला गाफील ठेवून कारभार उरकू अशी भाषा झाली. पण रायगडावर ह्या नव्या संकल्पित गोष्टीची खबर अनेकांना समजली होती.

जगदीश्वराच्या मंदिरातील पूजा आटोपायला रात्री बराच उशीर झाला. परंतु एकदाचे अण्णाजी दत्तो आणि हिरोजी फर्जंद देवाला चांदीचे मुखवटे अर्पण करून मोकळे झाले. गेल्या काही महिन्यांपूर्वी राजबंदी म्हणून ते रायगड चढत होते, तेव्हा एक एक पाऊल पुढे टाकताना आपण फाशीच्या तख्तावरूनच चालल्याचा त्यांना भास होत होता. पण जर बचावलो, तर त्याला चांदीचे मुखवटे वाहू, असा नवस ते जगदीश्वराला बोलले होते. त्यांचा जीव तर बचावला होताच, पण वर सारे गुन्हे माफ करून शंभूराजांनी पुन्हा त्यांची अष्टप्रधानांमध्ये वर्णी लावली होती.

पूजाअर्चा एकदाची संपली. सेवक, खिदमतगारांना राहुजी सोमनाथांनी पुढे जावयास सांगितले. अण्णाजी आणि राहुजी सोमनाथ यांच्या पालख्या आणि हिरोजींचा घोडा ब्राह्मणवाडीजवळ थांबला. देव देव करून माघारी येताना काशीपंडितांनी ह्या खाशांना भोजनाचे आमंत्रण दिले होते. राज्याभिषेकाच्या निमित्ताने खास गोव्यातील डिचोलीतून तिथले सुभेदार मोरो दादाजी आले होते. त्यांनी येता येता महाडातून

चांदीचे मुखवटे आणले. त्यामुळे अण्णाजी आणि मंडळींना खरेदीसाठी उगाच धावाधाव करावी लागली नाही.

भोजने आटोपली. काशीपंतांच्या पडवीला मंडळी मध्यरात्री गप्पाटप्पा करायला बसली. त्या वळणावरून पुढे रायगडचा बालेकिल्ला, तिथली राजगृहे आणि पाठी-मागचे अष्टप्रधानांचे वाडे दिसत होते. राज्याभिषेकाची रोषणाई अजून सुरूच होती. राजगृहाचा सारा परिसरच लखलखून गेला होता.

थोड्या वेळाने त्या रोषणाईकडेच लक्ष वेधत राहुजी बोलले, "हिरोजी, पेशव्यांच्या वाड्याच्या थोड्या डावीकडचा तो आरास केलेला वाडा बघितलात? सांगा कोणाचा!"

"शंभूराजांनीच बांधला आहे हो. पण स्वत:साठी नव्हे, ब्रिजभाषापंडित, शाक्त-श्रेष्ठ कविराज कलुशा कब्जींसाठी बरे!"

हिरोजी कसनुसा चेहरा करत बोलले, "जाऊ दे रे राहुजी! मित्र मित्राचं हित पाहणारच."

"अरेरे हिरोजी! तुमच्या ह्या थंडगार रक्ताचा आम्हांला खूप राग येतो. तुमचं शरीर कशाचं बनलं आहं– शेणाचं की मेणाचं?"

"काय झालं?"

"मित्र मित्राचं पाहणारच हो! पाहू दे– पण पुतण्याने काकाचं पाहायला नको का? कसे का असेना, आपण शहाजीराजांची अनौरस संतती असाल हो, पण नात्याने थोरल्या राजांचे बंधू आणि संभाचे चुलतेच आहात ना!"

"जाऊ दे रे राहुजी–"

"कशासाठी जाऊ दे? कोण कुठल्या जातीचा गंगेकाठाहून आलेला तो भडभुंजा. त्याच्यासाठी शंभूराजांनी वाड्याची व्यवस्था करावी; आणि स्वत:च्या चुलत्यांना– हिरोजीपंतांना ठेवायचं होळीच्या माळापलीकडे एका दुमजली सामान्य हवेलीमध्ये? हा काय न्याय झाला?"

मघापासून चूप बसलेले अण्णाजी हसत हसत बोलले, "गड्या हिरोजी, तुझी कामगिरी डोळ्याआड करण्यासारखी आहे का? आग्र्याहून थोरले महाराज बाहेर पडले, तेव्हा त्यांनी स्वत:चं सोंग वठवण्यासाठी तुला त्यांच्या बिछायतीत निजवलं. केवढा धोका होता रे! मुडदाच पडायचा तेव्हा तुझा! आणि त्या कामगिरीसाठी ही बक्षिसी–?"

हिरोजींचे मस्तक आता गरगरू लागले होते. त्यांनी पुढ्यातला मद्याचा प्याला झटक्यात रिचवला. मोठ्याने शिंकत ते बोलले,

"कसे का असेना, पण खजिना पळवायचा आमच्याकडून गुन्हा घडला होता. शंभूबाळ मोठ्या काळजाचे! आमची चूक त्यांनी पदरात घेतलीच ना?"

''खरं आहे! आम्ही म्हणतो, पळवला खजिना! पण कोणाचा खजिना?
एकट्या शंभूराजांचा? भोळसट हिरोजी, कायद्यानं बघायचं तर त्यात तुझीही अर्धी
वाटणी आहे!''

राहुजी आणि अण्णाजींच्या फुलावणीने हिरोजीसारख्या लष्करी गड्याचे मस्तक
अगदी गच्च झाले. मद्याचे चषक घोटीत मोरो दादाजी समवेत आलेले रत्नागिरी,
देवगडचे कारकून गळा काढून जवळ जवळ रडूच लागले,

''अण्णाजी, तुम्हांला सुरनिसी नाकारून शंभूराजांनी खूप मोठा गुन्हा केला
आहे''

''आम्ही आता कोणाच्या तोंडाकडे बघायचं? हिशोबात हजारपाचशे होनांचा
घोळ झाला तरी अण्णाजी आपण सांभाळून घेत होता.''

''हो. आता राजधानीत आमचा त्राता कुठं राहिला आहे? काहीही करा, पण
पंत, हे दिवस बदलायलाच हवेत.''

अण्णाजींना पुन्हा न मिळालेल्या सुरनिसीची शिष्यांनी आठवण करून दिली.
तसे अण्णाजी दत्तो हवालदिल झाले. अतिशय कडवट सुरात ते बोलले,

''आजकाल इथे न्यायनीतीची कशाकशाची चाड राहिली नाही. पुराव्यानिशी
बोलतो. पाहा तपासून. सांगा, कार्तिक शुद्ध सप्तमी, शके सोळाशे एक ह्या दिवशी
आमच्या हिंदवी स्वराज्याचे हे दुसरे छत्रपती कुठे गेले होते?

''कुठे?''

''केळशीच्या याकूब फकिरबाबाच्या मठात! त्याच्या पायावर लोटांगण घालायला.''

''त्यात काय नवं? हा फकीर आपल्या शिवाजीराजांचाही गुरू होता! महाराजही
तिथे अनेकदा–''

''हिरोजी! अरे गुलामा! कुठे तो महाप्रतापी शिवाजी आणि कुठे हे शंभूसंकट?
कोणाची कुठं, कशी तुलना करतोस? गड्या हिरोजी, वाईट बोलू नये म्हणतात.
पण जोपर्यंत हा गर्विष्ठ, बदफैली राजा आणि त्याचा कुप्रधान कलुशा हे दोन समंध
रायगडावर जिवंत आहेत, तोवर आम्हासारख्या इमानी सेवकांची दुनिया नाही.
आमच्या देशधर्मावरचे हे शाक्त संकट एकदा बुडाले, म्हणून सुतक ते कोणाला
येणार रे?''

∎

गिरवका

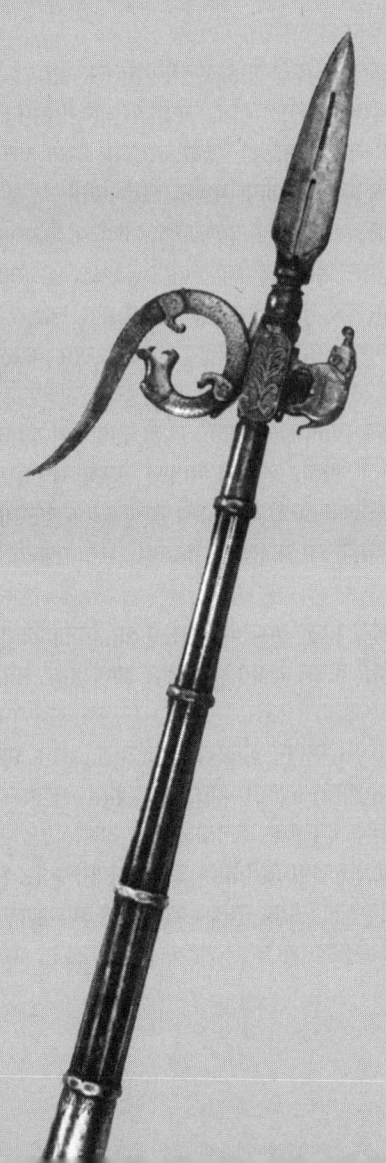

१.

आग्रा आणि दिल्लीनंतर बुऱ्हाणपूर ही मोगलांची तिसरी खरीखुरी वैभवनगरी होती. ते दक्षिणेचे प्रवेशद्वार असून तिची मध्ययुगीन हिंदुस्थानातली सर्वात मोठी बाजारपेठ म्हणून ख्याती होती. हे लष्करी हालचालीच्या दृष्टीने अत्यंत मोक्याचे ठिकाण होते. त्यामुळे बुऱ्हाणपूरचा सुभेदार शक्यतो पातशहाच्या नातलगांपैकी नेमला जायचा. खानजहान बहादूरखान कोकल्ताश हा औरंगजेबाचा दूधभाऊ होता. म्हणूनच त्याची इथे जबाबदारीच्या पदावर नेमणूक झाली होती. बुऱ्हाणपुरातूनच दक्षिणेवर हुकूमत ठेवता येत होती.

तापी नदीच्या काठावर वसलेली ही ऐश्वर्यनगरी त्या सायंकाळीही रोजच्यासारखी आनंदात आणि विलासात मश्गुल होती. नदीच्या बाजूने अनेक सुंदर वाडे, भव्य राजप्रासाद, व्यापाऱ्यांच्या मोठमोठ्या पेढ्या, मदरसा उभ्या होत्या. शहराच्या मध्ये उंच आणि बळकट मनोऱ्याची जामा मशीद खडी होती.

बहादूरखान कोकल्ताश आपल्या पुतण्याच्या शादीच्या निमित्ताने चारच दिवसांमागे औरंगाबादला निघून गेला होता. त्याचा इवाही हैद्राबादच्या नबाबाचा भाऊ होता. बाराती गोवळकोंड्याहून बडी धूमधाम माजवत येणार होते. त्यापुढे आपली शानशौकत कमी पडू नये, म्हणून उतावळ्या बहादूरखानाने खूप काळजी घेतली होती. बुऱ्हाणपूरला ठाणबंद असलेल्या आपल्या आठ हजार फौजेपैकी तीन हजाराचे दल घेऊन तो औरंगाबादेकडे रवाना झाला होता. शाही शादीमध्ये रुबाब दाखवण्यासाठीच त्याने फौज सोबत नेली होती. त्याच्या माघारी नायब सुभेदार काकरखान आज नगरीचा खऱ्या अर्थी मालिक होता. शहरामध्ये जागोजाग मशालजींनी दिवे पेटवायला सुरुवात केली होती. तापीच्या पात्रावर उमटणारे तरंग रात्रीच्या अंधारामध्ये लुप्त होऊ लागले होते.

शहराभोवती प्रचंड मोठी कुसाची भिंत होती. तिला लागूनच अलीकडच्या काही वर्षांमध्ये वसाहती वाढून नवीन पुरे तयार झाले होते. नबाबपुरा, करणपुरा, शहाजहान-पुरा, खुर्रमपुरा असे सतरा पुरे होते. पण त्या सर्व पुऱ्यामध्ये बहादूरपुरा हा तागडी- चोपडीचा पुरा म्हणून ओळखला जायचा. सुरत आणि हैद्राबादसारखे बहादूरपुऱ्यातही अनेक श्रीमंत व्यापारी होते. तेथे रेशीम, मलमल, सोनेचांदी आणि कलाबूतीमध्ये कोट्यवधी रुपयांची उलाढाल होत असे.

वैभवाने नटलेल्या बुऱ्हाणपूरनगरीची ती ३० जानेवारी १६८१ ची तिन्हीसांज वर वर नेहमीसारखीच भासत होती. नायब सुभेदार काकरखान अफगाणने सायंकाळचा नमाज पढला. त्याने अलीकडे हिंदू रयतेशी घेतलेल्या वाकडेपणामुळे तो अनेकांच्या रोषाचा धनी

झाला होता. त्यामुळेच दोनशे शस्त्रधारी सैनिक त्याच्या वाड्याबाहेरच खडे होते.

आजची दुपार खूप घटनामय म्हणायची. बाजूच्या सुरतेहून तिथल्या ठाणेदाराचे हरकारे धावत आले होते. गेल्या दोन दिवसांपासून सुरतेच्या आजूबाजूच्या जंगलामध्ये तेथील गावकऱ्यांनी अनेक मराठा घोडेस्वार बघितले होते. त्यामुळे कोणत्याही क्षणी सुरतेवर मराठ्यांचा हमला होऊ शकतो, या शक्यतेनं तिथली रयत खूप भयभीत झाली होती. विशेषत: परदेशी वखारवाले आणि व्यापारी तर भीतीने अक्षरश: गारठून गेले होते. या आधी वीस वर्षांपूर्वी शिवाजीने पहिल्यांदा आणि बारा वर्षांपूर्वी दुसऱ्यांदा सूरत लुटून फस्त केली होती. आता बरोबर बारा वर्षांने त्याचा पुत्र संभाजी सुरत लुटणार, या केवळ कल्पनेनेच सर्वांना हुडहुडी भरली होती!

सुरतेच्या ठाणेदाराने बुऱ्हाणपुराकडे असेल ती सर्व फौज तात्काळ पाठवा; अशी अर्जी केली होती. सुरतेच्या दुसऱ्या लुटीनंतर त्या शहराभोवती तीन पुरुष उंचीचा मोठा कोट बांधला गेला होता. आवश्यकतेपेक्षा जादा फौज तिथे ठाणबंद होती.पण मराठ्यांच्या आक्रमणाच्या भीतीने तिथे केवळ पळापळ सुरू होती. तो खलिता प्राप्त होताच काकरखान वैतागून बोलला, "अशा मोक्याच्या वक्ताला शादीजश्नमध्ये गुंतायची आमच्या बहादूरखान साहेबांना काय जरूरत होती?"

काकरखानाने आपल्या सहकाऱ्यांशी चर्चा केली आणि फक्त एक हजाराची फौज सोडून उरलेली चार हजार फौज व त्यांच्यासोबत बडा दारूखाना सुरतेकडे दुपारीच धाडून दिला. सायंकाळच्या आधीच सारी पथके त्या पंचक्रोशीतून दिसेनाशी झाली होती. काकरखानाने नमाजाची चादर गुंडाळली. तेवढ्यात चारपाच जासूदांची घोडी त्याच्या वाड्याला भिडली. बाहेर बालिंग्याजवळ आपली जनावरे कशीबशी थांबवत घोडेस्वारांनी खाली उड्या घेतल्या. ते धूम पळत, घामाघूम अंगाने काकरखानाला येऊन भिडले, "हुजूर ऽ ऽ हुजूर ऽ ऽ मरगट्ठे बुऱ्हाणपुरावर चालून आले. मरगठ्ठोंने धावा बोलाऽ हुजूर ऽऽ—"

"क्या बकते हो? मरगट्ठे और बुऱ्हाणपूरपर? पागलो ऽ त्यांचा तर मकसद सुरत हा होता—" काफरखान चक्रावला. त्याने सुरई तोंडी लावून घटघटा पाणी घोटले. डोळे मिटून अल्लाचा धावा केला आणि लगेच प्रतिकारासाठी सिद्ध होत तो म्हणाला, "मरगठ्ठ्यांचा सिपाहसालार कोण आहे? तो संभा तर इतक्या दूर येऊ शकत नाही. पहुंचेंगाही कैसा? पंधरा दिवस पहले तो रायगडावर होता. दुल्हाराजा बनून स्वत:च्या तख्तपोशीची मजा लुटत होता."

"किसी भी हालत पे वो नही आ सकता. सड्या घोड्यावरून रातदिन धाव घेतली तरी त्याला इकडे यायला किमान पाचसहा दिवस लागतील..." शेजारीच उभे असलेले एक मौलवीसाहेब बोलले.

काकरखान आणि मंडळींना ती खबर खरी वाटेना. पण जासुदांचे भयभीत चेहरे

बघून त्यांची बोलती बंद झाली. नगरातले काही बडे व्यापारीही तेथे तात्काळ गोळा झाले. मराठे बुऱ्हाणपुरावर खरेच चालून आले तर काय होईल, या विचाराने सर्वांच्या तोंडचे पाणी पळाले. ती खबर बाहेरच्या गल्लीमोहल्ल्यामध्ये झाली आणि सर्वत्र भीतीचे वातावरण पसरले. तेवढ्यात आणखी तीन जासूद तेथे धावत आले. ते ताजी खबर सांगू लागले, "येथून तीन कोसावर जंगलझाडीचा आसरा घेऊन मरगठ्ठे गुपचूप येऊन मुक्काम करून राहिलेत. सोबत बडी फौज आहे. हंबीरमामा नावाचा त्यांचा बहुत बडा हटेला सिपाहसालार सोबत आहे."

"आणि फौज?"

"असेल पंधरासतरा हजार."

"या अल्ला ऽऽ!!" काकरखानाला भोवळ आल्यासारखे झाले.

तो भयचकीत होऊन इकडेतिकडे पाहू लागला. निम्मी फौज घेऊन शादीकडे गेल्याबद्दल एकीकडे बहादूरखानाला लाखोली वाहू लागला, तर दुसरीकडे हातची फौज आपण उगाच सुरतेकडे कशासाठी पाठवली म्हणून स्वत:ला दोष देऊ लागला! तो चरफडत गरजला, "ये मरगठ्ठे तो पुरे निकम्में है और हमारे जासूद बेवकूफ! सुरतेचं नाटक रचून ह्या बदमाष औलादीनं बुऱ्हाणपूर सफाचट करायचं ठरवलं आहे तर! त्या शिवाजीपेक्षा त्याचा लौंडा संभा महाबदमाष निघाला ऽ!"

"क्या बतलादू हुजूर, त्या नादान लोगांच्या चाली इतक्या खुफिया आहेत म्हणून सांगू! त्या हैवानांनी दुपारीच मागच्या जंगलात खाना तयार केला. ती गाठोडी घेऊन ते रात्रीचेच जवळपासच्या झाडीत येऊन दबून बसले आहेत. त्यांचा तळ एवढा मोठा आहे, पण त्या तळावर एकही चुल्हा पेटलेला दिसणार नाही. सारं कसं गुपचूप—"

"इतनाही नही हुजूर," तिसरा जासूद सांगू लागला, "त्या खूब खोपडीवाल्या हंबीरमामानं काय करावं? आजूबाजूच्या गावात त्यानं कुत्त्यांपुढे शिजलेल्या मुर्गीचे टुकडे टाकले. कुत्त्यांना नादी लावून लगेच बाणानं वा सोट्यानं मारून टाकलं!"

"इसकी वजह?"

"कुत्त्यांनी ऐनवेळी कल्ला करू नये— गावं जागवू नयेत म्हणून."

"मरगठ्ठ्यांचा मकसद तरी काय आहे?" बडा व्यापारी बाबरखान आग्रावाले विचारू लागला.

"दुसरा काय असू शकतो?" काकरखानाची तांबूस मुद्रा काळीठिक्कर पडली. तो दातओठ खात बोलला, "बुऱ्हाणपुरावर जल्दी हमला करायचा त्यांचा इरादा दिसतो!"

"जल्दी नव्हे हुजूर, उद्या सकाळी सूरजची किरणं उगवायच्या आधी बुऱ्हाणपुरावर कब्जा जमवायचा त्यांचा बेत आहे."

काकरखानाच्या सदरेवर बैठक सुरू झाली. शहरातले बडे व्यापारी, मुल्लामौलवी, खानदानी मुसलमान सारे एकत्र आले. गावावर थंडीची मोठी लाट यावी आणि अंगामध्ये हुडहुडी भरावी, तशी सर्वांची अवस्था झाली होती. अनेकजण रडू लागले. आपसात बोलू लागले, "मत भूलो ऽ! संभाच्या बापानं शिवानं सुरत दोन वखत लुटली होती. तेव्हा ती पुरी नंगी केली होती. एकदा आपलंही शहर सफाचाट केलं की ते पुन्हा खडं राहणार नाही. कुछ भी करो, लेकिन हमे बचाओ ऽ ऽ"

काही व्यापाऱ्यांना दम धरवेना. व्यापारी, अडते, सोनार इतके घाबरले, की त्यांनी सरळ मोहरांच्या थैल्या काकरखानाच्या पायावर ओतल्या. त्याचे पाय धरून ते हमसून हमसून रडू लागले, "कुछ भी करो सरदार, लेकीन हमे बचाईये!... हमे बचाइये!..." काकरखान दिसायला काटक, इर्षेबाज आणि लढाऊ वृत्तीचा होता. म्हणून तर जिझिया कराच्या वसुलीसाठी औरंगजेबाने त्याचीच खास नेमणूक केली होती. त्याने तात्काळ फौजदाराला बोलावले. आपल्या लष्करी तयारीचा अंदाज घेतला. फक्त एक हजाराची फौज बुऱ्हाणपुरामध्ये होती. तेवढ्या बळावर एवढे मोठे शहर कसे वाचवायचे? साराच गोंधळ होता. आपल्या वाड्यात जमलेल्या नगरवासीयांसमोर काकरखान हिंमतीने उभा राहिला. त्याने सांगितले, "बचावासाठी आमच्याजवळ खूप थोडी फौज आहे. व्यापारी पेढ्यांकडे तुमचे जे निजी हजारभर रखवालदार आहेत. त्या सर्वांना झाडून माझ्या सोबतीला द्या. मै इतनाही कहता हूँ, की मैं मर मिटूंगा, लेकिन बुऱ्हाणपूर बचाऊंगा ऽ!"

काकरखान सर्वांना बुडणारी नाव वाचवणाऱ्या हिंमतबाज नावाड्यासारखा वाटला. खाजगी रखवालदार आणि पहारेकरी मिळून दीड हजाराची गैरसरकारी फौज गोळा झाली. तसे काकरखानाला स्फुरण चढले. त्याच्या धमन्या पेटल्या. दातओठ खात तो बोलला, "चला ऽ उठा. आता मराठ्यांची राह बघत बसायचा बेवकूफपणा तरी कशासाठी करायचा?"

"आपला इरादा तरी काय सरदार?" बाकीच्यांनी विचारले.

"पहाटे आक्रमण करायचं म्हणून मरगट्ठे आता गाढ झोपले असतील. आपण थोडीशी हिंमत बांधू. धाडसानं लपतछपत जाऊ आणि आज रात्रीचाच त्यांच्या तळावर हमला चढवू. आगी लावून त्यांचे डेरेदांडे जाळू. त्या शैतानांना झोपेतच कत्ल करू."

"वा ऽ बहोत खूब ऽऽ!" जमलेला जमाव चेकाळला.

मध्यरात्री बुऱ्हाणपूरच्या कुसाचा मुख्य दरवाजा कुरकुरला. पाठोपाठ एक हजार घोडा आणि दीड हजार बुणगा त्या दरवाजातून हिंमतीने बाहेर पडला. सर्वात पुढे काकरखानाचा घोडा धावत होता. सलामीचा जमाव पाचसहाशे पावले पुढे गेला. वाटेत एक निकामी खंदक होता. कधीकाळी शहराच्या संरक्षणासाठी त्यात लाकडे

पेटवली जायची. तो खंदक एकदा पार केला की फौज मार्गी लागणार होती.

कसेबसे सलामीचे पाचसहाशेजण घेऊन काकरखान त्या अंधाऱ्या खंदकाच्या तोंडाशी आला. आजूबाजूला काही तरी खसखसल्यासारखे झाले आणि लगेचच खंदकाला हजार जिव्हा फुटल्या. तेथे आत दबून बसलेली मराठा घोडी खिंकाळत बाहेर पडली. "हर ऽ हर ऽ ऽ महादेव ऽऽ!", "शिवाजी महाराज की जय!", "संभाजी महाराज की जय ऽऽ!" एकच कल्लोळ उठला. आजूबाजूच्या अंधारातही दूरवर लपलेली चार हजार घोडी पुढे धावली. बुऱ्हाणपुरवासीयांना डोळ्यांपुढे मरण दिसले. मराठे "हाणा ऽ ऽ हाणा ऽऽ", "तोडा ऽ झोडा" करून चेकाळून त्यांच्या अंगावर धावू लागले. त्यामध्ये सर्वात पुढे संभाजीराजांचा पांढऱ्या रंगाचा घोडा होता. शंभूराजांनी डोक्यावर लोखंडी शिरस्त्राण, अंगामध्ये पोलादी जाळीचा सदरा घातला होता. "चला ऽ ऽ हाणा ऽ ऽ मारा ऽ ऽ" ते मोठ्यानं गर्जत घोडा पुढे फेकत होते. त्यांच्या हातातली भवानी तलवार गर्र गर्र फिरत होती. ज्वारीची कणसे सहज काटावीत, तसे ते समोरच्या गनिमांच्या मुंड्या उडवत होते.

राजांच्या सोबत जंग खेळायचे भाग्य लाभल्याने त्यांच्या साथीदारांनाही खूप चेव चढला होता. ते हटातटाने घोडी पुढे घालत होते. पळणाऱ्या बुऱ्हाणपुरी घोड्यांच्या अंगावर मराठा घोडी आदळत होती. रक्ताच्या चिळकांड्या उडत होत्या. महापुराच्या लोंढ्यासारखा मराठ्यांचा लोंढा बुऱ्हाणपुरी फौजेचा पाठलाग करीत होता. कसाबसा जीव बचावत काकरखान कुसाच्या भिंतींच्या आत गेला. तोवर त्याच्या चारपाचशे घोडेस्वारांचा मुडदा पडला होता. अनेक जखमी माणसंजनावरं वाटेत टाचा घासत होती. वेदनेनं ओरडत होती, "अल्ला ऽ खुदा ऽ ऽ" करून हातपाय झाडत होती.

थोडीशी मोकळीक मिळाली. तसा काकरखानाने धाडस करून आतून महादरवाजाचा अडसर लावला. त्याचे सोबती दरवाजा आतून दाबून धरू लागले. रक्षण करू लागले.

बुऱ्हाणपुरच्या ऐश्वर्याचा पुरा नकाशा शंभूराजांच्या मेंदूमध्ये घट्ट बसलेला होता. त्यामुळेच काकरखानाचा पाठलाग न करता दरवाजावर घोडा न घालताच त्यांनी आपले मदमस्त जनावर रोखले. तेवढ्यात घोडा उडवत कवी कलश राजांच्या जवळ येऊन पोचले. दिवटीच्या उजेडात त्यांनी राजांना बुऱ्हाणपुरचा कच्चा नकाशा दाखवला. त्यावरून खातरजमेसाठी पुन्हा एकदा डोळे फिरवत शंभूराजे म्हणाले, " आपली दोनतीनशे पोरं इथं दरवाजावर भिडवा. लढाईचं नाटक चालूच ठेवा. बाकी सारे या समोरच्या वाटेनं त्या बहादूरपुऱ्याकडे चला. द्रव्यानं खचाखच भरलेल्या तिजोऱ्या आणि संदुकी तिकडेच आहेत. चलाऽ, रात्रीचीच दुकानं फोडायला सुरुवात करा."

"जसा हुकूम, राजन!"

"आणि हो! कोणाही स्त्रीला, पोरासोरांना हात लावू नका. एकूण मनुष्यहत्या टाळा. मात्र हाती शस्त्र घेऊन कोणी अंगावर सरसावून येत असेल, तर त्याला लगेचच अस्मान दाखवा."

२.

झोपेतसुद्धा जागे राहून सेनापतीने आपला रणधर्म जागवायचा असतो. हंबीर-मामांची फौज त्या जंगलरानात विसावा घेत होती. मात्र मामा आपल्या गोटात जागेच होते. शेकोटीची धग अंगावर घेत मध्यरात्र उलटायची वाट बघत होते. तितक्यांत दूरवरून, बुऱ्हाणपूरच्या अंगाने "हर हर महादेव ऽऽ", "संभाजी महाराज की जय ऽऽ", "शिवाजी महाराज की जय ऽऽ" अशा आरोळ्या ऐकू येऊ लागल्या. त्याबरोबर हंबीरमामा झटकन उठले. खांद्यावर घोंगड्याची भाळ मारून, कावरेबावरे होऊन पटकन गोटाबाहेर आले. तिकडून येणाऱ्या जोरकस रणगर्जनांचा आवाज वाढतच होता. तसे हातामध्ये भालेतलवारी घेऊन त्या तळावरचे स्वारराऊत धावत पळत हंबीररावांच्या गोटाकडे आले.

सभोवती जमलेल्या मराठा वीरांच्या फुरफुरत्या उत्साहाकडे बघत हंबीरराव म्हणाले, "उगाच गडबड नका करू. ह्या फसव्या घोषणा दुश्मनाच्या आहेत. आपल्या आगमनाची त्यांना नक्कीच चाहूल लागलीय. म्हणूनच ते काही तरी हुशारीचा डाव खेळताहेत" तलवारी म्यान झाल्या. हंबीरमामांच्या भोवती सर्वजण तसेच खोळंबून उभे राहिले. इतक्यात पलीकडून घोड्यांच्या टापांचा जोरकस आवाज आला. पाठोपाठ गस्तीच्या पथकातली बारा घोडी गोटाबाहेर येऊन उभी राहिली. स्वार लांबूनच मोठमोठ्यानं ओरडत आले, "मामासाहेब ऽ मामासाहेब ऽऽ, शंभूराजे! आपले शंभूराजे ऽऽ!!"

"शंभूराजे? कुठं, कसं, कसं येतील शंभूराजं?" मामांनी चक्रावून विचारलं.

"आम्ही स्वत:च्या डोळ्यांनी बघून आलो. शंभूराजांनी तिकडं बुऱ्हाणपुरावर हल्लाबी चढवलाय."

"होय मामा. राजांच्या बरोबर आलेल्या दोघा घोडेस्वारांकडून कळलं. शंभूराजांनी पाच दिवस, पाच रातीची दौड केली. चार हजार घोडी घेऊन रायगडापासनं इतक्या लांबचा पल्ला गाठलाय मामा!" दुसरा सांगू लागला.

ती गोष्ट ऐकताच हंबीररावांच्या अंगावर काटा शहारला. त्यांच्या मिशा आणि कल्ल्याचे केस फुलारल्यासारखे दिसू लागले, "हर ऽ हर ऽ ऽ महादेव ऽ ऽ" चा जयघोष करीत दुसऱ्याच क्षणी ती पंधरा हजार घोडी बुऱ्हाणपूरच्या दिशेनं झेपावत पुढे गेली. रात्रीच्याच फौजेला फौजा मिळाल्या. बहादूरपुरा लुटायला सुरुवात झाली.

दुकानाच्या फळ्या फुटल्या. तिजोऱ्यांवर घण पडू लागले. तळघरांच्या भुयारी वाटा खुल्या होऊ लागल्या.

शंभूराजे आणि हंबीररावांनी संपूर्ण परिसराची नाकेबंदी केली. जुन्या बुऱ्हाणपूर गावाभोवती कमलढाऊ पोरे झुंजत ठेवली. तिकडे युद्धाचे नाटक सुरू होते. करणपुऱ्या-मध्ये अनेक शीख सरदार होते. ते मोगलांना मिळण्याची शक्यता होती. ती खबर कळताच मराठ्यांनी करणपुरा वेढला. शीख सरदारांना नि:शस्त्र केले. शंभूराजांनी शहराभोवती गस्तीच्या पथकाचे मोठे कडे पेरले होते. बुऱ्हाणपूरच्या घाल्याची वार्ता बाहेर जाऊ नये, याची ते परोपरीने काळजी घेत होते.

त्या लुटीमध्ये अनेक जुने वीर होते. कोणी बारा वर्षांपूर्वी, तर कोणी वीस वर्षांमागे शिवरायांसमवेत सुरत लुटली होती. तशीच यथेच्छ लूट इथे मिळत होती. नबबापुरा, शहागंज, शहाजहानपुरा, खुर्रमपुरा सर्वत्र लुटालूट चालली होती. त्यासाठी शंभूराजांनी आणि हंबीररावांनी वेगवेगळे गट तयार केले. बुऱ्हाणपूरच्या तळघरातून सुद्धा टिकाव आणि पारी खुदाई करत होत्या. जमिनीच्या पोटातली लक्ष्मी उकरून वर काढली जात होती.

सरत्या रात्रीबरोबर सारे काम सुराला लागले. बाजूच्या एका वृक्षाखाली सेवकांनी एक तात्पुरता बिचवा उभा केला. तेथेच मोठाल्या दोन दगडांवर हंबीरराव आणि शंभूराजे शेकोटीची धग घेत बसले. राजांच्या पोटात भुकेचा खड्डा पडला होता. ती तातडी लक्षात घेऊन रायाप्पाने मक्याची ओली कणसे मिळवली. ती ताजी खरपूस भाजलेली कणसे खात मामाभाचे आमनेसामने बसले होते. आतासे उजाडू लागले होते. झाडांवर पाखरे बोलू लागली होती. शंभूराजांच्या थकल्या पण उत्साहित चर्येकडे पाहत हंबीरराव बोलले, ''काय भाचेसाहेब? टाकोटाक पाठीमागून यायची इतकी गडबड केलीत ती? तुम्हांला 'मामेरा' मिळणार नाही अशी भीती वाटली होती की काय?''

''भाच्यानेही कर्तव्यामध्ये कसर करू नये, मामासाहेब!'' शंभूराजे हसत बोलले, ''शिवाय तुमच्या भाच्याच्या अंगामध्ये राजाचा अंगरखा आहे. राजानं दरबारात अंगावर हिऱ्यामाणक्यांचं ओझं घेऊन फक्त वावरायचं नसतं; रणावर रक्ताची आंघोळ करून आपल्या सहकाऱ्यांना सुद्धा ताजतवानं ठेवायचं असतं. चेतवायचं असतं.''

''पण आपल्या राज्याभिषेकाला अजून पंधरवडाही उलटला नाही—''

''मामासाहेब, आपल्या जुन्या रीतीरिवाजाप्रमाणं लग्नानंतर अंगावर कळसाचं पाणी घेऊनच नवरदेवानं बाहेर पडायचं असतं. त्या मुहूर्तावर एखादी नवी शिकार करायची असते.''

''खरं आहे!''

“शिवाय राज्याभिषेक म्हणजे धर्मशास्त्रानुसार राजाचे भूमीशी लग्न! तेव्हा म्हटलं अंगावर कळसवणी असताना शिकार करायची तर बुऱ्हाणपूरपेक्षा मोठी शिकार कोणती असू शकते?”

शंभूराजांच्या त्या उद्‌गारावर मामाभाचे दोघेही मनापासून खळखळून हसले.

हंबीरमामा मधूनच उठत होते. सभोवार दौड करून गावाभोवतीचे सर्व रस्ते आणि नाके तपासत होते. कोणत्याही परिस्थितीमध्ये एक जासूदही त्या घाल्याची बातमी सांगायला बाहेर पडता कामा नये, याची काळजी घेत होते. मराठ्यांची लुटालूट सुरूच होती. हिऱ्यामोत्यांनी खोगिरे भरत होती. मोठाली गाठोडी बांधली जात होती. वाहतुकीसाठी आजूबाजूच्या गावातली गाढवं, खेचरं आणि तट्टं गोळा केली जात होती. असे लुटालुटीचे दोन दिवस सरले. रायाप्पा दुपारी हळूच शंभूराजांच्या कानाशी लागला, “महाराज ऽ एक लय चांगली खबर हाय. अरबी घोड्यांचा एक लय बडा बेपारी उस्मानखान आलाय म्हणं इथं. चांगली दोन हजार उमदी जनावरं हायत त्याच्यासंगं.”

“काय सांगतोस? कुठं आहे तो?” शंभूराजे उत्साहाने ताडकन उठून उभे राहिले.

“इथं दमदमपुऱ्याच्या बागंजवळ. बहादूरखान औरंगबादला गेल्यानं उस्मान बेपारी त्याची वाट बगत खोळंबून बसलाय.”

एवढी मोठी अश्वदौलत बाजूलाच येऊन ठाणबंद झाली आहे, हे कळताच शंभूराजांच्या चित्तवृत्ती प्रफुल्लित झाल्या. हंबीरमामा आणि आपल्या सोबतची गस्तीची पथके घेऊन शंभूराजे लागलीच तिकडे रवाना झाले. दमदम बागेच्या जवळची ती घोडी बघताना त्यांच्या डोळ्याचे पारणे फिटले. अशी मस्त, रुंदाड पाठीची तजेलदार आणि देखणी जनावरे त्यांनी अलीकडच्या काळात कुठे बघितली नव्हती. एका आभाळी रंगाच्या आणि गळ्याजवळ लांबसडक केस असलेल्या घोड्याच्या पाठीवर त्यांनी लाडाने थाप मारली.

सौदागर उस्मान राजांच्या समोर हात जोडून थरथरत उभा होता. त्याच्याकडे बघत राजे बोलले, “अशी सिंचणी, अशी पैदास आणि अशी निगा आमच्या देशात शक्य नाही. कोठून आणलीत ही जनावरं?”

“अरबस्तानातून.”

“डरू नकोस. नीट खडा राहा. एखाद्या शिल्पकारानं आपल्या बोटांची छिन्नी करून शिल्पाकृती घडवाव्यात, तशी जादू आहे तुझ्या बोटात!”

शंभूराजांना राहावले नाही. त्यांनी झटकन त्या आभाळी रंगाच्या मस्तवाल घोड्यावर उडी घेतली. जीनसामान नसताना त्यावर मांड ठोकली आणि लगाम खेचला. त्याबरोबर तो अश्व पुढचे पाय हवेत उंचावत मोठ्याने खिंकाळला. जागेवर पाय झाडत थयथया नाचू लागला. तसा उस्मान ओरडला— “राजासाब ऽ ठेहरो!

दौडो मत... राजासाबऽऽ गिरोगे ऽ ठेहरो ऽऽ बहुत नादान जानवर है —" परंतु शंभूराजे तेथून अदृश्य झाले. त्यांच्या पाठोपाठ रायाप्पा आणि इतरांची गस्तीची घोडी दौडली. उस्मान कपाळावर हात मारून तिथेच खडा होता. त्याच्या भयभीत चेहऱ्या-कडे हंबीरमामा हसून बघत होते. बऱ्याच उशिरानं राजे परतले. तो घोडा आणि त्यावर स्वार झालेले शंभूराजे जन्मजन्मांतरीचे यार असल्यासारखे झोकात माघारी परतले होते.

शंभूराजांनी जनावरांची किंमत सौदागराला विचारली. तसा घाबरलेला उस्मान शंभूराजांच्या पायावर कोसळला. दयायाचना करत बोलला, "मेरे आका ऽ क्यूं गरीबका मजाक उडाते हो? ये जनावर, हा पुरा तबेला मुफ्तमें ले जाव. लेकिन माझा आणि माझ्या आदमी लोगांचा जीव घेऊ नका. आमच्या बालबच्च्यात आम्हांला वापीस जाऊ दे!...."

शंभूराजे मनसोक्त हसले. हंबीरमामांनीही त्या सौदागराला समजावले. शेवटी राजे म्हणाले, "बोल ऽ तुझी असेल ती किंमत सांग. पण एकही जनावर आम्हांला फुकट न्यायचं नाही."

तो सौदागर कसानुसा हसला आणि थोडे धाडस करून बोलला, "अजी हुजूर, आपण इथं बाजूलाच खुलेआम पुरी बुऱ्हाणपूर नगरी लुटता आहात आणि इकडं आमच्या जनावरांची किंमत विचारता? हुजूर, हमे कुचलवा देनेका तो आपका इरादा नही?"

राजसवाण्या हास्याच्या छटा शंभूराजांच्या मुखावर तरळल्या. ते म्हणाले, "सौदागर, ज्या कष्टानं, मेहनतीनं आणि लगावानं ही अश्वलक्ष्मी तू वाढवलीस, तिचा अपमान करायचा आमचा इरादा नाही!"

राजांनी तो पुरा तबेला खरेदी केला. आपल्या तळावर परतल्यावर ते खंडो बल्लाळांना हळूच म्हणाले, "खंडोबाऽ ह्या सौदागराच्या पदरामध्ये आपल्या खजिन्यातलंच द्रव्य टाका. बुऱ्हाणपूरच्या लुटीमधले नको —" राजांच्या उद्‌गारावर खंडो बल्लाळ आणि हंबीरमामा मनमुराद हसले.

तिसऱ्या दिवशी सकाळी औरंगाबादच्या दिशेने हरकारे धावत आले. शंभूराजांना सांगू लागले, "बहादूरखान कोकल्ताशला सुगावा लागलाय. पुतण्याची शादी सोडून आपली फौज घेऊन तो तातडीनं माघारी इकडे वळलाय. घोड्यामाणसांना पाणी पिण्यासाठीबी तो थांबू देत नाय." खुणेच्या शिट्ट्या घुमल्या. नाही तरी लूट इतकी बक्कळ निघाली होती की, ती वाहून नेण्यासाठी आता खेचरं, गाढवं कमी पडू लागली होती. त्वरेनं बांधाबांध सुरू झाली.

दुपारीच ओझ्याची गाढवे बुऱ्हाणपुरातून बाहेर पडू लागली. त्यांच्या पाठीवर एक करोड होनाची दौलत होती. आजूबाजूच्या नागरिकांच्या काकरखानाबद्दल

तक्रारी खूप होत्या. जिझिया कराच्या वसुलीसाठी त्याने हिंदूंना खूप नागावले होते. त्याची भेट घेतल्याशिवाय शंभूराजांना बाहेर पडवेना. बुऱ्हाणपुरातून काकरखानाला मराठा वीर पकडून घेऊन आले. तो भीतीने आधीच अर्धमेला झाला होता. राजांच्या हुकूमाने त्याच्या अंगावरचा मखमलीचा सदरा उतरवला गेला. सैनिकांनी त्याला झाडाला बांधला. काहींनी हाग्यामारही दिला. ‘‘पुन्हा अन्यायानं वागशील तर याद राख!’’ त्याला राजांनी दम भरला. शंभूराजे तेथून मागे वळताच रायाप्पा पुढे धावला. त्याने काकरखानाची लंगोटी आपल्या तलवारीच्या टोकानं तोडायचा प्रयत्न चालवला. तेव्हा शंभूराजे त्याच्यावर डाफरले, ‘‘रायाप्पा, चूप! दे सोडून त्याला. त्यानं लाज सोडली असेल, म्हणून आपण मर्यादा का सोडायची?’’

बुऱ्हाणपुरची लूट करून मामाभाचे खुषीने माघारा दौडत होते. वाटेत बहादूरखान कोकल्ताश आडवा यायची शक्यता होती. शिवाय मराठ्यांनी याआधी सुरतेची लूट नेण्याच्या या रानातल्या वाटा मोगलांना ठाऊक होत्या. त्यामुळे निर्धोक दौलत घेऊन मागे कसे फिरायचे याची चिंता होती. अचानक दुश्मनाचा हल्ला चढू नये, व्यूहरचनेस वाव हवा, म्हणून मामाभाच्यांनी वीस हजाराच्या फौजेचे चार हजाराप्रमाणे पाच भाग केले. हंबीरमामा बोलले, ‘‘शंभूराजेऽ औरंगाबाद जिंकूनच आम्ही रायगडाकडे येऊ म्हणतो. दहाबारा हजार फौज माझ्याजवळ रग्गड झाली!’’

‘‘मामासाहेब, आमच्यासोबत पाच हजाराची फौज पुरेशी आहे.’’ शंभूराजे बोलले.

‘‘एवढ्या कमी फौजेनिशी जीव धोक्यात घालत जाऊ नका, शंभूबाळ.’’ मामांनी सल्ला दिला.

बहुतांशी लूट वाटेत साल्हेरच्या किल्ल्यावर ठेवायचे नक्की झाले. परत फिरायला धरणगाव— चोपड्याकडचीच वाट सोयीची होती. पण बहादूरखान त्या वाटेवर नेमका भुजंगासारखा आडवा येईल याची शक्यता होतीच. त्यामुळे काय करायचं, खूप चिंता होती.

त्या दिवशी दुपारी चोपड्यापासून दहा कोस अंतरावर बहादूरखान दबा धरून बसला होता. मराठ्यांना कत्ल करायचा त्याचा इरादा होता. बराच वेळ वाट पाहून तो थकला. शेवटी दुपारी त्या अरण्यात घोड्यांच्या पावलांचा आवाज आला. बहादूरखान चक्रावला. फक्त पाचसातशे मराठा घोडा बघून त्याला आश्चर्य वाटले. घोडी डोळ्यांसमोरून पुढे जाऊ लागताच बहादूरखानाची पथके त्यांच्यावर धावून गेली. घोडेस्वारांनी हात वर केले. ते मोठमोठ्याने ओरडू लागले — ‘‘वकिली सरंजाम ऽ वकिली सरंजाम ऽऽ’’

बहादूरखानाने त्यांना वेढा घातला. सर्वात मध्ये दोन उंटांवर बसलेल्या

मराठ्यांच्या वकिलांना त्यांच्यापुढे सादर करण्यात आले. एक वकील होते मुल्ला काझी हैदर आणि दुसरा वकील होता जोत्याजी केसरकर! बहादूरखानाने त्यांच्यावर नजर रोखत विचारलं, "कहाँ चले?"

"भागानगरला, हुजूर! कुतुबशहा साहेबांकडे शंभूराजांचा खलिता घेऊन चाललोय."

बहादूरखानाने तो खलिता डोळे फाडून बघितला. शंभूराजांच्या हस्ताक्षराची आपल्या हेरांकडून खातरजमा केली. मराठे कोणत्या वाटेने द्रव्य घेऊन चालले आहेत, याचा उलट तपास सुरू केला. दोघाही वकिलांनी शपथेवर सांगितले — "चोपडा-धरणगावच्या वाटेवरनं शंभूराजे येतीलच कशाला? ही वाट तुम्हांला माहीत आहे, हे त्यांना कळत नाही का?"

"मग कुठं आणि कुठून निघालेत ते?"

"कदाचित जळगाव किंवा औरंगाबाद — माहीत नाही — पण इकडं फिरकणार नाहीत."

वेळ वाढू लागला, तशी घसट वाढली. मुल्ला हैदरने सांगितले, "मैं तो आपके ही कौमका. मला सरदार म्हणून शाही फौजेत घ्या." त्यावर जोत्याजी केसरकराने कडी केली, "खानसाहेब ऽ, आमच्या नेताजी पालकरानं मुसलमान धर्म नव्हता स्वीकारला? माझ्यासारख्या रांगड्या गड्याला सरदार करायला तुम्ही तयार असाल तर म्याबी इस्लाम धर्म स्वीकारायला तयार आहे." अंधार पडला. इतक्यात खालच्या दरीतून घोडी वर येत असल्याचे आवाज आले. बहादूरखान सावध झाला. मी स्वत: इशारा करेपावेतो हल्ला चढवायचा नाही, असा त्याने हुकूम सोडला.

मराठा घोडेस्वार झपाट्याने टेकाड चढून वर आले. बहादूरखानाचे झाडाआड लपून बसलेले सैनिक श्वास रोखून पुढचे दृश्य बघत होते. मराठा घोडेस्वार सडे होते. त्यांच्यासोबत लूटच काय, पण साधे गाठोडेही नव्हते. बहादूरखानाने त्या तीन हजार घोड्यांना तसेच विनाविघ्न जाऊ दिले. जोत्याजी उत्साहाने बोलला, "खानसाब, मैं क्या बोल्या वो सचच बोल्या ऽ! ह्या वाटेनं फौज न्यायला शंभूराजं वेडं आहेत का काय?" बहादूरखान कोकल्ताशची खात्रीच पटली. लूट घेऊन जाणारे मराठे एदलाबादेकडच्याच वाटेने गेले असावेत —

शंभूराजांचा आणि हंबीरमामांचा पाठलाग करायचा, त्यांच्याकडून लुटीचा माल हस्तगत करायचा आणि औरंगजेबाच्या कोपापासून जीव बचावायचा या एकाच विचाराचा भुंगा बहादूरखानाचा मेंदू कुरतडत होता. त्यामुळे तो सुसाटासारखा धावत होता. एदलाबादचा रस्ता जवळ करत होता. त्या पाठशिवणीच्या नादात मराठ्यांचे वकील झालेले मुल्ला हैदर आणि जोत्याजी अंधारात कुठे, केव्हा नि कसे पसार झाले हेही त्याला समजले नाही. त्याची नजर मुख्य लुटीवरच होती.

बहादूरखान वाटेतून निघून गेल्याची खात्री झाली. पाठीमागे अंधारात जागोजाग

पेरलेले हेर–जासूद एकमेकांना खुणावू लागले. जिथे दुपारी बहादूरखान दबा धरून बसला होता, तेथून खान निघून गेल्यावर तीन तासाच्या आत मराठ्यांची मुख्य फौज पुढे निघून गेली. हंबीरमामा आणि शंभूराजे गटागटाने लूट घेऊन त्याच चोपड्याच्या वाटेने साल्हेरच्या बलदंड किल्ल्याकडे निघाले होते.

मध्यरात्र कधीच उलटून गेली होती. घोडी विजेच्या टिपरीवर धावत येणाऱ्या जलधारांसारखी उड्या घेत होती. अतिश्रमानं घोड्यामाणसांची रगडपट्टी झालेली. रक्त तापलेले, त्यामुळे बाहेर कडाक्याची थंडी असली तरी माणसाजनावरांच्या अंगांमध्ये चांगलीच ऊब होती. माघारा येताना जनावरांची चांगलीच दमछाक झालेली. आता पाठीवर मनुष्यांबरोबर लुटीचेही ओझे होते. दोन डोंगराच्या नाळेतून पाच हजार घोडा फुरफुरत चालला होता. पहाटेपर्यंत पुढचा पल्ला गाठायचा राजांचा विचार होता.

तितक्यात मानाजींची नजर बाजूच्या डोंगररांगापैकी दोन उंच सुळक्याकडे गेली. तो म्हणाला, "राजे, हा समोरचा वणीचा सप्तश्रृंगी मातेचा डोंगर आणि पल्याड दिसतंय ते टोक मार्कंडा किल्ल्याचं."

राजांनी घोड्याचा लगाम खेचला. ते बोलले, "बाकीची पथकं पुढे जाऊ देत. आपल्यासंगं हजार दीड हजार घोडा असला तरी पुरेसा आहे."

"म्हणजे? आता या अवचित रात्री कुठं जायचं?" भांबावून मानाजीनं विचारलं.

"कुठं म्हणजे? सप्तश्रृंगीच्या दर्शनाला. बुऱ्हाणपुराकडं निघताना आम्ही देवीचा मदतीसाठी मनातून धावा केला होता. तिला ओलांडून पुढं कसं जायचं?"

"ऐका राजे ऽ उशीर होईल. कदाचित पाठलागसुद्धा. देवीच्या दर्शनाला काय पुन्हा येऊ." रूपाजी सांगू लागले.

"नको ऽ! लागलीच जाऊ."

"पण राजे, हा समोरचा कडा चढण्याउतरण्यातच आख्खी रात्र जाईल." मानाजीने इशारा दिला.

"असो. चांगल्या यशाची आणि आशीर्वादाची प्राप्ती कष्टाच्याच मार्गाने होते!" राजे बोलले.

लुटीची पथके कवी कलशांबरोबर पुढे निघून गेली. आपल्यासोबत दीड हजार स्वार घेऊन राजे रात्रीचाच समोरचा डोंगर चढून वर गेले. थोरली पहाट व्हायला आली होती. त्या किर्र जंगलात, सप्तश्रृंगीच्या मोकाला गस्तीचे एक मराठा पथक जागेच होते. कदाचित श्रद्धाळू राजे माघारीच्या वाटेत देवीच्या दर्शनाला येतील, म्हणून तिथला ठाणेदार जागाच होता. समोरच्या दरीपल्याड मार्कंडा किल्ल्याच्या बुरुजावरचे गस्तवालेसुद्धा जागसूद होते.

सप्तश्रृंगीमातेचे छोटेसे मंदिर कड्याच्या खांद्यावर उभे होते. खाली मोकाला, थोड्याशा सपाटीला पुजाऱ्यांची काही घरे होती. तेथूनच मशाली आणि चुड्याच्या

प्रकाशामध्ये राजे समोरची कड्याची वाट चालू लागले. रस्ता खूप अरुंद, खडा आणि दुतर्फा करवंदीच्या गच्च जाळ्या. एकेकट्या मनुष्याने जाण्याजोगी ती अरुंद वाट होती. मोकावर घोडी थांबवून राजे झपाट्याने ती खडी चढण चालू लागले. त्यांच्यासोबत गुरव, पुजारी आणि पाठोपाठ स्वारराऊत निघालेले.

कड्याच्या मध्यभागीच खडकावर महामाया सप्तश्रृंगीचे ते छोटेखानी मंदिर होते. दारात दोनतीन चाफ्याची झाडं. राजे दर्शनाला येणार याचा सुगावा भिकाऱ्यांना आणि रानच्या गरीबांना लागला होता. त्यांनी त्या कौलारू मंदिराबाहेरच्या अरुंद जागेत दाटीवाटी केलेली. त्यांच्यासोबत चारपाच फकीरही हातामध्ये करवंटी घेऊन बसलेले. दर्शनाला जाण्यापूर्वी राजे तिथे थांबले. खंडोबल्लाळांच्या हाती मोहरांची थैली होती. त्यामध्ये हात घालून राजे भिकाऱ्यांच्या ताटलीत आणि फकिरांच्या कटोरीमध्ये मूठ मूठ मोहरा टाकू लागले. "जय माते सप्तश्रृंगी ऽऽ", "अल्ला ऽऽ" असे समाधानी सूर कानावर पडू लागले. इतक्यात "दीन ऽऽ दीन ऽऽ", "मारो ऽऽ" असा कल्ला कानावर आला. पाठोपाठ फकिराच्या वेशातल्या पठाणांनी बुडाखाली लपवलेल्या आखूड तलवारी उपसल्या. ते "मारो ऽ" असे गर्जत शंभूराजांच्या अंगावर तुटून पडले. तशी राजांनी आपल्या कमरेची तलवार उपसली आणि तेही त्वेषाने पुढे धावले. एका वेळी ते पाचजण राजांच्या अंगावर धावून गेले. राजे आपली नंगी तलवार दांडपट्ट्यासारखी नाचवत जोरदार प्रतिकार करत होते. दोघांच्या तलवारीचे सरळ वार राजांच्या खांद्यावर पडले. तसा त्यांच्या भर्जरी वस्त्राचा फाळा उडाला आणि खणकन् आवाज आला. शंभूराजांनी अंगात जाळीदार चिलखत घालण्याचा कंटाळा केला नव्हता. ते चिलखत आणि डोईवरचा टोपच त्यांच्या मदतीस धावला होता!

भुकेला सिंह आयाळ पसरवीत आपल्या शिकारीवर तुटून पडावा, तसे शंभूराजे चवताळून त्या पठाणांवर तुटून पडले. तलवारीची खणाखणी सुरू झाली. राजांनी बघता बघता तिघांना लोळवले. चवथ्याच्या उजव्या खांद्यावर तलवारीचा असा रपाटा मारला की, त्याचा बावटाच तुटून खाली ओघळला. अर्धमुंडी तुटलेल्या कोंबडी-सारखा तो तडफडला आणि बाजूच्या कड्यावरून खाली कोसळून पडला. ते भयानक दृश्य बघून बाजूचे तुटके, उंच कडेही भयचकित झाले.

इतक्यात बाजूच्या अंधारात लपलेल्या पाचव्याने चाफ्याच्या झाडावरून सरळ शंभूराजांच्या पाठीवर झेप घेतली. तो अंगापिंडानं अतिशय भक्कम, तीन शरीरे एकात मिसळल्यासारखा अवाढव्य होता. त्याने ताकदीच्या जिवावर शंभूराजांना तसेच खाली खडकाबरोबर रेटले. तो राजांना अंगाखाली धरून त्यांची पोळी करायचा प्रयत्न करू लागला. खाली घसटून राजांच्या कोपराचे कातडे निघाले. इतक्यात राजांचे दोनचार सहकारी पुढे धावले आणि त्या धटिंगणाला बाजूला लोटण्याचा प्रयत्न करू लागले.

शंभूराजांचा श्वास कोंडला होता. अंगावरच्या चिलखतासह आपली दामटी होतेय की काय, असे त्यांना वाटले. ते कसे तरी एका बगलेवर सरकले. उजवा हात मोकळा होताच त्यांनी कमरेचा जांबिया काढला. दुसऱ्याच क्षणी त्यांनी तो पठाणाच्या कोथळ्यात घुसवला. त्या पठाणाचे पोट फाडत तो जांबिया त्याच्या गळ्याजवळून बाहेर पडला. तेव्हा कुठे तो धटिंगण बाजूला कोसळला.

पाठीमागचे साथीदार पुढे धावले. बाजूच्या झऱ्याचे पाणी आणले गेले. राजांनी वस्त्रं ठीकठाक केली. खंडो बल्लाळ म्हणाले, "राजेऽ, काळ आला होता, पण वेळ नव्हती आली!" त्यावर शंभूराजे हसले. हुशार होत बोलले, "सप्तश्रृंगी मातेनं आज आगळंवेगळं दर्शनच द्यायचं ठरवलं होतं. बचावलो ते तिच्याच आशीर्वादानं." पहाट सरता सरता पूजा उरकली. कितीतरी वेळ शंभूराजे सप्तश्रृंगीच्या दीड पुरुष उंचीच्या त्या भव्य पाषाणमूर्तीकडे, तिच्या स्निग्ध पण वटारल्या डोळ्यांकडे समाधानाने पाहत होते.

राजे तो कडा उतरू लागले. अंधाराचा अंमल कमी होऊ लागला होता. उजाडत होते. दऱ्याडोंगरांना अस्पष्ट, पुन्हा स्पष्ट आकार प्राप्त होऊ लागले होते. समोरचा मार्कंडा डोंगराचा उंच, निमुळता कडा आता डोळ्यांना स्पष्ट दिसू लागला होता. जटाधारी, ध्यानस्थ मार्कंडेय ऋषीच जणू राजांना आशीर्वाद देण्यासाठी तिथे अवतरले होते.

३.

शिलंगणाचं सोनं लुटून झालं होतं. स्वत: शंभूराजे, स्वराज्याचे सरसेनापती हंबीरराव मोहिते आणि त्यांचे सहकारी मानाजी, रूपाजीसह पंचवीस हजार मराठ्यांनी पराक्रमाची शर्थ केली होती. नाशिक, बागलाण आणि मराठवाड्यात त्यांच्या घोड्यांच्या टापांनी हैदोसदुल्ला घातला होता. बुऱ्हाणपूर आणि औरंगाबादसारख्या पातशहाच्या प्याऱ्या शहरांचा नक्षा उतरविला होता. पाठीवरची लूट आणता आणता घोडी ओझ्यांनी चरचरा वाकून गेली होती. वाटेत आपटा, पेण, रोहा, माणगाव, महाड जिथे तिथे विजयी वीरांना माताभगिनींनी पंचारतीने ओवाळले होते. चांभार-खिंडीपासून ते रायगडापर्यंत तर हजारो स्त्रीपुरुष विजयी सैन्याबरोबर चालू लागले. "शिवाजी महाराज की जय ऽऽ" "संभाजी महाराज की जयऽऽ" अशा जयघोषात माणसेच नव्हे, तर रानेवने, वृक्षांवरची सळसळती पानेही सहभागी झाली होती.

रायगडावर शंभूराजांनी तातडीने दरबार भरविला. विजयी वीरांच्या स्वागतासाठी जणू गडावरच्या साऱ्या वास्तू, पाषाणी कमानी आणि आढ्यावरची कौलेही उत्सुक बनली होती. शंभूराजांनी स्वत: दहा पावले पुढे जाऊन हंबीरमामांना वस्त्रप्रावरणे

अर्पण केली. त्यांच्या पगडीवर हिऱ्याचे झुबकेदार फूल डकवले. वास्तविक त्यांचा मानपान सोयराबाईंच्या हातानेच करायचा राजांचा विचार होता. पण तबियत बिघडल्याचे सांगून त्यांनी आपल्या बंधूंच्या गौरवासाठी येणे मुद्दामच टाळले होते.

मानपान झाले. शंभूराजांनी खुषीने प्रल्हाद निराजींना विचारले, "पंत, आम्ही आणलेल्या लुटीची मोजदाद झाली का?"

"चालू आहे राजे. ते ढिगारे मोजता मोजता कारकुनांच्या माना आणि डोळे दुखू लागले आहेत – पण अजून ऐवजाचा मुख्य भाग तिकडे खानदेशात साल्हेरच्याच किल्ल्यात ठेवला आहे म्हणं!"

"खरं आहे." हंबीरमामांनी शांतपणे मान डोलावली.

"सुरतेसारखीच सलग तीन दिवस आमची लूट सुरू होती. अनेकांच्या तळघरांना आम्ही खणत्या लावल्या," शंभूराजे.

"—पण वैरीही झोपला नव्हता." हंबीरराव सांगू लागले, "आमच्या हल्ल्यांची खबर बहादूरखान कोकल्ताशला लागली. तसा तो वाऱ्यासारखा रस्ता कापीत धावून आला. मिळालेली दौलत निघून जायची वेळ आलेली. पण आपली दृष्टी थोर. शंभूराजे, आपल्यासंगे आम्ही तिकडच्या नकाशाचा अभ्यास केलेला. तुम्ही सांगितलंत, तशी चोपड्याकडची वाट धरली आणि खानाला बगल देऊन आम्ही सहीसलामत साल्हेरच्या किल्ल्यावर जाऊन पोचलो."

तितक्यात सूर्याजी जाखडे उठून उभा राहिला. तो काहीशा दुःखी आणि निराशाजनक सुरात बोलला, "राजे ऽ, थोडक्यात घोटाळा झाला. नाही तर आम्ही त्या औरंगाबादचंसुद्धा कांडात लागल्या हातानं काढत होतो. जेव्हा बहादूरखान बुऱ्हाणपुराकडं निघून गेल्याचं आणि औरंगाबाद मोकळं पडल्याचं मला समजलं, तेव्हा पैठणच्या बाजूनं मी माझं सात हजारांचं पथक औरंगाबादेवर घातलं. तिथल्या बाईपुऱ्यात आमच्या पथकांनी धामधूम माजविली होती. आमची औरंगाबादेत अशी दहशत बसली होती म्हणून सांगू! रस्त्यावर एक माणूस नाही. सारे घाबरून दारंखिडक्या बंद करून चिडीचूप होऊन बसलेले. कोतवालीतले शेदोनशे मोगलसुद्धा ठ्या पळालेले! पण बुऱ्हाणपुराकडून मागं आलेल्या बहादूरखानाला आमच्या चढाईची खबर कळली. तो फर्दापूरकडून वेळेत धावून आला म्हणूनच औरंगाबाद वाचलं."

"ठीक आहे सूर्याजी! आणखी एखादी मोठी संधी तुझ्या तलवारीची वाट बघत असेल."

शंभूराजांनी लागलाच आढावा घेतला. राजांनी मोगली मुलखात जागोजाग आपली पथके पाठवली होती. ती नगर-नाशिकपासून ते वऱ्हाड आणि खाली भागानगर-हैद्राबादच्या शिवेपर्यंत धुमाकूळ घालत होती. काही फौजा सोलापूरकडेही चालून गेल्या होत्या. वैऱ्याचे जेवढे आणि जितके म्हणून नुकसान घडेल तेवढे

घडवायचे; त्याचा मुलूख जाळून त्याला हैराण करायचे, हे संभाजीराजांचे धोरण होते. रणावरच्या उन्हात आपला राजा सामान्य सैनिकांच्या सोबत आघाडीवर राहतो, याचे लष्कराला खूप कौतुक होते.

शंभूराजांच्या राज्याभिषेकानंतर अवघ्या पंधरवड्यातच ही विजयश्री प्राप्त झाली होती. त्याबद्दल रयतेने राजांचा आणि सेनापतींचा खूप जयजयकार केला. मात्र दरबारात काहीजण बोलले, "राजे, ठिणगी पडलीच आहे. औरंग्याही थोडंफार उट्टं काढायचा प्रयत्न करेलच."

"नक्कीच!" मध्येच न्यायाधीश मुल्ला हैदर सांगू लागले, "राजासाब, तिकडे वणवा पेटला आहे. पातशहाने बुऱ्हाणपूरच्या सुभेदाराची हकालपट्टी करून तिथे नव्या माणसाची नेमणूक केली आहे. परंतु तिथली मुसलमान रयत मात्र आपल्याविरुद्ध खूप बिथरली आहे."

"काय झालं?"

"तिथल्या मुल्लामौलवींनी पातशहाकडे अर्जी पाठवून त्याला धमकी दिली आहे, की पातशहा जर आमच्या जायदादीचं आणि जिवाचं संरक्षण करत नसेल तर आम्ही शुक्रवारी नमाज पढणं बंद करू."

बोलता बोलता शंभूराजांचा सूर कातर झाला. ते बोलले,

"ही फक्त सुरुवात आहे. अजून खूप पुढे चालून जायचं आहं. आपण सारे बुजुर्ग दुसरीही एक गोष्ट ध्यानात घ्या. राज्यकारभारावर आपली मुद्रा उठवण्याचा जसा तुम्हां जुन्याजाणत्यांना हक्क वाटतो, तशीच नव्या महत्त्वाकांक्षी, जिगरबाज तरुणांची आकांक्षाही आम्हांला अधिक काळ रोखून धरता येणार नाही. आज रूपाजी भोसले, धनाजी जाधव, संताजी घोरपडे, निळोपंत, कृष्णाजी कंक अशा नव्या आणि जुन्या मंडळींचा एक सुंदर गोफ गुंफून आम्हांला महाराष्ट्रधर्म बांधायचा आहे!"

"राजे, औरंग्या उत्तरेत लाखो घोड्यामाणसांचा समुद्रच गोळा करत असला, तरी त्याच्या दिलात खोट आहे." बाळाजी चिटणीस बोलले.

"हा शिवाजीचा छावा सवाई शिवाजी निघेल, तेव्हा त्या औरंगजेबाला कळेल!" हिरोजी फर्जंद मोठ्या आत्मविश्वासानं बोलले.

"फर्जंदकाका, आम्ही आताच तुम्हांपुढे स्पष्ट करू इच्छितो," शंभूराजे खुल्या दिलाने बोलले, "आमच्या आबासाहेबांसारखा मी कोणी अवतारी पुरुष नव्हे. तसं स्वतःचं फाजील खोटं चित्रही आम्ही रेखाटत बसणार नाही. आमच्या आबासाहेबांचं व्यक्तिमत्त्व हिमालयाच्या पर्वतराजीसारखं भव्यदिव्य होतं. शतकांच्या प्रवासातून असे पुण्यवंत आणि गुणवंत नरश्रेष्ठ निर्माण होतात. त्या हिमालयाशी आमची केव्हाही तुलना करायच्या फंदात पडू नका. पण त्याच वेळी माझ्या या धमन्यांतून वाहणारं रक्त त्याच महापुरुषाच्या देहातलं आहे, याचाही कोणी अजिबात विसर

पडू देऊ नका!''

''राजेऽऽ'' सर्व सरकारकून भावविवश शंभूराजांकडे पाहतच राहिले.

''होय, बाळाजीकाका! होय हिरोजीकाका! एक वेळ ह्या हिंदवी स्वराज्याच्या मंदिरावर आणखी चार सुवर्णकळस उभारायची ताकद देवानं आणि दैवानं आम्हांला नाही दिली तरी बेहत्तर, परंतु हा संभाजी जोवर जिवंत आहे, तोवर शिवाजीराजांच्या स्वराज्याचा एखादा किल्ल्याच काय, पण एखाद्या तटबंदीची फुटकी वीटही आम्ही त्या पापी औरंगजेबाला हस्तगत करू देणार नाही!''

दरबार संपला तरी शंभूराजे तेथेच थांबून राहिले. स्वराज्याच्या अनेक कोपऱ्यांतून आलेल्या आपल्या स्वारराऊतांशी त्यांचे हितगुज सुरू होते.

महाराणींच्या महालापर्यंत बाळाजी चिटणीस चालत आले. ते महाराणींना म्हणाले, ''आज दरबारात शेवटी शेवटी शंभूराजे खूप भावविवश दिसले.''

''चालायचंच. शंभूराजांच्या हृदयाची एक पाकळी कठोर राज्यकर्त्याची असली तरी दुसरी मात्र भाबड्या कवीची आहे!'' येसूबाई बोलल्या.

''काय बोलता सूनबाई!''

''होय काका. नुसते राजकारणी हे आपल्या महत्त्वाकांक्षेचे दास असतात. त्यांच्या अंगरख्याच्या अस्तरात रक्ताळलेल्या छुप्या कट्यारी वास करतात. म्हणूनच ते प्रसंगी पाषाणहून कठीण होऊ शकतात. मात्र कवीचं हृदय असतं गवताच्या ओल्या पात्यासारखं. म्हणूनच कोणाचंही इवलंसं दुःख जरी पाहिलं तरी राजांचं कवि हृदय गलबलून जातं.''

४.

कधी नव्हे ते एकदा दुपारचे शंभूराजे फडावरून परतले होते. खाजगीकडे विश्रांती घेत होते. इतक्यात एक सेवक आत आला आणि मुजरा करत कवी कलश बाहेर आल्याचे व त्यांना तातडीने भेट हवी असल्याचे सांगू लागला. शंभूराजांनी परवानगी देताच संतापलेले कलश हातवारे करीत आत आले.

''राजन, अघटित घडलं. घात झाला ऽऽ''

''झालं तरी काय कविराज?''

''ज्यांना आपण एकनिष्ठतेचा पुतळा आणि स्वराज्याचा एक बुरूज समजत होता, तो बुरूजच ढासळला!!'' हताश होत कविराज बोलले.

''काय घडलं ते स्पष्ट सांगा.''

''आपले कोंडाजी फर्जंद त्या नादान जंजिरेकर सिद्दीला जाऊन मिळाले!''

''उगाच भांग प्याल्यासारखे काय बडबडता? आपलं डोकं शुद्धीवर आहे

ना?'' शंभूराजे कडाडत्या सुरात विचारू लागले, ''आणि कोणत्या फर्जंदाबद्दल बोलता आहात? हिरोजी की कोंडाजी?''

''दुर्दैवानं कोंडाजीच!'' कलशांनी खाली मान घातली.

शंभूराजांचा चेहरा खर्रकन उतरला. त्यांना काहीच सुचेना. येसूबाई राणीसाहेबही कमालीच्या संभ्रमित झाल्या. त्यांनी अनेकदा आपल्या सासऱ्यांकडून, खुद्द शिवाजीराजांकडून कोंडाजींची खूप तारीफ ऐकली होती. —अंधाऱ्या रात्री पन्हाळगडाचा कडा सापासारखा चढून वर जाणारा आणि फक्त चौसष्ट मावळ्यांनिशी हुल्लड माजवून पन्हाळ्यासारखा बेलाग किल्ला ताब्यात घेणारा जादूगार म्हणजे माझा कोंडाजी फर्जंद!''

शंभूराजे आपला राग गिळत शांत सुरात बोलले,

''कविराज, बाजारात काय वावड्या रोजच उडतात! पण त्याबाबत राजाशी बोलताना राज्याच्या दिवाणाने तरी किमान खातरजमा करायची असते.''

कलशांनी डोळे विस्फारले. हातातला खलिता राजांकडे देत ते बोलले,

''वाचा मजकूर राजन! प्रत्येक ओळन् ओळ, अक्षर न् अक्षर दंडाराजपुरीच्या सुभेदाराने स्वहस्ते लिहिली आहे. ही सांगोवांगीची गोष्ट नव्हे राजन–''

तो मजकूर डोळ्यांखाली घालताना शंभूराजांना खूपच क्लेश झाले. त्यांची चर्या पालटून गेली. दातओठ खात राजांनी ठणकत्या सुरात विचारले,

''गेले कसे? एकटेच की आमच्या लष्करालाही फितुरीची लागण लावून?''

''चांगली अकराजणांची माळ सोबत घेऊन गेलेत. वर चोराच्या उलट्या बोंबा! –शंभूराजांच्या आमदानीत न्याय उरला नाही, दिवसाढवळ्या अत्याचार सुरू आहेत, असा बराच कांगावा केला त्यांनी त्या सिद्दी कासमखानकडे.''

''पाहिलंत युवराज्ञी? केवढा भरवसा ठेवला होता यांच्यावर!''

''जाणतीच माणसं अशी दगाबाज का होतात?''

''वतनासाठी. दुसरं कशासाठी?'' अस्वस्थ शंभूराजे एक मोठा सुस्कारा सोडत बोलले, ''वतनाच्या हव्यासापायीच मराठ्यांचे हे असे खराटे होतात!''

कोंडाजींच्या फितुरीची बातमी लपून राहण्यासारखी नव्हती. ती सर्वत्र फैलावली. संपूर्ण रायगडावर एक सुतकी कळा पसरली. संभाजीराजे प्रचंड तणावाखाली दिसले. कवी कलश स्पष्टपणे बोलले,

''राजन, आज नाही तर उद्या, पण तुम्हांला याबाबतीत निर्णय घ्यावाच लागेल. मराठे असोत अगर ब्राह्मण, सारेच वतनदार एकसारखे विचारणा करतात — आमच्या वतनांचे काय? आम्हांला आमचा सरंजाम सहीशिक्क्यानिशी कधी मिळणार? तो आमच्या लेकरापोरांच्या नावे कधी होणार? थोरल्या राजांच्या धाकाने त्यांच्या मृत्यूपर्यंत आम्ही चूप राहिलो. अजून किती दिवस कोरड्याने काढायचे?''

कविराजांच्या या प्रश्नावर उत्तर देताना शंभूराजांचे डोळे विलक्षण चमकले. ते बोलले, "आमचे आबासाहेब आम्हांला नेहमी सांगत, वतनामुळं वेगळ्या संस्था आणि संस्थानांमुळं वतनदार माजतात. प्रजेचे मात्र हाल होतात. राज्याचं नुकसान घडतं. माणसांच्याच नावे नव्हे, तर देवादिकांच्याही नावेही वतनं देऊ नका! पुजाऱ्यांना बिघडवू नका."

"पण राजे, याहीपुढे सारे वतनदार माझ्याकडे हा विषय छेडतच राहतील. आम्ही काय सांगायचं त्यांना?"

"त्यांना स्पष्ट सांगा. म्हणावं, बाबांनो, तुमच्या वतनांच्या बदली हवे तर ह्या संभाजीच्या हातापायांचे तुकडे मागा. ते आम्ही बेशक देऊ. पण जोवर या देहात अखेरचा श्वास आहे, तोवर आमच्याकडून वतनाची आस कोणीही बाळगू नका!"

कोंडाजींच्या गद्दारीचा घाव शंभूराजांच्या वर्मी बसला होता. मराठ्यांच्या आणि सिद्दीच्या वैराला नवी धार चढणार होती. त्यांनी तातडीने निळोपंत पेशव्यांना हुकूम दिला, "निळोबा, पाण्यावरचं युद्ध केव्हाही पेटू शकतं. सागरी युद्धाची तयारी ठेवा."

"जी, राजे!"

"कुलाब्याकडे सागरगडावर पुरेसा धान्यसाठा आणि बारूद आहे का याची खात्री करा. रसद मुबलक असली तरी अजून दुपटीनं पाठवा. तो सिद्दी आणि त्याचे आश्रयदाते इंग्रज स्वराज्यावर चालून आले तर अनर्थ ओढवेल! त्यासाठी सागरकिनारे धमधम्यांनी आणि टेहाळणीच्या बुरुजांनी सिद्ध करा."

"थोरल्या राजांची दृष्टी थोर, राजे!" निळोपंत पेशवे सांगू लागले, "त्यांनी मृत्यूपूर्वीच दोन वर्षं आधी कुलाबा किल्ल्याची उभारणी केली."

"पण कुलाब्याच्या तटबंदीचं काम अजून बाकी आहे. अर्जोजी यादवांना तिकडे तातडीनं धाडा. चार महिन्यांच्या आत तेथील तटबंदी बांधून काढा."

"जशी आज्ञा, राजे."

त्या रात्री शंभूराजे खूप वेळ जागे होते. त्या नाराज मनःस्थितीतही त्यांच्या चेहऱ्यावर किंचित हसू फुटले. तशा येसूबाई विस्मयाने विचारू लागल्या,

"राजे ऽऽ, मध्येच हे काय?"

"येसू, आमच्या बाळपणीची एक गोष्ट आठवली. पुरंदरच्या तहाने आबासाहेबांनी मोगलांना तेवीस किल्ले द्यायचं कबूल केलं होतं. त्या करारावर स्वाक्षरी करून आमचे आबासाहेब माघारा आले होते, तेव्हा त्यांच्याही चर्येवर असंच हसू फुटलं होतं. त्यामुळे आऊसाहेब संतापल्या. राजांना फैलावर घेत बोलल्या, 'शिवबा, एक रायगड सोडून आपले सारे बलाढ्य किल्ले गमावून आलात. नि वर हसता कसले?' तेव्हा आबासाहेबांच्या दाढीमिशात हास्य मावलं नाही. ते बोलले — आऊसाहेब, ह्या तेवीस किल्ल्यांच्या बदल्यात मोगलांतर्फे जयसिंगाने आम्हांला

जंजिरा द्यायचं कबूल केलं आहे.''

"काय सांगता राजे? तेव्हा मिळाला होता जंजिरा?'' मध्येच येसूबाईंनी उत्सुकतेने विचारले.

"तो आम्हां मराठ्यांना मिळावा म्हणून जयसिंगानं पातशहाकडे खास शिफारस केली होती— 'जहापन्हाँ, तेवीस बलाढ्य किल्ल्यांच्या बदल्यात जंजिरा सोडावा असा शिवाजीचा पोरहट्ट आहे. जाऊदे! पाण्यातला एक सामान्य किल्ला गमावला म्हणून असं काय बिघडणार आहे?''

"त्यावर काय जबाब दिला औरंगजेबानं?'' येसू.

"तोच तर खूप महत्त्वाचा आहे.'' शंभूराजे सांगू लागले, "औरंग्याने मिर्झा राजाला लिहिलं – मिर्झाराजे, आपण पागल आहात. जंजिरा सिद्दीसाठीच नव्हे, तर आमच्यासाठीही कलेजाचा टुकडा आहे! तुमच्या ह्या देणगीमुळं त्या शिवाचं - जंगली चुव्याचं जालीम सुसरी-मगरीमध्ये रूपांतर होईल आणि तिच्या शेपटीच्या तडाख्यानं दिल्लीचंही सिंहासन डळमळेल!''

त्या गतगोष्टी ऐकून येसूबाई अवाक् झाल्या. त्यांनी हलकेच विचारले,

"राजे, खरंच जंजिरा इतका जालीम आहे?''

"येसूराणी, आज आम्हांला जंजिरा न जिंकता आल्याचं दु:ख नाही. पण तो आमचा नरवीर कोंडाजीबाबा आम्ही गमावल्याचंच आम्हांला राहून राहून दु:ख वाटतं. त्यांच्या तिकडं जाण्यानं जंजिरेकर सिद्दींची ताकद दुप्पट झाली!''

५.

> "अल्लातालाच्या मेहरबानीनं दिल्लीचं तख्त मला मिळालं तर नाव माझं राहील आणि अंमल मात्र संभाजीराजे तुमचाच असेल! आलमगीर पातशहा हा माझा वालीद असला तरी तो तुमचा आणि माझा दोघांचा कडा दुश्मन आहे, हे ध्यानात घ्या. त्यामुळेच आपल्या दुश्मनाचा खात्मा करण्यासाठी आपण दोघं एक होऊ!''

डोळ्यांसमोरचा खलिता वाचता वाचता कविराज मध्येच अडखळले. त्यांनी राजांकडे चमकून बघितले. शंभूराजे विचारमग्न दिसले. एक सुस्कारा टाकत त्यांनी विचारले, "कविराज, हा खलिता कोणाकडून आलाय म्हणलात?''

"शहजादा अकबर.''

"हा पातशहाचा खराखुरा पुत्र आहे की कोणी तोतया?'' राजांनी काळजीने विचारले.

"राजन, आम्ही जासुदांकडून पूर्ण खात्री करून घेतली आहे. दिलरसबानू नावाच्या बेगमेपासून झालेला हा लडका. पातशहाचा सर्वांत लाडका शहजादा होता म्हणे तो!"

"म्हणजे अलीकडे राजपुतान्यात औरंगजेबाविरुद्ध बंड करणारा, राजपुतांच्या काही फौजा ज्याला मिळाल्या होत्या, स्वत:ला ज्याने हिंदुस्थानचा पातशहा म्हणून जाहीर केलं तो?"

"होय, राजन. तोच तो बगावत करणारा शहजादा."

"अस्सं? पण सारा हिंदुस्थान सोडून तो आमच्याकडेच दक्षिणेत का यायचं म्हणतो?"

"मग कुठं जाणार तो राजन? औरंगजेबाच्या दहशतीमुळे त्याला आपल्या दारात तुमच्याशिवाय उभं तरी कोण करणार?"

शंभूराजे अधिक काही बोलले नाहीत. त्यांनी इतकेच सांगितले,

"ह्या आसामीचा आमच्याकडे येण्यामागचा हेतू, त्याची पात्रता, लागेबांधे या संदर्भात आपल्या जासुदांकडून त्याची पुरती खातरजमा करून आम्हांला खबर द्या." राजांनी कविराजांना फडावर त्या संदर्भात जरूर त्या सूचना दिल्या. मात्र पहिल्या खलित्यानंतर 'मान न मान मैं तेरा मेहमान' ह्या न्यायाने शहजादा अकबर तातडीने दक्षिणेत यायला निघाल्याच्या वार्ता समजल्या.

पंधरावीस दिवस झाले असतील, नसतील, तोवर शहजाद्याकडून दुसरा एक खलिता राजांना प्राप्त झाला. खलित्यावरून शहजादा खूप घाईला आलेला दिसत होता. त्याला शंभूराजांना भेटायची, त्यांची मदत मिळवायची खूप उत्सुकता असल्याचे दिसत होते. मात्र तो दुसरा खलिता वाचतानाही राजांच्या चर्येवरच्या रेषा विशेष हलल्या नाहीत. हे पाहून कवी कलश आपल्या दाट काळ्याशार भुवया रोखत बोलले, "राजन, शहजाद्याच्या पहिल्या खलित्यालाही अद्यापि आपणाकडून जबाब गेलेला नाही – इतका थंडपणा चांगला नाही."

"हे पाहा कविराज, ह्या अकबराबाबत आणखी काय काय खबर मिळवलीत ते आधी सांगा."

राजांच्या या प्रश्नाबरोबर कवी कलश दचकले. पण लगेच स्वत:ला सावरत बोलले, "आपल्या लाडक्या शहजाद्याच्या बगावतीनं औरंगजेब खूपच दुखावला गेला होता. पण मराठ्यांसारख्या आपल्या कट्टर वैऱ्याला भेटण्यासाठी जसा शहजादा इकडे निघाला, तसा पातशहा खूप गांगरून गेला आहे. कदाचित मराठ्यांबरोबर आपले इतर वादीदुश्मनही आपल्या पोराच्या पाठीशी उभे राहतील, या भीतीनं त्याचा धीर सुटला आहे. म्हणूनच त्याने शहजाद्याला दक्षिणेच्या वाटेवरच रोखण्यासाठी जिवाचा आटापिटा चालवला आहे. अनेक पथकं पाठवून

वाटेवरच्या नद्या, डोंगरातल्या खिंडी, सराया अशी जागोजागी पथकांची पेरणी करून पहारे बसवलेत. बापाचा ससेमिरा चुकवण्याचा प्रयत्न करीत बिचारा शहजादा वेड्यासारखा धावतोय आपल्या भेटीसाठी!''

राजांनी कविराजांचे म्हणणे शांतपणे ऐकून घेतले. तेव्हा कविराज उत्साहाने बोलले, ''तो पातशहाचा पोर आपणाकडे यायला निघाला आहे, म्हणून आपल्या मराठा सरदार- दरकदारांनाही खूप गुदगुल्या होऊ लागल्या आहेत, राजन.''

''त्या कशा?''

''हिरोजी फर्जंदांसह अनेकांना वाटतं, आता शहजादा आणि शंभूराजे एक होतील. मिळून दिल्लीवर हमला करतील.''

शंभूराजे गालात हसले. त्यांचा ह्या प्रकरणातला एकूण थंडपणा पाहून कवी कलशांनाही राग आला. न राहवून ते बोलले, ''मेहेरबानी करून ऐका राजन, खरंच इतका देर करून चालणार नाही. शेवटी तो आपल्या अट्टल दुश्मनाचा शहजादा आहे. राजनीतीमध्ये अशी प्यादी ऐनवेळी उपयोगी पडतात. आगीत भाजून निघालेल्या मेंढरासारखा तो बिचारा आम्हांकडे धावतोय. म्हणूनच राजन आपण दहा पावलं पुढं जाऊन जरूर त्याचं स्वागत करायला हवं.''

''पण आपल्या पावलानं तो कोणती आग घेऊन आमच्या दारात उगवतोय याचाही अभ्यास नको का करायला, कविराज? आपल्यासारखा हुशार मनुष्यही आजकाल असा नवागत पोरासारखा का वागू लागला आहे?'' शंभूराजांच्या प्रतिपादनावर कविराज चूप झाले.

एके दिवशी संगमेश्वर सुभ्यातील शिवोशीचे आणि दाभोळचे काही शेतकरी रायगडावर आले. त्यांच्या सोबत ठाणेदार मल्हार रंगनाथ आणि इतर मंडळी होती. त्यांना शंभूराजांची भेट हवी होती. परंतु त्यांच्या कामाचे स्वरूप कळताच फडावरील मंडळी त्यांची टवाळी करू लागली. त्यांना फिदीफिदी हसू लागली. पण मल्हार रंगनाथ मागे हटणाऱ्यांपैकी नव्हते. शेतकऱ्यांना घेऊन ते शंभूराजांना भिडले. राजांनी त्यांचे म्हणणे शांतपणे ऐकून घेतले. ते थोड्याशा विस्मयाने मल्हार रंगनाथांना विचारू लागले, ''पंत, हे शक्य होईल? ओढ्याला बांध घालून पाण्याचा प्रवाह डोंगरातून दुसरीकडे वळवायचा म्हणता? हे जमेल तुम्हां शेतकऱ्यांना?''

''का नाही राजे? शेतकरी कष्टाळू आहेत. मी स्वत: ती जागा एकदा पाहून आलो आहे. डोंगरात चौदाशे हात लांबीचा चर खणून पाण्याचा प्रवाह वळवायचा आहे. हे काम फत्ते झालं, तर दोनतीन गावांतला दुष्काळ कायमचा हटेल.''

''अस्सं? बरं, तुम्हांला सरकारातून काय हवं?''

''थोडीफार द्रव्याची मदत, सरकार.''

शंभूराजांनी निळोपंत पेशव्यांकडे नजर वळवली,

"यांना एक हजार होनाची उचल द्या."

हुकूम सुटला. सारे शेतकरी कृतकृत्य दिसले. निळोपंत रक्कम द्यायला नाराज दिसले. परंतु त्यांना राजाज्ञेचे पालन करावे लागले. हरखून गेलेले शेतकरी फडा-बाहेर निघाले, तेव्हा त्यांना थांबवून शंभूराजे बोलले, "जेव्हा थोडी उसंत मिळेल, तेव्हा तुमची ही कामगिरी पाहायला आम्ही तिकडे जरूर येऊ."

शेतकरी समाधानाने बाहेर पडले. आवंढा गिळत निळोपंत पेशवे बोलले,

"पण राजे ....?"

"असो. आपण काय बोलणार आहात ते आम्हांला ठाऊक आहे. पण निळोपंत, ह्या लोकांची कल्पना नामी आहे. उद्देश पवित्र आहे. रयतेच्या बहादुरीची राजाने वाहवा नाही करायची, तर दुसरं कोण करणार?"

सरकारी तिजोरीत भरल्या जाणाऱ्या करामध्ये तूट येते, काही वसुली कारकुनां-कडून प्रजेला हकनाक नाडले जाते, अशा तक्रारी राजांपर्यंत येऊन पोचल्या होत्या. त्यामुळेच राजांच्या करड्या शिस्तीखाली त्या त्या भागातील कारकुनांपासून ते राजधानीतील सरकारकुनांपर्यंत दप्तर तपासण्या सुरू होत्या. बाळाजी चिटणीस तर तपासणीचे काम पाहत होतेच, पण स्वत: येसूबाई आणि कवी कलशही मानेवर खडा ठेवून कचेरीत दिवस दिवस बसून राहत होते. स्वत:च्या जागरूक नजरेनं खतावण्या, किर्दी तपासत होते.

ह्या तपासणीचे सत्र सुरू होताच अण्णाजी दत्तो खूप गडबडले. त्यांचे बंधू सोमाजी म्हणाले, "जाऊ द्या दादा, इतकी चिंता काय करायची?"

"गाढव आहेस. तुला काय माहीत हे सारं कशासाठी चाललं आहे? इथल्या आणि विशेषत: कोकणपट्ट्यातल्या बहुतांशी सर्व कारकुनांना मी अन्नाला लावलंय. ही सारी माणसं आमच्या घरोब्याची आणि स्नेहाची आहेत. म्हणून तर त्यांच्यावर असा दात ठेवून झडत्या घेतल्या जाताहेत."

"दादा, जे चालले आहे ते ठीक नाही" सोमाजी.

"खरं आहे. बाकीच्या सर्व अष्टप्रधानांनी बंडाळ्या करूनही त्यांना त्यांची पदं परत केली. आम्हांला मात्र मुद्दाम सुरनवीसी दिली नाही. फक्त मुजुमदारीवर भागवलं. आणखी वर आम्ही कुठे अडकतो का, हे शोधण्यासाठी ह्या अशा तपासण्या!सोमाजी, चांगल्या माणसांना आता रायगडावर पहिल्यासारखे दिवस राहिले नाहीत हेच खरं."

अण्णाजींवरच्या अन्यायाने सोमाजी तर खूप चिडून गेले होते. एके दिवशी फडावर राजे, महाराणी आणि चिटणीसही नव्हते. कनिष्ठ कारकून, काही दरकदार आणि फक्त कवी कलश होते. ती संधी दिसताच सोमाजी दत्तोंना राहवले नाही.

ते तिरीमिरीतच कलशांजवळ गेले. थोड्या उपहासाने, थोड्या दरडावणीने त्यांनी संवाद सुरू केला,

"काय कविराज? आपण बडी माणसं! ऊठसूठ राजांच्या शेव धरून पुढे चालणारे. त्यात म्हणे आपण गंगेकाठचे ब्रह्मवृंद!"

"हो. काशीक्षेत्रीचं भोसल्यांचे सारं धर्मकार्य परंपरेनं आमच्याच कुळाकडे."

"ते असू द्या हो! पण इकडे दक्षिणेत येऊन आमच्या धर्मकारणात नसती लुडबुड करायचा प्रपंच तुम्हांला कोणी सांगितला आहे?"

"कसली लुडबुड? समजलो नाही आम्ही." कविराज बोलले.

"ते श्रीबागच्या कोल्हटकरांचं आणि रसुलच्या यवनांचं प्रकरण? तुम्ही म्हणे त्या सर्व धर्मभ्रष्टांना हिंदू धर्मात घ्यायला निघालात?"

"त्यात कसली हो लुडबुड?" कवी कलश बोलले, "त्या गरीब ब्राह्मणांची पुन्हा आपल्याला हिंदू धर्मात प्रवेश मिळावा ही त्यांची मागणी रास्त आहे. त्यासाठी रायगडावर त्यांनी खेटे घालणे चांगलं नव्हे. तेव्हा म्हटलं, राजांच्या कानावर ह्या गोष्टी घालून-"

"बस कविराज. आपली अक्कल आवरा! स्वत:ला उगाच गागाभट्टांचे पिताश्री नका समजून घेऊ! ते शुद्धीकरणाचं प्रकरण आम्ही हाताळतो आहोत. थोडासा वेळ जाईल. पण त्यांना पापक्षालन करून घ्यावं लागेल. काही विधी आहेत. काही उपचार आहेत. त्या प्रकरणी नसती लुडबुड करू नका."

फडावरचा दुपारचा तो प्रकार रात्री अण्णाजींच्याही कानावर आला. तेव्हा त्यांनी आपल्या बंधूला दटावले,

"सोमाजी, असा आततायीपणा करू नकोस. अरे तो कलुशा म्हणजे स्वत: राजेच समज. त्या धटिंगणाची कळ कशासाठी काढायला जातोस?"

"त्याची लायकी त्याला दाखवणं आवश्यकच होतं दादा. खूप झालं—"

"त्यात शंभूराजे तरुण आहेत. असा उघड संघर्ष त्यांना खपणार नाही. वर तुझे ते श्रीबागचे कोल्हटकर आणि रसूलचे काफर कुलकर्णी यांना सारखं वाड्यावर का बोलावतोस? संपवून टाक एकदाचं ते प्रकरण. अधिक वाच्यता नसावी!"

"एवढी चिंता काय करायची त्या बाटग्यांची? तिकडे गेल्यावर एवढ्या मजा मारल्या शिंच्यांनी! इतकं मांसमटन खाल्लं, मद्यसेवन केलं! धार्मिक विधींसाठी पापक्षालनासाठी थोडा ढिल्या हाताने खर्च करा, म्हटलं तर का कू करतात. गरिबीचा आव आणतात. चांगल्या नारळीपोफळीच्या बागा आहेत लेकाच्यांच्या कोकणात!"

फडावरचे जमाबंदीचे तपासणीचे काम कुठवर आले आहे, याची अण्णाजींनी माहिती करून घेतली, तेव्हा सोमाजी उखडला,

"इतक्या कसल्या बारीक तपासण्या चालल्या आहेत? थोरल्या राजांचा

कारभार कडक होता. पण ते मोठ्या मनानं अनेक त्रुटींकडे दुर्लक्षही करायचे.''

''तो खरा 'जाणता राजा' रे बाबा! भरली घागर हिंदकळणार, थोडं जल बाहेर सांडणार. कारकुनांनाही पोटं आहेत. द्रव्य थोडं इकडे तिकडे होणारच. याची त्यांना जाण होती.''

''मात्र दादा, आज रायगड गोरगरीब कारकुनांचा अगर इमानी सेवकांचा राहिला नाही. राजेशाही देव्हाऱ्यात बसून पूजा करायची सोडून त्या येसूबाई राणीसाहेब उठसूठ फडावर येऊन कशासाठी बसतात? स्वत: कागदपत्रं, कारभार, येणंजाणं कशाला उचापती करतात, कोणास ठाऊक!''

''खरं रे. स्वत: राजे, महाराणी आणि तो कपटी कलुशा! अशा तीन तीन चाळण्या लागणार असतील, तर सामान्य सेवकांनी आपली सेवा पार पाडायची तरी कशी?'' अण्णाजी हळहळत बोलले.

६.

सूर्य अस्ताकडे चालला होता. मावळतीची किरणे रायगडावर रांगत होती. निशाणकाठी आणि तिच्यावरच्या भगव्या झेंड्याची लांबट सावली उगवतीकडे पसरली होती. खरे तर राजांना आता खाजगीकडे निघायची घाई होती. तितक्यात प्रल्हाद निराजी समोर आले. राजांना मुजरा करीत बोलले, ''राजे, पोर्तुगीजांचा वकील गेली तीन दिवस आपल्या भेटीसाठी तिष्ठत बसला आहे.''

''उद्या पाहू.'' राजे पुटपुटले.

''राजे, एक तर मी त्या मंडळींना आधीच बोलावून बाहेरच्या सदरेवर बसवलं आहे. शिवाय गडावरचं हवामान त्या फिरंग्यांना मानवत नाही. झिंगल्या कोंबड्यांसारखी बिचाऱ्यांची अवस्था झाली आहे राजे.''

शंभूराजे हसले. कवी कलशांकडे पाहत बोलले,

''कविराज, गोव्याकडचे आपले वकील त्यांच्यासोबत येणार होते नव्हे?''

''होय राजन. आपले रामजी ठाकूर आणि येसाजी गंभीरराव हे दोघेही वकील येऊन आपल्या भेटीसाठी बाहेर तिष्ठत आहेत.''

''द्या तर सर्वांना पाठवून आत.''

प्रल्हाद निराजी निघून गेले. पाठोपाठ जाडजूड तांबड्या डगल्यातले दोन पोर्तुगीज अंमलदार महाराजांच्या समोर येऊन उभे राहिले. त्यांनी राजांना मुजरा केला. त्यांच्यासोबत त्यांचा दुभाषा रामचंद्र शेणवी होता. सुरुवातीला क्षेमकुशलाच्या गोष्टी झाल्या. त्यानंतर पोर्तुगीज कवी कलशांकडे थोडेसे बावरल्या नजरेने पाहू लागले. शंभूराजांनी पुढचा प्रश्न करताच त्या वकिलांनी सांगितले,

“राजे, आमच्या व्हाइसरॉयांकडून, एक महत्त्वाचा खलिता घेऊन आम्ही आलो आहोत. तेव्हा थोडा आपला एकान्त मिळावा.”

गुलजार हसत कवी कलशांकडे पाहून शंभूराजे बोलले,

“जो काही खलिता असेल तो बेशक वाचा. कवी कलश आमचेच आहेत. त्यांच्यापासून काहीही लपवायचं कारण नाही.”

शंभूराजांनी मान्यता देताच रामचंद्र शेणवी त्या खलित्याचे भाषांतर करत महाराजांना ऐकवू लागला—

“प्रिय छत्रपती संभाजीराजे,

राजे, याआधी आम्ही आपल्या डिचोलीच्या सुभेदाराबाबत अनेक तक्रारी केल्या आहेत. मोरो दादाजी या नावाचा आपला हा सुभेदार एक हडेलहप्पी रानवट आणि असंस्कृत मनुष्य आहे. तो तुमच्याच प्रजेचा अत्यंत छळ करतो. सार्वजनिक पैशाचा अपहार करून आपल्याच राज्याचं खूप नुकसान करतो. एवढं संतापून आपणास स्पष्टपणे कळवण्याचं कारण, की ह्याच पाजी मनुष्याने तुमच्या आणि आमच्या मैत्रीमध्ये बिब्बा घातला आहे. मात्र सदर इसमाविरुद्ध इतकी रोखठोक तक्रार करूनही त्याच्यावर काही कारवाई होईल असं संभवत नाही. कारण ह्याच मोरो दादाजीचे आपल्या दरबारातील एका वरिष्ठ सरकारकुनांशी थेट संबंध आणि गाढ स्नेह आहे. त्यामुळेच हे महोदय प्रजेला, राजाला अगर कोणालाही मोजत नाहीत.”

शंभूराजांनी तो खलिता शांतपणे ऐकून घेतला. इतर काही बोलणे झाले. त्यानंतर पोर्तुगीजांचे शिष्टमंडळ जायला निघाले, तेव्हा राजांनी गंभीरपणे विचारले,

“मोरो दादाजीवर वरदहस्त ठेवणारे आमच्या दरबारातले कोण आहेत हे सरकारकून?”

“माहीत नाही.” पोर्तुगीजांच्या प्रतिनिधींनी सांगितले.

गोव्याकडील वकिलांकडे नजर टाकत शंभूराजांनी विचारले, “काय ठाकूर, काय येसाजीराव, आमच्या त्या उद्योगी सरकारकुनांचे नाव तुम्ही तरी सांगाल का?”

त्या दोघांनीही नंदीबैलासारख्या नकारार्थी माना डोलावल्या. पण त्याचवेळी ते दोघेही खूप तणावाखाली दिसत होते. तेव्हा विषादाने शंभूराजे बोलले,

“तुम्हीही त्या भल्या गृहस्थाचं नाव घ्यायला कचरता, याचा अर्थ खरंच ते सरकारकून आमच्या ह्या दौलतीपेक्षा मोठे असले पाहिजेत.”

राजांना मुजरा करत पोर्तुगीजांचे शिष्टमंडळ मुक्कामी निघून गेले. तेव्हा शंभूराजांनी कलशांना विचारले, “डिचोली आणि कुडाळजवळचे आपले बारुदाचे

कारखाने व्यवस्थित सुरू आहेत ना कविराज?"

"राजन, आपण डिचोलीहून दोन महिन्यांपूर्वीच इकडे माघारा आलो. तेव्हापासून जे अहवाल आले त्यावरून तिथलं उत्पादन चांगलं दिसतं. यापुढे तोफगोळ्यांसाठी आणि बारुदांसाठी डच आणि इंग्रजांवर अवलंबून राहायची आमच्यावर निश्चित वेळ येणार नाही."

"वा! उत्तम!" शंभूराजांनी धन्योद्‌गार काढले. त्याच वेळी कविराजांना आठवण करून देत ते बोलले, "ह्या वकिलांबरोबरच व्हाइसरॉयना एक खलिता पाठवा. म्हणावं, जेव्हा जेव्हा कर्नाटक आणि मलबार इलाख्याकडे आमचे कारभारी जातात, गंधक वगैरे दारूचं कच्चं सामान विकत घेतात, तेव्हा पोर्तुगीजांनी आपल्या सैनिकांना मार्गात कोठेही अटकाव करू नये."

"राजाज्ञेची तात्काळ तामिली होईल, राजे."

फडावरचे काम आटोपून शंभूराजे खाजगीकडे गेले. मात्र तो विरंगुळाही त्यांना पचेनासा झाला. त्यांच्या मस्तकात एकच टोचणी एकसारखी बोचत होती. आपल्या दरबारांतील वरिष्ठ सरकारकुनांशी हातमिळवणी करणारा आणि प्रजेला छळणारा मोरो दादाजी त्यांच्या डोक्यातून निघत नव्हता. मोरो दादाजीबाबत प्रजेकडूनही काही तक्रारी आडूनआडून का होईना, रायगडापर्यंत याआधीही पोचल्या होत्या. परंतु त्याला वरदहस्त देणारे हे सरकारकून कोण? आपल्या खाजगीकडील सदरेवर शंभूराजे बेचैन होऊन येरझाऱ्या मारू लागले. "तातडीने निघून या–" असा निरोप त्यांनी कलशांकडेही पाठवला. परंतु कलश तिन्हीसांजेच्या पूजेमध्ये गढलेले. त्यांना यायला जसा विलंब होऊ लागला, तशी राजांची अस्वस्थता अधिकच वाढत गेली.

कवी कलश गडबडीने तेथे दाखल झाले, तसे शंभूराजे गरजले,

"कविराज, किती वखत लावता?"

"राजन, सायंकाळच्या पूजेत थोडा देर—"

"कविराज, रात्री, दिवसा कधीही तातडीची राजकार्यं निघतात. त्याचसाठी तर अगदी हाकेच्या अंतरावर आम्ही तुमच्या निवासाची व्यवस्था केली. एका रिकाम्या गोदामाची दुरुस्ती करून अवघ्या चार महिन्यांत त्याचे रूपांतर आम्ही तातडीने वाड्यात केलं, ते कशासाठी?"

"राजन, आम्ही खाली पाचाडातच राहत होतो ते चांगलं होतं." थंड सुरात कलश बोलून गेले.

"काय बोलता आहात आपण?" राजे त्रासून बोलले.

"राजन, अष्टप्रधानांच्या वाड्याशेजारीच आमच्यासाठी आपण तातडीने वाडा बांधलात. आपल्या प्रांजळ दोस्तीला सलाम! पण आपलं हे कृत्य इथे रायगडावर अनेकांच्या नजरेत सुऱ्यासारखं रुतलं, त्याचं काय? आमचा राजा कोणा यत्किंचित

कनोजी भटाला एवढ्या उंच पायरीवर नेऊन कशाला बसवतो, अशी काही कुचकट विधानं इथले विद्वज्जन करतात. खूप धुसफुसतात.''

''जाऊ द्या हो, कविराज! जर काळानेच जर आपलं तकदीर एकत्र गुंफलं असेल तर ग्रामसिंहांच्या भुंकण्याकडे आपण का लक्ष देता?''

काळ्या हौदाजवळील दूतावासाकडे खास सेवकांचे पथक धाडले. राजांनी रात्रीच एकट्या रामचंद्र शेणवीला पाचारण केले. शेणवी बाहेर आल्याची वर्दी पहारेकऱ्यांनी दिली. तसा शंभूराजांनी कलशांना नजरेने इशारा केला. त्याचबरोबर कलश उठून आतल्या दालनामध्ये जाऊन आडोशाला बसले. आता सदरेवर शंभूराजे एकटे होते. राजांनी त्यांना सरळ प्रश्न केला, ''मघाशी दरबारातून एक ठिणगी टाकून आपण सारे सहज निघून गेलात, पण इकडे आमच्या भोजनाचा आणि निद्रेचा खराबा केलात. सांगा, मोरो दादाजींसारख्या भ्रष्ट सुभेदारांना अभय देणारे आमचे सरकारकून कोण आहेत?''

राजांचा सवाल तलवारीच्या पात्यासारखा थेट होता. त्यामुळे फारसे आढेवेढे न घेता पण खाली मान झुकवत रामचंद्र शेणवी बोलले,

''बारुद कारखान्यांच्या तपासणीच्या निमित्ताने आणि वसुलीच्या कारणाने जे अलीकडच्या काही महिन्यात गोव्याकडे वारंवार येतात. तेच—''

''कोण कवी कलश?''

''ते कसे एकटे येणार राजे? ते तर आपली सावली!''

''मग— आपले अ— ?''

''हो! अणाजी दत्तोच! मोरो दादाजींचा आणि त्यांचा खूप गाढा स्नेह आहे. अण्णाजींनी आपले काळे द्रव्य सावंतवाडीच्या आणि फोंड्याच्या व्यापाऱ्यांकडे दामदुप्पट व्याजाने ठेवले आहे. त्या साऱ्या व्यवहाराचे जोखीमदार म्हणून मोरो दादाजीच काम पाहतात.''

शंभूराजांच्या अंदाजावर शेणवींनी शिक्कामोर्तब केले. शेणवी निघून गेल्यावर पुन्हा राजांची कलशांशी मसलत चालू राहिली. ते उपहासाने बोलले, ''आमचा अंदाज अगदी अचूक ठरला. वाटलंच होतं हा महिमा अण्णाजींचाच असणार. कारण इतकी बेमुर्वतखोरी अजून दुसऱ्या कोणाच्या अंगामध्ये मुरलेली नाही!''

''राजन, इतक्या मोठ्या सरकारकुनांबाबत आम्ही काय बोलणार?''

''बोलूच नका. रायगडची राजगादी आम्ही काही भांगेच्या कैफात हाकत नाही. साऱ्या गोष्टी जाणून आहोत आम्ही. अण्णाजींचा हा काही एकच मोरो दादाजी नव्हे. दौलतीत आपले असे अनेक भगत त्यांनी फायद्याच्या जागी नेमले आहेत.'' शंभूराजे सांगू लागले, ''आबासाहेबांच्या राज्याभिषेकापूर्वी जिजाऊसाहेबांच्या सोबतीनं जेव्हा इथं आम्ही फडावर लक्ष घातलं होतं, तेव्हापासून आमच्या खजिन्याची गळती छिद्रं

आम्ही ओळखली होती. तेव्हा तर आम्ही अवघे सोळासतरा वर्षांचे होतो. तेव्हा ऐन तारुण्याचा कैफ होता. त्याच बेहोशीत अगदी शिवाजीराजांच्या साक्षीने आम्ही बोलत असू – हे आले लुच्चे लबाड सरकारकून! आणि तेव्हापासूनच ह्या मंडळींनी आमच्यावर खरा दात धरला.''

कवी कलश शांतपणे बोलले, ''राजन, तूर्तास पोर्तुगीज व्हाइसरॉयशी आपण स्नेह तसाच टिकवला पाहिजे.''

''म्हणूनच सारासार विचार करता मोरो दादाजीवर तात्काळ कारवाई करावी लागेल. अर्थात, हा व्हाइसरॉयही तेवढा भरवशाचा नाही. उद्या दिल्लीकर मोगल आपल्या राज्यावर धावून आले की त्याची खरी कसोटी लागणार आहे. पण तूर्तास त्याला धाकात ठेवलेला बरा.''

कलश आपल्या मुक्कामाकडे जाण्यासाठी राजांची परवानगी मागू लागले, तेव्हा शंभूराजे हसून बोलले, ''आमची नींद हराम करून आपण कुठे चाललात?''

''राजन?''

''झोपडी असो वा महाल! एकदा उंदरांनी भिंतींना बीळ पाडलं आणि कुरतडायला सुरुवात केली, की सुखाची झोप कशी येणार? त्यासाठीच तातडीनं एक गोष्ट करा. आताच्या आता मोरो दादाजीला बडतर्फ केल्याचं फर्मान काढा. ते फर्मान बजावण्यासाठी आज मध्यरात्रीच्या आधीच पाचाडहून डिचोलीकडे घोडी धावायला हवीत.''

''राजन, आपल्या आज्ञेचं आम्ही जरूर पालन करू. मात्र ह्या फर्मानावर आपल्या पेशव्यांची आणि सुरनविसांची मंजुरी हवी.''

''काही तरी काय बोलता कविराज? तुमच्यासाठी 'छंदोगामात्य' आणि 'कुलएखत्यार' ही पदं कशासाठी निर्माण केलीत? कोणतंही तातडीनं फर्मान अगर आदेश जारी करताना जवळपास कोणी अष्टप्रधान नसतील, तर आणीबाणीच्या प्रसंगी सर्व अष्टप्रधानांचे सर्व अधिकार तुम्हांला कायद्याने आपोआप प्राप्त होतात.''

''राजन, माझ्यावर आपण डोंगरासारखा भरवसा ठेवता आहात, त्याबद्दल मी आपला सदैव एहसानमंद राहीन. मात्र एक विसरू नका. हे प्रशासन आहे. आपल्याला असं कसं वागता येईल?'' काळजीच्या सुरात कवी कलश बोलले, ''राजानं प्रशासन राबवताना त्यातल्या पायऱ्या ठोकरून चालत नाही. साऱ्या सनदी सेवकांची आणि सरकारकुनांची मतं लक्षात घ्यावी लागतात.''

''सोडा हो कविराज, त्या फजूल बाता. जोपर्यंत राज्य चालवताना आम्ही आमच्या हृदयात मांगल्याचा कुंभ जपला आहे, तोवर कोणाची पर्वा करायचं कारण नाही. सांगून टाका तुमच्या त्या सरकारकुनांना, प्रशासनातील कागदी घोडी तुमच्या लहरीसाठी नव्हे, तर आमची स्वप्नं रुजविण्यासाठी नाचवा. होणाऱ्या परिणामाला राजा या नात्याने आम्हीच जबाबदार असतो. कारण कविराज, जगामध्ये जेव्हा जेव्हा

परचक्रासारखं गंडांतर येतं, त्याची राजगादी हिसकावली जाते, तेव्हा मुंडी छाटली जाते ती राजाची! कारभाऱ्यांची नव्हे!!"

७.

बडतर्फीचे फर्मान प्रथम मोरो दादाजीवर डिचोलीतच बजावले गेले. त्याच दिवशी त्यांचा राहता सुभेदारवाडा सरकारजमा झाला. रामजी ठाकूरांनी तिथली कागदपत्रे, मुद्रा आणि जामदारखान्याच्या किल्ल्या सारे काही आपल्या कब्जात घेतले. तासाभराच्या अवधीत मग्रूर मोरो दादाजी होत्याचे नव्हते झाले.

रायगडावर मात्र ती बडतर्फीची खबर पोचायला चार दिवस लागले. त्या बातमीने अष्टप्रधानांची झोप उडाली. बडतर्फीचे असे काही फर्मान निघाले होते, राजांच्या सहीशिक्क्याने ते रायगडावरूनच गोव्याकडे रवाना झाले होते, याची किंचितही खबर कोणालाच नव्हती. अष्टप्रधान पुरते भांबावून गेले होते. त्यांचे इष्टमित्र त्यांची खाजगीत टवाळी करू लागले होते— "काय हो फडावर जायचं म्हणून सकाळी वाड्यातून बाहेर पडता अन दिवसभर फक्त जगदीश्वराच्या मंदिरातील घंटा बडवूनच माघारा येता की काय?" लोक त्यांना विचारीत होते.

या साऱ्या प्रकरणाचा अण्णाजी दत्तोंना तर खूप खोल धक्का बसला होता. काही दिवस त्यांची अन्नपाण्यावरून वासना उडाली त्यांचा अखंड त्रागा आणि थयथयाट सुरू होता. ते बाळाजी चिटणीसांना गंभीर स्वरात सांगू लागले, "चिटणीस, श्रीगजाजनाची आण घेऊन सांगतो, यापुढे हे असेच घडणार! गुन्ह्याची ना चौकशी, ना खातरजमा. फक्त नावडत्या मंडळींच्या मानेवर बेदरकारपणे करवती चालवायच्या, झाले!"

अण्णाजींची समजूत काढत चिटणीस बोलले, "जाऊ द्या हो, अण्णाजी. एखाद्या सामान्य सुभेदाराच्या बडतर्फीचं मनाला एवढं काय लावून घ्यायचं? कारभाऱ्यांच्या सल्ल्याशिवायही स्वत:च्या अधिकारात निर्णय घ्यायला राजा मुखत्यार असतो!"

"बाळोबा, हा साधासुधा प्रकार नव्हे. याच्या बुडाशी काळकुट्ट राजकारण आहे. मुद्दाम आमच्या माणसांना हेरून, अगदी वेचून वेचून त्यांचा छळ केला जातोय. शिवाजी महाराजांच्या काळातले आम्ही सारे सरकारकून कसे नालायक आहोत, हे सिद्ध करण्यासाठीच ही सारी षड्यंत्रं रचली जाताहेत!"

"पण यात खरे दोषी कोण?"

"कोणाला दोष द्यायचा चिटणीस? अहो, त्या कब्जीनेच राजाला कब्जात घेतलं आहे! त्या लंपटामुळे तर आमचा धर्म आणि संस्कृती धोक्यात आली आहे!"

अलीकडे हिरोजी फर्जंदांची सरकारकुनांमध्ये खूप ऊठबस वाढली होती. राज्यकारभारातील अनेक जोखमीची कामे राजांनी आपल्या हिरोजीकाकांवर सोपवली होती. परंतु हिरोजी अलीकडे नाराज दिसतात, कामामध्ये लक्ष देत नाहीत, अशा तक्रारी राजांच्या कानावर आल्या होत्या.

एके दुपारी फर्जंद राजांच्या भेटीसाठी फडावर आले, हे कळताच शंभूराजांनी त्यांना तात्काळ आत बोलावून घेतले. पासष्टीतले उंच, टणक हिरोजीकाका म्हणाले, "राजे, थोडा आमचाही सल्ला ऐकत जा. संधीचा फायदा घ्या. जन्माचं सोनं करा."

"दिलात जे असेल ते स्पष्ट सांगून मोकळे व्हा ना फर्जंदकाका."

"शंभूबाळ, औरंग्याचा तो पोरगा. तुम्हांला खलित्यावर खलिते धाडतो. आपण त्याच्याकडे ढुंकूनही पाहत नाही."

"हूं, बघू."

शंभूराजांच्या थंडपणाचा हिरोजींना खूप राग आला. ते चडफडत बोलले,

"शंभूराजे, तुमच्या जागी आमचा शिवबा असता, आणि असा एखादा शहजादा मदत मागण्यासाठी त्यांच्या उंबऱ्याजवळ पोचला असता तर शपथ घेऊन सांगतो, त्या बहाद्दराने अशी सुवर्णसंधी मिळाल्यावर अवघा हिंदुस्थान पादाक्रांत केला असता! उठा त्या पातशहाच्या कार्ट्याचं मनगट धरा. दोघं मिळून दिल्लीवर हमला चढवा."

शंभूराजे हसत बोलले,

"आपल्या कल्पना खूपच भव्यदिव्य आणि रोमांचकारक आहेत काका."

"शंभूबाळ, आपली आग्र्याची मोहीम आठवते ना तुम्हांला? तेव्हाचा आमचा गुरगुरता छावा आज असा थंड का पडावा?"

"काकासाहेब, रायगडाहून आग्र्याकडे निघताना आणि आग्र्याहून शिताफीनं सटकून दक्षिणेत येतानाही आबासाहेबांनी केलेले ते कसले नियोजन, किती तयारी, त्यासाठी जाळलेल्या त्या कैक रात्री, ते वादळी दिवस आठवतात ना तुम्हांला?"

शंभूराजांच्या त्या थेट सवालाने हिरोजींना निरुत्तर केले. राजे धिम्या स्वरात बोलले, "आपल्यासारख्या बुजुर्गांनीच नव्हे, तर आम्ही सर्वांनीच शहानिशा करायला हवी. खरेच हा शहजादा औरंगजेबाचा पुत्र आहे की कोणी तोतया?"

"शंभूराजे, आमच्या माहितीनुसार तो औरंगजेबाचा सच्चा शहजादा आहे."

"पण एवढ्याच माहितीवर कसं भागणार काका? त्या शहजाद्याचा इकडे येण्यामागचा अंतस्थ हेतू काय? त्याने आपल्या बापाबरोबर पुकारलेल्या बंडामध्ये खरंच धग आहे, की तो केवळ फुसका बार?"

शंभूराजांच्या सरबत्तीने हिरोजी थंड झाले. मुकाट्याने माघारी वळले. प्रल्हाद

निराजींनी हिरोजींना औत्सुक्याने विचारले, "मग काय हिरोजी, काय झालं राजांच्या भेटीत? त्या शहजाद्याच्या स्वागतासाठी आपण जाणार काय त्र्यंबकगडापर्यंत?"

"तुम्ही पण कसले प्रश्न करता प्रल्हादपंत? जाऊ द्या, आम्हांला वाईट वाटतं ते इतकंच, की कलुशा नावाच्या त्या भोंदू मांत्रिकाने एक वेळ रायगडावरचा खजिना पळवला असता तरी परवडलं असतं हो! पण त्या दुष्टाने आपल्या राजाचा मेंदूच पळवला आहे, त्याचं काय?"

शहजादा अकबराच्या आगमनावर मात्र शंभूराजे बारीक नजर ठेवून होते. त्यांनी फर्जंदांना त्र्यंबकगडाकडे पाठवले नाही. मात्र नाशिककडच्या आपल्या सुभेदारांवर शहजाद्याच्या स्वागताची जबाबदारी सोपवली. किंमती रत्नहाराचे नजराणे देत त्यांनी शहजाद्याचे आणि दुर्गादासाचे स्वागत आपल्या सीमेवर केले. तेथूनच राजांचे एक मोठे पथक आणि वेगवान हालचालींचे गुप्तहेर अकबरासोबत प्रवास करू लागले होते. शहजादा त्वरेने रायगडाकडे यायला निघाला होता. त्याचा रोजचा प्रवास, वाटेतले मुक्काम आणि इतर हालचालींबाबत शंभूराजे सातत्याने खबर घेत होते.

एकदा फडावर कामात गर्क असलेल्या शंभूराजांना कवी कलश हसत बोलले,

"राजन, आपल्यात आणि शहजादा अकबरामध्ये खूप साम्यस्थळं आहेत."

"मतलब?"

"तुम्हां दोघांची उमर सारखीच. दोघेही चोवीस वर्षांचे. शहजादा अकबर हे औरंगजेबाचं चौथे संतान आणि आपणही शिवरायांचं चौथं अपत्य. त्या शहजाद्याची माँ तो दोन महिन्यांचा असताना अल्लाला प्यारी झाली. आपल्याही मातोश्री आपण दोन वर्षांचे असताना अचानक देवाघरी गेल्या. इतकेच नव्हे तर — माफ करा.... स्पष्टच बोलायचं तर... शहजाद्याने आपल्या बापाविरुद्ध बंड केलं आणि आपणही बंडाळी करून दिलेरखानाला जाऊन मिळाला होतात."

ती साम्यस्थळं ऐकताना शंभूराजे आश्चर्यचकित झाले. त्यांचे मोठे मनोरंजनही झाले. राजांना प्रसन्नचित्त पाहून कवी कलश हळूच बोलले, "राजन, राज्यशास्त्राचे काही अलिखित संकेत असतात. आपल्या शत्रूकडून स्वत:च्या पावलाने चालत आलेला इतका अमूल्य मोहरा दुर्लक्षित करणं योग्य नव्हे. राजकारणाच्या पटावर अशा प्याद्याचा उपयोग योग्य वेळी अचूक रीतीनं होऊ शकतो."

"कविराज, या मुद्याबाबत आम्ही उतावीळ होणं निश्चितच फायद्याचं नाही. त्या अकबराचे स्वागत आमच्या प्रतिनिधींनी सीमेवर का केलं आहे ठाऊक? कारण शहजाद्याच्या सोबत राजपुतान्यातला एक भला मनुष्य आहे."

"दुर्गादास राठोड." कविराज म्हणाले.

"अगदी बरोबर. तिकडे हिंदू धर्मियांचा आणि रीतीभातींचा पालनवाला या

नात्यानेच तिकडचे लोक दुर्गादासांकडे पाहतात. शिवाय आणखी एका महत्त्वाच्या गोष्टीची तुम्हांला खबर दिसत नाही.''

"कोणत्या गोष्टीची राजन?"

"औरंगजेब आपल्या इतर शहजाद्यांना तलवारीच्या टोकावर नाचवत असला तरी त्याची खरी मोहब्बत अकबरावरच आहे. कारण त्याची आई दिलरासबानू ही त्या शहेनशहाची लाडकी बेगम होती. एकूण काय, कविराज औरंगजेबासारखी दुष्ट माणसं पाषाणाच्या हृदयाची असतात! ते काशी विश्वेश्वराचं मंदिर असो, मथुरेतील केशवाचे देऊळ वा सोमनाथ – ह्या औरंग्यानं आमच्या देवदेवतांच्या विध्वंस केला आहे. पण अशा दुष्ट माणसाच्या दिलाचे काही कप्पे नाजूक आणि कमजोर असतात!''

"तेच सांगतोय मी राजन. आपण आता अधिक भवति न् भवति न करता तात्काळ निर्णय घ्या. शहजाद्याच्या पाठीशी खडे राहा —''

"तशी घाई करून नाही चालणार कविराज; शहजाद्याने आपल्या बापाविरुद्ध बगावतीचा ऐलान केला असला तरी भविष्याच्या पोटात त्या बापलेकांचं परस्परांशी वर्तन कसं राहील, याचा अंदाज येणं आवश्यक आहे. तोवर भट्टीतलं तापतं, जळतं लोखंड आपल्या बोटांनी उचलायचं धारिष्ट्य कशाला करायचं? तूर्त बुद्धीच्या चिमट्याचाच वापर केलेला बरा!''

अखेर शहजादा भिवंडी आणि कल्याणच्या आसपास येऊन पोचल्याची खबर मिळाली. तेव्हा त्याला वाटेतच घोडे डोह पार केल्यावर सुधागडाच्या आसपास थांबवा, असे गुप्त आदेशही शंभूराजांनी शहजाद्यासोबतच्या आपल्या पथकाला दिले होते.

एके सकाळी शंभूराजांनी हिरोजी फर्जंदांना तातडीने पाचारण केले. त्यांना शहजादा अकबराच्या झालेल्या प्रवासाची पुरेशी कल्पना देत शंभूराजे बोलले, "आपण आता तातडीनं सुधागडाकडं निघा. तुमच्या त्या लाडक्या शहजाद्याच्या स्वागतासाठी हिंदवी स्वराज्याचे वकील म्हणून आम्ही तुमचीच निवड केली आहे. रत्नशाळेतून हवे तितके जडजवाहीर घ्या. हिंदवी स्वराज्याच्या प्रतिनिधीला साजेल असं शहजाद्याचं स्वागत आपणाकडून व्हायला हवं.''

फर्जंद खुषीने लगबगीने बाहेर पडले. तेव्हा येसूबाई बोलल्या,

"छान राजे!, खूप धीराने आणि पुरेशा विचारांती आपण ह्या शहजाद्याच्या प्रकरणात निर्णय घेता आहात.''

"होय येसू. उगाच अतिउत्साह काय कामाचा? हुरळली मेंढी नि लागली लांडग्या पाठी, असं राजाला वागून कसं चालेल?''

८.

कोणाचे तकदीर कोठे चमकेल आणि कोणाचे नशीब कुठे गोते खाईल, कोणी सांगावे? काहीजण सोन्याचा चमचा तोंडात घेऊनच जन्म पावतात, तर काहीजण कष्टाने वा केवळ अपघाताने तकदीरचे शहेनशहा बनतात. मात्र जेव्हा एखादा राजपुत्र म्हणून जन्माला आलेला भाग्यवंत ऐन तारुण्यात भिकारदास बनतो, तेव्हा त्याच्या परवडीला, दु:खदैन्याला पारावार उरत नाही!

तोही एक शहजादा होता. दिल्लीकर पातशहाचा शहजादा! पऱ्यांसारख्या सुंदर दासींचा मेळा त्याच्या एका इशाऱ्यासाठी खोळंबून उभा राहायचा. त्या मदनिका, तो राजविलास. सारे सरले. आज मात्र त्याचे तकदीर त्याला दूर दक्षिणेतल्या दगड-धोंड्यांच्या रानात घेऊन आले होते आणि गुराच्या गोठ्यासारख्या एका मोठ्या घरात तो दिल्लीकर शहजादा अक्षरश: दिवस मोजत होता.

तो होता ऐन चोविशीतला एक जवान. सुरतपाक, मध्यम उंचीचा, पण तजेलदार कांतीचा शहजादा. अजूनही त्याच्या गळ्यामध्ये पाचूच्या माळा त्याच दिमाखाने चमकत होत्या. दिल्लीच्या मीनाबाजारामध्ये शाही दर्जींनी शिवलेले त्याचे ते तलम, मलमलीत लिबास अजूनही शिल्लक होते. पण त्याचे मन मात्र आतून आक्रंदत होते. ज्या औरंगजेब पातशहाचे खजिनेच्या खजिने हिऱ्यामाणकांनी भरून वाहत होते, त्याचा प्यारा शहजादा अकबर मात्र भटका, भणंग होऊन दक्षिणेतून फिरत होता.

औरंगजेबाचा लाडका पुत्र या नात्याने जेव्हा तो आरामदायी गाद्या-गिरद्यांवर लोळत राहायचा, पाखरासारखे हळूच डोळे उघडायचा, तेव्हा त्याच्या हुकमाचे शब्द ऐकण्यासाठी शेकडो खुबसूरत दासी त्याच्या अवतीभवती मौजूद असायच्या. त्याच्या अंगाचे मालीश करणाऱ्या निळ्याजर्द डोळ्यांच्या आणि कमनीय देहाच्या त्या सुंदर तिलोत्तमा, शहजाद्यांना पोहण्यासाठी खास बांधलेली निळ्याशार पाण्याची शाही सरोवरे, थोडासा कंटाळा यायचा अवकाश– शहजाद्याचे दिल खूष करण्यासाठी तात्काळ लवून मुजरा करत उभ्या ठाकणाऱ्या मदमस्त लखनवी नृत्यांगना, स्वर्गीय संगीताच्या त्या सुरावटी, नृत्यांची ती लयलूट, खुषमस्कऱ्या विदुषकांकडून उडवला जाणारा हास्यबहार, तो सुखाचा स्वर्ग गेला तरी कोठे?

शहेनशहा औरंगजेबाच्या राज्यात नृत्यसंगीत, गाणेबजावणे या गोष्टी हद्दपार झाल्या होत्या. परंतु तरीही शहजाद्यांच्या दिवाणखान्यात आणि दिलामध्ये कसे घुसायचे ही कला मदनिकांना आणि त्यांच्या साजिंद्यांना पुरेशी अवगत होती. शिवाय शहजादा आझम आणि मुअज्जम अगर कामबक्ष या तिघांपेक्षाही औरंगजेबाचा अकबरावर अधिक जीव होता. त्यामुळेच भावी शहेनशहा म्हणून त्याच्यासाठी

मुजऱ्यावर मुजरे झडत. मोठेमोठे राजपूत, तुर्की, अफगाणी सरदार त्याच्यापुढे चराचरा वाकत. शहजाद्यांची उमर उणीपुरी एक महिन्याची असेल नसेल, तेव्हा त्याची माता दिलरासबानू अचानक अल्लाला प्यारी झाली. आपल्या लाडक्या बेगमेच्या अवचित जाण्याने पातशहा अतिशय दु:खी झाला. एखाद्या चिमणीने लडिवाळाने आपल्या घरट्यात पिल्लू वाढवावे, तसाच औरंगजेबाने शहजाद्यावर जीव लावला होता.

परंतु आज त्याच शहजाद्याची सकाळ एका आडवळणी खेड्यातील शेळ्या-मेंढ्याच्या बेंऽबेंऽऽ अशा आवाजाने उजाडत होती. पूर्वी तो आपल्या हस्तीदंती गवाक्षातून मशिदीचे उंच मिनार आणि राजवाड्यांच्या भव्य कमानी पाहायचा. परंतु आताचे सुधागड–पाली परिसरातले हे अपरिचित घने जंगल बघताना त्याला आपला जीव नकोसा व्हायचा. जेव्हा शहजादा आपल्या बापाबरोबर मोहिमेवर निघायचा, तेव्हा शहेनशहाचा आणि त्याच्या जनान्याचा तळ तीन मैलांपर्यंत पसरायचा. परंतु आता तो गवतपेंढ्यांनी शाकारलेल्या एका घरात कसेबसे कुचंबत दिवस काढत होता. त्या घराच्या चारी बाजूंना कुडाच्या आतल्या अंगाने कॅलिको कापडाचे पडदे होते. बसायला एक धडसे जाजम. अकबराच्या सोबत उत्तरेतून चारशे घोडे, थोडेसे पायदळ आणि अडीचशे उंट आले होते. ते इवलेसे पथक दिल्लीकर पातशहाच्या शहजाद्याला नव्हे, तर एखाद्या गोसाव्यालाच शोभण्यासारखे होते.

मात्र या परिसराने शहजाद्याचा जीव नकोसा केला होता. तो पालीजवळ आला, तेव्हा त्याचे स्वागत रिपरिप पडणाऱ्या पावसानेच केले. पाऊस थांबल्यावर खाली उतरणारे ढगही त्याला बेचैन करून सोडायचे. कित्येकदा शेजाऱ्याचे पोर रांगत यावे, तसे ढग त्याच्या घरात घुसायचे. पंधरा पंधरा दिवस न होणारे सूर्यदर्शन, बोचरी थंडी, कोंदट हवा, ते विंचू, ते साप या साऱ्यांनी शहजाद्याचे जगणे नकोनकोसे केले होते. इथे पोचून काही महिने लोटले होते. शहजाद्याने संभाजीराजांकडे अनेकदा विनवण्या केल्या होत्या. लखोट्यांवर लखोटे धाडले होते. परंतु रायगडाकडून मिळणाऱ्या थंड्या प्रतिसादाने अकबर कातावून जात होता.

आज तर शहजाद्याची स्वारी खूपच भडकली होती. उत्तरेतून त्याच्यासोबत आलेल्या दुर्गादास राठोडावर तो चांगलाच उखडला,

"दुर्गादास, मी हिंदुस्थानचा शहेनशहा आहे हे अजिबात भुलू नका. तरीही तो मरगठ्ठा जमीनदार संभाजी इतका चढेल का निघावा?"

"शहजादे, थोडा सबूर करा. लवकरच येतील संभाजीराजे आपल्या भेटीला."

"छे! छे! आम्ही भयंकर संतापलो आहोत त्या संभाजीवर. हातची सारी कामं बाजूला फेकून त्याने इकडे धावत यायला हवं होतं आमच्या मुजऱ्याला! अगदी काल रात्रीपर्यंत वाटत होतं जेव्हा दिल्लीपती होऊ, तेव्हा ह्या शंभूस दक्षिणेची

सुभेदारी द्यावी. पण ते आता जमायचं नाही. अगदी तुम्ही त्याची शिफारस केलीत तरी ते शक्य नाही!''

मघापासून दुर्गादास राठोड आपले हसू आवरायचा प्रयत्न करत होते. परंतु आता अगदीच अति झाल्याने त्यांना हसू आवरेना. तसा शहजादा दुर्गादासावर कडाडला,

''दुर्गादास, अशी बेमुर्वतखोरी तुम्हांला शोभा देत नाही.''

''जन्माने आपण असाल शहजादे. पण आज तुम्ही कोण आहात, कुठे आहात आणि कसे आहात, हे महत्त्वाचे.'' दुर्गादास बोलला.

दुर्गादास शहजाद्यांच्या घुश्श्याची पर्वा न करता बोलले, ''एखाद्या राजाकडे तख्त, ताज, जमीन आणि प्रजा नसेल तर नौटंकीतल्या खोट्या आणि बनावट पातशहाएवढी तरी त्याची किंमत उरते का? शहजादे, आजचं नेमकं वास्तव काय ते महत्त्वाचं.'' दुर्गादासांनी सुनावले.

''अरे, पण तो दुष्ट संभाजी आमच्याकडे लक्षच द्यायला तयार नाही.''

''अजून काय द्यायचं लक्ष? तुमच्या स्वागतासाठी मराठी राज्याचे ज्येष्ठ वकील आणि संभाजीराजांचे प्रतिनिधी म्हणून हिरोजी फर्जंद इथे जातीने दाखल झाले. हिरेजडित कंठा काय, तुमच्या टोपीवरचा रत्नतुरा काय, त्यांनी जडजवाहिरांचा केवढा मोठा नजराणा तुम्हांला पेश केला! तुमच्या संरक्षणासाठी पाचशे हशमांचं पथक दिलं. एका राजाने दुसऱ्या राजाला अगदी राजासारखंच वागवलं. अजून काय हवंय शहजादे तुम्हांला?''

शहजादा अकबर काहीसा वैतागून बोलला, ''अलीकडे काय झालं आहे माझ्या या फुटक्या तकदीरला तेच समजत नाही! हा वनवास, उत्तरेतून इकडे येतानाचा तो चार महिन्यांचा जालीम प्रवास, इथला मानसिक छळ, मैं तो पुरा पागल बन चुका हूँ''

''शहजादे, दोष दुसऱ्यांना देण्याऐवजी आपल्या नाकर्तेपणाला आणि ऐषो-आरामाच्या वृत्तीला द्या. तुमच्या गळ्यामध्ये यशाची माळ घालण्यासाठी अजमेरजवळ राजपुतान्याच्या वाळवंटात सलग दहा दिवस विजयश्री उभी होती. परंतु ऐन वेळी तुम्ही सुखाच्या झोपा काढल्या आणि तुमच्या ढिलाईचा नेमका फायदा उठवून औरंगजेब अक्षरश: तुमचा बाप निघाला! यात कोणाचा दोष?''

अकबर काही न बोलता उदास होऊन दुर्गादासांकडे एकटक पाहत राहिला. तेव्हा दुर्गादास राठोडांनी त्याला सुनावले, ''क्या बडा तो दम बडा! आज संपूर्ण हिंदुस्थानात औरंगजेबासारख्या प्रचंड ताकदीच्या पातशहाला तुमच्यासाठी अंगावर घ्यायचं धाडस फक्त संभाजीच करू शकतो. म्हणून आततायीपणा सोडा. थोडा वेळकाळाचा आणि वाहत्या वाऱ्याचा अंदाज घ्या.''

दुर्गादासांचा उपदेश शहजाद्या अकबराला पटला. शिवपुत्र संभाजी तरुण आहे.

रणांगणावरचे स्वारशिपाई त्याच्यासाठी आपला जीव द्यायला तयार होतात, या साऱ्या गोष्टी शहजाद्याला पटल्या. परंतु तरीही शहजाद्याच्या मनाचे अवखळ घोडे भलतीकडेच धाव घेत होते. त्यांनी दुर्गादासला जवळ बोलावले. त्याच्या कानाशी लागत तो बोलला, "दुर्गा, थोडं ज्यादा धाडस केलं तर? हिरोजी फर्जंदांसारखी संभाजीची माणसंच आपल्या बाजूला फोडून, नवी फौज बांधायची कोशिस आपण केली तर?"

शहजाद्याच्या त्या आचरट कल्पनेचा दुर्गादासला खूप राग आला. तो बोलला,

"शहजादे, उगाच भलत्यासलत्या कल्पना मनाशी बांधून हुरळून जाऊ नका. एक लक्षात ठेवा, मराठ्यांचे हे बळकट किल्ले आणि संभाजीचे पोलादी ताकदीचे वफादार सरदार कधीही फुटणारे नाहीत."

दुर्गादासांच्या बोलाबरोबर शहजादा अकबर मोठ्याने हसला. तो म्हणाला,

"मराठ्यांचे दुर्ग आणि किल्ले एक वेळ फतेह होणार नाहीत हे मी जरूर कबूल करतो. पण वफादारीचं सोंग आणणाऱ्या मराठा सरदारांच्या वफादारीची तारीफ निदान माझ्यातरी तोंडावर करू नका! जेव्हा वखत येईल, तेव्हा साऱ्या गोष्टी मी खुल्या करून दाखवेन."

९.

चिरागदानांच्या मंद प्रकाशात अण्णाजी दत्तोंची तेलकट, काळसर मुद्रा उजळून दिसत होती. त्यांच्या तीक्ष्ण, बोलक्या डोळ्यांमध्ये एक नवा विखार जाणवत होता. कालच ते कारवार, कुडाळ भागातून रायगडावर परतले होते. त्यातच गेले दोन महिने शंभूराजांचा मुक्काम पन्हाळगडावर होता. तेथून ते राज्याची सूत्रे हलवत होते. आज राजांची राजधानीतली अनुपस्थिती ही पंतांना जणू इष्टापत्तीच वाटली. बाजूला बसलेल्या रांगड्या हिरोजींना अण्णाजी बोलले, "हिरोजी, तू काही म्हण गड्या. शिवबाच्या काळात आम्हा अष्टप्रधानांना एक दर्जा होता. लायकी होती. तेव्हाची ती सुरनिविसीही गेली आणि इज्जतही गेली."

"सारा कारभार संभाजी आणि येसूबाई ह्या दोघांनीच गिळून टाकला आहे. तिसऱ्या कोणाला एवढासाही वाव ठेवलेला नाही," सोमाजी दत्तो बोलले.

"चुकतो आहेस तू सोमाजी. अरे, इथल्या नाटकातलं तिसरं पात्र तर महाजालीम आहे. आमच्या स्वराज्याच्या छाताडावर बसलेलं ते जन्मजन्मांतरीचं शाक्तपंथी भूत. त्याला कसा विसरतोस बाबा?...." उपरण्याने वारा घेत अण्णाजी बोलले.

राहुजी सोमनाथांनी मध्येच तोंड घातले. ते दचकल्यासारखे होत बोलले, "म्हणजे? गेल्या पंधरवड्याला पन्हाळगडावरचा प्रकार तुम्हांला कळलेलाच दिसत नाही?"

“का हो, काय झालं?” सर्वांनी एका सुरात विचारले.

“तो हरसूलचा बाटगा सैफुद्दिन — म्हणजे आपला गंगाधर कुलकर्णी हो—”

“त्याचं काय झालं?” अण्णाजी घाबरल्यासारखे विचारू लागले.

“तो सैफुद्दिन गंगाधर लेकाचा, इतके दिवस इथे गडावर लुंग्या कुत्र्यासारखा भटकत होता. तो भिडला की जाऊन शंभूराजांना.”

“काय सांगता? त्या चांडाळाची ही हिंमत?” सोमाजी दत्तोंनी विचारले.

“राजांच्या उशापायथ्याशी अहोरात्र तो कब्जी कलुशा ठाण मांडून बसला आहे ना, त्यानंच भिडवलं सैफुद्दिनला तेथे आणि महाराजांना सांगितलं, गरीब ब्राह्मणाला पुन्हा हिंदू धर्मात घ्या म्हणून” राहूजी बोलले.

“त्यावर राजे काय बोलले?” अण्णाजी.

“ते निघालेत हिंदू धर्माचे कैवारी व्हायला. मोठे धर्मवीर बनायला. म्हणे बजाजी निंबाळकर आणि नेताजी पालकरांचं जर शुद्धीकरण होतं, तर ह्या गरीब ब्राह्मणाला त्रास का देता?”

अण्णाजींची चर्या बघण्यासारखी झाली. सोमाजींनी तर आपल्या डोक्यावरची पगडी काढली आणि त्रागा करीत भुंड्या डोक्यावर चार चापटी मारून घेतल्या. ते वैतागून बोलले, “शिव शिव शिव! ऐकलेत मंडळी? गंगेकाठचा हा भिकारडा, पोटार्थी भट, बघा त्याची वर्तणूक! आता हा चांडाळ आम्हांला धर्मशास्त्र म्हणजे काय, शुद्धीकरण म्हणजे काय हे शिकवायला निघाला आहे. अशा पापकाळात जगण्याऐवजी टकमक टोकावरून खाली उडी घेऊन आत्मघात करून घेतलेलं बरं!”

सैफुद्दिन गंगाधराकडून सोमाजी दत्तोने शब्द घेतला होता. त्याला हिंदू धर्मात माघारी घेतल्यास त्याने आपल्या मालकीचे चार एकराचे नारळीपोफळीचे आगर सोमाजीला हळून लाच म्हणून द्यायचे होते. अण्णाजींचे दुःख वेगळे होते. डिचोलीकर मोरो दादाजीवर शंभूराजांनी कारवाई केली होती. त्यामुळे अण्णाजींचे चोरटे आर्थिक हितसंबंध धोक्यात आले होते. मोरो दादाजीच्या हवाल्यावर सावंतवाडी आणि पणजीतल्या पेढीवर त्यांनी व्याजावर ठेवलेले गुप्तधन जवळजवळ बुडाल्यातच जमा होते. राहुजी सोमनाथांच्या हातात पूर्वी जामदारखान्याच्या चाव्या असायच्या, परंतु आता येसूबाईंच्या करड्या नजरेखाली तिथे सर्वांना वावरावे लागत होते. काळ कठीण आला होता. दिवस नुकसानीचे होते.

हिंमत बांधून राहुजी सोमनाथ बोलले, “हे पाहा अण्णाजी, शंभूराजे गेले दोनतीन महिने गडावर नाहीत. ह्या संधीचा फायदा उठवा. वेळीच नेम धरा नि शिकार साधा.”

मघापासून चूप बसलेले हिरोजी फर्जंदही पुढे सरसावले.

“दूरदृष्टी म्हणाल तर ह्या संभाजीच्या गावीही नाही. गेले दोनतीन महिने

औरंगजेबाचा पोर तिकडे बिनकामाचा पालीच्या पावसात भिजतो आहे. ह्या निमित्तानं दिल्लीकर पातशहाची सत्ता खिळखिळी करायची केवढी नामी संधी आली होती! अरे, आज इथे आमचा शिवबा असता तर या निमित्ताने त्याने आपल्या छोट्याशा स्वराज्याचं मोठ्या साम्राज्यात रूपांतर केलं असतं.''

''जाऊ द्या हो! या व्यसनी नि लहरी शंभूराजांकडून कसली अपेक्षा करता?'' राहुजी बोलले.

''गोब्राह्मण प्रतिपालक शिवरायांचे चिरंजीवच अधर्म माजवू लागले आहेत. शंभूराजांना लहानपणापासून महारापोरांत वावरायची घाणेरडी सवय. त्या काझी मुल्ला हैदरला फाजील महत्त्व काय देतात, त्या केळशीच्या मुसलमान याकूब बाबाला गुरुस्थानी काय मानतात, ठिकठिकाणच्या पोरांना इनामं देण्याचा अधर्म काय करतात!''

''पंत, हे थोडं अधिक होतंय असं वाटत नाही?'' मध्येच तरुण निळोपंत पेशवे उठले. रागानं त्यांच्या कानाच्या पाळ्या लाल झाल्या होत्या. मघापासून बैठकीत बसलेल्या निळोपंतांच्या अस्तित्वाची अण्णाजींना जाणीवच नव्हती. ते कमालीचे चपापले. मात्र 'संभाजी' या विषयावर माघार घेणं हे जणू अण्णाजी दत्तोंच्या रक्तातच नव्हतं. त्यांच्याशी हुज्जत घालत निळोपंत बोलले,

''मुल्ला हैदरला शिवरायांनीच काझी बनवलं आहे ना? तुकाराम आणि रामदास यांच्या बरोबर याकूबअवलिया बाबांना स्वत: शिवाजीराजे गुरुस्थानी मानत होते नव्हे! मग उगाच बुद्धिभेदाची ही भाषा आपल्यासारख्या बुजुर्गांनी का वापरावी?''

निळोपंतांच्या चोंबडेपणाचा सोमाजींना मनस्वी राग आला. ते कडाडले,

'''वडिलांच्या पुण्याईखातर राजाने तुम्हांला पेशवे केलं म्हणजे तुमच्या अकलेचं रोप गगनाला भिडलं असे मानू नका, चिरंजीव निळोपंत! बसा, खाली बसा.''

आता अण्णाजीपंतांना राहवेनाच. शेंडी तुटो वा पारंबी तुटो, ह्या अट्टाहासाने मनातली गरळ ओकायला त्यांनी सुरुवात केली. त्यांची चर्या अतिशय नाराज झाली. त्यांच्या श्वासाची गती वाढली. दातओठ खात ते बोलले, ''मंडळी, ह्या राजाने आपल्या नादी लावून आमच्या लेकीला भ्रष्ट केलं. जन्मातून उठवलं याचं आम्हांला तितकेसं दु:ख वाटत नाही. स्वत:च्या स्वार्थासाठी मी बोलतो असंही नव्हे. पण ह्या शंभूराजामुळे आमचा हिंदू धर्मच संकटात आला आहे, आणि यापुढे तर तो रसातळालाच जाणार आहे, याचं मात्र मला खूप दु:ख वाटतं.''

सर्वांच्या नजरा अण्णाजींकडे वळल्या. आवंढा गिळत अण्णाजी बोलले,

''गागाभट्टांनी राज्याभिषेकाचे चांगले उपचारविधी पार पाडले होते. तरी आमच्या शिवाजीराजांनी त्या तांत्रिक निश्चलगिरी गोसावड्याला दुसऱ्या राज्याभिषेकासाठी बोलावलंच. माफ करा, अन्नदात्याबद्दल बोलताना जीभ जड होते – पण हिंदू

धर्माच्या अस्तित्वाचा प्रश्न महत्त्वाचा! थोरल्या राजांकडून तेवढी एकच चूक झाली असेल. पण हे त्यांचे चिरंजीव – ह्यांनी त्या गौडबंगाली शाक्तपंथी भडभुंजांना असं काही डोक्यावर घेतलं आहे. त्यांचं महत्त्व दिवसेंदिवस इतकं वाढू लागलं आहे की वेदोक्त ब्राह्मणांना यापुढं या राज्यात आसराच राहणार नाही.''

अण्णाजींच्या प्रतिपादनाने दरबाराचे स्वरूपच पालटून गेले. निळोपंत पेशवे त्यांच्याकडे अत्यंत अस्वस्थ होऊन पाहू लागले. त्यांचे कान रागाने लालेलाल झाले. अण्णाजी कडाडले, ''हवं तर आम्ही लिहून देतो की, या राजामुळे आमचा धर्म आणि देवदेवता संकटात आल्या आहेत — काय निळोपंत?'' अण्णाजी मध्येच गुरगुरले, ''–असा इंगळासारख्या डोळ्यांनी आम्हाकडे काय पाहतोस रे? समजा, आज तुमचे तीर्थरूप मोरोपंत इथे असते, तर गप बसले असते? आमच्या धर्मात कोणाला घ्यायचं, न घ्यायचं याचं निकालपत्र त्यांनी त्या कलुशा नावाच्या पातळयंत्री नराधमाकडून ऐकून घेतलं असतं?''

निळोपंतांना तिरकस प्रश्नांची ती सरबत्ती मान्य झाली नाही. ते रागाच्या तिरीमिरीत उठले. बोलले, ''मुजुमदार, आपलेच धर्मबांधव— ज्यांना दुसऱ्या धर्मीयांनी बाटवलं, बुडवलं; ते न्याय मागण्यासाठी कलशांच्या दारात का जातात? ह्यातच तुमचा पराभव आहे.''

''का जातात?''

''कारण तुमच्या दक्षिणा, कपोलकल्पित पापक्षालनाचा भुर्दंड इतका मोठा आहे की, लोकांना धर्मापेक्षा मरण बरं वाटावं.''

''निळोबा, खूपच बोलतो आहेस तू.''

''खोटं तर बोलत नाही नव्हे? राज्यातल्या साडेतीनशे किल्ल्यांवरचे सर्व कायस्थ, ब्राह्मण आणि मराठा अधिकारी जे शिवरायांच्या प्रशासनात होते, त्या घडीमध्ये शंभूराजांनी केला आहे काही बदल? त्यांच्याभोवती आरमारात जसे मुसलमान आहेत, तसेच प्रशासनात ब्राह्मण आहेत; किल्ल्यावर प्रभू आहेत. वतनदारीला पूर्वीसारखीच बंदी आहे. राजांकडून फक्त एकच चूक घडली म्हणायची!'' निळोपंत सर्वांवर गरगर नजर फिरवत बोलले, ''राजद्रोहासारखे गुन्हे करूनही तुम्हांवर राजांनी दया दाखवली, पुन्हा पदं दिली, प्रतिष्ठा दिली. हाच त्यांचा दोष!''

कोणाच्याही प्रतिक्रियेची वाट न पाहता निळोपंत उठले आणि रागाने बैठकीतून निघून गेले. त्यांच्या जाण्याने अण्णाजींना उलट बरे वाटले. त्यांनी आपल्या लांबट रुमालाने आपल्या तुळतुळीत डोक्यावर जमा झालेले घर्मबिंदू पुसले. निळोपंतांच्या उद्रेकाचा कोणावर फारसा परिणाम झाला नव्हता. अण्णाजींचा पक्ष शाबूत होता. उलट हिरोजींसारखे शंभूराजांचे घरचे मनुष्य अण्णाजींनाच पाठिंबा देत होते.

शंभूराजे सिंहासनावर आल्यापासून एक प्रकारची अढीच हिरोजींच्या मनामध्ये

निर्माण झाली होती. “हिरोजी, आपण अनौरस असला तरी तुमच्या देहात रक्त भोसल्यांचेच आहे. तरी तुम्हांला न्याय नाही. तुमची अवस्था विदुराचीच—” हे आणखी असे बरेच टोमणे मारून राहुजी सोमनाथांनी फर्जंदांच्या डोक्यात विषारोपण केले होते. शेवटी आपली लेकरंबाळं म्हणजे लेकावळ्यांचाच वंशज. आम्हांला राज्यपद स्वप्नातसुद्धा मिळणार नाही.— ह्या आणि अशा विचारामुळे शंभूराजांबद्दलचा एक तिरस्कार आणि कटुता हिरोजींच्या मनामध्ये निर्माण झाली होती. त्यांचे मन वाचण्याइतकी कुशाग्रता अण्णाजींमध्ये होती. त्यांनी हिरोजींकडे आशेने पाहिले.

‘एकदाचा काय तो निकाल लागू दे—’ असे म्हणत हिरोजी इर्षेलाच पेटले होते. ते अण्णाजींना बोलले, “स्वत:ला राजगादी मिळावी म्हणून जो आपल्या पित्याचा मृत्यू चाहतो, त्यासाठी तो दुष्ट कलशाभिषेकासारखा राक्षसी विधी जो पार पाडतो, त्या शंभूराजांकडून नीतीच्या आणि न्यायाच्या कहाण्या त्या काय म्हणून ऐकायच्या रे, अण्णाजी? तुम्ही बिलकुल चिंता करू नका. मी तुमच्या पाठीशी आहे.”

“वा हिरोजी, काय लाख बोललास रे!” अण्णाजी हुरळले. विजयी मुद्रेने ते सर्वांकडे पाहू लागले.

एकदम काहीसे आठवून अण्णाजी दत्तोंनी हिरोजींना विचारले,

“अहो फर्जंद, त्या शहजाद्याच्या स्वागतासाठी संभाजीनं तुम्हांला धोंडशाला पाठवलं होतं. पाण्याच्या संगतीनं लाकडंही सादळतात, बाबा! इतक्या दिवसांच्या सहवासात निदान तुम्ही त्या शहजाद्याला आपल्या मर्जीत तरी ओढायचं?”

फर्जंद गुलजार हसत बोलले, “मर्जीचं सोडा हो, मी त्या पोराला असा खूष ठेवला आहे की, अशी चुटकी वाजवायचा अवकाश तो लगेच पालीपासून रायगडापर्यंत पळत येईल आमच्यासाठी!”

फर्जंदाच्या त्या हवाल्याने अण्णाजी अधिकच गंभीर दिसू लागले. त्यांच्या डोळ्यांत सुडाचा तांबूसलाल जाळ पेटला. त्यात कारस्थानाचा काळपट रंग मिसळला. आपल्या भिकबाळ्यांना हिसका देत त्यांनी थेटच सवाल केला,

“हिरोजी, आम्ही सांगू तसे ऐकेल तो शहजादा? अगदी शपथपूर्वक सांगता?”

“अलबत! कशाला चिंता करता? फक्त धाडसानं काय तो निर्णय घ्या पटापट म्हणजे झालं!”

हिरोजीच्या रुकाराने अण्णाजीपंत अतिशय भावविवश झाले. ते दातओठ खात निग्रहानं बोलले, “हिरोजी, खरं आहे तुझं. शहजाद्याचाच कौल मिळत असेल तर आता थांबायचं तरी कशाला? ज्यांनी आमच्या जन्मभराच्या मिळकतीवर निखारा ठेवला, पदोपदी आम्हांला भ्रष्टाचारी आणि चोर ठरवायचा प्रयत्न केला, आपल्या महाराणीला खाजगीकडे जवाहिऱ्यांच्या हातचे हिरेमोती बघत बसायला लावण्याऐवजी फडावर आणलं आणि एक राजशिक्का देऊन आमच्या हिशोबातले दोष काढायला

'सखी राज्ञी जयती' म्हणून दिमाखाने बसवलं, देवाधर्माची चाड सोडून एका स्त्रीला आमच्या डोक्यावर बसवून आम्हांला नकटेपणा दिला, आमच्या लेकीबाळी नासवल्या, आम्हांला कैदी बनवून पन्हाळ्यापासून रायगडापर्यंत आमच्या अब्रूचे धिंडवडे काढले — त्या गर्विष्ठ, हृदयशून्य, अविचारी, बदफैली युवराजाला पळवून लावायची संधी येत असेल, आणि त्यासाठी मंत्राक्षता घेऊन तो अकबर अल्लाच देवदूत बनून इथं आला असेल, तर आम्ही म्हणतो, अशी सोन्यासारखी संधी सोडायचीच कशाला?''

केवळ त्या कल्पनेनेच अण्णाजीपंतांना हलके हलके वाटू लागले होते. ''पण अण्णोबा, हे सारं साधायचं तरी कसं?'' हिरोजी पुढे सरकले. पंतांच्या कानाशीच लागले. ''पुन्हा खेळायचा पहिलाच डाव. संभाजीला लोटायचं कारावासात आणि त्या पोरकट राजारामाला बसवायचं सिंहासनावर!''

छान बोलाचाली झाली. शेवटी शहजादा अकबर म्हणजे कोणी भरकटलेला मुसाफिर नव्हे; ते पातशहाचे पोर आहे. आज ना उद्या दिल्लीच्या गादीवर बसणारच आहे. त्याच्या साहाय्याने संभाजीचा कायमचा काटा काढू यावर एकमत झाले. बोलता बोलता अण्णाजींचा चेहरा खूपच कुद्ध झाला. ते ठणकत्या सुरात बोलले,

''आता स्वराज्यात देवब्राह्मणांचे दिवसच राहिलेले नाहीत. शिवबाने त्या शाक्तसाधू निश्चलगिरी गोसाव्याला बोलावून अकारण दुसऱ्यांदा स्वत:चा तांत्रिक राज्याभिषेक करून घेतला. तेव्हापासून ह्या शाक्तपंथी भडभुंज्यांनी इथला सारा परिसर नासवला आहे. काय ते मद्यप्राशन! काय ते मांसभक्षण! छी! छी! बोलावं तितकं थोडं. त्यात शंभूराजांच्या यारीदोस्तीचा फायदा म्हणून त्या कलुशाचे किती किती लाड करायचे? याच्यासाठी इथे रायगडावर नव्या वाड्याची व्यवस्था! तिकडं गोव्याकडं डिचोलीला स्वत:बरोबर ह्याच लफंग्यासाठी फिरंग्यांकडून नवा वाडा विकत घेतला. आणि आता स्वत:बरोबर त्या मलकापुरात कलुशासाठी सुद्धा महालाचं बांधकाम सुरूच आहे, अहो, मी म्हणतो, कोण लागून गेला हा कलुशा नावाचा टिक्कोजीराव? लेकाचा जातीचा ना मातीचा! फर्जंद, गजाजनाची आण घेऊन सांगतो, ह्या अशा कोंडलेल्या अमंगल वातावरणात आम्हांला क्षणमात्र जगावंसं वाटत नाही.''

हिरोजी अण्णाजींना आठवण करून देत बोलले, ''होऊदेच एकदाची काय ती उलथापालथ! पण गेल्या वेळेसारखा डाव फसून आपण राजद्रोही ठरायला नको!''

फर्जंदाच्या ह्या आगाऊ बोलण्याने अण्णाजी खूप संतापले. तापलेली काच तडकून फुटावी तसे कडाडले, ''राजद्रोह ह्या शब्दाचा अर्थ कोणी आणि कसा शिकवायचा? ह्या संभाजीराजांनी दिवसाढवळ्या जे दिलेरखानाकडे पळून गेले आणि ज्यानी शिवाजीसारख्या बापाच्या डोळ्यांत पाणी आणलं — त्या कुळबुडव्यानी?''

राहुजी सोमनाथांनाही राहवेना. ते गरजले,

"त्या शाक्तपंथीयांच्या नादी लागून राजे ठार वेडे झाले आहेत. ओढ्याच्या वाहत्या पाण्याचे प्रवाह बदलायचे म्हणतात. भागिरथासारखी इथे गंगा आणायला निघालेत! ह्या वेडपटाच्या जाचातून एकदाचं बाहेर पडू."

रात्र खूप वाढत होती. बाहेर रातवारा घोंघावत होता. गडामागच्या पोटल्याच्या दरीतून कर्कश शीळ घातल्यासारखे ध्वनी उमटत होते. चिरागदानांमध्ये दोन दोन वेळा तेल ओतले गेले, तरी ती अटीतटीची बैठक संपत नव्हती. खलबते झाली. देव्हाऱ्यातल्या परडीवर आणाभाका घेतल्या गेल्या. मध्येच कुणीतरी सोयराबाई राणीसाहेबांच्या सहभागाबद्दल शंका उपस्थित केली. तेव्हा अण्णाजींनी उपरण्याचा फटकारा उडवत एकाच श्वासात सांगून टाकले,

"फुकाफुकी राजमातेचं पद मिळत असेल तर एखाद्या स्त्रीला, तर ते काय अजीर्ण वाटेल? त्यात आमच्या सोयराबाईंचं काय सांगावं?"

पण राहुजी सोमनाथांच्या तोंडातून खोल विहिरीतून बोलल्यासारखा आवाज आला, "पण बाळोबा चिटणिसांचे काय?"

त्या नव्या प्रश्नाने अण्णाजींची फुलारलेली मुद्रा खर्रकन उतरली. सर्वजण कावरेबावरे होऊन एकमेकांकडे पाहू लागले. हिरोजी फर्जंद बोलले,

"उशिराने का होईना, तुम्हांला शहाणपण सुचलं, हे चांगलं झालं.गेल्या वेळी तुम्ही सर्वांना हंबीररावालाही मूर्खासारखं गृहीत धरलं होतं. ती चूक ह्यावेळी या बाळाजीबाबत नको करायला."

खोल उसासा टाकत सोमाजी दत्तो बोलले, "तो बाळाजी चिटणीस म्हणजे पक्का संभाजीधार्जिणा! पण ह्या नव्या प्रयत्नात यशसिद्धी लाभावी असं वाटत असेल तर चिटणिसांना आपल्या काखोटीला मारल्याशिवाय तरणोपाय नाही."

राजांच्या आणि सेनापतीच्या गैरहजेरीत बंडावा करण्यासाठी साऱ्यांचा निर्धार पक्का झाला होता. पण चिटणिसांचा अडसर मात्र धोकादायक होता. तितक्यात हिरोजी बोलले, "ऐका माझं. तो चिटणीस प्राण गेला तरी आपल्याकडे येणार नाही."

"तसं असेल तर आपण सर्वजण मिळून त्याचाच प्राण घेऊ!" अण्णाजी कडाडले.

"अहो अण्णोबा, निघालात मारे चिटणिसाचा खून करायला! त्याची जात कोणती आहे, आहे माहीत?" फर्जंदांनी विचारले.

"इथं जातीचं काय?"

"अहो, तेच तर फार महत्त्वाचं आहे! शिवाजीच्या काळापासनं प्रत्येक किल्ल्यावर अधिकाराच्या जागा त्या प्रभू जातीलाच मिळाल्या आहेत. खेरीज त्या सर्वांची बाळाजीवर भारी श्रद्धा! त्याला हात लावाल तर किल्ल्यावरच्या त्या प्रभूंच्या झुंडी

आग्यामोहळासारखी तुमची पाठ धरतील. तेव्हा म्हणतो मारझोडीऐवजी थोडं लाडी-गोडीने, प्रेमाने घ्यावं. पण त्या चिटणिसाला बकोटीला मारावं.''

रांगड्या फर्जंदांचा तो सल्ला ऐकून अण्णाजी भानावर आले. ते हर्षभरीत होऊन बोलले, ''गड्या हिरोजी, तुझंच खरं. इथे आडव्या मेखेचाच खूप फायदा होईल. काही करून आपण त्या बाळोबालाच आपल्या पक्षात ओढू. त्याच्याच हस्ताक्षरात शहजादा अकबराला खलिता लिहू. असेच मिळून धोंडशाला जाऊ. औरंग्याच्या पोराच्या पायावर नाक घासू– बाबा रे, म्हण एकदाचं मम! मात्र जेव्हा ही राज्यक्रांती यशस्वी होईल, तेव्हा मात्र आम्हा सर्वांचंचं भाग्य फळफळेल!'' बोलता बोलता अण्णाजी दत्तोंचे डोळे अभिमानाने ओलसर झाले.

१०.

एक वेळ पुण्य मनुष्यमात्राला आळशी बनवेल, पण पाप काही त्याला नीट झोपू देत नाही. अर्धी रात्र संपून एक तास उलटला, तरी कटवाल्या कारभाऱ्यांच्या डोळ्यांत निद्रेचा लवलेशही दिसत नव्हता. ते सर्वजण उठले आणि एकाच निर्धाराने पलीकडच्या चिटणिसांच्या वाड्याकडे निघाले. दूर कुठेतरी एक कुत्रे गळा काढून रडत होते. आभाळ ढगांनी माखलेले. त्यामुळे चांदण्याही गुदमरून गेलेल्या. जेव्हा सदरेवरून सेवकांनी मोठ्याने हाळ्या मारल्या, तेव्हा बाळाजीपंत चिटणीस दचकून उठले. आपले डोळे चोळीत वाड्यातल्या चौकात आले.

डोळ्यांना ताण देत बाळाजीपंतांनी थोडेसे अविश्वासानेच समोर पाहिले. पलित्यांच्या प्रकाशात कटवाल्या कारभाऱ्यांचे चेहरे स्पष्ट दिसत होते. ते सर्वजण तुळशीवृंदावना-जवळ काटेरी बाभळीच्या बुंध्यासारखे पाय रोवून उभे होते. चिटणिसांकडे पाहत अण्णाजीपंतांनी त्यांना जवळ जवळ फर्मावलेच, ''चला चिटणीस, निघा लागलेच.''

''कुठे?''

''सोयराबाई राणीसाहेबांकडे. आताच्या आता महालाकडं या, असा त्यांचा तातडीचा सांगावा आहे.''

चिटणिसांनी गडबडीने जोडे पायात घातले. पन्हाळ्यावरून राजांचा निरोप आला असावा. काही तरी जल्दीचेच काम असावे, नाहीतर प्रधान अशा भररात्री इकडे येतीलच कशाला? चिटणिसांनी अंगरखा चढवला. तोवर झोपेच्या आधीन झालेल्या आवजींनाही अण्णाजींनी हटकले. त्या बापलेकांसह सर्वजण गडबडीने वाड्याबाहेर पडले.

कारभाऱ्यांना अशा अपरात्री दरवाजात पाहून पहारेकरीही बावरले. त्याच्या प्रतिक्रियेची वाट न पाहता अण्णाजींनी त्यांना दरडावले,

"असे बघता आहात काय रोखून? जा, उठवा राणीसाहेबांना. म्हणावं, तुमच्या हुकमाप्रमाणेच आम्ही सर्वजण मिळून आलो आहोत."

थोड्याशा उशिरानेच सोयराबाई बाहेर आल्या. पलित्यांच्या तांबूस प्रकाशात त्यांनी कारभाऱ्यांकडे एक नजर टाकली, अगदी बाळाजी आवजींसह. दृश्य तसे अविश्वसनीय होते. पण वास्तव होते. अण्णाजी दत्तोंच्या मुखावरचा विजयी उन्माद लपता लपत नव्हता. सोयराबाईंची नजरही अनुभवी होती. तेवढ्यात पहारेकऱ्यांच्या हातातले पलिते वाऱ्याच्या झोताने फुरफुरले. ते बघताना राणीसाहेबांना अचानक शंभूराजांचे तांबूस डोळे आठवले. तशा त्या दचकल्या. त्यांनी त्वरेने सर्वांना महालातील एका छोट्याशा दालनात आत बोलावून घेतले. पहारेकरी आणि खिदमदगार बाहेर गेल्याची खात्री झाल्यावर दरवाजाला आतून अडसर लावून घेतला. तोंडावरचा घाम पदराने टिपत त्या बैठकीत बसल्या.

सोयराबाईंनी पुन्हा एकदा सर्वांवर आपली नजर फिरवली आणि घाईने विचारले, "पंत, यावेळी तरी सारे एकदिलानं आलात ना?"

"मातोश्री, आपण आता रायगडच्या राजमाता होणार आहात. असं घाबरून कसं चालेल?" अण्णाजींनी हसत विचारले.

"इथे सर्वत्र मोठा दरारा आहे हो शंभूराजांचा! गवाक्षाबाहेर साधी झाडांची पानं जरी सळसळली तरी अंगावर हा असा काटा उभा राहतो!" पदराने वारा घेत सोयराबाई बोलल्या.

अण्णाजी खाकरले. दीर्घ श्वास घेत बोलले,

"काय सांगू महाराणीसाहेब? शिवरायांसारख्या महाप्रतापी राजाबरोबर पूर्वी काम केलं. पण अलीकडे इथे राजधानीत नुसता पोरवडा माजला आहे. खूप सोसलं, खूप भोगलं. आता अगदी हद्द झाली आहे. म्हणूनच आपल्या चरणी प्रार्थना, हे राज्य तुम्हीच वाचवा. राजारामसाहेबांना पुन्हा गादीवर बसवा."

"अहो पण पंत, हळूऽऽ"

"जाऊ द्या हो! मेलं कोबडं आगीला नाही घाबरत. काय व्हायचं ते होऊद्याच एकदा." अण्णाजी अगदी इर्षेनं पेटले होते.

डोळ्यांसमोर घडणारा हा भलताच प्रकार पाहून बाळाजी चिटणिसांच्या अंगाचे पाणी पाणी झाले. आवजीही घाबरून आपल्या पित्याच्या तोंडाकडे टकमक पाहू लागले. फासेपारध्यांच्या जाळ्यात पक्षी अडकावेत, तशी त्यांची आतल्या आत फडफड सुरू झाली. पण बाकीच्या मंडळींचा निर्धार पक्का होता.

अण्णाजींच्या ह्या अवचित प्रस्तावाने सोयराबाई खुलल्या होत्या. भुलल्याही होत्या. त्यांचा आवाज घोगरा झाला. त्या बोलल्या, "आज जिवाला धन्य वाटलं, काय सांगू, जिथे आम्ही महाराणी बनून वर्षानुवर्षे पाचूच्या पराती उधळल्या, तिथेच

आता एखाद्या सामान्य आश्रितांसारखं जिणं जगावं लागतं आहे. चांगल्या सात सवती होत्या. पण महाराणी या नात्यानं राजांकडून मानपान राखला जात होता तो आमचाच.''

''शांत व्हा वहिनीसाहेब, अजूनही सुखाचे दिवस उगवतील.'' हिरोजींनी धीर दिला.

कोरडे उसासे टाकत सोयराबाई बोलल्या, ''आम्हांला जिजाऊंसारखी कठोर, करारी सासू लाभली होती. त्यांनीही कधी आम्हांला उणेपणा जाणवून दिला नाही. तीच ही कालची चिमुरडी येसू! काय तो थाटमाट! काय तो 'श्री सखी राज्ञी जयती' असा शिक्का मिरवते. बुजुर्गांना कामाठ्यांसारखा हुकूम सोडते. त्यातच आमचे हे शंभूराजे, स्वत:ला छावा म्हणतात अन् बाईलबुद्धीनं चालतात! छे! छे! इथं जगण्या-पेक्षा मेलेलं काय वाईट? आमचे सख्खे बंधू हंबीररावही दुश्मनांचे सोबती. आपल्या सख्ख्या भाच्याच्या डोक्यावर ठेवलेला जिरेटोपही त्यांना साहिला नाही! काय म्हणावं ह्या कर्माला!''

सोयराबाईंची ती मनोवस्था अण्णाजींनाही बघवेना. ते हात जोडत कळवळून बोलले, ''महाराणी, इथला अनाचार आता आमच्याही डोळ्यांना नाही सहन होत. इकडे शिवाजीराजांची महाराणी लंकेची पार्वती व्हावी, आणि तिकडे बेताल, बदफैली राजाने आपली मनमानी करून कारभाराची घडी विस्कटून टाकावी. तिकडं कनोजच्या कलश नावाच्या एका यत्किंचित हलकट मांत्रिकाने गारुड घालावं, मंत्रशक्तीच्या जोरावर साऱ्या दरबारावर चेटूक करून हे राज्यच भ्रष्ट करावं हे सारं सहन होत नाही या डोळ्यांना.''

''पंत, काय सुचवायचं आहे तुम्हांला?'' उत्तर माहीत असूनही सोयराबाईंनी सावध प्रश्न केला.

''महाराणी, वेळ गेलेली नाही. अजूनही आपण हरलेली लढाई पुन्हा जिंकू शकतो.'' कातर सुरात अण्णाजी बोलले.

''शंभूराजांच्या विरोधात?'' सोयराबाईंना धाप लागल्यासारखी झाली.

''हो.''

''कशाच्या नि कोणाच्या बळावर?''

''शहजादा अकबर नावाचा तो मोठा जादूगार आला आहे ना आपल्या राज्यात! तो कोणा सामान्य जमीनदाराचा पोरगा नव्हे, पृथ्वीपती औरंगजेबाचा पुत्र आहे तो! संधी नामी आहे. शंभूराजे तिकडे दूर पन्हाळ्याच्या कारभारात अडकून पडले आहेत. तोवरच कार्यभाग उरकू.'' अण्णाजी गडबडीने बोलले.

तितक्यात हिरोजी उत्साहाने सांगू लागले, ''तो शहजादा माझ्या शब्दाबाहेर बिलकूल जाणार नाही. हवं तर त्याला निम्मं राज्य लिहून देऊ, पण आपलं इच्छित

गाठू.''

कारभाऱ्यांच्या त्या निर्धाराने सोयराबाईंना भलताच हुरूप चढला. त्या सद्‌गदित होऊन बोलल्या,

''देव आपल्या पाठीशी आहे म्हणायचा! पण गेल्या वेळेसारखा उगाच उतावीळपणा करू नका. हातात यश येईपर्यंत या कानाचं त्या कानाला कळू देऊ नका.''

''महाराणीसाहेब, आता चिंता करू नका. ग्रह फलदायी आहेत.'' अण्णाजी दडपून बोलले, ''बघा ना, हे बाळाजीपंत चिटणीससुद्धा आपल्याच विचाराचे आहेत. सोबत आपल्या पुत्रालाही घेऊन आले आहेत!''

सोयराबाईंनी पुन्हा एकदा चिटणिसांकडे अविश्वासाने पाहिले. त्या बोलल्या, ''का हो चिटणीस, मघापासून अजिबात बोलत नाही ते!''

बहिरी ससाण्यांची झुंड सशांच्या पिलांभोवती पडावी आणि त्यांनी आपला जीव डोळ्यांत आणून घाबरून टुकूटुकू डोळ्यांनी चौफेर पाहावे, तशी अवस्था त्या पितापुत्रांची झाली होती. सर्वांच्या नजरा त्या दोघांनाच चिरत होत्या. त्यांच्या घशाला कोरड पडली. गोंधळलेले चिटणीस बोलले,

''आपला हुकूम शिरसावंद्य, महाराणीसाहेब!''

''पाहा बरं चिटणीस, तुमचा आणि शंभूराजांचा घरोबा आहे! तुमची लेकरं त्यांच्याच वाड्यावर बसून असतात. ती बनेल गोडबोली येसू तुमच्या खंडोला आणि निळोला पुत्रासारखी मानते.''

''पण महाराणीसाहेब, चिटणिसांचेही आता पहिले दिवस राहिले नाहीत.'' राहुजी सोमनाथ मध्येच बोलले.

''ते कसे?''

''महाडचा तो उपटसुंभ दादजी रघुनाथ देशपांडे पन्हाळ्यास जाऊन बसला आहे. त्याला शंभूराजांकडून चिटणिसी हवी आहे.

''काय सांगता? बाळाजींची काढून घेऊन?'' सोयराबाईंनी खोट्या अचंब्याने विचारले.

''हो! तो दादजी तर कलुशाचा दोस्त. शिवाय आंब्यानं आंबा पाडावा, तसं हिकमती शंभूराजे प्रभूवर प्रभू घालणार! आणि साळसुदाचा आव आणणार!'' राहुजींनी सांगून टाकले.

आधीच कटवाल्यांच्या जहरी नजरेने चिटणीस पितापुत्र पुरते दबून गेले होते. त्यातच नव्या माहितीची भर पडली. तसा त्यांनी सोयराबाईंना निर्वाळा दिला. परंतु सोयराबाईंना त्यांचा फारसा भरवसा वाटत नव्हता. गोंधळलेले बाळाजी वेळ मारून नेण्यासाठी आवंढा गिळत बोलले, ''पन्हाळ्यास राजांना कैद करायचं पत्र आमच्या आवजींनी लिहिलं होतं. तेव्हापासून त्यांनी आम्हांवर दात धरला आहे. तुमची माहिती

बरोबर आहे. आमची ही चिटणिसी तरी किती दिवस टिकणार ते देवालाच ठाऊक!''

"तर मग तुमचा विचार काय?''

बाळाजी चिटणिसांनी डोळे विस्फारले. दीर्घ श्वास घेत ते बोलले,

"शंभूराजांशी आमचा घरोबा होता हा झाला भूतकाळ; पण आजकाल राजांचं काही खरं नाही! त्यापेक्षा आमचे राजारामसाहेब काय वाईट आहेत?''

सोयराबाई आणि अण्णाजी दत्तोंसह सर्वजण चिटणिसांकडे मोठ्या हर्षाने पाहतच राहिले.

११.

पन्हाळगडावरची हवा खूप आल्हाददायक, तितकीच बोचरी होती. सकाळी पाठमोऱ्या शंभूराजांना कविराजांनी मुजरा केला. राजांनी कवी कलशांकडे वळून पाहिले. राजांची गोंधळलेली, काहीशी ओथंबून गेलेली लालेलाल मुद्रा खूपच भीतिदायक वाटत होती. काही तरी भयानक घडल्याच्या खुणा चर्येवर स्पष्ट दिसत होत्या.

कलशांना अधिक तिष्ठत न ठेवता संभाजीराजांनी सरळ सवाल केला,

"कविराज, एखाद्या सामान्य कारकुनाने वा सेवकाने राजद्रोहाचा गुन्हा केला तर धर्मशास्त्रानुसार त्याला कोणतं शासन करावं?''

"अशा गुन्ह्यासाठी देहान्त प्रायश्चित्ताशिवाय शिक्षेची अन्य कोणतीही तरतूद नाही धर्मशास्त्रात, राजन!''

"—आणि समजा असा गुन्हेगार जर प्रधान वा मंत्री असेल तर?'' राजांनी कविराजांकडे रोखून पाहिले.

शंभूराजांच्या दुसऱ्या प्रश्नाने कविराज चांगलेच दचकले. धर्मशास्त्रातल्या जालीम तरतुदींना शक्यतो मवाळ रूप देण्याचा प्रयत्न करत ते बोलले,

"एखादा गरीब सेवक थोड्याशा लोभापायी राजद्रोहाच्या भयंकर गुन्ह्यात दुर्दैवाने सापडू शकतो. राजा आपली बुद्धी वापरेल, तर कदाचित असा मनुष्य दयेसही पात्र ठरेल. मात्र शत्रूशी हातमिळवणी करणारी व्यक्ती प्रधान, मंत्री वा तत्सम दर्जाची अधिकारी व्यक्ती असेल, तर ती मोठीच कर्तव्यच्युती ठरते. अशा व्यक्तीचे संपूर्ण पारिपत्य करण्याशिवाय राजाकडे दुसरा इलाजच उरत नाही!''

कविराजांच्या उत्तरावर शंभूराजे अधिकच बुचकळ्यात पडले. त्यांनी त्याच ओघात पुढचा प्रश्न केला, "समजा असा गुन्हा आपल्या एखाद्या प्रधानाकडून घडला, आणि तरीही राजानं त्याच्याकडं डोळेझाक केली तर?''

"तर असा राजा आणि पिकामध्ये पाखरांना घाबरवण्यासाठी उभं केलेलं एखादं बुजगावणं यांमध्ये फरक तो काय?''

आपण दिलेल्या उत्तराने कवी कलश स्वत:च चपापले. मात्र संभाजीराजे त्यांच्यावर उखडण्याऐवजी खूप खजील झाले. पुन्हा पुढचा प्रश्न करावा की करू नये, अशा मन:स्थितीतच त्यांनी विचारले, "समजा, पोरासोरांचा विचार करून, थोडी दयाबुद्धी दाखवून जर राजाने प्रधानाला अशा गुन्ह्यात एकदा माफ केलं असेल, तरीही त्याच प्रधानाने पुन्हा त्याच गुन्ह्याची पुनरावृत्ती केली असेल तर?"

"तर– तर–" राजांच्या डोळ्याला डोळा भिडवत कविराजांनी त्यांना धर्मशास्त्र सुनावले,

"राजा ऊठसूठ रोज अशा प्रकारे माफीनाम्यांचीच मिठाई वाटत असेल, तर अशा राजानं राज्यकारभार पाहण्याऐवजी खुशाल गुरं वळावीत!"

संभाजीराजे काहीच बोलले नाहीत. तसेच यांत्रिकपणे मंचकावर बसले. पश्चात्तापाने पोळणाऱ्या राजांचा बदलता नूर पाहून कविराज चपापले.

राजांशी बोलता बोलता कवी कलश भानावर आले. पाठीमागच्याच कोरीव, शिसवी खांबाजवळ एक ताडमाड देहाचा कोणी राजपूत उभा होता. त्याची कोरीव दाढी, निमुळती हनुवटी आणि झिरझिरीत जाळीदार सदरा— एकूणच त्याचा दिमाख काही और होता. कविराजांना त्याची ओळख करून देत शंभूराजे बोलले,

"हे गौरवसिंह."

"कोठून आले?"

"पालीच्या रानातून शहजादा अकबर आणि दुर्गादास राठोडांनी मुद्दाम इकडे धाडलं आहे त्यांना–"

कवी कलश पुढच्या आज्ञेची वाट पाहत तसेच खोळंबून उभे होते. तेव्हा शंभूराजे पश्चात्तापदग्ध स्वरात बोलले,

"कविराज, खूप खूप विपरीत घडलं आहे! एकदा नव्हे अनेकदा घडलं आहे!"

"स्वामींना माशाच्या भोजनातून विष घालायचा तो प्रकार नव्हे?"

"होय कविराज. लहान मुलं ही खरंच देवाच्या गुणाची असतात. त्यांना हव्यास नसतो की स्वार्थ. विष घातलेल्या त्या मरळ माशाचा तुकडा असा तोंडाजवळ नेला, तितक्यात मुदपाकखान्यातली ती कोवळी पोर किंचाळली. तिच्यावर कोणाचा तरी दबाव होता. तिनं स्पष्ट काही सांगितलं नाही. मात्र तिच्या घाबरगुंडीनं आणि गोंधळानं आम्ही जे काही समजायचं ते समजलो. आम्ही तो तुकडा तसाच कुत्र्याच्या समोर फेकला. आणि काही क्षणातच तो गरीब कुत्रा बिचारा टाचा घासत मरूनही गेला!"

"विषाचा कट रचणारे तर माझ्या मते सामान्य सैनिकच होते—" कविराज.

"—सामान्य माणसाची भूक अशी ती किती कविराज? राजाच्या मृत्यूशी त्या बिचाऱ्यांचं काय देणंघेणं?" शंभूराजे सुस्कारा टाकत बोलले.

"म्हणजे राजखेळच होता तर तो!"

“बिलकूल! गुन्हा इथे पन्हाळ्यावर घडला तरी पडद्यामागचे सूत्रधार रायगडावरचेच होते. मात्र कविराज आज तो सारा प्रकार आठवला की, आमचं मन दु:खानं व्याकूळ होतं ते एका वेगळ्याच कारणासाठी! मनुष्यजातीची बेईमानी सिद्ध करून घेण्यासाठी आम्ही हकनाक आमच्या एका इमानी कुत्र्याचा बळी घेतला, कविराज!”

बोलता बोलता शंभूराजांनी अकबराने पाठवलेली अखबारथैली कवी कलशांकडे सरकवली. कविराजांचे डोळे त्या मजकुरावरून झरझर फिरले. त्यांना धक्का बसला. कविराजांनी शेजारच्या सुरईतल्या पाण्याचा घोट घेतला. तो मजकूरच तसा घाम फोडणारा होता. त्यावर मातोश्री सोयराबाई, हिरोजी फर्जंद, बाळाजी आवजी चिटणीस आणि अण्णाजी दत्तों यांच्या स्वाक्षऱ्या होत्या!

कवी कलश त्या मजकुराकडे पुन:पुन्हा डोळे फाडून पाहत होते–

“पातशहा-ए-हिंदुस्थान अकबरसाहेब,

आपली बहुत कीर्ती ऐकली, त्याने आम्ही धन्य जाहलो. याआधी आमचे हिरोजी फर्जंदबाबा यांच्या साहेबस्वारींशी धोंडसे मुक्कामी गाठीभेटी झाल्या आहेतच. त्यासमयी मशारनिल्हे यांनी आमचा विषय आपणाकडे थोड्याशा आडपडद्याने काढला होता. एकेकाळचे शिवाजीचे आम्ही वफादार सेवक. आज मात्र आम्हांस किड्यामुंगीचे जिणे प्राप्त झाले आहे. सूर्यापोटी जैसा शनैश्वर, तैसा शिवाजीपोटी संभाजी! ह्या तापट, तामसी, बदफैली मनुष्याने आम्हा एकनिष्ठ राज्यसेवकांचे प्राण कंठाशी आणले आहेत. आमुच्या पोरकट स्वामीच्या सावलीस कनोजचा तो पापी कलुशा भट राहतो. त्या शाक्त भोंदू मांत्रिकाने तर आम्हा सर्वांना नरकाच्याच द्वारी लोटले आहे. खाविंद मनात आणतील तर या दोघांचा नष्टावा सहज करतील.

सांप्रत या दुष्ट राजास आपल्या बाहुबलाने आपण जीवे धरावे किंवा मारावे, पण आम्हांस मुक्ती द्यावी! त्याच्या बदली आम्ही आमचे अर्धे राज्य आपल्या टाचेखाली द्यायला तयार आहोत. अगदी शेवटी राजारामबाळ, मातोश्री व आम्हा कारभाऱ्यांस एखादा छोटा परगणा, गरीब ब्राह्मणांना आणि नेक मराठ्यांना त्यांची तदंगभूतवस्तूसह पूर्वापार वतने पुन्हा लाभावीत. काहीही करून दिल्लीश्वरांनी आमुच्या संकटात धावून यावे. संभाजीच्या आणि त्याच्या छंदीफंदी छंदोगामात्याच्या जाचातून आमुचा बचाव करावा. बाकीचे देणेघेणे, उपचार सारे प्रत्यक्ष भेटीतच बोलू.”

कवी कलशांनी एकाच दमात ते भयंकर पत्र दोन वेळा वाचून काढले आणि पुढच्या आदेशासाठी संभाजीराजांकडे नजर लावली. राजे आवंढा गिळत बोलले,

“त्या शहजाद्याला सुबुद्धी झाली म्हणून तर हा गुप्त खलिता आम्हांपर्यंत येऊन पोचला.”

“हे कटवाले महाभाग आहेत कोठे? पळूनबिळून तर नाही गेले?” कविराजांनी काळजीने विचारले.

“नाही. शहजाद्याने त्या सर्वांना गोड बोलून सुधागडावरच्या वाड्यात झुलवत ठेवून दिलं आहे.”

“आणि सोयराबाई मातोश्री?”

“–त्या रायगडावरच हुशारीनं थांबल्या आहेत! डाव फसलाच तर आपण दोषी नसल्याचा देखावा करायला त्या मोकळ्या!”

शंभूराजांचे मस्तक भणभणत होते. कारभाऱ्यांनी असे जिवावर उठावे, असा महाभयंकर कट रचावा, असे कोणतेही कारण राज्यात घडले नव्हते. गेल्या वर्ष-भरात शंभूराजांनी राज्याचा कारभार नेटाने तर पाहिला होताच, शिवाय कारभाऱ्यांची बंडाळी विसरून त्यांना पूर्वपदावर विराजमानही केले होते! बाजूच्या खांबावर आपल्या हाताची मूठ त्वेषाने आपटत शंभूराजे बोलले,

“कविराज, पाहा, डोळे फाडून पाहा! ओळखलंत का अक्षर? सांगा मजकूर कोणाच्या हस्ताक्षरातला आहे?”

“चिटणिसांच्या.” कविराजांच्या हातचे पत्र थरथरले.

“पाहिलंत कविराज, ह्या कटाची खोली किती आहे? यावेळी राजद्रोहाचा घातकी मजकूर लिहिण्याचा त्रास आमच्या बाळाजी चिटणिसांनी आपल्या पोरालाही दिला नाही. त्यांच्यासारखा प्रगल्भ बुद्धीचा आणि आमचा इतक्या जिव्हाळ्याचा मनुष्य ह्या भयंकर प्रकारात स्वतः सहभागी होतो, याचा अर्थ काय? ही वाऱ्याची झुळूक नव्हे, हे चक्रीवादळ आहे! ते वेळेत काबूत आणलं नाही तर आम्ही पाचोळ्यासारखे उडून जाऊ!.... कविराज,”

आता पन्हाळ्यावर अधिक काळ थांबण्यात अर्थ नव्हता. त्याच रात्री निश्चय झाला. वेगाची दौड करत शंभूराजे आणि कवी कलश सुधागड— पालीकडे निघाले. दोन दिवसांचा अविश्रांत प्रवास करून रात्रीचीच घोडी धोंडशाच्या माळावर येऊन पोचली. तो भाद्रपद पौर्णिमेच्या आधीचा दिवस होता. आभाळात लख्ख चांदणे पडलेले. हलक्या वाऱ्यात सागाची पाने वाजत होती. शंभूराजांची भिरभिरती नजर डोळ्यांसमोरच्या सुधागडाच्या उंच तटबंदीवर खिळली होती. तेथेच राजद्रोह्यांचा मुक्काम असल्याचे त्यांना समजले होते.

धोंडशाच्या माळावर काही डेरेदांडे पडले होते. तेथे आतल्या बाजूला एका मोठ्या घरामध्ये शहजादा अकबर उतरला होता. शंभूराजांनी घोड्यावरून खाली उडी ठोकली. तोवर एका दिवटीच्या प्रकाशात शहजादा आणि दुर्गादास राठोड

शंभूराजांना सामोरे आले. राजांनी दोघांनाही कडकडून आलिंगन दिले. आपल्या दोन्ही हातात त्या दोघांचे हात घेऊन भावविवश राजे बोलले,

"शहजादे आणि दुर्गादास, तुमचे उपकार आम्ही निदान या जन्मात, तरी विसरणार नाही!"

"संभाजीराजे, तुमच्या पित्याचं – शिवाजीराजांचं राज्य म्हणजे सर्वधर्मीयांचं हक्काचं देऊळ आहे. म्हणूनच हा राजस्थानी दुर्गादास एका मुसलमान शहजाद्याला घेऊन आपल्या आश्रयासाठी आला आहे." दुर्गादास बोलले.

"पण आपल्या भेटीची ही वेळ किती दुर्दैवी!" दीर्घ नि:श्वास टाकत शंभूराजे बोलले.

"असं का बोलता राजे?"

"नाही तर काय दुर्गादास? राजस्थान आणि दिल्लीपासूनची रानं तुडवत मोठ्या आकांक्षेनं आपण इकडे मराठ्यांच्या आश्रयाला येता, आणि त्याच वेळी आमच्या राज्याचे जबाबदार अष्टप्रधान आपल्या धन्याशी गद्दारी करून मदतीसाठी तुमच्यासमोर गुडघे टेकतात, किती शरमेची गोष्ट आहे ही!"

तिथेच रातवाऱ्यात दोनतीन बाजली टाकली. त्यावर बैठक तयार केली गेली. दोन दिवसांच्या अखंड प्रवासाने शंभूराजांचे अंग आखडून गेले होते. त्यांच्या हाती हुजऱ्यांनी शहाळी दिली. राजांचे दुसऱ्या कशाकडेही लक्ष नव्हते. ते मान उंचावून पुन:पुन्हा सुधागडाच्या तटाकडे पाहत होते. आता चंद्र आभाळाच्या मधोमध आला होता. त्यांची बेचैनी पाहून शहजादा अकबर बोलला, "राजे, आपण खुशाल राहावे. आम्ही तुमच्या त्या गद्दार सरकारकुनांना वर गडावर अशा खुबीने ठेवलं आहं की, वो नही जानेंगे तीर कहाँ है और सर कहाँ?"

चिंता काही केल्या संभाजीराजांची पाठ सोडायला तयार नव्हती. ते त्या दोघांना कुजबुजत्या स्वरात म्हणाले, "सकाळपर्यंत वाट बघू नका. आता मध्यरात्रीचीच गडावर माणसं धाडा. त्यांना गोड बोलून पहाट व्हायच्या आधी इथं खाली घेऊन या."

"जशी आपली मर्जी, राजे!" शहजाद्याने मान डोलावली.

राजांनी नावापुरतेच अन्न ग्रहण केले. एक हत्यारबंद पथक गडाची चढण चढू लागले. शंभूराजे तिथेच बाजेवर कलंडले. बऱ्याच उशिराने राजांना जाग आली. आजूबाजूचे सैनिक हळू दबक्या आवाजात काहीतरी बोलत होते. शंभूराजांनी आभाळा-कडे नजर टाकली. थकलेला चंद्र पश्चिमेकडे झुकला होता. हवेत खूप गारठा वाढला होता. पहाट व्हायला आली होती.

न राहवून शंभूराजांची नजर पुन्हा समोरच्या तटबंदीने वेधून घेतली. मध्यरात्री वर गेलेले पथक गडावरून वेगाने खाली उतरत होते. त्यांच्या हातातले पलिते धूर ओकत होते. त्या पथकासोबत राजांनी आपल्या फौजेतील पन्नासभर फाकडे मावळे

मुद्दाम वर धाडले होते. पायाखालची उतरण संपत आली, तसे ते मावळे धोतराचा काचा मारून वेगाने धावत येताना दिसले. ते मोठमोठ्याने आरोळ्या देत होते, "राजे ऽ, राजेऽ, घोटाळा झालाऽऽ!" ते दुष्ट शब्द कानावर पडताच शंभूराजे आणि कवी कलश ताडकन उठून उभे राहिले. डोळ्यांवरचा झोपेचा अंमल कुठल्या कुठे पळून गेला! त्या आरोळ्यांनी अकबर आणि दुर्गादास यांची तर घाबरगुंडीच उडाली. शंभूराजे त्यांच्याकडे अत्यंत क्रोधाने पाहू लागले. त्यांच्या डोळ्यांतून आगीच्या ठिणग्या बरसत होत्या. जवळ आलेली मंडळी सांगू लागली, "राजे, घात झाला! गडावरून पलीकडे भोरप्याच्या नालेवरून खाली उतरायला एक रानवाट आहे. आम्ही पोचण्याआधी तिकडूनच गद्दारांनी पोबारा केला असावा...."

"पण आम्ही इथे आल्याचा निरोप त्यांना दिला कोणी?"

"राजे, एवढा मोठा चंद्रप्रकाश पडला होता बाहेर...."

"पण आम्ही जंगलातून आलो होतो—"

"न्हाई राजे. इथं धोंडशाला पोचताना मध्येच एक कोसाचं उघडं गवताचं रान हाय नव्हं? तिथून चंद्रप्रकाशातून हजार-दीड हजार घोडा येताना कळणार न्हाई का कोणाला?"

"खरं आहे बाबा तुझं." शंभूराजे हताश सुरात बोलले, "आमचे ते अण्णाजी कोल्ह्याच्या नजरेचेच आहेत! बुरुजावरून म्हाताऱ्यानंच जोखलं असेल संकट!"

१२.

हताश शंभूराजे पुन्हा बाजेवर धाड्कन बसले. त्यांनी देवाचे नाव घेतले आणि बराच वेळ डोळे मिटले. ते पुढचा काहीच हुकूम देईनात. तसे सर्वजण बावरले. शहजाद्याची आणि दुर्गादासची तर पुरती गाळण उडालेली.

थोड्या वेळाने धीरगंभीर आवाजात शंभूराजे बोलले,

"चला, घडलं ते घडलं! ते गद्दार तरी असे पळून पळून कोठवर पळणार आहेत? अण्णाजीपंत पालखीशिवाय चालू शकत नाहीत. बाळाजींना वार्धक्यामुळं घोड्यावर नीट बसणं जमत नाही. या वयातही धावू शकतील ते फक्त फर्जंदकाका. पण कारस्थान्यांच्या आणि दगाबाजांच्या तंगड्या नेहमीच एकमेकांत गुंतलेल्या असतात. एक पुढे– मागे निघून गेला तर उरलेल्यांना गुंतवील, म्हणून कोणी कोणाला फार पुढं– मागं धावू देत नसतो! कारस्थान्यांची चाल आपोआपच मंदावते!"

समोर सागाच्या दांडीसारख्या उंच, टणक दिसणाऱ्या आपल्या मर्द साथीदारांकडे शंभूराजांनी नजर टाकली. ते बोलले, "जोत्याजीऽ, रूपाजी चलाऽऽ घोडी हाकरा. पलीकडच्याच दरीत कुठेतरी असतील ते गद्दार. न्याहारीपर्यंत सारं रान पिंजून

काढा. त्या स्वराज्यद्रोह्यांना झाडांच्या बुंध्याला बांधा आणि लगेच धाडा इकडे जासूद!''

आपल्या बुजुर्ग जबाबदार प्रधानांनी दगाफटका करावा ही गोष्ट कोणाही राजा-साठी नामुष्कीचीच होती! शंभूराजांनी अष्टप्रधानांना एकवार माफ केले होते, परंतु त्यांनी पुन्हा एकदा हिडीस कपटाचा प्रयत्न केला होता. शंभूराजांना या दग्याचा मोठा धक्का बसला होता. दुर्गादास आणि शहजादा अकबरसारखी मंडळी एवढ्या दूर-वरून आली होती. परंतु त्यांच्याशीही विस्ताराने बोलण्याइतकी शंभूराजांची मन:स्थिती उरली नव्हती. त्यांनी दुर्गादासाला स्पष्ट केले, ''आपण पंधरवड्यात मानापानानं, सावकाशीनं भेटू. आज नाही.''

१३.

शंभूराजांनी सकाळी कसेबसे स्नान उरकले. पूजा केली. न्याहारीचा वखत व्हायच्या आधीच रूपाजी आणि मानाजीची घोडी तळावर परतली. त्यांनी महाराजांना मुजरे केले. त्यांच्या आनंदी चेहऱ्यावरूनच शंभूराजांनी सारे जाणले. त्यांनी विचारले,

''कुठं आहेत ते सारे?''

''डोंगरापलीकडच्याच बाजूला, औंढच्या माळावर जेरबंद केलंय त्या गद्दारांना. तिथेच आपल्या मराठी पथकाचा एक तळ आहे. त्यांच्या ताब्यात सोपवलंय त्यांना. आता पुढचा हुकूम द्या, राजे.''

शंभूराजांनी आजूबाजूला गोळा झालेल्या सहकाऱ्यांवरून नजर फिरवली. आपल्या लष्करी पथकातली जाणती, बुजुर्ग मंडळी एकत्रित केली आणि बाजूच्या डेरेदार पिंपळवृक्षाखाली त्यांनी सदरेचे काम सुरू केले. आपल्यासोबतच्या वडीलधाऱ्या मंडळींना मनोभावे हात जोडले. तेव्हा अनेक बुजुर्गांनी शरमेने माना खाली घातल्या.

शंभूराजे उद्विग्न सुरात बोलले, ''मंडळी, राजा उदार झाला आणि हातावर भोपळा दिला, अशी एक जुनी म्हण आहे. याच अष्टप्रधानांनी सिंहासनावरचा आमचा वारसाहक्क डावलून आम्हांला जेरबंद करायचा हुकूम सोडला होता. आम्हांला सत्तेवर येऊ न देता दहा वर्षांच्या बालकाला राजगादीवर बसवण्याचा अट्टाहास केला होता. एवढंच नव्हं तर ही मंडळी सैन्य घेऊन आम्हांला कैद करण्याच्या मिषाने पन्हाळ्याकडे निघालीही होती. या बुजुर्ग मंडळींचा राजद्रोह आम्ही माफ केला. या राजाने त्यांच्या हातावर कुचकामी भोपळाही दिला नाही. उलट या सर्व राजद्रोह्यांना आम्ही सन्मानानं पुन्हा एकदा अष्टप्रधानांच्या आसनावर बसवलं. त्यांचा मान राखला. सांगा, सांगा. गेल्या वर्षभरात तुमच्या शिवरायांच्या कीर्तीला कलंक लागेल, असं कोणतं कृत्य घडलं आहे आमच्या हातून? उलट ह्याच महाभागांनी आमच्या अन्नात अक्षरश: विष कालवलं! तिकडे रोज राजनिष्ठेच्या

खोट्या आणाभाका घेतात आणि इकडे शहजाद्यांना फितूर होऊन बंडाचा झेंडा उभारतात. ह्या बुजुर्गांच्या बेदिलीनं थकलो आम्ही! आमची मती कुंठीत होते! आता राजाने कसं वागायचं ह्याचा निर्णय रयतेनंच द्यायचा आहे!''

पीळदार मिशांचा आणि राकट शरीरयष्टीचा साठीतला एक म्हातारा स्वार उठून उभा राहिला. तो बोलला, ''राजे, बस्स झालं सारं. आता राजासारखाच कठोर निर्णय घ्या!''

''त्या गद्दारांचा गळाच घोटा!'' पाचसहाजण एकदम बोलले.

''गद्दार राजद्रोह्यांना थोरलं महाराज काय शिक्षा द्यायचे हे विसरलात की काय राजे?'' आणखी एकजण बोलला, ''जावळीच्या चंद्रराव मोऱ्याला थोरल्या राजांनी होत्याचा नव्हता केलाच. पण त्याच्या दोन जवान पोरांना जावळीपासून पुण्यापर्यंत फरफटत नेलं. पुण्याच्या भर बाजारात त्यांच्या मुंड्या उडवून गद्दारीचा समूळ गळा घोटला होता त्यांनी.''

पुढे काय करायचे ते सर्वानुमते ठरले. त्यावर शंभूराजे बोलले,

''एके काळी इतिहास घडवणाऱ्या हिरोजी फर्जंदकाकांनाही आम्ही माफ केलं होतं. म्हटलं, हिरोजीबाबा म्हणजे आबासाहेबांच्या खजिन्यातले कौस्तुभमणी! त्यांना पुन्हा मानपान दिला. औरंगजेब पातशहाच्या शहजाद्याचं स्वागत करण्यासाठी लाख मराठी माणसांतून आम्ही त्यांचीच वकील म्हणून नेमणूक केली. तर त्या साऱ्याचा विसर पडून त्यांनीच आमच्या पायावर धोंडा मारायचा? अण्णाजी दत्तोंबद्दल तर आम्ही काय बोलणार? आमच्या मार्गात विषारी सराट्यांची पेरणी करण्यासाठी नियतीनंच त्यांची नेमणूक केली असावी! मात्र या साऱ्यात आम्हांला वाईट वाटतं ते बाळाजी चिटणीसांबाबत. का कोणास ठाऊक, त्यांचं इमानी रक्त ह्या कटात सामील नसावं, असंच आमचं मन आम्हांला सांगतं!''

''भलतंच काय राजे? फितुरीच्या या पत्रावरचं अक्षर बाळाजींचंच आहे की!'' चिडून जोत्याजी बोलला.

''शिवाय ते या कटात सामील नसते, तर रायगड आणि तिथला चिटणिसी कारभार सोडून इकडे पालीच्या रानात ते येतीलच कशाला?''

''अक्षर त्यांचं आहे. ते स्वत: बाकीच्या गद्दारांसोबत इथं मौजुद आहेत. आणखी कुठल्या पुराव्यासाठी थांबायचं?'' सगळेच बोलू लागले.

निर्णय तात्काळ घेणं आवश्यक होतं. शंभूराजे कवी कलशांना बोलले, ''कविराज, आम्ही राजधर्म पाळावा असं आपण आम्हांला वारंवार सांगता. चलाऽ आमच्या हुकुमाची तातडीनं तामिली करा.''

''म्हणजे?''

''जा त्या औंढाच्या माळावर. तिथे जाऊन हिरोजी, अण्णाजी दत्तो, त्यांच्या सोबत असलेला भाऊ सोमाजी, आवजी चिटणीस ह्या सर्व गद्दारांना हत्तीच्या पायाला बांधून

त्यांचा नष्टावा करा. बाळाजींना मात्र कोणतीही इजा नको. त्यांच्या दंडापायात बेड्या घाला आणि रायगडच्या बंदीखान्याकडे त्यांना लागलेच घेऊन या.''

एवढे होऊनही राजांचा जीव बाळाजीपंतांमध्ये का गुंतून राहावा याचे सर्वांना आश्चर्य वाटले. सारे शंकित नजरेने शंभूराजांकडे पाहू लागले. शंभूराजे काहीच बोलले नाहीत. बराच वेळ ते कलशांकडे पाहत राहिले. मात्र त्यांच्याकडून काहीच प्रतिसाद मिळेना, तसे शंभूराजे ओरडले, ''कविराज, आपल्या राजाची आज्ञा पाळायचीच नाही असं तुम्हीही आज ठरवून आलात काय?''

''नाही, नाही, कृपया स्वामींनी तसा गैरसमज करून घेऊ नये.'' कवी कलश अजिजीने बोलले, ''राजन, आम्हांला फक्त इतकंच वाटतं. आज आपण आम्हांला तिकडे पाठवू नये. आपल्या स्वत:च्याच नजरेसमोर त्या गद्दारांचा नि:पात होणं केव्हाही चांगलं.''

शंभूराजे खिन्नपणे हसले. बोलले, ''सांजसकाळ, तिन्हीत्रिकाळ आमच्या संगती-मध्ये राहता आपण, कविराज. तरीही आपण आपल्या मित्राला ओळखलं नाही, असंच समजायचं का आम्ही? आज राजद्रोहाच्या भयंकर गुन्ह्यात अडकलेल्या ह्या माणसांना आम्ही आमच्या पित्यासोबत वीस वीस वर्षं वावरताना पाहिलं आहे. मृत्यूच्या भयानं थरकाप उडालेले त्यांचे चेहरे पाहून आमच्या दिलात चलबिचल झाली, आणि आम्हांला निर्णय बदलण्याचा मोह झाला तर? नाही कविराज, नाही! असं झालं तर आमचं हे राजपद म्हणजे पोरखेळ ठरेल! जाणत्यांची ही अशी बेबंदशाही रोखायची असेल तर शिक्षेच्या कठोर अंमलबजावणीला पर्याय नाही!''

''पण – पण राजे, मी परदेशी मनुष्य. तेव्हा तुमच्यातलाच कोणी ह्या कामगिरीवर पाठवा. एखादा मराठा किंवा ब्राह्मण....'' हात जोडत कवी कलश कळवळून बोलले.

''कविराज, आता बिलकुल वेळ गमावू नका. चोहीकडून आभाळकडा अंधारलेल्या दिसताहेत. राजद्रोहानं परिसीमा गाठली आहे. अशा वेळी स्वजनांच्या हत्येचा कलंक ह्या संभाजीच्या कपाळावर कायमचा गोंदला गेला तरी बेहत्तर, पण आबासाहेबांच्या आणि संतसज्जनांच्या पुण्याईने मिळालेलं हे स्वराज्य बुडालं, तर आम्ही काळाला कोणता जबाब देऊ?''

कवी कलश खूपच अस्वस्थ झाले. बोलले, ''माफ करा, राजन! मला अगदी मनापासून वाटतं, ह्या कामगिरीवर कृपा करून मला धाडू नये–''

''तर मग दुसऱ्या कोणाला पाठवू? हंबीरमामाही जवळपास नाहीत. तुमच्या-इतके कोण आहे आमच्याजवळ, असे जिवाचे जिवलग!''

''मेरे नृपशंभो, गुस्ताखी माफ. लेकिन आप हमारी कठिनाइयाँ क्यूं नही जानते?'' बोलता बोलता कवी कलशांच्या डोळ्यांत आसवे उभी राहिली. ते

बोलले, "राजन, आधीच या कारभाऱ्यांनी मला स्वराज्यातल्या बुर्जुर्गांचा कर्दनकाळ ठरवलं आहे. तंत्रविद्येतला एक महाराक्षस अशा हाकाट्या पिटून त्यांनी मला जन्माचं कलंकित केलं आहे. तशात पुन्हा एकदा अशा कठोर कामगिरीवर आपण आम्हांला धाडाल, तर हा कवी कलश या मातीत जन्मोजन्मीचा खलपुरुष म्हणून बदनाम होईल!"

कलशांच्या उद्गाराबरोबर शंभूराजांनी त्यांच्याकडे एक जळजळीत कटाक्ष टाकला. शंभूराजांच्या अशा विखारी नजरेची कलशांना कधीच सवय नव्हती. त्यामुळेच ते लटपटले. शंभूराजे कण्हत्या सुरात बोलले,

"कविराज, विषाने भरलेला प्याला, राजाआधी राजमित्रालाच प्राशन करावा लागतो! एका वचनाचा कधी विसर पडू देऊ नका कविराज

उत्सवे व्यसने चैव दुर्भिक्षे राष्ट्रविप्लवे।
राजद्वारे स्मशाने च यस्तिष्ठति स बान्धवः।
(उत्सवकाळी संकटातही दुष्काळामधि प्रलयंकारी
स्मशन असो वा राजदरबारी मित्र खरा जो साथ करी!")

आता थांबायला वेळ नव्हता. कविराज शंभुराजांसमोर ताठ मान करून उभे राहिले. त्यांनी राजांना मोठ्या आदराने मुजरा केला. ते तेथून लागलेच वेगाने बाहेर पडले. पण दारातच त्यांची पावले रेंगाळली. शंभूराजांनी त्यांना शुष्क स्वरात विचारले, "का थांबलात? अजून काय हवं तुम्हांला?"

"उद्या बोभाटा नको. कवी कलशच साऱ्या अपराधाचा धनी होता किंवा त्याने मनापासून राजाज्ञा पाळली नाही, असाही आरोप आम्हांवर नको. एखादा साक्षीदार द्या सोबत."

"कोण हवं?"

"ह्या दादजी रघुनाथ देशपांड्यांना द्या सोबत."

"ठीक आहे. जा घेऊन."

मध्येच कविराजांची पावले पुन्हा मागे वळली. ते शंभूराजांच्या अगदी जवळ गेले. फक्त त्यांना ऐकू जावे अशा दबक्या आवाजात कुजबुजले, "राजन, राजद्रोहाचा गुन्हा भयंकर आहेच. पण गुन्हेगारही कोणी साध्या असामी नव्हेत. राजेऽ ब्रह्म-हत्त्येच्या पापाचा कलंक लागून आपण जन्मोजन्मी बदनाम व्हालऽ!"

"कविराज, आम्ही राजधर्म सांभाळतो आहोत; आपण फक्त राजाज्ञेचं पालन करा! बस्." शंभूराजे कडाडले.

१४.

खाली रायगडवाडीच्या तळावर पोचले की, तेथून गडावरचे टकमक टोक दिसायचे. फक्त टकमकीकडे पाहत राहिले की, विराट दगडी पंखांचा एखादा गरुडच किल्ल्याच्या जागी बसला आहे असे भासायचे. शंभूराजांनी तेथे तळाजवळच टाच मारून घोडा थांबवला. आपल्या पांढऱ्याशुभ्र अश्वाच्या रुंदाड पाठीवर लाडाने थाप मारत राजे घोड्यावरून खाली उतरले. त्यांच्यासोबतचे कवी कलश, जोत्याजी केसरकर, रूपाजी भोसले आणि दादजी महाडकर हेही थांबले. आज राजांचे मन थाऱ्यावर नव्हते. करवंदीच्या ओल्या काट्यासारखी एक गूढ दुखरी वेदना त्यांच्या काळजाला बोचत होती. त्यांनी पुन्हा एकदा रायगडच्या त्या पाषाणपक्ष्याकडे नजर टाकली. तिथले खिन्न, काळेशार तट पाहिले. अस्मानात ढग दाटून आले होते.

शंभूराजे आपल्या सहकाऱ्यांना बोलले, "आपण व्हा पुढे. आणखी चार दिवस आम्ही वर राजधानीत येऊ, असं आम्हास वाटत नाही."

"राजन, आपण उतरणार आहात कुठे?" कलश.

"इथेच पलीकडे जिजाऊ आजीसाहेबांच्याच महालात. आज राजमंदिरात उतरावं असं आमच्या भणंग मनाला वाटतं." शंभूराजे.

"जशी आपली इच्छा, राजन."

कवी कलश, रूपाजी, दादजी आणि जोत्याजी चितदरवाजा ओलांडत गड चढू लागले. शंभूराजांच्या रेंगाळल्या घोड्याने पाचाडची वाट धरली. चांगल्या गोष्टींना चैतन्याच्या पारंब्या फुटायला वेळ लागतो, मात्र वाईट बातम्यांना पाय आणि पंख लवकर फुटतात! शंभूराजांची घोडी रायगडच्या परिसरात पोचण्यापूर्वीच औंढा गावाजवळचा प्रकार इकडे सर्वांना समजला होता. गडावर आणि गडाखाली सेवक आणि कुणबिणी आनंदाने ओरडत होत्या, "कटवाले मारले ऽऽ! दुष्ट बंडकरी मेले ऽऽ!" त्या बातमीबरोबर काहीजणांनी उत्साहाने साखर आणि पेढ्यांच्या परातीही वाटल्या. मात्र त्या पाठोपाठ दुसरी एक भयंकर खबर येऊन थडकली! लोक अवाक् झाले. त्यांचा आपल्या कानांवर विश्वासच बसत नव्हता.

बाळाजी चिटणिसांना हत्तीच्या पायात तुडवून मारले गेले!

शंभूराजे धास्तावले होते. आपल्या यशाच्या पोटातच काहीतरी काळंबेरं आहे. आपल्या इभ्रतीला बट्टा लागला आहे, याची जाणीव शंभूराजांच्या अंतरात्म्याला होत होती. ते जेव्हा पाचाडच्या महालात पोचले, तेव्हा कटवाल्यांच्या षड्यंत्रातून जगून वाचून आल्याबद्दल सर्वांनी आपला आनंद प्रदर्शित केला. पण त्याचवेळी कुठेतरी काहीतरी चुकले आहे, अघटित घडले आहे, अशी जाणीव सर्वांना होत होती! महालाच्या प्रवेशद्वाराबाहेर चार हत्ती झुलत होते. शंभूराजांच्या स्वागतासाठी

त्यांना शृंगारले होते. बारीकमोठ्या ऐन्याच्या त्यांच्या अंगावरच्या झुली कमालीच्या चमकदार दिसत होत्या. परंतु राजांची बावरी नजर त्या हत्तींच्या पायांवरच भिरभिरत होती. हत्तींचे पाय रक्तानेच बरबटल्याचा त्यांना भास होत होता.

पाचाड कोटावरची नौबत वाजली. त्याच्या ध्वनीने गडावरच्या सप्त महालांना जाग आली. दोन प्रहराच्या आतच येसूबाईंचा शाही मेणा तातडीने गड उतरून खाली आला. त्यांच्या सोबतच्या दुसऱ्या मेण्यामध्ये कविराजांच्या पत्नी तेजसबाई होत्या. बहुतांशी किल्ल्याच्या कडसारीलाच कवी कलश त्यांना भेटले असावेत. येसूबाईंना कविराजांसह अचानक आल्याचे पाहून शंभूराजे बावरले. शंभूराजांच्या डोळ्यांतली भाषा येसूबाईंनी ओळखली. त्या बोलल्या,

"आम्हीच माघार आणले कविराजांना! गडावर लोकांत कविराजांबद्दल आज खूपच प्रक्षोभ माजला आहे—"

"का बरं?"

"कविराजांच्या बोलेमागुती आपण स्वराज्याच्या बड्या कारभाऱ्यांना हत्तींच्या पायी तुडवले, कवी कलशच खरे खलपुरुष आहेत. अशी लोकांत समजूत झाली आहे."

"पण खरे गुन्हेगार म्हणाल तर आम्हीच आहोत...!" शंभूराजे बोलले.

"लोकांना काय आतलं ठाऊक? काही उपद्व्यापी लोक तर संतापाच्या भरात कविराजांचा वाडाच जाळायला निघाले होते. म्हणूनच त्यांचा कुटुंबकबिला घेऊन आम्ही इकडे आलो."

पाचाडच्या महालातली ती रात्र किती सुनी सुनी वाटत होती! कटवाल्यांचा नि:पात झाला ही बातमी सकाळी ऐकल्यावर येसूबाई खूप सुखावल्या होत्या. परंतु पाठोपाठ बाळाजीपंतांच्या मृत्यूची खबर पोचली आणि त्यांचे चित्तच हरवून गेले. त्या भयचकित झाल्या. सप्तमहालापासून हाकेच्या अंतरावरच अष्टप्रधानांचे वाडे होते. तेथून बाळाजीपंतांच्या वृद्ध पत्नीचा, लक्ष्मीबाईंचा आकान्त ऐकू येत होता. तो त्यांना गडावर स्वस्थ बसू देईना. त्यातच तटाखालची नौबत ऐकू आली, तशा राजांना जाब करण्यासाठी येसूबाई त्वरेने गड उतरून खाली आल्या.

बाळाजी चिटणिसांच्या शेवटच्या भेटीचा तो क्षण येसूबाईंना स्पष्ट आठवत होता... त्या भल्या सकाळीच ते कामानिमित्त पालीकडे निघाल्याचे सांगत होते. आपल्या महाराणीसाहेबांचा निरोप घ्यायला ते आले होते. त्यांच्यासोबतच हिरोजी आणि सोमाजी होते. ते चिटणिसांना खेटूनच उभे होते. बाळाजींची मुद्रा खूपच दु:खी दिसत होती. त्यांना काहीतरी सांगायचे होते, पण त्याचवेळी ते कसल्याशा दडपणा-खाली वावरताना दिसत होते. येसूबाईंनी तरीही पंतांना छेडलेच, "इतक्या तातडीने सुधागड पालीकडे निघालात कशाला? राजे तर पन्हाळ्यावर आहेत."

"राजांचंच काम आहे, राणीसाहेब." चाचरत चिटणीस बोलले.

"कोणतं?"

"राजांनीच तर चिटणिसांना शहजाद्याची भेट घ्यायला सांगितलं आहे. त्यांच्याशी करारमदाराचं बोलावं, असा राजांचाच सांगावा आहे." मध्येच हिरोजी बोलले होते.

"ठीक आहे तर!"

मधला चौक ओलांडून चिटणीस थोडेसे पुढे गेले होते. पुन्हा माघारा वळून ते तुळशीवृंदावनाजवळ उभे राहिले. त्यांनी डोईची पगडी काढून आपल्या छातीजवळ धरली. ते गहिवरून बोलले, "महाराणी थकलो आम्ही! मुक्कामाचे दिवस जवळ येऊ लागले आहेत. कोणी सांगावं, कधी काय घडेल? मात्र काही झालं तरी आमच्या खंडोबावर आणि निळोबावर लक्ष ठेवा बरं."

"अन् आवजी कुठे दिसेनात ते?" येसूबाईंचा प्रश्न.

"आवजीही आमच्या बरोबरच येणार आहे." हिरोजीबाबा मध्येच बोलले.

"पण चिटणीस, आज सकाळीसकाळीच असं वंगाळ का बोलता? आपण तर वाटाघाटींसाठी निघाला आहात. लढाईसाठी नाही–" येसूबाई.

"लढाईच कशाला हवी पोरी? आम्ही पिकलं पान. उगा घोड्यावर चढण्या-उतरण्याच्या निमित्तानंही प्राण निघून जायचा. तेव्हा म्हटलं, आमच्या उरल्या लेकरांकडे लक्ष ठेवा हो!"

"चिटणीस, निघायचं नव्हे?" सोमाजी दत्तो राकट सुरात बोलले.

आसवांनी डबडबलेली आपली मुद्रा लपवत बाळाजीपंत हिरोजींच्या आणि सोमाजी दत्तोंच्या मागोमाग झपाट्याने निघून गेले होते. तेच त्यांचे शेवटचे दर्शन.

येसूबाई आणि शंभूराजांनाही आज आपला महाल स्मशानासारखा भयकारी आणि भकास वाटत होता. बाळाजीपंत चिटणीस ही काही सामान्य असामी नव्हती. त्यांना आपले बंधू मानून राजापुराहून शिवराय स्वराज्यात घेऊन आले होते. पंत अत्यंत कुशाग्र बुद्धीचे, स्वराज्यावरची त्यांची निष्ठाही अभंग होती. शिवरायांच्या सिसोदिया वंशावळीची कागदपत्रे धुंडाळण्यासाठी ते स्वत: राजपुतान्यात गेले होते. त्यांचे मोत्यासारखे वळणदार अक्षर, कोणताही जटिल मजकूर मनात आठवून तो सुबक अक्षरांत साठवून ठेवायची विलक्षण हातोटी त्यांच्या लेखणीत होती. मोठमोठ्या कराराची कलमेच्या कलमे ते डोक्यात ठेवायचे. शिक्का मारावा तसा तो सारा मजकूर जसाच्या तसा कागदावर उतरावयाचे.

महालातल्या हंड्या खूपच काळवंडून गेलेल्या दिसत होत्या. शंभूराजांना बिछायतीवर झोप लागत नव्हती. ते या कुशीवरून त्या कुशीवर माशासारखे तडफडत होते. त्यातच येसूबाईंचे शब्द त्यांच्या कानावर आले — "राजे, ती कोणी सामान्य माणसं नव्हती! मामंजीसाहेबांच्या काळातले ते डोंगर होते. जोवर

लोकांना थोरल्या राजांची आग्र्याची भेट आठवते, तोवर हिरोजीमामंजींना लोक कसे विसरतील, राजे?''

येसूबाईंचे शब्द शंभूराजांच्या काळजात तीक्ष्ण कट्यारीसारखे घुसले. ते पटकन अंथरुणात उठून बसले. त्यांनी येसूबाईंचा हात आपल्या हृदयाजवळ धरला आणि ते बोलले, ''येसू, राजद्रोहाचा तो पहिला कट आम्ही नव्हता का पचवला? त्या सर्वांना नव्हतं का माफ केलं? येसू, खूप वाईट वाटतं ते हेच, ह्या सर्व बुजुर्ग मंडळींवर ह्या वेड्या संभाजीने खूप जीव लावला. ते मात्र नेहमीच आमच्या जिवावर उठले!''

''अण्णाजींनी तर मामंजीसाहेबांच्या काळात दक्षिण कोकणचा सुभा एखाद्या बुरुजासारखा सांभाळला होता.''

''मात्र अण्णाजींनी आपली पुढची सारी हयात आमचा द्वेष करण्यात घालवली. या सर्वांनाच शिवाजीच्या पोरापेक्षा तो कुठला कोण पातशहाचा पोर आपला सगा-सोयरा वाटला! त्यातच अण्णाजी आपल्या लेकीचं, हंसाचं दु:ख कधीच विसरले नाहीत. पण तिच्या एकतर्फी प्रेमामध्ये आमचा काय गुन्हा? येसू, तुम्हांला सांगतो. त्या औंढाजवळच्या रखरखत्या उन्हामध्ये कदाचित आम्ही फेरविचार करू, म्हणून धोंडशाला आमच्याकडे कलशांनी दूत पुन्हा माघारी पाठवला होता. तळमळीने विचारलं होतं की— 'राजे, खरंच आम्ही शिक्षेची अंमलबजावणी करायची का?' तेव्हा ह्या बुजुर्गांना मारण्याचा आदेश देताना आमच्या जिवाला कोण यातना झाल्या! पण दरबारातले कारभारी आणि सरदारच जर आपल्या राजाच्या मानेवर गद्दारीच्या कट्यारी ठेवू लागले, तर काय त्या राजाने माफीनाम्याचे कागद खरडून त्यांच्यापुढे लोटांगणं घालावीत? तेव्हा आम्ही खूप विचार केला– ही सर्व मंडळी ज्येष्ठ असली तरी त्यांच्या दगलबाजीचा वेळीच नि:पात करणं हाच आमचा खरा राजधर्म होता! तो आम्ही पाळला! आज आम्ही अश्रू ढाळतो आहोत ते त्यांच्या पूर्वलौकिकासाठी! मात्र आम्ही त्यांच्यावर हत्ती नाचवले ते त्यांच्या राजद्रोहाच्या अक्षम्य गुन्ह्यासाठी!''

''माफ करा राजे, पण राहून राहून आठवण होते मामंजींचीच. त्यांनी ही सारी माणसं शून्यातून उभी केली होती आणि त्यांनीही स्वराज्य उभारण्यासाठी मामंजींच्या जिवाला जीव दिला! आपलं सर्वस्व या कार्यासाठी वाहिलं होतं–''

''–परंतु तेव्हा कोणालाही स्वार्थाचं विषारी वारं शिवलं नव्हतं! आमचं स्वराज्यही नव्हाळीत होतं. एकदा सत्ता आणि अधिकार हाती आला की, नकळत त्यांच्या पाठोपाठ अदृश्य पावलांनी स्वार्थाची वाळवी चिकटते! माणसं तीच, शरीरं तीच, पण मनं मात्र बदलतात.''

क्षणभर पुसावे की पुसू नये अशा संभ्रमामध्ये येसूबाई दिसल्या. तरी त्यांनी विचारलेच, ''ह्या साऱ्या प्रकरणामध्ये कवी कलशांचा किती दोष?''

''म्हणजे?''

"आपल्या कोपिष्टपणाचा कलशांनी गैरफायदा उठवला; रागाचं रूपांतर अघोरी शिक्षेत केलं असं लोक म्हणतात—"

"साफ खोटं आहे ते! उलट शिक्षेचा अंमल करायची जोखीम आपल्या ऐवजी अन्य कोणाकडे तरी द्या, म्हणून आमच्यासमोर पोरासारखे रडले होते ते! शेवटी आपल्या धन्याच्या हुकूमांच्या तामिलीसाठी त्यांना पुढे धावावं लागलं."

"पण चिटणिसांच्या बाबतीत थोडं सबुरीने घेतलं असतं तर?"

"करणार काय? धडधडीत पुरावे समोर होते. त्या शहजाद्याला लिहिलेलं फितुरीचं पत्र त्यांच्या स्वत:च्याच हस्ताक्षरातलं होतं. वर त्या खाटकांच्या मेळाव्यातही ते सहभागी झालेले. आम्ही कविराजांना स्पष्ट ताकीद केली होती, बाकीच्या गद्दारां-बद्दल आम्हांला काडीची आस्था नाही. पण बाळाजींना मात्र काही करू नका. फक्त बेड्या घाला—"

"तरीही कविराजांनी अशी आगळीक करावी?" येसूबाई विस्मयाने बोलल्या.

"तसं नाही. आमच्या मारेक‍ऱ्यांनी जेव्हा प्रथम आवजींना धरलं, तेव्हा बाळाजी-पंतांनी मध्ये उडी घेतली. आपल्या पोराला पोटाशी धरून, आधी मला हत्तीच्या पायी तुडवा, मगच माझ्या बाळाला हात लावा, असं ते मोठमोठ्यानं ओरडू लागले. शिवाय राजांना खलिता पोचला का, असं काहीतरी ते बरळत होते. तेव्हा शिक्षेची अंमलबजावणी बाजूला ठेवून कविराजांनी आणि दादजी देशपांड्यांनी आमच्याकडे घोडेस्वार तातडीनं धाडला– अशा परिस्थितीत काय करावं म्हणून सल्ला विचारला. तेव्हा आमची स्थिती विचित्र झाली होती. त्या दोघा बापलेकांना मोकळं सोडायचं, तर सर्वांना शिक्षेत सूट द्यायला हवी होती. शेवटी, जे जे गुन्हेगार आहेत त्या सर्वांनाच मारा; कोणाला दयामाया दाखवायचं कारण नाही, असा निर्वाणीचा हुकूम आम्हांला सोडावा लागला..."

कशीबशी ती काळोखरात्र सरली. सकाळीच महालामध्ये दूरच्या प्रवासाने दमूनभागून आलेला एक हरकारा उगवला. तो यमदूतासारखाच काळपट आणि भयावह भासत होता. शंभूराजांनी त्याच्या हातचा लखोटा उघडला. त्यांची नजर त्या मोत्यासारख्या अक्षरांवरून फिरली, तसा त्यांना प्रचंड धक्का बसला! त्यांचा चेहरा काळाठिक्कर पडला! पश्चात्तापाने, उद्वेगाने, भयाने त्यांच्या डोक्यात जणू वणवा पेटला! ते बाहेरच्या सदरेवरून ढगासारखे गडगडत, "येसू ऽऽ, येसूऽऽ." अशा आरोळ्या ठोकत खाजगीकडे गेले. त्या आरोळ्यांनी येसूबाई घाबरल्या. त्यांनी अस्पष्ट शब्दांत विचारले, "काय, काय झालं स्वामी?"

"ही तवारिख पाहिलीत?"

"हो. हे तर अक्षर चिटणिसांचेच!"

लालतांबूस रंगात कोळसा मिसळावा, तशा बिघडलेल्या रंगीत चित्रासारखे

राजे भेसूर दिसू लागले. त्यांचे डोळे पाण्याने डबडबले. ते किंचाळले– "येसू- येसू, हा खलिता आम्हांला पन्हाळ्यावर मिळण्यापूर्वीच आम्ही गद्दारांच्या समाचारासाठी सुधागड-पालीच्या रानाकडे धावू लागलो होतो, बंडाव्याची आग वेळेत विझवण्यासाठी आमची घोडी इकडे धावली. आणि ही चिटणिसांची इमानी अक्षरं पन्हाळ्याकडेच राहिली. का, का हा खलिता वेळेत पोचला नाही आमच्या हाती? दुर्दैव म्हणतात ते हे असं!"

"पण राजे, झालं तरी काय?"

"वाचा हा मजकूर युवराज्ञी... पायाखालची धरती फाटेल तुमच्या!"

येसूबाईंनी तो लखोटा त्वरेने आपल्या हाती घेतला. त्या घाबरत वाचू लागल्या,

> क्षत्रिय कुलावंतस श्रीराजा शंभु छत्रपति याशी प्रभुकुलोत्पन्न बाळाजी आवजी चिटणीस यांचा मुजरा
>
> आपण पन्हाळ्याशी निघूनी गेलात आणि आपल्या माघारा इथं रायगडा-वर गद्दारीचं पीक पुन्हा मूळ धरू लागीले. आपल्या दरबारातल्या कर्त्यांनी पुन्हा एकदा तोच तमाशा आरंभला आहे. राजीयास गादीवरुन ढकलायचे आणि चिरंजीव राजाराम साहेबांना नामधारी राजा बनवायचे कटकारस्थान गतीने शिजले आहे. त्यात आपुले घरचे आणि बाहेरचे; म्हणजे ज्यांचे राजद्रोहाचे भयंकर गुन्हे राजीयानी माफ केली आणि पुन्हा अन्नाशी लाविले, ते सारे कटाचे वाटेकरी आहेत. पाली मुक्कामी जायचे. औरंगजेबाच्या पोराशी सुलुख करायचा. त्याच्या संगतीने शस्त्र उगारून स्वामींना राजगादीवरून ढकलून द्यायचे, असा हा अघोरी कावा आहे.
>
> आपल्या गैरहजेरीत आमचेही नशीब फुटले आणि आम्ही त्या कावेबाज दुष्टांच्या हाती लागली. ते आम्हांस आणि आमुच्या आवजी बाळांस बळजबरीने शहजाद्यांकडे घेऊन चालले आहेत. फितुरीचे पत्र त्या दुष्टांनी आम्हांकडून जुलमाने लिहून घेतले. तरीही आम्ही वाटेत, हुशारीने वेळ साधली. थोड्याशा ढिलाईचा फायदा घेऊन, हा सत्य मजकूर लिहून स्वामींकडे धाडण्याची तजवीज केली. अंतरीचा मजकूर राजांकडे वेळेत पावावा, हीच खंडेरायाकडे प्रार्थना. आम्हा बापलेकांची अवस्था अजगराच्या विळख्यात अडकलेल्या बेडकांसारखी झाली आहे. दैवगतीपुढे मनुष्यजात हतबल!
>
> थोरले राजे कैलासवासी जाहले. तेव्हा ह्याच कारस्थानी महाभागांनी आपुल्या धरपकडीचा खलिता जारी केला होता. मजकूर मात्र आवजीबाळांच्या

हस्ते लिहून घेतला होता. आता आमुच्याही पाठीशी भाल्याची टोके लावून आमच्या हस्ते घाताचा मजकूर लिहून घेतला. आम्हांस शब्दसूळावर चढविले.

तो मजकूर स्वहस्ते लिहिताना यातना बहुत झाल्या. परंतु स्वामी आपण सरस्वतीपुत्र, ज्ञानकोविद! जितके कोपिष्ट तितकेच मनाचे उदार. स्वामींच्या पोटात तर गंगासागरच नांदतो. आमुच्या भाळी कलीने कोणता लेख लिहिला आहे, कोणास ठावे! जसे असेल तसे असो. परंतु शंभूबाळ तुम्हांस आणि येसूराणीस सदगती लाभो, कल्याण घडो.

श्रीकृपेकरून जगलो, वाचलो तर पुन्हा स्वामींच्या सेवेशी तत्पर राहूच! अन्यथा हरीवर हवाला! श्रम कमी करावेत आणि तबीयतीची काळजी घ्यावी.

बाजूच्या चंदनी खांबाचा आधार घेत शंभूराजे मोठ्या कष्टाने मंचकावर बसले. पाठीचा कणा मोडलेल्या माणसासारखी त्यांची अवस्था झाली होती. त्यांना दरदरून घाम फुटला होता. सेवकाने पात्रातून थंडगार पाणी आणले. ते घटाघटा पीत शंभूराजे कळवळून बोलले, ''येसू, किती वाईट झालं हे! आता कळतं आम्हांला, बाळाजीबाबा कवी कलशांना स्वामींना पत्रं मिळाली का, असं पुन:पुन्हा का विचारत होते.''

शंभूराजांचा शोक अनावर होता. शिवरायांच्या मृत्यूनंतर आज शंभूराजे प्रथमच असं लहान लेकरासारखं रडत होते! त्यांच्या खांद्यावर आपला आधाराचा हात ठेवत येसूबाई राजांचे सांत्वन करत म्हणाल्या, ''स्वामी, दु:ख आवरा. चिटणिसांच्या लेकरांना – खंडो बल्लाळला आणि निळो बल्लाळला यापुढे पोटच्या पोरांसारखे वागवू. त्यांना सेवेची संधी देऊ. झाडासारखं वाढवू.''

■

परचक्र

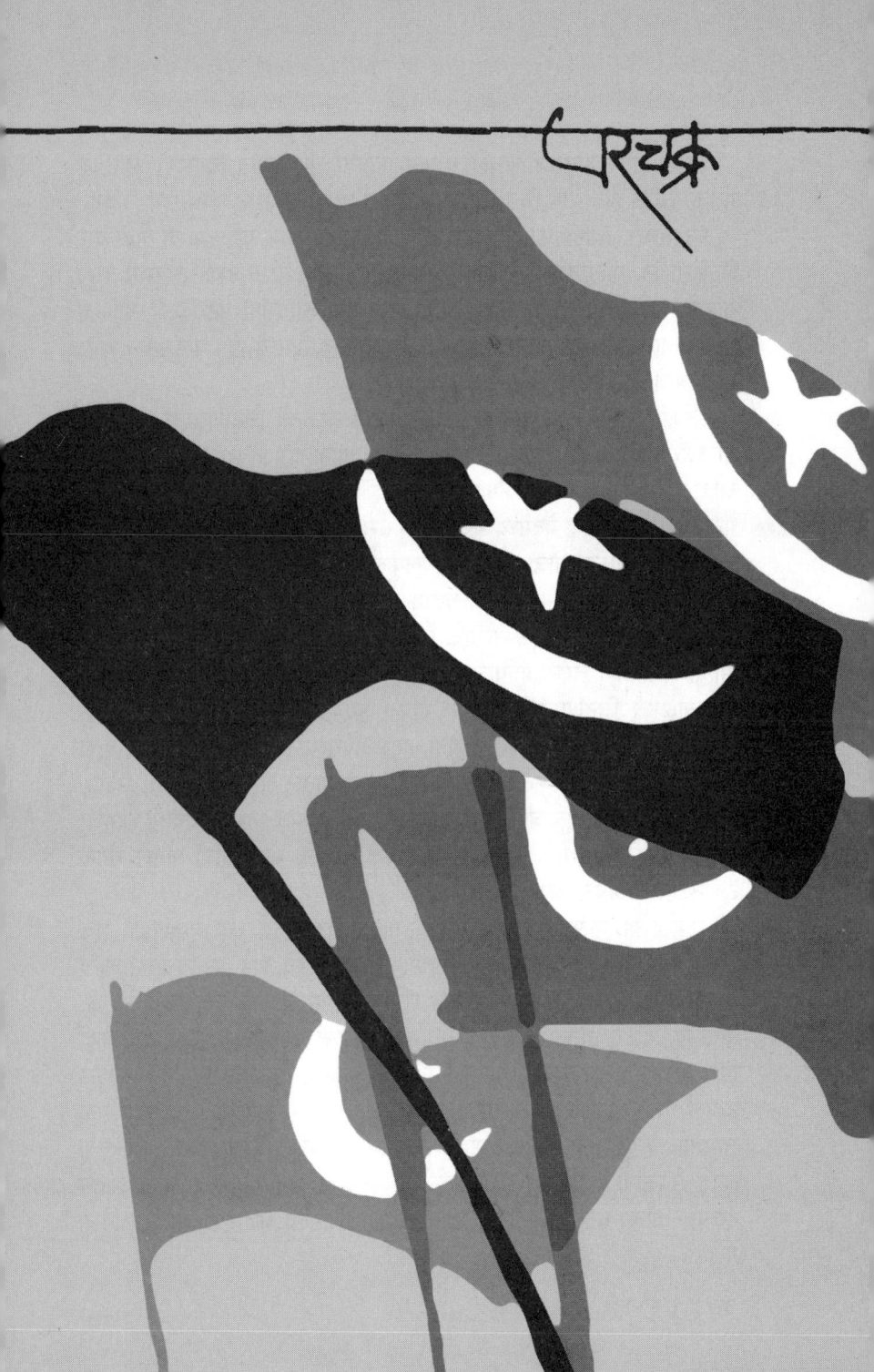

१०.

रायगडावर शंभूराजे पोचले. त्यांनी फडावरच्या कामात दिवसभर स्वतःला गुंतवून ठेवले होते. तेथे चित्त लागेना म्हणून ते घोड्यावरून जगदीश्वराच्या मंदिरात जाऊन पोचले. त्यांनी आपल्यासोबत कोणाही मानकऱ्यांच्या पालख्या वा घोडी येऊ दिली नाहीत. मंदिरातल्या त्या शांत, थंडगार गाभाऱ्यात बराच उशीर ते तसेच बसून राहिले. राजमहालाकडे येता येता त्यांनी बारुदाच्या कोठारांना भेट दिली. लौकरच औरंगजेबाचे आक्रमण अपेक्षित होते. ते स्वतःला कामामध्ये खूप गाडून घेत होते, पण त्यांचे अंतर्मन दूर कुठेतरी भटकत होते.

काही केल्या शंभूराजांच्या डोळ्यांसमोरून बाळाजी चिटणिसांची ती घाऱ्या डोळ्यांची, कनवाळू मूर्ती हलता हलत नव्हती. त्यांनी दोन दिवसांमागे कलशांकडून औंढाच्या माळावरची ती हकिगत पुन्हा एकदा मुद्दाम ऐकली होती आणि ते भेसूर, भयानक चित्र त्यांच्या मेंदूमध्ये गच्च रुतून बसले होते. आपला मृत्यू डोळ्यांसमोर दिसत असताना अण्णाजी दत्तो मात्र बिलकूल कचरले नव्हते. उलट मारेकऱ्यांच्या शस्त्रांकडे ते काहीशा निर्ढावल्या, बेदरकार नजरेने बघत होते. राजांशी उभा दावा धरल्याच्या गुन्ह्यासाठी एक ना एक दिवस अशी शिक्षा आपल्या नशिबी ठेवली आहे, याची जणू त्यांना पूर्वकल्पना होती.

बाळाजी चिटणिसांची हकिगत खूपच हृदयद्रावक होती! त्यांच्या अस्सल पत्राने साराच घोटाळा उघड झाला होता. इतर अपराध्यांना जिवे ठार मारल्याचे दुःख शंभूराजांना अजिबात नव्हते. मात्र या गडबडीत राज्यातले अत्यंत निष्ठावंत, सहृदय आणि निष्पाप असे बाळाजी चिटणीस हकनाक गेले, हे मात्र त्यांच्या जिव्हारी लागले!

सायंकाळी शंभूराजे आपल्या महालाकडे परतले. मात्र त्यांची पावले चंदनी उंबरठ्यावरच अडखळली.

औंढाच्या माळावर गुन्हेगारांचा निःपात झाला, तरी त्या गुन्ह्यातली एक अस्सल गुन्हेगार व्यक्ती आपल्याच सप्तमहालामध्ये राहते आहे, या विचाराने त्यांचे चित्त खवळले. ताडताड पावले टाकत शंभूराजे सोयराबाईंच्या महालाकडे निघाले. अचानक दौडत येऊन बाजारात घोडेस्वार घुसल्यावर बकऱ्याकोंबड्यांची गर्दी भिरभिरत दूर पळून जावी, त्याप्रमाणे पोरेसोरे, चाकर, खिदमदगार यांची पळापळ उडाली. सोयरा-बाईंच्या महालाकडील दासदासी आणि कुणबिणी पुढे ठ्यां पळू लागल्या. शंभूराजांची उग्र चर्या पाहण्याची हिंमतच कोणात उरली नव्हती. त्यातल्या त्यात सेवकांना शहाणपण सुचले. राजे उंबरठ्यावर पोचण्यापूर्वीच त्यांनी आतून दरवाजा ओढून घेतला. भिंतीतला खांबासारखा भलामोठा अडसरही आतून लावला गेला.

शंभूराजे महालाच्या दारात पोचले. ते समोरच्या बंद दरवाजाकडे दात ओठ खात हाताच्या मुठी वळत पाहू लागले. ती कोणी व्यक्ती उरली नव्हती. जळत्या, भडकत्या चुलाण्यावरची ती उकळलेली काहीलच होती जणू! दरवाजाकडे पाहात शंभूराजे मोठ्याने गरजले, "मातोश्री, महालाच्या दारंखिडक्या बंद केल्या म्हणून पापं काही लपत नाहीत! जेव्हा प्रथम आम्ही तुम्हांला नजरकैदेत टाकलं होतं, तेव्हाच तुम्हांला बजावलं होतं — इथे आपण दयाबुद्धीवर नव्हे तर सख्ख्या मातेच्याच अधिकारानं राहा! पण मातोश्री, आपण कारस्थानांची परिसीमा गाठलीत. राजमातेच्या जागी एका स्वार्थी, कावेबाज आणि कारस्थानी अशा हिडीस स्त्रीचं दर्शन घडवलंत! मातोश्री ऽऽ आत का लपून बसलात? उघडा दरवाजा!!..."

शंभूराजांच्या अंगात भडकलेली आग अधिकाधिक भडकत होती. त्यांच्या रौद्र रूपाशी सामना करायची कोणातही हिंमत नव्हती. आपल्या डोळ्यांतून जळते निखारे फेकत शंभूराजे गरजले,

"मातोश्री, त्या कैकयीनेही लाजून मान खाली घालावी अशी आपली कृष्ण-कृत्यं! राज्याचे कायदेशीर वारसदार असताना आपण गड्यामाणसांकडून आम्हांला गिरफ्तारीचा हुकूम पाठवता?.... एकदा नव्हे दोन दोन वेळा आमच्या प्राणावर उठता?... अहो, कुठे त्या मातोश्री पुतळाबाई, ज्यांनी शिवाजीराजांचे जोडे आपल्या हृदयाशी कवटाळून आगीत उडी घेतली. सती गेल्या. अमर झाल्या! आणि इकडे शिवाजीचं स्वराज्य केवळ स्वार्थासाठी आपण त्या औरंगजेबाच्या पोराच्या झग्यात फेकायला निघाला होता? अरे, तुम्ही कसल्या आमच्या मातोश्री? तुम्ही तर पुतना-मावशी!!..."

महालाच्या पल्याड बोळातून रहिवाशांची गर्दी झालेली. स्वारशिपाई लपतछपत राजांचा तो उद्रेक ऐकत होते. पुढे जायची कोणात हिंमत नव्हती. तितक्यात पाठीमागच्या गर्दीने भांग दिला आणि आपली करारी पावले टाकत येसूबाई राणीसाहेब तेथे पोचल्या. त्यांनी उखळत्या शंभूराजांचा हात पकडला आणि कठोर सुरात सुनावले, "नाथ, आपण राजे आहात. राजासारखं वागावं."

शंभूराजांनी येसूबाईंचा हात झिडकारला. आपला हात उंचावत ते गरजले, "आमच्या राजमातेनं काय कैदाशिणीसारखे वर्तन करावं? आमच्या अष्टप्रधानांनी वैऱ्यापुढं नमाज पढावा आणि सुरे आमच्या गळ्यावर ठेवावेत?"

"राजे, कृपा करा. राग आवरा—"

"सोडा येसूबाई! आपण आमच्या रागालोभाचं काय घेऊन बसला आहात! केवळ ह्या आपल्या राजारामांची मातोश्री आहेत म्हणूनच.... नाही तर यांना कधीच भिंतीत चिणून मारलं असतं."

शंभूराजांच्या भयंकर कोपापुढे येसूबाई हतबल झाल्या. त्यांचे डोळे ओलावले.

त्यांनी पाठीमागे सहज नजर टाकली. पुन्हा एकदा शंभूराजांचा हात खेचून त्यांनी राजांचे लक्ष तिकडे वळवले. तिथल्या नक्षीदार खांबाला चिपकून दहा वर्षांचे अजाण राजाराम शंभूराजांकडे गलितगात्र नजरेने पाहात होते. ते दृश्य बघताच शंभूराजे भानावर आले. पिलापाशी झेप घेणाऱ्या पक्षिणीसारखे त्यांनी पुढे जाऊन घाबरलेल्या राजारामांना पोटाशी धरले. राजारामांना थोपटीत, त्यांचे अश्रू पुसत ते कळकळवून बोलले, "राजा, राजा तुझ्या अश्रूत केवढी मोठी ताकद आहे! तुझ्या दोन इवल्या अश्रूंनी आगीचा हा दर्या पुरता गिळून टाकला की रे!"

वादळवाऱ्यांच्या जोशाने कुंद भरले आभाळ नाहीसे व्हावे, धरतीवर श्रावणातले कोवळे ऊन पडावे तसे झाले. शंभूराजांनी मोठ्या मायेने राजारामांना आपल्या घोड्यावर पुढ्यात घेतले. त्यांचा तो तुर्की घोडा जगदीश्वराच्या मंदिराच्या दिशेने धावू लागला. रायगडाने निःश्वास सोडला —

२.

भल्या सकाळी कवी कलश भेटीसाठी आले होते. ते कसल्या तरी प्रचंड तणावाखाली दिसत होते. सळसळत्या उत्साहाचे कविराज फारसे काही बोलत नव्हते. येसूबाईंच्या ध्यानात ती गोष्ट येताच त्यांनी काळजीने विचारले, "कविराज, इतके गंभीर का? काय प्रकार आहे?"

येसूबाईंपुढे दंडवत घालत कविराज लीन होऊन बोलले, "राणीसाहेबा, आजवर यथाशक्ती आपल्या राजांची आणि स्वराज्याची सेवाचाकरी केली आम्ही. आता रजा द्या—"

"पण आता कुठं निघालात?"

"कनोजला."

"तिकडं कशासाठी? घरी काही धर्मकार्य आहे का?"

"कायमचंच जाऊ म्हणतो, महाराणीसाहेब!"

"आपल्या मित्राची घेतलीत परवानगी?"

दोघेही गप्प बसले.

"वेडे आहात कविराज तुम्ही. एक वेळ शंभूराजे स्वतःच्या सावलीशिवाय जगू शकतील, पण तुमच्या सहवासाशिवाय नाही!"

येसूबाईंनी हसत त्या दोघांना आपल्या दिवाणखान्यात बसवून घेतले. त्यांनी कविराजांच्या मागणीकडे दुर्लक्ष केले. कविराजाच्या मनाला कोणते दुःख जाळत आहे हे त्या जाणत होत्या. औंढाच्या माळावरच्या त्या प्रकाराने येसूबाईंच्याही मनाला जखम केली होती. त्या बोलल्या, "ओल्याबरोबर सुकंही जळतं. तसा वेळेत चिटणिसांचा तो

खलिता न पोचल्याने केवळ गैरसमजुतीने हा घोटाळा केला. चिटणीसकाकांसारखा भला मनुष्य जिवाला हकनाक मुकला. एकूण घडलं ते खूप वाईट! त्या दिवसापासून तुम्हापेक्षाही स्वामी खूप बेचैन आहेत. रात्रीबेरात्री अचानक उठतात. जाबडतात.''

कवी कलश अत्यंत नाराज होऊन सांगू लागले, ''राणीसाहेब, तो प्रसंग घडू नये म्हणून मीही कोशीस केली होती. राजेही अनभिज्ञ होते. पण दरबारातल्या आमच्या हितशत्रूंनी आमचा वचपा काढण्यासाठी या प्रसंगाचा जास्तीत जास्त उपयोग सुरू केला आहे. सर्वांनी एकच गिल्ला उडवला — कवी कलशाच्या बोले मागुती राजांनी चिटणिसांना जिवे मारिले. चिटणिसांच्या हत्येला कसे का असेना आम्ही कारणीभूत ठरलो! जन्मोजन्मीचे बदनाम ठरलो!!''

डोळ्यांतील अश्रू आवरत कवी कलश सरळ पुढे झाले. येसूबाईंचे पाय धरत बोलले, ''दया करा राणीसाहेब, आम्हांला जायची परवानगी द्या.''

''कविराज! आपल्या अशा अचानक निघून जाण्यात मात्र नुकसान राजांचंच आहे. विरोधकांचं आयतं फावेल. अगदी स्पष्ट कबुली द्यायची तर कविराज, आम्हांला स्वत:ला तुमची खूप गरज वाटते! शंभूराजे नावाचं एक जळतं वादळ पदरात बांधून संसार करणं कोण जिकिरीचं आहे, हे आपण जाणताच!''

''पण—? ''

''असो. मनातले सारे भलतेसलते विचार काढून टाका. कविराज, आपण राजांच्या काव्यशास्त्रविनोदाच्या मैफिलीतले एक रसिक मित्र आहात! कालिदासाचं एखादं नाटक असो, गीतगोविंदातील पंक्ती असोत, वा सुफी पंथावरची चर्चा, आमचे धनी ज्ञानाचे किती भुकेले आहेत हे आम्ही जाणतो. आपल्याच सहवासात त्यांनी संस्कृतवर प्रावीण्य मिळवलं. 'बुधभूषणम्' सारखा काव्यग्रंथ लिहिला. 'नखशिखा' आणि 'नायिकाभेद' ह्यासारखी ब्रजभाषेतील महाकाव्यं लिहिली. हे सारं घडलं ते आपल्याच सहवासात. आज रणांगणावरील आक्रमण परतवण्यासाठी त्यांच्याबरोबर हंबीरमामा, म्हाळोजी घोरपडे, रूपाजी भोसले असे अनेकजण आहेत, पण ज्ञानाच्या आणि सरस्वतीच्या गाभाऱ्यातून मुक्त विहार करताना त्यांना गरज लागते ती आपलीच!''

येसूबाईंच्या प्रतिपादनावर कविराज निरुत्तर झाले. येसूबाई पुढे बोलल्या, ''आज सत्तेच्या सावलीत राजांसोबत मेहुणेपाहुणे खूप आहेत. सारे स्वार्थाच्या कावडीसाठी वखवखलेले! मामंजीसाहेबांच्या काळातल्या जुन्या थकल्या मंडळींना तोडायचं नाही. नवी मंडळीही अजून अनुभवानं परिपक्व झालेली नाहीत. निदान अशा प्रसंगी आपल्यासारखे खरे आप्त जर पारखे होतील, तर राजांनी पाहायचं तरी कोणाच्या तोंडाकडं?''

कलश काकुळतीने बोलले, ''राणीसाहेब, खूप तकलीफ आहे हो इथं. ही

मंडळी आम्हावर जादूटोण्याचा आरोप करतात. पण रोज सकाळी आमच्या वाड्याभोवती सुई टोचलेल्या लिंबांचा आणि काळ्या बाहुल्यांचा खच पडतो. इथल्याच चेटक्यांची आम्हांला खरी भीती वाटते.'' येसूबाईंपुढे हात जोडत कलश दाटल्या कंठाने विचारू लागले, ''राणीसाहेब, आता तुम्हीच न्याय करा. विरोधक म्हणतात त्याचप्रमाणे जारणमारण क्रिया करणारा मी कोणी भोंदू मांत्रिक आहे, असं वाटतं तुम्हांला?''

येसूबाई मंदशा हसत बोलल्या, ''ते समजतात तसा राजांना बिघडवणारा असा भयंकर कोणी मांत्रिक खरंच आमच्या दरबारात असता, तर काय आम्ही चूप बसलो असतो? आई शिर्काईची शपथ, देवीच्या पायावर श्रीफळ फोडावं तशी त्याच्या मस्तकाची भकलं आम्ही स्वत:च केली असती!''

कवी कलश सुखावले. त्यांनी समाधानी नजरेने येसूबाईंकडे पाहिले. येसूबाईंच्या डोळ्यांत एक वेगळीच करारी झाक दिसू लागली. त्या बोलल्या,

दस्तुरखुद्द शिवाजी राजांनी कविराज तुम्हांला बारापंधरा वर्षं जवळून पाहिलं. ही नाठाळ मंडळी म्हणतात तसा त्यांचा युवराज एखाद्या भौंदू, मांत्रिक कब्जीबाबांच्या ताब्यात गेला असता तर?... तर कविराज, राजांनी केव्हाच अशा दुराचारी मांत्रिकाला हत्तीच्या पायाखाली तुडवून नसता का मारला?''

येसूबाईंचे बाणेदार स्पष्टीकरण ऐकून कवी कलशांचे डोळे ओलावले. ते भावनाविवश मनाने बोलले, ''राणीसाहेब, आपण सारे काही जाणता, हेच आमचं भाग्य.''

''त्याच अधिकारानं कविराज, मी तुम्हांला हुकूम देते, सामानानं घोडी बांधली असली तर ती सोडा अन् राजांच्या शिबिरात निघून जा. ते तुमची वाट पाहत असतील. कविराज, आज राजांना एकाच वेळी घरच्या आणि बाहेरच्या राहूकेतूंनी भंडावून सोडलं आहे. मोगलांचं मांडलिकत्व स्वीकारल्यापासून त्या जंजिरेकर हबशांना स्वर्ग फक्त दोन बोटं उरला आहे. गोवेकर पोर्तुगीज आहेत, डच आहेत, इंग्रज आहेत. तो आमचा जन्मजन्मांतरीचा शत्रू औरंगजेब मोठ्या तयारीनिशी महाराष्ट्रावर केव्हाही कोसळेल. संकटाच्या काळ्याकुट्ट ढगांनी अस्मान काळंकुंद झालं आहे. अंतर्गत कारभाराचीही अजून घडी नीट बसलेली नाही. शत्रूंसारखेच आप्तही आमचे लचके तोडायला आसुसले आहेत. अशा वेळी कविभावोजी, राजांना गरज आहे ती आपल्यासारख्या दिलदार, अनुभवी आणि वडीलधाऱ्या मित्राची!''

३.

सप्टेंबर १६८१ — आलमगीर औरंगजेबाने अजमेर सोडले होते. त्याची पाच लाखाहून अधिक लढाऊ फौज आणि उरलेले आचारी, पाणके, भिस्ती, मोतदार,

खिदमदगार अशी लाखभर सेवकांची फौज दक्षिणेची वाट चालत होती. ते लष्कर नव्हे, एक चालतेबोलते प्रचंड नगरच होते.

वाटेत एका छोट्याशा नदीकाठी तात्पुरत्या सावलीसाठी एक लहानसा पातशाही तंबू उभारला गेला होता. तेथे औरंगजेब पातशहा दुपारची विश्रांती घेत होता. पातशहाची उमर त्रेसष्ठ वर्षांची. मात्र राज्यकारभार हाती आल्यापासून गेल्या तीस-पस्तीस वर्षांत त्याने आपली तबियत कधीच बेडौल होऊ दिली नव्हती. त्याची शरीरयष्टी साग वृक्षाच्या फोकेसारखी सरळसोट आणि चिवट होती. डोळे तीक्ष्ण, भेदक आणि पाहताक्षणीच कोणावरही सहज छाप पाडू शकतील असे प्रभावी. सोबतची शाही फौज आगेमागे चालत होती. अनेक पथके मध्येच दुपारच्या विश्रांतीसाठी वाटेत मिळेल त्या सावलीत विसावा घेत पडली होती.

पातशहाच्या त्या लाल तंबूमध्ये आता त्याचा मुख्य काझी अब्दुलवहाब आणि वजीर असदखानासारखे मोजकेच सहकारी होते. शहेनशहाची तारीफ करत वजीर असदखान बोलला, "जहापन्हाँ, आज आपली शाही हुकूमत काबूलपासून ते बंगाल–आसामपर्यंत, तेथून खाली बुऱ्हाणपूर खानदेशापर्यंतचा बहुत बडा मुलूख आपण आपल्या मुठीमध्ये असा आणला आहे की, कोणाचीही पातशहा सलामतपुढे डोकं वर करायची आज हिंमत उरलेली नाही. आपण दुनियेतल्या बड्यातल्या बड्या पातशहांपैकी एक आहात! जगात आलातरीन ताकदवर आहात."

काझीसाहेबांनी विचारले, "जहाँपन्हाँ, ह्या आपल्या दक्षिण मोहिमेला किती वखत लागेल?"

औरंगजेब काहीसा गंभीर होत बोलला, "आप नही जानते इस अजाशी मुहिमको. दक्षिणेचा मुलूख इतका आसान नाही. सम्राट अकबरही दक्षिण देश जिंकण्यात कामयाब नव्हते झाले. आमच्या अब्बाजानना, शहाजहाँनना कशीबशी अहमदनगरची निजामशाही फत्ते करता आली. तो गोवळकोंडा आणि विजापूर हे शियामुसलमानांचे इलाखे आणि मरगठ्ठ्यांचा महाराष्ट्र. हा काटेरी मुलूख जिंकणं वाटतं तितकं आसान नाही!"

या आधी एवढी पाच ते सहा लाखाची प्रचंड फौज घेऊन औरंगजेबच नव्हे, तर दिल्लीचा कोणताही पातशहा बाहेर पडला नव्हता. जेव्हा औरंगजेब आपल्या अंबारीत बसायचा, तेव्हा सुमारे तीन लाख घोडी, दोन लाखांचे पायदळ, नजरेच्या टप्प्यातही न मावणारी ती माणसं, जनावरं, पथकं पाहून त्याचा अभिमानाने ऊर भरून यायचा. आपला हा डामडौल आणि शानशौकत पाहून, आपल्या लष्कराच्या नुसत्या विराट दर्शनाने गहजब उडायला हवा. गोवळकोंडा आणि विजापूरच्या शाह्या तर दोरा तुटलेल्या पतंगासारख्या कुठल्या कुठे सहज फेकल्या जायला हव्यात. आपल्या आगमनाची आणि सोबतच्या सेनासागराची केवळ वार्ता ऐकून त्या काफरबच्चाची,

संभाजीची तर भीतीने छाती फुटून जायला हवी! पण तरीही ह्या दख्खन देशाच्या मातीचा अंदाज बांधणं कठीण, असंच पातशहाला वाटत होतं.

आज आलमगीरच्या मनामध्ये एका वेगळ्याच गोष्टीची रुखरुख होती. आपल्या लाडक्या शहजाद्याकडून झालेला काळजावरचा वार सहज लपण्यासारखा नव्हता. दिल्लीकर मोगल घराण्याने राजपुतान्यातील शेकडो राजपूत राजांना आणि सरदारांना आपले मांडलिक बनवून कायमचे आपल्या पायाखाली दाबून ठेवले होते. मात्र या आधी उदयपूरचे राजपूत घराणे दिल्लीकरांचे कधीच मांडलिक बनले नव्हते. राजा जसवंतसिंग अलीकडेच मृत्यू पावला होता.

एखादा हिंदू राजा मृत्यू पावला की, त्याचे राज्य खालसा करायची आयतीच संधी गवसली, या कल्पनेने आलमगीर खूष व्हायचा. त्याच न्यायाने औरंगजेबाने जसवंतसिंगाच्या वंशजांना स्वातंत्र्य नाकारले. औरंगजेबाच्या ह्या घातकी चालीच्या विरोधात राजपुतान्यातील सारे राणे एकवटले होते. त्यांनी औरंगजेबाच्या विरोधात तलवार उपसली होती. मात्र साम, दाम, दंड आणि भेद या साऱ्या नीती जणू आलमगीरच्या मुदपाकखान्यामध्ये पाणी भरत होत्या. त्या शस्त्रांचा वापर करून अंती औरंगजेब विजयी ठरला होता. नाही तर राजपुतान्यातल्या त्या युद्धामध्ये एक वेळ अशी आली होती की, पातशहाच्या दैवाने त्याच्याकडे पूर्णत: पाठ फिरवली होती. त्याच्या लाडक्या शहजाद्याने– अकबराने बापाविरुद्ध बंड केले होते. सारे राजपूत त्याच्या बगावतखोर शहजाद्याच्या पाठीशी उभे ठाकले होते. मात्र ऐनवेळी औरंगजेबाच्या कपटनीतीने कळस केला आणि बिचाऱ्या शहजाद्याचे मस्तक फुटले.

त्या नुकत्याच घडून गेलेल्या युद्धाची असदखानाने आठवण दिली, तेव्हा सुस्कारा सोडत पातशहा बोलला, "मी जंग जिंकली, पण एक पातशहा आपल्या प्याऱ्या शहजाद्यास नव्हे, तर एक बिचारा बाप आपल्या मेहबूब मुलास मुकला!"

औरंगजेबाची मर्जी सांभाळणे ही किती अवघड गोष्ट होती! पातशहाच्या चारी बेगमांनाही हे जमले नव्हते. मात्र पातशहाचा वजीरे आझम असदखान गेली कैक वर्षे पातशहाकडे आपले पद टिकवून होता. तो नात्याने पातशहाच्या मावशीचा नवरा होता. कधी पाया पडत, कधी शरणागती पत्करत, तर कधी धन्याच्या दुगाण्या खात त्याने आपले पद सांभाळून ठेवले होते. मात्र बालबच्च्यांच्या हसऱ्या बडबडीत कधीच न गुंतणारा आलमगीर मात्र शहजादा अकबरात पहिल्यापासून मनाने इतका का गुंतून गेला आहे, याचे कोडे वजिरालाही सुटत नव्हते.

तेवढ्यात पोलादखानाने बातमी आणली, "जहाँपन्हाँ, आपला अंदाज खरा निघाला."

"क्यू? क्या हुआ?"

"शहजादा दख्खनकडेच पळून गेला आहे. त्या काफर संभाजीशीच यारी

दोस्ती करायचा त्याचा पक्का इरादा आहे.''

"जैसा गुरू वैसा चेला.'' आपली चर्या कडवट करत पातशहा बोलला.

"शहजाद्याच्या बरबादीला तो मक्कार दुर्गादास राठोड जिम्मेदार आहे. दुर्गादासासारखा इस्लामचा दुश्मन आम्ही जिंदगीत बघितला नाही!''

औरंगजेबाच्या डोळ्यांपुढे आपल्या गतायुष्याचा पट उभा राहत होता–

नुकताच कुठे तो जेव्हा आपल्या वयाचा अठरावा उंबरठा ओलांडत होता, तेव्हा शहाजहान पातशहाने त्याच्या अंगावर दक्षिणेच्या सुभेदारीची भरजरी वस्त्रे चढवली होती. मात्र त्या उमद्या वयामध्येही औरंगजेबाने आपल्या अब्बाजानची चाल ओळखली होती. राजधानीतील तख्त, ताज आणि खजिन्याचा सहवास सोडून कोण शहजादा दक्षिणेच्या जंगलामध्ये जाऊ पाहील? मात्र शहाजहान पातशहाने तरुण औरंगजेबाच्या आत्यंतिक, महत्त्वाकांक्षी स्वभावाचे पाणी बरोबर जोखले होते. धीरगंभीर, अबोल, अगदी आपल्या पोटातले पाणी हलू न देणारा, सावध, संयमी, हिंमतबाज औरंगजेब एक दिवस आपल्यासाठी संकट ठरू शकतो; आपल्या आवडत्या शहजाद्याच्या, दारा शुकोहच्या वाटेतला सराटा ठरू शकतो, याचा अंदाज शहाजहानला आला होता. म्हणूनच हे झाड आपल्या अंगणात वाढू द्यायचे नाही, त्याच्या महत्त्वाकांक्षेच्या फांद्या राजप्रासादाच्या भिंतीमध्ये घुसण्याआधीच त्याला दूर फेकायचा निर्णय शहाजहानने घेतला होता.

मात्र ज्या रोपट्याची मुळे बळकट असतात, ते रोपटे उकिरड्यावर फेकले तरी उभे राहते. पसरते. त्याच न्यायाने दक्षिणेचा सुभेदार म्हणून औरंगजेबाने आपल्या कर्तृत्वाचा ठसा उमटवला होता. बागलाण, आवसा असे प्रदेश त्याने पादाक्रांत केले होतेच. शिवाय उदगिरीचा इलाखाही आपल्या मुलखाला जोडला होता. मलिक अंबरने उभारलेल्या खडकी नावाच्या गावाला ऊर्जितावस्था आणली होती. त्या ठाण्याला स्वत:चे नाव देऊन तेथेच नवे औरंगाबाद वसवले होते. पुढे त्याने गोवळकोंडा जवळपास गिळंकृत करून विजापूरवरही हमला करायची आणि ते ताब्यात आणायची तयारी ठेवली होती. तिथल्या शिया पंथी राजवटी उलथवल्याने बापाकडून आपणास बक्षिसी मिळेल अशी त्याला खात्री होती, परंतु ऐन वेळी दाराने हस्तक्षेप केला. औरंगजेबाच्या महत्त्वाकांक्षेची घोडी रोखून धरली. दोन बलाढ्य प्रांत मिळाले नाहीत तरी चालतील, पण औरंगजेब मोठा होता कामा नये, हीच दाराची धारणा होती.

कालांतराने शहाजहान बीमार पडला. त्याच्या चार शहजाद्यांत वारसाहक्काचे युद्ध जुंपले. तेव्हा हातची कामे बाजूला टाकून औरंगजेब त्वरेने दिल्लीकडे चालला होता. तेव्हा मात्र त्याच्या मनात भीतीची एक पाल चुकचुकत होती. महाराष्ट्र पठारावर शिवाजीच्या रूपाने बंड उभे राहत होते. औरंगजेबाच्या दृष्टीने शिवाजी म्हणजे कोणी राजाबिजा नव्हता, तो होता केवळ एक उर्मट जमीनदार. बुऱ्हाणपूरची

वेस ओलांडून पुढे निघताना औरंगजेबाने शिवाजीचे नाव घेऊन आपल्या ठाणेदाराला बजावून सांगितले होते, "ह्या बंडखोर जमीनदाराकडे लक्ष ठेवा. तो खूप माजत चालला आहे."

दुपारच्या त्या विसाव्यावेळी पातशहाला संभाजीबरोबर शिवाजीराजांचीही याद आली. आपले उत्तरेतले वारसाहक्काचे युद्ध, त्यानंतरच्या काबूल-कंदाहारपासून ते बिहार-बंगालपर्यंतच्या मोहिमा, राज्यकारभाराची नीट घडी बसवणे यामुळे आपणास उत्तरेतच वीस-पंचवीस वर्षे अडकून राहावे लागले. त्याचा नाजायज फायदा शिवाजीने उचलला, आपल्या मामासाहेबांची– शाहिस्तेखानाची त्याने छापा घालून तोडलेली बोटे, सुरतेसारख्या आपल्या ऐश्वर्यनगरीची दोन वेळा केलेली लूट या साऱ्या गोष्टी औरंगजेबाला आठवल्या. परंतु शिवाजीराजांच्या आग्रा भेटीची याद येताच औरंगजेब खूपच व्यथित झाला! आपल्या मनीचे भळभळते दुःख व्यक्त करत शहेनशहा अचानक बोलला—

"पुरंदरच्या तहानंतर आम्ही त्या शिवाला आग्र्यास यायला मजबूर केलं होतं. पण मनुष्याच्या हातून कधी कधी इतनीसी भूल होते आणि जिंदगीभर त्याचा अफसोस करण्याशिवाय त्याच्या हाती काहीच उरत नाही."

"जहाँपन्हाँ?–" असदखान आणि काझीसाहेब बावरून पातशहाकडे बघू लागले.

"त्या शिवाला आणि त्याच्या ह्याच संभा नावाच्या बच्च्याला आम्ही काबूल-कंदाहारच्या मोहिमेवर पाठवायचा पक्का इरादा केला होता. मरगठ्ठ्यांच्या सरजमींपासून दूर त्या गुमनाम रानामध्ये आम्ही ह्या बापलेकांना कपटानं कत्ल करणार होतो. तेव्हाच शिवा संपला असता तर तो, त्याची हुकूमत आणि मराठ्यांची नादानी, लापरवाही सारं तिथंच खतम् झालं असतं! लेकिन अफसोस! आम्ही गाफील राहून त्यांची तिकडे रवानगी करायला थोडासा देर केला नि कायमचे पस्तावलो. इतनीसी भूल, लेकिन कितनी बडी सजा!"

मध्येच धाडस करून पोलादखानाने विचारले, "गुस्ताखी माफ जहाँपन्हाँ. मला वाटतं, आग्र्यातून शिवा जेव्हा पळून गेला, तोच तुमच्या जिंदगीतला सर्वांत शर्मनाक आणि गमनाक दिवस असावा?"

"नाही. तो दिवस नव्हे. हिंदुस्थानातला कोणताही हिंदू राजा मेला, मारला गेला की, ती अल्लातालाची रेहमत मानून आम्ही खुशीने पागल होत असू. पण एके दिवशी आम्ही असेच दरबारात असताना हरकाऱ्यांनी आमच्या जिंदगीतली ती सर्वांत बुरी खबर आणली होती."

"कोणती जहाँपन्हाँ?"

"काशीवरून बम्मन बोलावून त्या शिवाने आपल्या तख्तपोशीचा– राज्याभिषेकाचा जश्न पार पाडल्याची ती बुरी खबर समजली, तोच आमच्या जिंदगीतला सर्वांत

शर्मनाक दिवस–'' त्या नुसत्या आठवणीनेही औरंगजेबाच्या जिवाची घालमेल झाली. उष्ण सुस्कारे टाकत तो बोलला, ''काझीसाहेब, जिस वक्त आम्हांला ती खतरनाक खबर समजली उसी लम्हेमें हमने अपना दरबार खारिज किया आणि तख्तावरून खाली उतरून घुटने टेकले. नाक घासत अल्लाचं नाव घेऊन आपला दर्द जाहीर केला.''

''जहाँपन्हाँ, एखाद्या जमीनदाराच्या राज्याभिषेकानं आपल्या मनाची इतकी बुरी हालत व्हावी?'' असदखानाने भीतभीत विचारले.

''वजीरे आझम, हुकूमती निर्माण होतात आणि बुडतातही. त्याचं एवढं काय? पण इथे एक किसानका बच्चा खेतोंमें कुल्हाडी चलानेकी जगहपें सिंहासनपर जा बैठके महाराजा बना था! ती बुरी खबर ऐकून कोणीतरी आमच्या कलेजावर तापलेल्या फौलादाच्या डागण्याच देतो आहे असं आम्हांला वाटलं.''

आलमगीरांचा अंदाज घेत काझी अब्दुलवहाब बोलले, ''पातशहा सलामत! मी तर असं ऐकतो, की हा संभा आपल्या बापासारखाच शेर आहे.''

''छोडिये काझीसाहब, वो तो एक मच्छर है!''

''त्याच्या समाचारासाठी किब्लाऐ-आलम किती वर्षं लागतील?''

त्या सवालाबरोबर पातशहाने आपली सफेद दाढी लाडाने कुरवाळली. मिठास हसत काझींकडे पाहून आपला एक अंगठा हवेत उंचावला. तसे काझीसाहेब बोलले, ''एक वर्ष?''

त्याबरोबर पातशहाने खुशीने मान डोलावली.

औरंगजेबासमवेत तीन लाख घोडी दक्षिणेकडे दुडक्या चालीने चालत होती. सोबत दोन लाखांचे पायदळ धावत होते. घोडदळाच्या मागोमाग साडेतीन हजार हत्ती मोठ्या दिमाखाने रस्ता कापीत होते. त्यातले सरदार, दरकदारांचे आणि सेनाधिकाऱ्यांचे गज कमालीचे शृंगारलेले होते. त्यांच्या गळ्यांमध्ये खाशांच्या प्रतवारीप्रमाणे सोन्याच्या, चांदीच्या, तर कोणाच्या गळ्यात तांब्याच्या घंटा बांधल्या होत्या. खाशा हत्तींच्या पायात सोन्याचांदीचे तोडे बांधले होते. त्यांच्या पाठीवर कलाबुतांच्या पाखरा पसरल्या होत्या.

पाठोपाठ साठसत्तर हत्ती पातशहाचा जनाना घेऊन चालले होते. त्यामध्ये मानाप्रमाणे बेगमा, शहजाद्या, पातशहाच्या सुना आणि ज्येष्ठ मन्सबदारांचे काफिले होते. सर्वांत धिप्पाड अशा पेगू हत्तीवर चंदनाची मेघडंबरी लादली गेली होती. त्याच्या झिरझिरत्या निळ्या पडद्यामधून उदेपुरी बेगम बाहेर नजर टाकत होती. तिच्या सोबत पातशहाची लाडली शहजादी जिनतउन्निसा बसली होती. मेघडंबरींना सोन्या-चांदीचे पत्रे मारले होते. त्या आठनऊ मेघडंबरीवाल्या धिप्पाड हत्तींमागोमाग इतर राजस्त्रियांचे हत्ती चालत होते. अंबारींच्या आगेमागे छडी घेतलेले अनेक खोजे,

काश्मिरी आणि अफगाणी स्त्रीरक्षकांची कडवी पथके. तो पातशाही जनाना म्हणजे स्वर्गनगरीच्या अप्सरांचा मेळाच वाटत होता. हत्तीदळाच्या आगेमागे आपल्या उंच, फताड्या माना डोलवत, कावऱ्याबावऱ्या डोळ्यांचे पन्नास हजारांचे उंटदळ मार्ग आक्रमत होते.

त्या चालत्याबोलत्या नगराबरोबर अडीचशे मोठे बाजार पुढे चालले होते. फौजेसोबत चाललेल्या माणसाजनावरांची संख्या इतकी प्रचंड होती की, एकदा मुक्कामाला फौज थांबली म्हणजे तिचा विस्तार पंचवीस-पंचवीस, तीस-तीस, मैलांपर्यंत पसरायचा. नाना नगरीचे सौदागर, बेपारी, दलाल, बाजारबुणगे, नर्तकी, नोकरचाकर, शागीर्दपेशे असा पाचसहा लाखांचा जनसागर दक्षिणेची वाट चालत होता. मात्र बाजारातले बुणगे आणि सामान्य स्वारशिपाईही शंभूराजांची आठवण निघताच कुचेष्टेने हसायचे. एकमेकांच्या हातावर टाळी देत बोलायचे— ''आपल्या जगज्जेत्या आलमगीर साहेबांची ही चतुरंग फौज त्या संभ्याने दुरून जरी बघितली, तरी त्याचा कलेजा फाटेल. तो काफर जागेवर केवळ भीतीनेच दडपून मरून जाईल.''

फौजेची आगेकूच व्हायच्या आधीच बिनीची पथके बाहेर पडायची. खांद्यावर फावडी आणि कुदळी घेतलेले हजारो कामाठी आणि बिगारी रस्ता साफ करत करत पुढे जायचे. त्यांच्या पाठीमागून पातशहाचा प्रचंड तोफखाना निघे. पातशहासोबत अव्वल आणि अवजड अशा सुमारे सत्तर तोफा होत्या. त्या इतक्या जड आणि वाहून नेण्यास कठीण असत की, त्यातील एक एक तोफ ओढून नेताना वीस-वीस बैलांच्या जोड्या घायकुतीला येत. जेव्हा मार्गात उंच टेकड्या अगर दरडी येत, तेव्हा तोफा ओढण्यासाठी महाकाय हत्तींना जुंपले जाई. त्याशिवाय आलमगीरांसोबत पितळेच्या लहानलहान तीनशे तोफा होत्या. पातशहाने इंग्रज, फ्रेंच, डच, जर्मन आणि पोर्तुगीज अशा फिरंगी गोलंदाजांना मुद्दाम आपल्या सेवाचाकरीत ठेवून घेतले होते. याशिवाय पातशाही खजिना, जडजवाहीर, दप्तरखाने, पिण्याचे पाणी असे सामान घेऊन हजारो बैलगाड्या आणि उंटांचे गाडे दक्षिणेची वाट चालत होते.

तोफखान्याच्या मागे घोडेस्वार, घोड्यांच्या पाठीशी उंटांचे काफिले आणि त्यामागोमाग पातशहाचा जनानखाना चाले. एकट्या पातशहाचे सामान इतके प्रचंड होते की, ते वाहून नेण्यासाठी चौदाशे उंट, चारशे गाडे आणि दीडशे हत्ती लागत होते.

औरंगजेबाच्या पाठीशी सुमारे दोनशे वर्षांची त्याच्या मोगली बापजाद्यांची पुण्याई होती. कुबेरानेही लाजून खाली मान घालावी, इतका प्रचंड खजिना होता. काबूल, कंदाहार, आग्रा, मथुरा, काशी, बंगाल, ओरिसा, माळवा, गुजरात, अशा अनेक शहरांतून आणि प्रांतांतून गोरगरिबांच्या नरडीवर पाय ठेवून गोळा केलेली प्रचंड संपत्ती त्याच्याजवळ होती. आशियातील सर्वांत आधुनिक शस्त्रास्त्रांचे कारखाने,

बारुदखाने सोबत होते. त्या प्रचंड शस्त्रास्त्रांसमोर आणि अगणित संपत्तीने भरलेल्या कोठारांसमोर मराठ्यांचे इवलेसे राज्य म्हणजे हत्तीसमोर उभे राहिलेले वासरूच होते. शिवाजी–संभाजीचे स्वराज्य म्हणजे मुंबई आणि जंजिरेकरांचे हबसाण वगळून वेंगुर्ल्याच्या हद्दीपासून ठाणे–जव्हारपर्यंतचा कोकणपट्टा, पुढे नाशिक बागलाणचा काही भाग आणि जुन्नर वगळून पुणे, सातारा, कोल्हापूरचा भूभाग एवढीच त्याची भौगोलिक मर्यादा होती. केवळ भौगोलिक आणि सांपत्तिकदृष्ट्याही औरंगजेबाचा एक एक प्रांत मराठ्यांच्या स्वराज्याच्या दुप्पट अगर तिप्पट होता. औरंगजेबाचे असे बावीस प्रांत होते.

दक्षिणेची वाट चालणाऱ्या पातशहाचा स्वत:च्या कर्तबगारीवर आणि आपल्या सेनादलाच्या बहादुरीवर ठाम विश्वास होता. शिवाय औरंगजेबाला अहोरात्र सलणारे शिवाजीराजे हयात नव्हते. दीड वर्षांमागे संभाजी राजांच्या हाती आलेल्या स्वराज्याला घरभेद्यांनीही चांगलेच पोखरले होते. कैक मराठा आणि ब्राह्मण वतनदारांनी पातशहाला दिल्लीकडेच आगाऊ खलिते धाडून दिले होते — "आलमपन्हाँ, आपण तर साक्षात पृथ्वीपती! लवकरात लवकर दक्षिणेवर चालून या. त्या दुष्ट संभाजीच्या आणि त्याच्या जुलमी स्वराज्यातून आम्हांला मुक्त करा. आमचे वतनाचे पूर्वापार कागद आमच्या ओट्यात घाला!" या सर्व शक्तिशाली पार्श्वभूमीवर संभाजीसारखा एक क्षुल्लक, सामान्य, गावठी बगावतखोर आपण सहज चिरडून मारू, याची पातशहाला बालंबाल खात्री होती. त्या बेहोषीतच तो चौफेर नजर टाकत होता. आपल्या चतुरंग सेनेकडे गर्वाने नजर फेकत होता.

सायंकाळ होत आली. शाही फौजेसोबत मुक्कामाचे दुहेरी सामान ठेवलेले असे. आज सुद्धा पातशहा मुक्कामी पोचण्याआधीच बिनीच्या पथकांनी डेरेदांडे उभारले होते. टेकडीवरची सर्वांत उंचवट्याची जागा पाहून पातशहा, त्याचे शहजादे आणि जनानखान्यासाठी व्यवस्था करण्यात आली होती. तिथे पातशहाचा लाल रंगाच्या अत्यंत आकर्षक अशा मच्छलीपट्टणमच्या कापडाचा तंबू उभारला गेला होता. बाजूला बेगमांचे आणि शहजाद्यांचे तंबू बयाजवार उभे केले गेले होते. या भागाला गुलालबार म्हटले जाई.

पातशहाच्या तळाबाहेरच तोफखान्याचे एक प्रचंड पथक जागता पहारा देत खडे होते. तिथे रोज एका नव्या सरदाराने पहारा करायचा शिरस्ता होता. पातशहाच्या तंबूपुढेच एक लांबट घुशलखान्याचा आणि दुसरा कोतवालीचा तंबू उभारला गेला होता.

गळ्यात सुवर्णघंटा अडकवलेला आणि कलाबुतांच्या गोंडांनी शृंगारलेला एक हत्ती माहुतांनी त्या लाल तंबूपुढे दिमाखात बसवला. तसा हातांमध्ये चांदीची लांब शिडी घेऊन काही हशमांचा मेळा पुढे धावला. आपल्या मोजडीचे एक एक पाऊल

शिडीच्या पावंडावर टाकत शहेनशहा मोठ्या दिमाखात हत्तीवरून खाली उतरला. त्याने आपल्या तंबूपुढे उभारलेल्या उंच भव्य खांबाकडे पाहिले. पश्चिमेच्या डोंगराआड सूर्याने आपले तोंड लपवण्यापूर्वीच शाही तंबूपुढच्या खांबावरचा आकाशदिवा पेटला होता. दर्यामध्ये चुकलेल्या खलाशांसाठी जसा दीपस्तंभ असतो, तसाच सुमारे तीस मैल पसरलेल्या पातशाही फौजेसाठी हा 'आकाशदिया' एक दीपस्तंभच ठरायचा. फौजेत नेमक्या कोणत्या ठिकाणी शहेनशहाचा तळ आहे हे त्यावरून कोणालाही पटकन ओळखू यायचे.

त्या उंच माळरानावर आणि पलीकडच्या दरीमध्ये अंधार पसरला. नित्याच्या सवयीप्रमाणे फौज शिस्तीसावकाशीने मुक्कामी लागली. पातशहा आपल्या सहकाऱ्यांसह घुशलखान्यामध्ये नमाज पढला. काही महत्त्वाच्या प्रासंगिक बाबींवर त्याने आपल्या अमीरउमरावांशी मसलत केली आणि तो आपल्या गुलालबारीकडे परतला.

पातशहाने आज खास आपल्या शहजाद्यांसाठी आणि फौजेतील आपल्या जवळच्या मेहमानांसाठी एक बडा खाना आयोजित केला होता. म्हणूनच पातशहाच्या आप्त स्वकीयांसाठी आजची रात्र खूप महत्त्वाची होती.

बड्या खान्यासाठी खाजगीकडच्या त्या तंबूमध्ये उदेपुरी बेगमेसह सर्व खाशा स्त्रिया हजर झाल्या. त्या पाठोपाठ पातशहाचा मोठा शहजादा मुअज्जम, तसेच कामबक्ष आणि मुअद्दीनसह बाकी सारे पोते हजर झाले. पातशाही परिवारातील खाशांच्या आगमनाबरोबर पातशहाचे इतर मेहमान आणि सरदार मोठ्या अदबीने उठून उभे राहत होते. त्यामध्ये आलमगीरांच्या पाठीशी नेहमी उभा असणारा, औरंगजेबापेक्षा वयाने वडील असणारा, धिप्पाड अंगापिंडाचा असदखान होता. त्याच्याच बाजूला औरंगजेबाचा एक मावसभाऊ, असदखानाचा पुत्र झुल्फिकारखान बसला होता. सैन्यातील अत्यंत महत्त्वाच्या आणि मोक्याच्या जागेवर पातशहाच्या अनेक मेहमानांची वर्णी लागली होती.

आजचा तो खाना म्हणजे पातशाही मेहमानांसाठी एक अजब चीजच होती. इतर वेळी आपल्या राजनीतीचा शतरंजचा पट आणि नमाजाची चादर या दोन गोष्टींशिवाय पातशहा अन्य कशाकडेच ढुंकूनही पाहत नसे. त्याला हास्यविनोदाचे आणि संगीताचेही वावडे होते. पातशहाचा खाजगीकडे, लष्करात, कारभारात आणि दरबारातही प्रचंड दरारा होता. बाकीचे मेहमान दूर राहोत, परंतु शहजादा आज्जम आणि मुअज्जम यांना आपल्या बापाचे खलिते पोचले की, ते खलिते वाचतानाही ते भीतीने थरथर कापत. त्यांची तोंडे राखमाती पसरल्यासारखी पांढरी होऊन जात. त्यामुळेच अशा या पातशहाशी भोजनासाठीसुद्धा संगत देताना त्याचे मेहमान मनातून खूप धास्तावले होते. खुदाची मेहेरबानी होवो आणि आपल्या हातून कोणतीही गुस्ताखी न घडता आपली येथून सुटका होवो, अशीच ते अल्लाकडे दुवा मागत होते.

इतक्यात औरंगजेबसाहेबांची सडपातळ बांध्याची, वार्धक्याने आटलेली, परंतु एखाद्या पोराच्या उत्साहाने भरलेली मूर्ती तिथे येऊन पोचली. सर्वांच्या कुर्निसातांचा स्वीकार करीत पातशहा शिरोभागी बसला. पातशहाच्या पाठोपाठ त्याची पस्तिशीतली लाडली शहजादी जिनतउन्निसा चालत होती. याआधी खरे पाहता त्याच्या थोरल्या शहजादीने, झेबुन्निसाने औरंगजेबाचे हृदय व्यापले होते. मात्र अलीकडेच शहजादा अकबराने बगावत केली. त्याला झेबुन्निसाचा छुपा पाठिंबा असल्याचे उघडकीस आले. त्यामुळे औरंगजेबाचे होश उडाले. ज्या झेबुन्निसाला त्याने फुलासारखे जपले होते, तिला त्याने फक्त दूर केले नाही, तर सरळ गिरफ्तार करून दिल्लीतल्या सलीमगड किल्ल्यावर कायमचे कोंडून टाकले होते. मात्र तेव्हापासून धाकटी जिनतउन्निसा त्याची लाडकी शहजादी झाली होती.

सर्वांसोबत पातशहाने अगदी शांतपणे खाना घेतला. खाना आटोपल्यावर मात्र शहेनशहा काहीसा गंभीर दिसू लागला. स्वत:मध्ये हरवून गेलेला पातशहा अभिमानाने बोलला, "हथियार म्हणून मी दोनच तलवारी नेहमी परजतो. एक रणांगणावरची आणि दुसरी बुद्धीची! आणि आपण जाणताच, पहिलीपेक्षा दुसरीच मला जादा हशील आहे."

पातशहाच्या त्या बोलाबरोबर असदखानाला जोर चढला. तो सर्वांना याद देत बोलला, "तुम्हा सर्वांना काही दिवसांपूर्वीचा तो जादू-इ-जंग आठवतच असेल. एका बाजूला लाखभर लढवय्ये राजपूत, त्यांच्यासोबत दुर्गादास नावाचा तो कुत्ता आणि आपले बदकिस्मत शहजादे अकबर! पण लाखाच्या त्या फौजेला केवळ अक्कलहुशारीच्या समशेरीनेच जहाँपन्हाँनी दूर वाळवंटात पळवलं. खून का एक कतराभी गिराये बगैर जंग जीत ली—"

असदखानाच्या त्या गौरवपूर्ण उद्‌गाराने पातशहा मनातून खूप सुखावला होता. आपले तपकिरी डोळे विस्फारत तो धीरगंभीर आवाजात बोलला,

"माझ्याकडे आणखी एक तिसरे हथियार आहे. ते मात्र खूप तेज आणि जहरीले आहे." –बोलता बोलता पातशहाने आपल्या कमरपट्ट्यातून एक छोटीशी कट्यार बाहेर काढली. तिचे चकाकते पाते मिरवत तो बोलला, "आमच्याशी कोणी दगाबाजी अगर गद्दारी करायची कोशिश केली तर मात्र हमारी ये कटारी उस काफरके पेटमें बडे बेदर्दीके साथ घुसकर उसकी रीढकी हड्डियाँ तोडकरही बाहर निकलती है!"

औरंगजेब पातशहा पुन्हा एकदा सर्वांकडे आपली भिरभिरती नजर फेकत काहीशा कठोर सुरात बोलला, "आमच्या मुगल खानदानात आणि दिल्लीच्या गादीवर बसणाऱ्या तुर्क वंशात अनेक बहादूर, तेज आणि कलाके कद्रदान शहेनशहा होऊन गेले. आमचे काही दोस्त तर मला डिवचण्यासाठी मुद्दाम त्यांची

याद देण्याची बेवकुफी करतात. पण आमचा हिसाबच अलग आहे. आमचे जहाँगिरसाहेब– फक्त चित्रं काढण्यात त्यांची उभी जिंदगी गेली. मात्र माझे हात कुंचला हाताळण्यासाठी नव्हे, तर तलवार उगारण्यासाठीच शिवशिवतात. दुश्मनांच्या अंगातून सांडणाऱ्या लाल रक्ताचीच मला प्यास आहे. आमचे अब्बाजान शहाजहानसाहेब यांनी खाली मेहलमाड्या आणि शाही इमारती बांधण्यातच आपली पुरी उमर बरबाद केली. आमचे सम्राट अकबरसाहब कधी राजपूतांना – हिंदूंना मांडीवर घेऊन त्यांचे दुलार करायचे. सापोंको इस तरह अपने जिस्मपर लपेटकर उनके साथ खिलवाड करना हमें नामंजूर है। असे भाईचाऱ्याचे खोखले ख्वाब आम्हांला कधीच पडत नाहीत. या सर्वांपेक्षा आम्ही जादा इज्जत करतो ती आमच्या अल्लाउद्दीन खिलजीसाहेबांची. त्यांनी इथल्या रयतेला ठिकाणावर आणलं होते. पालतु घोडी काय, कुत्तियाँ आणि रयत काय! ह्या सर्व जनावरांना कायम काबूत ठेवायला हवं. आम्हांला तर इथल्या प्रजेच्या मानेवर हथियार ठेवूनच शियासत करणं खूप पसंत आहे.''

आजच्या मेजवानीला शहजादा आज्जम गैरहाजिर होता. त्याला संभाजीच्या समाचारासाठी पुढे दक्षिणेत धाडण्यात आले होते. आपल्या फौजेतील सर्वांत कर्तबगार आणि कोणतीही जोखीम पार पाडणारा काबील म्हणून पातशहा आपल्या ज्येष्ठ शहजाद्याकडे– मुअज्जमकडे पाही. सर्वांकडे डोळे फिरवत पातशहा बोलला,

''या वयातली माझी दख्खनची मोहीम म्हणजे माझ्यासाठी नव्हे, तर माझ्या दोन होनहार शहजाद्यांसाठी एक इम्तिहान ठरणार आहे! क्यूँ असदखान?''

''जैसी आपकी मर्जी किब्लाऐ-आलम!''

''मी आता बुड्ढा झालो आहे. आमच्यानंतर ह्या पातशाहीचा कारभार कोण पाहील, आमचा जांनशिन कोण होईल हे ठरविण्याचा आता वक्त आला आहे.''

पातशहाच्या ह्या उद्‌गाराने मुअज्जम चमकला. आज्जमच्या पश्चात त्याची बेगम डोळे विस्फारून इकडे तिकडे बघू लागली. तितक्यात पातशहाला कसलीशी याद आली. अस्मानात अचानक उगवून झरझर वाहून जाणाऱ्या पावसाळी ढगांप्रमाणे आत्यंतिक दुःखाची एक छटा पातशहाच्या चर्येवर अवतरली आणि नाहीशी झाली. पण कोणाचीही भाडभीड न ठेवता पातशहा बोलून गेला, ''आज्जम काय आणि मुअज्जम काय, माझ्या पश्चात हिंदुस्थानच्या तख्तावर बसायची ह्या दोघांचीही लायकी नव्हती. पण केवळ बदनशीब! काय करायचं? आमच्या तख्तपोशीवर बसून ताज पेहनायची ज्याची खरी काबिली होती, तोच आमचा शहजादा बेवकूफ निघाला. बगावत करून जानी दुश्मनाला जाऊन मिळाला. रेहम वाटतो त्या शहजाद्याचा. त्या अल्लातालाने त्याला इतकं सारं भरभरून दिलं, पण त्याच्या बेवकुफीनं आणि बदनशिबानं सारं हिरावून नेलं.''

कोणीतरी साणेऐवजी कलेजावरच कट्यारीचे पाते घासावे, तसे शहजादा अकबराच्या आठवणीने शहेनशहाचे हृदय रक्तबंबाळ होत होते. ते दृश्य उघड्या डोळ्याने पाहताना पातशहाचे सारे मेहमान कमालीचे बावरून गेले होते. बगावतीच्या कल्पनेने पातशहाची चर्या लालेलाल झाली. तो गरजला, "आमच्या आमदानीत जे बंडखोरीची कोशिश करतात, ते खाक होऊन जातात. कारण बगावतीची आणि गद्दारीची खरी कला फक्त ह्या औरंगजेबाला हासील आहे. प्रत्यक्ष माझ्या जन्मदात्या बापाचा जेव्हा दिमाग फिरला, तेव्हा त्यांना सुद्धा बुढाप्यामध्ये सबक शिकवायला आम्ही आगेमागे पाहिलं नाही. एखाद्या झाडाच्या फांद्या सहज तोडाव्यात, तसा आम्ही आमच्या नादान भावांना स्मशानघाटाचा रस्ता दाखवला. दुश्मनांची खैरियत चाहणाऱ्या मूर्ख बहिणींना कायमचं बंदीखान्याच्या अंधारात कोंडून टाकलं. मुझे इतनाही कहना है बस्! आमच्या अब्बाजाननंतर दिल्लीचा पातशहा कोण होणार, हे आम्ही आमच्या बापालाही ठरवू दिलं नाही. मात्र आमच्यानंतर दिल्लीचा पातशहा कोण होणार याचा फैसला मात्र आम्ही स्वत: करणार. हमारे शहजादोमेंसे जो दख्खनकी मुहिममें फतेह हासील करेगा, संभा जैसे नादानोंको कुचलवा देगा, उसीके सरपे हम खुद अपने हाथोंसे पुरे फक्रके साथ हिंदुस्ताँका ताज पेहनायेंगे."

४.

आपल्या फौजेस वाढीव तोफगोळे आणि रसद मिळावी म्हणून सेनापती हंबीरराव मोहिते राजधानीत आले होते. त्यांनी रायगडच्या सदरेवर येसूबाई महाराणींची भेट घेतली. तेव्हा 'हंबीररावांनी भेटून जावे' असा सोयराबाई मातोश्रींचा निरोप त्यांना फडावरच मिळाला. हंबीरराव आश्चर्यचकित झाले. कारण संभाजीराजांनी रायगडाचा ताबा घेतल्यापासून गेल्या दीड वर्षांत त्यांची आणि सोयराबाईंची मुळी भेटच झालेली नव्हती. हंबीररावांनी स्वत:च त्यांची भेट घेण्याचा दोन-तीन वेळा प्रयत्न करून पाहिला होता, मात्र सोयराबाईंनी त्यांचे तोंडही पाहणे निषिद्ध मानले होते.

आपल्या आक्कासाहेबांच्या रागामागचे मुख्य कारण हंबीरराव जाणून होते. ऐनवेळी हंबीररावांनी डाव उलटवला. 'स्वत:चा भाचा सिंहासनारूढ होतोय ही गोष्ट त्याच्या मामाच्या डोळ्यांनाही साहवली नाही, तर जगाला दोष कशाला द्यायचा?' —सोयराबाईंचे हे कडवट उद्गार हंबीररावांच्या कानांपर्यंत अनेकदा पोचले होते.

सोयराबाईंचे आंधळे पुत्रप्रेम आणि स्वार्थासाठी शंभूराजांच्या जिवावर उठण्याइतकी मजल मारणं, त्यासाठी रचलेल्या घातकी कटामध्ये सामील होणं, ह्या बाबी अजिबात दडून राहिल्या नव्हत्या. त्यामुळेच संतापलेल्या शंभूराजांनी सोयराबाईंच्या दारात जाऊन अकांडतांडव केले होते. त्याही गोष्टीला आता महिना दीड-महिना

लोटला होता. त्यानंतर फक्त दोन वेळाच सोयराबाईंची पालखी जगदीश्वराच्या दर्शनाला गेल्याचे रायगडवासीयांनी पाहिले होते. अन्यथा त्यांनी स्वत:ला आपल्या महालामध्ये पूर्णत: कोंडून घेतले होते. त्यांची तबियत अलीकडे कमालीची ढासळू लागली असल्याच्या वार्ता नाणे दरवाजाजवळच्या बाजारात आणि बड्या बाजारातही ऐकायला मिळत. सोयराबाईंचे क्षेमकुशल विचारण्यासाठी स्वत: येसूबाई तीन-चार वेळा त्यांच्या महालात गेल्या होत्या. त्यांनी वैद्य आणि हकीमही तिकडे पाठवून दिले होते.

जेव्हा हंबीररावांनी आपल्या वडील भगिनीकडे पाहिले, तेव्हा त्यांचे काळीजच चरकून गेले. पिवळ्याधमक बुट्टीभर दागिन्यांच्या ओझ्याने वाकलेल्या, तजेलदार महाराणींच्या जागी सोयराबाईंचे आजचे रूप कमालीचे विसंगत होते. शुभ्र वस्त्रे, कपाळावर उगवलेल्या गडद आणि खोल सुरकुत्यांच्या रेघा, आटत जाणाऱ्या विहिरीसारखे खोल गेलेले डोळे, भाळावरचे पुसट हिरवे गोंदण आणि हडकुळलेली देहयष्टी. एका महाराणीच्या जागी अनेक वर्षे व्रतवैकल्ये करणाऱ्या म्हाताऱ्या संन्यासिनीसारख्याच सोयराबाई दिसत होत्या. त्यांचा आवाजसुद्धा कमालीचा क्षीण भासत होता. बाजूच्या मंचकावर बसायची खूण त्यांनी आपल्या धाकट्या बंधूला केली. न राहवून हंबीरराव बोलले, "किती थकला आहात आक्कासाहेब?"

"जाऊ दे हंबीर! राजे गेले. म्हातारपणी हातून नको ते गुन्हे घडले. आता जगायची आस कशासाठी धरायची?"

"माफ करा, आक्कासाहेब. कारणं काहीही असोत, पण तुमच्या ह्या धाकट्या बंधूला तुमच्या पाठीशी उभं राहता आलं नाही. माफ करा!..."

"छे! छे! हंबीरराव. तसं काही नाही. सुरुवातीला खूप संताप आला होता तुमचा खरा. पण घडल्या गोष्टींची नीट मांडणावळ केली. झाल्या प्रकाराकडं थोडं तटस्थपणे पाहिलं. अन् ठरवलं की तुम्हांलाच शाबासकी द्यावी."

"काय बोलता आहात आक्कासाहेब?" हंबीररावांचा आवाज घोगरा झाला. ते बोलले, "राजारामांच्या लग्नापूर्वीची गोष्ट. तेव्हा थोरल्या महाराजांनी आम्हांला एकांतात एकदा स्पष्ट ऐकवलं होतं. ते म्हणाले होते की– हंबीरराव, आपण आमचे मेहुणे आहात. पण हा झाला केवळ योगायोग. त्या नातेसंबंधांच्या धाग्यावर आम्ही तुम्हांला सेनापतीपद दिलेलं नाही. उलट तुमच्या बळकट हातांनीच स्वराज्याचं संवर्धन होईल हे आम्ही जाणलं होतं!'

"खरंय हंबीरराव. महाराज म्हणजे गुण जाणणारे परिसच होते."

बऱ्याच दिवसांनी मोकळेपणाने गोष्टी चालल्या होत्या. त्यामुळेच आपले मन खुले करत हंबीरराव म्हणाले, "थोरल्या महाराजांच्या आणि शंभूराजांच्या पन्हाळभेटीनंतर महाराजांनी मला स्पष्ट सांगितलं होतं – हंबीरराव, अलीकडच्या आमच्या दीर्घ भेटीमध्ये शंभूराजांचं हृदय आम्ही वाचलं. आणि आमची खात्री झाली, की स्वराज्य

शंभूराजांच्या हातामध्येच सुरक्षित राहील. राजाराम अजून अजाणते आहेत.''

''अस्सं?'' सोयराबाई गंभीर दिसल्या.

रायगडावरील त्या वारसायुद्धाची, कारभाऱ्यांच्या पहिल्या बंडाळीची गोष्ट हंबीर-रावांना आठवली. ते म्हणाले, ''त्या साऱ्या पार्श्वभूमीवर आक्कासाहेब मी तुम्हांला इतकंच सांगेन, कदाचित एका भावानं आपल्या बहिणीला फसवलं असेल, मात्र ह्या हिंदवी स्वराज्याचा एक इमानी सेवक खाल्ल्या मिठाला जागला आहे, हे नक्की!''

सोयराबाई शून्यामध्ये पाहत बोलल्या, ''हंबीरराव, जेव्हा आम्ही राजगडावर राहत होतो, तेव्हा सईबाईंच्या माघारी आम्ही शंभूबाळांना पोटच्या लेकरासारखं वाढवलं होतं. पण पुढे आमच्या मांडीवर राजाराम आले आणि नकळत आमच्यातल्या सावत्रभावाने शंभूराजांना कधी दूर केलं ते आम्हांलाही कळलं नाही. पुढे शंभूराजे दुष्ट आहेत, व्यसनी आहेत, अशी कारभारातलीच जाणती मंडळी केवळ स्वार्थापोटी बोलत राहिली. तोच खोटेपणा आम्ही आमच्याही मनावर बिंबवत राहिलो. कारण रायगडच्या महाराणीनंतर इथली राजमाता होण्यासाठी आमचं मन भुकेलेलं होते.''

हंबीरराव इकडेतिकडे पाहत विचारू लागले, ''राजारामसाहेब कुठं दिसत नाहीत ते?''

''हंबीरराव, गडावर शंभूराजे असले की राजारामांना तहानभूकही उरत नाही. आमच्याजवळ थांबणं तर दूरच.'' सोयराबाई कातर सुरात बोलल्या, ''आता आम्हांला राजारामांची चिंताच वाटत नाही. आमचे आपसात इतके हेवेदावे झाले, पण राजारामांबद्दलचं शंभूराजांचं वात्सल्य कणानंही कमी झालेलं नाही. जणू थोरल्या राजांची जागाच शंभूराजांनी भरून काढली आहे. ती येसूसुद्धा राजारामबाळांची इतकी वास्त-पुस्त करते की आम्हांला वाटतं, युवराजांना आज आपल्या आईची तरी काय गरज?''

''नाही आक्कासाहेब, आपण असं बोलून कसं चालेल?''

''हंबीरराव, आपण आमचे धाकटे बंधू म्हणूनच सांगते. आमच्या हातून नकळत नव्हे तर जाणीवपूर्वक इतके गुन्हे घडले आहेत की, आता जगण्यात राम वाटत नाही! पालखीमेण्यातून जगदीश्वराकडे जायलाही लाज वाटते. एक कोत्या बुद्धीची, स्वार्थी आणि घातकी स्त्री याच नजरेनं जग पाहत असेल नव्हे आमच्याकडे?''

''आक्कासाहेब, कशाला अधिक विचार करता? आपली प्रकृती ठीक नाही. आपण कृपा करून आराम करावा–''

''नाही. हंबीरराव, कधी कधी पश्चात्तापानं आमचं काळीज पोळून निघतं. मनुष्याच्या स्वार्थबुद्धीला किमान काही मर्यादा असावी? एकीकडे स्वराज्यावर औरंगजेबासारखा आमच्या तीन तीन पिढ्यांना पुरून उरलेला आमचा वैरी धावून

येतो आहे. अशा वेळी मातोश्रींच्या नात्यानं शंभूबाळांना मानसिक आधार देणं हे आमचं प्रथम कर्तव्य होतं. पण त्याऐवजी आम्ही लुंग्यासुंग्यांच्या नादी लागलो. शंभूबाळांनाच नष्ट करू इच्छिणाऱ्या कुटिल कटामध्ये सामील झालो. त्याचीच आम्हांला खूप खूप लाज वाटते!...''

बोलता बोलता सोयराबाईंचा सूर कातर झाला. त्यांच्या डोळ्यांत अश्रू उभे राहिले. त्यातच जोराचा ठसका लागला. तेव्हा एका दासीनं झटकन पाण्याचं पात्र त्यांच्यापुढे केलं. त्यांची ती अवस्था पाहून हंबीरराव बोलले, "आक्कासाहेब, आता जिवाला अधिक त्रास करून घेऊ नका. विश्रांती घ्या. सारं काही ठीक होईल.''

अंगावर शालीची भाळ मारत सोयराबाई कुळंबिणीच्या मदतीने आतल्या दालना-कडे जायला निघाल्या, तेव्हा त्यांनी हंबीररावांना पुन्हा एकदा आपल्या समीप बोलावले. त्या हळू पण कृतकृत्य भावाने बोलल्या, "येसूबाईंना आमचा मुद्दाम सांगावा द्या. म्हणावं आता आम्हांला कसलीही चिंता उरली नाही. तुमच्या पदराच्या सावलीत आमचे राजारामबाळ सुखी आणि सुरक्षितच राहतील.''

अश्विन शुद्ध ११ शके १६०३ — दिनांक २७ ऑक्टोबर १६८१चा तो दिवस होता. सप्तमहालाच्या बाजूने आक्रोश ऐकू येऊ लागला. दासीकुळंबिणी मोठमोठ्याने रडत होत्या. सोयराबाई मातोश्री आपल्या बिछायतीमध्ये मृतावस्थेत पडल्या होत्या. शंभूराजे आणि येसूबाई तिकडे धावतच गेले. पांढऱ्या शुभ्र वस्त्रांत पडलेला सोयरा-बाईंचा हडकुळा देह निळाकाळा दिसत होता. तात्काळ राजवैद्यांना पाचारण केलं गेलं. त्यांनी आदल्या रात्रीच मातोश्रींनी हिरकणी खाऊन आत्मघात केल्याचं निदान केले.

शंभूराजांनी काळ्या हौदाच्या बाजूलाच थोरल्या महाराजांच्या अंत्यसंस्काराच्या जागेपल्याड सोयराबाईंना मंत्राग्नी दिला. भटभिक्षुक, दीनदुबळे, पांथस्थ सर्वांना खूप दानधर्म केला. पोरक्या राजारामसाहेबांची ते खूप काळजी घेत होते.

क्रियासंस्कार पार पडले. पाहुण्यांनी राजवाडा भरला होता. शंभूराजांचे डोळे सोयराबाईंच्या आठवणीने भरून आले. ते बोलले, "आपल्या अपत्याच्या मायेपायी आम्हांला अटक करण्याचे हुकूम सोडण्यापर्यंत, अगदी आमच्या जिवावरही उठण्यापर्यंत त्यांची मजल गेली होती; हा झाला मानवी स्वार्थाचा भाग. पण आबासाहेबांच्या धाडसी तारुण्यात आणि राजगडावरच्या आमच्या शैशवात ह्याच मातोश्रींनी आम्हा दोघांना किती लडिवाळानं जपलं होतं, त्याचा विसर आम्हांला कधीच पडणार नाही. आमच्या ह्याच मातोश्रींनी थोरल्या राजांवर विषप्रयोग केला असा किटाळ उठवणं म्हणजे पतिप्रेमाविषयी शंका घेण्याचा तो एक निष्ठुरपणा ठरेल. त्या स्फटिकाहून धवल होत्या!''

५.

"संभाजीराजे, आज औरंगजेबाने हिंदुस्थानात उच्छाद मांडला आहे. उत्तरेत अनेक प्रबळ हिंदू आणि राजपूत सरदारही आहेत. पण ती सारी त्या पातशहाच्या गव्हाणीतली जनावरं!"

"अस्सं?"

"तर काय. त्यांना देशाचं, धर्माचं कशाचंही सोयरसुतक उरलेलं नाही. तशातच आपण ऐकलं असेल, औरंगजेबानं हिंदू रयतेवर जिझीया नावाचा अन्यायी कर बसवला आहे. त्यानं सामान्य रयतेला तर जिणं नकोनकोसं करून सोडलं आहे. अशा पापी आणि धर्मपागल पातशहाला वेसण घालायची युक्ती आणि शक्ती आज हिंदुस्थानात फक्त आपल्याच हातात आहे."

"सच है राजन. दिल्ली आणि राजपुताना सोडून मोठ्या भरवशाने मी आणि शहजादा अकबर रायगडाच्या सावलीत येऊन पोचलो आहोत." भारावलेले दुर्गादास राठोड बोलले.

काल सकाळीच शंभूराजे आपल्या सहकाऱ्यांसह सुधागडला येऊन पोचले होते. त्यांनी गडावरच्या सबनीसांच्या वाड्यामध्ये मुक्काम ठोकला होता. कालच किल्ल्याच्या पायथ्याशी धोंडसे नावाच्या गावात त्यांची आणि शहजादा अकबराची खरीखुरी पहिली भेट घडून आली होती.

कालच्या दोघांच्या शाही भेटीत एकमेकांना जडजवाहीर, उंची वस्त्रेप्रावरणे, उत्तम पैदासीची अरबी आणि तुर्की घोडी भेट देणे असे उपचार पार पडले. तेव्हा शंभूराजांनी दुर्गादास आणि शहजादा अकबराचे तोंड भरून कौतुक केले. त्यांना धन्यवादही दिले, "बरं झालं. निदान तुमच्या निमित्तानं आमच्या सरकारकुनांच्या बगावतीचं पितळ उघडं पडलं."

"कारभाऱ्यांच्या त्या खलित्याने उलट आम्हावरच बडे उपकार केले राजन!" शहजादा अकबर हसत बोलला, "गेले चार पाच महिने आपण आम्हांला इथेच ह्या पालीच्या भयंकर बरसातीमध्ये भिजवत ठेवलं होतं. कदाचित आमच्या हेतूबद्दलच आपल्या दिलात आंदेशा असेल—"

शहजाद्याच्या वक्तव्यावर शंभूराजे दिलखुलास हसले. आगतस्वागत उत्तम झाले. पुढच्या बैठकीसाठी वर सुधागडच्या वाड्यात जाऊन बसायचे ठरले. तेव्हा राजांनी शहजाद्याकडे निरखून पाहिले. थोडासा स्थूल प्रकृतीचा, मध्यम उंचीचा, पण लाल तजेलदार कांतीचा शहजादा दिसायला आकर्षक होता. त्याला शंभूराजे बोलले, "चला, आज आमच्यासोबत वर गडावरच मुक्काम ठोका. विस्तारानं बोलू सारं."

"राजन, हवं असेल तर आपण दुर्गादासांनाच सोबत घेऊन जा. आम्ही कल

सुबह पोचू.'' अकबर बोलला.

''आज का नको?''

''राजन, इथल्या बरसातीच्या तडाख्यातून आम्ही कसेबसे बचावलो. आता तुमची ती गडावरची सर्दी नाही सहन व्हायची.''

दुर्गादासांच्या सोबत राजांचा गडावरचा मुक्काम उत्तमरीत्या पार पडला होता. सकाळी दुर्गादास आणि शंभूराजांनी पूजा आटोपल्या. दोघांच्याही पालख्या भोराई-देवीच्या मंदिरात जाऊन पोचल्या. देवीच्या दर्शनानंतर राजे पूर्व दिशेच्या बुरुजाजवळून फेरफटका मारू लागले. सोबत उत्साही दुर्गादास होतेच. उंचेपुरे, सावळ्या रंगाचे, राजपूत धाटणीची, उलट्या भांगाची दाढी ठेवलेले दुर्गादासांचे व्यक्तिमत्त्व लोभस होते. दोघेही दरीपल्याडचा तेलबैल्याचा किल्ला, त्या पाठीमागची गर्द वृक्षराजी आणि आजूबाजूच्या उंच कड्यांचे व खोल घळईचे दर्शन घेऊ लागले होते.

दुर्गादासांच्या चालण्याबोलण्यातून त्यांची कळकळ व्यक्त होत होती. राजपुतान्यातील सर्व राण्यांनी एका झेंड्याखाली गोळा व्हावे आणि औरंगजेब नावाचे आपल्या मुलखावरील, धर्मावरील संकट लवकरात लवकर दूर करावे; त्याच्या जागी गादीवर शहजादा अकबराला बसवावे, ही आपली भूमिका दुर्गादास स्पष्ट करीत होते. त्याच वेळी त्यांच्या व्यक्तिमत्त्वातून त्यांच्ये राजपुतान्यावरचे प्रेम, शहजाद्यावरची निष्ठा व संभाजीराजांबद्दलचा अपरंपार आदरही लपता लपत नव्हता.

जोधपूरचा राजा जसवंतसिंग आयुष्यभर मोगलांच्या मिठाला जागला होता. औरंगजेबाच्या मर्जीसाठी त्याने अगदी काबूलकंदाहारच्या वेशीपर्यंतही धडका मारल्या होत्या. रणमैदाने गाजवली होती. मात्र खैबरखिंडीजवळ त्याचा अकाली अंत झाला. त्याच्यासारख्या एकनिष्ठ सेवकाच्या मृत्यूने पातशहाला खूप दुःख व्हायला हवे होते. मात्र त्याच्या जाण्याने औरंगजेब अधिक सुखावला. आणखी एक हिंदू राज्य आपोआप घशात घालायला मिळेल हा औरंगजेबाचा अंदाज होता. मात्र तेव्हा जसवंतसिंगची राणी गरोदर होती. ती प्रसूत झाल्यावर वारसाहक्कानुसार अजितसिंहाला जोधपूरच्या सिंहासनावर बसवावे अशी राजपुतांनी मागणी केली.

त्यासाठी दुर्गादासाने पातशहाची समक्ष भेट घेतली. त्याने आग्रह धरला, ''हुजूर, वारसाहक्काप्रमाणे अजितसिंहांना जोधपूरचे नरेश बनवावे.''

''जरूर, क्यूं नही?'' औरंगजेब हसत बोलला, ''उद्याच तुझ्या धन्याला आम्ही राजवस्त्रं द्यायला तयार आहोत. लेकिन एक शर्तपर—''

''कोणती शर्त जहाँपन्हाँ?''

''उद्याच अजितसिंहानं आणि त्याच्या आईनं इस्लामधर्म स्वीकारावा आणि मग बेशक राज्य करावं.''

पातशहाचे ते बेछूट उत्तर ऐकून इमानी दुर्गादास राठोड नखशिखान्त थरारून गेला होता. 'माझा मृतदेह स्मशानाची वाट चालण्यापूर्वी मी औरंगजेबाची वाट लावेन.' — अशी दुर्गादासने आण घेतली होती. त्या क्षणापासून दुर्गादास आलमगीर-विरुद्ध पेटून उठला होता.

त्या गोष्टीची आठवण काढताच दुर्गादास राठोड रागाने लालेलाल झाले. ते म्हणाले, "अकबर आणि राजा मानसिंगाच्या काळापासून आमच्या तीन तीन पिढ्यांनी दिल्लीची मोगलाई राखण्यासाठी रक्त सांडलं. पण त्या साऱ्या गोष्टी विसरून धर्मवेडा औरंगजेब दुसऱ्या टोकाला गेला. हिंदू प्रजेवर त्याने जिझिया कर बसवला. त्याच्या वसुलीसाठी अनन्वित अत्याचार केले—"

"मग उत्तरेतल्या प्रजेनं अशा अधमशाहीविरुद्ध बंड का नाही पुकारलं?" शंभूराजांनी विचारले.

"सारं झालं. औरंगजेब जामा मशिदीमध्ये प्रार्थनेसाठी जात असताना पिचलेल्या हिंदू रयतेनं त्याला अडवलं. गाऱ्हाणं घातलं. पण पातशहाला दया आली नाही. त्या गरीब रयतेच्या अंगावर औरंगजेबाचा उन्मत हत्ती नाचला. पण औरंगजेबानं आपला इरादा बदलला नाही. त्या साऱ्याचा उद्रेक मग राजपुतान्यातील बंडाव्यात झाला."

दुर्गादास ती कहाणी ऐकवत होते—

राजस्थानच्या वालुकामय प्रदेशात पेटलेल्या बंडाचा समाचार घेण्यासाठी औरंगजेब तिकडे धावून आला होता. त्याने दक्षिणेतून मुअज्जमला आणि बंगालमधून आज्जमला बोलावून घेतले होते. राजपुताना थंड पडत नव्हताच. पण एकदा पातशहाकडून अपमानित झालेल्या शहजादा अकबराला दुर्गादासाने कौशल्याने स्वत:कडे ओढले. त्याच्या डोक्यात बंडाचे बीज पेरले. परंतु दुर्गादास आणि शहजादा अकबर हे दोघेही दुर्दैवाच्या तडाख्यात सापडले. अकबराने फक्त बगावतीचे निशाण उभारले नव्हते, तर स्वत:ला नवा शहेनशहा घोषित करून खुत्बा वाचला होता. आपल्या बापाशीही रणांगणावर मुकाबला करायचा गुन्हा केला होता. असा गुन्हेगार शहजादा कुठेही गेला तरी त्याचा प्रतिशोध घेतल्याशिवाय पातशहा स्वस्थ बसणार नाही, याचा अंदाज दुर्गादास आणि अकबर या दोघांनाही होता. त्यामुळेच त्यांना सह्याद्रीच्या सिंहाची पोलादी गुहा भरवशाची वाटली. दुर्दैवाचे अनेक तडाखे खात ते दोघेही चार महिन्यांच्या कष्टदायक प्रवासानंतर महाराष्ट्र पठारावर येऊन पोचले होते.

जिझिया कराचा विषय निघताच शंभूराजे बोलले, "पातशहानं आपल्या हिंदू रयतेवर हा कर लादल्याची खबर आमच्या आबासाहेबांना समजली, तेव्हा ते किती बेचैन झाले होते, हे आम्ही जवळून बघितलं आहे. त्यांनी औरंगजेबांना स्पष्ट कळवलं. तुमच्या ह्या एका कृतीनं तुम्ही आपल्या श्रेष्ठ तुर्क कुळाला कलंक लावला आहे. रयत म्हणजे राजाची लेकरं. त्यामध्ये हिंदू आणि मुसलमान असा

फरक करायचा नसतो. आमच्या आबासाहेबांनी असा फरक कधीच केला नाही. हिंदवी स्वराज्य उभारताना त्यांनी विजापूरी आदिलशहाच्या पदरीचे सात हजार पठाण आपल्या मराठा फौजेत घेतले होते. आजही दौलतखान आणि दर्याखानासारखे नरवीर आमच्या आरमारात आहेत.''

''कुठे शिवाजी आणि कुठे औरंगजेब!'' दुर्गादास विषादाने बोलले, ''फक्त सरहद्दी रुंदावल्या म्हणून राज्यं मोठी होत नसतात. राजाच्या मनाची विशालता महत्त्वाची!''

सकाळी उगवत्या सूर्यकिरणांबरोबर आपण गडावर पोचू अशी शहजाद्या अकबराने हमी दिली होती. परंतु दुपार झाली तरी त्यांचा तिथे पत्ता नव्हता. त्यामुळे दुर्गादास आणि संभाजीराजे हवालदिल झाले होते. शेवटी बऱ्याच उशिराने शहजाद्याची पालखी गडावर येऊन पोचली. आपला राग आतल्या आत गिळण्याचा प्रयत्न करीत शंभूराजे बोलले, ''शहजादे, खालच्या पायथ्यापासून इथे गडावर पोचायला जर तुम्हांला इतका वेळ लागणार असेल, तर याच ढिल्या न्यायाने आपण दिल्लीवर धडक कशी मारणार?''

शंभूराजांच्या बोलाबरोबर दुर्गादासांनाही हसू आवरले नाही. शहजाद्याच्या मंद-गतीची कबुली देत ते बोलले, ''काय सांगावं शंभूराजे, शहजाद्यांचा हा ऐषोआराम नडला. नाही तर त्या औरंगजेब पातशहाचा दहा महिन्यांमागेच निकाल लागला असता!''

''काय सांगता?''

''होय राजे. ह्या शहजाद्यांसाठी त्यांच्या खुदानंच सुवर्णसंधीची कवाडं उघडून दिली होती. औरंगजेब इतका एकाकी पडला होता की, तेव्हा त्याच्याकडे दहा बारा हजाराची मामुली फौजसुद्धा उरली नव्हती. आणि ह्या शहजाद्यांच्या झेंड्याखाली आम्ही लाखभर राजपूत उभे ठाकलो होतो. आता विजय आपलाच होणार, दिल्लीची गादीही आपलीच, या विजयाच्या बेहोषीत हे महाशय इतके मश्गुल राहिले की, त्यांना एकशेवीस मैलांचं अंतर पार करायला तब्बल पंधरा दिवस लागले. त्या मधल्या काळामध्ये कुठे नवे सिंहासन घडवण्यासाठी सुताराला बोलवा, राजवस्त्रे शिवण्यासाठी दर्जींची फौज बोलवा, अशा बकवास गोष्टीत शहजाद्यांनी सोन्यासारखा वक्त गमावला. आमच्या ह्या नादान दिरंगाईचा फायदा त्या बुढ्ढ्या पातशहानं उचलला आणि कपटनीतीचा जांबिया भोसकून शहजाद्यांना अक्षरश: देशोधडीला लावलं.''

वाड्यात खुली चर्चामसलत सुरू होती. त्यामध्ये कवी कलशही येऊन सहभागी झाले होते. दुर्गादासांच्या बोलाबरोबर शहजाद्यालाही ते वाईट दिवस आठवले, आणि प्रांजळ कबुली देत तो बोलला, ''तेव्हा आमची नालायकीच नडली होती, यात अंदेशा कसला? पण आमचा बाप औरंगजेब म्हणजे उस्तादोंका उस्ताद!''

"ते कसे?"

"काय सांगावं, राजन? अकारण आम्ही अंधविश्वासू झालो होतो. आमच्या तख्तपोशीला कोणाची नजर लागू नये, म्हणून रोज किती मैल दौड करायची याचा सल्ला एका ज्योतिषीबुवाकडून घेत होतो. तर आमच्या अब्बाजाननी त्या ज्योतिषालाच गुपचूप रिश्वत पाठवून दिली होती. आणि तो बदमाष मनुष्य आम्हांला मुद्दाम दूरचा मुहूर्त सांगू लागला."

दुर्गादासही एकाएकी खूपच गंभीर झाले. ते बोलले, "शंभूराजे, तुम्हीही तुमच्या जिंदगीमध्ये माणसातले अनेक देव आणि सैतानही बघितले असतील. पण औरंगजेबा-सारखा इतका कपटी, घातकी आणि कोल्ह्यासारख्या धूर्त इसम दुसऱ्या कोणी पाहिला नसेल. शहजाद्यांकडून प्रवासास इतका उशीर होऊनसुद्धा आम्ही त्या रात्री अगदी विजयाच्या उंबरठ्यापर्यंत जाऊन पोचलो होतो. तेव्हा पातशहाचा तहव्वूरखान नावाचा कडवा, लढवय्या बहादूर सरदारही आमच्या बाजूला निघून आला होता. दुसऱ्या दिवशी जंगला सुरुवात होणार होती. दोन्ही फौजा एकमेकींना भिडल्या होत्या. उरला होता मध्ये फक्त एका रात्रीचाच झिरझिरीत पडदा. परंतु दुर्दैवाने तहव्वूरखानाचा सासरा इनायतखान आणि तहव्वूरची बिवी आणि मुलं पातशहाच्याच कब्जात होती. त्या रात्री पातशहाने तहव्वूरला एक गुप्त संदेश पाठवला—"एक वक्त तू आम्हांला सामील होऊ नकोस. पण मसलतीसाठी तरी गुप्तपणे आमच्या डेऱ्यात निघून ये. न येशील तर मात्र तुझ्या बच्छड्यांना गुलामांची पोरं मानून कुत्र्यांपेक्षाही कमी किंमतीनं विकले जाईल. आणि तुझ्या खुबसुरत बिवीला नंगी करून फौजी बाजारात तिची अब्रू लुटण्यासाठी तिच्यावर हशम सोडले जातील, त्या पत्राने तहव्वूरखान गलबलून गेला. आम्हांला कोणतीही कल्पना न देता तो घाबरल्या स्थितीत तसाच पातशहाकडे निघून गेला. अखेर व्हायचं तेच झालं. त्या गाझीला पातशहानं त्याच रात्री कत्ल करून त्याचे तुकडे तुकडे केले."

"अशा कपटी आणि घातकी चाली फक्त औरंगजेबच खेळू शकतो." कवी कलश बोलले.

"कविराज, त्या रात्रीतला शहेनशहाच्या कपटाचा कळस अजून पुढेच आहे. त्या धूर्त पातशहानं आणखी एक गुप्तपत्र आमच्या ह्या शहजाद्यांच्या नावे लिहिलं. ते प्रत्यक्ष मात्र आम्हा राजपूतांच्या हाती पडेल अशी व्यवस्था केली. मध्यरात्रीच माझ्या खिदमदगारांनी मला झोपेच्या तारेतून उठवलं. तो भयंकर खलिता माझ्या हाती दिला. त्यात लिहिले होते — बेटे अकबर, आपल्यातल्या खुफिया समझोत्याप्रमाणे तू तर कमाल केली आहेस! साऱ्या राजपूत जंगबाजांना एकत्र आणून तू असे मौतच्या सापळ्यात जेरबंद केलं आहेस की— क्या केहना फक्त उद्याची सकाळ व्हायचा अवकाश — सामनेसे मेरी फौज और पिछवाडेसे तुम्हारी फौलादी फौज! आपल्या दोघांच्या कैचीमध्ये त्या

राजपुतांना पुरते तबाह करू — त्या भयंकर पत्राने माझे होशच उडवले होते. मी रात्रीच्याच लिबासावर माझ्या डेऱ्यातून बाहेर पडलो. त्या खलित्याचा खुलासा मागण्यासाठी ह्या शहजाद्यांच्या डेऱ्याकडं धावलो. परंतु आमच्या या थोर शहजाद्याची तेव्हा मला मुलाखातच मिळाली नाही!''

''का?'' शंभूराजांनी आश्चर्याने विचारले.

''कारण ह्या शहजाद्यांनी म्हणे आपल्या सेवकांना फर्मानच काढलं होतं– काय वाटेल ते झालं तरी माझी नींद खराब करू नका. मी तेव्हा खूप ओरडलो. दंगा केला. पण शहजाद्यांची भेट मिळेना. ते उठायला तयार होईनात. तेव्हा आम्ही सारे तहव्वूरखानाच्या गोटाकडे पळालो. तर तिथे खानसाहेबही जागेवर नाहीत. ते मघाशीच पातशहाच्या डेऱ्याकडे गुपचूप गेल्याची खबर आम्हांला मिळाली. तेव्हा सारे राजपूत योद्धे माझ्यावरच उखडले! ह्या कपटी बापलेकांच्या सापळ्यामध्ये आपसूक जाऊन अडकण्यापेक्षा आपला जीव वाचवलेला बरा, असा आम्ही सर्वांनी विचार केला. आणि मग पहाटेच डेरेदांडे गुंडाळून आम्ही सारे राजपूत स्वत:चा जीव वाचवण्यासाठी दूर पळून गेलो. काय सांगावं शंभूराजे — म्यानातून तलवार न उपसता ह्या औरंगजेब नावाच्या बापमाणसानं आमची लाखाची फौज पळवून लावली; आणि शहजाद्यांसाठीही कबर खोदली!''

दुर्गादासांच्या तोंडून तो सारा प्रकार ऐकून सर्वजण सर्द झाले. शंभूराजांनी सहज खडा टाकला. ते बोलले, ''आपण तर पातशहाचे सर्वात लाडके शहजादे होता म्हणे. अजूनही आपण माघारी फिरावं म्हणून ते खलित्यांवर खलिते धाडतात असं म्हणतात–''

''जी हां राजन. शहेनशहाच्या पत्रातले लब्ज खूप हळुवार आणि मोहबतभरे असतात. परंतु ते एका चालाक आणि बदमाष लांडग्याचं ढोंग आहे, याची मला भूल पडू शकत नाही.''

बोलता बोलता शहजादा अकबर खूप भावनाविवश झाला. तो कातर आवाजात सांगू लागला– ''माझे चाचाजान दारा म्हणजे किती मोठे संस्कृतपंडित, विद्वान आणि हुनरवाले होते. ते तर दिल्लीतल्या गोरगरीब हिंदू आणि इस्लामी रयतेच्या दिलाचा सहारा होते. आमच्या दादाजान शहाजहानसाहेबांचे तर ते सर्वात प्यारे शहजादे. त्याच दारा शुकोहचा आमच्या अब्बाजानने दगलबाजीने घात केला होता. माझ्या बचपनमधला तो दिवस मला अजून याद आहे. आमचे अब्बाजान औरंगजेब आम्हा सर्वांना घेऊन राजमहालातल्या तिसऱ्या मजल्यावरच्या आगाशीमध्ये बसले होते. तेव्हा खाली रस्त्याने भिकाऱ्याहून गंद्या दिसणाऱ्या एका माणसाचा जुलूस चालला होता. त्याच्या आगेमागे वाजणारी शहादने, झांजा, पिपाण्या आणि ते सारेजण तर पातशाही दरबारातलेच दिसत होते.

"सर्वांच्या मध्ये किचड आणि गोबरने मैली झालेली एक रोगट हत्तीण चालली होती. तिच्या पाठीवरच्या हौद्यामध्ये कोणी मूळचा गोरापान रंगाचा– पण आता किस्मतीच्या फटकाऱ्यांनी काळवंडून गेलेला एक तरुण बसला होता. त्याच्या अंगावरच्या शाही झग्याच्या चिरगुळ्या केल्या गेल्या होत्या. त्यावर वाळल्या रक्ताचे डाग दिसत होते. कोणीतरी त्याला बेदम मारलं होतं. खाली मान घालून बसलेल्या त्या दुर्दैवी इसमाच्या मागे फाटक्या लिबासातला एक चौदा वर्षांचा कोवळा लडका खडा होता. तो लडका गरीब बकरीसारखा आजूबाजूच्या गर्दीकडे घाबरून बघत होता. विशेषत: त्याच्याकडे माझी नजर वळताच मी मनातून चरकलो. पातशहाला ओरडून बोललो — अब्बाजान, तो हत्तीवरचा लडका बघितला? तो तर आपला सिफीर!

"जी हाँ!! — जानता हूं. तो बदनसीब माणूस म्हणजे तुझा बेवकूफ चाचा दारा आणि त्याच्यासोबतचा तो त्याचा बदनसीब लौंडा सिफीर शुकोह.''

"— मैं एकदमसे चिल्लाया चिडून अब्बाजानला विचारलं, आमच्या चाचा-जानची आणि सिफीरभैय्याची अशी बुरी हालत कोणी केली? कोण तो नादान माणूस? कुठेय तो? यावर माझ्या नाकावर अब्बाजाननी असा जोरकस ठोसा लगावला की, चक्कर येऊन मी काही क्षण बाजूला कोसळलो. त्यानंतर दोन दिवसांनी त्याच बेजान हत्तीणीच्या पाठीवर चाचाजानची बिनामुंडीची सुकलेली लाश मी बघितली होती. काही दिवसांनी आमच्याच पाठशाळेत शिकणाऱ्या काही सरदारांच्या पोरांनी मला एक हकीगत सांगितली– मरणापूर्वी म्हणे आमच्या चाचाजानला आणि सिफीरला एकाच अंधारकोठडीत डांबलं होतं. एके रात्री जेव्हा पातशहाचे हशम त्या कोठडीत घुसले, मशालीच्या उजेडात दिसणारी कत्तलबाजांची डरावनी तोंडं छोट्या सिफीरने जेव्हा बघितली, तेव्हा तो पालीसारखा आपल्या, बापाला चिपकला होता. गाईच्या बच्छड्यासारखा भेदरलेल्या हंबरत होता. त्या दुष्टांना विनवण्या करून सांगत होता, 'नको हो, आम्हांला तुमचं ते तख्त नको. ताज नको. आम्ही दोघे हा मुलूख सोडून जातो. परक्या देशात जाऊन अल्लाच्या नावाने कटोरी पसरून भीक मागतो. पण माझ्या अब्बाला मारू नका हो.'— परंतु एखादं वस्त्र फाडून त्याचा तुकडा बाजूला काढावा, तसं त्या दुष्टांनी छोट्या सिफीरला बळजबरीनं त्याच्या बापाच्या मिठीतून दूर फेकलं. तेव्हा चाचाजानही कळवळून सांगत होते– माझ्या धाकट्या भावाला, औरंगजेबाला पैगाम द्या. म्हणावं तुझा ताज आणि तख्त तुला लखलाभ. आम्हांला भली भिकाऱ्याची करवंटी दे. पण आम्हा बापलेकांना जगू दे'

"त्या राक्षसांनी सिफीरला बाजूच्या कोठडीत कोंडलं. खाटीकसुद्धा आधी बकरा कापतात आणि मगच त्याची चमडी सोलतात. परंतु त्या दुष्ट हशमांनी माझ्या चाचाजानचे जिवंतपणीच हातपाय कलम केले. शेवटी मुंडी उडवली. बंदीखान्याच्या

भिंतींना पाझर फोडणाऱ्या आपल्या बापाच्या त्या करुण किंकाळ्या शेजारच्या कोठडीतून सिफीरने ऐकल्या होत्या. हिंदुस्थानाच्या तख्तपोशीवर विराजमान होऊ पाहणाऱ्या आपल्या बापाचं ख्वाब ज्या सिफीरने पाहिलं होतं, तोच आपल्या त्या दुर्दैवी बापाच्या करुण अंताचा गवाह बनला होता!–

"त्यानंतर सिफीरला अब्बाजाननी राजवाड्यात आणलं. परंतु त्या दिमागी आघाताने तो पुरा बावरा बनला होता. त्याला मग मेहालमाड्यांतून जागा उरली नाही. पुढे सिफीरची ती जिवंत लाश मला कधी सब्जी मंडीजवळ दिसायची, तर कधी जामा मशिदीजवळच्या पायऱ्यांवर आढळायची. शहजादा म्हणून ऐषोआराम भोगताना माझ्या त्या चचेरा भावाची ती मासूम सूरत सारखी माझ्या डोळ्यांसमोर उभी राहायची! अगदी आजही त्याची याद मला भंडावून सोडते.... खुदके फायदे के लिए अपने घरवालोंको कत्ल करनेवाला ये मेरा बाप, मुझे तो शहेनशहाके मखमली लिबास में लेहरनेवाला जहरीला सापही लगता है."

आपल्या बापाच्या दुष्टपणाचा पाढा वाचताना शहजादा अकबर खूपच भावनावश झाला होता. त्यानंतर काही क्षण तो खामोश राहिला. तो खजील झाल्यासारखा वाटला. तेव्हा शंभूराजे त्याला दिलासा देण्याच्या इराद्याने बोलले,

"बाकी काहीही म्हणा, पण तुमचे अब्बाजान आहेत खूप धार्मिक वृत्तीचे. मनाने पाक. दुसऱ्यांच्या स्त्रियांचा आदर करणारे एक नेक इन्सान."

शंभूराजांनी तो विषय काढताच शहजादा विषादाने हसला. आपल्या बापाच्या वर्तनाची मीमांसा करत तो बोलला, "आमचे अब्बाजान, आमच्या दादाजानसारखे — शहाजहान साहेबांसारखे अगदीच रंगीले नसले, तरी रशीले मात्र होतेच."

"असे काय बोलता आहात शहजादे? तुमच्या आजोबांनी तर आपल्या बेगमेच्या प्रीतीची याद म्हणून एवढा मोठा ताजमहाल बांधला. जगातल्या आशिकाना बडी उमीद दिली."– संभाजीराजे म्हणाले.

"पण ताजमहाल बांधल्यानंतर आमचे दादाजान सव्वीस वर्षं जिंदा होते, हे आपण विसरता की काय राजन?" शहजादा अकबर सांगू लागला, "एकीकडे ताजमहाल बांधून आपल्या बेगमेवर– मुमताजमहलवर आपली किती मुहोबत होती याचा जगापुढे खूप देखावा केला. पण त्याच आमच्या दादाजाननी आपल्या सरदारांच्या खुबसुरत औरती, एवढंच कशाला त्या बुङ्ढ्याने दरबारातल्या दासीही सोडल्या नाहीत! अगदी मुमताजमहलच्या बहिणीला, फर्जाना बेगमेलासुद्धा आपल्या बिछायतीमध्ये खेचायला त्यांनी कमी केलं नव्हतं. अर्थात, दादाजानच्या ह्या दोगल्या बर्तावाचा आमच्या अब्बाजानना खूप राग यायचा."

"तेच खरं आहे. आपल्या पित्याप्रमाणे तुमचे अब्बाजान तसे वागले नाहीत. त्यांनी अन्य स्त्रियांकडे कधी ढुंकूनही पाहिलं नाही."–कवी कलश बोलले.

"कविराज, इतनाभी कुछ मत समझिये–" न राहवून अकबर सांगू लागला, "आपको क्या पता? आमच्या अब्बाजानची आजची लाडली बेगम उदेपुरी. ती खरी दारा चाचांची बेगम! पण एकदा चाचाजानची हत्या केल्यावर आमच्या आलमगीर-साहेबांनी अगदी महिनादीड महिनाही जाऊ दिला नाही; लगेच उदेपुरीशी शादी केली. दाराचाचांची आणखी एक बेगम होती, रानादिल. तिच्यासाठीही अब्बाजान पागल झाले होते. पण तिने डाळ शिजू दिली नाही ही गोष्ट वेगळी!"

बोलण्याच्या ओघात शहजादा अकबर गतस्मृतींमध्ये हरवून गेला. तो सांगू लागला, "एकदा मध्य आशियातील काही लोक अब्बाजानच्या भेटीस आलं होते. तेव्हा त्यांनी जक्शी नावाची एक खुबसुरत तुर्की दासी आमच्या अब्बाजानना नजर केली. त्यांनी तिला गुपचूप आपल्या जनान्यात रखेल म्हणून ठेवून दिली. तिच्यापासून झालेला यलंगतोशखान नावाचा मुलगाही तुम्हांला आमच्या मोगली उमरावांमध्ये वावरताना दिसेल–"

थोडेसे चपापल्याचा आव आणत कवी कलश बोलले, "अकबरजी, गुस्ताखीं माफ. आम्ही सारे तुमच्या अब्बाजानना खूप पाक, पवित्र मानत होतो."

"छोड दो कविराज! आमचे अब्बाजान हलकट असले म्हणून काय झालं? माझ्या जन्मदात्या बापाबद्दल मी किती वाईट बोलावं यालाही काही मर्यादा आहे की नाही?"

बोलता बोलता शहजादा अकबर खूप गंभीर होऊन सांगू लागला, "आमच्या अब्बाजानची असली आणि नकली रूपं किती आहेत ते तो एक अल्ला जाने! पण ते अल्लाची, इस्लामची सतत सेवाचाकरी करत असल्याचा खूप बहाणा करतात. ऊठसूट नमाज पढायचा. मुल्ला-मौलवींच्या सभांमधून नाक उंचावत मिरवायचं. कुठे कुराणाच्या प्रती लिहून काढ. त्यामध्ये चित्रं काढ. शिवाय टोप्या शिवायचा छंद. त्या कष्टातून उभारलेली रक्कम कुठे मशिदींना दान कर. खरं सांगू, मला तर असं राहून राहून वाटतं की, अस्सल बात कुछ और है! आमच्या अब्बाजाननी जन्मभर केलेली पापं, आपल्या सग्या भावांच्या छाटलेल्या मुंड्या, त्यांचे चिरडून मारलेले शहजादे, आपल्या बुढ्ढ्या बापाचा केलेला छळ — त्यांच्या पापाची ही पिशाच्चंच त्यांच्या डोळ्यांसमोर रात्री नव्हे दिवसाही नाचत असतील! त्यापासून छुटकारा मिळावा म्हणून टोप्या शिवण्यात, अल्लाची कुठली ना कुठली सेवा करण्यात ते वक्त गमावत असावेत.... त्यांचा नकली चेहरा आणि असली बर्ताव या साऱ्याच गोष्टी म्हणजे एक मोठी पहेली आहे!!"

■

जंजिर ! जंजिरा !!

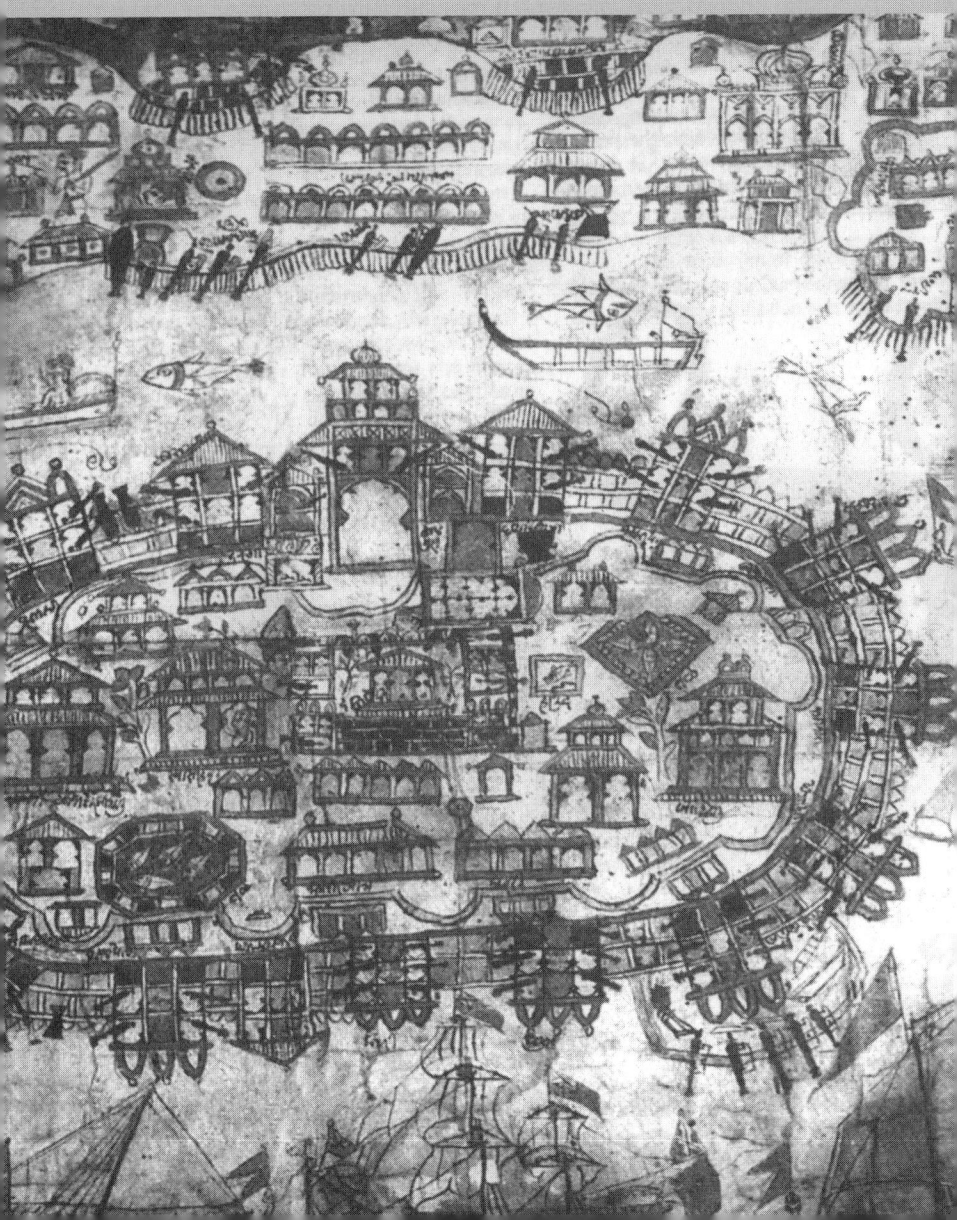

१.

"बरं झालं, तुमचे आबासाहेब खलाशी म्हणून जन्माला आले नाहीत ते! नाहीतर जमिनीबरोबर समुद्रही सफाचट करून ते दर्याचे मालिक बनले असते!" रायगडावर ब्रिटिश वकील हेन्री ऑक्सींडेनने एकदा शंभूराजांना सांगितले होते.

हेन्रीच्या त्या बोलांचा शंभूराजांना कधीच विसर पडला नव्हता. उलट जेव्हा जेव्हा निळाशार समुद्र त्यांच्या नजरेस पडे, तेव्हा त्यांचे मन उचंबळून येई. अनेकदा आपला घोडा फेकत ते दर्याकिनारी जाऊन उभे राहत. उधाणलेला सागर पाहून त्यांच्या चित्तवृत्ती हरवून जात. दोन-दोन पुरुष उंचीच्या लाटा पाहून ते वेडे होत. त्यांच्या छातीच्या शिडातच वारा घुसून त्यांच्या हृदयामध्ये एक नवे वादळ घोंगावत राही. वर सुरतेपासून ते खाली कारवारपर्यंतचा संपूर्ण किनारा आपल्या कब्जात आणणे, हे थोरल्या महाराजांचे स्वप्न होते. त्या स्वप्नपूर्तीसाठी शंभूराजांचा जीव वेडा होई.

एकदा अत्यंत साध्यासोप्या शब्दांमध्ये थोरल्या महाराजांनी शंभूराजांना सांगितले होते– "रानामध्ये पीक एकदा भराला आलं की, रानडुकरं त्याच्याकडं नाक फेंदारून पाहतात. मुसंडी मारतात. तशीच पोर्तुगीज, इंग्रज आणि सिद्दी ही पाण्यातली रानडुकरं समजा. जेव्हा एखादं रानडुक्कर मनुष्यावर हल्ला चढवतं, तेव्हा ते सरळ रेषेतच धावतं. त्याच्या नाकाडाजवळचे दोन सुळे साळिंद्राच्या काट्यांपेक्षा तीक्ष्ण आणि धारदार असतात. त्यांच्या घावाने मनुष्यमात्राची मांडी फुटल्याशिवाय राहत नाही. सागरातील ही तिन्ही श्वापदं तशाच भुकेल्या नजरेनं नेहमी आपल्या स्वराज्याकडे बघतात."– संभाजीराजे आपल्या दर्यावर्दी पित्याच्या आठवणी जागवत होते.

कवी कलश बोलले, "राजन, गोव्याचा नवा पोर्तुगीज व्हाइसरॉय काय म्हणतो आहे ठाऊक? समुद्रावर राज्य करायचा जन्मसिद्ध अधिकार फक्त आम्हा पोर्तुगीजांना आहे."

"का? दर्या काय फक्त त्या पोर्तुगीजांच्या बापजाद्यांच्या मालकीचा आहे की काय? जा म्हणावं तिकडे खुशाल आपल्या पोर्तुगालच्या किनाऱ्यावर. बसा तिथे मौजेनं डुंबत. इथे घुसखोरी करायचं तुम्हांला कारणच काय?"

तितक्यात हुजऱ्यांनी खबर आणली. नागोठणे आणि रोह्याकडचे काही शेतकरी तातडीने राजांना भेटू इच्छितात. खाजगीकडे राजांचे जवळचे सहकारी गोळा झाले होते. मसलत आणि मधूनच गप्पाटप्पा सुरू होत्या. राजे काहीसे त्रासल्यासारखे होऊन बोलले, "आता सायंकाळ झाली. त्यांना उद्या सकाळीच भेटा म्हणावं दरबारात."

“जी, हुजूर!” हुजरे मुजरा करून बाहेर गेले.

तेवढ्यात शंभूराजांनी त्या हुजुऱ्याला हटकले, “अरे, थांब कसा!” हुजऱ्या गर्रकन मागे वळला. तेव्हा शंभूराजे बोलले, “असं करा, पाठवा त्या बिचाऱ्यांना! नाही तर गडाचे दरवाजे बंद होतील. हकनाक त्यांना एक जादा मुक्काम पडायचा इथं.”

जेव्हा त्या सामान्य शेतकऱ्यांना शंभूराजे बघायला मिळाले, तेव्हा त्यांना भरून आले. सारेजण राजांचे पाय धरून रडत आपली कर्मकथा ऐकवू लागले, “राजं ऽ आमच्या दोन गावांतली पंचवीस तरणीताठी पोरं पळवली त्या हैवान सिद्दींनी–”

“त्यात आमच्या नागोठण्याच्या व्यापाऱ्यांचीही लेकरं आहेत!–” एक व्यापारी गयावया करत सांगत होता.

“कविराज, कुठं घेऊन जातो सिद्दी ह्या पोरांना? काय करतो त्यांचं?” राजांनी विचारलं.

“मुंबईला. इंग्रज टोपीकर भरमसाट रक्कम देऊन खरेदी करतात ह्या तरुण मुलांना — गुलाम म्हणून! मुंबईतला गुलामांचा व्यापार जास्तीकरून आपल्या मुलखातल्या पोरांवरच चालतो.” कलशांनी माहिती पुरवली.

शंभूराजे खूप गंभीर झाले. त्यांनी सरकारातून त्या पीडितांना द्रव्य दिले. त्यांचे दुःख हलके करायचा प्रयत्न केला. “लवकरच आम्ही सिद्दींचा योग्य बंदोबस्त करू.” राजांनी रयतेला शब्द दिला. लोक समाधानाने निघून गेले.

शंभूराजांनी लागलीच कविराजांना मजकूर संगितला, “कविराज कळवा त्या मुंबईकर इंग्रज वॉर्डसाहेबाला. म्हणावं, आमच्या राज्यातील लेकरांची अशी गुलाम म्हणून खरेदी करणार असाल तर याद राखा. श्रीफळे आणि मनुष्याची डोकी, या दोन्हीमध्ये काही फरक असतो हे जाणून घ्या. आमच्याशी किती नीट वागायचं आणि त्या नाठाळ सिद्दीशी किती सलोखा ठेवायचा हेही एकदा ठरवून घ्या. न्यायानं राहा, नाही तर तुम्हांला आम्ही तुमच्या वखारीतून बाहेर पडू देणार नाही.”

त्या पत्रानंतर लगेचच राजांनी आपल्या चौल बंदरातील सुभेदाराला हुकूम दिला, “दर्यावर गस्त ठेवा. इंग्रजांकडे मुंबईस धान्य घेऊन जाणारी जहाजं अडवा. लुटा. आमच्या मुलखातून एकही गोण धान्य त्या गोऱ्या बदमाषांकडं जाऊ देऊ नका.”

पत्रे लागलीच रवाना झाली. समुद्रातील महाकाय भोवऱ्याच्या चक्रात एखादा ओंडका अडकावा आणि तेथेच गरगर फिरत राहावा, तसे शंभूराजांचे मस्तक समुद्र ह्या एकाच विषयाच्या भोवऱ्यात गरगरत होते. ते कविराजांना बोलले, “जमिनीवरची उंच गिरिशिखरं जशी जातीच्या मर्दाला आव्हान देतात, तशीच सागराची विशालता, त्याची खोली, त्याच्या अक्राळविक्राळ लाटा, त्या लाटांच्या पोटात कोलाहल माजवणाऱ्या अंतर्लाटा, उमाळे आणि भोवरे आम्हांला नेहमीच आव्हान देतात!”

पन्हाळ्यावरची शिवरायांची ती अखेरची भेट शंभूराजांसाठी मर्मबंधातली एक ठेव बनली होती. त्याच भेटीत महाराजांनी आपल्या लाडक्या शंभूला सागरी धोरणाबाबत अनेक सूचना दिल्या होत्या. शहाणे बनवले होते.

जेव्हा शंभूराजे केवळ चौदा वर्षांचे होते, तेव्हाची ती सन १६७१ ची रायगडावरील होळीची विलक्षण रात्र! त्या भयंकर रात्रीचा त्यांना कधीच विसर पडला नव्हता! मध्यरात्रीनंतर अचानक कानावर आलेले स्फोटांचे ते प्रचंड आवाज, त्या धक्क्याने जाबडल्यासारखा जागा झालेला रायगड, गडावरची स्वारराऊतांची ती विलक्षण पळापळ, पहारेकऱ्यांच्या हाळ्या आणि हाक्या. शंभूराजांच्या महालाबाहेर शिवाजीराजे तातडीने धावत आले होते. आपल्या मोठ्या आवाजात ते कारभाऱ्यांना सूचना देत होते.

त्या भयंकर गडबडीनंतर जिजाऊसाहेब झपाट्याने शंभूराजांच्या शय्यागृहात आल्या. पाठोपाठ महाराजही तेथे येऊन पोचले. तोपर्यंत कारभाऱ्यांनी आणि गडावरच्या पहारेकऱ्यांनी कानोसा घेतला होता. एका पाठोपाठ एक झालेले ते स्फोट, त्यांचा कानठळ्या बसवणारा तो आवाज रायगडावरचा नव्हताच मुळी. आजूबाजूच्या एखाद्या किल्ल्यावर वा दरीत, घळईत, रहाळातही काहीच घडले नव्हते. शिवाजीराजांनी आपल्या शंभूच्या पाठीवरून ममतेने हात फिरवला. त्यांची ती चपापलेली मुद्रा पाहून जिजाऊंचेही काळीज चरकले. त्यांनी काही विचारायच्या आतच महाराज अस्पष्ट शब्दात बोलले, "तिकडे जंजिऱ्याला काहीतरी घडले आहे खास."

राजांनी खुलासा केला, तरी जिजाऊसाहेब संभ्रमित दिसल्या. रायगडाहून जंजिरा तब्बल चाळीस मैलांच्या अंतरावर होता. एवढ्या लांबून स्फोटांचे आवाज इतक्या दूरवर कसे काय पोचू शकतात? थोरल्या महाराजांना बिलगत शंभूराजे बोलले, "आबासाहेब, आम्ही येऊ आपल्या महालामध्ये विसावा घ्यायला?"

"कशासाठी? आम्ही येथेच बसून राहू". थोरले राजे बोलले, "आम्हांला तर उभी रात्र जागून काढायची आहे, युवराज. पुढची खबर घेऊन जोवर जंजिऱ्याकडून आमचे हरकारे येऊन पोचत नाहीत, तोवर निंद कसली, चैन कशाचा?"

त्यानंतर जिजाऊ आणि थोरले महाराज बराच वेळ चर्चा करत बसले होते. आपल्या मातेकडे काळजीने पाहत राजे बोलले, "मांसाहेब, यापुढे भूपृष्ठावरच्या दौलती टिकवायच्या असतील तर पाण्यावर हुकूमत कशी गाजवायची याचं तंत्र आत्मसात करायला हवं. काळ वेगाने बदलतोय. एक ना एक दिवस जंजिऱ्याच्या भिंतीवर आपलं भगवं निशाण फडकावल्याशिवाय गत्यंतर नाही."

जिजाऊसाहेबांनी तितक्याच धीरगंभीर आवाजात विचारले, "शिवबा, अजून किती वेळा त्या जंजिऱ्यावर जाणार? जंजिरा जिंकण्यासाठी किती द्रव्य संपलं? किती माणसं

खर्ची पडली? अजून तिथल्या जलदेवतेला कितीजणांचा बळी हवा आहे?''

शिवाजीराजे कसनुसे हसले आणि बोलले, ''जंजिऱ्याचे हबशी खूप जिद्दी आणि कमालीचे चिकट आणि चिवट आहेत. दहाच वर्षं झाली असतील त्या गोष्टीला. भर पावसात आम्ही तिथल्या किनाऱ्यावरची दंडा आणि राजपुरी ही दोन्ही ठाणी हस्तगत केली. जंजिरा हाती लागेना म्हणून तिथून मैलावरच असणाऱ्या काशाच्या खडकावर निघून गेलो. तिथे पद्मदुर्ग किल्ला बांधून आजूबाजूच्या जलवाहतुकीवर नियंत्रण ठेवलं. आम्ही अनेकदा जंजिऱ्याला भिडलो. लढलो. अगदी जंग जंग पछाडलं. पण जंजिऱ्याच्या मुखियानं, त्या काळ्या फत्तेखानानं वर्षानुवर्षं काही आमची डाळ शिजू दिलेली नाही!''

थोरल्या राजांचे ते दुखरे शब्द ऐकून जिजाऊसाहेबांना खूप वाईट वाटले. इतक्यात बाजूला बिछायतीवर लोळणारे शंभूराजे ताडकन उठून बसले. ते आपल्या पित्याला बोलले, ''आबासाहेब, केवळ असे बाहेरून झुंजत राहण्यापेक्षा किल्ल्याच्या पोटात घुसून आतून बत्त्या का पेटवून देत नाही आपण?''

अवघ्या चौदा वर्षांच्या शंभूराजांचे ते बोल ऐकून राजे आणि जिजाऊसाहेब दोघेही विस्मयचकित झाले. त्यांच्या पाठीवर प्रेमाने गुद्दा मारत थोरले महाराज बोलले, ''शंभूबाळ, जिथं तुमच्या कल्पनेचे पंख जाऊन पोचले आहेत ना, त्या जागेवर आम्ही केव्हाच भरारी मारली होती.''

''म्हणजे?''

''आम्ही खूप डोकेफोड केली आणि त्या फत्तेखान सिद्दीलाच फोडून आमच्या बाजूला वळवला होता. त्याला सरदारकी देऊन स्वराज्याच्या गाड्याला जुंपायचंही नक्की झालं होतं. त्याप्रमाणे रात्रीचा एका तारव्यात गुपचूप बसून तो पाणी कापत आमच्याकडे यायला निघालाही होता.''

''– मग आबासाहेब फिसकटलं तरी कशात?'' शंभूराजांनी आपला श्वास रोखत विचारलं.

''त्या जंजिऱ्यावर एकटा फत्तेखान सिद्दी मालीक नव्हता. तर संबळ, कासीम आणि खैर्यत वगैरे त्याचे हबशी भाईबंद मोठे धर्मांध निघाले. आम्ही एक वेळ जंजिरा पाण्यात डुबवू, पण तो शिवाजीच्या कब्जात जाऊ देणार नाही, अशी त्यांची भूमिका होती. त्या राक्षसांनी फत्तेखानाचा पाण्यातच पाठलाग केला. त्याला साखळदंडांनी जखडलं आणि जंजिऱ्याच्या अंधारकोठडीत कायमचं फेकून दिलं!''

त्या रात्री शिवराय मांसाहेबांशी बराच वेळ बोलत होते. आईच्या गर्भात असताना चक्रव्यूहभेदाचे तंत्रज्ञान अभिमन्यूने ज्या ओढीने ऐकले होते, त्याच जाणिवेने शिवरायांचे सागरी धोरणाबाबतचे विचार शंभूराजांनी आपल्या कानात साठवले होते. महाराज जिजाऊंना सांगत होते, ''मांसाहेब, समुद्रसफरीला हिंदू धर्म पाप मानतो. परंतु यापुढे

आम्हांला आमच्या दौलतीचं संवर्धन करायचं असेल, तर सागरी सफर हे पुण्य मानायला हवं! आपलं नाविक बळ वाढवायला हवं. डोंगरांच्या कड्यांवरून सहजगत्या उड्या मारणारी धनगरांची लेकरं आणि आग्यामोहळाच्या जबड्यात हात घालणारी, उंच वृक्षांच्या शेंडीवर सर सर चढणारी कोळ्यांची पोरं, कातकऱ्यांची लेकरं — आपल्या मावळांतले आणि डोंगरकपारीतले हे धाडसी तरुण जर पाण्याच्या लाटांवर फेकले, तर ते सहज माशांच्या पोरांसारखे पोहायला लागतील!''

त्यानंतरचा रायगडावरचा उजाडलेला दुसरा दिवस खूपच क्लेशकारक होता. संकटांचे काटेरी रस्ते तुडवताना आणि आपल्या रक्तबंबाळ बोटांनी छिन्नी-छिन्नीने स्वराज्याचे शिल्प घडवताना शंभूराजांनी आपल्या आबासाहेबांना खूप जवळून पाहिले होते. मात्र त्या दिवशीचा राजांचा तसा दु:खी नूर शंभूराजांनी पुन्हा कधीच बघितला नव्हता. आदला दिवस होळीच्या उत्सवाचा. दांडा आणि राजपुरी ह्या किनाऱ्यावरच्या ठाण्यांचे रक्षण करणारे मराठा सैनिक थोडे गाफीलच राहिले होते. त्या काळरात्री सिद्दी कासीम आणि त्याचा भाऊ खैर्यत पाचशे हबशांचे पथक घेऊन बाहेर पडले होते. त्यांनी आपल्या पथकाचे दोन भाग केले आणि ते होडक्यातून गुपचूप अल्याड आले.

जेव्हा किनाऱ्यावर होळीचा दंगा सुरू होता, तेव्हा पाण्यातून लपतछपत आलेल्या वैऱ्याने समोरच्याच बुरुजाला दोरखंडांच्या शिड्या लावल्या. दोन्ही बाजूंनी धावून आलेल्या गटांनी एकाच वेळी मराठ्यांच्या शिबंदीवर हल्ला चढवला. गोळागोळी सुरू झाली. थोरल्या राजांनी द्रष्टेपणाने भावी युद्धासाठी त्या काठावर दारूची अनेक कोठारे भरून ठेवली होती. त्यालाच वैऱ्याने चूड लावली. त्याबरोबर बारुदखान्याचे प्रचंड स्फोट झाले. त्या आवाजाने आसपासच्या गावातील अनेकांच्या कानांचे पडदे फाटले. ती दु:खद वार्ता ऐकून थोरले राजे रायगडावर कमालीचे व्यथित झाले होते. ते हळहळत आपल्या सहकाऱ्यांना सांगत होते, ''गेल्या साताठ वर्षांच्या प्रयत्नानं आम्ही मुरुडच्या किनाऱ्याजवळ जे कमावलं, ते सारं ह्या अग्निनारायणानं हिरावलं!–''

तो जुना इतिहास शंभूराजे आपल्या सहकाऱ्यांपुढे उलगडत होते, तेव्हा कवी कलशांनी विचारले, ''शिवाजीराजांनी जंजिऱ्याकडे प्रथम मोहरा वळवला होता तरी कधी?''

''खूप आधी. त्यांच्या उभारीच्या दिवसांतच. अफजलखानाच्या वधाच्या आधीपासूनच जंजिऱ्याच्या विचारानं त्यांची नींद खराब केली होती. प्रथम व्यंकोजीपंत आणि पाठोपाठ मोरोपंत पेशव्यांनी जंजिऱ्यावर आघाडी उघडली. मराठ्यांच्या पहिल्या तडाख्यानं सिद्दी खैर्यतचे डोळे अक्षरश: पांढरे झाले. आपला जीव बचावण्यासाठी त्याने तह केला. काठावरची आगरदांडा, राजापुरी आणि इतर ठाणी त्याने सरळ आम्हांला देऊन

टाकली. आता उरला होता फक्त पाण्यातला जंजिरा. आबासाहेबांची फौज जंजिऱ्याकडे डोळे लावून बसली होती. आबासाहेबांनी तेव्हाच जंजिऱ्याच्या नरडीला कायमचं नख लावलं असतं, पण मागे अफजलखान विजापुराहून प्रचंड फौज घेऊन आग्यामोहळासारखा घोंघावत आला. त्याने लांडगेतोड सुरू केली. तेव्हा अगदी नाइलाजानं आबासाहेबांना आपली जंजिऱ्याची पहिली मोहीम अर्धवट सोडणं भाग पडलं.''

''पुढं?''

''पुढं काय, दहा वर्षांनंतर अंतरानं आबासाहेबांनी पुन्हा एकदा सिद्दीचा श्वास कोंडला. आता मराठे हटायचे नाहीत, हे जंजिरेकरांच्या ध्यानात आलं. तेव्हा भयग्रस्त सिद्दी दिल्लीकर औरंगजेब पातशहाच्या पायावर जाऊन कोसळला. तो मोगलांचा मांडलिक बनला. पुढे मोगलांकडून त्याला दारूगोळा, अन्न, रसद मिळू लागली. म्हणूनच तो तरला.''

– ती मसलत ऐन रंगात आली होती. जंजिऱ्याच्या कपाळावर काहीही करून विजयाचे बाशिंग बांधायचेच हा शंभूराजांचा निर्धार होता. त्यामुळेच त्यांनी त्या बैठकीत दर्यासारंग, मायनाक भंडारी आणि आपल्या सागरी मोहिमेत तरबेज असलेल्या तांडेलांना बोलावून घेतले. त्यांनी सर्वांपुढे जंजिरा, अलिबाग ते मुंबईपर्यंतची सागरपट्टी दाखवणारा नकाशा पसरला.

सागरकिनाऱ्यांवरचा एक ठळक ठिपका दाखवत शंभूराजे बोलले, ''हे पाहा मुंबई बंदर. हे मूळचं पोतुगीजांचं. पण आपल्या मुलीच्या लग्नात पोर्तुगालच्या राजानं ते आपल्या इंग्रज जावयाला आंदण म्हणून दिलं. तेव्हापासून ह्या मुंबईकर इंग्रजांचा दर्यामध्ये दाब वाढला आहे. हे अल्याडचे जंजिऱ्याचे सिद्दी आणि इंग्रज ह्या दोन्हीही औलादी खूप लबाड आणि धूर्त आहेत. त्या फक्त एकमेकांच्या फायद्यातोट्याचा विचार करतात. आमच्या स्वराज्याला अडचणीत टाकतात. एखाद्याच्या बगलेत रप्कन सुरा खुपसला की, त्याचा खांदा निखळतो. तिथली शक्तीच कमी होते. त्याच हिशोबानं मुंबईच्या बाजूलाच ह्या थळ गावाजवळ हे बारीक ठिपका असलेलं खांदेरी बेट पाहा. आमच्या आबासाहेबांनी नवा किल्ला बांधण्यासाठी मुद्दाम ह्या बेटाची निवड केली. इथं मराठ्यांची शिबंदी येऊन पोचणं म्हणजे खरंच तो बगलेतला सुरा आहे हे धूर्त इंग्रजांनी ओळखलं. म्हणूनच इथल्या किल्ल्याचं बांधकाम पुरं होऊ नये यासाठी इंग्रजांनी सिद्दीस भरीस घातलं. मराठ्यांचा समुद्रावरचा वाढता वावर म्हणजे आपली मृत्युघंटा हे सिद्दीलाही चांगलं माहीत होतं आणि एक दिवस जंजिरेकर सिद्दीच्या बंदुका आणि तोफा ह्या किनाऱ्यावरून बरसू लागल्या. तरीही आमच्या आबासाहेबांनी आगीच्या पावसात हे काम तडीस नेलंच.''

बैठकीमध्ये सर्वांनी शिवाजीराजांच्या दूरदृष्टीची तारीफ केली.

बोलता बोलता शंभूराजांनी खांदेरीच्या अगदी लगतचा दुसरा ठिपका सर्वांना

दाखवला. ते म्हणाले, "ही बघा उंदेरी. खांदेरीपासून अवघी एका कोसाच्या आत आहे. मराठ्यांच्या उत्तराला प्रत्युत्तर म्हणून इंग्रजांनी सिद्दीला भक्कम मदत केली; आणि सिद्दींनी उंदेरीवर तोडीस तोड म्हणून दुसरा किल्ला बांधून काढला."

मसलतीमध्ये मध्यभागी बसलेले शंभूराजे खूप भावनाविवश झाले होते. ते म्हणाले, "आमच्या आबासाहेबांनी जंजिऱ्याची ही मोहीम आपल्या मनाला खूप लावून घेतली होती. त्यांनी इहलोकाची यात्रा संपण्यापूर्वी दोन वर्षं आधीसुद्धा जंजिरा जिंकायचा जोरदार प्रयत्न केला. तेव्हा आपले प्राण आणि आपलं आरमार वाचविण्यासाठी सिद्दी कासीम मुंबईला इंग्रजांच्या आश्रयाला पळून गेला होता. पण आबासाहेब अजिबात हटले नाहीत. मुंबईच्या माजगाव बंदरामध्ये सिद्दीचं जे आरमार नांगरलेलं होतं, तेच जाळण्याचा त्यांनी धाडसी डाव रचला. आपल्या अत्यंत कडव्या, लढवय्या अशा पन्नास धाडसी योद्ध्यांना त्यांनी या कामगिरीवर पाठवलं. पण अचानक सावध झालेल्या सिद्दीनं त्या सर्वांची निर्घृण हत्या केली. खैर, राजांचा जंजिरा मोहिमेचा शेवटचाही प्रयत्न फसला."

"असे किती हल्ले चढवले होते राजांनी जंजिऱ्यावर?"

शंभूराजे खिन्नपणे हसून बोलले, "सलग चोवीस वर्षं ही जखम शिवाजीराजांच्या मस्तकात ठणकत होती. छोटेमोठे धरून एकूण आठ हल्ले चढवले होते त्यांनी जंजिऱ्यावर!"

ह्या एकूण प्रकरणाबत शंभूराजे खूप पोटतिडकीने बोलत होते. त्यावरून त्यांच्या मनामध्ये नक्कीच काहीतरी शिजत असावे असा अंदाज त्यांच्या सर्व सहकाऱ्यांनी बांधला. आपल्या यारदोस्तांना आणि बहादूर सहकाऱ्यांना निरोप देताना शंभूराजे भारावलेल्या शब्दांत बोलले, "जंजिरा आणि त्याच्या आसपासची बंदरपट्टी ही आरमारी हालचालींच्या दृष्टीनं आणि आयात-निर्यातीच्या दृष्टिकोनातूनही अतिशय महत्त्वपूर्ण आहे! आमच्या आबासाहेबांनी मला एकदा सांगितलं होतं – बेटा शंभू, जर तू जंजिऱ्यावर भगवा झेंडा फडकविण्यात यशस्वी झालास, तर आपल्या हिंदवी स्वराज्याची सरहद्द गंगायमुनेला भिडायला फारसा देर लागणार नाही!"

२.

दऱ्याडोंगरावरचा अंधाराचा अंमल थोडा कमी होऊ लागला. वृक्षांचे आणि टेकड्यांचे आकार स्पष्ट दिसू लागले. रानपाखरांचा किलबिलाट आणि ओढ्यांचा खळखळाट स्पष्ट ऐकू येऊ लागला. भल्या पहाटे शंभूराजांचा खासा घोडा आणि त्याच्या पाठोपाठ कवी कलशांचा तुर्की घोडा चौखूर उधळत होता. त्यांच्या मागोमाग इमानी रायाप्पा महाराचा घोडा आणि मागे चारशे स्वारांचं एक पथक धाव घेत होते.

काल रात्री राजांचा मुक्काम पाचाडच्या कोटात होता. पहाटेपासूनच दौड सुरू होती.

बघता बघता महाडचा निसर्गरम्य परिसर आला. चौफेर पहारेकऱ्यांसारखे गस्त घालत बसलेले चौफेर डोंगर आणि मधे दूरवर पसरलेली बाणकोटची खाडी दिसू लागली. धावून धावून घोड्यांच्या तोंडाला खरस आली होती. सकाळच्या कोवळ्या, आल्हाददायक थंडीतही ती जनावरे घामाने निथळत होती. त्यांच्या फऱ्यापर्यंत तांबड्या मातीचा लेप चढला होता. शेपटीच्या पुंजात कुसळं अडकली होती.

बाणकोट खाडीच्या काठावर दुरून अनेक लहानमोठे तंबू आणि राहुट्या दिसल्या. राजांचा नाविक तळ जवळ आला. डाव्या बाजूचे डोंगरकडे पाहतच शंभूराजांनी घोड्यावरून खाली उडी ठोकली. त्यांच्या अश्वाचा लगाम पकडण्यासाठी एकदम पाचसहा मोतद्दार पुढे धावले.

अजून हवेत चांगलाच गारठा होता. अंगावर शाली आणि घोंगड्याच्या भाळी घेतलेले वृद्ध मायनाक भंडारी, दर्यासारंग, गोविंदराव काथे, संताजी पवळा, सिद्दी मिस्त्री अशा नौदल अधिकाऱ्यांनी राजांना वेढा दिला. फुलमाळा देऊन हर्षभरित स्वागत झाले. मायनाकला तर आपल्या धन्याचं खूपच कौतुक वाटले. तो हर्षभरित होऊन बोलला, "वा ऽ राजं! सूर्व्याची किरणं उगवण्याआधी आपण इथं पोचलात, मनालाच भरती आल्यागत जालं बघा."

"देर तर झाला नाही?" राजांनी विचारले.

"छे, छे! अजून सुतार कामाठीबी इथं पोचलेलं नाहीत." संताजी पवळा कौतुकानं बोलला.

राजे तिथेच खाडीच्या काठावर उभे राहिले. खाडीच्या दोन्ही अंगाला अनेक लहानमोठ्या राहुट्या आणि यंत्रशाळा उभ्या केल्या गेल्या होत्या. पश्चिमेकडून प्रात:काळचा वारा भिरभिरत विस्तीर्ण खाडीतून आत येत होता. पाण्याशी दंगामस्ती करत होता. त्याबरोबर आत जळात नांगरलेली गुराबे, पाल, तरांडी, माचवे अशी लहानमोठी जहाजं जागच्या जागी डुचमळताना दिसत होती. डोलकाठ्यांजवळ बांधलेल्या भगव्या झेंड्याचे फरारे वाऱ्याच्या झोतावर डौलाने फडकताना दिसत होते.

शंभूराजे तिथेच स्वप्नात हरवल्यासारखे उभे राहिले. ते एकटक जलपृष्ठाकडे पाहत होते. राजाच स्तब्ध असल्याने बाकीचा झमेलाही खोळंबला होता. कविराज दोन पावले पुढे सरकले. हलकेच शंभूराजांना बोलले, "राजन -?"

"हां, कविराज. हीच ती बाणकोटची खाडी. आमच्या आबासाहेबांना समुद्रस्नानाची खूप आवड होती. ते अनेकदा यायचे इथे मनसोक्त डुंबायला. आम्ही पहिल्यांदा कुठं पोहायला शिकलो ठाऊक आहे?"

"कुठं?"

"इथेच, याच बाणकोटच्या खाडीत. आबासाहेबांच्या पाठीचा आधार घेऊनच

आम्ही पाण्यात हातपाय हलवायची कला शिकलो. तेव्हा आमच्या आबासाहेबांनी एकदा आम्हांला विचारलं – 'सांगा शंभो, माशाचं पोर पोहायला कधी शिकतं?' तेव्हा आम्ही लागलेच डोळे झाकून त्यांना जबाब दिला– 'आपल्या आईच्या पोटातून बाहेर पडतं, तेव्हाच!' आमच्या उत्तराबरोबर राजांनी आम्हांला पोटाशी कवटाळलं. ते म्हणाले, 'तुम्हीही आता जीवनाच्या दर्यात स्वत: चार हात मारायला शिकावं. ऊठसूठ आम्ही नाही धडे देत बसणार!' त्यानंतर आम्ही रोज गड उतरून रायगडवाडीच्या अठरा यंत्रशाळांतून फिरत असू. कधी दर्यावर, तर कधी डोंगरी किल्ल्यांच्या बुरुजांवर. पण स्वत:च्या निरीक्षणानं आम्ही शिकू लागलो.''

आपल्या नौदल अंमलदारासमवेत राजे पुढे निघाले. तोवर चांगले उजाडले होते. सूर्याची किरणे पाण्यात हलक्या पावलाने उतरू लागली. तोच दादजी रघुनाथ देशपांड्यांचा करडा घोडा काठावर पोचला. आपल्या आधी शंभूराजे पोचल्याचे पाहून सर्व अंमलदारांची तारांबळ उडाली होती. जहाज बांधणीसाठी येणारे कामाठी, मजूर, भिस्ती पटापट पाण्यात उतरले होते. छोट्याशा होडक्यातून पुढे सरकत आपल्या गुराबावर किंवा तारव्यावर टुणकन उडी मारत होते. कामाला लागत होते. दादजी राजांना आग्रहाने बोलले, ''राजे, आमच्या महाडात आलाच आहात. चला, आत जाऊन आमच्या सदरेवर थोडं गूळपाणी घेऊ.''

''नको सुभेदार. वाड्याऐवजी इथं उघड्या दर्यात, खलाश्यात आम्हांला अधिक वेळ दवडायचा आहे, तुमच्याकडे काय, कधीही येऊ.''

समोरची निळीजर्द खाडी डोळ्यांना लुभावत होती. अल्याडपल्याड, इकडेतिकडे अनेक भातखाचरे दिसत होती. कोवळ्या ऊनात भातांच्या लोंब्या पिवळ्याधमक सोन्यासारख्या दिसत होत्या. खरे तर हे सराईचे दिवस. अनेक जागी भातकापणी सुरू होती. परंतु त्यामध्ये आपल्या स्त्रियापोरांना सोडून बापे राजांच्याच कामावर आलेले. कोळी, भंडारी, आगरी अशा अनेक हिंमतबाज लढाऊ जातीचे लोक शिवाजीप्रमाणेच संभाजीवरही जिवापाड माया करत होते.

राजांच्या पायांना चैन नव्हता. तारव्यातून पुढे सरकून ते सर सर शिड्या चढत होते. मोठ्या जहाजांवर कामाचं निरीक्षण करत होते. एकेका गुराब्यावर पंधरा-वीस मोठ्या तोफा चढवल्या जात होत्या. मोक्याच्या जागेवर जोडल्या जात होत्या. काळ्याकभिन्न तेलकट अंगाचे आणि पीळदार बाहूंचे चाळीस-चाळीस वल्हेकरी मोठी जहाजे चालवायला सिद्ध होत होते.

राजांनी जहाजावरून किनाऱ्याकडे पाहिले. वीस-वीस बैलांच्या जोड्या मोठमोठ्या नाड्या आणि साखळ्यांना बांधून वृक्षांचे बुंधे ओढून आणत होत्या. बाजूलाच शेकडो सुतारांची धावपळ उडाली होती. रांधणी, तासणी, जोडणी सारी कामे घाईने सुरू होती. मायनाक भंडाऱ्याचा मजबूत पंजा आपल्या हातामध्ये घेत शंभूराजे

कौतुकानं बोलले, "यंदा दहा-पंधरा मोठी नवी जहाजं पाण्यावर तरंगायला हवीत. इथं महाड बंदरावर असं चोख काम करून दाखवा की, फक्त कल्याणच्याच किनाऱ्यावर चांगली जहाजं बांधली जातात असं लोकांनी म्हणायला नको."

"राजे, इकडची चिंता करूच नका. फक्त महाडच नव्हं तर खाली जैतापूर आणि राजापूरलाही चांगली कसबी कामगिरी चाललीय."

शंभूराजांची गरुडी नजर बाणकोटची खाडी ओलांडत तशीच भिरभिरत पुढे गेली. तसाच पुढे दर्या कापत गेले की येत होता तो जंजिरा! राजांनी दीर्घ श्वास घेताच दर्यासारंग हळहळत्या सुरात बोलला, "कोंडाजीबाबा जैसे आदमीसे ये उमीद नही थी... उन्होने बहुत गलत किया."

"गेलेल्याचं दु:ख बाळगू नका. जे आहेत त्यांच्या अंगात हत्तीचं बळ कसं येईल ते पाहूया." राजे बोलले.

फेरफटका करीत शंभूराजे काय संदेश देताहेत याकडे सर्व अंमलदारांचे लक्ष होते. आपल्या नाविक अधिकाऱ्यांकडे नजर टाकत शंभूराजे बोलले,

"गड्यांनो, आमच्या आबासाहेबांनी सिंधुदुर्ग कसा बांधला? पाण्यातल्या सपाट खडकाला छिद्रं पाडली. त्यात पोलादाचा रस गाळून बांधकाम त्यांनी असं पक्कं बनवलं आहे की, पुढे शेकडो वर्षं त्यावर दर्याच्या कितीही लाटा आदळल्या, तरी तट हलणार नाहीत. तसंच त्यांनी इथल्या सह्याद्रीच्या दऱ्याखोऱ्यातल्या रयतेला चैतन्याचं, ध्येयाचं बाळकडू पाजलं आहे. त्यामुळे भविष्यात कितीही आक्रमणं आली तरी ती आम्ही सहज परतवून लावू." आपल्या सहकाऱ्यांना शंभूराजे पुढे सांगू लागले, "आज हिंदुस्थानच्या किनाऱ्यावर असलेल्या कोणत्याही फिरंगी सत्तेपेक्षा आमचं आरमार संख्येनं अधिकच आहे. पण पोर्तुगीज आणि इंग्रजांच्या तोफा अधिक ताकदवान आणि लांब पल्ल्याच्या आहेत. तसाच धडाकेबाज तोफखाना आम्हाकडे हवा. तसेच तगडे गोलंदाज आमच्याकडं हवेत."

"त्यासाठीच तर कुडाळ आणि डिचोलीला आपण बारुदाचे नवे कारखाने उभारलेत, राजन." कविराज बोलले.

"तेच सांगतो!" मायनाक आणि दर्यासारंगाकडे पाहत शंभूराजे म्हणाले, "जेव्हा जहाजकठड्यावरून आगीचा गोळा बाहेर पडतो, तेव्हा त्या तडाख्याने गलबत हलता उपयोगाचं नाही. आता थोडी उसंत आहे, तोवर आपल्या गोलंदाजांना शिक्षण द्या. तोफांचा वेग वाढला पाहिजे. गोळे लीलया बाहेर पडले पाहिजेत."

बोलता बोलता राजांनी बाजूला उभ्या असलेल्या दाट, तपकिरी, आखूड दाढीतल्या दौलतखानांकडे बघितले. त्याचे कौतुक करत ते बोलले,

"आमचे खानसाहेब तर तीनचार वर्षांमागे ब्रिटिशांचे कप्तान केगविन आणि मिनचीन यांच्यासंगे पाण्यातला जंग खेळलेत. मायनाक खांदेरीचा तट बांधत होते.

त्यांच्यावर इंग्रजांच्या गोळ्यांचा पाऊस पडायचा, तेव्हा तो वर्षाव आमच्या दौलतखान साहेबांनीच रोखून धरला होता.''

शंभूराजांशी बोलताना दौलतखान दर्याकडे सारखे बावरून पाहत होते. कोणाच्या वाटेकडे त्यांची बावरी नजर लागली आहे, तेच लवकर लक्षात येत नव्हते. शंभूराजे आपल्या सहकाऱ्यांना सांगत होते, ''जंजिरेकर सिद्दी तर आपल्या पायातला सापच आहे. त्याला ठेचूच. पण पोर्तुगीज आणि इंग्रजांची नियतही ठीक नाही.''

आता उन्हे वाढली होती. हवेत उष्माही वाढलेला. एक नक्षीची, भागानगरी छत्री धरून सेवक शंभूराजांना सावली देत होते. राजांचे लक्ष आजूबाजूच्या पंचक्रोशीतील खलाट्यांकडे गेले. भात कापणीची सराई जोरात सुरू होती. शेताबांधांवर अनेक बायापोरे राबताना दिसत होती. संभाजीराजे बोलले, ''दादजी, ही सराई म्हणजे शेतकऱ्यांची आणि बलुत्यांची दिवाळीच. कामगार मिळणार कसे?''

''बघा ना, सरकार! सुतार, लोहार, चांभार सारे बलुतेदार इकडंच येऊन कामाला लागलेत. सराईत दहापट उत्पन्न मिळतं, पण ते सोडून सारे इकडंच धाव घेतायत!!'' दादजी बोलले.

''शंभूराजे, आपले आणि थोरल्या राजांचे टाक तयार करून लोक इकडं देव्हाऱ्यावर ठेवतात. घराघरात देवासंगं आपल्याही पूजा करतात!'' गोविंदराव काथे बोलले.

दुपारी सारे स्वारसरदार, दर्यासारंग, खलाशी भोजनासाठी एकत्र आले. एका मोठ्या जहाजावर ऐसपैस पंगत बसली. कामाठी आणि खलाश्यांच्या पंगतीला रायगडचा राजा बसला होता. पत्रावळीवर तांबूस मासाड जातीचा भाताचा ढीग आणि त्यावर माशाचं झणझणीत कालवण असा बेत होता. राजाच्या पंगतीला भोजन घेताना सर्वांच्या छात्या अभिमानाने फुलून येत होत्या.

सायंकाळचा वारा सुटला. दूर खाडीतून एक मोठे जहाज येताना दिसले. त्याच्यावर हिरवी निशाणे फडकत होती. त्यांच्या फराऱ्यावर एक वेगळाच प्राणी चितारला गेला होता. ते बलाढ्य जहाज पुढे उथळ खाडी लागल्याने मध्येच नांगरले गेले. वाखाच्या शिड्या सोडल्या गेल्या. त्या गलबताकडे मायनाक आणि दौलतखानाने अभिमानाने नजर टाकली. शंभूराजांनी खुषीने नजरेचा इशारा केला. तसे एक छोटे तरांडे घेऊन मराठे खलाशी पाण्यात उतरले. आलेल्या पाहुण्यांच्या स्वागतासाठी स्वत: दौलतखान आणि मायनाक भंडारी पुढे निघून गेले. लवकरच त्या जहाजावरचा एक धट्टयाकट्टा, धिप्पाड देहाचा अरब सेनानी राजांच्या पुढे येऊन दाखल झाला. त्याने कमरेची अर्धकमान करीत शंभूराजांना आदराने कुर्निसात केला.

''या जंगेखान. आम्हांला तुमचाच इंतजार होता–'' असे म्हणत शंभूराजांनी जंगेखानाला आलिंगन दिले. आपल्या दर्यावर्दी सहकाऱ्यांकडे अभिमानाने बघत

संभाजीराजे बोलले, ''हे अरबांचे सेनाधिकारी जंगेखान! आपल्या स्वराज्याचे दोस्त. यांच्याच कवायतीखाली आपले गोलंदाज अचूक गोळागोळीचे आणि पाण्यातल्या युद्धाचं शिक्षण घेणार आहेत.''

सर्वांनी उत्साहाने जंगेखानाचे स्वागत केले. खान अरबी समुद्रात आपले आरमार घेऊन फिरत असत. विशेषत: अरबस्तानातून हिंदुस्थानामध्ये येणाऱ्या जहाजांना संरक्षण देणे, आपल्या राज्याचे व्यापारी हित जपणे ही कामगिरी अरबी सुलतानाने त्यांच्यावर सोपवली होती. सायंकाळी जहाजावर मुद्दाम सजवलेल्या दालनात शंभूराजे आणि जंगेखान यांची मसलत सुरू झाली.

''आपला दोस्त, जंजिरेकर सिद्दी काय म्हणतो?'' राजांनी हसत विचारले.

''त्याच्या आणि आमच्या जातीदुश्मनीमुळे तर तुम्ही-आम्ही दोस्त बनलो राजन.'' जंगेखान उत्साहानं बोलले. चर्चेच्या ओघात अरबी खानाने सांगून टाकले, ''राजन, सारे परदेशी- फिरंगी - आमचे आपापसांत बहुत तंटेबखेडे आहेत. पण मराठ्यांना मोठं आरमार बांधू द्यायचं नाही, ह्या मुद्यावर मात्र सारे परदेशी एक होतात.''

''आम्हांला कल्पना आहे याची!'' राजे बोलले.

जंगेखान कोकणच्या किनारी आणखी काही महिने राहणार होते. त्यांच्या सोबतचे कारागीर कमी वेळात मोठाली जहाजे कशी बांधायची याची दीक्षा मराठी लोहार-सुतारांना देणार होते. सात समुद्रांचे खट्याळ पाणी आणि शिडे फोडणारा वारा पचवून अरबांची जहाजे लीलया सफर करत होती. शिवाय लांब पल्ल्याच्या तोफा जडवणे आणि उडवणे यांचे शिक्षणही अरबी तोफची देणार होते. त्यामुळे मराठा नाविक दलात आनंदाला उधाण आले होते.

रात्री जंगेखानाने संभाजीराजांना खूपच आग्रह केला. त्यांना अरबी पद्धतीच्या खान्यासाठी मुद्दाम आपल्या जहाजावर पाचारण केले. अरबी जहाजावरून फेरफटका सुरू झाला. तेथेच एका कोपऱ्यात अंधारात काहीशी हालचाल दिसली. त्याबरोबर आपल्या सोबतच्या मशालजींना शंभूराजांनी तिकडे वळवले. मशालीच्या तांबूस उजेडात त्यांनी समोर पाहिलं. तर दोनशे-अडीचशे, उघडीवाघडी माणसे तिथे दाटीवाटीने बसलेली. उजेडाचा झोत अंगावर पडताच कोठरातल्या शेळ्या-मेंढ्या घाबरून एकमेकींना बिलगून, थरथरत्या अंगाने बसाव्यात तसा तो समूह बसलेला. त्यांच्या दाढीडोईवर दाट जंगल वाढलेले. त्यांच्या रापलेल्या उघड्या अंगावर जखमांचे अनेक डाग होते. आणि अनेक दिवस आंघोळ न केल्याने येणारा कुबट वास तेथे येत होता.

''चलिये, शंभूराजे. छोडो. वो तो हमारे गुलाम है.'' जंगेखान बोलला.

चालता चालता शंभूराजे थांबले. त्यांनी जंगेखानला सवाल केला, ''खानसाहेब, तुम्ही कामाठी, मोलमजुरांचा का वापर करत नाही? ही गुलाम पोरेच का पदरी

बाळगता?"

"राजे, आपल्या पागेतला हक्काचा घोडा आणि बाजारातले तट्टू यांमध्ये कोण अधिक कामाचं? आपला घोडा, आपला बैल. तसेच आपले गुलाम. हमारे गुलाम तो कितनाभी बोझ उठा सकते है."

"पण खानसाहेब, घोडा, कुत्री आणि इन्सानाची अवलाद यांमध्ये काही फरक आहे की नाही?"

"लेकिन राजासाब, ऐसे फालतू गुलामोंपर आप कितना सोचते हो!" जंगेखानला काहीसे आठवले आणि तो हसत बोलला, "हां, अभी समझमें आयी बात. आप तो शायर है ना?"

"इथे शायरीचा सवाल नाही, खानसाहेब. हे गुलाम म्हणजे कोणाची तरी पळवून आणलेली आणि जुलमानं बकऱ्या-कोंबड्यांसारखी बाजारात विक्री केलेली लेकरं आहेत. आणि मुंबईतल्या बाजारातले हे गुलाम म्हणजे आमच्या हिंदवी स्वराज्यातील कोणातरी गरिबांचीच लेकरं असतात. म्हणूनच काळीज तुटतं आमचं!"

शंभूराजे क्षणभर थांबले. लगेच दुसऱ्या क्षणी त्यांनी जंगेखानाच्या पसंती नापसंतीचा विचार न करता कविराजांना हुकूम दिला, "कविराज, सरकारातून जंगेखानाना हवं ते द्रव्य द्या. पण उद्याच्या उद्या ह्या लेकरांची सुटका व्हायला हवी."

"जशी आज्ञा, राजन!" कविराजांनी मान डोलावली.

शंभूराजांना पुन्हा शिवरायांची आठवण झाली. ते म्हणाले, "मनुष्यजातीला गुलाम म्हणून वागवायला आमच्या आबासाहेबांचाही खूप विरोध होता. ते इंग्रजांवरसुद्धा गुलामांसाठी चौपट जकात बसवत. आम्हांलाही ह्या राक्षसी, जुलमी प्रकाराची शिसारी येते. काय कविराज?"

"खरंच आहे, राजे."

"कविराज, ह्या बाबतीत कवी म्हणून नुसती हळहळ व्यक्त करण्याऐवजी राजा म्हणून काहीतरी ठोस पावलं आम्हांला उचलावी लागतील." निर्धाराने शंभूराजे बोलले.

अरबांच्या जहाजावर रुचकर मांसमटनाची लयलूट होती. उंची मद्याच्या बाटल्याही बक्कळ होत्या. जंगेखानाच्या आग्रहाखातर शंभूराजांनी आणि कविराजांनी थोडेसे मद्य घेतले. मद्याचा चषक ओठी लावत शंभूराजे बोलले, "आम्ही तारुण्यात मद्याचे आषक होतो. नृत्यसंगीताचंही आम्हांला वावडं नव्हतं. पण आमच्या आबासाहेबांच्या महानिर्वाणानंतर आम्हांला फक्त एकाच नशेनं झपाटून टाकलं आहे.... आबासाहेबांच्या उरलेल्या सर्व स्वप्नांची पूर्ती करणं! सिद्दी, पोर्तुगीजांना योग्य ती जागा दाखवणं आणि औरंगजेब नावाच्या अस्वलाला जिवंत कैद करणं."

"वा ऽ बहुत खूब!" जंगेखान गरजले.

"आमच्या देशधर्माच्या आणि संस्कृतीच्या मानेवर सुरा ठेवणाऱ्या या जनावराला आम्ही नक्कीच काढण्या लावणार! अस्वलाच्या नाकाला वेसण घालून जसा दरवेशी त्याला खेचत पुढे नेतो, तशीच दख्खनच्या दगडाधोंड्यातून त्या औरंग्याची वरात काढायची आमची तमन्ना आहेऽ! आई भवानी, तेवढी ताकद दे ग ह्या शंभोला!" शंभूराजांनी तिथेच हात जोडून आई भवानीचं नामस्मरण केलं.

३.

शंभूराजे आणि महाराणी येसूबाई दोघेही फडावर मौजूद होते. एका मोठ्या मोहिमेची जय्यत तयारी सुरू होती. इतक्यात "जय जय रघुवीर समर्थ–" असा मंत्रघोष राजांच्या कानांवर पडला. त्यांनी चमकून मान वर केली, तर समोर वेदमूर्ती दिवाकरभट उभे. सकाळीसकाळी समर्थांचे पट्टशिष्य येऊन सदरेवर उभे राहावेत, याचा राजांना आनंद वाटला.

राजांनी त्यांचे हर्षभराने स्वागत केले. "याऽ याऽ दिवाकर शास्त्रीबुवा. असे आमच्या शेजारीच बसा–" राजांनी दिवाकरभटांना अगदी आपल्या जवळ बसवून घेतले. उभयतांनी समर्थशिष्यांस वंदन केले. सेवकांची तारांबळ उडाली. फलाहार आला. साक्षात सज्जनगडावरून रामदासस्वामींचे पट्टशिष्य भेटीस आलेले. त्यामुळे हातची कामे घडीभर बाजूला राहिली. बाकीचे अंमलदार, हुजरे सारे बाहेर निघून गेले.

खाजगीकडच्या त्या सदरेवर अमळ गप्पागोष्टी सुरू झाल्या. शंभूराजांनीच पुन्हा विषय काढला, "शास्त्रीजी, राज्याभिषेकाच्या सोहळ्यास रामदासस्वामीजी खुद्द आले असते, तर आम्हांला खूप संतोष वाटला असता."

"नाही शंभूराजे, स्वामींच्या दिलात दुसरं काहीही नव्हतं. अलीकडे त्यांची प्रकृतीच ठीक नसते. म्हणून तर त्यांनी सोहळ्यास दिवाकर गोसावींना पाठवून दिलं होतं."

"शेवटी संतपीठाचं आणि सत्तापीठाचं नातं काही वेगळंच असतं, शास्त्री. आमच्या आबासाहेबांनी तुकारामबुवा असोत, रामदास असोत वा केळशीचे फकीर याकूतबाबा असोत, सर्वांकडूनच मंगल आशीर्वाद घेतले होते."

"खरं आहे शंभूराजे. थोरल्या महाराजांचा समर्थांशी स्नेह होताच, परंतु प्रल्हाद निराजी, निळो सोनदेव, रामचंद्र नीळकंठ आणि विशेषत: बाळाजी आवजी चिटणीस हा साराच स्वामींचा मोठा शिष्यवर्ग."

दिवाकरभटांनी बोलता बोलता 'बाळाजी आवजी चिटणीस' यांच्या नावावर जोर दिला, तसा शंभूराजांना श्वास कोंडल्यासारखे झाले. ते ठणकत्या सुरामध्ये बोलले,

"आम्हांला कल्पना आहे. समर्थ आम्हांवर अलीकडे कमालीचे नाराज आहेत."

“खरं आहे महाराज. आपल्या गुणवंत, ज्ञानवंत कारभाऱ्यांना हत्तीच्या पायाखाली द्यायचं. आणि दूरदेशीच्या कुठल्या कोण पाखंडी भटुकड्याला कायम आपल्या मस्तकावर ठेवून मिरवायचं, हे राजाला शोभतं का?”

दिवाकरभटांनी सुरुवातीलाच मळमळ ओकून टाकली. महाराणी येसूबाई राजांच्या चर्येकडे भीतीने पाहू लागल्या. दिवाकरभटांनी त्याच सुरात इकडे तिकडे पाहत प्रश्न केला. “कुठं आहे तो कलुशा? दिसत नाही बरा. हर पळ, हर घटका तो भोंदू इथंच बसून असतो म्हणे!”

शंभूराजे कसनुसे हसत बोलले, “कवी कलश कालच सागरगडाकडे आणि कोथळागडाकडे गेलेले आहेत. अष्टागारात आणि कल्याणच्या बाजूला रसद आणि बारुदाची बेजमी करा, चौक्यापहारे तपासा, असा हुकूम दिला आहे आम्ही त्यांना. शिवाय ते रोजच आमच्या शेजारी बसून नसतात. ऐनवेळी गरज पडेल तेव्हा आम्ही त्यांना तलवारबाजीसाठीही रणावर पिटाळून देतो.”

“काय सांगता? त्या पाखंड्याला लढाई जमते?”

“जमते नव्हे, ते जिंकतातसुद्धा!”

“अरेच्चा!”

“तेच सांगतो, शास्त्रीजी. मघापासून ज्या कारभाऱ्यांना हत्तीच्या पायदळी तुडविल्या-बद्दल आपण खेद व्यक्त केलात, त्यातील एक बाळाजी आवजी आणि त्यांचे दुर्दैवी पुत्र सोडले, तर बाकीचे सारे स्वराज्यद्रोहीच होते. अंगात चढलेलं सापाचे विष आणि राजद्रोह यावर वेळीच उतारा शोधला नाही, तर माणूस काय किंवा राज्य काय, कोसळायला अजिबात विलंब लागत नाही!—”

शंभूराजांच्या प्रतिपादनाने दिवाकरभट काहीसे वरमले. राजांच्या कारभाराबद्दल सज्जनगडापर्यंत ज्या कागाळ्या आल्या, त्या सर्वच काही खऱ्या नसाव्यात याचा त्यांना अंदाज आला. अधिक विषय न छेडता त्यांनी रेशमी बंधाची एक थैली शंभूराजांसमोर ठेवली. ते राजांना म्हणाले, “स्वामींनी स्वहस्ते तुम्हास एक खलिता धाडला आहे. सावकाशीने वाचन करावे.”

“इथे किती दिवस आहात आपण?”

“आल्या पावलीच निघायचा बेत होता. पण आता चार-दोन दिवस मुक्काम करावा असे वाटते.” दिवाकरभट बोलले.

त्या दुपारी शंभूराजे फडाकडे फिरकले नाहीत. सारी महत्त्वाची कामे पुढे ढकलली गेली. येसूबाई आणि शंभूराजे समर्थांचे पत्र कधी एकत्र वाचत होते, कधी एकमेकांना वाचून दाखवत होते, तर कधी पोरासोरांच्या उत्सुकतेने एकमेकांच्या हातून हिसकावून घेत होते. त्या काव्यमय पत्राने त्या दोघांच्या मनावर जणू मोहिनी घातली होती. चांगले आठ-दहा वेळा वाचन पार पडले. मग शंभूराजांचे डोळे

पत्रातील शेवटच्या पंक्तींवर फिरू लागले—

''शिवरायास आठवावे । जीवित तृणासमान मानावे
इहलोकी परलोकी तरावे । कीर्तिरूपी ।।
शिवरायाचे आठवावे रूप । शिवरायाचा आठवावा साक्षेप ।
शिवरायाचा आठवावा प्रताप । भूमंडळी ।।
शिवरायांचे कैसे बोलणे । शिवरायांचे कैसे चालणे ।
शिवरायाची सलगी देणे । कैसी असे ।।
सकळ सुखाचा त्याग । करोनी साधिजे तो योग ।
राज्य साधण्याची लगबग । कैसी केली ।।''

एखाद्या पवित्र ग्रंथराजासारखाच तो खलिता शंभूराजांनी आपल्या ह्रदयाशी धरला. परमेश्वराचे नामस्मरण केले. ते भारावून बोलले, ''युवराज्ञी, साध्या शब्दांचा अर्थ तुम्हाआम्हांला सहज ज्ञात होतो. पण महापुरुषांच्या आणि संतसज्जनांच्या शब्दांच्या बुडाशी अमृताचे झरे वाहतात. रामदासांनी ह्या शब्दांच्या माध्यमातून आबासाहेबांच्या व्यक्तिमत्त्वाचं विराट दर्शनच घडवलं आहे.''

''खरं आहे, स्वामी!'' महाराणींनाही गलबलून आले होते.

''येसू, 'श्रीमान योगी', 'जाणता राजा' अशा अमर बिरुदावल्या ह्या महायोग्याने फक्त शिवाजीराजांसाठीच निर्माण करून ठेवल्या आहेत. त्या इतक्या नेमक्या, आणि अक्षय आहेत म्हणून सांगू! उद्या अन्य कोणीही त्या मिरवण्याचा प्रयत्न केला, तर ती माणसं हास्यास्पद ठरतील.''

त्या काव्यपंक्तीच्या धुंदीने रायगडचा राजा आणि महाराणी दोघेही कमालीचे सुखावले होते. अर्धी रात्र केव्हा उलटली ते समजलेही नाही. त्या पत्राचे पुन्हा एकदा उभयतांनी वाचन सुरू केले. तेव्हा त्यातील इतर काव्यपंक्तींनी त्यांना भानावर आणले—

''अखंड सावधान असावे । दुश्चित कदापी नसावे
तजबिजा करीत बैसावे । एकांत स्थळी ।।
काही उग्रस्थिती सोडावी । काही सौम्यता धरावी
चिंता लागावी परावी । अंतर्यामी ।।
मागील अपराध क्षमावे । कारभारी हाती धरावे
सुखी करून सोडावे । कामांकडे ।।''

शंभूराजे वाचता वाचता थबकले. तसे येसूबाईंनी पत्र आपल्या हाती घेतले. त्या धीरगंभीर सुरामध्ये पुढच्या ओळी वाचून दाखवू लागल्या—

''पाटातील तुंब निघेना । तरि मग पाणी चालेना
तैसे जनांच्या मना । कळले पाहिजे ।।
जनांचा प्रवाहो चालला । म्हणे कार्यभाग आटोपला
जन ठायी ठायी तुंबला । म्हणजे खोटे ।।
श्रेष्ठी जे जे मिळविले । त्यासाठी भांडत बैसले
तरी मग जाणावे फावले । गनिमासी ।।
समय प्रसंग ओळखावा । राग निपटून सांडावा
आला तरी कळो न द्यावा । जनामध्ये ।।''

त्या ओळींचे अनेकदा मनन, श्रवण झाले. संभाजीराजे आणि महाराणी तसेच बराच वेळ बसून राहिले. त्या अलग ओळींनी डोक्यात गहजब माजवला होता.

बऱ्याच उशिराने येसूबाई बोलल्या, "औंढाच्या माळावरच्या त्या प्रसंगानंतर कानावर बरंच काईबाई आलं होतं. ज्यांच्या हत्या झाल्या त्यांचे आप्तस्वकीय स्वामींना जाऊन सज्जनगडी भेटले —''

"त्या साऱ्या तक्रारी आमच्याही कानावर आहेत. एवढेच नव्हे, शिवाजीचा पुत्र आपल्या बापासारखा निपजला नाही, तो बदफैली आहे, कानाचा हलका, लहरी आणि वेडा राजा आहे, राज्य बुडणार आहे, लयास जाणार आहे— आणखी– दुसरं काय?...''

शंभूराजांची मुद्रा खूप कठोर बनली. तेव्हा येसूबाई हळूच बोलल्या, "विशेषत: बाळाजी आवजी हे समर्थांना खूप जवळचे, अगदी लाडके शिष्य होते. पण राज्यरोहणाआधी पन्हाळ्याला आणि रायगडावर ज्यांनी आरंभी उघड उघड बंडावा केला, ज्यांना इकडच्या स्वारींनी टकमक टोक दाखवले, त्या साऱ्यांच्या गणागोतांनी समर्थांकडे जाऊन खूप तक्रारी केल्या आहेत म्हणे!''

शंभूराजे अर्धापाऊण घटका तसेच मौनव्रतात बसून होते. तो खलिता पुन्हा आपल्या डोळ्यांसमोर धरत येसूबाई मृदू स्वरात बोलल्या, "बाकीचे काही असेल ते असो. पण हा खलिता पाठविण्यामागे स्वामीजींचा उद्देश खूप मंगल आणि पवित्र आहे हेच खरं! — ह्या ओळी ऐका कशा —

बहुत लोक मेळवावे । एक विचारें भरावे
कष्ट करोनी घसरावे । म्लेंच्छावरी
आहे तितुके जतन करावे । पुढे आणिक मेळवावे
महाराष्ट्र–राज्यचि करावे । जिकडे तिकडे ।।

त्या तरल, पवित्र अमृताच्या ओळींनी शंभूराजांची मनकळी पुन्हा खुलली. मुखावरचे विषादाचे भाव कोठल्या कोठे पळून गेले. ते भारावल्या सुरात बोलले,

"तुमचं खरं आहे राज्ञी! आमचा औरंग्याशी महासंग्राम सुरू आहे. स्वामी तिकडे दूर आपल्या ध्यानचिंतनात, परमेश्वरी सेवेत. इकडच्या साऱ्याच वार्ता त्यांना कशा समजणार? ज्यांना रणावरचा नव्हे कोणताच उद्योग नाही, असे जनच मधल्यामध्ये उलट्यासुलट्या गोष्टी करत राहतात. आम्हांला वाटतं महाराणी, आम्हीही आमचं मन स्वामींकडे पत्ररूपानं खुलं करावं."

"वाऽ! खूपच छान!"

तोवर थोरली पहाट संपत आली होती. एका गवाक्षातून कावल्याच्या डोंगराच्या कडा आणि दुसऱ्यातून दूरवरचा जगदीश्वराच्या मंदिराचा कळस दिसू लागला होता. शय्यागृहात बाजूला पडलेल्या दुलईसारखीच झोपही बाजूला राहून गेली होती. शंभूराजांनी तातडीने देवपूजा आणि स्नान आटोपले. त्या आधीच खंडो बल्लाळांना सांगावा गेला होता. पूजावस्त्रामध्ये शंभूराजे आपल्या खाजगी सदरेवर येऊन बसले. भाळावरचा अष्टगंध ताजा होता. गळ्यातल्या तुळशी माळेवरून हात फिरवत ते खंडो बल्लाळांना एक एक शब्द सांगू लागले–

प्रति पुण्यश्लोक संत रामदास स्वामी गोसावी यांसी क्षत्रियकुलावंतस श्रीराजा शंभू छत्रपती मानाचा मुजरा ऐसाजे.

'मराठा तितुका मेळवावा, महाराष्ट्रधर्म वाढवावा' ऐसी आपली तळमळीची भाषा. आमच्या हिंदवी स्वराज्याप्रती आणि कैलासस्वामी आबासाहेब यांच्या प्रती स्वामींना बहुत कळवळा. ह्या दोन्ही गोष्टींबद्दल आम्ही स्वामीजींचा खूप आदर करितो. ज्या उच्चत्तम शब्दांनी स्वामींनी आमच्या आबासाहेबांना गौरविले, तयाशी तुलना नाही! शब्द नेमके, भाव नेमका! मनीचे माधुर्य शब्दाशब्दांतून पाझरते. जैसी केवड्याच्या कणसाची सुगंधी दरवळ! स्वामींनी ज्या शब्दमाधुरे थोरल्या राजांना गौरविले. त्या शब्दांच्या थाटापुढे कालिदास आणि भावभूतीही फिके पडावेत!

बरे झाले. आपले पत्र वेळेत पावले. एका मोठ्या समुद्रयुद्धाच्या तयारीमध्ये आम्ही सध्या गळ्याइतके गढून गेलो आहोत. शिवकाळ देखिलेल्या काही ज्येष्ठ, अनुभवी अष्टप्रधानांची, सरकारकुनांची आम्हाकडून हत्या झाली ही गोष्ट खरीच आहे. मात्र त्यामागच्या कारणांबाबतचा त्या कारभाऱ्यांच्या आप्तांनी सध्या चालविलेला कांगावा बेछूट आहे. बिनबुडाचा आहे. हिरोजीकाका, अण्णाजी दत्तो यांच्यासारख्या पुरुषांच्या अंगाखांद्यावरच आम्ही लहानाचे थोर जाहलो. ते सारे स्वराज्याचे एके काळी आधारस्तंभ होतेच. जेव्हा बालपणी आम्ही राजवाड्यात अथवा सदरेवर वावरत होतो, तेव्हा ह्या मंडळींना आम्ही आमच्या चुलत्यांच्याच जागी पाहात होतो.

एकीकडे आमच्या पुण्यप्रतापी आबासाहेब कैलासवासी झाले होते. दुसरीकडे पिसाळलेल्या हत्तींच्या झुंडीसारखा औरंगजेब हिंदवी स्वराज्यावर आक्रमण करून येत होता. तेव्हा आम्हांला आधार देण्याऐवजी आपला किंचित स्वार्थ आणि छोट्यामोठ्या आकांक्षाच्या पूर्तीसाठी कारभाऱ्यांनी राजद्रोहाचा घाट घातला. नऊ-दहा वर्षांच्या पोराला राज्यपदाचं बाशिंग बांधायचा पोरखेळ करून पाहिला. तरीही ह्या कारभाऱ्यांना आपल्या राजा-विरुद्धच्या बंडाबद्दल आम्ही त्यांना सजा फर्मावली नाही वा त्यांना वानप्रस्थाचा सोपा रस्ताही दाखवला नाही. उलट ह्या सर्व बंडकरी वडीलधाऱ्या मंडळींच्या हातांमध्ये पुन्हा सुमुहूर्ते प्रधानपदाची सुवर्णकंकणे बांधली. त्यांना ज्या घोड्यावरून उतरविले होते, त्याच घोड्यावर पुन्हा बसवले. राज्यशास्त्रानुसार राजद्रोहाच्या अक्षम्य गुन्ह्यासाठी आम्ही त्यांना टकमकीचा रस्ताही दाखवला नाही. त्यांनी मात्र एकदा नव्हे, पुन:पुन्हा आमच्या अन्नामध्ये विष कालवले! त्यांच्या या पुण्यकर्मासाठी राजानं यांच्यापुढं झुकावं काय?

स्वामीजी, आपण केव्हाही रायगडी यावे. स्वत: फडावरची कागदपत्रे धुंडाळावीत. कारभारात खोट दाखवावी. जिजाऊंसारख्या युगस्त्री आम्हांला आजी म्हणून लाभल्या. त्यांच्या साक्षीनं आणि आबासाहेबांच्या आशीर्वादानं कोवळ्या वयात आम्ही रायगडचा मुलकी कारभार स्वतंत्रपणे सलग चार साले देखिला. 'ब्राह्मण म्हणून कोण मुलाहिजा ठेवतो आणि मराठा असला म्हणून कोण पर्वा करतो?–' असा बाणा बाळगणाऱ्या थोर पित्याच्या पोटी आम्ही निपजलो. रामायण, महाभारत अभ्यासीले. कालिदास, भवभूतीं-सारख्या नाटककारांच्या नाटकांचे अध्ययन केले. देवभाषा आत्मसात केली. ब्रजभाषेच्या मुलायम सरोवरातही यथेच्छ डुंबलो.

एक बाळाजीपंत अपघाते मारिले गेले. त्या दु:खातून आमची निदान या जन्मी तरी मुक्ती होणे नाही. तो गुन्हाआम्ही कबूल करतोच. परंतु त्यांच्या लेकरांना वाड्यातच आसरा देऊन आम्ही दोघे आपलेच म्हणून त्यांना जपतो आहोत. इतर राजद्रोह्यांची गोष्ट मात्र निराळी होती. शरीरात भिनत जाणारे विष आणि गद्दारांकडून होणारा राजद्रोह या दोन्ही गोष्टींना वेळेत आवर घालायलाच हवा. न पेक्षा मनुष्य किंवा राज्य कोणीही टिकणार नाहीत.

स्वामीजी, आता हिंदवी स्वराज्याच्या छाताडावर औरंगजेबासारखा आमचा जन्मजन्मांतरीचा दुश्मन येऊन स्वार होऊन बैसला आहे. सोबतीला पाच लाख माणसे आणि चार लाख जनावरे आणि दिल्लीकर तैमूरांच्या

अकरा पिढ्याची पुण्याई व दौलत आहे. तरीही आपलं चिमुकलं, नवागत स्वराज्य वाचविण्यासाठी आम्ही अहोरात्र धामधूम करतो आहोत. आजच्या घटकेला औरंगजेबाच्या प्रचंड मोगली महापुराला तुंबा घालणे, त्याला पळविणे, आपुल्या अल्प फौजेनिशी स्वराज्य वाचविणे आणि संधी गवसताच पातशहाला लोळविणे हाच खरा धर्म आहे. जर हा मोगली काळसर्प वेळीच आवरला नाही, आपल्या मुलुखातल्या गावागावात, गल्लीमोहल्यात त्याचे विष फुटून वाहू लागले तर— ? तर आपण आणि आमच्या आबासाहेबांनी—शिवाजीराजांनी स्वप्नी देखिलेला तो महाराष्ट्रधर्म कसा नि कुठे टिकणार आहे?

देशधर्म आणि मातीच्या महतीसाठी आम्ही रात्रीचा दिवस करतो आहोत. रिकामटेकड्यांच्या रिकाम्या मस्तकातील बदफैलीचे, रंगबाजीचे खेळ खेळायला कोणाला उसंत आहे? औरंगजेबाचा पुत्र शहजादा अकबर आमच्या आश्रयाला आला आहे. त्याच्यासोबत मारवाडातील दुर्गादास राठोड आहेत. पातशहा-विरुद्ध एतद्देशीयांची फळी बांधण्यासाठी आम्ही अहोरात्र मसलती करतो आहोत. झटतो आहोत. अंबरचा राजा रामसिंह यांच्याशीही आमचा पत्रव्यवहार सुरू आहे. या दिशेने यशसिद्धी लाभताच प्रथम आपल्याकडे खुशीची वार्ता कळवू.

तात्पर्य, स्वामी, आम्ही बारुदाचे भस्म अंगाला फासून गेली आठ साल रणचंडीच्या पूजेमध्ये मग्न. आपण मठाच्या गाभाऱ्यात परमेश्वरी चिंतनामध्ये व्यस्त. मधल्या मधे वळवळ करणाऱ्या कृमींचा कोणी भरवसा धरावा? आम्हांला डोंगरासारख्या समस्यांचं वा उघड शत्रूचं अजिबात भयं वाटत नाही. मात्र आपल्यासारख्या साधकांच्या, श्रेष्ठींच्या कानाशी लागणाऱ्या कर्णेश्वरांची मात्र आम्हास भारी धास्ती वाटते!

स्वामीजी, आमच्या ह्या धर्मयुद्धाला आपले आशीर्वाद लाभू देत. ज्या एका गोष्टीबाबत स्वामींस खूप दु:ख जाहले, त्या आमच्या कारभाऱ्यांबाबत अंती आम्ही स्वामींना इतकेच कळवू की, आमच्या प्रत्येक श्वासागणिक आजही आमचे काळीज रडते, ते कारभाऱ्यांच्या पूर्वलौकिकांसाठी, पूर्वपुण्याईसाठी. आम्ही त्यांच्या मस्तकावर हत्ती नाचवले ते मात्र त्यांनी जाणूनबुजून पुन:पुन्हा केलेल्या राजद्रोहासाठी!''

४.

ताडामाडांच्या आगरात कावळे ओरडत होते. नागोठाण्याच्या खाडीजवळ शंभूराजे आणि कवी कलश यांचे डेरे पडले होते. शंभूराजांची भल्या सकाळी दीर्घकाळ पूजा चालायची. मात्र ते सदरेवर येण्यापूर्वीच त्यांच्याआधी तिथे दाखल व्हायचा कवी कलशांचा शिरस्ता होता. त्याप्रमाणे आजही ते आधीच हजर होते. खाडीच्या खालच्या अंगाला शहजादा अकबराचा मोठा तंबू उभारला गेला होता. शहजाद्यांनाच खूप उशिरा उठायची सवय होती. त्यामुळे त्यांचे नोकरचाकरही उशिरानेच जागे व्हायचे. दुर्गादास राठोड मात्र नित्यासारखे डेऱ्याजवळ येऊन बसले होते. ते शहजाद्याला अनेकदा सांगायचे,

"अरे अकबर, निदान रणांगणावर तरी लवकर उठावं. हे मराठे पाहा कसे घोड्यावरून जाता जाता भाकरी खातात. कायम लढाईस सिद्ध असतात–"

"दुर्गादास, क्या करू! माझ्या अंगात पातशाही खून आहे. हे मराठे सडेफटिंग, भिकाऱ्यासारखे कसेही जिंदगी गुजरू शकतात. लेकिन पातशहाला आपल्या शान-शौकतनेच बर्ताव करायला हवा."

"शहजादे, हा संभाजी स्वत:च्या ख्यालीखुशालीकडे, सरंजामाकडे किती लक्ष देतो, त्याच्यापासून तरी काही शिका!"

दुर्गादासाने असे काही बोलताच शहजादा अकबर दिलखुलास हसत उत्तर देई, "दुर्गादास आपण हिंदू आहात. म्हणून ह्या शंभूराजाचं — जमीनदाराच्या पोराचं तुम्हांला खूप कौतुक वाटतं. पण शंभूसकट उद्या मी तुम्हा कोणाचंही एहसान ठेवणार नाही. उद्या हिंदुस्थानाचा पातशहा झालो की, ह्या बिचाऱ्या शंभूला एकाला दोन सुभे बहाल करून टाकीन."

अकबर जेव्हा पातशाहीच्या अशा पोकळ बढाया मारी, तेव्हा तेव्हा दुर्गादास कपाळावर हात मारून घेई.

कवी कलश शंभूराजांच्या फौजी सदरेवर त्यांची वाट पाहात तिष्ठत उभे होते. तेथे महाडकर दादजी प्रभू देशपांडेंना सकाळीच शंभूराजांनी बोलावून घेतले होते. तितक्यात भाळावर अष्टगंधाचा तिलक लावलेले तेवीस वर्षांचे गोरेपान, करारी मुद्रेचे शंभूराजे दिमाखाने पावले टाकत त्या फौजी तळावर येऊन पोचले. त्याबरोबर पहारेकऱ्यांनी आणि दरकदारांनी त्यांना भराभर मुजरे केले. राजे बैठकीस बसले आणि त्यांची नजर खिळली ती दादजी देशपांड्यांवरच. "काय देशपांडेकाका, कसे आहात?"

"आपला हुकूम, स्वामी!"

"अलीकडच्या काही महिन्यांत तुम्हांला एका मोठ्या मोहिमेवर कूच करावं लागेल, असं आम्ही सांगत होतो."

"जी, हुकूम राजे!" दादजींची मान लवली.

राजांच्या मनामध्ये नेमके काय शिजते आहे, याचा दादजीपंतांना अंदाज नव्हता. त्यामुळेच ते राजांकडे आणि कविराजांकडे काहीसे संभ्रमित होऊन आरूनफिरून पाहू लागले. त्यांना पुढचा शब्द बोलायची सवड न देताच शंभूराज उद्गारले,

"देशपांडेकाका, आपल्या हिंदवी स्वराज्याच्या अष्टप्रधानातील एक मानाचं आसन आम्ही केवळ तुमच्यासाठी राखून ठेवायचं नक्की केलं आहे."

शंभूराजांच्या त्या उद्गाराबरोबर देशपांड्यांची कळी खुलली. दाढीमिशात हसू फुटले. अष्टप्रधानांच्या त्या मानाच्या प्रभावळीतील एक सन्मानाची पायरी आपल्याही लाभावी, अशी दादजींची कितीतरी दिवसांची इच्छा होती. दादजींनी कृतज्ञतेने शंभूराजांना मुजरा केला. शंभूराजे बोलले, "प्रधानाच्या त्या आसनापर्यंत पोचण्यापूर्वी तुम्हांला आम्हांला एक जोड द्यावी लागेल."

"ती कोणती राजे?"

"कोकणचा हा वेडावाकडा सागरकिनारा, इथली बंदरं, इथल्या मोठ्या खाड्या, इथल्या लाटा आणि लाटांमधल्या वाटा तुमच्याइतक्या अन्य कोणालाही माहीत नाहीत. म्हणूनच आपण विनाविलंब कंबर कसावी. जंजिऱ्यावर धाव घेऊन त्या सिद्दीचा खातमा करावा आणि स्वराज्याची थोर सेवा करावी. पावन व्हावे—"

दादजी देशपांड्यांचा गोंधळ उडाला. ते काहीशा कंपित आवाजात बोलले,

"राजे, आपण पाण्यातच कशाला, अगदी आगीमध्ये उडी घ्यायला सांगा. आम्ही अजिबात लेचेपेचे पडणार नाही. पण त्याचवेळी एका गोष्टीची जाणीव ठेवणं आवश्यक आहे; नाहीतर तो घात ठरेल राजे!..."

"— कोणती गोष्ट?"

"राजे ऽ ती जंजिऱ्याची नाठाळ तटबंदी शिवाजीसारख्या प्रतापी राजांपुढं झुकली नाही. तिला मोगल दुरूनच कुर्निसात करतात. पोर्तुगीज आणि इंग्रजांसारखे फिरंगी जिची दहशत खातात. अशा नाठाळ, जालीम मोहिमेवर निघायचं म्हणजे वाघाच्याच शिकाराची तयारी करावी लागेल!"

"होय. आम्हांला माहीत आहे ते!" संभाजीराजे हसत बोलले, "सुभेदार, अरण्यात अनेक प्राणी धडाने, देहाने ताकदवान असतात. परंतु कैकांचा जीव त्याच्या इवल्याशा शेपटीमध्ये असतो!"

देशपांड्यांचे डोळे चमकले. त्यांनी मध्येच राजांना विचारले, "जंजिऱ्याची शेपटी कोणती?"

"उंदेरीचं बेट! कुलाब्याजवळचं. त्यासाठी किती वाटेल तेवढं द्रव्य मागा, फौज घ्या; पण काहीही करून उंदेरीचं हे शेपूट ठेचून काढा."

आपल्या जरीच्या रुमालाने कपाळावरचा घाम टिपत महाडकर देशपांडे हसून

बोलले, "राजे, हे शेपूटही खूप विषारी आहे हो! त्या थळ गावच्या किनाऱ्यावर 'खूब लढा' किल्ला आहे. त्या किल्ल्यात इंग्रजांचा अव्वल बारुदखाना आहे. आणि तेथून फक्त अर्ध्या कोसावर पाण्यात उंदेरी बेट आहे. कोणताही प्रसंग ओढवला तरी टोपीकर इंग्रज ऐनवेळी त्या हबशांच्या पाठीशी उभे राहतात. आताही राहतील—"

संभाजीराजे काहीसे गंभीर झाले. त्यांनी पुढे होऊन देशपांड्यांच्या हाती पानसुपारी आणि श्रीफळ दिले. तो ऐवज आपल्या कपाळी लावून देशपांड्यांनी संभाजीराजांना आदराने मुजरा केला. तेव्हा त्यांचा हात हाती धरून शंभूराजे दाटल्या कंठानं देशपांड्यांना बोलले, "काका, ते बाजीप्रभू देशपांडे, त्यांनी पावन केलेली ती गजापूरची खिंड ह्या साऱ्या गोष्टी आपण जाणताच. आम्ही नव्यानं काय सांगावं? पण एवढं मात्र जरूर सांगू, जर आपण उंदेरीवर विजयाचा तुरा खोवलात, तर कोकणच्या किनाऱ्यावरही एका नव्या पावनखिंडीची स्थापना होईल."

ज्या पद्धतीने शंभूराजे आपल्या सहकाऱ्यांच्या हृदयात ईर्षेचे बीजारोपण करत होते, त्यावर कवी कलश खूप खूष झाले. उंदेरीची मोहीम म्हणजे आगीशी खेळ होता. त्यामुळेच दादजी देशपांडे काहीसे चिंतातुर दिसत होते. मात्र त्यांच्या खांद्यावर फक्त जोखीम देऊन शंभूराजे थांबले नव्हते. त्यांनी स्वत: मोहिमेच्या तयारीवर लक्ष दिले. शस्त्रास्त्रे, तरांडी, छोटी मोठी होडकी, बळकट डोलकाठ्या साऱ्या बारीकसारीक बाबींकडे ते लक्ष देत होते. सागरी किनारपट्टीवरील भावी जंगांचा अंदाज राजांना आधीच आला होता. त्यामुळे त्यांनी शिवाजीराजांनी अलीकडेच बांधलेल्या कुलाब्याच्या तटबंदीचे मुश्कीलीचे उरलेसुरले काम सहासात महिन्यांतच पूर्ण करून घेतले होते. तेथे बारुदाचा अव्वल साठा केला होता. शिवाय जवळच्या सागरगडावरही धान्य आणि दारूची कोठारे शिगोशीग भरून ठेवली होती. नागोठाणा आणि रोह्याच्या खाडीत सागरी युद्धासाठी बावीस गलबते सिद्ध झाली होती. सोबतीला दर्यासारंग, दौलतखान आणि मायनाक भंडारी होतेच. चार हजारांचे सैन्य तयारीला लागले. सैनिकांना चेव यावा म्हणून शंभूराजांनी त्यांना दोन महिन्याचा पगार आगाऊच देऊन टाकला.

मोहिमेची तयारी सुरू असतानाच कवी कलश शंभूराजांना हळूच बोलले, "एखाद्या मनुष्याच्या बेरकीपणाचा अंदाजच लागत नाही, राजन!"

"कोणाबद्दल बोलता आहात आपण?"

"आपले कोंडाजीबाबा फर्जंद! त्यांचे वय पासष्टीचे. दिसतात पन्नाशीचे. शरीराने काटक आणि पीळदार हीही गोष्ट खरी! पण ह्या वयामध्ये हा इतका हिरवटपणा?" कवी कलश चिंतातुर होऊन बोलले.

"घडलं तरी काय? कळीचा मुद्दा सांगून मोकळे व्हा, कविराज–"

"राजन, समुद्रापारची देशोदेशींची रत्नं गोळा करायचा त्या सिद्दींना शौक आहेच. पण जगातल्या अतिसुंदर ललनांचंही वेड ह्या हबशांना आहे. जंजिऱ्यावर

तर त्यांनी अनेक देशींच्या गवळणींचं गोकुळच जमा केलंय म्हणतात!''

''असेल—''

''तसे नव्हे पण — तिथंच आता मराठ्यांचा नातेसंबंध निर्माण झाला म्हणून म्हणतो.''

''तो कसा?''

''तिथे नबाब सिद्दी कासमच्या तीन अतिसुंदर रखेल्या आहेत म्हणे. त्यातील एक हिरव्याजर्द डोळ्यांची दिलरुबा नावाची इराणी युवती आहे. त्या फाकड्या पोरीवर नेमकी आमच्या कोंडाजीबाबांची नजर पडावी ना! त्या कोंडाजींवर सिद्दी कासमचा एवढा जीव जडला आहे, की ते तर त्याच्या गळ्यातले ताईत बनलेत!''

शंभूराजे मंदसे हसत बोलले, ''म्हणजे त्या बाईवरून ह्या दोघांत तेढ वाढणार म्हणा!''

''छे, छे! तसे नाही हो, राजन! उलट तो सिद्दी कोंडाजीवर एवढा प्रसन्न झाला की, त्यानं कोंडाजींना दिलरुबा देऊनही टाकली. एवढंच नव्हे, दोघांसाठी स्वत:चा एक सुंदर महालही त्यानं बहाल केला.''

शंभूराजांनी कवी कलशांकडे रोखून पाहिले आणि नेमका सवाल केला, ''काय कविराज, जंजिऱ्याच्या सेवेत जायचा तुमचा इरादा तर नाही ना?''

शंभूराजांच्या त्या उद्गारावर दोघेही मनमुराद हसले. पण हसता हसताच शंभूराजे अतिशय गंभीर बनले. ते म्हणाले, ''कविराज, ह्या साऱ्या प्रकारात आम्हांला नक्कीच काहीतरी काळंबेरं वाटतं. अन्यथा त्या कासम सिद्दीसारखा उलट्या काळजाचा गनीम आमच्या कोंडाजीवर कशासाठी जीव लावेल? आम्हांला मोठा दगाफटका करायचा कोंडाजीबाबांचाही डाव दिसतो. त्यांच्या हालचालींवरही बारीक लक्ष ठेवा. त्यांनी आम्हांवर कुरघोडी करण्यापूर्वीच आम्ही त्यांचे पारिपत्य करू!''

जेव्हा दादजी देशपांड्यांची गलबते खाडीतून बाहेर पडू लागली, तेव्हा संभाजीराजे काहीसे चिंतित होऊन बोलले, ''देशपांडेकाका, त्वरा करा. तो औरंगजेब लवकरच दक्षिणेत पोचत असल्याची खबर आहे. त्या आधीच आम्हांला या सिद्दीला पाण्यात बुडवून मारायचा आहे. एकदा हे उंदेरीचं क्रियाकर्म उरकलं, की त्यानंतर तुम्हांला जंजिऱ्यावरही चालून जायचं आहे.''

''जशी आज्ञा, राजे!''

''–आणि एकदा जंजिऱ्याची ती मोहीम फत्ते झाली, की रायगडावरील अष्टप्रधानातील एक जागा तुमचीच वाट पाहात राहील!''

रोह्याहून संभाजीराजे तातडीने रायगडावर परतले. पुन्हा ती फडावरची कामे नेटाने सुरू झाली. शंभूराजांचे अनेक सरदार मुल्हेर, सोलापूर, अहमदनगर अशा मोगली मुलखात मुलूखगिरीवर सुटले होते. त्यांची पंचवीस ते तीस हजारांची फौज

मोगलाईवर हल्ले करत होती. लुटालूट सुरू होती. हंबीररावांच्या नेतृत्वाखालील मराठी पथके पुन्हा एकदा वर बुऱ्हाणपूर परिसरात धाडी घालत होती. आणि त्याचवेळी दादजींच्या कणखर नेतृत्वाखाली उंदेरीची ही आघाडी उघडली गेली. एका वेळी राजांना अनेक ठिकाणी नजर ठेवावी लागत होती. विविध आघाड्यांवर पाठवायची रसद, दारूगोळा, त्यांचे हिसाब ह्या साऱ्या बारीकसारीक गोष्टी पाहाव्या लागत होत्या. अनेक आघाड्यांवरून हरकारे रायगडावर यायचे. बातम्या समजायच्या. पुन्हा नव्या सूचनांच्या नव्या तवारीखा शंभूराजे लागलेच आघाडीवर पाठवून देत.

आता फडावर येसूबाईंनी कारभार स्वत:च्या हाती घेतला होता. अष्टप्रधान आणि इतर दरकदार मंडळी मदतीला होतीच. पूर्वी शिवरायांच्या काळात जशा जिजाऊमाता स्वत: कारभारात जातीने लक्ष देत, तशीच येसूबाईंची नजर फडावर फिरायची. नेमक्या चुका आणि उणिवा त्यांच्या लक्षात यायच्या. त्यामुळेच फडावरील सरकारकून आणि दरकदार युवराज्ञींना वचकून असायचे.

एके सकाळी रायगडावर हरकारे आले. बातमी काहीतरी भयंकर असावी. युवराज्ञींनी स्वत: तवारीखा उघडल्या होत्या. दूत तिथेच उभे होते. फडावरची गडबड बारुदखान्याकडे पोचली. तसे शंभूराजे ताड ताड पावले टाकत मसनदीकडे चालत आले. सर्वांचे पडलेले चेहरे पाहून त्यांना अंदाज आलाच होता. त्यांनी उभ्या उभ्याच तवारीख वाचली. उंदेरीच्या लढाईत मराठी पथकांची दाणादाण उडाली होती.

दातओठ खात शंभूराजे बोलले, "तरी आम्ही दादजींना पुन:पुन्हा बजावून सांगितलं होतं, नीट सावधपणानं आणि हुशारीनं लढाई खेळा–"

दूत सांगू लागला, "दादजींचं नियोजन उत्तम होतं. त्यांनी आजूबाजूच्या सर्व खाड्यांची नाकेबंदी केली. सुरुवातीलाच तराफ्यातून गोळागोळी उडवून उंदेरीच्या एका तटाला मोठे भगदाडही पाडलं होतं. त्यातून वैऱ्याच्या गोळ्या अंगावर झेलत दोनशे बहाद्दर मराठे किल्ल्यावर घुसण्यात यशस्वीही झाले होते."

"तर मग बिघडलं कशात?"

"—समुद्रकिनाऱ्यावर थळ गावाजवळ 'खूब लढा' नावाचा बसका किल्ला आहे. त्यावर इंग्रजांचा मोठा बारुदखाना आहे. फिरंगी लेकाचे ऐनवेळी हबशांच्या मदतीला धावले. त्यांच्या अव्वल गोळ्यांनी सारा घात केला! संपलं सारं."

"संपलं म्हणजे?" शंभूराजांच्या डोळ्यांतली बुबळे गरगर फिरू लागली.

"लढता लढता अनेक मराठ्यांनी उंदेरीच्या तटबंदीवर आपले प्राण सोडले. पण दुर्दैवानं दोनशेपैकी ऐंशी मराठे वैऱ्याला जिवंत सापडले. त्या राक्षसी सिद्दी कासमनं वेळूचं बन कचाकच तोडावं, तशी आपल्या ऐंशी मराठा बहाद्दरांची डोकी कोयत्यानं तोडली. त्यांची धडं किल्ल्यावरून खाली पाण्यात फेकली. ती ऐंशी डोचकी चार मोठमोठ्या दुरड्यांमध्ये बांधून तो भयंकर ऐवज घेऊन सिद्दी कुठंतरी निघून गेला आहे."

“आणि आपले दादजी देशपांडे कुठं आहेत?”

“खूप बहादुरीनं लढला तो प्रभूवीर! त्यांच्या हातातली रक्ताळलेली तलवार नुसती सपासप चालली होती म्हणतात!... पण तेवढ्यात जंबूरक्याचा एक गोळा त्यांच्या डाव्या पायाला चाटून गेला. त्यात गंधकाचे तुकडे घुसले... अन दादजी तटावरून खाली कोसळले. कर्मधर्मसंयोगानं खाली उभ्या असलेल्या मचव्यात पडले. आपल्या शिपायांनी त्यांना चेऊलला नेलं आहे. ते तिथं उपचार घेताहेत–”

शंभूराजे खूपच उद्विग्न झाले होते. महाड, राजापूरसह अनेक बंदरात काही नव्या बोटी बांधून, जुन्या दुरुस्त करून त्यांनी जय्यत तयारी केली होती. एक मोठी मोहीम त्यांना हाती घ्यायची होती. त्या मानाने उंदेरीची मोहीम छोटी होती; पण भावी लष्करी हालचालींच्या दृष्टीने ती अतिशय महत्त्वाची होती. डोक्यात अवलगामी बसलेल्या वेताच्या काठीसारखी त्यांची अवस्था झाली होती.

चारच दिवसांत मुंबईकडून हरकाऱ्यांनी मराठी वकिलाचा खलिता आणला. तो खंडो बल्लाळांनी वाचला आणि ते घाबरल्या स्थितीमध्ये तसेच शंभूराजांच्या समोर जाऊन उभे राहिले. त्यांचे मुखावलोकन करत राजांनी विचारले, “काय झालं खंडोजी?”

“तो हैवान सिद्दी कासम ऐंशी मराठा गड्यांच्या मुंड्यांनी भरलेल्या दुर्ड्या घेऊन मुंबईला गेला होता.”

“मग?”

“माझगांव बंदरामध्ये ती मुंडकी नेऊन त्या हरामखोरानं त्यांची खूप विटंबना केली. मुंडक्यांमध्ये भाले खोचले. आणि सैतानासारखी त्या शिरांची मिरवणूक काढली. दारू पिऊन तर्र झालेले सिद्दी सैनिक तंबूरताशे वाजवत मिरवणुकीनं बाहेर पडले.”

“काय सांगतोस, खंडोजी?”

“होय, राजे! त्यातल्या त्यात नशीब चांगलं. त्या सैतानी छबिन्याची बातमी इंग्रजांच्या गवनेराला लागली. त्यानं सिद्द्यांच्या त्या छबिन्यावर बंदी घातली, म्हणून पुढची विटंबना टळली.”

शंभूराजे ताडकन उठून उभे राहिले. त्यांचे मस्तक भणाणून गेले होते. डोळ्यांतून जणू आगीच्या ठिणग्या बरसत होत्या. क्रोधाच्या भरात त्यांनी जमिनीला पाय आटणी लावले आणि भिंतीवरच्या बलदंड खुंट्यांना ओढ दिली. त्यांचा जोश आणि संताप इतका पराकोटीचा होता की, त्या खुंट्याच उपसून त्यांच्या हातामध्ये आल्या. त्या दिवशी राजांनी अन्नपाण्यालाही स्पर्श केला नाही. ते देव्हाऱ्याकडे फिरकलेही नाहीत. पण त्यांच्या डोळ्यांत निखाऱ्यासारखी जळणारी बुबळे त्यांचा प्रत्येक श्वास आणि प्रत्येक पाऊल जणू मुक्यानेच सर्वांना सांगत होते– “आता थांबायचं नाही!... आता थांबायचं नाही!”

राजांनी हुकूम न सोडता सारे स्वार शिपाई त्यांच्याभोवती गोळा झाले. सरदार जमले. दरवाजातून बाहेर पडताना संभाजीराजांना कसलीशी याद आली. ते गर्रकन मागे वळले. झपझप पावले टाकत आपल्या राजप्रासादातील देव्हाऱ्याकडे चालत गेले. तिथल्या कुठल्या मूर्तीकडे किंवा टाकाकडेही त्यांनी पाहिले नाही. तडक देव्हाऱ्यासमोरच्या तबकामध्ये लाल धडप्यात गुंडाळून ठेवलेल्या लाकडी खडावा त्यांनी उचलल्या आणि कपाळाला लावल्या. थोरल्या महाराजांचे ध्यान करत ते बसले होते. त्यांच्या पाठोपाठ तेथे पोचलेल्या येसूबाई बोलल्या,

"जंजिरा, असा सरळ कौल देईल असं वाटत नाही."

"खरं आहे तुमचं महाराणी. जे राजकारण पोर्तुगीज, इंग्रज, डच आणि सिद्दी आबासाहेबांशी जन्मभर खेळले, त्याचीच ते आता री ओढत आहेत."

"— ती कशी?"

"ह्या साऱ्या फिरंग्यांना– टोपीकरांना जंजिरा मराठ्यांच्या ओट्यात पडावा असं बिलकूल वाटत नाही. कारण जंजिऱ्यावर निशाण म्हणजे मराठ्यांची महासागरावर कर्तुमकर्तुम सत्ता हे त्यांना कळून चुकलंय!"

शंभूराजांनी शिवरायांची स्मृतिचिन्हे कपाळाशी लावली. ते पुटपुटले, "आबासाहेब, आता इंतजार संपला. आम्ही स्वत: जंजिऱ्याच्या महासुसरीच्या जबड्यात हात घालायला चाललो आहोत! बघू आता, कोण कोणाला कच्चं गिळतो ते!"

५.

बुऱ्हाणपुरच्या महालात शहेनशहाचा मुक्काम होता. चिरागदानांच्या प्रकाशात महालातील काचेरी खांब चमकत होते. डोक्यावरची हंड्याझुंबरे उजळली होती. डाव्या बाजूच्या जाळीदार पडद्याआड उदेपुरी बेगम, शहजादी जिनतउन्निसा आणि इतर बहूबेगमा बसल्या होत्या. आपल्या खाशा आणि परिवारातल्या सहकाऱ्यांशी आलमगीरची मसलत चालली होती.

तितक्यात शाही पागेचा खोजा घाबरतच आलमगीरसमोर आला. लीन होऊन दीनवाण्या सुरात त्याने पातशहाचा एक अत्यंत आवडता तुर्की घोडा मलिक मृत्यू पावल्याची बातमी सांगितली. ती ऐकून शहेनशहा क्रोधीत झाला. गुश्श्यातच विचारू लागला,

"हसनमियाँऽ, आपल्या कामाकडे आपलं ध्यान दिसत नाही. घोड्याच्या पाठी-मागच्या फऱ्याला इतनीसी जख्म झाली होती— तेवढ्यानं त्याची मौत घडावी?"

"हजरत," हसन थरथरत बोलला, "जहाँपन्हांना, रस्त्यात बार बार मी तीच विनंती करत होतो. घोडा बीमार आहे. त्याच्यासोबत चार दिवस मी मागे राहून

मुक्काम ठोकतो. पण साहेबस्वारींनी बीमार घोड्याला तसाच घसेटत आणायचा हुकूम दिला होता–''

''हूंऽऽ''

''माफी चाहता हूँ हुजूर...पण जख्मा लाइलाज होण्याआधीच दुरुस्त केल्या पाहिजेत, हुजूर!''

पातशहा चमकला. आपल्या सरकाझींकडे, वजीरांकडे आणि इतर खाशांकडे बघत तो अभिमानाने सांगू लागला, ''बघाऽ! एक मामुली इसमसुद्धा सहज जाता जाता कसा शहाणपणाचा सबक शिकवून जातो ते! — जखमा लाइलाज होण्याआधी त्या दुरुस्त करायला हव्यात!''

तब्बल तेवीस वर्षांनी पातशहा बुऱ्हाणपुरात आला होता. पण तरीही बुऱ्हाणपुरातल्या आपल्या यौवनातल्या गोड गहिऱ्या आठवणी पातशहाच्या मनात अजून ताज्या होत्या. ह्या परिसरातून फिरताना आंब्याची कोवळी पालवी पाहिली की, शहेनशहा गोरामोरा व्हायचा. पानाआडून कोणाचे तरी खळखळते हास्य त्याच्या कानी पोचायचे. पातशहा जेव्हा सोळा-सतरा वर्षांचा होता, तेव्हा त्याला आपल्या मावशीच्या परसातील बागेत भेटलेली ती नवयौवना! तिचं नाव जैनाबादी. पण तिला सारे हिराच म्हणायचे.

आपल्या मावशीच्या परसातलं ते आंब्याचे झाड. गच्च कोवळ्या पालवीने भरून गेलेले. बागेत त्या दिवशी अचानक औरंगजेब आल्याचे तिला भान नव्हते. बेहोषीतच तिने उंच उडी घेतली आणि हवेत आपला नाजूक हात उंचावला. तेव्हा कोवळ्या सोनेरी उन्हात नंग्या तलवारीचे पाते चमकून जावे तशीच ती शहजाद्याला भासली. तिची उंच शेलाटी आकृती, बदामी डोळे, निमुळती हनुवटी, फुटलेल्या डाळिंबासारखे अर्धउघडे ओठ. भरीस तिचे ते अवखळ हास्य. कोणी तरी कचकन कट्यार काळजात घुसवल्याचा पातशहाला भास झाला होता. आणि तिथेच तो होश हरवून बसला होता! हिरा औरंगजेबाच्या आयुष्यात जशी वावटळीसारखी आली, तशीच अल्पशा आजाराचे निमित्त होऊन निघूनसुद्धा गेली. पातशहाच्या कलेजातली ती खोल जखम मात्र कधीच भरून आली नाही.

काफर संभाजीच्या फौजेने उद्ध्वस्त केलेले आपले प्यारे बुऱ्हाणपूर पातशहाने परवा स्वत:च फिरून पाहिले होते. उद्ध्वस्त माड्याहवेल्या, लुटलेल्या सराफी पेढ्या, रस्त्यात पडलेल्या तुळ्या आणि दरवाजे, ते खंडहर, मातीचे ढिगारे पातशहाला आतून जाळत होते. त्यातच लीनदीन शहरवासीयांचे, सराफ आणि सौदागरांचे भकास चेहरेही बघवत नव्हते. त्या ढिगाऱ्याजवळून फिरताना बाजूला उद्ध्वस्त झालेल्या कबरस्तानांकडेही शहेनशहाची नजर पुन:पुन्हा वळत होती. त्याने आपल्या जुन्या, माहीतगार खोजाला हळूच हिराची कबर शोधून काढायला सांगितले होते.

"गनिमांपासून पातशाही हिफाजत मिळणार नसेल, तर आम्ही शुक्रवारचा नमाजही बंद करू–" अशी धमकी मुल्लामौलवींनी दिली होती. त्यातच आपल्या आवडत्या दिलरसबानूचा लेक, होनहार शहजादा अकबर संभाला मिळावा, त्याने बापाच्या विरोधात जंग करायचा चंग बांधावा याचे आलमगीरला खूप दुःख वाटत होते. त्याला दादापुता म्हणून त्याची मनधरणी करणारे समझोत्याचे पाठवलेले खलिते त्याने नाकारले होते. उलट, 'आपल्या आमदानीत सल्तनत रसातळाला गेली, मुल्लामौलवींची अब्रू राहिली नाही, बुढाप्यामध्ये कारभारावरचा तुमचा ताबा सुटला आहे, तुमचे अंमलदार रिश्वतखोर बनले आहेत. एका बुढ्ढ्या पातशहाकडून रयतेने उम्मीद तरी काय ठेवायची?...' असे अपमानास्पद खलिते अकबराने आपल्या बापाला पाठविले होते.

आपल्या शहजाद्याचा विषय काढून औरंगजेबाने सर्वांची निर्भर्त्सना केली.

"राजपुतान्यातून त्या हरामजाद्या दुर्गादासासोबत शहजादा निघाला आहे. उसे अटका दो, उसे रोको! सापडत नसेल तर किमान कत्ल करा– असं फर्मान आम्ही जारी केलं होतं. परंतु दख्खनमधले आमचे सर्व अंमलदार नामर्द ठरले."

"लेकिन जहाँपन्हाँ, तो दुर्गादास राठोड दुनियेतल्या बदमाषांचा सरताज आहे!" असदखान बोलला.

"हां, सच है असदखान." एक मोठा श्वास घेत औरंगजेब बोलला, "जसवंतसिंगाच्या पोराला गादी मिळावी म्हणून तो दुर्गादास कमिना आम्हांला दिल्लीत भेटायला आला होता. आमच्याशी बेमुर्वतपणे खूप बहस करत होता. जसवंतच्या दोन्ही राण्या आमच्या बंदीखान्यात होत्या. बंदीखाना लाल किल्ल्याच्या तटबंदीआड आणि लाल किल्ला दिल्लीत! असे खडे पहारे आणि तटबंद्या असताना त्या दुर्गाने काय करावं? जसवंतच्या दोन्ही राण्यांना मर्दांचा लिबास चढवला. त्यांना घोड्यावर बसवून आमच्या फौलादी पिंजऱ्यातून दूर पळवलं. असदखान?"

"जहाँपन्हाँ?–"

"जख्म बहुत गहरा हो रहा है. एक खतरनाक राजपूत एका धोकेबाज मराठ्याला जाऊन मिळाला आहे. तो मरगट्टा कोणी ऐरागैरा नाही. तो शेरशिवाचा छावा आहे!"

"किब्लाऐ-आलम, दुर्गादास संभाला जाऊन सामील होणं म्हणजे आगीला आग मिळणं! ही भयानक आग दिन ब दिन वाढतच राहील, पण बुझणार नाही!" मध्येच उठून झुल्फिकारखान बोलला.

"सच है जवाँमर्द!"— चिरागदानांच्या प्रकाशात पातशहाची तपकिरी बुबुळे चमकली. त्याच्या पांढऱ्या दाढीच्या कडा चंदेरी दिसू लागल्या. त्याने जपमाळ उचलून डोळ्यांना लावली. कुराणातल्या आयता पुटपुटल्या. एक न्याराच लखलखाट

त्याच्या मुद्रेवर माखला. तो गरजला, "आग भडकण्यापूर्वीच आपण त्या मशाली बुझवून टाकू!" वरून पातशहा खूप आवेश दाखवत होता, पण आतून तो अस्वस्थ होता, धुमसत होता.

पातशहा बुऱ्हाणपूरला पोचल्यावर दहा दिवसांतच मराठ्यांनी लुत्फुल्लाखान कोकाच्या तळावर दरोडा घातला होता. बरीच माणसे ठार मारली होती. अवघ्या दहा कोसांच्या आत येऊन मरगठ्ठ्यांनी असे धाडस दाखवावे, याचे औरंगजेबाला खूप वैषम्य वाटले होते. त्याच रात्री त्याच्या राजवाड्याजवळ दारूच्या कोठारात मोठे स्फोट झाले होते. घटना तशा किरकोळ. पण पहिल्या पावलालाच अपशकुनांची नांदी देणाऱ्या होत्या.

पातशहाची उमर त्रेसष्ठ वर्षांची असली तरी त्याचे शरीर अत्यंत काटक होते. गती चपळ आणि उत्साही होती. आपल्या लसलसत्या महत्त्वाकांक्षेसाठी त्याने सुखचैनीकडे पाठ फिरवली होती. तरीही त्रेसष्ठीतल्या पातशहाचा उत्साह पंचविशीतल्या पोराचा होता. तो आपली कामे नेटाने उरकत होता.

दिल्लीत राहून जगातील एक बलाढ्य दौलत सांभाळणारा औरंगजेब नेहमीच जागसूद राहायचा. रोज रात्री आपल्या खास हरकाऱ्यांकडून, जासुदांकडून बातमी घेतल्याशिवाय तो बिछायतीवर पडत नसे. गेल्या पंधरावीस वर्षांत अनेक हेरांकडून, वाकेनविसांकडून आणि काही मराठा फितुरांकडून त्याने बातम्या गोळा केल्या होत्या. त्यांच्या मदतीने हिंदवी स्वराज्याचा एक नकाशा बनवला होता. स्वराज्यातील सर्व छोट्यामोठ्या नद्या, गवंड, किल्ले, पुरातन देवळे, घाटमाथे त्या नकाशात दर्शवले होते. त्याचे सेनानी नाव घ्यायचे आणि पातशहा नेमक्या स्थळावर बोट ठेवायचा.

पातशहा आपल्या सहकाऱ्यांना बोलला, "एक ना एक दिवस या शिवाजीची हुकूमत तबाह करायचा आम्ही मनसुबा बांधलाच होता. पण गेल्या वीस-पंचवीस वर्षांत आम्हांला फुरसत मिळाली नाही. तोवर सुदैवानं तो शिवाही कमउमर ठरला. तेव्हा वाटलं, आता दख्खनमधून फक्त मोकळी घोडी फिरवायचा अवकाश, सारा मुलूख अपने आप काबीज होईल. लेकिन अफसोस! ह्या मोहिमेचा रंग काही औरच वाटतो. ठीक आहे—"

पुन्हा एकदा शहेनशहाची नजर नकाशावरून भिरभिरली. तो असदखानाला बोलला, "वझीरे आझम, त्या जंजिरेकर सिद्दी भाईंना लिहा — म्हणावं, असेल ती ताकद घेऊन तुम्ही कोकणच्या किनाऱ्यावर उतरा. उस संभाका पुरा मुल्क जलाकर खाक कर दो!"

"जी, हजरत!"

"त्या पोर्तुगीज गव्हर्नरला लिहा — देखो भाईजान! संभाचा मुलूख दिल्लीच्या आसपास नाही. तो तर तुम्हा गोवेकरांचा पडोशी आहे. आम्ही बाजूला व्हायचा अवकाश, संभा तुम्हांलाच गिळून टाकणार. म्हणूनच दक्षिण कोकणातून तू

मरगठ्ठयांच्या मुलखावर हल्ला बोल.''

"जैसा हुक्म, जहाँपन्हाँ!''

बोलता बोलता पातशहाने हसनअलीखानकडे नजर वळवली, "हसन, जँवामर्द, तुझ्यासारखा मजहबका रखवाला इस्लामी कौममध्ये दुसरा कोणी नाही. बहादूर, मथुरेचा फौजदार असताना तूच त्या बगावतखोर गोकुळ जाटाला जिंदा पकडला होतास. तिथल्या कोतवालीच्या चौथऱ्यावर आणून त्या बदमाषाचे टुकडे टुकडे केले होतेस —''

"जी, हजरत!''

"उदयपूरजवळची एकशे शहात्तर देवळं तूच जमीनदोस्त केली होतीस. तुझ्यासारखा धरमका पालनवाला है कोई इस दुनियामें?''

"हुक्म करो हजरत— खाली हुक्म करोऽ'' छातीवर मूठ आपटत, जागेवर अर्धवट उठून उभा राहत हसनअलीखान गरजला.

"घे तुझी वीस-पंचवीस हजारांची फौज सोबत, नाशिकच्या अंगानं कोकणात जाऊन उतर. तो माहुलीचा किल्ला काबीज करून भिवंडी, कल्याण जाळत जाळत पुढं रायगडाकडं आगेकूच कर. इकडून पाण्यातून जंजिरेकर हबशी, दक्षिणेतून गोवेकर पोर्तुगीज — तिघेही मरगठ्ठयांचा मुलूख बेचिराख करत, उडदंग माजवत आखीर रायगडाकडे एक कडे करत या. त्या मक्कारांच्या रायगडावर जेव्हा आमचा हरा चाँदसितारा फडकताना मी डोळे भरून पाहीन, तेव्हा तिथंच खुदाला नमाज पढेन— मग ह्या आलमगीरला सुखाची मौत यावी! अय खुदा, इससे बढकर हमारी कोई भी दुसरी हसरत नही!!''

पातशहाच्या स्फूर्तिदायक भाषणाने सर्व स्वार-सरदारांना, अंमलदारांना आवेश चढला. त्याच्या डोळ्यांतील गुंजेसारख्या बारीक बाहुल्या चमकल्या. शहेनशहा इकडेतिकडे पाहू लागला. जहाजाची एखादी फळी मोडून कुरकुरावी, तसा कुरकुरला– "देखेंगे! एक तरफ त्रेसष्ठ वर्षांचा हिंदुस्थानच्या सल्तनतीचा हा पातशहा, दुसरी तरफ त्या शिवा जमीनदाराचा चोवीस वर्षांचा नादान, नासमझ बच्चा. एकीकडे बावीस विशाल प्रांतांची दौलत आणि तैमूरच्या पाक बहाद्दर औलादींची दोनशे सालांची विरासत और दुसरी तरफ मरगठ्ठोंकी इतनासा लंगोट जैसा स्वराज!''

"लेकिन हम उनका खात्मा करेंगे हुजूर!—'' झुल्फिकारखान उठत गरजला.

"पागल मत बनो. नीचे बैठो. खात्माकी फजूल बात मत छेडना!'' औरंगजेब कडाडला, "तुम्ही सारे बेवकूफ आहात. चार दिवसांमागं हिंदुस्थानच्या पातशहाचा पाच लाखांचा पाडाव इथं पडला होता. फिर भी, तो हंबीरराव नावाचा एक नादान मराठा इथून काही कोसांवर आमच्या लुल्फल्लाखानाच्या गोटावर दरवडा घालतो, त्याची रसद लुटतो, याचा मतलब काय? बोलोऽऽऽ?''

सर्वांनी आपल्या मुंड्या खाली घातल्या. तेव्हा एक खोल उसासा टाकत पातशहा बोलला, "याचा मतलब इतकाच— होशियार रहो! आमची ही दख्खनची मुहीम कठीण नही, लेकिन आसान भी नही! एवढासा सराटा बहादूर मर्दालाही घाम फोडतो. इतनीसी चिट्टी ताकदवर हत्तीच्या सोंडेत घुसते, तेव्हा हत्तीला कुत्त्यासारखा किचडमध्ये लोळवते! बेवकूफ मत बनो— जागोऽ जागो ऽ!"

६.

जंजिऱ्यासमोरची फेसाळती खाडी. तिच्या काठावरचे राजपुरी नावाचे चिमुकले गाव. त्या गावामागचा खडा फत्ताडा डोंगर. त्याचे प्रतिबिंब समोरच्या जलाशयात पडले होते. त्यामुळे तो तर आज समुद्रात सैल पाय पसरून बसलेल्या महाकाय राक्षसासारखा दिसत होता. त्याच्या पायथ्याशी छोटासा राजपुरी गाव ताडामाडांच्या गच्च आगरामध्ये लपून गेला होता. मध्येच डोकावणारे उंच मशिदींचे मिनार आणि मंदिरांची शिखरे माडांशी स्पर्धा करत होती. गावाच्या पायाशी दर्याची खोल खाडी खळखळत होती.

दर्याला उधाण आलेले आणि वर अस्मानात काळे मेघ दाटलेले. आजचे चलिंदरच काही वेगळे दिसत होते. पाण्यातला जंजिरा दुर्ग आणि काठावरची राजपुरी या दोहोंमध्ये फक्त आठशे यार्डांचे अंतर होते. राजपुरीमागच्या टेकडीवरून समोरची जंजिऱ्याची सर्पाकार तटबंदी उठून दिसत होती. दर्यात दाटलेल्या लाटांचे प्रतिध्वनी बाजूच्या पुसाटीवरून ऐकू येत होते. त्या दुर्गाच्या चौफेर तटावर एकोणीस अर्धवर्तुळाकार बलदंड बुरूज खडे होते. प्रत्येक बुरुजावर सिद्दी सैनिकांची जागती गस्त होती. कुरळ्या केसांचे हबशी खडा पहारा देत होते. रोजच्या रिवाजाप्रमाणे सारे चालले होते. मात्र कशीबशी दुपार टळली. आणि जंजिऱ्याच्या मागच्या अंगास अचानक हालचालींना गती आली. बुरुजावरच्या तीनचार तोफांना बत्ती दिली गेली. धुडूम धामऽऽ धुडूम धामऽऽ असे कानठळ्या बसवणारे प्रतिध्वनी उमटू लागले. सिद्दींनी आपले अस्तित्व दाखवण्यासाठीच तोफा शिलगावल्या होत्या. पाठोपाठ "अल्ला हो अकबरऽऽ", "दीन ऽ दीन ऽऽ" अशा आरोळ्या उमटू लागल्या.

राजपुरीतले रहिवासी गारठले. काठावर मराठ्यांची जी थोडीफार पथके होती, त्यांची तर तारांबळच उडाली. समोरून साठसत्तर हलक्या नावा, तरांडी भरून सिद्दी सैनिक एल्गार करीत काठाकडे धावत येताना दिसू लागले. "आले ऽ आले ऽ सिद्दी आलेऽऽ" "भागो ऽ भागो ऽऽ" एकच हलकल्लोळ उडाला. तशी राजपुरीची रयत बाहेर पडली. लेकरेबाळे वाचवण्याचा यत्न करू लागली. जीव मुठीत घेऊन पाठचा

खडा डोंगर चढू लागली.

त्या सायंकाळी पूर्व किनाऱ्यावर नुसती हुल्लड माजलेली. सुमारे दोन हजार हबशांनी धिंगाणा घातलेला. त्यामुळे फक्त राजपुरीतच नव्हे तर बाजूच्या रेवदंडा, कोळीवाडा, डोंगरामागच्या छोट्यामोठ्या वस्त्यांमधून ते मुरुड, नांदगावपर्यंत सर्वत्र पळापळ सुरू झाली. हबशांनी कैक गावकऱ्यांना नागवले. लेकीबाळींची अब्रू लुटली. पागेतली घोडी पळवली. शंभूराजांची काठावरची चौकी पळून गेल्याचे तिन्हीसांजेला समजले तेव्हा तर रयतेला खूप वाईट वाटले.

अर्धा मैल लांबीचा आणि दीड मैल परिघाचा जंजिरा आज क्षणिक विजयाने उन्मत्त भासत होता. रात्री जंजिऱ्याच्या बुरुजावर मशाली पेटल्या होत्या. समोरच्या महादरवाजाच्या माथ्यावर सिद्दी खैर्यतखान आणि सिद्दी कासमखान हे दोघे बंधू खडे होते. मरगठ्ठ्यांच्या पळापळीच्या बातम्या आणि आपल्या पथकांची सरशी त्यांच्या कानावर आली होती. खैर्यतखानाने विचारले, "कासमभाईऽ तूर्त आलमगीरसाहेबांचा हुक्म म्हणजे आपल्यासाठी अल्लाचा आदेश!"

"बिलकुल भाईजान. उद्या सकाळीच आपण स्वत: दर्यापार होऊ. तिन्हीसांजेला आपली विजयी फौज रोहा-माणगावात पोचायलाच हवीत."

"जी हां. तोवर कल्याण-पनवेल जाळत हसन अलीखान तिकडून दौडत येईल. मला वाटतं, परवा दिवशीच आपल्या तलवारी रायगडाच्या छातीला भिडतील."

उंची दारूचे चषक रिचवत सिद्दी बंधूंनी त्या रात्री जुलूस साजरा केला.

दुसऱ्या दिवशी भल्या सकाळी आपल्या सात मजली आयने महालात सिद्दी कासमला जाग आली. मोहिमेवर तात्काळ कूच व्हायचे होते. चिकाचे पडदे बाजूला सरकवून त्याने बाहेर पाहिले. ती सकाळ खूप कुंद दिसत होती. काळेशार ढग पाण्यात उतरले होते. खाडीत दिसणारा समोरचा डोंगर काहीसा विचित्र भासला. तशी कासमची नजर जलपृष्ठांवरून त्या डोंगराकडे गेली आणि तो तसाच मटकन आपल्या रेशमी बिछायतीवर बसला! समोरचे दृश्य अवाक् करणारे होते. डोंगराच्या बगलेवर, डोक्यावर, जिकडेतिकडे भगवे झेंडे नाचताना दिसत होते. रातोरात मराठ्यांनी पल्याडचा कब्जा घेतला होता. त्यांच्या बळकट तोफांची पेरणी सुरू होती. काल घाबरून पळालेली रयत माघारा वळली होती. मराठे पाय रोवून पुन्हा उभे होते.

मराठ्यांनी सिद्दीला आपल्या मुलखात हातपाय पसरायला बिलकुल वाव दिला नाही. उलट सिद्दीच्या आदल्या रात्रीच मराठ्यांनी आक्रमणाची सिद्धता केली होती. तळ्याच्या जंगलातून शंभूराजांची घोडी आणि मुरुड व मांदाडच्या खाडीतून मराठ्यांचे आरमार जंजिऱ्याचा लचका तोडण्याच्या इराद्याने पुढे सरकत होते. त्यांनी आपली मजबूत फळी बांधली. जमिनीवरचे हबशी सैनिक माघारा पळाले. जंजिऱ्याच्या

आडोशाला बिळातल्या उंदरासारखे जाऊन लपून बसले.

राजपुरी डोंगराच्या बगलेवर एक सपाट जागा पाहून मराठ्यांचे शाही डेरे पडले होते. आपल्या डेऱ्याच्या समोर शंभूराजे झोकात उभे होते. त्यांची तीक्ष्ण नजर सागरावरून भिरभिरत होती. त्यांच्या एका बाजूला कवी कलश, जोत्याजी केसरकर आणि अनुभवी दर्यासारंग उभे होते, तर दुसऱ्या बाजूला शहजादा अकबर आणि दुर्गादास खडे होते. बाजूच्या एका बाजेवर अरबांचा सेनानी जंगेखान बसला होता. चट्ट्यापट्ट्यांच्या लुंग्या आणि अंगावर कातडी अंगरखे घातलेल्या, हनुवटीवर दाढीचे दाट जंगल राखलेल्या अरबांचा बेडा मराठा आरमारात उठून दिसत होता.

अलीकडे अरबांकडून अव्वल दारूगोळ्याचा आणि गंधकाचा पुरवठा शंभूराजांना सुरू झाला होता. त्यामुळे सिद्दी खूप हैराण झाले होते.

जंजिऱ्याचे बांधकाम खूपच मजबूत आणि बळकट होते. अनेक दशके लाटांचे तडाखे बसून तटबंदीचे चिरे झिजले होते. परंतु चिऱ्यांना मजबुती देणाऱ्या मधल्या चुनखडीच्या दर्जांचे मात्र कस्पटाएवढेही नुकसान झाले नव्हते. पाण्यात लपलेल्या किल्ल्याच्या पायऱ्यांवर भरती-आहोटीला लाटा नाचायच्या. तिथल्या बुरुजांची तर वाऱ्याशी आणि धारांशी अखंड दंगामस्ती चालायची.

शहजादा अकबराकडे पाहत शंभूराजे बोलले, "हे जंजिरेकर सिद्दी खैर्यतखान आणि कासम दोघेही जातीचे हैवान! पैशासाठी कोणाही मनुष्याची कातडी सोलतील."

"तुमच्या कोकणी किनारपट्टीत आणि ह्या आजूबाजूच्या हबसाणात तर त्यांनी उडदंग माजवला आहे म्हणे!" दुर्गादास बोलले.

"परवा तर श्रीबागच्या आणि पेणच्या काही श्रीमंत मुसलमान व्यापाऱ्यांनासुद्धा ह्यांनी धरून नेलं. त्यांना उंदेरीच्या किल्ल्यावर बांधून भरपेट चोप दिला. आमच्याच नव्हे, तर अगदी इंग्रजांच्या वकिलानं मध्यस्थी केली. परंतु नगद अठरा हजारांची खंडणी जेव्हा त्यांनी वसूल केली, तेव्हाच त्या व्यापाऱ्यांना सोडून दिलं." शंभूराजे बोलले.

मध्येच दर्यासारंगने उंदेरीच्या हल्ल्यावेळची आठवण करून दिली. तेव्हा तर शंभूराजे अतिशय प्रक्षुब्ध झाले. ते दातओठ खात गरजले,

"त्या सैतानांनी उंदेरीवर आमच्या ऐंशी मराठा बहाद्दरांची डोकी तोडली. तो प्रसंग ऐकल्यापासून तर आमची झोप उडाली आहे! फिरंगी पिस्तुलांचे छरे अंगात घुसून आतल्या आत जखमा बळावतात, तसा आमचा उभा देह ठणकतो आहे–"

उंदेरीच्या भरीस भर म्हणून की काय आणखी एक आगळीक हबश्यांनी गेल्याच महिन्यात केली होती. त्यांच्या जुलमी पथकांनी पनवेलपासून ते चौलपर्यंतचा मराठी मुलूख अक्षरश: उद्ध्वस्त केला होता. त्याचा सूड उगवण्यासाठी शंभूराजे स्वत: जंजिऱ्यावर धावून आले होते! त्यांच्यासोबत वीस हजारांची फौज आणि छोटीमोठी मिळून तीनशे गलबते होती.

शिवाजीमहाराज रायगडावर निवर्तल्याची खबर सिद्दी खैर्यत आणि सिद्दी कासमला जेव्हा समजली होती, तेव्हा सलग दहा दिवस सिद्दी बंधूंनी जंजिऱ्यावर जल्लोष साजरा केला होता. आपल्यासोबतच आपल्या लष्कराला ते मागतील तेवढी शराब पाजली होती. शिवाजी गेला म्हणजे मराठे संपले, यापुढे आपणास कोणीही रोखू शकणार नाही, या भावनेने सिद्दी पागल झाले होते. परंतु लवकरच शंभूराजांनी उंदेरीवर आघाडी उघडली आणि जंजिरेकरांची धुंदी उतरली.

राजपुरीच्या मागच्या डोंगरावर मराठ्यांनी आपले पाच हजारांचे लष्कर पेरले होते. दुरून डोंगरमाथ्यावरून खाली सागराकडे नजर टाकली की, हारीने पाण्यात पेरलेल्या गलबतांच्या आकृती दिसायच्या. राजपुरीच्या दोन्ही अंगाला दर्यात पोरासोरांनी कागदी नावा सोडल्याचा क्षणभर भास व्हायचा. परंतु ते मराठ्यांचे खरेखुरे लष्कर होते. शिवाजीराजांच्या मृत्यूनंतर अवघ्या वर्षातच संभाजीराजे पाच पावले पुढे चालून गेले होते. स्वत:चे सुसज्ज आरमार बांधून गेली काही शतके पश्चिम किनाऱ्यावर राज्य करणाऱ्या जंजिरेकर सिद्दींना त्यांनी आव्हान दिले होते. तीनशे गलबते, तरांडी आणि मचवे घेऊन ते स्वत: उघडपणे जंजिऱ्याच्या दर्यात उतरले होते.

बऱ्याच वेळा सिद्दी कासम आणि खैर्यत हे दोघेही भाऊ आपल्या बुरुजावर येऊन उभे राहायचे. धास्तावल्या नजरेने दुर्बिणीतून पाण्याकडे नजर टाकायचे. राजपुरीच्या डोंगरापासून ते मुरुड गावापर्यंतच्या किनाऱ्याकडे आणि तेथून अर्ध्या कोसावरच्या पद्मदुर्गाकडे नजर टाकावी, तर सुमारे शंभर गलबते पाण्यावर डुचमळताला दिसायची. त्या फळीचे नेतृत्व प्रसिद्ध मराठा खलाशी दर्यासारंग करत होते. अनेकदा त्या दिशेने तोफगोळे यायचे आणि जंजिऱ्यावर जाऊन कोसळायचे. राजपुरीपासून आगरदांडा ते दिघीच्या परिसरात सुमारे सव्वाशे गलबते नांगरली गेली होती. ह्या बगलेची सारी सूत्रे खाशा मायनाक भंडाऱ्याकडे होती. याशिवाय पलीकडे मांदाडच्या खाडीत आणखी साठसत्तर गलबतांचे राखीव आरमार शंभूराजांनी सज्ज ठेवले होते. मराठा जहाजांवरच्या डोलकाठ्या आणि फडकते भगवे झेंडे बघताना सिद्दी बंधूंना घाम फुटायचा.

आरमाराच्या बळावर आपण शंभूराजांसमोर एक दिवसही टिकणार नाही, याची त्यांना खात्री होती. फक्त अजिंक्य जंजिऱ्याची पोलादी तटबंदी हाच त्यांचा सहारा होता. हा किल्ला त्यांच्या हातामध्ये नसता, तर त्यांनी आपल्या बापजाद्यांच्या भूमीत–दूर तिकडे आफ्रिकेमध्ये केव्हाच पोबारा केला असता!

राजपुरीजवळच्या त्या समुद्रात दुतर्फा जलपृष्ठावर तरांडी, तारवे, गुरबा, पगार, शिबाडी अशी अनेक जातीची जहाजे आणि माचवे पाण्यावर तरंगत होते. त्यावर जंबुरे, बंदुका, कडाबिन अशा लहानमोठ्या तोफा लावून दोन्ही बाजूची दले सज्ज होती. मध्येच गोळागोळी सुरू व्हायची आणि थांबायची सुद्धा. अव्वल

दारूगोळा आणि रसद घेऊन सुमारे पाच हजार मराठा खलाशी पाण्यात उतरले होते. जंजिऱ्याच्या बालेकिल्ल्यावरचे उंच, हिरवे निशाण धास्तावल्यासारखे मराठा आरमाराकडे टवकारून बघत होते. असे शिस्तबद्ध आक्रमण जंजिऱ्यावर चालून यायची ही पहिलीच वेळ होती.

अशा प्रसंगी कोंडाजी फर्जंदासारख्या लढवय्याने शत्रूच्या शिबिरात पळून जावे, आपला स्वाभिमान विसरून सिद्दींची चाकरी पत्करावी याचे दु:ख मराठा लष्कराला खूप वाटत होते. त्यामुळेच कोणी कोंडाजीबाबांचे नाव घ्यायचा अवकाश, मराठी खलाशी संतापाने गुरकावून बघायचे आणि जंजिऱ्याच्या दिशेला पाहत पचकन थुंकायचे. सिद्दीने एक प्रकारे मराठ्यांचा एक हात तोडून पळवून नेला होता! परंतु शंभूराजेही डावपेचांत कमी नव्हते. त्यांनी जंजिऱ्याचा एकेकाळचा वीर सिद्दी संबळ याच्याच पोराला– म्हणजे सिद्दी मिस्त्रीलाच आपणाकडे खेचले होते. स्वत:बरोबर सुमारे दोनशे मजबूत हबशी खलाशी घेऊन तो शंभूराजांना येऊन सामील झाला होता. सिद्दी मिस्त्रीच्या खनपटीला बसून शंभूराजे जंजिऱ्याची वित्तंबातमी काढत होते, तर कोंडाजीचे कान पकडून सिद्दी बंधू मराठ्यांच्या ताकदीचा अंदाज घेत होते.

युद्धाला रंग भरत होता.

प्रात:काळी हवेत चांगलाच थंडावा होता. रात्रीच्या निद्रेत आळसावलेले धुके हळूहळू जलपृष्ठावरून हलक्याने वर उठत होते. धुक्याच्या दाटीमध्येही जागत्या राहणाऱ्या आपल्या आरमाराकडे शंभूराजे जेव्हा नजर फेकत, तेव्हा खुषीने त्यांचे मन उचंबळून येई. परंतु त्याच वेळी जंजिऱ्याच्या मधोमध उंचवट्यावरच्या बालेकिल्ल्यावर फडकणारा हिरवा चाँदसितारा त्यांना दिसे, आणि त्यांच्या काळजात भाल्याच्या पात्यासारखा जंजिरा खुपत राही.

दुर्गादास आणि अकबराकडे पाहत शंभूराजे बोलले, "गोवेकर पोर्तुगीज व्हाइसरॉयला आम्ही धमकावलं आहं. जर तुमची पलीकडची चौलची शिबंदी या युद्धात आमच्या मदतीला धावली नाही, तर आम्ही तुमचा पोर्तुगीजांचा चौलचा भुईकोट किल्ला खणत्या लावून जमीनदोस्त करून टाकू."

दुर्गादासांनी शंभूराजांच्या लालबुंद चर्येकडे नजर टाकली आणि हळूच विचारलं, "पोर्तुगीज पाठवतील आपल्याला कुमक?"

"का नाही? अरब आमच्या मदतीस धावतात, तर पोर्तुगीजांना काय धाड भरली आहे? ते त्यांच्या आयात-निर्यातीसाठी ठाणी आणि बंदरे कोणाच्या प्रदेशातली वापरतात? आमच्याच किनारपट्टीवरची नव्हं!"

शंभूराजांच्या प्रतिपादनावर कोणीच काही बोलले नाही. मात्र थोड्या वेळाने स्वत: शंभूराजांनीच कबुली दिली, "खरं आहे तुमचं दुर्गादास. तो नव्यानं आलेला कौंट द आल्व्हेर नावाचा पोर्तुगीज व्हाइसरॉय आहे खूप गोडबोल्या आणि मुलखाचा

ढोंगी. मात्र आम्हीही काही स्वस्थ बसलेलो नाही. आम्ही गोवेकरांच्या बगलेतच एखादा बळकट किल्ला बांधावा म्हणतो. त्याशिवाय पोर्तुगालची ही नखरेल मगरमच्छ आमच्यापुढं नांगी टाकणार नाही.''

दुर्गादास आणि शहजादा अकबराच्या शंभूराजांशी गोष्टी सुरू झाल्या की हमखास औरंगजेबाचा विषय निघायचा. शंभूराजांनी विचारले, ''दुर्गादास, सध्या कुठवर पोचले आहेत शहेनशहा?''

''त्यांना अजमेरहून बुऱ्हाणपूरला पोचून दोन महिने लोटले.''

''ते कोणत्याही क्षणी महाराष्ट्रात उगवतील–'' कवी कलशांनी सांगितले.

शहजादा अकबर सांगू लागला, ''आज तब्बल तेवीस वर्षांनी आमचे अब्बाजान औरंगजेब दक्षिणेत येणार आहेत. त्या जमान्यात तेव्हा ते दक्षिणेचे सुभेदार होते. आज काबूलपासून ते बंगाल-आसामपर्यंत आणि तेथून सरळ दक्षिणेत बागलाण-वऱ्हाडपर्यंत त्यांचा एकछत्री अंमल सुरू आहे. एकीकडं अनेक पोते, परपोते यांची त्यांच्या बगीच्यामध्ये महक उठली आहे. द्रव्याने तळघरं, खजानं खचाखच भरून गेले आहेत. पण ह्या साऱ्या संपत्तीला काय आग लावायची? इतनी बडी हुकूमत आणि दौलत पायाशी लोळण घेत असतानासुद्धा आपल्या महालात हा बुड्ढा एकाकी, बेचैन जिंदगी गुजरतोय! भूताप्रेतासारखा राहतोय! आमच्या पातशाही जनान्यातली एवढीशी पोरंसुद्धा आपल्या दादाजानच्या सावलीला घाबरतात.''

शहजाद्याच्या बोलावर शंभूराजेही विचारमग्न दिसले. तेव्हा त्यांची नजर पुन्हा एकदा समोरच्या जलदुर्गाकडे वेधत दुर्गादास बोलले, ''शिवाजीसारख्या जाणत्या राजाचं लक्ष ह्या पाणकोठाकडं आधीच जायला हवं होतं.''

''दुर्गादास, अहो, तुम्हांला काय ठाऊक? हा पाणकोट कब्जात यावा म्हणून शिवरायांनी जंग जंग पछाडलं होतं. पण काय करायचं? यश असं नजरेच्या टप्प्यात यायचं आणि शेवटच्या क्षणी अवखळ पोरासारखं झुकांडी देऊन दूर पळायचं.''

''ते कसं?''

''आता हेच बघा ना. आमच्या श्रीबागचा लाय पाटील नावाचा एक फर्डा खलाशी होता. जातीचा कोळी. जमिनीवरून चालण्यापेक्षा पाण्यात पोहण्यातच त्यानं आपली हयात घालवलेली. एकदा आमच्या मोरोपंत पेशव्यांच्या सल्ल्यानं त्यानं एक डाव रचला. दोघांत ठरल्याप्रमाणं अमावास्येच्या काळोखात लाय पाटील पडावातून शिड्या घेऊन भुतासारखा जंजिऱ्याच्या मागच्या दरवाजाजवळ जाऊन पोचला. तिथे शिड्या लावून त्याने पंतांची खूप वाट पाहिली. मात्र रात्री तळ्याच्या जंगलातून पंतांना वाट सापडली नाही की काय कोणास ठावं! शेवटी शिड्या उतरवून लाय पाटलाला पहाटचं मागं परतावं लागलं. लाय पाटलानं

केलेलं धाडसही खूप मोठं होतं. त्याला शाबासकी म्हणून आमच्या आबासाहेबांनी पालखीचा मान दिला होता. परंतु त्यानं नम्रपणे तो नाकारला. तो राजांना बोलला– महाराज, किल्लाच सर झाला नाय तर मी पालखीत बसू तरी कसा?''

एकूणच सर्वांचे एकमत झाले. ह्या जंजिरा किल्ल्याला कसल्याशा भुताटकीनं झपाटलं असावं खास! नाहीतर तो सर व्हावा म्हणून सर्वजण वेडेपिसे कशासाठी झाले असते? तो पडला नाही म्हणून शिवाजीराजांसह अनेकांच्या हृदयात अपयशाची रुखरुख कशासाठी सलत राहिली असती?

शंभूराजांनी राजपुरीच्या किनाऱ्यावर झडप घालून दोन आठवडे लोटले होते. राजे तिथे पोचलेल्या दिवसापासूनच दोन्ही बाजूंनी अध्येमध्ये तोफगोळे सुटत. काही जहाजे आणि तरांडी पेट घेत. तेव्हा पाण्यालाच आग लागून आभाळात धुराचे ढग उठलेले दिसत. कधी कधी थोडी दीर्घही झंगडपक्कड चाले. परंतु शंभूराजांच्या त्या हल्ल्यामध्ये जोर नसे. त्यांचा रणामधला जोश तर अजिबात जाणवत नसे. शंभूराजे जोरदार लढाई का करत नाहीत, याचे गूढ त्यांच्याही सहकाऱ्यांना उलगडत नव्हते. राजपुरीच्या अंगाने धमधम्यावर चढवलेल्या मराठी तोफा अस्वस्थ होत्या; तर पलीकडे जंजिऱ्यावरच्या महादरवाजावरच्या कलाल बांगडी, व्याघ्रमुखी आणि लांडा कासम ह्या पंचरशी धातूंमध्ये ओतलेल्या अजिंक्य तोफाही मधूनच कोरडे उसासे टाकत होत्या. सिद्दीचा परदेशाशी मोठा व्यापार होता. त्याचा फायदा घेऊन त्याने पॅरिस, इस्तंबूल ते पोर्तुगालपासून दूरदूरच्या देशांतून अव्वल तोफखाना पैदा केला होता. त्या सर्वांची पेरणी बुरुजावरच्या मोक्याच्या जागी केली होती. तटबंदीवरच्या इवल्याशा जंग्यातून आपली तोंडे हळूच बाहेर काढणारा सिद्दीचा तोफखाना जागता होता. त्यालाही मराठ्यांच्या खऱ्याखुऱ्या आणि जोरकस हमल्याचा इंतजार होता.

शंभूराजांचे सहकारीही मुख्य हमल्याबाबत त्यांच्याकडे अनेकदा आडवळणाने चौकशी करत. त्यालाही राजे कंटाळले होते. राजांनी आपल्या डाव्या बाजूला शहजादा अकबराकडे पाहिले. परंतु अकबर तेथून उठून खूप पाठीमागे गेला होता. अस्वस्थपणे जागच्या जागी फिरत होता. त्याच्याकडे नजर टाकत शंभूराजांनी विचारले,

"काय चाललं आहे हे दुर्गादास?''

"शहजाद्यांचं लढाईकडं ध्यानच नाही! दुसरं काय?''

"कुठं, हरवले आहेत तरी कुठं?''

दुर्गादासांनी आपली चर्या गुळमट केली. इतर सहकारी बाजूला पांगल्याचे पाहून ते राजांजवळ येऊन हळूच बोलले, "रूपकुंवर नावाची एक तवायफ आहे. तिचा चौलच्या बाजारात दिवाणखाना आहे. साहेबस्वारी तिच्याकडे सारख्या चकरा मारत राहते. गेल्या बऱ्याच दिवसांत आपले कदरदान शहजादे आपणाकडे फिरकले

नाहीत, म्हणून ती बया अस्वस्थ झाली आणि दोन दिवसांमागं सरळ इकडं निघून आली. तिनं मुरुडच्या माळावर आपला तंबू ठोकला आहे. कालपासून दोन वेळा तिचा शागीर्द शहजाद्यांना येऊन भेटला. तेव्हापासून तर ते कमालीचे अस्वस्थ झाले आहेत!''

दुर्गादासांच्या कथनावर शंभूराजे हसले. त्यांनी सेवकांकरवी शहजाद्याला बोलावून घेतले. त्याची छेड काढत ते बोलले,

''अकबर, एवढं लाजायचं मुरकायचं तरी कशासाठी? आम्हीही जातीचे रसिक आहोत. दिल्लीकर शहजाद्याचं काळीज चोरणारी ती नृत्यांगना कोण आहे, ते तरी पाहू!''

त्या सायंकाळी शंभूराजे तळावरून बाहेर पडले. ते खरेच आपल्या दिलरुबाचा नाच पाहायला येत आहेत, हे पाहून शहजाद्याला खूप आनंद झाला. त्या रात्री मुरुडच्या माळावर मोठ्या तंबूत नृत्यदरबार सजला होता. रूपकुंवर जन्माने हिंदू होती, परंतु तिच्या आईची शादी एका सिद्दी सरदाराशी झाली होती. गाणेबजावणे हा तिचा पेशा होता. स्वत: मराठ्यांचे राजे संभाजीमहाराज आज मैफलीमध्ये मौजूद असल्यामुळे रूपकुंवरच्या घुंगरांनी आज भलताच वेग पकडला होता. ती मोरासारखी गरगर नाचत होती. हसत होती. आपल्या किनऱ्या आवाजात गात मानेला लाडिक हिसके देत होती.

रूपकुंवर नाचता नाचता शहजादा अकबर आणि शंभूराजांच्या समोर गिरक्या घेत येत होती. तिच्या मलमलच्या कुर्त्यावर एक रत्नहार कमालीचा चमकत होता. ती रत्ने एवढी अव्वल होती की, बाजूच्या चिरागदानांचा प्रकाश त्यांच्यावरून परावर्तित होत होता. त्या अनोख्या प्रकाशाने जणू तो रंगमहाल उजळून निघत होता. तेवढ्यात शंभूराजांचे लक्ष त्या रत्नहाराने वेधले. त्यांनी बोटाच्या खुणेने रूपकुंवरला आपल्याजवळ बोलावले. तिच्या गळ्यातला तो रत्नहार खसकन ओढला. तसे हारातले चमचमते मणी सर्वत्र उधळले गेले. राजांच्या त्या हस्तक्षेपाने चालते गाणे थांबले.

शंभूराजांची प्रक्षुब्ध मुद्रा पाहून रूपकुंवर दचकून दहा पावले पाठीमागे पळाली. घाबरून त्यांच्याकडे पाहू लागली. तिचे साजिंदेही भीतीने बाजूला झाले. राजांच्या त्या आगळिकीने शहजादा अकबर घाबरला. राजांनी त्याला गुश्श्यात विचारले,

''शहजादे, हा रत्नहार कोणाचा?''

''आपणच आम्हांला नजर केला होतात!'' शहजादा अकबर बोलला.

''तो आम्ही एका राजाला पेश केला होता; नायकिणीला नव्हे!''

शहजादा अकबर काहीसा वरमला. पण तरीही शंभूराजांना प्रत्युत्तर करीत तो बोलला, ''आम्ही आमच्या मर्जीचे शहेनशहा आहोत, संभाजीराजे! आमच्या मनाला चाहेल तसे वागू.''

अकबराच्या त्या उद्‌गाराने शंभूराजे भयंकर संतापले. ते कडाडले,

"असे असेल तर आपण माझ्या नजरेसमोरून पहिले चालते व्हा. खुशाल जाऊन बसा आपल्या मनोराज्यात स्वत:ला दिल्लीचा पातशहा समजून!...."

शंभूराजांची ती रागीट मुद्रा पाहून शहजाद्याचे धाबे दणाणले. घडला त्यापेक्षा अधिक दुर्धर प्रसंग ओढवू नये या विचाराने दुर्गादास शहजाद्याला घेऊन तेथून तातडीने बाहेर पडले. रंगाचा बेरंग झाला. मैफल अर्धवट राहिली. राजे कवी कलशांसह त्या तंबूतून बाहेर पडू लागले, तोच कसाबसा धीर धरून रूपकुंवर नायकीण पुढे धावली. शंभूराजांचे पाय पकडत रडवेल्या सुरात बोलली, "राजे, राजामहाराजांसारखी आम्हा नायकिणींचीही एक दुनिया असते, "

"काय सांगायचं आहे तुला?"

"आता यापुढं कोणाला, कसं आणि कोणत्या तोंडानं सांगायचं?" बोलता बोलता रूपकुंवरच्या डोळ्यांतून घळघळ अश्रू वाहू लागले. ती दाटल्या कंठाने बोलली, "आता सगळीकडे बभ्रा होईल राजे. या रूपकुंवरच्या मैफलीमधून शंभूराजे निम्म्याहून उठून निघून गेले म्हणून. कोणी म्हणेल आता रूपकुंवरला पहिल्यासारखा नाचच जमत नाही. कोण बोलेल की ती आत बुढ्ढी झाली. म्हणूनज राजे आपणासमोर हा घुंगट पसरून मी न्याय मागते. या नाचीज नाचीवर दया करा. असे अर्ध्या मैफलीमधून उठून जाऊ नका."

रूपकुंवरच्या बोलाबरोबर शंभूराजांनी कवी कलशांकडे पाहिले. कलश काहीच बोलायला तयार नव्हते. तेवढ्यात शहजाद्याला बाजूला पोचवून राजांची माफी मागण्यासाठी दुर्गादास तिथे दाखल झाले. राजांनी रूपकुंवरच्या दु:खी चर्येकडे पाहिले. आपल्या कमरेची सुवर्णमोहरांची थैली तिच्या हाती देत बोलले, "कोणी विचारलं तर सांग, राजे खूप महत्त्वाच्या कामगिरीवर निघून गेले. परंतु जाताना त्यांनी दहा मैफलींएवढं द्रव्य बिदागी म्हणून दिलं."

रूपकुंवरने नम्रपणे ती बिदागी स्वीकारून राजांना मुजरा केला.

राजे जेव्हा आपल्या घोड्याकडे परतू लागले, तेव्हा दुर्गादास अजिजीने बोलला, "राजे, ह्या शहजाद्याचा बचपना आपण इतके दिवस जाणताच आहात. त्याच्यासाठी इतकं बेचैन कशाला व्हायचं?"

अनंत विचारांनी शंभूराजांची चर्या झाकाळून गेली होती. ते बोलले, "नाही दुर्गादास, यापुढे एक क्षणही आम्ही या मैफलीमध्ये थांबू शकत नाही. खरं सांगायचं तर मोठ्या रसिकतेनं आलो होतो आम्ही ह्या मैफलीच्या उंबरठ्यावर; पण कसं सांगू, जेव्हा इथल्या तबल्याचे ठेके आमच्या कानांवर पडत होते, तेव्हा त्या ठेक्यांच्या जागेवर तोफांचे धडाडधूम आवाजच आमच्या कानाचा पडदा फाडून काळजाच्या लगद्यापर्यंत पोचत होते! आता इथे अधिक एक क्षण गमावणं हा सुद्धा गुन्हा ठरेल!"

७.

"कविराज, कर्नाटकात इक्केरीच्या नायकाला आणि गोवळकोंड्याच्या कुतुबशहांना खलिते रवाना झाले?"

"हो. त्याच दिवशी!" कलश राजांकडे पाहात हसले. राजांनी प्रश्नार्थक चर्या करताच कलश म्हणाले, "कमाल आहे तुमची, राजन! जंजिऱ्याच्या ह्या फौजी तळावर तंबूच्या भोवतीनं आगीच्या ठिणग्या बरसताहेत आणि अशा वेळीही कर्नाटकाच्या राजकारणाची पक्की याद तुमच्या मनात राहावी?"

"कविराज, औरंगजेब पाच लाखाची फौज घेऊन आपल्या मुलखावर उतरतो आहे, याची कल्पना आहे ना तुम्हांला? एवढ्या प्रचंड फौजा जेव्हा काही वर्षं झुंजतील, औरंगजेबाशी आमचा अखेरचा महासंग्राम छेडला जाईल, तेव्हा रसदेची मोठी गरज पडणार आहे. आपल्या जिंजी, तंजावर अशा दक्षिणेतूनच ही दौलत आम्हांला प्राप्त होणार आहे."

"त्यासाठी हरजींसारखा बलदंड पुरुष आपण नेमला आहे कर्नाटकात–"

"ते शूर आहेतच. पण त्यांच्यापेक्षा कितीतरी पट म्हैसूरचा चिक्कदेवराय हा सम्राट पराक्रमी आहे. पहिल्यापासून त्याचा मराठ्यांच्यावर दात आहे. म्हणूनच त्याच्या जबड्यात हात घालून त्याला वठणीवर आणणं आणि त्याला औरंगजेबाविरुद्ध खडा करणं ते काम एकट्या हरजीच्यानं होणार नाही."

कविराजांनी आवंढा गिळत शंभूराजांना पुढचा प्रश्न केला, "म्हणजे, कर्नाटकावर शंभूराजांचं आक्रमण....?"

"हो! का नाही?" शंभूराजे बोलले, "त्याचीच तयारी हाती घ्यायला हवी. चिक्कदेवराय मस्तवाल आहे. तो औरंगजेबाकडे धाव घ्यायलाही मागेपुढे पाहणार नाही. कविराज, कर्जाची बाकी, विस्तवाचे न विझलेले सुप्त निखारे आणि शिल्लक शत्रू या तिन्ही गोष्टी वाढतच राहतात आणि अंती धोकादायक ठरतात.

ऋणशेषाग्निशेषः शत्रुशेषस्तयैव च ।
पुनः पुनः प्रवर्धन्ते तस्माच्छेषं न रक्षयेत ।।

त्यासाठीच चिक्कदेवरायालाही लवकरच आमचा हिसका दाखवणं भाग आहे."

"वा!"

"उद्या औरंगजेबाच्या विषारी आक्रमणाला पायबंद घालायचा, तर सारी दख्खन एकत्र बांधली पाहिजे. त्यासाठीच आम्ही कुतुबशहा, आदिलशहा या मंडळींना पुनःपुन्हा खलिते रवाना करीत आहोत!"

कर्नाटकासारखी अनेक अवघड कोडी अजून सोडवायची होती. पण त्या आधी

अवखळ जंजिऱ्याचा निकाल करणं आवश्यक होते.

समोरच्या जंजिऱ्याकडे पाहता पाहता शंभूराजे स्वप्नात हरवल्यासारखे दिसत होते. गेल्या महिनाभराच्या अवकाशात त्यांनी जंजिऱ्याची कितीतरी अनोखी रूपं पाहिली होती. एकदा भरतीच्या लाटांनी जंजिऱ्याला सर्व बाजूंनी विळखा घातला की, तो स्वप्नभूमीत तरंगणाऱ्या काळ्या गलबतासारखा भासायचा. सूर्योदयाच्या आणि सूर्यास्ताच्यावेळी जेव्हा सूर्याची तिरपी, कोवळी किरणे पाण्यात चमचम करत उतरायची, तेव्हा तो पाणकोट जादूनगरीतल्या गूढ महालासारखा भासायचा. जेव्हा भरतीच्या लाटा जंजिऱ्याच्या तटबंदीला धरून आणखी सर सर वर चढायच्या, तेव्हा जणू समुद्रदेवताच त्या महादुर्गाला जलाभिषेक घालताहेत असा भास व्हायचा; आणि जेव्हा ओहोटीचे पाणी पुन्हा झपाट्याने खाली उतरायचे, किल्ल्याच्या तटबंदीभोवती असलेला तळाचा कातळ उघडा पडायचा, तेव्हा जंजिऱ्याचा दिमाख काही औरच दिसायचा! पट्टीच्या पोहणाऱ्याने एका हातामध्ये देव्हारा उंच धरत पाणी कापत पुढे जावे, तसे त्याचे केवळ अनोखे रूप दिसायचे.

जंजिऱ्याच्या भव्य वाड्यात राहणारे सिद्दी खैर्यतखान आणि कासम खूपच बेचैन होते. तिथल्या तटबंदीने याआधी असा पेच पाहिला नव्हता. आठशे गज रुंदीची आणि नऊ ते दहा गज खोलीची राजपुरीजवळची ती खाडी हवालदिल झाली होती. आता सागरात भरती झाली की, खवळलेल्या लाटा किल्ल्याच्या तटबंदीवर थडाथड चापटा मारायच्या. अर्धा बुरूज पाण्याने गिळल्यासारखा दिसायचा. ओहोटीच्या वेळी किल्ल्याच्या पायरीवरून बेडकासारख्या उड्या मारत पाणी खाली उतरायचे. परंतु तरीही खाडीतले पाणी ठराविक मर्यादेच्या वर-खाली उतरायचे नाही.

शंभूराजे लढाईसाठी अजून पुऱ्या ताकदीने पाण्यात उतरत नव्हते. पण याचा अर्थ ते स्वस्थही नव्हते. अनेक पेच, डावपेच लढवण्यात ते मग्न होते. पलीकडून त्यांना येऊन मिळालेल्या सिद्दी मिस्त्रीने जंजिऱ्याची एक मेणाची प्रतिकृती तयार केली होती. राजांनी ती आपल्या बिचव्यातील चौरंगावर बसवली होती. तिच्या आधारे पुढील धाडसी योजना कसकशा रचायच्या, याची खाशामध्ये मसलत झडायची. भर रात्री तटाला शिड्या लावणाऱ्या लाय पाटलाचे कौतुक व्हायचे. दादजी प्रभू देशपांडे, दर्यासारंग, मायनाकचा भाऊ रायनाक भंडारी, काथे अशी मंडळी राजांच्या भोवतीने गराडा द्यायची. मोहिमेचा विचार करता करता मशालीतले तेल संपायचे, पण तांबारलेले डोळे मिटायचे नाहीत.

एके सकाळी काठीचा आधार घेत, लंगडत लंगडत दादजी प्रभू देशपांडे शिरस्त्याप्रमाणे राजांच्या बिचव्यात मुजऱ्यासाठी येऊन पोचले. त्यांच्यासोबत हुजऱ्या होता. त्याने एक गोण भरून गोड शहाळी आणली होती. कोयत्याने ती वाडसून

त्याने सर्वांच्या हाती दिली. राजांनी दादजींकडे पाहिले. तेव्हा उंदेरीच्या मोहिमेवर पहिल्यांदा ईर्षेने निघालेला दादजींचा बळकट देह त्यांच्या डोळ्यांसमोर पुन्हा उभा राहिला. दुर्दैवाने उंदेरीच्या हमल्यात दादजींच्या हाती यश लागलेच नाही; उलट सिद्दी लष्कराशी तलवारीचे दोन हात करताना ते तटावरून खाली कोसळून त्यांचा एक पाय मात्र मोडला होता. केवळ काठीच्या भरवशावर आणि शंभूराजांवरच्या प्रेमानेच आपला विकलांग देह घेऊन ते पुन्हा रणात उभे राहिले होते.

चर्चेत सिद्दी मिस्त्रीने कोंडाजींचा विषय काढला. तो म्हणाला, "दिलरुबा नावाच्या त्या इराणी युवतीच्या मोहपाशात तुमचा मर्द मराठा पुरता फसला आहे."

शंभूराजे कसनुसे हसले. बाभळीच्या उंच, निमुळत्या बुंध्यासारखे कणखर आणि काळसर रंगाचे कोंडाजी त्यांच्या डोळ्यांपुढे उभे राहिले. त्यांच्यासोबत हिरव्याजर्द पेहरावातल्या, जांभळ्या डोळ्यांच्या दिलरुबाची त्यांनी केवळ कल्पना केली, तेव्हा त्यांना खूपच मोठी गंमत वाटली. तेवढ्यात कवी कलशांनी शंभूराजांना आठवण करून दिली, "राजे, कोंडाजींचा वाडा आणि घरदार जप्त करायचा हुकूम केव्हा देणार आहात? गद्दाराला शिक्षा झालीच पाहिजे."

"का नाही कविराज? एकदा हा समोरचा जंजिरा जाळला की मला याद करा. त्यांची सारी मालमत्ता तातडीनं सरकारजमा करून टाकू."

त्याच बैठकीत दादजी, कवी कलश, दुर्गादास आणि मायनाक भंडारी या सर्वांच्या नजरा एकमेकांमध्ये गुंतून गेल्या. त्या बेचैन नजरांची भाषा दादजींच्या मुखातून बाहेर पडली. "शंभूराजे लष्कराची हवी तशी पेरणी झाली आहे. ह्या लुटुपुटुच्या रोजच्या लढाईनं अंगातली थंडीही निघून जात नाही."

"होय राजे, शिवरायांचा छावा शत्रूवर कसा तुटून पडतो, हे पाहायला आपलं लष्कर पुन्हा खूप उत्सुक आहे." कविराज बोलले.

कलशांच्या शब्दाने शंभूराजे भानावर आले. स्वप्नातून दचकून उठल्यासारखे ते बोलले, "कधी कधी जंजिरा हे प्रकरणच आम्हांला अद्‌भुत वाटतं. ह्या दंडाराजपुरीच्या रानात शिवरायांसारख्या थोर छत्रपतीने आठ हमले चढवले. तलवारबाजांच्या शस्त्राची धार नष्ट करणारा आणि बुद्धिमानांच्या तल्लख बुद्धीवर गंज चढवणारा हा अद्‌भुत जलदुर्ग बांधला तरी असेल कोणत्या मुहूर्तावर?"

शंभूराजे मसलतीमधून ताडकन उठून उभे राहिले. आपल्या तंबूमध्ये जल्दीने आत जातानाच मध्येच ते गर्रकन वळले. कलशांना म्हणाले, "पाहा कविराज, पंचांगांचा धांडोळा घ्या. तुमच्या तंत्रविद्येचंही बळ वापरा. पण एकदाचा रहस्यभेद होऊन जाऊ दे — हा जलदुर्ग बांधला तरी होता कोणत्या मुहूर्तावर!"

त्या दिवशी कविराजांचं मन सैरभैर झालं होते. राजांच्या त्या कठीण प्रश्नाची उकल करायचा त्यांनी निर्धार केला. आजूबाजूच्या परिसरात दौड मारली. जाणत्यांचा

कानोसा घेतला आणि रात्री हसतच ते फौजी तळावर परतले. अत्यंत उत्साहानं ते सांगू लागले, “झाला! अखेर रहस्यभेद झाला; राजन! जेव्हा ह्या पाणकोटाची पायाभरणी झाली, ती वेळ अमृतयोगाची होती.”

“भलतंच काय कविराज!”

“हो. या रहस्याच्या पाळामुळांपर्यंत मी जाऊन पोचलो आहे. जेव्हा हबशांनी हा किल्ला बांधायचा ठरवलं, तेव्हा इथून जवळच्याच नांदगावात गणेश पंडित नावाचे दैवज्ञ जोशीबुवा राहत. पंचांगातून नामी मुहूर्त काढण्यात तर त्यांचा हातखंडा असे. ही बातमी जेव्हा सिद्दी मंडळींना लागली, तेव्हा त्यांची घोडी जोशीबुवांच्या दारात जाऊन थडकली. पण ते घरात नसल्याचं त्यांच्या परकरातल्या पोरीनं जेव्हा सांगितलं तेव्हा तेथे गेलेल्या स्वारांची तोंडे काळवंडली. ती चिमुकली आपल्या घराच्या पडवीतून बाहेर आली. तिने पाहुण्यांना भेटीमागचं प्रयोजन विचारलं. तेव्हा त्यांनी सांगितलं– ‘पायाभरणी करायची आहे. मुहूर्त हवा.’ ती पोर खुदकन हसत बोलली — ‘एवढंच होय! बाबांच्या मांडीजवळ रोज बसून पंचांग शिकले आहे. मी देते काढून चांगलासा मुहूर्त!’

जोशीबुवांनी शेतातून परतताना आपल्या दाराजवळून माघारा गेलेली हबशांची घोडी पाहिली. त्यांनी आपल्या बाळीला घडल्या प्रकाराबद्दल विचारलं. तिने झालेली सर्व घटना सांगितली आणि दिलेला मुहूर्तही आपल्या पित्याला ऐकवला. त्याबरोबर जोशीबुवा अतिशय नाराज झाले. हळहळले. त्या चिमुकलीनं घाबरून विचारलं,

‘बाबा, मुहूर्ताचं गणित जमलं नाही का?’

— ‘पोरी, गणित जमलं. पण निर्णय चुकला!’

— ‘तो कसा?’

— ‘वेड्या पोरी, गाय कोठच्या रानात गेली आहे, हे कोणी कधी कसायाला सांगेल का? वैऱ्यांना मुहूर्त जरूर द्यावा, पण तो बेताचा असावा. अमृतयोगासारखा अचूक नव्हे!’ ”

कविराजांच्या त्या रहस्यभेदाने शंभूराजांचे चांगले मनोरंजन झाले. पण मनातून त्यांना एक गूढ, अनामिक हूरहूर लागून राहिली. जंजिरेकर सिद्दी आपल्या किल्ल्याचा उल्लेख नेहमी ‘जझिरे मेहरुब’ असा अभिमानाने करत. जझिरा म्हणजे जलदुर्ग आणि मेहरुब म्हणजे चंद्रकोर. शंभूराजे नजरेसमोरच्या समुद्रातल्या पलित्यांनी पेटलेल्या त्या चंद्रकोरीकडे पुन्हा पुन्हा पाहत होते. तिथली ती पंचवीस गज उंचीची दुर्गाची तटबंदीच नव्हे, तर अख्खी चंद्रकोरच त्यांच्या काळजात घुसून त्यांना भयंकर वेदना देत होती.

त्या दिवशीची सकाळ मोठी विलक्षण होती. शंभूराजांनी मोठ्या उत्साहाने आपल्या सर्व अव्वल खलाश्यांना आणि सेनानायकांना एकत्र गोळा केले. त्या सर्वांकडे नजर फेकत शंभूराजे बोलले, “गड्यांनो, जेव्हा तुम्ही जंजिऱ्याची ही दुर्घट

मोहीम पार पाडाल, तेव्हा प्रत्येक खलाशाच्या हातामध्ये सोन्याचं कडं बांधू. प्रत्येकाच्या ओट्यात अर्धा शेर सोनं ओतून सर्व बहाद्दरांचा गौरव करू–''

शंभूराजांनी बक्षिसीची आगाऊ घोषणाही करून टाकली, तेव्हा लष्करी तळाची खात्री झाली, की आता मोठ्या, घणाघाती हमल्याला कोणत्याही क्षणी आरंभ होऊ शकतो. मात्र तो दिवस तसाच गेला. सायंकाळी सूर्याच्या लाल गोळ्याने सागरात उडी घेतली. आजूबाजूच्या खाडीखाचरात, नारळीपोफळींच्या आगरात आणि समोरच्या फताड्या डोंगरावरूनही अंधार खाली उतरू लागला. त्या कातरवेळी काही समुद्रपक्षी उडाले. अशुभ चीत्कारत तळावरून दर्याकडे त्यांनी भरारी घेतली. त्यांच्या त्या विचित्र चीत्काराने राजे काहीसे अस्वस्थ झाले.

दुसऱ्या दिवशी शंभूराजांनी शहजादा अकबराची दुर्गादासकडे चौकशी केली, तेव्हा रुसलेला शहजादा पालीजवळ आपल्या छोट्याशा छावणीवर परतल्याचे शंभूराजांना समजले. लष्कर पुढच्या हुकुमाची वाट पाहत होते. घोडीही त्याच त्या चंदीचाऱ्याला कंटाळली होती. राजांच्या गोटासमोर ठेवलेली ती जंजिऱ्याची मेणाकृती उदासवाणी दिसत होती. तिची आता लकाकीही उडून गेली होती.

तिसऱ्या दिवशी राजे आपल्या सहकाऱ्यांसमवेत सकाळच्या कोवळ्या उन्हात बसले होते. त्या मेणाकृतीचे नव्याने निरीक्षण करत होते. मध्येच त्यांची नजर त्या जलदुर्गाकडे वळायची, तर कधी ते त्या उंच डोंगराच्या उजव्या तळाशी असलेल्या छोट्याशा खाडीकडे पाहायचे. वार्तालाप सुरू असतानाच राजांची नजर खाली पायथ्याजवळच्या खाडीकडे वळली. तिथे कसलीशी गडबड उडाली होती. आठदहा मराठा दुसऱ्या एका राऊताशी हुज्जत घालताना दिसत होते. तिथे नव्याने उगवलेला तो राऊत वाळू आणि ओल्या रेताडाने भरल्याचे दिसत होते. त्याच्या काखेत तरकटाची कसलीशी गुंडाळी होती, आणि त्याची वाट रोखणाऱ्या सैनिकांशी तो मोठ्याने हुज्जत घालत होता,

"सोडा...सोडा मला... मला वर जाऊ द्या. राजांना भेटू द्या.''

तो राऊत ती गुंडाळी घेऊन पुढे झेप घेऊ पाहत होता. मात्र चपळाईने पुढे धाव घेणाऱ्या सर्पाला गारुड्यांनी तीक्ष्ण भाले लावून रोखावे, तसे मराठा गडी त्याची वाट रोखून धरत होते. कोणी वाट सोडायला तयार नाही, हे लक्षात येताच तो राऊत खूप भयभीत झाला. घायकुतीला येऊन ओरडू लागला,

"नका रे अडवू बाबांनो, माझी वाट! फक्त एकदाच.... एकदाच भेटू द्या आपल्या राजांना. महापुरातून लाकडाच्या फळकुटाला चिपकून धावणाऱ्या सापा-सारखा आलोय रे मी कसाबसा! एका फळीच्या आधारानं समोरचा दर्या रात्रभर पोहत होतो.''

"जातीचा मराठा दिसतोस! मग तिकडं सिद्दीकडं कशाला शेण खायला गेला होतास?''

"कशाला गेलूतू ते राजांना सांगीन. तुमाला नाई."

खालचा तो गोंधळ ऐकून राजे बावरले. त्यांनी वरूनच आपल्या सैनिकांना हाक दिली, "सोडा रे त्याची वाट. या घेऊन त्याला वर आमच्याकडे."

आता ही कोणती नवी भानगड उद्भवली, हे कोणाच्याच लक्षात येईना. राजांच्या गोटासमोर सरदार, दरकदार नव्हे खुद्द कलशसुद्धा संभ्रमित झाले. तेवढ्यात लांब लांब ढांगा टाकत, वाटेतली ती उभी दरड चढून तो राऊत जल्दीने राजांपुढे दाखल झाला. तोवर आपल्या बिचव्यासमोर राजे अत्यंत अस्वस्थ मनाने येरझारा घेत राहिले होते. त्यांनी चिखलवाळूने माखलेल्या, रापलेल्या त्या काटक मराठा गड्याकडे चरकून पाहिले.

त्या इसमाच्या डोळ्यांत उतरलेली अमावस्या पाहून शंभूराजांच्या अंगावर सर्रकन काटा उभा राहिला. त्या गड्याने राजांना झटकन मुजरा केला आणि आपल्या बगलेतली पोत्याची ती गुंडाळी शंभूराजांच्या पायाजवळ ठेवली. महाराजांनी खूण करताच त्या इसमाने ती गुंडाळी सोडली. डोळ्यांसमोरचे दृश्य पाहताच सर्वांना घाम फुटला. त्या गुंडाळीमध्ये कोणाचे तरी अर्धवट जळलेले मुंडके होते! ते भयानक दृश्य पाहून सारे सर्द झाले.

तो इसम शंभूराजांच्या पायांवर कोसळला. मोठ्याने आक्रोश करत बोलला, "ही मुंडी कोंडाजीबाबांचीच आहे हो ऽऽ"

तो खुलासा होताच मराठा स्वारशिपायांना आनंदाचे भरते आले. त्यांनी एकमेकांना मिठ्या मारल्या. गद्दाराचा घात हा असाच व्हायचा! सारे एकमुखाने, आनंदातिशयाने ओरडू लागले, "हर हर महादेव! — हर हर महादेव!"

तो निरोप्या "थांबा... थांबा!..." असं रडव्या सुरात काहीतरी सांगायचा प्रयत्न करत होता. पण ते ऐकून घ्यायला कोणीही तयार नव्हते. तितक्यात शंभूराजे ताडकन उठून उभे राहिले. त्यांनी म्यानातले तलवारीचे पाते खसकन बाहेर ओढले. समोरच्या हुल्लडबाज गर्दीवर शस्त्र रोखत ते ओरडले, "शांत राहा. नाहीतर खांडोळ्या करीन एकेकाच्या."

राजांच्या त्या गर्जनेने सारे स्तब्ध झाले. गलितगात्र झालेले राजे तिथेच खाली गुडघ्यावर बसले. पालखीतली एखाद्या देवाची मूर्ती पुजाऱ्याने काढून मोठ्या भक्ति-भावाने हाती धरावी, तसे त्यांनी कोंडाजींचे मुंडके अलगदपणे आपल्या हातावर धरले. आणि दुसऱ्याच क्षणी त्यांनी सर्वांचे काळीज गोठवणारा हंबरडा फोडला, "कोंडाजीबाबा ऽऽ! कसं काय घडलं हो हे?"

विव्हळत, हुंदकत राजांनी त्या पाहुण्याकडे नजर फेकली.

तो वीर तर पुरता गलबलून गेला होता. त्याच्या दोन्ही डोळ्यांतून आसवांचे उमाळे फुटले होते. त्यांना तुंबा घालायचा वेडा प्रयत्न करीत तो हळहळून सांगू

लागला, "राजे, आपण आणि कोंडाजीबाबांनी ठरवलेल्या गुप्त योजनेप्रमाणेच सारं काही घडत होतं हो! ती योजना राबवण्यासाठी आम्ही बाराजण हबशांच्या त्या वारुळात घुसलो होतो. तिथे आम्ही सर्वांनी तेराचौदा महिने कसे काढले ते फक्त आमच्याच जिवाला माहीत!"

"अरे, पण हा घात झालाच कसा?" शंभूराजे विचारू लागले.

"राजे, दैवानं आणि देवानं अजून थोडी खैर केली असती, तर काल रात्रीच जंजिऱ्यावरचे सर्वच्या सर्व बारुदखाने धडाधड पेटले असते. आसमानात उड्या घेणाऱ्या अग्नि लाल ज्वाळांनी काल रात्रीच आपल्याला मानाचं मुजरं केलं असतं!"

"अरे पण आमचे कोंडाजीबाबा किती सावध, चलाख आणि चपळ वीर होते!"

"काय सांगू महाराज, गेल्या चौदा महिन्यांत आम्ही बाराजणांनी आमच्या हेतूबद्दल कोणाला केसभरही संशय येऊ दिला नव्हता. ते सिद्दी बंधू आणि त्यांचं दुष्ट लष्कर– सारे काळसर्प बेसावध होते. कोंडाजींनी आपल्याशी मोठा झगडा करून आल्याची खूप बतावणी केली होती. वर ते पट्टीचे बहुरूपी! सिद्दी कासमचा तर त्यांच्यावर इतका विश्वास की, बाबांच्या निमित्तानं जन्मोजन्मीचा यारच भेटल्यासारखं त्याला वाटलं होतं. स्वत:वर मोहब्बत करणाऱ्या दिलरुबा नावाच्या सुंदर इराणी रखेलीला कासमनं कोंडाजीबाबांना पेश केली होती. त्या बयेचाही बाबांवर खूप जीव. कोंडाजी आणि आम्ही त्यांचे अकरा साथीदार जंजिऱ्याच्या काळजाचा पोलादी लगदा पोखरून आत कशासाठी घुसलोत याचा त्या बाईलाही गेल्या महिन्यापर्यंत ठावठिकाणा नव्हता."

"चला ऽऽ! म्हणजे तिनंच केला तर शेवटी घात!"

"नाही, नाही राजे! तसं नाही..."

"तर मग?"

"काल रात्रीपर्यंतचं आमचं नियोजन एकदम नामी होतं! जंजिऱ्यावरचे आठ मोठाले बारुदखाने एकाच वेळी कोणी आणि कसे आगी लावून उडवायचे, याची सारी तयारी पूर्ण झाली होती. तिथल्या काही मोजक्या मंडळींनाही भरपूर द्रव्य देऊन बाबांनी आपल्या कटात ओढलं होतं. कालची मध्यरात्र हाच सारी कोठारं एका वेळी पेटवायचा मुहूर्त होता. किल्ल्याच्या मागच्या दरवाजाजवळ पाण्यात एक पडावही तयार होतं. कामगिरी फत्ते झाली की, दैवाच्यानं जे जगतील, वाचतील त्यांनी मागच्या दरवाजाकडे धूम ठोकायची आणि पडावात बसून आपल्याकडं निघून यायचं होतं. पण ऐनवेळी दिलरुबा मागं राहायला तयार होईना. 'मुझे भी तुम्हारे मुल्क मे ले चलो' अशी विनवण्या करू लागली."

"बरं, मग?"

"दिलरुबाला आपल्यासोबत घ्यायचं कोंडाजीबाबांनी ठरवलं होतं. पण तिची

जायरा नावाची एक आवडती दासी होती. तिच्याशिवाय दिलरुबा पाण्याचा घोटही घेत नसे. म्हणून त्या दासीलाही आपल्यासोबत घ्यायचा निर्णय दिलरुबाने अगदी शेवटी घेतला. बारुदखान्यांना आगी लावण्याच्या एक तास आधी आम्ही कुठं जाणार आहोत, हे भाबड्या दिलरुबानं जायराला सांगितलं. तेव्हा– 'मी अशी जाते आणि माझे लेहंगेकुर्ते घेऊन वापस येते,' म्हणत जायरा बाहेर गेली. ती जी गेली, ती तशीच सरळ सिद्दी खैर्यतखानाच्या महालात घुसली."

"अरेरे!" मघापासून ती विलक्षण कहाणी ऐकून, गोठून गेलेले शंभूराजांचे सारे सहकारी कळवळून ओरडले. काहींनी तर दु:खाच्या आवेगात स्वत:च्या श्रीमुखात मारून घेतल्या.

तो मराठा वीर पुढे सांगू लागला– "दासीकडून बगावतीची खबर लागताच किल्ल्यावर धोक्याच्या घंटा वाजू लागल्या. एका वेळी आग्यामोहळाची पोळी फुटावीत, तसे दोनतीन हजार सिद्दी सैनिक आम्हा बाराजणांच्या पाठीशी लागले. आम्हापैकी तिघांनी बुरजावरून खाली उड्या ठोकल्या. दोघांचा तिथल्या पाणकातळावर आपटून तिथेच चक्काचूर झाला. कोंडाजीसह आठजणांना एका ओळीत उभं केलं गेलं आणि समशेरीनं सर्वांच्या मुंड्या कचाकच तोडल्या गेल्या. दिलरुबाचा गळा तर स्वत: सिद्दी कासमनंच चिरला. सुदैवानं पळता पळता एक भिंतीच्या कप्प्यातली आडोशाची जागा मला सापडली, म्हणून वाचलो मी! आपल्या सर्व बहाद्दरांचे मुडदे कासमाच्या कुत्र्यांनी तंगडीला धरून मागे ओढत आणले. मागच्या दरवाजाच्या बाहेर समुद्रकाठी एका ओट्यावर लाकडं पेटवली आणि त्या ज्वालेत सारी कलेवरं आणि मुंडकी फेकली गेली. ते कुत्रे विजयाच्या नशेत नाचत नाचत आत बालेकिल्ल्याकडे निघून गेले.

"त्या धुंदीत त्यांचा पाठीमागचा पहारा ढिला पडला. तेव्हा तटावरून खाली गेलेल्या एका रानवेलींच्या आधाराने मी कसाबसा सरपटत खाली उतरलो. तिथंच त्या जाळात कोंडाजीबाबांचं अर्धवट जळलेलं मुंडकं मला दिसलं. त्या मुंडीनंच माझ्या फाटक्या अंगात पुन्हा एकदा बळ दिलं!.... राजे, लई तकलीफ झाली इकडं येताना. पण जिवाला म्हटलं, आमच्या करणीची वाट बघत तुम्ही इथं किल्ल्याकडं डोळं लावून बसला असणार. मी इथं पोचलो नसतो, तर कोंडाजीबाबांची आणि त्यांच्या बहादूर दोस्तांची ही कहाणी आपल्याला तरी कशी कळणार होती, राजे?"

ती करुण कहाणी ऐकता ऐकता सर्वांची काळजे फाटून गेली! आपल्या उंची राजवस्त्रांची पर्वा न करता शंभूराजांनी दु:खावेगानं चिखलामातीने माखून गेलेल्या त्या मराठा वीराला आलिंगन दिलं. पोहून आलेला तो बहाद्दर अजूनही हुंदके देत सांगत होता– एकांतात आम्ही बसलो की, कोंडाजीबाबा आम्हांला सांगत, फक्त चौसष्ट मावळे घेऊन मी पन्हाळ्याचा किल्ला सर केला होता आणि फुलांसारखा शिवाजीराजांच्या पायावर वाहिला होता. तसंच जंजिरा नावाचं हे नाठाळ उंबरफूल

मला लवकरात लवकर खुडायचंय. आपल्या शंभूबाळाच्या पायावर वाहायचंय. म्हणून सांगतो गड्यांनो, शेवटच्या रात्री इथला बारुदखाना पेटवून असा धमाका उडवा की, त्या धक्क्यानं हा दुर्ग पाण्यात कोसळावा त्याच स्फोटाच्या चमत्कारानं माझाबी देह समुद्रापार उडावा. टेकडीवरच्या तंबूत वाट बघणाऱ्या शंभूराजांच्या पायाजवळ जाऊन पडावा. जिंदगानीचं माझ्या सोनं व्हावं!''

ऐकल्या प्रकाराने सारेच सर्द झालेले. शंभूराजांच्या हृदयावर तर खूप खोल आघात झाला! मात्र त्यांच्यातल्या सेनानायकानं स्वत:ला सावरलं. आक्रोशाचे कढ महामुश्किलीनं आवरत त्यांनी बाबांचे शिर सन्मानाने पालखीत घातले. त्याला ताज्या फुलांनी झाकले. आपल्या गळ्यातल्या पाचूच्या माळा राजांनी खसकन ओढल्या आणि त्यातली सारी रत्ने कोंडाजीबाबांच्या शिरकमळाभोवती अलगद ठेवली. करंजाचा आणि जांभळीचा औषधी पाला मुंडीभोवती ठेवला गेला.

पालखी उचलली. राजदूत कोंडाजीबाबांच्या जन्मगावाकडे रवाना झाले. झप झप पावलं टाकत शंभूराजे पुढे झाले. त्या उंच डोंगरावरून पाण्यात जिभल्या चाटणाऱ्या त्या जालीम जंजिऱ्याकडे ते पाहतच राहिले.

दुर्गादास राठोडांनी कवी कलशांचा हात पकडून त्यांना बाजूला खेचले. हळूच विचारले, ''का हो, तेरा महिन्यांमागेच ठरवलेल्या ह्या धाडसी योजनेबाबत तुम्ही कधी आमच्याकडे एका अवाक्षरानंही बोलला नाहीत!''

''नही, जी! मुझे भी कहाँ पता था?'' संभ्रमित कवी कलश उत्तरले, ''ही कहाणी मघाशी तो मराठा गडी सांगत होता, ती तुमच्यासोबत मीही पहिल्यांदाच ऐकत होतो!''

८.

दुसऱ्या दिवशीची सकाळ उगवली तीच मुळी तडाखेबंद तोफांच्या धमाक्यात. दंडाराजपुरीच्या परिसरातल्या धुडूमधम, धूडूमधम, कडाडधूम ऽऽ ऽऽ ऽऽ. कानठळ्या बसवणाऱ्या अशा आवाजाने उभे रान भरले. किनाऱ्यावर ताडामाडांच्या आगरातून धुराचे लोट उठू लागले. जंजिऱ्याच्या तटबंदीला भिडणारे तोफगोळे, तिथल्या दगडचुन्याचा चेंदामेंदा करीत खाली पाण्यात कोसळू लागले. आसपासच्या राईतील पाखरे दूर निवाऱ्याला पांगली.

तो आगीच्या धमाका इतका जबरदस्त होता की, राजपुरी आणि आगरदांड्यातील उरलेसुरले लोक घाबरून आपापली गावे सोडून दूर पळू लागले. सामानसुमानाने भरलेल्या छकड्यांना, पाठीवर गोणभरल्या बैलांना आणि उंटांना मराठा लष्कराने वाट दिली. शंभूराजांनी जंजिऱ्यावर चढवलेला हमला फारच जोमदार होता.

रणांगणाने भेसूर रूप धारण केले होते. त्यामुळेच आसपासच्या परिसरातील मशिदीतल्या अजानी बंद पडल्या. मंदिरांच्या गाभाऱ्याकडे कोणी फिरकेनासे झाले.

इतके दिवस पाण्यात डुचमळत आळसावलेली जहाजे आणि तरांडी जागी झाली होती. गलबतांवर चढवलेल्या जंबूरक्यामध्ये आणि लहानमोठ्या तोफांमध्ये दारूगोळा ठासला गेला होता. शंभूराजांचे सूडाने पेटलेले आरमार ईर्ष्येने पुढे निघाले. तांडेल, नाखवा मंडळींची गडबड उडाली. काळ्या कुळकुळीत, घुंगूरवाळ्या केसांचे मध्यम उंचीचे हबशी फौजी मराठ्यांचे लक्ष्य झाले. छोट्यामोठ्या तारव्यांनी, नावांनी जंजिऱ्याभोवती फास आवळायला सुरुवात केली.

मराठ्यांचा मुख्य मारा सुरू झाल्याचा कानोसा पहाटेपासूनच हबशांना लागला होता. सिद्दी खैर्यतखान आणि सिद्दी कासमखान प्रतिकाराच्या भावनेने किल्ल्यावर थय थय नाचू लागले. आळसावलेल्या तोफचींच्या पाठीत त्यांनी कोरडे ओढायलाही मागेपुढे पाहिले नाही.

हबशांचा तोफखानाही अव्वल होता. ते जहाजांचा आणि तरांड्यांचा अचूक वेध घेऊ लागले. हबशांच्या जोरकस दारूगोळ्याने मराठ्यांची गलबते आणि नावा पाण्यातच पेट घेऊ लागल्या. जहाजे बुडू लागताच निम्म्याअर्ध्या कपड्यांनी पेट घेतलेले मराठा खलाशी दर्यात उडी घेऊ लागले. गवसेल त्या फळकुटाच्या आधाराने जीव बचावू लागले.

मराठे आणि सिद्दी हबशांच्या दरम्यान आपसुक एक जलरेषा आणि आगरेषा रेखली गेली. त्या रेघेच्या अल्याड पल्याड कोणी कोणाला धावू देईनासा झाला. हबशांचे दुर्गाभोवतीचे कडे तुटेना, हे लक्षात येताच शंभूराजांनी आपली खेळी बदलली. पाल्यापाचोळ्याच्या आड लपवलेल्या अव्वल तोफा बाहेर काढल्या. आता मराठ्यांचा खराखुरा तोफखाना आगीच्या जिभल्या चाटू लागला. जंजिऱ्याच्या तटांना भिडणारा एक एक गोळा पावणेचार शेर वजनाचा होता. जेव्हा निशाणा चुकायचा, तेव्हा तोफगोळे दर्यात कोसळायचे आणि दर्याच्या पोटातून पाण्याची चळक उठायची. आभाळाकडे तोंड करून पाण्यात कारंजी नाचायची.

जेव्हा जंजिऱ्याच्या बुरुजावरचे मोठाले फत्तर खाली पाण्यात कोसळू लागले, त्या पोलादी तटबंदींना भेगा पडू लागल्या, तशा त्या धमाक्याने किल्ल्यातली धरणी हादरू लागली. किल्ल्यावर राहणाऱ्या साठसत्तर छोट्यामोठ्या घरांना आग लागली. सिद्दींच्या स्वप्नसदृश आयनेमहालाचा तर चुरा झाला. इवल्या इवल्या रंगीत तुकड्यांचा गालिचा महालात पसरला.

धूर आणि धगीच्या कोलाहलाने हबशी लष्कर हवालदिल झाले. जेव्हा समोरच्या तटावरच्या कमानी कोसळल्या, नगारखान्याची वाताहत झाली, त्या दिवशी हबशांच्या जनानखान्यात हलचल माजली. किल्ला सोडून बेगमा, बच्चे,

रखेल्या पाठीमागच्या दाराने बाहेर पडल्या. मिळेल त्या जहाजातून, नावेतून दूर पळू लागल्या.

कासमखान आणि खैर्यतखान बुडणारा किल्ला बचावायची खूप कोशिश करू लागले. मुख्य दरवाजावरच्या त्यांच्या शक्तिमान तोफा लांडा कासम, कलाल बांगडी आणि व्याघ्रमुखी आग ओकू लागल्या. त्या तोफांची धग, झेप आणि आवाका प्रचंड होता. मराठ्यांच्या मोठाल्या जहाजांनाही त्या तोफा जाळू लागल्या. त्या तोफखान्याने हबशांना थोडा दिलासा दिला. परंतु तरीही शंभूराजे माघार घ्यायला तयार नव्हते. त्या चिवट आक्रमणाने सिद्दी बंधू तर पुरते गांगरून गेले होते. खैर्यतखान कासमला बोलला,

"हा संभा आमची अशी हालत आणि खराबा करणार होता, तर आम्ही मोगलांचे मांडलिक बनलोच कशाला? त्याऐवजी मराठ्यांना मुजरा केला असता, तर निदान जीव तरी बचावला असता!"

जंजिऱ्याच्या पाणकोटाची मुख्य मदार समोरच्या खाडीच्या किनाऱ्यावर पसरलेल्या हबसाण प्रांतावर होती. भूपृष्ठाचा हा भाग रोह्याच्या खाडीपासून ते बाणकोटच्या खाडीपर्यंत कित्येक कोस ऐसपैस पसरला होता. मुरुड, तळा, म्हसळा, हरिहरेश्वर, दिवेआगार, दिघी असा हा सारा भाग हबसाणामध्ये येत होता. बाहेरून कधी रसद कमी पडली, तर हबशांसाठी हा हबसाण प्रांतच धान्याचे खरे कोठार होता. त्यामुळेच सिद्दीवर दबाब आणण्यासाठी दिघी आगरदांड्याच्या बाजूने हबसाणातून जंजिऱ्याकडे होणारी संपूर्ण वाहतूक शंभूराजांनी रोखून धरली होती. त्या किनाऱ्यावरून मराठ्यांच्या गस्तीच्या नावा आणि गलबते एकही पडाव जंजिऱ्याकडे जाऊ देत नव्हते. राजांनी हबशांची पुरती नाकेबंदी केली होती.

दीड मैल परिघाच्या जंजिऱ्याच्या मध्यभागी टेकडीसारखाच एक मोठा उंचवटा होता. त्याच बालेकिल्ल्यावर हबशांचे निशाण फडकत राही. जेव्हा सागराकडून मराठी गोळागोळीचा जोर वाढला, तेव्हा दोघेही सिद्दी बंधू आपला उर्वरित काफीला घेऊन त्या मधल्या खडकाच्या आडोशाला जाऊन लपले. तेथूनच रसदगोळा पुरवून त्यांनी बचावाची जंग जारी ठेवली होती. मात्र हबशांची अपरंपार हानी झाली. ते कितीही खच्ची झाले, तरी तो दुर्ग काही केल्या ते सोडून जाईनात! कारण अजिंक्य जंजिरा आणि त्याच्या मेहेरबानीने मिळालेली दर्यावरची हुकूमत हेच हबशांचं गंडस्थळ होतं. ते फुटलं तर मात्र सिद्दींची कायमची धूळधाण होणार होती. म्हणूनच त्यांनी अल्लाचा आणि औरंगजेबाचा धावा सुरू केला होता!

इतक्या पडझडी होऊनही चिवट सिद्दी हातचा जलदुर्ग सोडत नाहीत, हे पाहून शंभूराजे बेचैन झाले. ते कवि कलशांना बोलले,

"कविराज, इथे मर्यादेपेक्षा अधिक काळ रुतून राहणं म्हणजे आमचा कपाळमोक्ष

ठरेल! औरंगजेब उरलेली सारी स्वराज्यदौलत सफाचट करेल.''

''बराबर राजन. युद्धाचा निकाल जेवढा लवकर लागेल, तेवढं चांगलं.''

''कोणत्या भुताटकीने झपाटलं आहे या जंजिऱ्यास तेच समजत नाही. अर्धा किल्ला पाण्यात ढासळला तरी ते सिद्दी शरण येत नाहीत. किल्लाही सोडत नाहीत.''

जंजिऱ्याचा किल्ला अजिंक्य आहे; त्यामुळे हबशी कधीच पराभूत होणार नाहीत, अशी हबसाणातील रयतेची भावना होती. म्हणूनच कोकणी लोक हबशांना खूप घाबरून असत. परंतु शंभूराजांनी हबशांचे डोळे पांढरे केल्याचे रयतेने जेव्हा पाहिले, तेव्हा लोक धाडसाने बाहेर पडू लागले. नांदगाव आणि नागावकडची मंडळी तर राजांच्या हातपाया पडत बोलली, ''राजे, सोडवा आम्हांला ह्या हबशांच्या जाचातून–''

''होय, राजे! काही खारीचा वाटा लागला तर त्यो उचलू आमी!''

गावकरी मंडळी भेटून गेली. परंतु पुरेसे यश न आल्याने शंभूराजे खूप संत्रस्त झाले होते. त्यातच गावकऱ्यांच्या तोंडातून बाहेर पडलेला 'खार' हा शब्द त्यांच्या डोक्यात धिंगाणा घालू लागला. कोण ही खार? कसली नि कुठली ही खार? शंभूराजांचे डोके गच्च झाले. आणि एकाएकी त्यांच्या डोक्यात प्रकाश पडला. उमलत्या वयात शृंगारपुरात त्यांना केशव पंडित आणि उमाजी पंडितांकडून ऐकलेले प्रयोगरूप रामायण आठवले. लंकेस जाण्यासाठी प्रभू रामचंद्रांनी वानरसेनेला सोबत घेऊन बांधावयास घेतलेला तो सेतू! आणि तो पूर्ण करण्यासाठी आपल्या पंखातून वाळू भरून आणणारी इवलीशी खार! बस्! राजांनी खूष होऊन टाळी वाजवली.

रात्री मसलतीमध्ये शंभूराजांनी विचारले,

''कविराज, दादजी, समोरच्या या दर्यातच वाट बांधली तर?''

''काय — काय — काय बोललात, राजे? कोठून वाट?''

''दर्यातून!'' शंभूराजे धिम्म्या सुरात गरजले, ''का नाही? काय अशक्य आहे? प्रभू रामचंद्रांनी लंका जिंकण्यासाठी जसा सेतू बांधला होता तसाच जंजिऱ्याचा पाडाव करण्यासाठी आपणही एक सेतू बांधू या!''

राजांचे बिनीचे सहकारी चपापले, गोंधळले; पण राजाज्ञेला कोण नकार देणार? शंभूराजे तर त्यांच्या लष्कराला प्राणासारखे प्रिय होते. राजा कवी हृदयाचा नव्हे तर साक्षात कवीच होता. पण असे असले तरी त्यांच्या कल्पनेचे पंख पाण्यावर कसे उतरावेत? तिथे कसे तरावेत? हिंस्त्र लाटांच्या तडाख्यात सेतू तरी कसा टिकावा?

मात्र शंभूराजे निर्धारापासून मागे सरायला तयार नव्हते. तलवारबहादुरांनी हातातील शस्त्रे बाजूला टाकली. कुऱ्हाडीचे दांडे हाती घेतले. दुसऱ्या दिवसांपासूनच राजपुरीच्या डोंगरबगलेवरचे मोठाले वृक्ष कोसळू लागले. त्यांच्या मोठमोठ्या

ओंडक्यांना पाय फुटले. मोठाले पाषाण, दगडगोटे, झाडांचे बुंधे, ओंडके समोरच्या खाडीमध्ये कोसळू लागले. तशी जंजिऱ्याच्या बुरुजावर हबशी सैनिकांनी गर्दी केली. मराठ्यांचा राजा बावरा झाला की काय, तेच त्यांना कळेना.

त्या दिवशी बहुतांशी शिपाई आणि स्वार, सरदार आणि दरकदारसुद्धा कामाला लागले होते. त्यांनी कामाठी आणि बेलदारांसारखे अंगमेहनतीचे काम केले होते. दिवसभर कष्ट करून त्यांची शरीरे थकली होती. राजेसुद्धा भर उन्हात समुद्राच्या काठी उभे होते. "चला, आवरा, ढकला–" असे तोंडाला खर येईपर्यंत ते सर्वांना चेतवत होते. तर कधी स्वत:च पाषाण, ओंडके ढकलायला हात लावत होते. शारीरिक कष्टापेक्षा मानसिक त्रासाने शंभूराजे थकले आणि रात्री राजांनी आत तंबूतच आपले अंग टाकून दिले होते.

बाहेर शेकोटीचा तांबूस उजेड बराच दूर पसरला होता. भोवतीने बसलेले कविराज कलश, दुर्गादास, मायनाक, दादजी देशपांडे, गोविंदराव काथे, सारे चिडीचूप होते. मध्येच एकदुसऱ्याकडे चोरटे कटाक्ष टाकत होते. एकूणच राजांचे नव्याने जे काही चालले आहे, त्याचा भरोसा त्यांना वाटत नव्हता. त्या कोंडाळात अरबी सुभेदार जंगेखानही सामील झाला होता. मराठ्यांचे कोरडे उसासे आणि वक्र कटाक्ष त्याच्याही नजरेतून सुटले नाहीत.

जंगेखान बोलला, "क्यूं भई, सारे गुपचूप, अगदी चिडीचूप दिसता?"

"सरकार, आमच्या तरी काय आहे हातात? राजं म्हणालं, उडी घे. घ्यायची!" मायनाक बोलला.

"कुठे रामायणातली स्वप्नं अन् कुठं अंग भाजणाऱ्या शत्रूच्या ह्या तोफा? कशाचा कशाला मेळ नाही!" दादजी बोलले.

जंगेखान मंदसा हसत बोलला, "देखो भाई, जो जातीचा जंगबहाद्दर असतो, त्यानं एकदा टक्कर द्यायचीच ठरवली तर परबत क्या और पानी क्या?"

"खानसाहेब, तुमचंबी टकुरं कामातनं गेलं वाटतं!" गोविंदराव बोलले.

"गोविंदराव, मायनाक! तुमच्या रामायणातलं क्या सच और क्या झूठ मुझे कुछ भी पता नही! मात्र तिकडे पश्चिमेत दर्यावर सेतू बांधून एक जंगबहाद्दर आपल्या मकसदमध्ये कामयाब झाला होता, हे मला पक्कं ठाऊक आहे."

"कोण, कोण होता तो?" मघापासून खाली मान घालून संवाद ऐकणारे कवी कलश एकदम ताठ झाले.

"सिकंदर! अलेक्झांडर दि ग्रेट! दीड हजार वर्षांमागची ही गोष्ट आहे. न्यू टायर नावाचे बेट जिंकण्यासाठी त्याने अशीच दर्यात सेतू बांधून बहादुरी केली होती. जंग जिंकला होता."

अरब सुभेदाराने अलेक्झांडरचा दाखला दिला, तेव्हा प्रथम सरदारांचा आणि

नंतर राऊतांचाही उत्साह वाढला. रोज समोरच्या त्या आठशे गज खाडीमध्ये मोठाले दगड, झाडे, कापसांच्या गासड्या कोसळू लागल्या. परंतु समुद्राच्या लाटा विखारी. खवळलेल्या लाटा रोज टाकले जाणारे मोठाले वृक्ष आणि पाषाण गिळू लागल्या होत्या. आदल्या दिवशी पाण्यात टाकलेला दगडांचा मोठाला ढिगारा दुसऱ्या दिवशी जागेवर दिसायचा नाही. लाटांच्या तडाख्याने दगड इकडेतिकडे गोलटून पडत. हिंमतीने केलेले काम पाण्यात वाहून जाई. परंतु शंभूराजे एकदा केलेला निर्धार सोडायला तयार नव्हते. हळूहळू आजूबाजूच्या गावातील अनेक गावकरी त्या अवघड कामामध्ये सहभागी होऊ लागले.

बघता बघता अर्धा सेतू उभा राहिला. खोलगट पाण्याने अनेक मोठे मोठे पाषाण गिळले. पण जिद्दीला आणि ईर्षेला अंत नव्हता. अर्धा सेतू बांधून होताच शंभूराजांचा उत्साह दुणावला. मात्र पलीकडून कलाल बांगडी आणि लांडा कासमने सेतूवरच गोळागोळी सुरू केली. तेव्हा राजांनी मायनाक आणि दादजीला हुकूम दिला. पाण्यात डाव्या आणि उजव्या बाजूकडे पेरलेली गलबते जवळपास बोलावली गेली. दर्यातली जहाजे एकीकडे हबशांच्या तोफगोळ्यांशी सामना करता करता दुसरीकडे सैनिकांना, कामगारांना संरक्षणकवच उभे करत होती.

आता सिद्दी बंधूंनी तर धीरच सोडला होता. किल्ल्यावरून सिद्दींचा खजिना बाहेर काढला गेला. त्यांची उत्तम वस्त्रे आणि अलंकारसुद्धा पेटाऱ्यात भरले गेले. तेव्हा वाहत्या वाऱ्याचा अंदाज हबशी सैनिकांनाही आला. ते मनातून खूप घाबरून गेले होते. येत्या दोन-तीन दिवसांत कोणत्याही क्षणी किल्ला पडणार होता. जंजिऱ्याच्या तटबंदीवर मराठ्यांचा सनईचौघडा झडणार होता. शंभूराजे विजयाच्या अंतिम शिखरावर पोचत असल्याची खबर आजूबाजूच्या परिसराला लागली होती. गावोगाव उत्साहाचं उधाण आलं होतं. हर्षाच्या लहरी शेताशिवारातून वाहत होत्या.

फक्त दोनच दिवस उलटले. आणि एके सकाळी काही गलबते जंजिऱ्याच्या मागच्या अंगाने किल्ल्यावर येऊन पोचली. तसा घाबरून गार झालेल्या हबशांना जोर चढला. कदाचित तिकडे ताजी रसद आणि दारूगोळा येऊन पोचला असावा असे मराठ्यांना वाटू लागले. परंतु शंभूराजांच्या गोंधळात खूप भर पडली होती. शत्रूला चढलेला चेव हा फक्त ताज्या कुमकेचा परिणाम नव्हता. त्याच्याही पलीकडे आणखी काही रहस्य दडल्यासारखे भासत होते.

त्याच रात्री पंधरावीस घोडी खिंकाळत राजपुरीच्या तळावर येऊन पोचली. कोथळागडच्या किल्लेदाराने राजांना मध्यरात्री उठवले. तो घाबऱ्याघुबऱ्या सांगू लागला,

"राजं ऽ घोटाळा झाला. त्या औरग्यांचा हसनअली नावाचा मोठा सरदार नाशिकमार्गानं कोकणात उतरलाय. त्याच्यासंगं वीस हजारांचं घोडदळ आन् पंधरा हजारांचं पायदळ हाय. आपला सारा मुलूख जाळीत सुटलाय. कल्याण बंदराचा

त्यानं पयल्या झटक्यात ताबा घेतलाय. गाव, राजवाडा, तिथल्या कमानी साऱ्यांची नासधूस केलीय.''

''सरकार, लवकरच पनवेल, पेण जाळत रायगडाकडं सरकायचा त्याचा इरादा आहे.'' दिवाण पंडिताने सांगितले.

''मग आपली गस्तीची पथकं काय करताहेत?'' राजांनी खवळून विचारलं.

''राजे ऽ चक्रीवादळाम्होरं झोपड्या कशा टिकणार? त्यासाठी मोठा बंदोबस्त पायजे—'' किल्लेदार बोलला.

एव्हाना राजांचे सर्व बिनीचे साथीदार खाशा डेऱ्यामध्ये गोळा झाले होते. हसनअलीखानच्या संकटाने शंभूराजे अंतर्बाह्य सुन्न झाले होते. ते जड पावलांनी डेऱ्यातून बाहेर आले. भिरभिरत्या वाऱ्यात उभे राहून पायथ्याच्या खाडीकडे पाहू लागले. गेल्या पंचवीस वर्षांचा हिंदवी स्वराज्याचा हेतू तडीस नेणारा सेतू निम्म्याहून अधिक तयार झाला होता. आणखी चारआठ दिवसांचाच अवधी होता. अंधारातूनही वाकुल्या दाखवणारा, अर्धा पडझड झालेला जंजिरा मुठीत येणार होता. त्याच वेळी थोरल्या महाराजांचे शब्द कानात घुमत होते, ''एकदा जंजिरा कब्जात आला की आपली सरहद्द गंगायमुनेला जाऊन भिडेल!''

क्रोध, संताप, उद्वेग यांनी शंभूराजांची चर्या लालबुंद झाली होती. ते गरजले,

''नाही कविराज, नाही दादजी. ह्या जंजिऱ्याला पाण्यात बुडविल्याशिवाय हे रान सोडून आम्ही माघारा वळणार नाही!''

''पण राजनऽ हसनअलीखानाची दर्यासारखी घोंघावती फौज माघारा वळवणंही महत्त्वाचं आहे. ते भयसंकट आपला दरवाजा ठोठावतंय!–''

राजे मागे हटायला तयार नव्हते. पण दादजी, दर्यासारंग, मायनाक साऱ्यांनी राजांच्यावर दबाव आणला. परोपरीने समजावून सांगितले,

''राजे ऽ जंजिरा महत्त्वाचा आहेच. पण त्याहून रायगड अधिक महत्त्वाचा आहे!''

शेवटी दादजी रघुनाथ देशपांड्यांच्या हातात मोहिमेची सूत्रे सोपवून शंभूराजे मोठ्या कष्टाने तेथून निघाले. त्याच्यासोबत दोन हजार स्वारांचे एक पथक होते. राजांचा घोडा नेटाने पाठीमागचा डोंगर चढला. तिथेच त्यांनी आपल्या घोड्याचे तोंड गर्रकन मागे वळवले. जंजिऱ्याचा तो नाठाळ प्रदेश दृष्टिआड होण्यापूर्वी त्यांना एकदा डोळे भरून पाहायचा होता.

दऱ्याखाचरांवरून वारा भिरभिरत होता. सागरातला तो सेतू राजांना आता अंधुक दिसू लागला. आपल्या सहकाऱ्यांचे मनोबल खचू नये म्हणून डोळ्यांत अश्रू न येऊ देण्याचा ते कसोशीने प्रयत्न करत होते. पण आता राजांच्या डोळ्यांत दर्या दाटला होता. आणि त्यांचा तो सेतू भिजून चिंब ओला झाला होता!...

■

क्षात्रतेज

१.

शंभूराजे राजधानीत परतले. त्यांनी महाडजवळ चांभारगडावर एका रात्रीचा मुक्काम केला होता. त्या टेहळणीच्या गडावर रात्रीचेच राजांना शोधत हरकारे आले. त्यांनी ताजी खबर आणली होती ''हसन अलीखान भिवंडी— कल्याणकडे खूप जाळपोळ करून घाटावर निघून गेला. मराठ्यांची समजून त्याने पोर्तुगीजांच्या अंमलातलीबी चाळीसभर गावे जाळली.''

शंभूराजे कलशांना म्हणाले, ''कविराज, एक हसन अलीखान निघून गेला. तरी राज्याचे लचके काढण्यासाठी औरंगजेबानं जागोजाग खूप भुतावळ सोडली आहे. सबब औरंग्याशी उभा महाराष्ट्र कसा लढता ठेवायचा, अंती त्याला धूळ कशी चारायची याचाही विचार व्हायला हवा. राजधानीत जाऊन खाशांच्या बैठकीत लढाईची मसलत करणं अत्यंत जरूर आहे!''

''बिलकुल राजन—''

''कविराज, आमच्यासंगे गडावर नका येऊ. तातडीने दक्षिण कोकणात निघा.''

''राजन?''

''कुडाळ आणि डिचोलीचे आमचे बारुदाचे कारखाने कसे चालू आहेत? खर्च किती, उत्पन्न काय? शिवाय गोव्याकडे पोर्तुगीजांच्या काय हालचाली चालल्या आहेत, याचा पुरा अंदाज आम्हांला द्या.''

''राजन, असा टाकोटाक निघतो. चौथ्या मुक्कामाला रायगडावर स्वामींच्या पायाजवळ येऊन दाखल होतो—'' कवी कलश उत्साहाने बोलले.

दुसऱ्या दिवशी शंभूराजे रायगडावर पोचले. महालाच्या दारात येसूबाई महाराणींनी सोन्याच्या तबकातून त्यांचे औक्षण केले, तेव्हा शंभूराजे चमकले. येसूबाईंच्या जडावल्या डोळ्यांकडे, पिवळ्याधमक कांतीकडे ते पाहात राहिले. महाराणींच्या पोटात पाच महिन्यांचे बाळ होते. काया डवरून गेली होती. त्या बेडौलपणालाही एक मिठास, हवाहवासा आकार आला होता.

रात्री शय्यागृहात राजे बोलले, ''वंशाला दीपक लाभावा असं राजालाच काय पण सामान्यातल्या सामान्य रयतेलाही वाटतं. चला, रायगडाला वारसदार मिळणार तर—''

''हो, कविभावोजींच्या पुत्रकामेष्टी यज्ञाला यश आलं.''

''खरं आहे. पण आमच्या कविराजांनी सुचवलेला तो यज्ञही काहीजणांच्या पोटात खुपला होता!... पण असा यज्ञ पुत्रप्राप्तीसाठी राजा दशरथानेसुद्धा केला होता.''

“मराठ्यांच्या हिंदवी स्वराज्यालाही एक राम मिळणार!” महाराणींना आनंदाचे भरते आले होते.

“बाळंतपणासाठी कोठे जाणार?” अचानक शंभूराजांनी सवाल केला.

“कोठे म्हणजे शृंगारपुरला— नाही तर दाभोळला गणोजीराजांकडेच—” येसूबाईंनी मध्येच थबकून प्रतिप्रश्न केला, “स्वारींनी असा तिढ्याचा प्रश्न का करावा?”

“काही नाही, आपलं सहज.”

“आमचे बाबा गेल्या साली देवाघरी गेले, म्हणून काय झालं? आपल्या बहिणीचं बाळंतपण न करायला शिर्क्यांना अजून काही नाचारगत आलेली नाही म्हटलं! गणोजीराजे चांगले घट्ट आहेत.” येसूबाई अभिमानाने बोलल्या.

जंजिऱ्याचा सेतू अपूर्ण राहिला होता. त्यातच औरंगजेबाच्या आक्रमणाने अनंत अडचणींचे आणि कामकाजांचे डोंगर उभे राहणार होते. शंभूराजांना बराच वेळ झोप येत नव्हती. येसूबाईंचे तोवर डोळे जडावले. बघता बघता त्यांना गाढ झोप लागली. एका शरीरात दोन जीव विसावा घेत होते. शंभूराजे आपल्या धर्मपत्नीकडे मोठ्या कौतुकाने पाहत होते.

अचानक राजांना आठवण आली. सायंकाळी महादरवाजातून आत येताना खंडोजींनी त्यांच्या हाती एक गुप्त खलिता दिला होता. तसे आळसावलेले राजे ताड्कन उठले. त्यांनी सुरईतल्या पाण्याचे चार घोट घेतले. चिरागदानांच्या प्रकाशात त्या खलित्याच्या हिरव्या गाठी सोडल्या. सुरुवातीच्या दोन ओळींवरून डोळे फिरवताच शंभूराजांनी आपला श्वास रोखून धरला. त्यांचे डोळे मियाँखानाच्या त्या पत्रावरून घाईने फिरू लागले,

“—शंभूराजे, या आधीची आमची चार गुप्तपत्रे साहेबस्वारींना पोचलेली दिसत नाहीत. कदाचित आमच्या गुप्त जासुदांना वाटेत अखबारथैलीसह कैदही केले गेले असेल. असो. आपल्या लडकीच्या मोहब्बतीसाठी बापाचा कलेजा कसा तुटतो, हे माझ्या रूपानं आपण देखलंच आहे. माझ्या दोन दुलाऱ्या शहजादींचा शादीब्याह झाला तो केवळ आपल्यामुळे! शंभूराजे, शुक्रिया! आज आपल्याला एक खूशखबर देताना आम्हांलांही खूप खुषी वाटते. आपणही एका प्याऱ्या प्याऱ्या लडकीचे वालीद झाला आहात—” ती ओळ वाचताना शंभूराजांच्या सर्वांगातून एक आनंदकळ चमकून गेली. ते धाडकन खाली बिछायतीवर बसले. भूपाळगडाकडचे दिवस त्यांना आठवले. तेव्हाच्या अवघडलेल्या दुर्गादेवी डोळ्यांसमोर उभ्या राहिल्या.

राजांचे डोळे आनंदाश्रूंनी भरून गेले. दुसऱ्याच क्षणी लाडक्या लेकीच्या आठवाने त्यांचा ऊर धपापू लागला. ते लगबगीने पुढचा मजकूर वाचू लागले— “वेलीला फूल आले की साधा बागवानसुद्धा खुषीने पागल होतो. आपण तर

मराठ्यांचे पातशहा आहात. आज आपली 'राजकन्या' औरंगजेबाच्या बंदीशाळेत अहमदनगरच्या किल्ल्यात लहानाची मोठी होते आहे. तकलीफ करून घेऊ नका. औरंगजेबाने आपल्या राज्ञीची, राणूताईंची आणि आपल्या लाडलीची चांगली बडदास्त ठेवली आहे. खैर, पिंजडा तो पिंजडा! सोन्याचा काय नि लकडीचा काय! लेकिन डरो मत! तुमचा हा जन्मोजन्मीचा शुक्रगुजार सेवक मियाँखान अजून जिंदा आहे. बिमारीचे कारण दाखवून अहमदनगरच्या किल्ल्यावरच एक साधी नोकरी मी पत्करली आहे. इकडे हा मियाँखान, पातशहाची नव्हे, आपल्या राजदुलाऱ्या शहजादीची सेवाचाकरी करतो आहे—"

शयनगृहात त्या रात्री आपल्या लेकीच्या आठवणीने राजांच्या मनाचा बांध फुटला. त्यांना हुंदका आवरला नाही. त्या आवाजाने येसूबाई राणीसाहेब जाग्या झाल्या. तो खलिता वाचून त्यांचेही मन द्रवले. त्याही स्फुंदू लागल्या. तसे शंभूराजे भानावर आले. येसूराणींच्या पोटाच्या पाळण्यातही एक बाळ पहुडले होते. त्याला त्रास नको म्हणून तेच येसूबाईंची समजूत घालू लागले. त्यांना कुरवाळू लागले. राणीसाहेबांच्या डवरलेल्या गालावरून बोटे फिरवता फिरवता, आपल्या तीन वर्षांच्या बाळीच्या आठवणीने त्यांचा जीव थोडा थोडा होत होता.

प्रात:काळी राजाज्ञा झाली. रायगडावर जिलेबीच्या परातीच्या पराती वाटल्या गेल्या. अनेकांना त्याचे आश्चर्य वाटले. रयतेची कुजबुज खंडो बल्लाळांनी शंभूराजांच्या कानावर घातली. "महाराज, अजून महाराणी बाळंतपणासाठी माहेरीही गेल्या नाहीत, तोवर जिलेबी?"

"अं —"

"नाही म्हणजे महाराजांना पुत्ररत्न व्हावे, अशीच रयतेची इच्छा आहे. आम्ही सारे पेढे चाहतो आणि आपण मात्र जिलेबी वाटता?"

"त्याचं असं आहे खंडोजी, बाळाची चाहूल लागली म्हणून आज जिलेबी, उद्या पुत्रप्राप्तीनंतर पेढे आहेतच की!"— कसेबसे बोलून शंभूराजांनी वेळ मारून नेली.

२.

शंभूराजे राजधानीमध्ये पोचून पाच दिवस झाले होते. पण त्यांचे मुखदर्शन दुर्मिळ बनलेले. ना ते दरबारात येत होते, ना जगदीश्वराच्या दर्शनासाठी बाहेर पडले होते. त्यांनी आपल्या महालातील खाजगी सदरेवरच स्वत:ला कोंडून घेतले होते. ते आजारीही नव्हते. पण 'युद्धज्वर' नावाच्या रोगाने मात्र त्यांना हैराण केले होते.

राजांच्या सोबत येसाजी कंक, म्हाळोजी घोरपडे, निळोपंत पेशवे, प्रल्हाद निराजी, खंडो बल्लाळ, मानाजी मोरे असे जुनेजाणते आणि नव्या दमाचे वीरही

डोक्यास डोके लावून बसले होते. गेले चार दिवस कसली तरी गुप्त मसलत अखंड चालली होती. दुर्गादास राठोड आणि शहजादा अकबर यांचा मुक्काम काळ्या डोहापलीकडील वकिली निवासातच होता. ते दिवसभरात कधी तरी मसलतीस येऊन जात. त्यामध्येही दुर्गादासांनाच कामात जास्त रस दिसत होता.

गेल्या चार दिवसांमध्ये राजे सकाळी आठनऊच्या सुमारास जे मसलतीमध्ये बसत, तेथेच त्यांचे आणि सहकाऱ्यांचे दुपारच्या आणि रात्रीच्या भोजनाचे थाळे येत. भल्या पहाटे पहिल्या कोंबड्यालाच राजे आपली जागा सोडत. कशीबशी तासा दीड तासाची झोप उरकून घेत. पुन्हा स्नान आटोपून तासभर त्यांची देवपूजा चाले. त्यानंतर निरशा दुधाचा प्याला ओठाला लागायचा. त्याच गडबडीत जामानिमा व्हायचा. खाजगी दालनातून सदरेकडे जाता जाता रायाप्पा आणि इतर सेवक त्यांच्या बाराबंदीच्या गाठी आणि गुंड्या बांधत. त्यांच्या गळ्यात कंठा आणि पाचूचे अलंकार चढवत.

आत खाजगी सदरेवर एवढे काय चालले आहे, याचा अंदाज बाहेर फारसा कोणाला येत नव्हता. पण मसलतीत अर्जोजी यादव आणि कान्होजी भांडवलकरांसारख्या तज्ज्ञ मंडळींनी बनवलेल्या नकाशाच्या गुंडाळ्या आणि अनेक किल्ल्यांच्या मेणाकृती ठेवलेल्या असत. त्याचा अभ्यास करत, अहोरात्र मशालीसारखे डोळे जाळत सारे जागत राहात. औरंगजेबाच्या बलाढ्य आक्रमणाने शंभूराजे खूप सावध झाले होते. पातशहाच्या पाच लाख फौजेचा आणि सुमारे तीन लाख घोड्यांचा दर्या रोंरावत स्वराज्यावर धावून आल्याची त्यांना जाणीव होती. पण ह्या प्रचंड दर्याला तुंबा कसा घालायचा? तो वळविण्यासाठी, आटविण्यासाठी कोणते भगीरथ प्रयत्न करायचे, याचीच ती मसलत सुरू होती.

काल रात्री अचानक हंबीरमामा मसलतीत अवतरले. तसा नव्याजुन्यांसह साऱ्यांनाच आश्चर्याचा धक्का बसला! शंभूराजे आश्चर्याने बोलले, "मामाऽ आपण याल असं वाटलं नव्हतं. तुमचा डेरा तर तिकडे आघाडीवर —?"

शांत स्वभावाचे हंबीरराव मोहिते हसत म्हणाले, "शंभूबाळऽ, आम्ही थोरल्या राजांचेही सेनापती होतो. त्यांचे लाडके मेहुणेही. त्यांच्याकडून चार धडे गिरवले आहेतच की!"

"म्हणजे?"

"दुसरा एक गडी हंबीर बनून आपल्या डेऱ्यात बिमारीचं सोंग वठवतोय! आमच्या शत्रूचीच नव्हे, तर मित्रांचीही हीच समजूत आहे की, आम्ही तिथे आघाडीवरच मौजूद आहोतऽ!"

"वाऽ!" शंभूराजांनी हंबीरमामांना दाद दिली.

हंबीररावांच्या उपस्थितीनं साऱ्यांना चेव चढला. वर किल्ल्यात जेव्हा मसलत

झडत होती, तेव्हा रायगडाच्या पायथ्याला बांधणीचा माळ माणसाजनावरांनी फुलून गेला होता. नव्या फौजा बांधल्या जात होत्या. रायगडवाडीवरचे अठरा कारखाने रात्रंदिवस युद्धसामग्री तयार करण्यात गढले होते.

पाचव्या दिवशी दुपारी खाशांच्या महत्त्वपूर्ण बैठकीला सुरुवात झाली. त्यापूर्वीच कवी कलश राजधानीमध्ये परतले होते. त्यांनी तोफगोळ्यांचा, कच्च्या दारूचा, पुढच्या नियोजनाचा सारा हिसाब शंभूराजांपुढे सादर केला. बैठकीस आरंभ झाला, पण अद्यापी येसूबाई महाराणी तिकडे पोचल्या नव्हत्या. राजांना आपल्या 'सखी राज्ञी जयती'ची प्रतीक्षा होती. तितक्यात महालाबाहेरून भोयांच्या पायातील जाडजूड घाटी पायताणांचे आवाज ऐकू आले. महाराणींसोबत गेलेल्या आठदहा पालख्या माघारा आल्या. आपले पाच महिन्यांचे पोट सांभाळत, पण कोणाचाही आधार न घेता येसूबाई खाली उतरल्या. तशाच नेटाने मसलतीमध्ये येऊन बसल्या. शिस्तीच्या दक्ष आणि काटेकोर महाराणींना थोडासा उशीर व्हावा याचे राजांनाही आश्चर्य वाटले होते. त्यांच्या आश्चर्यमिश्रित नजरेला नजर देत येसूबाई बोलल्या,

"जंजिऱ्याच्या मोहिमेत कामी आलेल्या चारशेजणांची यादी आली होती. त्यांपैकी तीस 'बालपरवेशी' निघतात, त्यांची व्यवस्था पाहूनच आम्ही इकडे आलो."

बैठकीत हजर असलेल्या दुर्गादास राठोडांनी शंभूराजांकडे नजर वळवली. तेव्हा त्यांना राजे बोलले, "हिंदवी स्वराज्यासाठी जे लढाईत कामी येतात, अशा सैनिकांच्या लेकराबाळांची आबाळ होऊ नये म्हणून आबासाहेबांनी बालपरवेशीची पद्धत काढली. ती आम्ही आजही चालू ठेवली आहे—"

"बालपरवेशी मतलब?"

"युद्धात ज्यांचे वडील कामी येतात अशा युद्धग्रस्त, होतकरू लेकरांना राजानंच आपली लेकरं समजून स्वखर्चानं वाढवायचं! अशी मुलं कमवती होऊन पुन्हा सैन्यात अगर मुलकी कारभारात दाखल होईपर्यंत राजानंच त्यांचा सांभाळ करायचा. त्याची आई एकटी, विनाआधाराची असेल तर तिचीही व्यवस्था बालपरवेशी गृहामध्ये करायची–"

"वाऽ वा! बहुत खूब—"

"आमच्या हत्तीखान्याजवळ आमचं मोठं बालपरवेशीगृह आहे. एकदा पाहून घ्या. एकट्या रायगडावर हिंदू, मुसलमान, ब्राह्मण असे सर्व जाती धर्माचे सत्तर बालपरवेशी राहतात. त्यात जंजिऱ्याचे हे नवे तीस."

ती हकिकत ऐकून दुर्गादास खूप भारावून गेले. म्हणाले, "वा ऽ शंभूराजे! ह्या दुर्गादासाने दिल्ली, आग्रा, राजपुताना खूप मुलूख पायाखाली घातले, पण शिवाजी-संभाजीसारख्या प्रजाहितदक्ष राजांचा असा मुलूख दुसरा कुठे आढळला नाही!"

मसलत पुढे चालू राहिली. युद्धमंडळीच्या त्या अत्यंत महत्त्वपूर्ण मसलतीसाठी

सर्व अष्टप्रधान, सेनापती, नवेजुने बिन्नीचे सरदार आणि राजांचे मुख्य सहकारी उपस्थित होते. अजून दादजी रघुनाथ देशपांडे यांनी जंजिरा लढता ठेवला होता. दर्याकिनारी संपूर्ण कोकणात बंदराबंदरांमध्ये पोर्तुगीज-मराठा संघर्षाची ठिणगी पडली होती. गारुड्याने आपल्या साऱ्या टोकऱ्या रिकाम्या करून घरभर विषारी साप सोडून द्यावेत, तसाच हिंदवी स्वराज्याचा लचका तोडायला मोगलांच्या फौजा बाहेर पडल्या होत्या. अशावेळी स्वराज्याचे दुसरे छत्रपती संभाजीराजे आपल्या राज्यरक्षणासाठी कोणकोणते निर्णय घेतात, याकडे सर्वांचे लागले होते.

संभाजीराजांनी अत्यंत नम्र शब्दांत आपल्या प्रतिपादनला सुरुवात केली — "बहादूर गड्यांनो, जसे श्रीकृष्णासाठी गोकुळ तसाच पर्वतराज सह्याद्री हा आम्हा मराठ्यांचा जीव की प्राण! आमच्या आबासाहेबांनी नेमकं हेच जाणलं होतं. त्यांनी सह्याद्री नावाचंच पोलादवस्त्र परिधान केलं होतं. सह्याद्रीच्या आश्रयानंच गनिमी काव्याच्या जोरावर हिंदवी स्वराज्याचं सोन्यामोत्याचं पीक काढलं होतं."

"पण शंभूराजे ऽ, आमच्या काळातल्या लढाया खूप लहानग्या होत्या. अशी कोणाची पाच लाखांची फौज स्वप्नातसुद्धा आमच्या अंगावर धावून आली नव्हती." वृद्ध, अनुभवी म्हाळोजी घोरपडे बोलले.

"—तेच सांगतो घोरपडेकाका–." शंभूराजे ठाम शब्दांत बोलले, "जोवर सह्याद्री नावाचं हे पोलादी चिलखत आम्ही आमच्या अंगाभोवती गुंडाळलं आहे, तोवर पर्वा कसली? उद्या पाचच काय, पण दहा लाखांच्या फौजेचा दर्या जरी अंगावर धावून आला, तरी सह्याद्रीच्या बळावरच आम्ही त्याचाही सहज चुरा करू."

शंभूराजांच्या त्या आत्मविश्वासाने सर्वांच्या अंगात अभिमानाचे आणि वीरश्रीचे भरते आले. पण आरंभीच त्यांनी सर्वांना एक इशारा दिला,

"एक लक्षात ठेवा. औरंगजेबाची अशी बलाढ्य फौज सरळ उघड्या मैदानात अंगावर घेणं हा आमच्यासाठी वज्राघात ठरेल! नेसरीच्या रानात प्रतापराव गुजरांनी आदिलशाही फौजेवर आदळून जिंदगी संपवली. ते अमर ठरले, परंतु आता त्या बेहोषीने नव्हे, तर अत्यंत विचारपूर्वक, सावधपणे आणि सूत्रबद्ध आखणी करूनच आम्हांला पावलं टाकावी लागतील. अशा खुबीनं आम्ही लढू की, त्या पापी औरंगजेबाची दखखनच्या रानातच कबर खोदू. आम्हांला शिवाजीराजांनी महाराष्ट्राच्या भाळावर गोंदलेलं हे हिंदवी स्वराज्य टिकवायचं आहे. अंती, आमच्या साडेतीनशे किल्ल्यांपैकी एकही किल्ला अगर दर्यातलं एकही गलबल गमवायचं नाही!"

अर्जोजीने मांडलेल्या नकाशाकडे राजांनी बोट दाखवले— "आम्ही मराठे काही फक्त सह्याद्रीच्या अरण्यात झाडाआड कधी लपून राहिलो नव्हतो. उलट कुडाळ-मालवणपासून ते वसई-तारापूरपर्यंतचा, हबसाणचा आणि मुंबईचा अपवाद वगळता सारा सागरकिनारा, तिथली बंदरं, खाड्या आम्ही आमच्या कब्जात ठेवल्या

आहेत. कुकडी नदीच्या खोऱ्यापासून ते खाली कोल्हापूर-बेळगावपर्यंतचे बारान बारा चोवीस मावळ आणि अडतीस नेरे — इथल्या प्रत्येक नदीच्या प्रत्येक गवंडावर, प्रत्येक डोंगरातील प्रत्येक खिंडीवर आणि प्रत्येक टोकावर जागोजाग आमच्या पहारेचौक्या अहोरात्र गस्त घालतात. आमच्या सह्याद्रीच्या अंगावरचा प्रत्येक किल्ला म्हणजे तर पोलादरसाची कुंडं आहेत. आबासाहेब सांगत तसा आमचा एक एक किल्ला जिंकायला औरंग्याला पाच-पाच वर्षं लागली, तर साडेतीनशे किल्ल्यांचा वळसा घ्यायला त्याला किती जन्म घ्यावे लागतील?''

''राजे, आपलं प्राणतत्त्व तरी काय?'' निळोपंत पेशव्यांनी विचारले.

''जमेल तिथे आक्रमणाची उडी, न जमेल तिथे तात्पुरती बचावात्मक माघार! आमचा वैरी हुशार आणि जाणता आहे. तो अचानक एका वेळी सह्याद्रीवर धावा घेण्याची हिंमत दाखवणार नाही. तरीही आलाच धावून तो, तर इथल्या दऱ्याखोऱ्यांत आम्ही मोगलांचं चांगलंच कांडात काढू!''

''पण शंभूराजे, शत्रू सह्याद्रीच्या कुशीत धावेपर्यंत त्याची वाट बघायची?'' हंबीररावांनी विचारले.

''छे! बिलकूल नाही! वैऱ्याला आणि सर्पाला जित्ता ठेवणं, ह्या दोन्ही गोष्टी युद्धशास्त्राच्या दृष्टीनं घातकच! एका बाजूला मोगलांची पाच लाखांची फौज आणि दुसरीकडे आमचे साठसत्तर हजारांचं सैन्य हे प्रमाण व्यस्त आहे. पण म्हणून आम्ही बिलकूल थांबायचं नाही. आमच्या लष्कराच्या छोट्या छोट्या तुकड्या करायच्या, मोगलांच्या सैन्यावर, मुलखावर धावून जायचं. त्यांची जाळपोळ आणि लुटालूट करून त्यांना बेजार करायचं, हे आपले धोरण. हंबीरमामा आपण पहिल्यासारखाच आगीचा खेळ चालू ठेवून मोगलांचं जास्तीत जास्त नुकसान करा.''

मसलतीमध्ये प्रत्येक बारीकसारीक मुद्यावर सखोल चर्चा झाली. आपले कोण आणि दुसऱ्याचे कोण याचा लेखाजोखा मांडला गेला. तेव्हा सेनापती हंबीरराव मोहिते बोलले, ''परंपरेनं बघायला गेलं तर हैद्राबादचा कुतुबशहा, विजापूरकर आदिलशहा, जंजिरेकर सिद्दी, दिल्लीकर मोगल आणि पोर्तुगीज हे आमचे पाच मुख्य शत्रू आहेत.''

''पण मामासाहेब, एकाच वेळी सर्व शत्रू अंगावर घेणं युद्धशास्त्राच्या दृष्टीने मूर्खपणाचं ठरतं. सुदैवाने आदिलशहा आणि कुतुबशहा ह्या आमच्या दोन्ही शत्रूंचं आबासाहेबांच्या अखेरच्या काळात मैत्रीत रूपांतर झालं होतं. त्यासाठी त्यांनी राजकीय दबाव आणि मुत्सद्देगिरीची हत्यारं वापरली. तोच दोस्ताना आपण पुढे चालू ठेवू. शिवाय भविष्यात जेव्हा ह्या औरंगजेबाशी आमची अखेरची हातघाईची लढाई जुंपली जाईल, तेव्हा दक्षिणेतले सर्व राजे एक होतील. ते तसे व्हावेत यासाठी आमचे अहोरात्र यत्न सुरूच आहेत.''

सिद्दीचा विषय निघताच कवी कलश हळहळत बोलले, "राजन, तो सिद्दी नावाचा नटखट उंदीर तेवढा लागलाच चिरडला गेला असता, तर खूप बरं होतं—"

"पण त्या उंदराला जंजिऱ्याच्या पाषाणाचं बीळ आणि दर्याचं अभय मिळालं आहे ना? तरीही आम्ही तो संग्राम बंद केलेला नाही. आजही आमचे दादजी देशपांडे राजपुरीत राहून लढतच आहेत," त्या विषयाने नकळत शंभूराजे अस्वस्थ झाले. पण दुसऱ्याच क्षणी आपले मन काबूत आणत बोलले, "आमच्या तडाख्याने जंजिऱ्याचे बुरुज ढासळले आहेत. सिद्दी पराभूत झाला नसला तरी आतून त्याने खूप दहशत खाल्ली आहे. आता यापुढे सिद्दी बंधू औरंग्याला उघडपणे पळत जाऊन मिळण्याचा प्रयत्नही करणार नाहीत. कारण पहिल्या फटक्यालाच आम्ही त्यांच्या गुडघ्यांच्या वाट्या चांगल्या खिळखिळ्या केल्या आहेत!"

मध्येच येसूबाईंनी खंडो बल्लाळांना पुढे बोलावले. त्या नम्र सुरात बोलल्या,

"एकदा युद्धभूमीवर घोडी थयथय नाचू लागली की, रसदेची मागणी वाढते. राजधानीकडे मागणीपत्रं येतात. रसदेविना आपले सैनिक मरणं यासारखं पाप नाही! आम्हांला नाशकापासून ते दक्षिणेत जिंजी-रामेश्वरापर्यंतच्या फौजेला रसद पुरवावी लागते. तेव्हा स्वामींनी पहिले इकडे लक्ष द्यावे."

शंभूराजांनी लागलाच रसदेचा आढावा घेतला. विशेषत: कर्जतकडे कोथळागड, शहापूरजवळचा माहुलीचा बलाढ्य किल्ला, नाशकाकडे अहिवंतगड आणि साल्हेर आणि मुल्हेरचे किल्ले, अष्टागारातील सागरगड, तसेच सिंधुदुर्ग, राजापूर, जैतापूर येथे किती रसद आणि दारूगोळा आहे याचा धांडोळा घेतला गेला. जिथे कमी पडत होता, तिकडे तातडीने रसद रवाना करायचे हुकूम झाले.

येसूबाई म्हणाल्या, "यंदा पुण्याकडे मोठा दुष्काळ पडला आहे. सरकारातून आम्ही आधीच धान्याच्या गोणी आणि कोकणातून पिंजराच्या गाड्या तिकडे रवाना केल्या आहेत. याआधीचा अष्टागारातला दुष्काळही खूप जीवघेणा होता."

शंभूराजे खूप तणावाखाली दिसले. ते सांगू लागले, "अलीकडे वाढते ओले आणि सुके दुष्काळ हा राज्यापुढचा चिंतेचा विषय बनला आहे. कधी कधी निसर्गाच्या अवकृपेपुढं माणसाची मात्रा चालत नाही. पण शत्रूची इतकी दांडगी फौज इथं राहणं, सातत्यानं लष्करी चकमकी घडणं यामुळं दुष्काळाचं संकट अधिक वाढणार आहे. खंडोबा—"

"जी, राजे!"

"याबाबत दक्ष राहायच्या सूचना मुलकी आणि लष्करी अंमलदारांना लागल्याच द्या."

शंभूराजांनी दर्यासारंग आणि दौलतखानांना मुद्दाम जंजिऱ्याच्या आघाडीवरून माघारा बोलावून घेतले होते. शंभूराजे बोलले,

"आमच्या सागरी किनाऱ्यावर पोर्तुगीजांची सत्ता जवळजवळ शंभर वर्षं स्थिरावली आहे. ती उखडून काढणं वाटतं इतकं सोपं नाही. चौल, ठाणे, वसई, तारापूर इकडे आमची आणि फिरंग्यांची झटापट सुरूच आहे. निळोपंत, अलीकडे तुमचा मुक्काम कुठल्या ना कुठल्या बंदरात किंवा खाडीच्या किनारी असतो — बोला ऽ"

"महाराज, आमच्या पथकांनी माहीम आणि तारापूर ही पोर्तुगीजांची ठाणी पहिल्या झटक्यात कबजामध्ये घेतली होती. पैकी माहीम पुन्हा फिरंग्यांनी घेतलं. पण तारापूर पुन्हा एकदा आम्ही हिसकावून माघारा घेतलं. चौल, रेवदंडा भागात आमचा आगीचा खेळ सुरूच आहे —"

"वा ऽ निळोपंत, आजकाल पेशवा म्हणून तुमच्या बोरूतून शाई गळण्याऐवजी तुमच्या तलवारीच्या धारेतून फिरंग्यांचं रक्त गळतं! 'निळोबा आला ऽ ऽ' अशा हाका घालत फिरंग्यांची तरांडी पाण्याच्या पोटात पळून जातात. तुमचा हा पराक्रम बघायला आज मोरोपंत पेशवे जिवंत हवे होते!"

शंभूराजांनी गोव्याकडे अंजदीव बेटावर तट बांधण्यासाठी पथके रवाना केली होती. तिकडे दगड आणि चुनाही गेला होता. त्या गोष्टीची आठवण करून देत राजांनी विचारले, "कविराज, आपण डिचोलीकडून परतलात. सांगा अंजदीव किल्ल्याचं काम कोठवर आलं?"

"बांधकामास सुरुवात होताच पोर्तुगीजांची जहाजं तिथं पोचली. त्यांनी चालू कामाला अटकाव केला—"

"पण आजवर ती जागा मोकळीच होती. कविराज, तुम्हा लोकांना कसं कळत नाही. उद्या गोवेकर फिरंग्यांच्या छाताडावर पातं ठेवायला ती जागा खूप चांगली आहे —"

"नेमकी हीच गोष्ट त्या कौंट दी आल्व्होरने ओळखली आहे. म्हणून तर त्यानं तात्काळ काम थांबवलं!"

शंभूराजे विचारमग्न दिसले. एक सुस्कारा सोडत ते बोलले,

"सिद्दीसारखाच ह्या फिरंग्यालाही लुळापांगळा बनवला पाहिजे. गोव्यासकट ह्या व्हाइसरॉयला पाण्यात बुडवलं पाहिजे. नाही तर तो लबाड कोल्हा उद्या निदान प्रसंगी औरंग्याच्या खांद्याला खांदा लावून उभा राहील!"

बैठकीत अनेक नवे निर्णय घेतले गेले. घोड्यांच्या उत्तम पैदाशीसाठी सरकारातून सरदारअंमलदारांना, देशमुख-देशपांड्यांना उचल दिली गेली.

"इंग्रजांकडून आणि अरबांकडून अधिक बारूद खरेदी करावी. युद्ध दीर्घ काळ चालेल तर त्याचा उपयोग होईल." खंडो बल्लाळ आणि निळोपंतांनी सुचवले.

"उत्तम! हवे तर दामदुप्पट द्रव्य द्या, पण मिळेल तितकी दारू खरेदी करा."

शंभूराजे बोलले.

महाआक्रमणाला कसे तोंड द्यायचे, यावर सर्वांसोबत शंभूराजांनी बराच वेळ खल केला. येसाजी आणि हंबीररावांच्या सूचना त्यांनी गांभीर्याने विचारात घेतल्या. शंभूराजे बरेच समाधानी दिसले. ते म्हणाले,

"अलीकडे राज्यातले भाऊबंदकीचं, दगाफटक्याचं गढूळ पाणी बरंच निवळल्या- सारखं दिसतं. तशी बायाबापड्यांची खोटीनाटी प्रकरणं रचून, बाजारगप्पांचं आणि अफवांचं पीक काढायला काडीची अक्कल लागत नाही. मात्र, औरंग्यासारख्या महाबलाढ्य शत्रूला आणि त्याच्या अवाढव्य सेनासागराला अंगावर घ्यायला पहाडी छाती हवी! शेरहिंमत हवी!! आई भवानीच्या कृपाप्रसादानं आणि आबासाहेबांसारख्या पुण्यवंत पित्याच्या आशीर्वादानं ह्या अग्निदिव्यातून नक्कीच आम्ही तावूनसुलाखून निघू."

बोलता बोलता शंभूराजे थबकले. मैफल रंगली की जसा पट्टीचा गवई आपल्या गानकलेत तल्लीन होऊन जातो, तशीच अवस्था युद्धाचे आडाखे बांधताना शंभूराजांची झाली. ते म्हणाले, "कोणताही किल्ला अजिंक्य राहतो तो फक्त तिथल्या दारूगोळ्याच्या साठ्यावर किंवा शिबंदीच्या संख्येवर नव्हे. बारुदखान्यातली आग एक वेळ विझली तरी चालेल, पण कडवा प्रतिकार करणाऱ्या मर्दांच्या छातीतली धग जराशीही कमी होता कामा नये— काय हंबीरमामा?—"

"— बिलकूल, शंभूराजे!"

"आपल्या पाठीशी सह्याद्रीचे उभे कातीव कडे आहेत. गंगा-यमुनेकाठची भुसभुशीत माती नव्हे. पण यार हो, एक गोष्ट नीट लक्षात ठेवा. पाषाण आपलं काम करेल. रणवीरांनी बिनाकुसूर आपली जोखीम पार पाडावी."

अचानक शंभूराजांना आपल्या जिजाऊ आजीसाहेबांची आठवण झाली. तसे ते आनंदाने हसले. पौर्णिमेची प्रसन्नता त्यांच्या मुखावर फाकली. तेव्हाच उसळून आलेल्या उधाणासारखी एक जुनी हकिगत आठवली. शंभूराजे भारावून बोलले,

"कोणत्याही गडावर निशाण कसं रोवावं आणि राखावं याच्या शूरकथा आम्ही आमच्या जिजाऊ आजीसाहेबांच्या मांडीवर डोकं टेकून ऐकल्या आहेत. किल्ल्यात अजिंक्य किल्ला देवगिरीचा! पण त्याच्यावर आमच्या पणजोबांनी— लखुजी जाधवरावांनी कसं निशाण रोवलं होतं, याची कहाणी आम्हांला आजीसाहेबांनी सांगितली आहे. ती ऐकवू तुम्हांला?—"

"–हां, हां, राजे! सांगा ऽऽ" बैठकीतून चौफेर सूर दुमदुमला .

"उंच देवगिरीच्या पायथ्याशी भुईकोट आहे. त्यातून वर बालेकिल्ल्याकडं जाताना अनेक अंधाऱ्या वाटा, चोरवाटा आहेत. मधे आगीचे आणि पाण्याचे खंदक ठेवलेले. एखाद्याने त्या महाकाय किल्ल्यावर आक्रमण करायचं ठरवलं तर पहिली पायथ्याची तटबंदी ओलांडायला हवी. ते खंदक पार करण्यात एखादा यशस्वी

झालाच, तर पुन्हा वर सरकायचं खूप मुश्कील; कारण मध्येच अनेक आंधळे फाटे आणि अदृश्य विवरं आहेत. ज्याला अंतर्गत वाटांच्या नकाशाची पूर्ण कल्पना नाही, तो सेनाधिकारी सरळ आपल्या फौजेसकट अंधारगुहेत तरी पडणार, नाही तर किल्ल्याच्या खाली पलीकडं कोसळून त्याचा कपाळमोक्ष होणार! ह्या कडेलोटाच्या घातकी जागा किल्ला बांधतानाच तयार केलेल्या आहेत. एवढी संकटं हमला करणाराच्या नजरेच्या टप्प्यातही येणार नाहीत.''

''ती कशी?'' हंबीरमामांनी मध्येच विचारले.

''कारण त्यांची रचना पायाखालीच केलेली होती!'' राजे हसून सांगू लागले– ''पुढे जाताना आपल्या पायदळीची काळी जमीन ही जमीन नाही, तर तो सोळा-सतरा हात लांबीचा पोलादी तवा आहे, हे कोणाच्या लक्षातही येत नसे. बाहेरच्या तटबंदीवर आक्रमण सुरू झालं की वर गुपचूप हा मोठा तवा तापवला जाई. त्या चुलाण्यातील निखारे पेटण्यासाठी, खाली खेळती हवा राहावी म्हणून भिंतींना खिंडारंही होती. आमचे पणजोबा किल्ला जिंकत त्या तापल्या तव्यापर्यंत जाऊन पोचले. तेव्हा किल्ल्यातले यवन त्यांच्या पुढच्या होणाऱ्या फजितीची कल्पना करून हसू लागले होते.''

''हसणारच. त्या भयसंकटाची त्यांना काय कल्पना?'' येसूबाई महाराणी बोलल्या.

''नाही महाराणीसाहेब. मोठे अक्कडबाज होते आमचे पणजोबा. किल्ला सर करायचाच ह्या इर्षेनं ते आत घुसले होते. जातानाच त्यांनी पाण्यानं भरलेल्या मोठमोठ्या कातडी पखाली आणि डोल नेले होते. तव्यावर बदबदा पाणी ओतलं गेलं. तसा आगीनं तप्त झालेला तवा चर्रचर्रत विझला आणि त्या गर्विष्ठ अजिंक्य किल्ल्यानं आपली मुंडी आमच्या पणजोबांच्या पायावर टाकली!''

ती हकिकत ऐकून सर्वजण सर्द झाले.

दीर्घकाळ चाललेल्या मसलतीची पुन्हा एकदा उजळणी झाली. शंभूराजे शेवटी म्हणाले, ''जमेल त्या सर्व आघाड्यांवर आक्रमण, न जमेल तिथं युक्तीच्या वाटेनं तात्पुरती माघार हे आमचं सूत्र राहील! लाखोंच्या जमावानं औरंगजेब चालून येईल, तेव्हा त्याला युक्तीनं बगल देऊ. गनीम थांबला, तर चकवा देऊ. सह्याद्रीची ढाल पाठीपोटाशी बांधून त्या पापी औरंग्याशी आम्हीही धर्मयुद्ध खेळू!''

''वा ऽ! वा ऽऽ!'' बैठकीतल्या सर्वांनी राजांच्या निर्धाराला दाद दिली.

''खंडो बल्लाळ, कविराज, निळोपंत–'' राजे एकेक करून आपल्या सर्व साथीदारांना चेतवत, त्यांना जिद्दीचा काढा पाजत बोलले–

''म्हणूनच सांगतो यार होऽ, आमच्या खांद्यांवर आमच्या शिवप्रभूंच्या, जिजाऊआजींच्या चैतन्याच्या आणि पुण्याईच्या पखाली आहेत! ही देवदुर्लभ

शिदोरी अशीतशी संपणारी नाही. चला, निर्धारानं त्या पातशहावर आणि त्याच्या पाच लाखांच्या भुतावळीवर तुटून पडूया. जसा मद्य प्यालेला हत्ती किल्ल्याच्या मुख्य दरवाजावर मुसंडी मारतो, तेव्हा दरवाजावरचे खुंटीसारखे बलदंड खिळे त्याची मस्ती जिरवतात, तसाच उद्या रायगड जिंकता येत नाही म्हणून औरंगजेब नावाचा बुड्ढा हत्ती आमच्या दरवाजावर निराशेनं धडका मारेल, आपलं मस्तक भंग करून आमच्या दारात रक्ताच्या गुळण्या ओकेल, तेव्हाच खऱ्या अर्थी आम्ही विजयाच्या रांगोळ्या रेखायला आणि नगारेनौबती वाजवायला सुरुवात करू!''

३.

शंभूराजांनी हंबीरमामांना मसलतीमधूनच आत खाजगीकडे सोबत आणले. मधल्या चौकातल्या झोपाळ्यावर मामा ऐसपैस बसले. संभाजीराजे आणि महाराणी दोघेही मामासाहेबांकडे एकटक पाहत होते. त्यांच्या नजरेने हंबीरमामा गोंधळात पडले. पण त्यांनी ओठ उघण्यापूर्वीच शंभूराजे बोलले,

''मामासाहेब, कधी कधी हा रायगड, हे स्वराज्य खायला उठतं.''

''शंभूराजे, युद्धाची चिंता आपल्याइतकीच आम्हांलाही आहे.''

''पण कलेजालाच छिद्रं पडली, तर त्यांना आवर कोण घालणार?'' शंभूराजे कष्टी सुरात बोलले, ''मामा, ज्यांच्यावरून आम्ही जीव ओवाळून टाकावा असे तीन जीव पातशहाच्या बंदीवासात कैदी म्हणून गेली तीन वर्षं खितपत पडले आहेत. त्यांच्याविना हे वैभव, हे राजपद साऱ्याचा उबग येतो आम्हांला!''

हंबीरमामांनी राजांकडे बावऱ्या नजरेनं पाहत विचारले,

''एक राणू आणि दुसरी दुर्गा – दोघीच नव्हे?''

''मामा, आम्हांला एक कन्यारत्नही झालं आहे. खबर उशिरा समजली इतकंच. पण खबर तिथल्या माझ्याच मनुष्यानं दिली आहे. ती पक्की आहे. आमची लेक आता चांगली तीन वर्षांची झाली असेल—'' कातर सुरात शंभूराजे बोलले.

हंबीरमामांना धक्क्यावर धक्के बसत होते. राजकन्येच्या प्राप्तीची गुप्त खबर, राजांचे पातशहाच्या अंत:पुरापर्यंत पोचलेले लांब हात, सारेच विस्मयकारक होते. पण त्यांना अधिक विचार करायला वेळ न देता शंभूराजे कडाडले, ''का, मामासाहेब का? गेली तीन वर्षं आम्ही सांगतो आहोत. आम्ही स्वत: त्या अहमदनगरच्या किल्ल्यावर उघड हमला करतो. आमच्या प्रियजनांना वैऱ्याच्या अंधाऱ्या बंदीखान्या-मध्ये गंजत ठेवून इकडे राजा म्हणून जगायचा आम्हांला काय अधिकार?''

''शंभूबाळऽ, स्वराज्याचा सेनापती या नात्यानं तुमच्यापेक्षाही आम्हांला ह्या गोष्टींची खूप लाज वाटते. आम्ही शरमिंदे आहोत. पण तरीही आम्ही स्वस्थ नाही

बसलो. चांगली दोन वेळा आमची दहा दहा हजाराची पथकं त्या किल्ल्यावर धावून गेली होती. अनेकदा आमच्या फौजा भुईचक्रासारख्या अहमदनगरभोवती घिरट्या घालत बसल्या. परंतु निजामशाहीतला तो किल्ला खूप बळकट आहे. तिथला किल्लेदार रहुल्लाखान तगडा आहे. मुलूख मोगलांचा, सह्याद्रीपासून दूर, वैऱ्याचा जागता पहारा– पण तरीही आम्ही हटलेलो नाही.''

''मामासाहेब, करा हो काहीतरी!'' येसूबाई आर्जवाने बोलल्या.

''आणि तुम्हांला जमत नसेल तर आम्हांला जाऊ द्या की! आम्ही टक्कर घेऊन किल्ल्याचा दरवाजा फोडू —''

''राजे, आपल्या ह्याच बेहोष वृत्तीची आम्हांला भीती वाटते.'' हंबीरमामा सांगू लागले, ''शंभूबाळ, आपण शांतचित्ताने साऱ्या गोष्टी नीट समजून घ्या. थोरल्या राजांचा जन्म शिवनेरीवर झाला, पण त्या किल्ल्यासकट जुन्नर इलाखा कायम मोगलांच्याच ताब्यात राहिला आहे. जालनापुराहून येता येता शिवाजीराजांना संगमनेरजवळ रणमस्तखानानं कसं कोंडून धरलं होतं? त्यांच्याच तोंडून ऐकली होतीत ना ती कहाणी? म्हणूनच सांगतो धीर धरा. आपण लाखांचे पोशिंदे आहात. आमच्या हिंदवी स्वराज्याची निशाणकाठी आहात! असं होश विसरून अडचणीत यायचा तुम्हांला अधिकारच नाही!–''

हंबीरमामांनी राजांकडेच रात्रीचे भोजन घेतले. तेव्हा अनेक राजकीय गोष्टींची सल्लामसलत झाली. दोन दिवस हंबीरमामा रायगडावरच होते. त्यांनी बारुदखान्याकडची आणि अंबरखान्याकडची कामे आटोपली. तोवर राजधानीत खुषीची आणखी एक खबर येऊन पोचली. रहिमतपूर हे आता मोगली कब्जात असलेले आदिलशाहीचे ठाणे मराठ्यांनी लुटले होते. आत जाळपोळ करून वैऱ्याचे खूप नुकसान केले होते. एकाच वेळी अनेक ठिकाणी मोगली महापुराशी मराठ्यांचा सामना सुरू होता. आता हंबीरमामांना इथे जास्त दिवस राहणे शक्य नव्हते.

दुसऱ्या दिवशी निरोप घेण्यासाठी हंबीरमामा राजपरिवाराकडे पोचले. दुपारची उन्हे कलली होती. अकरा-बारा पालख्या, मेणे आणि भोई बाहेर उभे होते. महाराणी कुठेतरी निघायच्या तयारीत आहेत हे हंबीरमामांनी पाहिले. तसे त्यांनी लगेच विचारले, ''सूनबाई, मेणे तर रायगडावरचे दिसतात. शृंगारपुरचे नव्हेत.''

''हो–,'' येसूबाई चपापल्या.

''पण एवढ्या उशिरा निघून आपण शृंगारपुरला पोचणार तरी कशा?'' मामांनी काळजीने विचारले.

खरी गोष्ट लपवणे महाराणींना कठीण झाले. बाजूला सकवरा राणीसाहेब, धाराऊ आईही गोंधळून उभ्या होत्या. महाराणी बोलल्या, ''मामासाहेब, आम्ही बाळंतपणासाठी शृंगारपुरला नव्हे, इथेच खाली गांगोलीला चाललो आहोत. तिथेच

बाळराजा जन्म पावावा अशी आमच्या मातुल आजींची आणि मामांची इच्छा आहे.''
येसूबाईंच्या गडद काजळभरल्या डोळ्यांतले अश्रू काही लपले नाहीत. सर्व ज्येष्ठांना
आणि राजांना नमस्कार करून त्या घाईने जाऊन मेण्यात बसल्या. हातातल्या
वेताच्या काठ्यांचा आधार घेत भोई चालू लागले.

दूर जाणाऱ्या मेण्याकडे शंभूराजे डोळे भरून पाहत होते. छोटी भवानी
झिरझिरता पडदा बाजूला करून आपल्या पित्याला हात करत होती. गणोजी
शिर्क्यांनी आपल्या बहिणीला बाळंतपणाला आणण्यासाठी पालखी, मेणे, काही
धाडले नव्हतेच. उलट एक खलिता पाठवला होता. त्यातले शब्द म्हणजे
कोचकुनीचे गोटे होते. ते शब्द शंभूराजांच्या कानात अजून रुतत होते–

"— येसू, बाळंतपणासाठी येणार असशील तर इकडून भोई धाडत नाही. तुम्ही
भोसल्यांनी आम्हा शिर्क्यांकडे ठेवलेच आहे काय म्हणा! आमची वतने लुटली.
आम्हांला भिकारी बनवलेत. पण असो, अनमान न करता तू बाळंतपणासाठी तुझ्या
खाशा मेण्यातून अवश्य इकडे ये, पण येताना तुझ्या लबाड सासऱ्याने वचन दिल्या-
प्रमाणे आमचे वतनाचे मुद्रांकित कागद घेऊन यायला अजिबात विसरू नकोस.''

महाराणींचा मेणा गड उतरत होता. त्यांच्याविना शंभूराजांना रिते रिते वाटत
होते. त्याच वेळी निरोप घेणाऱ्या छोट्या भवानीचे चित्र डोळ्यांपुढे उभे राहत होते;
आणि तिच्याच जागी भवानीहून वर्षाने लहान असलेले आपले लेकरू त्यांना भुरळ
घालत होते. वैऱ्याचे पेटलेले पलिते, ते पहारे आणि मराठ्यांचा छत्रपती असलेल्या
आपल्या पित्याच्या भेटीसाठी आतुरलेले ते अहमदनगरच्या गजाआडचे सानुले
डोळे! राजांचे मन आतून अक्षरशः हंबरत होते!

"राजे, निघावं का?'' हंबीरमामांनी मोठ्याने विचारले.

"अं—? हो!'' भानावर येत शंभूराजांनी मामांचे हात धरले. ते अजिजीनं
म्हणाले, "हंबीरमामा, काहीतरी करा, आमच्या पोटच्या इवल्याशा गोळ्यासाठी.
कृपा करून ही कोणा राजाची कठोर आज्ञा समजू नका. पण ही आपल्या न देखल्या
बाळाचा मुका घेण्यासाठी आसुसलेल्या एका पित्याची प्रार्थना मात्र जरूर आहे!...''

४.

"मराठ्यांचं गंडस्थळ म्हणजे त्यांचे सैतानी किल्ले. एका पाठोपाठ एक करून
दोन दिवसांतून एखादा किल्ला जिंका. ह्या वेगाने अवघ्या सहा महिन्यांत दख्खन
फत्ते करू.''

"जैसा आपका हुकूम, हजरत!'' शहाबुद्दीन फिरोजजंगाने आपल्या पातशहापुढे
नम्रतेने मान झुकवली. तुराणी जातीचा, भेसूर, पण पाणीदार डोळ्यांचा तो

लढवय्या सरदार होता.

"कोणत्या किल्ल्यापासून सुरुवात करतोस, फिरोजजंग?"

"रामशेजपासून."

"रामशेज?"

"हो, नाशिकपासून सहा-सात मैलांवर आहे. सोबत पस्तीस-चाळीस हजारांची फौज घेऊन चाललो आहे."

"किती वखत लागेल?"

"सकाळच्या नमाजानंतर बारुद डागायला सुरुवात करतो. किल्ला फत्ते करून दुपारच्या नमाजाची चादर वर किल्ल्यावरच आंथरतो."

"वा ऽ! बहुत खूब!" पातशहा अतिशय समाधानी दिसला.

"आम्हांलाही ह्या संभाला नामशेष करून गोवळकोंड्याची आणि विजापूरची राज्यं तबाह करायची आहेत. अवघ्या सातआठ महिन्यांत सारी दख्खन काबीज करायची आहे. एक बरसच्या आत हजरत बाबा चिस्तीच्या उरसासाठी उत्तरेत अजमेरला पोचायचंय–" औरंगजेबाने सांगून टाकले.

"जहाँपन्हाँ, आपण फौजेचा हा जो दर्या सोबत आणला आहे, त्यानं दख्खनमधल्या साऱ्या दौलतींना कपकपी सुटली आहे. त्या संभाचं बेट्याचं तकदीरच खोटं! गेल्या वर्षी त्या जहन्नमीचा बाप मेला. चालू वर्षी राज्य डुबणार सिर्फ कल्पनेनेच तो बेचारा हैराण आहे." वजीर असदखान बोलला.

फिरोजजंग त्या दिवशी वेगाने औरंगाबादेतून बाहेर पडला. तेव्हा पातशहा खुषीत होता. रामशेजच्या पाठोपाठ रोज चारदोन दिवसाला मराठ्यांचा एखादा तरी किल्ला जमीनदोस्त केला जाईल, याची त्याला खात्री वाटत होती.

पण दिवस जसजसे पालटू लागले, तसे दक्षिणेतल्या गरम हवेचे चटके त्याला जाणवू लागले. औरंगजेबाची तलखली वाढू लागली. मिशीला तूप लावून बढाया मारत रामशेजकडे निघून गेलेल्या फिरोजगंसोबत कासीमखान, शुभकर्ण बुंदेला, पीरगुलाम, महमद खलील, राव दल्पत बुंदेला यांसारखे एकाहून एक नामचंद सरदार होते. प्रचंड तोफखाना आणि बक्कळ दारूगोळा घेऊन पहिल्याच धडकेत त्याने रामशेजला वेढा घातल्याच्या वार्ता औरंगाबादेत येऊन धडकल्या होत्या.

असदखान आपल्या धन्याला हळूच सांगत होता, "बस्, किल्बाऐ-आलम, खुशीची खबर इकडे पोचायला थोडासा देर झालेला दिसतो. नाही तर आतापर्यंत किल्ल्यानं दम सुद्धा सोडला असेल!"

"वजीरे आझम! कोणावरही भरोसा ठेवायची बेवकुफी आम्ही कधी करत नसतो." पातशहाने असदखानाकडे नाराजगीने पाहिले. तसा त्या अनुभवी, वृद्ध सेनानीला घाम फुटला. उंच, देखणा, कुर्रेबाज झुल्फिकारखान पातशहाच्या समोर

येऊन कुर्निसात घालत उभा राहिला. आपल्या मावसभावाकडे पाहत पातशहाने विचारले, "झुल्फिकार, विजापूरच्या सर्जाखानाकडून काही खलिता?"

"अद्यापि नाही, जहाँपन्हाँ!"

पातशहाची मुद्रा कठोर झाली. त्याची पिंगट बुबुळे विलक्षण गतीने लवलवली. तो गुरगुरला, "झुल्फिकार —"

"हजरत?"

"लोग कितने पागल रहते है." थोड्या उदासवाण्या, थोड्या कुचेष्टेच्या स्वरात पातशहा बोलला, "आम्ही मरगठ्ठ्यांचा जितका मुलूख जिंकू, तितका त्या विजापूरकरांच्या झग्यात टाकू, असं वचन आम्ही दिलं होतं त्या बेवकूफ सर्जाखानाला. त्या काफरबच्च्याचे नामोनिशाण मिटवायच्या कामी त्यानं आम्हांला मदत करावी, बस्स् एवढीच अपेक्षा होती आमची! तरीसुद्धा तो घमेंडखोर विजापूरकर बधला नाही!"

झुल्फिकारखान उद्वेगाने बोलला, "जहाँपन्हाँ, तो आदिलशहा सिकंदर फक्त चौदा-पंधरा वर्षांचा एक बछडा आहे. त्याची बुद्धी ती काय? पण सर्जाखानासारख्या मुरब्बी सरदारानं अशी बेपर्वाई का दाखवावी; याचंच मला दु:ख वाटतं."

"साधी पोचही नाही दिली त्यानं खलित्यांची?"

"नही, हजरत!" घाबरून खान बोलला.

पातशहा खिन्न दिसला. त्याने आपल्या सफेद, मुलायम दाढीवरून डावा हात फिरवला. उजव्या हातातील जपमाळ डोळ्यांजवळ नेऊन कुराणातल्या एका आयतेचे ध्यान केले. कडवट चर्या करत पातशहा बोलला, "हे विजापूरचे आणि गोवळकोंड्याचे शियापंथी मुसलमान सुधारायचे नाहीत. सर्जाखानासकट सर्व विजापूरकरांना त्या संभाशी दोस्ती हवी आहे. गोवळकोंड्याचा मुख्य दिवाण मादण्णा तर अत्यंत हुशार, चालाख आणि तितकाच बदमाश बम्मन आहे. आम्ही सोमनाथापासून हिंदूंची देवळं उद्‌ध्वस्त करीत आलो आहोत. बुऱ्हाणपूरच्या मुलखात आमचं आगमन होण्याआधी तिथली सारी देवळं पाडा, असा हुकूम आम्ही दिला. तो राबवला गेला. आणि हैद्राबादच्या मुसलमानी मुलखात काय घडते आहे, वझीरे आझम, आपको है कुछ पता?"

"हजरत?"

"तो कुतुबशहाचा काफर दिवाण मादण्णा मुसलमानी राज्यात हिंदूंची मोठी मोठी मंदिरं बांधतो आहे."

"तोबा! तोबा! हुजूर–" झुल्फिकारखानाने स्वत:च्या गालावर हलक्या चापट्या मारून घेत खूप खेद दर्शवला.

पातशहाने झुल्फिकार आणि वजीर असदखान ह्या पितापुत्रांकडे नजर टाकली. आपली पिंगट बुबुळे बारीक करीत, मध्येच एक सुस्कारा टाकत औरंगजेब बोलला,

"खैर, राजपुतानाच्या वाळवंटातून बाहेर पडताना आमचं मक्सद वैसे मामुलीच होते. आमच्या टाचेखाली आम्हांला सह्याद्रीच्या पर्वतातील एक चुव्वा– नव्हे - उंदराचं पिटुकलं चिरडून मारायचं होतं. पण इथली आबोहवा कुछ अलग लग रही है. क्यूं वजीर, तुम्हांला काही अंदाज?"

"पडेल जहाँपन्हाँ, रामशेज दोन दिवसांतच पडेल– नव्हे पडला असेल."

"मी एखाद-दुसऱ्या किल्ल्याची गोष्ट करत नाही वजीरे आझम–" पातशहा मध्येच थांबला. दम खाऊन अडखळल्यासारखा बोलला, "आमच्या जिंदगीमध्ये शक हाच आमचा श्वास बनला आहे जणू! आम्हांला आजकाल हा जहन्नमी संभा, तो धर्मद्रोही आदिलशहा आणि रातदिन रंडीबाजारात पडून राहणारा हैद्राबादी कुतुबशहा ह्या तिघा नादांनांमध्ये समझौता आणि एकोपा झाल्याची शंका येते."

पातशहाच्या तोंडून बाहेर पडलेली ती गोष्टच भयंकर होती! त्यामुळे त्या बापलेकांना त्यावर धड प्रतिक्रिया देणे जमले नाही. पातशहानेही विषय मुद्दाम बदलला. काळजातल्या आणखी एका टोचणीने त्याचे मन उदास झाले. त्याने असदखानाला विचारले,

"आमच्या बेवकूफ शहजाद्याकडून– अकबरसाहेबांकडून काही खबर?"

"त्यांचा आणि त्या संभाचा दोस्ताना खूप वाढतो आहे, बस इतकंच...."

शहजादा अकबर ही तर पातशहाच्या हृदयाची एक भळभळती जखम होती. त्याच्या अंतर्मनातल्या या ठणकत्या जखमा त्याला स्वस्थ बसू देत नव्हत्या. आपल्या प्याऱ्या बेगमेच्या दिलरसबानूच्या हातातला तो नन्हामुन्हा गोळा पातशहा विसरला नव्हता. त्याचा थोरला शहजादा सुलतान बंडखोर चुलत्याच्या नादी लागून वाया गेला होता. आज तो तुरुंगाची हवा खात होता. उरलेल्या मुअज्जम, आज्जम आणि कामबक्ष ह्या तिन्ही शहजाद्यांवर कोणत्या ना कोणत्या कारणासाठी पातशहा नाराज होता. मनातून त्याची खरी मर्जी अकबरावरच होती. पण त्यानेच नापाक राजपुतांच्या आणि त्या नादान दुर्गादास राठोडाच्या नादी लागून स्वत:चे कपाळ फोडून घेतले होते!–

मोगलांच्या राज्यारोहणाचा इतिहास पातशहाला आठवला. तो खिन्न सुरात बोलला, "आजकल आम्हा मोगलांच्या वारसायुद्धाचा इतिहासच खूनभऱ्या कट्यारींनी लिहिला जातोय. दिवस असे बुरे आले आहेत की, काही वेळा जातीदुश्मन दोस्तांसारखे भासतात. मात्र शहजाद्यांच्या सुऱ्यांचीच भीती अधिक वाटते. आमच्या अब्बाजाननी–शहाजहानसाहेबांनी आपल्या पित्याच्या, आमचे दादाजान जहांगीर यांच्याविरुद्ध बगावत केली होती."

"गुस्ताखी माफ, हजरत–" मध्येच वजीर बोलला, "आपल्या अब्बाजाननी ताजमहेलसारखी आलम दुनियेतील खुबसूरत इमारत बांधली, हे विसरून कसं

चालेल?''

''वजीरजी, ताजमहेलसारखी खुबसुरत मंझील बांधणारे ते कलावंत हात किती रक्ताळलेले होते, याची तुम्हांला आहे काही मालुमात? शहजहानसाहेबांच्या त्याच हातांनी आपले शहरियार आणि इतर सगे भाई गळे चिरून कत्ल केले होते. इतनाही नही, त्याच हातांनी शहरियारची नन्हीमुन्ही, अनजान मुलं निर्घृणपणे ठार केली होती.''

पातशहाने मनातला उद्वेग प्रकट केला. त्याने महालात नजर फिरवली. असदखान आणि झुल्फिकार सोडून तिथे दुसरे कोणी नसल्याची खात्री केली. शहरियारच्या आठवणीबरोबर औरंगजेब मनातून धास्तावला. दारा, सुजा आणि मुरादसारख्या आपल्या एकापेक्षा एक होनहार भावांना आपण कसे क्रूरपणे ठार केले, या साऱ्या गोष्टींच्या आठवणीने बेजार आणि बेचैन केले. आपली मुलेही राजगादीसाठी असाच खूनखराबा करणार, अशी टोचणी पातशहाला नेहमीच लागून राही. म्हणूनच शहजाद्यांसोबत खाना घेताना त्याची संशयी बुबुळे हळूच महालांच्या कोपऱ्यांकडे संशयाने बघत. आपल्या पोरांपैकी कोणाच्या छुप्या कट्यारीने आपला गळा घोटू नये, याची तो काळजी घेई. त्या साऱ्या गोष्टी आलमगीरला या क्षणी नव्याने आठवल्या. तसा तो खंतावल्या मनाने बोलला,

''आम्हा मोगलांसाठी बस्स् तख्त हाच खरा ताज असतो!''

५.

माणगावापासून काही मैलांच्या अंतरातच जंगलझाडीत गांगोली गाव वसला होता. महाराणी येसूबाईंच्या मातुल आजोबांचा वाडा गावापासून थोड्याशा दूर अंतरावर होता. वैपुर्णा नावाच्या छोट्या नदीच्या काठचा तो छोटासा टुमदार, पण आकर्षक महाल संपूर्ण काष्ठापासून बनवला गेला होता. महालाला लागूनच वैजनाथाचे मंदिर आणि समोरच्या अंगणात नदीचा काळाशार डोह. येसूराणींचे ते आजोळ शंभूराजांना खूप आवडले होते. शिवाय तिथल्याच पवित्र वास्तूने राजांना पुत्ररत्नाचा लाभ दिला होता; त्यामुळे सारा परिसरच त्यांना पवित्र आणि सुगंधित वाटत होता. वाड्यासमोरची दरड चढून वर गेले की तेथून काही मैलांवरच रायगड होता. आपले पुढचे पाय मुडपून बसलेल्या टोलेजंग हत्तीसारख्या तो किल्ला समोरून दिसायचा. महिन्याभराच्या शाहूबाळाला पोटाशी धरून, त्याच्या इवल्या डोळ्यांकडे पाहत राजे रायगडाकडे पुन:पुन्हा नजर टाकत राहायचे.

गांगोलीच्या मुक्कामातच एक सुखाचा दिवस उजाडला. संत तुकोबांचे चिरंजीव महादेव महाराज राजांच्या भेटीस आले. वैजनाथाच्या पायरीवर दोघांच्या कैक गोष्टी

झाल्या. तेव्हा महादेवबुवा म्हणाले, "राजे, आषाढी हरसाल सहस्त्र वारकरी पंढरपूरी चालत जातात. चालू सालापासून तुकारामबुवांच्या नावे पालखी न्यावी म्हणतो."

"पालखी? कुठून कुठं?"

"देहूहून पंढरपूरला—"

"वाऽऽ," शंभूराजे प्रसन्नचित्त झाले. तुकाराम पुत्रांना म्हणाले, "कल्पना नामी आहे. नवा पायंडा पडेल. पालखी दरसाल चालू ठेवा. त्यासाठी लागेल ते द्रव्य सरकारातून हक्कानं घ्या. पालखीस संरक्षण द्यावे असा हुकूमही आम्ही आमच्या जागोजागीच्या अंमलदारांना सोडतो."

तुकारामपुत्र समाधानाने निघून गेले. राजांनी पत्रेही रवाना केली. पुन्हा त्यांच्या हृदयाच्या तळातले दु:ख उंचबळून वर आले. म्हैसूरकरांकडून झालेल्या आपल्या साथीदारांच्या हत्यांनी ते खूपच हवालदिल झाले होते.

दिवस मोठे मौजेत जायचे. पण रात्री मात्र खायला उठायच्या. राजांना काही केल्या झोप यायची नाही. म्हैसूरला पाठवलेल्या कृष्णाजी कोन्हेरेंच्या आगमनाकडे त्यांचे डोळे लागले होते. मधूनच दादाजी काकडे, जैताजी काटकर आणि तुकोजी निंबाळकर यांची श्रीरंगपट्टणमच्या वेशीवर टांगलेली मुंडकी डोळ्यासमोर उभी राहायची. राजे अस्वस्थ व्हायचे! कधी एकदा म्हैसूरवरच हमला करून तिथल्या उन्मत्त चिक्कदेवराजाला पराभूत करू; साखळदंडाचा आहेर करू असे त्यांना होऊन जायचे.

रानमातीला मृगाचा वास लागला होता. मृगनक्षत्र कोकणाला चालू वर्षी झोडपून काढणार याची सर्वांना खात्री होती. दोनतीन रोज दिवसभर ऊन खूप चावत होते. हवेत उष्मा वाढल्याने अंगातून घामाच्या नुसत्या धारा लागायच्या. बाराबंद्या आणि जरीचे सदरे भिजून जायचे. त्या दिवशी सायंकाळीच पावसाने खूप जोर धरला. आभाळात वीजबाई मोठमोठ्यानं कडाडत होती. ढगांचा येळकोट चालला होता. एवढा प्रचंड पाऊस सुरू झाला की, पागोळ्यांना पाणी आवरेना. सततच्या जलधारांनी जीव नकोनकोसा करून सोडला.

वाड्याच्या मधल्या चौकात राजांची मसलत चालली होती. शंभूराजांशेजारीच महाराणी बसलेल्या. त्यांच्या मांडीवर शाहूबाळ झोपले होते. राजेच खूप गंभीर असल्याने कविराज कलश, जोत्याजी केसरकर, रायाप्पा ही सारी मंडळीही खूप दडपणाखाली होती. आजही कोन्हेरे म्हैसूरकडून परतले नाहीत, म्हणून शंभूराजे खूप चिंताग्रस्त दिसत होते. शंभूराजे कसनुसे हसत बोलले, "आमचं चालू साल सुखदु:खाच्या हिंदोळ्यावर हेलकावताना दिसतं. एकीकडे आम्ही सिद्दींना दहशत घातली. पातशहाची सलामीची आक्रमणं परतवून लावली. शिवाय पोटपाणी पिकलं. बाळराजे पोटी निपजले. या साऱ्या सुखाच्याच गोष्टी."

“मग राजे, या सुखापुढे किंचित दु:खाचं ते काय?”

“नाही येसूराणी, आमची दु:खंही किंचित नाहीत. कोंडाजीबाबांचं जळकं मुंडकं काळजाशी कवटाळून आम्ही शोक करत होतो. तेवढ्यात कर्नाटक-तामिळ देशाने आमच्या बगलेत एकापाठोपाठ एक असे तीन सुरे खुपसले. काकडे, काटकर आणि निंबाळकर हे आमचे तिन्ही सरदार काही सामान्य कुवतीचे नव्हते. त्यांच्या दु:खवेदना आमची पाठ सोडत नाहीत. हरजींसारख्या कडाचा गडीही तिकडं घाबरून गेल्यासारखा दिसतो. ह्या साऱ्या रोगावर एकच मात्रा— आक्रमण! फक्त आक्रमण!”

चिरागदानांच्या प्रकाशात शंभूराजांची मुद्रा खूपच तांबूसलाल दिसू लागली. त्यांचे सहकारी एकमेकांकडे बावरून पाहू लागले. येसूबाईच धाडस करून बोलल्या, “पण राजे, औरंगजेबासारखा गनीम आपला सेनासमुद्र घेऊन आपल्या देशाच्या छाताडावर बसला आहे. त्याला इथेच सोडून दूर कर्नाटक-तामिळ देशात धावून जाणं हा आत्मघात ठरेल.”

“नाही, महाराणी! तो म्हैसूरकर चिक्कदेवराजा खूपच माजला आहे. आपणाला कोणी बोट लावायचं धाडस करू शकत नाही, असाच गर्विष्ठ फुत्कार तो करतोय. आता अधिक काळ गप्प बसणं म्हणजे आपल्या तीन मृत सरदारांच्या आत्म्यांशी आपल्या मातीशी गद्दारी करणं.”

“पण औरंगजेबाला आपल्या अंगणात सोडून मागच्या दारानं दक्षिणेत धाव घ्यायची, म्हणजे राजे—” कलशांचे शब्द अर्धवटच राहिले. बाहेर एकसारखा पाऊस पडत होता. आता नदीकाठी गार वारा सुटला होता. जलधाराही आवरत नव्हत्या. रात्र बरीच होऊन गेली होती. शंभूराजे शांत, धिम्या सुरात बोलले, “उद्या औरंगजेबात आणि आम्हांत महायुद्ध पेटेल. तेव्हा कर्नाटक-तामिळ देशातून, आपल्या हक्काच्या प्रांतातून येणारी रसदच आम्हांला तारून पुढे नेईल.”

बराच उशीर खल चालला होता. पुढचे धाडसी पाऊल टाकण्यापूर्वी थोडे थांबावे, म्हैसूरकरांच्या दरबारामध्ये तहासाठी गेलेल्या कोन्हेरेंची प्रतीक्षा करावी आणि मगच निर्णय घ्यावा असे ठरले.

नाशिक-बागलाणकडे हंबीरमामांना एक खलिता धाडला गेला. इतर मुद्द्यांवरही मसलत झडली. मध्यरात्र उलटून गेली. अनेक व्याधिविवंचनांनी डोळे जड होऊ लागले. विझणाऱ्या पणतीसारखी मसलतही आचके देऊ लागली. राजे उठले आणि आपल्या शय्यागृहाकडे निघाले. तितक्यात देवडीवरचे पहारेकरी आत धावत आले. राजांना मोठ्याने सांगू लागले, “बाहेर बालिंग्याजवळ कृष्णाजीपंतांचा बेहडा आलाय. ते आताच भेटू म्हणतात राजांना!”

शंभूराजांच्या डोळ्यांतली झोप कुठल्या कुठे पळाली. त्यांनी कोन्हेरेंना तात्काळ आत बोलावले. सर्वजणांच्या नजरा त्यांच्यावर लागल्या.

कोन्हेरे पावसात भिजून चिंब झाले होते. त्यांना पडसेही झालेले. जोराची दौड करून, विश्रांती न घेता ते म्हैसूरातून तीनचार रोजातच स्वराज्यातच येऊन पोचले होते. शंभूराजांनी आपल्या खांद्यावरचा शेला कृष्णाजीपंतांच्या हाती दिला.पावसाने चिंब झालेले आपले मस्तक कृष्णाजींनी कसेबसे कोरडे केले. त्यांनाही वार्तालापाची घाई होती. त्यापूर्वीच शंभूराजांनी सवाल केला, "कृष्णाजीपंत, काय म्हणतो चिक्क-देवराजा? झाला कौलकरार?"

कृष्णाजींनी खाली मान घातली. नकारार्थी मुंडी हलवली. तेव्हा शंभूराजांनी पुढचा सवाल केला, "ती बगलेतली गुंडाळी कसली? बघू, द्या इकडं."

"थांबा धनी. मीच दाखवतो काय आहे ते!"

कृष्णाजीपंतांनी गुंडाळी उघडली. आतला आपला जरीचा तांबूस अंगरखा बाहेर काढला आणि ओल्या वस्त्रासारखा झटकून उघडून दाखवला. तो अंगरखा अनेक ठिकाणी टरटरा फाडलेला होता. आपल्या वकिलाचे म्हैसूरकरांनी कसे स्वागत केलं असेल याची सर्वांना कल्पना आली. त्या बेअब्रूच्या चिंध्या त्यांना बघवत नव्हत्या. दातओठ खात धिम्या सुरात शंभूराजांनी विचारले, "म्हैसूरचा तो गर्विष्ठ राजा म्हणाला तरी काय?"

"कसं सांगू राजे?— पण सांगतोच– मी अनुमती घेऊन चिक्कदेवराजाला भेटलो. म्हटलं, शंभूराजांकडून शिष्टाईसाठी आलोय. तसा.... तसा तो पुंड म्हणाला— कोण राजे? कुठले शंभूराजे? आम्ही अशा कोणा मनुष्याला ओळखत नाही. माळावर गवत उगवावं, तसे अनेक जमीनदार रोज जन्माला येतात आणि वाळल्या गवतासारखेच मरूनही जातात." म्हैसूर दरबारातील विदूषकांनी आणि खुषमस्कऱ्यांनी आपली वस्त्रं कशी फाडली, कसा पाणउतारा केला, ते कृष्णाजींना आठवले आणि त्यांना हुंदका फुटला.

महाराणी येसूबाई, कलश आणि इतर सारेच शंभूराजांकडे घाबरून पाहू लागले. आता पेटत्या बारूदखान्यासारखे राजांचं उग्र दर्शन घडणार, अशीच प्रत्येकाची अटकळ होती. परंतु शंभूराजे मात्र न चिडता, ओरडता तसेच गंभीर राहिले. आपल्या शय्यागृहाकडे निघताना ते सहकाऱ्यांना म्हणाले, "आता काय चिंता करायची? आपली दिशा नक्की झाली! कर्नाटक-तामिळांच्या देशात आता आपली घोडी नाचवल्याशिवाय त्यांच्या ठणकत्या अक्कलदाढा थंड पडणार नाहीत!"

"म्हणजे राजे?" सर्वांनी धास्तीने विचारले.

राजे स्वतःच कर्नाटक-तामिळ देशाच्या मोहिमेवर निघणार हे स्पष्टच दिसत होते. त्याच वेळी पाच लाखाची फौज घेऊन महाराष्ट्रदेशाच्या उरावर बसलेल्या औरंगजेबाचीही सर्वांनाच खूप धास्ती वाटत होती. आपल्या गोंधळलेल्या सहकाऱ्यांकडे राजांनी बघितले. येसूराणींच्या मांडीवरील निद्रिस्त शाहूबाळांना त्यांनी आपल्या

पोटाशी धरले. ते म्हणाले, “राज्याचा कारभार आणि राज्याचे संरक्षण आपण महाराणी आणि हंबीरमामांच्या हाती सोपवू. तीनचार महिन्यांची दक्षिण मोहीम पार पाडल्याशिवाय आता इलाज दिसत नाही.”

“पण.... पण राजे, औरंगजेब?”

“त्याच्या कुंडलीचा चांगला अभ्यास झाला आहे आमचा!” शंभूराजे छातीजवळ घेतलेल्या शाहूबाळाच्या मऊसूत जावळावरून प्रेमाने बोटे फिरवित आत्मविश्वासाने बोलले, “आता मृगापासून पाऊसकाळ सुरू झाला. दसऱ्यापर्यंत कोकणच्या चिखलापावसात आपली घोडी घालायचं धाडस औरंगजेब करणार नाही. तेवढ्या मधल्या वेळात आपण चटका करू. जिंजी, तंजावरासकट आपला दक्षिण बुरूज सावरून धरू!”

६.

चिक्कमंगळूरच्या ईशान्येला बाणावर होते. तेथील सुभेदार लिंगाप्पा याचा तातडीचा खलिता चिक्कदेवराजाला पोचला. तसे त्याचे होश उडाले. खलिता हवेत भिरकावत तो आपल्या म्हैसूरच्या दरबारात तावातावाने ओरडू लागला, “आपलं राज्य इतकं विकलांग कधी बनलं? आपलं हेरखातं एवढं ढिसाळ कधीपासून झालं?”

“काय झालं, हुजूर?” घाबरत दिवाणाने विचारले.

“तो संभा मराठा आपली दहा हजाराची फौज घेऊन बाणावरजवळ पोचलाय आणि त्याची साधी गंधवार्ता देखील आम्हांला नसावी?”

“तो तर जंगलातल्या उंदराचा पोर! इथवर पोचेलच कसा?” दोनतीन सरदार एका सुरात विचारू लागले.

“आपण सारे कोणत्या स्वप्नात राहता? संभाची स्वत:ची दहा हजार फुरफुरती घोडी आहेतच. शिवाय हुक्केरीकर बसप्पा नाईकालाही त्यानं नादी लावलंय. त्याची पाच हजारांची फौज संभासंगे आहे.”

चिक्कदेवराजा अधिक वेळ दवडत बसला नाही. त्याने तातडीने सैन्याची बांधणी केली. तो स्वत: तडफेनं बाणावराकडे धावून गेला. सह्याद्रीसारखा इकडे पाऊसकाळ नव्हता. त्यामुळे शंभूराजे मनातून खूप खूष होते. गोवळकोंड्याचे दिवाण मादण्णा पंडित वचनाला जागले होते. दिल्या शब्दाप्रमाणे त्यांनी दहा हजारांची फौज शंभूराजांच्या दिमतीला दिली होती. हुक्केरीकर बसाप्पा नाईकही इर्षेने पेटला होता. एवढ्या लांबची घोडदौड करून राजे इतक्या दूर पोचले, याचे कौतुक हरजी महाडिकांना होते. बऱ्याच दिवसांनी मेव्हण्यापाहुण्यांची भेट रणमैदानावर झाली होती.

शंभूराजांनी हरजींचे कौतुक करीत सांगितले, "दाजी, आपण दक्षिणेत मोठाच पराक्रम केलात! आपलं प्रत्येक पाऊल हे आबासाहेबांच्या जामाताला शोभणारं आहे. तुमची तारीफ करावी तेवढी थोडीच आहे!"

"मात्र चिक्कदेवराजाच्या वाढत्या महत्त्वाकांक्षेला आम्ही इकडं काबूत ठेवू शकलो नाही."

"त्यासाठी तर आम्ही धावून आलोय की दाजी आपल्या साथीला!—"

बोलता बोलता शंभूराजांना आठवण झाली. ते विचारू लागले, "दाजी, आमचे चुलते एकोजीराजे येतील धावून आमच्या मदतीला?"

"कोणी भरवसा द्यावा?" बुचकळ्यात पडलेल्या हरजींनी लगेच प्रतिप्रश्न केला, "त्यांची मदत मागितलीत का आपण?"

"होय, म्हटलं वयानं वडील आहेत. नात्यानं चुलते. त्यांच्या गाठीला दक्षिणेच्या मातीतला जन्मभराचा अनुभव आहे. त्याचा उपयोग झाला तर घ्यावा करून. स्वामीजी सांगून गेले तसा – मराठा तितुका मेळवावा, महाराष्ट्रधर्म वाढवावा."

मनातून हरजी आणि खुद्द शंभूराजांना एकोजींचा भरवसा नव्हता. ते शिवाजी महाराजांच्या कर्नाटक मोहिमेवेळी आपल्या बंधूच्या भेटीला आले होते. पण रातोरात नदी ओलांडून माघारा निघून गेले होते.

बाणावरला पावसाळी हवा वाहत होती. त्या दिवशी दुपारनंतर हवेमध्ये उष्णता खूपच वाढली होती. शंभूराजे, कवी कलश, हरजी जमलेल्या पंचवीस हजार फौजेला आपले आडाखे समजावून सांगत होते. मधल्या लष्करी डेऱ्यामध्ये मराठा, कुतुबशाही आणि कानडी खाशे आणि सरदार एकत्र गोळा झाले होते. एक दोन दिवसांतच त्रिचनापल्लीकडे धावून जायचे. कावेरीचा संपन्न पट्टा लुटायचा, असा गुप्तबेत ठरत होता.

बसप्पा नाईक शंभूराजांना म्हणाला, "गेल्या काही वर्षांत चिक्कदेवाची ताकद दहापटीनं वाढलीय. त्याच्या म्हैसूर ह्या राजधानीवर जाऊन हल्ला चढवणं काही खायची गोष्ट नाही!"

"खरं आहे तुमचं, बसप्पा! एकोजीराजांनी मराठ्यांचं बंगलोरात चाळीस वर्षं असलेलं ठाणं तंजावरला नेलं आणि सारी पनवती सुरू झाली. जोवर मराठे बेंगलोरात पाय रोवून होते, तोवर म्हैसूरकरांवर त्यांची खूप दहशत होती."

शिबिरात एकमत झाले. म्हैसूरवर हमला करण्याऐवजी त्रिचनापल्लीकडेच धाव घ्यायची. वाघाला जंगलाबाहेर काढून सपाटीलाच भुईसपाट करायचे. हशीखुशीच्या बाता चालल्या होत्या. तेवढ्यात शिबिरात खबर येऊन धडकली, "पंधरा हजारांची फौज घेऊन स्वत: चिक्कदेवराजा अंगावर धावून येतोय. संध्याकाळपर्यंत फौजेला फौजा भिडतील."

ती खबर ऐकून शंभूराजे रणमदाने धुंद झाले. ते गरजले, "याचा अर्थ चिक्कदेव मोठाच डावपेच खेळतोय! आम्ही सावध होण्यापूर्वी धाडसानं आक्रमण चढवायचा त्याने बेत आखलाय."

लगबगीने आपल्या पथकांचा पेरा करणे, आजूबाजूला उभ्या असलेल्या टेकड्या आणि उंचवट्यांचा आश्रय घेणे व बचाव करत चढाई चालू ठेवणे आवश्यक होते. म्हैसूरी फौज ताकदवान आणि कसलेली असल्याची खबर सर्वांना समजली होती.

त्या रात्रीच अर्धवर्तुळाकारात चिक्कदेव आपल्या फौजा पेरून बसला.

दुसऱ्या दिवशी सकाळी युद्धाला सार्वत्रिक अशी सुरुवात झाली नाही. पण चिक्कदेव धाडसी, मग्रूर, लबाड तसाच ताकदबाज होता. सकाळपासून दोन्ही फौजांमध्ये तशा अधूनमधून कुरबुरी, थोडीफार तलवारबाजी आणि अल्पशा चकमकी सुरू होत्या. पण कोणी कोणास खरा अंदाज द्यायला तयार नव्हते.

कशीबशी दुपार टळली. एकाएकी दूरवरून पावसाच्या धारा खाली कोसळाव्यात, तसे दृश्य दिसू लागले. घोड्यांचे लगाम खेचून उभे असलेले स्वार, छोट्यामोठ्या तोफांशेजारचे गोलंदाज, भालाईत, राऊत, भिस्ती, सईस सारे अवाक् होऊन वर आभाळाकडे बघू लागले. त्या पर्जन्यधारा नव्हत्या. तर तो वास्तवातला बाणांचा पाऊस होता. अचानक सूं ऽ सूं ऽ ऽ करत बाण पुढे येऊ लागले. रप् रप् करून घोड्यामाणसांच्या पाठीत, पोटात घुसू लागले.

एकापाठोपाठ एक अवकाशातून झेपावत येणाऱ्या त्या बाणांना दिशा माहीत नव्हती. पिसाळलेल्या मधमाशांसारखे ते दिसेल त्याचा चावा घेत सुटले होते. घोड्यांच्या मानेत, जबड्यात, डोळ्यांत, सैनिकांच्या मांड्यात, दंडात कचाकच बाण घुसत होते. त्यांची तीक्ष्ण टोके इतकी धारदार होती की, तात्काळ शरीरातून रक्ताचे उमाळे आणि चिळकांड्या फुटत होत्या. त्या भयानक माऱ्याने गहजब उडवला. मराठ्यांची दाणादाण उडाली. "देवा रे ऽ मेलो रे ऽऽ!", "अगं आई गऽ!" अशा किंकाळ्या फोडायला मराठा गड्यांनी सुरुवात केली. कुतुबशाहीत सुखाचा घासदाणा खाऊन धष्टपुष्ट झालेली माणसेजनावरे तर टिकाव धरेनात. वाट फुटेल तिकडे ते धाव घेत पळू लागले. "अल्ला ऽ ऽ", "तोबा ऽ", "बचावऽ" शिवाय त्यांच्या मुखातून दुसरे शब्द फुटेनासे झाले!!

बाणांचा पाऊस चुकविण्यासाठी कोणी हवेत ढाली उंचावत होते, तर कोणी मुंडाशांचा आडोसा घेत बचाव करीत होते. मात्र अनेकांची दैना दैनाच उडत होती. चलाख घोडेस्वार वरून खाली उडी घेत धूम पळत होते. बरेचजण रिकिबीत पाय अडकून तिथेच कोसळत होते. बाणांच्या माऱ्याने घोडी त्यांच्या अंगावर ढासळत होती. मनुष्यजातीचा पार चेंदामेंदा करत होती.

जास्तीत जास्त पळापळ हैद्राबादी फौजेची चालली होती. त्यांच्या सेनापतीकडे,

अखिलखानाकडे शंभूराजे घोडा फेकत धावत गेला. ते हैद्राबादकरांना धीर देऊ लागले. "भागो मतऽऽ" "भागो मतऽऽ" म्हणत ओरडू लागले. तितक्यात भांबावून गेलेले हरजीराजे त्यांच्याकडे दौडत आले. रक्तघाम पुसत घाईने विचारू लागले,

"शंभूराजे, काय करायचं? चिक्कदेवाची ताकद मोठी आहे. बाणांचा वेगही अचूक—"

"दाजी, कळ काढा. धीर धरा. रणातून माघारा वळणं हा मराठा धर्म नव्हे."

स्वत: शंभूराजे, हरजीराजे आणि कलशांची घोडी रणातून थयथय नाचत होती. स्वारराऊतांना धीर द्यायचा प्रयत्न करीत होती. मात्र बाणांची धार खूपच विखारी होती. अरण्यात एकट्यादुकट्या मनुष्यावर हमला करणाऱ्या विषारी चोचीच्या पक्ष्यांसारखे बाण कडाडून चावा घेत होते. आडोसा पुरेसा नव्हता. मराठ्यांकडे कोणत्या गोष्टीची वानवा आहे, याचा अचूक अंदाज करून चिक्कदेवराजाने हमला चढवला होता.

अंधार पडला तरी बाणांचा पाऊस थांबत नव्हता. इतर वेळी आगीतून उड्या घेणारी घोडीसुद्धा आता सरळ नाकाडावर अंग टाकत होती. एकावेळी दहा गड्यांना लोळविण्याची ताकद असणाऱ्या मर्दांच्या छात्या फुटत होत्या. रप्कन घुसणाऱ्या बाणांमुळे त्यांचे डोळे पांढरे होत होते.

स्वत: हरजी आणि संभाजीराजांनी खूप हिंमत बांधली होती. त्यातच तिन्हीसांजेला तंजावरहून एकोजीराजांचे पथक आघाडीवर येऊन पोहोचले. त्यांच्या सोबतही पाच हजार घोडा होता. पण विषारी बाणांच्या माऱ्यापुढे कोणाचीच मात्रा चालत नव्हती. अनेक चांगली घोडी, माणसे सारी मर्दानी दौलत वाया जात होती. कुतुबशाही फौजेचे तर कंबरडेच मोडले होते. बाणांच्या माऱ्याबरोबर त्यांनी बेसहारा औरतीसारखा आकांत मांडला होता.

जेवणवेळ जवळ आली. रात्र बरीच वाढली होती. दमलेभागले म्हैसूरकर बाणाईत भोजनासाठी थांबले असावेत. मारा थोडा वेळ बंद झाला. शंभूराजांच्या डोळ्यांपुढेच एका मराठी मर्दाच्या छातीत एक विषारी बाण घुसला होता. त्या रक्ताची चिळकांडी राजांच्या डोळ्यामध्ये उडाली होती. राजांचे डोळे अजून फुणफुणत होते. एकोजीराजांनी आपल्या पुतण्याला, शंभूराजांना आलिंगन दिले. दीर्घ श्वास सोडत शंभूराजे बोलले,

"माफ करा, काका. पराभवाच्या गर्तेतच तुमची भेट व्हावी, याचं खूप दु:ख वाटतं!"

"जाऊ दे, शंभूबाळ. हाही प्रसंग टळेल. आई भवानीच्या कृपेनं सारं सुरळीत होईल—" एकोजींनी वडिलकीच्या नात्याने दिलासा दिला.

मराठ्यांचे लष्कर आणि त्यांच्या मित्रांचे लष्कर मोडल्यातच जमा होते. आता रणभूमी सोडून जाण्याशिवाय इलाज नव्हता. रात्री पुन्हा आक्रमण होण्याची शक्यता नव्हती. शिताफीने तेथून लवकरात लवकर निघून जाणेच शहाणपणाचे ठरणार होते.

खलबते झाली. शंभूराजांनी मशालजींना जवळ बोलावले. बाजूच्या ओढ्याकाठी वृक्षांची आणि बांबूंची चांगली दाटी होती. वृक्षांना पोत बांधले गेले. मशाली पेटवल्या गेल्या. चिक्कदेवराजाच्या आणि त्याच्या लष्कराच्या डोळ्यांत धूळफेक केली. समोरच्या दिवट्या-मशालींनी मराठे तळावर विसावा घेत असल्याचे भासचित्र निर्माण केले. तोवर पाठीमागच्या अंगाने हरजी, शंभूराजे, कलश आणि एकोजीकाका जगल्यावाचल्या घोड्यामाणसांना रणाबाहेर काढत होते. रणांगणातून दूर पळून जायची नामुष्की आयुष्यात शंभूराजांवर प्रथमच ओढवली होती.

एकोजीराजांच्या तंजावराकडेच निघायचे नक्की झाले होते. रात्रभर फौज पळत होती. दुसऱ्या दिवशी दुपारी उन्हे चढली. दमल्याभागल्या फौजेचा वेग मंदावला. ओढ्यात, पाण्याकाठी आणि झाडाबुडी माणसेजानवरे थांबू लागली. जखमा बांधल्या जात होत्या. माणसे हुशार होत होती. शंभूराजांचे डोळे सुजल्यासारखे दिसत होते. त्यांच्या नाकावर मुका मार लागला होता. उजवा दंड एका बाणाने भेदला होता. ती जखम खूप वेदना देत होती. जोत्याजी केसरकर, कविराज, रायाप्पा सारेच हिरमुसले होते.

वाटेत खाशांचा तात्पुरता बिचवा एका ओढ्याकाठी उभारला गेला होता. तेथे पाठोपाठ चिक्कदेवराजाचा एक हरकारा येऊन पोचला. म्हैसूरकराने शंभूराजांना खडसावणारा खलिता धाडला होता. कलश मोठ्याने तो वाचून दाखवत होते —

"मराठ्यांनो, तुमच्या सह्याद्री पर्वतात तुम्ही निघून जा. तुमचा आमच्या दक्षिणेशी संबंधच काय? आमच्या तडाख्यातून तुम्ही जेवढे वाचलात, ती तुमच्या देवदेवतांची कृपा समजा! बाणावरची हद्द आम्ही म्हैसूरकरांनी आता तलवारींनी आणि बाणांनीच आखली आहे. यापुढे म्हैसूरच्या राज्याकडे डोळे वर करून बघाल, तर तुमचे डोळेच फोडून टाकू!"

"असा जीवघेणा पराभव अनुभवण्यापेक्षा लढाईच झाली नसती तर किती बरं होतं!" हरजीराजे हताश होऊन बोलले.

"खरं आहे! ह्या लढाईनं चिक्कदेवराजाचा दबदबा खूप वाढला, आणि आमची प्रतिष्ठा मात्र धुळीस मिळाल्यासारखी झालीय" एकोजीराजे नाराजीने बोलले.

बराच वेळ चर्चा झाली. एकोजीराजांनी सल्ला दिला, "शंभूबाळ, आता आलाच आहात, तर तंजावरला येऊन काही दिवस राहा. फौजेसकट पाहुणचार घ्या. पण तुमचा हक्काचा रायगड सोडून तुम्ही अधिक काळ दक्षिणेत राहणं चांगलं नाही. त्वरेनं माघारा निघून गेलात तर सह्याद्रीच्या सुरक्षित कवचात टिकून तरी

राहाल.''

"शक्य नाही ते, काकासाहेब!'' जखमी छाव्यासारखे शंभूराजे गरजले, " एक तर पराभूत तोंड घेऊन आपल्या मुलखात माघारी जाणं हे आमच्या जातीला आणि कीर्तीला शोभणारं नाही. शिवाय आम्ही लाख माघारा वळू. पण त्या काळसर्पानं आम्हांला तिकडं जाऊ तर दिलं पाहिजे, नव्हे?''

"कोणी?''

"औरंगजेबानं!'' शंभूराजे अत्यंत दुःखी सुरात बोलले, "एखादा भेलकांडत जाणारा मद्यपी आणि पराभूत राजा, ह्या दोघांचीही अवस्था व्यवहारात सारखीच असते. त्यांना कानफाडात मारेना तो आळशी!''

"शंभूराजे—?''

"होय, काकासाहेब. लष्करामध्ये उत्साहाचा, इर्षेचा अग्नी पेटवण्यासाठी कर्नाटक-तामिळात आम्ही चालून आलो होतो. पराभवाच्या रोगाची लागण घेऊन माघारा मायभूमीत जाण्यासाठी नव्हे!''

"मग तुमची पुढची दिशा तरी कळू दे, शंभूराजे.''

"पराभवाची जालीम जखम धुऊन काढण्यासाठी नव्या विजयासारखा रामबाण उपाय तरी दुसरा कोणता असू शकतो, काकासाहेब?'' शंभूराजांनी विचारले.

७.

रात्री एकदा घाबरत घाबरतच असदखान औरंगजेबाला खाजगीत भेटायला आला. त्याच्या चर्येवरचा गोंधळ पातशहाच्या पारख्या नजरेतून सुटला नाही. कसेबसे शब्द जुळविण्याचा प्रयत्न करीत असदखान म्हणाला, "हजरत, रामशेजवरचा तो बुड्ढा मराठा किल्लेदार सूर्याजी जेधे बडा हट्टाकट्टा आहे!''

"हूं. वजीरे आझम, इतकंच सांगा, त्या किल्ल्यावर मरगठ्ठ्यांची फौज किती आहे?''

"अं...आहे की खूप ज्यादा – म्हणजे – म्हणजे सहाशे ते एक हजार.''

"–आणि किल्ल्याखाली आपलं फक्त पाच ते सहा हजारांचं लष्कर. बरोबर?'' पातशहाने डोळे रोखले.

"गुस्ताखी माफ, हजरत! पाच-सहा हजार नव्हे, थोडं ज्यादाच—'' जीभ चावत वजीर बोलला, "ज्यादा, ज्यादा म्हणजे असेल पस्तीस ते चाळीस हजार.''

"एक मामुली किल्ला और इतनी बडी फौज?''

"जहाँपन्हाँ ऽ किल्ला मामुली नाही. पुराना आहे. चढायला खूप अवघड, पण तिथली मराठी शिबंदी आणि त्यांचा मुखिया बुड्ढा सूर्याजी जेधे खूप हटेला आहे.

आमच्या फौजेनं त्यांच्यावर तोफा डागायला सुरुवात केली आहे. आमचे गाझी रात्रीचे दोराच्या शिड्या लावतात. वर चढायची कोशिस करतात. पण वरचे मरगट्ठे पत्थरांचा असा मारा करतात —"

"पत्थरांचा?"

"अं – म्हणजे थोडी विचित्रच भुताटकी आहे म्हणे त्या किल्ल्यावर! तेथे मराठ्यांकडे तोफा नाहीत, पण तरी किल्ल्यावरून तोफेगोळे बरसतात खाली आमच्या फौजेवर!"

"वजीरे आझम? आज आपली दिमागी हालत ठीक दिसत नाही. तोफा नाहीत पण तोफेगोळे उडतात म्हणजे —? क्या बात है?"

"जहाँपन्हाँ, त्या किल्ल्यावर सागाची खूप लकडी आहे. बैलांचं, रेड्यांचं चामडं आहे. त्या हुशार मरगठ्ठ्यांनी कातड्यांच्याच तोफा बनवल्यात. त्यातून बाहेर पडणारे गोळेपण खूप पल्लेदार आहेत म्हणतात —"

"हमारे कितने आदमी गारद हुए?"

"जादा नही, लेकिन तीन-साडेतीन हजार... लेकिन जहाँपन्हाँ, ही फिरोजजंगाची ताजी तवारीख बघा. काय वाट्टेल ते झालं तरी चार दिवसांत रामशेजवर चाँदसिताऱ्याचा हिरवा बावटा फडकावून दाखवतो, असं तो म्हणतो."

पातशहा अधिक काही बोलला नाही. मराठ्यांच्या मुलखात काम करणाऱ्या त्याच्या गुप्तहेरांचे काही खलिते त्याला पोचले होते. रात्रीच त्याने ते डोळ्याखाली घातले होते. संभाजी आणि अकबराची दोस्ती खूप वाढत चालली आहे, तो त्याला आणि दुर्गादास राठोडलाही मोहिमेवर घेऊन जातो– ही खबर पातशहाने वाचली, तेव्हापासून तर साहेबस्वारी खूप हैराण झाली होती. काहीही करून अकबराला पुन्हा आपल्याकडे ओढणं आवश्यक होतं. त्यासाठी दिसेल त्या दिशेने, पण पुरेशा योजनेने मराठ्यांच्या मुलखावर घोडी घालणे, त्यांची दाणादाण उडविणे आवश्यक होते.

अवघ्या चोविशीतल्या शिवाजीच्या पोराकडून अशी काही आगळीक घडेल, हे पातशहाच्या ध्यानीमनीही नव्हते. रोज हरकाऱ्यांकडून येणाऱ्या बातम्या ऐकून पातशहा हैराण व्हायचा. कधी बुऱ्हाणपुरावर मराठ्यांची वीस हजार घोडी चालून जाताहेत, तर त्याच वेळी आणखी खाली दक्षिणेत सोलापूरजवळ मराठ्यांच्या फौजा हैदोस घालताहेत; जंजिऱ्याच्या छाताडावर पाय ठेवून कधी संभा स्वत: उभा राहतो. त्याशिवाय त्याचे हंबीरराव, रूपाजी भोसले, मानाजी मोरे असे साथीदार आपापली दले घेऊन एकाच वेळी मोगलांच्या अनेक मुलखात हैदोस घालताहेत. अशा चौफेर संघर्षाची कल्पना पातशहाने केव्हाच केली नव्हती. मराठ्यांच्या त्या उडदंगाने मोगल प्रदेशातली रयत हैराण झाली होती.

दोन दिवसांत पातशहाने तातडीची मसलत ठेवली. रात्री उशिरा असदखानासह

त्याचे इतर सहकारी त्याच्याभोवती गोळा झाले. त्याने कल्याणकडे पाठवलेल्या फौजेच्या कामाचा आढावा घेतला. त्याच बैठकीत त्याने शहजादा आज्जम व दिलेरखान या दोघांना अहमदनगरकडे जाण्याचा हुकूम देत सांगितले,

"जा ऽऽ! अहमदनगर पार करा. घोडनदी ओलांडून मरगठ्ठ्यांच्या मुलखात घुसा. त्यांची नांदती गावं, उभी पिकं जे दिसेल ते सारं बेचिराख करा. संभाच्या मुलखात हाहाकार माजवा."

शहजादा आझम आणि दिलेरखानाने माना डोलावल्या. पातशहाची नजर तगड्या झुल्फिकाराकडे गेली. त्याने चढ्या सुरात विचारले, "काय खबर रामशेजची?"

"जहाँपन्हाँ, शहाबुद्दीनसाहेब प्रयत्नांची पराकाष्ठा करताहेत. मरगट्ठे किल्ल्यावर चढू देत नाहीत. शहाबुद्दीनसाहेब एवढे जिद्दीला पेटलेत म्हणून सांगू, त्यांनी त्या मुलखातले बडे बडे पेड कापून एक लकडीचा बुरूज बांधायला सुरुवात केलीय. त्या प्रचंड बुरुजावर तोफा चढवून तेथून रामशेजचा तट फोडून काढायचा त्यांचा इरादा आहे, जहाँपन्हाँ–"

ती हकिगत ऐकून पातशहा सुखावला. त्याने असदखानाला हुकूम दिला.

"वजीरे आझम, रामशेज आणि खानदेशातील लढायांकडे खास ध्यान द्या. जरुरत पडली तर अजून तिकडे ज्यादा कुमक धाडा. त्या भागातले असतील नसतील ते मरगठ्ठ्यांचे सारे किल्ले आमच्या कब्जात यायलाच हवेत."

"हजरत, गुस्ताखी माफ." मध्येच झटकन उठून गुडघ्यावर बसत असदखान बोलला, "नाशिक, खानदेशात जाऊन एवढी मोठी फौज वाया घालवायची जरुरतच काय? त्याऐवजी जहाँपन्हाँ, लागल्या दमानं आपण संभाच्या रायगडावर आणि सह्याद्री पर्वतावरच सीधा हमला चढवूया."

आपल्या वजिराचा सल्ला ऐकून पातशहाने डोळे विस्फारले. मोठा श्वास घेत पातशहा पुटपुटला, "वजीरे आझम, आपले मुरादे दाद देण्यासारखे आहेत. पण आल्या आल्या रायगडावर आणि सह्याद्रीवर सरळ हमला करून आपल्या पातशहाला मौतका कुआँ खणायची सलाह कशासाठी देता? त्यामध्ये त्या सैतान संभाचाच फायदा होईल! आणि तो सह्याद्री पर्बत म्हणाल, तर केवळ एक भूतखाना आहे! मोगलांच्या सल्तनतीमध्ये त्या शिवासारखे जमीनदार काय थोडे होते? पण तो शिवाच मरगठ्ठ्यांचा राजा का बनला?"

पातशहाचे सर्व साथीदार त्याच्याकडे कान लावून निश्चल उभे राहिले.

"–कारण सह्याद्री पर्बत नावाची भुताटकी त्या शिवाच्या पाठीशी होती! त्याच घनघोर पहाडीमध्ये अफजलखान नावाचा इस्लामचा बंदा त्या शिवाने बकऱ्यासारखा काटला होता. त्याच पर्बताच्या आडोशाचा फायदा घेऊन आपल्या लाखाच्या फौजेत घुसून त्यानं आमच्या मामासाहेबांची– शाहिस्तेखानांची बोटं तोडली. आपली

बदनामी करून तो शिवा रातोरात पसार झाला होता. त्याच वेताळनगरीत त्या शिवाचा बच्चा पुन्हा एकदा 'गनिमी कावा' नावाचा शैतानी खेळ खेळायची संभावना आहे! शिवाय बरसातीच्या मोसमात सह्याद्रीवर हमला चढवणं केवल नामुमकीन! आमच्या बातमी-नुसार तिथं एकदा बरसात सुरू झाली, की छोट्या छोट्या ओढ्यांचं रूपांतर बड्या नदीमध्ये होतं. तिथले नालेसुद्धा दोन-दोन महिने उतार देत नाहीत.''

''लेकिन– जहाँपन्हाँ, संभा म्हणे तिकडे कर्नाटक-तामिळांच्या मुलखात निघून गेला आहे.''

पातशहाला ती खबर माहीतच होती. तो दिलखुलासपणे हसत बोलला,

''देखेंगे, बंदर कितना नाचता है! त्या चिक्कदेवराजाच्या कचाट्यातून तो जगूनवाचून वापस येईल, तरच पुढच्या गोष्टी!''

''पण जहाँपन्हाँ, सुरुवातीलाच नाशिक आणि बागलाणकडे एवढी मोठी फौज पाठवायचं कारण काय?'' झुल्फिकारखानाने विचारले.

आलमगीर दिलखुलासपणे हसला. त्याने गर्वाने वजिराकडे पाहिले. झुल्फिकारच्या शंकेने पातशहा सुखावला होता. नकाशावरून बोट फिरवत त्या दोघांचे लक्ष वेधत तो बोलला, ''ये देखो, ही बुऱ्हाणपुरावरून येणारी वाट अशी खानदेशातून नाशिक, तेथून कल्याण आणि पुढे रायगडाकडे जाते. जर उद्या आमच्या बदनशिबाने मराठ्यांची मोठी फौज शहजादा अकबराच्या पाठीशी खडी राहिली, आमच्या बगावतखोर लौंड्यामध्ये तितकी हिंमत असली, आणि जर शहजादा आणि संभाजीने या रस्त्याने पुढे दिल्लीकडे धावा बोलला, तर बडा गहजब माजेल! आग्रा-दिल्लीकडचे आमचे छुपे दुश्मनही ह्या भुतावळीला जाऊन मिळतील. इसी कारण हम यहाँ धोका नही चाहते! सबब नाशिक ते ठाणे इलाख्यातले, वाटेवरचे सर्व किल्ले आणि ठाणी तुरंत आपल्या कब्जात यायला हवीत.''

८.

''रायाप्पा, नीट काळजी घे रे बाबा! जखम चिघळू न देता बरी कर. अजून खूप लढाया खेळायच्या आहेत—'' शंभूराजे बोलले.

विशाल कावेरी नदीच्या काठी एका घन्या जंगलात मराठा लष्कराचा तळ पडला होता. शंभूराजांच्या दंडावर रायाप्पा पट्टी बांधत होता. दहा दिवसामागची जखम आता बरीच सुकली होती; पण पूर्ण बरी झाली नव्हती. त्या अरण्यात जागोजाग मराठा सैनिकांचे बेहडे पसरले होते. मध्येच खाशांसाठी एक मोठा डेरा उभारला गेला होता. तेथून दूर कावेरीकाठचे पुरातन शहर त्रिचनापल्ली दिसायचे.

त्या नगराच्या मधोमध एक उंच पाषाणी टेकडी होती. एके काळी पल्लवांचे राज्य इथे विस्तारले होते. चोला आणि पल्लव राजांनी या मुलखाला वैभव प्राप्त करून दिले होते. सध्या त्रिचनापल्ली मदुरेकर नायकांच्या ताब्यात होती. वीसपंचवीस वर्षांमागे मदुरेकरांनीच त्या पाषाण टेकडीचे एका भव्य किल्ल्यामध्ये रूपांतर केले होते. बलदंड तटबंदी आणि बळकट बुरूज बांधले होते.

शंभूराजे जिथे बाजेवर बसले होते, तेथून एका बाजूला त्रिचनापल्लीचा तो प्रसिद्ध उंच पाषाणकोट दिसत होता. खाली गावात तामिळ देशातले सर्वात उंच गोपुर आणि इतर छोटीमोठी गोपुरे, शेषनारायणाच्या मंदिराचे शिखर आणि उमरावांच्या माड्या-हवेल्या दिसत होत्या. त्या तांबूसकाळ्या मातीमध्ये हत्तींच्या अनेक झुंडीही आढळायच्या. राजे पुन:पुन्हा त्या पाषाणकोटाकडे बघत होते. तेच खरे त्रिचनापल्लीचे नाक होते. राजे तिथे विसावा खात असतानाच पासष्ठीकडे झुकलेले एकोजीराजे त्यांच्या शेजारी आले. त्यांची टोकदार दाढी, पीळदार मिशा, शिवाजीराजांसारखीच उभट चर्या मोठी आकर्षक होती. त्यांच्यासोबत हुक्केरीकर बसप्पा नाईक होता. त्याचा चेहरा जवळपास कोळशासारखाच काळा, डोळे उग्र पण टपोरे. त्याने दाक्षिणात्य पद्धतीचा बसका मंदिल घातला होता.

आपले चुलते समोर दिसताच शंभूराजे पटकन उभे राहिले. त्यांनी एकोजीराजांना आदराने मुजरा केला. इकडच्या तिकडच्या गोष्टी झाल्या. एकोजीराजांनी नापसंतीच्या सुरात सांगितले,

"शंभूराजे, कशासाठी ह्या जंगलरानात गंजत पडायचं? आमचं तंजावर इथून फक्त दीड दिवसाच्या दौडीवर आहे. आपण तिथं यावं. फौजेसह पाहुणचार घ्यावा असं कितींदा सांगायचं तुम्हांला?"

"नाही, काकासाहेब. एक तर पराभूत होऊन कोणाच्या महालात प्रवेश करणं हे अपराध्यासारखंच वाटतं. नामुष्कीच्या इंगळ्या अजून चावताय्!"

"पण आपलं हक्काचं तंजावर इथून जवळच आहे."

"तंजावरला जायचं नसेल तर आमच्या जिंजीला चला —" लांबूनच खर्ज्यातला आवाज आला. खाशांच्या बैठकीत पैलवानी अंगापिंडाचे देखणे हरजीराजे महाडिक येऊन सामील झाले. आग्रहाने सांगू लागले,

"फक्त दोन दिवसांच्या दौडीवर तर जिंजी आहे!"

"नाही, ते शक्य नाही, दाजी! नका आग्रेव करू काकासाहेब!" शंभूराजांची मुद्रा दु:खाने झाकाळून गेली होती. त्यांनी आपल्या जिवलगांना स्पष्ट शब्दांत सांगितले, "गळ्यामध्ये पराभवाचा, नामुष्कीचा लोडणा बांधून गोठ्यात परतणाऱ्या मुक्या जनावरासारखं माघारा फिरणं आमच्या रक्तात नाही. मंदिलात पुन्हा विजयाचा तुरा खोवीन! न जमेल, तर आल्या वाटेनं तोंड काळं करून इथून निघून जाईन!"

— बोलता बोलता शंभूराजांनी त्रिचनापल्लीची सखोल माहिती काढायला सुरुवात केली. सध्या त्या पाषाणकोटात मदुरेकर चोक्कनाथ नायक आपली मदुराई सोडून मुक्कामी येऊन राहिला होता. तो सध्याचा अतिशय दुर्बळ आणि विकलांग नरेश होता. मदुरा ही तशी संपन्न नगरी. पण म्हैसूरकर चिक्कदेवराजाने काही भाग, एकोजीराजांनी काही पट्टा आणि हरजीराजांनीही त्यांचा काही भूप्रदेश बळकावला होता. आजकाल चोक्कनाथ नायक तसा चिक्कदेवराजाच्याच दयेवर दिवस काढत होता. त्रिचनापल्ली नगरीत आणि वर किल्ल्यावरसुद्धा मदुरेकरांची शिबंदी नावाला होती. बाकी सारा फौजफाटा म्हैसूरकरांचा होता. वरच्या पाषाणकोटात तर चिक्कदेवराजाचे अनेक कसलेले गोलंदाज आणि बाणाईत होते म्हणे. त्यांची नेमकी संख्या कोणाला माहीत नव्हती. मात्र ती शिबंदी खूपच शक्तिमान असल्याची नगरात चर्चा होती.

हुक्केरीकर बसाप्पा नाईक शंभूराजांच्या जिद्दी, संतापी चर्येकडे पुन:पुन्हा बघत होता. तो मध्येच उत्साहान बोलला, "शंभूमहाराज, बाणावरच्या लढाईत आमच्याही फौजेनं पराभव चाखला, म्हणजे आम्ही घाबरलो वा थकलो असं नाही. तिथं आमची दीड हजार माणसं ठार झाली. पण काळजी नका करू. चारआठ दिवसांत आमची शिलकीतली पाच हजाराची फौज येऊन पोचेल तुमच्या पायाजवळ!"

"हुक्केरीकर, लढाईसाठी खूप उत्सुक दिसता तुम्ही!"

"काय करणार काकासाहेब?" बसप्पा नायक हसत बोलला, "जोवर तुमचे राजे आहेत, तोवर तेच त्या गर्विष्ठ चिक्कदेवाला ललकारू शकतात. ते आपल्या मुलखात निघून गेले की, म्हैसूरकर हुक्केरी गिळंकृत केल्याशिवाय राहणार नाहीत."

शंभूराजांनी एकोजीरावांच्या तंजावराहून आणि हरजीराजांच्या जिंजीहून जादा दारूगोळ्याची मागणी केली. मसलत सुरू असतानाच राजांनी कवी कलशांना फर्मावले,

"आजच गोवळकोंड्याकडे दूत धाडा. कुतुबशहाकडून नवी पाच हजाराची फौज दहापंधरा रोजात इथं येऊन पोचली पाहिजे."

शंभूराजांना हवी ती साथ देण्यासाठी हरजीराजे पुढे धावत होते. एकोजीराजांनीही त्यांना चांगले बळ देऊ केले.

मसलत संपवताना शंभूराजे बोलले, "आपल्या जखमा बऱ्या होण्यापूर्वी दुश्मनाला जखमी करायला हवं."

९.

शंभूराजे उठण्यापूर्वीच त्यांच्या डेऱ्याकडे पोचायचे, त्यांच्या सेवेसाठी खडे राहायचे हा रायाप्पाचा जन्मभराचा प्रघात होता. परंतु त्या दिवशी जेव्हा रायाप्पालाच

शंभूराजांचे दुसरे सेवक उठवायला आले, तेव्हा उठायला उशीर झाला की काय, म्हणून रायाप्पा धडपडत जागा झाला. डोळे चोळत बाहेर बघू लागला, तर पहाट व्हायला आली होती. तो तसाच लगबगीने राजांकडे जाऊन पोचला.

शंभूराजांचे डोळे तांबुसजार दिसत होते. रात्रभर ते नीट झोपलेले नसावेत. त्यांनी रायाप्पाला लागलीच हुकूम केला,

"रायाप्पा, आपले स्वारशिपाई घेऊन आजूबाजूच्या गावात जा, मला जास्तीत जास्त चांभार ताबडतोब पाहिजेत."

"जी, सरकार!"

लष्करातले कारभारी गोंधळले. कविराजांनाही काही बोध होईना. दक्षिणेच्या मोहिमेवर निघण्यापूर्वी आपल्या फौजेतील बहादुरांना पुरेशी पायताणे, चपला आहेत किंवा कसे, याची खात्री स्वत: येसूबाई महाराणींनी केली होती. रायगडवाडीत त्यासाठी चर्मउद्योगाचा एक कारखानाच होता. राजाज्ञेप्रमाणे आजूबाजूच्या गावातील अनेक चर्मकार गोळा झाले. मग राजाने आपणास म्हशीचे, बैलांचे, हत्तीचे जे मिळेल ते कातडे जमवा अशी मागणी आली. कातडी कमावून चांगली वातड बनवायचा हुकूम सर्व चर्मकारांना दिला गेला.

जोत्याजी आणि कविराजांवर वेगळी जोखीम सोपवली गेली होती. कावेरी नदीच्या अल्याड आणि पल्याड जेवढ्या कोळ्यांच्या वस्त्या होत्या, त्या सर्वांच्या छोट्यामोठ्या होड्या एकत्र करायचा हुकूम झाला. नावड्यांसह होड्या काही दिवसांसाठी भाड्यावर घेतल्या गेल्या. जवळपास हजारभर नावा आणि होडकी त्या विशाल नदीमध्ये एका बाजूला गोळा करण्यात आली.

जसा भरता पाऊसकाळ जवळ येऊ लागला, तशी राजांनी घाई केली. त्यांच्या अणूरेणूमध्ये एक झुंजार लढवय्या उसळ्या घेत होता. त्या सेनानायकाचे खांदे रिवरिवू लागले. हरजी महाडिकही राजांचे संकल्प सिद्धीस नेण्यासाठी जिवाचे रान करत होते. एकदा कावेरीला महापूर आला की, राजांचे सारे मनोरथ वाहून जाणार होते. किमान दोन महिने ती प्रचंड नदी उतार देणार नव्हती. धाडसाने एकवेळ मनुष्यप्राणी प्रवास करू शकेल, पण जड सामान आणि घोडी पल्याड नेणे अशक्य होते. त्यातच कविराजांनी तीनशे स्वारांचे बहादूर पथक वेगळे केले. त्यांना तिरंदाजीचे धडे सुरू झाले. वेळूच्या अगर वेताच्या लवचिक फोकाट्यांपासून कामठे तयार केले जायचे. त्यामध्ये चिवलीच्याच कांबी घेऊन त्याचे बाण बनवले जायचे. त्या बाणावर कावेरीकाठी रोज सकाळ-संध्याकाळ सराव सुरू असायचा. पण म्हैसूरकरांसारखे लांब पल्ल्याचे, तडाखेबंद बाण मात्र मराठा फौजेकडे नव्हते. मात्र ऐनवेळी शंभूराजे तो जिन्नस कुठून तरी पैदा करतील, याची फौजेला खात्री होती.

तंजावर, जिंजी, गोवळकोंडा आणि इक्केरीवरून ताज्या दमाची पथके येऊन

पोचली. तसे रायगडाकडून आलेल्या पथकांना अवसान चढले. घोडीमाणसे फुरफुरल्यासारखी करू लागली. लष्करी बाजारात खबर फुटली. येत्या एक दोन दिवसांमध्ये शंभूराजे माशाच्या मोठ्या शिकारीवर निघणार आहेत.

शेवटी ती निर्धाराची पहाट उगवली.

कावेरीच्या पात्रात भल्या पहाटे अनेक मोठाल्या नावा आणि होड्या रांगेने उभ्या राहिल्या होत्या. त्यांच्या काळ्याशार सावल्यांच्या शेपट्या जलपृष्ठावर पसरल्या होत्या. चेकाळलेल्या मराठा बहादुरांनी नावेत दणादण उड्या ठोकल्या. अनेकांनी घोड्यांचे लगाम हाती धरले होते. नावेच्या आधाराने घोडी पल्याड पोहून जाणार होती. इकडच्या रानात पाळीव हत्ती खूप. हरजीराजांनी पाचशे हत्तींचे पथक जमा केले होते. त्यांच्या पाठीवर जड सामान लादले गेले. तिन्हीसांजेपासून ते थोरल्या पहाटेपर्यंत नदीच्या काठाने वेगवान हालचाली सुरू होत्या.

मशालीच्या उजेडात शंभूराजांची चर्या खूप निर्धारी दिसत होती. त्यांनी नदी-पल्याडच्या निद्रेच्या आधीन झालेल्या त्रिचनापल्ली नगरीकडे आणि तिथल्या उंच पाषाणकोटाकडे बघितले. तो कोट त्यांना रायगडाच्या टकमकीसारखाच भासला. त्यांनी हसून हरजीराजांकडे बघितले. इशारा मिळाला, तशा नावा सरसरा पाणी कातरत पुढे निघाल्या. वल्ही नेटाने हलू लागली. पाण्याचा चुंबळूक ऽ डुंबळूक ऽऽ असा आवाज होऊ लागला. सखल भागाचा अंदाज घेत माहुतांनी पाण्यात हत्ती घातले. ते गतीने पुढे पावले टाकू लागले.

शंभूराजांची ती चतुरंगसेना उजाडता उजाडता त्रिचनापल्लीच्या कुसाला भिडली. अचानक गुपचूप झालेला तो हमला बघून आतली शिबंदी बावरली. "ऐदिरीऽ ऐदिरीऽ" "दुश्मनऽ दुश्मनऽ" "मराठा ऽ मराठा ऽऽ" असा आतून गिल्ला ऐकू येऊ लागला. मात्र आतल्या शिबंदीने चटका केला. तटबंदीच्या बुरुजावर बाणाईत उभे राहिले. त्यांच्या भाल्यातून ते जीवघेणे बाण सूं ऽ सूं ऽऽ करून सुटू लागले. आता चांगलेच उजाडले होते. चिक्कदेवाची शिबंदी बाणांचा पाऊस पाडत होती. पण मराठे आणि त्यांचे मित्र माघारी हटत नव्हते. बुरुजावरचे कानडी आणि तामिळ सैनिक अवाक् होऊन पुढे बघू लागले. नावेत, होडक्यात समोरच्याच बाजूला चर्मधारी पथक उभे होते. राजांनी जाड वातड चामड्याचे झगे आणि डोक्यावर तशाच जाड कातडी टोप्या शिवून घेतल्या होत्या. येणारे बाण कुचकामी ठरत होते. तेल लावलेल्या त्या कातडीवरून खाली ओघळून पडत होते. चिक्कदेवाच्या हुकमी शस्त्राचा फारसा उपयोग होत नव्हता. नावेतले शंभूराजे, हरजी महाडिक आणि बसप्पा इक्केरीकर गालातल्या गालात हसत होते!

चढत्या उन्हाबरोबर रणचंडीने उग्र स्वरूप धारण केले. त्रिचनापल्लीच्या कुसाच्या भिंतींना भगदाडे पडू लागली. हत्ती आणि हत्तींचे बळ घेतलेले मराठे आत घुसू

लागले. प्रवेशद्वाराच्या फळयावर हत्तींनी टकरा मारल्या. त्यांच्या मस्तकांनी दरवाजे फुटले. दोस्तांच्या फौजा आत घुसल्या. रस्तोरस्ती संघर्ष पेटला. तिन्हीसांजेपर्यंत त्रिचनापल्ली शहर ताब्यात आले.

विजेत्या शंभूराजांना हसू फुटले! त्या सायंकाळी शंभूराजे, हरजी महाडिक, एकोजी, कलशांसह सर्वांच्या खाशा पालख्या श्रीरंगमाला जाऊन पोचल्या. एका पालखीमध्ये अंबिकाबाई आक्कासाहेब होत्या. त्या आपल्या पराक्रमी धाकट्या बंधूंकडे मोठ्या अभिमानाने बघत होत्या. कावेरी आणि कोलडिम नदीच्या संगमावर शेषशय्येवर पहुडलेल्या श्रीविष्णूचे सर्वांनी दर्शन घेतले. देवाला अभिषेक घातला. मात्र मंदिरातून बाहेर पडताना शंभूराजांची नजर पुन:पुन्हा समोरच्या उंच पाषाणकोटाकडे जात होती. तिथल्या बुरुजाबुरुजावर पेटलेले पलिते आणि जागसूद पहारेकरी दिसत होते. राजांच्या बावऱ्या नजरेकडे बघत हरजीराजे बोलले,

"शंभूराजे, किल्ल्यावर लागलीच धाव घेण्यात मोठा धोका आहे. तिथं मायंद्याळ घासदाणा आणि दारू आहे. तिथं मदुरेकर नायक चोक्कनाथ राहातो. त्याच्या सोबतची चिक्कदेवाची शिबंदी किमान सहा महिने किल्ला झुंजत ठेवील. तेव्हा जरा सबुरीनंच पुढचं पाऊल टाकलेलं बरं!"

आणखी काही दिवस पाषाणकोटाच्या आजूबाजूने छोट्यामोठ्या चकमकी चालू होत्या. पण दोन्ही दले मुख्यत: एकमेकांचा अंदाज घेण्याचाच प्रयत्न करीत होती. किल्ल्याच्या पायथ्याजवळ सातआठ एकरातला तेपाकुलम तलाव होता. तेथे कावेरीच्या निवळशंख पाण्यात मराठा फौज यथेच्छ डुंबायची. मधूनच वर पाषाणकोटाकडे जिभल्या चाटत बघायची. थोड्याच दिवसात वरच्या महालात राहाणारा मदुरेकर नरेश चोक्कनाथ नायक मृत्यू पावला.

नायकांचा दिवाण लगबगीने राजांच्या भेटीला आला. आपल्या नरेशाचे शव आपल्या राजधानीत मदुराईला नेण्यासाठी विनंती करू लागला. शंभूराजांनी त्याला खुल्या दिलाने परवानगी दिली. तेव्हा बसाप्पा नाईकाने राजांना खुणवून बाजूला नेले. हळूच सांगितले, "शंभूराजेऽ, संधी चांगली आहे. राजाचं प्रेत बाहेर काढण्याच्या निमित्तानं महादरवाजा उघडला जाईल. हीच नामी संधी साधू आणि आपल लष्कर आत घुसवू."

शंभूराजांनी नाराजीने हुक्केरीकराकडे बघितले. ते बोलले, "बसाप्पा, आम्ही राजे आहोत. लुटेरे-दरोडेखोर नव्हे!"

शंभूराजे खूप सावध होते. एकोजीराजे काहीसे हवालदिल दिसत. त्यांना म्हैसूरकरांची धास्ती वाटे. हरजी महाडिक आणि कलशांची घोडी नगराच्या वेशीभोवती रात्रीबेरात्री धावत. त्रिचनापल्लीसारखी समृद्ध नगरी मराठ्यांच्या ताब्यात गेल्याचे चिक्कदेवराजाला साहवणार नाही; तो कोणत्याही क्षणी हमला करणार, अशीच वदंता होती.

चारआठ दिवस काही घडले नाही. आभाळात दाटणारे कृष्णमेघही पुढची भीती दाखवू लागले!

एके दिवशी शंभूराजांनी आपला घोडा जिद्दीने पुढे हाकारला. "हरऽहरऽ महादेव!" "जय शिवाजी ऽ जय संभाजीऽऽ" आसमंतात येळकोट माजला. दहा हजाराच्या फौजेने त्या पाषाणदुर्गाला वेढा घातला. किल्ला सरळ उंच, फताडा आणि कातीव. त्याची उंची शंभरभर गज. सभोवतीनं अतिशय बळकट तटबंदी. मध्येच पाण्याचा खंदक. मराठी आणि कानडी बेलदार, कामाठी पुढे धावले. खंदक बुजवू लागले. तितक्यात आतली शिबंदी बुरुजावर आली. त्यांनी हुकमी बाणांचा पाऊस सुरू केला. तशी मराठा, हैद्राबादी आणि हुक्केरी सैनिकांनी कातडी अंगरख्यांचा आडोसा घेतला. त्यामुळे अंगावर कोसळणारे बाण बोथट झाले.

दोनतीन दिवस खूपच रणसंग्राम माजला होता. मराठे धाडसाने शिड्या लावून तटबंदीवर चढायचा प्रयत्न करत. हत्ती महादरवाजा फोडायचा यत्न करत. दोन्ही दलात बाणाबाणी, भालाफेक आणि गोळागोळी चालली होती. घोडी रक्ताच्या थारोळ्यात खाली कोसळत होती. तोफेच्या तडाख्याने भाजलेले हत्ती गडाबडा लोळत होते. त्यांचे चीत्कार कानाला सहन होत नसत. खूप दणकादणकी, हाणामारी सुरू होती.

तिसऱ्या सायंकाळी शंभूराजांनी कलशांना हुकूम दिला. त्यानुसार कविराजाचे तीनशे तिरंदाजांचे पथक समोर उभे राहिले. शंभूराजे हसून बोलले,

"आमच्या म्हैसूरकर दोस्ताला बाणांचा आहेर खूप आवडतो. तोच देऊया!"

परंतु कविराजांसोबतच्या पथकाच्या हाती बांबूच्या चिवट्या होत्या. ह्या तकलादू बाणांनी काय कोणाचे वाकडे होणार? अनेकजण कविराजांकडे आणि शंभूराजांकडे पाहून गालातल्या गालात हसू लागले. तेवढ्यात मशालजी पुढे धावले. त्यांनी कांबटांच्या त्या बाणांना पोत बांधले. ते तेलात समढम भिजवून पेटवले. तसे ते बाण अग्निबाणाच्याच जोराजोशाने सूं ऽ सूंऽऽ करीत वर चढू लागले. किल्ल्याच्या आत पडू लागले.

आगीचे ते गोळे आत बारूदखान्यात पडताच आगीला आग भिडली. "धुडूम धामऽऽ धुडूम धामऽऽ" असे स्फोटांचे महाभयंकर आवाज झाले. किल्ल्यावरच्या कचेऱ्या, गस्तीच्या चौक्या धडाधड पेटू लागल्या. एक बारूदखाना तर तटबंदी शेजारीच होता. त्याने एवढा धमाका उडवला की, बाजूची तटबंदी कोसळून खाली खंदकात जाऊन पडली. धूर, धग आणि आगीने मोठा गहजब मांडला. अनेक म्हैसूरकर स्वारशिपाई त्या वणव्यात जळून भरडून निघाले. त्या भगदाडाच्या तोंडातून त्या पाषाणकोटाच्या आतली पळापळ दिसू लागली. किल्ल्यावरील सरदार मानकऱ्यांची पोरे तिथे उभी राहून छात्या पिटू लागली. "कापातिंग, कापातिंग", "वाचवाऽ वाचवाऽऽ", "निरतिंग निरतिंग" "थांबा ऽ थांबाऽऽ" म्हणून आकान्त

करू लागली.

शंभूराजांनी इशारा केला. तसे अग्निबाण थांबले. एकदाचा किल्ला पडला. शंभूराजांनी सुटकेचा श्वास सोडला. हरजी आणि एकोजींनी राजांची पाठ थोपटली. श्रीरंगपट्टणमूच्या त्या पाषाणकोटावर मराठ्यांचा भगवा झेंडा प्रथमच डौलाने फडकू लागला.

त्या विजयानंतर शंभूराजांनी मागे वळून पाहिले नाही. म्हैसूर, कर्नाटक आणि तामिळ देशातले एकूण बावीस किल्ले मराठ्यांच्या ताब्यात आले होते. एकीकडे धर्मपुरी, होसूरचा इलाखा ते दुसरीकडे खाली मदुरा, ते पलीकडे जिंजी-वेलुरापर्यंतचा मुलूख मराठ्यांच्या घोड्यांच्या टापांनी दणाणून सोडला. कावेरीला पूर आला आणि गेला. परंतु तो शिवपुत्राच्या पराक्रमाला बांध घालू शकला नाही. अनेक ठिकाणांहून खंडण्या गोळा होत होत्या. द्रव्याची गाठोडी घोड्यांच्या आणि बैलांच्या पाठीवरून रायगडाकडे जात होती.

चिक्कदेवराजाला पुन्हा शंभूराजांशी सामना करायचे धाडस होईना. तिलुगा, कोडग आणि मलायलासारख्या दख्खनी राजांनी म्हैसूरकरांची संगत सोडली होती. ते मराठ्यांचे दोस्त बनले होते. शंभूराजांना खंडण्या आणून देत होते. मराठ्यांचे जासूद सर्वत्र फिरायचे. "दक्षिणेत येऊन उपद्व्याप करणाऱ्या संभाला काबूत आणा. आमच्या मदतीला धावून या." — अशी पत्रे चिक्कदेवाने औरंगजेबाला पाठवली होती. परंतु का कोणास ठाऊक, पातशहांकडून त्याला हवा तसा प्रतिसाद मिळेना.

शंभूराजांनी दसऱ्याचे सोने त्रिचनापल्लीतच लुटले. त्यांच्या फौजा आजूबाजूला धावून अखंड खंडण्या वसूल करत होत्या. दसरा निघून गेला तरी संभाजीराजे महाराष्ट्र देशात परतायचे नाव घेईनात. त्यांच्या उपस्थितीमुळे दक्षिणेतले अमीरउमराव माजले. वसूल मिळेना हे पाहून चिक्कदेवराजा हवालदिल झाला. त्याची ती बेचैनी शंभूराजांना समजली. तसे त्यांनी जासूदामार्फत म्हैसूरकरांच्या कानावर घातले— "आम्ही ह्या सुपीक कर्नाटक-तामिळ प्रांतांचे राज्य करावे अशी आमच्या तीर्थरूपांचीच इच्छा होती. शिवाय आमचे एकोजीराजांसारखे चुलते आणि हरजीराजांसारखे मेहुणे इकडेच आहेत. आम्ही त्या सह्याद्रीच्या रानात फिरून माघारी जावेच कशाला? आम्ही इकडेच सुखाने राहावे म्हणतो!—"

आता मात्र चिक्कदेवराजाचे धाबे दणाणले. त्याने विनाअट सलुखाचे बोलणे लावले. दिवाळीनंतर त्रिचनापल्लीच्या पाषाणकोटातील शंभर खांबी सभामंडपातच तह करायचे नक्की झाले. त्यासाठी स्वत: चिक्कदेवराजा दोन करोड होनाची रक्कम घेऊन म्हैसूराहून येणार होता. तहाचा दिवस उजाडला. चिक्कदेवराजाच्याऐवजी त्याचा अकरा वर्षांचा धाकटा बंधू आपल्या भावाच्या सहीशिक्क्याचे कागद घेऊन आला. त्याने दोन ऐवजी एक करोड होनाची रक्कम आणली होती. उरलेली रक्कम

नंतर द्यायचा वायदा झाला. आपला हक्काचा मुलूख सोडून इतक्या दूर राहणे शंभूराजांनाही योग्य वाटत नव्हते. अखेर सुलुख पार पडला.

आपली दक्षिणेची मोहीम यशस्वी पार पाडून शंभूराजे महाराष्ट्र देशी जाण्यासाठी निघाले. चिक्कदेवराजा कौलकरारासाठी स्वत: का आला नाही, याची फौजेत चर्चा सुरू होती. तेव्हा अफजलखानाला भेटीस बोलावणाऱ्या शिवाजीचा हा संभाजी पुत्र आहे, असा धोक्याचा इशारा चिक्कदेवाच्या कारभाऱ्यांनी त्याला दिल्याचे कळले. त्यामुळेच म्हैसूरकरांनी ऐनवेळी आपला बेत बदलला होता.

त्रिचनापल्लीच्या सीमेवर हरजीराजांना शंभूराजांनी आलिंगन दिले. वयाने धाकट्या असलेल्या शंभूराजांना हरजी आणि अंबिकाआक्कांनी खूप आशीर्वाद दिले. हरजी बोलले,

"शंभूराजे, रायगड आणि हिंदवी स्वराज्य तुमच्या हातात शाबूत राहू देत."

तेव्हा शंभूराजे भारावल्या शब्दात म्हणाले,

"दुष्काळानं आणि टंचाईनं आपला मुलूख अलीकडे जर्जर बनवलाय. हरजीदाजी, आपण दक्षिणेची रसदरेषा तेवढी शाबूत ठेवा. मग असे दहा औरंगजेब अंगावर धावून आले, तरी पर्वा कोण करतो?"

१०.

शंभूराजे कर्नाटकाच्या मोहिमेवरून माघारा आले होते. त्यांचे गुढ्यापताका लावून स्वराज्यात स्वागत झाले. आल्या आल्या शंभूराजे येसूबाईंना धन्यवाद देत म्हणाले, "आपण हरजीराजांची दक्षिणेच्या सुभेदारीसाठी केलेली शिफारस अचूकच ठरली राणीसाहेब. अन्यथा हणमंतेसारख्या जुन्या कारभाऱ्यावर आम्ही अन्याय करतोय की काय, अशी उगाच रुखरुख होती आमच्या मनात!"

त्या वार्तेने येसूबाईंची चर्याही उजळून गेली. आपल्या निंबाळकर आणि शिर्केसारख्या मेहुण्यांपेक्षा महाडिक अधिक चांगले, असेही राजांनी स्पष्ट शब्दात सांगितले. मात्र "हरजीदाजींची ही परिस्थिती अशीच राहील तर बरे!", अशी राजांनी शेवटी केलेली टिप्पणी येसूबाईंना फारशी आवडली नाही.

दोन दिवसच मध्ये गेले असतील. दुर्गादास राजांच्या भेटीला आले. ते हळू आवाजात सांगू लागले, "राजे, शहजादा अकबर साहेबांची अर्जी थोडी वेगळी आहे."

"कोणती?"

"त्यांचं म्हणणं आपण शहजाद्यांसोबत टाकोटाक दिल्लीकडे निघावं."

"रायगड उघड्यावर ठेवून? औरंगजेबासारखा अजगर जबडा उघडून शिवेशेजारी येऊन ठाण मांडून बसला असताना?"

"ते म्हणतात, आपण कर्नाटक-जिंजीपर्यंत धडक देऊन कसे आलात?"

"तो पाऊसकाळ होता, दुर्गादास. शिवाय आमच्या आबासाहेबांनी पादाक्रांत केलेल्या मुलखात पुंडपाळेगार माजले होते. त्यांना वेळेत ठिकाणावर आणणं जरूर होतं."

"राजे, किमान शहजाद्यांबरोबर पुरेसा फौजफाटा तरी द्या."

"दुर्गादास, तुम्हांलाही कसं समजत नाही? आमच्या हिंदवी स्वराज्याची, त्याच्या प्रतिष्ठेची पताका भले गगनाला भिडली असेल, पण वास्तवात आमचं, स्वराज्य छोटं आहे. साधनसामग्री मर्यादित आहे. अगदी थोरल्या राजांच्या काळातही आमच्या लष्कराने सत्तरपंच्याहत्तर हजारांपेक्षा मोठा आकडा कधी गाठला नव्हता. आता औरंग्याची ताकद सात-आठ पट जास्त आहे! द्रव्य, घासदाणा आणि जनावरं तर कित्येक पट अधिक आहेत—"

दुर्गादासांची मान खाली झुकली. तेव्हा शंभूराजे म्हणाले,

"असे नाराज होऊ नका. ह्या महासंग्रामामध्ये आमचा अडकलेला पाय एकदा बाहेर आला की, तुमच्याकडे अधिक लक्ष देणं आम्हांला जमेल."

"जशी राजेच्छा!"

"तरीही दुर्गादास, आपण उत्तरेतल्या हिंदू राजांना आणि औरंगजेबाच्या अत्याचारानं कंटाळलेल्या मुसलमान रयतेलाही एकत्र कसं बांधता येईल, या दृष्टीनं प्रयत्न करायला हवेत."

दुर्गादासांनी उत्तरेतील हिंदू राजांची, जमीनदारांची आणि काही मुसलमान, राजपूत सरदारांचीही यादी वाचून दाखवली. त्यावर कवी कलश, दुर्गादास आणि शंभूराजांमध्ये अधिक खल झाला. मध्येच राजे बोलले, "आमचा पोर्तुगीजांशी अघोषित जंग सुरूच आहे. तशीच वेळ पडली तर दुर्गादास तुम्ही आणि शहजादे अकबर यांनी गुजरातेच्या मार्गानं बाहेर पडायची तयारी ठेवावी."

"आम्ही उत्तरेस जाण्यासाठी केव्हाचे आतुर आहोत, राजे!" दुर्गादास बोलले.

"–आजच्या बैठकीस शहजादे पोचले नाहीत ते?" राजांनी मध्येच विचारले.

"आराम करताहेत वकिली महालामध्ये." दुर्गादास सांगू लागले, "शहजाद्यांचा तुम्हांला संदेशा आहे राजे. ते म्हणतात, आम्हांला मसलतीपेक्षा प्रत्यक्ष काम आवडतं. तुम्ही घोडी तयार ठेवा, आम्ही ती लागलीच दिल्लीकडे दामटवून दाखवू."

त्या संदेशावर शंभूराजे आणि पाठोपाठ स्वत: दुर्गादासही हसले. राजे बोलले,

"कविराज, दुर्गादास, खरंच हे शहजादे वाचाळाऐवजी कृतीवीर असते, तर किती बरं होतं!" बोलता बोलता शंभूराजे अंतर्मुख झाले. त्यांनी स्पष्ट कबुली दिली– "मेल्या हत्तीच्या कातड्यालाही लाखाचं मोल असतं! शेवटी हे शहजादे आहेत. जर त्यांना आम्ही दिल्लीच्या गादीवर बसविण्यात यशस्वी झालो, तर

उत्तरेतले सारे अंमलदार शहजाद्याच्या प्रेमापोटी नव्हे, औरंग्याच्या जाचापोटी, छळापोटी अकबरांच्या पाठीशी उभे ठाकतील. बंड करतील.''

''शंभूराजेऽ, काहीतरी करा. राजपुतान्यातून, माळव्यातून आम्हांला अनेक खलिते येताहेत. औरंगजेबाच्या राक्षसी जिझिया करामुळे मुसलमान सोडून बाकी साऱ्या धर्म आणि जाती त्रासल्या आहेत. पातशहाच्या विरोधात उभा ठाकणारा कोणी मसिहा रयतेला हवा आहे.''

''दुर्गादासजी, अंबरच्या त्या नरेश राजा रामसिंहासारखी माणसं ह्या जुलूमशाहीच्या विरोधात पुढे का येत नाहीत?''

त्या प्रश्नाला दुर्गादासांकडेही उत्तर नव्हते. ते वकिली महालाकडे निघून गेले.

पातशहाला प्रचंड फौजफाटा घेऊन दक्षिणेत येऊन चौदा-पंधरा महिने लोटले होते. मात्र त्याला अद्यापि अपेक्षेप्रमाणे यश मिळाले नव्हते, म्हणून तो अतिशय निराश होता. उलट शंभूराजे, हंबीरराव, मानाजी, रूपाजी, निळोपंत आदींनी महाराष्ट्रभर मोगली सत्तेचा फन्ना उडवायला सुरुवात केली होती. मराठ्यांची सरशी होती. रामसिंगचा विषय काढत शंभूराजांनी विचारले, ''कविराज, ह्या अंबरनरेशाला आमच्या आग्राभेटीपासून आपणही ओळखता. कसा वाटतो तुम्हांला तो माणूस?''

''राज्यकारभारापेक्षा त्यांना शिकारीचा दांडगा शौक आहे.''

''तरीही ते मिर्झाराजांचे पुत्र आहेत. मिर्झाराजेंना औरंगजेबानं म्हातारपणी छळले. रामसिंहांचाही पदोपदी पाणउतारा केला आहे. त्यातून आमच्या हाकेने ते बळ खाऊन उठले, तर चांगलेच होईल!''

''खरं आहे, राजन!''

''कविराज, हातपाय गाळून दरवाजाला आतून कड्याकोयंड्या लावून बसून तरी काय उपयोग? अशानं बाहेर उंबरठ्यावर येऊन बसणाऱ्या संकटांचं निवारण काही होणार नाही. काही ना काही करायला हवं खास.''

राजा रामसिंहाने शंभूराजांना पाठवलेली या आधीची पत्रे कविराजांकडून शंभूराजांनी मागून घेतली. त्यांनी लागलेच कलशांना पत्र लिहायला सांगितले. ते स्वत: संस्कृत भाषेत मजकूर सांगू लागले—

राजाधिराज, अंबरनरेश राजारामसिंह यांना दंडवत —

आमच्या हिंदवी स्वराज्यात आम्ही शहजादा अकबराला राजाश्रय दिला, याबद्दल समाधान व्यक्त करणारे आपले पत्र पावले. आपण सारे हिंदू आहोत. सांप्रत, सर्वांनी मिळून सर्वांच्याच भल्यासाठी काही करावे, हा आपला सुविचार आमच्या खूप मनास खूप भावला. तथापि, आम्ही औरंगजेबाला विरोध करू नये, त्यांची हुकूमत मान्य करावी, हा आपला

सल्ला खचितच एका राजपूत राण्याला शोभणारा नाही. सबब, पातशहाचे मांडलिकत्व मान्य करायचा विचार कोणाही मानी मराठ्याला मानवणार नाही. शिवाजीराजांच्या पुत्राला असा विचार शिवण्याचा तर सवालच नाही!

तुमच्या पुत्रास– कृष्णसिंहास औरंगजेबाने घात करून कसे संपवले, हे आम्ही तुम्हास वेगळे सांगायची जरुरी वाटत नाही. परंतु आपल्या धर्मसंवर्धनाच्या उद्देशाने सर्व हिंदूंनी एक व्हावे, असा आपला उद्देश असेल, तर या कामी आपल्यासारख्या बुजुर्गानेच पुढाकार घ्यावा. त्या यवनाधमाला— औरंगजेबाला सांप्रत असे वाटू लागले आहे की, आम्ही हिंदू म्हणजे केवळ तत्त्वशून्य आणि दुबळे आहोत. आम्हांला आमच्या धर्मदेशाबद्दल अभिमान नाही. असे असेल तर पातशहाची ही वर्तणूक आम्हांला मंजूर नाही. आम्ही क्षत्रिय आहोत. आमच्या धर्मसंस्कृतीला कोणताही उणेपणा येऊ देणारी गोष्ट आमचे क्षात्रतेज मान्य करणार नाही.

आपण अनुभवाने, वयाने ज्येष्ठ. आम्ही नवागत, कनिष्ठ. आपल्या धर्माभिमानाच्या आणि शौर्याच्या अनेक गोष्टी आम्ही ऐकून आहोत. आपण तर सप्तांग-राज्यसंपन्न! थोडेसेच अधिक धारिष्ट्य दाखवा. त्या अधम यवनाची सारी मिजास उतरवण्याच्या कामी आम्हास थोडीशीच मदत करा. मग पाहा आम्ही कसा दिव्य पराक्रम करून दाखवतो! अशा धामधुमीच्या काळात आपल्यासारखा बलशाली आणि विचारी राजा शांत कसा बसू शकतो, याचेच आम्हांस वैषम्य वाटते.

आम्ही अकबर आणि दुर्गादासांना गुजरातमार्गे उत्तरेत पाठविण्याच्या विचारात आहोत. आमच्या धैर्याला, साहसवृत्तीला आपणही जोड द्यावी. तो पठाणांचा पातशहा इराणनरेश शहा अब्बासनेही अकबरास जरूर ती सर्व मदत करू, असा शब्द दिला आहे. उद्या अकबरास दिल्लीची गादी मिळाली, तर त्यात सर्वांचाच फायदा आहे. आमचे मंत्री कवी कलश आणि जनार्दन पंडित तुम्हास वेगळी पत्रे लिहितीलच.''

एकदाचा मजकूर लिहून झाला. कविराज आणि शंभूराजे दोघेच सदरेवर होते. शंभूराजे सहज बोलून गेले,

''हा शहजादा अकबर स्वत:च्या मनोराज्यात गरुडाच्या पंखानं स्वैर विहार करीत बसतो. पण वास्तवात चालतो मात्र हत्तीच्या पायांनी! या दोन गोष्टींचा कधी मेळ बसत नाही. मग हा बसतो दूषणं देत आपल्या कमनशिबाला आणि अलम् दुनियेला!''

११.

दिवस खूप धांदलीचेच होते. बागलाणकडे मराठा-मोगल संघर्ष पेटला होता. साल्हेरच्या किल्ल्याला औरंगजेबाच्या लष्कराने वेढा दिला होता. रामशेज पडत नव्हता. बलाढ्य, मस्तवाल मोगली फौजांना वाकुल्या दाखवत तो तसाच ताठ मानेने अजूनही उभाच होता. बहाद्दर हंबीरमामा आपली निवडक फौज घेऊन भीमेच्या खोऱ्याकडे घुसले होते. अचानक धाडी घालून मोगलांना जेरीस आणत होते. येसूबाई पुन्हा फडावर येत होत्या. नेटानं कारभार बघत होत्या. त्यांचे चिरंजीव शाहू राजे फडावरच मोठे होत होते. हिशोब आणि कागदपत्रात गढलेल्या येसूबाई राणीसाहेबांना मध्येच आपल्या राजकुमारांची आठवण होई. मध्येच त्या त्यांना पोटाशी कवटाळून धरत.

आजूबाजूच्या चारसहा किल्ल्यांची दौड करून शंभूराजे तिन्हीसांजेलाच महालामध्ये पोचले होते. कुठल्या किल्ल्यावर कशाची वानवा आहे, काय कमी, काय जास्ती याबाबत त्या उभयतांमध्येच मसलत झाली. भोजनाच्या वेळीही राजे खिन्न होते. रात्री आपल्या महालाच्या चौकातील झोपाळ्यावर स्वारी बराच वेळ बसून होती. गेल्याच महिन्यात फलटणकर बजाजी निंबाळकर वारले होते. आपल्या मामांच्या दुखवट्याची छाया राजांवर होतीच. पण आज ते कमालीचे उदासवाणे दिसत होते.

“राजे ऽ, तबीयत ठीक नाही का?”–येसूबाईंनी हलक्या सुरात विचारले. .

“आमचे बजाजीमामा म्हणजे शूर, धाडसी मराठा. पण त्यांची सारी हयात गेली ती मोगलांच्या सेवाचाकरीत.”

“जाऊ दे, आता त्या जुन्या गोष्टी कशासाठी नव्यानं उगळायच्या? त्यांचे चिरंजीव महादजीबाबा तर जिद्दीचे आहेत.”

“हूं.”

“आपल्या राज्याभिषेकावेळी तर रायगडावर ते किती रुबाबात वावरत होते. शेवटी ते आपल्या सख्ख्या भगिनींचे, सखुबाईंचे यजमान आहेत. उद्या कठीण प्रसंगी तर ते तुमच्या पाठीशी वाघासारखे उभे राहतील.”

आता शंभूराजांना अधिक चूप बसवेना. ते उठले आणि घुश्श्यात दातओठ खात बोलले, “वाघांची कातडी पांघरणारी कोल्ही उघडी पडली की खूप भेसूर दिसू लागतात, येसू.”

“म्हणजे?”

“बातमी वाईट आहे, पण दुर्दैवानं खरीही आहे — आमचे सख्खे मेहुणे महादजीबाबा मोगलांना मिळाले ऽऽ!”

येसूबाई मटकन खाली झोपाळ्यावर बसल्या. त्यांच्या पोटात गोळा उठला

होता. शंभूराजे म्हणाले,

"बापाच्या जागी मोगलांनी महादजींना मन्सबदार बनवलं. चांगली चार हजार जात आणि तीन हजार स्वारांची मन्सब दिली. शिवाय त्यांच्या बंधूंना, चुलत बंधूंना खानजहानच्या फौजेमध्ये सामावून घेतलं आहे."

"पण ह्या मंडळींनी शरम कशी सोडावी?"

"त्या महादजींच्या मागे म्हणे त्यांच्या इतर नातलगांनी लकडा लावला होता. पातशहाची कृपा पदरी पाडून घ्या. हे शिवाजी आणि संभाजीचं 'कालचं स्वराज्य' किती दिवस टिकणार आहे?...."

चारआठ दिवस उलटले असतील नसतील, तोवर आणखी एक वाईट बातमी राजधानीत पोचली. खुद्द येसूबाई राणीसाहेबांचे चुलत बंधू कान्होजी शिर्के औरंगजेबाला जाऊन मिळाले! ती बातमी ऐकून शंभूराजांना धक्का बसला. त्यांनी विचारले,

"येसू, आता तुमच्या सख्ख्या बंधूंचं, गणोजीरावांचं काय?"

येसूबाईंनी खाली मान घातली. त्यांनाही विषारी वाऱ्याचा भरवसा नव्हता. तेव्हा शंभूराजे ठणकत्या सुरात बोलले, "गणोजीराव तर फक्त शरीरानेच स्वराज्यात वावरतात. मनाने ते कधीच मोगलाईत जाऊन पोचलेत!"

रात्री शंभूराजांना झोप लागत नव्हती. ते खूप बेचैन होते! अड्यावरच्या लोंबत्या झुंबराकडे पाहत ते बोलले, "येसू, आम्हांला कधी कधी वाटतं, ही भूमी फक्त ज्ञानवंतांची, संतमहंतांचीच नाही, ती कृतघ्नांची, फितुरांची आणि दलबदलुंचीदेखील आहे! ती फक्त राज्यासाठी आपली शिरकमलं वाहणाऱ्या गाझींची नाही, तर जमीन-जुमल्याच्या किंचित तुकड्यासाठी, आपल्या किंचित स्वार्थासाठी सुद्धा इमानाची, स्वराज्याची विक्री करणाऱ्या पाजींची देखील आहे!"

येसूबाई राणीसाहेब तर खूप दुःखी झाल्या. "एका वेळी आम्ही काय काय करायचे? मोगलांच्या पाच लाख लष्कराचा महापूर आवरायचा की हे गनिमांना जाऊन मिळणारे बेइमानांचे लोंढे?" राजे कण्हत्या सुरात विचारीत होते. काहीही करून हे फुटिरांचे पेव आटोक्यात आणायला हवे, असे राजे कळवळून बोलत होते. येसूबाईंना हुंदका आवरता आला नाही. राजांच्या दंडावर आपले मस्तक ठेवत त्या बोलल्या, "राजे ऽ माफ करा! माझ्या माहेरानं आपल्याला दगा दिला."

राजांनी येसूबाईंचे मस्तक आपल्या छातीजवळ ओढले. त्यांना थोपटत राजे जड मनाने बोलले, "तुमच्या माहेरचंच काय घेऊन बसलात, येसू? आता आमचं आजोळ फलटणही आमचं राहिलं नाही. त्या मंडळींना औरंग्याचा गोट म्हणजेच मामाचा वाडा वाटलाऽ!"

■

किमाँश हरण

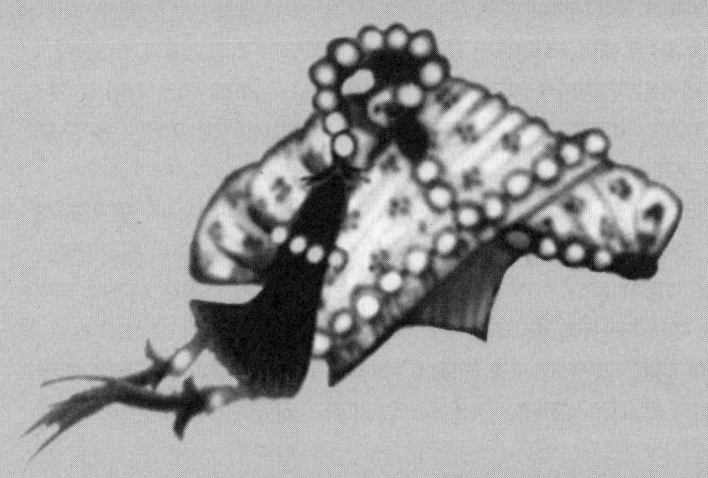

१.

आज पातशहा अतिशय निराश दिसत होता. शेवटी न राहवून वडिलकीचा फायदा घेत असदखानाने विचारले,

"पातशहा सलामत, आपली तबीयत नासाज आहे का?"

"कशात बिघाड व्हायचा अजून बाकी आहे, वजीरे आझम? तो काफरबच्चा संभा नामशेष व्हायचं नाव नाही. दिनबदिन बढताही जा रहा है! आमचे शहजादे अकबर सापडत नाहीत. ते जंजिरेकर वरून मारे वाघसिंहाचा आव आणतात, आतून मात्र संभाजीला घाबरून असतात. तो बेवकूफ गोवेकर व्हाइसरॉय मराठ्यांविरुद्ध उघडपणे जंगाचा ऐलान करायला नाही म्हणतो. एकीकडे तो रामशेजचा नटखट किल्ला इतके दिवस होऊनही हाती लागत नाही. हशीखुशी वाटावी अशी कोणती हकिगत घडते आहे आमच्या सल्तनतीमध्ये?"

"आपले छोटे शहजादे आज्जम विजापूरच्या हद्दीवरून पन्हाळ्याकडे वापस फिरले आहेत. तिथे त्यांनी मरगठ्ठ्यांच्या त्या सिपाहसालार हंबीरराव मोहितेला जेरीस आणले आहे, ऐसा लोग कहते है!—"

"लोग तो कुछ भी कहते है–" असदखानाची खिल्ली उडवत पातशहा बोलला, "आमचे चारी शहजादे वफादार, बहादूर, गाझी आहेत, ऐसा हम भी मानते थे। लेकिन क्या फायदा? सबके सब नादान निकले. वजीरे आझम, एकेका किल्ल्याशी इतकी देर टक्कर घ्यायची तर जिंदगी पुरणार नाही. पातशहा बुड्ढा, शहजादे नादान और पोते बेवकूफ! आमचे सारे अमीरउमराव गधे! तुम्हा कोणांकडूनच आम्हांला आता उम्मीदच उरली नाही–"

"लेकिन जहाँपन्हाँ—?"

"पहिले हे सांगा, जयपूरच्या रामसिंगाला पाठवलेल्या तवारीखेचं काय झालं?"

"दोन महिन्यांमागेच त्यांचा खलिता आला आहे– आम्ही स्वत: संभाला खत भेजून माघार घ्यायला सांगू. किमान शहजादा अकबराला तरी पकडून आमच्या हवाली करा, असा अर्ज करू."

पातशहा खिन्न होऊन बोलला, "असदखान, बघितलीत आमच्या सर्व शहजाद्यांच्या आणि पोत्यांच्या नादानगीची ही गवाही! खुफिया रीतीनं का होईना पण आमच्यासारख्या शहेनशहांवर, त्या काफरबच्च्याची समजूत काढा, असं दुसऱ्या पापी हिंदूला सांगायचा वक्त येतोच कसा?"

त्या दुपारी पातशहाचा मोठा शहजादा मुअज्जम आणि असदखानामध्ये चर्चा झाली. तो वैतागून वजिराला बोलला, "वजीरसाहब, आमच्या अब्बाजानचा कमालीचा संशयी

स्वभाव आणि गैरविश्वास हेच त्यांच्या दर्दचं आणि आमच्या बरबादीचं कारण आहे.''

''मतलब?''

''मी आणि आज्जम– दोघेही आम्ही पंचेचाळिशीच्या उंबरठ्यावर पोचलो आहोत. तरी आम्ही दोघे नासमज, नन्हे लडकेच आहोत असं अब्बांना वाटतं. किसी पे जरासा भी भरोसा नही. आमच्या आज्जमला त्यांनी रायगडच्या बाजूला न पाठवता तिकडे विजापूर-कोल्हापूरच्या दिशेला का पाठवला आहे, आहे मालूम?''

''क्यूं?''

''चौदा वर्षांमागे त्या शिवाजीने संभाला आमच्याकडे मन्सबदार म्हणून नेमलं होतं. तेव्हा आज्जमची आणि संभाची थोडीसी जान-पहचान झाली होती. त्यांच्या त्या दोस्तीला नवी पालवी फुटेल आणि दोघेजण मिळून पातशहाविरुद्ध बगावत करतील, हाच त्यांचा शक!''

असेच आणखी काही दिवस गेले. एके दिवशी आज्जमकडून पन्हाळ्याच्या दिशेने एक हरकारा आला. पातशहाला दरबारात हकिकत सांगू लागला,

''मुबारक बात! हजरत! आज्जम साहेबांनी बहुत बहादुरी केली. त्या हंबीर मरगठ्ठेको पुरी तरह कुचला डाला. त्याच्या अनेक सैनिकांना मारून जखमी केले. बहुत बहादुरी केली.''

ती खुषीची खबर ऐकून पातशहा आपल्या अंगावर पाचूची माळ फेकेल असेच त्या गरीब हरकाऱ्याला वाटले होते. पण पातशहाने त्याच्या बडबडीकडे दुर्लक्ष केले.

त्यानंतर दहा दिवसांनी आज्जमचा दुसरा एक खास दूत खलिता घेऊन विजयी मुद्रेने दरबारात येऊन पोचला. वजिराने तो खलिता स्वत: पातशहाला वाचून दाखवला – ''अब्बाजान, दुश्मनाशी ढाली-तलवारीने कडा मुकाबला केला. हजरत साहेबांच्या खुषकिस्मतीने दुश्मनाचे आठशे लोक कत्ल केले. सातशेंना जिंदे पकडले. निशाणे, छत्र्या काबीज केल्या. खूप मोठी फतेह हासील केली.''

पातशहाने ही ताजी तवारीख ऐकताना उगाच बिमार पाखरासारखा अर्धवट डोळा उघडला. पुन्हा कवड्यांची माळ डोळ्याला लावून तो अल्लाच्या चिंतनामध्ये गढला. तसा न राहवून वजीर पातशहाच्या कानाशी लागला, ''पातशहा सलामत, असं प्रत्येक वेळी चूप राहून कसं चालेल?''

''फिर क्या करे?''

''शहजाद्यांची बक्षिसीची चाहत आहे.''

''हूं!'' क्षणभर चूप राहून पातशहाने पुन्हा ओठ उघडले, ''मुअज्जम बेटे, हा खलिता वाच जरा.''

मुअज्जमचे वाचन पूर्ण होताच पातशहाने रुहुल्लाखानाला फर्मावले, "ह्यातल्या कोणी कोणी, काय काय बहादुरी केली हे तुम्ही तपशीलवार लिहून काढा."

त्या दोन्ही आज्ञांनंतरही वजीर आलमगीरांकडे पाहत होता. तेव्हा पातशहाने खजांचींना फर्मावले, "शौकतमियाँ ऽ, शहजाद्या आज्जमच्या बहादुरीबद्दल त्याला एक लाखाचा इनाम द्यायचा आहे. तेव्हा खजिन्यातून ती रक्कम काढून ठेवा."

चारपाच दिवसांत खरी खबर पन्हाळ्याकडून येऊन पोचली. पहिल्या दोन चकमकीत सेनापती हंबीररावांनी मुद्दाम माघार घेतली होती. शहजाद्या आज्जमला त्यांनी जास्तीत जास्त आपल्या मुलखात आत येऊ दिले होते. आणि तिसऱ्या चकमकीत जीवघेणा हमला चढवला होता. त्या दङ्ग्याने स्वत:चे प्राण वाचविण्यासाठी शहजादा आज्जम सातारामार्गे पार निरा नदीच्या पल्याड पळून गेला होता.

तो खलिता आपल्या उत्साही वजीरासमोर फडकवीत पातशहा बोलला,

"क्यू वझीरे आझम? बघितलंत? आमच्या ह्या दोन्ही नादान शहजाद्यांच्या बहादुरीचा आम्हांला कधीच यकीन नव्हता!"

"गुस्ताखी माफ, जहाँपन्हाँ!"

"तुमचं ऐकून आम्ही खजिन्यातून रक्कम काढली. पण इनाम पुढे धाडला नाही, हे किती बरं झालं!"

त्या रात्री थोरला शहजादा मुअज्जम आणि वजीर असदखान दीर्घकाळ बोलत बसले होते. पातशहाच्या लीलांपुढे संपूर्ण शरणागती पत्करत वजीर सांगत होता, "बेटे मुअज्जम, मी जिंदगीभर तुझ्या बापाकडं उस्ताद म्हणून बघतो आहे. अजूनही त्यांच्याकडून शिकण्याची कोशिश करतो आहे."

"ती कशी?"

"आता हेच बघ ना! छोट्या शहजाद्यानं आपल्या बहादुरीचं पत्र धाडलं. ते पातशहानं मुद्दाम तुला वाचायला का दिलं? कारण तसा पराक्रम त्यानं खरंच केला असेल, तर तूही त्यापासून शहाणपणाचा सबक शिकावास. रुहुल्लाखानाला खूब बारीकीसे नोंद का करायला लावली? — कारण त्या निमित्तानं घडल्या प्रसंगाची खातरजमा व्हावी. तिसरी बात म्हणजे बक्षिसीसाठी खजिन्यातून रक्कम बाहेर काढली. पण हुशारीने पाठवली मात्र नाही! कारण उगाच रक्कम वाया जाऊ द्यायची नव्हती. असा उस्ताद बाप मिळणंच मुश्कील."

त्या रात्री बारीकशा थंडीतापाने पातशहा बीमार पडला होता. रात्रभर उदेपुरी बेगम त्याच्या उशाशी बसून होती. सोबत तिने मुअज्जमलाही ठेवून घेतले होते. पातशहाला चांगली झोप मिळाली. सकाळी त्याची चर्या खूपच प्रसन्न दिसत होती. तो मोका साधून मुअज्जमने हळूच विचारले,

"अब्बाजान, मनुष्याने आपल्या औलादीवर तरी भरोसा ठेवावा; किमान प्रत्येक

गोष्टीकडे गैरविश्वासाने बघू नये?''

औरंगजेब मिठ्ठास हसला. आपल्या सफेद दाढीवरून हलकेच हात फिरवत बोलला, ''बेटे मुअज्जम, ज्याला हुकूमतीचा घोडा नाचवायचा आहे, त्याने स्वत:च्या सावलीकडेसुद्धा संशयाने बघायला शिकलं पाहिजे!''

२.

मुंब्रादेवीचे दर्शन घेऊन शंभूराजे बाजूचा उंच कडा चढले. त्यांच्या सोबत कवी कलश, रूपाजी भोसले आणि इतर साथीदार होते. त्या डोंगराच्या नाकाडावरून राजांनी डाव्या हाताला नजर टाकली. तेव्हा दूरवरून घोडबंदर किल्ल्याच्या दिशेने आत ठाणे गावाजवळ आलेली आणि समोरच्याच डोंगरपायथ्याने वळसा घेतलेली मोठी खाडी त्यांना दिसू लागली. पुढे तीच खाडी डाव्या हाताला दूर कल्याण बंदरापर्यंत पोचत होती. उजव्या हाताला नारळीपोफळीच्या हिरव्यागार आगरामध्ये दडलेले ठाणे आणि त्याच्या आसपासची छोटी छोटी खेडी दिसत होती. तिथल्या कोळीवाड्याच्या आजूबाजूला पांढऱ्याशुभ्र वाळूचे चमचमते थर दिसत होते. तिथे समोरच आपली अजस्त्र तटबंदी पाण्यात रोवून ठाण्याचा किल्ला तुस्त राक्षसासारखा बसून होता. किल्ल्याच्या तटबंदीवर लांब डगलेवाल्या आणि कुर्रेबाज फिरंगी टोपीवाल्या सोजिरांचा जागता पहारा होता.

शंभूराजे मधूनच कल्याण बंदराकडे काळजीने नजर टाकत होते. गेल्या वर्षी याच रानातून मराठ्यांनी रुहुल्लाखानाला पळवून लावला होता. दोनतीन महिन्यांमागे औरंगजेबाचा मस्तवाल सेनानी रणमस्तखान नव्याने कल्याणवर धावून आला होता. चोळे, डोंबिवली, अंबरनाथ ते पार पलीकडे मुरबाडपर्यंतचा मुलूख त्याने जाळून काढला होता. मराठी मुलखावर दहशत माजवून कल्याणचे बंदर स्वत:च्या कब्जामध्ये घेतले होते.

''कविराज, कल्याणचं बंदर म्हणजे जगाच्या आयातनिर्यात व्यापाराचं नाक आहे. इथूनच इस्तंबूल, पॅरिस, लंडनपासून ते आफ्रिका, तसंच जावा, सुमात्रापर्यंत व्यापार चालतो. ही सोन्याची लंका औरंग्याच्या दीर्घकाळ कब्जात ठेवणं, म्हणजे त्याचं लष्करी बळ वाढविणं.''

''दुसराही एक मुद्दा महत्त्वाचा आहे, राजन.''

''कोणता?''

''औरंगजेबाचे सरदार इथे पाय रोवून असेच बसून राहणं गैर ठरेल. घात होईल. मराठ्यांचा कोकणातून नाशिक बागलाणकडं जाणारा रस्ता दुश्मनाच्या कब्जात जाईल आणि एकदा रसद बंद पडली की, आपोआप खानदेशाकडचे

आपले पंचवीस-तीस किल्ले पिकल्या जांभळासारखे पातशहाच्या घशात कायमचे जातील.''

शंभूराजांनी होकारार्थी मान डोलावली. डोंगर उतरता उतरता विठ्ठलराव सुभेदाराने राजांना आणि कविराजांना माहिती दिली — ''नुकतीच दर्यात अरबांच्या जंगेखानामध्ये आणि विंग्रजांच्या नौदलात मोठी भानगड झालीय म्हणं, राजे!''

''कसली हो सुभेदार?''

''जंगेखानानं विंग्रजांच्या प्रेसिडेंट नावाच्या बोटीवर आपली पाच गलबतं धाडली होती. ती बोट पुरी जाळायचा अरबांनी प्रयत्न केला.''

''पुढं?''

''बोट लई दांडगीच होती. तिचं रग्गड नुकसान झालं. बुडाली नाही इतकंच. पण सारं मुंबईकर विंग्रज लई हळहळलं म्हणं.''

''अरब मोकळे सुटले?'' राजांनी विचारलं.

''छ्या! छ्या! जंगेखानाची चांगली तीन गलबतं जळाली. शेवटी त्यांनी माघार घेतली. पण कसं का होईना, विंग्रजांची चांगलीच खोड मोडल्याचं कळवलं आहे आपल्या निळोपंत पेशव्यांनी.''

शंभूराजे आणि कविराज एकमेकांकडे पाहून समाधानानं हसले. शंभूराजांची भिरभिरती गरुडी नजर खाली पायथ्याकडे गेली. तिथेच खाडीत घुसलेल्या डोंगराच्या सोंडेवर पारसिक गाव होता. शंभूराजांनी तातडीने तिथे एक नवा किल्ला बांधायला सुरुवात केली होती. जवळच खडक खोदायचे काम सुरू होते. तिथे शेकडो कामाठी, बेलदार, मजूर झटत होते. हत्तींचे गाडे आणि उंटगाड्यावरूनही दगड गोळा केला जात होता. खाडीच्या पाण्यात मोठेमोठे दगड आणि मेढी पुरून तराफे बांधले जात होते. त्याच्या आधारानेच पाण्याच्या काठावर मोठे मोठे बुरूज आकाराला येत होते.

''कविराज, रणमस्तखानाची मस्ती जिरवण्यासाठीच आम्ही इकडे आलो आहोत. पण त्या उघड शत्रूपेक्षा पोर्तुगीज नावाचा नादान दुश्मन मात्र आम्हांला खूप सतावतो आहे.'' शंभूराजे बोलले.

''खरं आहे, राजन! तो गोवेकर व्हाइसरॉय बोलायला खूप मिठास आहे. व्यवहार, उपचार उत्तम पाळतो. म्हणून तर तुम्हांला पुत्ररत्न झालं, तेव्हा ह्या फिरंग्यानं तुम्हांला अभिनंदनाचा खलिता आणि बाळराजांसाठी पोर्तुगीज बनावटीचे उत्तम गहने पाठवले होते.''

कविराजांनी ती आठवण करून देताच शंभूराजे दिलखुलास हसत बोलले,

''कविराज, आपण त्या फिरंग्याला अचूक पकडलंत. अहो काय सांगायचं, आमच्या बाळराजांसाठी शृंगारपुराहून गणोजीमामांचा साज वेळेत पोचला नाही, पण

ह्या फिरंगी मामांची घोडी गांगोलीच्या वाड्यात हजर होती.''

शंभूराजे डोळ्यांसमोरची ती विशाल खाडी, पोर्तुगीजांचा प्रदेश आणि डावीकडचा नुकताच मराठ्यांकडून औरंगजेबाच्या ताब्यात गेलेला कल्याणचा मुलूख पाहू लागले. त्यांनी घुश्श्यात विचारले,

''कविराज, सांगितल्याप्रमाणे आपले दूत गोव्याकडे रवाना झाले वा कसे?''

''राजन, या बाबीमध्ये नेहमीच निश्चिंत राहावे. ज्या दिवशी शंभूराजांकडून राजाज्ञा होते, त्याच दिवशी त्याची ह्या कलशाकडून तामिली केली जाते! आतापर्यंत आपले दूत मांडवी नदी ओलांडून गोव्याच्या राजप्रासादात केव्हाच पोचले असतील.''

''नेमका काय धाडलात सांगावा त्या व्हाइसरॉयला?''

''इतकेच, आम्हा मराठ्यांच्या आणि मोगलांच्या झगड्यात अजिबात लुडबूड करू नका. स्वस्थ राहा. पोर्तुगीजांच्या ताब्यातील नद्यांमधून अगर खाड्यांमधून मोगलांच्या गलबतांची जा-ये होता कामा नये. आगळीक कराल, तर कोणत्याही क्षणी शंभूराजे गोव्यावर हमला करतील.''

मुंब्राचा डोंगर राजे झपाट्याने खाली उतरू लागले. मुंब्रा डोंगराचा कडा खूप कातीव होता. तिथे शेळ्या पोचणे मुश्कील होते. त्यामुळे घोडी पोचण्याचा सवालच नव्हता. राजे तिथली कातीव दरड झपाट्याने उतरत खाली येत होते. पारसिकच्या किल्ल्याच्या बांधकामाकडे पुन:पुन्हा नजर टाकत होते. पाण्यापासून तुटलेल्या पंचवीस फूट उंचीच्या प्रचंड खडकावर हा किल्ला बांधला जात होता. त्याचा पाया मजबूत होता. राजांनी समोरच सागरात लाकडाचे अजस्त्र ओंडके टाकून त्यावर एक मेढेकोटही बांधला होता. आणि त्यावर अनेक तोफा पेरून ठेवल्या होत्या. शिवाय पारसिक किल्ल्याच्या पाषाणी तटबंदीलाही अनेक गंजा तयार करून तेथूनही बत्त्या ठासायची पुरेशी सोय करून ठेवली होती. शंभूराजे मनातून निर्धास्त होते. उद्या पोर्तुगीज शत्रूला सामील झाले तर ये-जा करणारी तरांडी आणि नावा जाळून काढण्याएवढी त्यांनी तयारी करून ठेवली होती. दरड उतरणाऱ्या राजांनी कलशांना विचारले, ''कविराज, ह्या रणमस्तखानाचं याआधी कधी ऐकलंत का नाव?''

कलशांनी शंभूराजांकडे नजर लावली. तेव्हा राजेच सांगू लागले— ''हा रणमस्तखान फत्री पूर्वीचा आदिलशहाचाच सरदार. पण पुढे मोगलांना सामील झाला. कविराज, जालन्याहून आमचे आबासाहेब पन्हाळ्याकडं यायला निघाले होते, तेव्हा संगमनेरजवळच्या जंगलात यानंच आमच्या आबासाहेबांना तीन दिवस कोंडून ठेवलं होतं.'' एक थंड सुस्कारा टाकत शंभूराजे बोलले, ''एक लक्षात ठेवा, कविराज. उत्तरेतून मोगली फौजेबरोबर आलेल्या सरदारांचं आणि मन्सबदारांचं आम्हांला फारसं काही वाटत नाही. पण त्यांच्यापेक्षा हे दक्षिणेतले बाटगेच अधिक

धोकादायक आहेत!''

राजे पारसिकचा किल्ला बांधण्यात गढले असले तरी अनेक आघाड्या पेटत होत्या. अनेक मराठा पथके सोलापूर भागामध्ये दौड करून दहशत माजवत होती. शहाबुद्दीनखानाच्या पथकांशी घाटावर पुरंदर, शिवापूर आणि राजगडजवळ एकसारख्या झटापटी सुरू होत्या. राजांनी केसो त्रिमल, निळो मोरेश्वर पेशवे आणि रूपाजी भोसले अशा आपल्या सरदारांना कल्याण पुन्हा पादाक्रांत करण्यासाठी पाठविले होते. एका वेळी राज्यात पातशहांशी त्यांचा अनेक ठिकाणी आगीचा खेळ सुरू होता. त्यामुळेच काही प्रशासकीय बाबीही खोळंबल्या होत्या. त्यांचा निपटारा करण्यासाठी राजे रायगडाकडे निघाले.

शंभूराजांनी मुंब्राजवळच्या आपल्या तळावर हुकूम दिला– ''कविराज, तातडीनं पन्हाळ्याकडे हंबीरमामांना खलिता पाठवा. म्हणावं, तिकडचा दाब कमी झाला असेल, तर तुमच्या घोड्यांची तोंडं कल्याणकडे वळवा. पाऊसकाळ सुरू व्हायच्या आधी रणमस्तखानाचा रेच मोडला पाहिजे.''

''–आणि राजे तोवर आम्हांला काय हुकूम?'' तुकोजी शिंदेने विचारले.

''कल्याणची तटबंदी पुन्हा बळकावून राज्याचं कल्याण साधा, दुसरं काय?'' राजे बोलले.

आपल्या साथीदारांकडे पारसिकचा किल्ला आणि खाडीचा बंदोबस्त सोपवून राजांची पथके रायगडाकडे निघून गेली. राजे रायगडाची वाट चालत असतानाच हरकाऱ्यांनी येऊन बातमी दिली— ''राजे, तो फिरंगी उलटला राजे. ठाण्याच्या खाडीतून पोर्तुगीजांची जहाजं कल्याणकडं जायला लागलीत.''

''अस्सं? तर मग आपला पारसिकचा किल्लेदार काय करतोय?'' राजांनी जागच्या जागी लगाम खेचून घोडा उभा केला.

''आपलं पारसिकवरचं पथक रात्रंदिवस आग ओकतंय. अनेक नावा आणि छोटीमोठी गलबतं त्यांनी जाळून काढलीत. पण खाडी अवाढव्य आहे. तिची रुंदीही खूप दांडगी आहे, राजे.''

''तरीही नाउमेद होऊ नका म्हणावं. फिरंग्याला जितका गवसेल तितका जाळून काढा.'' राजांनी सल्ला दिला.

राजे रायगडावर आले. बऱ्याच दिवसांनी येसूबाईंची भेट झाली होती. शाहू बाळ आता चांगले वर्षभराचे झाले होते. हातपाय झाडत पुढे सरकत होते. लवकरच ते रांगायची चिन्हे दिसत होती.

चारच दिवस झाले असतील नसतील, तोवर गडावर सेनापती हंबीररावमामा मुजऱ्यासाठी हजर झाले. राजे एकटक नजरेनं हंबीरमामांच्याकडे पाहात होते. औरंगजेबही हंबीरमामांचे कौतुक ''अस्मानसे चलनेवाला बिजली का गोला'' या शब्दांत करीत

असे. बुऱ्हाणपूरसारख्या वैभवशाली नगरीची तीन दिवसांची लूट असो, खानदेशातून केलेली घोडदौड असो, विदर्भात पार अकोला, मूर्तिजापुरापर्यंत मोगली पथकांचा केलेला पाठलाग असो, जुन्नर अगर अहमदनगराकडची जोरदार झेप असो किंवा नुकतीच पन्हाळा परिसरात शहजादा आज्जमची केलेली दमछाक असो, जिथे तिथे मोगली पथके "भागोऽ भागोऽऽ हंबीर आया–" असे ओरडत पळत सुटत.

राजांच्या मंचकारोहणावेळीच हंबीरमामांनी त्यांचे हृदय जिंकले होते. आता सुद्धा हंबीरमामा राजांना भेटायला आले ते धाकट्या राजारामसाहेबांच्याच सोबत. राजे हंबीरमामांकडे पाहात होते. मामांची चर्या रापलेली होती. थंडीवाऱ्यातून, उन्हापावसातून गेली तीनचार वर्षे सातत्याने घोडाफेक करून, जागोजाग तलवार गाजवून त्यांनी पराक्रमाची शर्थ केली होती!

थोड्याच दिवसात कल्याणकडच्या वाईट बातम्या राजधानीमध्ये येऊन पोचल्या. पारसिक किल्ल्यावरून होणाऱ्या गोळीबाराला पोर्तुगीजांनी दाद दिली नव्हती. ते स्वतःच्या संरक्षणात मोगलांची रसद आणि दारूगोळा कल्याणकडे नेऊ देत होते. एवढेच नव्हे, तर एके रात्री ठाण्याच्या किल्ल्यावरून पोर्तुगीजांचीच दारुगोळ्याने भरलेली पाच जहाजे पारसिकवर चालून आली. पाण्यातून काठावरच्या किल्ल्यावर त्यांनी आगीचा भडिमार चालू ठेवला. रात्रभर पाण्याचा काठ धरून आग नाचत होती. पहाटेचा सुगावा लागायच्या आधीच पोर्तुगीजांनी किल्ला अर्धाअधिक खिळखिळा करून सोडला होता.

पोर्तुगीजांची ही आगळीक ऐकून शंभूराजे खूप अस्वस्थ झाले. त्यांनी सेनापतीला विचारले, "हंबीरमामा, हा फिरंगी मोगलांची थुंकी झेलण्यासाठी इतका का नाचतो आहे?"

"राजे, त्या दोघांत गुप्त करार झाल्याचं आपल्याही कानावर आलं असेलच. कोकणातला जेवढा मुलूख जिंकतील, तितका मोगलांनी तो पोर्तुगीजांच्या ताब्यात देऊन उपकारांची परतफेड करायची आहे."

"मामा, पोर्तुगीज आणि मोगलांना एकसरून बळकट होण्याआधी तोडणं अत्यंत गरजेचं आहे. तेव्हा तातडीनं निघा. त्या टोपीकरांना जाळून काढा."

"जसा आपला हुकूम, राजे!"

मामांनी आपल्या नेहमीच्या तडफेने कल्याण परिसराकडे झेप घेतली. हंबीरमामा पोचायच्या आधीच विठोजी माने नावाच्या मराठा सरदाराला रणमस्तखानाने जेरीस आणले होते.

हंबीररावांच्या झेंड्याखाली वीस हजारांचे आक्रमक घोडदळ आणि दहा हजाराचे पायदळ कल्याण परिसरात पोचले. तसा युद्धाला मोठा रंग भरला. एकट्या

रणमस्तखानाची मराठे पंचाईत करतील याची औरंगजेबाला अटकळ होती. म्हणूनच त्याने आपल्या मावसबहिणीच्या मुलाला, रुहुल्लाखानाला रणमस्तखानाच्या मदतीस तिकडे धाडला होता.

कल्याणच्या खाडीत आगीचा धिंगाणा सुरू झाला. तटावरून होणाऱ्या गोळा-गोळीला मराठे बाहेरून उत्तर देत होते. मराठ्यांनी रणमस्तखानाची मस्ती उतरवायला सुरुवात केली. कल्याण-डोंबिवली परिसरातून उठणारे धुळीचे लोट आणि आगीच्या ज्वाळा ठाणे किल्ल्याच्या बुरुजावरून पार्तुगीज अवाक् होऊन पाहत राहिले. मराठ्यांच्या हल्ल्याहमल्यांनी रणमस्तखान जेरीस आला होता. कधी अचानक मुरबाडकडच्या जंगलातून ''हर हर महादेव'' अशा आरोळ्या ठोकत मराठा स्वार कल्याण बंदरावर धावा घेत, तरी कधी दूर मलंगगडाच्या पायथ्याकडून धुळीचे लोट सोसाट्याच्या वाऱ्यासारख्या गिरक्या घेत पुढे येत. कल्याणजवळच्या खाडीत धावत्या मराठा घोडेस्वारांचे प्रतिबिंब पडे.

कल्याणचा तट कोसळला. दुर्गाडी किल्ला ओकाबोका दिसू लागला. रणमस्त-खान माघार घेत टिटवाळ्याकडे सरकला. टिटवाळ्याच्या खिंडीजवळ गजाननाच्या साक्षीने युद्धाची धुमश्चक्री सुरू झाली. एके दिवशी डोंबिवलीच्या माळावर शंभूराजे येऊन पोचल्याची खबर हंबीरमामांना समजली. तसे मराठी लष्कराच्या अंगात भलतेच स्फुरण चढले. कल्याण बंदराच्या परिसरात, मागच्या डोंगरावर धुराचे लोट पाहून शंभूराजांना चेव चढला. त्यांना अन्नपाण्याची शुद्ध उरली नाही. दिवसभर निळोपंत पेशवे, कलश आणि मानाजी मोरे यांचे आडाखे सुरू होते. तिन्हीसांजेलाच आजूबाजूंच्या कोळ्यांच्या वस्त्यांवर सांगावा गेला. रानाजंगलातले भंडारी, कातोडी आणि डोंबिवली पट्ट्यातले आगरी सरसावून उठले. भल्या पहाटेच्या आधीच पोर्तुगीज-मोगलांनी त्या विशाल खाडीच्या दोन्ही बाजूची आपली ठाणी सोडली. कित्येकांनी खाडीत उड्या घेतल्या. कित्येक बुडून मेले. मराठ्यांनी खाडीजवळ रात्रभर चालवलेली भुताटकी टिटवाळ्याच्या डोंगरावरून दिसत होती. रात्रीचीच मोगलांनी दहशत खाल्ली.

त्या दिवशी दुपारी भयंकर रणसंग्राम माजला. अठ्ठावन्न वर्षांच्या बळकट हंबीररावांच्या अंगात हत्तीच संचारला. रुहुल्लाखानावर मामांची पथकं जोरानं आदळली. अक्रमखान, इब्राहिम बेग, राजा दुर्गेसिंग माधोराम असे अनेक मुसलमान आणि राजपूत सरदार कामी आले.

घाबरलेला रुहुल्लाखान टिटवाळ्याच्या वाटेने माघारा पळू लागला. परंतु त्याच्या परतीच्या वाटेवर आपली वीस हजारांची फौज घेऊन आडोशाला सावध पवित्रा घेऊन बसलेले शंभूराजे खानाला माहीत नव्हते. रुहुल्लाची पळती पथके समोर दिसताच शंभूराजांनी स्वत: त्याच्यावर पुढे होऊन हमला चढवला. योगायोगाने

घाटामध्ये रणमस्तखान आणि रुहुल्लाखान दोघेही अडकलेले. रात्री ठरल्याप्रमाणं एकीकडून हंबीरमामा आणि दुसरीकडून शंभूराजे असा दोघांनी मिळून एक जोरकस दणका दिला. तशी खानांची अवस्था अडकित्त्यात चुरडल्या जाणाऱ्या सुपारीसारखी झाली.

दुपारपर्यंतच खानाच्या फौजा मोडून निघाल्या. वाट सापडेल तिकडे तो जीव घेऊन पळू लागल्या. "हर हर महादेवऽऽ", "जय शिवाजीऽ जय संभाजीऽऽ" अशा आरोळ्या देत विजयी वीर डोंबिवलीच्या माळावर आपल्या शिबिरात येऊन पोचले. वाटेत राजांना हंबीरमामांचे मेहुणे रंगोजी युद्धात ठार झाल्याची वाईट बातमी समजली. त्यामुळेच की काय त्यांना शिबिरात परतायला उशीर होत असावा.

तिन्हीसांजेला राजे शिबिरात विश्रांती घेत होते. तेवढ्यात रायाप्पा गोटाबाहेरून धावत आत आला. घाबरल्या सुरात म्हणाला,

"राजंऽ, हंबीरमामांना पालखीत घालून आणलंया. जाया झाल्यात."

"काय बोलतोस?"

राजांनी झटकन आपल्या शिबिरातून बाहेर झेप घेतली. ते पालखीवर तुटून पडले. मशालीच्या उजेडात त्यांनी हंबीरमामांची मुद्रा पाहिली. हंबीररावांचे गडद काळे, हसरे डोळे बघताना त्यांच्या जिवात जीव आला. मामांनी क्षीण आवाजात सांगितले, "राजे, उगाच चिंताग्रस्त होऊ नका. एका बाणाने दंडाचा लचका तोडून नेला. त्यामुळं डावा हात जाया झालाय इतकंच."

"मामा, मामा थोडं सांभाळून राहत जा." – शंभूराजे काकुळतेने म्हणाले.

"उजवा हात आहे की अजून शिल्लक. काळजी कशापायी करता?" हंबीरमामांनी हसून विचारलं.

शिबिरात हंबीरमामांची शुश्रूषा सुरू होती. स्वत: संभाजीराजे त्यांच्या जखमा बांधत होते. राजांची गोंधळलेली चर्या, काळजीच्या छटा पाहून हंबीरराव हसले. ते म्हणाले, "शंभूबाळऽ, आमची बिलकूल काळजी करू नका. राज्याभिषेकानंतर शिवाजीराजांच्या शृंगारलेल्या हत्तीची माहुतगिरी ह्या हंबीररावानंच केली होती."

"नात्यानं तर आपण आमचे मामाच आहात–"

"नाही शंभूराजे तुमच्याशी वागताना आम्ही कधी नातेसंबंधाचा विचार केला नाही. आमच्या सख्ख्या भाच्यांना– राजारामांना गादी मिळावी, सोयराबाईसारख्या महत्त्वाकांक्षी बहिणीची इच्छा पुरी व्हावी म्हणून ताकद असतानाही हा हंबीर कधी पुढे धावला नाही. आपलं नातंच नात्यापल्याडचं आहे!"

शंभूराजांनी हंबीरमामांकडे प्रश्नार्थक नजरेने पाहिले. तेव्हा दिलखुलास हसत हंबीरराव बोलले, "जे नातं ह्या मराठी मातीचं शिवाजीसंगं होतं, तेच तुमचं आणि आमचं सोयरंऽ"

शंभूराजे थोडा वेळ तसेच बसले. हंबीरमामांना त्यांनी पात्रातून वनस्पतीचा काढा दिला. तोवर हरकाऱ्यांकडून बातमी समजली. पाऊसकाळ जवळ येतोय म्हणून औरंगजेबानेच हुकूम देऊन कल्याण भागात पाठवलेल्या फौजा मागे बोलावून घेतल्या होत्या. हंबीररावांना थोडे हुशार होऊ दिले. आणि शंभूराजे हंबीररावांना बोलले,

"मामा, काळ आमच्या पहाडासारख्या पित्याला घेऊन गेला. त्यानंतर तुमच्या रूपानं दुसरा पहाड आमच्या पाठीशी उभा राहिला. आपल्यासंगं वावरताना अनेकदा तुमच्या रूपानं आमचे आबासाहेबच सोबत असल्याचा भास होतो. पण काळजी घ्या, हंबीरमामा.... तुम्हीच आमच्या बाहुतलं बळ आहात. तुमच्या हाताची जखम बळावेल, तर इकडे आमचा खांदा तुटून पडायचा. कृपा करा. थोडं सबुरीनं घ्या."

३.

"दिल्लीकर पातशहाची ताकद गेंड्याची. त्यापुढे मराठ्यांचा हा उत्साही राजा म्हणजे शेळीचे करडू! एकदा हा गेंडा संभा आणि त्याचा महाराष्ट्र चिरडून गेला की आपला फायदाच फायदा." गोव्याचे पोर्तुगीज व्हाइसरॉय कौंट द आल्व्होर चेकाळून बोलले.

"तो कसा?" त्यांच्या सचिवानं- लुईस गोन्साल्विसने विचारले.

"औरंगजेब ज्या उत्साहानं येईल, त्याच उत्साहानं माघारा जाईल. मग आम्ही हळूच मालवणपासून ते ठाण्यापर्यंतची पट्टी आमच्या राज्याला जोडू. गोव्याचं महाराज्य बनवू!" कौंटसाहेब आपल्या उंची राजप्रासादातील भव्य मद्यालयात मद्याचे घोट घेता घेता फुशारक्या मारत बोलत होते.

त्यांच्या सचिवाने त्यांच्यासमोर आणून ठेवलेला संभाजीराजांचा खलिता तसाच दुर्लक्षित राहिला होता.

बढाईखोर व्हाइसरॉय पुन:पुन्हा शंभूराजांच्या त्या पत्राकडे कुत्सित नजरेने पाहत होता. व्हाइसरॉय कौंट द आल्व्होर हा जितका विलासी तितकाच खुशालचेंडू, कमालीचा स्वार्थी, तितकाच लबाडही होता. पोर्तुगालच्या राज्यसेवेतील सर्वच अधिकारी आणि कर्मचारीही गोव्यात येऊन सरकारी सेवा पार पाडायचेच, परंतु त्याचबरोबर प्रत्येकजण खाजगी व्यापार करूनही स्वत:च्या तुंबड्या भरून घेत असत. पूर्व गोलार्धातील कॉन्स्टँटिनोपल आणि टुलाननंतर पणजी हेच व्यापाराच्या दृष्टीने एक अत्यंत महत्त्वाचे बंदर होते. जावा, सुमात्रा, जपान अशी पूर्वेकडे जाणारी सर्व जहाजे गोव्याला थांबूनच पुढे निघत. पोर्तुगीज अंमलदारांना गोवा ही एक अनिर्बंध सत्ता असलेली दुभती गाय लाभली होती.

गोव्याचा व्हाइसरॉय स्वत:ची तुलना पोर्तुगालच्या राजाशी करत असे. त्याचे स्वत:चे खाजगी लष्कर होतेच. शिवाय त्याने अनेक काळे आफ्रिकी सैनिकही आपल्या पदरी बाळगले होते. पणजी शहराच्या सभोवती दीड पुरुष उंचीची भव्य दगडी कूस बांधून तो ख्यालीखुशालीमध्ये राहत होता. दोन्ही बाजूला पंख पसरून बसलेल्या अजस्र पक्ष्यासारखी दिसणारी राजभवनाची भव्य इमारत चमचमत्या चंदेरी वाळूत ऐसपैस पसरली होती. त्याच्या मागची बाजू थेट दर्याकडे झुकलेली. चारी बाजूस वाऱ्याच्या झोतावर हेलकावे खाणारे ताडामाडांचे उंच वृक्ष. मध्येच व्हाइसरॉयच्या कुटुंबीयांना पोहण्यासाठी खोदलेला निळ्याशार पाण्याचा ऐसपैस तलाव. आवारातच खास शाही मेहमानांसाठी बांधलेल्या जांभ्या दगडांच्या अनेक हवेल्या. स्वर्गाचे सुख जणू त्या राजप्रासादाच्या दारातच झोके घेत होते!

कौंट साहेबांचे फिरंगी व्यक्तिमत्त्वही मोठे उमदे होते. मध्यम उंची, थोडेसे जाडजूड शरीर, लांब बाह्यांचा फुगीर कोट आणि ढगळ पतलून. नाभिकाने गालावर नीट कातरलेली तांबूस, करडी दाढी आणि त्यांचे पिंगट तपकिरी डोळे – त्या डोळ्यांमध्ये नीट निरखून पाहिले तरी कौंटसाहेबांच्या मनाचा थांग सहसा कोणाला लागायचा नाही. कौंट आल्व्होरची गळपट्टी मात्र नेहमीच ताठ असायची.

एकदोन दिवसांत त्यांना काहीतरी अप्राप्य, अवघड असे प्राप्त करायचे होते. त्याची मध्येच आठवण झाली, तसे कौंटसाहेबांच्या चेहऱ्यावर गुलजार हास्य पसरले. त्या धुंदीतच त्यांनी आपल्या सचिवाला संभाजीराजांचा तो खलिता वाचायचा इशारा केला. सचिव मजकूर वाचू लागला, –''मराठी राज्याचा कारभार आम्ही हातामध्ये घेऊन जवळपास अडीच वर्षे लोटली आहेत. या आधी आमचे दूत रामजी ठाकूर यांच्यामार्फत तुम्हासी पत्रव्यवहार झाला होता. मैत्रीच्या कौलकरारातील मुद्यांबाबतही आपसात खूप पत्राचार केला होता. आपण आमचे शीव-शेजारी आहात, याची आपणच अनेकदा आम्हांला आठवण करून देता. मात्र आपण बोलता एक आणि करता दुसरेच. याआधी, दिल्लीकर पातशहाला कसल्याही पद्धतीची मी मदत करणार नाही, तसाच संघर्षाचा प्रसंग आला तर मराठे आणि मोगल दोघांपासून तटस्थ राहीन, असे वचन आपण आम्हास अनेकदा दिले होते. परंतु दुर्दैवाने आपण आपल्या मैत्रीकराराची कलमे आणि शरम दोन्हीही गुंडाळून ठेवली. सुरतेच्या बाजूने सागरमार्गाने येणारा दारूगोळा आणि धनधान्य तुमच्या हद्दीतून पुढे न्यावयास आपण मोगलांना परवानगी दिलीत. अशीच गद्दारी आपण ठाणे इलाख्यातही केलीत. या दुटप्पी आणि घातकी चालीची जबर किंमत आपल्याला एक दिवस मोजावीच लागेल, हे ध्यानात ठेवा.''

नकळत व्हाइसरॉय कमालीचे गंभीर झाले. एकीकडे संभाजीराजांची धमकी आणि दुसरीकडून औरंगजेबाचा रेटा– दोन्हीही गोष्टी महागात पडणाऱ्या होत्या. ते

वैतागून बोलले, "ह्या दोन्ही शक्तींना तोंड देणं म्हणजे एखाद्या मदाऱ्यानं अंगावर दोन विषारी सर्प खेळवणं."

"पण सर, आपण संभाजीशी जाहीरपणे युद्ध पुकारा, असा पातशहाचा आपल्यामागे लकडा आहे!" सचिव बोलला.

"अशी आगळीक महागात पडेल. त्यात हा संभा किती शीघ्रकोपी! अगदीच गरम माथ्याचा! आमच्या कुलाबा आणि ठाण्याकडच्या अनेक बंदरांवर त्याने एकाच वेळी हमले चढवलेत. जाळपोळ अखंड चालूच आहे. वसईकडे आमच्या दोन धर्मगुरूंना पळवून नेऊन त्याच्या सुभेदारानं ओलीस ठेवलं आहे —"

"पण सर, आपणही त्याचा सूड घेतलाच! मराठ्यांचा वकील येसाजी गंभीरराव गेली तीन महिने आमच्या कैदेची हवा खातो आहे."

मध्यरात्रीचेच येसाजी गंभीररावांना राजभवनामध्ये पाचारण केले गेले. त्यांच्याकडे पाहत व्हाइसरॉय गुरगुरले, "येसाजी, आम्ही दोस्तीचा हात पुढे करतो, तर तुमचा धनी दुश्मनीचा. ही रीत चांगली नव्हे."

"विजरई सरकार! टाळी कधी एका हातानं वाजती का? औरंगजेबाची दारूगोळ्यानं भरलेली कोठारं मोगलांच्या मुलखातून आपण आमच्या मुलखात कशी घुसू देता? ह्या गोष्टी कशा बसणार दोस्तीच्या धोरणात?"

"येसाजी, तुमचा राजा मस्तवाल आहे!" व्हाइसरॉय कौंट द आल्व्होर वरच्या पट्टीमध्ये विचारू लागले, "तुमचा राजा अरबांशी दोस्ती करतो कसा?"

"जसं आपण मोगलांशी गुप्त संधान बांधता, तसंच!"

व्हाइसरॉय आणि त्यांचा सचिव येसाजींच्या बिनतोड उत्तरावर काही काळ चूप बसले. मात्र येसाजीला अधिक राहवेना. तो आपल्या मनातील खंत व्यक्त करत बोलला, "विजरई सरकार, संभाजीराजांशी दोस्ती करायचं आपल्या दिलात नव्हतंच कधी. आपण फक्त वाट बघताय ती एकाच संधीची—"

"कोणत्या?"

"औरंगजेबाच्या फौजेकडून मराठ्यांचा नि:पात कधी होतो त्याची."

"छे! छे! भलतंच काय येसाजी? अरे, त्यात आम्हा पोर्तुगीजांचा फायदा तरी काय?" हसत व्हाइसरॉयने विचारले.

"खूप मोठा. वेंगुर्ल्यापासून ते चौल-पनवेलपर्यंतची किनारपट्टी, इथला व्यापार-उदीम, धनधान्य, दौलत चावून खायला तुम्ही पोर्तुगीज केव्हाचे टपून आहात!"

येसाजीने थोडक्या शब्दांत पोर्तुगीजांचा हेतू अचूकपणे दाखवून दिला होता. पण तिकडे दुर्लक्ष करत व्हाइसरॉय बोलले, "तुम्हांला कल्पना आहे येसाजी, गेल्याच महिन्यात तुमच्या संभाजीराजानं आमच्या रेवदंड्याच्या किल्ल्यावर रण

माजविलं आहे. वर तारापूर, डहाणू, ठाण्याकडच्या आमच्या सागरपट्टीवर जिथे दिसेल तिथे संभाजी आपली घोडी घालतो आहे. आमचा मुलूख जाळतो आहे. सहा हजार शिपाई आणि दोन हजार घोडेस्वार घुसवले आहेत चौलच्या हद्दीत तुमच्या संभाजीने. तिथल्या आमच्या वखारीची, पुऱ्या गावाची नाकेबंदी करून टाकली आहे त्यानं!''

येसाजीचा चेहरा खुलला. तीन महिन्यांच्या बंदीवासात त्याला आपल्या राज्यातले कोणतेही वृत्त समजले नव्हते. बऱ्याच दिवसांच्या अंतराने एक चांगली खबर ऐकायला मिळाली होती. येसाजीला पुन्हा एकदा बंदीखान्याकडे हलविले गेले. कौंट द आल्व्होरसाहेब थोडा वेळ तसाच विचारमग्न स्थितीमध्ये बसून राहिला. एका धाडसी कल्पनेने त्याच्या मनोराज्यात हळूच प्रवेश केला. तो आपल्या सचिवाला बोलला, ''दिल्लीकर शहेनशहाचे तगादे आहेत, काहीही करा! एक तर मराठ्यांच्या विरोधात उघड युद्ध पुकारा. पण ते थोडं धाडसाचं वाटतं. एखाद्या धट्ट्याकट्ट्या मनुष्याचे पाय मोडून त्याला लंगडं करावं तशी ह्या संभानं जंजिरेकरांची अवस्था, केली आहे. त्यामुळेच त्याच्याशी उघड वैर करणं धारिष्ट्याचं वाटतं.''

सचिवाला बोलावे की बोलू नये असे झाले. तरीही धाडस करून तो बोलला, ''सरऽ, संभाजीचा प्रदेश आपल्या सरहद्दीला लागूनच आहे. डिचोली आणि कुडाळला बारुदाच्या कारखान्यांकडे तो अनेकदा येतो. डिचोलीच्या वाड्यात राहतोही.''

''ठाऊक आहे मला.''

''बऱ्याच वेळा स्वारी शिकारीसाठी इकडे तिकडे बेदरकारपणे फिरते. हिंदूंच्या तीर्थांना भेटी देतो. तेव्हा त्याच्यासोबत थोडेच शिपाई असतात म्हणे!...''

''हूंऽऽ!'' कसल्याशा विचाराने व्हाइसरॉयची कळी खुलली. त्याने आपल्या सचिवाला हुकूम दिला, ''आपल्याही पथकांना सावध राहायला सांगा. तो संभा ह्या मुलखात कधी येतो-जातो-वावरतो– त्याच्या प्रत्येक हालचालींवर बारीक नजर ठेवा!''

दिनांक १२ ऑगस्ट १६८३ चा तो दिवस.

झुंजूमुंजू होतानाच व्हाइसरॉय कौंट दी आल्व्होर यांची शाही नाव दिवाडी बंदराजवळ येऊन पोचली होती. समोरून गोव्यातील पंचगंगा नदीचे पात्र दुथडी भरून वाहत होते. आज गोकुळाष्टमीचा दिवस होता. दिवाडी बंदराच्या समोर पंचगंगा ओलांडली, की समोरच भतग्रामातील नारवे गाव लागायचे. नारवे गावासाठी गोकुळाष्टमीची पर्वणी म्हणजे अवघा आनंदीआनंद असायचा. ह्या दिवशी नारव्याच्या घाटावर एकदा पंचगंगेत सचैल स्नान केले की, मोठी पुण्यप्राप्ती होते, अशी श्रद्धा होती. त्यामुळेच गोवा, बारदेश ते पार वेंगुर्ल्यापर्यंतचे अनेक हिंदू ही पर्वणी

लुटण्यासाठी धाव घेत.

पुरेसे उजाडले नव्हते. अजून जलप्रवाह काळाशार दिसत होता. दिवाडीच्या तटावरून कौंट दी आल्व्होर आपले पिंगट डोळे फाकून नदीपल्याड पाहत होता. त्याच्या उजव्या बाजूला दिवाडीचा ठाणेदार आणि फौजदार उभे होते. थोडेसे उजाडले तशी फौजदाराच्या हातातली पितळी दुर्बीण कौंटसाहेबांनी आपल्या हातामध्ये घेतली. त्यातून नदीपल्याडचा काठ अधाशासारखा पाहिला. आता पलीकडचा संभाजीराजांच्या हद्दीतला हिरवाचार मुलूख स्पष्ट दिसू लागला. त्याबरोबर कौंटसाहेबाला मनातून उगाचच गुदगुल्या होऊ लागल्या.

औरंगजेबाने व्हाइसरॉयला अनेक वेळा खलिते पाठवले होते. तीच ती गोष्ट कैक वेळा कळवली होती— "संभाजीचा जेवढा म्हणून मुलूख तुम्ही काबीज कराल तो सर्व तुम्हा पोर्तुगीजांना खुशाल पेश करूच. पण जर तुम्ही या काफरबच्चाला काही युक्ती करून जिंदा वा मुर्दा पकडाल तर गोव्यासकट कोकणचा पुरा मुलूख तुम्हांला आम्ही नीछावर करू." का कोणास ठाऊक व्हाइसरॉय कौंटसाहेबाला औरंगजेबाचा खूपच भरवसा वाटत होता. काहीही करून पोर्तुगीजांना वेंगुर्ल्यापासून ते पनवेल-पर्यंतच्या श्रीमंत किनारपट्टीचा कब्जा हवा होता. त्यासाठी गेली कित्येक दशके ते अक्षरश: झुरत होते.

दोन दिवसांपूर्वी हेरांनी गोव्याच्या राजभुवनात जेव्हा ती आनंददायक खबर पोचवली, तेव्हापासून व्हाइसरॉय कौंटसाहेबासारखा पन्नाशीतला, अनुभवी, अनेक देशांच्या किनाऱ्यांचा वारा प्यालेला मनुष्यसुद्धा वेडा झाला! आपले नशीब इतके बलवत्तर असेल याची त्याला कल्पना नव्हती. गोकुळाष्टमीच्या मुहूर्तावर नारव्याच्या घाटावर शंभूराजे पवित्र स्नानासाठी पोचणार असल्याची पक्की खबर होती.

काल सकाळपासूनच पंचगंगेच्या दोन्ही किनाऱ्यांच्या, आसपासच्या झाडीत पोर्तुगीज सैनिकांचे अनेक बेहडे दबा धरून बसले होते. सामान्यत: तीर्थाच्या ठिकाणी वा देवपूजेला जाताना शंभूराजे आपल्यासोबत कमी फौज ठेवतात, ही बातमी व्हाइसरॉयने काढली होतीच. परंतु जरी सातआठशे शस्त्रबद्ध सैनिक त्यांच्यासोबत असतील, तरी हिंमतीने हमला करायचा आणि शंभूराजांना डांबून स्वार्थाची मोठी पर्वणी साधायचा व्हाइसरॉयने निर्धारच केला होता.

एकदाचे लख्ख उजाडले. पंचगंगेच्या पल्याडच्या काठावर काही हिंदू यात्रेकरू पाण्यात उतरताना दिसू लागले. पलीकडचा मुलूख मराठ्यांचा असूनही यात्रेच्या वेळी सहसा मराठा शिपाई तिकडे फिरकत नाहीत, हे व्हाइसरॉयच्या लोकांना चांगलेच माहीत होते. यात्रेकरूंची गर्दी वाढण्यापूर्वी नदीतून एक जवळपासचा फेरफटका मारावा, मोक्याच्या जागा हेरून ठेवाव्यात, असा विचार करून व्हाइसरॉय कौंटसाहेब पाण्यात उतरले. त्यांची शाही नाव बघता बघता पलीकडच्या काठावर

जाऊन पोचली. तेव्हा पोर्तुगीज ठाणेदाराच्या डोक्यात एकदम प्रकाश पडला. तो आपल्या धन्याला बोलला,

"सरकार, खरंच अनमानधपक्या संभाजी इकडे आलाच, तर बापडा थांबतोय कशाला? आल्या पावली पळून जायचा."

"तो कसा?"

"विजरई सरकारांच्या ह्या नावेला कोण ओळखत नाही?"

आपली घोडचूक व्हाइसरॉयच्या लक्षात आली. त्याने पलीकडच्या काठावरूनच आपली शाही नाव माघारी पाठवली. ती खाली नेऊन बाजूच्या किंजळ झाडीत लपवा, असे नावाड्याला सांगायलाही व्हाइसरॉय विसरले नाहीत.

तितक्यात समोरून मछवाऱ्यांची एक नाव येताना दिसली. ठाणेदाराने नावाड्याला हटकले. व्हाइसरॉयसाहेबांच्या फेरफटक्याला कोण नाही म्हणणार? स्वत: कौंट आणि त्यांच्यासोबतचे आठ शस्त्रधारी शिपाई नावेत बसले. शिपायांनी दबा धरल्यासारखी आपली अंगे नावेत मुरवली. नावेतून हिरव्या सपाता आणि बुट्टीची हिरवी कफनी घातलेले एक पीरबाबाही चालले होते. त्यांच्यासोबत त्यांचे चार तरुण शिष्य होते. पीरबाबांनी आपल्या डोळ्यांत काजळ रेखलेले. आपल्या लांब, निमुळत्या दाढीवरून हात फिरवत त्यांनी आपल्या हातातला लांब मोरपिसांचा जुडगा उगारला आणि त्याचा एक एक हलका दणका प्रत्येक शिपायाच्या पाठीत मारला. "अल्ला अल्ला" असे करत तो फकीर तोंडातल्या तोंडात काहीतरी पुटपुटत होता. त्या जुडग्याचा प्रसाद म्हणजे दैवी कृपा. त्यामुळे पोर्तुगीजांच्या पदरीचे हिंदुस्थानी शिपाईही कृतकृत्य झाले. त्यांनी त्या फकिराचे पाय धरले.

"कहाँ जा रहे हो पीरबाबा?" पोर्तुगीज ठाणेदाराने विचारले.

"आज तो अष्टमीका दिन है–" तो फकीर हसून बोलला.

व्हाइसरॉयला त्या फकिराची मोठी गंमत वाटली. स्वत: मुसलमान असून हिंदूंसारखे फकीरबाबा स्नानाला कसे बाहेर पडले, असे म्हणत त्याने त्या फकिराची गंमतही उडवली. त्यावर फकीरबाबा बोलले,

"हम फकीर लोगोंको क्या? अल्ला और कृष्ण दोनो हमारे भगवान है। और पाक फकीर को इस्लामसे हमेशा हिंदुओंमें बहुत शागीर्द मिलते है।"

खाली थोड्याच अंतरावर नाव थांबली. नारव्याच्या घाटावर तो फकीर आणि त्याचे शिष्य स्नानासाठी खाली उतरले. नावेतून खाली उतरताना त्या फकिराने व्हाइसरॉयसाहेबांचा हात मोठ्या प्रेमाने आपल्या हाती घेतला होता. आपल्या तर्जनीतली तांब्याची अंगठी काढून व्हाइसरॉयच्या बोटात अडकवली. तेव्हा भाबड्या शिपायांना आपले विजरईसाहेब खूप भाग्यवान वाटले. त्यांनी व्हाइसरॉयलाच प्रेमाचा दम दिला, "हुजूर ऽ, फकिरांकडून ऐसा प्रसाद खुशकिस्मतकोही मिलता

है। तो गमावू नका. फकिराच्या अंगठीने मोठमोठी संकटं टळतात!''

नाव थोडी पुढे गेल्यावर व्हाइसरॉय साहेबांना एकदम उपरती झाली. कपाळावर हात आपटत ते ठाणेदाराला बोलले, "ओ गॉड ऑलमायटी! खरंच या फकीरबाबाने माझे डोळे उघडले. आपल्या सर्व सैनिकांना ताबडतोब सक्त ताकीद द्या. इथे स्नानासाठी येणाऱ्या कोणाही हिंदू बैराग्याला अगर गोसाव्याला तसाच मोकळा सोडू नका. त्या प्रत्येकाची झडती घ्या. तो शिवाजीसुद्धा बऱ्याच वेळा म्हणे गोसाव्याचं रूप घेऊन फिरायचा—''

नदीतीरावर दिवसभर यात्रेकरूंची झुंबडगर्दी उडाली होती. स्नानासाठी येणाऱ्या हिंदू बैरागी आणि गोसाव्यांना मात्र आजचे स्नान नको नको वाटत होते, इतका त्यांचा पिच्छा पोर्तुगीज शिपायांनी पुरवला होता. झडतीसत्र तर अखंड चालू होते. गोकुळाष्टमीचा तो दिवस सरला. पंचगंगेच्या पात्रात अंधार भरला. व्हाइसरॉय साहेबांच्या हाती मात्र काहीच लागले नाही. ते हातपाय झाडत, निराशेनं राजभवनाकडे निघून गेले.

चार दिवसांनी व्हाइसरॉयसाहेबांनी पुन्हा एकदा येसाजी गंभीररावांना सल्ला-मसलतीसाठी बोलावून घेतले होते. चर्चेच्या दरम्यान येसाजींचे लक्ष व्हाइसरॉयच्या बोटातील त्या अंगठीने वेधून घेतले. जसा येसाजी त्या अंगठीकडेच पुन:पुन्हा पाहू लागला, तशी ती गोष्ट व्हाइसरॉय कौंटसाहेबांच्या नजरेतून सुटली नाही. त्यांनी ती अंगठी काढली आणि येसाजीच्या हाती दिली.

येसाजीने ती अंगठी नीट पारखली आणि तिच्या आतल्या अंगावरचे एक अक्षर वाचून तो मोठमोठ्याने हसू लागला. तेव्हा व्हाइसरॉयसाहेबांनी अंगठी पुन्हा आपल्या हाती घेतली. त्यांनी येसाजीलाच विचारले, "काय लिहिलं आहे हे?–''

"माझ्यापेक्षा तुमच्या या सचिवांनाच जास्त चांगलं वाचता येईल. विचारा त्यांना.'' येसाजी बोलला.

लुईस गोंसाल्वीसने त्या अंगठीवरचे अक्षर मोठ्याने वाचले— "संभाजी.'' कोणी कामाठ्याने पोलाटी खुंट्या कानात ठोकाव्यात, तसाच व्हाइसरॉय कौंटसाहेबाला तो शब्द ऐकू आला. ते चक्रावल्यासारखे त्या अंगठीकडे पाहत होते. त्याच वेळी तो गर्द हिरवा नदीकाठ, तो तरुण फकीरबाबा आणि काजळाच्या कमानीतले त्याचे ते भेदक, पाणीदार डोळे व्हाइसरॉय कौंटसाहेबांच्या नजरेसमोर उभे राहत होते!...

४.

"क्यूं ऽ क्यूंऽऽ फत्ते नही होता रामशेज?–'' म्हणत पातशहा नुसता थयथयाट

करत होता. औरंगाबादेत शहेनशहाला नीट नींद येत नव्हती. रायगडच्या राजधानीला केंद्रस्थानी ठेवून शंभूराजांचा घोडा सह्याद्रीतून चौफेर धाव घेत होता. ते जागसूद होते. त्यांचेही लक्ष दूर नाशिककडे, त्या रामशेजकडे लागले होते. रामशेज होता नाशिकपासून उत्तरेस अवघ्या सात मैलांवर. प्रभू रामचंद्र आणि सीतामाई रामायणात एकदा गोदातीरी आले होते, तेव्हा ह्याच ठिकाणी काही दिवस प्रभू रामचंद्रांचा मुक्काम होता. त्यांची तिथे बिछायत होती. म्हणूनच त्या किल्ल्याला रामशेज असे नाव पडले होते.

शहेनशहा औरंगजेब प्रत्येक गोष्टीकडे कठोर आणि रोखठोक नजरेने पाही. पण वरून छोटा दिसणारा आणि आतून कातळाच्याच छातीचा रामशेज त्याच्या दृष्टीने आता एक भावनात्मक विषय बनला होता. कधी काळी त्याच्या पित्याने शहाजहानने जेव्हा दक्षिणेवर आक्रमण केले होते, तेव्हा त्याच्या दक्षिण दिग्विजयात रामशेज शुभशकून ठरला होता. ह्याच किल्ल्यावर चाँदसितारा फडकवावा; त्या पाठोपाठ त्र्यंबक, अहिवंत, मार्कंडा, साल्हेर असे किल्ले गिळावेत, एकीकडे शहजादा अकबराच्या स्वप्नातला दिल्लीकडचा राजरस्ता कायमचा उद्ध्वस्तच करावा आणि त्याच वेळी दुसरीकडे मारत, झोडत सर्व शक्तिनिशी कोकणात उतरावे, त्या काफरबच्चाला जेरबंद करावे, असे औरंगजेबाचे स्वप्न होते. पण महिन्यावर महिने उलटले, दारूगोळा हकनाक वाया गेला, हजारो सैनिकांचे मुडदे रामशेजच्या आजूबाजूला पडले, तरी किल्ला काही हाती यायचे नाव नव्हते. दिसामासाने औरंगजेबाचा थयथयाट वाढतच होता.

रामशेजचा किल्ला हा मराठ्यांच्या आणि मोगलांच्या जिद्दीची, अस्तित्वाची आणि ईर्षेची जणू निशाणीच बनला होता. इतर किल्ल्यांसारखा तो दिसायला सुंदर वा भव्यदिव्य नव्हता. पण बेलाग, आडदांड आणि अक्षरश: टणक कातळाच्या छातीचा होता. त्याच्या तटबंदींना खिंडारे पाडावीत, किल्ला चावून चघळून फस्त करावा म्हणून शहाबुद्दीनखान तीस-पस्तीस हजारांची फौज घेऊन किल्ल्याला गोलाकार गिरक्या मारत होता. किल्ला तसा निसर्गत: उघडावाघडा. आजूबाजूला दुसऱ्या दऱ्याडोंगरांचा आडोसा वा सोबत नाही. किल्ल्यावर फक्त आठनऊशे मराठा शिबंदी. मात्र त्या दुर्गावरील माणसेही जणू पोलादाच्या छातीची होती.

रामशेजचा म्हातारा किल्लेदार सूर्याजी जेधे होता मूळचा मावळातला हट्टाकट्टा, धाडसी, बेडर आणि बिलंदर मराठा. तो मुळात शेलारमामाच्या तालमीतच तयार झाला होता. त्याला पहिल्या फटक्यालाच शंभूराजांच्या हस्ताक्षरातलं पत्र पावलं–

"सूर्याजी जेधेमामा, आपण तर आबासाहेबांच्या तालमीतले पेहलवानऽ! तुमच्यासारख्या जाणत्या, अनुभवी हाडाला आम्ही नवा धडा काय देणार? पण तुमच्याच शिवाजीराजांचे लाख मोलाचे बोल विसरू नका— आमचा एकेक

किल्लो औरंग्याशी पाच-पाच वर्षे लढेल! असे आमचे तीनशे साठ किल्ले! औरंग्याऽ हा महाराष्ट्र जिंकण्यासाठी अजून किती जन्म घेशील रे?– त्याच विचारे जेधेमामा आम्ही इतकेच सांगू. आपला गड महाराष्ट्राच्या वेशीवर आहे. त्या दिल्लीच्या बुढ्ढ्या नवरदेवाला वेशीवरच आडवा. मराठ्यांच्या मुलखाशी राक्षसविवाह घडवून आणायची पातशहाची स्वप्नं धुळीस मिळवा!''

बस, त्या एका खलित्याने सूर्याजीचे आयुष्यच बदलवून टाकले होते. त्या जिद्दी हाडाचं रूपांतर जणू एका बलाढ्य बुरुजामध्ये झाले होते. अमूल्य संपत्तीने भरलेल्या रांजणाभोवती काळसर्प फिरत राहावा, तसे जेधेमामा रामशेजच्या तटावरून फिरत राहायचे. दिवसा आणि रात्रीही. ते कधी झोपतात की नाही, हेच कोणाला माहीत नव्हते. परंतु ह्या जिद्दी जिवाने तुटपुंजा शिबंदीच्या जिवावरही किल्ला लढता ठेवला होता.

'एकदा जंग जुंपला की बस्स! दुपारच्या नमाजाची चादर वर किल्ल्यावरच आंथरू.' –असे ख्वाब बाळगणाऱ्या शहाबुद्दीनचे जेध्यांनी चांगले धिरडे भाजले होते. शहाबुद्दीन सलामीलाच खूप जोशात धावून आला होता. त्याने मुख्य दरवाजाजवळ जोरकस मारा केला. तटबंदीच्या वरचे पाचसहा थर आपल्या तोफेच्या तडाख्याने खिळखिळे केले. रात्री मोगली गोलंदाज हसले. सुबह होताच मुख्य दरवाजा खिळखिळा करू, या इराद्याने आपल्या राहुट्यात माघारा वळले.

दुसऱ्या दिवशी अवाक् होऊन मोगली फौज तटबंदीकडे पाहत होती. रातोरात जेध्यांनी निखळलेले थर पुन्हा बांधून काढले होते. हत्तींच्या सोंडेने, मनुष्यांच्या हातांनी, लहानांनी, थोरांनी, माणसाजनावरांनी रात्रभर जागून तो अफाट पराक्रम घडविला होता. मोगलांचा तर त्या गोष्टीवर विश्वासच बसत नव्हता. मराठ्यांना भुते वश असतात, याची तर त्यांना आता खात्रीच पटली होती.

त्या रानात गेले काही महिने युद्धाची नुसती धुमश्चक्री माजली होती. वेळोवेळी उडणाऱ्या तोफगोळ्यांनी आणि हजारो घोडेस्वारांच्या टापांनी तो मुलूख उद्ध्वस्त दिसत होता. पंचक्रोशीतली सारी गावे उठून निघून गेली होती. गडावर फक्त सातआठशे शिबंदी असल्याची जाणीव शंभूराजांना होती. ''रामशेजकडे बारीक लक्ष ठेवा,'' ते पुन:पुन्हा हंबीरमामा मोहित्यांना कळवत होते. मोहित्यांनाही त्याची जाणीव होती. त्यामुळेच कधी अचानक रात्री सातआठ सातआठ हजारांची मराठा पथके बाजूच्या रानातून अचानक भुतासारखी धावून यायची. तीसपस्तीस हजारांच्या त्या गोलाकार मोगल गर्दीवर मराठे तुटून पडायचे. हुल्लड माजवायचे. गोट लुटायचे. दिवसा सूर्याजी जेधे रामशेजच्या तटबंदीकडे बघू देत नव्हता. तर रात्री हंबीरमामांची धाडपथके मोगलांना नीट झोपू देत नव्हती. असा पाठशिवणीचा खेळ अनेक महिने चालला होता.

मोगलांचा दोनशे मणाचा बारुदखाना सुरुवातीलाच जळून खाक झाला. मे १६८२ मध्ये शरीफखान नावाचा मोगली सरदार रामशेज परिसरात पोचत होता. त्याच्यासोबत रसदेने भरलेले पाचशे हत्ती आणि एक हजार बैल होते. दिवसाच भानामती झाली. मराठा गड्यांच्या कर्कश शिट्यांनी रान भारले. बाजूच्या ओघळीत दबा धरून बसलेले सात हजार मराठे अचानक त्या रसदेवर तुटून पडले. दोन तास घमासान लढाई झाली. जाहिरखान, फैजुल्लाखान असे अनेक मोगल अधिकारी प्राणास मुकले.

आपल्या रसदेवर मराठ्यांचा छापा पडल्याचे समजले, तेव्हा किल्ल्याच्या पायथ्याला वेढा देऊन बसलेले मोगल आपल्या जातभाईंच्या मदतीला धावले. तलवारीला तलवारी भिडल्या. त्या धुमश्चक्रीमध्ये सुमारे सहाशे मराठा मृत्युमुखी पडला. दोन हजार जखमी झाले. परंतु त्यांनी रसदेचे खूप नुकसान केले होते. समोरचा सेनासागर पाहून सायंकाळी मराठ्यांनी माघार घेतली. त्या अचानक हल्ल्याने मोगलांचे काळीज फाटले होते. परंतु त्या अल्पशा यशाने शरीफखानाला खूप गुदगुल्या झाल्या. त्याने आपल्या पराक्रमाचा बढाईचा खलिता औरंगाबादला पातशहाकडे पाठवला.

रामशेजच्या विजयाची वार्ता ऐकण्यासाठी शहेनशहा किती आतुर आहे, हे असदखानला माहीत होते. त्या खलित्याच्या सत्यतेची खात्री न करता तो औरंगजेबाकडे धावत गेला, “बधाई हो मेरे आका, बधाई हो! आमची फत्ते झाली — आम्ही रामशेजकडे मोठा विजय मिळवला.”

“फत्ते? कुठे? किल्ल्यावर की किल्ल्याखाली?”

असदखान गडबडला. नाराजीच्या सुरात बोलला, “जी हां, हुजूर! किल्ल्याच्या खालीच. तळाला.”

‘आपण किती बेवकूफ आहात’, –अशा अर्थी पातशहाची पिंगट बुबुळे नाचली, तेव्हा वजिराला घाम फुटला. पातशहा विषादाने बोलला,

“मरगठ्ठ्यांचे तरिके का शिकत नाहीत आमचे बेवकूफ सेनाधिकारी? कसे बेवकुफो ऽ... मरगठ्ठे फिरून फिरून कसे हमले चढवतात...”

महिन्यावर महिने लोटत होते. पण रामशेज काही पडत नव्हता. त्यामुळे पातशहाची तगमग खूप वाढत होती. शहाबुद्दीनखान कमालीचा हैराण होता. किल्ल्यावरची अल्पशी शिबंदी आपला कडवा प्रतिकार थांबवत नव्हती. शहाबुद्दीनने मराठ्यांचे नव्या रसदेचे सर्व मार्ग कापून काढले होते. त्यांची पुरती कोंडी केली होती. किल्ल्यावर तोफा नव्हत्या, तरी सूर्याजी हटला नव्हता. गडावरचे रेड्याबैलांचे कातडे त्याने गोळा केले. लाकडांचे बुंधे आतून कोरले. आणि नव्या लकडी-चामडीच्या तोफा बनवल्या. ह्या तोफांचा तडाखा नेहमीपेक्षा दहापट होता.

शहाबुद्दीनसुद्धा हटायला तयार नव्हता. किल्ल्यावरची शिबंदी तोडायला खालचे जमिनीवरचे धमधमे कमी पडू लागले. यश हाती लागेना. हे लक्षात येताच शहाबुद्दीनने सर्व सुतार कारागीर एकत्र गोळा केले. मोठमोठे वृक्ष तोडून लाकडाचाच भलादांडगा बुरुज बांधला. त्याच्या माथ्यावर एका वेळी पाचशे लोक उभे राहून समोरच्या किल्ल्याकडे सहजगत्या मारा करू लागले. तो भव्य लाकडी बुरूज जमिनीवरून उंच आकाशात जाणाऱ्या डोंगराच्या सुळक्यासारखा भासायचा. तेथून शहाबुद्दीनने खूप गोळागोळी करून पाहिली. पण रामशेज अजिंक्यच राहिला होता.

रामशेजचा विजय हा आता दोन्ही फौजांसाठी मोठा प्रतिष्ठेचा विषय बनला होता. रोज औरंगाबाद आणि रायगडाकडे दोन्ही बाजूंचे हरकारे आणि जासूद धावत होते. रामशेजची ताजी खबर मिळविली जात होती. नवे आडाखे बांधले जात होते. वर्षा दीड वर्षांवर गाठ आली, तरी एक सामान्य किल्ला पडेना, म्हणून पातशहा खूप कातावला.

रामशेजची आग विझत नव्हती. उलट आपल्या मर्द किल्लेदाराच्या सोबतीला संभाजी मोठी फौज पाठवतोय, तिकडे लवकरच मराठ्यांची जोरकस टोळधाड धाव घेणार, याचा वास पातशहाला लागला. तसे त्याने बहादूरगडावरून आपल्या दूधभाऊला – खानजहान बहादूरखान कोकल्ताशला बोलावून घेतले. त्याला खडसावले – "भाईजान, या आधी आपण गाफील राहिलात. म्हणूनच त्या काफरबच्चाची वानरसेना बुऱ्हाणपूर बेचिराख करून गेली. संभा सहीसलामत सुटला. निदान रामशेज तरी हातचा जाऊ देऊ नका."

"हजरतऽ, एकदा गलती घडली म्हणून तिची बार बार उजळणी होईल, असं नाही."

"मत बताओ जादा कुछ. तुमचीच बेपर्वाई आम्हांला बार बार नडते. इकडचे खानदेशातले पहारे तुम्ही ढिले ठेवलेत, म्हणून तर आमचे कमीने शहजादे अकबर तुमच्या त्याच मुलखातून जाऊन त्या काफरबच्चाला मिळाले."

बहादूरखानाने लाजेने खाली मान घातली. तो थोड्या वेळाने बोलला, "लेकिन हजरत, रामशेज घेतल्याशिवाय माघारा फिरणार नाही, असा ते शहाबुद्दीनसाहेब यकीन देतायत–"

"फिजूल यकीन द्यायला त्यांचं काय जातं?– एका छोट्याशा किल्ल्यासाठी आमच्या अब्रूच्या दशा वाऱ्याला लागतात त्याचं काय? आमच्या लष्कराचं मनोधैर्य आम्हांला खचू द्यायचं नाही. जरूरत पडली तर तुम्ही दोघे मिळून काही दिवस कोशिश करून पाहा. आमची हरकत नाही."

बहादूरखानाने आपले बाजारबुणगे आणि सोबतचे जाडजूड सामान बहादूरगडावर ठेवले. तो तातडीने नाशिककडे आगेकूच करू लागला. ती वार्ता रायगडाकडे

समजली. संभाजीराजांनी शहापूरजवळ माहुलीच्या किल्ल्यात आपली शिबंदी ठेवली होतीच. रूपाजी भोसले आणि मानाजी मोरे यांची सुमारे आठ हजारांची पथके रामशेजकडे धावली. पातशहाने बहादूरखानाकडे पंधरा हजारांची फौज दिली होती. बहादूरखान प्रथम पायथ्याला पोचला. मोगलांची पथके एकत्र आली. त्यांचे कडे फोडण्यासाठी मानाजी आणि रूपाजी तिकडे वेगाने सरकताहेत ही बातमी सकाळी कळताच मोगली पथके चेवाने माघारी फिरली. दोन्ही फौजांची गणेश गावाजवळ झंगडपकड जुंपली. अटीतटीची लढाई झाली.

मराठ्यांची मोठी हानी झाली, तशी मानाजी आणि रूपाजीने माघार घेतली. परंतु दोघांच्याही फौजा आजूबाजूच्या मुलखातून पाळत ठेवत सावधपणे वावरत होत्या. शहाबुद्दीन मात्र यश घेतल्याशिवाय त्या रानातून माघार घ्यायला अजिबात तयार नव्हता. बुढ्या बहादूरखानाशी त्याची अखंड मसलत सुरूच होती.

त्या सायंकाळी आपल्या मागच्या तळावर शहाबुद्दीन आणि बहादूरखान उभे होते. सायंकाळच्या भिरभिरत्या वाऱ्यात रामशेजच्या तटबंदीवर भगवा झेंडा फडकताना दिसत होता. त्याकडे ते दोघे शेपटी तुटलेल्या भुजंगासारखे गुरकावून पाहत होते. थकल्या म्हाताऱ्यासारखा सूर्य आकाशाची पश्चिम कडा हळुवार चालीने उतरत होता. अंधार पडला. दिवसभराच्या नियोजनानुसार मोगलांचे जवामर्द शिपाई हजारोंच्या संख्येने एका बाजूला गोळा झाले. सर्वांना त्या दोघांनी इशारा केला, "हलकेच, धिम्या गतीनं दंगाफसाद करत किल्ल्याच्या महादरवाजाकडे चला. त्या बाजूच्या धमधम्यावरून आणि वरच्या लाकडी बुरुजावरून रात्रभर तोफगोळे उडवत रहायचं."

"किती वेळ?

"पुरी रात" शहाबुद्दीनने सांगितले.

रणहलगी वाजली. मशाली पेटल्या. अंधाराचा काळाकुट्ट पडदा फाडत घोष गगनाला भिडला– "अल्ला हो अकबरऽ अल्ला होऽ अकबर." दहाबारा हजारांची मोगलांची फौज गिल्ला करीत पुढे सरकत होती. त्यामध्ये इराणी, तुराणी, रोहिले, दख्खनी अशा अनेक जाती होत्या. रामशेजवरचे मराठे हलग्या आणि ताशे लावून, दिवट्यांच्या उजेडात भेसूर दिसणारा तो मेळा गडावरून पाहत होते. कितीही गोळागोळी होऊ दे, काळ्या कातळापासून बनलेल्या रामशेजच्या पोलादी भिंती हलणार नाहीत, याची मराठ्यांना खात्री होती.

त्याच वेळी खाली तळाला वेगळेच नाट्य घडत होते. घोषबाजी करत जाणाऱ्या त्या मेळ्यात शहाबुद्दीन आणि बहादूरखान नव्हते. अंधाराचा फायदा घेऊन त्या दोघांची घोडी सुसाट वेगाने पुढे धावत होती. त्यांच्या डाव्या उजव्या बाजूला मोजकेच साथीदार होते. रात्री पल्याडच्या बाजूला आणखी हजार दीड हजार मोगल जमला होता.

त्या गुप्त मेळाव्यात शहाबुद्दीन घोड्यावरून हलकेच खाली उतरला. तो हळू आवाजात बोलला, "यार हो, कुणीही मशाल पेटवायची नाहीच, पण चिलीम अगर गुडगुडीसाठीसुद्धा गारगोटीवर चमक झाडू नका."

"जी, हुजूर!" प्रतिसाद आला.

"ह्या अंधाऱ्या रात्री सापासारखे किल्ल्याचा तट सर सर चढणारे गाझी आम्हांला हवेत."

"जिसे मौत चाहिये, वही आगे आयेगा." बहादूरखान बोलला.

बघता बघता मोगलांचे साताठशे वीर पुढे उभे ठाकले. पलीकडच्या अंगाने तोफभांड्यांचा जोरदार आवाज ऐकू येत होता. आणि इकडे अंधारात नजरबंदीचा एक नवा डाव रचला जात होता.

— तटावरून मराठे पायथ्याचे खेळ बघत होते. त्या रणहलग्यांचा, जल्लोषाचा आनंद लुटत होते. लोकांच्या गर्दीमागे म्हातारा सूर्याजी जेधे उभा होता. त्याची घोड्यावरची मांड पक्की होती. तो पुढची गंमत बघत दाढेखाली खुशीने तंबाखूची चिमूट ठेवत होता. त्याचा मेहुणा सुभाना सूर्याजीला बोलला,

"दाजीऽ ही माकडं आज लैच का वो नाचत्यात?"

सूर्याजीनं तोंडातली तंबाखू पचकन बाजूला थुंकून टाकली. तो हळूच बोलला, "सुभान्या, गड्या बरी याद दिलीस. शेलारमामासंगं कोंढाण्यावरची लढाई खेळत होतो. तवा शेलारमामांनी एक शहाणपणाची गोष्ट सांगितली होती."

"कोणती?"

"ते म्हणाले, ज्या पहाटे कोंबडा रोजच्यापेक्षा जादा सूर लावून ओरडतो, तेव्हा समजायचं, कोंबडं माजावर आलंय. आजबी नक्कीच काय तरी गडबड आहे—"

देखावा बघणाऱ्या पुढच्या फळीला सूर्याजीरावनं तसेच उभे राहू दिले. बाकीच्यांना हळूच इशारे केले. बघता बघता दोनेशे जण तेथून गुपचूप अंधारात मागच्या मागे पसार झाले.

पुढच्या बाजूच्या जल्लोषाच्या पार्श्वभूमीवर किल्ल्याच्या मागच्या अंगाची शांतता भयावह होती. बाजूच्या दरीतून बारीक शीळ घालत, झाडाझुडपांना मिठ्या मारत, रातवारा किल्ल्याची चढण चढत होता, आणि त्या वाऱ्याच्या संगतीने हुशार वानरांसारखे काही मोगल हळू हळू वर सरकत होते. काटेरी जाळवंड पकडत, आवश्यक तिथे झाडांना दोर बांधून लटकत, आपल्या पाठीमागून वर येऊ पाहणाऱ्या सोबत्याला पायाचा वा हाताचा आधार देत ते वर वर येत होते.

शेवटी तिघेचौघे एकदाचे वर आले. त्यांची डोकी हळूच तटाच्या वर दिसण्याचा अवकाश मराठ्यांच्या हातातल्या गोफणींचे रबर लांबले. सटासट मोठाले गोटे मस्तकात बसले. "अल्लाऽ", "अरे भागोऽ" अशा करुण किंकाळ्यांनी रान

भारले. ते तडाखे असे जोरकस होते की, काहीजणांचे डोळेच बाहेर आले. वर चढणारे धडाधड खाली कोसळू लागले. तसा सूर्याजी म्हाताऱ्याने जयघोष केला– "हरऽ हरऽ महादेव!", "संभाजी महाराज की जय!" "शिवाजी महाराज की जयऽ!"

वर तटाला घात झाल्याचे खाली शहाबुद्दीनच्या ध्यानात आले. तोवर मराठे पुढे धावले. तलवारीच्या, नजरेच्या टप्प्यात असणाऱ्यांना त्यांनी वरच्यावरच सपासप कापून काढले. उरलेले झाडांचा, दोरांचा आधार घेऊन खाली धावू लागले. तोच बुरुजावरून मोठमोठे दगड, तेलात भिजवून पेटवलेली तरटी खाली पडू लागली. काहीजण दगडांचे तर काहीजण आगीचे शिकार झाले. चारेकशे मोगल जवानांपैकी फार तर वीसपंचवीसजण बचावले असतील. बाकी साऱ्यांना त्या भयानक रात्रीने गिळून टाकले होते.

आधल्या रात्रीच्या जाग्रणाने शहाबुद्दीनखान थकला होता. तो दिवसभर आपल्या शिबिरात विसावा घेत होता. पण पराभवाने त्याचे मस्तक नुसते भणभणत होते. त्याच्या तळावर दिवसभर बांधाबांध सुरू होती. गोटाच्या कनाती आणि दोऱ्याही गुंडाळल्या जात होत्या. मधूनच त्याचे दुखावलेले डोळे किल्ल्याकडे गुरकावून पाहत. समोरचा कातळ, तो दरवाजा, बुरूज बघताना तो मनातून खूप संतापे.

ह्या अशुभ रानात थांबायची आता त्याची बिलकूल इच्छा नव्हती. आज रात्रीचा मुक्काम त्याला नाशिकजवळ करायचा होता. शहाबुद्दीनने घोड्यावर मांड ठोकता ठोकता आपल्या लाकडी बुरुजाकडे पाहिले. तशी त्याच्या अंगाची लाही लाही झाली. त्याने हातची बांधाबांध बाजूला टाकली. सोबत शे-पाचशे सैनिक घेतले आणि तो त्या लाकडी बुरुजाकडे धावला. तो बुरुज उभारण्यासाठी हजारो कारागीर तीन महिने राबले होते. मात्र त्या कशाचीही शहाबुद्दीनला आता फिकीर नव्हती. त्याने आपल्या साथीदारांना गवताच्या गंज्या, कडब्याचे भारे, करवंदीच्या फेसाटी पुढे आणायला भाग पाडले. बुरुजाच्या चारी बाजूंना गवत पसरले.

शहाबुद्दीनचा चेहरा संतापाने लालबुंद झाला होता. डोळ्यांतली आसवे पुसतच त्याने गारगोटीवर चमक झाडली. आग पेटली. रानगवताने निमिषार्धात पेट घेतला. त्यामध्ये तो बुरूज धडा धडा जळू लागला. तेव्हा तिन्हीसांजेचा बहादूरखान तिथे धावला. शहाबुद्दीनचा हात पकडून विचारू लागला,

"क्या आप पागल बन चुके हो?"

"नही. खानसाहब, माझ्या अशुभ हातांची एकही निशाणी मला इथे बाकी ठेवायची नव्हती. आपण नव्यानेच सारे डाव रचा. अल्लाला आणि पातशहाला फत्तेह द्या."

रात्री तो महाकाय बुरुज धाड धाड जळत होता. त्याच्या प्रकाशाचा शेपटा चौफेर पसरला होता. त्या रानातून शहाबुद्दीनची घोडी माघारी वळली होती. आपल्या डोळ्यांतून दाट दाढीत झिरपणारी आसवे शहाबुद्दीन मोठ्या कष्टाने पुसत होता.

५.

महाराष्ट्रभर जागोजाग मोगली फौजांची आणि मराठी पथकांची हमरीतुमरी चालली होती. दोन्ही बाजूंनी अनेक जागी झंडे गाडले होते. तसेच ते उखडलेही होते. पण रामशेजच्या भोवतीचा मोगली दर्या आटला नव्हता. तटावरचे मराठे मधमाशांसारखा चावा घेत. कोणालाही वर सरकू देत नसत.

नेहमीसारखा बहादूरखान कोकल्ताश हताश होऊन किल्ल्याकडे पाहत होता. त्याच्या मोतद्दाराला आपल्या धन्याची ती अवस्था बघवेना. न राहून तो दबक्या आवाजात बोलला,

"अजी हुजूर, छोटा मुँह बडी बात कहता हूँ. का उगाच वक्त बरबाद करता? सलाह घ्या एखाद्या मांत्रिकाची."

"चूप बैठ, बेवकूफ!" खान कडाडला.

"लेकिन हुजूर, मरगठ्ठयांना भुतं वश असतात म्हणून म्हटलं...."

बहादूरखानाने आपल्या मोतद्दाराकडे जळजळीत कटाक्ष टाकला. एखाद्या फाटक्या, गबाळ्या मनुष्याने असे धाडस करायचे म्हणजे काय? काही का असेना, परंतु बहादूरखान अधिक सावध झाला. जिद्दीने बोलला, "ही मरगठ्ठयांची माणसंच नव्हे, तर भुतंही मी वठणीवर आणून दाखवतो. त्यांच्या रसदीचे सारे मार्ग असे लिंपून टाकतो की, किती दिवस किल्ला लढवतात तेच मला बघायचंय!.."

बहादूरखान मराठ्यांच्या रसदरेषेचा खूप शोध घेऊ लागला. रामशेजपासून जवळच त्र्यंबकगड होता. तेथे मोरोपंत पेशव्यांचे बंधू केसो त्रिमल किल्लेदार होते. तिकडून मराठ्यांना अधेमधे चोरटी मदत येते, असे त्याला समजले. म्हणूनच त्र्यंबकच्या दिशेला खानाने मुद्दामच कडी नजर ठेवली.

बाहेरून येणारी चोरटी रसद पूर्णत: बंद झाली. रामशेजच्या शिबंदीला वाईट दिवस आले. रूपाजी आणि मानाजीच्या तुकड्या किल्ल्याभोवतीच्या परिघातून खूप लांबून लांबून फिरत होत्या. बहादूरखान त्यांना भांग पाडू देत नव्हता. रसद आणि बारूद मराठ्यांच्या घोड्यावर लादले होते, पण किल्ल्याकडच्या काही भुयारी वाटाही अजिबात बंद झाल्या होत्या. त्यामुळे रूपाजी, मानाजी तर गडबडलेच, परंतु रायगडच्या फडावर येसूबाई महाराणीही खूप चिंतातुर झाल्या. आपल्या जिद्दी शिबंदीला भुके मरू देणे लज्जास्पद होतं. मार्ग तर सापडत नव्हते. गडावर फाके

पडू लागले. जनावरे, माणसे खंगू लागली. "घासदाना न मिळालेल्या पाखरासारखी सारी शिबंदी वर सुकवून मारतो," — अशा बहादूरखान पैजा मारू लागला. तितक्यात कल्याणकडे मोहिमेवर आलेल्या शंभूराजांनी मानाजीला तातडीने बोलावून घेतले. इकडे चारदोन दिवसांत रामशेज आपल्या समोर गुडघे टेकेल, या अपेक्षेने खान खूप सुखावला.

मध्ये अचानक दोन दिवस अवेळी पाऊस पडला. त्यामुळे सकाळ-संध्याकाळ रामशेजचा परिसर धुक्यात बुडू लागला. चंदेरी दुलईत किल्ला दीर्घकाळ चाचपडू लागला. त्यातच एके रात्री अचानक एका बाजूने नाकातले बाल जळतील, अशी दुर्गंधी येऊ लागली. त्या मेल्या-कुजल्या जनावरांच्या आणि माणसांच्या वासाने तळाचे मोगल हैराण झाले. भडाभड ओकू लागले. जनावरेही घासदाण्याला तोंड लावेनात. बहादूरखानाने फक्त एका रात्रीपुरते त्या बाजूचे पहारे ढिले केले. आपल्या फौजा काढून काही अंतरावर पेरल्या.

दुसऱ्या दिवसापासून किल्ल्यावरचा रंगच बदलला. तटावरची शिबंदी ताजीतवानी दिसू लागली. इतकेच नव्हे तर नव्या दमाचे तीनचारशे शिपाई समोर दिसू लागले. तसा बहादूरखान धास्तावला. मराठ्यांनी दगाफटका केल्याचा त्याला संशय आला. कदाचित भुताटकीही झाली असेल, कोणी सांगावे? –त्याला वाटू लागले.

खानाच्या काळवंडलेल्या चेहऱ्याकडे त्याचा मोतद्दार निरखून पाहत होता. ते लक्षात येताच बहादूरखान लगबगीने पुढे धावला. आपल्या सेवकाचे हात पकडून विचारू लागला, "मिय्यां, सच बात है... मरगठ्यांना भुते सामील असतात! ह्यावर इलाज?"

बहादूरखानाच्या प्रश्नावर मोतद्दार गोंधळला. तसा खान कळवळून बोलला, "रोगावरसुद्धा इलाज असतो, तर भूतप्रेतावर का नाही?"

"मेहंगा इलाज होगा, हुजूर."

"बेवकूफ, खर्चाची फिकीर करू नकोस. बोल."

त्याच दिवशी मोतद्दाराने एका मांत्रिकाला खानापुढे उभा केला. मांत्रिक आत्मविश्वासाने बोलला, "खानसाहब, फकस्त शंभर तोळे सोन्याचा एक साप मला बनवून द्या. आणि मग या माझ्या मागोमाग त्या किल्ल्याच्या दरवाजापर्यंत. बघा आपोआप कशा दरवाजाच्या बिजागऱ्या निखळून पडतात ते!"

नाशिकच्या सोनाराकडे तातडीचे ते शाही काम सोपवले गेले. भट्टीत सुवर्णसर्प तयार होऊ लागला. पातशहाचे तगादे तर रोजचेच होते. आपण रामशेज फत्ते करण्यासाठी काय काय कोशीस करतो आहोत, याचा अखबार खानाने आलमगीराकडे पाठवून दिला. त्यामध्ये अगदी सोन्याच्या सापापर्यंत सर्व बारीकसारीक गोष्टींची नोंद होती.

तो मांत्रिक त्या दिवशी खूप उत्साहात होता. हातातला शंभर तोळ्यांचा सर्पराज बेहोषीने नाचवत होता. आता जादूच्या कांडीसारखा दरवाजा आपोआप उघडेल, या इराद्याने सारेजण मांत्रिकाच्या आणि मोतद्दाराच्या पाठोपाठ झपाट्याने पुढे निघाले. सोबत स्वारराऊत, हवशेगवशे आणि स्वत: बहादूरखानही होता. तो कल्ला एकदाचा कसाबसा किल्ल्याच्या तळापाशी पोचला. तोच तटावरून गोफणगुंडे उडू लागले. एक जोरकस दगड मोतद्दाराच्या छातीवर बसला, तशी चक्कर येऊन तो खाली कोसळला. दुसऱ्या गोळ्याने मांत्रिकाच्या कपाळावर सणकन रट्टा दिला. तसा त्याच्या हातून तो सुवर्णसर्प उडाला. "या अल्लाऽऽ" करत, आपले रक्ताने भिजलेले कपाळ एका हाताने धरत तो मागे ठ्या पळाला! त्याच्या पाठोपाठ बाकीचे पळू लागले. वरून दगडांचा मारा सुरू झाला. रामशेजची तटबंदी खो खो हसू लागली.

पातशहाने काही दिवसांतच आपल्या दूधभावाची- खानजहान बहादूरखान कोकल्ताशची खूप हजेरी घेतली होती, "मनुष्याच्या वाढत्या वयाबरोबर त्याची अक्कलही वाढावी अशी उम्मीद असते. तुमच्याबाबत मात्र उलटं घडू लागलं आहे. तुमची उमर ताडासारखी वाढते आहे, पण तुमची अक्कल मात्र खुरटली आहे. याद आहे तुम्हांला त्या बहादूरगडची? फक्त छोटंसं पथक अंगावर धावून आल्याची, त्या शिवाने नुसती हूल उठवून दिली होती. तेव्हा दिवसा त्या भुईकोटाची दारे उघडी ठेवून आपण बेवकुफासारखे आपली फौज घेऊन बाहेर धावला होतात; आणि किल्ल्यातला कोटीचा खजाना पळवून त्या शिवाजीने तुम्हांला मूर्ख बनवलं होतं. इथे संभानं तर खूब कडी केली. आमच्याच माणसाजनावरांचे मुर्दे रात्रीचे ओढले. उलट्या दिशेला नेऊन टाकले. तुम्हा सर्वांना रात्री ओकाऱ्या काढायला लावलं. आणि त्या गडबडीत आपली रसद नि तोफगोळे खुबीने चुपचाप किल्ल्यावर पोचवले. खैर! शिवाचा बच्चाही आपल्या बापासारखाच तुमचा आमचा बाप निघावा, हे आमचं कसलं तकदीर!..."

६.

औरंगाबादचा महाल पातशहाला कारावासाहून भयंकर वाटत होता. काळरात्री वेशीवरची धोक्याची नौबत वाजावी; त्या इशाऱ्यांनी अंगाला उभे कापरे भरावे, तशी पातशहाची हालत झाली होती. दीड वर्ष लोटूनही त्याच्या हाताला असे काय लागले होते? दोनदोन तीनतीन बिनीचे सरदार बदलूनही रामशेजसारखा इवलासा किल्ला मोगलांच्या हाती पडत नव्हता. चाळीसपन्नास हजारांच्या फौजा घेऊन दोन मोठे ताकदवर सरदार कोकणामध्ये दोन दोन वेळा धाडूनसुद्धा हाती काडीएवढे यश

मिळत नव्हते. शहजादा अकबर गवसत नव्हता आणि तो जहन्नमी काफरबच्चा संभाही दाद देत नव्हता.

जंजिरेकर सिद्दी कासम आणि खैर्यत खानाला तकदीराने खैर केली, म्हणून किल्ला कसाबसा वाचवता आला. पण त्यांनी संभाजीच्या तडाख्याची खूप दहशत खाल्ली होती. पातशहाने त्यांना आता पुरेशी बारूद, धनधान्याने भरलेली गलबते सुरतेहून पाठवून दिली होती. परंतु त्याने हजारदा अर्जी करूनसुद्धा सिद्दी बंधू उघडपणे मराठ्यांच्या मुलखावर आक्रमण करायला तयार होत नव्हते.

पातशहाने अनेकदा चिथावणी देऊनसुद्धा गोवेकर पोर्तुगीज व्हाइसरॉय संभाजीवर स्वत:हून हत्यार उचलायचे धाडस करत नव्हता. संभाजीच्या दहशतीने इंग्रजही आपल्या वखारीतून बाहेर पडायला राजी नव्हते. संभाजी त्रिचनापल्लीला ठाण मांडून बसला होता. तेव्हा आपल्या मदतीसाठी धावून या अशी दयायाचना म्हैसूरकर चिक्कदेवराजाने खूप केली होती. आता मात्र स्वार्थबुद्धीने तो चूप बसून होता.

नुकताच पन्हाळ्याच्या मुलखातून पातशहाचा धाकटा शहजादा मार खाऊन परतला होता. हंबीररावाने त्याला निरेपल्याड रेटले होते. ह्या साऱ्या पार्श्वभूमीवर औरंगजेब अगदीच बेजार झाला होता. त्याला ती चांदनी रात खायला उठत होती. तो असदखानाला मोठ्या कष्टी सुरामध्ये विचारत होता,

''वजीरे आझम, पंचवीस सव्वीस वर्षांचा एक लौंडा आम्हांला दे माय धरणी ठाय करून सोडतो, याचा मतलब काय? कौनसी चीज नही हमारे पास? खजाना?''

''वो तो है बहोत खूब.''

''जंगी फौज? जंगबहादूर सिपाही?''

''जरूरतसे भी कुछ ज्यादा! हजरत, आमच्या फौजेचा दर्या दुरून जरी कोणी पाहिला, तरी त्याच्या अंगाला भीतीने कपकपी सुटते.''

''असल बात कुछ और है, वझीरे आझम–'' पातशहा मोठ्या चिंतेने दु:खाने बोलला, ''इथल्या डोंगरदऱ्यात, नदीपहाडात जाण्याच्या कल्पनेने आणि ह्या संभाच्या नावाने आमचेच फौजी थरथर कापतात.''

पातशहा आपल्या मसनदीवरून उठला. तसाच पुन्हा बेचैनीने अर्धवट बसला. वैतागाने पुटपुटला, ''आमची उमर आता पासष्टीची, तर तो काफरबच्चा पंचवीस-सव्विशीचा असेल नसेल. एक तरफ हिंदुस्थानचा शहेनशहा आणि दुसरी तरफ एका गावठी जमीनदारांचा तो लौंडा! आमच्याशी तो कुठेच मुकाबला करू शकत नाही. पण तो आम्हांला आवरतही नाही, हाच आमचा असल दर्द आहे, असदखान....''

पातशहाच्या मनाची हालत फार बुरी झाली होती. तो वजिराला बोलला,

"चाचाजान, त्या कंबख्त दाराच्या सावल्याही अजून माझी पाठ सोडायला तयार नाहीत–"

"भूल जाइये पातशहा सलामत. त्या घडल्या गोष्टीला आज बीस बरस लोटली आहेत." वजीर बोलला.

"एके काळी हा रोहिला दिलेरखान दाराच्या पक्षामध्येच होता!"

"हजरत, आपण सबुरीनं घ्यावं. खरंच जहाँपन्हांची तबीयत खराब झाल्याचं दिसतंय. उठसूठ प्रत्येकावर संशय धरून सल्तनत कशी चालेल? त्या बिचाऱ्या दिलेरबाबत आपण उगाच शक का बाळगता? जेव्हा आपण दिल्लीवर धाव घेतली होती, तेव्हा सुरुवातीलाच दाराचा पक्ष सोडून दिलेरखान तुम्हांला येऊन मिळाला. तेव्हापासून त्या बिचाऱ्यानं जहाँपन्हाँच्या खिदमतीशिवाय दुसरं काय केलंय?"

"लेकिन ये मत भुलिये वजीरे आझम, ह्याच बेवकूफ दिलेरच्या हातातून तो काफरबच्चा निसटून गेला होता. तेव्हाच जर त्यानं त्या संभाला सोडलं नसतं, तर आजचे हे नादान दिवस कशाला दिसले असते?"

"हुजूर, मनुष्याच्या हातून घडतात असे अपघात. होते थोडीशी बेपर्वाई—" पातशहाची नजर चुकवत पण तरीही स्पष्ट सुरात वजीर बोलला, "हुजुरांना याद असेल तर आग्र्याच्या बंदीखान्यात शिवा आणि संभा दोघेही सडत पडले होते. पण त्यांना कोणी जाणूनबुजून रिहा केलं होतं, अशी बात कोणी करेल का?"

थंड सुस्कारे टाकत पातशहा बराच काळ तसाच बसून राहिला होता.

असदखानाने हळू आवाजात सांगितले, "त्या दिलेरखानाचे दोनच दोष आहेत, हुजूर! एक तर तो तुमचा अंधा पुजारी आहे. दुसरं म्हणजे बहुत खुद्दार, मानी आहे! त्याला अधिक सतावणं किंवा त्याची अधिक इम्तिहान बघणं यामध्ये त्याचं नव्हे, आपल्या सल्तनतचंच अधिक नुकसान होणार आहे–"

पातशहा अत्यंत तणावाखाली वावरत होता. पाच लाख माणसे आणि चार लाख जनावरे घेऊन केवढ्या मोठ्या उमेदीने त्याने दीड सालामागे तापी नदी ओलांडली होती. परंतु दगडाधोंड्याच्या आणि काट्यासराट्यांच्या मराठी पठाराने त्याला बेजार करून सोडले होते. बुऱ्हाणपूरची वेस ओलांडून जेव्हा त्याचे हत्तीदळ खानदेशची वाट चालू लागले होते, तेव्हा आपल्या डोक्यावरचा रत्नजडित किमाँश त्याने चांगला दोनतीनदा हाती घेऊन निरखून पाहिला होता. एका वेळी चार नवे शिरपेच त्याला आपल्या जिरेटोपात खोवायची अभिलाषा होती. काफर संभाला दंडाबेड्या घालणे, आपल्या नादान शहजाद्याला जेरबंद करणे आणि शेवटी विजापूर-गोवळकोंड्याची शियापंथी मुसलमानांची राज्ये धुळीला मिळविणे!

महाराष्ट्र पठारावर पाऊल टाकताच अवघ्या सहा महिन्यांत सारा मुलूख पादाक्रांत करू, पूर्वी हिंदू राजे जसा अश्वमेध यज्ञ साजरा करीत तशी आपण बहार

उडवू, हे पातशहाचे ख्वाब होते. आता दीड वर्षांत त्याच्या हाताला तर काहीच लागले नव्हते. मुकुटात संभा नावाचे मोरपीस डकवायचे बाजूलाच राहो, उलट साळिंद्राच्या अणकुचीदार काट्यासारखा एक धारदार काटा काळजात घुसला होता. तो एकसारखे डंख मारत हृदयाला रक्तबंबाळ करत होता. त्या साऱ्या गोष्टींची याद येताच संत्रस्त पातशहा गरजला– "ह्या अशाच प्रचंड ताणाखाली अजून किती दिवस वावरायचं? रामशेज, त्र्यंबक, साल्हेर, सातारा, पुणे, पुरंदर- किती किती ठिकाणी फौजा पेरायच्या आणि एका वेळी किती आघाड्यावर झुंजत राहायचं?"

"सच है, हजरत! प्रत्येक झाडाचा बुंधा धरून भुतं बसावीत तशा प्रत्येक किल्ल्याच्या गडबुरुजावर मरगठ्ठ्यांच्या फौजा रुतून बसल्या आहेत."

"म्हणूनच कधी कधी जिवाला वाटतं, हा नादान मुलूख सोडावा आणि येथून सरळ निघून जावं." वैतागलेला पातशहा वैफल्यग्रस्त होऊन बोलला, "संभाला जेरबंद करणं वाटलं होतं तितकं आसान नक्कीच नाही. एकतर आमचं तकदीर गोते खातं! फौजा मनापासून लढत नाहीत. शहजादे नीट भिडत नाहीत.—"

पातशहाच्या बोलावर वजिराने निमूटपणे गप्प राहणे पसंत केले. तेव्हा औरंगजेब बोलला, "शहजादा अकबर बेवकूफ होता. फिर भी इन्सान भला था–" औरंगजेबाच्या या शेरेबाजीने वजिराने भुवया वर ताणल्या. तेव्हा कडू कारले चघळावे तशी चर्या करत औरंगजेब नफरतीने बोलला, "अकबरानं बगावत केली. जगासमोर बापाविरुद्ध बगावतीचं निशाण उभारलं. इकडे बाकीचे शहजादे बापाचंच खातात आणि गनिमांचे नगमे गातात, त्यांचं काय? वजीर आम्ही ऐकतो ते सच आहे?"

"काय जहाँपन्हाँ?"

चिरागदानांच्या मंद उजेडात पातशहाची चर्या कमालीची क्रूर दिसली. दातओठ खात तो बोलला, "आमचा बडा शहजादा मुअज्जम सुद्धा मनातून संभाला चाहतो. एवढेच नाही, तर त्या कंबख्त मरगठ्ठ्यांशी त्याचं आतून संधान आहे, क्या ये सच है?"

वजिराने मूग गिळून गप्प राहणेच पसंत केले. पातशहाच्या अत्यंत संशयी स्वभावाची त्याला पहिल्यापासून कल्पना होतीच. औरंगजेब कमालीचा व्यवहारी होता. दिल्लीचे तख्त काबीज करताना त्याने शुजा, मुराद आणि दारा ह्या आपल्या सर्व भावंडांचे थंड डोक्याने मुडदे पाडले होते. शुजाला सहभागी झाल्याबद्दल आपल्या थोरल्या शहजाद्याला, महंमद सुलतानला त्याने आजन्म बंदीखान्यात लोटले होते. शहाजहानसारख्या जन्मदात्याची जिंदगीसे नरक अच्छा अशी अवस्था करून सोडली होती. अकबराला मदत केली म्हणून झेबुन्निसासारख्या आपल्या शहजादीलाही जन्मभर बंदीखान्यात डांबले होते. आपण जसे आपल्या बापाशी आणि भावाशी वागलो, तसाच बर्ताव आपलीही मुले आपणाशी करणार याची

औरंगजेबाला जणू खात्रीच होती. म्हणून तर त्याने आपल्या प्रत्येक शहाजाद्यावर आणि त्यांच्या बेगमांवर कायमची गुप्त पाळत ठेवून दिली होती. औरंगजेबाचे गुप्तहेर कोणा शहजाद्याच्या महालात धोबी बनून, तर कोणाच्या मुदपाकखान्यात बावर्ची बनून जन्मभर चाकरी करत होते. त्या प्रत्येकाच्या अंत:पुरात काय भिजते आणि काय शिजते याच्या बित्तंबातम्या पातशहाला नेहमीच मिळत.

मात्र त्या संशयकल्लोळाने खुद्द पातशहाही खूप परेशान व्हायचा. क्वचित तो उदेपुरीजवळ अर्ध्या रात्री आपली मळमळ व्यक्त करायचा— "बेगम साहिबा, ही सल्तनत, ही दौलत, शौकत ह्या गोष्टींना काय आग लावायची? हिरेजवाहरातने खंदकच्या खंदक भरले. पण पलभराची नींद मिळायलाही हा पातशहा पारखा झाला आहे. बेगमसाहिबा! आमच्यापेक्षा मशिदींच्या पायऱ्यांवर झोपणारे नंगे फकीर, तिथल्या मैदानात आळस झाडणारी मुकी कुत्रीसुद्धा किती तकदीरवाली!"

औरंगजेबाने वजिराला ज्यादा विचार करायची सवलतही दिली नाही. पुन्हा तो थंडशा पण धारदार आवाजात बोलला, "वजीरे आझम, त्या आमच्या छोट्या शहजाद्याच्या-आज्जमच्याही गोटावर निगराणी ठेवा."

"क्या किब्लाऐ-आलम?" औरंगजेबाच्या संशयाच्या भुताने दुसऱ्याही शहजाद्याला गाठावे, याचा असदखानाला धक्का बसला.

"हां, उसपर कडी निगाह रखो–"

"निगाह? काय गोष्टी करता जहाँपन्हाँ?"

"आमच्या हुकुमांची फक्त तामिली करा. त्या बेवकूफ दिलेरखानाला आणि शहजादे आज्जमना तुरंत वापस बोलवा."

"आघाडीवरून?"

"जी हां! बिलकूल!!"

वजिराचा नाईलाज होता. त्याने त्या दोघांनाही माघारी येण्याचा फतवा पाठवला. ती खबर समजताच शहजाद्याच्या स्त्रियामुलांत कमालीची घबराहट उडालीच, पण उदेपुरी बेगम आणि शहजादी जीनतउन्निसा दोघीही हवालदील झाल्या.

पातशहाच्या माघारी असदखान त्या दोघींना भेटला. त्याने काळजीने सांगितले, "बेगमसाहिबा! बेटी जिन्नत, यशामुळे माणसं खुश होतात. अपयशाने खचतात. इतकी प्रचंड फौज आणि तीसपस्तीस बिनीचे बडे बडे सरदार जंगे मैदानमध्ये उतरवले आहेत, तरी शहेनशहांची म्हणावी अशी फत्तेह झालेली नाही. त्या दर्दमुळे ते भ्रमिष्टासारखा बर्ताव करू लागलेत. संशयाच्या पिशाच्चाने तर त्यांच्या मस्तकाचा पुरता कब्जा घेतलाय. त्यांचा हा दिमागी दर्द बरा करण्यासाठी त्यांना महालाबाहेर कुठेतरी काढा. एखादी सफर घडवा. त्यांच्या मेंदूला थोडा आराम पडू द्या."

औरंगजेबाचे परेशान मन कशामध्ये रमवावे हेच उदेपुरी बेगमेला उमजेना.

शेवटी तिला एक झकास विषय सापडला. तिने एकदा सकाळच्या नमाजानंतर पातशहाला विनंती केली, "मेरे आका, उभ्या जिंदगीमध्ये ह्या नाचीजने कधी जहाँपन्हाँकडे बिनती केली नाही. आता एकच अर्जी आहे. आमच्यासोबत एक दिवसासाठी वेरूळला यावं."

पातशहाने हसून आपल्या बेगमेकडे बघितले. तो म्हणाला, "ते वेरूळ म्हणजे काफरांचा भूतखाना आहे, हे बेगमसाहिबांना मालूम आहे ना?"

"जी, अब्बाजान! पण तिथेच एक चमत्कार आहे. तिथल्या एका लेण्यात निळसर रंगाचा पंछी आहे. त्याला नीळकंठ म्हणतात. त्या घोटीव शाळुंकेला एकदा अब्बांनी डोळे भरून बघावं." जिनत बोलली.

पातशहाने हसत कुचेष्टेने बेगमेकडे बघितले. तिथे जवळचे आप्त म्हणून असदखान, त्याचा पुत्र झुल्फिकारखान आणि पातशहाची सून शेहरबानू बेगम जमले होते. त्या सर्वांनाच बेगमसाहिबांच्या आणि शहजादीच्या त्या विचित्र शिफारशीचा धक्का बसला होता. पातशहा हसून म्हणाला, "बेगमसाहिबा, छातीवर तलवारीचं पातं ठेवलं तरी आमच्यापुढे कोणी त्या काफरांच्या देवतांचं नाव घ्यायची हिंमत दाखवणार नाही. आणि अशा त्या नरकामध्ये आपण आम्हांला घेऊन जाऊ म्हणता?"

"गुस्ताखी माफ, हजरत! पण कुठल्या फालतू, निकम्म्या गोष्टीची शिफारस मालिकांच्या पुढं आम्ही करूच कशी?"

"मग असं काय आहे त्या शाळुंकेत?"

"तोच तर खरा चमत्कार आहे, हजरत! जो माणूस त्या शाळुंकेकडं एकटक बघतो, त्याला आस्ते आस्ते त्या लेण्यामध्ये आपल्या भविष्याचा आयना दिसू लागतो. पुढच्या जन्मामध्ये आपण कोण असणार? जानवर की पंछी, याचा तिथे साक्षात्कार होतो."

पातशहाचे चित्त थाऱ्यावर नव्हतेच. पण उदेपुरीने सांगितलेल्या गोष्टीची त्याला खूप गंमत वाटली. आपल्या लाडक्या शहजादी जिन्नतचाही आग्रह मोडवेना. दुसऱ्या दिवशी सारी लालबारी औरंगाबादहून वेरूळकडे निघाली. पातशहाच्या मोठ्या लष्कराचा तळ त्याच बाजूला देवगिरीच्या पायथ्यापासून खुल्ताबादेपर्यंत पसरला होता. त्यामुळे अधिक फौज सोबत न घेताच खोजे, खाजगीकडचे संरक्षक मिळून सुमारे सात हजारांची फौज त्यांच्यासोबत निघाली. बहुबेगमा, पोते, बछडे अशी पारिवारिक मंडळी घेऊन पातशहा निघाला होता. त्यांना नेणारे शृंगारलेले सत्तर हत्ती, काही हजार घोडे आणि उंट सोबत चालले होते.

सायंकाळी चारच्या दरम्यान वेरूळच्या लेण्यांसमोर शाही जनाना पोचला. उंच कैलाश मंदिर पाहून पातशहाच्या कपाळावर आठ्या चढल्या. तो झुल्फिकाराला

म्हणाला, "बेटेऽ संभासकट ह्या मरगठ्ठ्यांची हड्डी नरम केली की याद कर, आम्ही ह्या कैलाश मंदिराच्या जागीच एक खूबसूरत मस्जिद बांधू!"

शेवटी सारी मंडळी एकदाची त्या शाळुंकेजवळ जाऊन पोचली.

घोटीव रंगातल्या त्या नीलकाय पक्ष्याकडे औरंगजेब पुन:पुन्हा डोळे फाडून बघत होता. बराच वेळ त्याला काही स्पष्ट दिसेचना. एकदाचे त्याला शाळुंकेच्या जागेवर काहीतरी अस्पष्ट असे दिसले. तसा तो चमकला. नव्हे, त्याची चर्या कावरीबावरी झाली. त्याने कपाळावरचा घाम पुसला. पुन्हा एकदा बारीक नजरेने शाळुंका पाहून घेतली आणि तो मोठ्याने ओरडला– "पागल कहींके ऽ, चलो, भागो यहाँसे दूर, काफरोंके इस कब्रस्तानसे!"

पातशहाने आपला एक छोटासा बिचवा वेरूळच्या लेण्यांसमोरच ठोकायचा हुकूम दिला. तिथल्या देवदेवता, नर्तन करणारे यक्षकिन्नर, पाषाणात कोरलेले पशुपक्षी ह्या साऱ्याच गोष्टींचा त्याला भयंकर संताप आला होता. त्याने बेलदार आणि कामाठ्यांच्या टोळ्या पुढे बोलावल्या आणि तात्काळ समोरील सर्व लेण्यांची नासधूस करायचा हुकूम सोडला. तशी कामाठ्यांची हत्यारे उगारली गेली. देवतांच्या लहानमोठ्या नक्षीदार मूर्ती, पाषाणात कोरलेले पशुपक्षी सर्वांचा विध्वंस सुरू झाला. कैलाश मंदिराच्या आवारात हत्तींची अनेक चित्रे पाषाणावर कोरली गेली होती. मूर्ती होत्या. बेलदारांच्या बळकट घणाने हत्तींची मुंडकी उडवली गेली. सर्वत्र धूर, धूळ माजू लागली. ती कारागिरी, त्या देवता, ती नक्षी दुश्मनांची असली म्हणून काय झालं? त्या निर्मितीमध्ये अपूर्व, अभिजात असे काहीतरी दडले असल्याची जाणीव उदेपुरीला नक्कीच झाली होती.

उदेपुरी बेगमेच्या शिफारशीमुळेच आपण या नरकपुरीमध्ये येऊन पोचलो, अशी पातशहाची भावना होती. त्यामुळे संतापलेल्या पातशहाला चार सबुरीच्या गोष्टीही सांगणे तिला जमत नव्हते. तरीही बेगम पातशहाला बोलली, "हजरत, याची आपण ज्यादा तकलीफ करून घेऊ नका."

"भुताखेतांनी भरलेला हा काफरांचा डोंगर आहे. तो तोडून विद्रूप करा. न तुटेना तर जाळून बेचिराख करा."

"आपण का तसदी घेता अब्बा? आपले झुल्फिकार उरकतील ते काम. आपल्या बदनमध्ये आधीच बारीकसा बुखार आहे. आपण इथून निघावं—" शहजादीने सल्ला दिला.

उदेपुरीने गोड बोलून पातशहाला त्या पर्वताजवळून दूर नेले. त्या रात्री पातशहाचा डेरा वेरूळ गावाजवळच पडला होता. अत्यंत अभेद्य, कठीण पाषाणातल्या त्या प्रचंड मूर्ती फोडणे एवढे सोपे काम नव्हते. कारागिरांच्या काही पिढ्यांनी रक्तघाम गाळून ते वैभव उभे केले होते. मोगलांचे बेलदार, कामाठी बराच वेळ प्रहार

करून थकले. त्यांच्या हातांमध्ये रक्त साकळले. बऱ्याच छोट्यामोठ्या मूर्ती ते विद्रूप करू शकले. परंतु अजूनही भव्य कमानी, सभामंडप, मंदिरे तशीच उभी होती.

पागल पातशहाची समजूत काढण्याचे झुल्फिकारने ठरवले. त्याने आपल्या लष्कराकरवी गवताचे भारे आणि कडब्याने भरलेल्या बैलगाड्या आणल्या. मंदिरात पिंजर, गवत, काडे भरले. मंदिरे गच्च भरून ते सारे सामान पेटवून दिले. रात्री आगीचे लोळ आकाशाकडे झेपावत होते. अनेक मूर्ती घणांच्या प्रहारातून वाचल्या, पण भिंतीवरच्या अमर चित्रांची, त्यांच्या रंगांची आग अपरिमित हानी करत होती. वेरूळच्या लेण्यालेण्यांतून बाहेर पडणारे आगीचे लोळ पातशहा आपल्या डेऱ्यातून पाहत होता. आता त्याची तबीयत खूश झाली होती!

दोन दिवसांनंतर उदेपुरीने पातशहाची थोडी ठीक मन:स्थिती पाहिली; खाजगीकडे कोणी अगदी जिनतसुद्धा नसल्याचा अंदाज घेतला. मगच दबक्या सुरात तिने पातशहाला प्रश्न करायचे धाडस केले, ''हजरत, त्या दिवशी वेरूळात आपण इतका गुस्सा का केलात? असं काय बघितलं होतं त्या शाळुंकेत.''

''सुव्वर— डुक्कर!'' थंडपणे औरंगजेब बेगमलाच उलटा सवाल विचारू लागला, ''क्या मै इतना पापी हूं की, अगले जनम में सुव्वर बन जाऊ?''

पातशहाच्या त्या सवालावर बेगम काहीच बोलली नाही.

७.

औरंगजेबाच्या गोटात कमालीचा सन्नाटा पसरला होता. पातशहाने कासीमखान, रणमस्तखान पन्नी, खानजहानखान, बक्षी बरामदखान, महंमद अमीन, असदखान, झुल्फिकारखान अशा आपल्या सर्व बिनीच्या सरदारांना आणि निवडक मुलकी अंमलदारांना महत्त्वाच्या मसलतीसाठी बोलावून घेतले होते. परंतु सारेजण मनातून कमालीचे घाबरून गेलेले. अलीकडची पातशहाची अशी लहरी, चंचल आणि इतकी संशयी मन:स्थिती कोणीही कधी बघितली नव्हती.

दिलेरखानासारख्या पातशहाच्या जन्मभराच्या सेवकाची हालत बुरी झाली होती. त्याला आघाडीवरून परत बोलावले गेले होते. त्याच्या आगेमागे पातशहाचे खास पाच हजारांचे पथक होते. अद्यापि त्याच्या हातामध्ये बेड्या ठोकल्या गेल्या नव्हत्या, पण तो दिवसही आता दूर राहिला नव्हता. त्याची पुरती बेअब्रू करत त्याला जुलमाने जवळजवळ ओढूनच वापस आणले जात होते. वापसीच्या प्रवासात रात्री त्याच्या डेऱ्याभोवती चौक्यापहारे बसवले जात होते. त्या प्रकाराने पातशहाच्या बहूबेगमा त्याच्या वाऱ्यालाही उभ्या राहत नव्हत्या. पण त्याला

जलपात्र आणून देणारे, खाना वाढणारे बावर्ची, मदतनीस खोजेसुद्धा हबकून गेले होते. पातशहाने त्यांच्याकडे एखादी वस्तू मागितली तरी ते चळाचळा कापत होते.

पातशहाची चर्या खिन्न होती. त्याने हास्याचा उसना आव आणला तरी तो त्याला जमत नव्हता. तो उदासवाण्या सुरात बोलला,

"खैर! असदखान, गेली दीड दोन वर्षं संभाच्या ह्या नादान मुलखामध्ये इतनी बडी फौज घेऊन आम्ही गरगर फिरतो आहोत. अगदी भेडबकरी घेऊन रानोमाळ भटकणाऱ्या धनगरासारखे हिंडतो आहोत! पण सांगा, काय लागलं आमच्या हाताला? एक वेळ सह्याद्रीच्या पहाडीतल्या त्या काफरबच्च्याचा उडदंग मी समजू शकतो, पण तिकडे अहमदनगर आणि वऱ्हाडपर्यंत तो हंबीर खवीसासारखा रातदिन धावतोय! दहापंधरा हजारांची फौज घेऊन आमची ठाणी बेचिराख करतोय!"

"हजरत, वो हंबीरमामा तो पुरा शैतान है! त्याच्या घोड्यांच्या पायात अस्मानातल्या बिजलीचे तोडे बांधलेले आहेत, असं दुश्मनच काय, आमचे शिपाईही उघड बोलतात." मुसदखान मध्येच उठून बोलला.

"बैठ जावो मूरख! ये तो उस काफीर की बदनामी नही, तारीफ है बेवकूफ!" पातशहा गरजला.

आज पातशहाचा रुद्रावतार पाहण्यासारखा झाला होता. असदखानही घाबरून गेला होता. त्याच्याही तोंडातून शब्द फुटेना. औरंगजेबाने आपली नजर सर्वांवरून जशी फिरवली, तशी सर्वांनीच आपली अंगे चोरली. पातशहा ठणकत्या सुरात बोलला, "आखीर मैं भी इन्सान हूं. तुम्ही दख्खनमध्ये एक दिवसात खूप बडी फतेह हासिल करा, असं मला म्हणायचं नाही. माझा सवाल फक्त इतकाच आहे — झुल्फिकारखान?"

"जीऽ मेरे आका!" झुल्फिकारने आदरापोटी जागेवरच गुडघे टेकले.

"सिर्फ इतनाही बता दो. गेल्या दीड दोन वर्षांत त्या काफर संभाच्या चेहऱ्यावर एखादी तरी खरोश आली आहे का? क्यूं?"

पातशहाच्या त्या रोखठोक सवालाबरोबर झुल्फिकारच नव्हे, तर प्रत्येकाची मान शरमेने खाली झुकली. सर्वांचीच वाचा बसल्यासारखी झालेली.

पातशहा हळूच बैठकीतून उठला. त्याने अत्यंत कोरड्या शब्दांत इतकंच सांगितले– "आता माझ्यापुरता मी फैसला केला आहे. मै वापीस जा रहा हूंऽ!"

पातशहाच्या त्या थंडगार वाक्याने सर्वांच्या अंगावर विजेचा लोळ कोसळल्यासारखे झाले. बावऱ्या, घाबऱ्या नजरेने सारे एकमेकांकडे आणि पुन:पुन्हा पातशहाकडे पाहू लागले. प्रत्येकाच्याच नजरेतल्या घाबऱ्या प्रश्नचिन्हांना पातशहाने पुन्हा एक जबाब देऊन टाकला, "मै दिल्ली वापस जा रहा हूं. मोहिमेची जिम्मेदारी सांभाळायला शहजादा मुअज्जम, आमचे बहादूरखान कोकल्ताश साहब, ये वझीरे आझम

असदखान और आप सब काबील है.''

औरंगजेब आपल्या उच्चासनाच्या पायऱ्या उतरून, हळुवार पावले टाकत खाली आला. औरंगजेबाचे हे नेहमीचे दटावणे किंवा धमकावणे नव्हते. अलीकडच्या काही दिवसांतली त्याची झालेली मनोवस्था, चंचलता, अपयशाने आलेली घोर निराशा ह्या सर्वांचा हा परिपाक होता. पातशहाचा निर्णय अचल दिसत होता. त्यामुळे घाबरलेले सरदार, सर्वात बुजुर्ग आणि जोखीमदार म्हणून असदखानाकडे बघू लागले.

मसलतीमध्ये ''तोबाऽ तोबाऽऽ'', ''या अल्लाऽ'' असे उत्स्फूर्त, दुःखद उद्‌गार बाहेर पडू लागले. असदखानालाही अधिक थांबवेना. तो तसाच पुढे धावला आणि औरंगजेबाच्या पायांवरच जाऊन कोसळला. त्याने पातशहाचा पिवळसर, बुड्ढा हात आपल्या कपाळाजवळ ओढून धरला. तो धाय मोकलून रडत बोलला, ''आप तो रिश्तेनातोंसें मेरे लडके हो. लेकिन मेरे आका, आपली ताकद दर्यासारखी. हमे छोडकर कहाँ जा रहे हो किब्लाये-आलम?''

''नही चाचाजान, मुझे मत रोको—''

''—जहाँपन्हाँ, तुम्ही आम्हा इस्लामचे रखवाले. हमारे सरताज! जिंदा पीर! आपण आहात म्हणून ही फौज, ही सल्तनत आहे. आपण वापसीचा रस्ता चालता आहात, ही खबर त्या संभाला कळायचा अवकाश– तुमच्याशिवाय आमची फौज कुत्त्याच्या मौतीनं मरेल! दिल्लीआग्र्यापर्यंत कोणाचे काफिले सुद्धा पोचणार नाहीत.''

असदखानाच्या पाठोपाठ झुल्फिकारखान, मग बरामदखान असे एकेक करून सारेच पातशहाच्या वाटेत आडवे बसले. गुडघ्यावर बसून, आकाशाकडे हातवारे करत पातशहाची करुणा भाकू लागले. आपल्या सरदारांची आर्जवे, तो आकान्त सच्चा आहे, हे औरंगजेबाने जाणले. तसा तो मनातून सुखावला. पुन्हा मंदगतीने जाऊन आपल्या उच्चासनावर बसला. तथापि अजूनही त्याच्या धपापत्या छातीचे कंप शांत झाले नव्हते. त्याची संशयी बुबुळे निमाली नव्हती. त्याने सर्वांकडे प्रश्नार्थक नजरेने बघितले. सर्व सरदार, अंमलदार, मशिदीच्या गाभाऱ्यात बसल्यासारखे पवित्र भावनेनेच औरंगजेबाकडे पाहत होते. सद्यःस्थितीत आलमगीरशिवाय आपला कोणीही पालनहार नाही, याची सर्वांना बालंबाल खात्री होती.

सर्वांकडे नजर फेकत पातशहा धिम्म्या पण करारी सुरात बोलला,

''आप तो सब इस्लामके रखवाले हो. ह्या कंबख्त दख्खन देशामध्ये आम्ही बदनशिबाने अडकून पडलो आहोत. गोवळकोंड्याची कुतुबशाही आणि ती विजापूरची आदिलशाही ह्या शिया मुसलमानांच्या हुकमती काफरोंसें कम नही, और दोस्तोऽ, ये कैसी दुर्भाग्यकी बात है,की एक संभा नावाचा एका मामुली जमीनदाराचा नटखट बेटा सालोसाल आपके शहेनशहाको नचाता है? सताता है? तो बोलोऽऽ दिलसे

इस्लामी कौमका काम करोगे?''

"जी हुजूर ऽऽ! जी आकाऽऽ!'' मसलतीच्या चारी कोपऱ्यांतून प्रतिसादाच्या आरोळ्या उमटल्या.

"अपने शहेनशहाकी खातिर, अपने इस्लामकी खातिर मरमिटोगे?–''

"–बिलकूल हजरत! जान की कुर्बानी देंगे!''

साऱ्या सभेवर आलमगीराने गारुड घातले होते. कुठे वाटेल त्या खाईत उडी ठोकायला तिथला एक एक बंदा तयार झाला होता. परंतु पातशहाची चर्या अजून समाधानी होत नव्हती. त्याने आपल्या डोक्यावरचा सरताज- किमाँश आपल्या हातामध्ये घेतला. त्या भर्जरी जिरेटोपावरची कलाकुसर केवळ अपूर्व होती. त्यामध्ये अत्यंत महागड्या हिऱ्यापाचूंच्या लहडी जडवल्या होत्या. पातशहाच्या हातातील त्या किमाँशवरची रत्नप्रभा इतकी सुंदर होती की, त्या हिऱ्यामाणकातील किरणे त्याच्या मुखावरही पाझरत होती. डोळ्यांचे पाते लवते न लवते तोच औरंगजेबाने तो किमाँश हातामध्ये उंच धरला, आणि दुसऱ्याच क्षणी तो डाव्या बाजूला जोराने फेकून दिला. तो किमाँश महालाच्या भिंतीवर आपटून खाली पडला. त्यातले पाचू, मोती तुटून खाली जमिनीवर घरंगळले.

बैठकीच्या उच्चासनावर औरंगजेब ताठ मानेने उभा होता. त्याच्या डोळ्यांतला निर्धार, त्याच्या वळलेल्या मुठी, त्याची फुगलेली छाती, चेहऱ्यावरच्या तटतटून गेलेल्या शिरा... त्या पासष्ट वर्षांच्या शहेनशहाचा दिमाख काही औरच होता! त्याच्या डोईवरच्या केसांच्या सोनेरी पांढऱ्या बटा आणि निर्धाराने लवलवणारे डोळे केवळ कोणालाही भुरळ घालणारे होते! त्या खाली घरंगळून पडलेल्या किमाँशकडे त्याने हात केला!, तशा सर्वांच्या नजरा तिकडे गर्रकन वळल्या. तेवढ्यात एखाद्या महावृक्षाची फांदी कडकडून मोडून खाली पडावी तसा पातशहा गरजला,

"इस्लामके रखवालोऽ दोस्तोंऽऽ, ये लो इस आलमगीरकी कसम. जोपर्यंत त्या काफरबच्चा संभाला आम्ही ह्या दख्खनमधून हद्दपार करणार नाही, अगर त्याची बोटी बोटी करून त्याला जिंदा फाडणार नाही, तोवर हा किमाँश, हा राजमुकुट मी माझ्या मस्तकावर पेहनणार नाही!''

■

गोव्यावर हमला

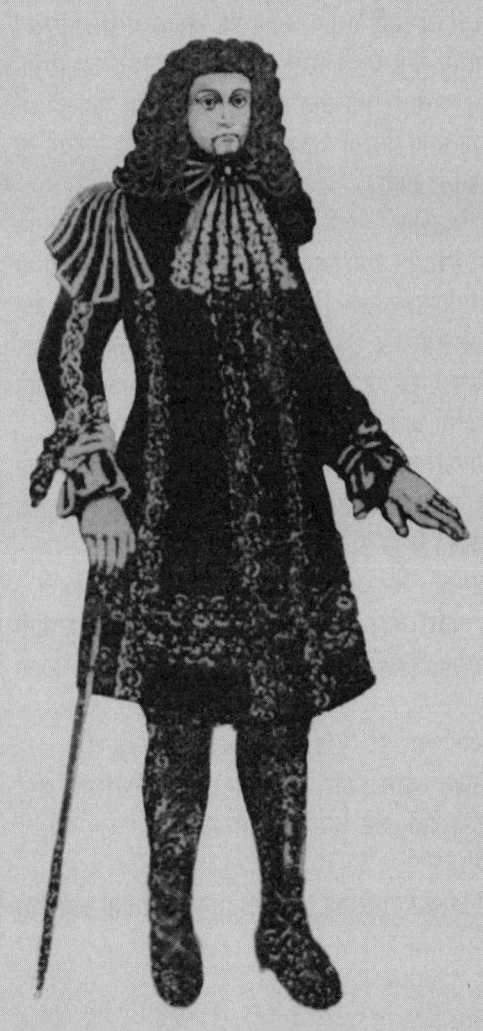

१.

बिमारीने त्रस्त झालेला माणूस लवकरच तंदुरुस्त व्हावा, उठून कामाला लागावा, तसे औरंगजेबाचे झाले होते. अपयशाच्या डागण्या, नैराश्य यातून तो बाहेर आला. पासष्टीमध्ये कंबर कसून त्याने पुन्हा तडफेने कामाला सुरुवात केली. त्याच्या ह्या नव्या टवटवीने त्याचे सरदार, शहजादे, पोते सारे चक्रावून गेले. असदखान इतरांना खाजगीमध्ये अभिमानाने सांगत होता, "आलमगीरांना 'काम, काम आणि काम' हेच अखंड व्यसन आहे."

आलमगीर मोठ्या मोहिमेवर असूनही त्यांना, आपल्या अवाढव्य सल्तनतच्या एखाद्या कोपऱ्यात कोठे, काय नि कसे घडते आहे याची पूर्ण कल्पना असायची. अलीकडे फौजदार बलोचखान याचा मुलगा अबुमहंमद पातशहांच्या महालामध्ये अनेकदा दिसायचा. त्या तेविशीतल्या पोराची पातशहासोबतची वाढती ऊठबस हा इतरांसाठी आश्चर्याचा विषय बनला होता.

त्या दिवशी अबुमहंमदला पातशहाने मुद्दाम आपल्या खाजगी सदरेवर बोलावून घेतले. त्याचे इतर सर्व मोजके सरदार, अंमलदार तेथे उपस्थित होतेच. एखाद्याची उघड तारीफ करणे हे आलमगीरसाहेबांच्या शिस्तीत बसणारे नव्हते. पण त्या दिवशी अबुमहंमदची त्यांनी चालवलेली उघड प्रशंसा पाहून सारे ज्येष्ठ सरदार चमकले. आपल्या शहजाद्याकडे, मुअज्जमकडे नजर वळवत शहेनशहा खुषीने बोलला, "शहजादे, ह्या छोऱ्याची कच्ची उमर बघू नका. त्याची करतूद बघा."

शहेनशहाने नजरेचा इशारा करताच अबुमहंमदने आपल्या काखोटीच्या नकाशाची गुंडाळी उघडली, आणि ती समोरच्या बैठकीवर पसरली. तो संपूर्ण सह्याद्री पर्वताचा मोठा खुलासेवार नकाशा बघून सर्वांचेच डोळे दिपले.

पातशहा खुषीने विचारू लागला, "बेटे अबू, सांग सारी हकीगत ह्या पर्वतरांगांची."

"जहाँपन्हाँ, हा सह्याद्री पर्वत काटेरी जंगलांचा, बोरीबाभळी, सराट्यांनी भरलेला आहे. इथे खूप खतरनाक पहाडी, खोल दऱ्या आणि मोठमोठ्या घळ्या आहेत."

"एकूण किती वाटा? किती घाट?" पातशहाने नेमका प्रश्न केला.

"जहाँपन्हाँ, सह्याद्रीतले निबिड घाटमाथे पार करण्यासाठी एकूण तीनशेसाठ छोटे रास्ते आहेत. पैकी पासष्ट मार्गांनी हत्ती, उंट असे प्राणी घेऊन सफर करता येते."

"आणि उरलेल्या रानवाटा?"

"त्या खूपच अरुंद आणि अत्यंत खतरनाक आहेत. तेथून वावरताना वाघसुद्धा डरतात."

अबुमहंमदचे सर्वांना खूप कौतुक वाटले. साऱ्यांच्याच दिलातला प्रश्न आलमगीरांच्या मुखातून बाहेर पडला, ''बेटे, इतक्या बारीकसारीक गोष्टींचं ग्यान तू कसं हासिल केलंस?''

''हजरत, पहाड आणि नद्यांची सफर करायचा मला बचपनापासूनचा षौक आहे. इकडच्या पर्वतरांगा बघायच्या इराद्याने सहा वर्षांमागं मी उत्तरेतून इकडं आलो. अनेक फकिरांच्या आणि गोसावी बैराग्यांच्याही सोबतीनं मी इथल्या पर्वतरांगा छान मारल्या. भविष्यात माझ्यासारख्या मुशाफिरांना उपयोगी पडावा, याच इराद्यानं मी हा नक्शा बनवला आहे.''

औरंगजेबाने हळूच आपल्याजवळचे कच्चे नकाशे बाहेर काढले. त्यांचे बारकाईने निरीक्षण केले. अबुमहंमदच्या नकाशातील काही संदर्भाच्या चुकांवर त्याने नेमके बोट ठेवले, तेव्हा अबुही आश्चर्यचकित झाला. पातशहाने अबुला खिलतीची वस्त्रे आणि हिरेजवाहारात देऊन त्याचा सत्कार केला. त्याच वेळी पातशहाने वजिराला फर्मावले,

''याच दिशेने अधिक कोशीस करा. सह्याद्रीतल्या उंच कडेकपारीत राहणारे, त्या इलाख्याची माहिती असणारे चांगले वाटाडे शोधा. पर्बत झपाट्यानं चढू शकणाऱ्या कडव्या जंगली लोकांची आपल्या फौजेत भरती करा. त्यासाठी त्यांना मुहमांगा मुआवजा द्या.''

संभाजीराजांच्या शहाला काटशह देण्याचा आणि अंती राजांनाच दंडाबेड्या घालण्याचा विडाच आलमगीरांनी आता उचलला होता. दररोजचा रत्नजडित किमाँश त्यांच्या डोक्यावर नव्हता. त्यांचे मस्तक आज किती भुंडे, काहीसे कळाहीन दिसत होते. प्रतिज्ञा पूर्ण करायचा पातशहाने मनोमन निर्धारच केला होता जणू. औरंगजेब आपल्या सरदारांना म्हणाला,

''झुल्फिकार, तो संभा आपल्या फौजांसह गोव्याकडं सरकतो आहे. पोर्तुगीजांना अंगावर घ्यायचा त्याचा पक्का इरादा असल्याची खबर आम्हांला मिळाली आहे.''

''त्या अव्वल फिरंगी तोफांच्या धमाक्यापुढे आपण टिकू अशी समजूत आहे की काय त्या बेट्याची?'' असदखानाने हसत विचारले.

वजिराच्या टिपणीवर बाकीचे सरदार हसले. पण पातशहा अधिक गंभीर दिसला. आपल्या शत्रूच्या हिमतीचा आणि ताकदीचा त्याला जणू अंदाज होता. म्हणूनच त्याने अनेक रात्री पलिते आणि हलाल जाळून एक धाडसी योजना बनवली होती. त्या योजनेचा आराखडा आपल्या बहादूर सहकाऱ्यांपुढे खुला करत पातशहा बोलला, ''संभाने पोर्तुगीजांशी बिघाड केला आहे. त्याचा एक पाय त्या फिरंग्यांच्या जबड्यात गुंतला आहे. तोवर आम्ही त्याला दुसरीकडून हैराण करून सोडू. आमचा एक गाझी चाळीस-पन्नास हजारांची फौज घेऊन इकडून निघेल. कोल्हापूर, बेळगाव मार्गाने हा रामदऱ्याचा घाट उतरून दक्षिण कोकणात धावून जाईल.''

“लेकिन हुजूर?—” असदखानाने अर्धवट तोंड उघडले.

“–हांऽ बोलो वजीर?”

“एवढ्या मोठ्या फौजेला तिकडे घासदाणा कसा मिळणार? रसदेची कोण तरतूद करणार?”

“वाहऽ असदखान आपली ही शंका शहेनशहाच्या वजिराला शोभेल अशीच आहे. परंतु त्याचाही मनसुबा आम्ही करून ठेवला आहे. आमचा सुरतेचा सुभेदार गुजरातच्या किनाऱ्यावरून रसदेनं भरलेली गलबतं पाठवून देईल. गलबतांचा हा तांडा अरबी समुद्रातून मुंबई, जंजिरा, राजापूरमार्गे पणजीकडे सरकेल.”

“पण जहाँपन्हाँ, दर्याकिनारी शिवाजी-संभाजीने बांधलेले जलदुर्ग आणि खाड्यांवरची आरमारी ठाणी आहेत!”

“त्यांना तोंड देण्याइतपत आमचं आरमार ताकदवान नक्कीच आहे. शिवाय पोर्तुगीजांनाही आमच्या मदतीला धावण्यावाचून दुसरा चारा नाही.”

पातशहाची ती योजना बुढ्या अनुभवी सरदारांनी ऐकली. त्यांनी माना डोलावल्या, पण झुल्फिकार कोरडे उसासे टाकू लागला. शहेनशहाने त्याचे बावरे नयन पकडले.

“बोलोऽ झुल्फिकारखान, काय आहे तुझा शक?”

“खाविंद, आपला मनसुबा बुलंद आहे. पण रामदरा अगर गोव्याकडे आपल्या फौजा घुसल्या की, तो संभा सरळ इकडून घाईने निघून रायगडाच्या आपल्या पाषाणी बिळामध्ये पळून जाईल, त्याचं काय?”

पातशहा बारीकसा हसत, नकाशाकडे बोट दाखवत सांगू लागला, “जेव्हा इकडे गोव्याकडे आमची एक बलाढ्य फौज घुसेल, तेव्हाच आमचा एक गाजी आपली दुसरी फौज घेऊन कल्याण-पनवेलकडून झपाट्याने रायगडाकडे निघेल. दोन्ही फौजा इथे महाड-निजामपूरच्या बाजूला एक होतील. पुऱ्या ताकदीने मिळून रायगडाकडे धाव घेतील आणि त्या काफरांच्या पत्थराच्या राजधानीला बारूद लावून त्यांना त्यांच्या नापाक तख्तासकट खाली खेचतील.”

पातशहाच्या त्या हुकमी, काटेरी जाळेपेरणीने त्याचे सर्व अंमलदार अवाक् झाले. त्याची तारीफ करू लागले. तेव्हा पातशहा बोलला, “इतक्यात एवढे हुरळून जाऊ नका. जाणीवपूर्वक लक्ष द्या. ह्या दोन्ही फौजा ठरल्या वेळेत एकत्र आल्या, तरच ही योजना फतेह होईल. नही तो कुछ नही पावोगे–”

सर्व सरदार, अंमलदार अत्यंत गंभीर नजरेने पातशहाच्या निर्धारी चर्येकडे पाहू लागले. तेव्हा पातशहा त्यांना म्हणाला, “एकदा ह्या दोन्ही फौजा एक झाल्या की, मै और एक चाल चलूंगा. ये देखो, कोकणात ठिकठिकाणी खाली उतरणारे खतरनाक घाट. हा बोरघाट, हा कावल्याचा, हा वरंदघाट, हा पलीकडचा आंबा घाट. जर वेळेत दोन्ही फौजा एकवटल्या, तरच मी ह्या घाटांतून आणखी दहा-

दहा हजारांच्या फौजा खाली उतरवेन. त्या सर्व मिळून संपूर्ण कोकणाला निखाऱ्यावरल्या मछलीसारख्या भाजून काढतील. पण थोडा जरी वेग कमी पडला, तरी सह्याद्रीच्या ह्या घाटीमध्ये एका वेळी आमची सर्व फौज बुडेल. पूछो क्यूं?''

''क्यूं जहाँपन्हाँ–?''

''आमचा जोर कमी झाल्याचा, लुळा पडल्याचा थोडासा जरी अंदाज आला तरी ह्या जंगलरानातली सारी माणसे काठ्या-कुल्हाडी घेऊन बाहेर पडतील. वाटेत, आडवाटेत गाठून आमच्या लष्कराला खूब बदडायला तिथे औरत लोग आणि बालबच्चेही मागेपुढे पाहणार नाहीत. कारण हा सारा मुलूखच त्या शिवावर आणि संभावरही दिलोजानसे मुहब्बत करतो.''

पातशहाला पुढचे सारे निर्णय तातडीने घ्यायचे होते. दक्षिण कोकणच्या त्या फळीची सूत्रे कोणाच्या हाती द्यायची, याबाबत पातशहाने सर्वांना विचारले. तेव्हा सर्वांच्याच तोंडून बड्या शहजाद्याचे, मुअज्जमचे नाव पुढे झाले. मुअज्जम उंच शरीरयष्टीचा, मर्दानी सौंदर्याचा, किनऱ्या पण लोभस आवाजाचा होता. एक कुशाग्र बुद्धीचा वफादार शहजादा म्हणून सारे त्याच्याकडे आदराने बघायचे. त्याची उमर पंचेचाळीस वर्षांची होती.

मुअज्जमच्या एकमुखी निवडीने पातशहा चमकला, पण तेही क्षणभरच. त्याच बैठकीत मुअज्जमबरोबर कोणाकोणाला पाठवायचे हे नक्की झाले. दुखलासखान, लतीफशहा दखनी, तोफखान्याचा दारोगा आतिशखान अशी शहेनशहाने एक एक नावे घेतली. त्याबरोबर ते ते सरदार उठून कुर्निसात करत उभे राहिले. त्यानंतर औरंगजेबाने ''नेक मराठा नागोजी माने म्हसवडकर'' असे नाव घेतले. त्या बरोबर सहा फुटी उंच, धट्टाकट्टा नागोजी उठून उभा राहिला.

नागोजीकडे पाहात औरंगजेब अभिमानाने बोलला, ''बेटे मुअज्जमऽ, एक ध्यानात ठेव. महाराष्ट्रात अशी काही उच्चकुलीन, नेक, जातिवंत, प्रामाणिक मराठा घराणी आहेत, जी आदिलशहाशी, निजामशहाशी असोत वा आम्हा तुर्कमोगलांशी असोत, नेहमीच अत्यंत वफादार राहिली. ज्यांनी शिवा आणि संभासारख्या बगावतखोर जमीनदार बापलेकांना कधीच राजा मानलं नाही. अशा इमानी कुळांपैकी नागोजी एक आहे. भविष्यातसुद्धा हा सच्चा आदमी पातशहाच्या मिठाला जागणारा आहे!''

कल्याण-पनवेलकडच्या आघाडीचा सेनानायक कोण हा प्रश्न पातशहाने विचारला, तेव्हा ती धुरा आपल्याच हातामध्ये पडावी ह्या अभिलाषेने झुल्फिकारखान उठून उभा राहिला. पण त्याच्या आक्रमक वारूला लगाम लावत औरंगजेब बोलला, ''झुल्फिऽ बेटा, तू वयानं लहान आणि नात्यानं माझा मावसभाऊ आहेस. मै तुझे नाउम्मीद करना नही चाहता, पण मला तिकडून उतरणारा योद्धा फक्त धाडसी नको, उलटया कलेजाचाही हवा. तिकडे दुश्मनांची डोकी आणि मंदिरांचे

कळस तोडणारा इस्लामचा वफादार बंदा मला हवा आहे. म्हणूनच पुरी सोच के साथ मी शहाबुद्दीन उर्फ गाजिउद्दीन फिरोजजंगची निवड करतो."

"लेकिन जहाँपन्हाँऽ, त्यांना रामशेजचा एक नन्हासा किल्लाही जिंकता आला नाही–" झुल्फिकार चिडून बोलला.

"झुल्फिकार, काही तोफा अशा असतात, त्यांना जसा पेटायला उशीर लागतो, तसाच बुझायलाही वेळ लागतो."

उत्तर मोहिमेची सूत्रे हाती घेण्याबाबत शहाबुद्दीनला तातडीने खलिता लिहिला गेला. पातशहाने जुन्नरला तळ ठोकून असणाऱ्या शहाबुद्दीनला फर्मावले–

"आपण लागलेच नाणे घाटातून खाली उतरा. उत्तर कोकणचा मुलूख जाळत जाळत पुढे निघा. मुअज्जमच्या आणि तुमच्या कैचीत संभा सापडायलाच पाहिजे. खबरदारीनं पावले टाका. एक ध्यानात ठेवा. तो संभा म्हणजे वाहता वारा आहे. नंतर मुठीत गवसणं केवळ मुश्कील."

रामदरा आणि गोव्याकडे मराठ्यांची पाळेमुळे खणून काढण्यासाठी मुअज्जम ऊर्फ शहाआलम निघणार होता. त्याची जोरकस तयारी सुरू झाली. त्यातच रेवदंड्याला आणि चौलला संभाजीच्या फौजेला यश मिळत असल्याची खबर येऊन पोचली. त्याच रात्री मुअज्जमला पातशहाने आपल्या मुक्कामी बोलावून घेतले. त्याला एक महत्त्वाची खबर फक्त मुअज्जमच्याच कानावर घालायची होती. "तो बदमाष काफरबच्चा संभा आजकाल माझ्याशी खिलवाड करतो आहे. त्याने आमच्या शहजादा अकबराला गुप्तपणे खाली गोव्याकडे बांद्याला हलवलं आहे. त्या सर्वांच्या दिलात काहीतरी काळंबेरं आहे. एकदा रामदऱ्याचा घाट उतरून तू खाली गेलास की, पहिली धाड बांद्यावर घाल. त्या बेवकूफ शहजाद्याला बेड्या ठोक."

दुसऱ्याच दिवशी सकाळी औरंगजेबाने आपल्या खोजांना, निजी सेवकांना पातशाही सामानसुमान गुंडाळायचा इशारा दिला. तो असदखानाला बोलला, "आता अधिक काळ मला औरंगाबादला डेरा डालून भागणार नाही. मला दुश्मनांच्या आणि मैदाने जंगच्या अधिक नजदीक जायला हवं. आमचा डेरा यापुढे काही दिवसांसाठी अहमदनगरला पडेल."

"जहाँपन्हाँ, इतनी जल्दी?"

"वजीरजी, खैर, दोस्त हो या दुश्मन, एक गोष्ट खरी. शिवाच्या ह्या पोरानं आपल्या एक एक करामतींनी मला बुढाप्यामध्ये जवान बनवलं आहेऽ!"

२.

राजापूरच्या खाडीतून जोराचा वारा वाहत होता. खाशा तंबूंना ओढ बसून

कनातसामान हलत होते. शंभूराजांना काही केल्या झोप येत नव्हती. खंडो बल्लाळ चार दिवसांमागेच तळावर येऊन दाखल झाले होते. राजांनी त्यांना पाचारण केले. खंडोजी कनातीच्या आत येताच राजांचे लक्ष त्यांच्या उभट नाकसरीकडे आणि चमकदार डोळ्यांकडे गेले. क्षणभर त्या भिरभिर वाऱ्यातून बाळाजीपंत चिटणीसच आत आल्याचा त्यांना भास झाला. राजांनी खंडोजींना समोर बसायची आज्ञा केली.

थोड्या इतर गोष्टी झाल्या. नंतर शंभूराजे बोलले, "खंडोबाऽ आपण राज्याचे चिटणीस आहात. त्यात आज तारापूर, ठाणे, चौल, रेवदंडा अशा अनेक जागी किनारपट्टीवर जंग पेटला आहे. एका वेळी किती आघाड्या! अशा वेळी चिटणीस या नात्याने आपण खरं तर रायगडावरच थांबायला हवं होतं."

"पण महाराज-?"

"एकट्या महाराणींच्या शिरावर किती भार टाकायचा खंडोजी? कविराज जरी तिकडे राजधानीत असते तरी आम्ही फडाची इतकी पर्वा केली नसती. मला वाटतं आपण लवकरात लवकर तिकडेच निघावं हे उत्तम."

खंडो बल्लाळ तसेच मान खाली घालून बसले होते. त्यांच्या थंड्या प्रतिसादाने शंभूराजे विचलित झाल्याचे दिसले. तेव्हा खंडो बल्लाळ लगबगीने बोलले, "महाराज, इकडे मी का माझ्या मनानं आलो आहे? महाराणीसाहेबांनीच मला आपणाकडं पिटाळलंय!"

"म्हणजे?"

"राणीसाहेबांच्या मते आपलं ग्रहमान सध्या ठीक नाही; म्हणून मी आपल्या-सोबत सावलीसारखं राहावं."

आपल्या लाडक्या येसूराणींच्या आठवाने राजांच्या वृत्ती प्रफुल्लित झाल्या. मंद हसत भारावल्यासारखे ते बोलले, "एवढ्या मोठ्या राज्याचा कारभार अगदी स्वत:च्या सहीशिक्क्यानं पाहतात महाराणीसाहेब, पण आमचं थोडंसं कुठं दुखलंखुपलं तरी त्यांचा जीव गोळा होतो!"

शंभूराजांची हसरी मुद्रा पाहून खंडो बल्लाळांच्याही जिवात जीव आला. ते बोलले, "राजे, मी इथे थांबण्यात माझाही थोडा स्वार्थ आहेच!"

"मतलब?"

"आपल्या तलवारीच्या तडाख्याने मराठ्यांचा छत्रपती गोव्याची दामटी कशी करतो, हे मला माझ्या उघड्या डोळ्यांनी पाहायचंय!"

शंभूराजांचे नेत्र चमकले. त्यांनी मोठ्या अभिमानाने खंडो बल्लाळांकडे ओझरती नजर टाकली. इतर गद्दारांसोबत बाळाजी चिटणिसांचा ओढवलेला तो मृत्यू, तो औंढा गावाचा माळ, ती खलित्याची गफलत ह्या साऱ्या आठवणी पुन्हा दाटल्या. तसे शंभूराजांचे मन द्रवले. कातर स्वरात ते बोलले, "खंडोबा, बाळाजीकाकांच्या

दुर्दैवी हत्येनंतर आम्ही तुम्हांला चिटणिशीची वस्त्रं बहाल केली. आमच्या युवराज्ञींनी तर तुम्हांला आणि निळोबांना पोटाशी धरलं. लेकरं मानलं. पण—"

शंभूराजे बोलता बोलता थबकले. त्यांचा कंठ दाटला. आपल्या डोळ्यांतले उष्ण अश्रू मोठ्या कष्टाने पुसत शंभूराजे बोलले, "औंढा हा शब्द जरी आठवला तरी कट्यारीचा घाव बसल्यासारखं काळीज कुरतडतं. खंडोबा, तो बाळाजीकाकांचा घात नव्हता, केवळ एक अपघात होता. एखादी वेळच मनुष्याच्या जीवनात सैतानाच्या पावलानं चालून येते आणि सत्याचंही खोबरं करते. एकीकडे गद्दारांनी जुलमानं असं चिटणिसांना बकोटीस धरून न्यावं आणि दुर्दैवानं त्यांची खुलाशाची पत्रंही वेळेत आम्हांला न पावावीत ना! खंडोजी, आम्ही गुन्हेगार आहोत! चिटणीस हत्येचा गुन्हा खरा घडला तो आमच्याच हातूनऽ!"

"राजे, यात कुणाचाच काही दोष नाही. वेळच खराब होती, आणि आमचं नशीब फुटकं." खंडो बल्लाळ बोलले, "राजे, घडलं ते विसरून जा! आपण आमच्यासाठी काय नाही केलंत? चिटणिसी दिलीत. पोटाशी धरलंत–"

"खंडोजी, कधी कधी वाटतं. बाळाजीकाकांच्या हकनाक हत्येचं आमच्याकडून पापक्षालन घडावं, म्हणूनच या मोहिमेवर निघण्यापूर्वी आम्ही रायगडच्या किल्लेदाराला एक हुकूम दिला आहे—"

"जिथे आमच्या बाबांचा दु:खान्त झाला, त्या औंढ्याच्या माळाजवळ शिवालय बांधायचा नव्हे?"

"होय. तिथल्या महेशाच्या पिंडीवर नित्य पडणारी जलाभिषेकाची संततधार म्हणजेच बाळाजीकाकांना आम्ही वाहिलेली आमच्या आसवांची फुलं असतील!–"

खंडो बल्लाळ झटकन उठले. त्यांनी पटकन शंभूराजांचे पाय धरले. ते बोलले, "महाराज, राज्यसेवेत असे कैक सरदार आणि सैनिक कामास येतात! त्यांची कोण आठवण ठेवतो? पण ज्या पद्धतीनं आपण आमच्या बाबांच्या आठवणी आपल्या काळजामध्ये जपून ठेवल्या आहेत, त्यावरून आपल्या विशाल हृदयाची, आमच्या-बद्दलच्या वात्सल्याची कल्पना येते."

शंभूराजे एक सुस्कारा सोडत बोलले, "त्या परमेश्वराचा खेळ अगाध आहे. खंडो, मनुष्य असा मनुष्यात का गुंतून जातो? देव आणि दैव तरी गुंतावळीचा खेळ का खेळतं? ही सारी कोडीच अगाध आहेत!–" हे उद्‌गार काढताना शंभूराजांच्या डोळ्यांसमोर अहमदनगरच्या किल्ल्याची प्रचंड तटबंदी उभी राहिली. गेली तीन वर्षे त्याआड बंदीवास भोगणाऱ्या दुर्गादेवींची आणि राणूआक्कांची मूर्ती डोळ्यांपुढे उभी राहिली. पायात वाळे बांधलेली एवढीशी छबुकडी कमळजा नेत्रापुढे नाचू लागली.

शंभूराजे ओघातच सांगू लागले, "अजूनही चिटणीसकाका आमच्यातून निघून गेल्यासारखं आम्हांला नाही वाटत. खंडोबा, कोंडाजींच्या बलिदानानंतरचा प्रसंग

सांगतो तुम्हांला. जंजिऱ्यासमोरच्या खाडीच्या काठाने एकदा आम्ही प्रात:काळी फिरत होतो. तेव्हा भल्या सकाळी तिथं चिटपाखरूही नव्हतं. मात्र अचानक दूरवर एक उंच, पातळ बांध्याचा, पासष्टीतला एक देखणा, लिंबाच्या कांतीचा इसम दिसला आम्हांला. अगदी हुबेहूब चिटणीसकाकांसारखाच. आम्ही त्यांना हाका मारत, पाण्याच्या लाटेत भिजणाऱ्या त्या काळ्या खडकावर जाऊन पोचलो. तर.... तर.... तिथे आसपास कोणीच नव्हतं! एका बाजूला खळाळता दर्या आणि दुसरीकडे राजपुरीची उभी चढण. अचानक कुठे जावा तो इसम? दर्यात की डोंगरात?''

''तो भासच असावा–''

''नाही खंडोजी. ह्या भासाभासांच्या पोटातही कुठेतरी सत्यांशाचे तुकडे असतात. आम्हांला वाटतं, बाळाजी आवजींचं बालपण जंजिऱ्याच्याच किल्ल्यावर गेलं होतं. त्यामुळेच, 'मी आज असतो तर राजे, तुमच्या मदतीस धावलो असतो–' असंच काही आम्हांला ऐकवायचं नव्हतं ना त्या भासमूर्तीला?''

बराच उशीर गोष्टी चालल्या होत्या. दुसऱ्या दिवशी लवकर उठायचे होते. तंबूच्या तोंडाशी इमानी रायाप्पा बसून होता. त्याने अनेकदा चुळबुळ केली. शेवटी– ''राजंऽ किच्चं जागाल? घ्या की थोडा इसावा....'' तो धाडस करून बोलला.

खंडोजींना निरोप देताना राजे म्हणाले, ''खंडोजी, मग कधी निघतोस रायगडाकडं?''

खंडो बल्लाळांनी हात जोडले. ते बोलले, ''राजेऽ तुमच्या सोबत जंजिऱ्याला भिडायचं आमच्या बाबांच्या नशिबात नव्हतं. निदान मला तरी येऊ दे की आपल्या संगे गोव्याच्या मोहिमेवर!''

३.

''आता अधिक वेळ गुजरण्यात काय मतलब, राजन? तो व्हाइसरॉय नुसताच चलाख आणि चतुर नाही, तर तो तितकाच कपटी आणि गद्दार असल्याचंही सिद्ध झालं आहे. आता अजिबात थांबू नका. कोणत्या ना कोणत्या कारणाने त्या फिरंग्याला युद्धात खेचायलाच हवं.'' दुर्गादास राठोड आग्रहाने बोलले.

राजापूरजवळच्या डोंगराजवळ शंभूराजांचे डेरेदांडे उभारले गेले होते. खाशा डेऱ्यामध्ये आज महत्त्वाची मसलत चालली होती. शंभूराजांच्या समोर कवी कलश, दुर्गादास राठोड, शहजादा अकबर, सरदार येसाजी कंक सभोवार बसले होते. डेऱ्याच्या कनातखिडकीतून खाली उताराच्या अंगाला राजापूरची खाडी होती. तिथले चमचमते पाणी आणि वाऱ्यावर हेलकावे खाणारी नारळी पोफळीची झाडे दिसत होती.

शंभूराजे सत्तरीकडे झुकलेल्या सरदार येसाजी कंकांकडे एकटक नजरेने पाहत होते. येसाजीबाबांच्या डोक्यावरची पीळदार पगडी, अंगातला जरीचा सैलसर

अंगरखा आणि कमरेचा पांढरा शुभ्र जामा अशा दिमाखदार वेषामध्ये त्यांची वृद्ध मूर्ती खुलून दिसत होती. त्यांच्याच पलीकडे दिसायला खूप देखणा आणि कुर्रेबाज असा एक नवयुवक बसला होता. पंचविशीतला तो तरुण कृष्णाजी येसाजीबाबांचा लाडका पुत्र होता.

राजे म्हणाले, "येसाजीमामा, आपण मराठा पायदळाचे सेनापती आहात. या मोहिमेत एक मोठी जोखीम आम्ही तुमच्यावर सोपवणार आहोत."

"राजे, आपण आगीत उडी टाका म्हणालात, तरी हा म्हातारा मागंपुढं बघणार नाही!"

"खूप भरवसा आहे मामा तुमचा. आमच्या आबासाहेबांसोबत आपण आग्रा शहरही पाहिलेत. कर्नाटकाकडे आबासाहेबांनी आम्हांला नेले नाही. आपण मात्र त्या मोहिमेतील एक बिनीचे सरदार होता."

"बाळराजे, काल कोंडाजीसारखा वीर आगीत जळून खाक झालाच की तुमच्यासाठी. आज हा शिवबाचा येसाजी, हे म्हातारं हाड सुदीक तुमच्यासाठी जळून खाक व्हायला तयार आहे."

गोव्यावर करावयाच्या आक्रमणाचाच मुद्दा बैठकीपुढे आला होता. तिथल्या खाड्या, बंदरे, पोर्तुगीज किल्ले-तटबंद्या, जागोजागचे मोठे चर्च आणि त्यांचे संरक्षण करणारी फिरंगी पथके, पणजीचा गोलाकार बुरूज, बळकट वेशी ह्या साऱ्या मुद्द्यांवर खूप तपशीलवार चर्चा झाली. कौंट दी आल्व्होरमुळे शंभूराजे कमालीचे दुखावले होते. ते बोलले, "हा फिरंगी कमालीचा स्वार्थी, घातकी आणि नाटक्या आहे. एकीकडे आम्हांला पुत्ररत्न झालं म्हणून रायगडाकडे अभिनंदनाचा खलिता आणि बाळासाठी हिऱ्यामाणकांचा करदोडा, बिंदल्या पाठवतो; आणि नारव्याला तीर्थासाठी आम्ही कमी फौजेनिशी येणार, तेव्हा आम्हांला जिवंत पकडून पातशहाकडे पेश करण्याचे धाडसी मनसुबे ही रचतो. नव्हे तशी धडपडही करतो. सांगाऽ! काय करायचं याचं?"

"हमला! गोव्यावर हमला. दुसरं तरी काय?" येसाजी कंक गरजले.

"उद्या औरंग्याच्या फौजा गोव्याच्या किनारी आल्या तर हा बेडकासारखी टुणकन उडी मारून प्रथम तिकडे जाणारच! ह्या भामट्याने आमच्याशी सख्य असल्याचा वरून कितीही देखावा करू देत, उलट ह्या पोर्तुगीजांनी पातशहाशी एक अत्यंत गुप्त, लेखीटाकी करार केला आहे." राजांनी सांगून टाकले.

"काय सांगता, राजे?" सर्वांनी चक्रावून विचारले.

"कविराज, कुठे आहे तो कागद?"

कलशांनी एक टिपण सादर केले. गुप्तहेरांनी पोर्तुगीज आणि पातशहाच्या दरम्यान झालेल्या कराराची कलमेच नकलून आणली होती. त्यानुसार मराठ्यांचा

कोकणातला जितका मुलूख पातशहा वा पोर्तुगीजांकडून जिंकला जाईल, तो सारा पोर्तुगीजांनाच दिला जाणार होता. त्या बदली पणजीजवळ मोगलांना एक नाविक तळ उभारायची परवानगी पोर्तुगीजांनी द्यायची होती. व्हाइसरॉयची सारी असलियत उघडी पडली होती.

शंभूराजे निर्धारानं बोलले, "हा सोयरा औरंग्याकडे जाऊन पोचण्याआधीच त्याला लुळापांगळा बनवायला हवा."

"मग आता थांबायचं कशाला? चलाऽ गोव्यावर हमलाऽ गोव्यावर हमलाऽऽ –" राजांचे सारेच सहकारी उद्घोष करू लागले. बैठकीतून जणू कूचाच्या नगाऱ्याचे आवाजच घुमू लागले.

मात्र शंभूराजे कमालीच्या तणावाखाली दिसले. ते बोलले, "पोर्तुगीजांच्या पणजीच्या तटबंदीवरच्या अव्वल तोफा, त्यांच्या कवायती फौजा, उंची बारूद आणि मुख्यत: त्या खाड्यांतून लीलया वावरणाऱ्या युद्धनौका लक्षात घेता त्यांच्यावर सरळ हमला करणं धाडसाचं ठरेल. पण बघू, काढू काहीतरी मार्ग!"

त्या रात्री राजांनी मुंबईकर इंग्रजांना तातडीने खलिता लिहिला. दक्षिणेत जिंजीला त्यांना व्यापाराचा परवाना हवा होता. ती मागणी घेऊन इंग्रजांनी रायगडाकडे अनेकदा खेटे घातले होते. शंभूराजे बोलले, "कविराज, इंग्रजांना हवा असलेला जिंजीजवळच्या व्यापाराचा परवाना उद्याच्या उद्या त्यांच्या माझगावच्या वखारीकडे पाठवून द्या. एका वेळी सारेच टोपीकर अंगावर घेणे शहाणपणाचं ठरणार नाही!"

रात्री कवी कलश, खंडो बल्लाळ आणि येसाजी कंक राजापूरच्या खाडी किनाऱ्याने फेरफटका मारत होते. आत फुटणाऱ्या लाटांचे प्रतिध्वनी कानावर आदळत होते. शंभूराजे आपल्या मनातली रुखरुख व्यक्त करीत बोलले, "येसाजी-काका, गोव्यात येऊन, स्थिरावून पोर्तुगीजांना शंभर वर्षं झाली आहेत. या गोष्टी डोळ्याआड नकोत करायला. त्यांच्या तोफांची आणि गलबतांची ताकद मोठीच आहे. दर्याच्या त्या पाण्यावर आमच्या घोड्यांचे पाय कसे चालणार?" – बोलता बोलता पुळणीतल्या वाळूत शंभूराजांच्या मोजड्या रुतल्या. ते थांबले. हर्षभरित होऊन विचारू लागले, "येसाजी, कविराज, खंडोऽऽ, काही युक्ती करून त्या फिरंग्यालाच आम्ही आमच्या घोड्यांच्या टापांच्या टप्प्यामध्ये ओढला तर?"

४.

पणजी बंदरातल्या फिरंगी शराबतखान्यांमधून लोकांची वर्दळ असायची. किनाऱ्यावर नांगरलेल्या जहाजातील खलाशी, देशोदेशींचे मुसाफिर, सौदागर, भामटे, चाचे अशा नाना जातींची नुसती गर्दी उसळायची. त्या दोनतीन दिवसांत

काही अपरिचित माणसे तेथून वावरत होती. त्यांच्या चित्रविचित्र पोषाखावरून काही अंदाज येत नव्हता. घाऱ्या डोळ्यांचे कोकणी म्हणावेत, तर त्यांच्या लांब काळशार, टोकदार दाढ्या अफगाणांसारख्या होत्या. गोऱ्या-चिट्ट्या रंगावरून अंदाज बांधावा तर फिरंगी दिसत होते, पण त्यांच्या विचित्र राहण्यावागण्यापेक्षा त्यांची दबक्या आवाजातील कुजबुज महत्त्वाची होती. मद्याचे चषक रिते करता करता ते एक दुसऱ्याला हळूच सांगत– "संभाने फोंड्याच्या किल्ल्यावर चारपाच कोटींचा बहुत बडा खजाना आणून ठेवला आहे. बारुदाचा मोठा साठा आहे. काही दिवसांनी त्याच्या फौजाही येणार!"

दोनतीन दिवसांतच त्या गुप्तचर्चेला बरेच पाय फुटले. फिरंगी जासूद अशा सार्वजनिक रहदारीच्या जागेवर बित्तंबातम्या काढण्यासाठी वासावरच असायचे. त्यांनी तात्काळ ती खबर व्हाइसरॉय कौंट दी आल्व्होरांच्या कानापर्यंत पोचवली. ज्या दोन जासूदांमार्फत त्याच्याकडे ही बातमी पोचली होती, त्यांची खबर कधीच खोटी ठरली नव्हती. व्हाइसरॉय उद्‌गारला, "त्या शिवाच्या पोराला पहिल्यापासूनच गोव्यामध्ये खूप रस आहे. इकडे अंजदीव बेटावर काही दिवसांमागे दगड, चुना घेऊन तो आला होता. त्याला तिथे किल्ला बांधायचा होता."

व्हाइसरॉयने सावध पावले टाकायचा विचार केला. जासुदांच्या दुसऱ्या गटा–कडूनही त्या बातमीची खातरजमा करून घेतली. कौंट आल्व्होराने फोंड्याच्या किल्ल्याकडेही गुप्तचर तातडीने पाठवले. "तिथे मराठा शिबंदी अगदीच तुटपुंजी आहे. मात्र तिकडे काही तरी गडबड आहे खास!" – अशी खबर त्याला मिळाली. तसा कौंटमधला उत्साही वीर विजयाच्या धुंदीने नाचू लागला. 'दोन महिन्यांमागे नारव्याच्या नदीतून थोडक्यात सुटला होतास काय? आता बघतो!–' असे व्हाइसरॉय स्वत:शीच बोलू लागला. नाही तरी लवकरच औरंगजेबाच्या फौजा इकडे पोचणार असल्याच्या बातम्या होत्याच. त्याआधी किल्लाही जिंकू आणि खजिनाही पळवू. आभाळातल्या देवाने मदत केली तर कोकणावर धाडस करून आपणच हल्ला चढवू. वर पातशहाकडूनही बक्षिसी आणि गौरव! जिंकलेला मुलूख पहिला कब्जात घेऊ. औरंगजेबाला नाविक तळासाठी जागा द्यायचा मुद्दा पुढे ढकलू. व्हाइसरॉयच्या अंगातला उत्साही वारू नुसता बेचैनीने थयथय नाचू लागला!

व्हाइसरॉयने आपल्या सहकाऱ्यांशी सल्लामसलत केली. कौंट दी आल्व्होराच्या मदतीला गोव्यातले अनेक पाद्री आणि कॅप्टन दिओगो कौजीरासारखे सहकारी धावले. अखेरीस व्हायसरॉयने तीन हजाराचे पायदळ जमा केले. त्यामध्ये साष्टी महालातले दोन हजार एतद्देशीय कानडी होते.

आक्टोबर १६८३ च्या अखेरीस एका भल्या सकाळी सैन्य पणजीबाहेर पडू लागले. त्याचे नेतृत्व स्वत: कौंटसाहेब करत होता. लांब पल्ल्याच्या तीन प्रचंड

तोफांना ओढता ओढता बैल घायकुतीला आले होते. हातामध्ये बंदुका आणि तलवारी तोलत एक दो - एक दो च्या तालावर लष्कर पुढे चालले होते. फौज भल्या सकाळी मांडवी नदीच्या एका उपप्रवाहाकाठी पोचली. पायाखालच्या भुस–भुशीत मातीमध्ये आणि वाळूमध्ये शिपायांच्या चपला रुतत होत्या. बऱ्याच वर्षांच्या अंतराने गोव्याच्या परिसरात एका मोठ्या झुंजीला प्रारंभ होणार होता. त्यामुळे आजूबाजूच्या अनेक टेकड्यांवर, झाडांवर, चर्चच्या शिखरांवर बघ्यांनी एकच गर्दी केली होती.

जसे दुर्भाट बंदर जवळ येऊ लागले, तसे व्हाइसरॉयचे सहकारी कच खाऊ लागले. त्याचा सचिव काळजीच्या सुरात बोलला,

"सर, दुर्भाट बंदर टाळलं तर बरं होईल."

"का?"

"तिथे मराठ्यांचा कडवा सुभेदार दुलबा नाईक आपल्या पथकासह कायमचा तळ ठोकून बसला आहे."

"चला तर खरं!" उत्साहाने व्हाइसरॉय बोलला.

एकदाची दुर्भाट बंदराजवळ फौज पोचली. तेव्हा बघ्यांसह सर्वांनी श्वास रोखले. लवकरच दोन्ही दलांत धुमश्चक्री माजणार म्हणून सारेजण डोळे फाडून समोर पाहू लागले. पण नंगी तलवार घेऊन आडवा येण्याऐवजी दुलबा जत्रेत नाचणाऱ्या पोरासारखा फेटा उडवत आला. त्याने व्हाइसरॉयसाहेबाला कडकडून मिठी मारली. कौंट साहेबांनीही त्याचे गालगुच्चे घेतले. दुलबाच फिरंग्यांना फितुर झाला होता. त्यामुळे पुढे जाऊन फोंड्याची तटबंदीही सहज चावून, गिळून टाकू अशा आत्म–विश्वासाने व्हाइसरॉय घोडा पुढे हाकत होता.

दिवसा आपण कोठे आणि कशासाठी जात आहोत याचा थांगपत्ता व्हाइसरॉयने कोणाला लागू दिला नाही. मात्र रात्री फौजा फोंड्याच्या किल्ल्यापाशी पोचल्या. तिथल्या बोचऱ्या थंडीने किल्ल्यातल्या त्या मूठभर मराठ्यांना आणि बाहेरच्या फिरंग्यांनाही गारठून टाकले होते. मध्यरात्र उलटून गेली, तरी पोर्तुगीजांच्या बंदुकीतून गोळ्या काही उडाल्या नव्हत्या. मात्र त्याआधीच आभाळातून ढग गळू लागले. उधळलेली घोडी दौडत दौडत समोरून धावत यावीत, तसा धो धो कोसळणारा पाऊस जोर धरू लागला. त्याने ताडांना, माडांना आणि उभ्या फिरंगी लष्करालाही अक्षरशः झोडपून काढले. एकदा तटबंदीजवळ पोचल्यावर माघार घेण्यातही शहाण-पण नव्हते. उभ्या पावसात व्हाइसरॉयचा डगला भिजून चिंब झाला होता. त्याच्यावर छत्री धरण्याचा प्रयत्न करणाऱ्या खिदमतगारांनाही त्याने दूर पिटाळले होते. कोसळत्या पावसाचा आणि किर्र अंधाराचा व्हाइसरॉयने फायदा उठवला. त्याने तोफा वाहणाऱ्या बैलांची तोंडे वळवली. रात्रीच्याच त्या तीन अजस्त्र तोफा

किल्ल्यासमोरच्या उंच टेकडीवर चढवल्या. ती दरड चढताना बैल चिखलात कोसळले. काही बैलांचे पाय मोडले. सैनिकांची तर दमछाक झाली. परंतु कशाचीही पर्वा न करता पेटलेल्या कौंट आल्व्होरने मोक्याच्या जागेवर तोफा चढवल्या. ही जागा अशी अचूक होती की, तेथून सरळ किल्ल्यावर मारा करणे शक्य होते. दबक्या आवाजात व्हाइसरॉय आपल्या सहकाऱ्यांना बोलला, "झोपेच्या गुंगीत दिसतात मराठे. चलाऽ, त्यांना तसेच आणि तिथेच गाडू."

अर्ध्या रात्रीच फिरंग्यांच्या तोफा धुडूमधामऽऽ धुडूमधाम ऽऽ करू लागल्या. तसा फिरंगी लष्करात जल्लोष उडाला. काही क्षण समोरच्या किल्ल्याची भिंत थरारली. थोड्याच वेळात समोरच्या बुरुजांवरूनही मराठे धामऽधामऽऽधुडूमधामऽ असे प्रत्युत्तर देऊ लागले. तोफांना तोफा आणि गोळ्यांना गोळ्या भिडल्या. पावसाच्या टिपीरघाईवर आगीचा खेळ सुरू झाला. तोफांतून उसळणारी, जिभल्या टाकणारी आग, तिच्याभोवतीचा ठिणग्यांचा साज, लाल मातीचे लगदे आणि त्यातच खाली कोसळणारे जलबिंदू हे सारे दृश्य खूपच और होते.

मात्र दुसरी रात्र मराठ्यांसाठी इतकी भाग्यशाली नव्हती. फिरंगी तोफांचा तडाखा खूपच जहरीला होता. त्यांनी मराठ्यांच्या बुरुजावरच्या तोफा निकामी केल्याच, पण मराठ्यांवर अधिक दुर्दैव ओढवले. बुरुजाचा वरचा भाग पावसाने भारला. भिंत खचली आणि एक प्रचंड तोफ जागेवरून खाली गडगडली. डोंगरावरून गोलटत येणाऱ्या शिळेसारखी ती तटावरून खाली धाडकन कोसळली. त्यातच किल्ल्यावरील मराठ्यांची एक चौकीवजा गढीही खाली ढासळली.

पोर्तुगीजांच्या तंबूत उत्साहाचे वातावरण पसरले. परंतु तटबंदीची भिंत आरूनही मराठे मागे सरेनात. किल्ला पडेना. व्हाइसरॉय कौंटसाहेब खूपच नाउमेद झाले. कालपासून त्यांचा डगला पावसात तीन वेळा भिजला होता आणि अंगावरच वाळला होता. फोंड्याच्या किल्ल्यावर अखंड तीन दिवस एकसारखी गोळागोळी सुरू होती, परंतु किल्ल्याचे दरवाजे उघडत नव्हते. त्यामुळे चिडलेल्या कौंटसाहेबाने दुलबा नाईकाची गचोरी पकडली. त्याला हिसका देत विचारले,

"बोल, दुलबा पागल, किल्ल्यात मराठे आहेत तरी किती?"

"सरकार, माझ्या माहितीप्रमाणे आत फक्त दहाबारांचा बेहडा होता–" दुलबा नाईक जीभ चावत पुढे बोलला, "पण गेले तीन दिवस त्यांनी गोळागोळी कशी चालू ठेवलीय तेच कळंना. त्या कलुषा कब्जीनं आणि संभाजीनं काय भुताटकी केलीय कोणास ठावं!"

"भुताटकीने नव्हे रे, दुलबा. त्या संभाने योजनापूर्वक कोणा रगेल, मर्दान्या मराठी फौजीस मुद्दाम आणून आत लपवून ठेवलेलं दिसतंय. नाही तर ह्या मातीच्या ढिगाऱ्यांना इतकं बळ कसं प्राप्त होईल?"

पुन्हा एकदा कौंट दी आल्व्होरने हिंमत बांधली. अंधारामधूनच त्याने टेकडी–वरच्या तोफा पुन्हा खाली उतरवल्या. किल्ल्याच्या अगदी समोरून बुरूज डागायला सुरुवात केली. त्यामुळे समोरच्या माचीवरच्या अर्धवर्तुळाकार बुरुजाला भगदाडे पडली. काउंटसाहेबाने अंदाज घेण्यासाठी मुद्दाम बराच वेळ मारा बंद ठेवला. आपले गंधक, चिखलाने डागाळलेले हात डगल्याला पुसत तो बराच वेळ तेथेच खडा होता. पण आतून काहीच हालचाल दिसेना. तसे पोर्तुगीजांना अवसान चढले. ते आनंदाने नाचू लागले.

किल्ल्याच्या तटाला लागूनच एक भला दांडगा खंदक होता. पोर्तुगीजांचे कामाठी पुढे सरसावले. त्यांनी खंदकामध्ये दगडगोटे, केरकचरा आणि मातीमुरूम टाकून खंदक बुजवायला सुरुवात केली. बघता बघता खंदकातूनही वाट तयार झाली. चेव आलेले फिरंगी पुढे सरसावले. तरीही आतून काहीच प्रतिसाद दिसेना. तसे ते तटाच्या आत उड्या ठोकण्यासाठी ते शिड्यांवरून माकडांसारखे सर सर वर चढू लागले. इतक्यात आतून "हरऽहर ऽऽ महादेवऽऽ' ची जोरकस डरकाळी ऐकू आली. आपल्या हातातली दुधारी तलवार हवेत नाचवत आत लपलेल्या येसाजी कंकाने डहाण्या वाघासारखी पुढे धाव घेतली. म्हाताऱ्या येसाजीच्या अंगात कमालीचे बळ प्राप्त झाले होते. येसाजीने शिड्या चढू पाहणाऱ्या फिरंग्यांना सपासप कापून काढायला सुरुवात केली. त्यांचा तरणाबांड पोर कृष्णाजी तटावरच्या शिड्या मागे फेकू लागला. तसे भयंकर घाबरलेले फिरंगी बाजूच्या खंदकामध्ये कोसळू लागले. उड्या घेऊ लागले. किल्ल्याच्या पोटात सहाशे मराठे नंग्या तलवारी घेऊन उभे ठाकले होते. बाहेरच्या झाडाझुडपांत दडलेल्या दोनशे मराठ्यांचे हात लढाईसाठी नुसते शिवशिवत होते. आतून आणि बाहेरून जोरकस मारा सुरू झाला.

फोंड्याचा किल्ला हस्तगत करण्यासाठी पोर्तुगींजांनी जंग जंग पछाडले. सलग पाच दिवस तोफांची सरबत्ती झाली. गडाला तीन भगदाडे पडली. परंतु मराठे काही पोर्तुगींजांना आत सरकू देईनात. त्यातच झिरझिर पावसाची पिरपिर थांबली नव्हती. खूप मोठ्याने कोसळून तो लढाईही थांबवत नव्हता. फिरंग्यांना दिलासाही देत नव्हता. पावसाच्या चिकचिकीने आणि मराठ्यांच्या कडव्या प्रतिकाराने व्हाइसरॉयला अगदी मेटाकुटीला आणले होते. दुलबा नाईक साहेबाची समजूत काढत बोलला,

"सरकारऽ खूप लढलात. आता माघार घेतलेली बरी."

"सात समुद्र पार करून पोर्तुगालहून आम्ही इकडे आलो कशासाठी? ह्या किरकोळ मरगट्ठ्यांकडून मार खाण्यासाठी?"

व्हाइसरॉय मागे हटायला तयार नव्हता. माघारीची ती नामुष्की आता त्याला परवडणार नव्हती.

एके दिवशी सातआठ फिरंग्यांचे एक बहाद्दर टोळके सपासप तलवारी

चालवत एका भगदाडातून आत घुसले. त्यांच्या घुसखोरीच्या तडाख्यापुढे समोरचे मराठा पथक दुबळे पडले. ते दृश्य पलीकडच्या तटावर उभ्या ठाकलेल्या कृष्णाजी कंकाने पाहिले मात्र, त्याच्या अंगातले रक्त पेटले. त्याच बेहोषीत त्याने भिंताडावरून खाली उडी ठोकली. तेव्हा अचानक त्याचा पाय मुरगळून त्यातून असंख्य कळावेदना सुटल्या. पण अंगात ठासून भरलेला युद्धज्वर त्याला स्वस्थ बसू देईना. मुरगाळलेला पाय ओढत तो तसाच तरसासारखा पुढे झेपावला. फिरंग्यांच्या गर्दीत घुसून दांड-पट्ट्यासारखी आपली तलवार गरगर फिरवू लागला. लढून लढून तोंडाला फेस सुटला तरी तो बहाद्दर मागे हटेना. त्याच्या पाठीवर आणि पोटावर फिरंगी शस्त्रांचे घाव पडू लागले, तशा कृष्णाजीच्या सर्वांगातून रक्ताच्या चिळकांड्या उडू लागल्या. त्याने दहाबारा फिरंगी लोळवले. परंतु भगदाडातून आत धावणारी फिरंगी सैनिकांची माळ काही संपत नव्हती.

कृष्णाजीवर पडलेली ती झडप येसाजीबाबांनी पाहिली. तशी त्यांनी "बाळाऽऽ" अशी गर्जना देत पुढे धूम ठोकली. ते फिरंग्यांचा वचपा काढण्यासाठी जिवावर उदार होऊन पुढे सरकले. तेव्हा शंभरभर मराठ्यांचे एक पथकही त्या बापलेकांच्या मदतीला धावले. जोरदार धुमश्चक्री माजली. मराठ्यांच्या तडाख्याने गांगरलेले फिरंगी तेथून काढता पाय घेऊ लागले. येसाजीमामा आणि त्यांच्या बहाद्दर साथीदारांनी फिरंग्यांना मारत, झोडत, तडाखे देत खंदकाबाहेर पळवून लावले.

असंख्य जखमांनी घायाळ झालेला कृष्णाजी खाली कोसळला होता. सर्वांगात रक्ताचे उमाळे फुटल्याने त्याचा अंगरखा भिजून चिंब झाला होता. मराठ्यांनी पालखी आणली. बेहोष कृष्णाजीला मागच्या डेऱ्याकडे पळवले. अनेक वैद्य त्याच्या अंगाला वनौषधींचा लेप लावत होते. परंतु घाव वर्मी लागलेले. अंगातून झिरपणारे रक्त काही केल्या थांबत नव्हते. आपल्या पोराची ती अवस्था पाहून येसाजींचे काळीज तुटत होते. ते पालखीत ओणवे होऊन आपल्या पुत्राच्या मुखावरून मायेने बोटे फिरवत होते. धीर देण्याचा प्रयत्न करत होते. मात्र मघाच्या त्या धुमश्चक्रीत येसाजींची पोटरी तुटली होती. त्यातून भळभळणारे रक्त सेवकांनी पाहिले. पण त्यांना त्याची जाणीवही नव्हती. सेवकांनी त्यांचाही पाय बांधला.

कृष्णाजीचा रक्तस्राव न थांबल्याने त्याला पाठीमागे बांद्याला पाठवायचे ठरले. येसाजींची समजूत काढत मानाजी मोरे बोलला, "बाबा, आपण आपल्या लेकराकडे बघा, पालखीसंगं मागे जा. लढाईचं आम्ही बघून घेऊ."

"असं कसं, पोरा? फिरंग्यांची आतडी कोथळा बाहेर काढायचं वचन दिलंय मी शंभूरायाला. म्यां कसा फिरू रणातून माघारी?"

दुसरा दिवस उजाडला. सकाळी रणमैदान थोडे ढिले होते. शेपटी भाजलेल्या कोल्ह्यासारखा व्हाइसरॉय कौंटसाहेब अपमानाने जागच्या जागी थयथय नाचत

होता. आज निकराची झुंज देऊन किल्ला जमीनदोस्त करायचा त्याने चंग बांधला होता. त्यासाठी तटाबाहेर पोर्तुगीजांनी अनेक उंच शिड्या गोळा केल्या होत्या. कमरेला दोरसामान बांधून फिरंगी फौजी सज्ज झाले होते. पुढच्या बहादुरीच्या निर्धाराने ते टकरीच्या मेंढ्यासारखे जागेवरच थयथय नाचत होते. तितक्यात नदीकडेच्या अंगाला नारळीपोफळीच्या उंच बागांतून तुफान घुसल्यासारखे झाले. तिकडून ''हर हर महादेव,'' ''शिवाजी महाराज की जय—'' अशा जोरकस रणगर्जनांचे आवाज उमटले. त्याबरोबर किल्ल्यावरच्या मराठा पथकांत आणि तटाखाली उभ्या ठाकलेल्या फिरंग्यांच्या फौजेत एकच हलकल्लोळ माजला. ''आले आले ऽऽ संभाजीराजे आलेऽ'' ''राजे आले. राजे आलेऽऽ'' हातातल्या तलवारी झेंड्यासारख्या हवेत उंचावत मराठे तारस्वरात ओरडू लागले.

बघता बघता शंभूराजांची फौज किल्ल्याजवळ भिडली. त्या केवळ वार्तेने फिरंग्यांनी हाबकी खाल्ली. ''चला, पुढे व्हा–'' व्हाइसरॉय कौंटसाहेब जोराने ओरडू लागला. परंतु फिरंगी फौजांची अवस्था पावसात भिजून गारठलेल्या शेळ्या-मेंढ्यांसारखी झाली होती. शंभूराजांच्या आगमनाने प्रत्येक मराठी सैनिकाच्या अंगा-अंगात वादळाचा चेव आला होता. त्यातच राजांचा घोडा किल्ल्याच्या दरवाजापाशी येऊन पोचला. त्यांनी बेडरपणे तटाभोवती आपला पांढराशुभ्र अश्व नाचवला. त्यांच्या घोड्याच्या पाठोपाठ जवान खंडो बल्लाळांचा घोडाही दुडक्या चालीने उड्या घेत होता.

थोड्याच वेळात शंभूराजांनी लढाईचा अंदाज घेतला. त्यांनी आपल्या सोबत आणलेल्या आठशे घोडेस्वारांपैकी सहाशे घोडेस्वार किल्ल्याच्या चारी बाजूंना पेरले. कौंट साहेबाने अट्टाहासाने आपल्या सैनिकांना बंदुका चालवायला भाग पाडले. परंतु रणमदाने धुंद झालेली मराठ्यांची घोडी फिरंग्यांच्या बंदुकांना दाद देईनात.

मराठ्यांचा वाढता जोर पाहून एक फिरंगी कॅप्टन व्हाइसरॉयच्या कानाशी लागला, ''सर, झटकन माघारी फिरूया. नाहीतर आपल्या पाठीवरच्या नदीमध्ये संभाजीची घोडी उतरतील. मग मधल्या मध्ये आम्ही चिरडून मरू. द पाथ ऑफ रिट्रीट विल बी कम्प्लिटली लॉस्ट.'' व्हाइसरॉयने हिंमत हरली नव्हती, पण त्याचे सर्व सैनिक मनाने खचलेले. त्याचे दैव फिरलेले. डोळ्यातले अश्रू आवरत आपल्या दाटून आलेल्या कंठाने त्याने माघारीचा हुकूम सोडला. त्याबरोबर गेले दहा दिवस पावसाच्या माऱ्याने आणि मराठ्यांच्या जोराने जर्जर झालेले फिरंगी जीव घेऊन पाठीमागे धावू लागले.

फिरंग्यांची उरलीसुरली फौज कशीबशी दुसऱ्या दिवशी दुर्भाटच्या खाडीजवळ पोचली. समोरच्या टेकडीवर मराठ्यांचे एक पथक दबा धरून बसले होते. अपमानित कौंटसाहेबाला पुन्हा एकदा वीरश्रीचा झटका आला. टेकडीवरच्या मराठा पथकाचा खातमा करा, असा हुकूम त्याने आपल्या सैनिकांना दिला. तेव्हा शिकस्त खाल्ल्याचा

बहाणा करीत मराठा पथक माघारी वळले. त्यांनी फिरंग्यांना हल्ल्याच्या टप्प्यात येऊ दिले आणि पुन्हा एकदा पुढे धाव घेतली. फिरंगी बंदुकीचा मारा करू लागले, तेव्हा मराठ्यांनी आपल्या छाताडाजवळ रुंद ढालीचा आडोसा धरत, तर कधी घोड्यांच्या आडोशाने बंदुकीच्या गोळ्या चुकवत आपली धाव चालूच ठेवली. थोड्याच वेळात घोड्यांच्या टापांखाली फिरंगी चिरडले जाऊ लागले.

लढाई गमावली तरी व्हाइसरॉयची रग निवली नव्हती. एका मराठ्याने पुढे धाव घेऊन आपल्या धारदार जमदाड्याचा घाव कौंटसाहेबावर घातला. तसे जामदाड्याचे तीक्ष्ण, तिखट पाते साहेबाच्या चामडी कोटावरून खाली सटकले. मात्र ते तीक्ष्ण टोक व्हाइसरॉयच्या बरगडीत घुसलेच. असा एकदा नव्हे, दोन वेळा कौंटसाहेब केवळ नशिबानेच बचावला होता. उरलेल्या शेसव्वाशे फिरंग्यांनी आपला जीव वाचवण्यासाठी मांडवी नदीच्या पात्रात उड्या ठोकल्या. ज्यांना पोहायला जमत नव्हते ते बुडून मेले. अनेक पोहणारेही भितीने गाळात रुतले. चिखलात लडबडले. अगदी शेवटच्या क्षणी उरल्यासुरल्या सैनिकांना कौंटसाहेबाने अक्षरश: काठीने झोडपले. त्यांना माघारी रणामध्ये लोटण्याचा व्यर्थ प्रयत्न करून पाहिला. मात्र लढाई हातची निसटली होती. तांबूसलाल वर्णाचा व्हाइसरॉय कौंट चिखलमातीने माखून गेला होता. दु:खाने जडावलेल्या त्याच्या पापण्या मिटत नव्हत्या. व्हाइसरॉयच्या तीन हजारांच्या पायदळाचा संभाजीराजांनी अक्षरश: चुरा केला होता. भरलेली मांडवी नदी साक्षीला होती.

५.

अवघ्या दहा दिवसांपूर्वी संभाजीराजांनी फोंड्यावर पोर्तुगीजांना धूळ चारली होती. त्या ओल्या जखमा अद्याप सुकल्या नव्हत्या. खुद्द व्हाइसरॉय आल्व्होरच्या बरगडीजवळची जखमही पूर्ण वाळली नव्हती. तथापि काही घडलेच नाही, पोर्तुगीज सत्ता अबाधित आहे, अजिंक्य आहे, हे दाखवण्याचा तो केविलवाणा प्रयत्न करत होता. त्यासाठीच त्याने २५ नोव्हेंबर १६८३ ची ती रात्र निवडली होती. २५ नोव्हेंबरच्या या दिवसाला पोर्तुगीजांच्या इतिहासात आगळे महत्त्व होते. कारण काही दशकांपूर्वी याच दिवशी पोर्तुगीजांनी गोवा जिंकला होता. त्या सद्भागी दिवसाची आठवण म्हणून पणजी शहरात मोठा विजयोत्सव साजरा करा, असे दरबारी आदेश सुटले होते.

याच रात्री राजभुवनावर शहरातील अमीर उमरावांसाठी नाच आयोजित केला गेला होता. वर बेगडी उत्साह होता, परंतु व्हाइसरॉय कौंट दी आल्व्होर मनातून कमालीचा घाबरला होता. एक तर याआधी कौंटसाहेबाला मराठ्यांच्या धाडसी

युद्धपद्धतीची कल्पना नव्हती. त्यातच आपल्या कवायती फौजेवर त्याचा फाजील विश्वास होता. भरीस भर म्हणून की काय, गेल्या महिन्यात शहजादा अकबराचा वकील, आपल्या धन्याला एखादे जहाज द्या,' अशी मागणी करून गेला होता. तेव्हा त्या आगाऊ वकिलाने, "संभाजीचे सैन्य म्हणजे केवळ पळपुट्या शिपायांची बाजारगर्दी आहे. त्याला फार किंमत देऊ नका." –असा वावदूक सल्ला दिला होता आणि इथेच तो शहाणा व्हॉइसरॉय फसला होता.

कौंटसाहेब तसा खूप अनुभवी आणि कुशाग्र बुद्धीचाही होता. याआधी त्याने स्पेनमधल्या युद्धात आपली तलवार गाजवली होती. पूर्वी आंगोल या ठिकाणी त्याने गव्हर्नर या नात्याने राज्यकारभारही पाहिला होता. पणजी शहराला सभोवार मोठी संरक्षणात्मक दगडी भिंत होती. जागोजाग बळकट बुरूज होते. मोठा बारुदखाना हाताशी होता. शिवाय नदीच्या मुखावर आग्वाद, मूरगाव, काबू रेश-द-मागोश असे बळकट किल्लेही होते. तरीसुद्धा मराठ्यांकडून फोंड्याला जी फजिती झाली, त्यामुळे व्हाइसरॉय मनातून खचल्यासारखा झाला होता.

व्हाइसरॉय जेवढा उत्तम प्रशासक होता, तितकाच चलाख होता. लाभाच्या गोष्टी दिसल्या की तो स्वत: निर्णय घ्यायचा. तोटा वा तूट दिसली की, गोव्यातील आपल्या राज्य सल्लागार मंडळाच्या खांद्यावर मदतीसाठी डोके ठेवायचा. काल रात्रीच त्याने शहरातील अमीर-उमरावांची, अधिकाऱ्यांची आणि प्रजाजनांची एक बैठक किल्ल्यात आयोजित केली होती. युद्धखर्चासाठी किमान तीन लक्ष असर्फींची मदत करावी, अशी त्याने सर्वांकडे याचना केली होती. घोगऱ्या आवाजात तो कळवळून बोलत होता, "संभाजीच्या सैन्याने आपल्या पोर्तुगीज प्रांतात सर्वत्र धुमाकूळ घातला आहे. त्याचे पायदळ आणि घोडदळ आपल्या उत्तरेतील वसई, दमण, रेवदंड्यापासून ते गोव्याकडील सांत इस्तेहांव, साष्टी ते बारदेशपर्यंत सर्वत्र लुटालूट करीत सुटले आहे. आम्हाकडे पुरेसे मनुष्यबळ नाही. कित्येकदा विनवण्या करूनसुद्धा आपल्या मायदेशातून, पोर्तुगालमधून कुमक येत नाही. औरंगजेब पातशहासारखा दोस्त आपल्या मदतीस अचानक धावावा म्हटले, तर नजिकच्या काळात तशी शक्यताही दिसत नाही. आपले मूठभर पोर्तुगीज किल्ले, तटबंद्या आणि खिंडी कशाबशा लढवत आहेत. आपले राज्य टिकवायचे तर सैन्यासाठी, शस्त्रासाठी, वस्त्रासाठी द्रव्य हवे. तेव्हा कृपा करा, मला मदत करा!–"

त्या रात्री बरेचसे द्रव्य गोळा झाले होते. त्यातच राज्य सल्लागार मंडळाने एक नवा ठराव पास केला होता. "गोव्यातल्या तुरुंगाची दारे सताड उघडी करा. कैद्यांच्या हातांमध्ये बंदुका द्या. कौंटसरांच्या पाठीशी जेवढे लोक उभे करता येतील तेवढे करा. पण मराठ्यांची घोडी मांडवीच्या पात्रात घुसू देऊ नका."

मात्र त्या सायंकाळीच हेरांनी खबर आणली होती. आजूबाजूच्या गर्द झाडीत

गेल्या दोनतीन दिवसांत काही मराठा घोडेस्वार लपतछपत वावरताना दिसले होते. त्या बातमीने व्हाइसरॉय कौंटसाहेबाचे धाबे दणाणले.

इकडे महोत्सव चालला होता. आणि तिकडे गोव्याच्या ईशान्येला फक्त दोन मैलांच्या अंतरावर एक वेगळेच अजबनाट्य घडत होते. जुन्या गोव्याच्या उत्तरेस मांडवी नदीला दोन फाटे फुटत होते. त्याच्या एका प्रवाहाच्या काठावर जुवे बेटावर पोर्तुगीजांचा सांत इस्तेहांव किल्ला उभा होता. किल्ल्याची तटबंदी उंच आणि त्याचे बांधकामही मजबूत होते. आदल्या रात्रीपासूनच शंभूराजांची फौज आजूबाजूच्या झाडीत, नारळीपोफळीच्या बागांतून दबा धरून बसली होती. घोड्यावर बसलेले शंभूराजे विस्फारल्या डोळ्यांनी त्या किल्ल्याच्या तटबंदीकडे एकटक नजर टाकत होते.

"महाराज, काही दिवसांमागेच फोंडा किल्ल्यावरच्या झटापटीत आम्ही त्या फिरंग्यांचे डोळे पांढरे केले; तरी अक्कल कशी येत नाही त्यांना?" खंडो बल्लाळने विचारले.

"त्यांनी आम्हापासून कोणता धडा शिकायचा ते तेच ठरवतील. पण खंडोबाऽ, अलीकडेच सुरतेहून जहाजंच्या जहाजं भरून धान्य गोव्यात येऊन उतरलं आहे. पोर्तुगीज मोगलांच्या फौजेला रसद पुरवणार आहेत आणि त्यावर गब्बर होऊन मोगल आपलंच राज्य गिळंकृत करत सुटणार, हे नक्की."

"खरं आहे, महाराज!"

"त्याचसाठी सांगतो, ह्या फिरंग्यांना आणखी एक भीमटोला देऊन त्यांच्या बरगड्या मोडल्याशिवाय ही अवलाद चूप बसणार नाही." घोड्याचा लगाम खेचत, त्याच्या पाठीवर आपल्या मुठीचा जोरकस रट्टा देत शंभूराजे बोलले.

रात्री दहा वाजता ओहोटी सुरू झाली. मांडवीचे पात्र उघडे पडू लागले. ओहोटीचा फायदा घेण्यासाठी शंभूराजे सुसाट वेगाने घोडा फेकत पुढे धावले. नदी ओलांडताना मराठा पथक कमालीची काळजी घेत होते. आपल्या पावलांचा सुगावा लागू नये म्हणून ते दबकत दबकत चालत होते. कोणी साधी दिवटीही पेटवली नव्हती. नदीच्या तीरावर आपल्या घोड्याची आयाळ गोंजारत शंभूराजे सावधपणे उभे होते.

शंभूराजांनी खंडो बल्लाळांना कूचाचा इशारा दिला. तशी फक्त चाळीस मराठा घोडी पावलांचा फारसा आवाज न करता सावकाशीने पात्रात घुसली.

एकदाचे मराठे नदीपार झाले. ऐन रात्रीत त्यांनी सांत इस्तेहांवच्या किल्ल्याला गराडा घातला. तटबंदी कमालीची उंच आणि भलतीच अवघड होती. पण मराठ्यांनी तिथे शिड्या लावल्या. दोर बांधला. ते सारे आवेशाने किल्ल्याची भिंत चढून वर गेले. किल्याच्या माथ्यावर फक्त एक म्हातारा पोर्तुगीज शिलेदार आणि मोजकीच शिबंदी होती. त्यांच्यावर मराठे तुटून पडले. खंडो बल्लाळांची तलवार

लेखणी-सारखीच झपाट्याने चालू लागली. फिरंग्यांची डोकी सपासप उडवू लागली. अर्ध्या तासाच्या आतच मराठ्यांनी किल्ला ताब्यात घेतला. खंडो बल्लाळांच्या पथकाने तोफा ठासल्या. त्या धुडम्धामऽ धुडूम्धामऽऽ आवाजाने शंभूराजे हर्षभरित झाले.

विजयाची वार्ता समजताच झाडीत लपलेल्या बाहेरच्या मराठा फौजेने एकच जल्लोष केला. किल्ल्याच्या उंच तटबंदीवरून कडाडणाऱ्या तोफा आणि त्यापाठोपाठ झडलेल्या 'हर हर महादेव'च्या गर्जनांनी तिकडे आत गोव्यात मात्र वेगळाच हाहाकार उडवला. जागोजागी उत्सवासाठी गोळा झालेले पाद्री, ख्रिस्तीजन वाट फुटेल तिकडे धावत सुटले. तोफांच्या आवाजांनी झोपी गेलेले जागे झाले. "आले, आले.... मराठ्यांचे गोव्यावर आक्रमण आले–" असे ओरडत फिरंगी अंधारातून ठेचकाळू लागले. गोव्याचे काळीज हलले. किनाऱ्यावरच्या चंदेरी वाळूच्या अंगावर भीतीने काटा शहारला. खाड्यांतून वाहणारा वारा निपचित पडला. समुद्रलाटांचे नर्तन थांबल्यासारखे झाले. ताडामाडांची झाडे शेळ्यामेंढ्यासारखी एकमेकांच्या अंगाला चिकटून चिडीचूप उभी राहिली. धोक्याचा इशारा देण्यासाठी प्रत्येक चर्चवरच्या घंटा घणघणू लागल्या. बिगुले गर्जू लागली.

फिरंगी अतिशय घाबरले होते. प्रत्येक चर्चमध्ये दबक्या आवाजात येशूच्या प्रार्थना सुरू झाल्या. घणघणत्या घंटा काळजाचे ठोके चुकवत होत्या. शहरातील दारे, खिडक्या, गवाक्षे भराभर बंद होऊ लागली होती. काही लोक हातामध्ये शस्त्रे घेऊन शहराच्या तटाकडे धाव घेऊ लागले. त्यामध्ये व्हाइसरॉय कौंट दी आल्व्होर आघाडीवर होता. "सर, थोडे सावकाशीने घ्या..." साथीदार सांगत होते. पण काही दिवसांच्या आतच दुसरा किल्ला मराठ्यांच्या कब्जात गेल्याने साहेब वेडा झाला होता. दुसऱ्या दिवशी सकाळी व्हाइसरॉय आपल्या साथीदारांसह सांत इस्तेहांवच्या तटाला भिडला. पोर्तुगीजांच्या दीडशे सैनिकांच्या एका तुकडीने तटाला वेढा घालायचा प्रयत्न चालवला. तेवढ्यात शंभूराजांच्या नेतृत्वाखालील मराठे 'हर हर महादेव'च्या रणगर्जना करीत मागून येऊन फिरंग्यावर आदळले. त्यांचा आवेश आणि जोश इतका जबरदस्त होता की, त्यांची सरळ अंगावर धावून येणारी घोडी पाहून फिरंग्यांनी धूम ठोकली. ते घाबरून दुसरीकडे पळाले. मांडवीच्या पात्रात पटपटा उड्या घेऊ लागले.

मराठ्यांचे एक वेगवान पथक कौंट आल्व्होरच्या पाठीशी जाऊन धडकले. त्यांनी तलवारी उगारल्या. व्हाइसरॉयचे डोळे पांढरे झाले. इतक्यात त्याच्या काही घोडेस्वारांनी पुढे धाव घेऊन त्याचा जीव बचावला. त्याला घोड्यावर घातले.

आता मांडवी नदीची भरती सुरू झाली होती. पात्रातले पाणी दोन्ही काठांनी वर चढू लागले होते. पाण्याची फुगी वाढत होती. पण मराठे फिरंग्यांची पाठ सोडायला

तयार नव्हते. सैनिकांना चेतना देत लढाऊंच्या गर्दीतून शंभूराजे आपला घोडा पुढे हाकत होते. "हाणा हाणाऽऽ मारा माराऽऽ" –असे गर्जत नदीच्या विशाल पात्राकडे धाव घेत होते. फिरंगी घोडेस्वारांनी व्हाइसरॉयला आत पाण्यात ओढत नेले. पुढे एकच पळापळ सुरू होती. आपल्या शस्त्रांची, वस्त्रांची पर्वा न करता फिरंगी नदी ओलांडायचा आणि जीव वाचवायचा एकच प्रयत्न करत होते. अनेक पोर्तुगीज चिखलात फसले. कैक मराठ्यांच्या अचूक बाणांचे आणि बंदुकीच्या फैरींचे बळी ठरले. अनेकांना जलसमाधी मिळाली. रानात मधमाशांच्या थव्यांनी कडकडून चावा घेऊन लोकांना भंडावून सोडावे, तसे मराठ्यांनी फिरंग्यांना हैराण केले होते.

व्हाइसरॉयचे नशीब थोर म्हणून त्याला बसायला कसाबसा एक मचवा मिळाला. मचव्यातून आपला जीव वाचवत, थरथर कापणारा खासा व्हाइसरॉय आल्व्होर निम्मे पात्र ओलांडून पुढे चालला. त्याचवेळी पलीकडे पोचलेले काही फिरंगी बाजूला पाण्याने भरलेली खाचरे आणि त्यांचे बांध फोडू लागले. त्यामुळे मांडवीत वाहणाऱ्या पाण्याचे लोंढे वाढले. खळखळाट करणारे, गाजेचा सूर धरणारे पाणी पात्रातून बाहेर पडत होते. भरती वाढतच होती. शंभूराजे डोळ्यांसमोर घोंघावणाऱ्या नदीच्या पात्राकडे पाहत होते. त्यांच्या डोळ्यांदेखत मचवा वेगाने पलीकडचा काठ गाठू लागला होता. हातातली शिकार निसटू लागली होती. आपणाला जिवंत पकडून औरंग्याकडे पेश करायची अभिलाषा बाळगणारा वैरी थोडक्यातच हातून निसटत होता. शंभूराजांचे काळीज कालवले. त्याचवेळी त्यांनी नदीपल्याडच्या गोव्याकडे पाहिले. तिथल्या चर्चच्या उंच लाल आकृत्या, डौलदार कमानी त्यांच्या धाडसी मनाला खुणावू लागल्या. फिरंग्यांचे मनोबल खचले होते. धाडसाने पुढे झडप घालून गोवा ताब्यात घ्यायची हीच वेळ होती. ती हिंदुस्थानच्या परदेशी व्यापाराची गुरुकिल्ली होती, जिने शिवाजीराजांनाही गुंगारा दिला होता. आता चालून आलेली संधी दवडणे म्हणजे केवळ मूर्खपणा ठरणार होता.

अलीकडच्या काठावर शंभूराजे घोड्यावर उभे होते. त्यांचे हात शिवशिवू लागले. वीरश्रीच्या भावनेने छाती धडधडू लागली. आपल्या राकट पंजाने त्यांनी घोड्याच्या पाठीवर थाप मारली. लागलीच टाच मारत ते गरजले, "चलऽऽ–" घोड्याच्या नाकात वेसणीच्या गाठी करकचल्या. तसे ते जनावर जोराने खिंकाळले. त्याने समोरून रोंऽ रोंऽ वाहणारा पाण्याचा लोंढा पाहिला. तसे ते मुके जनावर काठावर दचकून उभे राहिले. पण क्षणमात्रच. दुसऱ्याच क्षणी राजांनी त्याच्या पुठ्ठ्यावर अशा जोरकस मुठी मारल्या आणि त्याची वेसण अशा जोशाने ओढली की, घोड्याच्या नाकपुड्या फुणफुणल्या. त्याने जीवघेणी शिंक टाकली. केवळ धन्याचा हुकूम पाळण्यासाठी त्या बहाद्दर अश्वाने भरल्या नदीत उडी ठोकली.

पाण्याच्या पर्वतात घोडा घुसला. पात्राची फुगी इतकी दांडगी होती की, खाली

पाय टेकायचा प्रश्नच नव्हता. घोड्याच्या खुरांना धर लागेना. त्याला पंखही नव्हते! पायातल्या लाटा जोरकस होत्या. त्या मुक्या जनावराला पोहताही येईना. तरीही शंभूराजे घोड्यावरची मांड सोडायला तयार नव्हते. त्यांनी आपल्या दोन्ही कणखर मांड्यांमध्ये घोडा दाबून धरला होता. त्याच्या पाठीवर दणादण ठोसे देत ते ''चल ऽचलऽऽ'' असे गर्जत होते.

पण पाण्याच्या रोरावत्या लोंढ्यापुढे घोड्याची काही मात्रा चालेना. पाणी हटेना. त्याचवेळी त्या जनावराच्या नाकपुड्यांमध्ये पाणी घुसले. तोच समोरून मोठमोठ्या लाटांचे तडाखे अंगावर आले. त्यामुळे लाकडाचा भलामोठा ओंडका सहज बाजूला वळावा तसा तो घोडा एका बगलेवर कलंडला. त्याबरोबर डोळ्यांचे पाते लवते न लवते तोच शंभूराजेही खाली घरंगळले. पाण्यामध्ये बुडाले. त्यांनी आपल्या अंगामध्ये असेल नसेल ती सारी ताकद एकवटली. घोड्यापासून स्वत:ला वेगळे करायचा प्रयत्न चालवला. हातपाय झाडत जिवाच्या जोराने ते पृष्ठभागावर उचंबळल्यासारखे वर येत होते. आणि तेवढ्याच जोराने पुन्हा गटांगळ्या खात आत पाण्यात बुडत होते. काठावरचे मराठा स्वारशिपाई ते भयंकर दृश्य पाहून मोठ्याने किंचाळत होते. ओरडत होते.

शंभूराजांच्या दुर्दैवाने त्यांचा एक पाय रिकिबीमध्ये अडकला होता आणि तेही पोहणीस लागले होते. किनाऱ्यावर एकच हलकल्लोळ माजला होता. तितक्यात गर्दीतून पुढे घुसलेल्या खंडो बल्लाळाने ते दृश्य पाहिले. खंडोजीला उभा घाम फुटला. मराठ्यांच्या प्याऱ्या शिवपुत्राला आणि रायगडाच्या राजेश्वराला कराल काळ खंडोबाच्या डोळ्यांसमोर ओढून नेऊ लागला होता.

ते दृश्य पाहताच खंडोजीच्या धमन्यांतून वाहणारे स्वामिभक्ताचे रक्त उसळले. ''राजेऽ राजेऽऽ शंभूराजेऽ'' –असे किंचाळत त्याने पाखऱ्या नावाचा आपला घोडाही पाण्यात फेकला. बंदुकीच्या गोळीसारखे ते जनावर पाण्यात घुसले. पाखऱ्याचेही पाय पोहणीस लागले. तेव्हा खंडोजीने घोड्यावरून भरल्या नदीत उडी ठोकली.

सप सप पाणी कापत खंडोजी राजांकडे धाव घेत होता. तोवर राजांनी अनेकदा गटांगळ्या खाल्ल्या होत्या. ते पट्टीचे पोहणारे होते. खवळलेल्या सिंहाशी सहज कुस्ती खेळण्याइतकी हिंमत त्यांच्या उरामध्ये होती. पण त्यांचा घोडा अर्धमेला होऊन पोहणीस लागला होता. त्याच्या रिकिबीत राजांचा पाय अडकला होता. त्यांच्या नाकातोंडातून अनेकदा पाणी जाऊन त्यांचे डोळे पांढरे झाले होते. साराच नाइलाज होता.

तितक्यात ताज्या दमाचा खंडोजी त्यांनी पाहिला. ते गरजले, ''खंडोऽ खंडोऽ...., अरे रिकिबीची वादी तोड... पाय अडकलाय आमचा–'' तात्काळ खंडोजीने आपल्या कमरदाबात खोचलेला जांबिया बाहेर काढला. तशीच पुढे उडी

घेऊन तो पाण्याच्या पोटात घुसला. रिकीब तोडता तोडता त्यानेही चांगल्या दोनतीन गटांगळ्या खाल्ल्या. सुदैवाने यश लाभले. त्याने पुढे झेप घेऊन दमछाक झालेल्या शंभूराजांना आपल्या बगलेचा आधार दिला. ते दोघेही कसेबसे लाटांशी सामना करीत, पाखऱ्या घोड्याची वेसण आधाराला धरत किनाऱ्याकडे पोहत, थकत, थबकत निघून आले.

अतिशय श्रमलेले शंभूराजे आणि खंडो बल्लाळ नखशिखान्त निथळत कसेबसे काठावरच्या पुळणीत येऊन पोचले. आपल्या निथळत्या अंगाने त्यांनी तशीच तिथे बसकण मारली. कितीतरी उशीर त्यांच्या श्वासोच्छ्वासाचा जोरकस आवाज उमटत होता. पाण्याच्या पोटातली ती मुलखावेगळी झुंज पाहताना काठावरचे स्वारराऊत आणि मुकी जनावरेही अचंबित झाली होती. पाखरेसुद्धा घाबरून आपले पंख झाडत झाडांच्या ढोलीत लपत होती.

मराठ्यांच्या मुठीत आलेला तो सांत इस्तेव्हांवचा किल्ला रात्रीच्या थंडगार वाऱ्यात निपचित होऊन पडला होता. किल्ल्यात शंभूराजे आणि त्यांच्या सहकाऱ्यांचा मुक्काम होता. मधल्या चौकात खिदमतगारांनी एक मोठी शेकोटी पेटवली होती. तिच्यामध्ये रायाप्पाने लाकडाच्या लांब फळ्या उभ्या रचल्या होत्या. शेकोटीच्या पोटातले चिवट लाकूड धुमसून धुमसून पेटत होते. तिच्यातला तांबूस प्रकाश आणि धग चौफेर पसरली होती.

अंगावर गरम, बुट्टेदार शालीची भाळ मारून शंभूराजे शेकोटीसमोर बसले होते. त्यांच्या बाजूलाच कवी कलश, जोत्याजी केसरकर ही मंडळी होतीच. परंतु आज त्यांनी खंडो बल्लाळांना खूप जवळ बसवून घेतले होते. सागराच्या खारट पाण्यात अनेक गटांगळ्या खाता खाता राजांच्या नाकातोंडातून खूप पाणी गेले होते. त्यामुळे डोके गच्च झालेले. त्यांना शेकोटीच्या कडक शेकाची गरज होती. राजांनी तिथेच उघड्यावर थाळा संपवला होता. त्यांच्या साथीदारांनीही भोजन घेतले होते.

शंभूराजे उठले. त्यांनी बाजूस बसलेल्या खंडो बल्लाळांचे मस्तक आपल्या पोटाशी धरले. त्यांच्या पाठीवर एक प्रेमाची थाप मारली. ते बोलले,

"खंडोबा, आज मराठ्यांचा राजशकट पाण्यातच नव्हे, तर अगदी सागरबुडाशी जाऊन पोचला होता. तेव्हा आपल्या प्राणाची पर्वा न करता तू पाण्यात उडी घेतलीस. तुझ्या या थोर उपकाराच्या ओझ्यापुढे आमचा मंदिल झुकला आहे. तुझ्या अंगची हुशारी ओळखून हिंदवी स्वराज्याची चिटणीसी आम्ही तुला याआधीच बहाल केली आहे. बोलऽ, अजून काय काय हवं तुला?"

भारावलेले खंडो बल्लाळ जागेवरून उठले. त्यांनी शंभूराजांची पावले पकडली. ते बोलले, "महाराज, तुमच्या ह्या पावलांजवळची जागा आहे तशीच शाबूद राहू

दे! दुसरं काहीच नको!!"

खंडो बल्लाळांनी त्याच भेटीत आपला लाडका पाखऱ्या घोडाही शंभूराजांना देऊ केला. तेव्हा तर शंभूराजे खूपच गहिवरले. ते बोलले, "खंडोबा, अरे अजून किती लाजवशील आम्हांला. जन्मोजन्मीच्या उपकाराचं ओझं आमच्या मस्तकावर ठेवतोस आणि वर बक्षिसीही आम्हांलाच देऊ पाहतोस?"

शंभूराजे भावविवश झाले. त्यांचे नेत्र चमकले. शब्दांना गाभाऱ्यातील घंटा-नादाचे रूप प्राप्त झाले. खंडो बल्लाळांना मिठी मारत ते भारावून बोलले, "आमचे आबासाहेब हिंदवी स्वराज्यातल्या प्रत्येक किल्ल्यावरच्या जामदारखान्याच्या किल्ल्या फक्त प्रभू जातीच्याच लोकांकडे सोपवून निर्धास्त का राहायचे, याचा आता थोडा थोडा उलगडा होतो आहे आम्हांला. मराठे असोत वा ब्राम्हण, शिवाजी आणि संभाजीच्या काळाने महाराष्ट्र पठारावर अनेक जाती, उपजाती पाहिल्या. त्यांचे रंगही जोखले. अनेकदा जाती जातीवरही गेल्या. खंडोबा, तुझ्या पित्याची, बाळाजी चिटणिसांची निष्ठा तर हिऱ्यामाणकासारखी तेज:पुंज होतीच. पण गजापूरच्या खिंडीत आपल्या धन्यासाठी रक्ताची आंघोळ करणारा तो बाजीप्रभू देशपांडे असो, पुरंदरचा तो फाकडा मुरारबाजी असो वा समुद्राच्या पोटात उडी घेऊन शेषाच्या शेंडीला हिसका मारून संभाजीसारख्या आपल्या धन्याला पाताळातून वर खेचून आणणारा खंडो बल्लाळ, तुझ्यासारखा इमानी सेवक असो! 'राज्यनिष्ठा' ह्या एका शब्दाला तुमच्या प्रभू जातीनं अशा उंच शिखरावर नेऊन सोडलं आहे की, तुमच्या या एका गुणासाठी आसमानातल्या प्रभूनेही तुमच्यापुढे झुकून तुम्हांला हजारदा मुजरे करावेत, अशीच गड्यांनो, तुमची थोर योग्यता आहे!!"

६.

गोव्याचे समुद्रकिनारे आणि खाड्या नि:स्तब्ध होत्या. युद्धानंतरची भयानक शांतता पसरली होती. ताडामाडाच्या आडोशाला पणजी शहर तर निपचित जनावरा–सारखे गप पडले होते. शंभूराजांचा मुख्य तळ डिचोलीत होता. तेथून त्यांचे दोन हजारांचे पथक आज दौडतच फोंड्याच्या किल्ल्यावर येऊन पोचले होते. शंभूराजांनी आपल्या सुभेदाराला किल्ल्याची तटबंदी नव्याने बांधायचा हुकूम दिला होता. त्यानुसार बेलदार-कामाठ्यांची पथके कामाला लागली होती.

बांधकामाचे निरीक्षण करीत शंभूराजांचा घोडा तटाजवळून पुढे सरकत होता. त्यांच्या मागोमाग येसाजी कंकांचा आणि खंडो बल्लाळांचा घोडा चालत होता. पोर्तुगीजांचा वकील साराइव्ह द आल्बुकर्क सकाळपासून राजांच्या भेटीसाठी येऊन तिष्ठत बसला होता. मात्र शंभूराजांनी त्याच्याकडे जाणूनबुजून दुर्लक्ष केले होते.

बरोबर चालणाऱ्या येसाजींना राजे बोलले,

"येसाजीकाका, कृष्णाजीची तब्येत कशी आहे?"

"कालच गावाहून निरोप्या आला होता. जखमा अजून बऱ्या झालेल्या नाहीत. धोका तसा टळलेला नाही!–"

"मग कशासाठी जिद्द करता आपण येसाजीकाका?" सर्रकन घोड्याचे तोंड मागे वळवत शंभूराजे विचारू लागले.

"राजेऽ, तुमचा तरी धोका कुठं टळलाय हो? एक वेळ अर्ध्या ताटावरून उठणं सोपं, पण अर्धी मोहीम सोडून मागं जाणं धोक्याचं असतं, राजे!"

येसाजींच्या बोलावर शंभूराजे चूप झाले. तसेच पुढे निघाले. पाहणी सुरू असतानाच किल्ल्याच्या दुसऱ्या टोकाकडून दंगा ऐकू आला. राजांनी खंडोजींना इशारा केला. तसे खंडो बल्लाळ घोड्यावरून तिकडे झेपावले. थोड्याच वेळात माघारी वळले. गडबडीने सांगू लागले, "राजे, तिकडं चला. खूप गोंधळ माजलाय. सैनिक आणि रहिवासी माझंही ऐकेनात."

"काय घडलंय असं तिकडं?"

"तिथं ख्रिस्तावांच्या लेडी वर्जीनमाईची मूर्ती आहे. ती मूर्तीच काहीजण फोडताहेत. तिथल्या छोट्या चर्चला आग लावायची तयारी चाललीय–"

ती बातमी ऐकताच शंभूराजे बेभान झाले. त्यांनी घोड्याला जोरदार टाच मारली. पलीकडचा बुरूज ओलांडून त्यांचा घोडा पुढे धावला. समोरचा प्रक्षुब्ध जमाव चर्चला आग लावायच्या तयारीत होता. एका बाजूने थोडीफार जाळपोळ सुरूही झाली होती. तेवढ्यात शंभूराजांचा घोडा धाड्कन तिथे जाऊन आदळला. ते तारस्वरात गरजले,

"खामोशऽऽ हात आवरा. आग बुझवा. नाही तर एकेकाच्या खांडोळ्या करेन."

शंभूराजांचे साथीदारही पुढे धावले. कित्येकांचे हात भाजले. पण थोड्याच वेळात आग आटोक्यात आणली गेली. गोव्यातील काही हिंदू लोक तिथे जमावाने गोळा झाल्याचे दिसले. त्यांनी शंभूराजांच्या सैनिकांनाही भडकावण्याचा प्रयत्न केला होता. आग आटोपली तरी जमावाच्या चेहऱ्यावरचा राग निवळल्याचे दिसत नव्हते. त्यांच्यापैकी एक उपटसुंभ राजांच्या तोंडी लागला, "राजे, तुम्हांला काय माहीत, आम्ही हिंदू इथं कसे दिवस काढतो ते?"

"शांत व्हा. गडबड करू नका–" शंभूराजे कडाडले, "शिवाजीचं नाव घेऊन असा सैतानाचा खेळ तुम्हांला खेळता यायचा नाही!!"

"पण शंभूराजे, आमच्यावरचे अत्याचार—?"

"एकाने गाय मारली म्हणून दुसऱ्यानं वासरू मारायचं नसतं. आपल्या बापजाद्यांची याद करा. मराठे हे देवदेवतांचे, सदाचाराचे, नीतीचे पुजारी आहेत. ते

मूर्तिभंजक दरवडेखोर कधीच नव्हते!"

साष्टी, बारदेश आणि गोव्याच्या इतर प्रदेशांतून दंगलीच्या काही बातम्या येत होत्या. शंभूराजांची चढाई पाहून हिंदूंना जोर चढला होता. गेली काही दशके ख्रिस्ती अत्याचाराने पिचलेली रयत उठून उभी राहत होती. पण काही धर्मवेडे त्यांची माथी भडकवत होते. काही चर्च जाळल्याचीही खबर होती. संभाजीराजांनी फोंड्याहूनच जागोजाग फर्माने सोडली. "कोणाच्याही धार्मिक स्थळांना उपद्रव देऊ नका" – असा हुकूम काढला. पण त्या वाढत्या उद्रेकामुळे ते काहीसे अस्वस्थ होते.

राजे पुन्हा डिचोलीच्या आपल्या मुख्य तळाकडे माघारी वळले. जखमी घोडी, माणसं तिथं उपचार घेत होती. कोकण आणि गोव्याच्या सरहद्दीवरील छोटेखानी डिचोली अलीकडच्या काही वर्षांत शंभूराजांचे आवडते विश्रांतिस्थळ बनले होते. तिथली लाल माती, नारळी सुपारीच्या बागा, टुमदार कौलारू घरे, गावातली छोटी सरोवरे आणि सुंदर बगीचे त्यांचे मन भावून टाकत. म्हणूनच त्यांनी तेथे एक स्वत:साठी आणि दुसरा कवी कलशांसाठी वाडा बांधला होता.

फोंडा जिंकल्यावर शंभूराजे पन्हाळ्याकडे निघून जातील अशी व्हाइसरॉयची अटकळ होती. परंतु घसघशीत यश पदरी घेतल्याशिवाय आणि पोर्तुगीजांचा पुरता नक्षा उतरविल्याशिवाय माघारी वळायचेच नाही, असा राजांनी निर्धार केला होता. फिरंग्यांशी किनारपट्टीवर जागोजाग युद्ध पेटले होते. तेथून आणि रायगडावरून नित्य हरकारे येत. राजांचा विविध आघाड्यांशी आणि रायगड राजधानीशी रोजचा पत्रव्यवहार चालू असे. हरकाऱ्यांची घोडी खलिते घेऊन वेगाने उधळत.

डिचोलीस परतल्यावर शंभूराजे शिबिरातून फिरले. त्यांनी जखमी सैनिकांची विचारपूस केली. तेथून तसेच ते वाड्यातल्या सदरेवर येऊन बसले. त्यांनी आपला एकेकाळचा दोस्त अणि पातशहाचा शहजादा आज्जम याच्या नावे एका गुप्त खलित्याचा मजकूर सांगितला. कवी कलशांच्या बोरूतून झरझर अक्षरे उतरू लागली–

> "आज्जम साहेब, शहजादे, अजून विचार करा. तुमचे पिता बुढ्ढे आणि कमालीचे संशयी आहेत. त्यांच्या जाचातून मुक्त व्हा. रयतेच्या कल्याणासाठी आपण बगावत कराल आणि दिल्लीचे पातशहा होऊ पहाल तर मराठे तुमच्या पाठीशी उभे राहतील."

खलिता लिहून पूर्ण झाला आणि कविराज खो खो हसू लागले. तेव्हा राजांनी डोळे रोखले, "काय झालं कविराज?"

"बाकी काही नाही. पण हा भयंकर खलिता आज्जमऐवजी औरंग्याच्याच हस्तकांच्या हाती लागला तर? औरंग्याच्याच तळावर केवढा गृहकलह माजेल!"

"हं!..." शंभूराजे गालात हसत अस्पष्ट बोलले, "तेवढाच आणि तितकाच

उद्देश आहे त्या खलित्याचा!''

लागल्या बैठकीत त्यांनी विजापूरकर आदिलशहाला लिहिले, ''–आज औरंगजेब अल्याड आहे, यात सुख मानू नका. उद्या तो पल्याडही येणार आहे. मराठे हरले म्हणून तुम्ही बचावणार नाही. अजून विचार करा. एक होऊया.''

लगेचच त्यांनी हैद्राबादचा दिवाण मादण्णालाही खलिता धाडला–

''तुमच्या कुतुबशहाएवढी अशी दौलतीची कोठारे, अशी विराट संपत्ती आमच्या पाठीशी असती तर? तर आम्ही सरळ दिल्लीवरच हमला चढवून औरंग्याला यमुनेत जित्ता बुडवून मारला असता. स्वस्थ बसू नका. दरवाजा लोटून आत सुरक्षित राहिल्याच्या क्षणिक सुखात वावरू नका. बाहेरचे वादळ असेतसे शमणारे नाही.''

दुपारी एक हरकाऱ्या धावत्या घोड्यावरून डिचोलीस येऊन पोचला. त्याने ती अत्यंत दुःखाची खबर सांगितली, तेव्हा शंभूराजांसह सर्वांची हृदये हेलावून गेली! गावाकडे कृष्णाजी कंकांच्या जखमा फुटल्या होत्या. ते देवाघरी गेले होते. ती बातमी कानी पडल्यावर म्हाताऱ्या येसाजींना आपला कंठ आवरेना. ते धाय मोकलून रडू लागले. संभाजीराजांच्या डोळ्यांतूनही घळघळ अश्रू वाहू लागले. त्यांना मिठीत घेत शंभूराजे बोलले, ''येसाजीमामा, शोक आवरा–''

''बाळराजे, झालं गेलं साऱ्या देवाघरच्या गोष्टी! पण एकाच गोष्टीचं लय वाईट वाटतं हो!'' येसाजी बोलले, ''मी म्हणजे म्हातारं पानच. तुमच्यासाठी केव्हातरी गळून पडेन आणि धन्य होईन. पण केवळ तुमच्या खांद्याला खांदा देऊन लढायसाठी अजून माझा कृष्णाजी टिकायला हवा होता!''

त्या रात्री डिचोलीच्या वाड्यासमोर अनेक मराठा स्वारशिपाई दाटीवाटीने गोळा झाले होते. शंभूराजांनी येसाजींना आपल्या जवळच बसवून घेतले होते. त्यांनी येसाजींचा खडबडीत हात आपल्या छातीजवळ पकडला. वर आभाळाकडे नजर फेकत शंभूराजे बोलले, ''मामा, तुमचा कृष्णाजी पुन्हा कधीच माघारा येणार नाही म्हणून दुःख बाळगू नका. स्वराज्यासाठी जे वीरपुरुष झुंजून मरतात, त्यांना मोक्ष मिळतो. त्यांच्या चांदण्या होतात. ध्रुवबाळाच्या संगतीनं त्या आभाळात कायमच्या चमकत राहतात. प्रेरणा देतात. तुमचा कृष्णाजीसुद्धा त्याच आभाळीचा रहिवासी बनला आहे!''

शंभूराजांनी कवी कलश आणि इतर कारकुनांना आधीच बोलावून घेतले होते. राजांनी कृष्णाजीच्या तीन वर्षांच्या मुलाच्या नावाने एक सुभा लिहून दिला. दरसाल भरघोस वेतन देणारी मोईन कंक घराण्यासाठी करून दिली. शंभूराजांच्या ह्या तात्काळ निर्णयाने आणि थोर औदार्याने सामान्य सैनिकांचेही काळीज हेलावून गेले.

येसाजींनी हुंदके देत शंभूराजांना मिठी मारली. त्यांना अनेक आशीर्वाद देत येसाजी कंक बोलले, ''खरं सांगू शंभूराजे, तुमच्याकडं बघताना, तुमच्यासंगं

वावरताना थोरले महाराज आमच्यातून निघून गेलेत असं वाटत नाही बघा!''

७.

गोव्याच्या लाल मातीमध्ये धमासान युद्धाने पेट घेतला होता. साष्टी आणि बारदेशामधून मराठ्यांची पथके हटायला तयार नव्हती. ताडामाडांच्या आगरांमधून धुरांचे लोट बाहेर पडत होते. आपली रगेल घोडी, माणसे शंभूराजांनी पणजीभोवती गोळा केली होती.

महिन्यावर गाठ आली तरी मराठ्यांच्या फौजा मागे हटायचे नाव घेईनात. तिकडे वेंगुर्ल्याच्या समुद्रात औरंगजेबाच्या खलाशांनी गलबते नांगरली होती. गोव्याच्या समुद्रात त्यांना रसद उतरायला काउंटसाहेब परवानगी देत नव्हता. ज्यांच्याशी कौलकरार केला आहे, त्या मोगलांचेही आता व्हाइसरॉयला भय वाटू लागले होते. न जाणो, एकीकडे अंगणात लष्कर घेऊन मराठे उभे, म्हणून मागच्या दाराने मोगलांना मोठ्या रसदेसह आत घेतले, आणि त्यांनीच आपल्यावरच्या संकटाचा फायदा घेऊन स्वत:च गोवा गिळंकृत केला तर?

शंभूराजेसुद्धा खूपच अस्वस्थ दिसायचे. त्यांचा फुरफुरता पाखऱ्या घोडा मांडवीच्या अल्याडच्या काठाने अनेकदा फिरत राहायचा. पणजीचा दगडी कूस, अनेक बुरूज, बुरुजांच्या माथ्यावरच्या तोफा, बाजूने दर्यातून– खाडीतून गस्त घालणारी जहाजे त्यांना दिसायची. काहीही करून पणजी गिळण्यासाठी मन बेहोष होऊन जायचे. ते सोबत असणाऱ्या कवी कलश, शहजादा अकबर आणि दुर्गादासना म्हणायचे,

''काहीही करा. कोणत्या ना कोणत्या क्लृप्तीने आम्हांला पणजीवर कबजा मिळवायचा आहे. शहराच्या कुसाच्या भिंतीच्या आत फक्त पाचशे ते सातशे हुल्लड माजविणारे बंदे घुसूदेत एकदाचे. त्यांनी एकदा आतून गिल्ला केला, तर बाहेरून हल्ला कसा करायचा, हे आम्हांला चांगलं माहीत आहे.''

शहजादा अकबराचाही व्हाइसरॉय आल्व्होराशी पत्रव्यवहार सुरू होता. पणजीजवळ एक नवे जहाज बांधायची अकबराने व्हाइसरॉयकडे परवानगी मागितली. ती मिळताच अलीकडच्या काठाने रोज मराठी सुतार, लोहार असे कामगार त्या जहाजावर जाऊ लागले. त्यांची संख्या वाढताच धूर्त व्हाइसरॉयला संशय आला. त्याने अवाजवी गर्दीला आत यायला व आल्यावर मुक्कामासाठी पणजीत राहायलाही मनाई केली. एकदा मसलती करण्याच्या नावाखाली शहजादा अकबर आपल्यासोबत सहाशे माणसे घेऊन निघाला, तेव्हा व्हाइसरॉयच्या अधिकाऱ्यांनी त्यांना पडावात चढूच दिले नाही. शंभूराजे गोव्याच्या मुसक्या बांधण्यासाठी आसुसले होते; आणि आपल्या पोर्तुगीज राज्याच्या संरक्षणासाठी व्हाइसरॉय ऑल्व्होर जिवाचे रान करत होता.

आज शंभूराजे तसे खूप तणावाखाली होते. दोन दिवसांपूर्वीच मडगावमध्ये त्यांचे तीन हजारांचे पायदळ आणि एक हजाराचे घोडदळ घुसले होते. मडगावचे चर्च प्रसिद्ध होते. शंभूराजांनी गोव्यातील आपल्या सर्व अंमलदारांना आणि सेनानींना हुकूम सोडला होता– "पोर्तुगीजांची संपत्ती अवश्य लुटा. पण कोणाही मनुष्यमात्रास धक्का लागता उपयोगाचा नाही. चर्चसकट सर्व धर्मांच्या प्रार्थनास्थळांचा मान राखा."

डिचोलीच्या महालात आपल्या पोर्तुगीज आघाडीचा शंभूराजे आढावा घेत होते. तेव्हा कवी कलशांनी राजांना विचारले, "अजून पणजीवरचा वेढा किती दिवस चालू ठेवायचा? पोर्तुगीजांचा तो वकील साराइव्ह द आल्बुकर्क आपणाकडे तहासाठी खूप खेटे मारतो आहे."

"कविराज, या मतलबी आणि पाताळयंत्री व्हाइसरॉयच्या बोलावर जाऊ नका. कितीदा अनुभव घ्यायचा अजून? त्याचं बोलणं एक आणि करणं दुसरंच असतं!"

"पण काही तरी संदेशा त्याला पाठवायला हवा—"

"कळवा की! म्हणावं, सुरतेहून वेंगुर्ल्याकडे जी औरंग्याने जहाजं पाठवली आहेत, त्यातील निम्मी रसद आमच्या ताब्यात दे. मगच वाटाघाटीसाठी सतरंजी आंथरू."

कवी कलश मनापासून हसले. मोठ्या उत्साहाने बोलले, "राजन, दुसऱ्या एका गोष्टीसाठी आपली तारीफ करावी तितकी थोडीच!"

"घडले तरी काय? कळू द्या."

"गोव्यावरच्या आपल्या जोरदार हमल्यामुळे त्या व्हाइसरॉयने इतकी दहशत खाल्ली आहे की, पोर्तुगीजांची राजधानी पणजीहून पाठीमागे मार्मा गोव्याला हलवायचा त्यांनी निर्णय घेतलाय. तिकडे खजिना आणि कागदपत्रंही नेऊन ठेवली आहेत."

शंभूराजे प्रसन्नतेने हसत बोलले, "कविराज, एवढ्यावरच भागायचं नाही. येत्या दोन-चार दिवसात साष्टी आणि बारदेश आम्ही पूर्णत: पादाक्रांत करू. आणि पुन्हा मांडवी नदी पार करून गोव्याच्या शिखरावर भगवा झेंडा फडकवू."

मसलत सुरू असतानाच महालाच्या बाहेरून मोठमोठ्या आरोळ्या ऐकू येऊ लागल्या— "राजे, न्याय द्या! राजे, आमचं गाऱ्हाणं ऐका!"

तारस्वरातल्या असंख्य आरोळ्या आणि गलका आत ऐकू येऊ लागला. बाहेर किमान हजारपाचशे लोक सहज गोळा झाले असतील, याचा अंदाज शंभूराजांना आला. बाहेरचे लोक प्रक्षुब्ध झाल्याची बातमी सेवकांनी दिली. राजे कामात गर्क असल्याने त्यांनी कविराजांना नजरेनेच इशारा केला. तसे कविराज तातडीने तिकडे निघून गेले.

शंभूराजे मोहिमेचे काही कागद वाचण्यात गुंग होते. परंतु बाहेरून ऐकू येणारा गोंधळ मात्र शमल्यासारखे दिसत नव्हते.

राजांनी आपल्या एका कारकुनाला शांतपणे विचारले,

"बाहेर इतका गलका कशासाठी?"

"साष्टीकडून मंडळी आलीत, सरकार. काल रात्री तिथले काही उत्साही वीर हातामध्ये चूडे आणि दिवट्या घेऊन गेले होते — चर्च जाळायला. त्यांना अडवून आपल्या राणोजी मोरे नावाच्या अंमलदारानं मार दिला. त्यामुळं लोक बिथरून गेलेत. बाहेर दंगा सुरू आहे. लोक कोणाचंही काही ऐकायला तयार नाहीत."

—ही गोष्ट ऐकून राजे उठले. लगबगीने बाहेर पडले. वाड्याच्या बालिंगाजवळ शंभूराजे दिसताच मघापासून गरजणारा तो जनसमुदाय स्तब्ध झाला. लोक डोळे फाडून शंभूराजांकडे फक्त पाहत राहिले. तसा हिंदू जनतेला कंठ फुटला,

"राजे, आपण मस्तवाल पोर्तुगीजांची रग जिरवलीत. जिवाला किती बरं वाटलं होतं!"

"पण अजूनही त्यांची पुरती हड्डी नरम पडलेली नाही. तुमच्या सैनिकांनी आम्हांला मदत करायला हवी होती. उलट त्यांनीच आम्हांला बदडून काढलं–"

एक म्हातारा पुढे झाला. आपला हात नाचवत राजांना बोलला, "तिकडं रायगडावर राहून तुम्हांला काय कल्पना, आम्ही हिंदू ह्या फिरंग्यांच्या भूमीत कसे दिवस काढतो ते? आमच्या देवळांत देव राहिले नाहीत. फिरंग्यांनी पाण्यात पाव टाकून आमचं पाणी बाटवलं. सक्तीनं धर्मांतरं घडवली. आमच्या हिंदू देवतांच्या मूर्ती तलावात फेकल्या. अनेक विहिरींच्या काठावर दगड म्हणून मूर्ती गाडल्या आहेत. त्याच्यावरून वर्षानुवर्षे दोर्या आत सोडल्यानं त्या फत्तरांनाही चरे पडले आहेत. चलाऽ माझ्याबरोबर. आता प्रत्यक्ष आम्ही दाखवतो तुम्हांला!-"

"आम्हांला सारी कल्पना आहे. गोव्यातली शांतादुर्गा, महालक्ष्मी, मंगेशी अशा प्रसिद्ध देवस्थानांनाही आपल्याभोवती किल्ल्यांसारखे मोठे तट आणि लोखंडी दरवाजे उभारून संरक्षणात राहावं लागतं. फिरंगी अत्याचारांच्या भीतीने इथल्या देवदेवतांनाही घाम फुटतो!-"

"तेच तुम्हांला आम्ही सांगतोय राजे. आमच्या देवदेवतांची ही अवस्था, तर आम्हा माणसांचं काय? पोर्तुगीजांचा सूड उगवायची ही चांगली संधी चालून आहे. आम्हांला रोखू नका. आम्हांला बिलकूल रोखू नका–" पाचसहाजण एका सुरामध्ये गरजले.

समोर जमलेला जनसमुदाय हातातले भाले आणि काठ्या हवेत उंचावू लागला. आवेशाने गर्जू लागला. त्याबरोबर शंभूराजे कडाडले,

"खामोश! अजिबात हुल्लड माजवू नका. आज गोव्यावर शिवाजीराजांच्या

पुत्राचं आक्रमण चालून आलं आहे. औरंगजेबाच्या शहजाद्याचं नव्हे, याचं किमान भान ठेवा.''

शंभूराजांच्या कठोर आवाजाबरोबर लोक चपापले. राजांकडे बावरून पाहू लागले. तेव्हा राजे बोलले, ''तुमच्या काळजातली वेदना आम्ही समजू शकतो. हिंदूंचा एक राजा म्हणून खुशाल सोयीसवलती आम्हांकडे मागा. त्या आम्ही पुरवूच. परंतु केवळ दुसऱ्यांच्या द्वेषाच्या पायावर आपली मंदिरे टिकणार नाहीत, हे ध्यानात ठेवा!!''

कवी कलशांना शंभूराजांनी काही नवे हुकूम लिहायला लावले. त्या अन्वये गोव्यात फिरंग्यांकडून जमीनदोस्त केल्या गेलेल्या काही हिंदू मंदिरांसाठी त्यांनी आपल्या खजिन्यातून मदत देऊ केली. आपल्या एतद्देशीय प्रतिनिधींनाही धर्म- रक्षणाच्या दृष्टीने काही योजना सांगितल्या. सूचनाही दिल्या.

तो जमाव समाधानी झाला. परंतु मडगावचा मघाचा तो बोलक्या चेहऱ्याचा वृद्ध काही खूष दिसला नाही. राजांनी त्याला छेडताच त्याने हात जोडले. तो अजिजीनं बोलला, ''सरकार, आमच्या बारदेशातले चारी किल्ले आपण जिंकले. फिरंग्यांच्या कचाट्यातून आम्हांला मुक्त केल्याबद्दल आम्ही आपले ऋणी आहोत! पण सरकार एकच अर्जी आहे....''

''बोला.''

''इथल्या पाद्र्यांनी खूप उच्छाद मांडलाय. दुसऱ्याच्या धार्मिक भावना दुखावू नका– आपण सांगता ते सारं पटतं. पण येशूच्या नावाखाली ह्या पाद्र्यांनी आमचा जनावरासारखा छळ केलाय. आम्ही धर्मांतर करावं यासाठी आमची घरंदारंही जाळली. पण ख्रिस्तांवांच्या ह्या पुजाऱ्यांचं तरी आचरण कुठं पवित्र आहे? येशूचं नाव घेत, देवाच्या ह्या रखवालदारांनी आपली खाजगी मालमत्ता खूप पैदा केलीय. यांच्या घोळदार झग्यात मेणबत्त्या नव्हे, अत्याचारी कट्यारी आहेत.''

''म्हातारबा, काय हवं काय तुम्हांला?''

''एवढा रायगडचा राजा आम्हांला मुक्त करायला आला. त्याचं कुठं तरी समाधान वाटावं म्हणून एकच अर्जी—''

''बोला.''

''आम्ही कोणाही व्यक्तीच्या अंगाला, कोणाला बोटही लावू देणार नाही. पण उद्या मडगावच्या जुलमी पाद्र्यांचे आम्ही फक्त झगे काढणार. ते त्यांच्या डोक्याला बांधणार आणि गावातून त्यांची एक मिरवणूक काढणार. बस्!''

म्हाताऱ्याच्या त्या मागणीवर राजांसह सारेच खो खो हसू लागले. कविराजांची तर हसता हसता पुरेवाट झाली. शंभूराजांनी खातरजमा केली. मडगावमध्ये धर्माच्या नावावर खरेच खूप अत्याचार झाले होते. लोक अत्यंत प्रक्षुब्ध होते. राजांनी त्या

मिरवणुकीला परवानगी दिली. परंतु ती देतानाच कविराजांना सांगितले,

"ही जोखीम तुमच्यावर. मिरवणुकीच्यावेळी खास पथक पाठवा. चर्चच्या इमारतीला किंवा एकाही धर्मगुरूच्या जीविताला धोका पोचता कामा नये."

लोक संतोषाने निघून गेले. दुसऱ्याच दिवशी मडगावच्या पाद्र्यांनी मराठ्यांपुढे शरणागती पत्करल्याची बातमी आली. त्यांनी चर्चसकट काही वस्तू आणि द्रव्य शंभूराजांच्या प्रतिनिधींच्या ताब्यात दिले होते. ताब्याच्या वेळी चर्चच्या आडोशाला सुमारे दोन हजार फिरंगी लोक गोळा झाले होते. कोणालाही इजा न करता त्या सर्वांना मराठ्यांनी शांततेने बाहेर जाऊ दिले होते; आणि मगच चर्चची विपुल संपत्ती आपल्या ताब्यात घेतली होती. लोकांच्या मागणीनुसार मिरवणूक पार पडली. पण त्या प्रार्थना मंदिराच्या एका विटेलाही कोणी धक्का लावला नव्हता.

८.

व्हाइसरॉय कौंट दी आल्व्होरच्या बरगडीतली जखम अजून ठणकत होती. मांडवी नदीच्या पलीकडच्या तीराने "हर हर महादेव"च्या आरोळ्या उठत होत्या. त्या किनाऱ्यानेच शंभूराजांची घोडी अहोरात्र फुरफुरताना दिसत होती. रात्री मराठा स्वारांच्या हातचे पलिते नारळीपोफळीच्या बागांतून नाचत वावरताना दिसत. व्हाइसरॉय कौंट दी आल्व्होरसह संपूर्ण पणजीने दहशत खाल्ली होती. पोर्तुगीज शिबंदीच्या तोंडचे तर पाणी पळाले होते. पाद्री हबकून गेले होते.

गुहेबाहेरून शिकाऱ्यांच्या हाक्या आणि चावऱ्या कुत्र्यांचा गिल्ला ऐकू यावा आणि आत गुहेत गांजला गेलेला कोल्हा भीतीने अधिकच गर्भगळीत व्हावा तशीच अवस्था पोर्तुगीज व्हाइसरॉयची झाली होती. उपलब्ध शिबंदीवर आणि त्यापेक्षाही आपल्या कुशाग्र बुद्धीच्या जोरावर त्याने अजून पणजी लढत ठेवली होती. परंतु शहरवासीयांचा दबाव खूप वाढत होता. त्याच्या हितशत्रूंनी पोर्तुगालला तक्रारी केल्या होत्या. आपले हिंदुस्थानातील राज्य आता लवकरच संपणार; कौंट दी आल्व्होर कुचकामी आहे! चारी दिशाकोनातून व्हाइसरॉय मूर्ख ठरत होता.

संभाजीची घोडी मागे सरायला तयार नव्हती. कौंटला जीवन नको नकोसे झाले होते. कौंट पुरता धास्तावला होता.

ठाणे-तारापूरपासून ते गोव्यापर्यंतच्या प्रत्येक पोर्तुगीज ठाण्यावर मराठी फौजांनी गहजब उडवला होता. त्यातच चौलचा गव्हर्नर फ्रांसीस द कोश्त याचा तातडीचा लखोटा येऊन पोचला,

"–इकडे इंग्रजांनी संभाजीला उघडपणे मदत करण्यास सुरुवात केली आहे. ते त्याच्या फौजेला बंदुका, तोफगोळे, दारू सर्व काही पुरवतात. मात्र आम्ही दुप्पट

रक्कम द्यायला तयार असूनही आम्हांला चिमूटभरही दारू मिळत नाही. वेळेत मदत न कराल तर आम्ही सारे मरून जाऊ.''

व्हाइसरॉयच्या बरगडीतली जखमही बरी होत नव्हती. शंभूराजांच्या दबावाने पणजीतल्या फिरंग्यांची तर पुरती गाळणच उडाली होती. त्यांचा व्हाइसरॉयवर अथवा दळभद्र्या पोर्तुगीज कवायती फलटणीवर काडीचा विश्वास उरला नव्हता.

त्या रात्री कौंटने गवाक्षातून पाहिले. भयभीत लोकांचे लोंढेच्या लोंढे एका दिशेने जाताना दिसत होते. त्याने लगेच आपल्या सचिवाला विचारले, ''हे मूर्खासारखे कुठे पळताहेत सारे?''

''बॉम गेसू चर्चकडे.''

''इतक्या रात्री?''

''येस, सर! सेंट झेविअरवर ख्रिस्ती जनतेची खूप श्रद्धा आहे. ह्या परचक्रातून गोव्याला वाचवायचं झालं तर फक्त सेंट झेविअरच वाचवू शकतो, अशी त्यांची बालंबाल खात्री आहे. सर, मलाही वाटतं —'' सचिव चाचरला. त्याच्या तोंडचे वाक्य अपूर्ण राहिले.

''काय?''

''आपणही जा. सेंट झेविअरपुढेच झगा पसरा. तिथली प्रार्थना वाया नाही जायची–''

आता गोव्याचे केंद्र सेंट झेविअरचे जुनाट चर्च बनले होते. तेथे गोळा झालेले लोक आपल्या खोल आवाजात झेविअरची करुणा भाकत होते. अहोरात्र प्रार्थना सुरू होत्या. ख्रिस्ती रयतेच्या डोळ्यांच्या संगतीने मेणबत्तींच्या ज्योतीही अखंड जळत होत्या. प्रार्थनेच्या जागीही बारदेश आणि साष्टीकडच्या बातम्या मध्येच येऊन पोचत होत्या. कधी शापोरा किल्ला पडल्याची वार्ता, तर कधी 'जिये' आणि 'पिये' ह्या पोर्तुगीज किल्ल्यांवर मराठ्यांनी चढवलेल्या जोरदार हल्ल्याच्या खबरा तिथे पोचत होत्या. मराठ्यांच्या वाढत्या धुमाकुळाच्या वार्ता ऐकून तिथे गोळा झालेली रयत अधिकच भयभीत होत होती.

एके दिवशी सकाळी राजभुवनावरची करडी घोडी चर्चच्या आवारात येऊन थांबली. शाही घोडागाडीतून व्हाइसरॉय कौंटसाहेब खाली उतरले. त्यांची पार रया गेली होती. जाग्रणाने लोंबणारे तांबूसजार डोळे, त्यांच्याभोवतीची काळी अर्धवर्तुळे, हनुवटीवरचे पिकल्या दाढीचे खुंट, काळजीने ओढलेला तो चेहरा, अंगातून त्राण गेल्यासारखी होणारी त्यांची ती मंद चाल — ते सारे पाहून हा सद्‌गृहस्थ पोर्तुगीज व्हाइसरॉय आहे की, चार चोरांकडून आडवाटेवर लुटला गेलेला, खरपूस मार खाल्लेला कोणी दुर्दैवी प्रवासी आहे, असा प्रश्न कोणालाही पडावा.

कौंट आल्व्होरा साहेबांबरोबर फ्रॅन्सीस द सौझ, आर्च बिशप, प्रिमज दौं

मान्युअल द सौझ, मिगेल द आल्मेदा असे शहरातले अनेक पाद्री उमरावही तिथे गोळा झाले होते. भयभीत झालेल्या त्या सर्व अधिकाऱ्यांनी आणि ज्येष्ठांनी मशाली पेटवल्या. बाजूचा अंधारातला खोलगट जिना उतरून ते मशालींच्या उजेडातच तळघरात जाऊन पोचले. तिथे सेंट झेविअरचे शव ठेवले होते. ती मोठी पेटी तिथल्या दगडी चबुतऱ्यातून बाहेर काढण्यात आली.

सेंट झेविअरचे शव अगदी जसेच्या तसे होते. हाही एक चमत्कारच होता. सारे ख्रिस्तीजन सेंट झेविअरची करुणा भाकू लागले, संभाजीच्या संकटातून आमची मुक्ती कर, असे म्हणत हुंदके देऊ लागले.

त्या महापुरुषाच्या दर्शनाने तर कौंटसाहेब हेलावून गेले होते. जळत्या मेणबत्तीतून खाली मेण ओघळावे तसे व्हाइसरॉयच्या डोळ्यांतून त्याच्या तांबूस गालावर अखंड अश्रू ओघळत होते. त्याने सेंट झेविअरसमोर पूर्णत: शरणागती पत्करली. हातामध्ये बोरू घेऊन पोर्तुगालच्या राजाचा हिंदुस्थानातला सर्वश्रेष्ठ प्रतिनिधी या नात्याने एक अर्ज लिहिला. त्या अर्जासोबत एक आदेश झेविअरच्या पायांजवळ ठेवला. व्हाइसरॉयच्या नेमणुकीचा तो पोर्तुगालच्या राजाचा अस्सल दस्तऐवज होता. कौंटच्या डोळ्यांतून घळघळ अश्रू वाहत होते. त्याने आपल्या हातातले सुवर्ण खड्ग, आपला शिरपेच, राजदंड अशा महत्त्वाच्या शाही वस्तू आणि राजचिन्हं झेविअरच्या पावलां-जवळ ठेवून दिली. तो स्वत: हुंदके देत सद्गदित सुरात बोलला–

"फादर झेविअर, प्रेषित, ह्यापुढे हा कौंट दी आल्व्होर इथला व्हॉइसरॉय नाही. तुमचा एक सामान्य याचक आहे. आमचे हिंदुस्थानचे राज्य आम्ही आमच्या मृतिकेच्या हातांनी तुमच्या पायांवर वाहतो आहोत. हे दयासिंधू, महापुरुषा, आमचे रक्षण करावयाचे की नाही, ते आता तुम्हीच ठरवा!—"

व्हाइसरॉय, सारे पाद्री आणि प्रजानन अनेक दिवस तेथेच प्रार्थनासभेत बसून होते. तेथेच निद्रा आणि तेथेच अल्पस्वल्प भोजन.

एके दिवशी व्हाइसरॉयने आपल्या सचिवाला सांगितले, "ताबडतोब आपल्या बंदीखान्याची दारं उघडा. मराठ्यांच्या त्या वकिलाला, येसाजी गंभीररावला मुक्त करा. संभाजीकडे पाठवून द्या. कळवा त्यांना, म्हणावं कराराची कलमं तुम्ही लिहा. स्वाक्षरी आम्ही करू. पण ह्या पेचातून मुक्त करा. आता आमचा अधिक अंत पाहू नका."

शंभूराजांचा गोव्यावरचा दबाव दिवसेंदिवस वाढतच होता. मराठी फौजांनी साष्टी आणि बारदेशात धुमाकूळ घातला होता. बारदेशातल्या म्हापसे गावात मराठ्यांची घोडी शिरली होतीच. शिवाय आग्वाद, रोशमागोश, शापूरा हे पोर्तुगीजांचे टेहळणीचे छोटेमोठे सर्व किल्ले मराठ्यांनी जिंकले होते. मडगावमध्ये सुद्धा

मराठ्यांचे एक हजाराचे पायदळ घुसले होते. सां मिगेल आणि सांत क्रिस्तोव्हांव हे सारे किल्ले मराठ्यांच्या हल्ल्यापुढे कोसळले होते.

गोव्यातल्या चर्चमध्ये मेणबत्त्या जाळून मेणाचाच तुटवडा पडायची वेळ आली. व्हाइसरॉय उगवणारा प्रत्येक दिवस मोजत होता. आपला कोंडलेला श्वास काही करून मोकळा व्हावा यासाठी तो टाचा घासत होता. पोर्तुगीजांचे वकील पुन:पुन्हा शंभूराजांसमोर जाऊन आपल्या लांबलचक हाताने फिरंगी सलाम घालत होते. परंतु राजे पाठीमागे हटायला तयार नव्हते.

बावीस दिवस संपले! पोर्तुगीजांचे कंबरडे पुरते मोडले होते! सेंट झेविअरच्या चर्चमध्ये आता व्हाइसरॉयचा जीव कोंडू लागला होता. त्याच्या बरगडीची जखम भरत आली होती. परंतु अद्याप झेविअरकडून हवे तसे दान पडत नव्हते. वैतागलेल्या व्हाइसरॉय कौट दी आल्व्होराने आपल्या पोर्तुगीज राजाला अखेरचा खलिता पाठवला, –"आता प्रलयकाळ ओढवला आहे. आमची अवस्था शोचनीय आहे. तोफा चालवायला चांगले गोलंदाज नाहीत. दारूगोळ्यांच्या पेट्याही रित्या पडल्या आहेत. पाण्यात फुटलेलं जहाज हळूहळू डुंबत जावं, तशी आपल्या हिंदुस्थानी पोर्तुगीज राज्याला अखेरची घरघर लागली आहे."

... आणि एके दिवशी चमत्कार घडला. सकाळी चर्चमध्ये बातमी आली– "रात्रीच मराठ्यांनी वेढा उठवला. ते काहीही न करता एकाएकी निघून गेले."

त्या बातमीने सारेजण सेंट झेविअरच्या पायांवर गडबडा लोळू लागले. नाक घासू लागले. आनंदाने नाचू लागले. तरीही पोर्तुगीजांनी शंभूराजांची भयंकर दहशत खाल्ली होती. गोवा राज्य सल्लागार मंडळाची तातडीची बैठक १० जानेवारी १६८४ ला झाली. त्यामध्ये मराठे गोव्यावर पुन्हा हल्ला करतील या भीतीपोटी पोर्तुगीजांनी आपली राजधानी पणजीहून मार्मागोव्याला हलविण्याचा निर्णय घेतला.

शंभूराजांना मिळालेली खबर पक्की होती. शहजादा मुअज्जमची लाखांची फौज रामदऱ्याचा घाट वेगाने उतरत होती. ती गोव्याच्या वाटेवर आडवी आली, तर मराठेच पोर्तुगीज आणि मोगलांच्या कोंडीत अडकण्याची शक्यता होती. त्या आधीच किमान सावंतवाडीच्या पल्याड वेगाने धावत जाणे आवश्यक होते.

९.

एकदाची फौज खिंड ओलांडून महाडजवळ येऊन पोचली. चांभारखिंडीतून शंभूराजांच्या फौजा आत रायगडाकडे वळल्या, तर नातेगावच्या रानामध्ये ब्रिटिशांच्या वकिलाचा तळ पडलेला होता. त्यांनी रानातच दहाबारा बिचवे - राहुट्या मारल्या होत्या. वकिलाच्या तैनातीमध्ये असलेले पाचशे बंदुकधारी शिपायांचे पथक सभोवतीनं

पहारा देत होते. मुंबईकडच्या पैदाशीची गुबगुबीत घोडी आणि लालभडक टोप्या-डगले घातलेले कंपनी सरकारचे संत्री खडा पहारा देत उभे होते.

शंभूराजांची मोठी फौज परिसरात पोचताच इंग्रजांचा वकील स्मिथसाहेब लगबगीने बाहेर आला. राजांच्या घोड्यापुढे तातडीनं जाऊन उभा राहिला. त्यानं हातपंख्यासारखी टोपी हलवली. झुकून मुजरा केला. तो गेले अनेक दिवस शंभूराजे गोव्याकडून येण्याची वाट बघत रस्त्यातच तिष्ठत बसला होता.

स्मिथसाहेबांच्या आग्रहाखातर राजे काही वेळ वाटेत थांबले. स्मिथच्या डेऱ्यामध्येच मसलत सुरू झाली. रामचंद्र शेणवी दुभाषाचं काम करीत होता. स्मिथसाहेब बोलले, "राजे, आपण गोव्याकडे अडकलात आणि आम्हांला इकडे मुंबईकडे अडकवलंत!"

"ते कसं?"

"आता आमच्याकडूनच कशासाठी सारी गोष्ट वदवून घेता, राजे? आपल्या दर्यासारंग, मायनाक भंडारी आणि निळोपंत पेशव्याने खांदेरी-उंदेरी धरून मुंबईच्या बाजूला खूप गलबतं, बोटी गोळा केल्या आहेत. आपण आता मुंबईवर आक्रमण करण्याची तयारी चालवली आहे!"

"आम्हांला ही गोष्ट माहीतही नाही!" राजांनी खांदे उडवले.

"राजेऽ, आपणाला विचारल्याशिवाय त्यांच्याकडून एकही वल्हं समुद्रात टाकलं जाणार नाही, याची वकील म्हणून आम्हांला थोडीफार कल्पना येतेच, की पण आमचे धनी कमिशनर चाइल्ड आणि वॉर्ड यांनाही त्याची पूर्ण कल्पना आहे. राजेऽ, आमची अर्जी आहे — फर्याद आहे —"

राजे क्षणभर स्तब्ध झाले. लगेच स्मिथसाहेबावर उसळून बोलले, "आमच्याकडे कसली फिर्याद करता? तुमचे धनी सिद्दी बसलेत नव्हे जंजिऱ्यावर? जा, तिकडे घाला लोटांगणे त्यांच्यासमोर."

"सिद्दीकडे जाऊन आम्ही काय करणार? तिकडे पिकतो फक्त दगड. आणि मिळतो चाचेगिरीचा माल. धनधान्य, रसद पिकते ती फक्त तुमच्याच स्वराज्यात."

"तरी आमचीच पोरं तो सिद्दी पळवतो. तुम्ही त्यांना गुलाम म्हणून चढ्या भावानं विकत घेता? पुन्हा वर तहासाठी आमच्याकडे येता?"

"माफी असावी हुजूर. आम्हांला गुन्हे मंजूर आहेत. पण यापुढं कोणतीही आगळीक आमच्याकडून होणार नाही! आम्ही सिद्दीला कुमक देणार नाही."

"पण आमचा तरी आक्रमणाचा हेतू कुठे आहे?" कलशांकडे पाहत राजांनी डोळे मिचकावले.

"असं कसं, राजे? आपण तर आता ठाण्याच्या खाडीकडूनही फौजा पेरल्या आहेत. शीव बंदर कबजात घेतलं आहे. त्यामुळे आमचे साहेबलोक कमालीचे

घाबरून आहेत. त्यातच सुरतकर इंग्रजांनीही आमच्या साहेबलोकांवर दबाव आणलाय; शंभूराजांशी जुळतं घ्या. वर आम्हांला अरबांचाही त्रास आहे.'' स्मिथ बोलले.

''होऽ! ऐकतो खरं! त्यांनी तुमचं कोणतं ते जहाज — प्रेसिडेंट की काय, बुडवण्याचा प्रयत्न केला म्हणे!'' शंभूराजे.

राजांच्या बोलाबरोबर स्मिथसाहेब आणि रामचंद्र शेणवी हसू लागले. तसे राजे बावरले. तेव्हा स्मिथसाहेब हसत बोलला, ''संभाजीराजे, त्या जंगेखानाने आमचं ते बलाढ्य जहाज बुडवण्याचा प्रयत्न केला, तेव्हा आपणच त्याला द्रव्य पुरवून फूस लावली होती, हे आम्हांलाही माहीत आहे.''

वकिलाच्या बोलावर राजांना आणि कविराजांनाही हसू फुटले. पण लगेच स्मिथ साहेब बोलले, ''राजेऽ, आता यापेक्षा आमची अधिक परीक्षा बघू नका. मुंबईभोवती पेरलेली आपली जहाजे मागे घ्या. आपण म्हणाल तसा करार करायची आणि वखारीत फक्त व्यापारउदीमच करत बसायची आमची तयारी आहे. आमच्या कमिशनरमजकुरांचा तसाच निरोप आहे.''

मसलत पार पडली. राजांनी काहीच निर्णय दिला नाही. फक्त ''आमच्या निर्णयाची वाट पाहा. आपल्या मर्यादा आणि वखारी सोडून बाहेर येऊ नका.'' — असा सज्जड दम स्मिथसाहेबाला भरला.

तिन्हीसांजेचा गड चढता चढता कविराजांनी राजांना विचारलं,

''राजन, तयारी झाली आहेच, तर मुंबईवरचं आक्रमण पुढं का ढकलायचं?''

''कविराज, आमचीही अंत:करणपूर्वक इच्छा तशीच होती. पण एकीकडे औरंग्यासारखा बलाढ्य वैरी हिंदवी स्वराज्याच्या छाताडावर येऊन बसला आहे. दुसरीकडे अस्तनीतले निखारे अधूनमधून आपल्या जातीवर आणि वृत्तीवर जातातच. आमची धामधूम आपण बघताच आहात. ह्या घरच्याबाहेरच्या शत्रूंनी आम्हांला एकाच वेळी वेढलं नसतं, निदान घरच्यांनी जरी कोंडी करून वरचेवर त्रास दिला नसता तर? — तर... तर... आम्ही इंग्रजांच्या गव्हर्नरला केव्हाच रायगडावर बोलावला असता आणि हातपंख्याने आम्हांला वारा घालण्यासाठी त्याला रोजंदारीवर ठेवला असता!–''

■

धुमश्चक्री

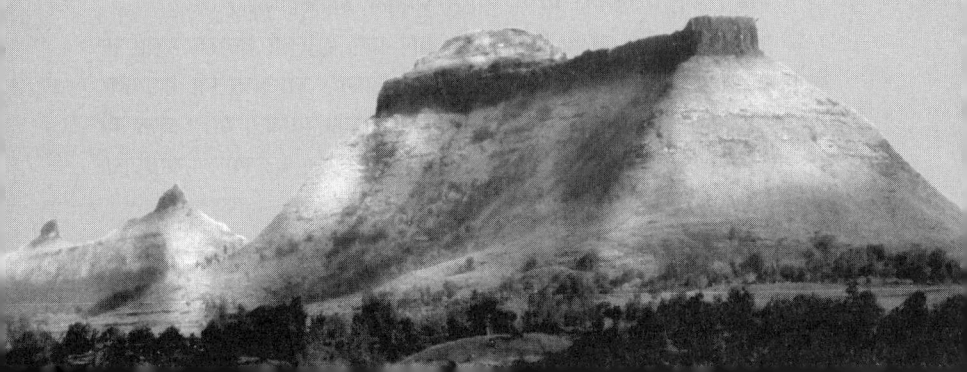

१.

अहमदनगरच्या किल्ल्यात औरंगजेब खूप बेचैन होता. कोकणात उतरलेला शहाबुद्दीनखान आणि खाली गोव्याकडे गेलेला मुअज्जम या दोघांच्या वाटेकडे त्याचे सतत डोळे लागलेले असायचे. धावत्या घोड्यांवरून आणि सांडण्यांवरून तातडीच्या तवारीखा यायच्या. अशांत पातशहा आपल्या महालातील वरच्या आगाशीजवळच्या दालनात बसून राही. तेथून किल्ल्याच्या मुख्य प्रवेशद्वाराकडे येणारी वाट दिसे. त्यामुळेच एखादा हरकारा वा सांडणीस्वार खाली आल्याचा संदेशा वर येण्या-इतपतही पातशहा धीर धरत नसे. उलट त्याचेच खिदमदगार आलेल्या जासुदांना तात्काळ वर घेऊन या असे सांगायला खाली धावत जात.

विशेषत: आता उघडल्या गेलेल्या तिसऱ्या कोकण चढाईमध्ये शहाबुद्दीन नक्कीच फत्ते होईल, याची पातशहाला खात्री होती. तरीसुद्धा त्याने असदखानाला विचारले, "वजीरे आझम, काय वाटतं — शहाबुद्दीनखानाचे?"

"गेले खूप दिवस तो पुण्यात मुक्काम ठोकून आहे. माणसा-जनावरांची तो चांगली परवरीश करतोय. संभाच्या मुलखावर लवकरच झडप घालायचा त्याचा मनसुबा दिसतो –"

"दिसतो काय वजीरे आझम? घाट उतरून खाली जा. संभाका मुलूख जला दो, असा स्पष्ट हुकूम आहे आमचा!"

"नही जहाँपन्हाँ, इतना आसान नही. परवा अबुमहम्मदने हजरतना जी महत्त्वाच्या घाटांची यादी दाखवली, त्या प्रत्येक घाटाच्या तोंडावर मराठ्यांची पथकं तैनात आहेत. त्यांना त्या शैतान सह्याद्री पर्वताची साथ आहे. त्यामुळेच पाचशेचं पथक बाजूच्या दऱ्याडोंगरांच्या मदतीनं पाच हजाराची ताकद घेऊन आपल्याशी जंग करायला उभं राहतं."

"असदखान, अपनेही वजीरसें मरगठ्ठयांच्या बहादुरीचे अफसाने ऐकायला इकडे आलो आहोत काय आम्ही?"

"थोडा वक्त दो – मेरे आका – शहाबुद्दीनकडून आज तर सांडणी यायलाच हवी."

"वजीरे आझम, इतका भरोसा वाटतो तुम्हांला शहाबुद्दीनचा?"

"हां, जहाँपन्हाँ – काही दिवसामागे त्याने मला खलिता धाडला होता. तो म्हणतो रामशेजच्या किल्ल्यावर माझी बेइज्जती झाली, तरी हजरतनी माझ्यावर इतका यकीन ठेवला. हा मला अल्लानेच दिलेला मौका समजतो मी. यावेळी मी कोकण फतेह करणारच. हिंमतीनं सरळ पुढे जाऊन हमला चढवणार मरगठ्ठयांचा

त्या राजधानीवर – शिवाच्या आणि संभाच्या त्या कलेजावर, रायगडावरच जाऊन घाव घालणार.''

त्या निर्धाराची वार्ता ऐकून पातशहा संतोष पावला. पण त्याच वेळी त्याने वजिराला दुसरा प्रश्न केला, ''तिकडं गोव्याकडं काय झालं?''

''तिकडची खबर फारशी वाईटही नाही, चांगलीही नाही. तो सैतानी दिमागाचा कौंटसाहेब आपल्या शहजाद्याला साथ ती काय देणार?''

रात्री उशिराच शहेनशहाने खाना घेतला. त्या आधी सल्तनतमधून दूरदूरहून आलेले जासुदांचे अहवाल नीट डोळ्यांसमोर घातले. लवकरच पातशहा मखमली, मुलायम बिछायतीवर कलंडला. दिवसभर अविश्रांत कष्ट वेचणारा सहासष्ट वर्षांचा जीव झोपेच्या कब्जात गेला. बऱ्याच उशिराने पातशहाला अचानक जाग आली. खालच्या महालातून कसले तरी गडबडीचे आवाज आले. काटक पातशहाने चपळाईने बिछायतीमधून पोरासारखी खाली उडी घेतली. आपल्या उशीजवळची धारदार नंगी तलवार हाती घेऊन तो गवाक्षातून घाबरून खाली पाहू लागला.

हातामध्ये कसला तरी तातडीचा खलिता घेऊन असदखान उभा होता. पातशहांना उठवा, असा मुख्य खोजाकडे आग्रह धरत होता,

''ये कैसे मुमकीन है वजीरे आझम? पातशहांना इतके शहजादे पैदा झाले, तेव्हाही ती खूषखबरी सांगायची, त्यांची निंद खराब करायची हिंमत कोणी दाखवली नव्हती – और आप –''

''क्या बात है वजीरे आझम?'' पातशहाने करड्या आवाजात वरून हाक दिली.

''तातडीची तवारीख – शहाबुद्दीनकडून –''

''आवो, उपर आवो.''

पातशहाच्या हाकेसरसा वजीर लगबगीने त्याच्या शय्यागृहामध्ये पोचला. तोवर बाजूच्या दालनातून उदेपुरी आणि इतर बहु-बेगमा धावत आल्या होत्या. पातशहाची नजर झरझर खलित्यावरून फिरली. तसा तो खुषीने हसला. आता राजपरिवारातील इतरांनाही तो खलिता ऐकावयास हरकत नाही, अशा खुषीने त्याने तो वजिराकडे दिला. वजीर मोठ्याने वाचू लागला– ''मेरे आका, ही केवळ पातशहांची आणि खुदाची रेहमत! सह्याद्रीची ती नादान घाटी देवघाटाने उतरण्यात मी कामयाब झालो. वाटेतली संभाजीची पहाऱ्याची पथके मी कापून काढली. रायगडापासून थोड्याशाच अंतरावरचे निजामपूर आणि आजूबाजूची दुश्मनांची तीन ठाणी मी जाळून खाक केली आहेत. शेकडो मरगट्ठे आणि त्यांची जनावरे यांचा मी कोंडवाडा बनवला आहे. 'राहेरी' वाडीमध्ये तो सैतान संभा आहे ही खबर मला समजली. तेव्हा मी तसाच सुसाटासारखा त्या जहन्नमीचा पिछा करीत तिकडे

धावलो. मरगठ्ठ्यांच्या राजधानीच्या पायथ्याची ती वाडी मी दिवसा जाळली. तेव्हा ही मुसीबत आपला गळा घोटणार हे त्या नादान संभाच्या लक्षात आले. तशी त्या काफराने जळत्या गावातून रानबोक्या–सारखी टणकन् उडी मारली. संभा कशीबशी आपली जान वाचवत बाजूच्या रायगड किल्ल्यावर पळून गेला आहे.''

पातशहा खूपच संतोष पावला. त्या कैफात त्याने आपल्या शाही बावर्चीला सर्वांना शरबत आणि थंडाई आणायचा हुकूम दिला. असे पेयपान करायची ती वेळ नव्हती. पण शहेनशहाची खुषी हीच अल्लाची कृपा होती. सर्वांनी शरबत घेतले. पातशहाचे डोळे आनंदातिशयाने लखलखले. त्याच्या मन:चक्षूंसमोर धुक्याच्या दाटीमध्ये उभे असलेले रायगडचे कडे, ती अवघड चढण आणि गिल्ला करीत वर धावणारी शहाबुद्दीनची बहादूर पथके दिसू लागली. तो सर्वांना खुषीने बोलला, ''शहाबुद्दीन हे आमच्या खजिन्यातले रत्न आहे. म्हणून तर त्याला आम्ही आता 'फिरोज जंग' यानेकी 'युद्धरत्न' हा किताब देतो आहोत.'' पातशहाच्या घोषणेने सारे खूष झाले.

आणखी चारपाच दिवसानंतर शहाबुद्दीनचा आणखी एक खलिता पोचला,

''मी पाचाड– किल्ले रायरी वगैरेवर हल्ले करून किल्ल्यापासून फक्त दोन कोसांवर डेरा दिला आहे. तेव्हा संभाने माझ्या अंगावर हंबीरराव आणि रूपा भोसलेसारखे मोठे सरदार फौजेनिशी पाठवले. बाण आणि बुंदकांची मोठी जंग झाली. आमच्या चौफेर हल्ल्याच्या रेट्याने शत्रू धूम पळाला. सात कोसापर्यंत त्याचा आम्ही पिच्छा केला. कैक मारले. पातशहांची फत्ते झाली.''

त्या पत्राचेही सर्वांसमोर वाचन झाले. लोकांना पातशहाने खुषीचा आनंद घेऊ दिला. थोड्या वेळाने ''तकलीया'' असे बोलून त्याने आपले दालन इतरांना खाली करायला लावले. फक्त असदखानाला थांबायचा इशारा केला.

''वझीरे आझम, आपको क्या लगता है?''

''हजरत, येणाऱ्या खबरा इतक्या खुषीच्या आहेत की मला तरी वाटतं, ह्या वेगानं ह्या पंधरवड्यातच आपण फतेहचा दरबार रायगडावर भरवू.''

पातशहाची कठोर, शंकित चर्या पाहून वजिराने घाबरून ओठ चावला. बेचैन औरंगजेब बोलला, ''नेहमी खुषखबरीचीसुद्धा आपल्या पातशहाला शंका येते, म्हणून तुम्ही सारे मला इल्जाम देता. ह्या साऱ्या मामल्यात मला फक्त दोनच शक येतात—''

''हजरत?''

''हां, शहाबुद्दीन पागल म्हणतो, रायगडापासून दोन कोसावर डेरा दिला आहे. त्याच पत्रात म्हणतो सात कोसावर दुश्मनाला पळविले. कधी राहेरी गाव जाळला म्हणतो, कधी पाचाड म्हणतो. आणि खरंच त्यानं रायगडच्या वेशीवरचे पाचाड

जाळले असेल, तर मरगट्ठे काय वर गडावर ढोल-लेझिमाचा खेळ खेळत बसले असतील?''

''हजरत —?''

''हां, शिवाय तो हंबीर मोहिता दुसऱ्या मुलखात असल्याच्या पक्क्या बातम्या आहेत, आमच्याकडे. मुझे तो मेरे निजीस्वभावसें दालमे कुछ काला लगता है – पण त्याची फिकीर सोडा आपण वझीरे आझम. अभी तो इस पुरे मामलेकी पहेली, अब मै मेरे ढंगसे सुलझाना चाहता हूं.''

चार दिवसांच्या आतच रात्रीचा दिवस करून अबुमुहम्मद रायगडच्या परिसरातून फिरून माघारा आला. पातशहा त्याच्या भेटीसाठी कमालीचा उत्सुक होता. नव्हे, अहोरात्र त्याचे डोळे त्याच्या आगमनाकडेच लागले होते. तो जवान अबुमुहम्मद आल्या आल्या औरंगजेबाच्या महालामध्ये पोचला. पहिल्या श्वासामध्ये त्याने सांगून टाकले, ''हजरत, आपल्या बऱ्याच शंका सच आहेत. खुशीने पागल होण्यासारखं अजून तिकडं काही घडलेलं नाही.''

''तो शहाबुद्दीन तर पुन:पुन्हा कळवतो, रायगडाच्या तळाची गावं जाळली म्हणून—'' पातशहा बोलला.

''जहाँपन्हाँ ऽ, तो रायगड किल्ला आहे मोठा मजबूत, मस्तवाल आणि मर्दाना. त्याच्या आजूबाजूला पर्बतकडे आणि काळ नदीचं खोरं आहे. पण किमान तीन दिशांतून रायगड कसा दिसतो? मध्येच ठाण मांडून, आपले अजस्त्र पाय आखडून अस्मानाकडं पाहात सोंड उडवणाऱ्या उंच, भल्यादांडग्या ब्रह्मी हत्तीसारखा! त्यामुळे आजूबाजूच्या दहा कोसातील गावांना तो आपल्याच पुढ्यात बसल्याचा एहसास होतो.''

''आणि ती रायगडवाडी?''

''किल्ल्याच्या तळाला आहे. तिथे संभाचे अठरा कारखाने आहेत. तिथेच बाजूला बांधणीच्या माळावर मरगठ्ठ्यांचं दहा-बारा हजारांचं लष्कर कायम खडं असतं. त्या शिलकी लष्करावर मरगठ्ठ्यांच्या राजधानीच्या संरक्षणाची जोखीम आहे. त्यामुळे ते आपली जागा कधीच सोडत नाहीत.''

''लेकीन तो शहाबुद्दीन म्हणतो– पाचाड जाळलं. वाडी खाक केली....''

''पाचाडच्या हद्दीतील दूरवरच्या रानातले काही गुरांचे तबेले त्याने लुटले. जाळले. त्यांची पथकं निजामपूर ते गांगोलीपासून पाचाडच्या शिवेपर्यंत दिवसा वेगाने फिरून येतात एवढीच गोष्ट खरी. आणि तो संभाजी म्हणाल तर अजून गोव्याकडेच आहे.''

तो सारा प्रकार ऐकून पातशहा अचंबित झाला. वैतागून बोलला, ''हा

शहाबुद्दीन इतका पागल कसा? आणि इतके दिवस त्या काफर मरगठ्ठ्यांनी त्याला तिथे जिंदा ठेवला आहे तरी कसा?''

"जहाँपन्हाँ, कोलाड गावाच्या वरच्या बाजूला देवघाटावरचं मराठ्यांचं पहाऱ्याचं पथक खानसाहेबांनी कापून काढलं, त्यांनी निजामपुरातही आगी लावल्या, ह्या साऱ्या गोष्टी खऱ्या. पण निजामपुराजवळच ताम्हिणी नावाचा मोठा घाट आहे. तिथं किर्र जंगलझाडी, खोल नद्या आणि नाळ आहेत. त्या ताम्हिणीच्या आडोशाला खानसाहेबांनी आपले डेरे, बारदाण लपवून ठेवलं आहे. त्यांची पथकं दिवसा निजामपुराकडे धावपळ करतात आणि रात्री ताम्हिणी घाटाच्या आडोशाला येऊन लपून राहतात, एवढंच खरं. बाकी रायगड आणि मराठे बिलकूल आबाद आहेत.''

"बेवकूफ, कमिना लेकाचा!'' शहाबुद्दीनच्या बढायांचा पातशहाला मनस्वी राग आला. तो गुरगुरला, "त्या मूर्खाचा आजच तबादला करतो. त्याला मोहिमेवरून वापस बोलावतो–''

"नही, नही मालिक, अशी गलती करू नका.'' अबुमुहम्मद सांगू लागला, "जहाँपन्हाँ, शिवासंभाच्या मुलखातले किल्ले नि जलदुर्ग खूप फौलादी आहेत. पण तिथली सारीच माणसं जंगबाज आहेत असं नाही. अनेकजण स्वार्थी, कचदील, थोड्याशा लोभासाठी आपला मुल्क विकायला तयार होणारे गद्दार— ''

"बेटे, क्या कहना चाहते हो?'' थंड्या सुरात पातशहाने विचारले.

"हुजूर, शहाबुद्दीनसाहेबांच्या बढाया खूप मोठ्या मोठ्या आहेत. रायगड जिंकायची तर त्यांची औकातच नाही, लेकिन –?''

"बोलोऽऽ आगे बोलो.''

"लेकीन शहाबुद्दीन साहेबांनी चाकण, पुण्यापासून अनेक मराठा जमीनदार, वतनदार, वो सब खानदानी लोग– त्या सर्वांना बोलावून घेण्याचा सपाटा लावला आहे. आमिषं, वचनचिठ्ठ्या, वतनाची गाजरं दाखवून ते बहुत बड्या बड्या मरगठ्ठ्यांना अपने जालमें फसा रहा है. एकदा हे खानदानी फितूर जहाँपन्हाँच्या हाताला लागले की, पुढे त्या किल्लेदुर्गांना सुरुंग लावायला असा किती वक्त लागतो, मेरे आका?''

"बस ऽ बस् क्या तेरा दिमाग! क्या तेरी गेहरी सोचऽ!!'' पातशहा चेकाळून बोलला.

लागलेच पातशहाने अबुमुहमदला जवळ बोलावले. आपल्या गळ्यातला रत्नहार काढून त्याने तो अबुमुहमदच्या गळ्यामध्ये अडकवला. त्याला खुषीने आलिंगन दिले.

वाघोली खिंडीकडून मधल्या रस्त्याने कवी कलशांची पथके रायगडाकडे

चालली होती. समोर दूरवर रायगडाची मागची कडा दिसत होती. त्या बाजूलाच कारभाऱ्यांचे वाडे होते. त्या अष्टप्रधानी वाड्यांवरून कवी कलशांची नजर पोतले खिंडीकडे वळली. गोवा आणि दक्षिण कोकणाकडे अनेक दिवस राहिलेली जनावरे, माणसे राजधानीकडे वळत होती. रायगड नजरेच्या टप्प्यात आला, तशी माणसाजनावरांची चाल मंदावली. ते पाच हजाराचे पथक हळू नेटाने रमतगमत पुढे चालू लागले. शंभूराजे मागोमाग दोनच दिवसांत येऊन पोचणार होते. राजधानीकडे मोगलांचा उपद्रव होण्याची शक्यता होती. त्यासाठीच त्यांनी कविराजांना आधी पाठवून दिले होते.

कवी कलशांच्या नजरेला अचानक समोर धुळीचे लोट दिसले. तीनचारशे स्वारांचे एक दळ अतिशय वेगाने समोर येऊन धडकले. कलशांचा शिलेदार मुरारी डांगे धावत येऊन समोर उभा ठाकला. आपल्या घोड्याचा लगाम खेचत ओरडला,

"चलाऽऽ धावा कविबुवा, रायगडावर मोगलांचं आक्रमण आलंय!"

ते शब्द कानावर पडताच कलशांचे आळसावले अंग ताठ झाले. पाठीभोवती रुळणाऱ्या आपल्या मोकळ्या केसांची त्यांनी गाठ मारली. दुसऱ्याच क्षणी रिकिबीमध्ये पाय आपटत आणि आपल्या दलाच्या शेपटाकडे नजर फेकत कविराज त्वेषाने गजरले, "चला ऽऽ धावा ऽऽ हर हर महादेव ऽऽ" जनावरांच्या पाठोपाठ जनावरे पुढे धावू लागली. बघता बघता पाण्याच्या लोटासारखी त्या दलाने पोतल्याची खिंड ओलांडली. खिंडीच्या तोंडाशी येताच पलीकडचा मुलूख दिसू लागला. तशी कलशांनी जागच्या जागी घोड्याला टाच मारली. त्यांचे भिरभिरते नेत्र समोरच्या पाचाडावर आणि हिरकणी कड्याच्या टोकावरून रायगडाच्या भव्य कड्यावर खिळले. परंतु किल्ल्याच्या पायथ्याला वा प्रवेशद्वाराजवळच्या पाचाडात काही गडबड दिसत नव्हती.

तितक्यात कलशांची नजर दूर गांगोली गावाच्या परिसराने वेधून घेतली. तिकडून जागोजाग आगीचे लोळ उमटताना दिसत होते. गवताच्या गंज्या, भातकाड्यांची बुचाडे आणि घरे जळत राहिल्याने तिथे आसमंतात धूर कोंदला होता. तितक्यात मुरारीचा घोडा पुन्हा मागून धावत येऊन कलशांच्या घोड्याला भिडला. कलशांनी कठोर आवाजात विचारले, "कोण? कोण आहे तो सैतान?"

"औरंग्याचा सरदार, शहाबुद्दीनखान. गेले चार-पाच दिवस त्यानं इकडं जाळपोळ मांडलीय."

"इतने दिन? आणि रायगडाच्या इतक्या आसपास यायचं धाडस? चलाऽ वैऱ्याला पिटाळू."

"हर हर महादेव ऽऽ"

"छत्रपती संभाजी महाराज की जय ऽऽ"

"जय शिवाजी ऽऽ जय संभाजी ऽऽ"

कवी कलशांच्या अंगातला त्वेष, जिद्द, चीड, सूड सारी रसायने जणू उफाळून वर आली होती. कलश जीनसामानावर बूड टेकतच नव्हते. रिकिबीत उभे राहून घोड्याचा लगाम खेचत पालथे पडत ते त्वेषाने गर्जत होते, "चल ऽऽ अरे दौड ऽऽ चल ऽऽ" घोड्यांच्या टापांनी आणि त्या दलाच्या रणगर्जनांनी सारा आसमंत ढवळून निघाला. वादळासारखी घोंघावती ती फौज काही वेळातच गांगोलीच्या रानात पोचली. अचानक पाण्याचा लोंढा अंगावर आला की नदीच्या कोरड्या पात्रातील लोकांची पळापळ होते, तशी गडबड उडाली. बेसावध मोगल 'अरेऽ! संभा आया ऽऽ भागो ऽऽ' असे ओरडत आपापल्या घोड्यांकडे धावले. आगीचे बोळे बाजूला पडले. दुश्मन पटापट घोड्यावर चढू लागला. तलवारी सावरल्या. घोड्यांना घोडी भिडली. मनुष्य मनुष्याचा गळा घोटायला पुढे धावू लागला.

गांगोली, पानोसे, जोरगाव ते निजामपूरच्या शेताबांधात लढाई जुंपली. कवी कलशांच्या हातातली तलवार एवढ्या वेगाने सपासप चालू लागली, मुंड्यावर मुंड्या तोडू लागली की, त्यांचा घोडा दिसताच मोगल बगल देत बाजूला पळू लागले. तालिमबाजीवर पोसलेल्या त्यांच्या गोळीबंद अंगामध्ये खूप ताकद होती. ते चिवटपणे झुंज देत होते. आपल्या धन्याच्या माघारी आपणाला रायगडची लाज राखायची आहे, ह्या भावनेने कविराज नुसते पेटून उठले होते. त्यांची बहादुरी पाहून बाकीच्या मराठेवीरांनाही खूप अवसान चढले. "बोरुबहाद्दर कवी दांडपट्ट्यासारखी गर गर तलवार नाचवतो, तर आमी का मागं राहायचं?–" अशी त्यांच्याही अंगात ईर्षा निर्माण झाली.

गेले चार-पाच दिवस लुटालूट करणाऱ्या मोगलांना असा चिवट प्रतिकार माहीत नव्हता. त्यांच्या बेसावधपणाचा फायदा घेऊन कलशांनी निम्मे मैदान मारलं होते. मोगलांच्या टोळधाडीमुळे बाजूच्या जंगलाचा आश्रय घेतलेले रहिवासी आता बाहेर पडू लागले. कलशांच्या पथकांना मदत करू लागले.

सायंकाळी चार वाजेपर्यंत मोगलांनी कसाबसा धीर धरला. पण तोवर त्यांची किमान तीन हजार माणसे आणि मराठ्यांकडचे दोनतीनशे लोक कामी आले होते. सायंकाळच्या सावल्या, कलशांचा जोर, बाजूचे घने जंगल याची शहाबुद्दीनला भीती वाटू लागली. तो ओरडला, "चलो ऽ थोडी देरके लिए वापीस चलो ऽऽ–" एकदा वैऱ्याची पळापळ सुरू झाली ती झाली. मराठ्यांना दहापट चेव चढला. गेले काही दिवस लपून बसलेले इकडचे रहिवासीसुद्धा खळीला आले. पाठलागात सामील झाले. त्यांच्याबरोबर गावातली कुत्री आणि धनगरांची शेलकी शिकारी कुत्रीसुद्धा मोगलांच्या पाठीशी लागली. शेताबांधातून धावता धावता वैऱ्यांची घोडी आडवी तिडवी कोसळू लागली. मोगलांच्या कचाकच माना तोडल्या जाऊ लागल्या.

"अल्ला ऽऽ", "खुदा ऽऽ" "भागो ऽऽ" शिवाय आवाजच ऐकू येईना.

तिन्हीसांज झाली. तेव्हा पाठलाग ताम्हिणी घाटाच्या पायथ्याशी पोचला होता. मोगलांची उरलीसुरली सर्व पथके समोरच्या झाडीत आडोशाला निघून गेली होती. दमलेली मराठा माणसे थांबली. जनावरांनी वाळक्या गवताला तोंडे लावली. मोतद्दारांनी हरबऱ्याच्या मुठीने घोड्यांचे तोबरे भरले. स्वार-राऊत त्यातल्याच हरभऱ्याच्या मुठी आणि जीनसामानातल्या गुळशेंगा उभ्या उभ्यानेच खाऊ लागले. ओढ्याचे पाणी पिऊन हुशार झाले.

तोवर कविराजांनी बातमी काढली होती. हुशार झालेल्या फौजेने हातामध्ये मशाली घेतल्या. काहींनी कारवीच्या काटक्यांचे चुडे केले. तसेच समोरच्या जाळवंडात घुसायचे ठरले. आजूबाजूचे गावकरी, बघे, वाटाडेसुद्धा त्या पाठलागात सामील झाले. डबे नि हलग्या वाजवून शिकारीसाठी रान गर्जून सोडावे, वाघरू उठवावे, तसा ससेमिरा सुरू होता. कलशांची नजर एकाच गोष्टीसाठी भिरभिरत होती. त्यांनी एका ओढ्यातून वाहणाऱ्या पाण्याचा खळाळ पाहिला. मशालीच्या उजेडात त्यांनी माग काढला. बरेच आत गेल्यावर ओढ्याचा एक विस्तीर्ण भाग आढळला. तिथे पाण्याचा डोह आणि बाजूला मोगलांच्या रसदेच्या थप्प्या होत्या. धान्याच्या त्या गोणी, चंदीचारा, बारुदाचे ढीग कलशांनी ताब्यात घेतले. वरच्या बाजूला किर्र झाडीतच कोठे तरी मोगल लपले असावेत.

लुटीची रसद घेऊन मराठा पथके परत निजामपूरच्या ठाण्याकडे निघाली. रात्र बरीच वाढली होती. ठाण्यावर एकत्र होऊन दुसऱ्या दिवशी घाटात पुन्हा घुसायचा निर्धार कविराजांनी व्यक्त केला. बाजूची दरी ओलांडून कलशांची पथके अलीकडच्या माळावर आली. तेव्हा कोणीतरी अचानक ओरडले, "कविबुवा ऽ ते तिकडं बघा!" सर्वांनी गर्रकन मागे वळून पाहिले. ताम्हिणी घाटावरच्या उंच डोंगराची कडा तेथून दिसत होती. चांदण्याच्या सौम्य प्रकाशात घाट ओलांडून दबकत दबकत जाणारी मोगलांच्या घोड्यांची व माणसांची रांग तेथून दिसत होती. एक स्वार बोलला,

"धन्यवाद कविबुवा. खानानं हाय खाल्ली. तो घाटावर निघून गेला."

"जाणारच. त्याची रसदही आमी पळवली म्हटल्यावर ते कशाला थांबतील?"

कलशांवर कौतुकाचा वर्षाव झाला. सारेजण "कविराज, तुमच्या अंगात आज काय भवानीच संचारली हुती की काय?" असे विचारू लागले. खूप वाहवा करू लागले. तेव्हा आपल्या तालीमबाजीने तयार झालेल्या दंडाच्या बेडक्या आणि छाती फुगवत कविराज अभिमानाने बोलले, "गड्यांनोऽ, एक वेळ खवळलेला हत्ती काबूत आणता येईल, पण बिघडलेला बम्मन आवरणं महाकठीण!"

कविराजांचा घोडा निजामपुरात येऊन पोचला. तर तिथे चावडीजवळ स्वारराऊतांची आणि गावकऱ्यांची खूप गर्दी लोटली होती. पलीकडच्याच दरीमध्ये कलशांच्या

एका तुकडीला औरंगजेबाचा एक सरदार जिवंत सापडला होता. त्याच्या हातापायाला काढण्या लावून त्याला चावडीच्या खांबाला जखडून बांधला होता. सारेजण कविराजांचीच वाट बघत होते. ते तेथे पोचताच सारे ओरडू लागले,

"कविबुवा— ह्या राक्षसाचा शिरच्छेद करा. हाणा, मारा लवकर–"

कलशांनी भेदरलेल्या त्या पस्तिशीतल्या गोऱ्यापान खानाकडे पाहिले. त्याला दरडावून विचारले, "क्या नाम तेरा?"

"दुखलासखान हुजूर ऽ"

शिकार मोठी होती. नामचंद होती. कलशांनी त्याचे हातपाय मोकळे सोडायला सांगितले. बंधमुक्त झालेल्या खानाने कलशांचे पाय पकडले. आपले प्राण वाचवण्यासाठी तो दयायाचना करू लागला. "कविबुवा ऽ मारा. मारा त्या सैतानाला, की आम्ही आमच्या तलवारी रंगवू रक्तानं?" स्वारसैनिकांना खूपच चेव चढला होता.

कलशांनी हाताचा इशारा करून सर्वांना गप्प बसवले. ते दुखलासखानाला बोलले, "चल ऽ उठ. भाग. अपनी फौजकी तरफ जा भाग ऽ"

दुखलासखान अविश्वासाने तर मराठी स्वारसैनिक आश्चर्याने, काहीशा रागाने कविराजांकडे पाहू लागले. तेव्हा कविराज कडाडले, "केवळ एकाच कामासाठी तुला मोकळा सोडतोय. तुझ्या पातशहाकडं तुला जिंदा पाठवतोय."

"हुजूर ऽ हुजूर ऽ हुक्म!" पाया पडत गयावया करत दुखलासखान विचारू लागला. तेव्हा कवी कलश त्याच्यावर कडाडले, "जा ऽ जाऊन सांग तुझ्या बेवकूफ पातशहाला म्हणावं,– तैमूरलिंगाचा अकरावा वंशज म्हणून जादा शेखी मिरवू नकोस. मोहिमेच्या नावाखाली बें ऽ बें ऽऽ करणाऱ्या किरकोळ भेडबकऱ्या इकडं सह्याद्रीच्या दऱ्याखोऱ्यात धाडू नकोस. माझा शंभूराजा जोवर रायगडावर आहे, तोवर औरंगजेबा, तू स्वत: एकदा आमच्या राजधानीच्या पायथ्याशी येऊन आणि पुन्हा जिवंत वापस जाऊन दाखव! फक्त एकदाच, एकदाच ये म्हणावं स्वत: तू!"

२.

गोव्याच्या सरहद्दीजवळच्या बांदा गावात मोठी गडबड उडाली होती. शहजादा मुअज्जमचा मोठा लष्करी तळ तिथे पडला होता. त्यामुळे त्या छोट्या गावाचे स्वरूपच बदलून गेले होते. शहजादा कौंट दी आल्व्होराची वाट पाहत होता. "विजरईंनी तुरंत आमच्या समोर स्वत: पेश व्हावं—" असा हुकूम त्याने धाडला होता. चार दिवस शहजाद्याने खूप वाट पाहिली. परंतु व्हाइसरॉय तिकडे फिरकलाच नाही. शेवटी त्याने आपला वकील अल्बुकर्क याला पाठवून दिले. सामान्य

वकिलाशी औरंगजेबाच्या शहजाद्याने मसलत करावी, हे राज्यशिष्टाचारास धरून नव्हते. मुअज्जमने खूपच चिडचिड केली. पण वेळच अशी गुदरली होती की तक्रार कोणाकडे करायची?

अल्बुकर्क खांदे पाडून समोर उभा होता. त्याच्या लाल डगल्याकडे आणि हातभर लांब टोपीकडे शहजाद्याने गुश्श्यानेच बघितले. मुअज्जम कडाडला,

"तुमचे व्हाइसरॉय कौंट स्वत:ला कोण समजतात? त्यांना शिष्टाचार, आदब, तमीज काही आहे की नाही?"

"माफी असावी, सरकार! विजरईसाहेब बीमार आहेत."

"ह्या फजूल थापा बंद करा. मरगठ्ठ्यांचा संभा आपली वीस हजारांची फौज घेऊन तुमच्या छाताडावर बसला होता. तेव्हा गळक्या गलबतात बसून ह्याच तुमच्या व्हाइसरॉयला भीतीनं जीव घेऊन पळून जावं लागलं. चर्चच्या तळघरातली बापजाद्यांची प्रेतं काढून धाय मोकलून रडत बसायचा वक्त आला होता! ते सारे दिवस विसरलात की काय इतक्यात?"

"हुजूर! माफी चाहतो–"

"कोणामुळे बचावलात त्या साऱ्या संकटातून? मोगली फौजांमुळेच ना? नाही तर त्या संभाने तुमची कबर खोदायला घेतली होतीच. आमची बलाढ्य फौज पाहताच तो निघून गेला. तुम्हांला थोडा मोकळा श्वास मिळाला की, तुमचा व्हाइसरॉय लागला सापासारखे फुत्कार टाकायला!"

"शहजाद्यांनी नाराज होऊ नये. पोर्तुगीजांची आणि मोगलांची यारीदोस्ती यापुढच्या काळातही तशीच शाबूत राहील. सांगा सरकार, आम्ही मोगली सल्तनतची काय सेवा करावी?"

"सुरतेहून आलेलं आमचं आरमार दर्यात कित्येक दिवस खोळंबून पडलं आहे. कौलकराराप्रमाणे पणजीला आमच्या आरमारी तळासाठी तात्काळ जागा द्या."

"तळाचं नंतर बघू, शहजादे. पहिली रसद तरी उतरवून घ्या!" वकील अल्बुकर्क समजुतीच्या सुरात बोलला.

"ठीक आहे. उद्याच मांडवीमध्ये आम्ही आमची गलबतं आणून उतरवायचा हुकूम सोडतो."

"सरकार, सरकार – कशासाठी मांडवीच्या मोठ्या पात्रात जाता? आपण कायसूव नदीतच आपली गलबतं उतरावीत असं कौंटसाहेबांना वाटतं."

फिरंगी वकिलाच्या त्या मतलबी उत्तराने शहजादा उडालाच. आपले पातळ ओठ दातांखाली दाबत तो ओरडला, "तुमचा व्हाइसरॉय म्हणजे तर बदमाषांचा सरताज दिसतो! मांडवीतून आमची गलबतं आली म्हणजे पणजी शहराला खतरा निर्माण होईल अशी भीती वाटते नव्हे तुमच्या धन्याला? अरे, सरड्यासारखे रंग

बदलायचे, वेळ निघून जाताच सापासारखे कसे उलटायचे, अशा दगाबाज, कपटी चाळ्यांमध्ये तुमचा व्हाइसरॉय महागुरू दिसतो! मला वाटतं, आमच्या अब्बाजानननी, औरंगजेबसाहेबांनी तुमच्या व्हाइसरॉयकडूनच आता अधिक ग्यान शिकायला हवं!''

ज्यांच्या सुटकेसाठी आपण इतक्या दूर आलो, त्या फिरंग्यांकडून आपले असे स्वागत होईल, याची शहजाद्याला अपेक्षाच नव्हती. रामदऱ्याचा घाट उतरून तो जेव्हा सावंतवाडी भागामध्ये पोचला होता, तेव्हा मराठ्यांच्या छुप्या पथकांनी त्याला खूपच त्रास दिला होता. त्याचा सूड म्हणून तो सावंतवाडी, बांदा, वेंगुर्ल्यापर्यंत गोवा आणि हिंदवी स्वराज्याच्या सरहद्दीवरील गावे जाळत सुटला. त्याच्या दिवाणाने त्याला सावध केले, ''शहजादे, आपण इथे पोचण्यापूर्वीच संभा ह्या मुलखातून रायगडाकडे निघून गेलाय. संभा नाही, तर निदान आपल्या भावाला, अकबराला तरी पकडा.''

''त्याचा ठावठिकाणा फक्त सांगा.''

''ते डिचोलीत असल्याची खबर आहे.''

''पण ह्या पोर्तुगीज व्हाइसरॉयच्या नादान बर्ताव्यामुळे मी खूप परेशान झालो आहे!''

''सच है, शहजादे! एवढी मोठी फौज घेऊन आपण त्या सैतानाच्या मदतीस धावलात, पण त्याला उपकारकर्त्याबद्दल कृतज्ञता नाही. उलट तो फिरंगी कौंटसाहेब संभाशी तह करतोय. त्याच्या दयायाचनेची अपेक्षा करतोय.''

तो प्रकार ऐकून मुअज्जमला खूप धक्का बसला. संभाजीराजांची दहशत खाल्लेल्या व्हाइसरॉयला आता अगदी मनापासून तह आणि शांतता हवी होती. लवकरच पोर्तुगीजांनी तसा लेखीटाकी तह केला. वसई आणि दमण प्रदेशातील चौथाई आणि गावखंडी संभाजीराजांना द्यायचे मान्य केले. शिवाय आपल्या प्रदेशातून पोर्तुगीज औरंगजेबाच्या फौजेसाठी धनधान्य वा दारूगोळाही नेऊ देणार नाहीत, अशी कौंट आल्व्होराने लेखी हमी दिली. त्या साऱ्या वार्ता ऐकून ''संभाजीची फतेह झाली की काय?'' —असे घुश्श्यात येऊन शहजादा विचारू लागला.

आता शहजादा मुअज्जम सुडाने आंधळा बनला होता; त्यातच शहजादा अकबर डिचोलीत वास्तव्यास असल्याचे त्याला समजले. तेव्हा त्याने लागलीच त्या छोटेखानी, सुंदर गावावर धाड टाकली. अकबर तिथे थांबला नव्हताच. पण मुअज्जमने चिडून संभाजीराजे आणि कवी कलशांच्या अतिशय टुमदार वाड्यांना तोफांच्या गोळ्यांनी उद्ध्वस्त केले. कलशांनी खूप कष्टाने उभारलेला गुलाबाचा बगीचा हत्ती नाचवून नष्ट केला. शहजाद्याने भतग्राम, नारवे अशी गावे लुटली. पिंपळगावचे राममंदिर उद्ध्वस्त केले. सप्तकोटीश्वराच्या मंदिराचा कळस पाडला. गोव्याच्या हद्दीवर, दक्षिण कोकणात जिथे तिथे विध्वंस केला. शहजादा अकबराने

इराणला पळून जाण्यासाठी एक जहाज बांधले असून ते वेंगुर्ल्याच्या बंदरामध्ये खडे आहे, हे त्याला कळायचा अवकाश, सुडाने पेटलेल्या मुअज्जमने अख्खे बंदरच जाळून बेचिराख केले. आणि सुरतेहून येऊ पाहणाऱ्या आपल्या रसदेवर स्वत:च्या हातांनी पाणी सोडले.

हुशार कौंट दी आल्व्होरने संभाजीशी करार केला होता. तहाचे ते कागद पोर्तुगालला आपल्या राजाकडे पाठवून धोक्यात आलेले आपले व्हाइसरॉयपद टिकवले होते. पणजीच्या कुसांवर नव्या तोफा चढवल्या होत्या. संभाजीराजांच्या दहशतीने मार्मागोव्याला पाठवलेली कागदपत्रे पुन्हा राजधानीत आणली होती. तो आता शहजादा मुअज्जमला बिलकूल दाद देत नव्हता. औरंगजेबाची सुरतेहून आलेली रसद मराठ्यांनी आधीच वाटेत जागोजाग लुटली होती. उरलेली अनेक जहाजे पोर्तुगीजांनी बळकावली. ज्या जहाजांवर मोगलांच्या खड्या फौजा होत्या, त्यांचे धान्य उतरवून घ्यायला कोणी त्राता पुढे येत नाही हे लक्षात येताच मोगलांचे अंमलदारच अत्यंत पडत्या भावात धान्य आणि दारूगोळा विकून रिकामे झाले.

नियोजनातल्या गोंधळाने मुअज्जमचे अतोनात नुकसान झाले. बापाने पाठविलेली थोडीफार रसद त्याला गलबतावरून मिळाली. पण ती अधिक काळ टिकणे शक्य नव्हते. चाळीस हजार घोडेस्वार, साठ हजारांचे पायदळ, तीन हजार उंट आणि एकोणिसशे हत्ती – खाणारी तोंडे खूप होती. त्यामुळे व्हायचे तेच झाले. शहजाद्याच्या फौजेत टंचाई निर्माण झाली. अन्नाचे हालहाल होऊ लागले. त्यातच त्याने सुडाने पेटून आल्या आल्या दक्षिण कोकणाचा जो भाग जाळून टाकला होता, त्याचे भयंकर चटके त्याला स्वत:लाच आता जाणवू लागले. द्रव्य देऊनही अन्न मिळेना. जनावरांना चारा उपलब्ध होईना.

१५ फेब्रुवारी १६८४ ला शहजाद्याने माघारी वळायचा निर्णय घेतला. तो मनातून खूप खचला होता. गोव्यात मोगलांचा नाविक तळ उभारणे, दक्षिण कोकण जिंकत रायगडाकडे जाणे, तिथे अंती संभाजीला पकडणे –इकडे येतानाचे इरादे खूप भव्य होते. पण वास्तवाच्या चटक्यांनी आता त्याचे पाय होरपळत होते. त्याच्या फौजा पुन्हा रामदऱ्याची वाट तुडवू लागल्या.

काही योजने प्रवास पार पाडल्यावर मागोमाग पोर्तुगीजांचा वकील अल्बुकर्क याचा हत्ती पाठलाग करीत आला. वकिलाने शहजाद्याची माफी मागत आपल्या व्हाइसरॉयचा संदेशा दिला–

"मराठ्यांनी पोर्तुगीजांचे वीस लाख अशर्फ्यांचे नुकसान केले. त्यामुळेच द्रव्याची चणचण आहे. नाही तर आम्ही तुमच्या पायावर खूप द्रव्य ओतले असते."

"आता कशासाठी आलात, तेवढे सांगा–" कोरड्या सुरात शहजादा विचारू लागला.

"कौंट साहेबांची विनंती आहे, हा मुलूख सोडून आपण जाऊ नये. किमान येणाऱ्या पावसाळ्यापर्यंत तरी थांबावं."

"कशासाठी? संभ्याचा हमला होऊ नये म्हणून तुम्हा गोवेकरांचं रक्षण करण्यासाठी? तेही रसदिशिवाय?" शहजाद्याच्या रागाचा पारा एकाएकी चढला. त्याने दरडावून विचारलं, "तुमचा हरामजादा कौंटसाहेब कोणत्या पाठशाळेत शिकला रे?"

शहजाद्याचा रुद्रावतार पाहून अल्बुकर्क गडबडला. शहजाद्याने त्याच चिडक्या सुरात आपल्या अंमलदाराला हुकूम दिला, "ह्या वकिलाच्या अंगावर अब्रू झाकण्यापुरता, रुमालाइतकाच कपडा शिल्लक ठेवा. बाकी याला पुरा नंगा करा. त्याच्या दोन्ही कानांच्या पाळ्या आणि नाकाचा गोरा शेंडा तलवारीने काटा. आणि तसाच जखमी नाकाने त्याला त्याच्या अतिशहाण्या धन्याकडे पाठवून द्या."

हुकुमाप्रमाणे तात्काळ तामिली झाली. वकिलाची बेअब्रू केली गेली, त्याचे शहजाद्याला क्षणभर समाधान वाटले. फक्त क्षणभरच. पुन्हा त्याचा दमला, भुकेला हत्ती पुढे निघाला. शहजाद्याने सहज समोर नजर टाकली. डोळ्यांपुढच्या रामदऱ्याच्या घाटाचे अजस्त्र कडे चढायचे होते. तेही भुकेली फौज सोबत घेऊन!

३.

शहाबुद्दीनखानाच्या काळ्या सावल्या रायगडाच्या परिसरातून लांबूनच नाचून गेल्या होत्या. गोवा मोहिमेवरून राजे राजधानीमध्ये परतले होते. एकदा भोजनाच्या वेळी महाराणी बोलल्या, "राजेऽ, लागलाच गोवा ताब्यात आला असता तर? –"

"महाराणीऽ, आम्ही खूप झुंजलो. खूप. यश अगदीच आटोक्यात आलं होतं – पण मोगलांची लाखभर जनावरं, माणसं रामदऱ्याचा घाट उतरू लागली, आणि – आम्हांला केवळ नाइलाजानं माघार घ्यावी लागली."

"हा काही राजांचा पराभव नव्हे—"

"निश्चितच नाही!" शंभूराजे अभिमानाने बोलले, "त्या पोर्तुगीज व्हाइसरॉयनं आमची इतकी दहशत खाल्ली आहे की, झोपेतसुद्धा तो संभाजी ऽ संभाजी ऽऽ असं जाबडत असला पाहिजे–"

"स्वारींना हवा तसा तह केला म्हणे त्या फिरंग्यानं?"

"बिलकूल. एक बरं झालं येसू. आता त्या औरंग्याला कसाही येऊदे अंगावर, जंजिऱ्याच्या मोहिमेत त्या सिद्दींचं आणि गोव्याच्या आक्रमणात ह्या फिरंग्यांचं आम्ही असं कंबरडे मोडलंय! उद्या औरंग्यानं त्यांना कितीही चुचकारलं, तरी

आमच्या विरोधात ह्या दोन्ही दुष्ट शक्ती उघडपणे बाहेर पडायचं नाव घेणार नाहीत. आम्ही ठेचून अर्धमेले केलेले हे साप आमच्या विरोधात तरी कधीच बिळाबाहेर पडू शकणार नाहीत.''

येसूबाईंनी कौतुकाने सांगितले, ''राजे ऽ, आपण इकडे पोचण्यापूर्वी इकडच्या घटनांची खबर तिकडं गोव्याकडं पोचली म्हणायची!''

''कोणती खबर?''

''हीच.रायगडावर शहाबुद्दीनखानाचं आलेलं आक्रमण कविराजांनी कसं परतवून लावलं त्याची.''

''शहजाद्यांचं पत्र आलेलं दिसतं.'' राजे हसून बोलले.

''हो ऽ त्यांनी कविराजांची खूप तारीफ केली आहे. ते कळवतात – कवी कलश हा आपला एकनिष्ठ सेवक आहे. अल्ला करो, कुणाच्या मत्सरामुळे त्याचा नाश न होवो!''

कविराजांची आठवण निघताच शंभूराजांचा ऊर भरून आला. त्यांचे नेत्र चमकले. ते भारावून बोलले, ''खरं सांगू, येसूराणी. कवी कलशांबाबत आम्हाकडे कोणी शिकायत वा शिफारसही करायला नको. त्यांच्या प्रीतीची रीत कोठली आणि त्यांच्या इमानाची जात कोठली हे फक्त आम्हा दोघांनाच माहीत आहे.''

''दोघांना?''

''हो! ह्या संभाजीराजाच्या काळजाला आणि ज्या मातीवर तुम्ही आम्ही उभे आहोत, त्या मातीलाऽ!''

एकदाचे भोजन आटोपले. येसूबाईंना काहीतरी सांगायचे होते. त्यांच्या पापण्या खाली झुकल्या. त्या बोलल्या, ''राजांच्या मागे आम्हांला इकडे रायगडावर एक कठोर निर्णय घ्यावा लागला.''

''राहुजी सोमनाथ, गंगाधरपंत, वासुदेवपंत आणि मानाजी मोरेंना कैद करण्याचा नव्हे?''

''अं— हो,'' येसूबाई अचंब्याने राजांकडे पाहात बोलल्या, ''शहाबुद्दीनखानाला आमची ही जाणती मंडळी घाटावर जाऊन मुळशीच्या खोऱ्यात गुप्तपणे भेटली होती. स्वराज्याशी दगाफटका करण्याचा त्यांचा हेतू होता. आम्ही त्यांच्या पाळतीवर माणसं ठेवली. खातरजमा केली आणि मगच निर्णय घेतला.''

''केलंत ते उत्तम. राहुजी आणि मानाजीसारख्या मंडळींनी ह्याआधी स्वराज्याची थोर सेवा केली आहे. त्यांच्या ह्या पूर्वपुण्याईसाठी आता त्यांना गद्दारीचा खुला परवाना द्यावा, असं काही धर्मशास्त्र वा राज्यशास्त्र शिकवत नाही ना? मग झालं तर.''

फुटिरांच्या बाजारगर्दीने राजे आणि महाराणी दोघेही त्रस्त झाले होते. गेल्या काही महिन्यांपासून शहाबुद्दीनखानाने तर फितुरांच्या स्वागतासाठी दरवाजेच सताड

उघडे ठेवले होते. पुण्यात आल्यापासून त्याने नामांकित मराठ्यांना, ब्राह्मण वतनदारांना बोलावून, त्यांची मनधरणी करून, त्यांना स्वराज्यद्रोह करायला भाग पाडले होते. यापूर्वीच कान्होजी शिर्के, यशवंतराव दळवी, नागोजी माने असे नामवंत मराठे मोगलांच्या चाकरीमध्ये निघून गेले होते.

"ह्या अटकसत्रावर गद्दारांची आणि कारभारी पक्षांची मंडळी काय म्हणतात?" राजांनी विचारले.

"काय म्हणणार दुसरं? ह्यांची नातलग मंडळी, कवी कलशाच्या बोले मागुती हे सारं घडत असल्याचा कांगावा करतात. जसा काही युवराजांच्या आणि युवराज्ञींच्या डोक्यांत मेंदू नाही. मनगटात बळ नाही!"

येसूबाई राणीसाहेब थोडा वेळ शांत राहिल्या. मग मनातली रुखरुख व्यक्त करीत त्या बोलल्या, "राजे ऽ तुम्हांला विरोध म्हणून काही ही मंडळी दुश्मनांकडे पळून जात नाहीत. ती मूळचीच कचदील होती."

"खरं आहे. मोगल जवळ आला की ह्या वतनदारांच्या काळजात घालमेल होते. वतनासाठी चटावलेल्या मंडळींकडून हा स्वराज्यद्रोह घडतो आहे. सुप्याचे देशपांडे तिकडे गेले. मसूरचे जगदाळे गेले—"

"यावर एकच रामबाण इलाज आहे, येसू. त्या पाताळयंत्री औरंग्याचे पारिपत्य लवकरात लवकर करणे." राजे बोलून गेले.

"राजे, घरात शिरलेलं पुराचं पाणी तात्काळ बाहेर काढावं. नाही तर ते कुजतं. त्याचा वास सुटतो."

"महाराणी, औरंगजेबाशी खडा सामना या एका गोष्टीशिवाय गेली कैक वर्षं आम्ही तरी दुसरं काय करीत आहोत?" काहीशा दुखऱ्या सुरामध्ये शंभूराजे बोलले, "येसू, हा साधा पूर नव्हे. मोगलांच्या पाच लाख माणसांचा आणि चार लाख जनावरांचा हा दर्याच महाराष्ट्राच्या अंगावर फुटून कोसळला आहे! त्यात काही सार्दळलेली लाकडं वाहून जातात. पण आपण अजिबात चिंता करू नये. आमची उमर ती काय? सव्वीस वर्षांची आणि औरंग्या सहासष्ठ वर्षांचा! परमेश्वरानं हा देह शाबूत ठेवावा. मग पाहा, एक ना एक दिवस– जसा दरवेशी आपल्या लाडक्या अस्वलाच्या गळ्यात दोरी बांधून त्याला बाजारातून मिरवतो, तशाच ह्या पापी औरंग्याच्या पायात बेड्या बांधून त्याला आम्हांला दख्खनच्या पठारावरून नाचवत न्यायचा आहे!"

पुण्याच्या आसपास मोगलांची घुसखोरी वाढली होती. आपले किल्ले शाबूत ठेवण्यासाठी आणि किल्ल्यांपेक्षाही माणसे रोखण्यासाठी राजांना जिवापाड यत्न करावा लागत होता. खिंडीतून, घाटावर, मैदानांतून सर्वत्र मोगल–मराठा संघर्ष

चालू होता. शंभूराजांनी चौक्या वाढवल्या होत्या. कचदील मराठ्यांवर पाळत ठेवली होती. तरीही फितुरगर्दी वाढत होती. काही नेक मराठ्यांनी आपल्या निष्ठांचा बाजार मांडला होता. गद्दारांच्या स्वागतासाठी तर औरंगजेबाने जणू खिलतीच्या वस्त्रांचे तागेच्या तागे आणून ठेवले होते.

एके दिवशी राजांकडे खंडो बल्लाळ आले. खाली मान घालून बोलले, "राजे, ज्यांचा अत्यंत निष्ठावंत मराठे म्हणून आपण सतत गौरव करत होता ते कारीचे शिवाजी जेधे अहमदनगरला गेले. पातशहाला जाऊन मिळाले."

ते वृत्त ऐकताच शंभूराजांच्या डोळ्यांत आगीच्या ठिणग्या नाचल्या. ते गरजले,

"त्या गद्दारास कळवा– अरे, म्हणावे, आमचे रामशेज किल्ल्यावरचे म्हातारे सूर्याजीबाबा जेधे स्वराज्यासाठी कसे डहाण्या वाघासारखे लढताहेत ते पाहा ना!"

शिवाजी जेध्यांनी तिकडे जाता जाता आपला स्वत:चा मुलूखही उद्ध्वस्त केला होता. त्यांच्या पाठोपाठ त्यांचा भाऊ सर्जेरावही पातशहाकडे पळायच्या बेतात होता. राजांनी लगेच त्याच्याकडे विचित्रगडच्या संताजी निंबाळकराला धाडला. सल्लामसलत करून त्याची मनधरणी करायला सांगितले. गद्दारांच्या ह्या कारवायांमुळे शंभूराजे काही दिवस अतिशय चिडचिडे बनले होते. त्यांच्या स्वभावातली ऋजुता नष्ट पावून सर्वांगात एक कठोरपणा, कडवटपणा संचारला होता. येसूबाई राणीसाहेब बोलल्या,

"राजे, आपण थोडं सबुरीनं घ्यावं."

"येसू, अगं, लहान मुलं हट्ट धरू लागली तर त्यांच्या तोंडात चिमूटभर साखर टाकून त्यांची समजूत काढता येते. पण ही जबाबदार माणसंच अशी कृतघ्नासारखी उलटू लागली तर करायचं तरी काय?"

शंभूराजे सर्वतोपरी काळजी घेत होते. त्यांनी खंडो बल्लाळ, रामचंद्रपंत अमात्य आणि कवी कलशांच्या मदतीने मराठा सरदारांची, जुन्या वतनदारांची यादी केली. औरंगजेबाकडे जाऊ इच्छिणाऱ्या काठावरच्यांची मनधरणी सुरू केली. काही इमानदारांना शाबासक्या दिल्या. कित्येकांना कवी कलश आणि खंडो बल्लाळांनी पत्रे लिहिली. ते दोघेही प्रत्यक्ष जाऊन अनेकांना भेटले. त्यातच शिवाजी जेध्यांसारखे जे शत्रूच्या गोटात गेले होते, त्यांना उपरती होऊ लागली. आपल्या भूमीची पुन्हा याद येऊ लागली. हे समजताच राजांनी खंडो बल्लाळांना बोलावले. जेध्यांना तातडीचा खलिता लिहिला,

> "–आधी तुम्हीच सरासर हरामखोरी केलीत. वतनदार म्हणून राज्यामध्ये इमानाने बर्ताव करायचा सोडलात आणि आमचे अन्न बहुत दिवस

भक्षिल्याचे सार्थक केलेत. तुम्हास दुर्बुद्धी सुचली, आणि जे दोन दिवसांचे मोगल, त्यांच्याकडे जाऊन राहिलात! तेही तुम्हास बरे पाहिनात, म्हणून पुन्हा माघारी वळू पाहता. एकनिष्ठता, इमान ह्या शब्दांना पावित्र्याचा काही सुगंध असतो, त्याची लाज धरा. चवचाल नारीसारखे एका वेळा दहा उंबरठ्यावर पायधूळ झाडायची बुरी आदत सोडून द्या–''

चार वर्षांवर गाठ आली होती. शंभूराजे आणि औरंगजेबामधली दीर्घ झुंज काही केल्या संपत नव्हती. एकदा दुपारी चुकून गवसलेल्या निवान्त क्षणी शंभूराजे येसूबाई महाराणींना बोलले,

"येसू, औरंग्याचीही फत्ते होत नाही आणि आम्हांलाही विजयश्री लाभत नाही. किती, किती दिवस, किती काळ चालायचा हा संघर्ष? कधी कधी वाटतं, हा कलिकाळच आम्हा दोघांना खेळवतो आहे!''

बोलता बोलता शंभूराजे थबकले. गतसंघर्षाचे काही क्षण त्यांच्या नेत्रापुढे पुन्हा उभे राहिले. जंजिऱ्याच्या खाडीतला, अपरिमित कष्ट घेऊन उभा केलेला, पूर्णत्वाच्या उंबरठ्याच्या आसपास पोचलेला तो सेतू डोळ्यांसमोर पुन्हा उभा राहिला. कल्याणकडे अचानक उद्भवलेल्या मोगली फौजेच्या पुराने जंजिऱ्याचे ते मनोरथ वाहून गेले होते. गोव्याच्या चर्चवरील टोकदार कळसांवर भगवे झेंडे रोवण्याची वेळ अगदी दृष्टिक्षेपात येऊन पोचली होती, परंतु झपाट्याने रामदरा उतरू लागलेली ती मुअज्जमची लाखाची फौज. त्या साऱ्या दिवसांच्या राजांना आठवणी दाटल्या. ते बोलले, "येसूराणी, गोव्याहून आम्ही झपाट्यानं माघारी वळलो. जेव्हा सावंतवाडीच्या जवळच्या विशाल तलावात आम्ही आमच्या फौजेचं प्रतिबिंब बघितलं, तेव्हा आमचे डोळे ओलावले. ही दैवगती आमच्याशी अशी का खेळते? आम्ही शिखर पादाक्रांत करण्यासाठी शेवटच्या टोकापर्यंत धावावं आणि डोंगरच कोसळून पडावा. बगीच्यामध्ये बागडण्याऱ्या बालकाच्या ओंजळीतला चेंडू अचानक कोणा दुष्टानं पळवावा, तसा हा कलिकाळ पुन:पुन्हा अगदी आमच्या हातातोंडाशी आलेला यशाचा तुकडा पळवून का नेतो आहे? आमच्याशी असा अजब खेळ का खेळतो आहे?''

४.

शहजादा मुअज्जमची फौज रामदऱ्याचा बिकट घाट चढत होती. आधीच वेंगुर्ला भागात शाही फौजेचे अतोनात हाल झाले होते. आताही सुमारे तीन मैलांची उभी चढण, अतिशय बिकट अरुंद वाटा, दुतर्फा काटेरी बाभळी आणि सराट्यांची राने.

दक्षिण कोकणातली कोरडी, सागरी हवा मोगलांच्या माणसा-जनावरांना पचली नव्हती. त्यामुळे अनेक रोगांना जनावरे आधीच बळी पडली होती. तीन-चार महिन्यांच्या अवधीत धान्यसाठा निकामी झाला होता. शंभूराजे जरी राजधानीकडे निघून गेले होते, तरी त्यांनी आपली अनेक पथके माघारा ठेवली होती. कोकणातल्या झाडाझुडपांत लपलेली आणि चपळ धावपळीत पारंगत असलेली ही पथके स्वस्थ बसत नव्हती. अचानक मराठे मोगलांच्या फौजेवर तुटून पडायचे. त्यांचे पुरेसे नुकसान करून भूतासारखे आडरानात गडप व्हायचे.

शेवटी रोगामुळे माणसा-जनावरांचे खूप हाल होऊ लागले होते, तेव्हा नाईलाजाने, परत घाटावर निघून जायचा निर्णय शहजाद्याला घ्यावा लागला होता. त्या विचित्र हवामानात मोगली फौजा संघर्ष करायला तयार नव्हत्या. मोगली लष्कराचे मनोबल खचले होते.

हरकाऱ्यांनी शहजाद्याला बातमी दिली,

“अहमदनगरकडची खबर फारशी बरी नाही, शहजादे.”

थकलेल्या मुअज्जमने फक्त आपल्या सरदाराकडे नजर उंचावून पाहिले. तेव्हा सांगणारा पुढे भीत भीत सांगू लागला, “आपल्या हितशत्रूंनी शहेनशहाचे कान फुंकले आहेत. म्हणे, आपण दक्षिण कोकणात मनापासून लढत नाही. मराठ्यांवर फक्त वरदेखले छापे घालता. लढाईचं नाटक करता.”

“असं कशासाठी?”

“कारण तुमचा आणि संभाचा आतून काही राजकीय समझोता झाला आहे. तुमच्या ह्या हरकतींना बगावतीची बदबू येते!”

आधीच परिस्थितीने गांजून गेलेल्या शहजाद्याने कोणतीच प्रतिक्रिया व्यक्त केली नाही. तो खूपच केविलवाणा दिसू लागला. रामदऱ्याचा तो भयंकर घाट म्हणजे मोगली फौजांसाठी स्मशानघाटाची यात्राच होती. रोगाची लागण झालेल्या हत्तींची, उंटांची आणि घोड्यांची त्या चढ्या घाटाने चालताना दमछाक केली होती. रोगाने आणि भुकेने दुर्बल झालेले हत्ती वाटेतच कोसळून पडत होते. त्यांच्या अजस्त्र धुडांचे ढीग जागोजाग पडले होते. उंटांना फक्त वाळवंटाची आणि उत्तरेतल्या मुलायम मातीची सवय होती. ते उंट इकडच्या पाषाणी खड्या दरडीमुळे हैराण झाले. अनेक उंटांनी त्या चढणीवरच आपले प्राण सोडले. वाटेत जागोजाग हत्तींची धुडे, इतर जनावरांचे सांगाडे पडलेले. त्यामुळे हवा खूपच दुर्गंधित झालेली. त्या घाणेरड्या हवेने चांगल्या जनावराला आणि माणसांनाही खूप त्रास होऊ लागला. ते त्रासलेले जीव भडाभडा ओकू लागले, वांत्या टाकू लागले. त्यातच झाडझाडोऱ्यातून मराठ्यांची पथके अंगावर धावून यायची. लचके तोडून निघून जायची.

तो सैतानी घाट चढून पार करायला मोगली फौजेला तब्बल आठ दिवस लागले. तोवर फौजेचे अतोनात नुकसान झाले होते. चाळीस हजारांपैकी कशीबशी नऊ ते दहा हजार माणसेच वाचली होती. ती माणसे कसली, चालती बोलती प्रेतेच होती! ज्यांची जनावरे गतप्राण झाली होती, त्यांच्याकडे नवे जनावर घ्यायला कनवटीला पैसा नव्हता. ज्यांच्याकडे द्रव्य होते, त्यांना जनावर मिळत नव्हते. कारण ज्या थोड्या सुदैवी फौजेच्या बुडाखाली घोडी होती, ते ती विकायला तयार नव्हते. अनेक सरदार, मन्सबदार, अर्धउपाशी फकिरांसारखे पायीच चालत होते. माणसे एवढी कृश आणि दुबळी झाली होती, की फक्त मंदसा श्वासच काय तो त्यांच्या छातीत उरला होता!

आपल्या पुत्राच्या हालाची बातमी पातशहाला समजली. त्याने तातडीने वीस हजार अशर्फ्या, पाचशे उंट, पंचवीस खेचरे, शंभर घोडे आणि वस्त्रे अशी शहजाद्याला रसद पाठवून दिली. पण त्याने फारसा काही फरक पडला नव्हता. शहजाद्याचा नवा जामानिमाही काळवंडून गेला होता. फौजेतल्या रोगराईची, विषण्णतेची छाया त्याच्या सर्वांगावर दिसून येत होतीच.

जेव्हा एका मरतुकड्या घोड्यावर बसलेला शहजादा मुअज्जम पातशहाच्या तांबड्या तंबूजवळ पोचला, तेव्हा त्याची ती गलितगात्र अवस्था पाहून जनानी स्त्रिया राहुट्यांतून, बिचव्यांतून त्याच्याकडे दयेने पाहू लागल्या. जवळपास भिकाऱ्याच्या वेषातल्या शहजाद्याला पाहून अनेकांच्या डोळ्यांत पाणी उभे राहिले.

वजीर असदखान शहजाद्याला सामोरा गेला. शहजादा त्याला नात्याने नातवासारखाच होता. आपल्या तंबूत त्याने मुअज्जमला फलाहार खाऊ घातला. परंतु त्याचे शरीर, इतके शिणले होते की, त्याला आता गोडधोड अन्नही विषासारखे कडू लागत होते.

मुअज्जमला धीर देत असदखानाने त्याला पातशहाच्या भव्य तंबूतल्या सदरेकडे नेले. औरंगजेब आपल्या शहजाद्याकडे फक्त किलकिल्या डोळ्यांनी पाहत होता. आपल्या डाव्या हाताने पांढरी दाढी कुरवाळत आणि उजव्या हातातली जपमाळ छातीजवळ धरून त्याने मुअज्जमकडे नजर लावली होती. एवढे हाल घडूनही आपला बाप स्वतःहून काहीच विचारत नाही, याचे शहजाद्याला खूप वाईट वाटले. तो गहिवरला. एक जोराचा हुंदका देत तो बोलला, "अब्बाजान, खूप खूप हाल झाले! ती खराब हवा—"

"बेटे, हाल तर होणारच. ठरलेला रस्ता बदलायचा म्हणजे हाल होणारच."

आपल्या बापाचा वक्र सूर मुअज्जमला जाणवला. तो अजिजीने बोलला, "अब्बाजान, आपकी कुछ गलतफहमी ..."

"मेरी कैसी गलतफहमी बेटे? काय होता आपला मूळ मकसद? तिकडून

पुण्याकडून कोकणात शहाबुद्दीनखान उतरणार होता आणि पलीकडून कुडाळ, राजापूर, पोलादपूर करत शहजादे आपण महाडला पोचणार होतात. तेथे शहाबुद्दीन आणि तुम्ही एक होऊन रायगडावर हमला करायचा मूळ वादा होता—"

"अब्बाजान, पुरेशी रसद मिळाली नाही. लष्करात अकाल पडला. त्या पोर्तुगीज कौंटसाहेबानं फसवलं—"

"मुअज्जम, ह्या साऱ्या फजूल बाता इथेच बंद करा!" पातशहा कडाडला, "खाली, इतनाही बता दो, कोकणचा ठरलेला रास्ता सोडून आपली पावलं पुन्हा रामदऱ्याच्या घाटाकडे कशी वळली?"

"लेकिन जहाँपन्हाँ— ?"

"आपण अंधे तर नव्हता. तर मग— आपके आँखोंपर किसने पट्टी बाँध रखी थी? कौन, कौन था वो जादूगर? रायगडपे रहनेवाला? –संभा?"

औरंगजेबाच्या त्या खुल्या सवालाने शहजाद्याचे कंबरडेच मोडले. पातशहाच्या पायावर खाली कोसळावे. स्फुंदून, स्फुंदून रडावे असे त्याला वाटले, पण आता त्याच्या अंगामध्ये तेवढेही त्राण उरले नव्हते! रडवेल्या सुरात तो बोलला,

"अब्बाजान, रहेम करो. माझ्या जिंदगीची झालेली ही हालत बघून तरी जानलेवा मजाक करू नका!–"

"बेटे, जिथे वारा पोचत नाही, तिथे आमचे जासूद पोचतात, ही गोष्ट निदान तुझ्यासारख्या शहजाद्याला तरी जरूर मालूम हवी!" औरंगजेब उदासवाणा होत बोलला, "तिकडच्या मुक्कामात त्या संभाचे जासूद तुम्हांला चांगले दोन वेळा भेटले होते."

"कबूल, अब्बाजान. राजनीतीमध्ये शत्रूच्या शिबिराला छिद्रं पाडायचा असा उद्योग प्रत्येक राज्यकर्ता करतो. आपणही करता. सवाल इतकाच उरतो– अशा कोणत्याही लालचेचा तुमचा शहजादा शिकार झाला का?"

"क्या मालूम!..."

"असं कसं अब्बाजान?" मुअज्जमचा गोड आवाज चांगलाच तप्त झाला. तो फुरंगटल्या सुरात बडबडला, "जर संभाचे दूत आमच्या कनातीच्या आडोशाला आलेले पातशहा सलामतना समजतात, तर पंधरा दिवस आम्ही रामदऱ्याचा घाट चढत होतो, तेव्हा संभाचेच शिपाई आम्हावर बाजूच्या झाडीतून अचानक हमले करीत होते, कातडी सोलत होते, त्यांचे बाण आमचे डोळे फोडत होते, हे पातशहांना कसं समजलं नाही?"

पातशहाने संतापाने आपला ओठ चावला. तो गुरकावला,

"लढवय्याने आपल्या दोस्ताच्या मुलखातून फौजा न्यायच्या नसतात. त्याला त्रास द्यायचा नसतो. केवळ त्याच हेतूनं तुम्ही महाड, पोलादपूराकडे गेला नाहीत—

वो बात छोड दो! पहिले सांगा, कुठं आहे तो ऐवज?''

''अब्बाजान, ऐवजच उरला नव्हता. म्हणून तर माझ्या लष्कराचे हाल झाले.''

''वो ऐवज नही—संभाने दिलेला तो ऐवज कुठे आहे?– ती रिश्वत कुठे आहे?''

आपल्या संशयी बापाच्या ह्या सवालाला काय जबाब द्यायचा, तेच शहजाद्याला कळेनासे झाले. तो हिरमुसला होऊन ताड ताड पावले टाकत आपल्या शिबिरामध्ये गेला. दरवाजे खिडक्या बंद करून स्वत:च्या दैवाला दोष देत राहिला. स्वत:शीच वेड्यासारखा बडबडत राहिला– ''जाताना तकलीफ, तेथे पोचल्यावर मुसीबत, येताना त्रास आणि इथे परतल्यावर जाच. अय् खुदा! असली कसली फुटी तकदीर म्हणायची ही माझी!!''

५.

सखुबाई निंबाळकर ह्या शंभूराजांपेक्षा सात वर्षांनी मोठ्या होत्या. त्यांचा आणि शंभूराजांचा परस्परांवर खूप जीव होता. परंतु अंबिकाबाई आक्कासाहेबांच्या पतिराजांना कर्नाटकचा सुभा मिळाला आणि एका वेगळ्याच गृहकलहाला प्रारंभ झाला. एके दिवशी राजांचे मेहुणे महादजी निंबाळकर आणि सखुबाई शंभूराजांकडे हटून बसले. रणांगणावर हजारो भालेबरच्यांना न जुमानणारी शंभूराजांची बेदरकार नजर. पण गृहकलहाच्या वेढ्यात ते बरेचसे गोंधळलेले दिसत होते.

सखुबाई आक्कासाहेबांनी एकच टुमणे लावले, ''जो न्याय आपण महाडिकांना दिला, तोच आम्हांलाही पाहिजे.''

''असे कोणते धन दिले त्यांना?'' राजांनी विचारले.

''जिंजी आणि कर्नाटकाचे वतन.''

''आपला काही तरी गैरसमज होतो आहे, आक्कासाहेब. आम्ही हरजीराजांना दिली ती कर्नाटकाची सुभेदारी, वतन नव्हे!''

मघापासून चूप राहिलेले महादजी निंबाळकर हसत म्हणाले, ''शंभूराजे 'राज्यव्यवहार कोशा'तल्या संज्ञांचा थोडा थोडा अर्थ आम्हांलाही कळतो म्हटलं. कोण पांडुरंग म्हणतं, तर कोणी विठ्ठल! शेवटी सुभा काय नि वतन काय!''

सखुबाई चांगल्याच दुखावल्यासारख्या दिसत होत्या. त्या फणकाऱ्याने बोलल्या, ''शंभूराजेऽ शेवटी मेव्हण्यामेव्हण्यामध्ये दुजाभाव कसा करता?''

शंभूराजे अतिशय गंभीर झाले. येसूबाईंनाही काय बोलायचे ते समजेना. तेव्हा रुसलेल्या सखुबाई स्वत:ला दोष देत बोलल्या, ''आमचंच चुकलं सारं! आम्हीच निंबाळकरांच्या मिनतवाऱ्या केल्या. म्हटलं पाठीवरचे, धाकटे बंधूराज रायगडाचे स्वामी होताहेत, कशाला करायला हवी मोगलांची चाकरी?''

"आता भोगा आपल्या कर्माची फळं!..." महादजी बोलले.

"शंभूराजे, एक वेळ आपण महाडिकांना काही दिलं नसतं, तर आम्ही ब्रही काढला नसता. पण कोणताही त्याग, कसलीही सेवा न करता त्यांनी गोड बोलून दक्षिणेचा मुलूख उपटला. तोही स्वराज्यातला सर्वांत जास्त उत्पन्नाचा. आम्ही मात्र ठरलो ठार वेडे आणि व्यवहारशून्य!"

"चांगलं दिल्लीकर पातशहाचं वतन होतं. ते सोडून आम्हांला बंधूराजांच्या स्वराज्यात घेऊन आलात. असल्या स्वार्थी स्वकीयांपेक्षा तो परका मोगल किती बरा!" महादजी गुरगुरले.

आक्कासाहेबांचे आणि महादजींचे बोलणे खूप अणकुचीदार होते. शेवटी न राहवून शंभूराजे बोलले,

"आक्कासाहेब, आपलं हिंदवी स्वराज्य म्हणजे एक रयतेचं मंदिर आहे, असंच आमच्या आबासाहेबांना वाटायचं! त्याच भावनेनं आम्हीही स्वराज्याकडं पाहतो. आपण कितीही आग्रह धरलात तरी वेगळी वतनं कोणालाही देणं जमायचं नाही."

"अन् ते महाडिक—?"

"ते हिंदवी स्वराज्याचे प्रतिनिधी म्हणूनच कर्नाटक-जिंजीकडे कारभार बघताहेत. स्वतंत्र वतनदार म्हणून नव्हेत."

"लवकरच स्वत: मालक बनतील तेव्हा कळेल." महादजींनी कोलीत टाकले.

"ज्या क्षणी मालक बनू पाहतील, त्याक्षणी ते पदाला आणि प्रतिष्ठेला मुकतील, एवढं आम्ही नक्की सांगू." निग्रहानं शंभूराजे बोलले.

सखुबाई आक्कासाहेब आणि महादजी काहीच बोलले नाहीत.

दुसऱ्या दिवशी सकाळी मात्र त्यांच्या पालख्या-मेणे रायगड उतरले.

■

दर्शनचक्र

१.

एके सकाळी शेहरबानूने आपल्या सासऱ्याची, औरंगजेबाची भेट मागितली. त्यावर पातशहाला थोडेसे आश्चर्यच वाटले. शेहरबानूलाच नव्हे तर त्याच्या इतर सुनांना काही हवे असेल तर त्या आपली मागणी उदेपुरी बेगमेपुढे मांडत. तशी शेहरबानू अतिसुंदर होती. ती विजापूरकरांची शहजादी होती. शहजादा आज्जमशी तिची शादी झाली होती. छातीपर्यंत ओढलेल्या झिरझिरीत घुंगटाआडूनही तिचे डोळे विलक्षण चमकदार दिसत होते. त्या अचानक भेटीमागचा मकसद पातशहाने विचारताच शेहरबानू नम्र सुरात बोलली,

"जिल्लेसुबहानी, आपली सल्तनत ही माझ्यासाठी मक्का मदिना आहे. तरीही आमच्या अब्बाजानची नगरी विजापूर आणि मोगलांमध्ये कोणताही तंटाबखेडा नसावा, असंच मला वाटतं. त्यासाठीच बुऱ्हाणपूर ओलांडण्याआधी आम्ही सर्जाखानांकडे पैगाम पाठवला आहे. पातशाही फौजेला मदत करा आणि काफरांचं पारिपत्य करा, असं मी त्यांना बजावलं आहे."

"बहुत खूब बिटिया," नकळत शहेनशहाच्या मुखातून थंडे उद्‌गार बाहेर पडले, "तुझं दिल पाक असलं तरी विजापूरकरांचं मस्तक जागेवर नाही–"

पातशहाने बाजूच्या बसक्या मेजावर ठेवलेल्या काही अखबारथैल्यांकडे शेहरबानूचे लक्ष वेधले. तो कठोर शब्दात बोलला, "बिटियां, आम्ही बोळ्यानं दूध पितो असं ह्या शिया हुकूमतींना वाटत असेल तर ते बेवकूफ आहेत. त्या काफरबच्च्याने त्रिचनापल्लीच्या किल्ल्याला खणत्या लावल्या होत्या. तेव्हा त्या शैतान संभाच्या मदतीला याच गोवळकोंडेकरांनी दहा हजाराची फौज दिली होती. ह्या दखखनी नादानांच्या बदमाषीचे हे आणखी पुरावे बघ. आमच्या जागोजागच्या ठाणेदारांनी, हरकाऱ्यांनी हस्तगत केलेले हे कुतुबशहाचे, आदिलशहाचे आणि त्या संभाचे आपसांतील खलिते आहेत. दख्खनमध्ये आम्हांला घुसू न देणं आणि मादण्णा, संभासारख्या काफरांच्या औलादींना पोसणं हाच या सर्व बेवकुफांचा इरादा आहे. बिटिया, तुझ्या कोशिशीबद्दल शुक्रिया! पण तो पोरकट आदिलशहा आमच्या खलित्यांना साधी पोचसुद्धा द्यायची शराफत दाखवत नसेल, तर आम्हांला एक दिवस विजापूर जाळावंच लागेल!"

पातशहाला कुर्निसात घालून त्याला पाठ न दाखवता शेहरबानू आल्या पावली नाराजीने माघारी निघून गेली. पातशहाने विजापूरचा विषय सहज वजिराकडे छेडला, "असदखान, केव्हा चढवायचा हमला त्या काफरांच्या मददगार आदिलशहावर?"

"अलीकडच्या कित्येक दशकात अशी हिंमत कोणी केलेली नाही. फतेहकी

बात तो और कुछ!''

''क्या?'' पातशहाच्या कपाळावर आठ्यांचं जाळ विणलं गेलं.

''पातशहा सलामत, त्या नापाकांच्या शहराभोवती अडीच मैलांची अतिशय भक्कम अशी तटबंदी आणि खूप खोल असा खंदक आहे. त्या तटबंदीच्या आत आणखी एक दुहेरी तटबंदी असून ती पोलादासारखी बळकट आहे. त्यांच्या बुरुजावर 'मालिक-ए-मैदान' यासारख्या लांब पल्ल्याच्या अजस्त्र तोफा आहेत.''

शहेनशहाने कोणतेही मतप्रदर्शन केले नाही. फक्त एकदा आभाळाकडे पाहिले. त्याच दुपारी शहेनशहाच्या सदरेवर झुल्फिकारखान धावत येऊन सांगू लागला, ''जिल्लेसुबहानी, खूप चांगली खबर आहे. त्या संभाचे चार मोठे सरदार आम्हांला फितूर झाले आहेत. आपल्या भेटीसाठी ते बाहेर इंतजार करत आहेत.''

शहेनशहाने हातानेच मंजुरीचा इशारा केला. तेव्हा थोड्याच वेळात पातशहासमोर कान्होजी शिर्के, जगदेवराय, अर्जोजी आणि अचलोजी असे चार सरदार येऊन उभे राहिले. त्यांनी जमिनीवर डोके ठेवून पातशहासमोर लोटांगण घातले.

''क्या चाहते हो?'' पातशहाने थेट सवाल केला.

''मायबाप! आम्हीच काय, पण आमच्यासारखी अनेक घरंदाज मराठा घराणी त्या शंभूराजाच्या करणीला वैतागून गेली आहेत. तिकडे न्याय राहिला नाही.'' कान्होजी दीनवाण्या सुरात बोलला.

''तुमच्या त्या हिंदवी स्वराज्याचं काय?''

''कसलं स्वराज्य घेऊन बसलात, मायबाप? तो तर पाण्यावरचा बुडबुडा. केव्हाही फुटायचा. त्या शिवाजीराजानं पार काशीपासून बामणं आणली. स्वत:च्या अंगावर फुलं उधळून राजा झाल्याचं नाटक केलं. पण तो देखावा किती दिवस टिकायचा?''

''असलमें क्या चाहते हैं आप लोग?''

''दुसरं कायबी नको. आम्ही आपले पूर्वापार वतनदार. आमच्या वतनाचे कागद तेवढे आमच्या नावानं, आमच्या लेकराबाळांच्या नावानं करून द्या, झालं.''

''अरे, शिर्के, नुसते फुकटचे कागद नेऊन तुम्ही काय करणार?''

''असं कसं, पातशहा सलामत? पातशाही सहीशिक्क्याचं मोल पिढ्यान्‌पिढ्या टिकणार आहे. तो शिवाजी एक अपवाद होता. अपघात होता. बाकी सारे मराठे मालिक नव्हे, कोणाचे तरी मांडलिक होण्यासाठीच जन्माला येतात!''

''बहुत खूब! शिर्के, तू खूप चालाख दिसतोस. तो गणोजी तुझा कोण?''

''सख्खा चुलतभाऊ सरकार.''

त्या चार फितुर सरदारांनी मुद्दाम कोणतीही मागणी न करण्याचं शहाणपण दाखवलं होतं. पण शहेनशहा मूर्ख नव्हता. त्याने त्या सर्वांना लागल्याच दोन दोन

हजारांच्या मन्सबी लिहून दिल्या. वजिराकडून खिलतीची वस्त्रेही बहाल केली. त्या चौघांनी कृतकृत्य मनाने शहेनशहाचे पाय धरून त्याला मनोभावे वंदन केले. तेव्हा पातशहा हसत बोलला, "अजूनही तुमच्यासारखे अन्य कोणी वाट चुकलेले सरदार, दरकदार असतील. त्यांना बोलवा. त्या सर्वांना पैगाम द्या. ही पातशाही तुमचीच आहे."

त्या चौघांच्या पाठीमागे पासष्टीतला एक बुड्ढा इसम उभा होता. त्याची निमुळती टोपी, आखूड दाढी, डोळ्यांत भरलेले काजळ यावरून तो वरकरणी हिंदू वाटत नव्हता. शेहनशहाने त्याच्याकडे नजर रोखताच झुल्फिकारखान बोलला, "किब्लाये-आलम, हे महाशय म्हणजे काझी हैदर. शिवाजीच्या काळातला इसम. जन्मभर रायगडावरच राहिले, तिथे मुन्सीफचं काम करत."

त्या चारी मराठा सरदारांना सदरेवरून बाहेर नेण्यात आले. तिथे उरले होते फक्त काझी हैदर. त्यांच्याकडे पाहत पातशहा हसून बोलला, "दुश्मनाची सेवा करणं हीच मुळी नाइन्साफी आहे. तर मग रायगडावर राहून आपण कोणता इन्साफ इतकी वर्षं करत होता?"

"गुस्ताखी माफ, हुजूर! शिवाजीसारखा राजा आम्हांला भेटला. त्याच्या सदरेवरून मी हिंदू आणि मुसलमान, दोघांचेही मुकद्दमे चालवत होतो."

"काझी, पहले बता दो. त्या शिवाने आणि संभाने किती मशिदी पाडल्या?"

"पातशहा सलामत, एकही नाही." अत्यंत नम्र सुरात काझी हैदर बोलला, "इतनाही नही, हुजूर, एक छोटीशी मशीद रायगडावर बांधायला शिवाजीने मला मंजुरी दिली होती. राजाच्या खर्चाने मशिद बांधली. दोन महिन्यांमागे मी रायगड सोडला तेव्हापर्यंत ती शाबूतच होती."

काझी हैदरवर डोळे वटारत पातशहाने त्याला सरळ सवाल केला,

"तुझी बेवकूफ बाते ऐकता रायगडचं राज्य म्हणजे सुखाचा स्वर्ग दिसतो. तर मग तो सोडून तू आमच्याकडे का येतोस?"

"पातशहा सलामत, मला अलीकडे तिथल्या सरकारकुनांची आणि कारभाऱ्यांची खूप डर वाटू लागली होती. जे लोक आपल्या अन्नदात्या धन्याला, दस्तुरखुद्द आपल्या राजाला जिवे मारायची दोन दोन वेळा कोशिश करतात, तिथे मी पडलो एक यवन!"

पातशहाने पुन्हा एकदा डोळे मिटले. हातातली जपाची माळ आपल्या हृदयाजवळ ठेवली. कुराणातल्या ओळींचे मनन केले. काझी हैदरच्या बुद्धीची आणि वफादारीची परीक्षा पाहण्यासाठी त्याने सरळ सवाल केला,

"काझी, आम्हांला खरं खरं ते सांगा. पाच लाखांची फौज आणि साडेतीन लाख घोडी आम्ही आज दखखनच्या छाताडावर नाचवत आहोत. आमच्या इतक्या

फौजा सर्वत्र दौडत असताना सह्याद्रीतल्या एका उंदराचा नन्हासा बच्चा आमच्याशी नादानी करतो. त्याच्या पाठीमागची खरी ताकद कोणती?''

पातशहाच्या त्या प्रश्नाने काझी हैदर मनापासून हसत बोलला, ''पातशहा सलामत, उंदराचं पोर ज्या बिळात राहतंय, त्या बिळाला 'सह्याद्री पर्बत' म्हणतात. तिथे वर वर तुम्हांला भुसभुशीत मिट्टी दिसेल; पण आतले फत्तर इतके कठीण आहेत की, त्यावर धडक मारल्याशिवाय तिथल्या दगडाधोंड्यांची जात कळणार नाही. तो जहरीला सह्याद्री पर्बत पाषाणाचा नव्हे, पोलादाचा आहे!''

''और?''

''और क्या जहाँपन्हाँ— या आधी मराठ्यांमध्ये आणि विजापुरी आदिलशाहीमध्ये खूप तंटेबखेडे घडले असतील, पण आज गोवळकोंड्याचा कुतुबशहा, विजापूरचा सिकंदर आदिलशहा आणि सह्याद्रीच्या खांद्यावर बसलेला संभा हे सारे दख्खनी दिलाने आणि दिमागाने एक झाले आहेत. ह्या तिघांची जेव्हा पोलादी बेडी तुटेल किंवा किमान ढिसूळ, दुबळी होईल, तेव्हाच तुमची मुराद पुरी होईल. तोवर नाही.''

काझीचे कथन ऐकून बुढ्ढा पातशहा विस्मयचकित झाला. त्याने काझी हैदरला खिलतीची वस्त्रे देऊन त्याचा खूप बहुमान केला. आदराने कुर्निसात घालत हैदर महालाबाहेर गेला.

पातशहा आपल्या वजिराला इतकेच बोलला, ''ह्या हैदरसाठी खान्याची, डेऱ्याची सर्व व्यवस्था सरकारातून करा. याचा डेरा कायम आमच्या गुलालबारीला लागूनच असावा. रातदिन केव्हाही आम्हांला याची गरज पडेल.''

२.

२६ एप्रिल १६८४ चा तो दिवस!

शंभूराजांचा मुक्काम बिरवाडीच्या किल्ल्यामध्ये होता. इंग्रज आणि मराठ्यांमध्ये अनेक दिवस लांबणीवर पडलेला एक महत्त्वाचा करार त्या दिवशी पार पडणार होता. मराठ्यांचे वकील प्रल्हाद निराजी आणि इंग्रजांचा वकील स्मिथ यांची गडबड उडाली होती. काही महिन्यांमागे मुंबईभोवती आरमार पेरून शंभूराजांनी इंग्रजांच्या नाकात दम आणला होता. त्यामुळे मुंबईकरांचे धाबे दणाणले होते. त्यांनी सुरतकरांचा सल्ला विचारला होता. ईस्ट इंडिया कंपनीचा आपल्या सुरतेच्या अंमलदारांवर अधिक भरवसा होता. त्यातच राजांनी गोव्यापासून ते वसई-विरारपर्यंत पोर्तुगीजांवर दबाव वाढवला होता. शिवाय मराठ्यांनी अलीकडेच केळवा, दंतोरा, सारगाव, माहीम आणि सोपारा ही ठाणी काबीज केली होती. राजांच्या फौजांनी जेव्हा कारंजा काबीज केला, तेव्हापासून तर इंग्रजांच्या तोंडचे पाणी पळाले.

चाईल्ड आणि वॉर्ड ह्या दोन जुलमी इंग्रज अधिकाऱ्यांविरुद्ध मुंबईची रयत रस्त्यावर आली होती. त्या बंडामुळेच कंपनी सरकारने रिचर्ड केजविनची मुंबईचा गव्हर्नर म्हणून नेमणूक केली होती. त्यांच्याशी मात्र शंभूराजांनी चांगले सूत जमवले होते. एका बाजूने सलोखा आणि दुसरीकडून लष्करी दबावाचेही धोरण चालू ठेवले होते.

गव्हर्नर केजविनने कॅप्टन गॅरी आणि थॉमस विल्किन्स ह्या दोन अधिकाऱ्यांना मुद्दाम राजांकडे बिरवाडीला पाठवून दिले होते. आपणास सुखाची झोप लागावी आणि शंभूराजांचा दबाव कमी व्हावा, यासाठी ते सलुख करायला खूप उत्सुक होते. राजांनी आपल्या किल्ल्यातील वकिली महालात साहेब लोकांची खूप चांगली बडदास्त ठेवली होती. अनेक गावचे अंमलदार आणि सेनानी बिरवाडीला गोळा झाल्याने परिसराला एखाद्या गावच्या छोट्या यात्रेचे स्वरूप आले होते.

त्या सकाळी प्रल्हाद निराजींना बोलावून शंभूराजांनी पाहुण्यांच्या व्यवस्थेची जातीने चौकशी केली. तेव्हा प्रल्हाद निराजी हळूच म्हणाले, "राजे, तुम्हांला हवा असलेला सौदा पटला असता तर किती बरं झालं असतं!"

"कोणता सौदा?"

"इंग्रजांकडून मुंबई बंदर विकत घ्यायचा—"

शंभूराजे प्रसन्नतेने हसत म्हणाले, "पंत, आम्ही काय कमी कोशीस केली? इंग्रजांना मुंबईसाठी चाळीस हजार पागोडा रक्कम मोजावयाला आम्ही तयार होतोच. अगदी भले ऐंशी हजारापर्यंत आकडा पोचला असता तरी बेहत्तर! कुबेराच्या तिजोरीची चावी म्हणजे मुंबई बंदर! ते हस्तगत करण्यासाठी जीव झुरतोय आमचा."

"मग राजे घोडं अडलं कुठं?"

"आमच्या ओट्यात मुंबई देऊन सुरतेकडे सरकायला केजविन साहेब तयार होता. पण ते सुरतेचे अधिकारी पक्के बिलंदर. ते मध्ये पडले, आणि सौदा फिसकटला. कोणत्याही मार्गांनी मुंबई मराठ्यांकडे गेली, तर आपणाला जलसमाधीच घ्यावी लागेल, असा धिंगाणा सिद्दींनी सुरतकरांकडे केला म्हणे! काय सांगायचं पंत, पुन्हा एकदा दैवगतीनं आम्हांला भाग्याच्या महाद्वारातून माघारा वळविलं!..."

मसलतीची वेळ जवळ येत होती. राजांनी मसुद्यावरून ओझरती नजर फिरवली. तोवर खास उभारलेल्या शामियान्यामध्ये दुभाषा राम शेणवी साहेब लोकांना घेऊन आला. मसलतीच्या आरंभीच कॅप्टन गॅरी तक्रारीच्या सुरामध्ये बोलले, "राजे, आपण जंगेखानाला इतका का वाढवून ठेवला आहे? अरबांशी इतकाही सलोखा चांगला नाही."

त्यावर मनमुराद हसत शंभूराजे बोलले, "गॅरीसाहेब, आम्ही कोणाशी दोस्ती करावी वा ना करावी, असे काही कलम नाही ना तुमच्या या मसुद्यात?"

त्या प्रत्युत्तराने गॅरीसाहेबांनी विषय बदलला. मुख्यत: इंग्रजांना राजांकडून ठिक-

ठिकाणी वखारी काढायची परवानगी हवी होती. त्यातही त्यांना जिंजी आणि मद्रास इलाख्यामध्ये अधिक रस होता. ती किनारपट्टी तर मराठ्यांच्याच मालकीची होती. तिकडे वखारीसाठी परवानगी देण्याचे शंभूराजांनी मान्य करताच गॅरीसाहेब खूप प्रसन्न दिसले. मात्र दुसऱ्याच क्षणी त्यांच्या उत्साहाला पायबंद घालत राजे म्हणाले,

"आपण खुशाल व्यापारउदीम वाढवा. पण वखारीच्या परवान्याच्या नावाखाली नव्या गढ्या आणि छोटे किल्ले बांधू नका. केवढ्या जागेमध्ये आपण वखार बांधणार तेही आताच ठरलं पाहिजे. त्याच्या नोंदीही लागल्याच करारात व्हायची जरुरी आहे."

शंभूराजांनी सलामीलाच कॅप्टन गॅरीची पंचाइत केली. त्यांनी आपल्या सहकाऱ्यांसोबत चर्चा करण्यासाठी वेळ मागून घेतला. पुन्हा तासाभराने मसलतीचे गाडे सुराला लागले. आधीचाच आपला मुद्दा स्पष्ट करत शंभूराजे बोलले, "आमच्या बंदरातून वखारी थाटून व्यापार करू इच्छिणाऱ्या तुम्हा फिरंग्यांनी फक्त व्यापारच करावा. व्यापारी जशी बाजारात दुकाने बांधतात, तशाच वखारी थाटाव्यात."

"राजे, आम्हांला यात थोडीफार सवलत द्या." गॅरी.

शेवटी दोन्ही पक्षांचा विचारविनिमय झाला. वखारीची लांबी ६० कोविद, रुंदी पंधरा कोविद, उंची अडीच कोविद असावी असे दोघांच्या मते ठरले.

शंभूराजांनी प्रश्न केला, "बरं, तुमच्या भिंती किती रुंद? रुंदीचं काय?"

"आता सोडा ना राजे." गॅरीसाहेब हसत बोलले.

"वखारीच्या भिंतीची रुंदी किल्ल्यासारखी नसावी. तेव्हा तेही लागलेच ठरवून घ्या."

भिंतीची रुंदी अर्धा कोविद ठरली. राजापूरची वखार बांधताना शिवाजीराजांनी इंग्रजांकडून जे कर्ज घेतले होते, त्यातील बाकी नेमाधर्मानुसार देण्यास आपण बांधील असल्याचे शंभूराजांनी कबूल केले. तेवढ्या रकमेचे नारळ आणि सुपारी इंग्रजांनी जरूर घ्यावी असे ठरले. इंग्रजांना नागोठणे आणि पेणलाही वखारीचे परवाने द्यायचे नक्की झाले. पण आयात–निर्यातीच्या मालावर जकात आकारली जाईल, त्यामध्ये सूट मिळणार नाही, असे राजांनी कॅप्टन गॅरीला निक्षून सांगितले.

इंग्रज आपल्या वखारीत वा दुकानात इथल्या किती लोकांना कामावर घेणार, त्याची यादी स्वराज्यातील जवळच्या सुभेदाराकडे वा अंमलदाराकडे देणे बंधनकारक राहील; असे लोक घेताना पूर्वमंजुरी घ्यावी, असेही स्पष्ट कलम करारात नोंदवले गेले. शेवटी आपला जिव्हाळ्याचा विषय काढत शंभूराजांनी विचारले,

"कप्तान गॅरीसाहेब, गुलाम पोरांचं काय करता?"

"आता हा मुद्दा कशासाठी उकरून काढता, राजे? जसे आपले पिता शिवाजीराजे गुलाम पोरांवर चौपट जकात आकारत, तशी सहापट घ्या, आठपट जकात घ्या.

पण आम्हांला इथे व्यापारउदीम वाढवायला गुलाम, दास आवश्यकच असतात.''

"गुलाम म्हणून मनुष्याच्या जातीला कुत्र्यासारखं, घोड्या-गाढवासारखं वागवायचं असंच तुम्ही फिरंग्यांनी ठरवलं असेल, तर गॅरीसाहेब आमच्यावर का अवलंबून राहता?''

"म्हणजे?''

"लंडनला वेळोवेळी गलबतं पाठवा. तिकडूनच आणा की गुलाम. आणि राबवा त्यांना बैलांसारखं.''

कॅप्टन गॅरींना शंभूराजांच्या शब्दातला संताप जाणवला. ते निमूट बसून राहिले. तेव्हा शंभूराजे बोलले,

"तुम्हा कोणाचं हो काय जातं? नुकसान मात्र आमच्या स्वराज्यातील तरण्याताठ्या पोरांचं होतं. जंजिरेकर सिद्दी हैवान आमची कोकणी लेकरं पळवून नेतो. भरपेट द्रव्य घेऊन विकतो. मग त्या खरेदीची भरपाई म्हणून तुम्ही त्या लेकरांच्या पाठी चाबकाने फोडता. त्यांचे गुडघे फुटतात. बिना स्नानापाण्याची ही लेकरं महिना महिना राहतात! असा दांडगावा आणि छळ आम्ही आमच्या राज्यात बिलकूल चालू देणार नाही.''

शंभूराजे आपल्या मताशी इतके पक्के होते, की कॅप्टन गॅरी आणि मंडळी चिडीचूप झाली. त्याच ओघात राजांनी सांगून टाकले, "आम्हांला वाटतं कोणत्या धर्मानुसार आचरण करावे, याचं स्वातंत्र्य त्या त्या मनुष्यमात्राला राहावं.'

"तसं ते असतंच राजे.'' कॅप्टन गॅरी.

"वस्तुस्थिती थोडी वेगळी आहे, गॅरीसाहेब. आपली अनेक पाद्री मंडळी हिंदूंना जुलूमजबरदस्तीने ख्रिस्ती बनवतात. त्यासाठीही मुंबई आणि अन्य बाजारात मनुष्यविक्री होते. हा अमानुष प्रकार सुद्धा थांबला पाहिजे.''

कॅप्टन गॅरीने तेही मान्य केले. त्यानुसार इंग्रज-मराठ्यांच्या अंतिम करारामध्ये सातव्या क्रमांकाचे कलम स्पष्ट शब्दांत लिहिले गेले, "आमच्या राज्यातील कोणाही माणसास गुलाम किंवा ख्रिस्ती करण्यासाठी इंग्रजांना विकत घेता येणार नाही.''

करारावर मुद्रा उमटल्या. भेटवस्तूंची देवाणघेवाण झाली. मुंबईकरांचा बेहडा बिरवाडीतून उत्साहाने बाहेर पडला. प्रल्हाद निराजींनी राजांचे अभिनंदन करतानाच थोडी रुखरुख व्यक्त केली, "राजेऽ, आपल्या इच्छेनुसार तेवढी मुंबई मिळाली असती...''

"मिळेल, जातेय कुठे? औरंगजेबाशी सुरू असलेल्या जीवनमरणाच्या लढाईतून आम्हांला मोकळं होऊ द्या एकदाचं पंत. इकडे औरंग्याची कबर बांधू आणि तिकडे मुंबईकडे निघू.''

शंभूराजांच्या डोळ्यांत एक नवी झळाळी चमकली. हाताच्या मुठी वळत ते म्हणाले, "मुंबई आमच्याच भूमीचा हिस्सा आहे. म्हणून निसर्गाधिकाराने आम्हीच तिचे

स्वामी! जगाच्या व्यापाराची ही गुरुकिल्ली आमच्याच कनवटीला हवी. त्यासाठी ह्या फिरंग्यांच्या तागडीत हवं तितकं द्रव्य टाकायला आम्ही तयार आहोत. पण जर ती तागडीच्या मार्गाने प्राप्त होणार नसेल, तर आमची तलवार कशाला आहे?''

३.

शंभूराजांना ती प्रात:काल आपल्या जीवनातील एक भाग्यदायी प्रात:काल वाटत होती. ते मोठ्या अभिमानानं अर्जोजी यादवाकडे बघत होते. अर्जोजीने स्वराज्यात अनेक भव्य इमारती बांधून आपले नाव कमावले होते. पण त्यांच्या आजच्या ह्या धाडसाने कळसच गाठला होता. हंबीरमामांनी अहमदनगरच्या किल्ल्याला खिंडारे पाडायचा अनेकदा यत्न केला होता. बहादूरगडाच्या तटबंदीलाही एकदा भुयार पाडून आत घुसायचा धाडसी प्रयत्न केला होता. परंतु शंभूराजांच्या कोणाही सरदार वा साथीदाराला दुर्गादेवी अगर राणूआक्कापर्यंत पोचता आलं नव्हतं. ती कामगिरी धाडसी आणि बहुरूपी अर्जोजीने पार पाडली होती.

काशी कापडवाल्याचे रूप घेऊन अर्जोजी दुर्गादेवींना जाऊन भेटले होते. बहादूरगडावरून त्यांनी राणीसाहेबांचे एक गुप्तपत्रही आणले होते. शंभूराजांनी ते अधाशासारखे दोनतीन वेळा डोळ्यांखाली घातले. पुन्हा दुर्गा, राणूआक्का आणि आपल्या न देखल्या बाळीबाबत ते पुन:पुन्हा प्रश्न करीत होते. त्याच गोष्टी अर्जोजीही अनेकदा सांगत होते. मात्र त्या वारंवार ऐकूनही शंभूराजांचे आणि येसूबाईंचे कान तृप्त होत नव्हते.

किती तरी वेळ अर्जोजी खाजगीकडे बोलत राहिले. शंभूराजांनी पुन्हा एकदा ते लाख मोलाचे पत्र आपल्या नजरेसमोर धरले.

> "—रोज उगवत्या सूर्याबरोबर आपली आठवण जागते, पण ती मावळत्या दिनकरा बरोबर विझून जात नाही! रात्री तर नुसत्या खायला उठतात. मनुष्याबरोबर दर्पण असलं की तो स्वत:चं प्रतिबिंब त्यात देखतो. माझं तकदीर एका बाबतीत थोर म्हणायचं. आपल्या लेकीचा, राजकुमारी कमळजाचा सहवास हाच माझ्या सुखाचा तुकडा! तिच्या गौर रूपाकडं मी देखते, तेव्हा आपली मदनदेवासारखी सुंदर, मर्दानी मुरत माझ्या डोळ्यांसमोर खडी राहते.
>
> स्वामी, लक्ष लक्ष होनाच्या रायगडाची राजकुमारी पातशहाच्या बंदीवासातच जन्म पावली. पण ती आहे खूप गोड, हसरी, बागडती आणि आपल्या जन्मदात्यासारखी धाडसी व बेडर! पातशहाची शहजादी

जिन्नत तिच्यापेक्षा पस्तीस सालांनी वडील. पण शहजादीचा आपल्या राजकुमारीवर खूप लोभ आहे.

स्वामींना स्मरत असेल तर आपुल्या रायगडावरचा तो पुष्करणी तलाव कमल-पुष्पांच्या नानारंगी फुलांनी सदोदित नटलेला. स्वामी गडावर असले की न चुकता आमच्यासाठी पांढरंशुभ्र कमळपुष्प घेऊन यायचे. त्याची याद म्हणून मी आपुल्या लाडक्या लेकीचे नाव 'कमळजा' ठेव आहे.

आपला पर्वतासारखा पिता आणि सहस्र गडांचा राजा रायगड डोळे भरून बघायला राजकुमारी कमळजा किती उत्सुक आहे. स्वामी, आपुल्या ताटातुटीला आठ साले होऊन गेली. स्वामींच्या पावलांचे पुन्हा दर्शन कधी होणार, हे त्या जगदीश्वरासच ठावे! परंतु कमळजाने आपुल्या आणि रायगडाच्या नावे धोसरा काढला आहे. आम्ही तिला रागे भरतो. बंदीवानाने जास्ती अपेक्षा ठेवायच्या नसतात. पण आपली राजबाळी म्हणते कशी— 'मांसाहेब; कृष्णसखासुद्धा आमच्यासारखा बंदी— खान्यातच नव्हता का जन्मला? देवाची ही सारी दौलतदुनिया आम्हांला काय करायची आहे? आम्हांला फक्त एकदाच, एकदाच आमच्या बाबांच्या बाहूत मस्तकं बुडवायचे आहे. शिवप्रभू सारख्या आमच्या आजोबांच्या रायगड डोळे भरून देखायचा आहे!'

असो. लेकीची काळजी आम्ही आणि तिची राणूआत्या घ्यायला समर्थ आहोतच. फाटेल एकदा हा अंधाराचा पडदा. त्याचे काय एवढे! स्वामींनी मात्र प्रकृतीला जपावे! आमच्यासाठी जीव धोक्यात घालू नये. इथे अन्नवस्त्रांची ददात नाही. राजबंद्यांच्या परिवारांना सर्व काही मिळते. पाचूच्या पराती आहेत, पण आपुल्या रानचा गवतचारा, किती प्यारा! प्रकृतीस जपावे. तुळजावभवानीच्या कृपे आपुली आणि कमळजाची भेट या जन्मी कधी ना कधी होईलच—"

त्या पत्राचे वाचन करताना शंभूराजांचे नेत्र ओलीचिंब झाले होते. येसूबाईंच्या डोळ्यांतून तर अखंड अश्रूधारा वाहत होत्या. त्या दोघांना दिलासा द्यायच्या मिशाने अर्जोजी सांगू लागला; "एक बाकी खरं राजे, आपल्या परिवाराला तिकडं पातशहाकडं खायची, प्यायची आणि ल्यायची अजिबात ददात नाही. औरंगजेब राजबंद्यांच्या लेकराबाळांकडं जातीनं ध्यान देतो म्हणत्यात."

"आश्चर्य आहे. रेडा वेद बोलू लागला आणि औरंगजेब दयाळू झाला, असे म्हणणे, म्हणजे सारंच अकल्पित आणि अविश्वासनीय!" शंभूराजे बोलले.

अर्जोजीनं थोडासा दम घेतला आणि तो उत्साहाने पुढे सांगू लागला, "राजेऽ,

याबी गोष्टीची मी बारकाईनं चौकशी केली. प्रवासात माझ्याबी कानावर आली ती न्यारीच कहाणी.''

''कोणत्या?''

''औरंगजेबाच्या बापानं, शहाजहाननं त्याच्या बापाविरुद्ध बगावतचा ऐलान केला होता. तेव्हा म्हणे, त्या जहांगीरनं औरंग्याला आणि त्याच्या भावंडांना, राजबंद्याची पोरं म्हणून बाळपणी आपल्या जुन्नरलाच ठेवलं होतं. त्या दिवसांत त्यांचे कुत्र्यासारखे हाल झाले. केले गेले. त्याची याद म्हणं पातशहाच्या मनातून कधी पुसली जात नाही. म्हणूनच त्याला राजबंद्यांची आणि त्यांच्या लेकराबाळांची नेहमी दया येते.''

४.

पातशहाच्या गोटामध्ये गेल्या दोन-तीन दिवसांपासून गडबड उडाली होती. बिनीच्या पथकाला डेऱ्यादांड्यानिशी बाहेर पडायचा हुकूम झाला होता. त्यामुळेच कनात सामानाने भरलेले उंटाचे गाडे आणि पाठीवर रसदेच्या गोणी घेतलेले हजारो बैल अहमदनगरातून बाहेर पडू लागले होते. पातशहाने आपल्या बिनीवाल्यांना आपण दोन दिवसांतच सोलापूरच्या दिशेने कूच करणार असे सांगितले होते. अलीकडे आलमगीरसाहेबांच्या मनात नेमके काय खेळते आहे, याचा अंदाज लागत नव्हता. मात्र ते कसल्याशा कारणामुळे कमालीचे अस्वस्थ असल्याचे निश्चितच जाणवत होते.

सदरेवर बसलेला पातशहा आपल्या हरकाऱ्यांची आणि जासुदांची पत्रे बारकाईने वाचत होता. शहजादा आज्जमची पथके विजापूर भागामध्ये धुमाकूळ घालत होती. त्यांनी नागोठाण्याच्या किल्ल्याला वेढा दिला होता. शेख-उल-इस्लामसाहेबांना पातशहाचा दक्षिणेतील दोन्ही राजवटीवरचा गुस्सा अजिबात पसंत नव्हता. शिया असो वा सुन्नी, दोन्ही अल्लाचीच लेकरे. त्यामुळेच एका इस्लामी राजवटीने दुसऱ्या इस्लामी सत्तेविरुद्ध कोणत्याही परिस्थितीमध्ये युद्ध पुकारता कामा नये, अशा ठाम विचारांचे ते होते. आज पातशहा संतापला असला तरी त्याचा नूर चांगला आहे, हे बुढ्या शेखसाहेबांनी ओळखले. म्हणूनच ते धाडस करून म्हणाले, ''किब्लाऐ-आलम, आखिरकार ती पोरंसोरं. त्यांचं एवढं मनावर काय घ्यायचं?''

''कोण पोरंसोरं?''

''जहाँपन्हाँ, ते हैद्राबादकर कुतुबशहा म्हणजे बोलून चालून एक अय्याशी. आणि विजापूरच्या सिकंदर आदिलशहाची उमर तर अवघी पंधरासोळाची—''

अस्वस्थ पातशहाने शेखसाहेबांना स्पष्ट शब्दांत सुनावले, ''ह्या दोन्ही नादानांचा

नि:पात करा तरच मरगठ्ठ्यांना कायमचा रेच मोडेल, असं तो चिक्कदेवराजा आम्हांला म्हैसूराहून बार बार कळवतो. शिवाय ह्या दोघा नादानांच्या वयाशी आमची काही लेनदेन नाही. मात्र त्यांची नादानगी आणि बेवकूफ सियासत खुदालाही पसंत पडणार नाही. हैद्राबाद-गोवळकोंड्याचा तो मूर्ख शहा– काय म्हणालात त्याचे नाव?''

''अबुल हसन तानाशहा.''

''हा लौंडा संगीताचा इतका शौकीन की म्हणे तो भर दरबारात सारंगी वाजवतो. खुषमस्कऱ्यांकडून वाहवा मिळवतो. दर शुक्रवारी हैद्राबादच्या चारमिनारच्या चौकात बीस हजार लौंड्या, बाजारू औरतें, नर्तकी यांना गोळा करून नृत्यगायन नावाचा त्याचा नंगानाच घालत असतो. तो कसली रयतेची आणि अल्लाची सेवा करणार?''

पातशहाला अचानक काही तरी आठवले. तसा तो बरामदखानाला बोलला,

''बरामद, इसके पेहले आम्ही विजापूरच्या त्या बदमाष आदिलशहाकडे कोणकोणत्या मागण्या केल्या होत्या? जरा पढीए तो सही.''

बरामदखानाने जुन्या तवारीखांच्या प्रती काढल्या. त्यावरून डोळे फिरवत तो बोलला, ''हाँ, जिलेसुभानी, मराठ्यांच्या मुलखांजवळ विजापूरकरांच्या हद्दीत आम्ही जी मोगली ठाणी उघडली आहेत, त्यांना विजापूरकरांनी मदत करावी; आम्हांला रसद पुरवून इस्लामची सेवा करावी.''

''ठहरिये — ह्या आमच्या मागणीवर त्या कम उम्रवाल्या सिकंदर आदिलशहाचा काय जबाब आला, तोही लागलाच वाचून दाखवा.''

बरामदखान घाबरला. पातशहा मुद्दाम शेख-उल-इस्लामच्या चर्येचे निरीक्षण करू लागला. मात्र खानाला विजापूरकरांचा तो उग्र जबाब वाचवेना. पातशहाच्या पापण्या वक्र झाल्या. तसा खान चटपटला. घाबरून वाचू लागला,—

''विजापुरी मुलखात नव्याने तुमची ठाणी बांधायला परवानगी कसली मागता? उलट आमच्या इजाजतीशिवाय याआधी उभारलेली तुमची मोगली ठाणी तुरंत तबाह करा. शहेनशहांना जर संभावर चालून जायचे असेल तर त्यांनी खुशाल आपल्या वा संभाच्याच मुलखातून जावे. त्यासाठी आम्ही विजापूरकर त्यांना आमच्या इलाख्यातली दीड वीत जागासुद्धा मिळू देणार नाही. शिवाय शिवाजीचा आणि संभाचा मुलूख मूळ आदिलशहांचाच आहे. पातशहाने तिकडे ढुंकूनही बघू नये.''

त्या उत्तराने तिथे मौजूद असलेल्या सर्वांची भंबेरी उडाली. पातशहांना असे कोणी डिवचल्याचे त्यांच्या जिंदगीमध्ये त्यांना माहीत नव्हते. औरंगजेबाने बरामदखानाला विचारले,

''आमची दुसरी मागणी कोणती होती विजापूरकरांकडे? वो भी पढीए.''

''सर्जाखान नावाच्या तुमच्या सेनापतीला नोकरीतून बडतर्फ करावे. विजापुरातून

हाकलून द्यावे.''

"हूं! त्यावर त्या नादानाने काय जबाब दिला?"

"–हा आमचा जातीमामला आहे. शिवाय सर्जाखान हे आमचे सिपाहसालार आहेत, हे औरंगजेबसाहेबांना माहीत नाही का? ते आज ज्या हुद्यावर आहेत, तेथेच उद्याही राहतील. उलट त्यांची तनखा वाढवायाचा आमचा इरादा आहे.''

"—बस् ऽ!'' औरंगजेबाच्या संयमाचा बांध फुटला.

दरबारात कोणीच काही बोलेनासे झाले. औरंगजेबाचा संताप त्याच्या मुद्रेवरून लपत नव्हता. अतिज्वराने ग्रस्त झालेला इसम जसा अद्वातद्वा बोलत सुटतो, तशीच स्थिती औरंगजेबाची झाली. तो न राहवून गरजला,

"हा आदिलशहा काय किंवा तो कुतुबशहा काय! एकाची तारीफ करावी आणि दुसऱ्यास बहाद्दूर म्हणावे – असेच मक्कार! शेखसाहेब, कसली बाजू उचलून धरता ह्या बदमाषांची? हा हरामजादा कुतुबशहाही अल्लाच्या सल्तनतशी कधीच इमानदार नव्हता. त्या नापाक संभाच्या फौजेसोबत म्हैसूरकरांशी लढायला दहा हजाराची फौज पाठवतो! वर त्याने आपल्या दरबारात मादण्णा आणि आकण्णा असे हिंदू पंडित प्रधान म्हणून बाळगले आहेत. इस्लामी हुकूमत आणि हिंदू प्रधानमंत्री! कैसी नादान है यह सियासत! बोलो शेखसाहब?''

"तोबा ऽ तोबा ऽऽ'' बाकीच्यांनीही पातशहाची री ओढली.

"हा कुतुबशहा तानाशहा इतना मक्कार है — क्या बतला दूं! तो मूर्ख इतक्या प्रचंड दौलतीचा धनी असूनही मरगठ्ठ्यांचा मांडलिक असल्यासारखा बर्ताव करतो. काही वर्षामागे तो शिवा भोसला हैदराबादच्या भेटीवर गेला होता, तेव्हा ह्याच गध्याने शिवाजीच्या घोड्याच्याही गळ्यामध्ये रत्नांचे हार घालून त्यांचं स्वागत केलं होतं. वर सालिना एक लाखाचा तनखा मराठ्यांना कबूल केला होता! त्या मादण्णा आणि आकण्णा नावाच्या हलकट वैष्णवी बम्मनांच्या हाती कारभाराची सारी सूत्रं काय देतात! हा कुतुबशहा म्हणजे इस्लामच्या नावावरचा एक धब्बा आहे.''

पातशहाचा अनिवार संताप, त्याचा चढता सूर पाहून वजीर असदखान, बरामदखान आणि मुख्यत: काझी शेख-उल-इस्लाम सारे चिडीचूप झाले. "काफर, संभाची पाठराखण करायचा ह्या दोन्ही हरामखोरांचा निर्धार बदलणार नसेल, तर आलमगीरच्या तलवारीला किती धार आहे, हेही या जहन्नमींना दाखवावं लागेलऽ!''

पातशहाच्या बोलावर सन्नाटा पसरला. एवढ्यात कोपऱ्यातील पडदा हलला. तिथल्या काचेरी दांड्यांचा किनकिनाट आणि त्या पाठोपाठ एक नाजूक आवाज ऐकू आला, "लेकिन खाविंद ऽ, आज अलम दुनियेत एक इराणचा पातशहा सोडला तर आपल्याशिवाय इस्लामचा रखवाला आहेच कोण?''

"कौन?''

सर्वांच्या नजरा तिकडे गर्रकन वळल्या. पातशहाची लाडकी शहजादी जिनतउनिसा तिथे उभी होती. तिच्या जाळीदार घुंघटाआडूनही तिचा गौर, तेजस्वी चेहरा उठून दिसत होता.

पातशहा लागलाच उठून उभा राहिला. आपल्या दरबारी कामकाजामध्ये घरच्या बहुबेगमांनी आणि शहजादींनी तोंड खुपसल्याचे त्याला आवडत नसे. पण आपल्या लाडक्या शहजादीनेच अशी अचानक गलती करावी याचे पातशहाला खूप दु:ख झाले. तो सदरेवरही थांबला नाही. तसाच रागाने पावले टाकीत आपल्या खाजगीकडे येऊन पोचला. शेख काझीसारख्या धर्मात्म्याशी टक्कर देणारा औरंगजेब आपल्या प्याऱ्या शहाजादीच्या बेवकुफीने चांगलाच दुखावला गेला होता. त्याच्या मागोमाग जिनतउनिसाही घाबरून धावत आली.

उदेपुरी बेगम आणि औरंगाबादी बेगमेसह साऱ्या बहुबेगमा घाबरल्या. शहेनशहांचा नूर खूपच बदलून गेल्याचे दिसत होते. रात्री आपला खाना उरकता उरकता पातशहाने शहजादीला आपल्या जवळ बोलावले. दुखावल्या सुरात त्याने विचारले, "बिटिया, आज दुपारी काय झालं होतं काय तुला?"

"अब्बाजान, मैं तो अपने मजहबके लिए बोली—"

"मजहब या मुहब्बत?"

शहजादीची चर्या पांढरीफट दिसू लागली. ती घाबरून विचारू लागली, "अब्बा, आप कैसी बाते कर रहे हो?"

"बिटिया जिनत, तुला माहीत आहे नव्हे, झेबुन्निसा माझी किती प्यारी शहजादी होती. पण त्या बेवकूफ शहजादा अकबराच्या नादी लागली आणि कायमची सलीमगडाच्या अंधारकोठडीत जाऊन बसली. शहजादी असूनही सियासती कारभारामध्ये दखल अंदाजी तुम्ही का करता?"

कसल्याशा अनामिक भीतीने पातशहाची सफरचंदी मुद्रा दु:खाने झाकोळून गेली. तो कातर सुरात बोलला, "बिटिया जिनत, आज मै सिर्फ इतनाही बतलाना चाहता हूं. मै मेरी और एक शहजादीको हमेशाके लिए खोना नही चाहता."

"रहेम करो, अब्बा.... रहेम करो!" शहजादीने हात जोडले.

"मुझे लगा आपको मुहब्बत हो चुकी."

"कैसी मुहब्बत, अब्बा?"

"त्या काफराबद्दल — संभाबद्दल." पातशहाने शहजादीवर डोळे रोखले.

"वो तो उमरसे मुझसे पंधरा-वीस साल छोटा है. मेरे भाई जैसा."

औरंगजेब अधिक काहीच बोलला नाही. मात्र पातशहाच्या वक्तव्यावर शहजादी खूप दुखावली गेल्याचे दिसले. तिने मुळुमुळु रडायला सुरुवात केली, तसे पातशहाचे अंत:करण द्रवले. आपल्या शहजादीच्या डोक्यावर त्याने प्रेमाने हात ठेवत तो

भारावल्या शब्दात बोलला, "बिटिया, तुझी खरी मुहब्बत तुझ्या अब्बासारखीच आपल्या मजहबवर– इस्लामवर आहे, हे मलाही ठाऊक आहे. पण ज्या दोन इस्लामी राजवटींबद्दल तुझा कलेजा तुटतो, ज्यासाठी आमचे पागल सरकाझीही अडून बसतात, त्या दोन्ही हुकमती काफरांच्या दोस्त आणि अल्लाच्या दुश्मन आहेत!"

जिनतउनिसाने काहीशा अविश्वासाने आपल्या बापाकडे पाहिले. तसा पातशहाने एक खलिता उघडला. तो शहजादीच्या पुढे करत तो बोलला, "देख बिटिया. काही दिवसांमागेच त्या हैद्राबादकर नादान कुतुबशहाने विजापूरकर आदिलशहाला लिहिलेला हा खलिता, आमच्या जासुदांनी हस्तगत केला आहे. वाच त्यातला मजकूर."

शहजादीची नजर त्यावरून फिरू लागली,

"भाईजान सिकंदर आदिलशहा—

औरंग पातशहाने शहजादा आज्जमला तुमच्या मुलखावर दबाव निर्माण करण्यासाठी धाडले आहे. पण आपण त्याची बिलकूल फिकीर करू नका. आम्ही लवकरच ४०,०००ची कुतुबशाही फौज तुमच्या मदतीसाठी धाडत आहोत. संभाजीराजांचे हंबीरमामा मिरज, अथणी, वारूगड, महिमानगड ते जतपर्यंतच्या मुलुखात तेहलका करत आहेत. पातशहाच्या फौजेला हैराण करून तुम्हांला मदत करत आहेत, हे आम्हांलाही मालूम आहे. दख्खनदेशातील आम्हा तिन्ही हुकमतींनी औरंगजेबाला हैराण करून यमुनेकडे पळवून लावायचं नक्की केलं आहे. पाहू तो दिल्लीकर बुड्ढा आमच्या दख्खनी दिमागापुढे किती टिकतो ते. आपण बिलकूल घाबरून जाऊ नये. आम्ही व शंभूराजा खंबीरपणे आपल्या पाठीशी उभे आहोत.

आपला भाईजान
तानाशहा अबुल हसन कुतुबशहा."

तो खलिता वाचताच शहजादीला खऱ्या प्रकाराचा उलगडा झाला. आपले डोळे वेळेत उघडल्याबद्दल तिने पातशहाचे आभार मानले. आपल्या शहजादीची समजूत निघाली! आनंदाच्या कैफात शहेनशहा रात्री उशिराच झोपी गेला होता. मात्र ती रात्र त्याच्यासाठी तशी सुखाची ठरली नाही. पहाटे पहाटे त्याचा मुख्य खोजा त्याच्या दरवाजावर मोठ्याने थापा मारू लागला. डोळे चोळत पातशहा उठला, तर दारामध्ये वजीर असदखान आणि बरामदखान उभे होते. पातशहाला गंभीर परिस्थितीचा अंदाज आला. त्या दोघांना घेऊन तो आत घुसलखान्यात गेला. घाबरलेला वजीर सांगू लागला, "पातशहा सलामत, बहुत बुरी खबर है."

"क्या हुआ?"

''आपलं पाच हजार घोडेस्वारांचं एक दल आमच्याशी गद्दारी करून रात्रीच पळून गेलं.''

''कहाँ? संभाके पास?''

''खबर उतनी तो बुरी नही, हजरत,'' वजीर सावरत बोलला, ''ते सारे वैजापूरच्या दिशेने दिल्ली-आग्र्याकडे पळून गेले.''

''क्यूं? उन्हे तनखा नही मिली?''

''दख्खनमध्ये येऊन आज पाच वर्षे होऊन गेली. त्यांना तनखा मिळतो. खानापेहनना याची तोशीस नाही. पण पागलांना आपल्या बालबच्च्यांची खूप याद येत होती म्हणे— जिंदगीमध्ये इतकी मोठी अजासी मुहीम त्यांनी कुठं बघितलीय जहाँपन्हाँ?''

''ये बात ठीक नही, वजीर. आज पाच हजार गेले. उद्या दहा हजार, पाच लाखही जातील. एक एक करून सारं शाही लष्कर मोडून पडेल–''

''फिर हुक्म, मेरे आका.''

''चाहेल तर त्यांच्या पाठीवर अजून पाचपट फौज पाठवा. पण पळपुट्यांच्या मुसक्या बांधून त्यांना खेचून मागे आणा.'' पातशहा बोलता बोलता थबकला. गंभीर होऊन बोलला, ''राजमेहलला शंभर खांब आहेत. त्यातला एखादा तिरका झाला म्हणजे काहीच नुकसान झालं नाही, अशा घमेंडीत वा मूर्खपणात जिंदगीचं नुकसान करण्यात मतलब नाही. मात्र ही पडझडीची सुरुवात आहे, असाच धडा शहाण्या मनुष्याने घ्यावा!''

५.

औरंगाबाद सोडून दिल्लीच्या बाजूने पळून जाणाऱ्या आपल्या पथकांना काबूत आणण्यात पातशहाने यश मिळविले. वास्तविक पाहता त्या सर्वांनाच गारद करायचा औरंगजेबाचा विचार होता. पण असा कठोर निर्णय घ्यायची ही वेळ नव्हती. कदाचित त्याचा उलटा परिणाम उरलेल्या फौजेवर होईल आणि बगावतीची आग विझवता विझवता नाकात दम होईल, या भीतीने त्याने आपला संताप आवरला.

पातशहा बराच वेळ अस्वस्थ मनाने तसाच बसून राहिला. शेवटी न राहून तो वजिराला बोलला, ''एक वक्त शरीरानं खचलेल्या फौजेला नवी रसद पुरवून ताजीतवानी बनवता येईल. पण जेव्हा मनानं लष्कर खचतं, ती मात्र खूप फिकिरीची बाब बनते. वजीर, आखिर एक बात बतला दो– अनाज, लिबास और तनखा छोडके इन नादानोंको और क्या चाहिए?''

"एक फतेह!"

"म्हणजे?"

"आलमपन्हाँ, गेल्या पाच-सहा वर्षांत आपल्या फौजांनी एकही विजय पाहिलेला नाही. तो नन्हासा रामशेजही अजून कबजात येत नाही. येत्या काही महिन्यांत वा या वर्षांतही संभाची पडझड होईल असंही चिन्ह कुठे दिसत नाही. संभाचे किल्ले म्हणजे खरंच रसरसत्या पोलादाची कुंडं आहेत, हजरत."

"फिरसे उस जहन्नमी संभाची आणि त्याच्या फौजेची तारीफ?" पातशहाने डोळे रोखले.

"तारीफ नाही हजरत, ही हकीकत आहे." बरामदखानाने मध्येच तोंड घातले, "मरगठ्ठ्यांच्या फौजा म्हणजे एक अद्भुत चमत्कार आहे, जिलेसुभानी! निश्चित फतेहची खात्री असल्याशिवाय तो संभा आणि हंबीरराव मोहिते उघड्या मैदानावर उतरत नाहीत. हत्याराला हत्यार भिडवत नाहीत."

"तो बडी फौज लेकर जावो."

"बडा घाला आल्याचा नुसता वास लागला, तरी मरगठ्ठे अचानक छू मंतर करतात. भुतासारखे झाडात, पहाडात कुठं अदृश्य होतात, तेच कळत नाही. पाठलाग बंद झाला रे झाला की, पुन्हा मोहरा वळवून माघारा वेगानं आमच्यावर धावून येतात. वाऱ्यासारखे आणि पाण्याच्या लाटेसारखे उधळतात."

"लेकिन आज आपल्या लष्कराची दिमागी ताकद खचली आहे, त्याचं काय?" औरंगजेबाने कळीचा मुद्दा उपस्थित केला.

पातशहाच्या प्रश्नावर सर्वांनीच होकारार्थी माना डोलावल्या. न राहवून असदखानाने कबुली दिली, "जहाँपन्हाँ, आपल्या लष्कराचं दिल खचलं आहे, यात वादच नाही. रामदऱ्याच्या घाटामध्ये तर ह्या शैतानी मरगठ्ठ्यांनी उभं गवत जाळलं. पण आमच्या घोड्यांना घासदाणा मिळू दिला नाही. रामशेजसारखे किल्ले म्हणजे भूतखानेच आहेत, हजरत."

"ह्या साऱ्याचा आपल्या फौजेवर खूप बुरा असर आहे. इकडच्या माळावरून आपले एकटे-दुकटे फौजी दिवसासुद्धा वावरायला घाबरतात. त्यांना बंदोबस्तानंच बाहेर पडावं लागतं."

दरबार उठला. पातशहाच्या मस्तकातून मात्र बेचैनीचा भुंगा बाहेर पडायला तयार नव्हता. आपला ओठ दाबत पातशहा बोलला, "वजीरे आझम, ह्या साऱ्याचा मतलब एकच. संभा, गोवळकोंडेकर आणि विजापूरकर ह्या तिघांची नापाक दिलजमाई पहिली तोडायला हवी. मराठोंके मुल्कमें फतेह नही, तो और कही. लेकिन हमारे फौजके वास्ते एक फतेहकी जरूरत है– जरूरत है."

"जी, जहाँपन्हाँ!"

"आमच्या दोन्ही नादान इस्लामी सत्तांकडून मराठ्यांकडे येणारी खुफिया रसद पुरी बंद केली पाहिजे. त्यासाठी त्या दोन्ही नापाक हुकमतीवर चालून जाणं, त्या दोन्ही शाह्या पुऱ्या नेस्तनाबूत करणं आणि त्यानंतर मागं वळून पहाडातल्या चुह्याचं पिल्लू ठेचून मारणं, याशिवाय आता हमारे हाथोंमें बचाही क्या है?"

६.

समृद्धी आणि ऐश्वर्याबाबत स्वर्गाशी तुलना करावी, अशीच ती गोवळकोंडा तथा भागानगरी होती. शेजारच्याच हैदराबाद शहरामध्ये सुखसोयींची लयलूट होती.

नेहमीप्रमाणे कुतुबशहा अबुल हसन तिन्हीसांजेपासूनच नाचगाण्याचा आनंद लुटण्यामध्ये मश्गूल होऊन गेला होता. भर दरबारात सारंगी वाजवण्यात तानाशहाला खूप आनंद वाटायचा. गुणीजन त्याच्या रसिकतेला दाद देत. पण शुष्क राजकारण्यां-साठी ते भिकेचे डोहाळे होते.

भागानगरचा मुलूख असंख्य तलावांनी भरलेला होता. अनेक छोटी-मोठी धरणे त्या इलाख्यात बांधली गेली होती. कालव्यांचे जाळेही निर्माण केले गेले होते. भरपूर पिके आणि फळांच्या बागांमुळे गोवळकोंड्याच्या कुतुबशाहीमध्ये कमालीची श्रीमंती अवतरली होती. मुसी नदीकाठच्या हैदराबाद नगरीमध्ये अनेक मोठे औरसचौरस रस्ते होते. औरंगजेब पातशहा हिंदुस्थानच्या गादीवर येऊन तेवीस-चोवीस वर्षे लोटली होती. एवढ्या दीर्घ कालावधीमध्ये कुतुबशाहीवर कोणतेही आक्रमण चालून आले नव्हते. त्यामुळेच इथली श्रीमंती उत्तरोत्तर वाढत गेली होती.

आजच्या मेहफिलीला मोठी बहार आली होती! उंची, नक्षीदार, इराणी पेहरावामध्ये आणि घडीच्या किमाँशमध्ये तानाशहाची मूर्ती मोठी साजिरी दिसत होती. त्याच्या किमाँशवरील तुऱ्यामध्ये जडवलेला लाल माणकांच्या महिरपीमधला चाँदसितारा आज विलक्षण उठून दिसत होता. केवळ स्वर्गातल्या ढगांच्या लादीवर शोभतील अशा गंधर्वकन्या त्याच्या आसनासमोर थुई थुई नाचत होत्या. तानाशहाच्या काळात साहित्य, सौंदर्य, नृत्य या सर्वांनाच सोनेरी दिवस आले होते. हैदराबाद आणि भागानगरीत वीस हजारांवर अधिक गणिका, तवायफ अगर नर्तकी राहत होत्या. दर शुक्रवारी राजवाड्यातील भव्य चौकात हजार हजार नर्तिका आपली कला पेश करत. आगाशीत बसलेला कुतुबशहा गंमतीने चंडोल पीत त्या स्वर्गीय सुखाचा आनंद लुटत असे. एकूणच हैदराबादचे वातावरण खूप रसिले आणि नशिले होते. गेल्या कित्येक वर्षांत तोफांचा आणि बंदुकांचा आवाज कोणाच्या कानावर पडला नव्हता. मात्र तबला, बाजाची पेटी आणि घुंगरांचा अहोरात्र छनछनाट तिथे रोज सुरू असे. एकूणच गंधक आणि तोफगोळ्यांचे व्यापारी भिकेला लागले होते. मात्र

मोगऱ्याच्या वेण्या विकणाऱ्यांनी रंगीत माडींचे इमले उभारले होते.

रोजच्यासारखी आज तिन्हीसांजेलाच तानाशहाची स्वारी रंगमहालामध्ये बेहोष होऊन गेली होती. तितक्यात जाडजूड अंगाच्या, लिंबासारख्या मुलायम कांतीच्या, पसरट चेहऱ्याच्या आणि आपल्या रुंद कपाळावर केशरी गंध लावलेल्या मादण्णांनी त्या रंगमहालात प्रवेश केला. भरजरी वस्त्रांतले मादण्णा हे हैदराबादचे प्रधानमंत्री होते. जातीने एक दख्खनी वैष्णव ब्राह्मण असूनसुद्धा ते तिथल्या इस्लामी राज्याचे मुख्य दिवाण बनले होते. त्यांचे पद राज्यामध्ये दुसऱ्या क्रमांकाचे असूनही वास्तवात ते कुतुबशहाचेच सर्वाधिकार वापरत. त्याबाबत मुसलमानी रयत त्यांच्यावर कमालीची नाराज होती. मात्र आपल्या कुशाग्र तैलबुद्धीच्या बळावर मादण्णा या पायरीपर्यंत पोचले होते. हिंदी, तेलगू आणि पर्शियन या भाषा त्यांच्या जिभेच्या शेंड्यावर होत्या.

सोन्याच्या पालखीतून मादण्णा हैदराबाद नगरीतून प्रवास करत. त्यांच्या पालखीचे भोई लांबून जरी दिसले तरी शहरातले मोठमोठे व्यापारी, विद्वान, हिंदू आणि मुसलमान सर्वजणच त्यांच्यापुढे आदराने झुकत. तानाशहाने आपल्या एका सामान्य पण हुशार पेशकाराला राज्याचे मुख्य दिवाण बनवले होते. त्याचा फायदा घेऊन मादण्णांनी कुतुबशाहीच्या इस्लामी आमदानीतसुद्धा अनेक हिंदू देव-देवतांची मंदिरे बांधली होती. गोवळकोंड्याला भेट देणाऱ्या शिवाजीराजांसह अनेक फिरंगी वकिलांचीही वास्तपुस्त पाहिली होती. मात्र गेल्या तेरा-चौदा वर्षांत रंगमहालाकडे चुकूनही न फिरकणाऱ्या मादण्णांची पावले तिकडे वळल्याचे पाहून सारी नृत्यसभा स्तब्ध झाली. सारंग्ये थांबले. साऱ्या नृत्यांगनांचा छनछनाट बंद पडला.

तानाशहासुद्धा काहीसा अचंबित होऊन आपल्या दिवाणाकडे पाहू लागला. चंडोलची नाजूक नळकांडी आपल्या ओठांतून बाहेर काढत धुंद तानाशहाने प्रश्न केला, "क्यू मादण्णा? कशासाठी बनवलं आहे तुम्हांला पंतप्रधान? आमच्या नृत्य, संगीत आणि इष्कबाजीच्या ह्या स्वर्गीय कैफामध्ये कोणाचीही, कसलीही रुकावट नको, म्हणूनच ना?"

"खाविंद, बंद्याकडून गलती घडत असेल, तर दया करा. पण तसंच जरुरीचं काम असल्याशिवाय साहेबस्वारींना तकलीफ द्यायचा गुन्हा आम्ही कसा करू?"

"बोलो."

"हजरत, एक जरुरीचं फर्मान आलं आहे दिल्लीकर औरंगजेब पातशहाकडून."

"काय म्हणतो तो बुड्ढा?" तानाशहा गडबडीने बोलला, "सांगा हो लवकर. पाहा ह्या अवखळ लाजऱ्या पोरी मध्येच तोडा तोडून कशा थांबून राहिल्या आहेत. तिकडं तबल्याचा ठेका आणि इकडं आमच्या कलेजाचा ठेका मध्येच कसा चुकला आहे पाहा! अलबत्ता, गाणंबजावणं, रसिकता यातलं त्या औरंग्याला काय समजणार

म्हणा.''

''हुजूर, हुजूर, ते म्हणतात— विजापूरच्या सिकंदर आदिलशहाला कुमक पाठवायचा जर आपण गुन्हा कराल, तर...''

''तर? असं लटपटता कशाला? सांगा.''

''जर विजापूरकरांना एवढाशीही मदत कराल तर तुमचं तख्त आणि ताज गंद्या नाल्यात फेकून देऊ.''

ती खबर सांगताना मादण्णा खूप घाबरून गेले होते. मात्र तानाशहाने गंमतीने आपली बुबुळे तिरकी उडवली. पातशहाचा हा पैगाम आपल्या खिजगणतीतही नाही, असे मादण्णांना दाखवून दिले. तितक्यात एक सुरेख पानविडा एका खोजाने आणून तानाशहाच्या हाती दिला. दूर मच्छलीपट्टणहून एका ठराविक पानमळ्यातली पिवळसर हिरव्या रंगाची पाने कुतुबशहासाठी रोज आणली जायची. त्या नाजूक पानविड्याची रंगत चाखता-चाखता सोन्याच्या पिकदाणीत तानाशहाने पिंक टाकली. आपल्या अय्याशीतील रुकावटीने तो बेचैन झाला. त्याने अवघ्या सोळा-सतराच्या एका स्वर्गीय सौंदर्यवतीस जवळ बोलावले. अंगावरच्या यौवनखुणांनी ती पुरती डवरून गेली होती. तिचे डोके आपल्या मांडीवर घेत, तिच्या रेशमी केसांतून आपली बोटे फिरवत तानाशहाने पुन्हा विचारले, ''काय म्हणतो तुमचा तो औरंगशहा?''

मादण्णांनी भीत भीत तोच पैगाम पुन्हा ऐकवला. तेव्हा तानाशहाने विचारले,

''हैदराबाद आणि गोवळकोंड्याच्या किल्ल्यात आपली किती फौज ठाणबंद असेल, मादण्णा?''

''एक लाखभर.''

''ओह! तर असं करा. आजच वीस हजार घोडा विजापूरकरांच्या मदतीला धाडून द्या. तो बेचारा सिकंदर शहा, फक्त पंधरा वर्षांची त्याची कोवळी उमर. आपल्या त्या शेजाऱ्याला पडेल ती किंमत चुकती करून मदत करणं हा आमचा फर्जच आहे.''

तितक्यात तिथे शहाची बेगम सरोमाजानी येऊन पोचली. साक्षात बेगमच तिथे पोचल्याने तानाशहाच्या आजूबाजूला भिडलेल्या, त्याचे हातपाय चेपणाऱ्या नर्तिका फुलपाखरासारख्या झटकन बाजूला उडाल्या. बेगमेला तिथे पाहून तानाशहा गुरकावला, ''क्या चाहती हो बेगम?''

''फर्याद!'' आपल्या चेहऱ्यावरच्या निळ्या घुंगटातून समोर पाहत बेगम बोलली, ''माफ करा, हजरत. किती बुरे दिवस आले आहेत या दौलतीला! आपल्या राज्याकडं आणि परिवाराकडं लक्ष द्यायला कुतुबशहांना क्षणाचीही फुरसद मिळत नाही. म्हणून तर आपल्या धन्याच्या भेटीसाठी इथल्या बेगमेलासुद्धा ह्या रंडीबाजारात बेशरम बनून यावं लागतं.''

"—सिर्फ कामकी बात करो! सुनाओ फर्याद."

सरोमाजानी बेगम थबकली. तिथेच उभ्या असलेल्या मादण्णा पंडितांकडे जळजळीत कटाक्ष टाकत बोलली, "ही फर्याद ऐकताना ह्या वेश्वा इथं असल्यातरी चालतील. पण हा मादण्णा पंडित नको."

"ते कसं मुमकीन आहे, बेगम? हा मादण्णाच आमची सावली आहे. हाच आमची जान आहे."

"तोच तुमचा जीव घेतोय हजरत." बेगम कळवळून बोलली, "आपण सारा कारभार आंधळेपणाने ह्या मादण्णा पंडिताच्या हातात सोपवला आहे. तोच तुमचा गळा घोटतोय. त्याचा भाऊ आकण्णाला त्याने सरलष्कर बनवलं आहे. त्याचा पुतण्या रामदास हा सरकारकून— सगळे बडे हुद्दे ह्या मादण्णानं फक्त आपल्या बिरादरीमध्ये वाटून टाकले आहेत. त्यामुळेच तो सर्व हैदराबादी इस्लामी रयतेच्या गुश्श्याचा धनी बनला आहे. ह्या साऱ्या ऱ्हासाचं मूळ आपण आहात हे विसरता की,काय खाविंद?"

तानाशहाने आपली वक्र पापणी मादण्णांकडे वळवली. तो बोलला,

"दिवाण मादण्णा, आजवर दरबारातल्या साऱ्या उमरावांनी आणि राज्यातल्या उलेमांनी अशाच तक्रारी केल्या होत्या आपल्याबद्दल. आम्ही इथल्या राजगादीवर आल्यापासून गेल्या तेरा-चौदा वर्षांत तुम्हांला एकही सवाल कधी केला नाही. आता मात्र फक्त एकच सवाल–"

"जशी आपली आज्ञा देवा—" थरथर कापत मादण्णा बोलले.

"आमच्या बेगमसाहेबांनी भरल्या दरबारात तुमच्यावर जे इल्जाम केले, त्यापैकी कोणता मुद्दा गलत आहे?"

तानाशहाचा तो धारदार सवाल ऐकून मादण्णाची बोबडीच वळली. त्याने थरथरत खाली गुडघ्यावरच बसकण मारली. तो अजिजीने बोलला,

"हुजूर, यापैकी काहीही खोटं नाही. परंतु हुजूर– हाच एक सवाल गेल्या पंधरा वर्षांत विचारून आपण आमचे एकदा जरी कान उपटले असते, तरी आम्हांला पुरेशी अक्कल प्राप्त झाली असती. आधीच मी एक गरीब ब्राह्मण. त्यात हाती आली ती अशी कर्तुमकर्तुम सत्ता — मग काय नातेवाईकांना पंख फुटले — साराच गोंधळ हो—"

तानाशहाची चर्या खूप खजील दिसली. त्याने शेजारच्या सुरईतले मद्याचे अनेक घोट एका दमात घेतले. तो विषादाने बोलला, "यार मादण्णा दोस्त, तुमचा तरी काय दोष? सत्ता म्हणजे वाहता दर्या. ह्या अवखळ पाण्याला सत्ताधीशानंच वळण लावायचं असतं. तुझ्या या धन्याने किमान अधेमध्ये ह्या रंगीन रंडीखान्यांना फाटा दिला असता, कधीतरी थोडावेळ येऊन आपल्या दरबारात बसायचा गुन्हा

केला असता तर आमच्या नादान जिंदगीने आम्हांला हे असे दिवस कशासाठी दाखवले असते?''

७.

पातशहाची औरस-चौरस छावणी रात्रीच्या अंधारात डाराडूर झोपली होती. चौक्यापहाऱ्यावरचे शिपाई तेवढे जागसूद होते. कुतुबशहा आणि आदिलशहाचा नक्षा उतरविण्यासाठीच पातशहा सोलापूरजवळ येऊन भीमेकाठी ब्रह्मपुरीला राहिला होता. त्याने मुअज्जमवर कुतुबशाहीची, तर आज्जमवर आदिलशाहीची जोखीम सोपवली होती. शक्यतो युद्धक्षेत्राच्या जवळपास राहूनच दोन्हीकडच्या फौजा झुंजत्या ठेवायच्या, असा त्याचा इरादा होता. विजापूरला शहजादा आज्जमने वेढा देऊन वर्ष लोटले होते, परंतु तिकडून नजिकच्या काळात फतेहची सुतराम शक्यता दिसत नव्हती. त्यामुळे औरंगजेब खूप कातावून जात होता. त्यातल्या त्यात त्याच्या खान-ई-जहान या सरदाराने मंगळवेढा आणि सांगोला ही दोन्ही आदिलशाही ठाणी जिंकून विजापूर-करांवर दबाव वाढवला होता. त्याचे पातशहाला थोडेफार समाधान वाटत होते इतकेच.

पहाऱ्यावरचे गस्तवाले, इकडे तिकडे फिरत होते. लालबारीपासून वजिर असदखानाचा गोट काही अंतरावर होता. वजीर असलेल्या आपल्या काकाचा औरंगजेबाला अलीकडे खूप राग येई. वजिरासोबत त्याच्या एकशेआठ बेगमाही फौजेत होत्या. एकूणच आपल्या छंदीफंदी स्वभावामुळे असदखानाचे कारभाराकडे लक्ष नाही, अशी शहेनशहाची तक्रार होती.

वजिराच्या गोटाकडे अचानक दहाबारा घोड्यांचा तांडा आला. काहीतरी तातडीचे वृत्त घेऊन ते दूत आले होते. वजीर तयार होऊन लागलाच लालबारीच्या मधल्या चौकात आला. पातशहाच्या शय्यागृहाच्या विशाल तंबूकडे सामसूम दिसली. म्हणून ते सारे मागे वळले. इतक्यात पातशहाच आपल्या दारात आला. त्याच्या खिदमदगारांनी असदखानाला हाक दिली. गोटाभोवती फिरणाऱ्या घोड्यांच्या दबकत्या पावलांनीही शहेनशहाला जाग यावी, याचे सर्वांना आश्चर्य वाटले.

घाबरलेले ते दूत पातशहाच्या खाजगी सदरेवर आले. त्यांचे बोलायचे धाडस होईना. तेव्हा असदखानवरच ती बातमी द्यायची वेळ आली, ''जहाँपन्हाँऽ रहेम करो. पण करायचं काय, दिवसच असे बुरे आलेत. काल रात्री सांगोल्याच्या आपल्या तळावर मरगठ्ठ्यांनी डाका घातला. सारे जतच्या बाजूने धावून आले होते. साहेबांचा खजिना लुटला.... आपल्या शाही पागेतली पाचशे घोडी पळवून नेली.... अंधाराचा आणि हुल्लडबाजीचा फायदा घेऊन त्यांनी खूप तमाशा केला, जहाँपन्हाँ!''

"मरगठ्ठयांच्या ह्या छाप्याचा मुखिया कोण होता?"

"हंबीरराव मोहिता."

ते नाव ऐकताच पातशहाने अस्वस्थ होऊन आभाळाकडे पाहत मान उंचावली. त्याने वाकेनवीस आणि बाकी सर्वांना सदरेबाहेर जायला सांगितले. आता आपणावर कोणती बिलामत ओढवणार म्हणून असदखान अंग चोरून बसला. हैराण झालेला पातशहा जखमी सुरात बोलला, "आता आम्ही अशा एकाच कारणासाठी खुदाकडे आयता पढतो की, किमान अधेमधे असे काही दिवस उगवावेत, ज्या दिवशी संभा आणि हंबीर ही नावं कानावर न पडून अन्न गोड लागेल."

"हुजूर-"

"आखिर कौन है ये हंबीर?"

"संभाका मामा—"

"वो बात नही. माझा सवाल अलगच आहे. आमच्या पाच लाखांच्या फौजेत असा एखादा खंबीर हंबीर का पैदा होत नाही?— कसलं आमचं लष्कर— खाली नामर्दांची, हिजड्यांची बारात!"

असदखानाच्या मानेचा जणू मणकाच मोडला. तो मुंडी वर करायला तयार नव्हता. तेव्हा पातशहा आपल्या करड्या आवाजात बोलला, "वजीरे आझम, अभी आपको खाली तीनही बाते करने होगी. पेहली बात त्या हरामी हंबीरवर करोडोची दौलत उधळा. नही तो ऐसा करो— त्याला दावत द्या. म्हणावे तुझ्यासारखा बहादूर, तगडा, मर्द इसम आम्हांला मिळेल तर तुलाच आम्ही रायगडचा पातशहा बनवूऽ! त्या काफरबच्चा संभाला कायमचा बंदीखान्यात फेकून देऊ."

"क्या बात है मेरे आका? ऐसा कुछ हमने सोचा भी नही था!" त्या केवळ कल्पनेने असदखान आनंदाच्या भरात उठून उभा राहिला.

"उतना ज्यादा सोचना भी मत. बैठो नीचे. ही बात इतकी आसानही नाही. हंबीर संभाचा खूप इमानदार सिपाहसालार आहे- तो आमच्याकडं येईल तर त्याच्यासाठी फुलांच्या पायघड्या तयार ठेवा. न येईल, तर काटेरी खंजरही तयार असू दे- लेकिन तो जिंदा वा मुर्दा नाही गवसला, तर ह्या दख्खनच्या मिट्टीतला असा एखादा सवाई बाटगा तयार करा, जो हंबीर नावाच्या सरदर्दमधून आम्हांला कायमची राहत देईलऽ"

पातशहाने असदखानाशी बऱ्याच उशिरापर्यंत मसलत केली. बसल्या बैठकीतच हंबीररावांसाठी एक मधाळ खलिता लिहिला गेला. पातशहाने सांगितले,

"वारुगडला जाऊन आमच्या नागोजी मानेला भेटा. तोच नेक इसम आम्हांला मदत करेल. सरळ कोणी पैगाम घेऊन जायचा गुन्हा करेल, तर हंबीर त्याला कच्चा खाऊन टाकेल." औरंगजेब एक खोल सुस्कारा टाकत पुढे बोलला, "आता

आमच्या फौजेतील आदमींवर आमचा भरोसा उरला नाही. दक्षिणेतल्या बाटग्यांनाच घेऊन हुकूमत चालवू. त्या सर्जाखानाशीही कुठून ना कुठून सलोखा ठेवायची कोशीश करा, वजीरे आझम.''

''लेकिन– लेकिन, जहाँपन्हाँ आपण तर याआधी त्याला विजापुरातून हद्दपार करा, असा दबाव आणला होता.''

''कारण सर्जाखान हीच त्यांची खरी लढाऊ ताकद आहे. एक शस्त्र आहे. विजापूरकरांऐवजी असं शस्त्र आमच्या पातशाही शस्त्रागारात येईल, तर त्याची आम्हांला जरूरत का नसावी?''

८.

अहमदनगरच्या किल्ल्यातली चांदणी बाग फक्त जनानी वापरासाठी होती. पातशहाच्या शहजाद्या, पोत्या, राजपरिवारातील लहान मुले आणि मुली त्या बगिच्याचा यथेच्छ लाभ उठवत. विशेषत: जिनतउन्निसा ऊर्फ पातशाही बेगम तिथे मनमुराद आनंद लुटत असे. जिनतउन्निसाला कमळजाचा खूप लळा होता. कमळजा पातशहा औरंगजेबाच्या कट्टर दुश्मनाची संभाजीराजांची कन्या असली तरी शहजादीची ती चांगली सहेली होती, हे अहमदनगरच्या किल्ल्यात आणि पातशाही फौजेलाही माहीत होतं.

पातशाही बेगम उत्तरेत खूप चांगली घोडेस्वारी शिकली होती. घोडा बघितला की कमळजाचेसुद्धा बाहू स्फुरण पावत. राजबंद्यांच्या पोरांनी घोडेस्वारी शिकणे वा शिकवणे हा पातशाही फौजेत गुन्हा होता. परंतु जिनतच्या कमळजावरील प्रेमापोटी अलीकडे त्या नियमाकडे दुर्लक्ष केले जात होते. जिनत आपल्या सोबत कमळजाला घोड्यावरून रपेट मारू द्यायची. कमळजाही फक्त तिच्याच सहवासात जनानी खेळात भाग घ्यायची.

त्या दुपारी किल्ला आणि त्यापेक्षाही तेथील चांदणी बाग जनानी जागी होती. कमळजा घोड्यावरून जोरदार रपेट मारत होती. बाकीच्या मैत्रिणी गिल्ला करून प्रोत्साहीत करत होत्या. तिचा घोडा अर्धवर्तुळाकार फिरयचा. पाव कोसांची जोराची दौड करून माघारा यायचा. त्या बाजूच्या बुलंद दरवाजावर पाचशेचं पथक होतं. तेही आज ढीलं असल्यासारखं होतं. स्वत: शहजादी आणि तिच्या सहेलींची खेळकूद चालल्याने पहारेकरी निवांत होते. फुलझाडांच्या आडून रंगल्या जनानी खेळांच्या टाळ्याशिट्ट्या त्यांना बाहेर ऐकू येत होत्या.

इतक्यात ताटव्याआडून घोड्याने बाहेर झेप घेतली. अन् डोळ्यांचे पाते लवते न् लवते तोवर घोडा पहारेकऱ्यांच्या डोळ्यासमोरून सुसाट बाहेर पडला. त्या

पाठोपाठ "भागोऽ भागोऽऽ. पकडोऽऽ" असा गिल्ला ऐकू आला. स्वारसैनिक सावध झाले. शेपाचशेचा लोंढा दरवाजातून बाहेर पडला. जनानी कबिल्यावरचा मुख्य खोजा जैनुद्दीन खूप शूर आणि कसलेला योद्धा होता. त्याने घोड्याचे लगाम सैल सोडून त्याला वेगाने बाहेर दामटवला.

मात्र कमळजाच्या अंगाखालचा घोडा सापडता सापडेना. तसा जैनुद्दीन वैतागला. परंतु कमळजा थांबायला तयार नव्हती. तिच्या डोळ्यांपुढे रायगडाचं शिखर आणि आपल्या पित्याच्या, शंभूराजांच्या मंदिलावरचा फक्त तुरा दिसत होता. त्या दोन्ही गोष्टी बघण्याच्या लालसेने तिने कित्येक रात्री जागवल्या होत्या. त्यासाठी ती झुरली होती, झिजली होती. काही केल्या कमळजाचा घोडा थांबलाच नाही हे जैनुद्दीनच्या लक्षात आले. तशी त्याने कमरेची आखूड पात्याची खूरासनी तलवार बाहेर काढली. त्याने ते धारदार पाते पुढे फेकून मारले. तसे ते चक्रासारखे गिरकी घेऊन घोड्याच्या पुढच्या पायामध्ये जाऊन अडकले. एका पोटरीमध्ये त्याचे टोक कचकन् जाऊन रुतले. तसा घोडा शहारला. जोराने खिंकाळला. त्याने पुढे अंग टाकून दिले आणि तो तोंडागवसूनच कोसळला. त्याबरोबर पाठीवरची कमळजा बाजूला दूर फेकली गेली. तिचा पाय मुरगळला. त्यातून ती उठणार, तोच अनेक स्वारशिपायांनी तिच्यावर झडप घातली. कमळजा कैद झाली.

जिन्नतउन्निसा खूप हुशार आणि जागरूक होती. तिने जैनुद्दीनला लागलेच बोलावून घेतले. "ये हकीगत और किसीको मत बतलाना." तिने आपल्या खोजांना, सेवकांना, कोणाला दम दिला तर कोणाला बक्षिसी. घडलेल्या प्रसंगावरून बोळा फिरवत शहजादी फक्त जैनुद्दीनला बोलली, "झाला प्रकार हा खेळकुदचाच भाग होता असंच समजायचं. नाही तर अब्बांच्या कानावर ही गोष्ट जाईल. तर कमळजा आमच्या झेबुदीदीसारखी अंधारकोठडीच्या बाहेर कधीच दिसणार नाही."

त्याच रात्री आपल्या महालाशेजारच्या दालनात 'खेळात' जखमी झालेल्या कमळजावर हकिमांनी उपचार सुरू केले. तिच्या शय्येशेजारी शहजादी जिन्नत बसून होती. तिने तिथे अर्धी रात्र जागवली. एकांत बघून शहजादी जिन्नत बोलली, "कमळजा, तुझ्यात आणि माझ्यात एक कमालीचं साम्य आहे. आपण दोघीही आपल्या बापावर दिलोजान मुहोब्बत करतो."

पायातली कळ सोसत कमळजाने प्रश्न केला, "शहजादीदीदी, बाप आणि लडकीमधली प्यारमुहोब्बत तुम्हांला समजते, असा तुमचा दावा असेल तर तो गैर आहे. खरंच तसं असतं तर आज दुपारी माझा घोडा का रोखलात? एक दुर्भागी पोर उभ्या जन्मात आपल्या कधी न देखल्या बापाच्या भेटीसाठी चालली होती. त्या गोष्टीचा तुम्हांला आनंदच वाटायला हवा होता. मी काही तुमच्या खजिन्यावर दरवडा घालून चालले नव्हते."

"कमळजा, तू कोणी ऐरीगैरी नव्हेस. तुझ्या बदनमध्ये तुझ्या दादाजानचा शिवाजीराजांचा आणि तुझ्या बापाचा संभाजीचा खून ठासून भरला आहे."

"पण मी रिकाम्या हातानं निघाले होते. माझ्या एकटीच्या जाण्यानं पातशाही गोटाला असा काय फरक पडणार होता?"

"बहुत खूब."

"अं?"

"होय. गेली सातआठ वर्षं तुझं बचपन आमच्या ह्या अहमदनगरच्या आणि बहादूरगडच्या किल्ल्यात गेलं आहे. ह्या दोन्ही किल्ल्यांच्या कोन्या कोन्यांचा नक्शाा तुझ्या डोळ्यात साठवला गेला आहे. कलेजावर गोंदला गेला आहे. रायगडाकडे जाऊन तू आपल्या बापाच्या डोळ्यापुढं ह्या नकाशांची गुंडाळी खुली करून दाखवली असती तर— ?— तर आमच्या अब्बाजानची, औरंगजेब साहेबांची मौत पाचदहा वर्षं अलीकडे आली असतीऽ! इसी वास्ते तो—"

१०.

"येसू, कोणाची नजर लागली आहे आपल्या मराठी मुलखाला? आज औरंग्याचं संकट थोडं दक्षिणेकडं सरकलं म्हणून मोकळा श्वास घ्यावा, तर दुष्काळाचा घाला आला."

"खरं आहे स्वामी. गेल्या दोन-तीन वर्षांमध्ये पडणाऱ्या दुष्काळासारख्या आपत्ती याआधी कधीच कोणी बघितल्या नव्हत्या, असं वृद्ध मंडळी सांगतात." येसूबाईंनी कबुली दिली.

"येसूऽ बाकी काही नाही. दुष्काळाने पिकं मोडली. खळी ओस पडली, हे कबूल. पण शेतकऱ्यांचे गोठे आणि पागा मोडल्या जाताहेत, ही खूप वाईट गोष्ट आहे."

"पण स्वामी, उद्या जर अश्वलक्ष्मी सोबतीला नसेल, तर पुढं लढाया चढाया, करायच्या तरी कशाच्या जोरावर?"

गेल्या काही वर्षांत सातत्याने पडणाऱ्या दुष्काळांनी १६८६-८७ या वर्षांत उग्र रूप धारण केले होते. हिंदवी स्वराज्याचे कंबरडेच मोडायची वेळ आली होती. पण दैवाच्या ह्या फटकाऱ्यांशी मुकाबला करण्यासाठी येसूबाई आणि शंभूराजे सिद्ध झाले होते. दुष्काळाने पिडलेल्या रयतेच्या मदतीसाठी त्यांनी रायगडावर एक खास कचेरी उघडली होती. निळोपंत पेशव्यांकडून जागोजागी गडकऱ्यांना, अंमलदारांना हुकूम गेले होते—

"रयतेला नव्या लावणीसाठी, लिंचणीसाठी सरकारातून मदत करा."

जानेवारी १६८६ मध्ये साताऱ्याच्या पूर्वेला माणदेश, खटाव, औंध, कोरेगाव भागामध्ये मोठा दुष्काळ पडला होता. पुणे परिसरात चिंचवड, खेड, चाकण भागालाही टंचाईचा मोठा तडाखा बसला होता. दुष्काळाचे हे भयावह संकट अनेक महिने टिकलं होतं. गावेच्या गावे ओस पडली होती. रयत गांजली होती. त्यातच अनेक शत्रूंशी दोन हात करता करता खजिना रीता झाला होता. तरीसुद्धा शंभूराजे आखडता हात घेत नव्हते. त्यांनी राजापूरकर पोर्तुगीजांकडे, गोवेकरांकडे धान्याची मागणी केली होती, परंतु गेल्या अनेक वर्षांत औरंग्याची आणि मराठ्यांची महाराष्ट्र पठारावर आणि सह्याद्रीच्या दऱ्याखोऱ्यांमध्ये सर्वत्र धामधूम सुरू होती. त्यातच भरीस भर म्हणून पावसाने डोळे वटारले होते. नद्या कोरड्या ठणठणीत पडल्या होत्या. विहिरी आटून गेलेल्या. गावतळीही नष्ट झालेली. तिथे गाळमातीत मल्ल फावल्या वेळात कुस्त्यांचे फड रंगवत. पण शेताबांधामध्ये पाणी उरले नाही. पिण्याच्या पाण्याची मारामार, तर शेतीजनावरांसाठी पाणी कोठून आणायचे?

रायगडावर अनेक ठिकाणाहून खबरा येत. सामान्यांची दुःखे ऐकताना शंभूराजांचे हृदय दुःखाने कालवून जाई. राजांनी प्रथम सर्वत्र करवसुली थांबवण्याचा हुकूम दिला होता. अशा दुष्काळात कर वसूल करणे म्हणजे गरिबांची लाज झाकणारी लंगोटीही ओढून घेणे. प्रजेस राजांनी अनेक सोयीसवलती देऊ केल्या होत्या.

शंभूराजांनी रायगडावर आपल्या अष्टप्रधानांची आणि सेनानींची तातडीची बैठक बोलावली. पोटाचा पेच मोठा होता. ''सारी जनावरं, माणसं संपून जातील, तर राज्य करायचे तरी कोणासाठी?'' शंभूराजांनी म्हाळोजी घोरपडेंना पहिला प्रश्न केला,

''सांगा घोरपडेकाका, या भयंकर दुष्काळावर इलाज काय?''

वृद्ध म्हाळोजीबाबांनी आभाळाच्या दिशेने बघितले. पर्जन्यराजाला नमस्कार केला. ते म्हणाले, ''पाऊस रुसला आहे, ती गोष्ट खरीच. पण आपली माणसं तरी कुठं निष्ठेनं मदत करताहेत?''

''म्हणजे?'' राजांनी विचारले.

''दक्षिणेतून हरजीराजांकडून यायच्या रसदेमध्ये सारखा खंड पडतो. ज्या कार्यासाठी महाडिकांना दक्षिणेची सुभेदारी दिली, ती कामगिरी ते पार पाडत नाहीत.''

''चिक्कदेवराजाकडून सुद्धा ठरल्याप्रमाणं खंडणी आली नाही. अन्यथा सालिना द्रव्य पाठवायचं त्यांनी कबूल केलं होतं!'' रामचंद्रपंतांनी आठवण करून दिली.

''रसद राहिली बाजूलाच. पण चिक्कदेवराजा आमच्या शत्रूला मिळाला आहे. विजापूरच्या वेढ्यासाठी त्यानं आलमगीरला मदत म्हणून कुमक धाडली आहे. चांगले चौदा-पंधरा हजार म्हैसूरी स्वारशिपाई रक्त सांडताहेत विजापुरात, औरंगजेबाच्या

फतेहसाठी! हा विजापूरकर सिकंदर आदिलशहानं पाठवलेला खलिताच वाचा ना शंभूराजे!'' खंडो बल्लाळांनी आठवण करून दिली.

संभाजीराजांनी लवकर खलिता उघडला नाही. पण काहीसे हवालदिल होऊन ते म्हणाले, ''दक्षिणेतल्या चिक्कदेवराजाला एवढा मोगलांचा पुळका कशासाठी? एवढी मदत दख्खनींनीच दख्खनींना केली असती तर? तर इतिहासचक्र बदलून गेलं असतं!''

खंडो बल्लाळ आणि महाराणी येसूबाईंनी दक्षिणेच्या उत्पन्नाचा ताळेबंदच समोर ठेवला. न राहवून सतरा वर्षांचा संताजी घोरपडे चाचरत बोलला, ''महाराज, दक्षिणेतल्या खबरी म्हणाव्या तशा चांगल्या नाहीत.''

''का? काय झालं?''

''गेल्या महिन्यात जिंजीच्या किल्ल्यावर आठ दिवस रोषणाई चालू होती.''

''कशासाठी?''

''आपण स्वतंत्र राजे झालो, 'महाराजा' असा किताब घेण्यासाठी दरबार भरवला होता म्हणे हरजीराजांनी....''

''आमच्याही कानावर आल्या होत्या या गोष्टी. म्हणूनच आम्ही दाजींना खलिता पाठवला. खडसावून विचारलं. दोनच दिवसांमागे तिकडून जबाब पावला आहे. असं काही घडलं नसून त्यांना केवळ बदनाम करण्यासाठी त्यांच्या दुश्मनांनी ही चाल खेळली आहे, असं हरजीदाजी म्हणतात!'' शंभूराजे बोलता बोलता अडखळले. नाराजीच्या सुरात पुढे बोलले, ''दाजी खोटं बोलताहेत हे आम्हांला माहीत आहे. जिंजीकडं सारं काही आलबेल नाही—''

बरीच चर्चा झाली. सर्वांची मते शंभूराजांनी जाणून घेतली आणि ते म्हणाले,

''औरंगजेबाने आज विजापूरला वेढा दिलाय. उद्या गोवळकोंड्याकडे तो वळेल. आणि मग इजा, बिजा आणि तिजा! आम्हा मराठ्यांचा घास घेतल्याशिवाय तो स्वस्थ बसणार नाही.''

सर्वांनी शंभूराजांकडे बावरून बघितले. राजे निग्रहाने बोलले, ''पातशहाविरुद्ध दक्षिणेचा संघ बांधायचा आम्ही आधीच विडा उचलला आहे. म्हैसूर आणि तामिळ प्रदेश शांत ठेवायचा असेल तर आम्हांला वाटतं, आणखी एखादी दक्षिणेत मोहीम उघडल्याशिवाय आम्हापुढे इलाज नाही.''

''शंभूराजे, युद्धाच्या धामधुमीत ही चाल खूप धाडसाची ठरेल!''— म्हाळोजीबाबा म्हणाले.

''स्वस्थ बसलं तरीही औरंगजेबाचं संकट टळणार नाही. आता चारदोन महिन्यांत कृष्णेला नव्यानं पूर येईल. पातशहा तोवर विजापुरात नक्कीच गुंतून राहील. तोवर मुसंडी मारून दक्षिणेत जावं, आमची आमच्या हक्काच्या प्रांतातून

येणारी रसद चालू करावी आणि आमची बिघडलेली माणसं ठीक करावीत, चिक्कदेवराजाला दहशत बसवावी आणि जमेल तर दक्षिण दिग्विजयही साधावा!'' शंभूराजे बोलले.

आपली चौदा हजार निवडक स्वारांची फौज घेऊन शंभूराजे लागलेच पुन्हा दक्षिण मोहिमेसाठी निघून गेले. राजांच्या आगमनाने म्हैसूरकर चिक्कदेवराजाचे धाबे दणाणले. त्याने आपली अव्वल लढाऊ फौज औरंगजेबाच्या मदतीस पाठवली होती. त्यामुळे त्याची पंचाईत झाली. त्याला एकसारखा बचावात्मक पवित्रा घेऊनच युद्ध खेळावे लागत होते. शंभूराजे विशेषत: चिक्कदेवाने विजापूरकरांचा कर्नाटकातला जिंकलेला प्रदेश आपल्या कब्जात आणत होते.

म्हैसूर, धर्मपुरी, श्रीरंगपट्टणमच्या मुलखातून शंभूराजांची घोडी दौडत होती. त्यांनी हरजीदाजीवर दबाव आणला. त्यांना ससैन्य जिंजीहून श्रीरंगपट्टणमला यायला भाग पाडले. कोडग, मलेय, तिगुड आणि मोरस येथील नायक शंभूराजांच्या मदतीस धावले होते. श्रीरंगपट्टणमच्या ठाण्यासाठी जोरदार रणसंग्राम माजला. तिथल्या भुईकोटाला मोठ्या खंदकाचे संरक्षण होते. खंदकाच्या पल्याड घोडा फेकण्यास माणसे आणि जनावरेही बिचकत होती. लढाई मात्र हातातून जायची वेळ आलेली. तेव्हा शंभूराजांनी धाडसाने खंदकापलीकडे घोडा फेकला. कसाबसा खंदक पार झाला. पण अश्व नाकाडावर आदळला. जागच्या जागी रक्ताच्या गुळण्या टाकीत, टाचा घासत त्याने जीव सोडला. शंभूराजांच्या उजव्या खुब्याचे हाडही पिचकटले गेले. ते अधेमधे सारखे ठणका मारू लागले. राजांना खुब्यातल्या कळा असह्य होऊ लागल्या.

दक्षिणेत पाचसहा महिने गेले. निर्णायक विजय चिक्कदेवालाही मिळत नव्हता आणि शंभूराजांनाही मिळत नव्हता. गोवळकोंडा पडला तर पातशहा सह्याद्रीच्या दऱ्याखोऱ्यात घुसण्याची शक्यता होती. त्यामुळेच शंभूराजांनी अर्धवट मोहीम सोडून महाराष्ट्रदेशी परतायचा निर्णय घेतला.

निरोपावेळी ते आपल्या अंबिकाबाई आक्कासाहेबांना आणि हरजीदाजींना चार समजुतीच्या गोष्टी सांगू लागले. ते खंतावल्या सुरात बोलले, ''हरजीदाजी, इतर वेळी रुसवेफुगवे चालतील. पण आता औरंगजेबाचे महासंकट आपल्या स्वराज्याचा घास गिळायला टपलं आहे. अशा वेळी आपलं वावगं वागणं परवडायचं नाही!''

अंबिकाबाईंकडे बघत हरजी कसनुशी चर्या करत हसले. ते बोलले, ''त्याच गोष्टी आपण पुन:पुन्हा का उगाळता? शंभूराजे, तुम्हांला आमच्या हेतूबद्दल शंका वाटते का?''

''आपण स्पष्टच विचारता, म्हणून आम्हीही स्पष्ट जबाब देतो. आम्हांला मिळालेल्या खात्रीलायक बातमीनुसार स्वतंत्र राजा होण्याचा आणि प्रमुख सत्तेला

झुगारून द्यायचा आपला मनसुबा दिसतो.''

"तसं असेल तर बिघडलं तरी कुठं? आणखी एक मराठी राज्य निर्माण होईल!'' आपल्या डोळ्यातल्या चंचल बाहुल्यांचा नाच लपवण्याचा प्रयत्न करीत हरजीराजे बोलले.

"तसं बिघडत काहीच नाही, दाजी. पण लक्षात ठेवा, जर मंदिराचा प्रत्येक खांब आपल्या शिरावरचं ओझं झुगारून देऊन स्वत:लाच कळस समजू लागला, तर राज्यमंदिर उभं राहणार तरी कसं?'' बोलता बोलता राजे खूपच गंभीर झाले. हेलावल्या शब्दात ते म्हणाले, "मस्तवाल खांब कधी पायासाठी पुरल्या गेलेल्या चिऱ्यांचा, ओबडधोबड पत्थरांचा विचार करतात का? त्या सर्वसामान्य लष्करी गड्यांना, सैनिकांना दफन करूनच त्यांच्या नरडीवर आमच्या महत्त्वाकांक्षेचे महाल उभे राहतात, नव्हे? त्यांची फिकीर कोण करणार, हरजीदाजी?''

राजांनी कर्नाटकातून माघारा येताना दहा हजार बैलांच्या पाठीवरून धनधान्य आणले होते. आरंभी रायगड आणि काळ नदीच्या खोऱ्यात या नव्या रसदेने सर्वांना दिलासा दिला. परंतु दुष्काळाचे संकटच इतके भयाकारी आणि विराट होते की, आलेली ही नवी सामुग्री काही दिवसांतच कुठल्याकुठे नाहीशी झाली. दोन वर्षे उलटून गेली होती. तरी दुष्काळाच्या खाईतून स्वराज्य काही केल्या उबदारी येत नव्हते.

जागोजाग जमिनीस पडलेल्या भेगा, पर्णहीन झाडे, आटलेले जलप्रवाह यामुळे राज्याच्या अनेक भागांमध्ये दैना दैना उडाली होती. दुष्काळामुळे चिंचवड, हवेलीकडची मंडळी तर परागंदा झाली होती. कुळे नष्ट झाली. लोकांनी पाण्याच्या शोधामध्ये गावेच्या गावे सोडली. घरांना कुलपे लावली. दारांपुढे बाभळीची अगर करवंदीची शिरे ठोकली गेली. बारा बलुतेदार आणि अठरा पगड जातींचे तर कुत्रे हाल खाईना अशी अवस्था झाली. अनेक बलुते ओढ्याकाठी बांध फोडत बसायचे. कुठे रानउंदीर सापडले, तर शेकोटीवर भाजून वेळ मारून न्यायचे. अनेकजण उंदराने बांधात काढलेले उकीर आणि त्याआड लपवलेले धान्य शोधायचे.

आपल्या मुलखातून शंभूराजांचा जेव्हा घोडा फिरे, तेव्हा त्यांना भडभडून येई. गावचावडीवर थांबलेल्या गरीब रयतेला सरकारातून थोड्याफार धान्याचा पुरवठा होई. राज्यातली धान्यकोठारेही संपत आली होती. राजे गावोगावच्या देशमुख-देशपांड्याना एकत्र गोळा करायचे. "ज्याच्याकडे असेल ते शिलकीतलं धान्य काढा. पेवामध्ये चोरून काही ठेवू नका–'' ते कळवळ्याने सांगायचे.

"राजेऽ, गोठे ओस पडले. पागा नाहीशा झाल्या–''

"सारी कल्पना आहे बाबांनो. जनावरंही जगली पाहिजेत, ही गोष्ट खरी. पण पहिली आपली माणसं वाचवा. काहीही करून जगा. काळ काही असाच राहणार

नाही....'' शंभूराजे जागोजाग फिरून दिलासा देत असत.

राजे रयत वाचविण्यासाठी खूप झटत होते. स्वराज्यात अष्टागाराजवळील सागरगडावर, कर्जतकडे कोथळागडावर, ठाण्यापाशी, माहुलीच्या किल्ल्यात, रायगड, पोलादपूर आणि राजपुरीजवळ धान्याची कोठारे होती. ती मोकळी करून रयत वाचवायचा राजांचा प्रयत्न सुरू होता. त्यांनी इंग्रजांकडून चार हजार मुठे भात उसना मागितला होता. सोलापूरजवळ नळदुर्गावर कुतुबशहाचे मोठे कोठार होते. शंभूराजांनी सुरुवातीलाच मित्राला साकडे घातले. तिकडून मिळालेला धान्यसाठा राज्याच्या पूर्व भागासाठी काही काळ उपयुक्त ठरला.

अनेक ठिकाणी ब्राह्मण अनुष्ठानास बसले होते. कैकांनी महादेवाला मंदिरामध्ये कोंडला होता. हनुमंताला मदतीसाठी साकडे घातले जात होते. ''काही करा. मिळेल त्या मूठभर धान्यासोबत झाडपाला खा. पण माणसे वाचवा–'' असाच घोशा राजांनी लावला होता. एकीकडे त्यांची लष्करी मदत विजापूर आणि गोवळकोंड्याला जात होती. त्यासाठी शंभूराजे आणि कविराज पन्हाळा व मलकापूरला अनेकदा मुक्कामाला राहत. औरंगजेब विजापूर आणि गोवळकोंड्याकडे होता. त्याचे संकट उद्यावर गेले होते. मात्र दुष्काळाच्या आजच्या संकटातून रयतेला वाचवणे आवश्यक होते.

रसदेचे, धान्याचे मार्ग शोधायचे प्रयत्न सुरू होते. हिंदवी स्वराज्याला जवळपास निम्मे उत्पन्न देणारा भाग म्हणजे जिंजीचा प्रांत होता. तिकडे समृद्धी, मुबलकता होती. हरजीराजांना आपले खास विश्वासाचे मनुष्य म्हणून राजांनी तिकडे नेमले होते. आता स्वराज्याची खरी मदार जिंजी-कर्नाटक प्रांतावरच होती.

दुष्काळाने गोरगरिबांच्या पागा मोडल्या होत्या. गव्हाणीत अन्नपाण्याविना घोड्यांनी गतप्राण होऊन माना टाकल्या होत्या. महाराष्ट्राची माती स्वराज्यावरचे प्राणसंकट जाणून होती. गेली सात वर्षे त्यांचा लाडका युवराज कळिकाळाशी कशी चिवट झुंज देत होता, हे त्यांना चांगलेच ठाऊक होते. दुष्काळाने, टंचाईने सामान्यांचे कंबरडे मोडलेले. मात्र फितुरांच्या कारवायांना ऊत आला होता. महाराष्ट्रातले जे वतनदार, जमीनदार पातशहाला जाऊन मिळत होते, त्यांना औरंगजेब डोक्यावर घेऊन नाचत होता. ज्यांची लायकी शेपाचशे कवड्यांची नाही, असा एखादा खानदानी मराठा औरंगजेबाला मिळाला की, तो पन्नास हजार मन्सबीच्या पात्रतेचा मोहरा असल्यासारखे पातशहाला वाटत होते. नव्हे, तो मुद्दाम अशा फितुरांना मिरवत होता. संभाजी एकटा पडत चालल्याचा, त्याचे जहाज बुडू लागल्याचा पातशहाला मुद्दाम देखावा उभा करायचा होता. मराठ्यांचे मनोबल खच्ची करायचे होते. म्हणूनच तो कस्पटाची पात्रता असणाऱ्यांना पालखी आणि नौबतीचा मान देत होता. वतनाची खोटी, पोकळ कागदपत्रे बनवण्यात त्याच्या बापाचे काहीच

बिघडणार नव्हते!

खुद्द रायगड राजधानीतही पाण्याविना हाल हाल चालले होते. पहिल्यांदाच गडावर खालून पखालीने पाणी आणले जात होते. गडावरची आवश्यक ती सोडून सारी घोडी खाली पाचाड, रायगडवाडी आणि छत्री निजामपूरला नेली गेली होती. बाजूची काळनदीही कोरडी पडली होती. तिच्या पोटात मोठाले खड्डे पडून रयत आपल्या घागरी-मडक्यात बेलट्याने पाणी भरी. पखाली घेऊन गडाच्या पायऱ्या चढता चढता तर भिस्तींच्या पाठी वाकू लागल्या. काळा हौद, पुष्करणी आणि गंगासागरही ठार आटून गेला होता.

आवश्यक तितकीच शिबंदी वर किल्ल्यावर ठेवण्यात आली होती. बहुतांशी राजपरिवार खाली पाचाडच्या राजमंदिरामध्ये येऊन राहत होता. नोकरपेशे, कुळंबिणी, साऱ्यांची व्यवस्था खाली लावली गेली होती. येसाजी कंकांसारखी जुनी शिवकाळ पाहिलेली माणसे तर पुरती गांगरून गेली होती. ते किलकिल्या डोळ्यांनी रयतेची दैना पाहत, तेव्हा त्यांचे हृदय फुटत असे.

शंभूराजे आणि येसूबाई महाराणी तर खूप चिंतातुर दिसत. केवळ चिंतेने राजे वाळले होते. येसूबाई कळवळून बोलत, "देवा जगदीश्वरा, आई भवानी, कधी पालटतील ग हे दिवस?"

शंभूराजांचे अंत:करण रयतेचे हाल पाहून तीळ तीळ तुटे. ते जड अंत:करणाने बोलत, "येसूराणी, जी आमची गोरगरीब रयत मोगलांविरूद्ध सहा-सात वर्षे लढली, त्या जीवघेण्या धुमश्चक्रीतही टिकली, त्यांच्या पागाच नष्ट व्हाव्यात? किती दुष्ट काळ उगवला आहे हा! स्वराज्यात पाणी नाही. आता आमच्या डोळ्यांच्या खोबणीतली अश्रूंची बुधलीसुद्धा ठार कोरडी पडली आहेत. आई भवानी, कसली परीक्षा बघते आहेस ग तुझ्या लेकरांची?"

"राजे, थोडा धीर धरा. हरजीराजे महाडिकांकडून जिंजीहून अजूनही धान्याचे, रसदेचे गाडेच्या गाडे भरून येतील." येसूबाई धीर देत.

"पण तगादे करूनही त्यांच्याकडून म्हणावी अशी कुमक का येत नाही, महाराणी?"

"प्रवास दूरचा. रसद यायला वेळ लागणार."

"काहीतरीच सांगता, येसूराणी! हरजी म्हणजे जिद्दीचे केवढे बहादूर! त्यांनी मनात आणलं असतं, तर धान्याचे गाडे केव्हाच पोचायला हवे होते, आमच्या हक्काच्या प्रांतातून इतका विलंब लागायचं आम्ही म्हणतो, कारणच काय?"

"स्वामी, थोडं धीरानं घ्या."

"नाही येसूराणी, आम्हांला शंका येते. हा दुष्काळ, काळ आता फिरला असेल. पण आमची घरची माणसं आम्हांला कधीच पारखी झाली आहेत. जे

उरलेले दोन मेहुणे करतात! तेच हरजीराजे करणार–''

''धीरानं घ्या राजे, असा गैर अर्थ काढायचाच कशाला?''

चारच दिवसांमध्ये जिंजीकडून राजांच्या विश्वासू सहकाऱ्यांची पत्रे आली. राजांची शंका दुर्दैवाने खरी ठरली होती. शंभूराजे येसूबाईंवर रुष्ट होत म्हणाले,

''शेवटी कळलं की नाही, महाराणी आमच्या शंका नव्हे– पहिल्यापासूनची भीती किती खरी होती ते?''

''हरजीराजे रसद नाही पाठवणार?''

''रसदेचे गाडे दूरच राहिले, पण आमचे मेहुणे हरजीपंत आता स्वतःला कर्नाटक-जिंजीचे सार्वभौम राजे मानू लागले आहेत! रायगडच्या मुख्य सत्तेशी आमचं काहीही देणं-घेणं नाही, अशी उद्दामपणाची भाषा त्यांच्या तोंडी आहे.''

येसूबाईंची मान खाली झुकली. त्या बोलल्या, ''अंबिकाआक्कांच्या भरवशावर आम्ही महाडिकांची शिफारस केली होती– माफी असावी–''

हरजीराजांकडून मिळालेल्या अत्यंत थंड्या प्रतिसादाने महाराणी खूपच हवालदिल झाल्या. त्या शंभूराजांना विचारू लागल्या, ''राजे, चारदोन महिन्यामागेच तर आपण हरजीराजांपुढे अडचणींचा पाढा दस्तूरखुद्द वाचून आला होतात. हरजी बुद्धीचे तेज आहेत. पराक्रमी आणि चांगल्या मनुष्यांचे संग्राहकही आहेत. मग आपलं राज्य संकटात असताना त्यांना अशी दुर्बुद्धी का सुचावी?''

शंभूराजे कसनुसे हसत बोलले, ''येसूराणी, आमच्या आबासाहेबांनी आपल्या अष्टप्रधान मंडळात मराठेतरांचाच अधिक भरणा केला होता, असं आमचे जातिबांधव आजही रूखरूख व्यक्त करतात. आता पटतं ना, आबासाहेबच कसे दूरदृष्टीचे, ज्ञानी आणि मुत्सद्दी होते! मराठा जातीचे अव्वल गुण आणि घातकी दुर्गुण या दोन्हींचा त्यांचा अभ्यास दांडगा होता—'

''मतलब?''

''लक्षात ठेवा राणीसाहेब, एक मराठा दुसऱ्या मराठ्याला कधीच शहाणा मानत नाही! एखाद्यानं कष्टानं यश संपादन केलं, तर त्याच्या श्रेयाचं माप त्याच्या पदरात टाकण्याइतकी दानतही आम्हांकडे नसते! अन्यथा एका बाजूने औरंगजेबासारखा अजगर स्वराज्यभोवती वेटोळे घालून बसला असताना, आणि दुसरीकडे दुष्काळाच्या भट्टीत मुलूख होरपळून निघत असताना हरजीराजांसारख्या शहाण्यासुरत्या पुरुषाच्या अंगात असं का यावं?''

खंडो बल्लाळ, निळोपंत पेशव्यांसह सारेच कमालीच्या दडपणाखाली वावरत होते. येसूबाईंनी पुढची शंका विचारली, ''राजे, दुष्काळ आणि टंचाई नाही असा आमचा आजचा एकमात्र मुलूख म्हणजे जिंजीचाच. तेथून रसद न येईल तर अनर्थच

ओढवेल!''

"येणार नाही कशी, आलीच पाहिजे. शेवटी आमच्या धमन्यातून शिवाजीराजांचंच रक्त वाहतंय महाराणी. जे धावतात त्यांच्या पाठीवर शाबासकीची थाप कशी मारायची आणि ज्यांची पावलं तेढी पडतात त्यांना सरळ कसं चालवायचं, हे आम्ही आमच्या आबासाहेबांकडून चांगलं शिकलो आहोत!''

मोरोपंत पिंगळ्यांचे धाकटे बंधू केसो त्रिमल पिंगळे नुकतेच रामशेजच्या किल्ल्यावरून रायगडावर आले होते. नव्हे, एखाद्या नव्या महत्त्वाच्या जबाबदारीसाठी जुना अनुभवी सरदार मदतीस असावा, म्हणून शंभूराजांनीच त्यांना बोलावून घेतले होते. शंभूराजांनी त्यांना लागलेच पाचारण केले. केसो त्रिमलांचा गौरव करत राजे बोलले, "केसोकाका, अलीकडच्या दोन वर्षांमध्ये रामशेज आपणच झुंजता ठेवलात, त्याबद्दल तुम्हांला धन्यवाद द्यावे तेवढे थोडेच! पण नातेसंबंधाच्या मोहपाशात अडकून आमच्याकडून नकळत एक गुन्हा घडला आहे. खूप पश्चात्ताप होतो त्याचा.''

"कोणता गुन्हा, राजे?''

"जिंजीवरून रघुनाथ हणमंतेसारख्या जुन्या, अनुभवी मनुष्याला बाजूला करून ती महत्त्वाची सुभेदारी आपल्या मेव्हण्यांकडे हरजीराजांकडे सोपवण्याचा!—''

"राजे, आता नेमकी अडचण काय आहे?''

"तिकडे जिंजीकडे आमच्याच एका हक्काच्या प्रांतामध्ये ऐश्वर्याची गंगा वाहते आहेः आणि इकडे दुष्काळाच्या खाईत आमची माणसं-जनावरं टाचा घासताहेत.''

"राजे, हुकूम?'' केसो त्रिमलांनी आदराने मान झुकवत विचारले.

"इतकाच हुकूम. मोरोपंतांपासून तुम्ही पिंगळे मंडळी स्वराज्याच्या मिठाला जागलात. आताही महत्त्वाची जोखीम पार पाडा. गडाखाली बांधणीच्या माळावर अठरा हजार घोडा खडा आहे. तो सोबत घेऊन रात्रंदिवस जिंजी-तामिळांच्या मुलखाकडे धाव घ्या. जायला धावत्या घोड्यावरून सात-आठ दिवस लागतील. पंधराव्या दिवसाच्या आत रायगडावर जिंजीहून घासदाण्याची पहिली कुमक पोचायला हवी.''

"आणि हरजीराजे आडवे आले तर?''

"केसोकाका, आम्ही अधिक स्पष्टीकरण काय द्यावं? तुम्ही शिवाजीराजांच्या खांद्याला खांदा देऊन काम केलेली बुजुर्ग मंडळी. तुम्हास अधिक काय सांगावं? तातडीनं निघा. दुष्काळाच्या जबड्यात अडकलेली स्वराज्यातली माणसं तुम्हांला वाचवायची आहेत. म्हणूनच शिवाजीराजांच्या सोबत्याला शोभेल असं आवश्यक ते सर्व करा.''

सत्तरीकडे झुकलेले, उंच शेलाटे केसोपंत ताठ उभे राहिले. त्यांनी शंभूराजांना आदराने मुजरा केला. राजांनी केसोपंतांसोबत तरुण संताजीलाही काही दिवसांसाठी

दक्षिणेत पाठवायचं नक्की केलं होतं. ते दोघे लागलेच जल्दीने बाहेर पडण्यासाठी पालखी दरवाजाच्या पायऱ्या उतरू लागले.

१०.

रात्र झाली. अंधार पडला. काल पुढे गेलेल्या बिनीच्या पथकाने वाटेत थोडीशी पाण्याची सोय पाहून लालबारीचे डेरेदांडे उभे केले होते. हलाल आणि मशाली बाहेर धूर ओकू लागल्या. पातशहाच्या लाल तंबूत चिरागदाने उजळली. वजिराने आलमगीरच्या पुढ्यात विजापूर परिसराचा नकाशा मांडला होता. विजापुराभोवती वेढा टाकून बारा-तेरा महिने लोटले होते. खजिन्यातल्या द्रव्याच्या चामडी पिशव्यांचे ढीगच्या ढीग रिते झाले होते. हजारो उंट आणि घोडी खर्ची पडली होती. पण अपेक्षित कामयाबी मिळत नव्हती. त्यामुळे मनातून पातशहा खूप कातावून गेला होता.

नकाशाकडे बारकाईने पाहत पातशहा बोलला, "वजीरे आझम, विजापूरची ही तटबंदी अशी कोणत्या फत्तरापासून बनवली आहे की, दीड वर्षं व्हायला आलं तरी ती कोसळायला तयार नाही?"

विजापूर नगरीभोवती अडीच मैलाची, चौकोनी आकाराची पारकोटाची भली-दांडगी भिंत होती. तिची उंची तीस ते पन्नास हातांची असून, साधारण रुंदी वीस हातांची होती. त्या भव्य कोटाच्या भिंताडाला दहा मोठी द्वारे आणि सभोवती शहाण्णव मोठे बुरूज होते. वर कोटाच्या माथ्यावरही दहा हात रुंदीची जागा ठेवलेली असून एका बुरुजावरून दुसऱ्या बुरुजाकडे जायचा जलद मार्ग तिथे होता. जागोजाग तोफा आणि जंबुरे उभारण्यासाठी कट्टे बांधले होते. मधूनच लांब नळीच्या बंदुका तटाबाहेर काढण्यासाठी लांग्याही ठेवल्या होत्या.

कोटाबाहेर सभोवार चाळीस ते पन्नास हात रुंदीचा खोल खंदक होता. प्रथम तो ओलांडूनच शत्रूला कुसाकडे येणे भाग पडायचे. त्या शहाण्णव बुरुजांपैकी शेरजी या भव्य बुरुजावर मालिक-ई-मैदान नावाची अत्यंत लांब पल्ल्याची तोफ उभारली गेली होती. कोणी तिला मलिका-ए-मैदानही म्हणे. शहजादा आज्जमने याआधी भिंतीच्या समोर उंचवटे बांधले होते. तेथून कोटाच्या भिंतीवर मारा करायची व्यवस्था केली होती. सभोवतीचा खंदक पार करण्यासाठी तो बुजवणे आवश्यक होते. सुमारे तीन ते चार महिने हजारो कामाठी, बेलदार राबत होते. तो भयंकर खंदक बुजवण्याचा आणि त्यातून वाटा तयार करण्याचा प्रयत्न करत होते. त्यासाठी शहजाद्याला खूप मोठ्या द्रव्याची नासाडी करावी लागली होती.

नकाशाचा आढावा घेता घेता झुल्फिकारखान बोलला, "पातशहा सलामत,

मला वाटतं सुरुवातीला इथले बुलंद दरवाजे खिळखिळे करायला हवे होते.''

"बेवकूफ आहेस. शत्रूची गंडस्थळं फुटली तर यश मिळतं ही गोष्ट खरीच. पण ती न फुटली, तर मात्र आपलं मस्तक फुटतं हे कदापिही विसरू नकोस.''

"हुक्म, जहाँपन्हाँ?'' झुल्फिकार आज्ञाधारक शागिर्दासारखा उभा राहिला.

"मी आज्जमला पहिलेच सांगितलं होतं. मजबूत दरवाजे तोडण्यात उगाच ताकद गमावू नका. भिंतीतल्या फक्त कमकुवत जागा शोधून तिथेच मारा करा.''

विजापूरच्या आक्रमणाला सुरुवात करण्यापूर्वी पातशहाने पुरेपूर काळजी घेतली होती. हैदराबादहून विजापूरच्या मदतीसाठी मोठी फौज यायची खूप शक्यता होती. त्यासाठीच औरंगजेबाने तिकडच्या वाटेवर आपल्या आणखी एका नामचंद सरदाराला, खान-ई-जहानला पाठवले होते. तो इंदि या गावाजवळ भुजंगासारखा वेटोळे घालून रस्ता अडवून बसला होता. त्या साऱ्या गोष्टी आठवून औरंगजेबाने प्रश्न केला,

"खंदक बऱ्यापैकी बुजला आहे. तरी आमचा शहजादा आज्जम पुढचा कदम का टाकत नाही? भिंतीजवळ सुरंगी बारूद का पेटत नाही?''

"त्यात शहजाद्याची काय गलती जहाँपन्हाँ? तिथं आजूबाजूची जमीन इतकी खडकाळ आहे की चार-दोन हात जमीन खोदण्यासाठीसुद्धा बेलदारांना दिवसच्या दिवस लागतात.''

"जहाँपन्हाँ, विजापूरकरांबरोबर त्या मरगठ्ठ्यांनी शहजाद्याला सळो की पळो करून सोडलं आहे.'' मध्येच झुल्फिकारखान सांगू लागला, "तो मराठ्यांचा सेनापती हंबीरराव म्हणजे आग्यावेताळ आहे. कोल्हापूर, मिरज, रहिमतपूर ते म्हसवड, अकलूज या बाजूने जी रसद शहजाद्याकडे जाते, त्यांच्यावर तो रात्रीबेरात्री भुतासारखा तुटून पडतो. रसद घेऊन जाणारे लमाणांचे तांडे पळवतो.''

वस्तुत: विजापूरची मोहीम औरंगजेबाला खूप महाग पडली होती. अतोनात खर्च झाला. हजारो घोडीमाणसं कामी आली. परंतु विजापूरचा तो सुप्रसिद्ध कोट आणि आतला महालाभोवतीचा आणखी एक पाषाणी पडदा शहेनशहाच्या समोर झुकायला तयार नव्हता. त्यातच गोवळकोंड्याहून वीस हजार घोडी आणि भरपूर द्रव्य कुतुबशाहाने विजापूरकरांना पाठवले होतेच. याशिवाय फेब्रुवारी १६८५ मध्ये आपली दहा हजारांची मराठी फौज घेऊन निळोपंत पेशवे विजापूरच्या संरक्षणासाठी जाऊन लढला होता. इतिहासात प्रथमच विजापूरच्या रस्त्यांतून फडकत जाणाऱ्या अनेक भगव्या पताकांवर इस्लामी विजापूरवासीयांनी आनंदाने पुष्पवृष्टी केली होती.

या वेढ्याच्या दरम्यान शंभूराजे दीर्घकाळ रायगड सोडून पन्हाळ्याला येऊन राहिले होते. तेथून ते आदिलशहाला मदत करायचा प्रयत्न करत होते. त्यांच्या आदेशानुसार स्वत: कवी कलश सात हजारांची फौज घेऊन अथणी, जतच्या बाजूने युद्धात घुसले होते. त्यांनी काही महिने अचानक छापे घालून पातशाही फौजांना

हैराण केले होते. हंबीरराव मोहितेही पंधरा हजाराचे घोडदळ घेऊन रात्रंदिवस छापे घालून मोगलांची रसदरेषा उद्ध्वस्त करत होते.

सोलापुराहून पातशहा हैद्राबादेकडे बारीक लक्ष ठेवून होता. खानजहानच्या नेतृत्वाखाली त्याने पन्नास-साठ हजारांचे लष्कर मालखेडला पाठवले होते. परंतु त्यांच्यापेक्षाही कुतुबशाहीचा जोर दांडगा होता. त्यामुळे मालखेडला दोन महिने फौजा अडकून पडल्या होत्या. पातशहाचे तकदीरच मोठे ठरले म्हणूनच की काय, कुतुबशाही फौजेमध्ये बेबनाव निर्माण झाला. त्यांचे दोन सेनाधिकारी मुहमद इब्राहीम आणि शेख मिनाजमध्ये झगडा झाला. परिणामी रात्रीच्या कुतुबशाही फौजा डेरेदांडे गुंडाळून पळून गेल्या.

पातशहाला बरामदखानाने खुषीची खबर दिली, "आपली फौज पळून गेली, तिला सावरण्याऐवजी गोवळकोंड्याच्या किल्ल्यामध्ये तानाशहा स्वत:च पळून गेलाय."

"इतकी मोठी सियासत, दौलत असून काय कामाची? राजाच पागल असेल तर रयतेला काय दोष द्यायचा?"

"हजरत, तानाशहाच्या काफर पंडित मादण्णाने त्याला, किमान दूर भाग आणि वारांगळच्या किल्ल्यात जाऊन लपून बस असा सल्ला दिला होता–"

"बरामदखान, बरी आठवण केलीत. तुम्ही असं करा. ह्या कुतुबशहाच्या बेगमेला आणि अम्मीला आमचा पैगाम धाडा. म्हणावं, तुमच्या राज्याची दुरावस्था या काफरामुळेच झाली आहे. कुछ भी करो, लेकिन उनका कत्ल कर दो."

"जी, हुजूर!"

हैद्राबाद लुटारूंच्या कबजात गेल्याच्या बातम्या येत होत्या. पळापळ, लुटालूट सारीच अंधाधुंद सुरू होती. चांगल्या घरांचे दरवाजे-खिडक्याही चोरट्यांनी पळवून नेल्या होत्या. त्यामध्ये मोगलांच्या फौजाही आपला हात धुऊन घेत होत्या. पैकी, "मुअज्जम लुटीचा माल दुसरीकडे कुठं ठेवतो आहे का ते पाहा–" अशा गुप्त सूचना पातशहाने आपल्या विश्वासू सरदारांना दिल्या होत्या.

एके दिवशी पातशहाकडे आणखी एक खुषीची खबर आली. कुतुबशाही राजस्त्रियांनी मादण्णा आणि आकण्णावर मारेकरी घातले. हैद्राबादच्या भर रस्त्यात दिवसाढवळ्या त्या दोघांच्या हत्या झाल्या. शंभूराजांचा कुतुबशाहीतील एक दुवा निखळून पडला!

मार्च १६८६ मध्ये हैद्राबादचे दूत येऊन पातशहाला भेटले. त्यांनी येताना तिथल्या पंतप्रधान मादण्णा पंडिताची शुष्क मुंडी आणली होती. तिच्यावरून हात फिरवताना पातशहाला खूप आनंद झाला. औरंगजेबाचा आणि कुतुबशहाचा तात्पुरता सलुख झाला. त्यानुसार एक कोटी वीस लाखाचा जुर्माना पातशहाला प्राप्त झाला.

मालखेड आणि सेरमसारखे सुपीक प्रांत प्राप्त झाले. कुतुबशहाने शंभर हत्तींचा नजराणा पातशहाकडे पाठवून दिला.

हैद्राबादच्या काफरांचे मूळ उद्ध्वस्त करण्यामध्ये आपण यशस्वी झाल्याचे पातशहाला खूप समाधान मिळाले. तात्पुरता सलुख करून तो नेटाने विजापुराकडे निघाला. त्याने मुद्दाम मुअज्जमला हैद्राबादहून विजापुराकडे बोलावले. गेल्या दीड वर्षांतल्या प्रचंड वेढ्यानेही विजापूरच्या तटबंदीला भेगा पडत नव्हत्या; आणि पातशहाला तर तिचे पेकाटच मोडायचे होते.

११.

शहजादा आज्जम आणि शहजादा मुअज्जम या दोघांच्याही मनात दिल्लीच्या पातशाहीच्या घुगऱ्या शिजत होत्या. बुड्ढा झालेला आपला बाप आज ना उद्या थकेल आणि दिल्लीची सत्ता आपल्या झग्यात टाकेल अशी खात्री दोघाही शहजाद्यांना वाटत होती. त्यामुळेच काही तरी जोरकस पराक्रम करून दाखवायची अंत:स्थ स्पर्धा त्या दोघांमध्ये लागली होती. काही वर्षांमागे थोरला शहजादा मुअज्जम संभाजीराजांवर गोव्याकडे जाऊन रिकाम्या हाताने परतला होता. मात्र इकडे विजापूरच्या अजिंक्य आदिलशहाला नेस्तनाबूत केले तर आपण कीर्तिमान होऊ, दिल्लीपती होऊ, याच अपेक्षेने शहजादा आज्जम विजापूरच्या परिसरात घनघोर संग्राम छेडत होता.

मात्र शहजाद्याला त्याचे तकदीर साथ देत नव्हते. त्याची पडझड आणि होणारे अतोनात हाल पाहून शहेनशहाने त्याला खलिता धाडला होता, "झालं ते नुकसान खूप झालं. आता आहे त्या हालातमध्ये माघारा वळा." त्या पातशाही फर्मानाने शहजादा आज्जम धाय मोकलून रडला होता. काहीतरी पराक्रम करून दाखवायची संधीही आता हातातून निसटत चालली होती. शहजाद्याने आपल्या बापाला तातडीचा खलिता धाडला—"आपलं बाकीचं सैन्य आमच्या खांद्याला खांद्या देऊन लढणार नसेल तर न लढो, मात्र जिवात जीव असेपर्यंत मी स्वत:, माझी बेगम आणि माझी पोरं अगदी मौतच्या दरवाज्यापर्यंत इथं जंग करत राहू. शहेनशहानी आमचे मुर्दे विजापूरच्या हद्दीतच दफन करावेत."

तो खलिता वाचताना शहेनशहा भारावून गेला. असे बाणेदार उत्तर आणि अशी जोरकस जिद्द आपला एखादा शहजादा दाखवेल, यावर मुळी त्याचा विश्वासच नव्हता. त्याच धुंदीत त्याने आपल्या शहजाद्याच्या भव्यतेला दाद द्यायचे ठरवले. त्याने फिरोजजंगच्या नेतृत्वाखाली पाच हजार बैलांचे दल तयार केले. बैलांच्या पाठीवर पुरेशी रसद लादून आणि त्यांच्या सोबत गस्तीची पथके देऊन ते चारण

विजापुराकडे पाठवले. जेव्हा ताजी कुमक आली, तेव्हा आज्जमच्या जिवात जीव आला. नव्या बळाने त्याने वेढा तसाच चालू ठेवला होता.

— त्या साऱ्या आठवणींना नव्याने उजाळा मिळाला. एकाएकी पातशहाची चर्या खूपच रागीट दिसू लागली. त्याच्या डोळ्यांतली आग वजिराला स्पष्ट दिसली. औरंगजेब चरफडत बोलला, "वजीरे आझम, किती लांबणार आहे अजून हा विजापूरचा वेढा?"

"हुजूर, बारा-तेरा महिने सहज लोटले असतील."

"वजीरे आझम, सल्तनतचे वजीर या नात्याने दख्खनच्या ह्या नादान, निष्ठूर मिट्टीमध्ये पोचून आम्हांला किती वर्षं लोटली, ह्याचा हिसाब करा. तब्बल सहा-सात वर्षं! आमच्याऐवजी अन्य कोणी पातशहा असता तर केवळ यमुनेच्या पाण्याची याद काढून पागल झाला असता!"

पातशहाची ती विचित्र मनोवस्था पाहून वजीर चिडीचूप झाला. बाकीच्या सरदार, दरकदारांनीही खाली मुंड्या घातल्या. गेल्या काही दिवसांपासून पातशहाची मान किंचित थरथरत होती. अजून आपण बुड्ढे झालो नाही, थकलो नाही हे दाखवण्याचा शहेनशहा खूप प्रयत्न करत होता. आपल्या मानेचा थरथराट किंचित रोखून धरायचा प्रयत्न करत पातशहा बोलला, "असदखान, विजापूरच्या या जालीम जंगमध्ये आम्ही आता बड्या शहजाद्याला मुअज्जमलाही येऊन मिळा असं फर्मावलंय"

"बडा शहजादा आपल्या साथीला आला तर छोट्या आज्जमला ते फारसं पसंद पडायचं नाही, हुजूर! तेव्हा म्हटलं..." चाचरत वजीर बोलला.

शहेनशहा विषादाने, चर्येवर किंचित हास्य दाखवत, पण पोटातली मळमळ व्यक्त करत बोलला, "—आता कोणाला काय नि कसं वाटेल हे महत्त्वाचं नाही, असदखान. हर प्रयत्नानं या दख्खनच्या मातीमध्ये अडकलेला माझ्या तकदिरीचा गाडा बाहेर उपसून काढणं महत्त्वाचं आहे. नही तो, माझ्या कबरीसाठी तुम्हांला इकडेच कुठेतरी जागा शोधावी लागेल!"

■

हंबीरगड

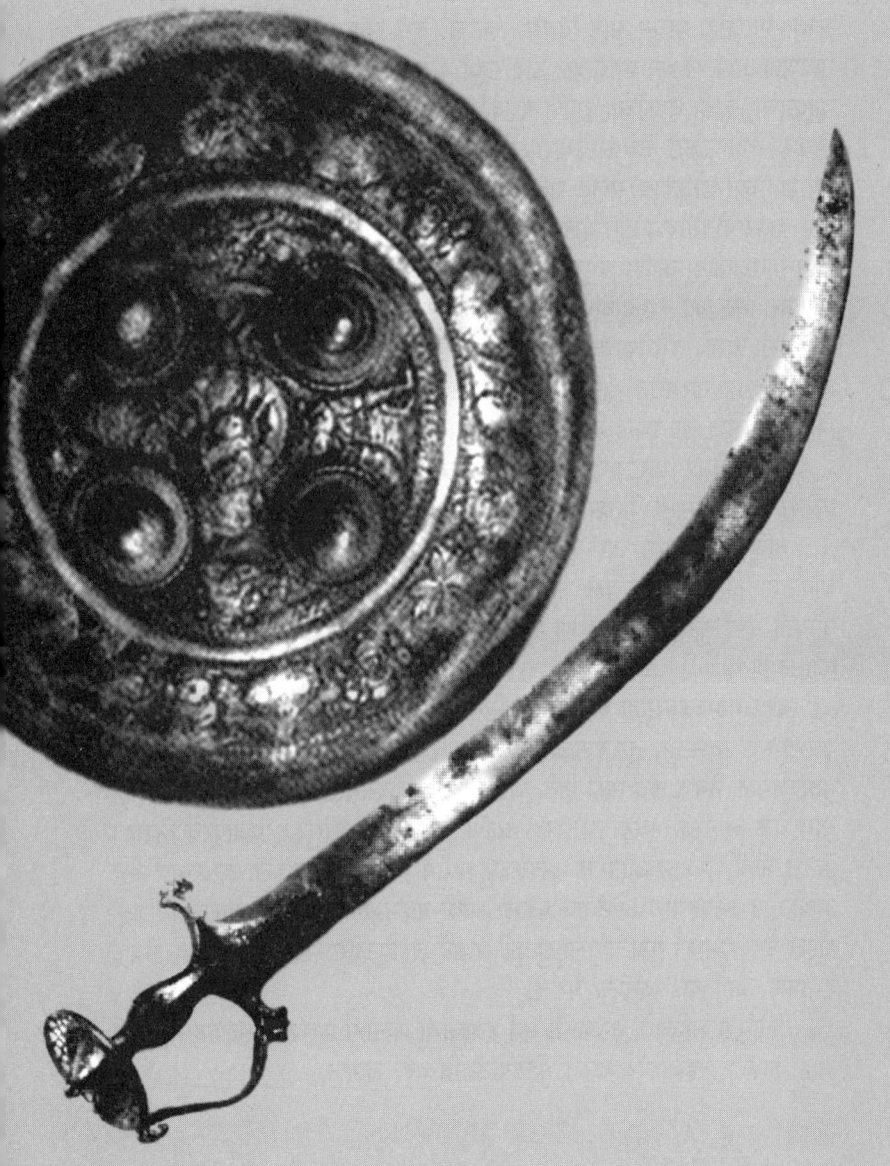

१.

१६८६चा जुलै महिना सुरू झाला होता. औरंगजेब पातशहाचे डेरेदांडे रसूल-पूरला उभारले गेले होते. तेथून विजापूरचे अंतर लांब पल्ल्याच्या तोफांच्या माऱ्याइतकेच दूर होते. बघता बघता दिवस वाढू लागले. विजापूरच्या पंचक्रोशीत स्वत: पातशहा पोचून साठ दिवस उलटले, तरी समोरची भिंत ढासळत नव्हती. पातशहा आपल्या धमधम्याजवळ उभा राहून गुरकावल्या नजरेने समोरच्या विजापुराकडे पाहायचा, तेव्हा तोफांच्या आणि गंधकांच्या धुराने धुरकटून गेलेले शहारातले उंच मिनार त्याच्याकडे टवकारल्यासारखे बघायचे. गोलघुमटाची भव्य इमारत तर पातशहाच्या डोळ्यांत सलत राहायची.

शहराभोवतीच्या दोन बलाढ्य तटबंद्या हे विजापूरकरांचे मुख्य सामर्थ्य होतेच, परंतु गोवळकोंडा आणि शंभूराजांचा पन्हाळा ह्या त्यांच्या छुप्या रक्तवाहिन्या होत्या. म्हणूनच पातशहा त्या दोघांकडे बारीक नजर ठेवून होता. जरी कुतुबशहाने दोस्तीचा तह केला होता, तरी त्याचा पातशहाला भरवसा नव्हता. म्हणूनच त्याने याआधीच कुतुबशहाला खरमरीत खलिता धाडला होता, “जर तुम्हांला स्वत:च्या तख्ताची फिकीर असेल तर इकडे बेसबब नाक खुपसायच्या फंदात पडू नका.”

त्याच वेळी मोगलांची रसदरेषा उद्ध्वस्त करणाऱ्या हंबीरराव मोहित्याचा प्रतिशोध घेण्यासाठी पातशहाने खास पथके धाडली होती.

वजिराचा कयास खरा ठरला होता. थोरल्या मुअज्जमचे विजापुराकडे येणे धाकट्या आज्जमला रुचले नव्हते. उलट पहिल्या दिवशी, “हा आला आता आयती मंडी लुटायला”, अशा अर्थीच त्याने आपल्या मोठ्या भावाकडे गुरकावून पाहिले होते.

बडा मुअज्जमसुद्धा धाकट्याचा तितकाच द्वेष करत होता. जर विजापूरकरांनी शरणागती पत्करली, तर यशाचे श्रेय आपुसकच आज्जमच्या पदरात पडणार होते. मुअज्जमला नेमके तेच नको होते. जसा वेढा वाढू लागला तशी त्याची अक्कलही धाव घेऊ लागली. स्वत: पातशहा आणि आज्जम लढूनसुद्धा विजापूरचे निशाण मिटत नाही, निदान आपल्या अक्कलहुशारीने जर सलुख घडला तर त्याचे श्रेय आपोआप आपल्याच ओट्यात पडेल; भावी शहेनशहा म्हणून आपलीच निश्चिती होईल अशी आशा मुअज्जमला सुटली. त्याने शहाकुलीसारखे आपले अनेक सेवक गुप्तपणे आपल्या मदतीला घेतले.

“लेकिन शहजादे, आपल्या सर्व प्रयत्नांची कल्पना पातशहा सलामतना दिली आहे का?” शहजाद्याचे दोस्त भीतीपोटी विचारू लागले.

"इतक्यात कशाला? एकदा साऱ्या गोष्टी शिजल्या की आखीर सांगूच की अब्बाजानना."

मुअज्जमने गुप्त हालचालींना जोराने सुरुवात केली. पूर्वीपासून सिकंदर शहाशी त्याची जानपहचान होतीच. त्यामुळे त्याचा इमानी नोकर शहाकुली अनेकदा समोरच्या भिंतीचे दरवाजे ओलांडून लीलया विजापूरमध्ये जा-ये करू लागला. सलुखाच्या गुप्त बोलाचाली सुरू झाल्या. दुर्दैवाने शहाकुलीला दारूचे चांगलेच व्यसन होते. त्यात कधी नव्हे ती शिरावर मोठी जबाबदारी पडल्याने तो हुरळू लागला. नेहमीपेक्षा अधिक शराब ढोसू लागला. मग जिभेवरचे नियंत्रणही सुटले. रात्री विजापुरी गोलंदाजांना खालून तर्र होऊन हाका देऊ लागला, "भाईजान, या मोर्चावर जादा गोळागोळी करू नका रे. इथं सारं आपलेच यारदोस्त आहेत."

शहाकुलीच्या बरळण्याचा व्हायचा तोच परिणाम झाला. शहजादा आज्जमच्या सेवकांनी त्याला गिरफ्तार केले. रात्रीच शहेनशहापुढे त्याला खडे केले गेले. त्याच्या अंगावर, पाठीवर तापत्या सळईच्या डागण्या दिल्या गेल्या. तेव्हा त्याची शराब पुरती उतरली. तो मुअज्जमचे नाव घेऊन सारे काही भडा भडा ओकला.

पातशहाच्या मैदानी डेऱ्यात शहाकुली जखमी कुत्र्यासारखा निपचित पडला होता. तिथे मुअज्जमला बोलावले गेले. तेव्हा घडला प्रकार लक्षात येऊन बड्या शहजाद्याने कोलांटी उडी मारली. आपल्या बापाच्या हातापाया पडत तो ओरडून सांगू लागला, "जहाँपन्हाँ, हा सारा बनाव आहे. आपल्या नजरेतून आणि मला माझ्या जन्मातून बरबाद करायचा हा कुटिल डाव आहे. ह्या शराबी इसमाशी माझा काही तालूक नाही."

पातशहाने आपल्या चर्येवर रागाची अगर लोभाची कोणतीही छटा उमटवू दिली नाही. तो थंड, कोरड्या सुरात इतकेच बोलला,

"शहाजादे मुअज्जम, कितीही झटकली तरी पापं काही मनुष्याची पाठ सोडत नाहीत. शहजादे, आज नही तो कल, लेकीन आपको इसकी सज़ा भुगतनी होगी!"

दुसऱ्याच दिवशी मुअज्जमच्या हातातून युद्धविषयक सर्व बाबी काढून घेतल्याचे शाही आदेश जारी झाले. लाकडाच्या निर्जीव ओंडक्यासारखा मुअज्जम फक्त डेऱ्यात बसून राहू लागला.

खुद्द पातशहाने जंगाची सूत्रे हाती घेऊनही दोन महिने उलटले होते. दिवसही खूप दुष्ट होते. १६८६च्या त्या पावसाळ्यात आषाढही कोरडा गेला होता. तटाबाहेर चौफेर भटकून पातशहाचे भिस्ती कोठून न कोठून पाण्याच्या पखाली घेऊन येत होते. जनावरे, माणसे कशीबशी जगवत होते. परंतु विजापूरच्या तटबंदीआड खूप हाल चालले होते. विजापूरकरांच्या चिवट ताकदीचे कारण कावेबाज औरंगजेबानं शोधून काढलं होतं. तटबंदीच्या आड हैद्राबादेकडून आणि

मराठ्यांकडून कोल्हापूर, अथणी भागातून छुपी रसद जायची. त्या साऱ्या रसदेचे रस्ते आलमगीराने पूर्णत: लिंपून टाकले होते.

आता अन्नपाण्याविना विजापूरकरांचे खूपच हाल हाल होऊ लागले. जनावरे टाचा घासत तडफडून मरू लागली. पागाच्या पागा ओस पडू लागल्या. त्यामुळे तटबंदीतून रात्रीबेरात्री बाहेर झेपावणाऱ्या आणि रसदपाणी लुटून आणणाऱ्या दखखनी घोड्यांच्या अंगात बळच उरलं नाही. अन्नान्न दशा झालेले सैनिक घोडे आणि उंट कापून, मांस भाजून कसाबसा जीव जगवायचा प्रयत्न करू लागले. पानाफुलांनी नटलेली विजापूर नगरी एक ओसाडपुरी दिसू लागली.

एके दिवशी सकाळी समोरचा महादरवाजा कुरकुरला. त्यातून हातात पांढरी निशाणे घेऊन बाहेर पडणाऱ्या व्यक्ती पातशहाने पाहिल्या. तो तीस-चाळीस जणांचा जथा शस्त्रहीन होता, पण ते सैनिकही नव्हते. तर छातीवर लांब, सफेद दाढ्या रुळवणारे, घोळदार कफनीतले आणि ढगळ लुंगीतले ते अन्य कोणी लोक होते. तो जथा जसा जवळ येऊ लागला, तसे त्यांना पातशहाच्या पारख्या नजरेनं ओळखलं. ते समोरच्या नगरीतले काझी, उलेमा, फकीर असे इस्लामचे बंदे होते.

मुख्य न्यायाधीश शेख-उल-इस्लाम चुळबुळ करू लागला. पातशहाला शेख साहेबांची आजची बेचैनी खूपच अवास्तव आणि फाजील वाटली. त्यांनी लागलेच त्यांना आत डेऱ्यात बोलावले. त्यांच्यावर भाल्यासारखी तीक्ष्ण नजर रोखली. शेख साहेब खूप चिडलेले होते. फेफरे भरलेल्या मनुष्यासारखे हातवारे करत ते बोलले, "कुराणाच्या पवित्र आदेशानुसार विजापूरवरचा आपला हा हमला गैरकानूनी आहे."

पातशहाने शेख-उल-इस्लामला आपादमस्तक न्याहाळले. "ठीक आहे. तुम्ही म्हणता तसं असूही शकेल. आपण याबाबतीत नंतर मसलत करूच. तुमची तबियत आज खूप खराब झाल्याचं दिसतं. जा कसे, आराम करा पाहू."

पातशहाने आपल्या पहारेकऱ्यांना इशारा केला. तसे पहारेकऱ्यांनी त्यांच्या दंडाला घट्ट पकडून जवळ जवळ खेचतच तेथून दूर नेले. ती सारी मंडळी पातशहा-समोर गुडघ्यावर बसून केविलवाण्या सुरात अर्ज विनंत्या करू लागली, "पातशहा सलामत, आपण एक पाक मुसलमान आहात. एक जिंदा पीर म्हणून तुमचा सारेजण गौरव करतात. कुराणाच्या हुकुमाशिवाय आपल्या डोळ्यांच्या पापण्याही हलत नाहीत."

"आपको क्या चाहिये, उतनीही बात करो काझी." पातशहा फक्त मोजके बोलला.

"शहेनशहा, गुस्ताखी माफ, पण हा जंग नापाक आहे. अपवित्र आहे. एवढा मोठा दिल्लीकर पातशहा दुसऱ्या एका छोट्या इस्लामी शियासतीचं आणि तिथल्या गरीब रयतेचं इतकं नुकसान का करतो? हजरत, हम सब आपके भाई है."

"काझी, कोण कोणाचे भाई?" संतापाने औरंगजेबाच्या डोळ्यांतली तपकिरी बुबुळे सुईच्या तीक्ष्ण टोकासारखी नाचली. त्याबरोबर सर्वांच्या नजरा खाली झुकल्या. "तुम्ही तर सारे इस्लामचे रखवाले दिसता. एक सांगा, त्या शिवाचा बदमाष लौंडा, तो काफरबच्चा संभा केव्हापासून झाला तुमचा भाईबंद?"

"लेकिन जहाँपन्हाँ—?" सर्वजण गोंधळले, गडबडले.

"दिल्लीपासून त्या जहन्नमीच्या तक्रारी ऐकत इथवर आलो आहोत आम्ही. तुम्ही कोणता मजहब आपला मानता ते मला ठाऊक नाही, परंतु हा आलमगीर कोणत्याही मोहिमेवर जेव्हा निघतो अगर मोहीम खतम करतो, तेव्हा हिंदूंची किमान शेसव्वाशे मंदिरे जमीनदोस्त केल्याशिवाय त्याची प्यास बुझत नाही."

"रहम करो हजरत. रहम करो!" सारे मुल्लामौलवी, काझी पातशहाची दयायाचना करू लागले.

"तुम्ही दख्खनी पुरे जाणता. पूर्वी कुठे होते मरगठ्ठ्यांचे हिंदवी स्वराज्य? त्या शिवा जमीनदाराने आणि त्याच्या नादान पोराने, संभाने थोडे आदिलशाहीचे लचके तोडले, थोडे निजामशाहीचे तोडले आणि मरगठ्ठयांची नापाक सल्तनत उभी केली."

"हजरत, गनिमांच्या त्या कारवाया आम्हांला कधीच मंजूर नव्हत्या." धर्ममार्तंड बोलले.

"तसं असेल तर मगरगठ्ठ्यांच्या फौजा अलीकडे विजापूरच्या रस्त्यातून तुम्ही वाजवत कशा नेता? त्यांचा बारातीसारखा सम्मान कसा करता?"

"सिकंदर आदिलशहा नासमज आहे, हुजूर! त्याला माफ करा!"

"ये कैसी नासमझी? तो संभाशी आणि कुतुबशहाशी खुफिया करारमदार करतो. आम्ही सांगूनही सर्जाखानाला आपल्या फौजेच्या ठाण्यांसाठी जागा देणार नाही, असा बेमुर्वत जबाब हिंदुस्थानच्या पातशहाला देतो. ह्या साऱ्या नादान बर्तावाला आपण नासमझी म्हणता? कशासाठी आलात माझ्या पायाजवळ? तिकडे पन्हाळ्याला जा. तुमच्या बापाच्या, त्या संभाच्या पायावर जाऊन डोकं टेका."

"लेकिन हजरत, तरीही आमची एकच अर्जी आहे. कुराणे शरीफ तर जिले-सुबहानींच्या जिभेवर आहे. आम्हा मुल्लामौलवींचा अभ्यास आपणाएवढा नाही. हे साहेबस्वारींनाही माहीत आहे. आपण मेहरबानी करून एकाच सवालाचा जबाब द्यावा" पातशहाने त्यांच्याकडे फक्त प्रश्नार्थक नजरेने पाहिले. "सांगा जहाँपन्हाँ, एका इस्लामी राजवटीनं दुसऱ्या इस्लामी हुकमतीविरुद्ध हत्यार उचलणं हे कुराणे शरीफच्या कोणत्या कलमात बसतं?"

"आपला लब्ज नि लब्ज सच्चाईनं भरला आहे. पण तुमची हुकूमत गिळायचाही आमचा इरादा नाही. पण एक काफराचा बच्चा तुमच्या खांद्याजवळ उभा आहे. त्याचे आणि तुमचे रिश्तेनाते कोणत्या मज्‌हबी आचरणात बसतात, ते पाहिले

सांगा. त्या काफरबच्च्याला तेवढा आमच्या सामने हाजीर करा. दुसऱ्याच क्षणी आम्ही विजापूरचा वेढा उठवू.''

मुल्लामौलवी निघून गेले. तितक्यात असदखान घाबरत तेथे आला. त्याने आपल्या हातातल्या हुकमाचा कागद पातशहापुढे केला. पातशहाने गुर्मीतच विचारले, ''क्या बात है? पढिए —''

''हुजूर, हा आपल्या सरकाझीचा, शेख-उल-इस्लामचा हुक्म आहे – त्यांनी ... त्यांनी ...''

''पढीए ऽऽ'' पातशहा ओरडला.

''त्यांनी आपलं विजापूरवरचं – एका इस्लामी सल्तनतने दुसऱ्या सल्तनतवर केलेलं आक्रमण गैरकानूनी आणि नापाक ठरवलं आहं.''

पातशहाने तो खलिता आपल्या हाती मागून घेतला. त्याचे तुकडे केले. डेऱ्या-बाहेर घोडी बांधलेली होती. त्यांच्या पायात ते तुकडे फेकून दिले. सरकाझींना गिरफदार करून अथनीकडे न्यायचा आणि अनजान बंदीखान्यात फेकून द्यायचा हुकूम लागलाच जारी केला.

पातशहाच्या इच्छेनुसार तात्काळ रायगडची सेवाचाकरी सोडून आलेल्या काझी हैदरांना पाचारण करण्यात आले. पातशहाने हैदरला विचारले, ''काझी मियाँ, सच्चा मजहब क्या होता है?''

''राजेच्छा! सुलतानांची मर्जी! याशिवाय या अल्लम दुनियेत दुसरा कोणता धर्म असू शकतो, मेरे आका?''

काझी हैदरचा कोडगेपणा पातशहाला मनापासून आवडला. तो खूप वेळ मोठमोठ्याने हसत राहिला. शेवटी काझी हैदरची तारीफ करत पातशहा बोलला, ''तुमच्यासारख्या वफादार इसमाचा आम्हांला खूप नाझ वाटतो. अशा हकीकतपरस्त इसमाचीच कोणत्याही सियासतीला गरज असते! म्हणूनच शिवाचा रायगड असो वा औरंगजेब शहेनशहाची मसनद, कुठेही तुमच्यासारखी माणसं चपखल बसतात. एक वेळ पट्टीचा दर्जी एखाद्याचा कमीस शिवताना माप चुकवेल. पण बदलल्या हालातीची मोजमापं जाणणारी तुमच्यासारखी माणसं मिळणं ही खरी खुदाचीच खैर ऽ!''

त्याच दिवशी लालबारीतील दरबारात एक शाही जश्न पार पडला. काझी हैदरना सरकाझी पदाची वस्त्रे देण्यात आली.

२.

काझींचा तांडा भेटून गेला. तरी पुढे तीन महिने विजापूरचा वेढा सुरूच होता. पातशहाने मोठ्या जिकिरीने नगराभोवतीचा खंदक भरून काढला. पावसाळा सुरू

होता. शहरामध्ये ओल्या दुष्काळाने कहर केलेला. तटबंदीआडचे धान्य संपले होते. याआधी ऐन वेढ्यातून रात्रीबेरात्री विजापुरी घोडी धाडसाने बाहेर पडत. मुलुखगिरी करून कोठून न कोठून रसद मिळवत. परंतु आता सभोवतीच्या वेढ्यावर पातशहाच्या करारी डोळ्यांची पाळत होती. याआधी पन्हाळ्याकडून कवी कलश आणि हंबीर–रावांची घोडी विजापूरकरांच्या मदतीस धावायची. परंतु आता कृष्णेला महापूर आला होता. मिरज-अथणीच्या बाजूने कोल्हापूर प्रांताकडे जाणारे रस्ते बंद झाले होते.

शंभूराजे आपल्या पन्हाळा उपराजधानीकडे अनेकदा धावायचे. तेथून सिकंदर आदिलशहाकडे रसद जायची. पण आता पाण्यानेच रस्ते गिळले होते. विजापूर इलाख्याला पर्जन्याने झोडले होते. उलट हिंदवी स्वराज्यात सर्वांच्या तोंडचे पाणी पळाले होते. अनेक भागात मोठे दुष्काळ पडले होते. अश्वसंपत्तीची मोठ्या प्रमाणावर हानी होत होती. शंभूराजांना दुष्काळ आणि टंचाईने जर्जर केले होते. मनात असूनही ऊनपावसाच्या विचित्र खेळामुळे त्यांना आपल्या तरुण दोस्ताच्या मदतीस धावून जाता येत नव्हते.

औरंगजेबाला आपल्या सल्तनतमधील पंधरावीस सुभ्यातून कोठूनही रसद मिळू शकत होती. उलट दक्षिणी त्रिशक्तींचे तकदीर फिरले होते. शेवटी पातशहाने धाडसाने खंदक बुजवून घोडी विजापुरात घातली. तोवर त्या शहराचे स्मशान बनले होते. २६ सप्टेंबर १६८६ ला सोळा वर्षांचा कोवळा सिकंदर शरण आला. आदिलशहा कैद होताच विजापुरावर शोककळा पसरली.

पण त्या दुःखाच्या निखाऱ्यावर अनेक हिंमतबाज आपली वांगी भाजून घेत होते. आदिलशहाच्या शरणागतीच्या वेळी पातशहाच्या डोळ्यांत सर्जाखान भरला. माजलेल्या मोठ्या उंदराने बुडत्या जहाजातून तराफ्यावर हुशारीने उडी मारली होती. सर्जाखान बडा मोगल मन्सबदार बनला होता.

औरंगजेबाचे महत्त्वाकांक्षी मन विजापुरात थांबले नाही. तो आपल्या फौजा घेऊन पुन्हा गोवळकोंड्यावर चालून गेला. तिथले किल्ले, तटबंद्या आणि खंदक बळकट होते. द्रव्याने तळघरे भरली होती. तानाशहा अजून शरण येत नव्हता. तेव्हा पातशहाने गद्दारीचे शस्त्र उपसले. गोवळकोंड्याच्या वेढ्यातही आलमगीरची ऊना-पावसातून, थंडीवाऱ्यातून धडपड सुरू होती. अडुसष्ट वर्षांच्या बुढ्ढ्यासाठी एक हलते झुलते सिंहासन बनवले गेले होते. भोई त्याला खांद्यावर घेऊन रात्रीबेरात्री फिरत. शहेनशहा आपल्या फौजींना सूचना देई. एकदा त्याच्या अंगरक्षकालाच तोफेचा गोळा लागून त्याचा हात तुटला. औरंगजेबापासून फक्त चार हाताच्या अंतरावरून मृत्यू माघारी गेला होता.

शहेनशहाने मुकर्रबखानासारखे हैद्राबादी सरदार फोडले. अब्दुल्ला फन्नी नावाच्या अंमलदाराने तर पहाटे तीन वाजता किल्ल्याचे दार उघडून दिले. कपटनीतीचा

आणि दगाबाजीचा जय झाला. २१ सप्टेंबर १६८७ ला गोवळकोंडा पडला. तिथे पातशहाला सात करोड रुपयांचा खजिना मिळाला. सालीना तीन कोटींचा मुलूख मिळाला. आणि फक्त पन्नास हजार रुपयांच्या तनख्यावर सिकंदर आदिलशहाला आणि कुतुबशहाला देवगिरीच्या किल्ल्यावरील बंदीखान्यात धाडले गेले.

जेव्हा हैदराबाद जिंकून पातशहा पुन्हा विजापुराकडे कामानिमित्त चालला होता, तेव्हा विजयाच्या आनंदाबरोबर त्याचे मन एका वेगळ्याच विषादाने भरून आले होते. काही महिन्यामागे हैदराबादच्या वेढ्यात एक दुःखद घटना घडली होती. या आधी बडा शहजादा मुअज्जमकडे संभाजीराजांची पत्रे सापडली होतीच. पण त्या रात्री मुअज्जमने आज्जमवरच्या रागापोटी म्हणा, महत्त्वाकांक्षेच्या लालसेपोटी म्हणा, आणखी एक धाडसी डाव खेळला होता. आपल्या बापाशी बगावत करून, कुतुब–शहाला रात्रीचेच जाऊन मिळून त्याला जंगचा ऐलान करायचा होता. मात्र आपल्या बेगमबच्छड्यांना आपल्या माघारी आपला बाप हाल हाल करून ठार मारेल ही भीती होतीच. म्हणूनच त्याने रात्रीचाच लालबारीतून आपला जनाना युद्धस्थळी आघाडीवर आणला. पुढे छलांग मारणे सोपे होते.

मुअज्जमच्या ह्या शेवटच्या कृतीने पातशहाला बगावतीचा वास लागला. त्याने लागलीच पुढे पथके धाडली. आणि आपल्या शहजाद्याला त्याच्या बेगमबच्छड्यांसह तात्काळ गिरफ्तार केले ते कायमचेच.

वृद्ध पातशहाचा काफिला पुढे चालला होता. त्याची नजर पश्चिम दिशेकडे नव्हे, तर तिथल्या सह्याद्रीच्या पर्वताकडे एकसारखी वळत होती. गेल्या सात वर्षांत शंभूराजा सापडला नव्हता. तो अजिंक्य रामशेज आणि हैबतीगडही अबाधित होते! कमावल्याशिवाय बरेच गमावले गेल्याचे दुःख पातशहाच्या स्वाभिमानी मनाला खूप डाचत होते. प्रवासातच असदखान जवळ येऊन आपल्या धन्याला सांगू लागला, ''पातशहा सलामत, अजून थोडी राहत वाटेल अशी खबर आहे–''

''कोणती?''

''आपला प्यारा शहजादा अकबर इराणकडे निघून गेला. संभाने त्याला मदत केली. राजापूरच्या बंदरामध्ये त्याने खाजगी गलबत केले. आणि शेवटी तो निघून गेला.''

''कुठे इराणला?''

''जी, मेरे आका!''

पातशहा विषण्णतेने हसला. कधी अस्मानाकडे तर कधी धरतीकडे नजर फेकत तो बोलला, ''कोणाची किस्मत आणि कोणाची बदकिस्मत कोणत्या रानात — पहाडात लिहिलेली असते, ते फक्त त्या अल्लालाच माहीतऽ!''

३.

एके दिवशी हंबीरराव राजांना सहज बोलले, ''शंभूराजेऽ, राज्यातली गळती वाढत चाललीय. वतनाच्या तुकड्यासाठी चांगल्या चांगल्या लोकांची मस्तकं फिरताहेत. ह्या गळतीला आवर तरी कसा घालायचा?''

''मामासाहेब, काळ खरंच कठीण आलाय!''

''पण राजे, आपण म्हणाल तर ही वेळ निभावून नेता येईल. औरंग्या वतनं वाटत सुटला आहे. आपणही देऊ कागदोपत्री वतनं काहीजणांना.''

''असं कसं करता येईल हंबीरमामा?'', शंभूराजे हंबीररावांच्या सल्ल्यानं गोरेमोरे होऊन बोलले, ''वतनाचं वाटप करू पाहणं हे आबासाहेबांना आम्ही दिलेल्या वचनाच्या विरुद्ध आहे! शिवरायांच्या धर्माचं पावित्र्य निदान त्यांच्या आप्तस्वकीयांनी तरी ठेवायला नको का? आबासाहेब तर सांगायचे, देवादिकांनाही वतनं देऊ नका. त्यांना भ्रष्ट बनवू नका.'' शंभूराजे सहज गमतीनं पुढे बोलले, ''मामासाहेब तुम्हांला केव्हापासून आस लागली — वतनाची?''

तो सहज गंमतीदार प्रश्न नकळत हंबीररावांच्या काळजात रप्कन तीरासारखा घुसला. क्षणभर काय करावे, हे त्यांच्या मानी मनाला समजेनासे झाले. ते तात्काळ हसूनच उत्तरले, ''शंभूराजे काय पण पारख केलीत आपण आपल्या मामाची?''

ते हसीखुशीचे बोलणे तिथेच विरले. तरी हंबीररावांच्या काळजात मघाचा तो बाण सलतच राहिला. बोलता बोलताच हंबीररावांची मुद्रा अपमानाने गोरीमोरी झाली! मानहानीच्या डंखाने त्यांचे काळीज रक्तबंबाळ झाले. ते बोलले, ''शंभूराजेऽ ह्या हंबीररावाला हो कसली वतनाची भूक? आम्हांला तशी राज्यपदाची अगर सत्तेची हाव असती तर —? तर आमच्या सख्ख्या भाचेसाहेबांना रायगडची गादी देऊन निम्म्या राज्याचा मालक नसतो का झालो? राजारामांना राजा बनवायला आमची बुजुर्ग कारभारी मंडळी किती उतावीळ होती? आम्हांला काय अवघड होतं?''

''हंबीरमामा, कृपया इतके हळवे होऊ नका. आम्ही सहज बोललो हो;'' शंभूराजे दिलगिरीच्या भाषेत बोलले.

शंभूराजे समजूत घालण्याचा प्रयत्न करत होते. पण सेनापती हंबीररावांना ते काही पटत नव्हतं. ते म्हणाले, ''आमच्या इमानाचे मोल जोखायला औरंग्याचे दूतसुद्धा येऊन गेले. रागापोटी आम्ही त्या सर्वांच्या दाढीमिशा न्हाव्याकडून सफाचट करून त्यांना माघारा हाकलून दिलं. आपण मात्र आज चांगलीच परीक्षा केलीत की आमची'' हंबीररावांचे अत्यंत तरल स्वाभिमानी मन गंमतीमध्ये सुद्धा स्वार्थाचा आरोप स्वीकारायला तयार नव्हते. त्यांच्या मानी मनाला तेथे थांबवले नाही. ते

उठले आणि रागाच्या तिरमिरीतच तडक बाहेर निघून गेले. त्या प्रकाराने येसूबाईही अवाक् झाल्या. आता शंभूराजांनाही तेथे थांबवेना. ते उठले आणि जल्दीने खाजगीकडे निघून गेले.

त्या अल्पशा वादावादीने रायगडाचा जणू रंग बदलला. खाजगीकडे खिन्न होऊन बसलेल्या शंभूराजांजवळ महाराणी गेल्या. त्या शांत पण सावध सुरात बोलल्या,

"घडला प्रकार चांगला नव्हे. राजा आणि सेनापतींमधील बेबनावानं राज्यं मोडूनही पडतात. ह्या प्रसंगाचा वास त्या औरंग्याला फक्त लागायचा अवकाश, तुम्हा दोघांमध्ये फूट पडावी म्हणून तो जिवाचं रान करेल—"

"आम्ही तरी असं काय बोललो होतो युवराज्ञी?"

"राजेऽ, हंबीरमामासुद्धा फार काही वावगे बोलले असं नाही वाटत!" येसूबाई शहाणपणाने बोलल्या, "चला उठा, मोठ्या मनानं आपण त्यांना पुन्हा बोलवून घेऊ. आपण वयानं लहान आहात. त्यांचा मानमरातब महत्त्वाचा."

"आम्ही मूल आहोत. आम्ही कशाला जाऊ त्यांच्याकडं? वडिलधाऱ्यांनीच काढावी नं आमची समजूत?"

त्या एकूण प्रकाराने, मनस्तापामुळे राजांनी रात्रीचे जेवण घेतले नाही. बिछायतीवर ते अर्धी रात्र तसेच तळमळत पडले. दुसऱ्या दिवशीची प्रात:कालची त्यांची देवपूजाही चुकली. गेल्या कित्येक वर्षांत असे घडले नव्हते. दुपारी महाराणींच्या आग्रहाखातर फक्त दुधाचा अर्धा प्याला राजांनी कसाबसा प्राशन केला.

दुसरी रात्र मात्र येसूबाई राणीसाहेब बेचैन झाल्या. गडावर भिरभिर वारा वाहत होता. त्या अल्पशा वादंगाचे रूपांतर शेकडो जिव्हांनी मोठ्या झगड्यामध्ये केले होते. न राहून येसूबाई राजांच्या समोर जाऊन उभ्या राहिल्या. त्यांच्या अंतरातला राग लपला नाही, "बस्स् झालं हे सारं, राजे! तुम्हांला कल्पना आहे? मामांनी गेल्या दोन दिवसांत पोटात अन्नाचा कणही घेतलेला नाही."

शंभूराजे झटकन् उठून उभे राहिले. त्यांचा स्वर जड भासला, "काय सांगता आहात येसू? हे तुम्ही दुपारीच का नाही सांगितलंत? आमचे हंबीरमामा कोण वाटले तुम्हांला? गेल्या पाच-सहा वर्षांत आबासाहेबांच्या पुण्याईची सावली आणि हंबीर–मामांची सोबत ह्या दोन गोष्टींशिवाय आमची दुसऱ्या कोणी केली आहे सोबत?"

शंभूराजे झपाट्याने उठले. त्यांनी जामानिमा ठीक केला. सेवकाने पुढे केलेले रत्नालंकार गडबडीने गळ्यात घातले. राजे आणि महाराणी दोघांनीही हंबीररावांच्या वाड्याकडे जाण्यासाठी दरवाजा ओलांडला. राजे मशालींच्या आणि पलित्यांच्या प्रकाशात समोर पाहतात, तर स्वत: हंबीरमामाच बाहेरच्या झुळझुळू वाऱ्यामध्ये उभे

होते. स्वत:हूनच राजांच्या भेटीसाठी आले होते. राजांनी त्यांना प्रश्न करण्यापूर्वीच सत्तरीतले, तगड्या शरीरयष्टीचे हंबीरमामा काळजीने बोलले, "शंभूबाळ! अहो, काय चालवलंत हे आपण? गेल्या दोन दिवसांत तुम्ही भोजनही घेतलेलं नाही म्हणे!"

"आमचं विसरा, मामा! आपण का उपाशी आहात?"

"आम्ही काय पिकलं पान. आमची एवढी काळजी कशाला करता? तुम्हांला मात्र हिंदवी स्वराज्याचं भविष्य घडवायचं आहेऽ! आम्ही आज आहोत कदाचित उद्या नसू —"

शंभूराजे पुढे धावले. ते बोलले, "हंबीरमामाऽ, असं वाईट नका बोलू! आपल्या नसण्याच्या केवळ कल्पनेनेच आमच्या अंगावर डोंगर कोसळल्याचा भास झाला!"

बाहेर थंड वारा वाहत होता. राजवाड्यातल्या कोंदट हवेत परतायला मने नको म्हणत होती. मामा आणि भाचे दोघेही पश्चिमेकडे चालत राहिले. काही पावलांजवळच कातीव कडा होता. पलीकडे हिरकणी बुरुज. तिथेच एका सप्पय शीळेवर ते दोघे बसले. बाजूच्या पाषाणावर बसलेल्या येसूबाई कौतुकाने त्या दोघांच्या आगळ्या मिलाफाकडे बघत होत्या. अर्ध्या रात्री राजेसाहेबच बुरुजाजवळ आल्याने पहारेकऱ्यांची तारांबळ उडाली होती. राजवाड्यातून तिथेच थाळे मागवले गेले. उघड्या वाऱ्यात राजे आणि सेनापतींनी भोजन उरकले.

अनेक गोष्टी निघाल्या. तेव्हा हंबीरमामा म्हणाले, "आमचे सख्खे भाचे आणि जावईबापू असलेल्या राजारामांना गादीवर बसवावं, याकरिता कारभारी मंडळी हट्टाला पेटली होती; आहे माहीत शंभूराजे?"

राजांनी फक्त मामांकडे एकटक पाहिले.

"राजे, त्या वादळी दिवसात तुम्हांला शिवाजीचा पुत्र या नात्यानं आम्ही बिलकूल सलाम केला नव्हता. तर आमच्या शिवबाच्या स्वप्नांचा सच्चा वारसदार म्हणूनच ह्या हंबीरची गर्दन तुमच्यापुढं झुकली होती!"

"आपले ते उपकार हे हिंदवी स्वराज्य कदापीही विसरणार नाही हंबीरमामा!" राजे बोलले, "परंतु आमच्याकडून काही चुका घडल्या असतील तर माफी असावी, मामासाहेब!"

"कसल्या माफीच्या वेड्या गोष्टी करता, शंभूराजे? अहो हंबीरराव ह्या नावाच्या समशेरीला शिवाजीराजांनी पोलादाच्या उकळत्या भट्टीतून आकार दिला. जडविली. पण ती रणांगणात चौखूर सुटलेल्या घोड्यासारखी नाचली, ती मात्र शंभूराजे तुमच्याच काळातऽ!"

"खरं आहे मामासाहेब, आपलं. कुठे बुऱ्हाणपूर, कुठे मूर्तिजापूर, अकोला, नांदेड, सोलापूर, ते खाली अथणी - विजापूर, कोकणातला हर घाट, हर वाट!

ह्या दख्खनमध्ये अशी एखादी नदी नसेल, असा एखादा ओढा नसेल की ज्याचे पाणी हंबीरराव मोहित्यांचा घोडा प्याला नाही! — पण हंबीरमामा अलीकडं खूप दमल्यासारखं होतं का तुम्हांला?''

''म्हणजे हो?''

''नाही म्हणजे, स्वास्थ्य चांगलं नसेल, तर आपण काही दिवस थोडी विश्रांती घ्या. लढू नका. आम्हांला फक्त बसून मार्ग दाखवा. आशीर्वाद द्या.''

रायगडच्या पश्चिमेस असलेल्या कड्याच्या छाताडावर पाय ठेवत वाऱ्याचा मोठा झोत वर आला. हंबीरमामा खळखळून हसत बोलले, ''काय म्हणालात राजे? आम्हांला लढायचं नसेल तर? एखाद्या गवयाला विचारायचं, तुम्ही गात नसाल तर? कसं शक्य आहे हो, शंभूराजे? शेवटच्या श्वासापर्यंत शिवाजी आणि संभाजीची रणांगणावर निशाणकाठी नाचविण्यासाठी हा हंबीर खंबीर आहे!''

राजे आणि महाराणी हंबीरमामांच्या अपूर्व, उल्हसित रूपाकडे पाहतच राहिले. हंबीरराव बोलले, ''अंबाबाईचा भुत्या कसा पलिता हाती घेऊन रात्र रात्रभर नाचत जागरण घालतो, तसा हा हंबीरराव शिवाजीचा भुत्या आहे! तोफगोळ्यांच्या टिपऱ्यांच्या आवाजात रणभूमीवर घोडा नाचवण्याचं काम मी करतो.''

''मामासाहेब, ह्या संभाजीलाही औरंग्याच्या तोफांची अगर ढालीतलवारींची बिलकूल दहशत वाटत नाही. आम्ही घाबरतो ते मात्र एकाच गोष्टीला–''

''—राजे?''

''हां, हंबीरमामा! कधी कधी वाटतं, हा मुलूख संतमंहतांचा वा बुद्धिवंतांचाही नव्हे, लेकराबाळांच्या नावे वतनाचे कागद करण्यासाठी चटावलेल्या वतनदारांचाच हा देश वाटतो!''

''खरं आहे, शंभूराजे. दुनियेत काय सर्वत्र मनुष्यमात्रांच्या पोटी पोरंबाळं जन्मतात. मात्र आपल्या महाराष्ट्राएवढे आपल्या बालबच्च्यांवर, वारसदारांवर एवढी अपार आंधळी माया करणारे लोक जगाच्या पाठीवर शोधूनही सापडायचे नाहीत.''

शंभूराजे अत्यंत कष्टी झाले. जड अंत:करणाने विचारू लागले,

''मग मामासाहेब, काय करायचं? घ्यायचा निर्णय?''

''कोणता?''

''स्वराज्याचे लचके तोडून सर्व वतनदारांना खिरापत वाटायचा?''

''नाही, बिलकूल नाही!'' हंबीरराव निश्चयी सुरात बोलले, ''शंभूबाळ, त्या औरंग्याने आमच्या काही नादानांना वतनाचं गुळखोबरं खुशाल वाटू दे. पण ह्या हंबीर आणि शंभूराजांकडून तरी शिवाजीराजांच्या विचारांची हत्या घडायला नकोऽ!''

त्या सुखसंवादामध्ये अख्खी रात्र कशी आणि केव्हा सरली ते कळले नाही.

४.

दुर्गादास राजपुतान्यात जायला निघाले होते. तेव्हा राजांच्या भेटीसाठी ते आले. जड अंत:करणाने दुर्गादास बोलले, "शंभूराजे, खूप केलंत. अगदी खूप केलंत आमच्यासाठी. तुम्हांला धन्यवाद द्यावेत तेवढे थोडेच आहेत!"

"आम्ही तरी अधिक काय करणार, दुर्गादास? शहजाद्यांचा स्वभाव होता ऐषोआरामी. छंदीफंदी. जागरूकता कसली ती नाही. थोडीशी हिंमत बांधली असती, तरी कुठल्या ना कुठल्या मार्गाने आम्ही अकबरांना दिल्ली-आग्र्याकडे धाडू शकलो असतो. त्यांच्या तिकडे जाण्याने औरंगजेबाचे दुश्मन शहजाद्यांच्या झेंड्याभोवती गोळाही झाले असते. पण काय करायचं? मनुष्यच मुळात कचदीलऽ! दहा-दहा, वीस-वीस हजार लोक दिमतीला देऊन तरी काय उपयोग झाला?"

"जाऊ दे राजे, आपण तरी काय करणार? घोड्यासाठी नवी नाल बांधायचं काम लोहारमेटावर देता येतं. पण मनुष्यासाठी पाठीचा कणा बांधायची मागणी कुठं करता येत नाही! आमचे सात वर्षांचं कष्ट, जिद्द सारं वाया गेलं." दुर्गादास दु:खाने बोलले.

"दुर्गादास, एक बोलू?"

"हुकूम, राजे–"

"अंबरचा राजा रामसिंगाने औरंग्याविरुद्ध फळी बांधायच्या आमच्या आव्हानाला तितकीशी दाद दिली नाही. तरीही आम्ही हरलेलो नाही. मात्र आपल्यासारखं देशाभिमानी, धर्माभिमानी मनुष्य जवळ असावं असंच वाटतं. आपण कशासाठी जाता पुन्हा राजपुतान्यात? थांबा इथंच. जशी कविराय भूषणांच्यामुळे रायगडाला शोभा आली होती, तशीच तुमच्यासारख्या भल्या मनुष्याच्या वास्तव्यानं आमच्याही मनाला उभारी येईल."

"माफ करा, राजे! जसवंतसिंग राजेसाहेबांना आम्ही मृत्यूपूर्वी वचन दिलं होतं. अजितसिंहांना वाढवेन, मोठा करेन. त्यानुसारच तिकडं जाऊन जोधपूरच्या राजगादीची सेवा करणं हे आमचं कर्तव्य आहे, राजे."

शंभूराजे पुढे काही बोलले नाहीत. दुर्गादास बाहेर पडताना म्हणाले,

"शंभूराजेऽ, जेव्हा आपण औरंगजेबाचा नि:पात कराल, तेव्हा तुमच्या सन्मानासाठी मी जरूर माघारा धावत येईन. भीमेच्या काठापासून ते यमुनेच्या तीरापर्यंत तुमची मिरवणूक काढेन!"

५.

सकाळीच औरंगजेबाने सर्जाखानाला बोलावून घेतले. आपल्या थकल्या आवाजात

पातशहा बोलला; “सर्जाऽ आम्ही विजापूरभोवतीच्या कुप्रसिद्ध तटाची पीठ फोडली. गोवळकोंडा उखडून तिथल्या खंदकात फेकून दिला. सच बोलू, ही काही बहादुरी नाही. एकाच दु:खाच्या डागणीने आमचा कलेजा आजही करपून निघतोय!”

“संभाऽ!”

“बराबर! सर्जाखान बेटे, आम्ही बुऱ्हाणपुरात पाऊल टाकायच्या आधीपासूनच तुला आत बोलवत होतो आमच्या सेवाचाकरीकरिता. ठीक आहे. तू आमच्या गोटात देर आलास, दुरुस्त आलास. या गोष्टीवर आम्ही खूष आहोत. नाही तरी आजकाल ह्या वणव्यात खुषीची एखादी खबर मिळते तरी कुठे सर्जाखान?”

“जी, पातशहा सलामत!”

“तू तर विजापूरकरांचा सिपाहसालार होतास. विजापूरच्या वेढ्यावेळची एक गोष्ट याद आहे तुला?”

“कोणती जहाँपन्हाँ?”

“तिथल्या बुरुजाखाली सुरंगी बारुद पेरण्यासाठी आम्ही खड्डे खोदत होतो. मात्र तिथे खडकाळ जमिनीमध्ये आमची टिकावफावडी टिकत नव्हती. त्यांची पाती तुटून पडत होती. तेव्हा बाजूच्या एका देहाती लोहाराला आम्ही बोलावून घेतले. तेव्हा त्या बुड्ढ्यानं हसत आम्हांला उपदेश केला होता — हुजूर, जिथला खडक फोडायचा, तिथल्याच भात्यात तयार केलेली हत्यारं वापरावीतऽ! क्या कुछ समझे?”

“हजरत—?”

“त्या काफर संभाला गाडण्याची औकात ना माझ्या तीन शहजाद्यांत, बावीस नातवंडात वा तीस सरदारांमध्ये आहे. त्या शैतानाच्या अंगात तुझ्यासारखाच एखादा दख्खनवी गाझी पेंढा भरू शकतो!”

पातशहा थोडा थांबला. दीर्घ श्वास घेत बोलला, “जाऽ निकल जा जल्द. हवी तितकी फौज आणि चाहशील तेवढी रसद सोबत घे. जर संभाची गर्दन छाटून आणशील तर तुझं नशीबच सिकंदर ठरेल! दख्खनमधून तुला वाजतगाजत, तुझा जुलूस काढत आम्ही तुला उत्तरेत नेऊ. लाल किल्ल्याच्या पायरीवर खिलतीचा पेहराव देऊन तुझा सन्मान करू.”

“जहाँपन्हाँ, आम्ही जरूर कोशीस —”

“पण गेल्या सहा-सात वर्षांच्या अनुभवानं माझ्या मस्तकावरचे बाल —”, पातशहा बोलता बोलता थबकला. त्याने स्वत:च्या भुंड्या डोक्यावरून हात फिरवला. तिथे किमाँश तर नव्हताच, पण त्याचे सोनेरी केसही विरळ होत गेले होते. दमला भागला पातशहा कुरकुरला, “खैर! संभा जिंदा मिळणं महामुश्कीलच आहे. पण तो न मिळेल तर त्याची एखादी तंगडी, एखादा हात तोडून —”

“मतलब?”

"त्याचा एखादा बड्यात बडा किल्ला — जैसा रायगड, राजगड, पन्हाळा, प्रतापगड या हंबीरगडऽ!"

"जरूर, जहाँपन्हाँ जरूर."

...कोयना नदी ओलांडून हंबीररावांचे पथक तळबीडला पोचले, तेव्हा मध्यरात्र उलटली होती. वाड्यात मंडळी जागीच होती. मोहिमेवरून कऱ्हाड भागातून इकडे तिकडे जाता येताच हंबीरराव असे अचानक वाऱ्यासारखे आपल्या तळबीडच्या वाड्यावर जायचे. काही घटका थांबायचे आणि पुन्हा वाऱ्याच्या पाठीवरूनच पसार व्हायचे. घरची मंडळी, रातच्या रात राहा असा आग्रह करू लागली, की हंबीरराव म्हणायचे, "औरंगजेबाला दफन केल्याशिवाय आम्हांला कुठं पाठ टेकायची परवानगी देणार आहे देव?"

आज मात्र तनामनाने ते बराच वेळ आपल्या वाड्यात खोळंबून राहिले. त्यांची लाडकी लेक ताराऊ रायगडावरून माहेरी आली होती. आपल्या माहेरात रमली होती. हंबीररावांनी तिच्या यजमानांची, राजारामसाहेबांची आणि येसूबाईंची ख्यालीखुशाली विचारली. ते पोरसवदा ताराबाईला बोलले,

"तारुऽ, येसूबाईंची पुरी काळजी घेत जा बरं, स्वराज्यावरचं संकट जसं वाढतंय, तसे राजे चिंताक्रांत होतात. राजे तणावाखाली, म्हणून येसूबाईही तणावाखाली."

"बाबाऽ, आजकाल थोरल्या बाईसाहेब अगदी सावलीसारख्या घेऊन फिरतात आम्हांला"

"बघ बाळे. नीट काळजी घेत जा. शेवटी तू शिवबाची सून आहेस, हे विसरू नकोस."

"त्याचबरोबर आम्ही हंबीररावांची लेक आहोत, या गोष्टीचाही आम्हांला कधी विसर पडायचा नाही, बाबा." ताराऊच्या बोलाबरोबर सारा वाडा खळखळून हसला.

मध्यरात्र उलटली. तेव्हा हंबीरराव आणि त्यांच्या पंचवीस-तीस अव्वल साथीदारांसाठी वाड्यातल्या मधल्या चौकातच पाने मांडली गेली. उघड्या हवेत सेनापती हंबीरराव जरा कुठे सुखाने चार घास खात होते, तितक्यात वाड्याच्या दारात घोड्यांच्या टापा वाजल्या. हंबीररावांचे कान हरणासारखेच सावध. ते अस्वस्थपणे इकडे तिकडे पाहू लागले. त्यांनी किमान चार घास खावेत म्हणून घरच्या मंडळींनी बालिंगाजवळच हरकाऱ्यांना थोडा वेळ थोपवून धरलं. पण वेळा काही सांगून येत नाहीत. हंबीररावांनी मोठ्या आवाजात हाक दिली, "कोण आहे ते बाहीर? याऽ, आत या."

समोर हरकारे खडे राहिले. हंबीररावांनी पुसलं,

“काय रे जानू? काय खबर?”

“सरकारऽ आपल्या मुलखात औरंग्यानं सर्जाखानाला धाडलाय. सर्जाखान इकडंच धावून आलाय.”

“कायऽऽ?” हंबीररावांनी तसाच अर्ध्या ताटात हात धुतला. ते पटकन शेमल्यानं हात पुसत उभे राहिले. उभ्याउभ्याच विचारू लागले,

“कुठं? कुठल्या बाजूला आहे वैरी?”

“त्यो काही आपल्या तळबिडावर नाय आलेला. पण दुपारीच त्याची पथकं औंध घाटानं रहिमतपुरावर उतरली होती. तिन्हीसांजची तर ते सारं कृष्णा नदी ओलांडीत हुते.”

“किती फौज आहे?”

“असलं दहाबारा हजार.”

“—आणि दिशा कुठली धरलीय त्यांनी?”

“प्रतापगडावर चालल्यात म्हणं. काही करून दोन रोजात प्रतापगड जिंकायचा विडा उचललाय खानानं.”

आपल्या पुढ्यातले थाळे बाजूला करून सारे उठले. पटापट वाड्याबाहेर पडले. आपल्या धन्याला नीट चार घास खायला मिळू नयेत, याचं हंबीरमामांच्या अस्तुरीला दुःख झालं. तिने आपल्या डोळ्यांतले अश्रू लपविण्याचा प्रयत्न केला. तिच्याकडे बघायलाही सेनापतींना वेळ नव्हता. मात्र वाड्याच्या उंबरठ्यावर निरोपाचा हात उंचावीत लाडकी लेक उभी राहिली होती. हंबीरमामांनी क्षणभर घोडा खेचला, “बोलऽ, पोरी. काय करू तुला माहेरपणाला?”

“बाबा काहीही नको. वैऱ्याच्या तोंडात तेवढा आपला प्रतापगड जाऊ देऊ नका. आपल्या भवानीचं देऊळ आहे तिथंऽऽ.”

“हर हर महादेव”च्या गजरामध्ये घोडी बाहेरच्या अंधारात उधळली. वाटेत आणखी हरकारे भेटले. सर्जाखानाची पंधरा-सतरा हजारांची फौज सातारा सोडून वाईच्या दिशेला सरकत असल्याची वाटेत खबर मिळाली. हंबीररावांनी आपल्या सहकाऱ्याला नारोजी भोसलेंना सांगितलं, “आपली मुख्य फौज तर आंबाघाटानं खाली कोकणात गेली आहे. उभ्या उभ्याच आपण इकडं निघून आलो होतो. नारबा आता काय करायचं? अशा अवचित वेळंची स्वप्नातबी कल्पना नव्हती.”

“सेनापतीऽ काहीही करून वैऱ्याला रोखलं पायजेल. त्यानं प्रतापगड गिळला तर अब्रूचं खोबरं होईल!” सरदार भोसल्यांनी सेनापतींना डिवचले.

“असं कसं होऊ देऊ आम्ही? औरंग्यानं भले आदिलशाही आणि कुतुबशाही गिळली असेल. पण अजून जंग जंग पछाडूनसुद्धा शंभूराजांच्या सह्याद्रीतला एकबी किल्ला पडलेला नाही.”

"म्हणूनच पाठलाग करूया."

"तोवर वैरी वाई सोडून पसरणीघाटाची खिंड चढायला सुरुवात करेल, भोसले. खिंडीचा ताबा त्याच्याकडं गेला, तर दहापट बळ मिळंल त्याला."

"मग सेनापती, करायचं तरी कसं?"

हंबीररावांनी घोड्याचा लगाम खेचला. क्षणभर अंधारातल्या वसंतगडाच्या बुरुजा-कडं बघितलं. आणि दुसऱ्याच क्षणी हंबीरराव बोलले, "आपण वाटच बदलू. हे असं कायनेच्या काठाकाठानं, वासोटा किल्ल्याच्या पायथ्यानं, जंगलातली वाट धरू. उद्या सकाळच्या आत क्षेत्र महाबळेश्वरात पोचू. तेथून उलटं मागं फिरू. वैरी समजा वाऱ्याच्या वेगानं गेला तरी त्याला वाटेत सहज अडवू."

"पण हंबीरपंत, ही वाट खूप अडचणीची आहे. घोड्यामाणसांचा पिट्टा पडंल."

"नारबाऽ वैरिणीसारख्या आलेल्या वेळेवर दुसरा इलाज नाही. चलाऽ, वळवा घोडी. फिरा मागंऽऽ", हंबीरराव गरजले, "बोलाऽ हर हर महादेवऽऽ"

एकदाची कोयनेच्या नदीकाठची वाट सुरू झाली. जंगलरानातून, कमरेइतक्या उंच ओल्या गवतातून घोडी पुढं धावू लागली. गेल्या कित्येक दिवसांत हंबीरराव नीट झोपले नव्हते. अलीकडे सुखचैनीची झोप कशी असते हे त्यांना ठाऊकच नव्हते. आगेमागे पाच हजार घोडा जंगलरान तुडवत होता. जिवाचे जिवलग सहकारी होते. हंबीरमामांनी रिकिबीमध्ये पाय रुतवले. ते चालत्या घोड्यावरच ओणवे झाले. जीनसामानाच्या टोकाला हात लावून तसेच धावत्या घोड्यावर झोपून गेले. त्यांच्या घोड्यालाही आपल्या धन्याच्या त्रासाची कल्पना होती. पाठीवरच्या हंबीररावांची काळजी घेत, पण पायांची गती कायम ठेवत ते मुकं जनावर रानावनातून पुढं धावत होतं.

निद्रेच्या गुंगीतच तो कठीण प्रवास सुरू होता. हंबीररावांच्या डोळ्यांपुढे कधीकाळचा प्रतापगडाचा तो पायथा उभा राहिला. शृंगारलेल्या पालखीत बसून अफजलखानाच्या भेटीसाठी निघालेले शिवाजीराजे! खानाची ती दगाबाजी, राजांकडून वेळेतच घेतला गेलेला बदला. त्याच पायथ्याला सर्जाखान वेढा टाकून उभा होता. प्रतापगडाच्या बुरुजांकडे हसून बघत होता. शिवाजी-संभाजीची नावं घेत कुचेष्टेनं मोठमोठ्यानं खिदळत होता..... हंबीरराव अचानक ग्लानीतून जागे झाले. त्यांनी जोसाने घोडा हाकला. ते नारोजी भोसलेंना हाळी देत बोलले, "चलाऽ नेटानं. अजून कोणताही मोगल सह्याद्रीचा घाट ओलांडून वर रुतून बसलेला नाही. जर पारघाटाचं नाक वैऱ्याच्या कबजात गेलं तर साराच घोटाळा होईल."

ते प्रचंड अंतर हंबीररावांच्या फौजेनं बारा-तेरा तासांत गाठलं. पथकं दुसऱ्या दिवशी भल्या सकाळी तापोळ्यातून महाबळेश्वरात पोचली. अजून वैरी तिथे पोचला

नसल्याची खात्री झाली. लष्कर उलटा मोहरा करून घोडेवाटेने सरळ गुरेघरची चढण उतरून पांचगणीत पोचले. दुपारी थोडा विसावा झाला. पथके पाचगणीतून बाहेर पडली. तोवर अंधार भुडुक झाला होता. ह्या रानातल्या साऱ्या वाटा भुईंजकर नारोजी भोसलेला ठाऊक होत्या. सर्जाखानाचे निम्मे लष्कर पसरणीचा निम्मा घाट ओलांडून वर आले होते. त्यांनी एका रात्रीपुरता घाटातल्याच अरुंद ओघळीत जागोजाग मुक्काम ठोकला होता.

पहाटेच्या पाचगणीच्या गुलाबी थंडीत खान पडलेला. तेवढ्यात "हरऽ हर महादेवऽ"चा कल्लोळ उठला. हंबीररावांची घोडी सर्जाखानावर धावली. ती अरुंद खिंड घोड्या-माणसांच्या रेटारेटीनं भरून गेली. लुटालूट, कापाकापी सुरू झाली. साखरझोपेतच मराठ्यांनी खानावर घाला घातला होता. अचानक वरच्या डोंगरातून ते राक्षसासारखे धावत आले होते. मोंगलांच्या फौजेची गाळण उडाली. त्या घाट–रस्त्यातून त्यांना नीट धावताही येईना. मराठी फौजेनं मोगलांचा दोन हजार गडी कापून काढला. त्या भयंकर रेट्याने त्यांचे लष्कर जीव घेऊन खाली पळू लागले. वाईत घुसू लागले.

सूर्याने डोळे उघडण्याआधीच हंबीररावांनी खिंड आणि घाटरस्ता ताब्यात घेतला होता. प्रतापगडाकडे सरकण्याच्या खानाच्या स्वप्नाचा चक्काचूर केला होता. दहशत खाल्लेली विजापुरी आणि मोगली फौज नदी ओलांडून पल्याड केंजळच्या रानात गेली होती. सर्जाखानाची फौज तिप्पट होती. काहीजण गोंधळलेले. परंतु आज हंबीरमामांच्या अंगामध्ये आगळीच वीरश्री संचारली होती. आपला घोडा शिबिरामध्ये नाचवत ते ओरडले, "चलाऽ आपला एकेक घोडा आणि एक एक गडी दहा दहांना भारी आहे. चढवा हमला—!"

दुश्मनाने थोडी माघार घेतली होती. पण हिंमतबाज हंबीरराव बोलले,

"लागल्या हातानं त्यांचं आजच कांडात काढू. कृष्णाकाठची ही सर्जाखानी विखारी डहाळी मुळासकट उपटून काढू."

"आजचा दिवस थोडा विसावा खाल्ला तर?" बाकीच्यांनी विचारलं.

हंबीररावांचे अंग ढिले पडले. तिथेच दरडीवर एक घोंगडे टाकून मामांनी अंग टाकले. लगेचच ते डाराडूर घोरू लागले. गेल्या कित्येक वर्षांचे कष्ट, मेहनत, चारी ऋतूतली धावपळ यामुळे अंग अगदी खांडकासारखे दुखत होते. कशीबशी अर्धा घटका झोप झाली असेल. तोवर कानात इंगळी घुसल्यासारखी झाली. धाडकन हंबीरमामा उठून बसले. त्यांनी आपल्या सहकाऱ्यांना हाक दिली, "चला, रं, उठा पोरांनो—! माझा शंभूराजा तिकडं वाट बघतोय. अजून अशी कैक मैदानं मारायची आहेत, ह्या आमच्या जन्मजन्मांतरीच्या वैऱ्यासंगं..." हंबीरमामा आवेशाने बोलले.

सकाळी अकराच्या दरम्यान कृष्णाकाठापासून ते केंजळगडाच्या पायथ्यापर्यंत रणांगण रंगले. तलवारीवर तलवारीची पाती खणखणू लागली. संख्येने कमी असलेली मराठी घोडी दुश्मनांच्या घोड्यांत मिसळली. हाणाहाणी, कापाकापीला जोर चढला. रक्ताच्या चिळकांड्या उडू लागल्या. दोन्ही बाजूंच्या वीरांच्या पाठीपोटावर तलवारीची सरकती पाती पडू लागली. बाराबंद्यांच्या, झग्यांच्या चिरफाळ्या उडू लागल्या. शस्त्रांच्या जबरदस्त रट्ट्याने डोक्यावरची शिरस्त्राणे आणि हातातल्या ढाली फुटू लागल्या.

कृष्णाकाठच्या त्या घनघोर लढाईकडे साऱ्या आसमंताचेच लक्ष होते. दुरून मांढरदेवीच्या डोंगरावरची काळुबाई आपल्या चांदीच्या डोळ्याने तिकडे बघत होती. दूर पूर्वेकडे चंदन वंदन किल्ल्याचे बुरूज माना उंचावत रणाकडे फिरून फिरून नजर टाकत होते. दुपारचा सूर्य पश्चिमेकडे कलेपर्यंत सर्जाखानाने खूप नेट धरला होता, पण खळीला आलेल्या मराठ्यांनी आणखी तीनचार हजार दुश्मन कापून काढला. हंबीररावांची हानी दोनशेतीनशेतच होती. दुपारनंतर दुश्मनांची फौज रण सोडून पळू लागली, तसा मराठ्यांना भलताच जोर चढला. "धरऽ हाणऽऽ मारऽऽ", वीर मोठ्याने ओरडू लागले. चारच्या दरम्यान सर्जाखानांचा धीर खचला. त्याने कृष्णेच्या काठावरून घोडा फेकला. तो जीव बचावत तसाच खाली धावू लागला. तशी पळपुट्यांची गर्दी उडाली. सर्जाखानाचा गोट लुटला गेला. त्याच्या तंबूचे आणि कनातीचे सामान ताब्यात आले. सर्जाखानाचे पंधरा हत्ती आणि दीड हजार घोडी हाती लागली.

रण धापा टाकत होते. खानाच्या लष्कराने बांधाबांधाने पेरलेले जंबुरके आणि हलक्या तोफा तिथेच टाकून दिल्या होत्या. विजयाचे नगारे आणि ताशेकर्णे वाजू लागले. केंजळातल्या सुवासिनी हंबीररावांच्या ओवाळणीसाठी आरत्या घेऊन बाहेर पडल्या. घोड्यांची दावण घेऊन, लूट घोड्यावर बांधून, धान्याच्या गोणी बैलांच्या पाठीवर लादून मराठे तेथून बाहेर पडायची तयारी करू लागले. विजयाची लाली चढल्याने हंबीररावांची मुद्रा विलक्षण तेज:पुंज दिसत होती. सर्जाखानाच्या गोटातले लुटीचे हिरेजवाहरात घेऊन खिदमतगार पुढे धावले. त्या पाचूंनी हंबीरमामांच्या घोड्याचे जीनसामान नुसते शिगोशीग भरले होते. "संभाजी महाराज की जयऽऽ" आरोळ्यांनी आसमंत निनादला!

मंगलवाद्ये वाजत होती. केंजळच्या माताभगिनी ओवाळणीसाठी काही पावलांच्या टप्प्यात आल्या होत्या. हिरवीगार लुगडी नेसलेल्या, नाकात खडीच्या नथी घातलेल्या त्या भगिनींकडे हंबीरमामा अवाक् होऊन पाहू लागले. डोळ्यांना भूल पडल्यासारखी झाली. माताभगिनींच्या त्या थव्यात मामांच्या डोळ्यांपुढे येसूबाई राणीसाहेब आणि त्यांचा पदर धरून येणारी त्यांची लाडकी लेक ताराऊ दिसू लागली.

इतक्यात बाजूच्या बांधवडीच्या झाडीत काहीतरी खसखसले. एक मोगली सैनिक बांधाशेजारी बेहोष होऊन पडला होता. त्याच्या पायाला मोठी दुखापत झालेली. त्याचा एक डोळा फुटून गालावर रक्ताचा ओघळ वाहिलेला. ते रक्त आळल्यासारखे झालेले, त्याने पापण्या किलकिल करत आपला एक डोळा उघडला. थोड्या अंतरावरच्या घोड्यावरच्या हंबीरमामांना पाहिले, तसे त्याचे रक्त सूडबुद्धीच्या कैफाने पेटले. पुढ्यातच एक ठासलेला जंबुरका होता. तो सैनिक सरपटत सरपटत पुढं सरकला. त्याने महाप्रयत्नाने डोळ्यापुढच्या तोफेला बत्ती शिलगावली. धुडूम्‌धाऽऽम करीत गोळा उडाला. धुराची गर्दी झाली. काय होतंय ते कळायच्या आधीच हंबीरमामांच्या दिशेने गोळा उडाला. धुराच्या दाटीने सर्वांचे काळीज चरकले. 'मामाऽ हंबीरमामाऽऽ' अशा जीवघेण्या हाका मारत साऱ्यांनी तिकडे झडप घातली. पण कठोर काळाचा खांब मस्तकावर कोसळला होता. समोर हंबीरमामांचा अर्धभाजला देह घोड्यासकट खाली कोसळला होता. मस्तकाच्या जागी फक्त भाजलेल्या काळपट-लाल मांसाचे गोळे उरले होते. रायगडाच्या बलशाली पायरीचा पाषाण केंजळच्या रानात कोसळला होता! माणसे, पशुपक्षी, झाडे सारा आसमंत अवाक झाला होता! दिवसभर दुरून तो जंग पाहणाऱ्या चंदन वंदन किल्ल्यांची चर्याही काळवंडली होती. जवळून वाहणाऱ्या कृष्णामाईचा प्रवाह बंद पडल्यासारखा दिसत होता. बाजूच्या मांढरदेवीच्या डोंगरावरची काळुबाई धाय मोकलून रडत होती. एका जिद्दी पर्वाचा दुर्दैवी अंत झाला होता!

त्या ढेकूळरानातला हंबीररावांचा छिन्नविच्छिन्न झालेला देह हलकाच उचलून पालखीत घातला गेला. इमानी घोड्याचा देहही गावकऱ्यांनी बाजूच्या बांधात आदरानं पुरला. तिथेच बाजूला, जीनसामान पडलं होतं. सर्जाखानाच्या गोटातून आणलेली हिऱ्यामाणकांची लूटही तिथेच बेवारशी होऊन पडली होती. हंबीररावांच्या रक्ताने काळ्या मातीला सोन्याचे मोल आले होते. हिऱ्यामाणकांची प्रभा मात्र मातीमोल झाली होती.

... हंबीरमामांच्या वीरमरणाची बातमी रायगडावर पोचली, तसा सर्वत्र हाहाकार उडाला. शंभूराजे खाली रायगडवाडीकडे गेले होते. तिथल्या अठरा कारखान्यांची तपासणी चालली होती. तेथेच त्यांना ते भयानक वृत्त समजले. तेव्हा शंभूराजे जागेवरच दोन तास भ्रमिष्टासारखे बसून राहिले. त्यानंतर त्यांनी रायगडाची पुसाटी चढायला सुरुवात केली. एरवी एका दमात घोडा नाचवत तरी शंभूराजे गड चढून वर यायचे किंवा पायउतार असले तर कुठेही न थबकता धावत पळतच तो प्रचंड किल्ला चढून वर यायचे. आपल्या सोबत येणाऱ्या सेवकांना आणि सोबत्यांना घामाघूम करून सोडायचे. आज मात्र राजे अनवाणी पायाने गड चढत होते. मध्येच

जागोजाग बसत होते. सेवक-कारभाऱ्यांनी पालखीत वा घोड्यावर बसायचा आग्रह केला, पण त्यांनी कोणाचे काही मानले नाही.

राजे तसेच एकदाचे गड चढून वर आले. त्यांनी खंडो बल्लाळांना फक्त सांगितले, "हंबीरमामांचं येथोचित अंत्यसंस्कार पार पाडायला सरकारातून हवं तितकं द्रव्य द्या. कराडच्या सुभेदाराला तसं तातडीने कळवा–" शंभूराजे आपल्या महालाकडे न वळता तसेच जगदीश्वराच्या गाभाऱ्यात जाऊन बसले. त्यांनी सेवकांना सांगितले "महाराणींनाही कळवा.... म्हणावं, आम्हांला इथेच देवाच्या सान्निध्यात राहू द्या–" दोन रात्र दोन दिवस राजे तसेच अंगावरच्या वस्त्रानिशी गाभाऱ्यात बसून राहिले.

खाजगीकडेसुद्धा हल्लाकल्लोळ माजला होता. हंबीरमामा राजारामसाहेबांचे सासरे आणि ताराऊंचे पिता होते. शोकमग्न ताराबाईंच्या शेजारी येसूबाई बसून होत्या. ताराऊंच्या दुःखाला अंत नव्हता. तेव्हा दुसऱ्या दिवशी कारभारी खाजगीकडे आले. जागोजाग युद्धप्रसंग सुरू होते. येसूबाई ताराऊंचे मस्तक आपल्या मांडीवर घेऊन एका हाताने त्यांना थोपटत होत्या. त्यांचे सांत्वन करीत होत्या. त्याच वेळी तातडीचे खलितेही डोळ्यांखाली घालत होत्या.

महाराणींचे ते रूप पाहून ताराऊंनी विचारले, "वहिनीसाहेब, हे सारं आपण कसं सहन करता? सांभाळता? कोठून ताकद मिळते तुम्हांला?"

"ताराऊ, अगं, आपण शिवाजीराजांच्या सुना आहोत. येईल त्या प्रसंगाला सामोरं जायला हवं. आपली दौलत म्हणजे वैभवाची सूज चढलेली मोगलांची पातशाही नव्हे. आपण माळामुरडाच्या शेतकऱ्यांचे राजे!"

"जी."

"कोणताही अन् कसलाही प्रसंग गुदरला तरी पाय गाळून बसायची तुम्हा-आम्हांला सवलत कुठाय? कष्टकरी किसानांच्या लेकीसुना बघितल्यास कधी? औताचा एखादा बैल मेला तरी त्या हिंमतीनं पदर खोचतात. स्वतः मानेवर जूदांडी घेऊन बैलांबरोबर नांगर ओढतात. पण पेरा चुकवत नाहीत. प्रजेप्रमाणंच राजानंही वागायचं असतं, ताराऊ!"

हंबीरमामांच्या अवचित जाण्याने शंभूराजांच्या काळजाला किती खोल जखम झाली असेल, याची सर्वांनाच कल्पना होती. शोकमग्न शंभूराजे जगदीश्वराचा गाभारा सोडायला तयार नव्हते. गेल्या दोन दिवस आणि दोन रात्रीमध्ये दोनतीन वेळा त्यांनी अर्धा चंबू दूध घेतलेले. बाकी देह पाण्यावरच ठेवलेला.

तिसऱ्या दिवशी सकाळी येसाजी कंक, म्हाळोजी घोरपडे आणि प्रल्हाद निराजीं-सारखे बुजुर्ग मंदिरात जाऊन पोचले. सोबत महाराणी होत्या. त्या ज्येष्ठांना राजांची समजूत काढायला वेळ लागला नाही. मात्र घनगंभीर चित्तवृत्तीच्या शंभूराजांना

आता हुंदका आवरला नाही. ते कातर सुरात म्हणाले,

"पहाडासारखे आमचे आबासाहेब आम्हांला सोडून गेले, तेव्हाही आम्ही इतके मनातून हादरलो नव्हतो. कारण पितृवियोगाची आठवण हंबीरमामांनी आम्हांला फारशी कधी होऊ दिली नव्हती. आमच्या आधाराला हंबीररावांचा खांदा होता. आता तो खांदाच निखळला तर जायचं कुठं?"

"राजेऽ ही जगरहाटी आहे. वृद्धांना एक दिवस जायचंच आहे. आता खंडो बल्लाळ, धनाजी, संताजी अशी नवी पोरं आहेत. त्यातून घडवू एखादे नवे हंबीरराव!...." येसाजीबाबा बोलले.

डोंगरासारखी कामे पडली होती. औरंगजेबासारखा बहुरुपी दुश्मन वेगवेगळे फासे टाकत होता. शोक व्यक्त करायलाही उसंत नव्हती. शंभूराजे उठले. कमर बांधून नव्या जोमाने कामाला लागले. त्यांनी त्याच दिवशी स्वराज्याचे नवे सेनापती म्हणून म्हाळोजीबाबा घोरपडेंना वस्त्रे दिली. आपल्या पित्याच्या उचित सन्मानाने पोरसवदा वयातला संताजी घोरपडे भलताच खुषीत दिसत होता.

∎

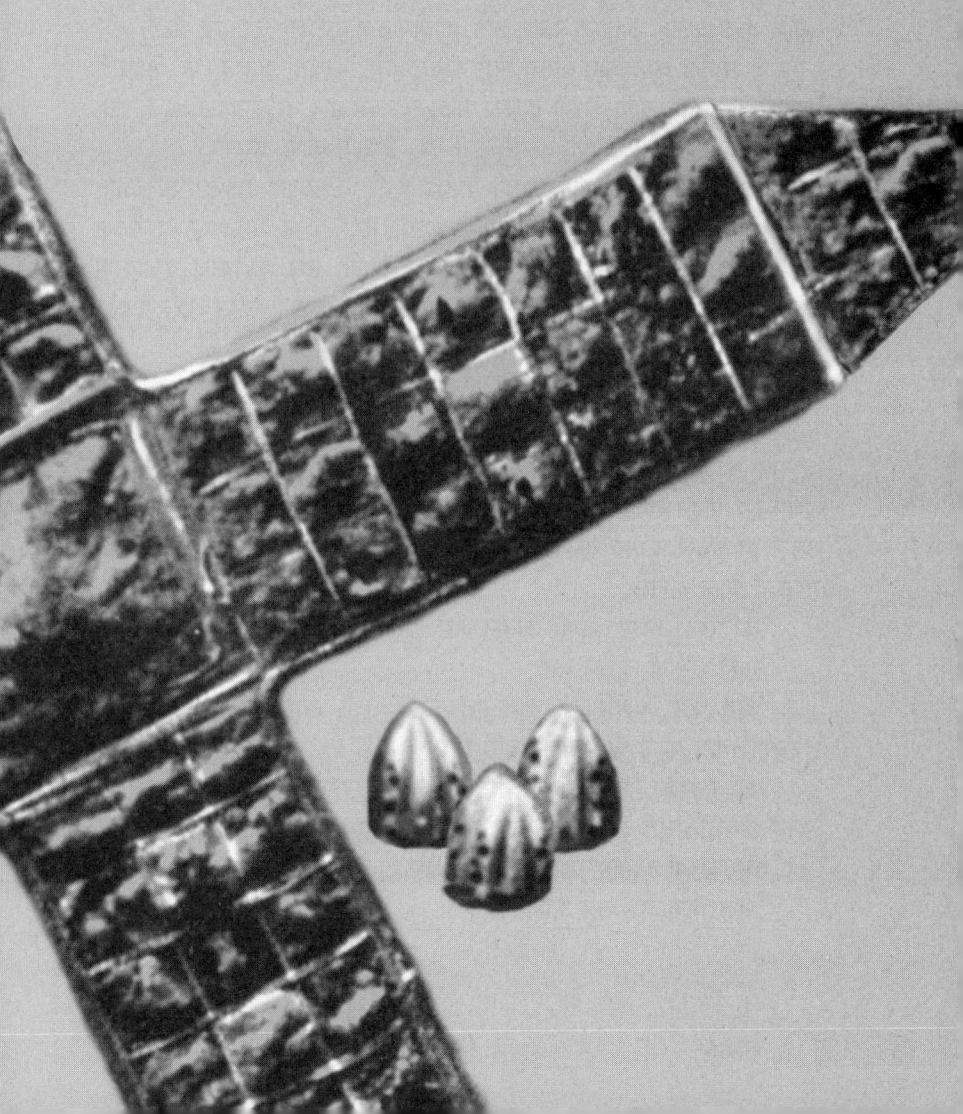

कवडी-कबरी

१.

फडावर तातडीची कामे सुरू होती. निरनिराळ्या आघाड्यांवर शंभूराजांचे
सरदार लढत होते. त्यांना पुरेसे शस्त्रबळ, बारुदाचा साठा, धनधान्य आणि
घोड्यांचा पुरवठा झाला किंवा कसे याची मोजदाद घेतली जात होती. त्याच वेळी
बाजूच्या तगाईची कचेरीतही खूप वर्दळ वाढली होती. राज्याच्या निरनिराळ्या
मुलखातून मागण्या येत होत्या. चौकशी करून शेतकऱ्याला पीककर्जाचे वाटप
केले जात होतं. वैरणकाडीसाठी सरकारातून द्रव्य पुरवले जात होते. एकाच वेळी
फडावर लष्करी आणि मुलकी कामे नेटाने चालू होती. शंभूराजे, महाराणी येसूबाई
आणि कवी कलश अहोरात्र राबत होते. गावोगावचे पाटील, देशपांडे भेटले की,
शंभूराजे सर्वांना कळवळून एकच गोष्ट सांगत होते, ''स्वत: जगाच, पण आपली
जनावरंही जगवा. पागा आणि दावणी मोकळ्या पडतील तर ब्रह्मघोटाळा होईल.
शेतं पिकणार नाहीत. आपल्या सरहद्दीचं तरी संरक्षण कोण करणार?''

रोजच्यासारखी आजही कामाची तातडी होती. तेवढ्यात एक द्वारपाल आत
धावत आला. त्याने गणोजी शिर्के आल्याची वर्दी दिली. पाठोपाठ राजांच्या
हुकुमाची वाट न पाहता गणोजी तडक आत आले. तसे फडावरचे वातावरण
बदलले. काही तरी गंभीर प्रसंग उद्भवणार याचा अंदाज येऊन भेटीस आलेली इतर
मंडळी महालाबाहेर निघून गेली.

महाराणी येसूबाईंनी गणोजींकडे पाहिले. गणोजीराव कालच खाली पाचाडच्या
महालात येऊन राहिले आहेत, याची कुणकुण त्यांना लागली होतीच. पण ते
इतक्या भल्या सकाळी गड चढून वर येतील, याची त्यांना कल्पना नव्हती.
गणोजींना पाहून राजे आणि महाराणी सावध होऊन बसल्या. कलश मुकाट्याने
उठले. हातातले कागद बसक्या मेजावर ठेवून बाहेर निघाले. त्यांच्याकडे पाहत
गणोजी शिर्के बोलले,

''कविराज, आपण बाहेर जाऊन कसं चालेल?''

''नाही, सहज जाऊन येतो.''

''असं कसं, कविराज? चाललात कुठं? अहो रायगडचा राजा अलीकडं
तुमच्याशिवाय पाणी पीत नाही, श्वास घेत नाही.''

''खरंच आहे तुमचं. गणोजीराव! राजानं लायक इसमांना आपल्या काळजाजवळ
स्थान द्यायचं असतं आणि नालायकांना दहा हात दूर अंतरावर ठेवायचं असतं.''

शंभूराजांच्या उद्गारानिशी येसूबाईंचा चेहरा खुलला. राजांनी लागलेच विचारले,
''बोला गणोजी, कसे आहात?''

खोल उसासे टाकत गणोजी बोलले, "आमचे सख्खे मेहुणे स्वराज्याचे छत्रपती आहेत. कोट्यवधी होनांचे मालक आहेत. तर पाठची बहीण रायगडची सम्राज्ञी. पण पण हे सारं व्यर्थ. आमच्या मेहुण्यांनी आम्हांला आपलं कधी मानलंच नाही. काय येसू, खरं की खोटं?"

"कशाला बहिणीची साक्ष काढता, गणोजीराव?" संभाजीराजांचा चेहरा लालबुंद झाला. दातओठ खात ते बोलले, "लांबचं कशाला? गेल्या तीन महिन्यांमध्ये आपण स्वत: औरंगजेबाला गुपचूप जाऊन किती वेळा भेटला आहात त्याची यादी आणि पुरावे देऊ? ते सारे पुरावे आणि तुमच्या हस्ताक्षरातली पत्रं राणीसाहेबांनीही डोळ्यांखाली घातली आहेत म्हटलं–"

संभाजीराजांच्या थेट घावाने गणोजी दचकले. पण दुसऱ्याच क्षणी स्वत:ला सावरत, मूळचाच सूर पकडत गुश्शात बोलले, "मी म्हणतो, ठीक आहे. आम्ही भेटलो औरंगजेबाला! पण माणसं एवढ्या थराला का जाऊन पोचतात, याचा विचार राजमुकूट घातलेल्या माणसानं नको का करायला?"

"वतनासाठीच नव्हे?" शंभूराजांनी गणोजीवर डोळे रोखले.

"तेच सांगतो आहोत, राजे. वतनाचं वचन आपल्या तीर्थरूपांनी, शिवाजीराजांनी दिलं होतं. आम्हांला पुत्ररत्न झालं की, त्याच्या नावे दाभोळच्या जहागिरीची कागदपत्रं करून देऊ, असा शब्द त्यांनी दिला होता. आता आमचे चिरंजीव आठ वर्षांचे झाले. कधी देणार आहात आमची देशमुखी आम्हांला?" गणोजी उखडले.

"गणोजीराव, आपण समजून का घेत नाही? काळ मोठा धामधुमीचा आहे. औरंगजेबासारखा वैरी उरावर बसलाय. अशा वेळी तुम्हा एकट्याला वतन दिलं तर इतरांनाही द्यावी लागतील. अराजक माजेल. म्हणून सांगतो, थोडा धीर धरा." संभाजीराजे आर्जव करत बोलले.

"पण राजे, त्या पातशहाकडून काहीतरी शिका."

"काय शिकायचं?" संभाजीराजांनी डोळे वाकडे केले.

"अहो, त्याच्याकडे जो जाईल, त्याला पातशहा वतनाच्या वचनचिठ्ठ्या लिहून देतोय."

"पण उपयोग काय त्या भूलभुलैयाचा? किती दिवस राहणार आहे तो पातशहा इथं? पोकळ वतनी वचनचिठ्ठ्यांची अंमलबजावणी करण्यासाठी तुम्ही सारे काय दिल्ली-आग्र्याच्या रस्त्यात जोगवा मागायला जाणार आहात की काय? आम्हांला तत्त्वानं जगायचं आहे. सत्त्वानं उरायचं आहे."

सदरेवर शंभूराजे आणि गणोजीरावांची उघड बाचाबाची सुरू होती. तिथल्या गरम हवेची कुणकुण बाहेरच्या महालालाही लागली होती. सदरेवरची बोलणी गणोजींनी आटोपती घ्यावी, भोजनाच्या निमित्ताने तरी उठावे आणि खाजगीकडे

निघावे, म्हणून राजे आणि युवराज्ञी प्रयत्न करत होत्या. परंतु संतापाने आतून उफाळून आलेले शिर्के थांबता थांबत नव्हते. मध्येच राजांचेच हित जपण्याचा आव आणत गणोजी बोलले, "शंभूराजे, एक वेळ आम्हांला काहीही देऊ नका. पण कलुषा नावाच्या त्या काळसर्पाला तरी पहिला बाहेर हुसकावून लावा. आमच्या सासरेबुवांच्या पुण्याईनं मिळालेलं राज्य वाचवा."

"खरे आहे गणोजीराव तुमचं. आम्ही कविराजांना हाकलून द्यायचं आणि आमची मान कोणाच्या खांद्यावर भरवशानं ठेवायची? तुमच्या? – कोण घेणार आहे जागा कविराजांची? आमचा पडता काळ पाहून अर्जुन भोसल्यांसारखे आमचे चुलतबंधू आम्हांला सोडून गेले. सख्ख्या बहिणीचा दादला महादजी निंबाळकर आज तिकडे खानाच्या फौजेत आहे. हरजीराजे माणूस कर्तृत्वान, पण स्वार्थी. उरलात तुम्ही तिसरे गणोजीराव. तुम्हीही फक्त शरीराने इकडे आणि मनाने मात्र तिकडे, पातशहाच्याच तंबूमध्ये! आईभवानी! कोण कठीण काळ आला आहं! स्वराज्याची नौका बुडू नये म्हणून आम्ही काडीकाडीनं माणसं जोडत आहोत. पण तिकडं खुद्द छत्रपती शिवाजीराजांचे जावई औरंगजेबाच्या तंबूत जाऊन कुर्निसात घालत आहेत."

शंभूराजांचा स्पष्टोक्तीने गणोजी शिर्के हादरले. ते अत्यंत अपमानित मुद्रा करून उसासे टाकत बोलले, "बघितलंस, येसू? तुमच्या भर्ताराचा आमच्यावरचा भरवसा? काही बाकी नाही. त्या कलुषा नावाच्या काळसर्पानेच राजांच्या मेंदूत इतकं विष ओतलं आहे की, त्यांना आपली आणि परकी माणसं कोण हेच मुळी कळेनासं झालं आहे. माझ्यासारखा पराक्रमी पुरुषसुद्धा त्यांच्या नजरेला नीट दिसेनासा झाला आहे."

"सोडा हो, गणोजीराजे शिर्के. अरे, तो कलश तर जातीचा ब्राह्मण! पण तरीही जेव्हा अचानक रायगडावर शहाबुद्दीनखानाचं आक्रमण आलं होतं, तेव्हा त्यांनी धैर्याने शेंडीला गाठ मारली होती. हातात तलवार घेऊन हिंमतीनं झुंज दिली होती. घोडा नाचवला होता, रायगड वाचवला होता!"

"म्हणजे — म्हणजे आम्ही काहीच केलं नाही तर?"

"ते आपण स्वतःच्या जिवाला विचारा. आम्ही इतक्या लढाया झुंजलो. त्यातील अशा एखाद्या लढाईचं चुकून तरी आपण नाव सांगू शकाल — जिथे गणोजीराव शिर्के नावाचे शंभूराजांचे सख्खे मेव्हणे तलवार घेऊन समोरच्या फळीत राहू देत, पण मागच्या कपडे सांभाळणाऱ्या पोरांच्या ओळीत तरी जाऊन उभे राहिले होते! बोला?"

ह्या तिखट हल्ल्याने गणोजी सटपटले. चडफडत बोलले, "म्हणजे तुम्ही त्या कलुषाच्या पंक्तीला बसवता आहात आम्हांला?"

"बिलकुल नाही. उगाच गैरसमज करून घेऊ नका. त्यांच्या पंक्तीला बसायची

कोणत्याच हिसाबाने तुमची पात्रता नाही! शंभूराजावरील दोस्तीसाठी तो जमिनीवर रक्ताच्या चांदण्यांची नक्षी पसरवायलाही मागेपुढे पाहणार नाही!''

... कालच्या मसलतीमध्ये गणोजी शिर्के खूप अपमानित झाले होते. सदर सोडून ताडताड पावले टाकत ते राजप्रासादातून बाहेर पडले आणि आपल्या सहकाऱ्यांसह महादरवाजातून खाली उतरले. गड उतरू लागल्यापर्यंतची खबर शंभूराजांना समजली होती.

शंभूराजांनी आणि येसूबाई राणीसाहेबांनी दुपारचा खाना उरकला. तेव्हा वाड्याच्या चौकातून एक दासी धावत धावत आत आली. तिने गणोजीराजे पुन्हा खाजगीकडेच येऊन पोचल्याची बातमी दिली. ती ऐकून शंभूराजे कसनुसे हसले. नवऱ्याशी भांडण करून एखादी नाठाळ आवा बोचके काखोटीला मारते आणि वेशीपासून पुन्हा माघारी येऊन पाय झटकत दारात उभी राहते, तशीच अवस्था गणोजीरावांची झाली होती. कदाचित त्यांचे आपल्या बहिणीवरचे प्रेम पुन्हा उफाळून आले असेल! कदाचित जगदंबेची कृपा म्हणून त्यांना पश्चात्ताप झाला असेल. उपरती झाली असेल असे राजांना वाटले.

पण दुसऱ्या दिवशीही गणोजी आपला मुद्दा सोडायला तयार नव्हते. शेवटी न राहवून त्यांच्या अंतर्मनातली गरळ ओठांतून बाहेर पडलीच. शिर्के चरफडत बोलले,

''संभाजीराजे अजून विचार करा. बऱ्या बोलानं आमचं वतन आम्हांला द्या. नाहीतर एक दिवस आम्ही हा रायगड बेचिराख करू.''

गणोजींच्या मुखातून ते शब्द पडले मात्र, शंभूराजे ताडकन उभे राहिले. गणोजीच्या नरडीचा घोट घेण्यासाठी ते पुढे धावले. त्याबरोबर विद्युतलतेच्या चपळाईने येसूबाई मध्ये पडल्या. त्यांनी भावासाठी राजांपुढे पदर पसरला. थोरल्या बंधूंसाठी त्यांच्या डोळ्यांत आसवे तरळली. येसूबाईंच्या गहिऱ्या डोळ्यांतील अश्रूंमध्ये कमालीची ताकद होती. त्या आसवांनी राजांच्या अंगात दाटलेला प्रलय केव्हाच गिळून टाकला होता.

शब्दाने शब्द वाढू नये. काही अघटित घडू नये म्हणून येसूबाई उठल्या. आपल्या बंधूंना घेऊन आपल्या आतल्या दालनाकडे निघाल्या. गणोजींची तेथेही एकसारखी धुसफूस सुरूच होती. काहीही करून वतनाचा निर्णय यावेळी घ्यायचाच, असा निश्चय करूनच ते आले होते. आपल्या स्वार्थासाठी गणोजींनी राजांच्यावर जी आगपाखड केली होती, ती येसूबाईंच्या मानी मनाला अजिबात रुचली नव्हती. त्या आपल्या बंधूंवर संतापाने गरजल्या,

''दादासाहेब, बाबांच्या माघारी तुम्हांला खूप तोंड फुटू लागलं आहे तर?''

''होय, येसू. बापाच्याच दबावानं इतके दिवस मी मूग गिळून गप्प बसलो

होतो. पण त्यांना स्वत:ला काय कल्पना असणार, दिवस असे फिरतील म्हणून! येसू, तुला एक गोष्ट स्पष्ट सांगतो.''

''कोणती?''

''रायगडच्या सिंहासनावर आज कोणी राजा बसलेलाच नाही.''

''मग दुसरं कोण?''

''एक अविचारी घुबडऽ!''

गणोजीच्या त्या वाक्याने येसूबाईंच्या डोळ्यांतल्या ठिणग्या फुलल्या. त्यांच्यासारख्या विचारी स्त्रीलाही आपल्या नवऱ्याचा उघड अधिक्षेप बिलकूल सहन झाला नाही. त्या झटकन पुढे धावल्या. काय होतेय हे कोणाच्याही लक्षात येण्यापूर्वीच त्यांनी गणोजीराजांच्या सण्कन मुस्कटात मारली. त्या विषारी बाणाने गणोजीही हादरून गेले. ते हातपाय झाडत झटकन उठून उभे राहिले. आजूबाजूचे नोकरचाकर, हुजरे दोघां बहीणभावंडाकडे अवाक होऊन पाहतच उभे होते. अत्यंत क्रुद्ध झालेल्या गणोजीने आपल्या धाकट्या बहिणीच्या गोऱ्या कपाळाकडे पाहिले. तिच्या कपाळीचे कुंकू त्यांच्या डोळ्यांत अंगार उधळत होते. दातओठ खात धिम्या सुरात गणोजी फक्त इतकेच बोलले,

''येसूऽऽ, तुझ्या कपाळीचं कुंकू पुसून तू जेव्हा रंडकी होशील, त्या दिवशी किमान पन्नास गावात मी मिठाई वाटेन. दिवाळी साजरी करेन!....''

''खामोश, गणोजीराजे. ह्या रायगडावरून पहिलं आपलं तोंड काळं करा;'' येसूबाईंच्या डोळ्यांत संतापाच्या ठिणग्या नुसत्या नाचत होत्या. दातओठ खात त्या कडाडल्या, ''अहो पुण्यवंत मातापित्यांच्या पोटी आमचा जन्म झाला. पण देव्हाऱ्याजवळ वारुळ वाढावं, तिथे काळसर्प जन्माला यावा, तसे त्याच पवित्र शिर्के कुळात उपजलात तुम्ही—''

''येसूऽ बघून घेईन. याचे परिणाम फार वाईट होतील—'' तणतणत, पाय आपटत गणोजी गरजले.

''पहिले चालते व्हा! आपली चाल काळसर्पासारखी! आमच्या पवित्र सासऱ्याच्या अन नवऱ्याच्या भूमीत क्षणभर सुद्धा थांबू नका. 'वतन' कसलं घेऊन बसलात? औरंगजेबाचे आपण श्वानऽ! चालते व्हा तुमच्या पातशहाकडं! तुमच्या तोंडी स्वराज्यातला एखादा शिळापाका तुकडाही नाही मिळायचा!''

२.

''युवराज्ञी, तुमच्या गणोजीदादांच्या झोळीत आम्ही वतनाचा तुकडा टाकला नाही, त्या रागापोटी ते धावले ते मोगलांच्या गोटात आवतण द्यायला. कसलं

आवतण, तर आमच्या दुश्मनाला हिंदवी स्वराज्यात फौजी ठाणी उभी करून देण्याचंऽ! केवढा अवलगामी वार करण्यासाठी तिकडं पळालं हे शिर्केकुलोत्पन्नऽ!'' फडावर अत्यंत नाराजीच्या सुरात शंभूराजे महाराणींना म्हणाले.

''त्यांना पाचपोच नाही. आपलं-दुसऱ्याचं असं काहीच समजत नाही राजे—'' युवराज्ञींचा आवाज कमालीचा अपराधी झाला.

''पण म्हणून काय घराची कवाडं उघडून औरंगजेबासारख्या भयंकर श्वापदाला आत घ्यायचं? आम्ही कविराजांनाही स्पष्ट शब्दांत कळवलंय, मेव्हणा राजाचा आणि पाणक्या पातशहाचा असा घाणेरडा प्रकार आम्ही कदापिही सहन करणार नाही! तो औरंगजेब प्रभावलीमध्ये ठाणी घालण्यासाठी घुसण्याआधी शिर्क्यांचा नायनाट करून त्यांनाच इथून हाकलून द्याऽ.''

आजकाल कवी कलश संभाजीराजांच्या समवेत क्वचितच कधीतरी दिसायचे. त्यांच्याकडे राजांनी मलकापूर प्रांताचा कारभार मुद्दाम सोपवला होता. तेथून जवळ असलेल्या आंबा घाटाचे संरक्षण करायचे आणि काय वाट्टेल ते झाले तरी तिकडच्या मार्गावरून शत्रूच्या एखाद्या मनुष्यमात्रालाच नव्हे, तर मुंगीलाही कोकणात उतरू द्यायचे नाही, असा हुकूम दिला होता. पन्हाळा, मलकापूर, विशाळगड ते आंबा घाट हा मुलूख भावी युद्धाच्या दृष्टीने अत्यंत मोक्याचा आणि महत्त्वाचा होता. त्यामुळेच कवी कलश तो सारा भाग घोड्यावरून अक्षरश: पिंजून काढत होते. त्यांची तडफ, त्यांचा जोश, त्यांची धमक रयतेच्याही डोळ्यांत भरायची. धनगरांची पोरेही कविराजांचे कौतुक करायची, ''बड्या कडाचा हिंदुस्थानी बामण आहे ह्यो.''

राजाज्ञेनुसार गेल्या महिन्यापासून कविराजांनी शिर्क्यांची पाठ धरली होती. आपल्या हाताखाली मोठी फौज घेऊन कलश शिरकाणातून विस्तव फिरवत होते. पहिल्या पंधरा दिवसांत त्यांनी गणोजी आणि त्यांच्या नातेवाईकांचा अक्षरश: रेच मोडला होता. मात्र गेल्या दहा दिवसांमध्ये कविराजांकडून कोणतेच वृत्त मिळाले नव्हते. त्यामुळेच शंभूराजे काहीसे चिंतेत होते.

दुपारीच गड चढून कविराजांचे सचिव कृष्णाजी कोन्हेरे सदरेवर येऊन पोचले. थोडीशीही विश्रांती वा खाना घ्यायच्या फंदात न पडता ते तात्काळ राजांच्या समोर दाखल झाले. त्यांचा चिंतीत चेहरा पाहून राजे आणि महाराणी एकमेकांकडे पाहू लागले. शंभूराजे नाराजीने बोलले,

''गेल्या दहा दिवसांत तुम्हाकडून कोणतीच बातमी नाही. काय चाललं आहे हे कृष्णाजीपंत? संभाजीराजांचे आदेश कवी कलशांनीही विसरून जावेत?''

''नाही, नाही! तसं नाही!'' कृष्णाजीपंत अजीजीनं बोलले, ''कविराजांच्या तलवारीपेक्षा गणोजींची जीभ खूप विषारी आहे राजे! त्यांनी आपल्या जहरी जिभेनेच स्वराज्यात आपल्याविरुद्ध गैरसमजाचं वडवानल पेटवलं आहे.''

“काय बोलतात ते?

पंतांनी आपली जीभ दाबली. आपल्या दोन्ही गालांवर हलकीशी चापट मारत आणि आपले कान पकडून ते माफी मागू लागले. तेव्हा जसा असेल तसा प्रकार सांगायला राजांनी फर्मावले. तेव्हा मनाचा हिय्या करून पंत चाचरत बोलले, “गणोजी म्हणतात — रायगडचा राजा वेडा झाला आहे. त्याचं मस्तक फिरलं आहं. तोल गेला आहे. म्हणूनच त्याने एका धर्मभ्रष्ट आणि शाक्तपंथी कलुषा कब्जीच्या मांडीखाली हिंदवी स्वराज्य दिलं आहे. कलुषा म्हणजे देवाचा, धर्माचा आणि देशाचा शत्रू आहे. दुर्दैवाची बाब म्हणजे राजे, अनेक मराठे आणि ब्राह्मण दरकदार, सरंजामदार ह्या विषारी प्रचाराला बळी पडताहेत.”

तो प्रकार ऐकून बराच वेळ शंभूराजे आपल्या आसनावर चिंताग्रस्त मनाने बसले होते. खंडो बल्लाळ कागदपत्रांतून मान वर काढून काळजीने आपल्या राजांकडे आणि महाराणींकडे बघत होते. येसूबाईंनी कृष्णाजीपंतांना विचारले,

“हातचं काम सोडून विशाळगडाकडं निघून जायचं कविराजांना काय कारण?”

“नाही महाराणीसाहेब, शिर्क्यांच्या उलट्या बोंबेनं सारं वातावरणच दूषित करून सोडलं आहे. त्यामुळेच खरा संघर्ष औरंगजेब आणि शंभूराजांमध्ये आहे, याचाच अनेकांना विसर पडत चाललाय. उलट, कवी कलश हेच धर्मसंकट ठरवलं गेलं आहे. याच या एका विखारी गवगव्यानं प्रभावलीकडचं वातावरण भारलं गेलंय. म्हणूनच गोंधळलेल्या कविराजांनी तात्पुरती माघार घेतली आहे.”

मध्येच हस्तक्षेप करत येसूबाई बोलल्या, “राजे, मला वाटतं आपण तात्काळ रायगड सोडलेला बरा.”

“महाराणी, आपण बोलता हे?”

संभाजीराजांनी येसूबाईंकडे चमकून पाहिले. महाराणींनी आपल्या पापण्या मिटून रुकार दिला. शंभूराजांनी खंडो बल्लाळांना सांगितले, “खंडोबा, आता लागलाच खलिता पाठवा कविराजांना. म्हणावं, आम्ही रायगड सोडून लागलेच प्रभावली प्रांताकडे निघतो आहोत. आपणही दोन दिवसांच्या आत संगमेश्वरला पोचा.”

खंडो बल्लाळांनी लागलाच खलिता लिहायला घेतला. शत्रूला अंग दिल्याबद्दल संभाजीराजे शिरकाण जाळायला निघणार होते, मात्र तो मुलूख म्हणजे आपल्या प्रिय महाराणीचे माहेर आहे, ही गोष्ट संभाजीराजे विसरू शकत नव्हते. सदरेवरून फेऱ्या मारताना ते मधूनच येसूबाईंकडे नजर फेकत होते. येसूबाई आपल्या पदराचं टोक सावरत राजांना सामोऱ्या झाल्या, आणि निश्चयी स्वरात बोलल्या, “राजे, आता कोणताही खेद वा खंत मानू नका. आपण निश्चय केल्याप्रमाणे कामगिरी पार पाडा.”

शंभूराजांनी येसूबाईंकडे चमकून पाहिले. त्यांनी विचारले, “कसली कामगिरी?

आपल्या सासरेबुवांचा मुलूख जाळायची कामगिरी?''

''का नाही, राजे? जर राजाची सासुरवाडीच कोणा पातशहाचं, दुश्मनाचं माहेर बनलं असेल, तर अशा सासरची होळी झाली म्हणून काय बिघडतंय?''

पुढचे वाक्य बोलण्यापूर्वी येसूबाईंचे मन गलबलून गेले. त्या म्हणाल्या,

''राजेऽ गेल्या आठ उन्हाळ्यांचा आणि पावसाळ्यांचा दाह आपण सोसलात. वैऱ्याच्या प्रचंड सेनासागराशी इतकं झुंजलात, झगडलात. परके तर परकेच राहिले. आपले अनेक मात्र आम्हांला पारखे झाले. अंगावर डोंगर कोसळावा तशा हंबीरमामांच्या मृत्यूसारख्या दुष्ट वार्ताही आपण सहज पचवल्यात. पण राजे, आपल्या मुखावर निराशेची एकही रेघ कधी उमटली नाही. आपली शेरहिंमत हेच आपलं सामर्थ्य आहे. तुळजाभवानीकडं एकच प्रार्थना! आपल्या ह्या अभंग निर्धाराला आणि वीरवृत्तीला कोणाची नजर लागू नये!!''

येसूबाईंच्या धीराच्या उद्‌गारांनी शंभूराजांचे मन गलबलले. त्यांनी कातर सुरात विचारले, ''येसू, वाटतं तुला हा भयपर्वत हा शंभूराजा पार करेल म्हणून?''

''बेशक! चिंतेचं कारणच नाही, राजे. अनेक जुन्याजाणत्या खांबांनी शत्रूचा तंबू तोलून धरला. आपले परके झाले. संताजी, धनाजी, खंडोबल्लाळ, मानाजी, रुपाजी असे नवे धाडसी शिलेदार आपण उभे केलेत! एवढी प्राणसंकटं आली तरी आजही आपण सह्याद्रीतल्या बलाढ्य किल्ल्यांपैकी एकही किल्ला वैऱ्याच्या हाती पडू दिलेला नाही. आता आपण डरायचं वा मागं सरायचं कोणतंही कारण नाही. जेव्हा जेव्हा आभाळातून थोरले राजे आपल्या स्वराज्याकडे पाहत असतील, तेव्हा तेव्हा निश्चितच ते धन्यतेनं एकच उद्‌गार काढत असतील — माझ्या शंभूराजा, माझं हिंदवी स्वराज्य तुझ्या पोलादी मनगटात शाबूत आहे!''

३.

खंडो बल्लाळांकडे पाहत शंभूराजांनी सांगितले, ''खंडोबा, त्या गोवेकर व्हाइसरॉयला निरोप पाठवा. म्हणावं, आम्ही काही तुझ्याकडे दारूगोळा मागत नाही. पण भाताचं अव्वल बियाणं मात्र आम्हांला हवं आहे.''

खंडोबल्लाळ आणि येसूबाई राजांकडे पाहत राहिले. राजे भारावून बोलले,

''यंदा तरी आपल्या स्वराज्यात पीक मायंद्याळ येऊ द्या महाराणी! गेल्या सातआठ वर्षांमध्ये किती लढाया, लष्करांची शेतबांधातून धावाधाव, पिकाचा नष्टावा — किती हाल झाले आहेत लष्कराचे.''

''खरं आहे, राजे!''

''लवकरच त्या साऱ्या समरपर्वाचा अंत होणार आहे. पापी औरंगजेब आपल्या

फौजेसकट बुडणार आहे. त्यानंतर इथं दुसरं काय काम? शेतकऱ्यांनी पेरा करावा. सोन्यामोत्याचं पीक काढावं. चांगल्या पिकासाठी आम्ही बियाणंही चांगलं पुरवू."

दोन दिवसांत सारी व्यवस्था लावून राजांना गड उतरायचा होता. गणोजींनी कवी कलशांची प्रतिमा अद्‌भुत, क्रूर वेताळासारखी निर्माण केली होती. त्यांची विखारी जीभ राज्याची एतद्देशीय ब्राह्मण विरुद्ध परदेशी कलश, वैदिक ब्राह्मण विरुद्ध शाक्तपंथी अशी छकले पाडत होती. काही प्रमाणात संभाजीराजेच ब्राह्मणांविरुद्ध आहेत; त्यामुळेच ते कलशांना झुकते माप देतात, असेही विद्रूप चित्र रंगवण्यात गणोजी आणि मंडळी यशस्वी झाली होती. गणोजीने पातशहाला फौजेला ठाणी उभा करायला वाव दिला तर मात्र तो घाव वर्मी बसणार होता. त्यामुळेच होता होईल तेवढा त्याचा लवकर समाचार घेणे आवश्यक ठरले होते.

त्या रात्री शंभूराजांना जगदीश्वराच्या मंदिरात जावे, तिथे रात्रीच्या थंडगार वाऱ्यात जाऊन थोडा समय दवडावा अशी भावना झाली. उभ्या जिंदगीमध्ये प्रथमच राजे पालखीतून जगदीश्वराकडे गेले. दर्शन झाले. बाहेरच्या आवारातच खिदमतगारांनी बैठक मांडली होती. तेथे ते, जोत्याजी केसरकर, निळोपंत बराच उशीर बोलत बसले होते. तेवढ्यात मंदिराच्या दारात कोणाच्या तरी घोड्याची पावले वाजली. घोड्यावरून एक बाईमाणूस खाली उतरले. टेंभ्याच्या उजेडात आल्यावर चेहरा स्पष्ट दिसला. तसं राजांनी आश्चर्याने विचारले,

"गोदू, तू?"

"होय."

"इकडं कोठून आलीस?"

"वाड्यातूनच. महाराणी म्हणाल्या, आपण इथंच आहात. कदाचित वेळ लागेल म्हणून—"

"ठीक आहे. आलीस — उत्तम —"

राजांच्या मनात किंचित गोंधळ उडाला. लवकरच औरंगजेबाशी कडोविकडीचे युद्ध सुरू होणार आहे. पुन्हा गोदूसारख्या प्रियजनांना भेटायला कधी वेळ मिळेल कोणास ठाऊक! ते पटकन बैठकीतून उठले. गोदूही मंदिराच्या पायऱ्या उतरून यांत्रिकपणे राजांच्या पाठोपाठ निघाली. अंधारातून ते दोघे काळ्या हौदाच्या दिशेने बरेच अंतर चालून गेले.

त्या दोघांनाही हितगुजाची अशी संधी कित्येक महिन्यानंतर मिळाली होती. राजे आरंभीच बोलून गेले,

"गोदूऽ आपल्या शिवरायांसाठी आणि त्यांच्या स्वराज्यासाठी तू आपल्या नांदण्याचं चांदणं केलंस! पण तुला आमच्याकडून काय मिळालं? फक्त वनवास!"

"राजे, पळवलेल्या बायकांच्या नशिबी तरी असं काय वेगळं असतं हो? या आधी स्वराज्यात अनेक खानांच्या टोळधाडी आल्या होत्या. लांडग्यांनी रानात शेळ्या ओढून न्याव्यात, तशा आमच्या लेकीबाळी पळविल्या. काहींना सोडून दिल्या. अशा गरीब, अभागी पोरींना 'नासवली गेली' असा एकदा शिक्का बसला, की बस्स्! त्यांना ना सासरनं स्वीकारलं, ना माहेरानं आपलं मानलं. अशा अनेक दुर्दैवी अबलांनी सरळ पाण्याच्या डोहात उड्या घेऊन जलसमाध्या घेतल्या. पण राजे–"

"पण आमच्या स्वराज्यासाठी तुझं माहेर तुटलं—"

"मात्र राजे मी सधवाही नाही आणि विधवाही नाही. भाग्यवान मात्र जरूर आहे. म्हणून तर राजे आपल्या आणि महाराणींच्या सावलीच्या सहवासाचं मला पुण्य लाभलं."

गोदूचे मन भरून आले होते. किती तरी दिवसांनी राजांचा असा मोकळा सहवास लाभत होता. तिला किती बोलू आणि किती नको असे होऊन गेले होते. ती बोलून गेली, "राजे, जेव्हा पहिल्यांदाच आपण भेटलात. त्या दिवसामध्ये माझ्या ज्वानीचा रसगंध उभ्या शरीरात असा भरून वाहत होता की, त्या दिवसात एखादा निर्दयी राजा भेटला असता तर? — तर त्यानं माझा सहज चिंधीचोळा केला असता. त्याबद्दल कोण विचारणार होतं त्याला? मात्र राजे, माझ्याप्रती आपलं वर्तन किती अदबीचं — किती मर्यादेचं राहिलं?"

"गोदूऽ मीही जेव्हा जेव्हा तुझ्या आसपास आलो होतो, तेव्हा तुझं हे सुंदर, पण त्याहूनही निर्मळ रूप पाहून आमच्या अंतरीचा विखार कधीच गळून पडला होता. गोदू, तुझ्यात आणि माझ्यात असं कोणतं नातं आहे की, ज्या गोफाची मला प्रयत्न करूनही उकल करता आली नाही. पण — पण — काय दिलं मी तुला उभ्या आयुष्यात? फक्त जळणं — ?"

"सारेच काही उरामध्ये स्वार्थभाव ठेवून देवाला भजत नसतात. नकळत आरंभी मी तुम्हाकडे खूप ओढली गेले होते. पण योगायोगानं मी महाराणींच्या सहवासात आले. माझ्या थोरल्या भगिनीचं रूप मी त्यांच्यात जेव्हा देखलं, तेव्हा तुमच्याबद्दलच्या आकर्षणाचे बेलगाम पंख आपोआप गळून पडले."

"वेडी आहेस! अन्य कोणाशीही तू लग्नाला तयार झाली नाहीस."

"त्या लायकीचा दुसरा कोणी इसम भेटला नाही. भेटणारच नव्हता. कारण माझ्या काळजाचा देव्हारा, फक्त देवा तुझ्यासाठीच कोरला होता!"

"आता तुला हवं तरी काय गोदू?"

गोदू झटकन पुढे झाली. तिने खाली वाकून राजांचे पाय धरले. ती गलबलून बोलली, "राजे, तुमच्याजवळ एकच प्रार्थना. जेव्हा मला मृत्यू येईल, तेव्हा माझ्या चितेला आपणच अग्नी दिला पाहिजे."

"चितेला अग्नी? फक्त आप्ताच्याच चितेला अग्नी द्यायचा असतो, गोदू." राजे नकळत बोलून गेले.

"तर मग आपण माझे कोण आहात?" तो प्रश्न विचारताना गोदूच्या डोळ्यांतून अश्रूंची चळक ओघळली.

शंभूराजांनी तिचा हात हातामध्ये घेतला. तो हस्तस्पर्श खूपच दिलासा देणारा होता.

त्याच रात्री जिंजीहून केसो त्रिमल यांचा खलिता येऊन पोचला होता. "हरजीराजे काबूत आहेत. त्यांच्या महत्त्वाकांक्षेच्या वारूला लगाम लावण्यात आम्ही यशस्वी ठरलो आहोत. यापुढे इकडून रसदेचा ओघ तिकडे कायम कसा चालू राहील, याची आम्ही काळजी घेतोच आहोत. राजांनी मात्र आपल्या तब्येतीकडे दुर्लक्ष करू नये." असे केसोपंतांनी लिहिले होते. तो खलिता वाचून राजे समाधान पावले.

पहाटे लवकर उठून शिरकाणाकडे धाव घ्यायची होती. परंतु शंभूराजांच्या अंतरीची धार्मिक वृत्ती जागी झाली. त्यांनी प्रभावलीकडे निघण्यापूर्वी पालीच्या बल्लाळेश्वराच्या दर्शनाला जायचा विचार महाराणींना बोलून दाखवला. दुसऱ्या दिवशी पंचवीसभर खाशा पालख्या आणि पाचसहाशे घोडी सुधागड-पालीकडे जाण्यासाठी निघाली. सोबत खंडो बल्लाळही होते. पाचाडहून मधल्या वाटेने मार्गक्रमण करण्यापूर्वी राजे रायगडवाडीच्या रानात गेले. तेथे त्यांनी निश्चलगिरी स्वामींच्या समाधीचे दर्शन घेतले. तेथून त्यांची पावले पाचाडच्या रानात जिजाऊंच्या समाधीकडे वळली. समाधी दर्शनानंतर त्यांना तेथून उठवेचना. आपल्या आजीसाहेब आपणाशी बोलताहेत; आपल्या मातुल पणजोबांनी लखोजी जाधवरावांनी दौलता- बादच्या अजिंक्य किल्ल्यावर कसा झेंडा फडकावला होता, त्या आजीसाहेबांनी सांगितलेल्या साऱ्या गोष्टी राजांना पुन्हा आठवल्या.

पुढचा प्रवास उरकायचा होता. स्वारसहकारी चुळबुळ करू लागले. तसे राजे उठले. समाधीवर डोके ठेवून बराच वेळ तसेच बसून राहिले. आजीच्या मांडीवर आपले जावळाचे मस्तक ठेवून लाडे लाडे बोलणाऱ्या चिमुकल्या नातवंडाच्या लाडाने ते तसेच पडून राहिले. तेथून दूर होण्यापूर्वी आपल्या समाधीस्थ आजीला ते फक्त इतकेच म्हणाले, "आऊ आजी, त्या औरंगजेबाची मुंडी वर गडावर घेऊन जाण्यापूर्वी प्रथम तुमच्या पायावर आणून ठेवेन."

तिन्हीसांजेला राजांनी आणि महाराणींनी बल्लाळेश्वराला अभिषेक घातला. मंदिराला राजांनी भरघोस देणग्या दिल्या. सरसगडच्या पायथ्याला डेरेदांडे उभारले गेले होते. कशीबशी एकदोन तासांचीच झोप राजांनी घेतली. मध्यरात्रीनंतर त्यांनी खंडो बल्लाळांना बोलावले. राजे म्हणाले, "आम्हांला आसऱ्याच्या वीरेश्वराचे दर्शन घ्यायचे आहे." भल्या पहाटेच घोडी आसरेगावच्या मंदिराच्या आवारात पोचली.

राजांना वीरेश्वराच्या आवारात खूप प्रसन्न वाटले. येथून थोड्याशाच अंतरावर औंढ्याचा माळ होता. बाळाजीपंतांच्या हकनाक हत्येचा डंख राजांना नेहमीच सतावत राहिला होता. त्याच्यावर उतारा म्हणूनच राजांनी या परिसरात हे महादेवाचे मंदिर बांधायचा हुकूम अर्जोजी यादवांना दिला होता. राजांनी मंदिर आणि पाठीमागचे सुंदर तळे पाहिले. पहाटेचेच ते वीरेश्वराच्या गाभाऱ्यात गेले. त्यांनी देवाचे उभयता दर्शन घेतले. देवाच्या पिंडीवर वरच्या सुवर्णतांब्यातून अमृतधार लागली होती. ''तिथे अखंड जलधार चालू ठेवा''–असा हुकूम त्यांनी पुजाऱ्यांना दिला. त्या गाभाऱ्यातून बाहेर पडताना राजांनी पुन्हा एकदा त्या पिंडीकडे पाहिले. अतिशय भावनाविवश होऊन ते बोलले,

''बाळाजीकाकाऽ ह्या पात्रातून वीरेश्वराच्या पिंडीवर सतत पडणारी जलधार, हा तुमच्या स्मृतींना ह्या शंभूने केलेला आपल्या आसवांचाच अभिषेक आहे!''

राजे गाभाऱ्याबाहेर पडू लागले तेव्हा त्यांना भोवळ आल्यासारखे झाले. त्या क्षणी त्यांचा एक हात खंडो बल्लाळांनी धरला होता आणि दुसऱ्या हाताने ते आपले अश्रू पुसत होते.

न थांबता घोडी महाडच्या दिशेनं दौडू लागली. चांभारखिंडीजवळ राजांनी महाराणींचा निरोप घेतला. शिर्क्यांच्या समाचारासाठी त्यांची घोडी-माणसे शिरकाणाकडे सुसाट सुटली.

४.

गेल्या आठ वर्षांत असे भयंकर दिवस युवराज आणि युवराज्ञींनी पाहिले नव्हते. उगवणारा प्रत्येक दिवस जणू अशुभाचाच दूत बनत होता. आज सय्यद अब्दुलाखान याने सरसगडच्या किल्लेदाराला लालूच दाखवून किल्ला मोगलांच्या ताब्यात घेतला होता. पण शंभूराजांनी तातडीची कुमक पाठवून एका दिवसात किल्ल्याचा ताबा पुन्हा मिळवला. पण त्या झटापटीत दीडशे मराठ्यांना रक्त सांडावे लागले होते. मोठी हानी झाली होती. नुकतेच कल्याणचे बंदर, तसेच माहुली, भिवंडी, दुर्गाडी आणि मलंगडही फंदफितुरीने मोगलांच्या ताब्यात गेले होते. काही दिवसांमागे त्र्यंबकगड पडला होता. नाशिक आणि बागलाण भागातील किल्ले एका पाठोपाठ एक करून मोगलांच्या घशात जात होते. दिसामासाने प्राणसंकट रायगडाच्या दिशेने चिखलाच्या पावलाने चालत होते. एकीकडे किल्ल्यावरचा खजिना रिता होऊ लागला होता. त्याचवेळी उघड शत्रूपेक्षाही अस्तिनीतले निखारे जीवघेणे ठरत होते.

नरभक्षक पक्ष्यांसारखी रोज संकटे चावा घेत होती. शंभूराजे बिछायतीवर पडले

तरी त्यांचे सर्वांग ठणकत होते. झोप नाहीशी झालेली. तितक्यात महालाच्या दाराशी कोणाची तरी पावले वाजली. येसूबाई बाहेर आल्या. द्वारपाल दोन हरकाऱ्यांना घेऊन तेथवर येऊन पोचले होते. खबर तशी तातडीची असणार हे महाराणींनी ओळखले. हरकारे शृंगारपूर-प्रभावलीच्याच मुलखातून आले होते. अखबारथैलीच्या गाठी येसूबाईंनी सोडल्या. खलिता वाचला. श्वास कोंडल्यासारखा झाला. अलीकडे दारावरचे चिकाचे पडदे जरासे जरी हलले तरी शंभूराजे दचकून उठायचे.

"काय आहे ते येसू?" आपल्या शेजारी उभ्या असलेल्या शंभूराजांच्या आवाजाने येसूबाई दचकल्या. राजे शेजारी येऊन केव्हा उभे राहिले होते, हे त्यांच्या लक्षातच आले नव्हते. त्या गंभीर सुरात बोलल्या,

"राजे, एक भयंकर खबर येऊन पोचली आहे."

"कोणती?"

"जेवढं चिंतलं होतं, त्याहून महाभयंकर आहे. शेख मुकर्रबखान आणि गणोजी दादासाहेबांची पन्हाळ्याजवळ गुप्त मसलत पार पडली आहे."

"असं? संकटांची आता सवयच झाली आहे. रोज काही ना काही अशुभ ऐकल्याशिवाय आजकाल आम्हांला करमतच नाही, येसू." बेफिकिरीनं शंभूराजे बोलले.

"पण राजे, ही खबर मात्र खूप विषारी आहे. गणोजीराजांनी मुकर्रबखानाशी एक गुप्त कौलकरार केला आहे. त्यानुसार संगमेश्वर आणि शृंगारपूरच्या आजूबाजूचीच दोन महत्त्वाची गावं गणोजीराजे मोगलांना बहाल करणार. अगदी आपल्या कब्जातल्या घोड्यांनी भरलेल्या दोन-तीन पागाही ते खानाला देणार आहेत. अन् तो दुष्ट खान तिथे आपल्या मुलखात दोन लष्करी ठाणी बांधणार आहे."

"–कुठे, कुठे?"

"इकडच्याच रानात. शृंगारपूरच्या आसपासच कोंडभैरव आणि मार्लेश्वराकडे तामनाळे या गावात."

आता मात्र खरोखरच राजांचे होश उडाले होते! ते अत्यंत बेचैन झाले. जखमी सिंहासारखे जागच्या जागी येरझारा घालू लागले. ते अत्यंत क्रुद्ध मनाने बोलले,

"नाही, नाही येसू! जग बुडालं तरी अशी भयंकर गोष्ट घडता कामा नये. नाही तर गेली आठ वर्षं अहोरात्र आम्ही जो रणरंग खेळलो, ज्या एका ध्येयकारणासाठी आमचे अक्षरशः हजारो लढवय्ये वीर आणि मुकी जनावरं मातीस मिळाली, त्या सर्वांच्या बहादुरीवर, बलिदानावर पाणी पडेल—"

"खरं आहे, राजे!"

"सह्याद्रीचे हे घाट ओलांडून मोगलांना एकदा खाली उतरू देणं म्हणजे मृत्यूलाच चुचकारत, लळा लावत आपल्या गुहेत घेऊन येणं. शक्य नाही! ते

शक्य नाही!! मोगलांची फौजच काय, पण त्यांची चुकारीची चार घोडीही आपल्या सह्याद्रीच्या ह्या आटिंग्या रानात– ह्या बालेकिल्ल्यात पोचता कामा नयेत.''

राजांच्या महालापासून कविराजांचा महाल तसा हाकेच्या अंतरावरच होता. त्यांना तातडीचा निरोप गेला. कलशही झटकन उठले आणि पटकन जामानिमा करून राजांच्या समोर येऊन उभे राहिले. रोजच्या ह्या संकटांनी, घडामोडींनी शंभूराजे, कविराज आणि महाराणी या तिघांनाही काळाने इतके जवळ आणले होते की, बऱ्याचदा एकमेकांकडे टाकलेले कटाक्ष, लवलवत्या पापण्या आणि रोखलेले श्वासही त्यांच्या मनातला भाव बोलून मोकळे व्हायचे. बऱ्याचदा प्रत्यक्ष संवादाची गरजही भासायची नाही.

शंभूराजांनी विचारले, ''कविराज, आपल्या कलेजात तीक्ष्ण कट्यार रुतवून घेऊन एखाद्या माणसाला जिवंत राहणं शक्य आहे का? तशीच उद्या सह्याद्री ओलांडून, कोकणात मोगलांची ठाणी उभी राहिली तर?— तर हे हिंदवी स्वराज्य टिकणं शक्य आहे का?''

''कोण, कोण दीडशहाणा निघाला आहे, अशी ठाणी उभारायला?'' कविराजांनीच उलटा सवाल केला.

शंभूराजांनी ते गुप्तपत्र कविराजांकडे दिले. त्यावरून नजर फिरवताच कविराजांना धाप लागली. शंभूराजांनी तातडीने विचारले,

''कविराज, आपली मलकापूरजवळची पागा कशी आहे?''

''बिलकूल फिक्र करू नका, राजन. मलकापूरजवळचा बंदोबस्त मात्र पक्का आहे. तिथं पेरीड आणि कडव्याच्या माळरानात तगडा दहा हजार घोडा मी नेहमीच फुरफुरता ठेवला आहे.''

शंभूराजांच्या चर्येवर समाधान दिसले. तसे कविराजांनाही हायसे वाटले. मात्र येसूबाई काळजीच्या सुरात बोलल्या,

''फक्त मलाकापूरजवळच्या वाटेवर भिस्त ठेवू नका. मोगलांनी ठरवलंच तर ते दुसऱ्या एखाद्या घाटातून प्रभावलीच्या सुभ्यात उतरू शकतात!''

हरकाऱ्यांच्या या नव्या बातमीने तिघांचीही झोप उडवली होती. एकूण प्रकरणाला गंभीर वळण लागले होते. मोगलांचे भावी आक्रमण फक्त दारात येऊन पोचले नव्हते, तर दरवाजावरच थाडथाड थापा मारू लागले होते. सह्याद्रीच्या गळ्याचा घोट घेण्यासाठी घाटमाथ्यापल्याडची ठाणी शस्त्रसज्ज होऊ लागली होती. कोल्हापूर, इस्लामपूर, कराड, शिरवळ, शिवापूर, चाकण ह्या मोगली ठाण्यांमध्ये शस्त्रास्त्रांची आणि दारूगोळ्याची प्रचंड जमवाजमव चालली होती. वतनासाठी चटावलेले अनेक घरंदाज मराठे आणि ब्राह्मण मोगलांना रोज जाऊन मिळत होते. विजापूरहून औरंगजेब वेगाने अकलूजकडे चालला होता.

आता दिवसच बदलले होते. गोवळकोंड्याची कुतुबशाही आणि विजापूरची आदिलशाही औरंगजेबाने गिळंकृत केली होती. आता अजगर माजला होता. त्यातच आठ वर्षे परमुलखात राहून उत्तरेतले स्वारसैनिक अगदीच मेटाकुटीला आले होते. त्यांचे मनोबल राखायचे, प्लेगसारख्या रोगांना तोंड देऊन जर्जर झालेली त्यांची मने सांभाळायची, तर उघड आक्रमणाला आता पर्याय नव्हता. हिऱ्यामाणकांनी सजलेली आग्रा आणि दिल्लीसारखी सुंदर नगरे सोडून दगडाधोंड्यांच्या या काटेरी रानात अजून राहायचे तरी किती वर्षे? काहीतरी निर्णय घेऊन आठ वर्षांचे हे पिकले, ठणकते गळू एकदाचे फोडायला हवे होते. त्यातच शिवरायांच्या जावयांसह अनेक मराठी सरदार औरंगजेबाला फितूर झाले होते. फितुरीची ही अंडीहावळे खाऊन अजगराला तर खूपच चेव चढला होता. आपले इच्छित भक्ष्य खाण्यासाठी त्याचे दात शिवशिवत होते. शंभूराजे गंभीर शब्दांत कविराजांना विचारू लागले, "मग काय करायचं कविराज?"

"आपण सांगता तेच खरं. प्रभावलीच्या मुलखात मोगलांचं ठाणं उभं राहू देणं म्हणजे दोरी समजून विषारी मण्यार सर्पालाच पोटाजवळ घेऊन झोपणं!"

अत्यंत उद्विग्न स्थितीमध्ये शंभूराजे मंचकावर बसले. काहीशा हताश, दुखऱ्या सुरात ते बोलले, "औरंगजेबाला आमच्या कडेकपारीमध्ये ठाणी बांधण्याची ही दावत आमच्या सख्ख्या मेहुण्यानेच, गणोजीराजांनीच द्यावी? गद्दारी आणि दगाबाजीसाठी शिर्क्यांची अवलाद पूर्वापार प्रसिद्ध आहे."

"राजे, थोडं जरा जपून–" आपल्या माहेराचा चाललेला हा उघड उद्धार पाहून येसूबाई चांगल्याच गोऱ्यामोऱ्या झाल्या.

"आम्ही खोटं बोलतो आहोत?" शंभूराजांनी विचारलं.

"पण—"

"जाऊ दे, येसू! कदाचित आम्ही विसरू. तू विसरशील. पण तीनशे वर्षांमागे ह्याच संगमेश्वर आणि विशाळगडाच्या बिकट डोंगररानात घडलेली घटना इतिहास विसरणार नाही. आजही ह्या इथल्या प्रचंड दऱ्याखोऱ्यातील रानवाऱ्याला जेव्हा तीनशे वर्षांपूर्वीचा तो प्रसंग आठवतो, तेव्हा तो पिसाळलेल्या दुःखी कुत्र्यासारखा रडू लागतो."

शंभूराजांनी तो जुना विषय काढताच कवी कलशही त्यांच्या मुखाकडे पाहू लागले. शंभूराजे बहामनी साम्राज्याचा सेनापती मलिक उत्तुजार ह्याची गोष्ट सांगू लागले— मलिक उत्तुजार जेव्हा ह्या आडरानात आपल्या सात हजारांच्या फौजेसह आला होता, तेव्हा खेळणा ऊर्फ विशाळगड किल्ल्यावर शंकरराय मोरे ह्याचे राज्य होते. तेथे मलिकला आक्रमण करायचे होते. त्यावेळी त्याने आपल्या मदतीसाठी शृंगारपूरच्या शिर्क्यांना गाठले. शिर्क्यांनी बहामनींच्या त्या सेनापतीकडून खूप द्रव्य

घेतले. विशाळगडापर्यंतची वाट दाखवायचे कबूल केले. पण ह्या वाटाड्यांची मलिकला कल्पना नव्हती.

सुरुवातीला शिर्क्यांनी तशी दोन दिवस अवघड वाट दाखवली. पण हे अरण्य इतके महाभयंकर, की इथे डहाण्या वाघसुद्धा भिऊन गर्भगळीत व्हावा. इथल्या पर्वतांचे माथे आणि खोलगट दऱ्यांचे रूप इतके भयंकर आहे की, तिथे भुते आणि राक्षसही जायला घाबरतात. शिर्क्यांने तिसऱ्या दिवशी मलिक उत्तुजारला अशा भयप्रद वाटेने नेले, की मुसलमान सैनिकांना अक्षरश: आयमाय आठवली. ह्या रानाची विषारी हवा अजगराच्या श्वासासारखी होती. उंच गवतांना जणू सर्पाचे विषारी दात फुटले होते. तिन्ही बाजूंना आसमंताला भिडलेले पहाड. रस्ता काटेरी आणि दगडाधोंड्यांचा. मनुष्यवस्ती तर कोसोनकोस नाही. बहामनींच्या लष्कराला धड अन्न मिळत नव्हते. आडरानातला रानपालाही खाऊन ते बेजार झाले होते. रात्री मलिकच्या सैनिकांना त्या अरुंद रानवाटेवर तंबू ठोकण्याइतकीही जागा मिळाली नाही. त्याचे सैनिक दमल्याभागल्या स्थितीमध्ये तसेच रस्त्यावर लाकडाच्या ओंडक्यासारखे अंग टाकून पडले. अन्नपाण्याविना सुकलेले ते दुर्दैवी जीव विश्रांती घेत असतानाच तो दगाबाज शिर्के रात्रीचाच खेळण्यावर जाऊन पोचला. त्याने शंकररायला खबर दिली— "केवढ्या महत्प्रयासाने त्या मलिकची फौज तुझ्या जबड्यामध्ये आणून ठेवली आहे. आता त्यांचा हवा तसा समाचार घे." शंकरराय आपल्या ताज्या फौजेनिशी त्या अरण्याच्या कडेकपारीमध्ये तातडीने पोचला. वस्त्रे वाऱ्याला लावावीत, तसे ते अत्यंत श्रमलेले, भुकलेले जीव त्या अरुंद वाटेवर अंगाचे मुटकुळे करून झोपले होते. भर रात्री मोऱ्यांची फौज अचानक त्या थंडीने कुडकुडणाऱ्या सैनिकांवर तुटून पडली. आरेवाडीच्या जत्रेत एका वेळी हजारो बोकड कापावेत, तसे त्याने त्या सात हजार सैनिकांना कापून काढले. जेव्हा अर्धवट उठलेल्या सैनिकांच्या करुण किंकाळ्या कानावर पडत होत्या, तेव्हा उलटा वारा वाहत होता. झाडावर झाडे आदळत होती. त्या दुर्दैवी सैनिकांच्या करुण किंकाळ्याही कोणाला धड ऐकू आल्या नव्हत्या.

—त्या भीषण शोकांतिकेची जेव्हा शंभूराजांनी आठवण करून दिली, तेव्हा ती नुसती कहाणी ऐकून कविराज आणि महाराणी दोघेही सर्द झाले होते. शंभूराजे दु:खी सुरात बोलले, "सांगा येसूबाई, शिर्क्यांच्या औलादीवर कोणी भरवसा तरी ठेवायचा कसा?"

येसूबाई खिन्न दिसल्या. उदासवाण्या हसल्या. बोलल्या,

"आमच्या माहेरलाच आपण कशासाठी दोष लावता? सासरचा धांडोळा तरी कोणी घ्यावा? आज तुमचे सारे सख्खे– चुलतभाऊ अर्जुन भोसलेसारखे कुलोत्पन्न पुरुष कोणासाठी लढताहेत? त्या औरंगजेबासाठीच नव्हे? शिवरायांचे जावई आज

कोणाच्या छावणीत आहेत? औरंगजेबाच्याच नव्हे?''

"तरी पण येसू —''

"राजे, जात महत्त्वाची नसते. धर्मही महत्त्वाचा नसतो. माणसांचं कर्मच महत्त्वाचं, हे आम्ही आपल्यासारख्या संस्कृत पंडिताला काय सांगावं? गणोजींसारखा कृतघ्न भाऊ देवीनं मला दिला असला, तरी पिलाजीरावांसारख्या पुण्यवंत पित्याच्या पोटी मी जन्म घेतला आहे! आज येसूबाई नावाची रायगडाची महाराणी बनलेली शिर्क्यांची ही पोर आपल्या कुळीचं नाव उज्ज्वल केल्याशिवाय राहाणार नाही.''

शंभूराजांनी आपला मोहरा पुन्हा कविराजांकडे वळविला. ते म्हणाले, "ह्याआधी वैऱ्यानं तिकडं वेळोवेळी फौज धाडली होती. रायगडाकडे चंचूप्रवेश करायचा प्रयत्न करून पाहिला होता. इकडचं त्याचं प्रभावलीतलं धाडस प्रथमच.''

कवी कलश मध्येच बोलले, "आम्ही इकडे रायगडाच्या काळ नदीच्या खोऱ्यामध्ये वैऱ्याची डाळ कधी शिजू दिली नाही—''

"पण कविराज, तेव्हा आपल्या एखाद्या गावाने वा जमीनदाराने गनिमाला तिकडे बिलकूल आश्रय दिला नव्हता. आज मात्र आमचे मेहुणेच दुश्मनाचं बोट धरून त्याला आपल्या देवघरात आणू बघतात.''

"कोण पुसतं गणोजींना?'' येसूबाई बोलल्या.

"नाही येसू, वैऱ्यांकडे आणि दगाबाजांकडे इतकं दुर्लक्ष करू नका. शेवटी शिर्क्यांनी एके काळी त्या मुलखात राज्य केलं आहे. त्यांचे कोणी आप्त असतात. कोणी उपकृत केलेली माणसं असतात. प्रासादाच्या चिरेबंदी भिंतींमध्ये थोडीशी जरी फट मिळाली, तरी विषारी सर्पासारखा वैरी स्वराज्यात घुसू शकतो. नुकसान पोहचवू शकतो.''

"तर मग अजिबात ढिलाई नको! राजे, शिर्क्यांवरच्या मोहिमेची सूत्रं आपण आम्हांला द्या. मी स्वत:च धावून जाते प्रभावलीवर.''

"महाराणी!–'' शंभूराजांनी तिरक्या नजरेने पाहिले.

"राजे, ही येसूबाई म्हणजे शिवरायांची सून आहे. शिवाय तलवारीचं पातं कसं चालवायचं त्याचं शिक्षण आमच्या बाबांनी, पिलाजीरावांनी बालपणीच दिलंय आम्हांला!''

"पण बाईमाणसाचं हे काम नव्हे.''

"असं कसं, राजे? आजवर स्वराज्यातल्या अनेक आयाबहिणींनी आपलं कुंकू या कामी दान केलं आहे. आम्हांला तर फक्त माहेरचा मुलूख जाळायचा आहे.''

संभाजीराजे काहीसे विचारमग्न झाले. ते बोलले, "येसू, तुमची कल्पना काही वाईट नाही. गणोजीनं नीचपणाची आज इतकी पातळी गाठली आहे की, त्यांचा पुरता बीमोड करण्याशिवाय आम्हांला गत्यंतरच नाही. मात्र आपण तिकडं जाल,

तर रायगडाचा राज्यकारभार कोण सांभाळणार?''

"म्हणजे, राजे?''

"आज मराठी राज्याच्या महाराणीपेक्षा मुख्य दिवाण या पदाचंच काम तुम्हाकडे अधिक आहे. शिवाय इथं समर्थपणे राज्यकारभाराची धुरा व्हायला आपलं जवळचं, विश्वासाचं कुणी उरलेलं नाही.''

येसूबाई काही बोलल्या नाहीत. तेव्हा संभाजीराजांनी कविराजांकडे आशेने पाहिले. कविराजांच्या मुखावरचे रंग ढगासारखे झरझर बदलले. शंभूराजे दुःखाने बोलले, "माफ करा कविराज. साऱ्या वाईट आणि अप्रिय ज़बाबदाऱ्या पार पाडायची वेळ दुर्दैवानं तुमच्यावरच येते. या आधी हंबीररावांसारखे जिवलग डोंगरासारखे पाठीशी उभे राहायचे. पण कठोर काळानं त्यांच्यावर झडप घातली. कोंडाजीबाबांसारखा मोहरा जंजिऱ्याच्या मोहिमेत खर्ची पडला. धनाजी, संताजी, खंडो बल्लाळ हे नवयोद्धे आज स्वराज्य रक्षणासाठी कुठल्या ना कुठल्या आघाडीवर गुंतून पडले आहेत. पर्यायानं आज तुमच्याशिवाय कोण विश्वासाचं उरलं आहे?''

शंभूराजांच्या विषण्ण सुराने कलशांची गात्रे फुलली. ते शंभूराजांपुढे लवत, त्यांना आदराने मुजरा करत बोलले,

"हुकूम, राजे फक्त हुकूम —''

"उद्या पहाटेच पाचाडातून निघा. पंधरा हजारांची शिलकी फौज सोबत घ्या. त्या औरंगजेबाचे आणि गणोजीचे हे लष्करी साटेलोटे जुळायच्या आधी प्रभावलीच्या मुलखावर चालून जा.''

"जसा हुकूम, राजन!''

"शिर्क्यांच्या असतील नसतील त्या पागा आणि महालमाड्या बेचिराख करा. जप्त्या करा. मुलूख जाळा. हिंदवी स्वराज्याच्या नरडीचा घोट घेण्याआधीच शिर्क्यांचे कारस्थान उधळून लावा अख्खं शिरकाण जाळून काढा.''

५.

लालबारीवर अवकळा पसरली होती. अनेक शाही हकीम आणि हिंदू वैदूही दबकत्या पावलाने तेथून फिरत होते. रात्रीच्या वेळी तर पातशहाचा अख्खा तळच नव्हे, तर लालबारीही ठणकत्या गाठीच्या ज्वरानं निपचित पडल्यासारखी भासायची. तापाची अशी साथ मोगलांच्या फौजेने कधी जिंदगीत अनुभवली नव्हती. फौजेत असलेले काही फिरंगी गोलंदाज या रोगाला प्लेग म्हणत. लालबारीजवळचा 'आकाश-दिया' तर रोगाच्या साथीने आंधळा झाल्यासारखा मिचमिच डोळ्यांनी रात्रभर इकडे तिकडे बघत राहायचा.

पातशहालाही थोडासा बुखार आला, तसे सर्वांचे धाबे दणाणले. आतापर्यंत किमान सत्तर हजार मोगल सैनिक ह्या रोगाने दगावले होते. हवेत दुर्गंधी माजली. सैनिकांच्या कण्हण्या-कुंथण्यांचे आवाज इतके वाढले की, त्या तळावर राहणे मुश्कील व्हायचे. मृत्यूची दहशत उरली नव्हती की, त्याची भयानकताही कोणाला जाणवत नव्हती. मरणकळेवरसुद्धा गंज चढल्यासारखा झाला होता. त्यामुळे मरणाविषयी कोणीही आकांत करत नव्हते. केला तरी कोण कोणाचे ऐकतो? प्रत्येक राहुटीत, बिचव्यामध्ये, उघड्यावर, कनातीआड जिथे जिथे हवा पसरली होती, तिथे तिथे मृत्यूच्या भयकारी सावल्या जाऊन पोचल्या होत्या. चार-आठ दिवसांत पुरा तळ म्हणजे एक बडे कबरस्थान बनून गेले. पिसाळलेल्या माकडासारख्या मृत्यूच्या सावल्या औरंगजेब पातशहाच्या पाठीशी लागल्या होत्या. त्याचे दोन पोते दगावले. गेल्या दोनतीन दिवसांपासून स्वत: असदखानही प्लेगाच्या बुखाराने आपल्या गोटात तळमळत पडला होता. पातशहाने महिन्याभरात चार वेळा आपल्या तळाची जागा बदलली होती.

गेल्या आठवड्यापासून तर औरंगजेब खूप हवालदिल झाला होता. एका बाजूला रानोमाळ हजारो मुडद्यांच्या राशी पडलेल्या. इतर वेळी प्रेतांचे लचके तोडणारी धारीगिधाडे, नाठाळ कुत्री असे आता कोणी कोणी त्यांच्या वाऱ्याला थांबत नव्हते. ह्या सैतानी बिमारीवर फारसा इलाजच नव्हता. मनाच्या समजुतीखातर हकिमाकडून कसला तरी वनौषधीचा पाला मागून घ्यायचा. तो वस्त्रगाळ करून प्यायचा, आणि ठणकती गाठ काखेत मारून वा मांडीमध्ये धरून तापाच्या अंगाने आपले तसेच निपचित पडून राहायचे. चारदोन दिवसांत मृत्यू येई. राहुटीत जवळचे कोणी असेल तर लाश दूर ओढून नेत. कबरीच्या नावाखाली फक्त मातीआड करीत. पण दफन करायलाही जागा मिळत नव्हत्या. मुडदे ओढायला माणसे सापडत नव्हती. मुडदेफरासही मुडदे ओढता ओढता महामारीने रस्त्यातच गळून पडत होते. भिस्ती संपले होते.

पातशहा आपल्या शाही डेऱ्याच्या कनातीच्या खिडकीतून दूर नजर टाकत होता. महामारीच्या साथीने मोडलेले विजापूर डोळ्यांपुढे दिसत होते. त्या नगरीच्या सामर्थ्याचे, अभिमानाचे प्रतीक असलेला गोलघुमटही आता काळपटल्यासारखा दिसत होता. औरंगजेबाला खूप सुने सुने आणि एकाकी वाटत होते. उदेपुरी आणि औरंगाबादी ह्या त्याच्या लाडक्या बेगमा उशापायाथ्याशी घाबरून बसून होत्या. शहेनशहाचे अंग गरम लागत होते. पण त्याने महामारीच्या गाठीला आमंत्रण देऊ नये, म्हणून त्या दोघी अल्लाची प्रार्थना करत होत्या.

बिछायतीवर कलंडलेला पातशहा बोलला, "उदेपुरीऽ, काही दिवसांमागं इथल्या काझी आणि मौलवींचा मेळा आम्हांला भेटायला आला होता, तेव्हा आम्ही

त्यांचा अपमान केला. थोडी बेइज्जतीही केली. त्याचीच सजा आज आम्हांला अल्ला देत नसेल ना?''

''छे! छे! हजरत, आपण ती फिक्र करू नये. अल्लाची सेवा जिल्लेसुबहानीएवढी या अलम दुनियेत दुसरी कोणी केली आहे?''

''जी, आका! शैतानी बिमारी खूप अंधी आहे! तिने विजापूरला तरी कुठं मोकळं सोडलंय? तिथल्या हर गल्लीत, हर मोहल्ल्यात मौतचा मातम माजलाय म्हणतात.'' औरंगाबादी मेहल बोलली.

पातशहाचे अवसान गळाल्यासारखे झाले होते. महिन्या दीड महिन्यात सत्तर हजार फौज गाठीच्या रोगाने गारद केली होती. कष्टी औरंगजेबाने आभाळाकडे बघितले. दु:खी उसासे टाकत तो बोलला, ''उदेपुरी ऽ, इतके बडे बडे जंग आम्ही फत्ते केले. गोवळकोंडेकर नादान तानाशहाला एकदा नव्हे, दोन वेळा पुरा नंगा केला. तिथल्या खंदकात निम्मं हैद्राबाद गाडलं. विजापूरच्या गर्विष्ठ तटबंदीचं पेकाट मोडलं. त्यांचे खजिने हासिल केलेच, पण कोल्ह्यांची पिलं सापळ्यात कैद करावीत, तसे ते दोघेही कुतुबशहा आणि आदिलशहा आज आमच्या तळावर कैदी म्हणून गंजत पडले आहेत. पण ह्या अस्मानाएवढ्या फतेहचा फायदा तरी काय?''

''हजरत, आपण ज्यादा बात करू नये. आराम करो –'' उदेपुरीने हात जोडले.

''बेगम, आज दोन बड्या सल्तनतीवर फतेह मिळवली म्हणून हसायचं की, प्लेगने कमर तोडली म्हणून रडायचं?''

पातशहाची कशीबशी समजूत घातली गेली. तितक्यात तिथे झुल्फिकारखान आला. त्याने रोजच्याप्रमाणे मृताचा आकडा सांगितला,

''किब्लाऐ आलम, आज खाली दोन हजार.''

''जंगे मैदानवरचे दोन हजार शिपाई न लढता मरणं हा काही मामुली आकडा नाही, बेवकूफ नौजवान!'' पातशहा संतापून बोलला, ''झुल्फिकार ऽ, तू विचारत जा ना आपल्या परवरदिगारला. रोज इथं आमच्या छावणीत मख्खीच्या मौतीनं हजारो लाशे पडतात. आणि तिकडे त्या जहन्नमी संभाला मौत का नाही येत?''

दुबळी, आजाराने जर्जर झालेली फौज घेऊन पुढे धावणे शक्य नव्हते. प्लेगची साथ जणू मनुष्यजात सफाचट करण्यासाठीच आली होती. माणसं दोनतीन दिवस तापाचा अनुभव घेत. त्यातून काही सद्‌भागी बचावतही. पण काखेतल्या गाठीबरोबर अंगात अवतरणारा विचित्र बुखार अक्षरश: जीव काढायचा. कोणी तकदीराने बचावले तरी त्याच्या अंगातला अर्क निघून जायचा. तो मनुष्य इतका क्षीण, दुबळा आणि चेतनाशून्य व्हायचा की, जणू चालता बोलता मुडदाच! तळावर हजारो जीव तळमळत पडले होते.

या विचित्र अवस्थेने पातशहाला गांगरून सोडले होते. मात्र यातून आपण तरून जाऊ, फौज बांधून तिसऱ्या सर्वात बड्या दुश्मनाला गाडायचा आहे, ही गोष्ट तो क्षणासाठीही विसरत नव्हता. म्हणूनच आपल्या कारभारावरून वा पत्रव्यवहारावरून त्याची नजर बाजूला सरत नव्हती. असदखान डेऱ्यात रुग्णाईत होऊन पडल्याने त्याचा कारभार झुल्फिकार सांभाळत होता.

आपल्या मावसभावाला समोर बसायचा इशारा करत औरंगजेब बोलला,

"आज सकाळी आम्हांला आमच्या मेवाती आणि मुलतानी बेहेड्यांचे मुखियाँ भेटून गेले. त्यांचा दोन महिन्याचा पगार का नाही दिला? तनख्यासाठी फौजींनी किती दिवस इंतजार करायचा?"

"हुजूरऽ, आता अर्धा खजाना रिता झाला आहे – अजून पुढे —?"

"क्या बकते हो? झुल्फिकार, अरे दख्खनमधल्या दोन नामचीन राजवटी आम्ही जिंकल्या. त्यांचे खजाने लुटून आणले आणि तरी आमचा खजाना खाली?"

"जहाँपन्हाँ, गेल्या दोन महिन्यात बंगालकडून आपला मासिक हप्ता आलाच नाही. आपला सुभेदार खुर्शिद कुलीखान तिकडं टाळाटाळ करतोय."

"क्यूं? बगावतचा झंडा फडकायचा इरादा आहे की काय आमच्या सुभेदाराचा?" औरंगजेबाने तात्काळ आपल्या शंकेचा फणा बाहेर काढला.

"नही, हुजूर! खर्शिदसाहेब इतके नादान नाहीत. पण बाकीचेही आपले सारे हिंदुस्थानी सुभेदार पहिल्यासारखा खजिना पाठवत नाहीत. त्यांना वाटते– त्यांना"

"हां. बोल. बोल. अपना दिल खुला कर."

"त्यांना वाटते हुजूर— विजापूर आणि गोवळकोंडा जिंकला तरी अजून मध्ये मरगट्ठे आहेत. त्या जहन्नमी संभाच्या फौजा ओलांडून आपली शाही पथकं दिल्लीच्या आसपास पोचणं तितकंसं आसान नाही—" ते सांगताना झुल्फिकारची चर्या घामाने आणि भीतीने थबथबली होती.

पातशहाने रागाने आपली बुबुळे गरगर फिरवली. विषाचा प्याला सहज रिचवावा तसा त्याने राग गिळून टाकला. अकालाच्या खाईत आणि प्लेगच्या तडाख्यामध्येसुद्धा पातशहाचा मेंदू खूप तल्लख होता. त्याने झुल्फिकारच्याच मदतीने एक बडे कारस्थान रचले होते. रायगडावरून राजारामांना पळवून आणायचे. त्यांना नावाला पुढे ठेवून मराठ्यांचीच दुसरी गादी स्थापन करायची. राजारामाला पातशाही संरक्षण देऊन पुण्याच्या आसपास सिंहासन ठेवायचे. त्यामुळे आधीच औरंगजेबाला मिळालेले घरभेदे आणि संभाजीमुळे नाराज झालेले मराठे ब्राह्मण एकत्र येतील. त्यांची मोट बांधायची. पर्यायाने संभाजीराजाची अरेरावी कमी होईल. हिंदवी स्वराज्याला आपोआप घरघर लागेल.

मात्र पोलादी संरक्षण असलेल्या रायगडाहून राजारामांना पळवणे म्हणजे

गुलबकावलीचे फूल हस्तगत करण्याइतके अवघड होते. तरीही निधड्या छातीचे वीस पठाण आणि तुर्की जातीचे फौजी रायगडाकडे रवाना झाले होते. त्याची आठवण काढत औरंगजेबाने विचारले, "कुछ खबर– वहाँकी?"

"जहाँपन्हाँ. योजना आपल्याच भेज्यातून आली आहे. तिचा अंमल आम्हीही खूप अक्कलहुशारीने करतो आहोत. आमचा जैनुद्दीन– गोवळकोंड्याच्या सरदार खवासखानाचे रूप घेऊन रायगडाकडे केव्हाच गेला आहे. त्याच्या सोबत एकोणीस गाझी आहेत."

"त्या संभाला शक आला तर–?"

"संभाच्याच गैरहजेरीत आमचा जैनुद्दीन राजारामाची भेट घेईल. तीही खाली पाचाडच्या वाड्यात. क्योंकी– रायगडावरून बगावत करून खाली येणे केवळ महामुश्कील आहे. संभा गडाकडे नसतोच. त्याचा फायदा उठवायचा."

"प्रत्येक पाऊल सांभाळून टाका."

"जहाँपन्हाँ, फिकीरच सोडा. महादजी निंबाळकराच्या खनपटीला बसूनच पाचाडचे नकाशे बनवले आहेत. तिथे काफर संभाने आपल्या दादीची– जिजाबाईची याद म्हणून राजमंदिर बांधले आहे. तिथेच कोरड्या हवेसाठी अनेक वेळा गडावरचा राजपरिवार खाली येतो. महादजी त्यांचा जमाई असल्यानं त्यानं नकाशात साऱ्या बारीक सारीक गोष्टी टिपल्या आहेत."

खाजगी मसलत संपली. पातशहा उठून तरातरा चालत उत्साहाने समोरच्या कचेरीच्या डेऱ्यात पोचला. झुल्फिकारच्या सोबतीने कागदपत्रे पाहू लागला. तेवढ्यात एक पत्र पुढे करत झुल्फिकारखान म्हणाला,

"जहाँपन्हाँ, हा पाहा शिवाजीच्या जावयाचा गणोजी शिर्क्याचा खलिता–"

पातशहाने खलिता वाचण्यापूर्वी झुल्फिकारला विचारले, "तो गणोजी कोकणच्या जंगलझाडीत आम्हांला दोन ठाणी उभी करायला मदत करणार होता. काय झालं त्याचं?"

"गणोजीची खूप चाहत होती हजरत. पण त्याला त्या कवी कलशानं आणि संभानं चांगलंच परेशान केल्याचं दिसतं. त्याने लिहिलं आहे –"

"हां, पढो–"

> "अलम पृथ्वीचे पातशहा
> आलमगीर औरंगजेब बहाद्दूर
> बालके गणोजीचा शिरसावंद्य मुजरा.
>
> पातशहा सलामत, आता आमच्यासारख्या काही खानदानी मराठ्यांची आपण कृपा करून परीक्षा बघू नका. या आमच्या मदतीला, धावून या.

आम्ही आता, या पत्राद्वारे हुजूर स्वामींना स्पष्ट कळवतो. आम्हा मराठ्यांचा राजा संभाजी ठार वेडा झाला आहे. त्याचा नि:पात करा. आमच्या राजाने कवी कलश नावाच्या भोंदूला जिवाचा सखा बनवला आहे. ते दोघेही शिर्क्यांच्या मुलखावर उठले आहेत. त्यांनी जाळपोळ, लुटालूट करून आम्हांला आमचे जीणे नकोसे केले आहे. रोज़ आमची घरे जाळताहेत. उभी पिके पेट घेताहेत. पागा आगीच्या भक्ष्यस्थानी बळी पडत आहेत. जंजिरेकर सिद्दी आमच्या दिलाचे मैतर म्हणून आमची स्त्रियापोरे आम्ही त्यांच्या किल्ल्यावर नेऊन सुरक्षित ठेवली आहेत एवढेच. बाकी ह्या हलकट संभाने आम्हांला बिना वतनाचे जन्मभर ठेवलेच. आमच्यासाठी इथे ना गुहा ना घर. जंगली श्वापदासारखी रानोमाळ भटकंती फिरायची वेळ शिवासंभाने आमच्यावर आणली आहे.''

खलित्याचे वाचन झाले. आपले डोळे किलकिले करत पातशहाने विचारले, ''झुल्फिकार, या गणोजीची फौज आहे तरी किती मोठी?''

''गणोजीची फौज–फौज,'' झुल्फिकारखान चाचरत बोलला, ''असेल हजारबाराशे लाठी-काठीवाल्यांची गर्दी. जिला फौज म्हणावी असं काही नाही त्याच्याकडं.''

''हं– झुल्फिकार, ह्या प्लेगच्या तडाख्यातून थोडे मोकळे झालो की, आम्हांला संभाच्या मुलुखाकडं कूच करायचं आहे.''

''जी, हुजूर!''

''मात्र कूचाची नौबत वाजायच्या आधी बहादुरगडला पैगाम धाडा. शिवाच्या त्या दुसऱ्या जावयाला, महादजी निंबाळकराला जत गावाजळ भेटायला बोलवा. तुम्हांला वाटत नाही, त्याला थोडी ताकद देऊन पाहावे.''

''जहाँपन्हाँ?''

''हां, झुल्फिकारखान. एखाद्याच्या अंगणात पेटवलेली आग खूप जल्दी बुझते. पण उंबरठ्याच्या आतच पेटवून दिलेल्या आगीमध्ये मोठी ताकद असते. मोठ्या मोठ्या मेहलमाड्यासुद्धा त्यात जळून खाक होतात!''

पातशहा सदरेवर असतानाच आतून खोजे आणि खिदमतगार धावत बाहेर आले. भीतीने गांगरलेल्या सेवकांचे चेहरे बघताच पातशहा गांगरला. तात्काळ उठून जल्दीने खाजगीकडे चालता झाला. गाठीच्या तापाच्या तडाख्याने कोणाला गाठले, उदेपुरीला की औरंगाबादी मेहलला एवढेच पाहायचे होते. पातशहाने आत जाऊन बघितले. औरंगाबादी मेहलला सणकून ताप भरला होता. तिच्या काखेतली तांबूस गाठ टरटरून फुगली होती. असह्य वेदनांनी औरंगाबादी बिछायतीवर तडफडत होती. झुल्फिकारने सरहकिमाला लगेच पैगाम धाडला. परंतु बराच वेळ

झाला तरी सरहकीम येईना.

तेव्हा फौलादखानाने खाली मान घालत सांगितले,

"हुजूरऽ काल रात्रीच सरहकीम ह्या जालीम रोगाने अल्लाला प्यारे झाले—"

"त्याच्या बेट्याला बोलवा."

"हुजूर, तो सकाळीच आपल्या बापाचे दफन करून माघारा आला. आता त्याच्याही मांडीत गाठ उठली आहे. बेचारा कोंबडीसारखा तडफडतोय आपल्या डेऱ्यात."

शेवटी व्हायचे तेच झाले. गाठीच्या सैतानी रोगाने काळा-गोरा, हिंदू-मुसलमान, राजा-रंक असा भेदाभेद केला नव्हता. तिच्या कराल दाढेने पातशहाची सुमारे पंच्याहत्तर हजार माणसे गिळली. त्यामध्ये आणखी एका औरंगाबादी मेहलची भर पडली होती.

त्या दूरदेशच्या उघड्यावाघड्या माळावर औरंगाबादी मेहलचा मुर्दा दफन केला गेला. दफनाच्या जागेवरची मूठभर ओली माती घेऊन औरंगजेब तिथे खूप खूप रडला. आपल्या बेगमेच्या वियोगानेच त्याला विव्हळ केले आहे, असेच सर्वांना वाटले. परंतु आपल्या हृदयात दाटून आलेल्या कंपांना पातशहा मोकळी वाट करून देत होता. गेल्या सहा-सात वर्षांतली पातशहाची सारी धडपड, प्रचंड महत्त्वाकांक्षा आणि पदरी पडलेले अल्पस्वल्प यश, दैवगतीपुढे मनुष्यमात्राचे जाणवणारे खुजेपण, दु:ख, वैफल्य, मानहानी, साऱ्या भावभावनांचा तो निचरा होता.

आणखी दहापंधरा दिवस सरले. महामारी हळूहळू आटोक्यात आली. सुदैवाने वजीर असदखान तिच्या दाढेतून सुटला. मात्र फिरोजजंग कायमचा आंधळा झाला. कोणाला आंधळे करून, कोणाला बहिरे करून, तर हजारोंच्या आप्तांना कायमची सोबत घेऊन महामारी एकदाची निघून गेली.

पातशहाकडे रोज ताजी वार्तापत्रे येत होती. संभाजीराजेसुद्धा दुष्काळाच्या तडाख्यातून बाहेर येत होते. मात्र त्यांच्या खंडो बल्लाळ, निळोपंत पेशवे, केसो त्रिमल आणि सेनापती म्हाळोजी घोरपडे यांच्या हालचालींना वेग येत होता. मराठ्यांनी आक्रमक आणि सावध हालचालींनी सर्जाखानालासुद्धा काबूत आणला होता. संभाजी पातशहाच्या विरोधात काही धाडसी योजना आखतो आहे, असे स्पष्ट संकेत मिळत होते. संभाजीराजांच्या आक्रमकतेने बुड्ढा पातशहा नव्यान पेटून उठला. १४ डिसेंबर १६८८ ह्या दिवशी कुचाची नौबत वाजली. लाखो जनावरामाणसांसह औरंगजेब नव्या उमेदीने महाराष्ट्र पठाराकडे आगेकूच करू लागला.

६.

जतच्या माळावर औरंगजेब पातशहाचा तळ पडला होता. सुमारे वीस मैलांच्या

अंतरावर शाही फौजेचे डेरेदांडे पसरले होते. मध्यभागीचा लांबरुंद, तांबूस रंगाचा शाही डेरा अलीकडे वितकटल्यासारखा दिसत होता. वाहतुकीचे उंट हडबडले होते. घोडी खंगली होती. टंचाईमुळे पुरेसे पाणी मिळत नव्हते. त्यामुळे हत्ती त्रासल्याचे दिसत होते. सुमारे दोनशेच्या वर असलेले फौजेतले बाजार आता सुने सुने वाटू लागले होते. शाही फौजेचा पहिला उत्साह, तो डौल, ती रया आता उरली नव्हती. एखाद्या सुंदर पुरुषाच्या कांतीवर देवीचे व्रण उठावेत आणि त्यातच म्हातारपणाची भर पडून चेहरा आकसून जावा, तसा फौजेचा उत्साह आटल्यासारखा दिसत होता.

रोजच्याप्रमाणे सकाळची नियमित नमाज उरकून, जामानिमा करून पातशहा लगबगीने आपल्या गोटाबाहेरच्या दरबाराच्या तंबूकडे निघाला, तेव्हा उदेपुरी आडवी झाली. तिने पातशहाच्या कपाळावरच्या भुरभुरत्या बटा बाजूला करत विचारले, "हजरत, आज आयन्यात बघितलं नाहीत का?"

त्या शब्दांबरोबर औरंगजेबाने उदेपुरीचा हात झटकन मागे फेकला. त्याच्या कपाळावरचे आठ्यांचे जाळे पाहून तर उदेपुरी पुरती घाबरली. हात जोडून थरथरत उभी राहिली. तेव्हा औरंगजेब गुश्श्यातच कडाडला, "बेगम साहिबाऽ, आपण कोणता सवाल करता? गेल्या पाच वर्षांत ह्या आलमगीरने कधी आयन्यात बघितल्याचं आठवतं तुम्हांला?"

"दया करा, हजरत—"

"बेगम साहिबा, कसा आणि कोणत्या तोंडानं निरखू स्वत:ची सूरत आयन्यात?" वैफल्याने, विषादाने खदखदणारा पातशहा बोलला, "आज अलम दुनियेत आमच्या सल्तनतएवढी क्वचितच कोणाची हुकूमत असेल. तरीही, हा शहेनशहा बिना राजमुकुटाचा, बिना किमाँशचा गेली पाच वर्षं दख्खनच्या ह्या नादान मिट्टीमधून वणवण भटकतो आहे. कसला शहेनशहा आणि कसली सल्तनत? राज्य असताना डोक्यावर राजमुकुट पेहनायचा नाही. आणि वर बेशरमीसारखं पुन्हा आपलं भुंडे डोकं आयन्यात बघायचं?"

"मेरे आका, माफ करो! अशी गलती दुबारा व्हायची नाही."

पातशहाने स्वत:ला थोडेसे सावरले. पुन्हा तो वैफल्याच्या सुरात पण थोड्या खालच्या पट्टीत बोलला, "बेगमसाहिबा, आयन्यात बघताना आपल्या कपाळावर कुंकू नाही, आपला शोहर जिंदा नाही ह्या कल्पनेनं काफर हिंदूंच्या स्त्रिया दु:खानं किती व्याकूळ होतात म्हणे! आमची अवस्था काफरांच्या त्या औरतींसारखीच झाली आहे. बिना किमाँशचं मस्तक बघताना आम्हांलाही भोवळ येतेऽ!"

काटक पातशहा तुरुतुरु चालीने सदरेवर येऊन स्थानापन्न झाला. वजीर असदखानाचे डोळे महामारीच्या साथीतून कसेबसे बचावले होते. मात्र आज तो

कमालीचा नाराज दिसत होता. मेंदी लावलेल्या आपल्या सफेद दाढीवरून हात फिरवत आणि असदखानावर डोळे रोखत पातशहा बोलला, "वजीरे आझम, तुम्ही साफ साफ का नाही सांगत की, त्या काफरबच्चा संभाला अजूनही आमचे फौजी घाबरतात."

"जी हां, जहाँपन्हाँ! सारेच घाबरतात त्या संभाला आणि तो ज्या पहाडीत राहतो त्या सह्याद्री पर्वताला."

"तुम्ही तरी आजकाल फौजेतल्या साऱ्या खबरा आमच्या कानापर्यंत कुठं पोचवता, वजीर?"

"ऐसे कैसे होगा जहाँपन्हाँ? तुमची काही तरी गलतफेहमी-"

"फिर बताईये - ये क्या है - कवडी और कबरी?"

आता मात्र वजिराची बोबडीच वळायची बाकी राहिली. एवढ्या छोट्या मोठ्या गोष्टी थेट साहेबस्वारींच्या कानापर्यंत पोचत असतील, याची वजिराने स्वप्नातही कल्पना केली नव्हती. वजिरावर आपली तीक्ष्ण, घारी नजर रोखत पातशहा उखडला,

"क्या है ये कवडी-कबरी?"

भट्टीत नुकतेच गरम केलेले एखादे पोलादी हत्यार हातामध्ये धरावे तसा पांढरा चेहरा करत, घाबरत वजीर सांगू लागला, "जहाँपन्हाँ, आपले फौजी फावल्या वेळेत एक खेळ खेळतात. हातातल्या छडीने धुळीमध्ये छोटी छोटी वर्तुळं काढतात. त्या प्रत्येक वर्तुळाला दख्खनमधल्या एकेका नदीचं नाव देतात. कवड्या एकत्र करतात आणि खालच्या वर्तुळावर फेकून देतात. एखाद्या शिपायाची कवडी ज्या वर्तुळात पडेल, त्याच नदीच्या काठावर त्याची कबर बांधली जाणार असा अंदाज शिपाई काढतात. क्या बताऊ आलमपन्हाँ? आपल्या साऱ्या फौजेनंच हाय खाल्ली आहे! जो तो आतल्या आत रडतो. एक दुसऱ्याला विचारतो, आम्ही गंगायमुनेकडे जिंदा वापिस जाणार की नाही, की एक दिवस इथेच बेवारशासारखा कुठं तरी आपला मुर्दा पडणार?"

"वजीर, ये बात खाली यहाँतक सीमित नही है. तुमचे फौजी पातशहाची कबर कुठे खणली जाणार, याचाही डाव लावतात. क्यूं? बोलो! बोलो!!"

हताश पातशहा उपहासाने हसल्यासारखा बोलला. मात्र त्या घुश्याच्या बुडाशी दडलेले दु:ख लपता लपत नव्हते. विषय बदलत पातशहाने वजिराला विचारले, "वजीर, नाशिक आणि बागलाणकडची काय खबर आहे?"

"जहाँपन्हाँ, आपल्या वफादार महाबतखानाने तिकडे खूप जोश जमा केला आहे. त्र्यंबकच्या किल्ल्याला गेले सहा महिने वेढा घातला आहे. रसदेचा एक दाणाही त्या गडावर पोचत नाही. भुकेने किल्ल्यावरचे मराठे अक्षरश: हवालदिल

झाले आहेत. दोन दिवसांत किल्ला सर होईल.''

इतक्यात बादशहाचा दुसरा एक तिशीतला नातू मोमीनखान तंबूमध्ये धावत आला. तो उत्साहाने सांगू लागला,

''मुबारक हो जहाँपन्हाँ. बहुत अच्छी खबर-''

''क्यूं, क्या हुआ?'' आपल्या नातवावर डोळे रोखत पातशहाने विचारले,

''ओ जहन्नमी संभा अल्ला को प्यारा हुआ या पकडा गया?''

''नही, नही, वैसा नही! लेकिन दादाजान- '' नातू चटपटला.

''तसं नसेल तर लागलंच आपलं तोंड काळं कर. या किल्ल्याला वेढा दिला, त्या किल्ल्याला वेढा दिला, अशा फजुल, बक्वास बाता सांगायचं आता बंद करा. बेवकुफों, त्या पापी शिवाचे आणि संभाचे तीनशेहून अधिक किल्ले आहेत. तुमच्या या फजूल बाता ऐकता ऐकता जिंदगी संपत आली रे शैतानांनो.''

मोमीनखान आल्या पावली जवळ जवळ पळूनच गेला. वैतागलेला पातशहा वजिरावर उखडला, ''पाच लाखांची फौज आणि गेली आठनऊ वर्षे?- आमच्या तैमूरच्या वंशात बाबर झाले, अकबर, जहाँगीर, शहाजहाँन एवढे अल्लाघरचे शिपाई होऊन गेली शेदोनशे वर्षं आम्ही हिंदुस्थानवर राज्य केलं. पण अशी जालीम आठ-नऊ वर्षांची मोहीम बघितली होती कोणी?''

''पातशहा सलामत, थोडं सबुरीनं घ्या.'' अजिजीनं असदखान बोलला.

''वजीर, आपको मालूम नही, आमचं सारं लष्कर पागल व्हायचं बाकी राहिलं आहे. गेली आठ वर्षे आमच्या सैनिकांना घरमकान, बालबच्चे कुछ भी मालूम नही. लष्करानं वाटेत भेटतील तेवढ्या बाया, बाजारबसव्या पार नासवून टाकल्या. अनेकजणी मेल्या. कैक फौजींना आज असाध्य रोगांनी पछाडलं आहे. रात्रीच्या आडोशात पुरुषावरच पुरुष अत्याचार करतात. इथला हा सैतानी पाऊस, ही महामारी आणि अकाल यामुळे फौज जर्जर झाली आहे. त्यांचं मनोबल खचलं आहे. वेळेत ही हालत आवरली नाही, तर संतापलेले सैनिक एक दिवस या पातशहालाच उचलतील अन कवडी-कबरीच्या खेळासारखं जितेपणीच मला कबरीत गाडतील.''

''नही! नही! आलमपन्हाँ, आप तो जिंदा पीर है!''

''वजीर, इकडे होणारा देरच बगावतीला न्योता देतो आहे हे बिलकूल विसरू नका! म्हणूनच ह्या जालीम मोहिमेच्या विळख्यातून आझादी मिळवूया. ढूंढ लो, इस बीमारीपर कुछ अच्छीखासी दवा ढूंढ लो.''

अल्लाने पातशहाला चांगलेच पेचात पकडले होते. त्याच्या फौजेत खूप कुरबुरी वाढल्या होत्या. असदखान आपल्या शहेनशहाशी पूर्वी खूप अदबीने बोलायचा. पण परिस्थितीने तोही पुरता गांजून गेला होता. आपल्या फौजेची गाऱ्हाणी मांडत होता— ''मेरे आका, यापुढे अधिक महिने फौजेला थोपवून धरणं

अवघड आहे.''

''आपण हर युक्तीनं त्या संभालाच सह्याद्री पर्वतातून बाहेर काढू.''

''तेही सारे प्रयत्न वाया गेले. संभा बाहेर येत नाहीच, पण तिकडे आत पर्वतरांगात आपली फौजी ठाणी उघडून द्यायलाही कोणी धजावत नाहीत. तो गणोजी शिर्केसुद्धा डरपोक निघाला, किब्लाऐ आलम.''

''किती बदकिस्मती म्हणायची ही वजीरे आझम? आज काही वर्षांपासून त्या शिवाजी मरगठ्ठ्याचे दोन जमाई आमच्या गोटात आहेत. तिसराही आम्हांलाच चाहतो! त्याचे दहाबारा बडे सरदार इकडे पळून आले, तरी त्याचा लौंडा संभा आम्हांला आवरत नाही. काय चाललं आहे हे?'', पातशहा कडाडला, ''कुछ भी करो. साम, दाम, दंड, भेद असं काहीही करा. शस्त्र कोणतंही वापरा, मात्र शिकार हासील व्हायलाच हवी!''

दंडभेद नीतीच्या गोष्टी करता करता पातशहाला एकदम आठवले,

''झुल्फिकार, काय झालं त्या खवासखानाचं?''

''जहाँपन्हाँ, तो पाचाडजवळ पोचलाय.''

''आगे की बात कर, कंबख्त!'' एकाएकी पातशहाचे डोळे चमकले, ''संभा सोडा, निदान तो राजाराम तरी हातात येऊ दे. तो छोरा मुठीत आला की, त्याच्या मदतीने मरगठ्ठ्यांचं दुसरं सिंहासन स्थापन करू. आणि आम्हांवर गुरगुरणाऱ्या त्या संभाचा तरी माज उतरू.''

दोनच दिवसांत बहादूरगडाहून महादजी निंबाळकर आणि पन्हाळ्याच्या मुलखातून गणोजी शिर्के येऊन भेटणार होते. नव्हे त्यांना तात्काळ भेटीचे आवतण पातशहांनीच दिले होते. पातशहा आपल्या निकटच्या सहकाऱ्यांना अलीकडे सारखा सांगत होता, ''रामशेजच्या किल्ल्यानेच आम्हांला सबक शिकवला. हा मरगठ्ठ्यांचा नादान महाराष्ट्र तोफांच्या गोळ्यांपुढं झुकत नाही. झुकणार नाही. फंदफितुरीच्या छुप्या कट्यारीनं मात्र त्याच्या पाठीचे मणके सहज ढिले करता येतात!''

पातशहाची पुन्हा जाग्रणे सुरू झाली. महाराष्ट्र पठारावरील अनेक मोठ्या सरंजामदारांना, वतनदारांना तो खलिते लिहीत होता. त्यांना लुभावत होता. ''मानी मराठ्यांनोऽ आमच्याकडे या. तुमचा मानपान ठेवू. आमची मोगलांची सल्तनत काय परकी आहे काय? हा आलमगीर तरी तुम्हांला पराया का वाटावा? मनातल्या आंदेशा झटकून टाका. बाबांनो याऽ. तुमची पूर्वापर वतनं लिहून घ्या. एवढी तुमच्या शिवाजीची आणि आमची जातीदुश्मनी होती. ती सारी आम्ही विसरलो. शिवाजीचे जमाई राजे ह्या औरंगजेबाच्या गोटात ऐषोराम भोगताहेत. निंबाळकरांना आम्ही बहादूरगडची ठाणेदारी दिली आहे. जिथं आमचे जनानी सामान, रसद, मोठमोठे बारुदखाने आहेत- त्या अव्वल ठाण्याचाच महादजीला आम्ही ठाणेदार

बनवला. महाडीक, जेधे, माने, जगदाळेसारखे अनेक नेक मराठे, अनेक गावाचे देशमुख-देशपांडे सारे हुशार बम्मनही इकडं सुखानं आले आहेत. तो शिवाचा पोर संभाच का सराफिरा निघाला तेच कळत नाही. हवं तर त्यालाही बेचाऱ्याला घेऊन या. प्रेमानं जिंका वा तातडीनं पकडा. पण इकडे घेऊन या. नाही तरी मोगलांची सल्तनत काय नि तुमचं स्वराज्य काय, हम सब एक है.''

बहादूरगडाहून महादजी निंबाळकर आले. त्यांनी पातशहाला एक सुंदरसा नजराणा पेश केला. त्यांची गोळीबंद प्रकृती, रुंद खांदे, बळकट गर्दन असे रुबाबदार व्यक्तिमत्त्व पाहून पातशहा खूप प्रसन्न झाला. अत्यंत आदरानं आपल्या गुडघ्याजवळ झुकलेल्या महादजीची मुंडी स्वत:च्या हाताने वर करत पातशहा बोलला, ''महादजी, तुझं तकदीरच उघडलं म्हणून समज. बहादूरगडची ठाणेदारी करण्यापेक्षा तुझ्याकडं रायगडचं सिंहासन देण्याचंच आम्ही मुक्रर केलं आहे.''

''जहाँपन्हाँ, त्या रायगडच्या डोंगरापेक्षा आपल्या पायाजवळची जागा खूप पवित्र आहे.''

''महादजी, अरे मोठी फौज देतो तुझ्या मदतीला. शिवाजीचा जावई रायगडावर फौज घेऊन चालला आहे. ही खबरच किती बहादुरीची ठरेल.''

महादजीने पातशहाचे पाय पकडले. अशी बहादुरी आपल्याच्याने जमणार नाही, अशी स्पष्ट कबुली दिली. तो कळवळून बोलला, ''हुजूर, आपल्या गोटात राहूनच मी तिकडची कामं पार पाडतो.''

''ती कशी?''

महादजीने महाराष्ट्र पठारावरील अनेक सरंजामदार मराठ्यांना खलिते लिहिले होते. त्याच्या नकला पातशहाला दाखवल्या. वाडीच्या खेमसावंतांना त्याने लिहिले होते— ''अवरंग पातशहा बहाद्दूर म्हणजे या सम हा! त्याने गोवळकोंडा बुडविले. त्याच्यापुढे विजापूरकरांच्याही नाकातोंडात पाणी गेले. आता त्याच्या तलवारीपुढे पापी, गर्विष्ठ संभ्याचेही जहाज बुडणार आहे. म्हणून ह्या खानदानी मराठ्याची, महादजीची - शिवाजीच्या जावयाची तुम्हा सर्वांना कळकळीची विनंती आहे. या, आपल्या औरंगजेब पातशहाच्या सेवेत दाखल व्हा. तुमच्या सात पिढ्यांचे कल्याण करा.''

प्रत्यक्ष युद्धावर जायला महादजी घाबरत होता. त्यामुळे पातशहा थोडा नाराज झाला. पण रात्री त्याने असदखानाला गंभीर होऊन सांगितले, ''गेली अनेक वर्षे मी ह्या दखखनमध्ये ठिय्या देऊन आहे. ह्या मराठ्यांना मी चांगलं जोखलं आहे. सांगा वजीरे आझम, या मराठ्यांच्या जाती किती?''

''शहाण्णव की ब्याण्णव अशी काहीतरी बडबड करतात ते, जहाँपन्हाँ.''

''नही असदखान. आमच्या मते मरगठ्ठ्यांच्या फक्त दोनच जाती- एक मांडलिक

मराठे आणि दुसरे मर्द मराठे! ज्यांनी पूर्वापार आदिलशहा, निजामशहा असा कुठला ना कुठला धनी शोधला आहे, त्यांच्या मदतीनं आपली वतनं, वाडे, गढ्या, संस्थाने टिकवीत, शानशौकीत नेहमीच जिंदगी गुजरली आहे, ते सारे मांडलिक मराठे आणि ज्यांनी उन्हापावसात आपल्या वतनासाठी नव्हे तर देशधरमकें खातीर जिंदगी दावपें लगायी, वो मर्द मराठेऽ! हा शिवा आणि संभा हे ह्या मर्द मरगठ्ठ्यांचेच सरताज आहेत!''

''जहाँपन्हाँ, जे आपले दोस्त बनलेत त्यांची तारीफ करण्याऐवजी आपण त्यांनाच दोष देता?''

''वजीरे आझम, वो काहेके हमारे दोस्त? ते तर वतनाच्या तुकड्यांचे दोस्त! आम्हांला उपयोगी पडतात ही बाब वेगळी!''

''तो क्या जहाँपन्हाँ संभासे दोस्ती करना चाहते हो?'' असदखानाने डोळे बारीक करत नेमका प्रश्न केला.

''वजीरे आझम, एकदीड वर्षामागेच गोवळकोंड्याचा कुतुबशहा आमच्या खऱ्या अर्थी कब्जात आला होता. त्याची आणि संभाची खुफिया दोस्ती आम्हांला माहीत होती. त्याच्या मदतीनेच आम्ही संभाकडे दोस्तीचा पैगाम धाडला होता. म्हटलं, अशी लाखालाखाची फौज घेऊन ह्या बुढाप्यामध्ये कुठं आणि किती वर्षे भटकत राहायचं?''

वजीर असदखान आवंढा गिळत विचारू लागला, ''हजरत, काय मागितलं होतं आपण संभाकडं?''

''त्याचे सारे बडे किल्ले. त्याच्या बदली आम्ही संभाला देणार होतो हवी तेवढी, पण मैदानी मुलखातली जागीरऽ!''

''संभानं काय जबाब दिला?''

''काय देणार?'' पातशहा कडवट सुरामध्ये बोलला, ''समझोत्याचा पैगाम घेऊन गेलेल्या वकिलावर संभा इतक्या मोठ्यानं थुंकला की, वकिलांना बराच वेळ आपले डोळे उघडण्याचं धाडस झालं नाही!—''

दोनच दिवसांत पन्हाळ्याकडून गणोजी शिर्के आले. त्यांनी आल्या आल्या पातशहाचे पाय धरले. घरचे वडीलधारी मनुष्य भेटल्यावर त्याच्या गळी पडावे, आपल्यावरचा अन्यायाचा पाढा वाचून दाखवत मन रिते करावे, तसा बराच वेळ गणोजी बोलत राहिला. त्याला बोलते करत, पातशहा खूप चलाखीने माहिती काढत होता. पन्हाळा, विशाळगड, मलकापूर, कऱ्हाड पाठीमागच्या सह्याद्रीच्या खिंडी, रानवाटा अशा अनेक गोष्टींबाबत विचारत होता.

संभाजी आणि कवी कलशाने आपणाला जन्मातून कसे उठवले, ही पूर्ण कहाणी गणोजीने ऐकवली. ती नीट ऐकून घेत पातशहा बोलला, ''गणोजी, तू नेक

आहेस. कामाचा आहेस. काबील आहेस, पण तुझ्याकडे फारशी फौज नाही.''

पातशहाला माहीत असलेल्या बित्तंबातमीने गणोजी चरकला. पण लगेच स्वत:ला सावरत तात्काळ उत्तरला, ''पातशहा सलामत, धनी, तुम्ही म्हणता तशी पुरेशी लष्करी ताकद नसल्याने हा गणोजी एखाद्याला समोरून समशेरीचा वार करू शकणार नाही. पण माझ्या हातातल्या लांड्या खंजिराने मी एखाद्याच्या पाठीत असा घाव घालेन की, त्या दणक्यानं एखादं राज्यसुद्धा रसातळाला जाईल!''

''वाह गणोजी! अरे, तुझ्यासारख्या नेक बहादूर गड्याची निवड आपला जमाई म्हणून शिवाजीनं उगाच केली की काय?'' पातशहाने गणोजीला खास वस्त्रे आणि रत्नालंकार देऊन त्याचा गौरव केला. त्याच्याशी दोन दिवस मसलत केली. गणोजीला निरोप देताना पातशहाने हव्या तेवढ्या वतनाची हमी तर दिलीच, पण मुद्दाम सांगितले, ''आमच्या शहजाद्या आज्जमसाहेबांशी तुमचं सूत्र आहेच. पन्हाळ्याकडेच फिरते राहा. काही पैसाआडका हवा तर आज्जम साहेबांकडून खुशाल मागून घेत जा.''

''फार उपकार झाले, पातशहा सलामत.''

''फिकीर करू नकोस. तू पन्हाळ्याकडे पोचण्याआधीच आज्जमसाहेबांकडे आमचा जरूर तो पैगाम पोचेल.''

७.

कवी कलश शंभूराजांना ती खुषीची खबर सांगू लागले, ''वेळेला देव पावला म्हणायचा, राजन! जिंजीकडून खूप खुषीची खबर आहे!''

''कसली, कविराज? —''

''हरजीदाजींनी तीन हजार बैलांच्या पाठीवरून इकडं धनधान्य रवाना केलंय. पंधरवड्यामागेच चारण इकडं यायला निघालंय म्हणे!''

''उत्तम!'' शंभूराजांची कळी खुलली. ते मोठ्या समाधानानं बोलले, ''हरजी शूर तसेच जात्या हुशार आहेत. इकडच्या दुष्काळ आणि टंचाईच्या गोष्टी ऐकूनच त्यांचे डोळे उघडले असावेत. कसं का असेना, घडले ते उत्तमच म्हणायचं.''

दोनचार दिवस मध्ये गेले असतील, नसतील कृष्णाजी कोन्हेरे शंभूराजे आणि कवी कलशांकडे गडबडीने आले. आपल्या खांद्यावरचे उपरणे झटकत सांगू लागले, ''खलिता आलाय. अथणीकडून दिगोजी निंबाळकरांची खबर फारशी चांगली नाही! —''

शंभूराजे आणि कविराजांनी डोळे उंचावून कोन्हेरेंकडे पाहिले. कोन्हेरे म्हणाले, ''जिंजीकडून पाठीवर धान्य घेऊन आलेले बैल जतच्या माळावर गेले, आणि तेथे

ती रसद पातशहाला आपसूक लाभली! पण दिगोजीपंतांनी कळवलंय, बहुतकरून चारण वाट चुकून पातशहाच्या तळावर जाऊन पोचलं असावं...."

शंभूराजांनी त्यावर काहीच प्रतिक्रिया व्यक्त केली नाही. मात्र लगेचच दोन दिवसांत जिंजीहून हरजीदाजींचा खलिता आला. धान्य वेळेत पोचले किंवा कसे हे हरकाऱ्यांकडून लगेच कळवा, असा त्यात मजकूर होता. गोंधळलेल्या कलशांनी विचारले, "राजन, चुकले कोणाचे? बैलांचे की माणसांचे?"

त्यावर खिन्नपणे हसत शंभूराजांनी उलटा प्रश्न केला, "कविराज, तीन हजार बैलांबरोबर किती बैलहाके असतील?"

"किमान साठसत्तर."

"हरजींचेच, नव्हे?"

"अलबत."

"मग त्याचा दोष चार पायांच्या मुक्या बैलांना कशापायी द्यायचा? दोन पायाच्या मनुष्याच्या मेंदूतूनच निघालेल्या ह्या साऱ्या खोड्या आहेत."

"म्हणजे?"

"आम्ही पहिल्यापासून सांगत आलो आहोत ना, आमचे हरजीदाजी हे जितके हिंमतबाज, तितकेच हुशार आहेत! अहो, ही नटखट चाल म्हणजे त्यांची भावी गुंतवणूक आहे, कविराज!"

"ती कशी?"

"इकडे आमच्यासाठी चारण पाठवल्याचं भासवायचं आणि त्याच वेळी जाणून-बुजून रसद औरंगजेबाकडे पाठवायची. उद्या आम्हांवर दुर्दैव ओढवून समजा पातशहा विजयी ठरला. तर त्याच्यापुढे दंडकस्नान घालत जायला हे तयार. सांगायला मोकळे — पहिल्यापासून आम्ही पातशाही सेवकच होतो; नाइलाजानं मेव्हण्याकडे थांबलो होतो! आपल्या इमानदारीचा पुरावा म्हणून ही बैलं तेव्हा त्यांना उपयोगी पडतील!"

८.

झुल्फिकार जेव्हा सकाळीसकाळी औरंगजेबाच्या डोळ्यांसमोर उभा राहिला तेव्हा त्याच्या मुखाकडे पातशहाने पाहिले मात्र, औरंगजेबाचे काळीजच चरकले. त्याच्या मावसभावाचा काळाठिक्कर चेहराच फसगतीची इतकी साक्ष देत होता की, पुढे काही विचारायची ताकदच जणू पातशहाच्या जिभेमध्ये उरली नाही!

गयावया करत, करुण सुरात झुल्फिकार बोलला, "रेहम करो, जहाँपन्हाँ! ही बुरी खबर देताना माझी जीभ उचलत नाही. पण आमच्या जैनुद्दीन आणि साथीदारांनी

खूप कोशिश केली. पाचाडच्या राजमंदिरात राजारामाने त्यांना खाण्यासाठी बोलावलं होतं. त्या रात्री तो राजा लगेच गिरफ्दार होणार होता. पण तोवर संभाची ती औरत येसूबाई तिथे येऊन पोचली. तिनं आमच्या बहादुरांच्या चोरट्या नजरांतील लवलव तात्काळ हेरली आणि तिने 'गनिमऽ' गनिमऽऽ' असा शोर सुरू केला. मग काय! मरगठ्ठ्यांनी आपले सारे साथी कापून काढले. उरले फक्त दोन. त्या दोघांना वर गडावर नेऊन कैदेत ठेवलं आहे.''

पातशहाने काहीच मतप्रदर्शन केले नाही. खिन्नपणे तो लालबारीतल्या दरबाराच्या डेऱ्यात जाऊन बसला. त्याने निमूटपणे नित्याचे काम चालू ठेवले.

त्याच दिवशी दुपारी मन्सूरखानाचे हजार स्वारांचे पथक जतच्या माळावर धावत आले. त्यांनी आपल्याबरोबर काही महत्त्वाचे कैदी आणल्याचे पातशहाला समजले. औरंगजेबाने त्यांना लगेचच आत बोलावले. पातशहाच्या डोळ्यांसमोर गोसाव्याच्या पेहरावातले दंडाबेड्या घातलेले आठजण धट्टेकट्टे, बेदरकार आणि खुनशी नजरेचे नवजवान उभे केले. त्यांचे काळपट, क्रूर चेहरे आणि लाललाल डोळे बघवत नव्हते.

''मन्सूरखान, कौन है ये लोग?''

''जहाँपन्हाँ, कालच अथणीच्या एका हिंदूंच्या महादेवाच्या देवळात सापडल्या ह्या अवलादी. हे संभाचे आदमी आहेत.''

''आठ?''

''नही, हजरत! आणखी चारपाच होते. आपल्या सुभेदारानं रात्री त्यांच्यावर झडप घातली. तेव्हा अंधारातून बाकीचे पळून गेले. वरून लिब्बास गोसाव्यांचा, फकिरांचा आहे, पण पेशाने फौजी आहेत. एकेकाच्या अंगामध्ये दहा-दहा जणांची ताकद आहे.''

पातशहाने कवड्याची माळ आपल्या छातीशी धरत विचारले, ''और इन लोगोंका मकसद?''

मन्सूरखान गोंधळला. त्याने इतर उपस्थितांकडे नजर टाकली. तसे पातशहाने बाकी सर्वांना नजरेचा इशारा केला. खोजे, सेवक, मेहमान सारे बाहेर निघून गेले. त्या आठजणांकडे औरंगजेबाने एक बारीक कटाक्ष टाकला. लगेच मन्सूरखानला विचारले, ''या लोकांचा मकसद?''

''....आपकी मौत, जहाँपन्हाँ!–'' हे बोलताना खानाने शरमेने खाली मान घातली.

मन्सूरखानाने मराठ्यांच्या त्या टोळीला आधीच खरपूस मार दिला होता. त्या जिवांच्या अंगावर जखमांचे अनेक व्रण होते. पण डोळे जागृत. त्यांच्या विषयी पातशहाने खोलात माहिती विचारली— ''मरगठ्ठ्यांच्या फौजेत यांचा दर्जा काय होता? सरदार - सुभेदार?''

"नही हुजूर. साधे शिपाई-फौजी. पण त्यांच्या दर्जापेक्षा त्यांचा मक्सद, ध्येय खूप खतरनाक होता! आपल्याला मध्येच कुठेतरी गाठून कत्ल करायच्याच इराद्याने ते इकडे येऊन पोचले होते."

औरंगजेबाने हे संकट विषाच्या आणखी एका घोटासारखे पचवले. स्वतःला काबूत ठेवत त्याने त्यातल्या एका फौजी-गोसाव्याला सवाल केला, "क्यूं जँवामर्द? संभाचा तुम्हांला काय हुक्म होता?"

क्षणाचाही विलंब न लावता तो तरणाबांड पोर गरजला, "राजांनी आम्हांला इतकंच सांगितलं होतं. औरंग्या आमच्या देश, धर्म आणि देवावरचं संकट आहे. त्याला जिथं आणि जसा पकडाल, तिथं आणि तसाच फासटून माराऽ!"

औरंगजेब मंदसा हसत मन्सूरखानाला विचारू लागला, "अथणीच्या देवळातले संभाचे आणखी दोस्त पळून गेलेत काय?"

"नही, नही, जहाँपन्हाँ! इतनाही नही," खाकरत, घसा साफ करत मन्सूर बोलला, "आपल्या जिवावर उदार होऊन तुमचा इंतकाम घ्यायला आलेल्या अशा अजून दहाबारा टोळ्या जत, अथणी, पंढरपूर, मंगळवेढा ह्या टापूतून फिरताहेत."

मन्सूरखानाचे ते इशाऱ्याचे शेवटचे वाक्य पातशहाच्या काळजावर तापती सळई फिरवून गेले. प्रयत्न करूनही त्याला आपल्या चर्येवरच्या भीतीच्या रेषा लपवता आल्या नाहीत. तो संतापून बोलला, "जेव्हा तो बदमाष हंबीरराव मेला, तेव्हा वाटलं होतं संभा वाकला असेल. जेव्हा काफरांना अंग देणारी कुतुबशाही आणि आदिलशाही संपवली तेव्हा वाटलं होतं- आता मात्र हा संभा मोडला असेलऽ! लेकिन - लेकिन -" पातशहाचे बोल अर्धवटच राहिले.

त्या दिवशी पातशहाने लालबारीतला आपला दरबार खूपच लवकर आटोपता घेतला. संकटाचे तडाखे मनुष्य एक वेळ सहन करू शकतो, पण काळच त्याच्यावर आघात करू लागला तर मात्र त्याचा स्वतःवरचा विश्वास उडू लागतो. विजापूरची महामारी पचवून, पाऊण लाख स्वारशिपाई गमावूनही केवढ्या हिंमतीने औरंगजेबाने पुढे आगेकूच केली होती. पण त्याच्या नशिबाचे फासेच उलटे पडू लागले होते. शहजाद्या आझमकडून पन्हाळ्याच्या बाजूने कोणतीही वार्ता नव्हती. मराठ्यांनी सर्जाखान, शहाबुद्दीन, पोलादखान, बरामदखान अशा धाडसी योद्ध्यांना तिकडेच रोखून धरले होते. त्यातच राजारामाला पकडण्याचा धाडसी बेत वाया गेला होता. रसदेची पंचाईत, द्रव्याची चणचण, उत्तरेकडून चंदीचारा नाही, इकडे जागोजाग दुष्काळ, निर्णायक यश मिळत नसल्याने बेकाबू होत चाललेल्या फौजा, उर्मट बनत चाललेले स्वारसरदार, मानसिकदृष्ट्या विचलित झालेली फौज – अन तो कवडी-कबरीचा खेळ!

पातशहाच्या मेंदूमध्ये कोणी तरी सातत्याने कवडी-कबरीचाच जालीम खेळ

मांडला होता. पण त्याहीपेक्षा आज अथणीहून मन्सूरखानाने आणलेले ते कैदी! संभाने इकडे धाडून दिलेल्या बेहड्यांची त्यांनी सांगितलेली धोकादायक हकिगत. हा काफरबच्चा आता नरडीवर बसला आहे जणू. पातशहा रात्रभर तळमळत होता. डेऱ्याच्या कनातीपल्याड एखादे पान सळसळले, वाऱ्याने एखादी काडी वाजली वा बाहेर घोड्याच्या खुरांचा हलकासा आवाज आला, तरी पातशहा धडपडून उठत होता. खरेच, कोणत्या नदीकाठी आपली कबर बांधली जाईल? आपल्या नरडीचा घोट घेण्यासाठी संभाने सोडलेले सैतान नेमके इथे कसे टपकतील?... ह्या आणि अशाच भीतिदायक विचारांनी त्याला बावरे बनवले होते. डोळ्यांपुढे हिराबाई, पाण्याविना तडफडणारा शहाजहान, रक्ताने माखलेली दाराची मुंडी नाचत होती. दख्खन देशातला सह्याद्री छाताडावर कोसळलेल्या शिळेसारखा भिववत होता.

भल्या सकाळी पातशहाला खूप बुखार चढला. उदेपुरी त्याचे डोके धरून बाजूलाच बसून होती. काही केल्या बुखार उतरत नव्हता. मात्र तो प्लेगाचा बुखार नसल्याचा निर्वाळा हकिमाने दिला. तसा लालबारीने नि:श्वास टाकला. तापाने फणफणत पडलेल्या पातशहाच्या कानांवर कोणाचे तरी शब्द पडले, "मुकर्रबखान पलीकडे सांगोल्याजवळ आला आहे." पातशहाने त्याच्याकडे तातडीने हरकारे पाठवले.

दुसऱ्या दिवशी सायंकाळी क्षीण पातशहा आपल्या बिछायतीवर पडला होता. कनातखिडकीतून मावळतीच्या सावल्या आत डोकावत होत्या. पातशहाने नजर उंचावली. तेव्हा बिछायतीच्या शेजारी मुकर्रबखान हैद्राबादी दिसला. त्याच्या हातात फळांची करंडी होती. आपल्या आजारी धन्याला भेटण्यासाठी तो भरधाव वेगाने येऊन पोचला होता. पातशहाने त्याला खूण केली. उशाजवळ बसवून घेतले. मुकर्रबखानाने काळजीने विचारले, "मेरे आका, सरहकीम येऊन गेले की नाही?"

पातशहाने आपल्या मुलायम हाताच्या पंजात मुकर्रबचा हात पकडला. तो प्रेमाने दाबत पातशहा उदगारला, "मुकर्रबऽ तूच माझा खरा हकीम आहेस!"

मुकर्रबखानाकडे बघता बघता औरंगजेबाच्या दुबळ्या डोळ्यांत जान आली. त्याने त्याच्याकडे रोखून पाहिले. बाभळीच्या खोडासारखा उंच, काळसर, काटक, बहिरी ससाण्यासारखे भेदक डोळे असलेला मुकर्रबखान... पातशहाची गात्रे कसल्याशा निर्धाराने फुलून आली. अंगावरचे हलके वस्त्र गळून पडावे, तसा आजाराचा अंमल कमी झाला. औरंगजेब बिछायतीमध्ये उठून बसला. मुकर्रबचा पंजा लाडाने कुरवाळत तो बोलला, "मुझे पता है मुकर्रबखान की –" बोलता बोलता पातशहाची नजर बाजूला बसलेल्या उदेपुरीकडे गेली. शियासतीच्या गोष्टी सुरू झाल्या की, बेगमेनेच काय, पण अनावश्यक अशा कोणीही तिथे न थांबण्याचा दंडक होता. उदेपुरी बिचारी लागलीच दुसरीकडे निघून गेली.

"हां, हां! मुझे पता है मुकर्रबखान! सर्व दख्खनी मुसलमान सरदारांमध्ये, तू

रणगाझी नव्हे, तर अल्लाच्या दरबारातलाच शिपाई आहेस.''

''मी तर आपला सामान्य सेवक आहे, पातशहा सलामत!''

आता मात्र मुकर्रबखान खूपच सावध झाला. त्याला अचानक भेटीसाठी बोलवण्या-मागे पातशहाचा नेमका हेतू काय, हे लवकर समजेना. परंतु त्याला अधिक तिष्ठत न ठेवता औरंगजेब बोलला, ''शेख मुकर्रब, त्या नरकवासी संभाने किती उडदंग माजवला आहे, तो कुत्ता किती कमीना आहे, हे आम्ही तुला वेगळं सांगायची जरूरत नाही. ह्या काफर बच्चाच्या बापाला, शिवालाही मी पुरंदरच्या तहावेळी जेरीस आणलं होतं. लेकिन आज नऊ-दहा वर्षं हा शैतान ह्या औरंगजेबाला बेवकूफ फकिरासारखा दक्षिणेतून रानोमाळ भटकवतो आहे.''

पातशहा मोकळ्या मनाने श्वास घेऊ लागला. बोलता बोलता तो कमालीचा भावविवश झाला. त्याच्या डोळ्यांत अश्रू उभे राहिले. गाजराच्या बुंध्यासारखे पातशहाचे लालभडक नाक अधिकच लालेलाल दिसू लागले. तो कळवळून बोलला, ''मुकर्रब, कोणत्या जालीम मुहूर्तावर ह्या अजाशी मोहिमेसाठी मी बाहेर पडलो, कुणास ठाऊक! मराठ्यांचे अव्वल किल्ले अजूनही पडत नाहीत. तो संभा काही केल्या गवसत नाही. माझे सारे शहजादे नादान आहेत. पोते बेवकूफ ठरलेत. लष्कराचं मनोबल तर खचलंच आहे. आमचं वय झालं. उठता-बसता हाडं वाजतात. अल्लाच्या सेवेसाठी टोप्या शिवायचं म्हटलं तर नजर ठरत नाही. आता आमच्या लष्करावरही आमचा भरवसा उरला नाही. पुन्हा सह्याद्रीच्या रानाकडं वळायचं या कल्पनेनं स्वारशिपाई मनातून घाबरून आहेत. ते हरामजादे कवडी-कबरीचा खेळ खेळतात आणि ह्या पातशहाची कबर दक्षिणेतल्या कोठल्या नदीकाठी बांधली जाईल याचा अंदाज बांधतात.''

''जहाँपन्हाँ, लानत है ऐसी जिंदगीपर!'' मध्येच मुकर्रबखान ओरडला, ''चारपाच लाख फौजेचा मालिक आणि हिंदुस्थानचा शहेनशहा. अवतीभोवती शिपायांचा समिंदर असूनही आपकी आँखोंमें पानी? फिर ऐसी शिपाईगिरी किस कामकी?''

''त्यासाठीच तर मुकर्रब खूप विचार करून आम्ही पन्हाळ्याच्या मुलखाकडे तुझी नेमणूक करीत आहोत.''

''आप फ्रिक मत करना, जहाँपन्हाँ! मी आता जाऊन उघड्या मैदानात त्या संभाजीची कातडी सोलतो. वाटल्यास त्या जंगली बंदराला थयथय नाचवत आपल्यासमोर पेश करतो!''

''ऐसा सैतानी ख्वाब ख्वाब में भी मत देखना, मुकर्रब! अरे बेवकूफ, तो संभा उघड्या जंगात जेर होणाऱ्यांपैकी असता तर गेली आठ वर्षे हा पागल फकीर दक्षिणेत का भटकत राहिला असता? आज माझे खंडीभर सरदार आणि उरलेली तीन साडेतीन लाखांची फौज कुचकामी ठरली आहे. आणि सह्याद्रीच्या पहाडीत

राज्य करणारा शिवाचा तो कुत्ता मात्र दिवसेंदिवस बेदरकार बनत चाललाय—''

औरंगजेब विचारात बुडून गेला. स्वत:शीच बोलल्यासारखा म्हणाला, ''सच है! सह्याद्रीच्या त्या घन्या पहाडीवर माझा भरवसा कधीच नव्हता. आज तर माझा माझ्यावर सुद्धा भरवसा उरला नाही. आणि साडेतीन लाखांच्या माझ्या ह्या लष्करी जत्रेवर तर नाहीच नाही. अरे, त्या रामशेजसारखा एक छोटासा किल्ला काबीज करायला आमच्या हरामजाद्यांना जर साडेसहा वर्षं लागत असतील, तर यांचा भरवसा धरायचा कसा? तो रामशेज नाशकाकडे एका बाजूला होता. आणि रायगड, राजगड, प्रतापगड हे किल्ले तर सह्याद्रीच्या कलेजातच आहेत.''

''तो क्या हुआ जहाँपन्हाँ? आपण जाऊ. चला, मी येतो आपल्यासोबत.''

''कशासाठी जायचं आम्ही? आमच्या कबरीची जागा आताच शोधून ठेवण्यासाठी?'' औरंगजेब पुन्हा काहीसा हताश, पण लगेचच समजुतीच्या सुरात बोलला, ''मुकर्रब, तू माझ्या सख्ख्या भावापेक्षा मला प्यारा आहेस. म्हणूनच सांगतो, तो रायगड, तो राजगड आणि त्या गडावर गस्त घालत बसलेला सिंहाचा एक जखमी छावा, हे सैतानी ख्वाब मला रातचेच काय पण दिवसा, हलकीसी नींद घेतानाही दिसते. माझ्या डोळ्यांच्या कडांना डसते आणि माझ्या पुऱ्या बदनमध्ये कपकपी सुटते.''

पातशहाची ती केविलवाणी अवस्था पाहून शेख मुकर्रबखानाला स्वत:चीच खूप लाज वाटू लागली. बराच वेळ दोघांमध्ये मसलत सुरू होती. आपले दिल मुकर्रबपुढे खुले करून शेवटी पातशहा बोलला, ''मुकर्रब, आता अधिक वक्त न दवडता पंधरा हजारांची फौज घेऊन तू पन्हाळ्याकडे निघून जा.''

''पन्हाळ्याकडे?'', मुकर्रबखानाने चमकून पातशहाकडे बघितले.

''क्यूं? तिकडे शहजादा आज्जमला मी आधीच धाडला आहे म्हणून?''

''जी हां!''

''त्याची बिलकूल फिकीर करू नकोस. त्या दिशेची सारी सूत्रं मी तुझ्याच कबजात देतो. जरूरत पडेल तेव्हा आमचा शहजादाही तुझ्याच हुकूमाखाली काम करेल, असा हुकूम मी आजच सोडतो. ते फर्मान घेऊनच तू तिकडे निघ. तुझी दिशा, ध्येय, दिल सब कुछ संभाऽ! सिर्फ संभाऽऽ!!''

''शुक्रिया, जहाँपन्हाँ! या सामान्य बंद्यावर आपण खूप मेहेरनजर दाखवलीत!'' छातीवर मूठ मारत आणि पातशहापुढे झुकत मुकर्रबखान बोलला, ''मीही दख्खनच्या मातीतला कडवा फौजी आहे. त्या संभाचा बंदोबस्त करण्यासाठी मी पुरेशी काळजी घेईन. माझी भिरभिरती नजर काफरांच्या प्रत्येक हालचालींवर राहील. विजेच्या चपळाईने आणि बाणाच्या वेगाने धावणाऱ्या, डोंगररानावर आदळून उलट्या वाहणाऱ्या वाऱ्यासारखी गेल्या पावली खबर घेऊन येणाऱ्या चलाख हेरांची नेमणूक मी त्या रानात करेन. लेकिन पातशहा सलामत, और एक मेहेरबानी करना. मुबलक खजाना

माझ्या गाठीला द्या.''

''बेशक, बिलकूल!''

''एक राजकी बात सांगतो जहाँपन्हाँ! मरगठ्ठ्यांसारखी परधार्जिणी आणि लालची जात जगाच्या पाठीवर आढळणार नाही. थोड्याशा द्रव्यापायी ते आपल्या भावाचाही गळा घोटायला तयार होतात!—''

''वाऽ! क्या परख है!'' आलमगीर खूपच खूष दिसला.

''जहाँपन्हाँ, मुर्ग्यांसमोर दाणे फेकावेत तसे मी मराठ्यांच्या मुलखात मुठीने हिरेजवाहरात फेकणार आहे. खर्च वाढला तर तो सरकारातून मंजूर व्हावा.''

औरंगजेब खूपच समाधानी पावला. रामशेज पडत नव्हता म्हणून पातशहाने द्रव्यलोभाचे अस्त्र वापरले होते. अब्दुल करीम नावाच्या जमिनदाराकडून रामशेजच्या नव्या मराठा किल्लेदाराला लाच देऊन वश केला होतो. हजारो तोफगोळ्यांनी जे यश दिले नव्हते. ते गद्दारीच्या तीक्ष्ण कट्यारीने वश केले होते. ह्याच मार्गाचा वापर करायचे पातशहाने नक्की केले. भुकेल्या उंटाला वैराण वाळवंटाच्या पल्याड गवताचा ओला पुंजका दिसावा, तशी औरंगजेब पातशहाला मुकर्रबच्या निमित्ताने थोडीशी आशा वाटू लागली. त्याने मुकर्रबखानाच्या डोळ्यांत निर्धाराची जळती धग पाहिली. तो खुषीने जागेवरून उठला. शेख मुकर्रबच्या पाठीवर लाडाने थाप मारत तो बोलला,

''गाझीऽ, दौलतीची पर्वा करू नकोस. हवं तर निघाल्या पावलीच आमचा अर्धा खजिना हत्तीवर बांधून बेशक घेऊन जा. पण कामगिरी फत्ते कर.''

बोलता बोलता आलमगीर पुन्हा गंभीर झाला. दीर्घ उसासे घेत बोलला,

''लेकिन शेख मुकर्रब, ह्या मोहिमेमध्ये एका क्षणासाठीही गाफील राहू नकोस. धामधुमीचा धावता जंग करणं आणि हुल्लडबाजी माजवून शत्रूची दाणादाण उडवणं ह्या कलेमध्ये तो दुष्ट संभा खूप माहीर आहे. त्या शिवापेक्षा दहापटीने तापट आणि त्रासदायक असा हा संभा आहे. काहीही कर. पण ह्या काफरबच्चाला वेसण घाल. तेच पुण्य आहे. तीच आखिर अल्लाची बडी खिदमत ठरणार आहे.''

■

१.

तिन्हीसांजेचा गार वारा भिरभिरत होता. केर्ल्याच्या माळावर मुकर्रबखानाचा तळ पडला होता. तंबूच्या दारामध्ये मशाली ढणढणत होत्या. काळेकभिन्न मशालजी दिवट्यांमध्ये तेल ओतत होते. घोड्यांना, उंटांना दोन दिवसांनी फुरसद लाभली होती. त्यामुळे जनावरे मजेने ओलासुका चारा चघळत होती. शेपट्या उडवत खुंटाळ्याभोवती आरामात रवंथ करत होती.

तळाच्या मध्यभागी मुकर्रबखानाचा डेरा पडला होता. त्याच्या डेऱ्याच्या भोवतीने अनेक मशाली फुरफुरत होत्या. हातात नंग्या तलवारी घेऊन हशम डेऱ्याच्या भोवताली पहारा देत होते. तलवारींच्या पात्यावर पडलेला मशालींचा उजेड चमचम करत होता. आत आपल्या डेऱ्यात मखमली मेढीला टेकून मुकर्रबखान विसावा घेत बसला होता. मात्र त्याचा चेहरा चिंतेमुळे खूपच ताणल्यासारखा दिसत होता. मधूनच तो तंबूच्या कनातखिडकीतून उजव्या हाताकडे नजर टाकत होता. समोरच्या काळ्या डोंगरावरचा अदृश्य पन्हाळगड त्याला अंधारातूनच वाकुल्या दाखवत होता.

तितक्यात बाहेर दूरच्या अंतरावर कुत्री मोठमोठ्याने भुंकू लागली. वीसपंचवीस स्वारांचा एक बेडा आपली घोडी उधळत तळाकडे धावत आला. बेड्याच्या शिरोभागी शेख मुकर्रबचा एक पुत्र सलीम आणि खानाचाच एक कारभारी होता. त्या दोघांच्या पाठोपाठ काही मराठा स्वारांची घोडी दौडत पुढे येत होती. तो वेगाने आलेला बेडा प्रवेशद्वाराजवळ थांबला. शहजाद्याच्या पाठोपाठ पंचेचाळिशीतला एक मराठा सरदार घोड्यावरून खाली उतरला. त्याच्या चेहऱ्यावर सूज आणि अंगावर ताज्या जखमांच्या खुणा दिसत होत्या. काही दिवसांमागेच त्याच्या एका डोळ्याला मार लागला होता. त्यामुळेच त्या डोळ्यातला तांबडा रंग अजून हटला नव्हता.

सर्वजण लवून मुजरा करत खानाला सामोरे गेले. त्या रापल्या चेहऱ्याच्या सरदाराने पुढे पाहिले. समोर झोकात बसलेला मुकर्रबखान त्याला दिसला. त्याबरोबर आपल्या कुलस्वामीचेच दर्शन घडल्याचा त्याला आनंद झाला. तो गहिवरून गेलेला मराठा गडी सरळ खानाच्या पायांवर कोसळला. आपले नाकडोळे खानसाहेबांच्या पावलांवर घासत तो मुसमुसून रडू लागला, "वाचवा, खानसाहेब वाचवा."

त्याच्या चिकट्या स्वभावाने मुकर्रबखान काहीसा बावरला. त्याने आपल्या सलीमला विचारले, "कौन है ये बावरा इन्सान?"

"बाबाजान, हेच ते गणोजीराजे शिर्के. संभाजीचा सगा साला आणि शिवाजीचा जमाईराजा!"

"उठा गणोजीराजे." असे म्हणत मुकर्रबखानाने खाली वाकलेल्या गणोजीच्या

पाठीवर लाडाने एक रपाटा दिला आणि विचारले, "गणोजी, प्रत्यक्ष पातशहा सलामतच्या गोटामध्ये तुम्हांला केवढी इज्जत आहे. आणि आज इकडे आपण बेसहारा लौंडीसारखे रडता कशाला?"

"काय करणार खानसाहेब? त्या संभ्यानं आणि कलुषानं आम्हा शिर्क्यांना बेघर केलं आहं. साऱ्या शिरकाणात त्या दोघांनी आमची दाणादाण उडवून दिली. आमचा कुटरे गावचा वाडा जप्त केला. आमचे दोनतीन चुलतभाऊ ठार मारले. मी स्वत:, आमचा देवजी आणि दौलतराव ही पुरुषमाणसं मोगलाईत पळून आलो आहोत. काय सांगू, काय सांगू खानसाहेब, आमची बायकापोरंसुद्धा आता शिरकाणात राहत नाहीत!...."

"लेकिन भोसले तर तुमचे जवळचे सगे नव्हे?"

"असल्या मेहमानांची धूळधाण झाली म्हणून बिघडलं कुठं? संभाजीनं आणि त्याच्या भोंदू मांत्रिकानं आमच्या शिरकाणात हैदोसदुल्ला उडवला आहे. आमची खळी लुटली. उभी पिकं जाळली. आमच्या रखवालदारांना गवताच्या पेंढ्यात घालून जिवंत जाळलं!"

गणोजीकडे दयेने पाहत मुकर्रबखान हसला. तो उपहासाने बोलला, "अहो राजे, असे रडण्यापेक्षा तुम्ही संभाजीवर तलवार का उपसत नाही?"

"पुरी तयारी केली होती, खानसाहेब. त्या संभानं पहिल्यांदा कलुषाला आमच्यावर पाठवला. तेव्हा प्रभावळीतले आणि दक्षिण कोकणातले सारे इज्जतदार वतनदार मी गोळा केले. चांगली दहा हजारांची फौज बांधली होती आणि त्या कब्जीबाबाला शिरकाणातून पळवून लावला होता—"

"फिर?"

"फिर काय, त्या नादान कलुषानं संभाजीला रायगडावरनं बोलावून घेतला. त्या दोघांची नुसती पाच हजारांची फौज होती-"

"तुम्ही तर संख्येनं दुप्पट होता ना?"

"उपयोग काय त्याचा खानसाहेब? ह्या भोसल्यांच्या अवलादीला रणचंडीच वश आहे की काय कोणास ठाऊक! जेव्हा तो संभ्या दिमाखात घोडा फेकत रणमैदानात उतरतो, तेव्हा वैरी असूनही त्याच्याकडं नुसतं पाहत राहावंसं वाटतं. त्याच्या नुसत्या एका आरोळीनं सैनिकांच्या अंगात बारा रेड्यांची ताकद गोळा होते, तेव्हा संभाच्या वेगवान घुसखोरीनं साऱ्यांना कापरं भरतं. खानसाहेब सांगायला शरम वाटते, संभा शिरकाणात उतरला आणि आम्हा वतनदारांची फौज कशीबशी दोनतीन तास टिकली. त्यानंतर सारे जंगलरानाच्या आडोशानं पळून गेले."

मुकर्रबखानाने गणोजीला थोडे शांत होऊ दिले. खिदमतगारांनी विजापुरी शरबताचा थंडगार प्याला पुढे केला. शिर्क्यांचे उचित स्वागत करून मुकर्रबखानाने त्यांना दिलासा दिला. मुकर्रबखान बोलला, "गणोजी, संभाजी हे जसं पातशहावरचं

संकट आहे, तसंच ते तुम्हासारख्या जातिवंत वतनदारांवरचंही.''

"खानसाहेब, ह्या गणोजीच्या पाठीशी अनेक नेक मराठे आणि इमानी ब्राह्मण सरदारही आहेत. सारे मारे माघारी वल्गना करतात, मिशांना तूप लावून पीळ भरतात, पण एकदा का हा संभा रणात उतरला, की सारे हुप्प्या वानरांसारखे पळून जातात! एकूण काय, आता आम्हा सर्वांचंच एकमत झालं आहे, हा संभाजी कोणाला रणात आवरत नाही. आवरणारही नाही!''

एकाएकी गणोजीचे डोळे ओले झाले. तो गहिवरून बोलला, "पातशहा सलामतच्या हुकुमानुसार मी तयार होतो. माझ्या मुलखात या आणि हवी तितकी मोगली ठाणी बांधून काढा असा शब्दही मी पातशहांना दिला होता. पण त्या महाघातकी संभ्यानं आमचं सारं शिरकाण जाळून काढलं. राजेशिर्के ओसाड गावचे भिकारी झाले. खानसाहेब काहीही करा, पण त्या संभ्याला खाटकानं बोकड कापावा तसा एकदा छाटून टाका.''

मुकर्रबखानाने एकूण परिस्थितीचा अंदाज घेतला. त्याने गणोजीच्या अंगातला कण नि कण, त्याचा धपापता श्वास, त्याची भिरभिरती नजर, संभाजीराजांच्या द्वेषाने डोईच्या केसांपासून ते पायाच्या नखापर्यंत त्याचे पेटून उठणारे सर्वांग याचा पुरेपूर अंदाज घेतला. गणोजी शिर्के हा संभाजीचा नव्हे, तर औरंगजेबाचाच साला असल्यासारखा भरवसा त्याला वाटू लागला!

रात्री बराच वेळ मसलत चालली होती. मुकर्रबखान कनातखिडकीतून पन्हाळ्याकडे पुन:पुन्हा नजर टाकत होता. चर्चा अपूर्ण राहिली.

पुन्हा दुसऱ्या दिवशी सकाळी खानाच्या आणि गणोजीच्या कानगोष्टी सुरू झाल्या. भल्या सकाळीच शहजादा आझम आणि औरंगजेब पातशहाकडून काही तातडीचे खलिते आले होते. त्यांचे बारीक वाचन झाले. आता पन्हाळगडचा डोंगर लख्ख उजळून दिसत होता. तेव्हा मुकर्रबखान हसून गणोजीला बोलला,

"शिर्के, सिंह हाती लागत नाही. निदान समोरचा तो गड तरी ताब्यात द्या.''

"पन्हाळा!''

"होय. पन्हाळा काबीज करा, असा मला जहाँपन्हाँचा हुकूम आहेच. शिवाय फौजी हालचालींच्या दृष्टीनंही तो खूप महत्त्वाचा आहे. एकदा तो ताब्यात आला की पाठीमागचं मसाईचं पठार, दूरवरची ती घोडखिंड, विशाळगड ते आंबाघाट या साऱ्या भागात हुकूमत बसवायला आम्हांला कोणतीच तोशीस पडणार नाही.''

गणोजीचा चेहरा गांगरला. तो आवंढा गिळत बोलला, "खानसाहेब, भारी अवघड काम सांगितलंत. तिथला किल्लेदार विठ्ठल त्र्यंबक महाडकर आणि प्रल्हादपंतांसारखी जुनी माणसं खूप कडाची आहेत. फुटायची नाहीत.''

"सोडा हो गणोजीराजे! अनेक जुने मरगट्ठे अनेक वर्षांच्या जंगानं आता थकून

गेले आहेत. त्यांना फक्त वतनं, शांती आणि सरंजाम हवा आहे. बेशक जा. हिरेजवाहारातनं भरलेल्या थैल्या घेऊन जा. किल्ल्यावरच्या कारभाऱ्यांना द्रव्य द्या. त्यांना फोडा."

"सरकार, बाकी सारे ऐकतील, पण त्या प्रल्हादपंतांसारखं म्हातारं हाड मात्र बधायचं नाही!–" गणोजी बोलला.

"शिर्के, बालबच्चासारख्या उगाच बाता करू नका. तुमच्याच त्या राजनिष्ठ प्रल्हादपंतांनी शहजादा आज्जमला पाठवलेली ही तवारीख नीट पाहा."

गणोजी आश्चर्यचकित झाला. त्याने मुकर्रबखानाच्या हातातील खलित्यावर झडपच मारली. श्वास रोखून गणोजी प्रल्हादपंतांचे ते पत्र वाचू लागला,

"शहजादे आझम

कृपा करा. आम्हांला वाचवा. आमचा राजा अविचारी, अव्यवहारी नव्हे, वेडाच निघाला आहे. कोणी कारकून भ्रष्टाचार करतो म्हणून राजाकडे चुगली करायचा अवकाश, राजाचे एकच धोरण. विचार न करता त्यास आणावा, मारावा, नागवावा. एक कब्जीच मात्र प्रमाण. बाकी सारे बेईमान. कलुषाच्याच नादे महाराज चालणार. शिर्क्यांसकट कोणचीही घरे बुडवावी. वतनदारांना नागवावे. हलक्या माणसांचे ऐकावे. राजा वेडा झाला आहे.

पातशहाने कृपा करावी आणि जुलमी संभाजीच्या जाचातून आम्हांला मुक्त करावे. मराठ्यांचे राज्य वाचवावे! राजाला आणि राज्याला सुद्धा राज्यक्षयाने ग्रासले आहे. राज्य लयास जाणार. पातशहा सलामत यांनी ते वाचवावे. राजारामास तक्तावर बसवावे. आपल्या सेवेस आमच्यासारखी जुनी मंडळी तत्पर आहेत."

गणोजीने एका दमात ते पत्र तीन वेळा वाचून काढले. त्याच्या चेहऱ्यावरून अवघा आनंद ओसंडत होता. एक डोळा बारीक करत आणि आपल्या मिशीला लाडाने पीळ देत गणोजी खुषीने बोलला, "बस्स सरकार! असा कौल खुद्द प्रल्हादपंतांकडून मिळाल्यावर बाकीची कामगिरी फक्त आमच्यावर सोडा."

दोन रात्री मध्ये गेल्या. तोवर अंधाराचा फायदा घेऊन गणोजी आणि देवजी शिर्के स्वत: पन्हाळ्यावर जाऊन आले होते. तेथून परतल्यावर ते तडक मुकर्रबखानाच्या तंबूत घुसले. लग्नमंडपात मेहुण्याला आनंदाने मिठी मारावी तशा दोघांनीही मुकर्रबखानाला मिठ्या मारल्या. ते चेकाळून बोलले, "बस्स् खानसाहेब, दोनच दिवस थांबा. पन्हाळ्यावर पुन्हा भगवा झेंडा दिसणार नाही! विनासायास गड आपल्या ओट्यात येऊन पडेल. तुम्ही फक्त तो हिंमतीनं ताब्यात घ्यायची तयारी ठेवा!"

२.

पन्हाळ्यासारख्या बलदंड आणि महत्त्वाच्या किल्ल्याभोवती अजगराने वेटोळे घालायला सुरुवात केली. शंभूराजांची उपराजधानी धोक्यात आली होती, हे कळताच संभाजीराजे आणि कविराजांनी आपली घोडी पन्हाळ्याच्या दिशेने जोराने दामटली. विशाळगडावरून निघाल्यावर वाटेतच कलशांनी मलकापूरच्या आपल्या ठाण्याला इशारा दिला. शहाळी आणि कडवी नदीच्या पाण्यावर पोसलेल्या दहा हजार घोड्यांपैकी तीन हजार घोड्यांनी पन्हाळ्याकडे धाव ठोकली.

गडावरचे निशाण राजद्रोह्यांनी मुद्दाम काढून टाकले होते. अर्धा किल्ला मोगलांच्या ताब्यात गेला होता. तोवर मसाईच्या पठाराच्या अंगाने, पश्चिमेकडून शंभूराजे किल्ल्या-वर घुसले. त्यांनी आणि कविराजांनी दोघांनीही रणामध्ये उड्या ठोकल्या. किल्ला चढून बुरुजांकडे धाव घेणाऱ्या मोगली फौजा कापून काढल्या. अजगराच्या तोंडात गेलेले निम्मेशिम्मे भक्ष्य त्याचे दात पाडून खेचून बाहेर काढावे, तसा गड पुन्हा आपल्या ताब्यात घेतला. रात्री फितुरांच्या झडत्या सुरू झाल्या. प्रल्हादपंतांना गिरफ्तार केले गेले. राजद्रोही येसाजी आणि शिदोजी फर्जंदांचा कडेलोट केला गेला. शंभूराजांनी आपल्या वज्रमुठीने गमावलेला किल्ला पुन्हा आपल्या ताब्यात घेतला.

कवी कलश बोलले, ''राजन, आपण थोडक्यातच बचावलो. तहानभुकेची पर्वा न करता विशाळगडावरून पन्हाळ्यावर आपण बाणासारखे धावून आलात. नाही तर मुकर्रबखानानं किल्ला गिळलाच होता.''

''कविराज, पन्हाळ्याच्या विजयाचं आम्हांला आज कौतुक नाही. पण आज अगदी थोडक्यात आमच्या हातून तो नीच गणोजी शिर्के सटकला, त्याच चुटपुटीनं मात्र मन अगदी पोळून जातंय!''

''खरं आहे, राजन! त्या लबाड कोल्ह्यानं केवळ अंधाराचा फायदा घेतला. पुसाटीकडच्या करवंदीच्या जाळवंडातून तो निसटला, हीच आमची बदकिस्मत-''

''कविराज, कधी कधी मनुष्याच्या हातून एखादी चूक घडते आणि तिच्या प्रायश्चित्ताचं ओझं जन्मभर वाहावं लागतं. आपलं, आपलं म्हणून जे जपलं, तेच जिव्हारी खुपलं! दुसरं काय?'' शंभूराजे हळहळत बोलले, ''गेल्या रायगड भेटीत गणोजीच्या जिभेला फड्या निवडुंगाचे काटे फुटले होते. ते सहन न होऊन येसूराणीने आमच्याच म्यानातली तलवार उपसली होती. भावाची खांडोळी करायला ती पुढं धावली होती. तेव्हाच त्या गण्याला आम्ही जीवदान दिलं नसतं, तर आज कशाला हे दिवस दिसले असते?''

''खरं आहे, राजन! आज एक गणोजी खूप महाग पडतोय.''

"नाही, तसं नाही कविराज. स्वराज्यात आज गणोजी शिर्के ही एक व्यक्ती नाही. तो एक गंजका मुखवटा आहे. त्या मुखवट्याच्या आडोशानं बेचैन झालेले अनेक सरंजामदार आणि लेकराबाळांच्या चिंतेनं ग्रासलेले वतनदार आमच्याविरुद्ध एक झाले आहेत. हे दुखणं आजचं नव्हे, तर फार पूर्वीचं आहे."

"ते कसं?"

"हे लुच्चे वतनदार आबासाहेबांच्या काळातसुद्धा आतून खूप दु:खी होते. ते आमच्या आबासाहेबांच्या मृत्यूची वाटच बघत होते. पण ते हयात होते तोवर त्यांच्या करारी स्वभावापुढं त्यांना गप्प बसण्याशिवाय गत्यंतर नव्हतं."

"पुढं?"

"पुढं काय. ह्या शिवपुत्राला बदफैली, व्यसनी, लहरी मानून आम्हांला वेडंही ठरवायचा खूप प्रयत्न झाला. पण त्या जुन्या, कावेबाज म्हाताऱ्यांच्या पगडीतले पीळ हा संभाजी जाणून होता. आधी आम्हांला जीवे मारायचे तीन प्रयत्न वाया गेले. पन्हाळ्यावरचा हा कावा चौथा आणि अखेरचा होता."

एकदा दुपारी कराडच्या बाजारातून नागोजी मानेचा मस्तवाल, काठेवाडी घोडा दिमाखात चालला होता. तितक्यात त्याला समोर गिरजोजी आणि अर्जोजी यादवबंधू घोड्यावरून येताना दिसले. तसा नागोजीने आपल्या घोड्याचा लगाम खेचला. यादवबंधूंची गंमत उडवत तो बोलला, "का रे यादवांनोऽ मिळाले का तुम्हांला संभाजीकडून तुमच्या वतनाचे कागद?"

"आमच्या वतनाचा निवाडा जुना आहे. मिळतीलच की सहीशिक्क्याचे कागद!" गिरजोजी बोलला.

"मूर्ख आहात. भोसल्याच्या अवलादीनं कधी कोणाला अशी वतनं करून दिलीत का? परका असून त्या पातशहाला आम्हा वतनदारांची दया येते. पण ह्या भोसल्यांना नाही."

नागोजीनं बोलता बोलता सहज बुद्धिभेदाचं जहर यादवबंधूंच्या मेंदूत कधी उतरवलं हे त्या दोघांनाही समजलं नाही. ते दोघेही हिरमुसले. गिरजोजी अतिशय निराशेनं बोलला, "जाऊदे सुभेदार. आमचं तकदीरच खोटं. रास खराबीची."

"का रे?"

"गेल्या वेळी शिक्कामोर्तब होणार होतं बघा. अन त्याच दोन दिवसांत थोरले महाराज गेले- " अर्जोजी बोलला.

त्या दोघांकडे पाहत, छद्मीपणाने हसत नागोजी बोलला, "आता धाकटं महाराज जाण्यापूर्वी कागदं तेवढी रंगवून घ्या!"

"सरकार, असं वाईट का बोलता?" यादवबंधूंनी एकदम विचारले.

नागोजीने जीभ चावली. अचानक आपण भलतेच काहीतरी बोलून गेलो, याची त्याला जाणीव झाली. स्वत:ला सावरत तो म्हणाला, "वेळ काही सांगून येते का रे बाबांनो? जोवर शंभू जित्ते आहेत, तोवर वतनं पदरात पाडून घ्या. जी गोष्ट गणोजीला टाचा घासून मिळत नाही, ती यमाईच्या कृपेनं तुम्हांला मिळणार आहे. म्हणूनच बाकीची सारी कामं बाजूला टाका. धाकटं महाराज तिकडं कुठं आहेत- पन्हाळगड, विशाळगड की शृंगारपूर- जिथं असंल तिथं जाऊन त्यांचं पाय धरा. नाहीतर दैव देतं नि कर्म नेतं, तसं एक दिवस पस्तावाल."

३.

"खानसाहेब कायबी करा. पण त्या संभ्याची खांडोळी करा आणि त्या दगलबाज, भोंदू, मांत्रिक कलुषाची मुंडी छाटाऽ!" गणोजी अगदी घाईला आला होता.

दुखावलेल्या गणोजीचं टकुरं जाग्यावर नव्हतंच. पण मुकर्रबखानासाठी सुद्धा दिवस चांगले नव्हते. सकाळीच पातशहाचा खलिता येऊन धडकला होता. पातशहाने संतापून त्याला लिहिले होते, "केवढ्या उमेदीनं आम्ही तुम्हांवर नजर लावली होती. पण आपल्यासारख्या अल्लाच्या दूताकडून जिंकलेला पन्हाळा निसटून जावा, आणि आपण सलामीलाच शिकस्त खावी याचं दु:ख बहुत आहे. खुदा करो आणि त्या संभानेच तुम्हांला पकडून ठेवल्याची बुरी खबर कानावर न पडो!"

मुकर्रबखानाने दुपारचा खाना घेतला नाही. तो खूप भडकला होता. आधीच पन्हाळ्याच्या अपयशाच्या जखमेने तो कमालीचा दुखावला होता. आपल्या तळावरून घोडा फेकत तो जेव्हा आपल्या साथीदारांसह बाहेर पडायचा, तेव्हा गुरकावल्या नजरेने डोळ्यांसमोरच्या पन्हाळ्याच्या पहाडाकडे पाहायचा. हातातून थोडक्यात निसटलेल्या यशाची आठवण झाली की तो मनातून खूप रुष्ट व्हायचा.

शेख मुकर्रबखानाच्या अंगातले दख्खनी रक्त त्याला स्वस्थ बसू देत नव्हते. गोवळकोंड्याच्या कुतुबशाहीत तो स्वकष्टाने प्याद्यापासून सेनापतीच्या पायरीपर्यंत जाऊन पोचला होता. त्याच्या अंगात एक कसलेला शिपाई आणि अस्वस्थ, तडफदार योद्धा अखंड वास करत होता. तो फक्त गणोजी आणि नागोजी या दोघांवर किंवा त्यांच्या पाठीशी असणाऱ्या छुप्या स्वराज्यद्रोही वतनदारांवर अवलंबून राहत नव्हता. त्याने थैलीच्या गाठी सोडून अमाप द्रव्य उधळायला सुरुवात केली होती. सह्याद्रीच्या डोंगररानातून चपळपणे धावणारे आणि सत्य बोलणारे अनेक हेर त्याने आपल्याभोवती गोळा केले होते. गणोजीच्या हेरांकडून येणाऱ्या बातम्या खऱ्या की खोट्या, हेही तो आपल्या हेरांमार्फत ताडून पाहत होता.

एके सकाळी मुकर्रबखानाने गणोजीला बोलावून विचारले, "क्यूं गणोजीराजे,

तुमच्या त्या संगमेश्वरात संभाजीने आणि कलशाने खूप खुबसूरत वाडे बांधले आहेत आणि बगीचे तयार केले आहेत म्हणे! तिथल्याच त्या बागेतल्या झुल्यावर हवा खाताना त्या संभाला गिरफ्तार केलं तर?''

''कसं शक्य आहे ते सरकार?'' गणोजी हसत बोलला, ''अहो, तो संभा म्हणजे वाहता वारा!—''

''पण गेल्या वर्षी त्यानं संगमेश्वरातच महिनाभर डेरा टाकला होता म्हणतात.''

''यंदा शक्य नाही वाटत. संभा म्हणजे भिरभिरतं पाखरू आहे, तिखट, करवती चोचीचं!''

गणोजीकडून नकळत शंभूराजांच्या होणाऱ्या प्रशंसेकडे दुर्लक्ष करत मुकर्रबखानाने विचारले, ''जेव्हा केव्हा तो संभा कोकणातून विशाळगडाकडे निघतो, तेव्हा तिकडे जाणारी वाट कोणत्या गावावरून जाते?''

''उघड आहे. संगमेश्वरावरूनच.''

मुकर्रबखान मनाशी हसला. बोलला, ''गणोजी, तुम्ही तर पहाडी लोग. साधा व्यवहार कळत नाही तुम्हांला? एखादा वाटसरू जेव्हा एका गावाहून दुसऱ्या गावाकडे निघून जातो, तेव्हा वाटेतल्या गावात तो लोटाभर पाण्यासाठी एखाद्या सराईत थांबत असेल. झाडांच्या सावलीला दुपारचा दमूनभागून घटकाभर आराम तरी करत असेल?''

''म्हणजे?''

''तुम्हीच तर सांगता संगमेश्वरला संभाचे आणि कलशाचे मोठे वाडे आहेत म्हणून!''

गणोजी धिम्या पण शांत सुरात बोलला, ''मुकर्रबमियाँऽ, हातात फारशी तलवार धरायचा या गणोजीला सराव नसेना का, पण आपली खोपडी तल्लख आहे, तुमच्या त्या खुफिया खबरा आम्हांलाही कळतात बरं! हा संभा तुमच्या पातशहाला सापडत नाही, त्या दुःखापायी पातशहा आपल्या डोक्यावर राजमुकुट घालत नाही. आता तर संभ्या न सापडल्याच्या अपयशनं तो पुरा खचून गेलाय, हे सारं माहीत आहे आम्हांला. आई शिरकाई, एक वाईट घटना न घडली तर बरं!''

''कोणती घटना?''

''वैतागलेला, मनातनं खचलेला तुमचा पातशहा दिल्लीला अचानक निघून नाही गेला म्हणजे मिळवली!''

श्रावणातल्या कोवळ्या उन्हाला हिरमुसलं बनवत वरून काळपट ढग निघून जावा अगदी तशीच अवस्था मुकर्रबखानाची झाली. गणोजीच्या पाठीवर प्रेमाने हात ठेवत आणि त्याला जवळ ओढत मुकर्रबखान कानात गुजगुजला,

''बात तुम्हीच छेडली ते एक बरं झालं! खरं सांगू, पातशहा माझ्यावरसुद्धा फक्त आणखी काही दिवस भरवसा ठेवेल. नाही तर– नही तो वो दिल्लीकी तरफ निकल

जायेगा.''

मुकर्रबखानाचे शब्द ऐकून गणोजी अगदीच रडकुंडीला आला. तो खानाच्या हातापाया पडत म्हणाला, ''एकदा का तुम्ही मंडळी दिल्लीकडं वळलात, तर आम्ही मेलो. तिकडं वारणेच्या खोऱ्यात पोरं मक्याची कणसं म्हणजे तुमचा तो बुट्टा कसा खातात माहीत आहे का? हिरव्या पाल्यासह धगधगत्या शेकोटीत, ती कणसं करपतात. आतून उखडवतात. पुन्हा साफ करून जिवंत निखाऱ्यावर भाजून, मीठ लावून चवीनं खातात! तसंच संभा आम्हां खानदानी वतनदारांना चवीनं गिळेल, एवढा आम्ही सतवलाय त्याला!''

''फिर करना क्या होगा?''

''त्याला लागल्या हातानं ह्या भूमीतून घेऊन जा! जिंदा किंवा मुडदा! एवढं न कराल तर मात्र आम्ही मेलोच!''

मुकर्रबखान कसनुसा हसत बोलला, ''गणोजी, तुम्ही आम्हांला किती मदत कराल, यावरच आमचं यश अवलंबून आहे.''

आजूबाजूच्या डोंगरदऱ्यात स्वारी– शिकारीसाठी केव्हाही बाहेर पडावे लागेल, तेव्हा जागोजागी आपल्या नात्यागोत्याची आणि प्रेमाची माणसं आणि त्यांची जनावरं तयार ठेवा, असा हुकूम मुकर्रबने गणोजी आणि नागोजीला दिला होता.

त्यातच दख्खनमधल्या दीर्घ वास्तव्याने गांजलेला पातशहा यश लवकर हाताशी लाभले नाही तर चालू साली दिल्लीकडे निघून जाईल, अशी भुमकाही सर्वत्र उठली होती. त्या वार्तेने तर गणोजी आणि नागोजीसह सर्व वतनदारांची धोतरे पिवळी व्हायची वेळ आली होती. सारे बेचैन झाले होते.

गणोजी आणि नागोजीने गावोगावच्या वतनदारांना गुप्त चिठ्ठ्या लिहिल्या होत्या. त्या नेमक्या देशमुख आणि देशपांड्याच्या हातांमध्ये जाऊन पडल्या होत्या,

''तुम्ही मराठे असा नाहीतर ब्राह्मण. पोट तर देवाने सर्वांनाच दिलं आहे. पोटाबरोबर 'पोटच्याचे' ही बघावं लागतं. पुढच्या पिढ्यांच्या हितासाठी वतनं हवीत. आपण सर्वजण वंशपरंपरागत इज्जतदार वतनदार आहोत. वतनदाराला कोणी राजा नसतो! आपणच आपल्या गढीचे राजे असतो! आपल्या बारा बारा पिढ्यांपासून बारा मुलखातल्या पातशहांनी आम्हांला वतनं आणि सरंजाम बहाल केले होते. शिवाजी आणि संभाजी आणि त्यांचं स्वराज्य ह्या तर कालच्या तकलादू गोष्टी. त्या आधी हा सारा मुलूख आमच्याच बापजाद्यांच्या मालकीचा होता. एवढंच कशाला, आजच्या रायगडावर नव्हे तर कालच्या त्याच रायरीवर आम्हा वतनदारांचं राज्य होतं. मालकी होती. म्हणूनच वतनदारांनो, एक व्हा. नेक व्हा. 'खानांना' मदत करून आपला 'खानदानी' बाणा दाखवून द्या!''

मुकर्रबखानाने पाठीमागे खूपच लकडा लावला. त्याच्या मोहिमेची नेमकी

दिशा कळत नव्हती. पण सच्चा सूर समजत होता. खानाच्या आदेशानुसार पन्हाळगडाच्या पलीकडे भोगावतीच्या खोऱ्यात, विशाळगडाच्या पलीकडे अणुस्कुरा घाटाजवळ, वारणेच्या खोऱ्यात पेटलोंडजवळ, इतकेच नव्हे तर शृंगारपूरच्या बाजूला जळलेल्या शिरकाणातही गुप्त संदेश जाऊन पोचले होते. वरून शिवाजी आणि संभाजीच्या नावाचा जयघोष करणाऱ्या, परंतु आतून वतनाच्या तुकड्यासाठी टाचा घासणाऱ्या जुन्या वतनदारांच्या वाड्यांपर्यंत गुप्त दूत जाऊन पोचले होते— "घोडी तयार ठेवा. कदाचित समुद्राकडे एखाद्या सौदागराच्या मागावर निघावे लागेल. धट्टीकट्टी घोडी तयार ठेवा. शिधासामानाचीही तयारी ठेवा."

कोल्हापूरापासून ते कराडपर्यंत मोगली वाटेने नागोजी मान्यांचे पथक सारखे धावपळ करत होते. पातशाही सेवेची मोठी संधी चालून आल्याचे नागोजीसारख्या हुशार, मुरब्बी वतनदाराने केव्हाच ओळखले होते. त्यामुळेच मुकर्रबखानाची थुंकी झेलण्यासाठी तो एकसारखी धावपळ करीत होता. आपल्या इष्टमित्रांना, आप्तसंबंधींना तो जागवत होता.

४.

"मल्हारराव, कृष्णाजी ह्या बुरुजाचं बांधकाम दोन दिवसांच्या आत आमच्या डोळ्यांसमोरच पूर्ण व्हायला हवं. त्याची पूर्तता झाल्याशिवाय मला हा विशाळगड सोडता यायचा नाही." संभाजीराजे बोलले.

"सरकार, आमच्यावर थोडा भरवसा ठेवा की!"

"माझा भरवसा तुझ्यावर आहे रे, पण त्या औरंगजेबाच्या जातीवर नाही." संभाजीराजे उदगारले, "आपले सारे किल्ले आणि तटबंद्या अशा मजबूत बांधूया की, आपल्या एकेका किल्ल्याकडे बघता बघता औरंग्याची जिंदगी संपून जावी."

एखाद्या उंच पाठीच्या थोराड घोडीला लसत तिच्या शेजारी तिचे शिंगरू उभे राहावे, तसे सह्याद्रीच्या एका प्रचंड रांगेचे बोट धरून विशाळगड उभा होता. सह्याद्रीच्या ऐन पर्वतराजीपासून तुटलेल्या त्या किल्ल्याला मधल्या अरुंद दरीतल्या लांबूडानेच एक छोटीशी पायवाट करून दिलेली. अकराव्या शतकात होऊन गेलेल्या भोजराजाने प्रथम हा रानटी किल्ला बांधला. या किल्ल्याचे लष्करी हालचालींच्या दृष्टीने आगळे महत्त्व होते. येथूनच कोकणात उतरण्यासाठी प्रभावली व देवड्याकडे जाणाऱ्या अत्यंत अरुंद आणि भयावह रानवाटा होत्या. येथूनच आंबा घाटावर आणि अणुस्कुरा घाटाकडे जाणाऱ्या दुसऱ्या रहदारीवरही चांगले नियंत्रण ठेवता येत होते.

प्रचंड चक्रीवादळाने घराची दारेखिडक्या उघडून त्या वाजत राहाव्यात, त्याच-प्रमाणे औरंगजेबाचे अंतिम आक्रमण आता अगदी उंबरठ्यावर येऊन पोचले होते.

चाकण, शिरवळ, सातारा व कराड, इस्लामपूर ते कोल्हापूरपर्यंतची सारी मोगली ठाणी मराठ्यांच्या स्वराज्याकडे गुरकावल्या नजरेने बघत होती. काबुलकंदाहारपासून ते बंगाल आणि खाली माळव्यातील बुऱ्हाणपुरापर्यंत पातशहाला कोणी शत्रू उरला नव्हता. आता औरंगजेब मस्तावला होता. त्याने दक्षिण्यांचा मैत्रकडीतील गोवळकोंडा आणि विजापूर नेस्तनाबूत केले होते. आता त्याने आपला मोहरा संभाजीकडे आणि त्याच्या पाठीशी उभ्या राहिलेल्या सह्याद्रीकडे वळवला होता. दख्खनच्या मातीला वास लागला होता. आता महायुद्धाचा अंतिम चरण लवकरच सुरू होणार होता. त्याचा शेवट औरंगजेब अगर शंभूराजे दोघांपैकी कोणातरी एकाच्या मृत्यूने होणार होता!

मुंढा दरवाजाजवळ संभाजीराजे आणि कवी कलश उभे होते. त्यांच्यासोबत विशाळगडावरचे मल्हार रंगनाथ आणि कृष्णाजी कोंडा हे अधिकारीही हजर होते. पूर्वी खेळणा या नावाने प्रसिद्ध असलेला विशाळगड आता जीर्णशीर्ण झाला होता. मुंढा दरवाजाच्या पाठीशी उभा असलेला जुना मोठा बुरूज गेल्याच महिन्यात आपोआप ढासळून पडला होता. जर यदाकदाचित मधला लांबूड ओलांडून कोणाच्या फौजा पुढे आल्या, तर त्या बुरुजाला पडलेल्या खिंडारातून गडावरच्या बारुदखान्यापर्यंत सहज पोचू शकत होत्या. आताची युद्धजन्य परिस्थिती लक्षात घेता हा धोका परवडणारा नव्हता. हा गड वैऱ्याच्या ताब्यात जाणे म्हणजेच मोगलांचा लोंढा दक्षिण कोकणात घुसायला राजमार्ग प्राप्त होणे.

चारच दिवसांमागे शंभूराजांनी इथल्या वाड्यात बेलदार आणि गवंड्यांची तातडीची बैठक बोलावली होती. बुरूज बांधायला किती दिवस लागतील, असा जेव्हा त्यांनी प्रश्न केला, तेव्हा किमान दोन महिने– असे उत्तर राजांना मिळाले. त्याबरोबर राजे पेटलेल्या पलित्यासारखे भडकले. गरजले, "ही गती आम्हांला परवडणारी नाही. अवघ्या दोन रात्रीत आणि दोन दिवसांत हा बुरूज बांधून पुरा व्हायलाच हवा." राजांच्या आदेशानुसार अणुस्कुऱ्यापासून ते आंबा आणि साखरप्यापर्यंत गावोगाव स्वार धावत गेले. मिळतील तेवढ्या बेलदारांना आणि गवंड्यांना लागल्या पावली माघारा घेऊन आले. गडावरची तीन हजारांची शिबंदीही आपली शिपाईगिरी विसरली होती. स्वराज्याची अडचण पाहून त्यांनी तलवारी बाजूला ठेवल्या होत्या. पारी, खोरी हातात घेतली होती. एकच झुंबडघाई उडाली होती. पत्थरावर पत्थर चढत होता. ओला चुना मळता मळता अनेक बैलांच्या जोड्या चराचरा वाकत होत्या.

दोन दिवसांत आणि दोन रात्रीमध्ये बुरूज बांधणे ही गोष्ट किती कठीण आहे, याची जाणीव राजांनाही होती. म्हणून तर बैठक पार पडल्यावर त्यांनी कलशांना हळूच सवाल केला, "कविराज, खरं सांगा, किती दिवसांत काम पूर्ण होईल?"

कलश कसेनुसे हसत बोलले, "राजन, भरल्या नदीला तुंबा घालणं एक वेळ बरं, परंतु गडाच्या या कातीव कड्यावर दगड चढवणं महाकठीण आहे. दोन

दिवसांत हे काम पूर्ण करणं देवालाही शक्य नाही!—''

"कशासाठी मोडता घालता, कविराज?'' राजे उखडले.

"राजन, पुढचे ऐकून तरी घ्या. आपण स्वत:च अशी जागती गस्त घालत बसलात तर मात्र हे कठीण कर्म चार दिवस आणि चार रात्रीत निश्चित उरकू शकते.''

शंभूराजे खूप चिंतेत दिसले. ते म्हणाले, "कविराज, आपल्या वैऱ्याला धामणीचे पाय फुटले आहेत. मोठ्या जंगाला सुरुवात होण्यापूर्वी आम्हांला आमच्या सेनापतीसकट सर्व सरदारांना काही महत्त्वाच्या सूचना द्यायच्या आहेत. रणनीती ठरवायची आहे.''

"त्याची फिकीर करू नका, राजन! आपल्या हुकुमानुसार चार दिवसांनंतर रायगडाकडे जाता जाता संगमेश्वराला जी मसलत करायची आहे, तिची तयारी पूर्ण झाली आहे.''

"हरकारे गेले सगळीकडं?''

"बिलकूल?''

"उगाच आपापली ठाणी सोडून सर्वांना नका बोलावू. अन्यथा आम्ही मसलतीमध्ये मग्न राहू आणि तिकडे वैरी डाव साधायचा.''

"तसं व्हायचं नाही राजन. आपण दिलेल्या सूचनेनुसार अगदी निवडक सरदारांना संगमेश्वरात बोलावलं आहे. पाचाडहून सेनापती म्हाळोजी घोरपडे येणार आहेत. शिवाय आपल्या इच्छेनुसार धनाजी आणि संताजी या जवान पोरांना खास बोलावलं आहे.''

"छान! तुम्ही आम्ही शिर्क्यांच्या परगण्याची वाट लावली, तेव्हापासून गणोजी आणि त्याचे भाऊ शेपट्या जळालेल्या कोल्ह्यासारखे बेताल झाले आहेत. परवाचा पन्हाळगडाचा प्रसंग आठवतो ना?''

राजांना चांगली यशसिद्धी लाभावी, औरंग्यासारख्या कराल काळाचे संकट दूर व्हावे म्हणून आशीर्वाद द्यायला समर्थ रामदासांचे शिष्य रंगनाथ स्वामीही येणार होते. त्यांची संगमेश्वरात भेट होणार होती. राजांना उन्हाची तिरीप लागू नये म्हणून किल्लेदाराने तिथे कड्यावरच एक बिचवा उभारला होता. त्या बिचव्यात बसलेल्या शंभूराजांची नजर समोरच्या बुरुजाच्या बांधकामाकडे लागली होती. गेल्या तीन दिवसांमध्ये अहोरात्र प्रयत्न करून मजुरांनी आणि लष्करी गड्यांनी मोठाच पराक्रम केला होता. बुरुजाचे बरेचसे बांधकाम उरकले होते. मात्र उरलेली कामगिरीही आजच्या रात्रीच पार पाडणे गरजेचे होते. राजांनी बंदोबस्त पक्का केला होता. समजा उद्याच विशाळगडावर मोगलांनी धावा घेतला, तर किल्ल्यावर पुढे सहा महिने पुरेल इतका धान्यसाठा आणि दारूगोळा तयार ठेवला होता.

शंभूराजे भारावल्या शब्दांत बोलले, "कविराजऽ, एकदा संगमेश्वराच्या मसलतीत दिशा ठरली की, दुश्मनाला महिन्याभरात गाडू. काहीही झालं तरी त्या जालीम अजगराच्या विळख्यातून महाराष्ट्रदेश जास्तीत जास्त एकदोन महिन्यांत मुक्त करायचा आमचा मनसुबा आहे."

"बिलकूल, राजन!"

"पण कविराज, सततच्या सात-आठ वर्षांच्या आडव्या उभ्या मोहिमांनी रयतेचे फार हाल झालेत. त्यांना बि-बियाणं द्या. सरकारातनं विहिरी खोदायला द्रव्य पुरवा. पण कविबुवा, मला खात्री आहे—"

"कोणती राजन?"

"एकदा हा औरंग्या आम्ही संपवला की, चालू वर्षी पर्जन्य खूप चांगला म्हणजे अगदी धो धो करून बरसणार आहे. दसऱ्यादिवाळीला आपल्या स्वराज्यात पीक इतकं नेटकं येणार आहे की, धान्यानं खळी भरून वाहतील.ऽ"

"नक्की राजन. पण आपण इतकी चिंता का करावी?"

शंभूराजांनी वर आभाळाकडे नजर केली. वरच्या पांढऱ्या ढगांचा पुंजका डोळ्यांत साठवला. ते सुस्कारा टाकत बोलले, "कविराज, आम्ही कधीच नाराज झालो नाही. आजवर अनेक संकटं आम्हांला गिळायला आली, पण भवानीच्या कृपेनं आम्ही त्यातून तरून गेलो. मात्र शेवटी हा मनुष्यदेह! कधी कधी मन अडखळतं. एकच सवाल करतं, दैव नेहमीच ह्या संभाजीशी वक्री डावपेच का खेळतं? मोठा घास मुखात जाण्याआधीच तो गळून का पडतो?"

"राजन—?" गलबलून गेलेल्या शंभूराजांकडे कविराज फक्त पाहत राहिले.

आणखी एक दीर्घ श्वास सोडत शंभूराजे बोलले, "कविराज, आठवतो ना तो जंजिऱ्याचा वेढा? कोंडाजी बाबांसारख्या स्वराज्यप्रेमींनी तिथल्या समुद्रकिनाऱ्यावर आपली प्राणफुलं उधळून टाकली होती. शेवटी प्रभू रामचंद्रांचं नाव घेतलं. भरल्या खाडीमध्ये सेतू बांधायला सुरुवात केली. आणखी फक्त काही दिवसांची सवलत मिळाली असती, तर आम्ही स्वत: टक्कर घेऊन जंजिऱ्याची बुलंदी तटबंदी उद्ध्वस्त करून टाकली असती. पण तोवर महाराष्ट्रावर मोगली फौजेचा पूर घोंघावत यावा ना. पर्यायानं हातचं यश बाजूला सारून दुसरीकडे धाव घ्यावी लागली. आमच्या नशिबी शेवटच्या क्षणी हे नेहमीच असं का घडतं? मुठीत येतं आणि नाहीसं होतं!"

बोलता बोलता शंभूराजे मधूनच बुरुजाच्या कामाकडे नजर टाकायचे. तसे कामावरचे मजूर, स्वारशिपाई गडबडून जायचे. तेव्हा कृष्णाजी कोंडा महाराजांना येऊन मुजरा करत बोलला, "राजे, आज रात्री काम पुरं करायची जोखीम आमची. पण आपण असं जास्त वेळ इथं ठिय्या देऊन बसाल, तर उगाच आमची मजूर माणसं गडबडतात, गोंधळतात. उद्या पहाटं तुम्ही संगमेश्वराकडं जायला निघायच्या

आधी हे काम पुरं होईल.''

कविराज आणि शंभूराजांनी एकमेकांकडे हसून पाहिले. दोघांनीही बिचव्याची सावली सोडली. राजे बोलले, ''कविराजऽ, इथे आल्यापासून जिवाला सारखं वाटतं पावनखिंडीला एकदा भेट द्यावी.''

''जरूर, राजन!'' लागलीच राजांचा लवाजमा मुंढा दरवाजापासून उजव्या बाजूला गंजीच्या माळाकडे निघाला.

तितक्यात लगबगीने गड चढून येताना ओळखीचे दोन चेहरे दिसले. त्या पाहुण्यांच्या आगेमागे त्यांचे नोकरचाकर धावत होते. राजांची पावलं थबकली. त्यांनी चढण पार करून वर येणाऱ्या पाहुण्यांकडे पुन्हा एकदा रोखून पाहिले, तर अर्जोजी आणि गिरजोजी यादव दोघेही त्वरेने येत असल्याचे दिसले. दोघां बंधूंनी पाचाडच्या राजमंदिरासह स्वराज्यातील अनेक बांधकामे पूर्ण केली होती. त्यामुळे त्यांच्याबाबत राजपरिवाराला एक आपलेपणा होताच. त्यांना तेथे अनमानधपक्या पोचल्याचे पाहून शंभूराजांनी हसत विचारले,

''यादवांनोऽ इथल्या बुरुजाचं बांधकाम आम्ही काढल्याचं तुम्हांला कसं कळलं?''

''राजे, आपली पडतील ती कामं आम्ही नेटानं उरकली. पण आमचं एकच काम आपल्याकडं वर्षानुवर्षं गोते खातंय—''

''बोलाऽऽ''

''थोरल्या राजांच्या काळात कराड आणि औंधचं वतन आमच्या नावे करून द्यायचं पक्क ठरलं होतं. पण अचानक महाराज गेले आणि कागद करायचे राहून गेले.'' अर्जोजी यादव बोलला.

''त्यात कसली एवढी घाई, यादव?'' शंभूराजे काहीशा नाराजीने बोलले.

''माफ करा. तसं नाही सरकार. आपली चूक नाही. पण आमचंच नशीब खोटं. जेव्हा जेव्हा आमचं काम मोक्यावर येतं, तेव्हा तेव्हा काहीतरी न्यारं घडतं.''

''ते कसं?''

''थोरले महाराज आमच्या नावे कागद करून देणार होते आणि त्याच वेळी दुर्दैवाने ते आजारी पडले. त्यातून ते उठलेच नाहीत.''

''आता पण तशीच परिस्थिती आहे–'' न राहवून गिरजोजी बोलून गेला. पण आपली चूक लक्षात येताच त्याने जीभ दाबली.

''काय म्हणायचं आहे तुम्हांला यादव?''

''तसं काही नाही. पण शिर्क्यांची पाहुणेमंडळी वाईटसाईट बोलतात. राजा आणि राज्य शाबूत आहे, तोपर्यंत लिखापढी करून घ्या, असं सगळेच म्हणतात.'' गिरजोजी.

खिन्न शंभूराजे काहीच बोलले नाहीत. ते फक्त इतकेच म्हणाले, ''उद्या रात्री

किंवा परवा दिवशी भल्या सकाळी संगमेश्वरात पोचा. तिथे खंडो बल्लाळ येणार आहेतच. चिटणिसांच्या उपस्थितीतच तुमचं उरलं काम एकदाचं मार्गी लावू.''

दुपारी राजे आणि कविराज घोडखिंडीकडे जाऊन पोचले. पांढरपाणी आणि गजापूरच्या खिंडीच्या दरम्यान ती घोडखिंड होती. १४ जुलै १६६० या दिवशी वीर बाजीप्रभू देशपांड्यांनी धुवाधार पावसात ही खिंड प्राणपणाने लढवली होती. सिद्दी जोहारकडून होणारा पाठलाग रोखण्यासाठी मर्द बाजीप्रभूने ही घोडखिंड रोखून धरली होती. आपल्या मोजक्याच सोबत्यांबरोबर तो शत्रूशी निकराची झुंज देत होता. दोन वेळा शत्रूची ताजी कुमक आली, पण बाजीप्रभू हटला नाही. बाजी आणि त्याचा भाऊ फुलाजी दोघेही अचाट आणि अफाट शक्तीनं झुंजतच राहिले. शेवटी शिवाजीराजे गडावर पोचल्याची तोफ जेव्हा ऐकू आली, तेव्हाच त्या दोघांनी प्राण सोडले.

ती ऐतिहासिक घोडखिंड आता पावनखिंड या नावाने ओळखली जात होती. तिथे कारवी आणि करवंदीच्या रानात बाजी आणि फुलाजींच्या दोन दगडी समाध्या बांधल्या गेल्या होत्या. ती अठ्ठावीस-एकोणतीस वर्षांपूर्वी घडलेली घटना शंभूराजांच्या अंतर्मनात तरंग उठवत होती. त्या प्रभू-देशपांड्यांच्या समाधीवर फुलांचा अभिषेक करताना शंभूराजांना भरून आले होते.

सूर्य मावळतीकडे कलू लागला, तेव्हा गलबलत्या मनाने शंभूराजे गडावर परत आले. पुन्हा गड उतरून समोरची दरी पार करत ते सह्याद्रीच्या समोरच्या सुळक्यावर चढले. तेथून उंचावरून आजूबाजूच्या खोल दऱ्या दिसत होत्या. दरीदरीत अंधार भरत चालला होता. शंभूराजांची नजर समोरच्या किल्ल्याकडे, वडाच्या माळाकडे गेली. त्या माळानेच एक कातीव कडा खाली उतरत गेला होता. त्या उतरत्या डोंगरकड्याकडे शंभूराजांनी कविराजांचे लक्ष वेधले. तिथल्या अजस्त्र दगडांनी आणि उतरत्या कडसारीने वेगवेगळी रूपे धारण केली होती. अगदी समोरचा काही भाग घोड्यांच्या आकाराचा होता. त्याच्या पाठीमागच्या उतरणीने हत्तीचा आकार धारण केला होता. मागोमाग तुटक्या कड्यांना काही माणसांचे आकार प्राप्त झाले होते. त्या रानात वावरणारे गुराखी, आजूबाजूच्या पंचक्रोशीतील लोकांची एक वेगळीच भावना होती. मागे कधी तरी कोणा अज्ञात शक्तीने तिथून चाललेली लग्नाची एक वरातच गडप केली होती म्हणे. त्यामुळेच त्या डोंगररानाला हत्ती, घोडे आणि उंटासारखा आकार प्राप्त झाला होता. लोकांनी त्या कड्याचे नाव 'वरातकडा' असे ठेवले होते. बकरीच्या कोकरासारखी मावळतीची काही किरणे वरातकड्याच्या अंगाखांद्यावरून खेळली आणि लुप्त झाली.

आजूबाजूच्या रानात गच्च अंधार भरला होता. शंभूराजांची नजर मुंढा दरवाजाच्या बाजूला गेली. तिथे शेकडो पलिते आणि चुडे पेटले होते. रात्रीच्या अंधारात बुरुजाचे

बांधकाम सुरूच होते. शंभूराजे दमदार पावले टाकत किल्ल्याची चढण चढू लागले. त्यांना उद्या पहाटे संगमेश्वराकडे तातडीने निघायचे होते. पुढची राजकारणे, नियोजने त्यांची तिथे वाट पाहत खोळंबली होती.

५.

जेवणवेळ संपून बराच उशीर झाला होता. स्वारशिपाई झोपेच्या अधीन झाले होते. जनावरे खुंटाळ्यावर माना घासत, तर काही रवंथ करीत खुशाल पडून होती. रातवाऱ्याला विलक्षण गती होती. तंबूडेऱ्यांच्या दोरांना ओढ बसत होती. मुकर्रबखानाला काही केल्या झोप येत नव्हती. गेल्या दोन-तीन दिवसांमध्ये गणोजी शिर्के त्याच्याकडे वारंवार खेपा मारत होता. दोघे एकमेकांच्या डोक्यात डोके घालून तासन्तास बसत होते. खान नाना शंका विचारीत होता. तर शिर्के "लांडगा मलकापूर ते विशाळगडच्या दरम्यान आहे, तिथल्या किल्ल्याचे बांधकाम उरकून कुठेही गेला, तरी संगमेश्वरावरूनच जाईल–" असे पैजेने सांगत होता.

मुकर्रबखान उष्ण उसासे टाकत 'रसदपाण्याचे काय' असे विचारी, तेव्हा "पूर्वीचा आमचाच मुलूख आहे तो. माणसं आमची आहेत. महत्त्वाच्या कामासाठी तयार राहा, असे नातलगांना मी आधीच निरोप दिलेत—" म्हणून गणोजी सांगत होता. खानाकडून शिर्के द्रव्याच्या थैल्या नेत होता. काही गडबड सुरू होती खास. "आज, उद्या, रात्री अगर दिवसा कधीही निघावे लागेल," गणोजी हळूच सांगत होता. त्या साऱ्या गोष्टी आठवून खानाने बेचैनीने कुशी बदलली. त्याने कनातखिडकीतून बाहेर नजर टाकली. बाहेरच्या चांदण्यात पन्हाळगडचा डोंगर दिसत होता. तो डोळ्यांत सलू लागल्याने मुकर्रबने आपले डोळे मिटले, तर कधी न पाहिलेली संभाजीराजांची अंधुक, पण बेदरकार चर्या खानाच्या मनःचक्षूंसमोर उभी राहू लागली. ना मनाला आराम होता, ना शरीराला.

इतक्यात त्याच्या गोटाबाहेर घोड्यांचे पाय वाजले. मुकर्रबनखान झटकन उठून आपल्या तंबूच्या दारातून बाहेर डोकावला. तेव्हा समोरून दोन हरकारे धावतच त्याच्याकडे आले. त्यांनी बोलण्यात जराही वेळ न घालवता एक खलिता खानाकडे सुपूर्त केला. तात्काळ मशालीच्या उजेडात उभ्याउभ्याच त्याचे वाचन झाले. तो मजकूर ध्यानात येताच मुकर्रबखानाच्या डोक्यावर केस उभे राहिले. वजीरे आझम असदखानाचे पत्र त्याने पुन्हा एकदा वाचून घेतले.

"प्यारे शेख निजाम मुकर्रबखान.

पातशहा सलामतचा तुम्हांला तातडीचा संदेशा आहे. आपल्या

डोळ्यांत नेहमीच धूळ फेकणारा 'तो जहागीरदार' रायगड सोडून विशाळगडाच्या मुलखाकडे एकटाच वावरत असल्याची पक्की खबर खाविंदांकडे येऊन पोचली आहे. तो बेदरकार आहे. बेपर्वा आहे. पुढच्या हमल्यासाठी आपल्या किल्लेबुरुजांची दुरुस्ती करून घेण्यात मश्गुल आहे. त्याच्यासोबत असणारी फौज संख्येने तोकडी आहे. तरी आपण हा पैगाम पोचताच तातडीनं निघावं. हातून अल्लातालाची खूब सेवा घडणार आहे. म्हणूनच जिवाची पर्वा न करता थोडं धाडस दाखवावं. त्या दुष्ट जमीनदारास लागलेच गिरफ्तार करावं. त्या काफरावर एकदाचा सूड उगवावा! मुकर्रबखान आपल्या धाडसाकडे अल्लातालाचे आणि दस्तुरखुद्द आलमगीर पातशहाचे रातदिन डोळे लागून राहिले आहेत, याची पलभरही तुम्हांला भूल न पडावी."

त्या धाडसी मोहिमेच्या केवळ कल्पनेनेच मुकर्रबखानाची मुद्रा मशालीसारखी उजळून निघाली. बावरा झाल्यासारखा तो आपल्या गोटातल्या मेढ्यांना आवेगाने कवटाळू लागला. तिथल्या तिथे बेचैन होऊन येरझारा घालू लागला. त्याने आपल्या सर्व बहादूर स्वारशिपायांना तात्काळ जामेजिमे करायचा हुकूम दिला. त्याची उमर पंचावन्न वर्षांची असली तरी शरीर खूपच काटक आणि सडपातळ होते. आपल्या पोटावर किंवा पार्श्वभागी मेद वाढू न देता त्याने स्वत:ला चपळ ठेवले होते. तो तात्काळ आपल्या डेऱ्यातून बाहेर पडला. दबक्या पण निर्धारी सुरामध्ये बाकीच्यांना हाका देऊ लागला, "जागोऽ जागो."

थोड्याच वेळात इखलासखानासह मुकर्रबचे सारे पुत्र, स्वारशिपाई, यारदोस्त अशी सुमारे तीन हजारांची फौज त्याच्या गोटासमोरच्या मोकळ्या पटांगणात गोळा झाली. गणोजी शिर्के आणि नागोजी माने यांना आत तातडीने बोलावून घेण्यात आले. मुकर्रबखानाने गणोजीला मिठी मारली. खान त्याला चेकाळल्या सुरात बोलला, "गणोजी, तू आमचा भाईबंदच वाटतोस. तुझी खबर पक्की आहे. पातशहाचा खलिता पोचला आहे. माझ्या हेरांनी सुद्धा खबर काढली आहे. चलाऽ जल्दीने आजच्याच रात्री आगेकूच करू."

थोडक्यात मसलत आटोपली गेली. मुकर्रबखानाने नागोजीला सांगितले, "नागो मराठा, आपण आता या वक्तालाच तातडीने कराडकडे निघा. कराडच्या ठाणेदाराला लागलेच जागे करा. तिथे आजूबाजूच्या ठाण्यावरून असतील त्या साऱ्या फौजा गोळा करा. किमान दहा ते पंधरा हजार सैनिकांची तयारी ठेवा. वखत सांगून येत नाही." त्याही स्थितीत मुकर्रबखानाच्या तोंडावर यशाच्या केवळ

कल्पनेनेच हास्य पसरले होते.

मुकर्रबने आपल्या सर्व वेचक म्होरक्यांना आत तंबूत बोलावून घेतले. वजिराच्या तातडीच्या पत्राची कल्पना दिली. तो कळकळीने बोलला, "यारोऽ आता झोप, अन्न, पाणी या साऱ्या गोष्टी विसरा; आणि माझ्यासंगे चालू लागा. वक्त बुरा आहे. रस्ता तर खूप कठीण आहे. आतल्या नदीच्या पात्रामध्ये बड्या बड्या सुसरींनी नंगानाच घातला आहे. त्याची पुरेशी कल्पना असतानाही जाणूनबुजून आपणाला भरल्या नदीमध्ये उड्या ठोकायच्या आहेत."

"खानसाहब, जोश में होश मत खोइए–," पाठीमागून एक रुंद, जोरकस आवाज कानावर पडला.

"कौन, कौन है वो?" मुकर्रब भडकला.

एक जुनाजाणता विजापुरी सरदार उठून उभा राहिला आणि खानाला स्पष्ट सांगू लागला, "खानसाहेब, आपल्या बहादुरीबद्दल आणि इराद्याबद्दल आम्हा कोणालाच शक नाही. पण विजापूरकरांची सेवा करताना ह्या इकडच्या पहाडी मुलखाच्या आजूबाजूने मी अनेकदा सफर केली आहे. जेव्हा पन्हाळ्याहून शिवाजीचा पीछा करीत विशाळगडापर्यंत सिद्दी जौहरची फौज गेली होती, तेव्हा त्यात मी एक सामान्य स्वार होतो. अवघी विशीची उमर होती माझी. मैने मेरे आँखोंसे देखी है वो भयानक पहाडीऽऽ"

"आप कहना क्या चाहते हो?"

"इतनाही, ये पहाडी नही, पाताल है!" तो बुड्ढा सरदार सांगू लागला, "खानसाहेब, तिकडे वाटेत आंबा घाटीजवळून जाणारे कडेउतारावरचे रस्ते असे अरुंद आणि कठीण आहेत की, तिथे आजूबाजूच्या डोंगरखिंडींचा, झाडीचा आसरा घेऊन फक्त तीस-चाळीस मरगठ्ठे एकत्र आले आणि त्यांनी फक्त गोफणीने दगड मारले तरी ते लाखाच्या फौजेला सहज शमशानघाट दाखवू शकतात."

"सरदारजी, ह्या झुट्या, बावऱ्या कहाण्या बंद करा." मुकर्रबखान ओरडला.

"मुकर्रब, आप नही जानते. ह्याच पहाडी मुलखात उंबरखिंड नावाची आणखी एक खिंड आहे, जिथे त्या पापी शिवाने-"

मुकर्रबखान झटकन उठून उभा राहिला. तो गरजला, "बस्स् ऽ! आता यापुढे एक लब्जही कोणी उच्चारता कामा नये!" मुकर्रबखान थोडा पाठीमागे उंचवट्याच्या जागेकडे तरातरा निघून गेला. तेथून आपल्या पथकांना हाळी देत तो गरजला, "मेरे दोस्त, ह्या अजाशी मोहिमेवर जगण्यासाठी नव्हे तर मरण्यासाठीच बाहेर पडायचं आहे! ज्याचा माझ्यावर आणि अल्लावर भरवसा आहे, सिर्फ त्यांनीच माझ्यासोबत वाट चालावी. ज्यांची काळजं भेडबकरीची आहेत त्यांनी खुशाल गोटात ऐषोआराम करत राहावं."

लागलीच मुकर्रबखान तंबूतून वाऱ्यासारखा बाहेर पडला. समोरच्या मेढीला

बांधलेल्या आपल्या धिप्पाड पाठीच्या घोड्यावर त्याने उडी ठोकली. त्याच्या सोबतीनेच इखलासखान आणि गणोजीचा घोडाही रात्रीचाच पुढे धावू लागला. आता कोणासाठी थांबायची मुकर्रबखानाची तयारी नव्हती. परंतु त्याच्यातल्या करारी योद्ध्याने आपल्या लष्करात नेहमीच कडक शिस्त रुजवली होती. स्वारशिपायांना आणि जनावरांनाही नेहमीच ताजेतवाने ठेवले होते. त्यामुळेच मुकर्रबखानाच्या बरोबर त्याचे निवडक दोन हजार घोडेस्वार अंधार कापत वेगाने पुढे धावत होते. सोबत एक हजाराचे पायदळही होते. आपण कदाचित मागे राहू, म्हणून प्यादे घोड्यांसोबत अक्षरश: मागे पळत होते.

मध्यरात्रीच फौज वाघबिळाची खिंड चढून वर गेली. संभाजी सापडला तर काय बहार येईल, या केवळ कल्पनेने गणोजीला गुदगुल्या होत होत्या. उजवीकडे जोतिबाचा डोंगर उभा होता. त्या दिशेला पाहत गणोजीने घोड्यावरूनच जोतिबाचे नाव घेतले. तो देवाला नवस बोलला, "केदारीराया, त्या हलकट संभ्याला सापडू दे रे एकदाचा! एकशेएकावन्न तोळ्याचा सोन्याचा हार घालीन मी तुझ्या गळ्यात!"

मुकर्रबखानाचे नशीब थोर होते. सोबतीला अंधुकसे का होईना चांदणे होते. त्या उजेडात फौज वेगाने वाट कातरत होती. नावलीजवळ मराठी लष्कराचा एक बेहडा होता. तेथून पन्हाळ्याचा पायथा जवळ. तीन हजाराचे लष्कर जवळून गेले तर कदाचित गावपारावरची कुत्री जागी होतील; पन्हाळ्याच्या पायथ्याच्या शंभूराजाच्या जागत्या सैनिकांना वास लागेल, म्हणूनच गणोजी खूप काळजी घेत होता. त्याने नावलीच्या पलीकडून दोन कोसांवरून देवाळे गावच्या आडरानातून मुकर्रबखानाची फौज खुबीने पुढे काढली.

मुकर्रबने हुशार तिरंदाजांची टोळी पुढे पाठवली. वाटेतल्या वाड्यावस्त्यात कुत्री भुंकू लागली की, लगेच त्यांनी निशाणा लावायचा. भुंकत्या कुत्र्याचा जबडा बाणाने बंद करून टाकायचा.

आता केवळ मरायच्याच भावनेने बाहेर पडलेला मुकर्रबखान भानावर आला. त्याने आपल्या तल्लख मेंदूचा उपयोग केला. चालते लष्कर मध्येच थांबवले. मुकर्रबने आपल्या चुलतभावाला फर्मावले, "उजाडायच्या आधी तळावर मागे जा. तू माझ्या तंबूमध्ये माझ्याच बिछायतीवर झोपून राहा. चार दिवस वैदू आणि हकीम बोलव. आपली फौज कराडला निघून गेली असून स्वत: मुकर्रबखानच बीमार आहेत, असा देखावा तू निर्माण कर. आजूबाजूच्या रानाला, वाऱ्याला, मनुष्यमात्राला बिलकूल कळता उपयोगाचं नाही की, मी दूर कुठं कोणाच्या शिकारीवर निघून गेलो आहे."

पुन्हा घोडीमाणसे पुढे नेटाने धावू लागली. पहाट होता होता सुपात्रे, बांबवडे आदी गावे पाठीमागे पडली. धावणाऱ्या घोड्यांचा वेग इतका जोरदार होता की, उजाडता उजाडता फौज बहिरेवाडीची खिंड ओलांडून तिथल्या डोंगरमाथ्यावर

जाऊन पोचली होती. आजूबाजूला दाट वृक्षराजी होती. मात्र तिथल्या उंच टेकाडावरून सातआठ कोसांवरचा मलकापूर गाव दिसत होता. तिथल्या महादेवखडी नावाच्या डोंगराकडे गणोजी बावरून पाहत होता. त्याचा ओढलेला चेहरा पाहून मुकर्रबखान त्याला खेटूनच उभा राहिला. गणोजीच्या खांद्यावर प्रेमाने हात टाकत मुकर्रबने विचारले, ''क्यूं गणोजीराजे, क्या बात है?''

''खानसाहेब, पेच दांडगा आहे. मलकापूरजवळच्या ह्या सरळ घोडंवाटेनं पुढे कठीण उताराचा आंबा घाट लागतो. एकदा तो पार केला की, सरळ आपण संगमेश्वराच्या आसपास कोकणात उतरू शकतो.''

''तो चलिएऽ–''

गणोजीची पावलं तिथेच अडखळली होती. तो दम खात बोलला, ''ह्या सरळ वाटेऐवजी दुसरीही एक जंगलवाट आहे. डाव्या हाताला दूरवर लागणाऱ्या अणुस्कुरा घाटानेही आपण कोकणात उतरू शकतो. परंतु या रस्त्याने एक रात्र एक दिवस जादा प्रवास करावा लागेल.''

''तर मग सिधी मलकापुरावरून जाणारी वाट बरी.''

''तेच सांगतो खानसाहेब, हा रस्ता सरळ आहे पण सोपा नाही–'' चिंतेचे सुस्कारे सोडत गणोजी बोलला, ''ह्याच मलकापूरजवळ कवी कलशाची प्रसिद्ध पागा आहे. मलकापूर ते आंबा घाट या दरम्यान अजूनही कलशाचा अव्वल सात हजार घोडा गस्त देत या वाटेवर खडा आहे. आम्ही इतर वेळी कलुषा दुष्ट आहे, बदफैली – रंडीबाज आहे असे लाख म्हणू! पण त्या गंगेकाठच्या भटाने इकडे मात्र मोठी धाडसी फौज बांधली आहे. विशेषत: त्या फौजेत या जंगलातल्या अनेक धनगर-वाड्यांवरील धनगरांच्या चपळ पोरांचीच त्याने भरती केली आहे. ही पोरे शरीराने इतकी मजबूत, काटक आणि चपळ असतात की, ती या झाडावरून त्या झाडावर सहज माकडासारख्या उड्या घेऊ शकतात. नद्यांच्या भरल्या पुरातून लीलया पोहू शकतात. जिथं घोरपडी पोचणार नाहीत, असे कातीव कडेही ते सहज चढून जातात. शिवाय खानसाहेब, तो संभ्या आमचा वैरी असला तरी मूर्ख नाही–''

''क्या कहना चाहते हो, गणोजी?''

''खानसाहेब, संभाजीचा ह्याच मलकापुरी फौजेवर खूप भरवसा आहे. समजा, आम्ही या वाटेनं लपतछपत पुढे जायचं ठरवलं आणि एकदा जर का ह्या मलकापुरी फौजेला वास लागला, तर आपल्या या तीन हजाराच्या फौजेपैकी औरंगजेबाकडं जाऊन खबर सांगायला एकही बंदा जित्ता उरणार नाही!''

''इतके धट्टेकट्टे, लढवय्ये आहेत हे फौजी?''

''सांगतो काय, खानसाहेब. ह्या रानातली ही पोरं इतकी चपळ आहेत की, तीन हजारच काय पण तीस हजार फौजेच्या नाकातही सहज दम भरू शकतात.

यांच्याच जिवावर कोल्हापूर-पन्हाळ्याबाबत संभाजी निर्धास्त आहे.''

मुकर्रबखानाने काहीसा विचार करून गणोजीला विचारले, ''फिर क्या त्या संभ्याला अणुस्कुऱ्याची घाटी माहीत नाही?''

''आहे. त्याही वाटेची त्या नादानाला पक्की कल्पना आहे. त्यामुळं घाटाच्या खाली निश्चितच त्याची काही गस्तीची पथकं असतील. परंतु त्या बाजूला कोकणातले काही देसाई-दळवी असे जे वतनदार आहेत, त्यांच्याशी माझा पूर्वापार दोस्ताना आहे. खानसाहेब हाच रस्ता मला खूप भरवशाचा वाटतो.''

''तो कसा?''

''डोळ्यांपुढचा आंबा घाट सोडून, अणुस्कुऱ्याची आडवाट कोण धरेल? स्वत:हून कोण कशाला एका दिवसाचा मुक्काम वाढवेल, असाच कोणीही विचार करणार. शिवाय अणुस्कुरा घाटाकडचा उतार महाकठीण आहे. तिकडच्या जंगलातून दिवसाही खाली जायला वाटसरू घाबरतात. त्यामुळं एखादी फौज त्या वाटेनं खाली उतरेल असं भयंकर स्वप्न त्या संभ्याला कधीच पडणार नाही. आणि खानसाहेब, गेले कित्येक महिने मी पातशहांना आणि तुम्हा सर्वांना हात जोडून सांगतो आहे, संभाजीला समोरून वार करायची सैतानी स्वप्नं विसरून जा. ते तुमच्या बापाच्यानं जमणार नाही.''

''तो फिर क्या करना होगा?''

''खानसाहेब, आमचा इतिहासच सांगतो. शूर बहादूर मराठ्यांच्या छात्या समोरून आलेल्या तलवारीनं कधीच तुटत नाहीत. मात्र त्यांच्या पाठीत खुपसलेला गद्दारीचा खंजीर खूप खोलवर रुतून बसतो. त्या खंजिराला आपल्याच माणसाचे हात लागले, तर मिळणारं यश खूप मोठं असतं!–''

''याने की?''

''आता बिलकूल विचार करू नका. समोरची आंबा घाटाची वाट विसरून जा. माझ्या मागोमाग या. अणुस्कुऱ्याच्या घाटानं धाडसानं खाली उतरू. ध्यानीमनी नसताना त्या दुष्ट संभ्याच्या पाठीपर्यंत पोचू.''

दोन्ही वाटांचे फायदेतोटे गणोजीने नीट समजावून सांगितले. खानाच्या साथीदारांनीही उभ्या उभ्या झाडाखालीच मसलत पार पाडली. सर्वांचे एकमत झाले. मुकर्रबखानाच्या फौजेसाठी आंबा घाट म्हणजे हमखास मृत्यूचा जबडा होता. तेथील सात हजाराची मलकापुरी फौज मोगलांना स्वप्नातसुद्धा घाट उतरू देणार नव्हती. अणुस्कुऱ्याकडच्या खिंडी आणि रस्ते खूप कष्टदायक होते. तो घाट ओलांडताना काहीजण पाय घसरून कदाचित मरणार होते. मात्र तिकडचे निश्चित यशाचे काही झरोके सर्वांना खुणावत होते.

मुकर्रबखान झटकन घोड्यावरून खाली उतरला. अतिशय भावनाविवश होऊन त्याने गणोजीला मिठी मारली. त्याने गणोजीच्या तोंडाचे पटापट चार मुके घेतले.

डोळ्यांतले अश्रू आवरत आणि गणोजीला तसाच ऊबदार मिठीत कवटाळत मुकर्रबखान बोलला, "गणोजीराजे, लोक सांगतात तुम्ही त्या शिवाजीचे जमाई आहात. त्या संभाचे साले आहात. असालही! मला काय त्याचं? पण खुदाची कसम खाऊन सांगतो गणोजी, गेल्या जन्मात तुम्ही नक्कीच माझे सगे भाईजान असाल!"

६.

भल्या पहाटेच्या आधीच बुरुजाचे काम पूर्ण झाले. तसा कामाठ्यांना, मजूर, सैनिकांना हुरूप चढला. आईभवानीचा, शिवरायांचा आणि शंभूराजांचा जयजयकार विशाळगडाच्या दरीदरीमध्ये घुमला. शंभूराजांना आणि कविराजांनाही रात्रभर झोप नव्हती. थांबायला वेळ नव्हता. राजांच्या बाबतीत तर अलीकडे रोजच झोपेचे खोबरे होऊ लागले होते.

पहाटेचेच मल्हार रंगनाथ आणि कृष्णाजी कोंडांसमवेत शंभूराजे गडावरच्या मशिदीमध्ये गेले. तीनशे वर्षांमागे ह्या आटिंग्या रानात मलिक उत्तुजारला त्याच्या सात हजार सैनिकांसोबत कंठस्नान घालण्यात आले होते. बहामनी साम्राज्याचा सेनापती असलेल्या मलिक उत्तुजारच्या भीतीदायक आरोळ्या कोणीही ऐकल्या नव्हत्या. बेवारस मलिकला कोणी वाली उरला नव्हता. परंतु त्यानंतर ह्याच पहाडाच्या दऱ्याखोऱ्यात राहणारे रहिवासी पुढे धावले होते. ज्या दगडावर मलिकचे रक्त सांडले होते, तो दगड लोकांनी श्रद्धेने आणला. त्यावर एक मशीद बांधली. त्या मलिकला पीरबाबा या नावाने लोक ओळखू लागले. मुसलमान आणि हिंदूही त्याच्या दर्शनाला विशाळगडावर धावू लागले. त्याच्यासाठी कोंबड्यांचा खच पडू लागला होता. त्याचा दरसाल उरुस सजू लागला होता. तो दीनदुबळ्यांच्या नवसाला पावू लागला. पुत्रप्राप्ती असो, घरची इडापिडा असो, गुराख्यांची गुरंढोरं साऱ्या रानाचा आता मलिकरूपी पीरबाबाच रखवाला बनला होता.

शंभूराजांनी मनोभावे पिराची पूजा केली. ते गडामागच्या काळ दरवाजातून मागच्या प्रचंड नाळेने पर्वत उतरू लागले. त्यांच्यासोबत त्यांचा आवडता अश्व पाखऱ्या चालला होता. कविराज होते. बोरी, करवंदीच्या अवघड वाटा उतरत सुमारे हजाराची फौज कोकणाकडे त्वरेने धावत होती. वाटेत जागोजाग कमरेइतके उंच गवत भेटत होते. त्याची टोकदार कुसळे राजांच्या मखमली झग्याला डसत होती.

आतासे फटफटू लागले होते. अंधारडोहात बुडालेले डोंगर माना वर काढू लागले होते. वाट उतरता उतरता कवी कलश बोलले, "राजन, आम्ही असं ऐकलंय की, येसूभाभीही रायगडाहून संगमेश्वराकडं यायला निघाल्यात."

संभाजीराजे दिलखुलास हसले. बोलले, "जाऊदे कविराज. शेवटी बायकाच

त्या! इतर वेळी आपल्या अस्तित्वानं लढाईचं मैदानही मारतील. अगदी इकडचा डोंगर तिकडं करतील. मात्र नवऱ्याच्या अंगात एवढासा जरी ज्वर भरला, तरी त्या कमालीच्या हळव्या बनतात!''

''समजलो नाही, राजन!''

''जे आमच्या ध्यानी नसते, ते यांच्या मनी वसते. अलीकडे तर आमच्या येसूच्या मते जिथे दोन नद्या एकमेकीला मिळतात, अशाच संगमाच्या ठिकाणाजवळ म्हणे आमचं नशीब नवं वळण घेतं. आता औरंग्याशी आमचा कडोविकोडीचा अखेरचा संघर्ष लवकरच झडणार आहे. अशा वेळी संगमावरच्या महादेवाची महापूजा करावी अशी त्यांची इच्छा आहे. शिवाय आपल्या मोजक्या साथीदारांशी आमची महत्त्वाची मसलतही संगमेश्वरात होणार आहे. तेही महत्त्वाचं निमित्त आहे त्यांना.''

''पण संगमावर आपलं आयुष्य वळण घेतं, असं कसं म्हणता आपण?''

''बघा ना! कृष्णेचा आणि वेण्णेचा माहुलीजवळचा तो संगम. तेव्हा आमच्या अंगात तारुण्याचा कैफ होता. काहीतरी अचाट धाडस करून मोगलांच्या पोटात घुसून त्यांच्या पालखीचा आम्हांला गोंडा पळवायचा होता. काहीतरी अप्राप्य असं मिळवून आमच्या आबासाहेबांचे डोळे दिपवून टाकायचे होते. त्याच एका वेड्या धुंदीत आम्ही माहुली संगमावरून दिलेरखानाला जाऊन मिळालो. मात्र आमच्या फसगतीची जाणीव आम्हांला बहादूरगडाजवळ झाली. बहादूरगड म्हणजेही आणखी एक संगम, भीमा आणि सरस्वतीच्या जलधारांचा!''

कविराज भारावून बोलणाऱ्या शंभूराजांकडे पाहतच राहिले. शंभूराजे पुढे म्हणाले, ''संगमेश्वर म्हणजे पुन्हा अलकनंदा आणि वरुणेचा आणखी एक संगम! आमच्या महाराणींना वाटतं, तिथं संगमावरच्या महादेवाला आम्ही दह्यादुधाचा अभिषेक घालावा. त्या शांतीनं आमच्या जीवनाला काहीतरी प्रतापी कलाटणी मिळेल. इडापिडा टळेल.''

येसूबाईंच्या पवित्र भावनेला कवी कलशांनी हसत दाद दिली. तेव्हा शंभूराजे बोलले, ''खरे सांगू कविराज, आता ह्या अंधश्रद्धेवर, पूजा-अनुष्ठानावर आमचा काडीचा विश्वास उरलेला नाही. मात्र माणसाची जातच राक्षसांपेक्षा जेव्हा दुष्टाव्यानं वागू लागते, माणसाचा माणसावर भरवसा उरत नाही, तेव्हा गोंधळून गेलेला मनुष्य, त्याचं सैरभर झालेलं मन कशाचा तरी आधार शोधतं.''

कवी कलश कसनुसे हसले. बोलले, ''खरं सांगू राजन, आपल्या इतक्या दिवसांच्या सहवासानंतर माझीही काही मतं बनलीत. तुम्हांला आपल्याच आप्तस्वकीयांच्या दुष्टपणाची इतकी बाधा झाली आहे की, त्यापुढं स्मशानातली भुतंसुद्धा फिकी पडतील!''

राजांची फौज निम्मा डोंगर उतरून खाली आली होती. त्या निसरड्या वाटेवरनं

घोड्यावर बसून खाली उतरणं कोणालाच शक्य नव्हतं. त्यामुळे जनावरं माणसांच्याच सोबतीनं चालली होती. शंभूराजांचा लाडका पाखऱ्या आज त्यांच्याशी पुन:पुन्हा लगट करू पाहत होता. त्यांच्या अंगाला अंग घासत होता. त्या मुक्या जीवाला काय सांगायचं आहे तेच राजांना कळत नव्हतं. ते अनेकदा सुवर्णाचे अलंकार घातलेले पाखऱ्याचे मुस्काट आपल्या छातीजवळ धरत होते. त्याचे लाड करत होते.

आता चांगलेच उजाडले होते. कवी कलश डोळ्याच्या कोनातून शंभूराजांकडे पाहत होते. मनातले बोलावे की बोलू नये असा त्यांचा गोंधळ उडाला होता. तरीही धाडस करून ते काळजीच्या सुरात बोलले, "राजन, माफ करा. याआधी सेवकानं आपला हुकूम कधीच मोडला नाही. पण-"

शंभूराजांनी बावरून कलशांकडे नजर टाकली. तेव्हा कलश हळू पण स्पष्ट सुरात बोलले, "राजन, आम्हांला आज अगदी मनापासून वाटतं, आपण आज आम्हांला पुढं सोबत नेऊ नका."

"का, असं मध्येच अडखळायला तुम्हांला काय झालं, कविराज? अहो महाराणी संगमेश्वरी येणार आहेत. तिथं अभिषेकही होणार आहे. तुमच्यासारखा धर्मकर्म जाणणारा जाणता मनुष्य सोबत असणं केव्हाही चांगलं."

"राजन, आपण विसरलात की काय? आपल्या हुकुमानुसार तीनचार महिन्यांमागं ह्या कनोजी भटानं शेंडीला गाठ बांधली आहे. हातात तलवार धरली आहे. धर्मकर्म विसरून आता फक्त छात्रधर्म स्वीकारला आहे."

"तरीही कविराज?-"

"नको राजे, आंबा घाटाच्या रक्षणाची जी जोखीम आपण आमच्या खांद्यावर ठेवली आहे, तीच पार पाडेन म्हणतो मी! वेळा सांगून येत नाहीत. परवा पन्हाळ्याच्या आक्रमणासाठी अचानक गरज भासली. तेव्हा मलकापूरच्या पागेतला तीन हजार घोडा घेऊन धावलोच ना आम्ही तिकडे? तसंच एखादं संकट उद्या उद्‌भवलं तर - त्यासाठीच मला माझ्या लष्करात राहू द्या."

कलशांच्या सद्‌भावनेचे राजांना कौतुकच वाटले. ते म्हणाले, "कविराज, तुमच्या प्रांजळपणाची आम्हांला कल्पना आहे. पण काळजीचं तसं कोणतंच कारण नाही. आंबा घाट तर मजबूत आहे. पलीकडे अणुस्कुऱ्याचा घाट उतरल्यावर गोव्याच्या रस्त्यावर राजापुराजवळ आमची पाच हजाराची फौज रात्रंदिवस गस्त घालतेय. त्या पलीकडे मळेघाट, तिवरा, आंबा साऱ्या घाटमाथ्यावर आपल्या मजबूत चौक्या पहारे आहेत. इतकेच नव्हे तर जयदुर्ग, दंडाराजपुरी, हरिहरेश्वर अशा सागर किनाऱ्यावरही पहाऱ्यांची पकड पक्की आहे. इथल्या किल्ल्यांबाबत तर विचारायलाच नको. ह्या इथल्या जंगलरानावर, दऱ्याखोऱ्यांवर आमची इतकी दहशत आहे की, ह्या रानात खाली उतरायला गरुडही घाबरतात. तर मग घारी-गिधाडांची काय तमा!"

बोलता बोलता फौजेने काजळी नदीचे छोटेसे पात्र ओलांडले. दूर साखरपा गाव दिसू लागला. शंभूराजांच्या अंगातून ओसंडणारा उत्साह आणि निर्धार पाहून कविराजांची मनकळी खुलली. ते बोलले, "तरीही राजन— ?"

"राहू दे, कविराज! तुमची चिंता समजली. संगमेश्वराची पूजाअर्चा ह्या गोष्टी फार महत्त्वाच्या नाहीत. पण औरंग्यानं अकलूजजवळ येऊन तळ दिला आहे. सह्याद्रीच्या हिरव्या रानात आता लवकरच युद्धाचा भडका उडणार आहे. त्याच्या तयारीबाबत अंतिम मसलत करण्यासाठीच तर आपण सारे संगमेश्वरात फक्त अर्ध्या दिवसासाठी भेटणार आहोत. तिथं तुमच्यासारखा जाणता माणूस हजर राहणं केव्हाही चांगलं. तुमच्या तल्लख मेंदूतून नव्या काही कल्पना, सूचना आल्या तर त्या आमच्या दृष्टीनं खूपच महत्त्वाच्या राहतील."

"जशी आपली आज्ञा, राजन." कविराज बोलले.

७.

संगमेश्वरातले वातावरण मोठे प्रसन्न आणि आल्हाददायक होते. एके काळी रामक्षेत्र या नावाने प्रख्यात असलेली ही छोटीशी नगरी हिरव्या वृक्षराजींमध्ये विसावली होती. गावाच्या सभोवतीने अनेक उंच आणि जुनाट वृक्ष उभे होते, तर गावात उतरत्या छपराच्या घरांबरोबर नारळीपोफळीची आगरेही सुखाने नांदत होती.

बऱ्याच दिवसाने संभाजीराजांच्या वाड्यात सकाळपासून मोठी वर्दळ सुरू होती. राजांसमवेत सुमारे दोन हजाराचे लष्कर आजूबाजूला तळ ठोकून होते. गेल्या वर्षी उन्हाळ्यात राजे वरच्या कसब्यात येऊन उतरले होते, तेव्हा त्यांच्या वाड्याचे डागडुगजीचे काम चालू होते. म्हणूनच त्यांनी कसब्यातील रंगोबा सरदेसाईंच्या प्रशस्त, लाकडी वाड्यामध्ये मोठा मुक्काम ठोकला होता. त्या वेळेसारखा उत्साह मात्र आज दिसून येत नव्हता. युद्ध जवळ येत चालले होते. त्या दृष्टीने चपळ हालचाली करणे आणि पुढची व्यूहरचना आखणे आवश्यक होते. त्यामुळेच शंभूराजे खूपच गडबडीत होते.

संगमेश्वर गावाच्या वरच्या टोकाजवळ, कसब्याच्या मागे महादेवाचे छोटेखानी देऊळ होते. तिथे एका बाजूने शृंगारपुराहून वरुणा नदी वाहत येत होती, तर दुसरीकडून तिला अलकनंदा येऊन मिळत होती. डोंगर उतारातून उड्या घेत धावत येणारे, पुढे दगडधोंड्यांतून खळखळ वाहणारे, शुभ्र आणि थंडगार पाणी संगमेश्वराच्या ऐश्वर्यात भरच घालत होते, तर नेमक्या उलट्या दिशेने, जयगडाकडून अरबी समुद्राची एक चिंचोळी खाडी गावाला येऊन मिळत होती. तिच्या काठावर नावडी बंदर उभे होते. कधी कधी सागराच्या भरतीचा जोश असा जोरदार असायचा की, दोन्ही नद्यांचे जल

पोटात घेऊन भरतीच्या लाटा घोंघावत पुढे यायच्या. सुसाट खारे पाणी गोड्या पाण्याला पोटात घेत धावत धावत महादेवाच्या मंदिराच्या पायरीपर्यंत येऊन पोचायचे.

बाजूचे नावडी बंदर रोजच्यासारखे आज खूप गजबजलेले होते. काठावर अनेक तारवे, छोटेमोठे पडावही दिसत होते. सागरातून दोन मोठी गलबतेही आत येऊन बंदराजवळ नांगर टाकून उभी होती. अंगात लाल दंडकी आणि डोक्यावर गोंड्याच्या टोप्या घातलेले कोळी तिथून इकडे तिकडे धावपळ करीत होते. तर घट्ट कासोटा बांधलेल्या आणि कमरेवर माशाने भरलेल्या बुट्ट्या तोलत कोळणी लगबगीने चालल्या होत्या. कोळ्यांनी आपल्या लाडक्या राजासाठी भल्या सकाळीच माशाने भरलेल्या टोकऱ्या वाड्यावर धाडल्या होत्या. तिथेच किनाऱ्यावर गस्त घालणारे शंभरभर स्वारांचे पथक उभे होते. ते जागसूद होते.

नदीच्या किनाऱ्यावरच नावडी आणि कसब्याच्या दरम्यान राजांचा प्रशस्त वाडा होता. तो हिरव्या झाडीत झाकून गेला होता. स्वतःच्या देखरेखीखाली कलशांनी ह्या वाड्याचे बांधकाम पूर्ण केले होते. वाड्याबाहेर टपोऱ्या गुलाबाची एक बाग होती. काल दुपारपासूनच वाड्यावरच्या हालचालींना गती आली होती. रायगडाहून येसूबाई महाराणी आणि कवी कलशांच्या पत्नी तेजसबाई काल दुपारीच तेथे येऊन दाखल झाल्या होत्या, आणि घाईघाईने तडकपणे महादेवाच्या मंदिरात पोचल्या होत्या. त्यांनी आजच्या अभिषेकाची आधीच तयारी करून ठेवली होती. शास्त्री, उपाध्याय आणि आपल्यासोबत आलेले रामदासस्वामींचे शिष्य रंगनाथस्वामी यांना घेऊन त्यांनी पूजाविधीची तयारी केली होती. आपल्या देवधर्मामुळे राजांच्या राजधर्मात कोणताही व्यत्यय यायला नको याची येसूबाई पूर्ण काळजी घेत होत्या.

काल मध्यरात्री शंभूराजे जेव्हा आपल्या वाड्यासमोर घोड्यावरून उतरले होते, तेव्हा त्यांच्या स्वागतासाठी स्वतः महाराणी येसूबाई, सेनापती म्हाळोजी घोरपडे, खंडो बल्लाळ, धनाजी- संताजी-मानाजी असे सर्वजण उभे होते. सुमारे महिन्याभराच्या अंतराने सर्वजण राजांना पाहत होते. गेल्या काही दिवसांच्या सततच्या जाग्रणाचा शंभूराजांच्या चेहऱ्यावर खूप परिणाम झाल्याचे जाणवत होते. त्यातच दिवसभराच्या कष्टदायक प्रवासाने ते अगदी चिंबून गेले होते. त्यांचे डोळे तांबूसजाळ आणि खूपच ताणल्यासारखे दिसत होते.

खरे तर असेच जावे आणि शय्येवर कोसळावे असे मनातून राजांना वाटत होते. परंतु दिवसभर आपल्या वाटेकडे डोळे लावून बसलेल्या सहकाऱ्यांशी चार शब्द बोलणेही महत्त्वाचे होते. बैठकीवर स्थानापन्न झालेल्या राजांचे लक्ष प्रथम सेनापती म्हाळोजी घोरपडे यांनी वेधून घेतले. घोरपडेकाका म्हणजे थोरल्या राजांच्या काळातले जुने हाड. सत्तरीत उमर पोचूनसुद्धा ते शरीरयष्टीने टणक आणि कमालीचे जिद्दी दिसत होते. समाधानी मनाने शंभूराजे बोलले,

"म्हाळोजीकाका, आपण आणि बाकीचे सारे आलत, खूप बरं वाटलं. गेल्या आठ वर्षांत खूप झगडलो. झुंजलो. आता फक्त पातशहावर एक अखेरचा हमला चढवायचा आहे. थोडंसंच रेटायचं आहे."

"राजंऽ, जसा सुसरीमगरींनी भरलेल्या नदीच्या पात्रात पाय ठेवायला वाटसरू घाबरतो, तशी गेल्या आठ सालात ह्या दऱ्याडोंगरात स्वत: येऊन उतरायची हिंमत त्या औरंग्याला आपण होऊ दिली नाहीत, ही तुमची केवढी दांडगी बहादुरी!"

अनेक दिवसांच्या भेटीनंतर राजांशी खूप बोलावे, अशी संताजी, धनाजी आणि खंडो बल्लाळसारख्या तरुण पोरांची अनिवार इच्छा होती. मात्र त्यांचे तांबूसजाळ नेत्र, अतिश्रमाने थकलेली मुद्रा पाहून तरुणांनी आपला विचार मनातच दाबून ठेवला.

सेनापती घोरपड्यांनी काळजीने राजांकडे पाहिले. ते येसूबाईंना बोलले,

"राजांना आता विसावा घेऊ दे. उद्या बक्कळ कामं आहेत."

राजे उठले. शय्यागृहाकडे गेले. त्यांनी बिछायतीवर बसल्या बसल्या येसूबाईंचे गोरेपान मनगट आपल्या हाती धरले. लाडक्या राणीशी खूप बोलावे असे जिवाला वाटत होते, पण गेल्या अनेक दिवसांच्या अखंड जाग्रणाने, अतिश्रमामुळे शरीराने जणू बंड केले होते. बोलता बोलता डोळे मिटतच होते. अंग चिकट झाले होते. स्नान उरकूनच झोपी जायचे होते. फक्त काही पळांसाठी म्हणून ते पलंगावर कलंडले आणि लागलीच त्यांना डोळा लागला.

त्यांना त्या गाढ झोपेतून स्नानासाठी जागे करावे, असे येसूबाईंनाही वाटेना. त्यांनी पुढे होऊन हळूच त्यांच्या गळ्यातल्या पाचूच्या माळांच्या रेशीमगाठी सोडल्या. हलक्या हाताने किनखापी कमरदाब काढून घेतला. राजांच्या अंगावर बुट्टीदार शाल पांघरली. त्यांनी जेव्हा राजांच्या अंगावरून हात फिरवला, तेव्हा तर त्या चरकल्या. तो कोणा राजाचा मुलायम देह नव्हता. तर मातीशी रोज झट्या घेणाऱ्या कष्टकऱ्याची ती खडबडीत काया होती. राजांच्या अंगात बारीक ज्वरही होता. येसूबाईंनी तात्काळ वैद्याला बोलावले. राजांना थोडेसे जागे केले. त्यांना औषधी काढा पाजला. राजे पुन्हा एकदा झोपेच्या अधीन झाले.

शय्यागृहातली चिरागदाने मालवून येसूबाई राणीसाहेब हलक्या पावलांनी बाहेर बैठकीकडे आल्या. तिथे अजूनही वृद्ध म्हाळोजीबाबा आणि कवी कलश बसून होते. युवराज्ञी बोलल्या, "कविराज, राजे खूपच थकलेले दिसतात."

"भाभीजी, राजांना अलीकडे निद्रानाशानं भंडावून सोडलं आहे. वरून ते खूप तल्लख दिसतात. मुखावरचा तजेला जराही कमी झालेला नाही. मात्र अनंत चिंतांनी त्यांचा जीव आतून पोखरला आहे. कधी कधी उजवा खुबा दुखावतो. खोकल्याची उबळही त्यांना त्रासून सोडते."

बाहेरच्या अंधारातल्या आकृत्यांकडे पाहत येसूबाई काळजीने बोलल्या, "कविराज,

घोड्यावर लादलेलं राजांचं हे सिंहासन अजून किती वर्षे घोड्यावरच राहणार आहे?''

"चिंता करू नका भाभीजी. लवकरच अरिष्टयं संपतील. सारं काही क्षेम होईल.''

"कनार्टकाच्या जंगात राजांनी खंदकाच्या पल्याड घोडा फेकला होता. ते जनावर बिचारं जागीच गतप्राण झालं. पण राजांचे खुब्यापासून मांडीपर्यंतचं हाड कधी कधी खूप दुखते. असह्य वेदना होतात त्यांना!—''

"असो भाभीजी, उद्याची मसलत एकदा पार पडली की सारं सुराल लागेल— भाभीजी आता फक्त दोन पर्याय उरले आहेत त्या पागल पातशहापुढं. एक तर त्याला मुकाट्यानं दिल्लीची वाट धरावी लागेल किंवा इथंच कुठेतरी खुदखुशी करून अल्लाला प्यारे होणं भाग पडेल.''

"लय सोसलं पोरानं. आमच्या थोरल्या राजांवरही खूप संकटं आली, आणि गेली. पण एवढ्या लांब पल्ल्याचं असं अरिष्ट शिवाजीराजांनीबी बघितलं नव्हतं!'' म्हाळोजीबाबा बोलले.

येसूबाईंनी आई भवानीचे नाव घेत डोळे मिटले, "आई, सुटू दे ग हा पेच एकदाचा.'' येसूबाई पुढे म्हणाल्या, "उद्या इथल्या संगमेश्वराला आम्ही साकडं घालणार आहोत. आमच्या राजांना कधी सुख मिळायचं? कसलं हे काटेरी आयुष्य आणि कसला हा काटेरी राजयोग! बाहेर धो धो पाऊस कोसळत असताना पुरंदरावर राजे जन्मले. 'आई' या शब्दाची खरी ओळख होण्याआधीच त्या पक्षिणीचे पंख गळाले. माया लावणाऱ्या जिजाऊसाहेबसुद्धा लवकरच निवर्तल्या. राजे मोगलाईत गेले. समज-गैरसमजाचे काळे ढग आले आणि गेले. केवळ देवाची कृपा म्हणून थोरल्या राजांची आणि युवराजांची पन्हाळ्याला भेट झाली. एक बरं झालं. त्या खुलासेवार भेटीत त्यांच्या मनातला गैरसमजाचा गंज गळून गेला. मात्र त्यानंतर अवघ्या चारच महिन्यांत थोरले राजे अचानक देवाघरी गेले. मग घरचे भेद, भाऊबंदकी, कारकुनांच्या बंडाळ्या आणि त्या सैतानी पातशहाशी गेली आठ वर्षं राजांनी दिलेली टक्कर! किती ही सत्त्वपरीक्षा! कसलं हे वादळी आयुष्य! संकटं, अडचणी, कारस्थानं, बदनामी, स्वामीद्रोह असे एका पाठोपाठ एक विषाचे प्याले रिचवले राजांनी. तेवढी प्रचंड ताकद आणि हिंमत आहे त्यांच्या उरामध्ये!–'' बोलता बोलता येसूबाईंचा स्वर कातर झाला. त्या बोलल्या, "त्यांचं कष्टसाहस डोंगरासारखं पण त्यामानानं यश मात्र खुज्या टेकडीएवढं!''

दुसऱ्या दिवशी शंभूराजे भल्या सकाळी जागे झाले. संगमेश्वराला युवराज्ञी आणि राजांनी पंचामृताचा अभिषेक घातला. धर्मशास्त्र नीट पाळले जात आहे की, नाही याकडे स्वत: रामदासस्वामींचे शिष्य रंगनाथस्वामी आणि कवी कलश लक्ष देत होते. विधिकार्यात येसूबाईंनी मनोभावे भाग घेतला होता.

भल्या सकाळी सुरू झालेला अभिषेक आणि इतर सर्व धार्मिक विधी न्याहारीआधीच

पार पडले. शंभूराजांची पालखी आणि येसूबाईंचा मेणा वाड्याच्या दिशेने परत फिरला. रंगोबा सरदेसाई आपल्या वाड्याच्या दारात येऊन उभे होते. त्यांच्या परिवाराने राजांची आणि महाराणींची वाट रोखली. रंगोबा आणि विशेषतः त्यांच्या मातोश्री कृष्णाबाई यांचा आग्रह राजांना मोडवला नाही. दहीसाखरेच्या निमित्ताने का होईना राजांना आणि महाराणींना थोडा वेळ तिथे थांबावेच लागले. कोणाच्याही डोळ्यांत भरावा असा सरदेसाईंचा तो दुमजली लाकडी वाडा होता. वाड्याच्या पाठीमागेच शास्त्री नदी होती. आता खाडीमध्ये भरतीचे पाणी नव्हते. त्यामुळे गुडघाभर गोडे पाणी खळखळ वाहताना दिसत होते. शंभूराजांनी वाड्याच्या भव्य देवघरात जाऊन श्रीगजाननाचे दर्शन घेतले.

जवळच काही पावलांवर कर्णेश्वराचे पुरातन मंदिर होते. शंभूराजे आणि महाराणींनी मंदिरामध्ये जाऊन अगदी थोडक्यातच दर्शन आटोपले. राजांचा लवाजमा आपल्या वाड्यावर घाईने परतला. मावळ खोऱ्यातल्या आणि कोकणातल्या काही वेचक सरदार आणि दरकदारांना राजांनी मसलतीसाठी तिथे बोलावून घेतले होते. शत्रू राज्याच्या वेशीवरच येऊन पोचला होता. त्यामुळे महत्त्वाच्या किल्ल्यांवरील आणि ठाण्यांतील सरदार, सैनिक यांना जागचे हलू न देता पहारे आणि गस्ती अधिक नेटाने वाढवायच्या राजांनी सूचना दिल्या होत्या.

बऱ्याच दिवसांच्या अंतरानंतर काल रात्री तीनेक तासांची सलग निद्रा राजांना लाभली होती. विशाळगडावरच्या जाग्रणाची रखरख पुरेशी निवाली नव्हती. राजांच्या अंगात बारीक ज्वर होताच. पण त्या सर्व बाबींकडे दुर्लक्ष करून त्यांची चाणाक्ष नजर आपल्या सहकाऱ्यांच्या नजरेचा वेध घेत होती.

मसलतीस गोळा झालेल्या बुजुर्गांकडे आदराने पाहत शंभूराजे बोलले,

"आपल्यासारख्या ज्येष्ठांच्या आशीर्वादानं आणि आबासाहेबांच्या पुण्याईनंच औरंगजेबासारख्या बलाढ्य शत्रूशी आम्ही गेली आठ सालं झुंजतो आहोत. कधी डोक्यावर बर्फाचा थंडगार गोळा ठेवून बचावात्मक झुंज दिली, तर अनेकदा शत्रूच्या लाखो सैनिकांचा नाश करण्यासाठी वाऱ्याच्या पाठीवर स्वार झालो. बुऱ्हाणपूर-बागलाणपासून ते कारवार-गोव्यापर्यंत आणि खाली कर्नाटक-जिंजीपर्यंत धावाधावीची झुंज दिली. अनेकदा अंगावर पाण्याचा लोंढा धावून यावा आणि श्वास कोंडून डोळ्यांसमोर मृत्यू दिसावा, अशी दैवानं गत केली होती. परंतु हंबीररावमामा, कोंडाजी, मानाजी, रूपाजी अशा बहाद्दूर सहकाऱ्यांच्या, तुम्हा सर्वांच्या जिवावर कित्येकदा आम्ही मोगली सेनासागराचे लोंढे परतवून लावले."

"राजे, आपल्या बहादुरीला आणि चिवट जिद्दीला तुलनाच नाही." सेनापती म्हाळोजी घोरपडे बोलले.

"खरं आहे, घोरपडेकाका. एवढं मोठं लष्कर एखाद्या भूप्रदेशात येतं. इतकी वर्षं झुंजत राहतं. आणि त्याचा मुकाबला करण्यासाठी मुंडासेघोंगडीतली फाटकीतुटकी माणसं जिद्दीनं उभी राहतात. प्रसंगी दारूगोळा मिळाला न मिळाला याची पर्वा न करता दगडधोंड्यांची शस्त्रं हाती घेतात. डोंगरखिंडी लढवतात. अशा कडवट, दीर्घ प्रतिकाराची आणि झुंजीची उदाहरणं जगाच्या इतिहासात फारच कमी असतील!"

बोलता बोलता राजे थबकले. त्यांनी दीर्घ श्वास घेतला. ते काळजीच्या सुरात बोलले, "—मात्र आता दिवस खूप बदललेत. इतकी वर्षं झुंज देऊन आपल्या पदरी अल्पस्वल्प यशही पडलं नाही, त्यामुळे निराशेच्या गर्तेत गटांगळ्या खाणारा पातशहा आता पुरता पागल झाला आहे. येत्या काही दिवसांत तो सरळ धावून आमच्या अंगावर येऊन आदळेल. पुढच्या दरवाजानं वा मागच्या दरवाजानं! पण कोंडलेल्या बोक्यासारखा तो धावल्याशिवाय राहणार नाही."

"खरं आहे, राजे!" म्हाळोजी घोरपडे बोलले.

"त्यात सलग गेली तीन वर्षं महाराष्ट्राला दुष्काळानं ग्रासलं आहे. पाण्याच्या दुर्भिक्षानं, चाऱ्याच्या टंचाईनं जनता जर्जर झाली आहे. गेल्या तीन सालात नवी भरती नाही. अनेक चांगल्या घोड्यांच्या पागा उद्‌ध्वस्त व्हायची वेळ आली होती. घरामध्ये भाऊबंदकी आहे, तर दारामध्ये दुष्काळाचं ऊन. पाण्याअभावी धरतीला भेगा पडल्या आहेत आणि आभाळ तर कोपल्यासारखंच दिसतं. मात्र दोस्तांनो, आम्हाकडे अशी दोन अग्निअस्त्रं आहेत की, ज्यांच्या जोरावर आम्ही पातशहाचा माज सहजरीत्या उतरवू शकतो."

शंभूराजांच्या बोलाबरोबर तरुण धनाजी, संताजी, खंडो बल्लाळासह सर्वांचे लक्ष त्यांच्या पुढील शब्दांकडे वेधले गेले. येसूबाई महाराणी सावरून बसल्या.

काहीसे भावविवश होत शंभूराजे बोलले, "आपलं पहिलं अस्त्र म्हणजे शिवप्रभूंची, आमच्या आबासाहेबांची पुण्याई आणि दुसरं अस्त्र म्हणजे सह्याद्रीच्या पर्वतरांगांचा पाषाणी कोट! आम्हांला खात्री आहे की, शिवप्रभूंच्या पुण्याईच्या पुरामध्ये औरंगजेब गटांगळ्या खाईल. परंतु समजा, त्यातून बचावला, वाचला आणि त्याला अंतिम युद्धासाठी सह्याद्रीच्या दऱ्याखोऱ्यांत आत स्वत: घुसायची दुर्बुद्धी झाली, तर – तर इथले पाषाणाचे कोट आणि कातीव कडे त्याची दामटी करतील!"

बैठकीवर एक हुकमी, तेजस्वी नजर फेकत शंभूराजे बोलले, "यारहो! साधन-सामुग्रीच्या बाबतीत हा औरंगजेब खऱ्या अर्थी आलमगीरच मानायला हवा. आज तो दक्षिणेत अनेक वर्षे झुंज देत असला तरी त्याचा साम्राज्यविस्तार खूप मोठा आहे. काबूल-कंदाहारपासून ते बंगाल-आसाम आणि खाली माळव्यापर्यंत त्याची दौलत पसरली आहे. तेथून त्याला कोट्यवधी रुपयांचा सारा मिळतो. त्यामानानं आपलं स्वराज्य खूप लहान. पातशहाच्या अठरा सुभ्यांपैकी एखाद्या अर्ध्या सुभ्याएवढं.

उत्पन्न कमी. थोरल्या महाराजांनी साठवून ठेवलेल्या खजिन्याची आम्ही उधळपट्टी केली नाही. उलट तो खजिना गेली आठ-नऊ वर्षं आम्ही पुरवून खाल्ला; म्हणून तर इतकी वर्षं आम्ही वैऱ्याच्या लष्करी महासागराशी सामना देऊ शकलो. दुर्दैवानं गेल्या तीन वर्षांत दुष्काळानं राज्याचं कंबरडंच मोडलं आहे. तरीही रणवीरांनो, ज्या जिद्दीनं तुम्ही झुंजता आहात, त्याला तोड नाही! आपला महाराष्ट्र सोडता कोणत्याच मुलखानं त्या पागल पातशहाला असं कधी हैराण करून सोडलेलं नाही!''

शंभूराजांचे डोळे ओलावले. आपल्या भरजरी शेल्याने डोळे कोरडे करत ते बोलले, "आज आम्ही या तातडीच्या मसलतीसाठी तुम्हा सर्वांना इथं बोलावलं आहे. त्यामध्ये म्हाळोजी आणि सूर्याजीबाबांसारखी ज्येष्ठ मंडळी आहेत. नुकतीच मिसरूडं फुटू लागलेले धनाजी-संताजी आणि खंडो बल्लाळांसारखे तरुण वीर इथं हजर आहेत. म्हाळोजीकाका, कविराज आणि महाराणी, तुम्हा सर्वांना आम्ही शपथपूर्वक सांगतो. धनाजी- संताजीसारखे हे तरणेबांड शिलेदारच उद्या आमच्या स्वराज्याचा गाडा हाकणार आहेत. यारहोऽऽ, आजवर आपण ह्या इथल्या मातीवर आणि ह्या राजावर जी निष्ठा दाखवलीत, त्याबद्दल आम्ही आपले लाख लाख आभारी आहोत.''

शंभूराजांचा स्वर कापरा झाला. म्हाळोजी घोरपडे बैठकीतून उठून उभे राहिले. त्यांचेही मन भरून आले होते. ते म्हणाले, ''शंभूराजे, आमच्यासारखी म्हातारी हाडं जिवंत असताना आपण थोडंही दुःखीकष्टी होऊ नये. राजे, आपणच आमच्या राज्याचे खरे रखवाले! सर्वांवर आभाळाची माया दाखवणारे थोरले महाराज आम्हांला अचानक सोडून गेले, तेव्हा ह्या राज्याचा बोजा आपल्यासारख्या बावीस-तेवीस वर्षांच्या पोरावर येऊन पडला होता. जुन्याजाणत्या मंडळींनी तुमच्याशी सबुरीनं वागून तुम्हांला मार्ग दाखवायला हवा होता. पण अनेक ज्येष्ठ मंडळींना हा पोक्तपणा दाखवता आला नाही. अनेकांनी राजद्रोहाचे भयंकर गुन्हे केले. अशा महाभयंकर गुन्हेगारांना शिवरायांनी कधीच माफ केलं नसतं. पण राजद्रोह्यांची पूर्वपुण्याई गृहीत धरून आपण त्यांना पुन्हा तीच अधिकारपदं बहाल केली. तुम्ही त्यांना अन्नास लावलं आणि त्यांनी अक्षरशः तुमच्या अन्नात विष कालवलं! राजे, एक वेळ दारातल्या वाघसिंहाशी सहज टक्कर देता येते, हार होईल नाहीतर जीत. मात्र घरात माजलेल्या उंदरांचा पूर्ण बंदोबस्त नाही करता येत! राजे, संपूर्ण प्रतिकूल परिस्थितीत आपण कसं झुंजलात, झगडलात हे या म्हाताऱ्यानं जवळून बघितलं आहे. म्हणूनच माझे प्राण आणि माझी तलवार मी आपल्या पायाजवळ ठेवतोय.''

आपल्या पायांजवळ म्हाळोजींनी ठेवलेल्या तलवारीकडे शंभूराजांनी पाहिले. त्यांनी तिथेच अर्धवट वाकलेल्या म्हाळोजींचा हात हाती घेतला. त्यांचे आभार मानत राजे बोलले,

"घोरपडेकाका, आपण स्वराज्याचे खंदे सेनापती आहात; म्हणूनच उद्या पडेल तिथं धाव घेण्यासाठी पाचाडच्या कोटाजवळ मुद्दाम आम्ही आपली नेमणूक केली आहे. काका, आम्हांला खात्री आहे, रायगड आपल्या मुठीत सुरक्षित राहिल."

"जरूर, जरूर राजे! स्वराज्याचं रक्षण करण्यासाठी हा म्हाळोजी घोरपडे आपल्या प्राणाची पर्वा करणार नाही!" बोलता बोलता सेनापती घोरपडेंचा आवाज खूप कातर झाला. ते गलबलत्या मनाने बोलले, "नाही तरी राजे ज्यानं मराठी राज्याचं सेनापती व्हायचं असतं त्यानं शेवटी राज्याचं रक्षण करता करता मरणाचा मुका घेत देह ठेवायचा असतो, हा तर अलीकडे या मातीचा उसूल बनला आहे! नेसरीच्या रानात बहलोलखानाच्या फौजेवर आदळून प्रतापराव जळून खाक झाले. त्यानंतर त्यांची तीच रक्तानं माखलेली तलवार पेलत हंबीरराव सेनापती झाले. वाईच्या लढाईत त्यांनी सर्जाखानाशी कडवी झुंज दिली. 'जय शंभूराजा' अशी घोषणा देतच हंबीररावांनी रणांगणावर देह ठेवला. आता तीच तलवार मोठ्या विश्वासानं राजे आपण आमच्याकडं सुपूर्त केली आहे. देवास ठावे– उद्याच्या पोटात काय आहे!"

येणाऱ्या भावी अरिष्टाबाबत संगतवार मसलत चालू होती. विशेषत: रायगड आणि इतर सर्व पहाडी किल्ल्यांवर असणारे द्रव्य आणि दारूगोळा याबाबत चिटणीस खंडो बल्लाळ आणि महाराणी येसूबाई माहिती देत होत्या. अंतिम युद्धाच्या सिद्धतेसाठी कोणकोणते डाव टाकायचे आणि त्यासाठी किती सामुग्री लागेल, याबाबतचे नियोजन शंभूराजे जागरूकपणे करत होते.

दुष्काळाने सर्वसामान्य माणसे त्रस्त झाली असली, तरी त्यांची शंभूराजांवर आणि महाराणी येसूबाईंवर कमालीची श्रद्धा होती. नव्हे, हेच राजांचे खरे बळ होते. मात्र ज्या वेगाने संभाजीराजांचे जवळचे अनेक नातलग, पाहुणेरावळे स्वराज्य सोडून औरंगजेबाच्या झग्याच्या आडोशाला धावत होते, तो वेग आजच्या मसलतीच्या दृष्टीने खूप चिंतेची बाब बनला होता. मनसबीच्या लोभापायीच अनेक नामचंद मराठ्यांनी आणि ब्राह्मणांनी स्वराज्याशी दगाफटका केला होता.

"म्हाळोजीकाका, काय वाटतं आता तुम्हांला?"

"वाटायचं काय? स्पष्टच आहे –आता सह्याद्री पर्वत आणि त्याच्या पायथ्याचा मुलूख हेच अंतिम युद्धाचं क्षेत्र बनणार आहे. इथंच शेवटची झंगडपक्कड रंगणार आहे."

"त्यासाठीच तर राजांनी खानदेश, बागलाण, नाशिक भागातल्या आपल्या बहुतांशी फौजा काढून घेतल्या. सारं सैन्य सह्याद्रीकड वळवलं आहे." येसूबाई बोलल्या.

शंभूराजांनी बैठकीसमोर सहज बोलता बोलता एक कच्चा नकाशा काढून दाखवला. ते बोलले, "पन्हाळा, शिरवळ, पुणे, चाकण, पनवेल, चौल, हरिहरेश्वर ते पुन्हा संगमेश्वरहून विशाळगड, पन्हाळा असं पोलादाचं एक कडं आपण बांधत आहोत. आपला हा चक्रव्यूह भेदून माणसंच काय, पण मुंगीनंही आत प्रवेश करता

उपयोगाचं नाही. हे बचावात्मक पोलादी कडं अशा शिस्तीनं आणि मस्तीनं झुंजत ठेवू की, तो बुङ्ढा पातशहा इथल्या दगडाधोंड्यांशी अजून किती साले झट्या घेणार आहे, तेच आम्ही पाहू!''

खानदेशातील फौजा मागे घेतल्यामुळे मात्र एक प्रकारे मोठे नुकसान झाले होते. तिकडचे अनेक मराठा वतनदार आणि सरंजामदार एकापाठोपाठ एक करून मोगली फौजांना मिळत होते. मोठी गळती लागली होती. शंभूराजांच्या विरोधात सावंतवाडीचा खेमसावंत मोगलांना मिळाला होता. त्याला राजांचे मेहुणे महादजी निंबाळकर यांची दवा चांगलीच उपयोगी पडली होती. तशी पुण्याकडची जेधे मंडळी स्वराज्याला अनुकूल राहिलेली. त्यांना मनातून शंभूराजे आवडायचे. परंतु पुणे, सातारा, फलटण, अकलूज, तुळजापूर ते उस्मानाबादपर्यंत एक विषारी वारे वाहत होते. काही स्वार्थी वतनदार, ''पृथ्वीपती पातशहासमोर संभाजी टिकणार नाही! त्याचं राज्य बुडणार!! मग आपली वतनं कशासाठी बुडू द्यायची?'' –असा विषारी प्रचार करत होते. काही वतनदारांनी आपल्या भाईबंदांना तशी गुप्तपत्रेही धाडली होती. सह्यपर्वताजवळ सातत्याने आगीच्या खेळात गुंतलेल्या शंभूराजांना ही कल्पना नव्हती. कारण अलीकडे मोगली प्रभावाखाली झपाट्याने जाणाऱ्या घाटमाथ्यावरील विभागातून पत्रे रायगडाकडे पोचत नव्हती. हरकाऱ्यांच्या वाटा बंद झाल्या होत्या. पण वातावरणाचा परिणाम म्हणून की काय, जेध्यांसारखे घरंदाज मराठेही मोगलांना मिळत होते. सुपे आणि पुणे प्रांतात तर खूपच मोठी लागण लागली होती.

मोगलांशी होणाऱ्या अंतिम टप्प्यातील प्रचंड लढाईचा वास लष्कराला, रानाला आणि खंद्या पुरुषांच्या मनालाही लागला होता. आज कवी कलशांची गोरीपान मुद्रा खूपच तेजस्वी दिसत होती. त्यांच्याकडे हात दाखवत शंभूराजे बोलले, ''कविराज, पन्हाळा आणि विशाळगडाच्या जंगली परिसर म्हणजे आमच्या राज्याचा पोलादी बाहू आहे. तुम्ही तिकडे दक्ष राहा. पहारे जागते ठेवा.''

''राजन, आपण निश्चिंत असा. कडवी आणि शहाळीसारख्या जंगली नद्यांच्या पाण्यावर पोसलेल्या घोड्यांनी कधीही पराभव बघितलेला नाही. मलकापूरची पागा हे माझे सामर्थ्य आहेच. पण –'' बोलता बोलता कविराजांनी पाठीवर रुळणाऱ्या आपल्या लांब केसांची गाठ मारली. आपल्या उतरत्या मिशीवर हात ठेवून कलश बोलले, ''राजे, काव्यानंदाच्या कैफात आपल्या संगतीनं मी सरस्वतीचा देव्हारा दरवळून टाकला होता. राजे, तुमच्यासंगे जगण्यात मला नेहमीच मोठी मौज वाटली. आपल्यासाठी मरण्यातही सुखाचा स्वर्ग संपादन करू! औरंग्याशी दोन हात करू! राजन, आमच्या बनारसकडे एक कहावत आहे, बिघडा हुआ बम्मन भगवान का होश उडा देता है! तर राजन, ये पातशहा तो किस पेड का पाला है!''

पातशाही आक्रमणाचे स्वरूप कसे असेल, पातशहाची बलस्थाने कोणती

आणि त्याचा कमकुवतपणा काय यावर सांगोपांग चर्चा सुरू होती. युद्धाचे कच्चे नकाशे समोर ठेवले गेले होते. कवी कलश आणि शंभूराजे मोक्यावरच्या प्रत्येक ठाण्याचा विचार करीत होते. शंभूराजांचे तारवटलेले डोळे मात्र पश्चिमेकडच्या किनारपट्टीचा सारखा वेध घेत होते. राजे बोलले,

"आपली आरंभीची खेळी मात्र अव्वलच ठरली. पातशहा इथं पोचायच्या आधीच आम्ही पोर्तुगीज आणि सिद्दींना चांगलंच ठेचून काढलं होतं. त्यामुळंच गेल्या सहासात वर्षांत पातशहा दस्तुरखुद्द दक्षिणेत हजर असतानाही, आम्हांला ढुसण्या देण्याची हिंमत ना पोर्तुगीजांनी दाखवली, ना सिद्दी पुन्हा जंजिऱ्याच्या बिळाबाहेर पडले. मात्र आता परिस्थिती पालटते आहे. आम्हांला वाटतं, आपल्या शेवटच्या जीवघेण्या रणसंग्रामामध्ये पातशहा जंजिरेकरांना आणि गोवेकरांना हुलीवर घातल्या-शिवाय स्वस्थ बसणार नाही. त्यामुळंच सिद्दी आणि पोर्तुगीजांचे पाय वेळेत छाटणं आणि पुन्हा एकदा त्यांना त्यांच्या मुलखात मागे रेटणं हे आपलं कर्तव्य राहील."

राजांच्या वक्तव्यावर मसलतीतले सर्व म्होरके विचारमग्न दिसले. शंभूराजांनी ओठावरची लव अजून काळी न झालेल्या धनाजीकडे बोट दाखवले. त्याबरोबर धनाजी जाधव झटकन उठून उभा राहिला. राजांच्या आज्ञेची वाट पाहू लागला. राजे बोलले, "धनाजी, रत्नागिरीच्या मोकावर तुम्हांला पाय गाडून उभं राहावं लागेल. औरंग्याच्या वरदहस्तानं गोव्याहून त्या वाटेनं फिरंग्यांचा कल्ला स्वराज्यावर चालून यायची शक्यता आहे. त्यातच आमचे सख्खे मेव्हणे महादजी, सावंतवाडीकर खेमसावंताला घेऊन औरंग्याच्या वळचणीला जाऊन पोचले आहेत. त्यामुळंच गोवे आणि सावंतवाडीच्या फौजा मिळून जंगात उतरायची शक्यता निर्माण झाली आहे."

शंभूराजांनी पुन्हा एकदा धनाजीकडे पाहिले. तेव्हा धनाजी हसून बोलला,

"राजे, गोमीला कितीही पाय असू देत. तिचं कंबरडं एकदा ठेचलं की ती गळून पडते. आम्हांवर जी जोखीम आपण सोपवली आहे तिचं निश्चितच आम्ही सोनं करू."

शंभूराजांनी संताजी घोरपडेला आपल्या जवळ बोलावून घेतले. नकाशावरील हरिहरेश्वर, दंडाराजपुरी, चौल ते पनवेलपर्यंतचा मुलूख, त्या पश्चिमी किनारपट्टीवरील सारी बंदरे आणि खाड्या त्याला दाखवल्या. राजे संताजीला ललकारत बोलले,

"संतोबा, तुझ्यावर तर आमचा दांडगा भरवसा. नुकतीच तू जिंजीपर्यंतची दौड करून परतला आहेस. जंजिऱ्याची पाण्यातली मगर किती जहरी आहे, हे आम्ही पुन्हा तुला स्पष्ट करायची गरज नाही. सिद्दी लुच्चा आहे. ऐनवेळी दगाफटका करेल. म्हणूनच तुम्ही हरिहेरश्वरापासून पनवेलपर्यंत सतत धावते राहा."

सेनापती म्हाळोजी घोरपड्यांचा चेहरा अभिमानाने फुलून आला होता. ते तारुण्याच्या ऐन उंबरठ्यावरील आपल्या लेकाकडे नजर टाकत होते. संताजीने महाराणी येसूबाई, आपले पिता म्हाळोजी आणि खंडो बल्लाळांवरून नजर फिरवत

शंभूराजांना सांगितले, “राजे, ह्या किनारपट्टीची काळजीच सोडा. आपण ही जोखीम माझ्यासारख्या नवयुवकावर सोपवली आहे. त्यामुळे मी धन्य झालो. माझी खात्री आहे. दंडाराजपुरीच्या रानातून घोडा फेकताना मला कोंडाजीबाबांचा आत्मा भेटेल, जिथे आम्ही चुकू, तिथं आम्हांला कोंडाजीबाबाच मार्ग दाखवतील! मात्र राजे आज मला कमालीचा हेवा वाटतो, तो इथंच बैठकीत बसलेल्या माझ्या वयाच्या खंडो बल्लाळांचा.”

संताजीच्या बोलाबरोबर सर्वजण त्याच्याकडे विस्मयकारक नजरेने पाहू लागले. तेव्हा संताजी बोलला, “राजे, गोव्याच्या लढाईत समिंदराच्या लाटात आपण पोहणीला लागला होता. तेव्हा या खंडोबानं पाण्यात उडी घेऊन आपले प्राण वाचवले. उद्या इथं आगीचा दर्या वाहू लागला, तर भरल्या आगीत उडी घेऊन तुम्हांला थोडीशी मदत करून मीही माझ्या जन्माचं सोनं करून घेईन!”

धनाजी आणि संताजींच्या उद्‌गाराबरोबर मसलतीतील सारे उत्साहित झाले.

दूर तमिळांच्या देशात जिंजीला केसो त्रिमलांच्या हाती सतराअठरा हजाराची फौज होती. तिचाही आढावा घेतला गेला. म्हाळोजीबाबा घोरपडे बोलले, “जोवर तिकडे केसोपंतांच्या अव्वल फौजेचा दाब आहे, तोवर हरजी महाडिकांच्या स्वार्थी महत्त्वाकांक्षेच्या फांद्या छाटल्या जातील. ते ठिकाणावर राहतील.”

महाराणी येसूबाईंनी आणि चिटणीस खंडो बल्लाळांनी आपला हिसाबकिताब बैठकीपुढे सादर केला. प्रत्येक किल्ल्यावर किती दारूगोळा आणि गारभांडी आहेत, प्रत्येक मुलखात किती फौज आहे, त्यापैकी डोंगररानात प्रत्येक घाटावर किती चौक्यापहारे आहेत, प्रत्येक किल्ल्यावर धान्याचा साठा किती, किमान आणखी तीन वर्षे युद्ध चालू ठेवायचे तर कोणकोणत्या किल्ल्यांवर रसद कमी पडेल, तशी अडचण उद्‌भवली तर धान्याचे साठे कोणत्या मुलखातून आणायचे, अशा प्रत्येक बाबीवर सांगोपांग चर्चा सुरू होती. हिसाबाचे कागद समोर ठेवले गेले असले, तरी तो सारा तपशील महाराणी येसूबाई आणि चिटणीस खंडो बल्लाळांच्या जिभेवर होता. न राहवून शंभूराजे हसत बोलले,

“येसूबाई राणीसाहेब, आपण फड सांभाळता म्हणून तर रात्रंदिवस रणामध्ये दौड करायला ह्या शिपाईगड्याला उसंत मिळते.”

शहजादा आज्जम आपली वीस हजाराची फौज घेऊन चाकणला ठिय्या देऊन होता. तो कोकणात कधीही उतरू शकतो; शिवाय फिरोजजंग कदाचित एखाद्या मधल्या आडवाटेचा फायदा घेऊन राजगड भागामध्ये घुसायची तयारी करतो आहे, अशा बातम्या हरकाऱ्यांनी आणल्या होत्या. ह्या दोन्ही आघाड्यांवर कसा बंदोबस्त करायचा याच्या सूचना राजांनी दिल्या. तितक्यात एका हरकाऱ्याला घेऊन संगमेश्वराचे सुभेदार बैठकीमध्ये मध्येच घुसले. घाबराघुबरा हरकारा सांगू लागला,

“राजे, निश्चित खबर काहीच नाही. पण ह्या रानात राजांच्या जीवाला धोका आहे

असे लोक बाहेर परस्पर बोलतात. त्यामुळे इथला मुक्काम लवकर हलवलेला बरा.''

शंभूराजे क्षणभर विचारमग्न दिसले. बोलले, ''खरं आहे. आम्हांलाही जास्त वेळ इथं दवडून चालणार नाही? बैठक संपली, संध्याकाळी भोजन उरकलं, की ज्याने त्याने आपापल्या मुलखाकडे पांगायचं आहे.''

त्या गुप्तहेराच्या आगमनानंतर बैठकीमध्ये काहीशी चुळबुळ दिसली. तेव्हा संभाजीराजे हसून बोलले, ''घाबरायचं काही कारण नाही. आम्ही योग्य ती खबरदारी घेतली आहे. घेऊ. पण ह्या अशा किर्र मुलखात वावरायला दिवसाढवळ्या वाघांनाही घाम फुटतो. सूर्याची किरणं जमिनीवर पाझरण्यापूर्वी झाडांच्या फांद्यांशी लोंबकळतात. त्यांची परवानगी घेतात.'' बोलता बोलता शंभूराजे क्षणभर थांबले. त्यांची नजर बहिरी ससाण्यासारखी भिरभिरत होती. त्यांनी हरकाऱ्याला एकच प्रश्न केला, ''तो मुकर्रबखान कुठं आहे?''

''केर्ल्याच्या माळावर, कोल्हापूरजवळ. त्याला अचानक थंडीतापानं गाठलं आहे म्हणं. गेल्या तीन दिवसांत तो तंबूबाहेर न पडल्याची पक्की खबर आहे माझ्याकडं.''

''— आणि आपले मलकापूरजवळचं अश्वदळ?'' राजांनी कवी कलशांकडे नजर फिरवत विचारले.

''राजे मलकापुरात नावाला फक्त चार हजार घोडा उरला आहे. बाकीचं सारं सहा हजाराचं अश्वदळ आंबा घाटाच्या तोंडावर आणि विशाळगडाच्या वाटेवर पेरून ठेवलं आहे.''

''कविराज?–'' राजे स्तिमित होऊन कविराजांकडे पाहू लागले. कलश बोलले. ''होय, राजन! विशाळगडाचा उतार उतरण्याआधीच मी मलकापुराकडे दूत धाडले होते. राजन, वेळा सांगून येत नाहीत. एक वेळ वाऱ्याशी खेळावे, वेळेशी नको!''

राजांनी आजूबाजूच्या परिसरातील आपल्या लष्कर पेरणीची खातरजमा केली. जवळच्याच शृंगारपूरला पाच हजार घोडा ठाणेबंद होता. वरच्या प्रचितगडावर पाचशे शिपायांचा बेडा होता. निवरेमार्गे वर जाणाऱ्या आणि पुढे कराडकडे उतरणाऱ्या मळेघाटात एक हजार स्वार जागती गस्त घालत होते. ती वाट अशी निबिड अरण्याची आणि इतकी दुर्घट होती की, तिकडे कोणी फिरकण्याची सुतराम शक्यता नव्हती. पलीकडे गोव्याच्या रस्त्यावर हातखंब्याजवळ दोन हजाराची जागती फौज होती. शिवाय जयगड आणि नावडी बंदरावर खडा पहारा होता. एकूणच जमिनीवरून किंवा पाण्यातून संगमेश्वरात कोणीही पोचायची सुतराम शक्यता नव्हती. तरीही येथून लवकर निघून रायगडाकडे धाव घेणे राजांना खूप आवश्यक वाटत होते.

मसलत चांगलीच रंगली होती. बघता बघता दिवस मावळला. संगमेश्वराच्या रानात अंधार उतरू लागला. चर्चेचे बहुतांशी मुद्दे संपले. शंभूराजांनी आपल्या सर्व

सहकाऱ्यांना पानविडे दिले. त्यांनी महालातून बाहेरच्या अंधाराकडे नजर टाकली. हिरवी पर्वतराजी अंधारडोहात बुडाली होती. झाडांतून, माडांतून वाहणाऱ्या वाऱ्याचे आवाज कानावर पडत होते. शंभूराजांनी सर्वांकडे मोठ्या उमेदीने नजर टाकली. बोलता बोलता त्यांनी सहज खडा टाकला,

"दोस्तहो, वाटतं तुम्हांला, हा भयपर्वत ओलांडून आम्ही पुढे जाऊ शकू?"

"का नाही, का नाही राजे?" खंडो बल्लाळ उठून उभे राहिले. पुरेशा आत्मविश्वासाने ते बोलले, "राजे, आपण खूप भोगलं. खूप सोसलं. नाशिक बागलाणकडे थोडीशी पडझड झाली असेल. मात्र सह्याद्री पर्वताच्या अंगावरच्या अनेक बलाढ्य किल्ल्यांपैकी एकही किल्ला आपण त्या कोल्ह्याच्या, औरंगजेबाच्या ताब्यात अद्यापि जाऊ दिलेला नाही. थोरल्या राजांच्या काळातील आरमारांपैकी एकही जहाज कमी होऊ दिलेलं नाही. उलट त्यात साठसत्तर मोठ्या जहाजांची भरच घातली आहे. अशी ताकद आपल्या पाठीशी असताना एकच काय, पण आणखी पन्नास वर्षं आम्ही त्या पापी औरंग्याच्या सेनासागराशी सहज मुकाबला करू!"

ती महत्त्वाची मसलत आटोपली तेव्हा करकरीत तिन्हीसांज झाली होती. सांजवारा भिरभिरत होता. दालनातली चिरागदाने फुरफुरत होती. मसलत आटोपली तरी राजांची पावले तिथेच रेंगाळली, तसे बाकीचेही तिथेच थबकून उभे राहिले.

राजे गरजले, "गड्यांनो, औरंगजेबासारख्या कळिकाळाशी मुकाबला करण्यासाठी शक्य असेल तेवढं सर्व काही आम्ही केलं. तुमच्याच साथीनं जंजिरेकर सिद्दीला असा ठेचून काढला की पातशहासारखा त्याचा एवढा बडा यार जवळपास येऊनही तो जंजिऱ्याचं बीळ सोडून बाहेर आला नाही. गोवेकर पोर्तुगीजांची आम्ही मस्ती जिरवून त्यांना तेथेच थोपवलं. एकीकडे अरबांशी दोस्ताना केला, तर दुसरीकडे इंग्रजांना आपल्या वखारी सोडून बाहेर पडू दिलं नाही. तामिळ आणि कर्नाटकात दोन दोन मोहिमा काढून तिथल्या गडकिल्ल्यांवर भगवा झेंडा फडकावला. विजापूर आणि गोवळकोंडेकरांशी दोस्ती करून दिल्लीकर पातशहाला कोंडला. त्याच्या पाच लाखांच्या फौजेपाठी आठ-आठ वर्षं नाचवला. महाराष्ट्रदेश वाचवला!"

"वा ऽ राजे वा!" सर्वजण गरजले!

शंभूराजांच्या चर्येवर जणू पर्जन्यमेघांची दाटी झाली. कडाडत्या बिजलीसारखी त्यांच्या नेत्रातली बुबुळे चमकली. हाताच्या मुठी वळवळल्या. छाती तटतटून फुगली. गर्दन ताठ झाली. ते सर्वांकडे नजर फेकत धिम्या पण निर्धारी शब्दांत बोलले, "एका शिवाजीराजांच्या लौकिकाचा झेंडा उंच आभाळात नाचविण्यासाठी अशा शंभर संभाजीच्या मुंड्यांचा सडा रणांगणावर पडला तरी बेहत्तर!!"

■

दीन आणि अफघान

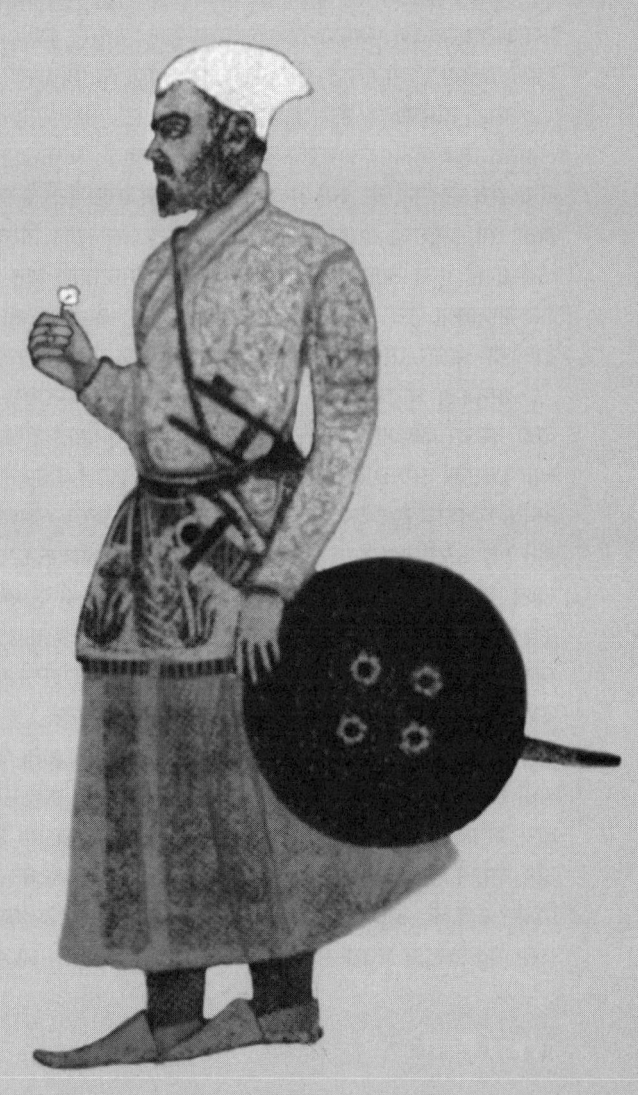

१.

असा अवघड, घातकी आणि खुनशी जंगलउतार मोगलांनी आपल्या बापजन्मी बघितला नव्हता. गेला एक दिवस आणि एक रात्र त्या सर्वांनी जोराची दौड केली होती. परंतु रात्री अणुस्कुरा उतरायला त्यांनी सुरुवात केली आणि प्रत्येक पावलागणिक त्यांना आपल्या आईमाईची आठवण होऊ लागली.

अणुस्कुरा घाटाचा उतार असा कातीव आणि निसरडा होता की, पहिल्याच झटक्यात त्याने मोगली पथकांचा माज उतरवला. मुकर्रबखान, इखलास आणि गणोजीसह सर्वजण मुकाट्याने घोड्यावरून खाली उतरले. जिथे जनावरांना मोकळ्याने खाली उतरणे शक्य नव्हते, तिथे पाठीवरची ओझी त्या बिचाऱ्यांना कशी पेलवावीत?

घाट उतरणीवर उंच झाडांची आणि दाट वेलीगवतांची खूप गर्दी होती. त्यामुळे तिथे भूमीपर्यंत चंद्रकिरणेही पोचत नव्हती. पायाखालची वाट फक्त दोन ते अडीच वीत रुंदीची. त्या अरुंद बोळकांडातून एका वेळी एकच घोडा पुढे सरकत होता. ती उताराची अवघड वाट कधी उलट्या सुलट्या गिरक्या घेत, कधी थेट दोरीसारखे एका ओळीत, कधी तिरपी, कधी नागमोडी होत होती. तर कधी ती डोक्याइतक्या उंच गवतातून हरवून जात होती. अनेकदा ती कातीव कड्यांच्या टोकांचा आधार घेत थकल्या म्हातारीसारखी हळू नेटाने खाली उतरत होती.

अनेकदा घोड्यांचे खूर पायाखालच्या पसरट चिपरीवरून घसरायचे. अशा वेळी चर चर कापणारे जनावर बाजूच्या एखाद्या उंच शिळेचा आधार शोधे, ते सरळ त्या फत्तरावर अंग झोकून देई आणि लांब जीभ काढत कसाबसा जीव बचावी. पण अनेक घोड्यांचे खूर दगडांवरून वा वाळल्या गवतावरून अचानक निसटत. काय होतेय हे कळायच्या आत त्यांचा तोल जाई. रहाटदांडीवरून भरलेली घागर खाली खोल विहिरीत धाडकन कोसळावी, तशी जनावरे बाजूच्या दरीमध्ये जाऊन कोसळत. कड्यावरून खाली कोसळणाऱ्या जनावरांचे ते जीवघेणे खिंकाळणे, त्यांचा शेवटचा चीत्कार, बाकीच्या लष्कराच्या काळजाचा ठाव घेई. उरलेली घोडी जागच्या जागी थबकत. भीतीने चराचरा वाकत. जागीच फळफळ मुतत.

उतारावर पायांची आणि खुरांची गती इतकी मंद होती की, ती नादान वाट कधी संपणार की नाही हेच समजत नव्हते. पलीकडच्या दरीतून उत्तररात्रीचा थंडगार वारा अंगावर येत होता. मात्र घाबरलेल्या माणसाजनावरांना उकडत होते. त्यांचे अंग घामाने डबडबत होते. त्या राक्षसी उतारवाटेने बघता बघता चाळीसभर घोडी गिळून टाकली. अंधारात ठेचकाळणारे अनेक जीव कड्यांवरून खाली कोसळले. जसा मुकर्रबखान पंधरा-सतरा फौजींना मुकला तसा त्याच्याही पोटातून भीतीचा

गोळा गरगर फिरू लागला. मुकर्रबच्या बाकी साथीदारांनी त्याच्याभोवती दाटीवाटी केली. अंधारात त्यांच्या डोळ्यांतले भाव स्पष्ट दिसत नव्हते, पण त्यांचे कोंडलेले श्वास, नासिकेतून वाहणारे उष्ण वारे एकच सवाल करत होते, 'खानसाहेब कुठल्या ह्या मौतीच्या तळघरात घेऊन चालला आहात आम्हांला?'

त्यांच्या श्वासांना मुकर्रबनेच ठाम शब्दांत जबाब दिला, "मै तो पेहले बोला था. ज्यांना मरायचं आहे, त्यांनीच माझी सोबत करावी—"

मुकर्रबच्या ठाम उत्तराबरोबर थबकलेले पाय पुन्हा चालू लागले. खुरांना गती आली. उतारावरून चालताना मांडीतून, पायाच्या पोटरीतून गोळे उठत होते. पाय ठेचकाळणे, नखे तुटणे, फुटणे ह्या तर किरकोळ बाबी होत्या. अनेकांचे पाय पुन:पुन्हा मुरगळून ते बधिर झाले होते. त्या सैतानी उतारावर आता कोण कोणासाठी थांबायला तयार नव्हता. घोडी एक दुसऱ्याशी अंग घासत, सैनिक एकमेकांना हाताचा आधार देत. ती गारठलेली माणसे-जनावरे कशीबशी जीव घेऊन खाली चालली होती. मध्येच एखाद्या फौजीचा पाय घसरे. लाकडाच्या मोळीसारखा तो बाजूच्या कातीव कड्यावरून खाली कोसळे. "या अल्लाऽ या खुदाऽऽ" या त्याच्या करुण किंकाळीकडे फारसे कोणी लक्ष देत नसे. खाली कोसळलेला सैनिक एखाद्याचा मावसभाऊ अगर चचेराभाऊ असला तरी कोणी थांबत नव्हते. सर्वांनाच लवकरात लवकर जगूनवाचून खाली उतरायची घाई होती. पडलेल्या माणसाची "कौन था?" अशी फक्त जुजबी चौकशी होई. पाय पुन्हा पुढे धाव घेत. मुसलमान सैनिक मध्येच गारठल्या आवाजात एकमेकांच्या कानात कुजबुजत, "ये शैतान गणोजी, हमे कहाँ ले जा रहा है?"

ही अशी आटिंगी राने, पर्वतदऱ्या नेहमीच म्हणे मराठ्यांना धार्जिणी असतात. त्यामुळेच मुकर्रबच्या फौजेला खूप धोका वाटत होता. अचानक झाडांतून मरगट्ठे वानरासारखे उड्या घेत अंगावर आले तर जायचे कोठे? सारी फौज ह्या सैतानी वाटेवर गारद व्हायची शक्यता होती. घोड्यांच्या तोंडातून भीतीने फेस गळत होता. त्यांच्या पाठी घामाने थबथबून गेल्या होत्या.

रात्र सरत आली. आभाळातला चांद आणि चांदणे मावळले. आता लख्ख उजाडले. तशी माणसे जनावरे जागच्या जागी थबकली. पाठीवरचा उंच कडा पाहून अनेक सैनिकांना भोवळ आली. आताशी फक्त अर्धीच वाट संपली होती. एकीकडे पाठीवर उंच कडा आणि दुसरीकडे पायाखालची खोल दरी. माणसे आणि जनावरे भीतीने गरगरा डोळे फिरवू लागली. केवळ रात्रीच्याच आडोशामुळे ती तो महाभयंकर प्रवास करू शकली होती. अन्यथा एक मुकर्रबखान सोडला तर अन्य कुठलाही फौजी ह्या कड्यावरून खाली उतरायला तयार झाला नसता. उजव्या हाताची खोल दरी आणि पायाखालचा सैतानी उतार बघून तर जनावरे हडबडली. बाजूच्या

खडकांना, झाडांना ती चिकटून, नाक फेंदारून जागच्या जागी थबकून उभी राहिली. मुकर्रबखान मोठ्याने ओरडला, "चलो बेवकूफ. चलो जल्दीऽऽ नाही तर मरगट्टे आपल्या पाठोपाठ पोचतील."

घोड्यांच्या सापत्या-वेसणी खेचत सैनिक त्यांना खाली ओढू लागले. पण एकही जनावर पाऊल पुढे टाकायला तयार होईना. तशा जनावरांच्या अंगावर वेताच्या काठ्या, ओल्या फोकाट्या, चाबकांचे आसूडही पडले. खाली जाण्याऐवजी जनावरे जागच्या जागी भीतीने चर चर वाकली. तेथेच पुन्हा हगली आणि मुतलीही. पण कोणीही भीतीने पुढचे पाऊल उचलेना. तसा मुकर्रबने सर्वांना इशारा केला. त्याने आपल्या निमुळत्या टोपीभोवती गुंडाळलेला सापा सोडला. त्या लांबलचक वस्त्राने त्याने आपल्या घोड्याचे डोळे घट्ट बांधले. त्याबरोबर इतर सैनिकांनीही आपली मुंडाशी सोडली. ज्यांच्याकडे मुंडाशी उरली नव्हती, त्यांनी सरळ आपल्या अंगातले लांब, घोळदार सदरे काढले. सर्वांनी आपापल्या जनावरांचे डोळे बांधले. काही का असेना, तो जीवघेणा उतार दिसेनासा झाला, तेव्हा कुठे मुक्या जनावरांच्या उरात धीर आणि पायात बळ आले. घोडी आपली वेसण खेचणाऱ्या आपल्या धन्याच्या आधाराने पुन्हा हळू हळू चालू लागली. जनावरांच्या आधाराने माणसेही पुन्हा दबकत बिचकत घाट उतरू लागली.

दुपार झाली. एकदाची ती तीन हजाराची फौज ती दुर्घट घाट उतरून खाली आली.

घाट उतरता उतरता जेव्हा माणसा-जनावरांनी समोरची सपाटी पाहिली तेव्हा त्यांची हृदये आनंदाने भरून आली. सर्वांचे पाय अवघडून, ठेचकाळून, मुरगळून, रगडून, ठणकून अगदी बेजार झाले होते. त्यामुळेच समोरचे गवताने भरलेले सपाट माळरान घोड्यांनी पाहिले मात्र, तशी उल्हसित होऊन पुढे धावली. स्वतःचे अंग सैल सोडून चिखलपाण्यात हत्ती लोळावेत, तशी घोडी गवताच्या गादीवर लाडाने लोळू लागली. स्वारशिपायांनीही कोकरासारख्या उड्या मारत गवतावर स्वतःला झोकून दिले. विसावा घेणारे, श्रमलेले ते जीव अचंबित होऊन आपल्या पाठीमागचा तो कडा आणि त्या कड्यावरून दोरीसारखी खाली ओघळणारी अस्पष्ट पायवाट डोळे भरून पाहत होते. खरेच आपण तो कातीव कडा उतरून खाली आलो का, याची त्यांना खात्रीच पटत नव्हती!

माळावर लोळणारा माणसा-जनावरांचा तो मेळा बाजूच्या विशाल पिंपळाच्या बुडाशी उभे असलेले गावकरी कौतुकाने पाहत होते. काल दुपारीच वाऱ्याच्या पायाने पळणाऱ्या काही हरकाऱ्यांना आणि वाटाड्यांना गणोजीने पुढे धाडले होते. "मोगलांचे एक पथक फुटून मराठ्यांना मिळाले आहे. ते शंभूराजांना भेटण्यासाठी याच वाटेने पुढे जाणार आहे—" असा निरोप गणोजीने त्यांच्यासोबत पाठवला होता. आजूबाजूच्या वाड्यावस्त्यांवर भल्या पहाटेच भाकरतुकड्याचा बंदोबस्त

केला होता. गावकरी भाकऱ्या, चटणी आणि ठेचा घेऊन त्या पथकाची वाटच पाहत होते.

थोडीशी विश्रांती झाली. माणसे भाकरतुकड्यांवर आणि जनावरे बाजूच्या ओल्या लुसलुसीत गवतावर तुटून पडली. शेवटी तिथे फार वेळ थांबणे तसे धोकादायकच होते. मुकर्रबखानाने आणि गणोजीने घाई केली. सारे हुशार होऊन पुन्हा डोंगरउताराने समोरचा रस्ता कातरू लागले.

समोरचा रस्ता अगदीच रात्रीच्या कड्यासारखा नव्हता. परंतु नीटही दिसत नव्हता. अनेक खाचखळग्यांतून, ओहळांतून, पुरुषभर उंचीच्या दगडाधोंड्यांच्या अडचणीतून ती काटेरी पायवाट पुढे सरकत होती. मुकर्रबच्या दोस्तांना राहवेना. त्यांनी चिडून गणोजीच्याच तोंडावर खानाकडे तक्रार केली, "हा शैतान गणोजी अजून कुठे घेऊन चालला आहे? पलीकडची गोव्याहून येणारी घोडेवाट का सोडतोय हा?"

त्या तक्रारीवर गणोजी हसला. मुकर्रबच्या फौजींना बोलला, "ती गोव्याकडून येणारी वाट सरळ पुढे जाते. पण संगमेश्वरपर्यंत किमान दोन जागी संभाची पाच पाच हजाराची पथकं खडी आहेत तिकडं. बोलाऽ, आमच्या मागोमाग येणार की आपसूक संभाजीच्या दाढेत जाणार?"

गणोजीने कोणाला उत्तर देण्यासाठी जागाच शिल्लक ठेवली नव्हती.

अंधार पडता पडता एका गावच्या माळरानात घोडी थांबली. गणोजीच्या आगाऊ निरोपाप्रमाणे कोकण भागातले खेमसावंत, देशमुख, दळवी असे अनेक वतनदार पुरेशा बंदोबस्तानिशी तिथे गोळा झाले होते. गणोजी भेटताच त्यांनी त्याला कडकडून मिठ्या मारल्या. निरोपाप्रमाणे त्या सर्वांनी आपल्या सोबत ताजीतवानी अशी सुमारे चारशे घोडी तयार ठेवली होती. मुकर्रबखानाने घाई केली. दमलेली अगर दुखापत झालेली घोडी लगोलग बदलली गेली. ताज्या दमाची घोडी बुडाखाली मिळाल्याने मुसलमान सैनिक खूप खूष झाले.

आता संगमेश्वरपर्यंतचा रस्ता फक्त एका रात्रीचा होता. सलग तिसऱ्या रात्रीचा तो जीवघेणा, कष्टदायक प्रवास सुरू झाला.

तेवढ्यात काही हरकाऱ्यांकडून गणोजीला खबर मिळाली. दीडदोन दिवसांमागेच शंभूराजे विशाळगड उतरून येथून जवळपासच्या वाटेनेच संगमेश्वराकडे पुढे गेले आहेत. ती खबर ऐकताच मुकर्रबखानाच्या अंगावर शहारे आले. त्याचे स्वारसैनिकही सावध झाले. गेल्या तीन रात्री आपण ज्या शिकारीसाठी अशा भयानक रानावनांतून कुत्र्यासारखे धावतो आहोत, ती शिकार आता इथेच जवळपासच्या रानात असल्याचा वास त्यांच्या नाकाला लागला. त्याबरोबर सारेच उल्हसित झाले होते. प्याऱ्या गणोजीदाजीने पोटापाण्याची कसलीच तोशीस पडू दिली नव्हती. आता फक्त पुढे धावायचे होते. कदाचित शंभूराजे संगमेश्वर सोडून जातील आणि सारेच मुसळ

केरात जाईल. पदरात अपयश पडायची भीती होती. परंतु समजा शंभू न सापडला, पदरी अपयश पडले, तरी या रानातून यशस्वी माघार घेऊन पुन्हा सुरक्षित अंतरावर मागे जाऊन पोचणे सुद्धा खूप कष्टदायक होते. कदाचित मृत्यूशीच गाठ होती.

मुकर्रबखान आपल्या बुडाखालच्या ताज्या दमाच्या धिप्पाड घोड्याला मुठीने रट्टे मारत होता, तर कधी चाबकाच्या वादीने थयथय नाचवत होता. त्याला समोरच्या झाडीची, त्या आडवळणांची, वाटेतल्या खाचखळग्यांची आता पर्वा राहिली नव्हती. तो सुसाटपणे पुढे धावत होता. शिकार टप्प्यात आल्याने माणसा-जनावरांना खूप चेव चढला होता.

मध्यरात्र झाली. मोगली फौजेच्या सोबतीला माळावर चांदणे उतरले होते. त्यांची दमछाक होऊ नये म्हणून की काय गार, हलका वारा वाहत होता. जणू गणोजीदाजीबरोबर निसर्गही आता वैऱ्याच्या वळचणीकडे सरकत होता. मुकर्रबचे सर्वांग त्या एकाच निर्धाराने बधिर झाले होते. डोळे मात्र जागे होते. त्याच्या घोड्यासमोर गणोजीच्या वाटाड्यांची पंधरावीस घोडी धावत होती. त्यांच्या सोबतीनेच मुकर्रब आणि पाठोपाठ तीन हजार फौजेचा शेपटा धावत होता.

आपल्याला कोणीतरी हाका मारते आहे हे मुकर्रबच्या लक्षात आले. त्याने कचकन घोडा थांबवला, तर त्याचाच तरणाताठा पुत्र इखलास "अब्बाजान... अब्बाजान" करत त्याच्या कानाजवळ येऊन पोचला होता. आपल्या बापाचा घोडा थांबताच इखलासही घोड्यावरून पुढे ओणवा झाला. तो बापाच्या कानात काहीतरी कुजबुजला. तशी घोडी जागच्याजागी थांबली.

फौजेच्या पाठीमागच्या अंगाला राहिलेल्या गणोजी शिर्केला पुढे बोलावले गेले. गणोजी मुकर्रबखानाजवळ येऊन पोचला. त्याचा उतरलेला चेहरा चंद्रप्रकाशातही स्पष्ट ओळखू येत होता. त्याबरोबर मुकर्रबच्या मुखातून आसुडाच्या फटकाऱ्यासारखे शब्द बाहेर पडले, "क्यूं गणोजी? क्या बात है?"

"सरकार, मी तुम्हांला वाघाच्या घळीपर्यंत घेऊन आलो— माझे वाटाडे, रसद सारा बंदोबस्त तुमच्या सेवेला देतोच आहे. पण सरकार दया करा, मला इथून मागं जायची परवानगी द्या."

"आप पागल तो नही?"

गणोजीला गहिवरून आले. त्याचा आवाज घोगरा झाला. तो कळवळून बोलला, "खानसाहेब, कसं सांगू तुम्हांला? ह्या डोंगरदऱ्यातले येडेखुळे लोक त्या शिवाजीला आणि आमच्या संभ्याला देव मानत्यात. समजा, उद्या कमी जास्त काय झालं - संभ्या हातातनं निसटला तर मात्र तो केवळ आगीचा खेळ खेळेल. आमची मुळीडहाळीही औषधाला मागं उरणार नाही."

मुकर्रबखान आणि इखलासखानाची बोलाचाल झाली. नंतर मुकर्रब शिर्क्यांना

बोलला, "गणोजी, घबराईये मत. आम्ही तुम्हांला सलामीला नाही ठेवत. फौजेत मागे मागे राहा. लेकिन किसी भी तौर पर आपको तो आनाही आना है!"

"पण सरकार, रसद देतो. वाटाडे देतो. मला जाऊ द्या—" दोन्ही हात जोडत घाबरलेला गणोजी बोलला.

आधीच वेळ होत होता. फौज मध्येच ताटकळलेली. गणोजी ऐन वेळी कच खातो आहे असे लक्षात येताच मुकर्रबखान भयंकर चिडला. घोड्यावरूनच पुढे झेपावला आणि त्याने आपल्या बळकट उजव्या हाताने गणोजीची गळपटी धरली. त्याला पुढे खेचत तो ओरडला, "शिर्के, तू मला बेवकूफ समजतोस? तुझ्या बापजाद्यांनी कुछ सदियोंके पहिले ह्या जंगलरानात सात हजार फौजेनिशी त्या मलिक उत्तुजार बंद्याला घात करून मारलं होतं. तसाच वख्त आला, तो मै भी डुब मरूंगा, लेकिन आपके साथही! चलो. बचपना छोड दो—"

चांदण्यातून पुन्हा जोराची रपेट सुरू झाली. घोडी दम न खाता पुढे धावत होती. रस्त्यातल्या छोट्यामोठ्या दऱ्या, टेकड्या मागे पडत होत्या. पहाटेचेच संगमेश्वराहून येणारे काही वाटसरू भेटले. त्यांच्याकडून खबर समजली, "काल दिसभर संभाजीराजे संगमेश्वरातच होते. उद्या सकाळी ते रायगडाकडं निघणार आहेत." ती खबर ऐकली मात्र. त्याबरोबर मुकर्रबच्या घोड्यांना जणू पंख फुटले. आता मुकर्रबखान, इखलासखान, गणोजी आणि तीन हजारांची ती फौज एल्गार करत काट्याकुट्याचा रस्ता तुडवत, पुढे दौडत होती. संगमेश्वराच्या संगमावरच जीवनमरणाचा आट्यापाट्याचा खेळ खेळायचा त्यांचा एकच निर्धार होता.

२.

पाण्यात काहीतरी धपकन् कोसळल्याचा आवाज आला. येसूबाईंचे डोळे गपकन उघडले. त्या बिछायतीवर उठून बसल्या. पाठीमागच्या नदीमध्ये झाडाची एखादी मोठी फांदी निखळून पडली असावी, असा त्यांनी अंदाज बांधला. महाराणीसाहेब बावरून आजूबाजूला पाहू लागल्या. महालातले चिकाचे पडदे हलक्या वाऱ्यानेही सळसळत होते. पडद्यांना बांधलेल्या बारीक घुंगरांचा आवाजही आज अनोखा वाटत होता. चिरागदानातले तेल संपत आलेले. मघाच्या त्या आवाजाने वाड्याबाहेर बांधलेली घोडी खिंकाळली होती. पुन्हा शांत झाली होती. दमलेभागले शंभूराजे बिछायतीवर एखाद्या लाकडाच्या मोळीसारखे तसेच शांत पडलेले.

येसूबाईंना दरदरून घाम फुटला होता! त्यांच्या मुखातूनही लवकर शब्द बाहेर पडायला तयार होईनात. असे महाभयंकर स्वप्न त्यांनी उभ्या आयुष्यात कधीही पाहिले नव्हते! मेंदूतली स्वप्नाची तुटलेली साखळी जोडण्याचा त्या प्रयत्न करत

होत्या. डोक्याला खूप ताण दिल्यावर ते दु:स्वप्न अस्पष्टपणे त्यांच्या मन:चक्षूंसमोर पुन्हा एकदा तरळू लागले.

अशी राक्षसी भाऊबीज जगातल्या कोणत्याही बहिणीने स्वप्नातही चिंतली नसेल. येसूबाईंच्या सर्वांगातून अजूनही घाम पाझरत होता. भाऊबीजेसाठी त्यांनी घातलेली सुंदर रांगोळी. मध्ये भाऊरायांसाठी ठेवलेला चंदनाचा पाट, ते तबक अन् ती ओवाळणी. मात्र पाटासमोर भाऊ नव्हे, तर कोळशाचा एक ढीग दिसला होता. नुकतेच निखाऱ्यातून बाहेर काढलेले, आणि लगेच विझवलेले धपापते कोळसे. ओवाळणीच्या त्या सुवर्ण तबकाजवळचे मनगट मात्र त्यांनी ओळखले होते. त्या मनगटावरील सर्पाच्या आकाराचे सुवर्णकंकण निश्चितच गणोजीराजांचे होते. स्वप्नातसुद्धा ओवाळणीनंतर येसूबाईंनी मनोभावे आपले डोके गणोजींच्या पायावर ठेवले होते. पण भावाकडून मिळालेल्या त्या महाभयंकर ओवाळणीने येसूबाईंच्या अंगाचा थरकाप उडाला होता. भीतीने अजूनही त्यांचे काळीज उडत होते- ते तबक. ती ओवाळणी. ते रेशमासारखे लांबलचक केस, ताज्या रक्ताने चिकटलेली ती कोरीव दाढी, अर्धवट मिटलेले एखाद्या शिल्पाकृतीसारखे गोड गहिरे डोळे आणि तबकामध्ये सांडलेले ते रक्त! अरे, देवा! ते शिर तर शंभूराजांचेच होते!! येसूबाईंना खूप मोठ्याने किंकाळी फोडावी असे वाटले. परंतु बाजूलाच गाढ झोपी गेलेल्या शंभूराजांकडे त्यांनी पाहिले. खूप दूरवरचा प्रवास करून आलेला कोण्या चंद्रनगरचा राजकुमार ढगांच्या दुलईत शांत झोपी जावा, तशी शंभूराजांची चर्या जितकी दमलेली तितकीच पवित्र दिसत होती.

येसूबाईंचा जीव कोंडला होता. महालाच्या गवाक्षातून जोराने येणाऱ्या वाऱ्याची, झाडांवरून टपटप गळणाऱ्या पानांचीच नव्हे, तर साऱ्या चराचराची का कुणास ठाऊक आज त्यांना खूप भीती वाटत होती. कोणा अज्ञात, गूढ शक्तीने संगमेश्वराचे हे सारे रानच झपाटून टाकल्यासारखे वाटत होते. इथे अधिक वेळ थांबायला नको, असा घोषा त्यांनी रात्रीच शंभूराजांकडे लावला होता.

रात्रीची ती महत्त्वाची मसलत उरकली, तेव्हा शंभूराजे आपल्या सहकाऱ्यांना म्हणाले, "ज्यांना शक्य असेल, त्यांनी आताच निघा. उद्या तिन्हीसांजेपर्यंत नेमून दिलेल्या जागेवर जाऊन दाखल व्हा." त्याप्रमाणे काही पथके संगमेश्वरातून बाहेर पडली. परंतु शंभूराजांचे पाय रेंगाळले. त्यांनी अर्जोजी यादवाला त्याचा निवाडा ऐकायचे वचन दिले होते. इतरही अनेक गोरगरिबांना न्यायदान हवे होते. ते उरकायचे आणि न्याहरीच्या आत संगमेश्वरातून बाहेर पडायचे असा राजांनी निश्चय केला होता. येसूबाईंनी जेव्हा लागलीच निघायचा आग्रह धरला होता. तेव्हा म्हाळोजी घोरपडे बोलले, "सूनबाई, कशाला रातची गडबड करता? उद्या सकाळी निघू सारे."

"तसं नाही, पण— मामंजी...?"

"ऐक पोरी, घाटावर रातीचा प्रवास करताना कायबी वाटत नाही. आभाळातला चंद्र आणि चांदण्या दिवट्या धरल्यासारखा प्रकाश दाखवतात. पायाखालच्या गरम मातीत पण पावलांना धोका नसतो."

"पण इकडं कसली भीती आहे, मामंजी?"

"ही कोकणची वस्ती आहे, पोरी. वर झाडझाडोऱ्याचं गच्च छप्पर. त्यामुळं इथं चंद्र आणि चांदण्या सोबतीला नसत्यात. शिवाय ह्या रानात फुरसं, मण्यार, जळवा अशा नाना जातींचा रात्री अंमल असतो. शृंगारपुरात लहानाची मोठी झालीस तू. हे सारं सांगायला हवं का मी?"

साऱ्यांचाच आग्रह पडला. मात्र कोणत्याही परिस्थितीत भल्या सकाळी आम्ही निघणार आहोत, अशी कल्पना येसूबाईंनी संगमेश्वराच्या सुभेदारांना दिली होती. पालख्या, मेणे आणि बळकट देहयष्टीच्या भोयांना तयार ठेवायला सांगितलं होतं. मात्र रात्री झोपेच्या अधीन होण्याआधी सुभेदार मोरे धावत आला. त्याने औंधचे अर्जोजी आणि गिरजोजी यादव येऊन पोचल्याचे सांगितले. राजांनीच त्यांना तीन दिवसांमागे विशाळगडावर वेळ दिली होती. संगमेश्वरात भेटायचे ठरले होते. अर्जोजी तसा वफादार मनुष्य. दुर्गादेवींना आणि राणूआक्कांना भेटण्यासाठी सोंग घेऊन त्यांनी बहादुरगडाच्या भुईकोटापर्यंतही मजल मारली होती.

उद्या सकाळी दरखास्ती ऐकाव्यात की त्या पुढे ढकलाव्यात, या पेचामध्ये शंभूराजे पडले. पण बिचारे यादवबंधू गेली अनेक वर्षे गांजले गेले होते, ही सुद्धा वस्तुस्थितीच होती.

"राजे, आणखी दोनतीन दरखास्तीही आहेत—"सुभेदार हळूच बोलला.

"ठीक आहे. ऐकू सर्वांच्याच फिर्यादी. पण हे पाहा, त्या सर्वांना सकाळी दिवस उगवायच्या आधी इथं येऊन पोचायला सांगा. न्याहरीच्या आत आम्हांला न्यायदान संपवावं लागेल. तिकडे रायगडाकडं कामाचे डोंगर थकले आहेत." राजे बोलले.

न्यायदानाच्या नादात राजांनी अशा वेळी उगाच कशाला अडकून पडायचं? त्यातच अर्धरात्री पडलेले ते भयंकर स्वप्न आणि त्याची गूढ भीती आता येसूबाईंच्या रक्तात, अणुरेणूत पसरू लागली होती. जेवढे लवकर येथून बाहेर पडू तेवढे चांगले, असेच त्यांना वाटत होते.

भल्या पहाटे राजे उठले. त्यांनी स्नान आणि देवपूजा आटोपली. बाहेर तांबडे फुटले होते. येसूबाईंनीही स्नान आणि देवपूजा उरकली. तितक्यात सुभेदार आत आला. राजांना सांगू लागला, "राजे, बाहेर पालखी, मेणा, भोई सारं तयार आहे."

शंभूराजांनी काळजीनं ओढलेला येसूबाईंचा चेहरा बघितला. तसे ते बोलले, "महाराणी, आपण इतक्या चिंताग्रस्त का दिसता? आपण पुढे निघा. आम्ही

पाठोपाठ धावत्या घोड्यावरून येऊ.''

''राजेऽ, आजचा दिवस अशुभ वाटतो. नका थांबू इथं.''

''येसू, अगं असं कसं वागून चालेल आम्हांला? आम्ही या मुलखाचे राजे आहोत. काल रात्री त्या यादवांना शब्द दिलाय आम्ही! सुभेदार, ते यादव पाहा येतीलच आता.''

''ते गेलेत कुठं?'' सुभेदार सांगू लागले, ''राजे, काल रात्रीपासून ते यादवबंधू देवडीवर ठाण मांडून बसले आहेत भुतांच्या दूतासारखे!''

''ऐकलंस येसू? अगं, टाहो फोडून रडणाऱ्या लेकराकडे पाठ फिरवून माता पुढे जाऊ शकत नाही आणि दारात न्याय मागण्यासाठी उभ्या असलेल्या रयतेला ओलांडून राजा पुढे जाऊ शकत नाही.''

सुभेदार पुढच्या वर्दीसाठी बाहेर निघून गेला. येसूबाईंच्या पाठोपाठ शंभूराजे आतल्या दालनात आले. मात्र येसूबाईंच्या हृदयातला काळजीचा थेंब त्यांना स्वस्थ बसू देईना. त्यांनी आवेगाने बाजूच्या खांबावर हात ठेवला. त्या मुसमुसु लागल्या. ते दृश्य पाहून राजांना आश्चर्य वाटले. ते महाराणींच्या जवळ जाताच, येसूबाईंनी त्यांना मिठी मारली. वेलीने वृक्षाला घट्ट विळखा घालावा तशी. शंभूराजे काही न बोलता येसूबाईंच्या डोक्यावरून हात फिरवू लागले. येसूबाईंची समजूत घालत, मध्येच त्यांची गंमत उडवत शंभूराजे बोलले,

''आज काय झालंय तरी काय तुला येसू? अख्खा महाराष्ट्र आपल्या करड्या शिस्तीच्या धाकाखाली ठेवणारी आमची महाराणी एखाद्या सामान्य घरेलू स्त्रीसारखी वागू शकते? कुठे गेला तो तुमचा धाक, दरारा, ती शिस्त?''

शंभूराजे ऐकायला तयार नव्हते. न्याहरीपर्यंत न्यायदान आटपतो आणि लगेच पाठोपाठ निघतो, असा राजांनी येसूबाईंना शब्द दिला. बाहेर निघायची तयारी झाल्याचे पुन्हा एकदा सुभेदाराने येऊन सांगितले. तेव्हा शंभूराजे येसूबाईंना बोलले,

''तुमच्या पालखी मेण्यांसोबत आठशे घोडी निघतील.''

''इतकी कशाला? मग आपणासोबत कोण आहे?'' येसूबाई बोलल्या.

''चारशे घोडा आहे आमच्याबरोबर''

''नको, नको. राजांचं संरक्षण महत्त्वाचं.''

''नको, येसू! अगं, त्या दुर्गाबाईंच्या आणि राणूच्या आठवणींचे निखारे जन्मभर जाळत राहिले आहेत आम्हांला. उगाच तुम्हांवर कोणते अरिष्ट नको!''

''आपण असे करू, मिळूनच जाऊ.''

''नको, नको. तुम्ही तडक पुढे निघा—''

अंतःपुरात दुसरे कोणी नव्हते. येसूबाईंनी शंभूराजांच्या पायावर आपले डोके ठेवले. तिथे आसवांची उष्ण फुले वाहिली. त्यांची ती अवस्था पाहून शंभूराजांनाही भरून आले. त्यांनी आपल्या लाडक्या महाराणीला वात्सल्याने पोटाशी धरले.

राजांच्या त्या घट्ट आणि ऊबदार मिठीमध्ये येसूबाईंना आपल्या पित्याची पिलाजीरावांचीच याद आली. येसूबाईंच्या डोळ्यांतले अश्रू हलक्या बोटाने पुसत शंभूराजे हसून बोलले, "एवढी चिंता कशाला करतेस येसू? एवढाही भरवसा राहिला नाही तुझा कोणावर आता? सह्याद्रीचं हे हिरवं रान, ही तांबडी माती, ह्या शिवपुत्र संभाजीला दगाफटका करेल, असं वाटतं की काय तुला?"

उशीर खूप होत होता. बाहेर उजाडले होते. सूर्यकिरणे फाकण्यापूर्वीच संगमेश्वर पार करून बाहेर पडायला हवे होते. दारात पंधरावीस पालख्या आणि मेणे तयार होते. काही दासीही सोबत होत्या. राजांना पुन्हा एकदा मुजरा करून येसूबाई आपल्या शाही मेण्यामध्ये बसल्या. चंदनी महिरप असलेल्या खिडकीतून त्या बाहेर पाहू लागल्या. वाड्याच्या पायरीवर शंभूराजे उभे होते. राजांना दंडवत करून भोयांनी मेणा उचलला. तितक्यात शंभूराजे धिम्या सुरात गरजले, "थांबा!"

राजे ताडताड चालत मेण्याजवळ आले. येसूबाईंनी विचारले, "काय स्वामी?"

"महाराणी, चिंता करू नका. दुपारी तुमची पालखी चिपळुणात वाशिष्ठी नदीच्या काठी पोचेल. आणि तुम्ही तिथल्या आंबराईत दशमीचा घास तोंडात टाकण्यापूर्वी आम्ही धावत्या घोड्यावरून तिथं हजर राहू."

राजांच्या भरवशानं त्या वियोगाच्या वेळीही येसूबाई गोड हसल्या. तेव्हा शंभूराजे म्हणाले, "परवा रायगडाच्या पायथ्याशी आपण पोचू, तेव्हा एक महत्त्वाची गोष्ट आपण करा."

"कोणती?"

"प्रवेशद्वारातील चितदरवाजाचा पाषाणी उंबरठा लागलाच निरखून ठेवा"

"कशासाठी?"

"येत्या काही दिवसांत आम्ही नक्कीच फत्ते होणार आहोत. तो औरंगजेब कुठे न कुठे सापडेलच. मला औरंग्याची मुंडी छाटून ती त्या उंबरठ्यात गाडायची आहेऽ!"

३.

न्यायदानाला भल्या सकाळी वाड्यातल्या सदरेवर सुरुवात झाली. राजे तासा दोन तासांसाठी इथे थांबणार होते. ते समजल्यावर संताजी, धनाजी, कवी कलश आणि खंडो बल्लाळांचीही पावले तिथे रेंगाळली. राजे बाहेर पडले की आपणही निघायचे असा त्यांनी विचार केला. त्याच दरम्यान रंगनाथ स्वामी व कवी कलश यांचे रात्रीपासून धार्मिक बाबींवर संभाषण सुरू होते. अनेक धार्मिक विधी-उपचारांवर खल सुरू होता. दोघांनाही शंभूराजांची खूप चिंता होती.

सकाळी लख्ख उजाडले. गावातले नित्याचे व्यवहार सुरू झाले. मात्र वाड्याच्या

आतली फेब्रुवारीची थंडी हटली नव्हती. त्यामुळेच राजांनी बाहेरच्या बागेमध्ये उघड्यावर दरखास्ती ऐकायचा निर्णय घेतला. सेवकांनी तिकडे तात्काळ लोड आणि तक्क्यांची व्यवस्था केली. एका बाजूने कोवळी सूर्यकिरणे उंच झाडांतून खाली पाझरू लागली होती. आजूबाजूने पाडसांसारखा खेळ खेळू लागली होती. तर पाठीमागच्या शास्त्री नदीतून धुक्याचे लोट आभाळाच्या दिशेने सरकत होते.

बागेमध्ये शंभूराजांनी न्यायदानाचे काम सुरू केले. खंडो बल्लाळांची लेखणी झरझर चालत होती. राजे न्यायदानात गुंतल्याच्या वेळेचा फायदा कविराजांनी घ्यायचं ठरवलं. स्वामीजी आणि कवी कलश शास्त्री नदीच्या पात्रात उतरले. तेथेच एका बाजूच्या उघड्या वाळूवर त्यांनी कसलीशी पूजा मांडली होती. राजांना सुख लाभावे, त्यांचे कल्याण व्हावे यासाठी ते देवदेवतांना आळवीत होते.

अर्जोजी आणि गिरजोजी हे दोन्ही यादवबंधू स्वभावाने खूप चिकट होते. दोघेही आपापल्या कैफियती मांडत होते. शंभूराजे मधूनच ऊन आणि वख्त वाढत चालल्याचे पाहून बेचैन होत होते. "मुद्द्याचे तेवढे बोला. उगाच शब्दबंबाळपणा नको—" असे ते यादव बंधूना सुनावत होते. परंतु तरीही यादवबंधू हटायला तयार नव्हते. त्यांची फिर्याद ऐकण्यात जवळपास पावणेदोन तास गेले. राजांनी फिर्याद ऐकली आणि तोंडी निकाल खंडो बल्लाळांना सांगितला. इतर गोरगरिबांच्या तक्रारी काही खूप मोठ्या नव्हत्या. त्या फिर्यादींनाही अर्ध्या तासात उरकायचे शंभूराजांनी ठरवले. मात्र आता त्यांना वाढत्या उन्हाचा दाह खूपच जाणवू लागला.

सकाळी नऊचा सुमार असावा. एका फाटक्या गरिबाची अर्जी ऐकण्यात राजे मग्न होते. तितक्यात कोणाच्या तरी पोटात भाल्याचे पाते घुसावे आणि त्याने किंचाळत टाहो फोडावा तशा दूरवरून आरोळ्या ऐकू येऊ लागल्या.

"राजेऽ राजेऽऽ, घात झाला, घात झाला." त्या आवाजाबरोबर शंभूराजांचे मन चरकले. बाजूची तलवार आपल्या हाती घेत ते धाडकन उठून उभे राहिले. दारात गडबड उडाली. बागेतला गोंधळ ऐकून कवी कलशही वाऱ्याच्या वेगाने नदीची दरड चढून वर आले.

तोवर घामाने थपथपलेला एक हरकारा शंभूराजांच्या पुढ्यात येऊन उभा राहिला. त्याच्या मांडीखालच्या घोड्याची अतिश्रमाने लाळ गळत होती. त्याच्या पायाची ढोपरे दगडाधोंड्यांतून प्रवास करून फुटली होती. तो केविलवाण्या सुरात ओरडून सांगू लागला, "राजे, वैरी संगमेश्वरावर चालून येतोय. राजे, किमान सहासातशे स्वारांचा लोंढा या डोळ्यांनी बघितलाय, राजे!"

इकडेतिकडे विखुरलेले घोडेस्वार पटपटा आपल्या घोड्यावर बसले. राजांनी "पाखऱ्याऽऽ" असा आवाज देताच पलीकडून त्यांचा घोडा धावत आला. राजांच्या समोर उभा ठाकला. पुढच्या प्रवासासाठी सोन्यामोत्याच्या दागिन्यांनी तो आधीच

मढलेला होता. आपल्या धन्याच्या हाकेतली खोल निकड त्याला जाणवली होती. राजांनी त्याच्या पाठीवर गडबडीत थाप मारली आणि ते झटकन घोड्यावर स्वार झाले. रणांगणाला सामोरे जाण्यासाठी कवी कलश केव्हाच सिद्ध झाले होते. वृद्ध म्हाळोजी घोरपड्यांच्या डोळ्यांत आताच आग पेटली होती. त्यांनी गडबडीने तळहातावर तंबाखू चोळली आणि तिची बुकणी दाढेखाली धरली. हातातल्या जमदाड्याचे चमचमते पाते त्यांनी हवेत उंचावले.

आहे त्या चारपाचशे घोड्यांसह बचावात्मक पवित्रा कसा घ्यायचा, याचे नियोजन शंभूराजे गडबडीने करू लागले. तितक्यात समोरच्या हिरव्या झाडांच्या पाठीमागून आरोळ्या ऐकू येऊ लागल्या, "अल्ला हो अकबर! अल्ला हो अकबर!", "दीनऽ दीनऽऽ" आणि पाठोपाठ मोगलांची घोडी डोळ्यांसमोर दिसू लागली.

त्याबरोबर म्हाळोजी घोरपडे बेंबीच्या देठापासून ओरडले, "हरऽ हरऽऽ महादेवऽऽ" त्या पाठोपाठ धनाजी आणि संताजीसारख्या तरण्या पोरांनी गर्जना केली, "शिवाजी महाराज की जय," "संभाजी महाराज की जय."

घोड्यांना घोडी भिडली. तलवारीची पाती एकमेकांवर खणखणू लागली. घोडी खिंकाळू लागली. माणसे धुंद झाली.

रुंदाड पाठीच्या एका उंच घोड्यावर मुकर्रबखान बसला होता. त्याच्या अंगावर कातडी झगा होता. गेल्या तीन-चार दिवसांच्या प्रवासाने तो पुरता आंबून गेला होता. मात्र लढाईच्या टिपीरघाईत त्याने शंभूराजांना पाहिले. तसा त्याच्या अंगामध्ये भयंकर चेव चढला. या एका शंभूराजाला मारणे किंवा धरणे ह्या एकाच आकांक्षेने गेल्या कित्येक दिवसांत तो पिसाटून गेला होता.

बघता बघता मोगलांनी शंभूराजांच्या वाड्याला आणि समोरच्या परिसराला वेढा दिला. काहीजण नदीच्या अंगाला धावले. वैऱ्याने तिकडचीही वाट कोंडून टाकली. सुरुवातीपासूनच मोगलांचा खूप जोर होता. शत्रूचा किमान हजार- बाराशे घोडा होता. त्यांच्या चौफेर गर्दीमध्ये शंभूराजांचे मध्येच अडकलेले सुमारे साडेचारशे घोडेस्वार अगदीच केविलवाणे दिसू लागले. एवढ्या वर्षांचा दीर्घ ससेमिरा, मोगलांच्या लाखो सैनिकांच्या हानीनंतर, अफाट प्रयत्न आणि जीवघेण्या मानसिक दगदगीनंतर अप्राप्य असा संभाजी सापडतोय, घात अपघातानं, अचानक हाती लागतोय, या केवळ कल्पनेनंच शत्रूला भयंकर चेव चढला होता. सपासप तलवारी चालवत ते सैनिक शंभूराजांच्या दिशेने धाव घेत होते. आरंभी तरी महापुराच्या रोंरावत्या लोंढ्यात एखादी गळकी नाव अडकावी, तशी मराठ्यांची फौज दिसत होती.

त्या अचानक, अनपेक्षित, अकल्पित हमल्याने मराठे सुरुवातीला भांबावून गेले होते. परंतु जेव्हा आपल्या प्राणप्रिय राजाचा जीव धोक्यात आल्याची त्यांना जाणीव झाली, तेव्हा अवघे मराठे पेटून उठले. धनाजी, संताजी आणि खंडो

बल्लाळाला तर भयंकर चेव चढला. त्यांनी हातातले भाले सरसावले. मराठ्यांची घोडी शत्रूच्या घोड्यांच्या अंगावर आदळू लागली. पाठोपाठ "धरा, हाणा, चेचा, ठेचाऽ", —असे जोरकस शब्द रणावर लाह्यांसारखे फुटू लागले.

काही मराठे बाजूच्या झाडझाडोऱ्यांचा आडोसा घेऊन सपासप भाले मारू लागले. त्यांच्या केवळ ओरडण्याने, आपल्या राजाला वाचवायच्या आवेशाने मराठ्यांचा इतका मोठा दंगा, आरोळ्या सुरू झाल्या की, आहे त्यापेक्षा दुप्पट फौज झाडीत लपल्याचे मुकर्रबखानाला वाटू लागले. परंतु आपल्या प्राणाची पर्वा न करता मुकर्रबखान शंभूराजांच्या दिशेने धावू लागला. एका वेळी पन्नाससाठ पठाणांनी राजांच्या भोवती कडे करून धाव घेतली. बऱ्याच दिवसांत राजेही असा रणरंग खेळले नव्हते. त्यामुळे थोडे आळसावलेल्या त्यांच्या रक्तमांसाला भलताच चेव चढला होता.

शंभूराजांच्या मजबूत हातातील जमदाडा खूप धारदार होता. आपली सर्व ताकद एकवटून ते तलवारबाजी करत होते. दिवाळीमध्ये स्वत: जळत, धुमसत आपल्या भोवतीच ठिणग्यांची बरसात करत फिरणाऱ्या भुईचक्रासारखे राजे जागेवरच गर गर फिरत होते. आपला घोडा नाचवत होते.

मात्र शंभूराजांच्या मदतीला धनाजी, संताजी आणि खंडो बल्लाळ एकाच वेळी जोरकसपणे पुढे धावले! त्या तिघांनीही तडाखेबंद तलवारबाजी करत शत्रूच्याच चालून आलेल्या घोड्यांवर आपली घोडी आदळली. तितक्यात नदीच्या अंगाने मागून काही पठाण शंभूराजांवर धावून आले. त्यांचा समाचार घेण्यासाठी शंभूराजे तिकडे वळले. ते बेसावध कधी होतात, याची संधी मुकर्रबचे डोळे शोधत होते. आपल्या हातातली अतिशय तीक्ष्ण हैद्राबादी तलवार घेऊन तो शंभूराजांच्या दिशेने धावला. राजे घोड्यावर पाठमोरे होते. मुकर्रबखानाने आपल्या घोड्याला जोरदार टाच मारली आणि स्वत:चा घोडा सरळ शंभूराजांच्या घोड्यावर घातला. त्याच्या हातातले तलवारीचे पाते विलक्षण चमकले. किमान एका घावात संभाजीच्या बावट्यापासून एका हाताचा लचका सहज तोडून घेऊ, केवळ ह्याच आकांक्षेने त्याची तलवार वेगानं पुढे धावली होती.

परंतु तेवढ्यात चमत्कार झाला.

शंभूराजांच्या पाठीत अगर दंडावर तलवारीचे पाते रुतण्याआधीच कोणीतरी मध्येच मुसंडी मारली. आपल्या घोड्यावरून शंभूराजांच्या घोड्यावर उडी घेत राजांना आडोसा तयार केला. तसे खानाच्या तलवारीचे पाते त्या व्यक्तीच्या खांद्यात कचकन घुसले. हाडांचा बुकणा करत तिथेच रुतून बसले. आजूबाजूला गरम रक्ताच्या चिळकांड्या उडाल्या. शंभूराजांचा मखमली अंगरखाही गरम रक्ताने माखून गेला. मात्र राजांचे प्राण बचावण्यासाठी कुर्बानी करणारी ती जाडजूड व्यक्ती मध्येच घोड्यावरून खाली आदळली. शंभूराजांनी गर्रकन घोडा पाठीमागे वळवून खाली

रक्ताची आंघोळ करणाऱ्या त्या वीराकडे पाहिले.

ते सेनापती म्हाळोजी घोरपडे होते!

म्हाळोजीबाबा कामी येताच मराठे त्वेषाने पुरते पेटून उठले. संताजीलाही आपल्या बापाच्या कलेवराकडे पाहायला उसंत नव्हती. तो स्वत:, धनाजी, खंडो बल्लाळ सारेच जिवाच्या जोराने जंग करू लागले. तेवढ्यात कोणीतरी मुकर्रबखानाच्या घोड्याच्या मागच्या मांडीच्या फऱ्यावर जमदाड्याचा जोरदार वार केला. पायाच्या शिरा तुटताच घोडा मोठ्याने खिंकाळला आणि बगलेवर जाऊन कोसळला. घोड्या-खाली सापडून खानाची दामटी व्हायच्या आधीच गडबडीने त्याने दुसऱ्या बाजूला उडी ठोकली. मुकर्रबला प्रत्यक्ष कोणी याआधी पाहिले नव्हते. परंतु त्याच्या साजावरून आणि आविर्भावावरून तोच मोगलांचा सरदार असल्याचे दिसत होते. शत्रूचा म्होरक्याच बिनघोड्याचा झाला हे लक्षात येताच मराठे जिवाच्या जोराने त्याच्याकडे धावू लागले. मोगलांचा जोरही दांडगा होता. दोन्ही बाजूचे वीर अशा नेटाने एकमेकांच्या मानेवर तलवारी हाणत होते, सुडाने बेभान झालेल्या तलवारी अशा चपळाईने चालवल्या जात होत्या की, एकेका रपाट्यात मुंड्या तुटून चेंडूसारख्या बाजूला फेकल्या जात होत्या. लालभडक रक्ताने तो बगीचा पूर्ण बरबटून गेला होता.

घोड्यावरून खाली कोसळणे हा मुकर्रबला अपशकून वाटला. त्याच्या स्वार-शिपायांनी त्याला मागे खेचला. ते त्याला दुसऱ्या घोड्यावर बसवू लागले. तोवर मराठ्यांनी त्यांना चेचत, कांडलत बगीच्याच्या बाहेर काढले होते. तितक्यात दूरवर विश्रांती घेणारा पन्नाससाठ मराठ्यांचा एक ताजा बेडा वाड्याच्या महादरवाजातूनच “हर हर महादेव”चा गजर करत आवेगाने पुढे धावून आला. त्या बाजूकडे मुकर्रबखानाने नजर टाकली. वाड्यात अजून एकदोन हजाराची शिबंदी निश्चितच असेल, असे त्याला वाटले. मराठ्यांचा प्रतिकार खूपच कडवा आणि जीवघेणा होता. दुसऱ्या घोड्यावर स्वार होता होता खानाने रानाकडे सहज नजर टाकली, तर त्याला सर्वत्र शेकडो पठाण आणि दख्खनी मुसलमानांच्या मुडद्यांचा सडा पडल्याचे दिसले. त्याच्या बाराशेपैकी किमान चारशे योद्ध्यांनी त्या धुमश्चक्रीत प्राण गमावले होते. खान त्या रानाला, समोरच्या त्या गूढ वाड्याला आणि बाजूच्या हिरव्या बेभरवशाच्या रानाला भयंकर घाबरला. आपल्या उरल्यासुरल्या लष्कराला त्याने धिम्या सुरात हुकूम दिला— “भागो पीछेऽऽ”

शत्रू रण सोडून माघारा गेला. शंभूराजांची नजर बागेवरून फिरली. खळ्यामध्ये कणसाच्या जुड्या पसराव्यात, तसा प्रेतांचा सडा पडला होता. जे जिवंत होते, ते कण्हत होते. विव्हळत होते, “या अल्लाऽऽ!”, “अरे देवाऽऽ!” असे फक्त कण्हते सूर ऐकू येत होते. जखमी घोड्यांचे केविलवाणे खिंकाळणे ऐकवत नव्हते.

आपली हुकमत असलेल्या आपल्या मुलखात गनीम असा अनमानधपक्या इतक्या दूरवर येऊन पोचावा, याचा शंभूराजांनाही धक्का बसला होता! चौफेर गस्तीच्या पथकांनी वाटा कोंडल्या असताना, दर्यावर आणि भूभागावरही जागोजाग खडे पहारे आणि जागती गस्त ठेवली असताना शत्रू इतक्या खोलवर पोचतोच कसा? नक्कीच फितुरांचे बोटच इतक्या दूरवर त्याला घेऊन आले असावे!

परंतु आता अधिक विचार करायची ती वेळ नव्हती. किमान साडेतीनशे मराठे कामी आले होते. शंभूराजांच्या सोबत फक्त शंभर-सव्वाशेच मावळे उरले होते. संताजी, धनाजी, खंडो बल्लाळासह जंग खेळलेले वीर शंभूराजांच्या पुढच्या आदेशाची वाट पाहत खडे होते. पुढचा प्रवास लवकर उरकावा म्हणून आपली लढाऊ पथके राजांनी मोठ्या आत्मविश्वासाने काल रात्रीपासूनच पुढे धाडायला सुरुवात केली होती. आता सोबतीला अगदीच जुजबी फौज होती. किर्र जंगलझाडीने वेढलेल्या एवढ्या अडचणीच्या जागी, जिथे सूर्याची किरणे धड पोचू शकत नाहीत तिथे, असा गनीम अवतरेल याची कल्पनाही कोणी केली नव्हती. खंडो बल्लाळ, धनाजीसह अनेक वीरांच्या अंगावर अनेक छोट्यामोठ्या जखमा होऊन त्यांचे अंगरखे रक्ताळलेले होते. अजून अनेकांच्या कपाळावरून, गालावरून रक्त ओघळत होते. लढाईच्या घिसाड-घाईत एका पठाणाचा बाण कवी कलशांच्या दंडात घुसला होता. त्यांनी गडबडीने जखम बांधलेली असली तरी त्यांच्या दंडातून अजून रक्त गळत होते.

तितक्यात आपला जीव बचावत आणखी दोन गुप्तहेर धावत तिथे आले. ओरडून सांगू लागले— "राजेऽ राजेऽऽ अजून किमान हजार दीड हजाराची फौज पांगून, लपतछपत पाठीमागून इकडं धावत येतीय. घरच्यानीच कोणीतरी दगा केलाय."

"राजेऽ धोका आहे. पुढे धाव घ्याऽऽ—" दुसरा गुप्तहेर बोलला.

धनाजी आणि संताजी राजांपुढे चक्राकार घोडी नाचवत होते. दोघांनीही किमान प्रत्येकी पाचपन्नास गनिमांचे प्राण घेतले होते. त्यांच्या हातातल्या नंग्या तलवारीतून अद्यापी रक्त गळत होते. तोंडावर, पैरणीवर रक्ताचे डाग होते. खंडो बल्लाळांच्या डोळ्यांतसुद्धा रक्ताची कारंजी दिसत होती. सारेजपण ओरडू लागले, "महाराज हुकूम, महाराज हुकूमऽऽ—"

शंभूराजांनी क्षणभर डोळे मिटले. देवाचे स्मरण केले. ते बोलले, "गड्यांनोऽ मी तुमच्या रिवरिवंत्या रक्तमांसाची तडफ समजू शकतो. पण परिस्थितीने घात केला आहे. आता तलवारीची नव्हे, बुद्धीचीच लढाई खेळायला पाहिजे."

"म्हणजे कसं?"

"इथं न थांबता पांगून पांगून जाऊ. संताजी-खंडोबा तुम्ही क्षणमात्र थांबू नका. चलाऽ, वाऱ्यासारखी पुढे धाव घ्या. चिपळूणच्या वाशिष्ठी नदीच्या घाटापर्यंत थांबू नका. तिथे आपली मोठी चौकी आहे."

"पण राजे, तुम्हांला सोडून?" संताजीचा आवाज घोगरा झाला.

"नका रे आता उगाच एकदुसऱ्याच्या मायेत अडकू. संताजी आणि खंडोबा, तुम्ही चिपळूणच्याच वाटेनं धाव घ्या. वाटेत येसूबाई आणि इतर राजस्त्रियांचे पालख्या मेणे भेटतील, त्यांचं संरक्षण करा. धनाजी, तू आपली उरलीसुरली माणसं घेऊन हातखंब्याकडे निघून जा. काही बरावाईट प्रसंग उद्भवला तर गोव्याकडची वाट रोखून धर."

"—आणि राजे आपण?" धनाजीचा आवाज केविलवाणा झाला.

"आम्हीही आडवाटेचा, झाडांचा, ओढ्यांचा आश्रय घेत वरच्या अंगानं रायगडाकडे निघून जातो."

संताजी आणि खंडो बल्लाळच नव्हे, तर सारीच तरुण पोरे एकमेकांकडे दु:खाने पाहू लागली. त्यांचे डोळे पाण्याने डबडबले होते. शंभूराजांच्या घोड्यावरील आकृतीकडे ते खाली वर पाहत होते. "चलाऽ निघाऽ पांगा—" शंभूराजे ओरडून सांगत होते. पण त्या तरुणांची दु:खी नजर शंभूराजांच्या पायामध्ये घुटमळत होती, "नाही राजे, आम्ही तुम्हांला एकट्याला सोडून नाही जाणार—"

"तर मग तुमच्या हट्टाचा परिणाम विपरीत होईल. कदाचित सारेच मिळून जायचा प्रयत्न करू, तर सारेच गिरफ्तार होऊ. अशानं अनर्थ ओढवेलऽ!"

"राजेऽऽ!" असा हंबरडा फोडत संताजी आपल्या घोड्यावरून ओणवा झाला. त्याने शंभूराजांच्या मांडीवर मान ठेवली. राजे त्याच्या रक्ताने माखलेल्या चिकट केसांतून बोटं फिरवू लागले. त्यावेळीच राजांनी धनाजी आणि खंडो बल्लाळांच्या खांद्यावर हात ठेवून त्यांचे खांदे दाबले. तरुण पोरांना धीर देत शंभूराजे बोलले,

"चला, पोरांनो निघा. स्वत:ला वाचवा आणि हिंदवी स्वराज्यही वाचवा. दख्खनच्या मातीत औरंग्याची कबर खोदा—"

"पण राजे, तुम्हांला सोडून"

"अरे, कशाला फिकीर करता आमच्या प्राणाची एवढी?" शंभूराजांची मुद्रा अभिमानाने आणि आत्मविश्वासाने फुलून आली. ते त्वेषाने गरजले, "आईच्या स्तनाला लुसणाऱ्या बाळाला त्याच्या मातेपासून दूर करणं जितकं अवघड, तितकंच सह्याद्रीच्या मांडीवर खेळणाऱ्या या शंभूला दूर कोणी ओढून नेणं महाअवघड! जा पुढं. अगदी निर्धास्त जा!—"

४.

संभाजीराजे आणि कवी कलश दोघेही भरधाव वेगाने घोडी फेकत होते. पाण्यातून, वाळूतून ती जनावरे जिवाच्या जोराने पुढे धाव घेत होती. कवी

कलशांच्या हाताला अतिशय तीव्र वेदना होत होत्या. रक्ताची धार थांबत नव्हती. आपल्या प्राणप्रिय राजाला गुंतवून टाकणेही जिवाला बरे वाटत नव्हते. राजांनी आपल्यासोबत फक्त पंधरा घोडेस्वार घेतले होते. राजांना न भूतो न भविष्यति अशा अचानक उद्भवलेल्या ह्या महासंकटाला गुंगारा द्यायचा होता. गनिमाने भरलेल्या आणि भारलेल्या या रानातून प्रथम जिवानिशी बाहेर पडायचे होते.

कवी कलश घोडा फेकता फेकता कळवळून ओरडले, "राजन, आप आगे जाइये. जीव वाचवा, राज्य वाचवा! माझी फिक्र करू नका. मला इथेच थांबू द्या—"

कविराजांचा काळ्या करवंदी आभाळासारखा भरून आलेला चेहरा शंभूराजांनी पाहिला. परंतु त्याही स्थितीत ते त्यांची मनधरणी करत, त्यांना बेपर्वाईच्या सुरात बोलले, "नाही कविराज, ते शक्य नाही. राजद्वारे स्मशाने च यस्तिष्ठति स: बांधव:। जो दरबारात आणि स्मशानातही संगतसोबत करतो, त्यालाच खरा मित्र म्हणतात! चला ऽ काळजी नका करू."

नावडी बंदरापासून घोडा फेकत जवळपास दोन कोसांचं अंतर दौडून ते पुढे आले होते. शंभूराजांचे लक्ष उजव्या हाताकडे गेले. समोरच्या झाडीत नदीतीरावरचा सरदेसायांचा वाडा दिसत होता. उजव्या हाताची मंदिरे आणि हिरव्या झाडीत अर्धवट लपलेले त्यांचे कळस, सारे काही चिडीचूप भासत होते. पाण्यात पाय ठेवून बसलेल्या वाटसरूसारख्या काठावरच्या दगडी पायऱ्या दिसत होत्या. राजांनी कचकन् लगाम देऊन आपला घोडा थांबवला, गर्रकन पाठीमागे शास्त्री नदीच्या पात्राकडे पाहिले. पात्रातली वाळू सकाळच्या उन्हात चमचमत होती. मध्येच पाण्याचे छोटेसे प्रवाह आणि रेताड दृष्टीस पडत होते.

नावडीकडे अचानक झालेल्या हमल्याचा इकडे कसब्याकडे फारसा सुगावा लागल्याचे दिसत नव्हते. त्यातच वेदनेने तडफडणारा, रक्ताळलेला हात कवी कलशांनी आपल्या छातीजवळ दाबून धरलेला.

शंभूराजांनी क्षणभर विचार केला. वाटेत अन्य कुठे थांबण्याऐवजी इथेच वेषांतर आणि दिशांतर करणे योग्य ठरणार होते. अन्यथा तसेच पुढे धावल्यास राजवस्त्रांवरून आणि अंगावरच्या दागदागिन्यांवरून घात व्हायची शक्यता होती.

राजांनी आपला घोडा पटकन उजव्या बाजूच्या जाळवंडात नेला. बाकीच्या सोबत्यांचीही घोडी आत आडोशाला ओढली. राजांनी पाखऱ्या घोड्याच्या गळ्यातला सारा साज जवळजवळ ओरबाडूनच काढला. पुढे धावता धावता त्यांनी स्वत:च्या अंगावरील सारे दागिनेही हिसकावून बाहेर काढले. त्याची गुंडाळी केली. तेवढ्यात ते सरदेसायांच्या वाड्याच्या पायरीजवळ जाऊन पोचले.

बाहेरून अचानक रक्ताने माखलेल्या अंगरख्यानं संभाजीराजे आणि पाठोपाठ कविराज आत घुसले. त्याबरोबर वाड्यातील नोकराचाकरांची गडबड उडाली.

रंगोबा सरदेसाई बाहेर सदरेवरच बसून होते. नाभिक त्यांचे केस भादरून गोटा करत होता. तेवढ्यात रक्ताने भिजलेल्या कपड्यातली राजांची ती अवस्था पाहून इनामदार झटपट उठले. घरातील स्त्रियापोरेही धावत बाहेर आली. निश्चितच काहीतरी घात झाला होता. घाला आला होता. "राजे, हे काय झालं? असं कसं झालं? काय करू बोला राजेऽऽ!" घाबरून रंगोबाने विचारले.

"गोंधळू नका. पण आवरा पटकन. कविराजांचा हात बांधा. आम्हांला पुढं धाव घ्यायची आहे—" राजे बोलले.

अजिबात वेळ न दवडता राजे स्वत:च समोरच्या नाभिकासमोर बसले. त्यांनी खूण केली. न्हाव्याने लागलेच त्यांचे सुंदर, मुलायम रेशमी केस आणि टोकदार, निमुळती दाढी भादरायला सुरुवात केली. इनामदारांच्या नोकरांनी परसातली ओल्या वेळूची कांबटे काढली. त्याच्यावरचा बारीक लव असलेला पांढरा कीस काढून तो कविराजांच्या जखमेत भरला. वरून कांबटांच्या पट्ट्या बांधून जखम घट्ट बांधली.

सफाचट डोईदाढी केलेल्या शंभूराजांची गोरी मुद्रा एखाद्या योग्यासारखी दिसत होती. रंगोबांची म्हातारी आई कृष्णाबाई पुढे धावत आली. राजांवर काही भयानक प्रसंग ओढवल्याचे सर्वांनाच जाणवले होते. रंगोबांची सत्तरीतली माता उंच, शिडशिडीत होती. त्यांच्या गोऱ्यापान, सुरकुतलेल्या चर्येकडे पाहताच शंभूराजांना आपल्या जिजाऊसाहेबांची आठवण झाली. त्यांनी हातातील पाचूच्या माळा त्या मातेच्या हवाली केल्या. तोच कृष्णाबाईंनी गहिवरून शंभूराजांना मिठी मारली. वाड्यामध्ये एकच हाहाकार उडाला होता!

बाहेरच्या नदीकाठी झाडोऱ्यात ती पंधरासोळा घोडी उभी होती. तोफेतून सुटलेल्या गोळ्यांसारखी ती नावडीहून दोन कोसांचं अंतर पार करीत तिथे धावत आली होती. वाळूदगडांतून धावताना त्यांची ढोपरे फुटलेली होतीच. परंतु पाखऱ्याच्या नाकपुड्यांतून खाली रक्त गळत होते. राजांनी अशा जोरात त्याचा लगाम खेचला होता की, नाकपुड्यातील दोरीच्या कसीने अजून त्याचे नाक भणभणत होते.

पुढची दौड दीर्घ आणि जोखमीची होती. यापुढे पुन्हा कुठे आणि कधी थांबायचे कोणास ठाऊक! जेवढे पाणी आताच पिऊन घेता येईल तेवढे घ्यावे आणि पुढच्या दौडीस तयार राहावे, असा त्या मुक्या जिवाने विचार केला. वेळूच्या दाटीतून पाखऱ्याने आजूबाजूला नजर टाकली. मागेपुढे इकडेतिकडे चिटपाखरूही दिसत नव्हते. तसा तो तहानलेला घोडा पुढे सरकला. हळूच पाण्यामध्ये पुढचे दोन पाय रोवून पाठ वाकवत ओणवा होऊन पाणी पिऊ लागला. त्याच्यासोबत इतर घोडीही पुढे सरकली आणि त्यांनी समोरच्या निवळशंख पाण्याला तोंडे लावली.

पाणी पिता पिता थोड्या वेळाने पाखऱ्याची नजर समोरच्या डोहाकडे लागली. पाण्यामध्ये कुणाच्या तरी रंगीबेरंगी, हलत्या झुलत्या आकृत्या त्याला दिसल्या.

त्याबरोबर ते हुशार जनावर बिचकले. त्याने कान टवकारत सरळ मान वर काढून समोरच्या काठाकडे पाहिले. पलीकडच्या वाळूत दबकत, लपतछपत संभाजीराजांचा माग काढत वैऱ्याचे एक पथक येऊन पोचले होते.

पुढच्या वाळूत अतिशय घाबरलेला गणोजी शिर्के उभा होता. बाप दाखव नाही तर श्राद्ध घाल, अशा तोऱ्यात त्याला बकोटीला खेचून मुकर्रबखान तेथे घेऊन आला होता. त्यांच्यासोबत साठसत्तर घोडेस्वार दबा धरून उभे होते. मघाच्या बागेतल्या त्या झटापटीवेळी गणोजीने बाजूच्या झाडोऱ्यात आपले अंग लपवले होते.

परंतु पहिल्या झडपेमध्ये थोडीशी तलवारबाजी करून राजे निसटले, तसे मुकर्रबखानाने गणोजीला खेचतच बाहेर ओढले. सुरुवातीला खानाच्या दोन हजार लष्कराचा लोंढा अजून संगमेश्वरच्या शिवारातच होता. तो गावाजवळ पोचला नव्हता. शिवाय शंभूराजांकडे नेमका किती फौजफाटा आहे, याचाही मुकर्रबला अंदाज घ्यायचा होता. त्यामुळेच सलामीला त्याने थोडीशी माघार घेतली होती. पाठीमागे राहिलेल्या फौजेचे नेतृत्व मुकर्रबचा बेटा इखलासखान करीत होता. आता इखलासही आपल्या दोन हजार फौजेनिशी संगमेश्वरात येऊन पोचला होता. अधिक दंगा न करता किंवा आरोळ्या न ठोकता त्या बापलेकांनी आपली फौज विभागली होती. बाजूच्या झाडझाडोऱ्यातून, रानातून, नदीच्या अंगाने त्यांच्या गुपचूप झडत्या सुरू होत्या.

वाळूत उभ्या असलेल्या गणोजीची जळकी नजर समोरच्या डोहापलीकडे गेली. त्या झाडीत गुपचूप चोरासारखी पाणी पिणारी ती घोडी, त्यांच्या अंगावरच्या त्या रेशमी झुली, आणि त्यापेक्षाही पाखऱ्याच्या पायात गुडघ्याच्या वर घातलेले सोन्याचे चार चार तोडे त्याला दिसले. तसा तो हळूच चेकाळल्या सुरात मुकर्रबखानाला बोलला, "खानसाहेब, तो — तो पाहा संभाचा घोडा!—'' पाखऱ्याने आपल्याकडे श्वास रोखून पाहणारे वैरी जोखले तसा तो इनामी घोडा गर्रकन पाठीमागे वळला. मोठमोठ्याने खिंकाळत शंभूराजांना धोक्याचा इशारा देत वाड्याकडे जिवाच्या आकांताने धावू लागला.

तोवर शंभूराजांनी आत वाड्यात आवराआवर केली होती. ते रंगोबाच्या मातेचा निरोप घेत होते. इतक्यात राजांच्या कानावर पाखऱ्याचे ते अशुभ खिंकाळणे आले. तसे त्यांचे काळीज चरकले. त्यांनी ओळखले, निश्चितच वाड्याला वेढा पडू लागला आहे. क्षणभर शंभूराजांनी जिजाऊंचे, शिवरायांचे आणि जगदंबेचे स्मरण केले. हाच वख्त होता ह्या जंगलरानातून फरार व्हायचा. रानपाखरासारखी भरारी मारायचा. त्यांनी कवी कलशांकडे पाहिले. त्यांचा हात छातीजवळ नीट बांधला गेला होता. तरी अजून त्यांच्या दंडातून रक्त ठिबकत होते. चेहऱ्यावर असह्य वेदना दिसत होत्या. कविराजांनीच झटकन शंभूराजांचे पाय पकडले. ते धाय मोकलत रडत ओरडले, "राजन, आपण निघा, नाही तर कैद व्हाल. कुछ भी करो, पहले निकल जाईयेऽऽ''

आता कृतज्ञतेचे दोन अश्रू वाहायलाही वेळ नव्हता. रंगोबाने बाजूची तलवार शंभूराजांच्या हाती दिली. कृष्णाबाईंनी राजांच्या डोक्यावरून इडापिडा टळो म्हणून भाताचे दोन मुटके इकडे तिकडे फेकले. "पाखऱ्या ऽ" अशी आपल्या घोड्याला आरोळी ठोकत शंभूराजे वाड्याच्या पायऱ्या उतरत वेगाने बाहेर धावले. आपल्या धन्याला स्वार व्हायला तोशीस नको, म्हणून पुढचे पाय ओणवे करत ते मुके जनावर वाड्याबाहेर उभे होते. राजांनी पटकन पुढे उडी घेऊन मांड ठोकली. लगाम खेचून समोर पाहिले मात्र...

एका वेळी महापुराचे पाणी फुटून यावे आणि त्याने अख्ख्या परिसरालाच वेढा द्यावा, तसे वाड्याबाहेर, कर्णेश्वराच्या मंदिराकडून, समोरच्या शृंगारपूरच्या वाटेकडून, पलीकडून नावडीच्या अंगाने, मागून नदीच्या बाजूने घोडीच घोडी अंगावर चालून येताना दिसत होती. वैरी खुणेच्या शिळा मारत होता. पठाण, दखखनी मुसलमान आणि गणोजी शिर्क्यांसोबतचे शेदोनशे नादान — दीड हजार घोड्यांचा वाड्याला वेढा पडला होता. चौफेर भालेबरच्या आणि तलवारींचे रान माजले होते. दुष्ट कालियाचे मर्दन करायला गेलेल्या श्रीकृष्णालाच कालियाने गिळले होते! दैवगतीच्या लाटेपुढे मानवी प्रयत्न निष्फळ ठरले होते!!

बलिदानाच्या भावनेने, रणमदाच्या उर्मीने शंभूराजांचे अंग अंग पेटून गेले. हातातली तलवार नाचवत त्यांनी जागच्या जागी आपला घोडा वर्तुळाकार फिरवला. परंतु एवढी सशस्त्र फौज असूनही त्या ढाण्या वाघाला काढण्या लावायचे कोणाला धाडस होईना. लांबूनच मुकर्रबखानाने दोर टाकून राजांना जखडवायचा प्रयत्न चालवला. इतक्यात इखलासखानाने मागच्या अंगाने आपल्या धारदार जमदाड्याचा जोरदार घाव घोड्याच्या पुठ्ठ्यावर मारला. तशी रक्ताची चिळकांडी उडाली. ते जनावर जोराने खिंकाळले. पाय झाडू लागले. राजांनी तिकडे दुःखी नजर टाकली. तितक्यात साठसत्तर पठाण एकाच वेळी राजांच्या अंगावर तुटून पडले. त्यातील एकाने भाल्याच्या काठीचा जोरदार तडाखा खुब्यावर मारला तसे शंभूराजे असह्य कळेने बेजार झाले. तसेच उभे राहिले. राजांच्या हातची तलवार गळाली.

वैऱ्याने दावा साधला!

सह्याद्रीचा शंभूराजा कैद झाला!

ते करुण दृश्य पाहून कृष्णाबाईंनी दुःखाने दगडावर डोके आपटले.

रंगोबा भोवळ येऊन बालिंगावरच खाली कोसळले.

राजाला काढण्या पडल्याचे पाहून गर्दीत उभा असलेला गणोजी शिर्के आनंदाने रडत होता. मधूनच डोळे पुसत हसत होता. हे दृश्य खरे की खोटे हे न कळून त्याची अवस्था वेड्यासारखी झाली होती.

गेल्या तीन रात्री जागी असलेली गनिमांची फौज आता "अल्ला हो अकबर

ऽऽ'' करून हर्षाने आरोळ्या ठोकत होती. काहीजणांनी आजूबाजूला उभ्या असलेल्या बघ्यांना काठ्यांनी झोडपून काढले. बाजूची घरे आणि सरदेसायांच्या वाड्याला सुद्धा आग लावली.

अचानक गवसलेल्या ह्या दौलतीचे काय करायचे? वैऱ्याची फौजसुद्धा गोंधळून गेली होती. राजांच्या आणि कविराजांच्या अंगावर घोंगडी टाकली गेली. चोरट्यांनी ऐवज पळवावा तशी त्या दोघांची मुटकुळे उचलून त्यांना दोन कोस गावाबाहेर पळवले गेले. डाव्या हाताला वरुणेचे पात्र होते. त्या नदीकिनाऱ्यावर मुकर्रबखान थांबला. आपल्यासोबत फक्त सहाशेसातशे घोडेस्वार घ्यायचे, बाकीची दमलेली घोडी आणि दमल्याभागलेल्यांना, तसेच गणोजीच्या दोनशे साथीदारांना मागे ठेवायचा निर्णय झाला. त्यांनी आहे त्या जागीच थांबून पहारा लावायचा होता. पाठीमागून आक्रमण आल्यास ते रोखून धरायचे होते. मुकर्रबने आपल्या सहकाऱ्यांना "जो असेल तो खाना फस्त करा—" असा हुकूम दिला. आपल्या डगल्यात, जीनसामानात जे शिळेपाके अन्न उरले होते, ते घोडेस्वारांनी उभ्या उभ्याच खाऊन टाकले. बाजूच्या नदीत घोड्यांना पाणी पाजले. माणसे जनावरे हुशार झाली.

शंभूराजे आणि कवी कलश अवाक् झाले होते. आपण स्वप्नात आहोत की सत्यात आहोत, हे काहीच त्यांना कळत नव्हते. इखलासखानाने पुढे होऊन हातपाय बांधलेल्या राजांच्या आणि कविराजांच्या श्रीमुखात चिडून फटके मारले. तो राजांच्या श्रीमुखात मारू लागताच कविराज इखलासखानाच्या तोंडावर जोराने थुंकले. त्याबरोबर आपल्या कमरदाबात दाबून ठेवलेला चाबूक इखलासखानाने बाहेर काढला. त्याच्या कोयंड्याने शंभूराजांच्या आणि कविराजांच्या मुंडण केलेल्या डोक्यावर, गालावर त्याने तडाखे मारले. दोघांच्याही डोक्यावर आणि तोंडावर कोयंड्यांचे काळेनिळे वण उठले. दोघांनाही दोन घोड्यांवर बांधण्यात आले. त्यांच्या अंगावरचे शाही कपडे फाडले गेले. त्या जागी त्यांच्या अंगावर मुसलमान सैनिकांचे हिरवे डगले चढवण्यात आले.

टोकदार दाढी नाही, लांब, मुलायम, रेशमी, खांद्यावर मागून रुळणारे केस नाहीत, डोक्याचे चकचकीत मुंडण, त्यावर ताज्या जखमांचे गोंदण, अंगावर हिरवे झगे त्या वेषांतरामुळे शंभूराजे आणि कविराज दोघेही इतके वेगळे दिसत होते की, कोणालाही त्यांची मूळ ओळख पटणे अशक्य होते.

शंभूराजांच्या या रूपाकडे पाहून गणोजी अगदी पोट धरून हसला. आपली जळकी नजर उडवत बोलला, "वा ऽ वा ऽऽ रायगडचे राजे संभाजीराजे! बेट्या, शिमग्यातल्या सोंगापेक्षाही साजरा दिसतोस की रे."

"गणोजी, पागल ऽ हशीखुषी साजरी करायचा हा वखत नाही! आगेका रस्ता दिखाईये ऽ—" मुकर्रबखानाच्या करड्या आवाजाने गणोजी भानावर आला. त्याने

आजूबाजूच्या पर्वतदऱ्या पाहिल्या आणि त्याचे अवसान गळल्यासारखे झाले. तो घाबरून बोलला, "खानसाहेब, त्या दूरवर दिसणाऱ्या पर्वताचं टोक ओलांडून दिवसाउजेडी येथून बाहेर पडलेलंच बरं. नाही तर मधमाशांचं पोवळं फुटावं तसं मराठे अंगाचं लचकं तोडतील माझ्या!"

"लेकिन गणोजी ऽ खुदाची खैर म्हणून सापडलेली ही शिकार सहजी पचणारी नाही. कुछ भी करो, देर रातीच्या आत मला कऱ्हाडचा आमचा मोगली तळ गाठायचा आहे."

"फिकीर का करता मुकर्रबमियाँ? कऱ्हाडची वाट आमच्याच शिरकाणातून जाते. या माझ्यामागं."

अजिबात न थांबता हुशार झालेली आठनऊशे घोडी पुढचा मार्ग कातरू लागली. नायरीजवळ शास्त्री नदीवर पलीकडे जाण्यासाठी एक लाकडी साकव होते. ते शंभूराजांनीच बांधून घेतलेले होते. नदी ओलांडून घोडी पलीकडच्या बाजूने पुढे नेटाने धावू लागली. राजांनी आपली दुःखी नजर शास्त्रीच्या प्रवाहाकडे टाकली. तो प्रवाह त्यांच्या लाडक्या येसूच्या माहेरातून, शृंगारपुरातूनच खाली वाहत येत होता. त्याची आठवण येताच नकळत त्यांच्या सुजलेल्या डोळ्यांतून अश्रूंचे चार थेंब ओघळले.

आता सासरच्या वाटा, स्वराज्याच्या वाटा, सौख्याचे रस्ते, सुखाची वळणे, इष्टमित्रांचे उंबरे, ती मंदिरे, पाण्याने भरलेले घाट एकेक करून सारे पाठीमागे पडू लागले होते. समोरची, छातीइतक्या उंच गवताची काटेरी वाटही सरता सरत नव्हती.

निवळीच्या माळावर धनगरांची आठ तरणीताठी पोरं उभी होती. डोक्याला तांबडीभडक वा निळी पागोटी, पल्लेदार मिशा, हातात घुंगराच्या काठ्या आणि प्रत्येकाच्या कमरेला दोन दिवस पुरतील एवढ्या भाकरी बांधलेल्या. समोरच्या माळरानावरून मधल्या गवतात हरवलेल्या वाटेकडे त्यांचे लक्ष होते. दिवसभरात पाहुणे कधीही येतील, आठनऊशे लोकांना पुरतील एवढ्या भाकऱ्या बांधून तयार राहा, असा निरोप होता. गेल्या दोन दिवसांपासून रोज एवढ्या लोकांच्या भाकरी थापून निवळीजवळचा धनगरवाडा रस्त्यावर उभा राहत होता.

दोन दिवसांमागे गणोजी शिर्क्यांचा कारभारी गोवर्धनपंत स्वत: निवळीला येऊन पोचला होता. जयनगर बंदराजवळ हिऱ्यांचे काही इराणी चाचे चोरटा व्यापार करतात. त्यांना पकडण्यासाठी शिर्क्यांची एक टोळी जयनगराकडे दबा धरून बसली आहे. त्या परदेशी सौदागरांना पकडून कराडवरून साताऱ्याकडे न्यायचा खुद्द शंभूराजांचाच हुकूम आहे, असे गोवर्धनपंतांनी सांगितले होते. या निमित्ताने शिर्क्यांचे आणि शंभूराजांचे भांडण मिटल्याची खबर स्थानिक लोकांना समजली

होती. लोक खुषीने आपसात हातावर टाळी देत बोलत होते— "शेवटी बायकोचा भाऊ आणि लोण्यापेक्षा मऊ!"

गोवर्धनपंत एक कंजूष गृहस्थ म्हणून प्रभावलीमध्ये प्रख्यात होता. पण आता मात्र त्याने भलताच हात सैल सोडला होता. भाकरी बडवणाऱ्या धनगरणींपुढे त्याने एवढ्या ओंजळीओंजळीने शिवाई मुद्रा टाकल्या होत्या की, काही आयामाया गमतीने बोलल्या, "सरकार, भाकऱ्या दोनतीन दिसांच्याच पाहिजेत का येका महिन्याच्या?" त्यातच गोवर्धनपंताने कोठून तरी बळकट दोनशे घोडी पैदा केली होती. तीही निवळीच्या ओढ्याजवळ आत आडोशाला झाडाला आणून बांधली होती. त्यामुळे बहुतेक मोठीच शिकार असणार याचा गावकऱ्यांना अंदाज आला होता.

धनगरांच्या तरण्याबांड आठ पोरांची निवड वाटाडे म्हणून करण्यात आली होती. तो जंगली घाटरस्ता खूपच अडचणीचा होता. धोक्याचा होता. किमान आठदहा काटक आणि धडधाकट माणसे एकत्र आल्याशिवाय त्या आडरानात कोणीही घुसायचे धाडस करत नसे. वाघांच्या डरकाळ्या ऐकत आणि रानडुकरांच्या कळपांना बगल देतच या घाटाने वर चढावे लागे. क्वचित कोणी व्यापारी हजारपाचशे बैलांच्या पाठीवरून या घाटाने माल घेऊन वर चढत आणि पलीकडे पाटण आणि कराडकडे निघून जात. घाबरलेले व्यापारी हा आडरस्ता परिचयाचा असूनही निवळीच्या आणि नेरदवाडीच्या पोरांना वाटाडे म्हणून सोबत घेत. मगच पुढची वाट धरत.

कालपासून वाटाडे खोळंबून बसले होते. आयामाया पाटी पाटी भाकरी बडवून येणाऱ्या पाहुण्यांची वाट बघत तिष्ठत बसल्या होत्या. बसल्या बसल्या पोरांच्या गमती चालल्या होत्या. गोवर्धनपंत हा घाट कधी चढून गेले आहेत का, असे कोणीतरी गंमतीने विचारले. तेव्हा दुसरा एक पोरगा हसत बोलला, "पंतांचं सोडा वो! पण त्या गणोजी शिर्क्यांच्या आज्यापणज्यानं सुदिक हा घाट देखलेला नाय."

दुपारचे ऊन रटरटू लागले. इतक्यात उंच गवताच्या पोटातून एकावेळी आठनऊशे घोडी तिथे धावत धावत आली. समोरच्या चढणीने सर्वांनाच घाम फुटला होता. गोवर्धनपंताने गडबड केली. ओढ्यातल्या दोनशे घोड्यांची दावी सोडली. तांडा बाहेर काढला. मुसलमान सैनिकांनी घोड्यावरून पटापट खाली उड्या ठोकल्या. धनगरणींनी आपल्या भाकरीने भरलेल्या दुरड्या पुढे केल्या. दमल्याभागल्या स्वारांनी उभ्या-उभ्याच चटणीभाकरी पोटात ढकलली. ज्यांची घोडी खूप श्रमली होती किंवा जखमी झाली होती आणि तीनचार दिवसांच्या कष्टाने पूर्ण शिणून गेली होती, अशा घोड्यांना बाजूला काढलं गेलं. पंतांनी नव्या दमाच्या घोड्यांचे लगाम स्वारांच्या हाती दिले.

त्या वाटाड्या पोरांची नजर सौदागरांना शोधत होती. अखेर त्यांना ते दोन्ही

सौदागर दृष्टीस पडले. अतिशय बळकट, उंच आणि रुंदाड पाठीच्या घोड्यांवर त्यांना जाम जखडण्यात आले होते. त्या दोघांची मूळची गोरीपान तोंडे माराने आणि सुजीने बेंगरूळ दिसत होती. त्यांचे हात त्यांच्या पाठीवर काढण्यांनी बांधले होतेच. शिवाय त्यांनी रडू नये, ओरडू नये, म्हणून मोठाली धडपी त्यांच्या तोंडात खोचून ती मागे त्यांच्या कानाजवळ बांधली गेली होती. घोड्यांच्या तोंडात लगाम बांधावेत तशीच ती जाम बांधणावळ होती. धनगरांची पोरे मोठ्या कौतुकाने त्यांच्या डोळ्यांकडे पाहत होती. एक दुसऱ्याला सांगत होता, "शिरपा गड्या, खरोखरीच्या हिऱ्यांपेक्षा डोळं चमकत्यात बघ ह्या दोघांचं." मधूनच त्या दोघांचे डोळे अश्रूंनी गळत होते. उद्वेगाने, सुडाच्या भावनेने जळतही होते. आटतही होते.

थोडीशीच उसंत मिळाली असेल नसेल तोच घोड्यावर बसलेला गणोजी शिर्के ओरडला, "खानसाहेब चला, उठा होऽ नाही तर माझ्याच गळ्याला चाप लावाल." इखलासखान आणि मुकर्रबखान दोघेही बापलेक हसले. खरे तर त्यांनाच खूप घाई होती. बघता बघता निवळीचे रान पाठीमागे टाकून घोडी नेरदवाडीच्या दिशेने झेपावू लागली.

गणोजीइतकाच मुकर्रबखानही खूप धास्तावला होता. असे जंगली रान त्याने याआधी पाहिले नव्हते. कमरेइतक्या उंच गवतात जेव्हा वारा शिरायचा आणि गवताचे रान हलायचे, तेव्हा माळावर हत्तीच गडाबडा लोळताहेत असा भास व्हायचा. डाव्या बाजूच्या टेकडीपलीकडे शृंगारपूरचे रान होते. त्या बाजूचे उंच, खडे डोंगर आणि पर्वतराने बघून मुकर्रबखानाला घाम फुटत होता.

अचानक लांबून घोड्यांच्या टापांचे आवाज ऐकू येऊ लागले. बघता बघता समोरच्या गवतातून पन्नाससाठ घोड्यांचा जथा अंगावर धावून आला. मुकर्रबखान हबकला. इखलासखान दचकला. कोठून आली ही मराठ्यांची झुंड? अजून मागे गवतात कितीजण लपले आहेत? बापलेक घाबऱ्या नजरेने एकमेकांकडे बघू लागले. साऱ्या अरण्यालाच घोड्यांचा गराडा पडल्याचा त्यांना भास झाला. मराठा पथकाने अचानक वाट अडवल्याचे पाहून खानाचे पथक घाबरून जागच्या जागी थांबले. घोड्यात घोडी मिसळली. ती आकसून, खोळंबून जागच्या जागी थबकली. सारे गांगरून अंगाला अंग घासत उभे राहिले. आता मुकर्रबखानाचे डोळे तर पांढरेच झाले होते. गणोजीच्या घशाला कोरड पडली होती. त्याने पुढच्या अंगाला उभ्या असलेल्या सूर्याजी भोसलेला पाहिलं. ते शृंगारपूरचे गस्तीचे पथक असल्याचे त्याने ओळखले.

आपल्यासोबत उरलेल्या आपल्या बेड्यातील पंधरावीस मराठ्यांकडे पाहून गणोजीने डोळ्याने इशारा केला. त्याने बेंबीच्या देठापासून आरोळी ठोकली, "संभाजी महाराज की जयऽऽ" त्या आरोळ्यांनी सूर्याजी भोसले घोडा फेकत पुढे धावत आला, त्याने गणोजीला ओळखले होते. तो सामोरा होत विचारू लागला,

"काय गणोजी भावोजी इकडं कुठं?"

"हे आपलं इकडं — इकडं — चाललोय उंब्रजला."

"अहो पण तुम्ही इकडं कसं? अन संगं ही माणसं कुणाची? तुम्ही तर म्हणे मोगलाईत गेला होता?"

गणोजी आपला घोडा पुढं काढत सूर्याजीच्या जवळ गेला. त्यांच्या खांद्यावर थाप मारत बोलला, "अरे सूर्याजी, रक्ताची नाती इतकी कच्ची असतात, व्हय रं? अधूनमधून व्हायचा भांडणतंटा, पण म्हणून सख्खी बहीण महाराणी असताना मोगलांच्या पदरी कायम जायची हरामखोरी आम्ही कशाला करू रे बाबा?"

"बरं, हे घोड्यावरनं लादून कोणाला घेऊन आलाय?"

"हे – हे होय? इराणी सौदागर आहेत दोघेही. जयनगर बंदराजवळ पकडलं हरामखोरांना! हिऱ्यामाणकांचा चोरटा व्यापार करतात. नेतो लबाडांना आणि करतो हजर शंभूराजांच्या पायाजवळ!" गणोजी बोलला.

"तसं असंल तर थांबू नका, दाजी. झटक्यानं व्हा पुढं, दिवसाउजेडी डोंगर उतरून जा. पलीकडं वाट अडचणीची हाय."

सूर्याजीचं पथक मागं पडलं. घोडी पुन्हा जोशानं पुढं धावू लागली.

बऱ्याच रानवाटा कातरल्या गेल्या.

एकदाचा मळेघाट जवळ आला. त्या घाटाच्या चढणीला जशी जनावरं लागली, तशी मुकर्रबच्या फौजेला आपल्या बापजाद्यांची याद येऊ लागली. शंभूराजांना आणि कविराजांना घेऊन जाणारी बळकट घोडी सोडली, तर बाकीचे सारे स्वार घोड्यावरून पायउतार झाले. करवंदीच्या काटेरी डहाळ्या, पायाखालची तुटकी जमीन, मध्येच फुटलेले निसरडे दगड, पावसाळ्यात पाण्याच्या प्रवाहाने जागोजाग खोलगट पडलेले चर. मोकळ्या घोड्यांना आणि पायउतार स्वारांना त्या चढणीने अगदी घाईस आणले होते. अनेकांचे पाय मुरगळले. ठेचा लागून अंगठे फुटले. त्या अरुंद वाटेने पुढे निघताना घोडी अनेकदा चरचरा वाकली, हगली आणि मुतलीही.

तासदीड संपला तरी चढण संपत नव्हती.

क्षणाक्षणाने, कणाकणाने आपला मुलूख मागे पडत चालला होता. सारे शरीर दोऱ्यांनी आणि साखळदंडांनी घट्ट बांधलेले. तोंडात लगामासारखा धडपा. डोळे फक्त उघडे. राजांनी काय नि कसे बोलावे? एखादा कडा अंगावर ढासळून पडावा, अघटिताच्या अचानक हमल्याने मती बधिर होऊन जावी, तेव्हा बोलणाऱ्याने तरी काय बोलावे?

गेल्या चार दिवसांच्या जाग्रणाने मुकर्रबखानाचे शिपाई अगदीच मेटाकुटीला आले होते. जर बरीचशी घोडी शिर्क्यांच्या मदतीशिवाय जागोजाग बदलली गेली नसती आणि शिर्क्यांनी आणि नागोजीने वाटेवर जागोजाग भाकरतुकड्यांचा बंदोबस्त

केला नसता, तर मात्र ह्या आटिंग्या रानाने मुकर्रबखानाची फौज केव्हाच गिळून टाकली असती. सह्याद्रीच्या ह्या काटेरी कडेपहाडातून त्यांना वाटाच गवसल्या नसत्या. भुकेने माणसेजनावरे केव्हाच तडफडून मेली असती. तीनशे वर्षांपूर्वी ह्याच विषारी रानाने जशी मालिक उत्तुजारची सात हजाराची अख्खी फौज गिळून सफाचट केली होती, तसाच मुकर्रबचाही नष्टावा झाला असता.

तो भयाण, भयकारी मळेघाट चढणाऱ्यात खानाचे अनेक असे अनुभवी स्वार होते, ज्यांनी शहजादा आज्जमबरोबर रामदऱ्याचा कुप्रसिद्ध घाट पाहिला होता. त्या स्वारांचे पायजमे भीतीने ओले व्हायची पाळी आली. कदाचित अशा भयंकर वाटेने पुढे नेण्यात गणोजीचा दुसरा काही डाव तर नसावा? घाट चढता चढता काहीजण गणोजीकडे टवकारून पाहू लागले. मुकर्रबखान स्वत: मजबूत हाडापेराचा आणि काटक शरीरयष्टीचा होता. त्याचा डावा पाय दोन वेळा मुरगळला. पायाच्या शिरा आणि मांस आत पू झाल्यासारखे ठसठसू लागले. भयंकर वेदनेने त्याचा जीव जर्जर झाला. त्याने गणोजीला चिडून विचारले, "गणोजी, ही वाट नक्की कुठे जाते? कराडकडे की जहन्नमकडे?"

"थोडी सबुरी बाळगा, खानसाहेब. फक्त याच वाटेनं आपण तिन्हीसांजेपर्यंत कराडात पोचू शकतो. दुसऱ्या कोणत्याही वाटेनं निघालो असतो तर मराठी पथकांनी आम्हा सर्वांना खरंच जहन्नममध्ये धाडलं असतं. शिवा आणि संभा हे या रानात देव आहेत, खानसाहेब."

घायकुतीला आलेले मुसलमान स्वारशिपाई आणि त्यांची दमछाक होऊन गेलेली घोडी पाहून ती धनगराची पोरं मनातून खुदुखुदु हसत होती.

ही बिकट वाट त्यांच्या रोजच्या पायाखालची होती. त्यामुळे ते वाटाडे बकरीच्या कोकरासारख्या उड्या मारत सर्वात पुढे धावत होते. चढणीला जसा उशीर होऊ लागला, तसे गणोजी शिर्क्यांच्या काळजाचे मात्र पाणी पाणी झाले. आपल्या हातून थोडीशीही चूक घडली आणि दगाफटका झाला तर आपण मेलोच, हा संभाजी काही आपणाला जिवंत ठेवणार नाही, या भीतीने गणोजी पुरता गांगरून गेला होता.

दुपार पूर्णत: टळली. सायंकाळचा वारा सुटला. निम्मं आभाळ ओलांडून सूर्य पश्चिमेकडे झुकला, तरी पायाखालची वाट सरत नव्हती. पूर्णत: दमूनभागून, अतिकष्टाने आंबून गेलेले मोगलांचे स्वार हैराण झाले. त्यांच्या जळक्या नजरा गणोजीला खाऊ की गिळू करू लागल्या. मुकर्रबसुद्धा शिर्क्यांकडे काहीसा बावऱ्या संशयी नजरेने बघू लागला. कोणाच्या हुकमाची वाट न बघता मध्येच घोड्यांनी बसकण मारली. दमलेल्या सैनिकांनी जमिनीवर अंग टाकले. भिस्ती पाण्यानं भरलेल्या कातड्याच्या पिशव्या पथकातून फिरवू लागले. त्या संधीचा फायदा घेऊन गणोजीने मुकर्रबखानाला एका झाडाच्या बुंध्याआड बाजूला ओढले. तो हात जोडून खानाला बोलला,

"सरकार ऽ कशाला ही फुकटची बिलामत जित्ती ठेवता? उगाच दगाफटका व्हायचा. ऐका, नका जोखीम घेऊ."

"तो क्या करना चाहते हो?"

"सरळ संभ्याची आणि त्या कपटी कलुशाची आपण इथंच मुंडी कापू. ती सहज पळवत नेऊन पातशहाला पेश करू."

"नही ऽऽ, ये मुमकीन नही." मुकर्रब गरजला, "संभ्याला जित्ता पकडून द्यायचा विडा मी पातशहाजवळ उचलला आहे."

"खानसाहेब, जिंदा काय आणि मुर्दा काय! कामाशी मतलब!" वैतागून गणोजी सांगत होता.

"नाही गणोजी, गेल्या आठ वर्षांत पाच लाखाची फौज जिथे थकली होती, तिथे ह्या मुकर्रबखान नावाच्या दख्खनी मुसलमान सरदाराने कामगिरी फत्ते केली. माझा अलम दुनियेत कितना बडा नाम होगा! पातशहा तर खुषीने पागल होईल."

स्वारशिपायांच्या पायांना असंख्य वेदना होत होत्या, पण घोड्यावर लादलेल्या शंभूराजांच्या आणि कवी कलशांच्या काळजावर जळवांचा नाच सुरू होता. त्यांचे सर्वांग रस्सीने असे करकचून बांधलेले होते की, त्याने अंग काचत होते. चढण चढणाऱ्या घोड्यांच्या हालचालींबरोबर अंगाभोवती बांधलेल्या दोऱ्यांना ओढ लागत होती. रक्त फुटत होते. जिवाच्या तडफडीने हातपाय झाडण्याचा वेडा प्रयत्न त्या दोघांनी केव्हाच सोडून दिला होता. गरुडाचे पंख अजगराने गिळत सुटावे, त्याच्या काटेरी जिभेच्या तडाख्यातून गरुडाची फक्त मान उरावी, शरीराचा सारा भाग, पाय, पंख त्याच्या जबड्यात अडकावेत आणि त्या इवल्याशा दुर्दैवी डोळ्यांनी बाहेरचे बुडत चाललेले जग पाहावे, तशीच अवस्था शंभूराजांची आणि कविराजांची झाली होती.

पायाखालची विषारी वाट संपत आली. मळेघाटाच्या माथ्यावर मराठ्यांचं गस्तीपहाऱ्याचे शेवटचे ठाणे आहे, याची पूर्ण कल्पना कविराजांना होती. तोंडात लांबलचक धडप्याच्या सापत्या बांधल्या गेल्या होत्या. पण मघापासून कविराजांच्या दातांनाच बुद्धी फुटली होती. हळू हळू उंदरासारखे त्यांनी तोंडात बांधलेले फडके कुरतडायला सुरुवात केली होती. घाटावरचे ठाणे जवळ येऊ लागले. वरच्या माथ्यावरच्या शिपायांचे आवाज कानावर येऊ लागले. तसा कडसारीने दबकत वर जाणारा मुकर्रबखान घाबरला. त्याने गणोजीकडे पाहिले. गणोजीने, आपण स्वस्थ राहा, असा डोळ्याने इशारा केला.

आता एकदा घाटमाथा संपला की, दोनअडीच तासांत कराड येईल. कराडला मोगलांचा पंधरा हजार सैनिकांचा तळ होता. तेथूनच पुढे मोगलाई सुरू होत होती. एकदा आपला राजा तिथे पोचला की संपले सारे! कलशांनी कान टवकारले. आता दर्यात जहाज बुडाले होतेच. मात्र अशा वेळी बुडत्याला पाण्यावर तरंगणारे एखादे

फळकूट दिसावे, ते पकडण्यासाठी त्याची उलाघाल व्हावी, तशी कलशांच्या काळजाची धडपड चालली होती. तोंडात बांधलेली फडक्याची सापती तुटली होती. आपल्या शरीराच्या अणुरेणूत जेवढी म्हणून ताकद उरली असेल ती सर्व एकवटून कविराज कलश ओरडले,

"वाचवाऽ, वाचवाऽ! माझ्या शंभूराजाला वाचवाऽऽ!"

कलशांचे ते घातकी ओरडणे इखलासखानाने ऐकले मात्र. त्याने आपल्या हातातल्या चाबकाचा कोयंडा दोन्ही हाताने पकडून त्याचा असा जोरदार टोला कलशाच्या मुंडण केलेल्या माथ्यावर हाणला की, रक्ताची चिळकांडी इखलासखानाच्याच दाढीवर उडाली. त्याच क्षणी कविराज मूर्च्छित झाले. त्यांची मान बाजूला कलंडली. खालचे आवाज ऐकून माथ्यावरचे ठाणे जागे झाले, "कोण रं, कोण आहेत ते?" वरून आरोळ्या ऐकू आल्या. मुकर्रबखान धास्तावला. तोच गणोजी शिर्क्यांने तारस्वरात आरोळी ठोकली,

"संभाजी महाराज की जय ऽऽ"

ठाणेदाराने सर्वांची बारकाईने चौकशी केली. चौकशी करण्यासारखे होतेच काय? गणोजीराजे रायगडच्या महाराणींचे— येसूबाईंचे सख्खे थोरले बंधू होते. ठाणेदाराची नजर रक्ताने, धुळीने माखलेल्या, घोड्यावर लादलेल्या त्या दोन्ही सौदागरांकडे गेली. कलशांच्या डोक्यावर रक्ताच्या ताज्या खुणा होत्या. पण भोवळ येऊन त्यांची मान एकीकडे कलंडलेली. शंभूराजांच्या अंगावरचा मुसलमानी झगा. मुंडण केलेली डोईदाढी. तिच्यावर साकळलेल्या रक्ताच्या अनेक निळसर खुणा. धूर्त गणोजीने वाटेत त्या दोघांच्या उरल्यासुरल्या भुवयाही भादरून घेतल्या होत्या. शंभूराजे आपल्या मुलखाला ओळखत होते, पण त्यांच्या बेंगरूळ रूपाला, त्या सुजलेल्या, सफाचट चेहऱ्याला कोणीही ओळखू शकत नव्हतं.

"मग गणूभावजी, तुमी काय संभूराजांकडं चाललात?" ठाणेदाराने विचारलं.

"होय, गड्या. ह्या दोन्ही सौदागरांना घालतो राजांच्या पायावर! हे मोगलांचं पथकबी फुटून आपल्या स्वराज्यात येतंय. ते बघून शंभूराजे भारी खूष होतील." गणोजीनं खुषीनं सांगितलं.

"जावा तर बिगाद्यान. दिस बुडायच्या आधी डोंगर उतरा." ठाणेदाराने सल्ला दिला.

आता समोरचा पाथरपुंज गाव जवळ येऊ लागला होता. सावल्या लांबत होत्या. सूर्य मावळतीकडे झुकत होता. गेली आठ वर्षे महाराष्ट्र पठारावरील प्रत्येक नदीच्या खोऱ्यात, खोलगट दऱ्यात, कडेपठारात, बुऱ्हाणपुरच्या मोगलाईत, इतकेच नव्हे तर कर्नाटकाच्या धरमपुरी, जिंजी, मदुरा ते सोलापूरच्या सपाटीत जिथे तिथे हजारो बहाद्दर मराठ्यांना प्रेरणेची संजीवनी देणारा, रक्ताचे पाणी करून शिवरायांचे गौरवी जहाज तारणारा हिंदवी स्वराज्याचा सौदागरच आज कराल काळाच्या

दाढेकडे ओढला जात होता.

गेली कैक वर्षे शंभूराजांसाठी आईची मांडी झालेला सह्याद्री आता वेगाने मागे पडत चालला होता. दूरवरच्या अंधारात कराडच्या मोगली तळावरचे पेटलेले पलिते दिसू लागले होते.

■

ध्येय नी धिंड

१.

पाथरपुंजच्या माळावरचा धनगरवाडा. वाटाडे झालेली ती पोरं मोठ्या खुषीत होती. प्रत्येकाच्या कनवटीला सोन्याच्या तीन तीन मोहरा. त्या पोरांत इल्या, पिऱ्या आणि धाकल्या ही वयानं थोराड होती. पिऱ्याची मावशी पाथरपुंजच्या धनगरवाड्यात राहत होती. मोठी बक्षिसी मिळाल्याच्या आनंदात पिऱ्याने मावशीला कोंबडा कापायला लावला होता. घरात कोंबड्याचा झणझणीत रस्सा शिजत होता. तोवर वाटेवरच पोरांनी गोट्यांचा डाव मांडला होता. मटणभाकरी खाऊन पुन्हा मळेघाट उतरायचं पोरांनी नक्की केलं होतं.

पण मघापासून काही गावकरी घाबरेघुबरे होऊन गावाकडे पळत होते. वाटेत एकमेकांच्या कानांत काहीतरी कुजबुजत होते. त्या गूढरम्य हालचाली आणि पळापळ बघून पोरांना कसलीशी शंका आली. त्यांनी डाव मोडला.

पलीकडच्या मोठ्या पिंपळाखाली पाथरपुंजचे सातआठ शेतकरी घोळक्याने उभे होते. ते गंभीर शब्दांत आणि दबक्या सुरात आपासात काहीतरी कुजबुजत होते.

"लय वंगाळ झालं —"

"असं व्हायला नगं होतं रं देवा! थोरलं राजं जाऊन दहा वर्षं झाली, तोवर त्याच्या पोराची अशी वाट लागावी!"

पिऱ्या धिटाईनं पुढं होत गावकऱ्यांना विचारू लागला, "काय वो पावणं, एवढं कानात तोंड घालून काय बोलताय?"

"आपल्या शंभूराजाचा त्याच्या मेव्हण्यानं घात केला रे, पोरांनो. राजांच्या बैलासारख्या मुसक्या बांधल्या. पातशहा फरफटत ओढत घेऊन गेला रे ऽऽ!" तो शेतकरी रडत आपले पाण्याने भरलेले डोळे पुसत बोलला, "आज सांच्यापारी त्या नीच गणोजी शिर्क्यानं शंभूराजाला दगाफटका करून पकडून नेलं. दुपारी ह्याच वाटेने गेले ते सारे."

त्या शेतकऱ्याचे बोल कानावर पडले मात्र, तशी त्या धनगराच्या पोरांची तोंडे पांढरीफट पडली! ती घाबरीघुबरी होऊन एकमेकांकडे बघू लागली. कसाबसा धीर धरत धाकल्या ओरडला, "काय तरीच काय बोलताय, राव? आम्ही दुपारी होतोच तिथं. गणोजी शंभूराजांना नव्हं, हिऱ्याच्या दोन सौदागरांना पकडून घेऊनशान गेलाय."

गावकऱ्यांनी त्या पोरांकडे दुर्लक्ष केले. मात्र त्यांचे गंभीर बोलणे सुरूच होते. ती भयंकर बातमी आजूबाजूच्या रानात वणव्यासारखी पसरत होती. शेतकरी हवालदिल झालेले. स्त्रियापोरे रडू लागली होती. आपल्या घरातलेच कोणी जिव्हाळ्याचे दगावल्यासारखी सर्वांची स्थिती झाली होती. ते झपाट्याने बदलणारे वातावरण

पाहून धनगरांची ती लेकरे हबकली. गळूटून गेली.

अजाणता आपण प्रत्यक्ष शिवाजीमहाराजांच्या राजपुत्राला— शंभूराजाला संकटात आणले, रायगडच्या राजेश्वराला पकडून दिले, दुश्मनाचे वाटाडे झालो, ही कल्पनाच त्यांच्या मनाला सहन होईनाशी झाली. पोरांच्या डोळ्यांसमोर दुपारचा घोड्यावर बसलेला तो सौदागर उभा राहिला. त्याचे विलक्षण भेदक आणि चमकदार डोळे त्यांच्या मन:चक्षूंसमोर पुन्हा अवतरले. तशी ती रानपाखरे बेजार झाली. आठहीजण बाजूच्या आडोशाला पळाले. पिऱ्याने तिथल्या जांभळीच्या बुंध्यावर आपले डोके थाड थाड आपटले. धाकल्याने आपल्याच थोबाडात मारून घ्यायला सुरुवात केली. काहीजण तिथेच रानमातीत गडबडा लोळू लागले. एकादोघांनी त्राग्याने माती तोंडात भरली. पिऱ्या उठला. त्याने कनवटीच्या त्या सुवर्णमोहरा बाहेर काढल्या. गणोजी आणि मुकर्रबखानाने दिलेली ती बक्षिसी त्याला सापाच्या कात्यासारखी विषारी वाटू लागली. सर्वांनीच आपापल्या हातातली नाणी दूर भिरकावून दिली. वरून थोडे हलके वाटलं, पण काळजाच्या लगद्यात घुसलेल्या पश्चात्तापाच्या गांधील माशा काही केल्या त्यांची पाठ सोडायला तयार नव्हत्या.

पोरे एकदुसऱ्याच्या गळ्यात गळा घालून रडू लागली. वयाने सर्वात लहान असणाऱ्या बिरज्याने पिऱ्याला विचारले, ''दादा, काय करायचं रं आता?''

गालफडात चापट्या मारून घेत आणि हुंदका फोडत पिऱ्या बोलला, ''देवा मल्हारीराया, काय झाला म्हनायचा ह्यो घोटाळा?''

''तो कुत्रा गणा शिर्का— त्याचा सैतानी कावाच आम्हांला कळला न्हाई!''

''पोरांनो, एक वेळ आपुण आपल्या आयबाला भरल्या विहिरीत ढकलू, पण आपल्या शंभूराजांच्या अंगाला कोणी बोटबी लावता कामा नये—'' पोरं ओक्साबोक्सी रडत आपसात बोलू लागली.

इल्या मोठ्यानं रडायला लागला. त्याचा तर मामा कापूरहोळात राहत होता. तिथली धाराऊ शंभूराजांची दूधआई होती. तिच्या दुधावरच राजे लहानाचे थोर झाले होते. त्या आठवणी काढत इल्या सांगू लागला,

''आपल्याच आयामायांच्या दुदावर राजा ल्हानाचा मोटा झाला. आन् आज आपल्याच हातानं आमी त्याच्या गळ्याला नखं लावावीत?''

बिरज्या रडत रडत सांगू लागला, ''पोरांनो, मी पण माझ्या आईच्या मांडीवर ती ओवी लय येळा आइकली.'' बिरज्या डोळं पुसत, हुंदके देत स्वत:च ती ओवी गाऊ लागला —

"ओठ कोरडं शंभूबाळाचं
पान्हा धाराऊला फुटतो गं
गरिबाच्या ओसरीवरी
बाळ शिवबाचा वाढतो गं !"

आसवांचा पहिला पूर आटून गेला. त्या आठही पोरांची कानशिले आणि धमन्या गरम झाल्या. जणू त्यांच्या देहातच शेकोट्या पेटल्या होत्या. हात शिवशिवू लागले. सर्वांनी पिऱ्याला विचारलं, "सांग दादा, आता काय करायचं?"

"गधड्यांनो, काय करायचं म्हणून काय पुसता रं? मेंढ्यांच्या कोंढरात हळूच घुसलेल्या लांडग्यावर झडप घालनारी आणि जित्या लांडग्याचा जबडा फासटून त्याला जिवं मारनारी आमी धनगराची ल्येकरं! आपल्या डोळ्यांना गुंगारा देऊन सैतान आपल्या राजांना घेऊन गेले त्या साऱ्यांची हाडं तोडू ऽ"

"चला ऽ चला." बाकीचे सारे एक सुरात गरजले.

"आपून त्या गणोजीच्या कारभाऱ्याला, पंतालाच ठार मारू." बिरज्या बोलला.

"कशाला पंतबिंत? गड्ड्यालाच हात घालूया. त्या गण्या शिर्क्याच्याच नरडीचा घोट घेऊया."

पोरं तहानभूक विसरली. ती धरतीची आठ लेकरे दऱ्याडोंगर, झाडी, ओहळ पालथी घालत कराडच्या दिशेने ठ्या पळू लागली. त्यांच्या पायांना दहा हत्तींचे बळ आले होते. त्यांच्या छात्या धडधडत होत्या. उरातली सुडाची भावना धगधगत होती. शिवाजी आणि शंभूराजांच्या आठवणींनी डोके गच्च झाले होते. तो रायगड, ते पितापुत्रांचे राज्याभिषेक, सह्याद्रीच्या दऱ्याखोऱ्यांनी प्रथमच पाहिलेले जनतेच्या राजांचे सोहळे, त्या पालख्या, त्या आबदागिऱ्या, त्या पोरांपैकी तिघेचौघे तर आपल्या बापाच्या अगर काकाच्या खांद्यांवर बसून लहानपणी रायगडावर गेले होते. त्यांनी शंभूराजांचा राज्याभिषेक स्वतःच्या डोळ्यांनी पाहिला होता. त्यांच्यापैकी अनेकांच्या आजोबांनी शिवरायांच्या राज्याभिषेकावेळी रायगडावर गजाचा खेळ मांडला होता. नाचत नाचत मोठाले ढोल वाजवले होते. त्यांच्या चुलत्यामालत्यांनी शृंगारपूरच्या रानात छोट्या शंभूराजाला खांद्यावरून मिरवला होता.

धरतीच्या त्या लेकरांना वतने माहीत नव्हती. त्यांना स्वार्थाचा विषारी वाराही शिवला नव्हता. त्यांच्यासाठी शिवाजी आणि संभाजी ह्या गोष्टी म्हणजे जीव की प्राण होता! सूर्य आणि चंद्र होते! आपल्या त्या दोन्ही छत्रपतींच्या अस्तित्वानेच आपल्या डोक्यावर शेंडी उरली. सरंजामदारांच्या, वतनदारांच्या जाचातून ज्यांच्यामुळे त्यांची सुटका झाली होती, सह्याद्रीच्या दऱ्याखोऱ्यात गोकुळ नांदलं होतं, त्याच त्या शिवपुत्राला आज या रानातून वैरी काढण्या लावून घेऊन गेला! कळत नकळत आपण

वैऱ्याला मदत केली. त्या जाणिवेनं त्या पोरांच्या अंगाची आग आग होत होती!

न थांबता, न थबकता ती आठ लेकरं रात्रभर धावत होती. त्यांच्या कमरेच्या कातडी करदोड्यात बांधलेले कोयते शिवशिवत होते. हाताच्या मुठी घट्ट दाबत, आपलेच दात करकर चावत, वाऱ्याच्या पाठीवर स्वार होऊन ते त्यालाच विचारीत होते, "कुटं, कुटं हाय त्यो सैतान, गण्या शिर्का?"

कराडचा मोगलाई तळ डाराडूर झोपला होता. बाजूच्या कोयनेच्या पात्रातून थंडगार वारा वाहत होता. तळावरील पहारेकरी आणि चौकीदार तेवढे जागे होते. जागोजागी मशाली पेटल्या होत्या. शेळीच्या खांडव्यात लपून बसलेल्या लांडग्याला शोधण्यासाठी जसा हुशार धनगर हळू हळू पावले पुढे टाकतो, तशी ती पोरे दबकत दबकत पुढे झाली. तेव्हा एका पहारेकऱ्याने हटकले,

"काय रे कुठं चालला?"

"आमाला गणोजी शिर्के सरकारांनी बलीवलंय जी—"

"कुठून आलात?"

"आज शंभूराजांच्या शिकारीवर शिर्के सरकार आलं हुतं. त्यांना वाट दाखवायला आमीच हुतो की!" इल्या बोलला.

तो पहारेकरी थोडासा गोंधळला. काय करावे हेच त्याला कळेना. इतक्यात समोरच्या राहुटीतून कालच्यापैकी एक मुसलमान स्वार पहाटेचाच इराकतीच्या निमित्ताने उठून बाहेर आल्याचे दिसले. त्याची नजर त्या पोरांकडे गेली. तसा तो हसून पहारेकऱ्याला बोलला,

"अरे, ले जाओ उनको गणोजी के पास, वे सब हमारेही छोकरे है."

तळावर कमालीची सामसूम होती. मुकर्रबखानाच्या सोबत आलेले साताआठशे जण तर अक्षरशः मेटाकुटीला आले होते. त्यांनी आपली दमलीभागली हाडे जमिनीवर अंथरली होती.

ते दोन्ही पहारेकरी एका तंबूसमोर थांबले. त्यांनी आतून बंद केलेला त्या तंबूचा कापडी दरवाजा त्या पोरांना दाखवला. त्याबरोबर ती पोरे एकदम तारस्वरात गरजली, "बिरुबाच्या नावं चांगभलं... बिरुबाच्या नावं चांगभलं ऽऽ" त्या आरोळ्या ठोकतानाच त्यांनी सोबत आलेल्या पहारेकऱ्यांवर झडप घातली. आपल्या चिवट हातांनी त्यांच्या हातातल्या दिवट्या हिसकावून घेतल्या. झटापट झाली. दिवट्यांच्या जाळाने त्या पहारेकऱ्यांच्या दाढीचे केस करपले. आपल्या डोळ्यांची बुबुळे बाहेर पडू नयेत या भीतीने पहारेकऱ्यांनी पाठीमागे धूम ठोकली. पोरांनी मात्र जळत्या दिवट्या समोरच्या तंबूवर फेकल्या.

बघता बघता तंबू धाड धाड करत जळू लागला. कापराने जसा पेट धरावा तसे

कनातसामान जळू लागले. आत घोड्यांसाठी ठेवलेल्या वैरणकाडीने पेट घेतला. तसे धुराचे लोट बाहेर उसळून येऊ लागले. "भागोऽ, भागो ऽ आग आग ऽ" एकच गिल्ला उडाला. तंबूतून "या अल्लाऽऽ", "वाचवा रेऽऽ" अशा करुण किंकाळ्या बाहेर ऐकू येऊ लागल्या. त्या पाठोपाठ आगीतून आपले अंग बचावत काहीजण समोरच्या दरवाजाने बाहेर पडू लागले. तोवर पोरांनी कनातीच्या बळकट काठ्या हिसकावून हातामध्ये घेतल्या होत्या. त्यांनी समोरून ओरडत येणाऱ्या लोकांना झोडपून मागे लोटायला सुरुवात केली.

तंबूला लागलेल्या आगीपेक्षा त्या धनगर पोरांच्या उरातली सुडाची आग खूप भडका घेत होती. ते बेंबीच्या देठापासून ओरडत होते, "गण्या शिर्क्या, ये, बाहेर ये. तुझी खांडोळीच करतो."

परंतु त्या पोरांच्या जिद्दीपेक्षा मोगलाई तळाची ताकद दांडगी होती. बाजूचे पहारेकरी, स्वारसैनिक शेकडोंच्या संख्येने पुढे धावले. त्या आठ रानपाखरांना तात्काळ जेरबंद केले गेले. लवकरच आगही आटोक्यात आणली गेली.

आतल्या बाजूस झोपलेल्या अनेकांनी अचानक आगीचा भडका पाहून पलीकडे नदीच्या अंगाला उड्या घेतल्या होत्या. आपला जीव वाचवला होता.

त्या आगीने घोटाळा केलाच. तिथे तीन मुडदे कोळसा होऊन पडले होते. ती काळीकुट्ट, धुरकटलेली प्रेते ओळखू येत नव्हती. त्यांच्या अंगावरची वस्त्रे आणि डोईचे केस जळून गेले होते. डोळ्यांची बुबुळे बाहेर पडल्याने त्यांच्या खाचा भयंकर दिसत होत्या. प्रेतांच्या अंगावरची कातडी जागोजाग लोंबून पडली होती. मुसलमान स्वारशिपाई एक दुसऱ्याच्या कानात हळूच बोलत होते — "एक गणोजी होगा, दुसरा नागोजी, भला ये तिसरा अंजान फौजी कोन होगा?"

आग आणि दंगा दोन्हीही शांत झाले. पण मुकर्रबखानाच्या गोटाकडे मात्र कोणीही जागे नव्हते. एवढा दंगाफसाद होऊनही ठाणेदाराने गेल्या अनेक दिवसांच्या जाग्रणाने अतिशय थकलेल्या मुकर्रबखानाला उठवायची हिंमत केली नाही.

दुसऱ्या दिवशी दुपारी मुकर्रबखान आपल्या गोटातून बाहेर आला. समोरच्या चारपाईवर बसून आळोखेपिळोखे देऊ लागला. त्या आठ रानपाखरांना त्याच्या गोटाबाहेर मुसक्या बांधून उभे केले गेले होते. गोटाला आग लावल्याची शिक्षा म्हणून पहारेकऱ्यांनी त्यांना चाबकाने फोडून काढले होते. मार खाऊन पोरांची तोंडे सुजली होती. अंगे फाटली होती. तरीही ते सर्वजण ताठ मानेने आणि बेडर नजरेने मुकर्रबखानाकडे बघत होते.

घडला प्रकार मुकर्रबने समजून घेतला होता. नागोजी आणि गणोजी जळून मेल्याची बातमी त्याला सांगण्यात आली. तेव्हा तिकडे दुर्लक्ष करून त्याने

ठाणेदाराकडे तात्काळ चौकशी केली, "संभा कहाँ है?" राजबंदी सुरक्षित असल्याची खात्री होताच मुकर्रबखान खूष दिसला. तितक्यात समोरच्या एका कनातीपल्याडून गणोजी आणि नागोजी गडबडीने येताना दिसले. त्यांच्याकडे पाहत मुकर्रबखान हसून बोलला, "गणोजीराजे, मैने सुना, आप तो जल चुके थे."

गणोजी गालातल्या गालात हसत बोलला, "आता तरी कळलं नव्हं खानसाहेब, त्या संभ्याला पकडल्याबद्दल आमचे भाऊबंद कोणत्या थराला जातील ते! भल्या पहाटेआधीच उगाच शंकेची पाल चुकचुकली माझ्या मनात. म्हणून तर मी नागोजी-बाबांना हलवून जागं केलं. दुसऱ्या राहुटीत जाऊन झोपलो. बाबा यायला तयार नव्हते. सांगा बरं काय परिणाम झाला असता?"

गणोजीच्या दुगाण्यांवर मुकर्रबखान हसून बोलला, "चिंता करू नका, गणोजी! पातशहा तुम्हांला जागीर आणि जडजवाहीर देऊन मालामाल करून सोडेल."

"पुढचं पुढं बघू, खानसाहेब. आता आमची जबाबदारी संपली!" नागोजी माने बोलला.

"रात्रीची ही नुसती चुणूक होती खानसाहेब." गणोजी बोलला, "आम्हांला वतनं मिळोत वा न मिळोत, पण संभाजीची ही पीडा तुम्ही इथून लवकरात लवकर पुढं पळवा. नाही तर लोक आमचं नामोनिशानबी जागेवर ठेवायचे नाहीत."

त्या बंडखोर पोरांचे काय करायचे म्हणून ठाणेदार मुकर्रबखानाला विचारू लागला. तेव्हा मुकर्रबला क्षणभर ती मळेघाटाची जीवघेणी चढण आठवली. गणोजीचे उपकार त्याच्या लेखी डोंगरासारखे होते. परंतु त्या आडरानात कदाचित ह्या पोरांसारखे बहाद्दर वाटाडे मिळाले नसते तर? तर कदाचित आजचा दिवस उगवलाही नसता. औरंगजेबासाठी हवा तो मोहरा सुदैवाने मुकर्रबच्या हाती लागला होता. पोरांचाही त्यात खारोटीचा वाटा होता. कृतज्ञतेच्या त्या कैफात खान ठाणेदाराला बोलला, "छोड दो, जंगलके पंछी है, जंगलकी तरफही जायेंगे."

जेरबंद पोरे मुक्त झाली. पाय ओढत ती रानपाखरं अर्धा कासरा अंतर पुढे चालून गेली असतील नसतील, तोच त्यांची पावले अडखळली. रुखरुखीच्या डागण्या त्यांच्या काळजाला स्वस्थ बसू देईनात. शंभूराजांना जंगलातून गुरासारखे पुढे खेचत आणणारा म्होरक्या म्हणजे हाच मुकर्रबखान आहे! त्याची ती कालची गती, तो वेग, तो आवेश कशाचाही त्या लेकरांना विसर पडला नव्हता. तसा दबक्या आवाजात पिऱ्या गुरगुरला, "लेको ऽ ह्या खानानं आमांला मोकळं सोडलं. पण आपल्या शंभूराजांना नाय—"

पिऱ्याच्या शब्दाबरोबर त्या सर्वांची पावले थबकली. अंगातले गरम रक्त उसळले. हातांमध्ये कोणतेही शस्त्र नसताना ते सारे गर्रकन मागे वळले. जणू त्यांच्या शरीराचेच भाले बनले होते.

त्यापैकी कोणीतरी एल्गार केला, “यळकोट यळकोट जय मल्हार ऽऽ” अन् डोळ्यांचे पाते लवते न लवते तो ते आठ मानवी भाले मुकर्रबच्या आणि गणोजीच्या नरडीचा घोट घ्यायला सुसाट वेगाने पुढे धावले. त्या दोघांचे गळे दाबण्यासाठी त्यांचे हात शिवशिवले होते. उभ्या शरीराला त्वेषाचे पंख फुटले होते. पेटलेल्या गरुडासारखी ती रानपाखरे त्या दोघांच्या दिशेने धावली मात्र. खानाच्या पाठीमागे काही अंतरावर त्याचा जागता पहारा होता. हातात नंग्या तलवारी घेतलेले साठसत्तर हशम तेथे पवित्र्यात खडे होते, याची त्या आठ जिवांना काहीच कल्पना नव्हती.

ते सर्वजण त्या दोघांचा गळा घोटण्यासाठी जवळ जाऊन भिडतात न भिडतात, तोच त्यांच्या अंगावर तलवारींचे सपासप वार बसले. चिळकांड्या उडाल्या. त्या गरम रक्ताच्या सड्याने मुकर्रबखान आणि नागोजी-गणोजींची तोंडेसुद्धा माखून गेली. त्या अचानक हल्ल्याने क्षणभर धीराचा मुकर्रबखानसुद्धा डगमगला होता. त्या तिघांच्याही तोंडचे पाणी पळाले होते.

थोड्याच वेळात हशम पुढे झाले. त्यांनी ते आठ मृतदेह— धडे आणि मुंडकी उचलली. पोत्यात बांधली अन् बाजूच्या कोयनेच्या पात्रात ते मानवी देहाचे गोळे फेकून दिले.

सायंकाळ झाली होती. सूर्य मावळतीची वाट हळू नेटाने चालत होता. सूर्याची तांबूस किरणे कोयनेच्या पात्रात उतरली होती. खंडोबाच्या गळ्यात घातलेला फुलांचा हार वाळून कोळ व्हावा आणि वाळलेल्या फुलांचे निर्माल्य होऊन देवाच्या पायाजवळ जाऊन पडावे, तशीच ती आठ मुंडकी कोयनेच्या तांबूस तवंगावर तरंगताना दिसत होती.

२.

उन्हाची तिरीप खूप दाहक होती. दोनच्या प्रहरी येसूबाईंचे पथक वाशिष्ठी नदीच्या काठी पोचले होते. चिपळूणजवळच्या आमराईमध्ये महाराणी पोचलेल्या. तेथे नदीकाठीच न्याहारीसाठी पथक थांबलेले. पाठीमागून येणाऱ्या राजांचा येसूबाईंना इंतजार होता. इतक्यात मागच्या वाटेवर दूर झाडीत कल्ला उठला. पाचसहा घोडी वेगाने दौडत पुढे आली. तशा महाराणी हसल्या. ‘दशम्या उघडून ठेव, पहिल्या घासावेळी मी पोचतो’ हे शब्द राजांनी खरे करून दाखवले म्हणायचे!

पुढचा पल्ला गाठायचा होता. खंडोजी येसूबाईंना म्हणाला, “हं ऽ मातोश्री घ्या, राजं आलंच.” दशम्या सुटल्या. महाराणी पहिला घास तोंडी लावणार तोच सर्वांत पुढे आलेला घोडेस्वार सर्पदंश झाल्यासारखा कळवळून ओरडला,

“राणीसाहेब, घात झाला ऽऽ वैऱ्यानं घात केला.”

तोंडचा घास पानावर पडला. खंडोजी, येसूबाई, दासदासी झटकन उठून उभे राहिले. घामाघूम झालेले, जोराची दौड करून पुढे आलेले घोडेस्वार एका वेळी बोलू लागले, ''संगमेश्वरावर वैऱ्यांचं आक्रमण आलंय. आम्ही स्वत: गावात हजारभर मोगल लांबून बघितलाय.''

''अन राजे ऽऽ? आपले राजे कुठं आहेत?'' खंडो बल्लाळाने कळवळून विचारले.

''राजे वैऱ्याला आडवे गेलेत. मोठी झुंबडगर्दी उडालीय. कविबुवांच्या वाड्याम्होरं मोठी लढाई सुरू आहे.''

'' व्हय, राजे निकरानं लढताना बघितलं म्या. पण अचानक भुईतून उगवल्यागत वैरी प्रगट झालाय. आपलं लष्कर लै थोडं—''

तितक्यात त्या दोघा घोडेस्वारांच्या पाठोपाठ दोनशेतीनशे घोड्यांच्या टापांचा गदारोळ कानावर आला. चिपळूणच्या सराईच्या दारातच ते पथक थांबले. संताजीने आपल्या घोड्यावरून खाली उडी ठोकली. त्याचा चेहरा गोंधळलेला होता. अंगावरच्या जाम्यानिम्यावर धुळीचे आणि रक्ताचे डाग होते. त्याचा तो अवतार बघून येसूबाई पुढे धावल्या. त्यांनी विचारले, ''संताजी ऽ, काय झालं? राजे कुठं आहेत?''

''मातोश्रीऽ, घाबरायचं काही कारण नाही. अचानक सकाळी संगमेश्वरावर वैऱ्यानं झडप घातली होती. चांगले सातआठशे सैनिक होते. आमचं बळ अगदीच अपुरं – पण चांगलं झालं. आम्ही आक्रमण परतवून लावलं!''

''अन राजे? राजे कुठं आहेत?'' ते विचारतानाही येसूबाईंची छाती दडपून गेली होती.

''चिंता करू नका, मातोश्री! ते क्षेम आहेत. महाराज आणि कविराज मधल्या जंगली वाटेनं तडक रायगडाकडं परस्पर निघून जाणार आहेत.''

''पण राजांना सोडून, संताजी, तू पुढे आलासच कसा?'' महाराणींनी विचारले.

''राजेही तिथं थांबलेले नाहीत. त्यांना तुमची लय काळजी. ढगातून पाऊस गळावा तसा वैरी अचानक उगवला तिथं. अजून किती वैरी धावून येणार कोणास ठावं. म्हणूनच राजांनी मला चिपळूणचं ठाणं रोखून धरायचा हुकूम दिला.''

येसूबाई सोबतचे वीस-पंचवीस पालखीमेणे गांगरल्यासारखे दिसले. महाराणींनी संताजीला प्रश्न केला, ''संताजीऽ, अरे आमच्या शिरकाणात— तिथल्या वाटा आडवाटांत घुसायला वारासुद्धा घाबरतो, तिथं वैरी कसा घुसला?''

''मातोश्रीऽ, ही स्वकीयांचीच गद्दारी असणार. पण आता त्याचा विचार करत बिलकूल थांबू नका. पहिले निघा. नाही तर मेणे गडाकडे पोचायला वेळ लागंल.''

भोयांनी खांदे दिले. ते मेणे, पालख्या घेऊन गतीने पुढे धावत गेले. संताजीला चैन नव्हता. त्याने चिपळूणच्या ठाणेदाराला मदतीला घेतलं. तिथला बंदोबस्त

चोख लावण्यात तो दिवसभर मग्न होता.

तितक्यात सायंकाळी दोन घोडेस्वार संगमेश्वराकडून धावत आले. त्यांचे काळेठिक्कर चेहरे बघवत नव्हते. बातमी सांगताना त्यांना रडूच कोसळले, "सरदार, घात झाला. आपुण सारे निघून गेलात, आन् पुन्हा वैऱ्याची नवी पथकं गावावर चालून आली. त्यांनी गावाला आग लावलीय. आपला पुरा पराभव झालाय."

"—पण राजे कुठं आहेत?"

"काहीजण म्हणतात – राजे बाजूच्या झाडीचा फायदा घेऊन निघून गेले. काही म्हणतात – राजांना आणि कविराजांना वैऱ्यानं धरून नेलं."

"धरून? डोसकं फिरलं की काय तुझं?" संताजी डाफरला.

नेमकी खबर समजत नव्हती. संताजी आणि ठाणेदाराचे उभ्याउभ्याच बोलणे झाले. मागे काही तरी भयानक प्रकार घडला असल्याची त्या दोघांची खात्रीच झाली. चिपळूणला बसणे शहाणपणाचे ठरणार नव्हते. हाताशी लगेच उपलब्ध असणारा पाचशे घोडा संताजीने मदतीस घेतला. "चला निघा ऽऽ फिरा माघारी." संताजीने घोड्यावर मांड ठोकली. घोडी पुन्हा संगमेश्वराकडे सुसाट धावू लागली.

डोंगरदऱ्या ओलांडत, ओढेओघळ पार करत संताजीचे पथक भरधाव वेगाने संगमेश्वरात पुन्हा माघारी पोचले, तेव्हा गच्च अंधार पडला होता. संगमेश्वराची दारुण अवस्था बघवत नव्हती. त्या नांदत्या सुंदर गावाचा नक्षाच बदलून गेला होता. परिसराला दहशत बसावी म्हणून वैऱ्याने जाताना आगी लावल्या होत्या. अजूनही काही माड्या-हवेल्या जळताना दिसत होत्या. जागोजाग रस्त्यात इतस्तत: प्रेतांचे सडे पडले होते. टोळधाड येऊन गेल्यावर सारा गाव उद्ध्वस्त होऊन पडावा, तशीच अवस्था झाली होती. गावामध्ये कोणी माणूसकानूस दिसतच नव्हते. काही म्हातारे आणि लंगडे जीव पळता येईना म्हणून लपून राहिले होते इतकेच. "अजूनही औरंग्याची पथके पाठीमागून येणार आहेत—" अशी भुमका कोणीतरी उठवली होती. त्यामुळे बाजूच्या जंगलात, आगरात लपलेले जीव अजून गावात परतायला तयार नव्हते.

संताजीचे दळ आल्याचे कळताच काही म्हातारी, दुर्बळ माणसे धाडसाने बाहेर आली. त्यांच्याकडून पक्की खबर समजली, "राजांना आणि कविराजांना वैऱ्यानं जिवंत धरून नेलं ऽऽ!" ती खबर ऐकताना तप्त सोन्यावर कोणी कोळशाचे पाणी ओतावे, तसा संताजीचा चेहरा काळानिळा झाला. त्याला जोराचा हुंदका फुटला. तितक्यात पलीकडच्या वाटेने गिल्ला करीत पाचशे घोडा धावत आला. हातखंब्याच्या दिशेने धनाजी जाधव माघारा आला होता.

धनाजी आणि संताजी एकमेकांना भेटले. घोड्यावरूनच गडबडीने बोलणे झाले. धनाजी बोलला, "संता ऽ, दोन तास मी इकडं तिकडं धावतोय. खूप तपास

केला. पण राजांना घेऊन वैरी कोणत्या वाटेनं निघून गेला, तेच कळंना. लोक आपापल्या अंदाजानं दाही दिशांची नावं घेताहेत—''

''पण धनाजी, थांबून कसं भागंल? आपल्या सूर्यालाच वैरी घेऊन गेला रं! बाकी माणसांचा दर्या काय कामाचा?'' संताजी हळहळत बोलला.

खल झाला. गोवा-रत्नागिरीच्या आणि चिपळूणच्या बाजूचा रस्ता सोडला तर उरत होती ती आंबाघाटाकडची वाट. वैरी कोल्हापूरहून तिकडूनच खाली उतरला असावा याची खात्री झाली. तेथून आंबा घाट गाठायलाही देवरुख आणि साखरप्यावरून किमान पाच-सहा तास लागणार होते. रस्ता अरुंद, वाटा निसरड्या, मार्गात अनेक उंच टेकड्या, बिकट खिंडी, प्रवास मोठा जिकिरीचा होता.

निर्धार झाला. धनाजी आणि संताजीसोबत जमलेला सुमारे हजारभर घोडा आंबाघाटाच्या दिशेकडे निघाला. इतक्यात त्या गर्दीमध्ये कोणीतरी संताजीच्या घोड्याजवळ येऊन चिकटले. आपल्या रिकिबीतला पाय धरून उभ्या असलेल्या त्या हडकुळ्या ब्राह्मणाकडे संताजीने बघितले. चेहरा ओळखीचा होता. हो! संगमेश्वरच्या ठाणेदाराचे कारभारी त्र्यंबकशास्त्रीच होते ते. संताजीने गडबडीने विचारले, ''बोला शास्त्रीबुवा काय म्हणता?''

''फक्त काही क्षणच या माझ्याबरोबर.''

बाजूचा कवी कलशांचा वाडा जळून खाक झाला होता. आतल्या विस्तवाची धग अजूनही बाहेर दारात लागत होती. तेथे समोर पन्नाससाठ प्रेते विखरून पडली होती. त्यापैकी एका प्रेतावर शाल पांघरलेली. शास्त्रीबुवांनी हलक्या हाताने शाल बाजूला केली. समोरचे दृश्य पाहून संताजी गोंधळून गेला. दिवसभराच्या पळापळीत, राजांवर उद्‌भवलेल्या महासंकटात आपणाला कोणी पिता आहे, तो हिंदवी स्वराज्याचा सेनापती आहे, ह्या कशाचीही संताजीला याद राहिली नव्हती. दुपारच्या लढाईत शंभूराजांना वाचवता वाचवता वृद्ध सेनापती म्हाळोजी घोरपडे कोसळले होते.

आपल्या पित्याच्या शवाकडे पाहताना संताजी अंतर्बाह्य गदगदून गेला.

दुःखी संताजीला धनाजी आधार द्यायचा प्रयत्न करत होता. आपल्या पित्याच्या मुखावरून संताजीने मायेने हात फिरवला. फारसा वेळ न दडवता त्याने आपल्या मृत पित्याचे पोटाशी धरलेले डोके तसेच अलगद खाली ठेवले. आपल्या गळ्यातला पाचूचा कंठा शास्त्रीबुवांच्या हाती देत संताजी बोलला,

''शास्त्री महाराज, आमच्या आबांसोबत जेवढ्यांचे जमतील त्या सर्वांचे अंत्यसंस्कार पार पाडा. निघतो मी! मला पुढं होऊन वैऱ्याचे दिवस घालायचे आहेत—''

तासभराची दौड झाली. वाटेत एक गार पाण्याचा ओढा लागला. दिवसभराच्या उलट्यासुलट्या दौडीने, अतिश्रमाने घोडी अतिशय दमून गेली होती. त्यांच्या तहानल्या जिभा पाण्याला लागल्या. तशा पाठीवर बसलेल्या स्वारांची पर्वा न करता

ती मुकी जनावरे तिथेच पाण्यात बसकण मारू लागली. अजून खूप पुढे दौड करायची होती. वैऱ्याशी झुंजायचे होते. सर्वांनी तास दोन तास विसावा घ्यायचे ठरवले. शेजारच्या धनगरवाड्यावरून घोड्यांसाठी वाळका चारा आणला. तिथली तीसचाळीस घरे जागी झाली. गडबडीने नाचणीच्या भाकरी थापल्या गेल्या. एकदीड भाकरी प्रत्येकाच्या वाटणीस आली. ती चटणीसोबत फस्त केली गेली.

जनावरांना दोनअडीच तासांची विश्रांती मिळाली. तशी ती हुशार होऊन एका पाठोपाठ एक करून उभी राहू लागली. आपल्या धन्यांची निकड त्यांनाही समजत असावी. सरत्या पहाटेला घोडी पुन्हा पुढे उधळली. तो खडा आंबा घाट चढून मध्यावर यायला दुपार टळून गेली. मध्येच घाटावर मराठ्यांची चौकी होती.

धनाजी-संताजी तिथे अचानक पोचल्याचे पाहून सर्वांना आश्चर्य वाटले. घाटामध्ये जागोजाग कविराजांची पथके पेरली गेली होती. त्या फौजेचा शेपटा घाटापलीकडच्या आंबा गावापर्यंत पसरला होता. तिथे कलशांचे कारभारी कृष्णाजी कान्हेरे संताजी — धनाजीला सामोरे आले. ती सात हजारांची ताजीतवानी उत्साही फौज पाहून संताजीला अचंबा वाटला. त्यांनी कोन्हेरेकडे राजांची चौकशी केली. तेव्हा कोन्हेरे गडबडीने बोलले, "काय सांगता काय सरदार? अहो, मी गेले कित्येक दिवस इथंच मुक्कामी आहे. कविराजांनी मला मुद्दाम इथं नेमलं आहे. या वाटेनं कोणी आलं नाही की गेलंही नाही."

"काय सांगता काय? वैऱ्याची फौज इथून वर चढली नाही?"

"कशी चढणार सरदार? आम्ही सहासात हजारजण काय बांगड्या भरून बसलो आहोत? कसं जाऊ देऊ आम्ही वैऱ्याला? इकडे कोणी फिरकलंच नाही. उलट कविराजांच्या हुकमांची वाट बघत आम्ही इकडं खोळंबून बसलो आहोत!—"

त्या दोघा तरुण मराठा सरदारांचा उडालेला गोंधळ पाहून कोन्हेरेही घाबरून गेले. राजांवर बिलामत आली आहे. राज्य संकटात आहे, याची कल्पना येताच तिथेही सारे घाबरून गेले. राजांचे नेमके झाले तरी काय असावे? मोठा गोंधळ उडाला. कृष्णाजीपंत बोलले, "थांबा. मघाशीच रत्नागिरीचा सोनार नरहरपंत प्रचित-गडाच्या वाटेनं डोंगरमाथ्यानं चालत आला आहे. त्याची सून पाटणची. त्यांच्या सोबतची तीस-चाळीस माणसं आमच्याच डेऱ्यात येऊन विसाव्याला बसली आहेत."

लगेच नरहरपंताला बोलावून घेतले गेले. आपल्या सूनबाईंना घेऊन आपण प्रचितगड, कुंडीघाटाच्या मधल्या डोंगरमाथ्याने तीन दिवसांचा प्रवास करून आल्याचे त्याने सांगितले. तेव्हा धनाजीने लगबगीने विचारले, "वाटेत माणसं, फौजफाटा, दिसलं का कोणी त्या मधल्या पट्ट्यात?"

"तसं विशेष कोणी नाही बा!" नरहरपंत आपली बगळ्यासारखी उंच मान

हलवत बोलला. मध्येच काहीसे आठवून तो पटकन बोलला, "हां ऽ काल संध्याकाळच्या आधी पाथरपुंजच्या माळाजवळ आपले दाजी दिसले."

"कोण दाजी रे?"

"आपले गणोजी राजेशिर्के! आपल्या शंभूराजांचे मेहुणे, दाजी हो."

धनाजी आणि संताजी पटकन पुढे सरकले. त्यांचा श्वास वाढला. संताजीने लगबगीने विचारले, "काय, काय करत होता गणोजी तिथं?"

"काही नाही. सात-आठशे फौज चालली होती कराडच्या दिशेनं. दाजी सर्वात पुढच्याच घोडावर होते. पण त्यांच्या मागोमाग सारे यवन चाललेले. मराठे अगदीच थोडे."

"अजून काय काय बघितलंस?"

"मी कशाला पुढं जाऊ? आमच्या सूनबाईंचा गळा दागिन्यानं भरलेला. उगा म्हटलं कशाला आडवाटेला वाटमारीचं संकट ओढवून घ्यावं? म्हणून दुरून झाडीतूनच ते पथक बघितलं. पण पथकाच्या पुढच्या बाजूलाच दोन मारझोड केलेले कैदी घोड्यावर लादून ते लोक घेऊन चालले होते."

"कसे, दिसायला कसे होते ते?"

"मूळचे गोरेपान, बळकट हाडापेराचे. पण खूप मारझोड केलेले. त्यांच्या तोंडावरही रक्ताळलेली फडकी आणि अंगभर दोऱ्या आणि साखळदंड बांधले होते."

"अस्सं?"

"पथकं पुढे गेल्यावर मी तिथल्या एका धनगराच्या लेकराकडं बारीक चौकशी केली. तेव्हा त्यानं सांगितलं, गणोजी दाजीनं तिकडे दर्याकडे दोन सौदागर पकडलेत. त्यांना घेऊन ते उंब्रजकडे चालले आहेत."

नरहरपंतांच्या कथनावरून सारा उलगडा झाला. ऐकणाऱ्यांच्या मुखावर प्रेतकळा पसरली. भावनाविवश संताजीला राहवले नाही. त्याने धनाजीला कडकडून मिठी मारत हंबरडा फोडला, "धना ऽ घात झाला रेऽऽ! हा गण्या शिर्का नावाचा काळसर्पच आपल्या दौलतीला डसला! त्यानंच राजांना धरून दिलं—"

सर्वांच्या डोळ्यांत अश्रू उभे राहिले. सैनिक दुःखावेगाने उठू लागले. बसू लागले. काहीसा गोंधळ माजला. संताजीने आपले गरम अश्रू पुसले. तलवारीचे धारदार पाते म्यानाबाहेर काढत तो गरजला— "चल धनाजी. अजून सहा-सात हजाराची फौज आहे संगं. असंच धावत जाऊन कराडवर हमला चढवू. त्या हरामखोर गण्यासह मोगलांना जाळून काढू."

"संताजीऽ, ऐक. शांतपणे ऐक. ह्या आडव्यातिडव्या वाटेनं, गिरिकंदरातून आम्हांला कराडला पोचायला किमान दोन दिवस लागतील. तोवर वैरी काय आपली वाट बघत बसंल?"

“म्हणजे?”

“पाथरपुंजच्या मोक्यापासून कराड फार लांब नाही. रात्री जेवणवेळेलाच राजांना घेऊन ते वैरी कराडात पोचले असतील. तिकडं आजूबाजूला रहिमतपूर, इस्लामपूर, औंध अशी जागोजाग औरंग्यानं ठाणी बसवली आहेत. एव्हाना त्या दुष्टांनी दहा-पंधरा हजाराची फौज एकत्र बांधून कराडही सोडलं असेल.”

“धनाजी, तू असाच आहेस. नेहमीच माझ्या उत्साहावर पाणी ओततोस—” संताजी रडवेला होत बोलला.

धनाजीने पुढे होऊन संताजीला आपल्या मिठीत घेतले. त्याची समजूत काढत तो बोलला, “संताजी ऽ तू फक्त भावनेनं लढत जाऊ नकोस. बुद्धीनं लढत जा, असं आपले शंभूराजे का म्हणत ते आठव. थोडा विचार कर. आपले सेनापती आणि तुझे वडील म्हाळोजी घोरपडे कालच युद्धात ठार झालेत. राजाला मोगल घेऊन गेले. सेनापती ठार. आपल्या मातोश्री महाराणी रायगडावर पोचल्यात की नाही तेही अजून आम्हांला ठाऊक नाही.”

“मग काय करायचं?”

“इथं आंबा घाटात संरक्षणाला दोन हजाराची फौज ठेवू. बाकीच्यांना घेऊन तातडीनं रायगड गाठू. तिथं मातोश्रींचा सल्ला घेऊ. संताजी ऽ आपल्या राजांना कराल काळानं आपल्यातून ओढून नेलं. निदान राजधानी तरी वेळेत वाचवू. तीही गेली तर – जगबुडीच की रे, माझ्या बंधू!!”

एका हाताने आपले डोळे पुसता पुसता संताजीने आपला दुसरा हात कमरदाबावर ठेवला. सर्वांनी कंबरा कसल्या. कृष्णाजीपंतांच्या सोबतीला दोन हजाराची फौज ठेवली. पुन्हा सारे रातोरात बिकट आंबाघाट उतरू लागले, तात्काळ राजधानी रायगड गाठण्यासाठी.

३.

त्या कातर तिन्हीसांजेला येसूबाई महाराणीसाहेब राजप्रासादातील भव्य तुळशीवृंदावनाजवळ बसून होत्या. आपल्या आधी पोचू असा दावा करणारे शंभूराजे अद्यापि कसे परतले नाहीत, याची चिंता त्यांना होतीच.

इतक्यात अचानक तीन घोडेस्वार तेथे येऊन धडकले. त्यांच्या पाठोपाठ येसाजी कंक आणि इतर मंडळी तिकडे धावत येताना दिसली. त्या सर्वांची अत्यंत भेदरलेली तोंडे पाहून येसूबाईंच्या काळजाचा ठोका चुकला.

त्या तिघांनी घोड्यावरून खाली उड्या ठोकल्या. महाराणींचे पाय धरून ते मोठ्याने रडत सांगू लागले, “राणी सरकार ऽऽ अंगावर डोंगूर कोसळला वो! घात

झाला घात! वैऱ्यानं आपल्या राजांना धरून नेलं...''

''—काय?'' उभ्या देहावरच वीज कोसळल्यासारख्या येसूबाई जागच्या जागी थरारल्या. त्यांना दासीकुळंबिणींनी आधार देत सावरून धरले.

''कोणी धरून नेलं म्हणता दादासाहेबांना?'' येसूबाईंची बगल धरून उभ्या असलेल्या ताराऊंनी विचारले.

''मुकर्रबखानाने.''

''मराठ्यांच्या राजाला पळवून नेलं? काय सांगता? अहो, ते गाय होते की घोडा? असं कसं नेलं?''

क्षणभर आपल्या पाठीचा कणाच पिचल्यासारखे महाराणींना वाटले. त्या तशाच खाली जागेवर बसल्या. त्यांना दरदरून घाम फुटला. भोवळ आली. तशी पळापळ झाली. पांढरा कांदा फोडून दासींनी त्यांच्या नाकाजवळ धरला. पण थोड्या वेळातच त्या मूर्च्छेच्या कैफातून बाहेर आल्या. राजारामसाहेबही आले. त्या धक्कादायक वार्तेने तेही मूर्च्छित झाले.

गेली नऊ वर्षे रायगडचा फड सांभाळणाऱ्या युवराज्ञींच्या अंगातले सच्चे रक्त उसळले. त्यांनी हरकाऱ्यांकडून घडली कर्मकथा जाणून घ्यायचा प्रयत्न केला.

तोवर तेथे खंडो बल्लाळ, जोत्याजी केसरकर, रायाप्पा महार अशी बरीच मंडळी जमली. रायाप्पाला हुंदके आवरत नव्हते. ''उगा धन्याला सोडून म्यां इकडं आलू ते कशापायी?'' —असे म्हणत तो ओक्याबोक्सी रडत होता.

राजांना आणि कविराजांना शिरकाणातील मळेघाटाकडूनच पुढे नेल्याचे महाराणींना समजले. तशी त्यांच्या गोंधळात अधिकच भर पडली. त्या बोलल्या, ''छे ! छे ! असं कसं होईल? मळेघाट? त्या निबिड अरण्यातून जायला भूतंही घाबरतात म्हणे!... अशी भयकारी वाट खानाला सापडेलच कशी?''

''काय सांगायचं मातोश्री? दातबी आपलं आन् ओठबी आपलं !''

''काय घडलं ते पटकन सांगून मोकळे व्हा. इकडं श्वास कोंडतोय आमचा!''

''आपले– आपले दादासाहेब गणोजीराजे शिर्के स्वत: सोबत होते मुकर्रबखानाच्या.''

''छे ! तो ऐन जंगलचा रस्ता गणोजीदादांना तरी कुठला माहीत?''

''त्यांनीच वाटाडे पुरवले. खानाच्या घोड्यामाणसांची व्यवस्था केली. त्यांचे कारभारी गोवर्धनपंतबी होते सोबत त्यांच्या.''

डोळ्यांतून झरझर वाहणारे उष्ण अश्रू महाराणींनी आपल्या पदराच्या टोकाने पुसले. दुसऱ्याच क्षणी त्यांनी हरकऱ्यांना विचारले, ''धनाजी, संताजी कुठं आहेत?''

''महाराणी, कुणाला दखल! राजांवरच बिलामत कोसळलीय. सगळीकडं गडबड उडालीय. अंधाधुंद माजलीय.''

"पण मातोश्री, घाबरायचं मला कारण वाटत नाही. धनाजीरावही बुद्धीचे तेज. ते संताजींना घेऊन इकडंच येतील. आपल्या सल्ल्याशिवाय कोणतीही आगळीक करणार नाहीत." खंडो बल्लाळ बोलले.

त्या भयंकर वार्तेने रायगड थरारला. प्रत्येक बुरुजावरून, देवडीवरून माणसे पळत सुटली होती. राजमहालाच्या बाहेर तीनचार हजारांचा जमाव जमला.

"राजे ऽ राजे! शंभूराजे ऽ कुठं गेलात होऽ—" बाहेरून जनांचे आक्रोश, दुःखाच्या आरोळ्या आणि हंबरडे आत ऐकू येऊ लागले. बाहेरचा तो सुगावा लागताच येसूबाई महाराणी सावरल्या. भानावर आल्या. त्यांनी आपल्या सहकाऱ्यांना खूण केली. "चला खंडोबा ऽ." "चला ताराऊ."

ते सारे महालाच्या बाहेर एका उंचवट्याच्या जागी आले. महाराणींना बघताच स्त्रियापोरांना, वृद्धांना कंठ फुटला,

"आईसाहेब ऽ आईसाहेब ऽ आमचे राजे कुठं आहेत?"

आक्रोश करणाऱ्या रयतेला शांत करण्यासाठी महाराणींनी हात जोडले. त्या बोलल्या, "ऐका ऽ अशी बाजारगर्दी करू नका. औरंग्याशी आपलं युद्ध सुरू आहे. थोडं तरतंबुडतं चालायचंच युद्धात."

"पण राजे? आमचे राजे....?"

"घाबरू नका. क्षणभर एखादा डाव उलटला म्हणजे औरंगजेबाचा विजय झाला की काय? रायगडाहून आता लवकरच फौजा बाहेर पडतील. आम्ही सारे वैऱ्याच्या अंगावर धावून जाऊ. राजांना औरंगजेबाच्या मुठीतून नव्हे, तर यमाच्या दाढेतूनही घेऊन माघार येऊ!"

त्याही स्थितीत जमलेल्या हजारोंच्या जमावाने राजांचा आणि महाराणींचा जयघोष केला. त्यांना शांत करत येसूबाई बोलल्या, "स्वारराऊतांनी आपापल्या जागी निघून जावं. आपले पहारे, मोर्चे, बुरूज सोडून अजिबात बाजूला जाऊ नका. हुल्लडबाजी कराल तर वैऱ्याचा फायदा होईल."

जमलेला जमाव पांगला. राजारामसाहेब भानावर आले होते. बंधुराजांवरील संकटाने ते खूप विव्हळ झाले होते. "आम्हांला वैऱ्याच्या मुठीतून सोडवून आणणारे आमचे दादासाहेबच दुश्मनाच्या हाती कसे लागले हो, वहिनीसाहेब?" ते कळवळून विचारत होते.

"खंडोबा, किमान दहा-पंधरा हजारांची ताजीतवानी फौज उभी करायला किती वेळ लागेल?" येसूबाईंनी विचारलं.

"इथं पाचसहा हजारांची फौज आहे. पण सामानसुमान घेणं, शस्त्रास्त्रं गोळा करणं गरजेचं आहे. बाकी फौजा साऱ्या स्वराज्यात जागोजाग नेमल्या आहेत."

"असं करा. आता लागलेच दूत सुधागड, सागरगड, बिरवाडीच्या किल्ल्यावर

पाठवा. सकाळी न्याहरीच्या आत फौजा खाली पाचाडला पोचायला हव्यात.''

''मातोश्री, चिंता करू नका. दिल्या वेळेत बांधणीच्या माळावर घासदाण्यासह दळं तयार ठेवतो. तोवर धनाजी-संताजी येतीलच.'' खंडो बल्लाळांनी सांगितले.

येसूबाई महाराणी आणि जाऊबाई ताराबाई रात्रभर जाग्याच होत्या.

दुसऱ्या दिवशी रणावर निघायची तयारी सुरू होती. बरीचशी कामे उरकत आली. बाकी सारेजण नेमून दिलेल्या कामगिरीवर निघून गेले. महाल रिता झाला.

येसूबाईंना राजांच्या आठवणींनी उमाळा दाटला. त्या आपल्या भव्य देव्हाऱ्याकडे धावल्या. भवानीमातेच्या पायावर जाऊन कोसळल्या. मनातून तो मळेघाट, शिरकाण आणि गणोजीराजे जात नव्हते. 'येसू ऽ तुला रंडकी झाल्याचं बघायला खूप आवडेल मला.' —गणोजींच्या त्या विषारी शब्दबाणांची नुसती सय झाली, तशा महाराणी थरारल्या. कळवळून अश्रुपात करू लागल्या, ''दादासाहेब, दादासाहेबऽ किती उपकार केलेत आपल्या धाकट्या बहिणीवर! अशी भयानक भाऊबीज जगात कुठल्या बंधूनं आपल्या बहिणीच्या ओटीत टाकली असेल हो?''

४.

एखाद्या भुरट्या चोराच्या हाती कोहिनूर हिऱ्यासारखे अमूल्य रत्न लागावे आणि त्याचे रक्षण करण्याच्या भीतीने तो पुरता गांगरून जावा, तशी अवस्था मुकर्रबखानाची झाली होती. शंभूराजांसारखी अव्वल शिकार त्वरित पळवणे आणि ती औरंगजेबाच्या ताब्यात देणे, ह्या एकाच लक्ष्यासाठी तो रात्रीचा दिवस करत होता. त्याने दोन दिवसांच्या आतच इस्लामपूर, कासेगाव, औंध, मिरज, रहिमतपूर अशा जवळपासच्या मोगली ठाण्यांहून सुमारे पंचवीस-तीस हजारांची फौज गोळा केली होती.

शंभूराजांना आणि कविराजांना मध्ये घालून पथके झपाट्याने पुढे चालली होती. कृष्णा-कोयनेचा घाट मागे पडत होता. दुपारच्या विश्रांतीला समोरच्या डोंगरात, श्यामगावच्या खिंडीत पोचायचे होते. तोपर्यंत कुठेही अगदी इराकतीला सुद्धा थांबू नका, असा खानाचा फौजेला हुकूम होता.

शंभूराजांचे भावभरे नेत्र आजूबाजूच्या मुलखाकडे फिरून फिरून वळत होते. वसंतगडाच्या कड्यावर आणि नंतर पायथ्याच्या तळबीड गावावर त्यांची नजर प्रथम खिळली, तशी शंभूराजांना हंबीरमामांची सय आली. ''मामा, तुम्ही आज हयात असता तर?'' त्यांच्या अंतःकरणानेच प्रश्न केला. कविराजांचे मन अखंड आक्रंदत होते. सभोवतीचा परिसर, मागे पडत जाणारी कृष्णा-कोयना, आपल्या शंभूराजांवर गुदरलेला प्रसंग पाहून तर त्यांचा जीव तीळ तीळ तुटत होता. समोरचे टेकाड ओलांडले. कराडजवळचा संगम मागे पडू लागला. फौज मोगली प्रभावक्षेत्राकडे वळली. तसा

कवी कलशांच्या काळजातून उमाळा दाटून आला. शायरांच्या मैफलीत गायन करीत असल्यासारखाच त्यांनी आपला हात उंचावला. ते मोठ्याने गाऊ लागले.

"गले लिपट कृष्णा नदी कह कोयना बिलखाय
दीदी, लख ये यवन खल शिवा सुवन ले जाय ।।"

(धाय मोकलूनी कोयना रडते,
गळा पडते पुसते कृष्णामाईला,
सांग ताई, कुठे दुष्ट यवन हे घेऊनी चालले
शिवबाच्या ग बाळाला !")

"चलो भागो," "चलो जल्दी करोऽ," मुकर्बखान आणि इखलासखान ओरडत होते. अजूनही अचानक कोठून मराठ्यांच्या टोळ्या धावून येतील, छापे घालतील आणि आपले पृथ्वीमोलाचे यश हिरावून नेतील, या भीतीने त्यांची गाळण उडत होती. सभोवती पंचवीस हजाराची दाटी असूनही त्या बापलेकांच्या जिवात जीव नव्हता.

कराडच्या मुक्कामात मुकर्बखानाने नागोजी आणि गणोजीला खूप आग्रह केला होता, "आप दोनो चलिऐन हमारे साथ....!"

"अडचणीच्या जागेतून काढलं नव्हं बाहेर – आता पुढचं तुमचं तुम्ही बघा. नाय तर त्या रायगडाकडून फौजेचा लोंढा बाहेर आला तर लेकाचे आम्हांला दगडानं ठेचून मारत्याल!" नागोजी बोलला.

"शिवाय पुढं कुठं दुर्दैवानं डाव उलटला तर आम्हा दोघांचीबी घरं जागेवर राहायची नाहीत." गणोजीने सांगितले.

नागोजी आणि गणोजी पळून गेले आणि मुकर्बखानच्या काळजीत भर पडली.

श्यामगावच्या खिंडीजवळ पथके पोचली. तेथून कृष्णा खोऱ्याकडे नजर टाकत मुकर्ब हळूच आपल्या पोराला म्हणाला, "बेटे इखलास, असा बडा फतेह मिळाला की लोक जश्न साजरा करतात. हे दोघे बदतमीज भीतीनं पळून गेले. याचा मतलब अजून आम्ही धोक्याच्या हद्दीपल्याड पोचलेलो नाही."

राजांची भिरभिर नजर सभोवतालीच्या माळरानावरून फिरत होती. क्षणाक्षणाने स्वराज्यातला मुलूख मागे पडत चालला होता. वाटेत ओढेओहळ आडवे आले की त्यामध्ये जीव गुंतायचा. रस्त्याशेजारच्या झाडावेलींना कडकडून मिठी मारावीशी वाटायची. कुठे चाललो मी? माझा मुलूख मला असा कसा पारखा होऊ लागला? हुकमी विजयाचा शिलेदार असूनही कर्णाच्या रथाचे चाक ऐन महाभारतीय युद्धात मातीत का अडकावे? कवचकुंडलांचे दान देताना, आपल्या कानाच्या रक्ताळल्या पाळ्या बघताना काय वाटले असेल त्या महायोद्ध्याला? गुरुदक्षिणेच्या नावाखाली

एकलव्याचे बोट तोडून घेणारा गुरू द्रोणाचार्य आणि पाठीत वक्रपातीचा, गद्दारीचा खंजीर खुपसणारा गणोजी या प्रवृत्तीमध्ये फरक तो काय?

तो वैराण, ग्लानी आणणारा प्रवास संपता संपत नव्हता! काळाच्या रांजणातील पाणी उंचबळून येत होते. पश्चात्तापाने, ताटातुटीने, संतापाने, उद्वेगाने, पूर्वस्मृतींनी राजांच्या देहाची नुसती तल्कली तल्कली होत होती ....

"आबासाहेब, किती खोल ही बाणकोटची खाडी!..."

"म्हणूनच सांगतो शंभू, पाठीवरचा हात सोडू नकोस."

"आबासाहेब, आपणच तर सांगता - माशाच्या पोराला पोहायला शिकवायचं नसतंऽ!"

"शंभूराजे! कधी कधी दैवाचे फासे उलटे पडतात. शांत सागराच्या पोटातूनही लाटांचे डोंगर तयार होतात,

शंभू ऽ, त्या पाहा लाटाच लाटा! शंभू, कुठं चाललात शंभूराजे?...."

"मराठ्यांच्या राजाला दुश्मन घेऊन दूर चालला आहे ऽ... शंभूराजांना जिवंत पकडलं—," ह्या आरोळ्या रानोमाळ घुमू लागल्या. वाटेतली सारी गावे, वाड्यावस्त्या गोंधळल्या, घाबरल्या. सामान्य रयतेच्या हृदयात शिवाजीराजांचे आणि संभाजीराजांचे स्थान देवाचे होते. ती दुष्ट वार्ता ऐकून गावेच्या गावे आकान्त करू लागली. स्त्रियापोरे मोठ्याने रडू लागली. ज्यांनी या आधी स्वराज्याच्या फौजेत स्वार म्हणून घोडा नाचवला होता, त्यांच्या अंगामध्ये तर वणवा पेटला. म्यानातल्या तलवारी उपसून ते आपापल्या पागेकडे धावले; पण दुष्काळाने मातेरे केलेले. पागेतल्या रिकामी गव्हाणी आणि खुंटाळी बघवत नव्हती. अशा प्रसंगी मांडीखाली घोडी नाहीत, या कल्पनेने स्वारांचे काळीज फाटत होते.

माथ्यावर ऊन रखरखत होते. त्या झळा सोसवत नव्हत्या. घोड्याला लगाम बांधावा तशी त्या दोघांची आता तोंडे बांधली गेली होती. अंगातून घामाच्या धारा लागल्या होत्या. घशाला कोरड पडलेली. घोड्यावर राजांना ग्लानी येत होती. भरलेल्या कळशीसारखा काळ हिंदकळत होता....

"ये शंभूदादा, शंभूदादा -"

"चूप वेडाबाई. तुझ्यासंगे मी पारंब्या खेळत असलो म्हणून काय झालं? आपलं लग्न झालं आहे.

नवरा-बायको आहोत आपण. दोघेही.

मोठ्ठे झालो की संसार करू.

बरं सांग, काय पाहिजे तुला?"

"शृंगारपुरच्या केशव पंडितांचे प्रयोगरूप रामायण आपण बघितले.

त्यात तो दुष्ट रावण सीतामाईला पळवून नेतो.
राम बिच्चारा किती दुःखी दिसत होता!"
"चालायचच बाळे. अगं वियोग, ताटातूट
या शब्दांनाही खूप खोल अर्थ असतो."
"पण मला आपली एक शंका येते. बघ
हं संभाजीदादा– समज सीतामाई बिचारी
एकटीच आपल्या वाड्यात बसलीय.
अन तिकडे, बाहेरच्या बाहेर कोणा दुष्ट
रावणानं रामरायालाच पळवून नेलं तर?"
"छट् वेडपट कुठली! रामालाच पळवून न्यायचं?
अगं, असं दुष्ट रामायण रचायचं धाडस
कराल काळाला तरी होईल का?"

वाटेत अनेक गढ्या होत्या. गावोगावचे इनामदार- कोणी देशमुख, तर कोणी देशपांडे. भयभीत झालेले प्रजानन या जाणत्या मंडळींकडे धाव घेत. त्यांच्या दारात, बालिंग्याजवळ आकान्त मांडत होते, "इनामदार सरकार, घात झाला. करा हो, काही तरी करा! आमच्या शंभूराजांना वाचवा!"

इनामदार, वतनदार वरून गोंधळून गेलेले, पण आतून त्यांना आनंदाच्या उकळ्या फुटलेल्या. चेहऱ्यावर भीती. खरेच का संभाजी कैद झाला आहे? आपल्या माजघरात जाऊन ते खुषीने दारूचे घोट घेत होते. गेल्या काही वर्षांत हिंदवी स्वराज्य आले आणि वतनदारीच्या गढीचे वैभव गेले. हम करेसो कायदा— ही बात उरली नव्हती. हिंदवी स्वराज्य हीच जुलमी वतनदारीवरची संक्रात होती. त्यामुळेच शंभूराजांच्या कैदेची वार्ता ऐकून वतनदारांना गुदगुल्या व्हायच्या.

ते भयभीत रयतेला वरपांगी दिलासा देण्याचा प्रयत्न करत होते, "मंडळी, गडबड करू नका. राजांना काही होणार नाही. आम्ही कशाला आहोत?"

"अवो पन सरकार, पुसेसावळीच्या माळापर्यंत खानाच्या फौजा पोचल्यात. राजांना आन् कविराजांना मधोमध घातलंय. भवतीनं पंचवीस हजारांची फौज हाय."

"किती म्हणालास?"

"पंचवीस हजार."

"ऐकलंत? ऐकलंत मंडळी? एवढी मोठी फौज वैऱ्यासंगं असेल तर तुम्ही इथं गोळा झालेले हे पन्नाससाठ रांगडे करून करून काय करणार?"

"आम्ही जळून मरू. गनिमी कावा खेळू. पन आमच्या शंभूराजाला सोडवून आणू—"

त्या उत्साही तरुणांकडून म्हाताऱ्यांकडे आणि स्त्रियापोरांकडे इनामदार नजर

वळवत होते. समजुतीचा आव आणत सांगत होते, "अशी आगळीक करू नका. त्या खानाची बलदंड फौज आपल्या गावावर चालून येईल, तर आपला सारा गावच जाळून टाकेल."

"मग सरकार, आमी करावं तरी काय?" अश्रूभरल्या डोळ्यांनी तरणेताठे विचारत.

"आम्ही आहोत की! काळजी कशाला करता? मी मघाशीच बुधच्या इनामदार साहेबांकडं घोडा धाडलाय. त्या सरकारांचा सल्ला घेऊ. थोडा वेळ लागंल, पण सारे मिळून राजांना सोडवू." पेटलेल्या तरुणांच्या उत्साहावर हुशारीनं, पद्धतशीर बोळा फिरवला जात होता.

५.

तिसऱ्या दिवशी पहाटेचेच धनाजी आणि संताजी पाचाडला येऊन पोचले. येसूबाई महाराणीही पाचसहा हजार सैन्याची जमवाजमव करून गडाखाली येऊन सिद्ध झाल्या होत्या.

अतिदु:खामुळे धनाजी आणि संताजींच्याही चर्या बघवत नव्हत्या. राजमंदिरामध्ये जाणत्यांचा खल झाला. येसाजी कंकांशी मसलत करून येसूबाईंनी सल्ला दिला, "अनेक गडकिल्ल्यांवरच्या फौजा काढून आणि खानाच्या मागे आंधळेपणानं धावून कसं चालेल? इकडं दुसऱ्या वाटांनी पातशहाच्या दलांनी खिंडारं पाडली तर घात होईल."

"खरं आहे, मातोश्री!" खंडो बल्लाळांनी रुकार दिला.

एकूण सातआठ हजाराची फौज घेऊन बाहेर पडायचे नक्की झाले. महाराणींनी घोड्यावर ठाण मांडले. ताराऊ आणि राजरामांना मागे ठेवून "हर हर महादेव ऽऽ" चा गजर करत वाघोली खिंडीतून फौजा खाली उतरू लागल्या. यमाच्या दाढेतून आपल्या सत्यवानाला हिसकावून मागे खेचून आणणाऱ्या सावित्रीचं बळ येसूबाई महाराणींच्या अंगामध्ये संचारले होते. धनाजी आणि संताजीची घोडी रणमदाने धुंद झाली होती.

वाघोली खिंड ओलांडली असेल नसेल इतक्यात हंबीररावांचे बंधू हैबतराव आडवे आले. कराडाकडून ते रायगडाकडेच यायला निघाले होते. वाटेत महाराणी घोड्यावर दिसताच हैबतराव मोहित्यांनी खाली उडी घेतली. येसूबाईंचे रिकिबीतले पाय पकडून ते लहान मुलासारखे ओक्साबोक्सी रडू लागले. उलट त्यालाच धीर देत येसूबाई बोलल्या; "पुसा ती आसवं. उलट फिरा माघारा. इकडच्या स्वारींना सोडवूनच रायगडावर घेऊन येऊ."

"आता कुठं नि कसं सोडवणार हो महाराणीसाहेब? परवा दिवशी दुपारीच मुकर्रबखानानं श्यामगावची खिंड सोडली. त्याच्या सोबत पंचवीस हजाराची खडी फौज आहे..."

"अरेरे! राजे नजरेच्या टप्प्यापल्याड गेले." —असं म्हणून जोत्याजी केसरकर आणि रायाप्पा रडू लागले.

आतापर्यंत अनेक घणाघाती आघात झाले होते. तरीही अजिबात न डरलेल्या येसूबाई पहिल्यांदाच हताश दिसल्या. त्या घोड्यावरून खाली उतरल्या. नाराजीने त्यांनी चौफेर नजर टाकली. आभाळ झाकोळून आले होते. जणू त्या दुःखद वार्तेमुळे ढगांचा प्रवासही थांबला होता.

त्यांची ती अवस्था बघून धनाजी आणि संताजीनेही घोड्यावरून खाली उड्या घेतल्या. महाराणींपुढे हात जोडत ते बोलले, "मातोश्री, आपण अजिबात चिंता करू नका. आम्ही फौजा घेऊन पुढे धावतो. वैऱ्याच्या कात्रीतून राजांना सोडवून माघारा आणतो."

येसूबाईंचा कंठ दाटला. एखाद्याच्या पोटात कट्यार घुसावी आणि त्या दुःखाचे कड सोसत त्याच्या मुखातून शब्द बाहेर पडावेत तशा महाराणी बोलल्या, "आता त्याचा काही उपयोग होईल असं वाटत नाही...."

"का? मातोश्री, का? आम्हांला तरी झेप घेऊदे की पुढं!' ते दोघे इरेला पडले होते.

"इकडच्या स्वारींनीच एकदा आपल्या काव्यमय शैलीत एक दृष्टान्त सांगितला होता. यक्षकिन्नरांचं महत्त्व देवाच्या दरबारात असतं, मात्र ते खाली धरतीवर आले की, त्यांचे मातीचे गोळे होतात."

"म्हणजे वो, मातोश्री?"

"कराडपासून पुढे उगवतीकडचा सारा मुलूख सपाट, बिनाअरण्यांचा, घाटांचा. तिथं आपला गनिमी कावा चालायचा नाही."

"असं कसं, मातोश्री? हंबीरमामांच्या फौजांनी तर बागलाणपासून कर्नाटकापर्यंत घोडा चौखूर फेकला होता."

"अचानक पुढं धावून हमला करणं, वैऱ्याला हैराण करणं वेगळं आणि पातशहाच्या उरल्या चार लाखाच्या फौजेशी समोरून दोन हात करणं वेगळं!"

वृद्ध अनुभवींचा आणि ईर्षेबाज तरुणांचा एकत्रित खल झाला. दुर्दैवाने मुकर्रबखान गनिमी काव्याची रेषा ओलांडून केव्हाच पल्याड निघून गेला होता. ही वस्तुस्थिती नाकारून, तसेच आंधळेपणाने रेटत पुढे जाणे म्हणजे सह्याद्रीच्या अंगाखांद्यावरचे, मुठीतले किल्ले गमावून बसणे. महाराणी बोलल्या, "अशा वेळी राजेच काय तो योग्य सल्ला करतील. पण वैऱ्याच्या मगरमिठीतून राजांपर्यंत पोचायचं तरी कसं?"

चर्चा चालू असतानाच रायाप्पा महाराला हुंदका फुटका. तो म्हणाला, "निदान आता तरी मला अडवू नका. पाऊस होईन नाय तर वारा. पण राजांपर्यंत कसं पोचायचं ते बघीन मी."

खंडो बल्लाळांनी मसुदा लिहिला. महाराणींनी त्यावर मुद्रा उमटवली. सर्वांचा निरोप घेऊन रायाप्पा आपला भाऊ देवाप्पा याच्यासह तेथून बाहेर पडला. कराडच्या दिशेने घोडी उधळली.

आता सूर्य मावळतीकडे कलला होता. आजूबाजूच्या दऱ्याडोंगरात अंधार भरू लागला. लिंगाणा किल्ल्याची ताठ मान आज मोडल्यासारखी दिसत होती. धनाजी आणि संताजी खूपच हिरमुसले होते. घामाने महाराणींच्या कपाळावरचे कुंकू विस्कटले होते. त्या दोघा नाराज बहाद्दरांकडे पाहात येसूबाई बोलल्या, "धनाजी, संताजी धीरानं घ्या. आमचं कुंकू वाचवायच्या नादात हिंदवी स्वराज्याचा कपाळमोक्ष व्हायला नको!"

६.

वेळ दुपारची. बाहेरच्या माळावर रणरणते ऊन होते. औरंगजेब पातशहाचे डेरेदांडे असदनगरच्या माळावर पडले होते. अलीकडेच पातशहाने अकलूजचे असदनगर असे नामांतर केले होते. अकलूज, दौंड, चांभारगोंदा हा सारा परिसर नेहमीच दुष्काळाच्या छायेमध्ये येत होता. त्यामुळेच फेब्रुवारीचे दिवस असूनही इकडे माळामुरडाने कडक ऊन खेळत होते. दिवसा अनेक जागी मृगजळ दिसायचे. अलीकडे पातशहा औरंगजेब खूप बिथरून गेला होता. किती फौज, किती वर्षे, केवढा खजिना आणि कसले दुर्भाग्य! तो काफरबच्चा संभा भेटायचे तर नावच नाही. औरंगजेबाच्या जिंदगीतली ही सर्वात मोठी मोहीम म्हणजेच एक मृगजळ ठरले होते.

पातशहा दरबारात आपल्या सरकारकुनांना काही लेखी सूचना देत होता. अशा वेळी पातशहाच्या कामामध्ये कोणत्याही प्रकारच्या व्यत्यय आणणे हे जणू महापाप असायचे. उच्चासनावर बसलेला पातशहा मघापासून मजकूर सांगत होता. मुन्शी त्याच्या नोंदी घेत होता. कोणीतरी एक दूत मोठ्या धाडसानेच पातशहाच्या जवळ जाऊन उभा राहिला होता. त्याचे तेथवर जाणे आणि पातशहाच्या बाजूलाच खेटून उभे राहणे हे फंदफितुरीइतकेच धोक्याचे होते. इतकेच नव्हे, तर असे धाडस इतर वेळी कोणी केले असते, तर पहारेकऱ्यांनी त्याला मुर्ग्यासारखा केव्हाच छाटून टाकला असता. परंतु तो दूत तेथवर पोचण्यापूर्वीच पहारेकरी एकमेकांच्या कानांमध्ये काहीतरी कुजबुजले होते. त्याबरोबर त्या सर्वांची तोंडे आनंदाने उजळून निघाली होती.

तो पैगामच तसा अव्वल होता! तंबूबाहेरचे स्वारसैनिक आनंदाने गडबडा

लोळायचे काय ते बाकी होते. एखाद्या नि:संतान पातशहाला पुत्रप्राप्तीचा पैगाम देण्यासाठी त्याच्या सेवकांनाही हास्याच्या अशा उकळ्या फुटल्या नसतील. बाहेरून येणाऱ्या त्या हास्यलहरींमुळे दरबारातले इतर मानमानकरी चक्रावून गेले होते. नेमके तिकडे काय चाललेय हेच त्यांना समजत नव्हते. अष्टावधानी पातशहा जागृत होता. तो मजकूर सांगण्यात गुंगला असला तरी दरबाऱ्यांच्या हालचालींकडे त्याचे बारीक लक्ष होते. कसली तरी खुषीची खबर देण्यासाठी आपले सेवक चेकाळून गेले आहेत, इतका अंदाज त्याच्या अनुभवी नजरेने केव्हाच बांधला होता. पण ती खूषखबर असून काय असू शकते, याचीही खूणगाठ त्याने मनाशी बांधली होती. त्यामुळेच विचलित न होता तो आपले काम करीत राहिला. मात्र थोड्याच वेळात दारू पाजलेल्या उंटासारखे आपले सेवक खूपच खळीला आले आहेत, हे त्याच्या लक्षात आले. तसा तो परेशान झाला! अर्धवट काम बाजूला ठेवत, समोर झुकून उभ्या असलेल्या दूताकडे पाहत त्याने करड्या सुरात विचारले, "क्या बात है?"

"पातशहा सलामत, बहुत बहुत खुषी की खबर है!—"

पातशहाने दूताकडे कुत्सित नजरेने पाहिले. तो उपहासाने हसत बोलला, "इराणमध्ये आमच्या बेवकूफ अकबराचं काही बरं वाईट झालं का?"

"नही, आलम पन्हाँ! यापेक्षाही बहुत बहुत खुषीकी खबर. तो शैतान संभा सापडला! कैद झाला!"

"कौन?" पातशहाने गर्रकन आपली मुंडी वळवली.

"वो शैतान संभा!"

"काय झालं त्याचं?"

"कैद झाला— सापडला!"

"कोणाला?" पातशहाने अगदी थंड सुरात विचारले.

"मुकर्रबखानाला."

"कुठं?"

"सह्याद्रीच्या घाटीमध्ये."

अविचलित पातशहाने त्या दूतास अधिक जवळ बोलावले. त्याला अगदी कानाजवळ येऊ दिले. मग मात्र पातशहाचा तोल सुटला. पातशहा झटकन उठून उभा राहिला. त्याने त्या दूताच्या सटासट कानशिलात मारल्या.

पातशहाची गोरीपान मुद्रा रागाने, अविश्वासाने फुलारून आली होती. त्याचा हात थांबता थांबत नव्हता. अणि मार खाणाऱ्या दूताच्या चेहऱ्यावरचे हसूही मावळत नव्हते, "तेरी ये हिंमत? आलमगीरची मजाक उडवतोस?" त्या आचरट दूतास उकळत्या तेलाच्या कढईमध्ये फेकून देण्याचा हुकूम सोडावा, असेच पातशहाला क्षणभर वाटले.

पातशहाची नजर समोर गेली. तर त्याचे सर्व नातू, जवळचे सरदार, अमीर उमराव सारेजण पातशहाच्या तंबूकडे धावून आल्याचे दिसत होते. नमाजासाठी गुडघ्यावर बसावे तसेच सर्वजण जमिनीवर झुकले होते. हात उंचावत, डोळ्यांतून अश्रू गाळत सारे एकमुखात "अल्ला हो अकबर, अल्ला हो अकबर," असे ओरडत घुसले होते. हर्षाच्या लाटा उठल्या होत्या, बिनाहुकमाची शहादने, तंबूरताशे अशी मंगल वाद्ये बाहेर जोरजोराने वाजू लागली होती.

बातमीची खातरजमा करण्याची आता आवश्यकताच उरली नव्हती. पातशहाच्या चर्येवरच्या रागाच्या वक्ररेषा केव्हाच मावळल्या होत्या. आनंदातिशयाने पातशहाने आपल्या भुंड्या डोक्यावर हात ठेवला. त्याचे चंदेरी केस आता किती पातळ बनले होते. त्याच्या डोक्यावर गेल्या सहा वर्षांमध्ये कोणी किमाँश – राजमुकूट बघितला नव्हता. पण त्या रुखरुखीचे आता पातशहाला काहीच वाटेनासे झाले. आनंदाने त्याची मुद्रा गाजरासारखी लालबुंद दिसू लागली होती. पातशहाच्याही डोळ्यांतून घळघळा अश्रू वाहू लागले. तोही तिथेच खाली गुडघ्यावर टेकला. आभाळाकडे नजर करत अल्लाचा धावा बोलू लागला– "ये खुदा, ये अल्ला, शायद आमचा आवाज अस्मानात बसलेल्या फरिश्त्याने ऐकला, म्हणूनच अल्लातालाच्या नावे केलेली बांग स्वर्गापर्यंत जाऊन पोचली.अल्ला! दीनदुनियेच्या पातशहा, तेरा लाख लाख शुकर!"

पातशहाचे अभिनंदन करण्यासाठी असदखान जवळ गेला. तेव्हा त्याचा हात आपल्या हाती खुषीने घेत पातशहा बोलला, "असदखान, अल्लातालाचे आम्ही एहसानमंद आहोत! त्याने ह्या पामरावर असे उपकार केले आहेत, आम्हांला अशी बक्षिसी दिली आहे की, जन्मांधांना डोळे मिळाल्यावर आणि निपुत्रिकांना संतान लाभल्यावरही ते खुषीने इतके पागल झाले नसतील!"

७.

जसजसे मुकर्रबखानाचे दल बहादूरगडाच्या दिशेने मार्ग कापू लागले, तसा पातशहा अधिक सावध होऊ लागला. संपले एकदाचे अनेक वर्षांचे दुष्टचर्य. खुदाने खैर केली. अतीव सुखाने मनुष्यमात्राला झोप नव्हती. तरीही पातशहाला उगाच आपल्या सावलीचेही भय वाटायचे. अनेकदा तो अस्वस्थ व्हायचा. सावध नजर इकडेतिकडे लावत आपल्या तंबूडेऱ्यातून बाहेर पडायचा.

भीमेच्या विशाल पात्राच्या आजूबाजूला, अल्याड वा पल्याड कुठेही मोठा डोंगर वा खिंडीसारख्या आडोशाच्या जागा नव्हत्या. त्यामुळेच रात्रीबेरात्री अचानक टोळधाडीसारखी मराठा फौज अंगावर येण्याची सुतराम शक्यता नव्हती. मात्र त्याच वेळी मुकर्रबखान पातशाही तळाकडे एखादी भेडबकरी घेऊन येत नाही, तर तो

बागी शिवाजीच्या पुत्राला, काफरबच्चा संभाजीला काढण्या लावून आपणाकडे खेचून आणतो आहे; त्यामुळेच जोखीम मोठी आहे, थोडीशी गडबड उडाली तरी रंगाचा बेरंग होऊ शकतो, याचीही त्याला जाणीव होती.

पातशहा वजीराला, असदखानला पुन:पुन्हा एकच प्रश्न विचारायचा, "शेख मुकर्रबखानाच्या दिमतीला किती फौज आहे?" त्यावर— "पंचवीस हजार" असे वजीर उत्तर द्यायचा. आपल्या मजबूत हेरखात्याकडूनही पातशहा वारंवार त्या संख्येची खातरजमा करून घ्यायचा. आपल्या ताकदीची खात्री होऊनही त्याला उगाचच धास्ती वाटायची.

शंभूराजे पकडले गेल्याच्या वार्तेने पातशहाच्या सर्व सरदारांना आणि सैनिकांना खुशीने पागल बनवले होते. संपले आता हे दख्खनमधले दशावतार! आता लवकरच निघायचे आपल्या उत्तरेत, या कल्पनेने त्यांना आनंदाचे भरते येत होते. जवळपासचे सरदार, अंमलदार पातशहाच्या खुशीमध्ये सामील व्हायला बहादूरगडाकडे त्वरेने धाव घेत होते.

पातशहाने एके सकाळी असदखानाला हुकूम सोडला, "वजीरे आझम, इकडे चांभारगोंदा, अकलूज, पंढरपूर, दौंड ह्या आजूबाजूच्या इलाख्यात एक तातडीचा हुक्म जारी करा—"

"जी, मेरे आका!!"

"सब काफरोंको बता दो, कोणाच्याही पागेत, दारात वा घरात, इतकंच नव्हे तर वाटेवर वा पगडंडीवर एखादाही घोडा दिसता कामा नये."

"लेकिन – लेकिन जहाँपन्हाँ ऽ ऐसा कैसा? वो लोग कहाँ भेजेंगे अपने जानवर?"

"अजून काही दिवसांसाठी त्यांनी आपल्या पागा खाली कराव्यात. अपने अपने सभी जानवर, धट्टेकट्टे हो या दुबले – चाहे तो बाजारमें भेज दो. या अपने दूरके इलाकेमें मेहमानकें घर – मात्र कोणीही मरगठ्ठ्याचा बच्चा दिवसा वा रात्री घोड्यावर स्वार झाल्याचे दिसता कामा नये. दिसले तर त्याचा एक पाय वा हात तोडा."

हुकमाची अंमलबजावणी जल्दीने झाली. रातोरात आजूबाजूच्या गावातली घोडी परागंदा झाली. एकदा सकाळी मसनदीवर बसले की दुपारपर्यंत शाही तंबूतली आपली जागा सोडायची नाही, हा पातशहाचा रोजचा खाक्या. परंतु गेल्या चार दिवसांत मात्र औरंगजेब फारच बेचैन दिसत होता. तो तंबूत थांबायचा नाही. चंदनी खवासखाना ठेवलेल्या आणि सोंडेपासून शेपटीपर्यंत सुवर्णालंकारांनी मढवलेल्या आपल्या हत्तीवर तो दिमाखात बसायचा. त्याच्या आगेमागे पाचपाचशे घोडेस्वारांचे आणि खोजांचे पथक धावत राहायचे. पातशहा भैरवनाथाच्या मंदिराजवळची मोठी वेस ओलांडायचा. तेथून त्याचा शाही छबिना पूर्वेकडे सरस्वती नदीच्या उथळ

पात्रात घुसायचा. तेथून ते पथक पलीकडच्या खंडोबाच्या विस्तीर्ण माळावर पोचायचे. औरंगजेब हत्तीवरून आपल्या फौजी तळाकडे चौफेर नजर टाकायचा. बहादूरगडच्या परिसरातले ऊन त्याला काताबून सोडायचे. 'अल्ला करो, त्या जहन्नमी संभाचे येणे हे सुद्धा मृगजळ न ठरो', या विचाराने पातशहाला कापरे भरायचे.

दुपारनंतर पातशहाची स्वारी नदीतीराच्या उंच तटापलीकडून फेरफटका मारायची. जेव्हा त्याचा छबिना दमडी मशिदीसमोर पोचायचा, तेव्हा मशिदीच्या जोत्यावर बसलेला तिथला म्हातारा फकीर आपल्या हातातली काळपट चिलीम आपल्या करपल्या ओठात धरायचा. झुरके ओढता ओढता शहेनशहाकडे पाहून छद्मीपणाने हसायचा. बहादूरगड आणि बाजूच्या परिसरात राहणाऱ्या सुमारे चार लक्ष जिवांपैकी तो फाटका फकीर हाच एक असा बेमुर्वतखोर मनुष्य होता, जो इतरांसारखी पातशहाला झुकून ताजीम देत नव्हता. फकीर असूनही पातशहापुढे कधी भिकेची झोळी पसरत नव्हता. उलट त्याने स्वत: दमडी दमडी गोळा करून ती दमडी मशीद बांधून काढली होती. त्या फकिराच्या बेदरकार चेहऱ्याकडे बघताना आलमगीराला शिवाजीची याद यायची. शिवाजी नावाच्या एका हिंदू जमीनदाराने अशीच दमडीदमडीने माणसे गोळा केली होती. हिंदवी स्वराज्याचे एक मंगल मंदिर बांधले होते. अचानक शिवाजी संपला म्हणून पातशहाने आनंदाने डोळे मिटले होते. पण ते उघडण्यापूर्वीच एक विपरीत घडले होते. संभाजी नावाच्या गरुडाने स्वराज्यमंदिराच्या कळसावर आपले बलदंड पंख पसरून ठाण मांडले होते. त्याचे पंख जाळण्यासाठी आसुसलेल्या शहेनशहाला दक्षिणेतून अखंड भटकंती करून आपल्या आयुष्याची आठ वर्षे जाळावी लागली होती! त्याची पातशहाच्या मनावरच नव्हे, तर त्याच्या फौजेतील माणसा-जनावरांवर एवढी प्रचंड दहशत होती की, खरेच तो गिरफ्दार झाला आहे का, असेल तर तो खरेच आपल्या फौजेपर्यंत पोचणार आहे का, अशा नाना शंकांनी शहेनशहाला घेरले होते.

भीमेच्या निळ्याशार पात्रात पातशहाच्या फौजेचे प्रतिबिंब दिसायचे. पातशहाचा हत्ती तिथल्या चाँदबिबीच्या महालासमोर थांबायचा. तसे हशम धावत पुढे जायचे. भिंतीसारख्या खड्या भासणाऱ्या हत्तीच्या अंगाला शिड्या टेकायचे. पातशहा कुर्ऱ्यात खाली उतरायचा. तसाच लगलग चालीने वर चढून त्या महालाच्या आगाशीमध्ये जाऊन उभा राहायचा. तेथून कधी भीमेच्या विशाल पात्राकडे, तर कधी उलटच्या बाजूला हत्तींच्या मोटांकडे नजर टाकायचा. मध्येच तो महालाच्या दारात ढासळलेले भग्नावशेष पाहायचा. तिथेच पूर्वी कधीतरी एक सात मजली महाल गडप झाला होता म्हणे! त्याच जागेच्या पोटात फार मोठा खजिना लपल्याची वदंता साऱ्या बहादूरगडभर पसरली होती. तिथल्या गुप्तधनाचे हंडे उकरण्याचा वेडा प्रयत्न काही बहादुरांनी केला

होता. परंतु तिथे कुदळ मारली की भयानक चमत्कार घडतात. मोठ्या जंगली चावऱ्या भुंग्यांचे म्हणे थवेच्या थवे अंगावर धावून येतात. अंग अंग फोडून काढतात. एक मूर्ख समजूत म्हणून पातशहा तिकडे दुर्लक्ष करत असे.

त्या दिवशी पातशहाचे पाय त्या आगाशीमध्ये बराच वेळ रुतले होते. त्या ढिगाऱ्याखालच्या गुप्त धनाच्या ओसाड जागेकडे त्याने डोळे लावून पाहिले होते. त्या रात्री पातशहाला भयंकर स्वप्न पडले—

स्वत: पातशहाच्या हाती एक मोठी लोखंडी पहार होती. तो स्वत:, त्याचा वजीर, त्याचे शहजादे, त्याचे पोते, त्याचे सरदार ते खंडहर मोठ्या कष्टाने उपसत होते. कडी मेहनत करून, घामाघाम होऊन ते सारे तिथल्या गुप्तधनाच्या संदुकीपर्यंत एकदाचे जाऊन पोचले. संदुकीच्या आत अब्जावधी किंमतीचे हिरेजवाहरात चमकत होते. त्यातला सर्वात तेज:पुंज हिरा पातशहाने स्वत:कडे हिसकावून घेतला. तेवीस वर्षांपूर्वी आग्र्यामध्ये पातशहाने दोन पाणीदार डोळे पाहिले होते. त्याचा दिमाख ह्याच हिऱ्यांच्या प्रभेसारखा होता. ते डोळे काफरांच्या शंभूराजाचे होते. तोच अमूल्य हिरा अचानक हाती गवसला, म्हणून पातशहा अतीव आनंदाने खदखदा हसू लागला. त्याच्यासंगे तो दमडी मशीदवाला फकीरबाबाही चिरकल्या सुरामध्ये हसू लागला. तोच चौफेर भुंग्यांचे थवे उठले. त्यांचा विचित्र, विकट गुणगुणाट ऐकू येऊ लागला. एकाच वेळी दहा दिशांतून त्या भुंग्यांनी पातशहावर झडप घेतली.

"हर हर महादेव, हर हर महादेवऽ" असा एल्गार सुरू केला.

जिकडे पाहावेत तिकडे भुंगेच भुंगे! त्यांनी पातशहाची दिल्लीची वाट रोखली होती. भुंग्यांच्या पलीकडेच एका वैराण माळरानावर पातशहाला स्वत:चीच कबर दिसू लागली होती. तिच्यावरची हिरवी चादर उडाली. तिच्या चिरफळ्या झाल्या.

त्या भयंकर स्वप्नाने पातशहाच्या घशाला कोरड पडली. तो मध्यरात्रीचाच बिछायतीवर उठून बसला. बाहेर सदरेवर आला. त्याने आपल्या वजिराला, सेनापतीला, शहजाद्यांना जागवले होते. सर्वांकडे करडी नजर टाकत तो इतकेच बोलला,

"असदखान, झुल्फिकार, बरामदखा, अभीके अभी तामिली करा. किमान तीस हजाराची कडी फौज किल्ल्याबाहेर काढा. आजूबाजूच्या शंभरदीडशे गावांत आपले फौजी घाडा."

"लेकिन — लेकिन हुजूर! तामिली झालीय. कुठल्याही गावात घोडाच काय, पण मरतुकडं शिंगरूही उरलेलं नाही," असदखान बोलला.

"घोड्यांना नव्हे, दोन पायाच्या गध्यांना — यानेकी दिसेल त्या प्रत्येक धडधाकट माणसाला चाबकाने फोडून काढा. लाठ्याकाठ्यांनी बदडून काढा. दोनच दिवसांत मुकर्रबखान त्या काफरबच्चाला, संभाला घेऊन येणार आहे. तो दुष्ट आमच्या तळावर पोचण्यापूर्वी एकच खबरदारी घ्या. आजूबाजूच्या पंचक्रोशीतील

कोणीही मरगठ्ठा रस्त्याने ताठ मानेने चालताना दिसता कामा नये. सर्व नादान मरगठ्ठ्यांना सबक शिकवा!''

नव्या शाही हुकमाची तामिली तात्काळ झाली होती. मुकर्रबखानाची पथके भीमेच्या पल्याडच्या काठावर येऊन पोचली होती. त्या आधीच पातशहाने गावोगावच्या मरगठ्ठ्यांची हड्डी नरम केली होती. वाटेतली आष्टी, लिंपनगावासारखी गावे तर त्या हाग्यामाराने पार गारठून गेली होती. भीमा नदीच्या डाव्या आणि उजव्या काठावरील गावागावांतून फक्त कण्हण्याचे आणि विव्हळण्याचे आवाज ऐकू येत होते. कोणी पुरुष गल्लीबोळातून उघड्यावर चालताना दिसत नव्हताच. पण मोकाट कुत्रीही बाहेर पडायला घाबरत होती. मध्येच गोंगाट करत ती अशुभपणे रडत होती. त्यांच्या अशुभ विव्हळण्याचे सूर ऐकून झाडावरची घुबडेसुद्धा घाबरून पानाआड दडत होती.

८.

संभाजी जिवंत सापडला आहे, तो पातशहाचा कैदी झाला आहे, केवळ या बातमीनेच बहादूरगडच्या त्या लष्करी तळावर केवढे तरी परिवर्तन घडवले होते. सर्वांना हर्षवायू व्हायची वेळ आली होती. एक मोठा तमाशा, जुलूस बघायला मिळणार या कल्पनेने चार चार दिवस लोकांना नीट झोप आली नव्हती. वेडे तर ठार वेडे झाले होते. शहाण्यांनाही वेडाचे झटके आले होते. ज्यांच्या अंगात खोकला अगर बारीक ताप असे किरकोळ आजार होते, तेही या खुषीच्या वार्तेने ठणठणीत बरे झाले होते!

सर्वांच्या नजरा मुकर्रबखानाच्या आगमनाकडे लागून राहिल्या होत्या. कसली ही अजाशी सैतानी मोहीम! गेल्या आठ वर्षांतील शिपाईगड्यांच्या त्या अर्धवट झोपा, त्या लांब पल्ल्याच्या दौडी, ते कष्टसायास, रामदऱ्याच्या घाटातील आणि इतर ठिकाणच्या त्या घोर यातना, तो प्लेग.. या साऱ्या संकटांनी उत्तरेतल्या शिपायांचा दक्षिणेत जीव अगदी गुदमरून जात होता. राजपुतांना तर आपल्या मुलखाची स्वप्ने पडायची. जोधपूरकडची, बिकानेरकडची आपलीशी वाटणारी ती चंदेरी वाळू, तो काटेरी मुलूख आणि अरवलीच्या पर्वतरांगातून वाहणारा तो हलकासा थंडगार वारा. अनेक मुसलमान शिपायांना तर कधी एकदा आग्राबरेलीकडे आपल्या बालबच्छड्यात जाऊ असे झाले होते. दारात खेळणारी मुले आठ वर्षांत आता किती बडी दिसू लागली असतील? घरातून वावरणाऱ्या बुढ्ढ्यांचे काय झाले असेल?

सर्वांना रोजच्याच त्या लष्करी खाक्याचा भयंकर कंटाळा आला होता. याआधी अगदी काबूलकंदाहारच्या मोहिमेत बर्फात तलवारबाजी करूनही ते आठदहा महिन्यांत आपल्या बिवीबच्च्यांमध्ये परतले होते. पण दक्षिणेची ही मोहीम केवळ खतरनाक

ठरली होती.

एक वेळ पातशहा बुढाप्याने अल्लाला प्यारा होईल, तर त्याचे भूत उठेल आणि फौज हालेल, पण तो निम्म्यात मोहीम थांबवणार नाही, याची फौजींना खात्रीच होती. फौजेत अंतर्गत कुरबुरी खूप होत्या. पण बगावत करायचे कोणालाही धाडस नव्हते. ज्यांनी असे विचार नुसते मनात आणले, त्यांची मस्तके हत्तींच्या पायाखाली चिरडवून त्यांचा नारळासारखा बुकणा पाडला गेला.

गेल्या दोन-तीन वर्षांत गोवळकोंडा आणि विजापूरच्या पातशहांचे अनेक सरदार औरंगजेबाला फितूर झाले होते. त्यांना तर लवकरात लवकर आपापल्या जहागिऱ्या पदरात पाडून घ्यायची घाई होती. गावखेड्यातले शेतकरीसुद्धा खूष झाले होते. कसे का होईना एकदा युद्ध थांबणार होते. गेल्या सातआठ वर्षांच्या युद्धाने शेतामध्ये फारसे काही पिकले नव्हते. वेळेत पेरण्या झाल्या नव्हत्या. नक्षत्रे कोरडी गेली होती.

ते सारे नष्टचर्य आता संपणार होते.

गेल्या चार दिवसांत ईदपेक्षाही फौजेत उत्साहाचे वातावरण पसरले होते. फौजेतले बाजार तर नुसते खुशीने फुलून गेले होते. लोकांना निंदच येत नव्हती! सर्वांचे डोळे मुकर्रबच्या आगमनाकडे लागले होते. वादकांनी ताशांवर कातड्याची नवी कडी चढवली होती. पिपाणीच्या पुंगळ्या बदलल्या गेल्या होत्या. खेळगडी आपापल्या खेळाचा सराव करत होते. नमाजाला सारेजण हटकून हजर राहत होते. फौजेसोबतचे सोनार, दर्जी साऱ्यांच्या धंद्याला मोठी बरकत आली होती.

आपल्या प्राणाहून प्रिय असलेल्या बालमित्राला दुश्मनाने पकडून नेले आहे ही वार्ता समजल्यापासून रायाप्पा महार पार हादरून गेला होता. "प्राण गमावलास तरी चालेल रायामामा, पण हा खलिता पोचव आपल्या राजापर्यंत." —महाराणींचे ते शब्द रायाप्पाच्या कानात रुंजी घालत होते. शंभूराजांना झालेल्या घात-अपघातामुळे रायाप्पाला काही सुधरत नव्हते. देवाप्पाला सोबतीला घेऊन रातोरात तो घोड्यावरून धावत पंढरपूर मुलखाकडे निघाला. वाटेत तपास करीत त्यांनी बहादूरगडाचा माग काढला. पण प्रत्यक्ष भीमा खोऱ्यातील अवस्था बघून ते दोघेही पूर्ण गळटून गेले. आजबाजूची गावे भीतीने परागंदा झाली होती. पागा ओस पडल्या होत्या. घरांना कुलपे आणि दारात काटेरी शिरी ठोकून रयतेने गाव सोडला होता. कुठे तरी फक्त भणंग मोकाट कुत्री आढळायची. गावे म्हणजे स्मशानेच झाली होती! क्वचित काही लोक शेताबांधाच्या, ओढ्याओघळींच्या आडोशाने लपून राहत होते.

काही झाले तरी रायाप्पाला बहादूरगडावर पोचायचे होते. त्या परिसरातच त्याची एका भिस्त्याच्या पथकाशी गाठ पडली. चामड्याच्या पिशव्यातून पाणी घेऊन जायचे, फौजेतल्या स्वारराऊतांना पाजायचे, हाच त्यांचा मुख्य उद्योग होता.

त्यांनी कुणाकडून तरी चामड्याची दंडकी मिळवली. मूळच्या फाटक्या मुंडाशाबरोबर दंडकी, दाढीचे वाढलेले खुंट यामुळे काळ्याकभिन्न दख्खनी भिस्ती पथकामध्ये रायाप्पा आणि देवाप्पा सहज खपून गेले.

रायाप्पा खबर काढायचा प्रयत्न करत होता. मात्र दहशतीमुळे कोणीच काही बोलत नव्हते. भावनाविवश रायाप्पाला रात्री बेरात्री शंभूराजांची आठवण येई. काळ नदीच्या खोऱ्यात आणि निजामपूरच्या डोंगरकडसारीने राजांसमवेत केलेल्या शिकारी आठवत. तोंडात मुंडाशाचा बोळा घालून तो हुंदके देई. त्याची ती अवस्था पाहून देवाप्पाने त्याच्याकडची चिठ्ठी काढून घेतली. आपल्या कनवटीला नीट बांधून ठेवली.

धिंडीच्या त्या दिवशी भिस्तींच्या मुखियाला फौजदाराचा निरोप आला. कोणी तरी बडे राजबंदी घेऊन पथके आज किल्ल्यात प्रवेश करणार आहेत. त्यांना जे पथक पाणी पुरवत होते त्या पथकामध्ये रायाप्पा सामील झाला होता. तेच पथक आत किल्ल्यात जाणार होते. त्या गोष्टीचा त्या दोघा बंधूंना खूप आनंद झाला होता.

दुपारी ऊन वाढू लागले. तल्कलीही वाढली. तशी फौजेकडून पाण्याची मागणी वाढू लागली. बाजूने रेड्यांच्या गाड्यात कातड्यांच्या मोठ्या पखाली ठेवल्या होत्या. त्यातून भिस्ती चामड्याच्या पिशव्यातून भरून पळत पाणी आणत होते. तहानल्या फौजींना पुरवत होते. पातशहाच्या हुकमानुसार मुकर्रबखानाच्या स्वागतासाठी त्याचे सारे नामचंद सरदार गावाबाहेरच्या माळावर गोळा झाले होते. तंबूरताशे, शहादणे मोठ्याने वाजत होती. तोवर ही नेमकी कोणाची धिंड याचा रायाप्पाला पत्ता नव्हता. तो पाणी पुरवत आत किल्ल्यामध्ये घुसण्यासाठी पुढे चालला होता.

शंभूराजांच्या अंगावरील साखळदंड खळखळले. समोर दोन घाणेरडे उंट उभे होते. त्या उघड्यावाघड्या जनावरांच्या पाठीवर जीनसमान नव्हते. पाचसहाजणांनी दंड बेड्यांसकट राजांना आचुते वर उचलले. उंटावर बसवले. राजांची चमकदार बुबळे इकडेतिकडे गरगर फिरत. समोर हजारो फौजींच्या हातामध्ये नंग्या तलवारी दिसत. माळावर लष्कराचे शेकडो डेरे आणि राहुट्या. मध्येच रस्त्याच्या दुतर्फा आ वासून बघणाऱ्या तोफांच्या रांगा. तोफदलाच्या मागे काळ्याकभिन्न चेहऱ्याचे, तेलकट रंगाचे गोलंदाज उभे असत. त्या दुष्टनगरीमध्ये राजांच्या धिंडीची नव्हे, तर जाहीर विटंबनेची तयारी चालली होती.

समोरच्याच बाजूने लष्करांच्या ओळीतून धिंड पुढे जाणार होती. दर्यातून आणखी काही प्रवाह वाहावेत, तशी धिंड माणसांनी, बघ्यांनी फुललेल्या गावांतून, फौजी बाजारातून पुढे निघणार होती. तिच्या संरक्षणाची जबाबदारी बहादूरगडाचा ठाणेदार महादजी निंबाळकर यांच्यावर सोपवली गेली होती. मुद्दाम शिवाजीचा जावई आणि संभाजीचा मेहुणा म्हणून महादजीवर औरंगजेबाने जाणीवपूर्वक जोखीम

सोपवली होती की काय, ते समजत नव्हते. मात्र महादजी ही जबाबदारी खूप इमानपूर्वक पार पाडत होता. तो बेहड्याची व्यवस्था लावत आगेमागे फिरत होता. परंतु शंभूराजांकडे नजर द्यायचे मुद्दाम टाळत होता.

उघड्या उंटावर बसवलेल्या शंभूराजांना रस्सीदोऱ्याने आणि साखळदंडाने जाम बांधले जात होते. एक रजपूत सरदार अमरसिंग हे काम स्वत: जातीने पाहत होता. राजांनी गेले अनेक दिवस बंद मेण्यातून बाहेरचा उजेडच पाहिला नव्हता. गेल्या कित्येक दिवसांत त्यांचे ना हात मोकळे, ना त्यांना नीट श्वास घेता आला होता! कोणाशी वार्ता करायचा तर सवालाच नव्हता. परिस्थितीनेच त्यांना मुके बनवले होते. आपल्या अंगाभोवती दोर बांधणाऱ्या लांब निमुळत्या दाढीतल्या अमरसिंगाकडे राजांनी पाहिले. त्यांनी त्याचा पटकन हात धरला. ते गहिवरून बोलले,

"तू तू – जातीचा रजपूत दिसतोस. आमच्या दुर्गादासच्या मुलखातला—"

"जी हाँ!" तो हुंकारला.

"दोस्ता, तुला तुझ्या देवतांची आण. खूप झाली विटंबना. मुक्त कर आम्हांला या बद्नामीतून – या यातनांतून."

"लेकिन! शाही हुकूम, राजे—"

"बंधू ऽऽ एक हिंदू म्हणून तुला रक्ताची शपथ घालतो. शिवाजीच्या बछड्याला हे असं कुत्र्याच्या मौतीनं मरून द्यावं, हे शोभून दिसतं का राजपुतांच्या रक्ताला? चल दोस्ता ऽऽ कर, एक एहसान कर—" कळवळून राजे बोलले.

"काय करू, राजे?"

"पटकन उचल ती तुझी तलवार. कर झटकन आमची खांडोळी – नको रे थांबू बंधू!"

अमरसिंग गहिवरला. त्याने शंभूराजांच्या डोळ्यांत तरारून उठलेला अश्रूंचा उमाळा पाहिला. तसा त्याचा हात झटकन आपल्या म्यानावर पडला. तो तलवार उपसू लागला. तोच त्याच्या हातावर दुसऱ्या कोणाच्या तरी राकट हाताचा पंजा पडला. आणि ती अस्वस्थ चुळबुळ तिथल्या तिथे रोखली गेली. शेजारी घुबडाच्या तोंडाचा इखलासखान उभा होता. "क्यूं सरदारजी, क्या इरादा है?" त्याने विचारले. खरे तर अमरसिंगला राजांची खूप दया आली होती. परंतु मुक्तीची एक अंधुक आशा तिथेच संपून गेली.

विटंबनेला आणि मानहानीला दर्जा राहिला नाही. ज्या राजाच्या अंगावर सर्वात महागडे आणि कलाकुसरीचे आपल्या हातचे दागिने आणि अंगरखे चढावेत म्हणून सुरतेपासून पणजीपर्यंत दर्जी झुरायचे, त्या शंभूराजांची आणि कविराजांची वस्त्रे भर रस्त्यात उतरवली गेली. त्यांच्या अंगावर विदुषकांचे चट्ट्यापट्ट्याचे झगे चढवले गेले. ज्याच्या गळ्यामध्ये हिऱ्यापाचूंचे रत्नहार चमचमत, त्याच्या गळ्यात गुरांच्याही

मानेला जाचेल अशा काथ्याच्या पेंढ्या बांधल्या गेल्या. त्या दोघांच्याही डोक्यावर अट्टल गुन्हेगारांच्या डोक्यावर जशा इराणमध्ये लाकडी टोप्या ठेवल्या जातात, तशाच तख्तेकुलाह म्हणजे लाकडी फळ्यांच्या लांबट टोप्या ठेवल्या गेल्या होत्या. त्यावर अनेक छोटी छोटी निशाणे चितारली गेली होती. बारीक घुंगरू बांधले गेले होते. काही हशम ते दोन्ही उंट धरून पुढे चालू लागले. ताशे-तुताऱ्या मोठमोठ्याने वाजू लागल्या. राजांना आणि कविराजांना उंटावर उलटे बसवण्यात आले होते. त्यांना त्या जनावरांशी करकचून बांधले होते. राजांना आपले हात उंचवायला लावून त्यामध्ये भोकाची एक फळी अडकवली गेली होती. फळीमध्ये दोन्ही हात गुंतवलेले. त्या दोघांच्या मानाही लाकडी खोड्यात अडकवल्या गेल्या होत्या. त्यामुळे त्यांना त्यांच्या माना इकडे की तिकडे वळविता येत नव्हत्या.

एके काळच्या रायगडाच्या राजेश्वराला, करोडो होनांच्या धन्याला, बत्तीस मणांच्या सोन्याने बनवलेल्या सिंहासनावर बसणाऱ्या मराठ्यांच्या नरेशाला आणि त्याच्या मुख्य प्रधानाला दोघांनाही मरतुगड्या उंटांवर बसवले गेले होते. त्या विदुषकांच्या भडक झुली, ती घुंगरे, लाकडी टोप्यावरचे फुगे – ते दोघे कैदी म्हणजे रांडापोरांची मोठी करमणूक बनली होती. उनाड पोरे हातामध्ये बारीक खडे आणि चिखलाचे गोळे घेऊन राजांवर फेकून मारत होते. झाडावर बसलेल्या जखमी माकडांची वा वानरांची गंमत उडवावी तशी त्यांनी अक्षरश: त्यांची माकडचेष्टा चालवली होती. शिंगे, कर्णे, ढोल, तुताऱ्या यांचा एकच कोलाहल उडाला होता. मिरवणुकीच्या सर्वांत पुढे ठाणेदार महादजी चालला होता.

आता नपुसकांनाही भलताच जोर चढला होता. हशम मुद्दाम खोडसाळपणाने जोरात उंट पळवत होते. पळवता पळवता त्यांना मध्येच गर्रकन वळवत होते. ती उंच पाठीची जनावरे गर्रकन फिरली की त्या राजकैद्यांचे झोक जात. अंगाला बांधलेले दोर आणि साखळ्या चांगल्याच काचत. राजांच्या आणि कविराजांच्या डोळ्यांपुढे चांदण्या चमकत. भोवळ आल्यासारखे होई. ते एका बाजूला कोसळत, कलंडत. त्या मुक्या जनावरांचीसुद्धा दमछाक होत होती. वारंवार बसणारे हादरे, दचके आणि हिसक्यांनी राजांच्या शरीराला अनंत वेदना होत होत्या. त्या पाहून त्यांची खिल्ली उडवणाऱ्या पोरकटांना हास्याच्या उकळ्या फुटत होत्या.

रायाप्पा पाण्याच्या पिशव्या पुरवत पुढे पुढे चालला होता. जमावातून "मरगठ्ठे ऽऽ," "दो कैदी" असे अस्पष्ट शब्द त्याच्या कानावर पडले. बऱ्याच उशिराने 'संभा' हा शब्द त्याच्या कानांवर पडताच रायाप्पा थरारून गेला. तो तसाच गर्दीतून वाट काढत पाणी देण्याचे नाटक वठवत राजांच्या उंटापाठोपाठ झपाट्याने चालू लागला. त्याने एका वळणावर शंभूराजांकडे बघितले. राजांचे अतिशय चमकदार पण वटारलेले डोळे त्याने पाहिले. नजरानजर झाली. राजे उदासवाणे हसले. असेल

कदाचित कोणी रायाप्पासारखा दिसणारा भिस्ती, झाले!

सरस्वती नदीच्या काठचा तो खंडोबाचा माळ या आधी असा कधीच हबकून गेला नव्हता. बहादूरगडाच्या परिसरातील रहिवासी छातीठोकपणे सांगायचे, म्हणे खंडोबाच्या माळावर दर अमावस्या आणि पौर्णिमेला भुतांचे छबिने निघतात; त्यापुढे वेताळ आणि हडळी आपले केस वाऱ्याला लावून भेसूर नाच करतात. पण आजचा कबंधांचा नंगानाच खूपच दुर्दैवी होता! आज ती दुर्दैवी धिंड त्याच माळावरून ताशेकर्णे लावून पुढे चालली होती. शिवरायांच्या मृत्यूनंतर फक्त नऊ वर्षांनीच त्यांच्या राजहंसी पुत्राचे असे जाहीर धिंडवडे काढले जात होते! ते भेसूर दृश्य, ते मरतुकडे उंट, ते विदुषकी अंगरखे, मराठ्यांच्या इज्जतीच्या आणि इभ्रतीच्या झालेल्या त्या चिंध्या पाहून बहादूरगडची माती थरारली होती. स्मशानातल्या आणि माळावरच्या त्या हडळी, ती भुते शरमेने बाजूला निघून गेली होती. स्वत:ला तैमूरांचा वंश समजणाऱ्या, दिल्लीच्या राजगादीची पाचशे वर्षांची परंपरा सांगणाऱ्या त्या बेछूट, बेवकूफ पातशहाला सारे चराचर हसत होते.

धिंड पुढे निघाली होती. नासमज रांडापोरेही राजांवर थुंकत होती. न शोभणारे हावभाव करत होती. आपल्या राजाची चालवलेली ती माकडचेष्टा पाहून इमानी रायाप्पाचे काळीज तुटत होते. खोड्याच्या घट्ट लोखंडी कड्या आणि बिजागऱ्या राजांच्या शरीराला बोचत होत्या. सुरुवातीला राजांच्या अंगातून कळा खूप उठत. परंतु हळूहळू सारे शरीरच बधिर होत गेले. एक लाकूडच बनले. त्या दुर्दैवी जिवाला आता कोणाचे भय, लाज, अगर धास्तीही उरली नव्हती. कोणाबद्दल चीड नाही, तक्रार नाही. डोळे मात्र गंभीर वटारलेले, नीट समोर पाहणारे.

कोठे, कोठे गेल्या त्या पालख्या आणि त्या अबदागिऱ्या? राज्यरोहणावेळीची रायगडावरची ती जंगी मिरवणूक! कुठे गेले ते हात, ज्यांनी पालखीत देव घालून खांद्यावरून नाचवावा तसे राजांना स्वराज्यभर गौरवले होते. माणिकमोत्यांनी लहडलेला तो राजमुकूट कुठे आणि त्या नादान लाकडी, विदुषकी टोपीवर खुळखुळ वाजणारी ही बेछूट घुंगरे कुठे! गळ्यात चमकणाऱ्या रत्नमोत्यांचे ते अलंकार कुठे आणि शरीरात रुतणाऱ्या, गंजलेल्या साखळदंडांचे हे दुष्ट ओझे कुठे!...

माघ मासातला रखरखता सूर्य डोक्यावर अंगार ओतत होता. ज्या मस्तकावर देवासारखी पुष्पवृष्टी व्हायची, त्या डोक्यावर आज फाटक्या चपलांचे आणि खड्यांचे प्रहार पडत होते. कसला हा छबिना, कसली ही धिंड? ही तर देवदूतांचीच कपाळे फोडणारी शोकयात्रा!

ते विस्फारलेले डोळे मिटत नव्हते. डोळ्यांच्या खोबणीतूनच मन:पटलावर पूर्वस्मृतींची दृश्ये उतरत होती...

डच, पोर्तुगीज, इंग्रज – फिरंग्यांचे कोणीही प्रतिनिधी रायगडावर निघाले की

त्यांना त्यांच्या वखारीतले वरिष्ठ मुद्दाम सांगून ठेवत, "तिकडे जाताच आहात तर शिवाजीला भेटण्याआधी त्यांच्या राजपुत्राला, संभाजीला जरूर भेटा. संभाजी नावाचा तो युवराज आहे मोठा हुशार, लोभसवाणा, हवाहवासा वाटणारा. शिवाजीसारखाच बुद्धीचा तल्लख, तेज:पुंज, काव्यशास्त्र निपुण— तो संभाजी म्हणजे शिवाजीच्या जिरेटोपातला चमकता तुरा आहे!" असे अनेक गौरवी उद्‌गार वाऱ्यावर विरत होते.

"आबासाहेब, जिथे जिथे तुमची गैरहजेरी भासेल तिथे तिथे हा शंभू धावेल." आग्रा मुक्कामातले त्या कोवळ्या पोराचे ते उद्‌गार विसरणे काळालाही कठीण जावे. नऊ वर्षांचा तो चुणचुणीत पोर दिमाखाने पातशहाच्या दरबारात आपल्या पित्याची गैरहजेरी भरून काढण्यासाठी धावला होता. पातशहाच्या नजरेला नजर देणाऱ्या त्या राजकुमाराला आज मात्र विदुषकी झगा घालून सैतानाच्या सदरेकडे चालविले जात होते.

त्या धिंडीत पहारा देणारे मोगली शिपाईही मनातून तसे दबकूनच होते. मरतुकड्या उंटावर लादलेला हा माणूस संभाजी आहे, हे चांगले माहीत असूनही त्यांचा त्या गोष्टीवर विश्वास बसत नव्हता! त्यापैकी अनेकजण गेल्या आठ वर्षांत बुऱ्हाणपूर, सोलापूर, गोवा, चेऊल, कल्याण कुठल्या न् कुठल्या भागात, दऱ्याखोऱ्यात शंभूराजांच्या सैन्याशी शौर्याने लढले होते. राजांची तेव्हाची ती दहशत, तो दबदबा, त्यांनी चाळवलेल्या मोगलांच्या निद्रा या साऱ्याचा गनिमांनाही विसर पडला नव्हता.

तंबूरताशांचे कानठळ्या बसवणारे आवाज बहादूरगडच्या मुख्य शाही वेशीत दुमदुमू लागले. छपरावर, आगाशीत स्त्रियापोरांची गर्दी वाढली. बहादूरगडच्या एका महालात महाराष्ट्रातले तीन हलकट, नादान पुरुष बाप मेल्यासारखा अपराधी चेहरा करून उभे होते. त्यांच्यासोबत महाराष्ट्र पठारावरचेच काही स्वार्थी मराठा आणि ब्राह्मण वतनदार, काही शास्त्रीपंडितही गंभीरपणे तिथे खोळंबून बसले होते. आभाळात दुपारपासून काळ्या मेघांची दाटी झाली होती. त्या काळ्याशार ढगाआड जणू देव आणि दानवही रडत होते. इथल्या मातीला सोन्याचा मुलामा देणाऱ्या खुद्द शिवरायांच्या समर्थ पुत्राचे असे जाहीर धिंडवडे काढले जात होते, जे देवादिकांनाही साहवत नव्हते.

त्या मरतुकड्या उंटावरून शंभूराजांनी एक वेळ आभाळातल्या कृष्णमेघांकडे पाहिले. त्या काळ्याशार ढगांत त्यांना जिजाऊसाहेबांच्या डोळ्यांचा भास झाला. तशी आटलेल्या डोळ्यांतून एकाएकी अश्रूंची चार फुले त्यांच्या गालावर ओघळली. जिजाऊसाहेबांनी शिवरायांचे आठ विवाह करताना दूरदृष्टी दाखवली होती. महाराष्ट्र पठारावरील अनेक सरंजामदार घराण्यांशी मुद्दाम सोयरिक जुळवली होती. अनेक घराण्यांचा आपल्या शिवबाला पाठिंबा मिळावा, संकटकाळात हे सरंजामदार

आपल्या पुत्राच्या पाठीशी उभे राहावेत, हा त्यांचा व्यवहारी हिशोब होता. पण जग दुष्ट होते. मराठे असोत की बिगर मराठे, वतनाच्या, धनलोभाच्या आमिषाने त्यांना वेडे केले होते. हड्डी चघळायला सोकावलेली कुत्री काही केल्या तोंडातले हाडूक सोडत नाहीत, तशीच या वतनदारांची अवस्था होती. त्यामुळेच डोंगरासारखे उपकार केलेले अनेक एतद्देशीय सरंजामदार, वतनदार शत्रूच्या शेजेवर आपली प्रज्ञा लोळवून रिकामे झाले होते.

धिंड पुढे सरकत होती. रायाप्पा राजांच्या जखमी, वेदनामय चर्येकडे पुन:पुन्हा बघत होता. त्याच्या ऐन विशीमध्ये एकदा सांदोशीच्या रानामध्ये वाघरू उठले होते. दुसरीकडे नजर लावून शंभूराजे शिकारीसाठी पावित्र्यात बसले होते. तेव्हा जाळवंडातल्या वाघाने राजांच्या पाठीवर झेप घेतली होती. त्याच क्षणी रायाप्पाने आपल्या तीक्ष्ण कोयत्याने तो रुंदाड पाठीचा व्याघ्र कापून त्याचे तुकडे तुकडे केले होते. आता मोगलांच्या, नराधम वेताळांच्या मेळ्यामध्ये आपल्या राजाची बुडती नौका रायाप्पा बघत होता. त्याच्या डोळ्याला तो प्रकार साहवत नव्हता.

धिंड एकदाची बहादूरगडाच्या वेशीजवळ पोचली. समोरच्या महादरवाजा उघडला गेला. राजांसाठी काहीतरी करायची हीच संधी होती. रायाप्पाचे इमानी रक्त उसळले. कानशिले गरम झाली. धमन्या पेटल्या. काय होतेय हे कळायच्या आधीच त्याने एकांडी झडप घेतली. बंदोबस्तातल्या एका राजपुताची तीक्ष्ण तलवार हिसकावली. आणि काय होतेय हे कळायच्या आधीच त्याने बाजूच्या दोन अंमलदारांना तलवारीने सपासप कापून काढले.

"राजे ऽ शंभूराजे ऽऽ" —अशी आरोळी ठोकून तो पुढे धावला. आपल्या तलवारीच्या घावांनी राजांच्या अंगातले साखळदंड तोडायचा वेडा प्रयत्न करू लागला. इतक्यात "संभा का आदमी ऽऽ गनीम ऽऽ" असा मोगलांनी गिल्ला केला. उंटाशी झोंबण्याचा प्रयत्न करणाऱ्या रायाप्पाच्या दिशेने एका वेळी अगणित तलवारी पुढे सरसावल्या, रायाप्पाचे मस्तक, त्याचे कठीण दंड, पाठ सर्वत्र घावावर घाव पडले. रक्ताची कारंजी उडाली. क्षणार्धात रायाप्पाच्या अंगाचे तीस-पस्तीस तुकडे झाले. मोगलांच्या मग्रुरीला त्या प्रकाराचे काहीच वाटले नाही. रस्त्यात पडलेल्या रायाप्पा महाराच्या मांसाचे तुकडे तुडवत धिंड पुढेच चालली. काय घडले हे शंभूराजांच्या लक्षात आले होते. रायाप्पाच्या गरम रक्ताची चळक त्यांच्या पायांवर सांडली होती. खऱ्या शिवाजीला, संभाजीला आणि त्यांच्या हिंदवी स्वराज्याला घडवणाऱ्या श्रमिकांच्या इमानी रक्ताने केलेला तो शेवटचा मुजरा होता! त्या सर्व गोरगरिबांच्या कष्टसाहसाची सय शंभूराजांना झाली. त्यांचे काळीज कृतज्ञतेच्या भावाने भरून आले.

■

भीमेकाठी भिजली गाथा !

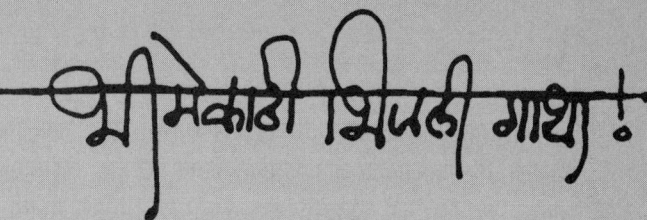

१.

डोक्यावर चाँदताऱ्याचे मिनार मिरवणाऱ्या एका महालासमोरून धिंड पुढे चालली. त्या महालाआड तीन जिवांना कोंडले गेले होते. तंबूरताशे आणि शहादणांचे आवाज त्या तिघींच्या कानावर आले. समोरच्या भिंतीला मानवी धडकेने जर भोक पडले असते तर तसाही प्रयत्न त्या तिघींनी केला असता. राजे कैद झाले आहेत. त्यांच्या मुसक्या बांधून पातशहा त्यांना बहादूरगडला घेऊन येत आहे, ही वार्ता ऐकल्यापासून तर त्या तिघी एकसारख्या आक्रंदत होत्या.

पातशहाच्या हुकुमानुसार इखलासखान आणि हमीदुद्दीखान राजांची आणि कविराजांची धिंड वाजवत दिवाण-इ-खास जवळ आले. तेव्हा पातशाही दरबाराला मक्कामदिनेसारखे उत्सवी स्वरूप आले होते. दरबारामध्ये पातशहाचे सारे अमीर-उमराव, शहजादे, पोते, सगेसोयरे झाडून उपस्थित होते.

तितक्यात मुकर्रबखान, इखलासखान आणि बहादूरखान पातशहासमोर दाखल झाले. त्यांनी आपल्या धन्याला ताजीम दिली. पातशहाने त्या बापलेकांना हिरेजवाहारात, उंची भेटवस्तू देऊन मालामाल करून सोडले. ते दोघे झुकूनच थोडेसे बाजूला झाले. तेव्हा पातशहाने समोर नजर फेकली. साखळदंडाने पूर्ण बांधलेल्या अवस्थेत शंभूराजे आणि कवी कलश समोर उभे होते.

तो देखावा पाहून पातशहा भलताच खूष झाला. त्याची ती सद्‌गदित अवस्था पाहून दरबारातील अनेकजणांच्या डोळ्यांत आनंदाश्रू उभे राहिले.

पातशहाला राहवले नाही. अतिशय भावनाविवश होऊन तो आपल्या रत्नजडित उंची सिंहासनावरून उठला. कवड्याची माळ पोटाशी धरत एक एक पाऊल टाकत पायऱ्यावरून खाली उतरला. सारा दरबार त्याच्याकडे औत्सुक्याने पाहू लागला. पातशहाने मनोभावे जमिनीवर आपले डोके टेकवले. अल्लातालाचे अंधुक चित्र डोळ्यांपुढे आणले. पातशहाचे मूळचे तांबूस नाक आता तर लालेलाल दिसत होते. त्याचे पातळ ओठ थरथरले. सोनेरी दाढीतले बाल लवलवले. त्या अतीव हर्षानंदाने तो मनातून काहीसा बावरूनही गेला होता.

अल्लातालाची करुणा भाकण्यासाठी भावनाविवश झालेल्या पातशहाला लोक प्रथमच पाहत होते. भर दरबारात आपल्या सिंहासनावरून पातशहा असा फक्त आणखी एकदाच खाली उतरला होता. सोळा-सतरा वर्षांमागे जेव्हा शिवाजी राजांनी रायगडावर स्वत:चा राज्याभिषेक करून घेतल्याची खबर पातशहाला दरबारात प्रथम समजली होती, तेव्हा त्याला स्वत:ची घृणा वाटली होती. शरमेने शहारलेला पातशहा सिंहासनावरून रागाने ताड ताड चालत खाली आला होता.

असाच जमिनीवर झुकून उद्गारला होता, ''या अल्ला! कितना ये बुरा वक्त! कास्तकारांचे — किसानांचे बच्चेही विळेखुरपी घेऊन रानात घास कापण्याऐवजी तख्तावर बसू लागले तर!''

आजही भर दरबारात पातशहा अत्यंत सद्‌गदित होऊन, कृतज्ञतेने अल्लाचा धावा करत होता. सारा दरबार हेलावून गेला होता. जमिनीवर झुकलेल्या पातशहाला कवी कलशांनी पाहिले. तशी त्यांची नजर रुंदावली. साखळदंडांनी बद्ध केलेल्या कवी कलशांची छाती अभिमानाने फुलून आली. ते आपल्या रसिल्या, पहाडी, पल्लेदार आवाजात गाऊ लागले,

''यावन रावन की सभा संभू बंध्यो बजरंग
लहू लसत सिंदूर सम खूब खेल्यो रनरंग
ज्यो रवि सारी लखतही, खद्योत होत बदरंग
त्यो तुव तेज निहार के तख्त त्यजो अवरंग.''

(-रावणाच्या सभेत जैसे जखडुनी उभे केले हनुमाना
औरंगदरबारी तसाच ठाकसी उभा तू मराठ्यांच्या पंचप्राणा!
शेंदुरासवे रणरंग माखला अंगावरी तुझ्या रे भाग्यवंता
काजव्याचा जळतो टेंभा सूर्यबिंब देखता!
दिव्य मुरत, नखरा नजाकत पाहुनी झुकली दिल्ली
मुजऱ्यास्तव तुझ्या औरंग्या तख्त उतरून येई खाली)

त्यानंतर पातशहा एक एक पाऊल टाकत धीम्या चालीने त्या दोघा खतरनाक राजबंद्यांपुढे येऊन उभा राहिला. ते दोघेही औरंगजेबाच्या डोळ्याला डोळा देत जळजळीत कटाक्ष टाकत होते. अंगावर जखडून बांधलेल्या साखळदंडांची त्यांना पर्वाच नव्हती. ते पाहून इखलासखान ओरडला,

''संभाऽ, पागलऽ तुझे जिंदगी प्यारी है या नही? - पातशहाको ताजीम दे दो.''

पण दोघेही अनिश्चिल नजरेने औरंगजेबाकडे पाहत उभे होते.

पातशहा पुन्हा आपल्या सिंहासनाकडे वळला. तेव्हा फौलादखान राजांवर आणि कविराजांवर आसूडासारखा कडाडला, ''पागलोंऽ पातशहाको सलाम करो. अपनी जिंदगी बचालो.''

परंतु ते दोघेही आपल्या वटारलेल्या डोळ्यांनी दरबाराकडे बघत होते. पातशहाचे सरदार, सेवक त्यांना हाताने खुणावत होते. छुपे इशारे देत होते. न राहवून फौलादखान कलशांजवळ गेला. त्यांच्या दंडाला चिमटा घेत कडाडला,

''पागलऽ अपने बापको सलाम कर.''

खानाचे शब्द कलशांच्या जिव्हारी लागले. कविराजांनी रागाने बेसावध खानाचा

खुबा गवसून लाथ घातली, तसा फौलादखान दणकन पुढे तोंडावर कोसळला. त्या आवाजाने पातशहाने गर्रकन मागे वळून पाहिले. तेव्हा काही घडलेच नाही, अशा अर्थी अजिजीने हसत, आपला झगा झाडत फौलादखान उभा होता.

औरंगजेबाने झुल्फिकारखानाला जवळ बोलावले. सिंहासनाजवळ झुल्फिकारखान जाऊन खाली गुडघ्यावर बसला. पातशहाने त्याच्या कानामध्ये कोणती तरी महत्त्वाची गोष्ट सांगितली, तेव्हा जवाँमर्द खानाने अत्यंत आज्ञाधारकपणे मान हलवली आणि तो ताड ताड पावले टाकीत वेगाने दरबारातून निघून गेला.

त्या दोन राजबंद्यांची रवानगी लागलीच बंदिखान्याकडे केली गेली. बहादूरगडावर शरबताच्या काहिलीच्या काहिली रित्या होत होत्या. हिंदूंच्या दिवाळीला लाजवील अशी दिव्यांची आरास सुरू होती. पातशहाचे मुख्य अरिष्ट टळले. आपणही दिल्लीकडे निघून जाऊ, या केवळ कल्पनेनेच लाखो जीव खूश झाले होते.

त्या खुषीच्या पोटामध्ये मात्र एक भीतिदायक सन्नाटा पसरला होता. मोगली आणि दख्खनी स्वारशिपाई एकमेकांच्या कानात कुजबुजत होते,

"शायद, जहन्नमी संभाची आजची ही रात अखेरची रात ठरणार!..."

"बिलकूल, क्यूं नही? दारासारख्या आपल्या सख्ख्या भावाची खाली दोनतीन दिवसांतच पातशहाने मुंडी छाटली होती."

"बराबर आहे मियाँ. याद है ना, त्या गोकलाची? जो बगावतखोर जाट, किसानांचा नेता! त्याला पकडून पातशहानं त्याची बोटी बोटी करून, त्याचे तुकडे बाहेर फेकून दिले होते. मथुरेतली मंदिरंही बेचिराख केली होती."

"सच है भाईजान! किसी वक्त खुद अल्लाताला या काफरांना माफ करेल. पण औरंगजेब पातशहा बिलकूल नाही!"

२.

सखुबाईंचा देव्हारा बहादूरगडच्या ठाणेदारणीला शोभेल असाच होता. अनेक देवदेवतांच्या मूर्ती, टाक, छतावरून खाली लोंबणाऱ्या सोन्याचांदीच्या घंटा. विशेषत: म्हाळजाई देवीची मूर्ती कमरेएवढी उंच होती. महादजी रात्री थोडे उशिराच आपल्या वाड्यात येऊन पोचले. त्यांनी देव्हाऱ्यापुढे गलितगात्र होऊन, उघड्या संगमरवरी लादीवर कोसळलेल्या आपल्या पत्नीला बघितले. अंगावर एकही दागिना नाही. अतिशोकाने केस विस्कटलेले.

महादजींची बाहेर पावले वाजताच बाई जखमी वाघिणीसारख्या पटकन उठल्या. त्यांच्या डोळ्यांत संतापाचा जाळ पेटलेला. त्या गरजल्या, "याऽ याऽ आलात? फार मोठी बहादुरी गाजवून आलात! याऽ स्वामींना पंचारतीनेच ओवाळते."

महादजी दु:खसंतापाने बेहोष झालेल्या आपल्या धर्मपत्नीची समजूत काढायचा प्रयत्न करू लागले. तेव्हा सखुबाई त्वेषाने जाबसाल करू लागल्या,

"आमच्या धाकट्या बंधूंची, शंभूराजांची अशी घोर विटंबना चालली होती. नकळती पोरंही त्यांच्यावर शेणगोळे फेकत होती. ते बघून तुमचं रक्त का पेटलं नाही?"

"पण सखु-?"

"तो शिवाजी नावाच्या प्रतापी राजाचा पुत्र होता. तो जिजाऊ नावाच्या युगस्त्रीचा लाडका नातू होता. ह्या मातीचा अंश होता. त्याला दंश करणाऱ्या त्या वैऱ्याला का जाबसाल केला नाहीत तुम्ही?"

"सखुबाई, त्या पातशहा— परमेश्वराला कोण जाबसाल करणार?"

सखुबाईंचा कंठ दाटून आला. हुंदक्यांना वाट मोकळी करून देत त्या बोलल्या,

"शंभूराजांचं जहाज बुडतंय. त्याला सोडून औरंग्याला येऊन मिळा, अशी पत्रं आपण सर्व वतनदारांना लिहिलीत. राजांची नेहमीच कोंडी केलीत. तेव्हा अवाक्षरानं देखील विचारलं होतं आम्ही तुम्हांला?"

सखुबाईंच्या एकाही प्रश्नाला महादजींकडे उत्तर नव्हते. बाई न थांबता त्वेषाने गर्जत होत्या, "अहो एक वेळ तो शिवाजीचा पोर आहे, हे जरी तुम्ही विसरला असला, तरी त्याच्या अंगामध्ये कोणाचं रक्त खेळतंय? निंबाळकरांच्या लेकीचं-सईबाईचंच नव्हे? तो तेजस्वी तारा म्हणजे निंबाळकरांचाच नातू आहे, याचा म्हणते मी कसा विसर पडला होता, स्वामी तुम्हांला? – निदान रक्ताच्या हाकेला रक्त का गेलं नाही धावून?"

सखुबाईंच्या सरबत्तीपुढे महादजी दबून गेले. तेथेच हताश होऊन देवघरामध्ये बसले. दुखऱ्या, पश्चात्तापी सुरामध्ये महादजी बोलले,

"सखुऽ तुमच्या सरळ सवालाला उत्तरं द्यायचा आम्हांला कमीपणा वाटत नाही. ह्या भूमीने असे गावगन्ना वतनदार आणि सरंजामदार खंडीने पैदा केले. पण ह्याच मातीमधून कोणी छत्रपती होऊ शकतो, राजा बनू शकतो ह्याचा साक्षात्कार, प्रथम तुमच्याच पित्याला, शिवाजीराजांना झाला. तुमचे पिता, तुमचे बंधू - शिवाजी आणि संभाजी काळाच्या पुढं कैक योजनं प्रवास करणारे महापुरुषच होते. हाच फरक आहे आम्हां इतर सरंजामदारांत आणि शिवाजी-संभाजीमध्ये! घडल्या प्रसंगानं मात्र आम्ही आज खूप शरमिंदे झालो आहोत."

३.

रात्री उशिरा झुल्फिकारखान युद्धाचा लिबास अंगावर चढवून पातशहापुढे येऊन हजर झाला. सांगू लागला, "जहाँपन्हाँ, तिन्हीसांजेलाच माझी अनेक पथके

बहादूरगडाबाहेर पडू लागली आहेत. तामिली सुरू झाली.''

''कूल मिलके कितनी फौज होगी?''

''माझ्याबरोबर येथून वीस हजार घेतो. शिवाय पुणे, चाकण भागात ठाणबंद असलेले वीस हजार सोबत घेतो. सरळ रायगडावरच जाऊन आदळतो.''

''शाब्बासऽ!'' फतेहचा आनंद औरंगजेबाच्या तोंडावर मावत नव्हता. तो खुषीने बोलला, ''बेटे झुल्फी, अभी तो वैसे आपको करनाही क्या है? संभाच्या गिरफ्तारीच्या बातमीने घाबरलेले मरगठ्ठे आपली जान बचावण्यासाठी इर्दगिर्द धावत सुटले असतील. तुझे बस इतनाही करना होगा—''

''हुक्म, जहाँपन्हाँ–''

''आजवर आम्हांला वाकुल्या दाखवणाऱ्या त्या भुताटकीकडे, सह्याद्रीच्या पहाडीकडे पाहून थुंकायचं. आणि तिकडचा मुलूख काबीज करायला सुरुवात करायची.''

धिंडीनंतरचा दुसरा दिवस. न्याहरीचा वखत टळला तरी ढगांच्या काळ्याशार पापुद्र्यातून सूर्य आपले डोके बाहेर काढायला तयार नव्हता. वजीर असदखान, औरंगजेबाचे सर्व शहजादे, सरदार, जनाना सर्वांना एकच खात्री होती. आजची रात्र काही वांझ जाणार नाही. पुढे काय घडणार, पातशहा संभाजीबाबत नेमकी कोणती पावले उचलणार याची अटकळ वा अंदाज वजीर असदखानसुद्धा बांधू शकत नव्हता. त्या दिवशी सकाळी आपल्या गोटातून जामानिमा करून बाहेर पडू लागला, तेव्हा त्याच्या एका बेगमेने विचारले, ''अजी उस काफरबच्चेका क्या होगा?''

''जो कुछ होगा वो आजही होगा.'' असदखान आपल्या बेगमेला बोलला, ''घात वा अपघात, हत्यार कुठलंही असूदे. पण जोवर आपला दुश्मन दफा होत नाही, तोवर स्वस्थ बसणं हा आलमगीरसाहेबांचा स्वभाव नाही.''

अचानक असदखान भूतकाळामध्ये हरवून गेला. तो बोलला, ''बेगम, दारा शुकोहला पकडलं गेलं होतं तेव्हा आमचे शहाजहानसाहेब बिछायतीवर बीमार होऊन पडलेले. मात्र आपल्या बुड्ढ्या बापाच्या जिवाला काय वाटेल याची जहाँपन्हांनी बिलकुल फिक्र केली नव्हती. अवघ्या दोनतीन रोजातच त्यांनी अत्यंत थंड डोक्यानं आपल्या सग्या भावाची- दारासाहेबांची मुंडी छाटलीच. वर त्यांचं ते शिर मिठाईच्या संदुकीत लपवून शहाजहान साहेबांकडे पाठवले. अपनों के ये ऐसे हाल. तो गैरों की, संभा जैसे दुश्मनों की क्या बात? संभा किसी भी हालत में कलका सूरज नही देखेगा —''

— बोलता बोलता एका भयंकर कल्पनेने बुड्ढा असदखान घामाघूम झाला. तो आपले कपाळ पुसत बोलला, ''खुदा करो आणि त्या संभ्याच्या मानेवर तलवारीचं निर्घृण पातं मारायची जबाबदारी वजीर म्हणून माझ्यावर न येवो.''

दुपारी हलके ऊन पडले तरी बहादूरगडाभोवतीचे मळभ दूर झाले नव्हते. हवा धुंदकुंद होती. माणसे आणि जनावरे फक्त येणाऱ्या रात्रीची प्रतीक्षा करत होती.

एकदाचा छावणीवर अंधार पसरला. ठिकठिकाणी पलिते पेटलेले. चिरागदानांच्या प्रकाशाने महालमाड्या उजळल्या. भीमेकाठी गार चावरा वारा सुटला. छावणीमध्ये जागोजागी कुत्री रडका सूर धरून बरळत होती. दमडी मशिदीच्या कट्ट्यावरचा तो फकीर खुळ्यासारखा उदासवाणा होऊन हसत होता. सरस्वतीच्या छोट्याशा पात्रापलीकडचा खंडोबाचा माळ जागसूदच होता. तिथले वेताळ, हडळी वडाच्या आणि पिंपरणीच्या उंच फांद्यावरून लोंबत, औरंगजेबाच्या छावणीकडे भीतीने नजर टाकत होत्या. पातशहाच्या गादीपर्यंत पोचलेला माणसातला वेताळ आता कोणती पावले उचलणार याची त्या भुताखेतांनाही उत्सुकता होती.

अचानक असदखानाच्या महालाबाहेर कोणाची तरी पावले वाजली. तो सावध झाला. तेवढ्यात त्याचेच काही स्वारसैनिक आत धावत आले. त्यांनी सांगितले, "पातशहाने संभाच्या बंदीखान्याकडं रहुल्लाखानाला धाडले आहे."

आपल्यावरचे संकट टळले म्हणून असदखानाने अल्लाचा धावा केला. आता बहादूरगडच्या उभ्या तळाचे लक्ष रुहुल्लाखानाच्या पुढील चालींकडे लागले होते.

४.

"संभा आणि कलश राजबंदी नव्हेत, लुटेरे आहेत" — अशा स्पष्ट शब्दांत पातशहा आपल्या सहकाऱ्यांना अनेकदा जाणीव करून देत होता. त्यामुळेच राजबंद्यांना बहादूरगडावरच्या शाही तुरुंगाकडे धाडले नव्हते, तर बाजूलाच एका उघड्या मैदानात मेढ्या आणि वाशानी बळकट लाकडांचा एक बंदीखाना नव्याने उभारला गेला होता. तो चारी बाजूंनी उंच, लांबट गवताच्या काड्यांनी शाकारला गेला होता. त्या बंदीखान्याभोवती पाच हजार उघड्या शस्त्रधारी हैवानांची फौज रात्रंदिवस तैनात करण्यात आली होती. आत बसायला एखादे फाटके जाजमही अंथरले गेले नव्हते. उलट नाठाळ रानरेड्यांना अगर पिसाळलेल्या हत्तींना बंद करावे, तसे कविराजांना आणि शंभूराजांना आत फेकले गेले होते. त्यांच्या अंगाखाली भाताचे थोडेफार पिंजर आणि उघडीवाघडी मातीच होती.

त्या दोघांनाही काल उघड्या उंटावर बांधून असे वेडेवाकडे पळविले गेले होते की, त्या अमानुष छळाने ते दोन्ही मानवी देह पूर्णत: बधिर झाले होते. अंगातले रक्तमांस म्हणजे जणू ओल्या चिखलांचे गोळेच! त्यांचे हात पाठीवर साखळदंडाने जाम बांधले होते. पायामध्ये जनावरांसारख्या बेड्या होत्या. काल उघड्या उंटावर बसल्याने त्यांच्या पार्श्वभागावरची आणि मांडीची कातडी कमालीच्या घर्षणाने

अक्षरश: सोलून गेली होती. घडलेले आघात, दुर्दैवाचे विषारी तडाखे, सारे काही इतके अकल्पित, इतके कठोर होते, की त्यापुढे त्या बिचाऱ्या कातडीची फुणफुण काहीच नव्हती.

त्या दोघांचे डोळे मशालींच्या तांबूसजाळ उजेडात भेसूर, भेदक आणि चमकदार दिसत होते. त्या राजबंद्यांची ती दयनीय अवस्था पाहून रुहुल्लाखानाचे काळीज चरकले. तो नकळत बोलून गेला, "संभा, बेटे ये तेरी कितनी हालत! कुठे गेल्या तुम्हा हिंदूंच्या त्या तेहतीस कोटी देवदेवता? कुठे परागंदा झाले आगीच्या दर्यात उड्या घेणारे तुझ्या बापाचे, त्या शिवाचे मर्द मावळे?"

शंभूराजे आणि कविराज दोघेही मूक होते. चेतनाहीन दिसत होते. त्यांची बुबुळे मात्र जाळवंडात अडकून पडलेल्या छाव्यांच्या डोळ्यांसारखी लालभडक दिसत होती. ते दोघेही रुहुल्लाखानाकडे गुरकावल्या नजरेने बघत होते.

खानाने सुरुवातीलाच पातशहाकडून आणलेला अत्यंत महत्त्वाचा पैगाम सांगून टाकला, "संभाऽ पातशहाला तुझ्याकडून फक्त दोनच आणि दोनच गोष्टी हव्या आहेत. साफ साफ बता दे, कहाँ रखे है तेरे जडजवाहरात, कुठं आहेत तुझ्या त्या रत्नशाळा?"

शंभूराजांचे ओठ हलले नाहीत. उलट राजे आणि कविराज रुहुल्लाखानाकडे उपहासाने पाहू लागले. पहिला सवाल वांझ जाणार याची खानाला खात्री होतीच. त्यामुळेच भात्यातून अधिक धारदार आणि अचूक बाण काढून शरसंधान करावे तसा रुहुल्लाखान बोलला, "तुझ्या कोट्यवधी होनांच्या खजानापेक्षा तुझ्या दुसऱ्या एका उत्तराने पातशहा सलामत तुझ्यावर खूप फिदा होईल."

शंभूराजे मूक होते. रुहुल्लाखान मागे हटायला तयार नव्हता. त्याने अट्टाहासाने विचारले, "बोलऽ कौन, कौन, है वो लोग?"

"कैसे लोग?" कविराजांनी एकदाचे ओठ उघडले.

"वही नादान सरदार, जे गेली कैक वर्षं पातशहाचं मीठ खातात, पण तुम्हा मराठ्यांशी छुपे संधान ठेवतात. बोलो, कौन है वो बदमाष?"

त्या दोन प्रश्नांची खानाने त्या दोघांवर सरबत्ती चालवली होती. विशेषत: काहीही करून दुसऱ्या प्रश्नाचे उत्तर शंभूराजांनी द्यावेच द्यावे, म्हणून तो अक्षरश: घायकुतीला आला होता. खूप कनवाळू होऊन राजांना आणि कविराजांना परोपरीने समजावून सांगत होता, "अजून वखत बाकी है संभा, तुझी उमर ती किती? फक्त बत्तीस! आमच्या औरंगजेब पातशहाची मर्जी सांभाळशील तर अजून आपली प्यारी जिंदगी बचावशील. सुन ले नादान!"

काळाच्या अघटित, कावेबाज कलांनी त्या दोघांचे ओठ जणू शिवले होते. ते दोघेही ताकास तूर लागू देत नाहीत हे लक्षात येताच रुहुल्लाखान अतिशय

वैतागला. त्याने दरडावले, "अरे सैतानोऽऽ, याद रखो— पातशहा सलामतने इतकी दया दुसऱ्या कोणत्याही दुश्मनावर आपल्या उभ्या जिंदगीमध्ये दाखवलेली नाही. उलट कस्मेवादे मोडण्यात आणि आपल्या रक्ताच्या माणसांनाही जहन्नममध्ये धाडण्यातच तो अधिक मशहूर आहे. बऱ्या बोलाने कबुली द्या— बोलाऽ, तुमचा खजाना कुठं आहे? तुम्हांला फितूर असलेले आमचे सरदार कोण कोण?"

"करून करून काय करणार आहे रे तुझा तो हलकट पातशहा?" कविराजांनी दरडावून विचारले.

"पागल मत बनो, ह्या बंदीखान्यामध्ये भुके कुत्ते सोडले जातील. ते तुमच्या रक्तमांसाची लक्तरं करतील."

"म्हणजे आखिर आपल्या मदतीला पातशहा आपल्या भावांनाच बोलवणार तर!" कलशांच्या ह्या बोलाबरोबर त्याही स्थितीत शंभूराजांना हसू आवरले नाही.

पण गरज मनुष्याला हलकट बनवते. त्यासाठीच की काय, रुहुल्लाखानाने त्या शिव्या, ती नादान कुचेष्टा सहन केली. कलशांनी त्याला जवळ बोलावले. कानात काही तरी गुफ्तगू करायचे आहे, असा आव आणला. पण रुहुल्लाखान जवळ येताच ते त्याच्या तोंडावर पचकन थुंकले. त्या घोर अपमानाने खान अतिशय चिडला. त्याने लागलाच आपल्या कमरदाबाला हात घातला. तिथला तीक्ष्ण धारेचा जांबिया हातात घेऊन त्याने कवी कलशांच्या दिशेने झेप घेतली. मात्र शेवटच्या क्षणी त्याला पातशहाची याद आली. अतिशय महत्त्वाचा राजबंदी आपण स्वार्थबुद्धीनेच परस्पर मारून टाकला, असा अर्थ कदाचित पातशहा काढणार. आपल्या कपटी, धूर्त, कावेबाज धन्याचा भरवसा तरी काय धरायचा? त्याने स्वत:ला काबूत आणले. त्याच्या हातचा जांबिया गळून पडला.

धमक्या, धाकधपटशा यांचा राजबंद्यांच्या मनावर काहीही परिणाम होईना. आपले इच्छितही साध्य होईना. त्यामुळे रुहुल्लाखान घायकुतीला आला. दादापुता करत कळवळून बोलला, "संभाऽ बेटे, तुझ्या वयाचे दोन बछडे आहेत माझे. त्यांची कसम खाऊन सांगतो, कशासाठी सोन्यासारख्या जिंदगीचं वाटोळं करतोस? गैर जिद्द दाखवतोस?"

"खानसाहेबऽ, तुमच्या पातशहाची आम्हांला खूप दया येते." एकदाचे राजांच्या मुखातून शब्द बाहेर पडले.

"क्यूं?"

"पराभूत राजा बंदीवान म्हणून हाती आला तरी, त्याच्याशी बर्ताव करायची राज्यव्यवहारात एक रीत असते. पण त्या रीतीभातीचा मागमूसही तुमच्या पातशहाच्या अंगी दिसत नाही. एखाद्या लुंग्या कुत्र्याच्या गळ्यामध्ये हिऱ्यामाणकाचे हार घातले आणि अंगावर किनखापीची झूल चढवली तरी तो सिंहासनावर जाऊन पोचणार मात्र

आपल्या घाणीच्याच पायांनी!—''

''तोबाऽ तोबाऽ संभा— कैसी बाते करते हो? आलमपन्हाँकी बराबरी एक कुत्ते के साथ?''

''होऽ कुत्र्यालासुद्धा एक दर्जा असतो. तुझ्या बेवकूफ पातशहापेक्षा ते गरीब जनावर कितीतरी नेक आणि वफादार असतं!''

रुहुल्लाखानाला दरदरून घाम फुटला. तो पाय आपटत बंदीखान्यातून बाहेर चालता झाला. संभाने आपल्या धन्याला बहाल केलेल्या एक एक उपाध्या गाळून पैगाम कसा द्यायचा याचा विचार तो करू लागला.

रात्र बरीच वाढली होती, गारठाही वाढलेला. दोघांच्या अंगाखालची माती अधिकच थंडगार पडत चालली होती. पहाऱ्यावरचे पाच हजार सैनिक जागसूद होते. वेगाने वाहणारा वारा लाकडी, गवती बंदीखान्यात घुसण्याचा प्रयत्न करत होता. बंदीखान्याचे कूड शाकारण्याच्या निमित्ताने एक थोराड शरीरयष्टीचा पहारेकऱ्यांवरचा सुभेदार पुढे आला. कुडावर बाहेरच्या अंगाने त्याने गवताच्या काही पेंढ्या बांधल्या. बंदीखान्याचे कवाड उघडून तो आत आला. त्याने गवताचे तीन पाचुंदे आत आणले. आतून काही पेंढ्या बांधायचा देखावा केला. त्याच्या हाताखालचे दोन हशम म्हणजे त्याचेच खास बंदे होते.

तो सुभेदार तसाच पुढे झाला. त्याने झटकन गवताच्या पेंढ्या सोडल्या. तिथेच ओल्या मातीवर काडांची हलकीशी बिछायत तयार केली. ठणकत्या अर्धबधिर देहाच्या शंभूराजांना आणि कविराजांना हात दिला. त्या दोघांनाही हलक्या हाताने पुढे ओढत त्यांना बिछायतीवर झोपवले. अंधारात त्याचा चेहराही ओळखू येत नव्हता. पण त्याचे थरथरते हात मात्र खूप मायाळू, कनवाळू होते. त्या दोघांनाही त्या सुभेदाराने तेथे नीट झोपवले, आणि एकाएकी त्याला भरून आले! तो धाडकन तसाच मातीत बसला. शंभूराजांचे पाय धरून तो मुसमुसून रडू लागला. त्याच्या उष्ण आसवांनी शंभूराजांची गात्रे जणू काही भानावर आली होती. राजे कातर आवाजात उद्गारले, ''बंधू, मियाँखान!''

५.

''जहाँपन्हाँऽ 'रामशेज' असा शब्द जरी अजून कोणी उच्चारला तरी आमची उंट-घोडी थरथर कापतात. मुक्या जनावरांची ही तऱ्हा, तर फौजींचं काय?'' असदखान बोलला.

''वझीरे आझम, आपण शिकस्त खाल्लीत की काय?'' पातशहाचे तपकिरी

डोळे उग्र झाले.

"मुझे बस इतनाही कहना है, मेरे आका, रामशेजसारखे मरगठ्ठ्यांचे साडेतीनशे किल्ले आहेत! ते जिंकण्यासाठी उरलेली जिंदगी वाया घालवण्याऐवजी संभाशी गोड बोलावे. त्यांच्या गडदुर्गांचा कब्जा पहले हासिल करावा, हजरतऽ"

औरंगजेबाने रुहुल्लाखानाकडे प्रश्नार्थक नजरेने बघितले. तसा खान बोलला, "मेरे आकाऽ, संभा आणि तो कवी कलश जातीचे बदमाष आहेत. खुद्द शहेनशहांना गाली देतात." पातशहा आपल्या सहकाऱ्यांचे सल्ले शांतपणे ऐकत होता. शक्यतो मतप्रदर्शन करत नव्हता. मात्र "संभाचा जल्दीने खात्मा न करता त्याच्याशी गोड बोलावे. जरूर तर थोड्याशा धाकाने, थोडीसी प्यार मोहब्बत दाखवून त्याचे किल्ले काबीज करावेत," अशाच विचाराचा फार मोठा वर्ग पातशहाच्या सरदारांमध्ये होता. दक्षिणेत आठ-नऊ वर्षांची जिंदगी गुजरली ते खूप झाले. आता युद्ध नको की संघर्ष नको. लागल्या पावली उत्तरेकडे निघून जाऊ, अशाच विचाराने सर्वांना बेताब केले होते.

अलीकडे पातशहाची मनःस्थिती खूप चांगली होती. आपल्या परिवारासोबत तो खान्याचा आनंद घेईच. त्यासाठी नात्याने काका असलेल्या असदखानालाही तो आग्रहाने बोलवी. मध्येच त्याला हास्यविनोदाचीही लहर येई. त्याच्या विनोदावर मात्र त्याच्या बहु-बेगमांची पंचायत होई. त्या त्याचा नूर पाहून, तोलूनमापून हसत. एकदा पातशहाने विचारले, "उदेपुरी जेव्हा गोधुली बेला— काफरांच्या भाषेत तिन्हीसांज होते, तेव्हा काफरांच्या औरती काय करतात?"

उदेपुरीला काही उत्तर देता आले नाही. तेव्हा पातशहाने प्रश्नार्थक नजरेने असदखानाकडे बघितले. तसा असदखान सहज बोलून गेला, "अशा वेळी त्या औरती इर्दगिर्द फिरणारे मुर्गेमुर्गी आणि भेडबकरींना कोंडतात."

त्यावर मुदपाकखान्यात हास्याची लहर उठली. आपल्या शहजादीकडे अभिमानाने बघत पातशहा बोलला,

"जिनतउन्निसा, बिटियाँ, तूच सांग ह्या सवालाचा सही जबाब."

"अब्बाजान, हिंदू औरती तिन्हीसांजेला आपल्या देवापुढच्या दियांच्या वाती पेटवतात. त्याला नमस्कार करतात. अंगणामध्ये येऊन आपल्या घरधन्याची राह देखतात. घराच्या आसपास जेव्हा त्यांच्या शोहरचा घोडा खिंकाळतो, तेव्हाच त्यांच्या कलेजात खुषीचा दर्या उसळतो."

"फिर संभाला गिरफ्तार करून किती दिवस झाले?" औरंगजेबाची चर्या कसल्याशा रहस्यमय आनंदाने फुलून आली. आपला पातळ ओठ मिजाशीने दातांखाली दाबत तो बोलला, "संभाची आपल्या बेगमेवर किती मुहब्बत आहे, त्याचे फक्त अफसाने आम्ही ऐकून आहोत. आपल्या औरतीच्या नावाचे शिक्के आपल्या शियासतीमध्ये वापरत होता म्हणे हा मूर्ख संभा! खैर, संभाची राणी आता

पागल हिरनी जैसी यहाँ वहाँ दौडती होगी, बेताब होगी—''

"क्या कहना चाहते, हो अब्बा?'' शहजादीने विचारले.

"आज नही तो कल. लेकिन्ऽ आपल्या शोहरच्या जिंदगीची इल्तीजा, भीक मागत ती जंगलची हिरनी इकडे जरूर येईल.''

"अब्बाजान?''

"हां, बिटियाँ! वो अकेली नही आयेगी, ती साऱ्या गडदुर्गांच्या चाव्या घेऊन येईल.'' अभिमानाने चौफेर नजर टाकत पातशहा बोलला, "संभाकी जिंदगीकी खातीर बेताब होकर मेरे पैरोमे अपना नाक रगडेगी वो. जरूर आयेगी वो!''

औरंगजेबाच्या जागृत नजरेतून एकही बाब सुटत नव्हती. शहजादी जिनतउन्निसा अकारण अलीकडे अस्वस्थ दिसत होती. विशेषत: काफरबच्चा संभाजीची धिंड काढल्यापासून आपल्या शहजादीची बेचैनी वाढल्याचे त्याला आढळून आले होते. गेली दहा वर्षे दुर्गाबाई राजबंदी या नात्याने पातशहाच्या कैदेत दिवस काढत होत्या. आपल्या शहजादीला दुर्गाबाई आणि कमळजाबद्दल खूप आपुलकी असल्याचे औरंगजेबाला माहीत होते.

उदेपुरी असो, नवाबबाई अगर औरंगाबादी महल, आपल्या कोणत्याही बेगमेपेक्षा पातशहा जिनतचे खूप ऐकतो, तिच्या शब्दांना मान देतो, ही गोष्ट तशी सर्वांनाच माहीत होती. खाना घेता घेता जिनतने आपल्या बापाला विचारले, "अब्बाजान, त्या संभाला जीवे मारायचा इरादा दिसतो तुमचा!...''

"अभी तक नही मालूम,'' असे म्हणता म्हणता पातशहा भानावर येऊन विचारू लागला, "क्यूं? आपको क्या तकलीफ है?''

"बस्! ऐसेही अब्बा!''

पातशहा अलीकडे दुसऱ्या एका कारणासाठी भलताच खूष होता. तो आपल्या शहजादीला बोलला, "भरे बाजारमें जैसा मुर्गा नाचता है- झुटी पिसे लावलेला, लाकडाच्या चोचीचा मुर्गा, तसा शिवाच्या त्या नापाक बच्चाला आम्ही चौकाचौकांतून नाचवला. वाटलं, कदाचित हे मरगट्ठे बगावत करून आमच्या अंगावर धावतील.''

"बगावत कसली, जहाँपन्हाँ?'' शहजादीच्या मुखामध्ये घास अडखळला. राजनीतीच्या मामल्यामध्ये आपण बोलावे की बोलू नये या विचाराने ती थबकली. पुन्हा न राहवून बोलली, "तरीही अब्बा मला वाटतं... — आपण रहम करावा.''

"कैसा रहम बिटियाँ?''

"त्या संभाला पुरी जिंदगीभर कैदखान्याच्या बोळकांडात फेकून द्या. पण त्याला जीवे नका मारू!''

"हूंऽ'' औरंगजेब गुश्श्यात उत्तरला, "देखेंगे. लेकिन वो नादान है बडा हटेला. मोडेल पण वाकणार नाही—''

“अब्बाजान, आदमी हसीखुशीने जगतो तेव्हा त्याला कशाचे काहीच वाटत नाही. पण एकदा मौतचा दरवाजा बघितला की, मोठमोठ्या शैतानांचीही घाबरगुंडी उडते!”

“नही, शहजादी. हा शिवाचा छोकरा बडा हट्टी आहे. आम्ही तर या जहन्नमीपुढे पुरे हैराण झालोय. त्या दोघा बदमाषांचे इतके हाल झाले. नरकापेक्षाही ज्यादा यातनांनी त्यांना आपला जीव नको नकोसा वाटत असेल. पण ते दोघेही बदमाष वाकायला, झुकायला तयार होत नाहीत. आपली शिवलेली तोंडे ते उघडतात फक्त आम्हांला शिव्याशाप देण्यासाठी.”

“लेकिन अब्बाजानऽ, दुर्गा, राणू, कमळजासारखे रिश्तेदार आमच्या बंदीखान्यात आहेत. त्या रिश्तेदारांकडून त्याला सुखाच्या चार गोष्टी का समजावत नाही आपण? आपली रक्ताची माणसं भेटली की, बडे बडे पहाडसुद्धा पिघळून जातात. संभा तर म्हणतात शायर आहे.”

औरंगजेबाने मोठ्या गर्वाने आपल्या शहजादीकडे बघितले. पातशहाची चर्या चमकली. त्याला जुना इतिहास आठवला. या आधी जेव्हा दुर्गादेवी आणि राणूबाई अहमदनगरच्या कैदेत होत्या, तेव्हा अनेकदा शंभूराजांनी पंधरा-पंधरा हजाराची फौज पाठवून नगरच्या किल्ल्याला भगदाड पाडायचा प्रयत्न केला होता. त्यामुळेच त्या राजबंद्यांना औरंगजेबाने पुढे कायमचे बहादूरगडावर आणून ठेवले होते. आपल्या पत्नीच्या आणि बहिणीच्या प्रेमापोटी शायर संभा किती पागल होतो, याची कल्पना पातशहाला होतीच. आणि आता तर दहा-अकरा वर्षांच्या अंतराने संभाच्या त्या प्रियतमांना त्याच्यापुढे उभे केले तर?

— नक्कीच संभाची पोलादी छाती वितळून जाईल! राजगादीपेक्षा आपल्या दिलवरांच्या सहवासासाठी जखमी पाखरासारखा तो झुरून जाईल. वाट्टेल त्या करारावर स्वाक्षऱ्या करेल. एकदाचे कोडे सुटले, अशा आनंदात पातशहा खाजगीकडून बाहेर पडला.

शहजादीच्या मुखावर कौतुकाने हात फिरवत उदेपुरी बेगम बोलली, “बिटियाँ, हजरतांपुढे बोलायचं कोठून धाडस येतं तुला?”

“नही, अम्मीजान! कोणाचंही दुःख बघितलं की, माझा कलेजाही दुःखाने पिळवटून जातो!” ही गोष्ट जिनतने उच्चारली, त्यावेळी सलीमगडाच्या तटबंदीआड आजन्म कैद भोगणाऱ्या आपल्या थोरल्या बहिणीची झेबुन्निसाची तिला प्रकर्षाने आठवण झाली. तिच्या डोळ्यांत आसू उतरले.

६.

त्या रात्री जिनतउन्निसाला काही केल्या नींद येत नव्हती. आपल्या बापाच्या गतायुष्याचा पट तिच्या डोळ्यांसमोर उभा राहत होता. आपला पिता एक जागरूक आणि दक्ष राज्यकर्ता जरूर असेल, पण त्याची जिंदगी क्रौर्याच्या काळ्याकुट्ट रंगाने माखून गेल्याचे तिला ठाऊक होते. फक्त पंधरा वर्षे झाली असतील त्या गोष्टीला. शिखांच्या पाचव्या गुरूला, तेग बहादूरला औरंगजेबाने हालहाल करून ठार मारले होते. त्यापेक्षा त्यांचे शिष्य भाई मतिदास, सतिदास आणि दयालसिंग यांच्या ज्या दिवसाढवळ्या हत्या त्याने घडवून आणल्या होत्या... त्या आठवणीने अजूनही ऐकणाऱ्यांच्या अंगाचा थरकाप उडायचा! त्या जहरील्या स्मृतींमुळे जिनतउन्निसा हैराण होऊन जायची.

दयालदासना दिल्लीच्या चांदणी चौकात भर दिवसा तेलाच्या उकळत्या कढईमध्ये फेकून दिले होते. तो गुरासारखा ओरडता ओरडता जिता करपून खलास झाला होता! त्यांच्या उरलेल्या अर्धवट देहावरची कातडी आपोआप सोलली गेली होती. दयालदासांचे ते भयावह शव पातशहाने चांदणी चौकामध्ये कितीतरी दिवस तसेच टांगून ठेवले होते. त्या दिशेला भितीने पाखरेही फिरकत नसत.

सतिदासांच्या हत्येची तऱ्हा तर अजूनही अमानुष होती. त्यांचा जिवंत देह चांदणी चौकातच एका खांबाला घट्ट बांधून उभा केला होता. सतिदासांच्या मागच्या बाजूला एकजण आणि समोरच्या अंगाला एकजण असे दोन हत्यारे उभे केले होते. त्यांच्या हातामध्ये अतिशय अणकुचीदार वाघनखे अडकवली गेली होती. पातशहाच्या इशाऱ्यानुसार एकावेळी ते दोघे सैतान मागून आणि पुढून त्या जिवंत देहाला ओरबडू लागले. चिटाचे कापड फाडावे, तसा तो देह टरटरा फाटत होता. मांसाचे गोळे ओरबाडून, हिसकावून काढले जात होते. रक्ताच्या उमाळ्यात तो मानवी देह गुरापेक्षाही अधिक जिवाच्या आकांताने ओरडत होता! त्या करुण किंकाळ्या ऐकून चांदणी चौकातील दोन स्त्रियांचे गर्भपतन झाले होते.

पातशहाशी काही ना काही समझोता घडावा म्हणून राणू आणि दुर्गादेवीची वाट शहजादीने दाखवली होती. पण आपल्या बापाच्या क्रौर्याचा तिला चांगला अंदाज होता. त्यातच सतिदासाचा खांबाशी बांधलेला, वाघनखांनी ओरबडलेला, रक्ताळलेला हंबरता, जिवंत देह तिच्या मन:चक्षूंसमोर उभा राहत होता; आणि दुसऱ्याच क्षणी आपल्या अब्बाजानच्या जागी एक काटेरी जमदाडा घेतलेला नरराक्षस खडा असल्याचे तिला दिसत होते. ते ख्वाब तिला जागवत होते आणि ती भीतीने घामाघूम होऊन दुलईमध्ये बेचैन होऊन तगमगत होती!

७.

एका तपामागे याच बहादूरगडावरील बंदीखान्यामध्ये मियाँखान दुर्दैवाने अडकून पडला होता. आपल्या दोन बेटींची शादी होण्यात आणि त्यांचे आयुष्य उभे करण्यात संभाजीराजांनी त्याला किती मदत केली होती, स्वत:च्या जिवावरची जोखीम घेऊन त्याला कारावासाबाहेर कसे पाठवले होते, त्या साऱ्या गोष्टी त्याच्या मस्तकामध्ये अजूनही ताज्या होत्या. त्यामुळेच राजांचे हाल बघितले की, मियाँखानचे काळीज तीळ तीळ तुटे.

बंदोबस्ताच्या निमित्ताने तो त्या दुर्गंधीने भरलेल्या बंदीखान्यात अनेकदा जाई. तेव्हा आत प्रवेश करणाऱ्यांत त्याच्याच जिवाभावाचे हशम असत. राजांना आणि कविराजांना जमेल तेवढा फलाहार पुरव, कुठे त्यांची सेवाशुश्रुषा कर, यामध्येच मियाँखान स्वत:ला धन्य मानत होता. ह्या जालीम बंदीखान्यात राजांचे आणि कविराजांचे कान, डोळे सारे काही तोच होता. त्यामुळेच बहादूरगडाबाहेरच्या बातम्या राजांना समजत होत्या.

एकदा मियाँखान हळूच शंभूराजांना बोलला, "राजेऽ, काय वाट्टेल ते करून तुमच्या ह्या बंद्या सेवकानं तुम्हांला बहादूरगडाच्या पोलादी कुसाबाहेर काढलं असतं. पण—"

"मियाँखान!"

"होय, शंभूराजे! इथून बाहेर पडण्यात कसोटी नाही. पण ह्या भुईकोटाच्या चारों तरफ शंभराभर कोसांपर्यंत फक्त मोगलांचाच अंमल आहे. जुलमी पातशहानं कोणा मराठ्याच्या पागेत घोडा ठेवू दिलेला नाही. तरण्याताठ्या पोरांना गावागावांतून झोडपून काढलं आहे. अनेकांना पळवून लावलं आहे. अवतीभवतीचा सारा मुलूखच दुश्मनाच्या कब्जात आहे."

"जाऊदे खानसाहेब! जिंदगीचं एवढं काय? काही माणसांच्या जन्मवेळाच अशा चमत्कारिक असतात म्हणून सांगू. अशी माणसं जगण्यापेक्षा आपल्या मरणानेच मोठी होतात! त्याच प्रभावळीसाठी जगदंबेनं आमची निवड केली असेल, तर दोष तरी कोणाला देणार?—"

रायाप्पा महाराने धिंडीवेळेच्या बंडाळीत आपले प्राणपुष्प शंभूराजांच्या पायावर वाहिले होते. त्याची ती बेहोषी बघून त्याच्या भावाने, देवाप्पाने आधीच महाराणींची ती चिठ्ठी स्वत:च्या कनवटीला घेतली होती. योगायोगाने देवाप्पाची आणि मियाँखानची भेट झाली आणि ती चिठ्ठी व देवाप्पाही योग्य स्थळी पडले होते.

त्या दिवशी रात्रीच्या पहाऱ्यावेळी मियाँखान अंमलदार या नात्याने बंदीखान्याजवळ पोचला. त्याचे मदतनीस हशम त्याच्या सोबत होतेच. त्यामुळेच त्यांनी आतून

बंदीखान्याचा दरवाजा बंद केला. सहस्त्र फौजींच्या कड्या बंदोबस्तातही केवळ मियाँखानमुळेच येसूबाईंचा खलिता शंभूराजांपर्यंत येऊन पोचला होता. आपल्या लाडक्या महाराणींची अक्षरे वाचताना शंभूराजांचे डोळे भरून आले. महाराणींनी कळविले होते,

"राजेऽ चिंता नसावी. आम्ही मोठं सैन्य बांधायला सुरुवात केली आहे. पातशहाच्या बहादूरगडावर येऊनसुद्धा जंग करायची आम्ही इकडं तयारी चालविली आहे. आपण निश्चिंत असावं. औरंग्याच्या मगरमिठीतून आम्ही तुम्हांला बंधमुक्त केल्याशिवाय कसं स्वस्थ राहू?" येसूबाईंच्या पुढच्या ओळींनी मात्र राजांचे हृदय कालवून सोडले. महाराणींनी लिहिले होते, "राजे, आपल्या कैदेची वाट आमच्या माहेरातून जावी, हे आमचं केवढं दुर्भाग्य! राजे, आपल्या येसूला माफ करा."

—राजांनी बराच वेळ चिंतन-मनन केले. मियाँखानने आत आपल्या हशमांच्या मेळ्यातून वेषांतरे करून तल्लख बुद्धीचे दोन विजापुरी ब्राह्मण आणले होते. त्यांना राजांनी सांगितले, "आम्ही सांगू तो सारा मजकूर कानात साठवा. येथून बाहेर गेल्यावर तो आठवा. आणि आमच्या हृदयीचे बोल जसेच्या तसे रायगडाकडे धाडा. मजकुरासोबत आम्ही आमची खुणेची अंगठी देतो. मग सारे शब्द इच्छित स्थळी बयाजवार पोचतील."

शंभूराजांनी मजकूर कथन केला—

"येसूराणीऽ जिवाला उगा वंगाळ वाटून घेऊ नका. आला प्रसंग कोणाही मनुष्याची गती थांबवणारा आहे. मती गुंग करणारा आहे. पण अजूनही वेळ गेलेली नाही. अजूनही अरिष्टे टळतील अशी उमेद वाटते. मात्र येसूराणी, उगाचच आपल्या माहेराला दोष देऊ नका—"

पुढची अक्षरे सांगताना राजांचे हृदय खूप कळवळून गेले, "गणोजींच्या पाजीपणा-बद्दल आपल्या शिर्केकुळालाही दोष देऊ नका. आम्ही रायगडावर सत्ता ग्रहणासाठी चाललो होतो, तेव्हा आमच्या पाठीशी तुमचे पिता पिलाजीराव शिर्के कड्यासारखे उभे ठाकले होते. महाराष्ट्राची सर्वात कर्तव्यदक्ष महाराणी म्हणून ज्या येसूबाईंनी रायगडाचा राज्यकारभार सात-आठ वर्षे सांभाळला, तिला जन्म देणाऱ्या कुळाला कोण बोल लावेल? येसूराणी, कुळे वाईट नसतात, पण मनुष्यप्राणी मात्र दगाबाज, गूढ, अकल्पित असतो! चालायचंच. मातीमध्ये किडे राहणारच आणि भव्य महालांनाही मोऱ्या असणारच! मात्र तुम्ही अशाच हिंमतीने उभ्या राहा. आमच्याकडून पुढील इशारा येईपर्यंत सह्य पर्वतावरच्या अंगाखांद्यावरचे आपले अजिंक्य, बेलाग किल्ले कोणत्याही परिस्थितीत गमावू नका.

"आमच्या चिंतेनं तुमचं काळीज पोखरून गेले असेल. मात्र आमची अजिबात फिकीर करू नका. आमच्या आबासाहेबांनी महाराष्ट्राच्या भाळावर हिंदवी स्वराज्याचं

गोंदण गोंदलं आहे. त्यासाठी तानाजी, बाजी, शेलारमामासारख्या अनेक वीरांनी प्राणांची आहुती दिली. हिंदवी स्वराज्याचं हे गोंदण अबाधित राखण्यासाठी महाराणी प्रसंगी आपल्या कपाळावरचं कुंकू पुसायची तुम्ही तयारी ठेवा! मात्र कोणत्याही परिस्थितीत गडदुर्गांचे ताबे दुश्मनाला मिळू देऊ नका.''

८.

जेव्हा कैदखान्याकडे दुर्गाबाई, राणूबाई आणि राजांची दहा वर्षांची राजकुमारी कमळजा निघाल्या, तेव्हा आपल्या प्रिय व्यक्तीच्या जबरदस्त ओढीने त्यांचे काळीज थाऱ्यावर नव्हते. एका दशकाचा विजनवास आणि जीवघेणी ताटातूट हा एकूण प्रकारच भयंकर होता. दुष्ट पातशहाच्या काळजाला पाझर फुटेल, कदाचित उद्या तुम्ही तुमच्या प्रियतम शंभूराजांना भेटू शकाल, असे आदल्या रात्री मियाँखानने दुर्गाबाईंना सांगितले होते. तेव्हापासून त्या तिन्ही जिवांना रात्रभर झोप कसली ती आली नव्हती.

आज त्या तिघीही कमालीच्या ओढीने पुढे निघाल्या होत्या. त्या बंदीखान्याभोवती पाच हजार पहारेकरी आपल्या नंग्या तलवारी नाचवत जागता पहारा देत होते.

गवतपेंढ्यांचा तो बंदीखाना भयंकर अस्वच्छ होता. मोकाट हत्तींना बांधण्यासाठी सुद्धा अरण्यात असा कोणी बंदीखाना तयार केला नसेल. त्या तिघींना नदीकाठच्या बाजूने तिकडे नेले गेले. तेव्हा तेथील अवकळा पाहूनच त्या खूप भयचकित झाल्या.

धडधडत्या हृदयाने त्या तिघी पुढे पाहू लागल्या. समोरच्या मातीवर एक फाटके, मातकट पटकूर अंथरले गेले होते. जेणेकरून मातीवर पटकूर आहे की पटकुरावर माती असा प्रश्न पडावा. तेवढेच सुख. तेथेच अतिशय श्रमून गेलेले शंभूराजे आणि कविराज ग्लानीत कूडभिंतींना टेकून बसले होते. राजांच्या अंगावरची वस्त्रे फाटलेली, विटलेली होती. हातापायांना साखळदंड होते. धिंडीच्या त्या भयंकर प्रकारावेळी हातापायांना झालेल्या जखमा, मोकळ्या उंटावर बसवून दिवस दिवस नाचवल्याने मांडीची निघून गेलेली कातडी, अंगावर जागोजाग साकळलेले रक्त, काळे निळे डाग आणि जखमा. त्या साऱ्या कळा-वेदनांच्या टाक्यांनी शरीर जागोजाग शिवले गेलेले.

ते दोन जीव तसेच ग्लानीत, बेहोषीत पडलेले. तिथे अंधाराच्या आडोशाला दुर्गंधीही लपून बसलेली. हिऱ्यामाणकांच्या माळांनी वाकलेल्या, सजवलेल्या घोड्यावरून रायगडावर रपेट मारणाऱ्या आपल्या धाकट्या बंधूराजांची राणूसाहेबांना आठवण झाली. आणि त्याच राजकुमाराला त्यांनी आज या अवस्थेत बघितले, तसा त्यांच्या पोटात भीतीचा गोळा गरगर फिरू लागला. त्या दुःखाने खाली वाकल्या. नदीतल्या

एखाद्या उंचवट्याच्या जागेवर वासरू अडकून पडावे, सभोवार महापुराचा वेढा पडावा आणि अलीकडच्या काठावर अडकवलेली गाय मोठमोठ्याने हंबरावी तशा राणूआक्का ओरडल्या, "शंभूऽ... बाळराजाऽ... शंभूराजाऽऽ!..."

एका दशकाच्या अंतराने राजांच्या कानावर ती गोड हाक पडली होती. आपल्या भगिनीच्या त्या आर्त कळवळ्याने शंभूराजे धाडकन उठून उभे राहिले. क्षणभर त्यांच्या अंगातल्या कळावेदना कुठच्या कुठे पळून गेल्या. अंगावरच्या बेड्या हर्षाने खळाळल्या. राजे पुढे धावले. त्यांनी राणूआक्कांना मिठी मारली. रायगडचा राजकुमार आणि शिवाजीराजांचा पुत्र असलेल्या आपल्या कुंकवाच्या धन्याची भिकाऱ्यापेक्षाही विचित्र झालेली ती अवस्था पाहून दुर्गाबाईंचाही धीर सुटला. त्यांनीही राजांना, त्या श्रमलेल्या मांसाच्या गोळ्याला मिठी मारली. त्या धाय मोकलून "राजे ऽ राजे" असा आकांत करू लागल्या. दहा वर्षांची कमळजा आजवर मराठ्यांचा राजा असलेल्या आपल्या बापाच्या शौर्याच्या कहाण्या ऐकून होती. पण आपल्या पित्यावर ओढवलेल्या वज्राघाताची ती दुर्दैवी तऱ्हा पाहून तीही दुःखाने मोडून गेली होती. राजांच्या शरीराचा दिसेल तो भाग कवेत घेण्याचा प्रयत्न करीत, त्या प्रियजनांच्या मेळ्याला मिठी मारत कमळजाही रडू लागली, "बाबाऽ! बाबाऽ!..." बकुळफुलांचे झाड सोसाट्याच्या वाऱ्यात सापडावे आणि त्याच्या सर्वांगावरून फुलांचा सडा खाली ओघळून पडावा, तसा बराच वेळ त्या चार जिवांचा अखंड अश्रुपात सुरू होता.

दुःखाची पहिली सर सर्वांना चिंबओली भिजवून गेली. राणूआक्का आणि दुर्गाबाईंना अजून हुंदके आवरत नव्हते. राजे बोलले, "राणूआक्का, किती किती कराल काळ हा? ह्या दुर्दैवानं आम्हांला कोठून कोठे फिरवून आणलं? नाही तर आक्कासाहेब, ह्या दुष्ट औरंगजेबाच्या कातडीत भुस्सा भरून त्याचं मांस घारी-गिधाडांच्या पुढ्यात टाकायचे आणि मनुष्याबरोबर देवादिकांनाही मुक्त करायचे इरादे होते आमचे!"

"शंभूराजे, काय बोलावं तेच समजत नाही! एक ना एक दिवस हे दुष्टपर्व संपेल, आम्ही रायगडावर येऊ, सुवर्णसिंहासनावर बसलेल्या आमच्या बंधूराजांना पाहू, असे एकमात्र स्वप्न आम्ही उराशी बाळगून होतो. त्या धुंदीतच आम्ही एका दशकाचा दीर्घ बंदीवास प्रिय मानला होता, राजे!"

राजांचे डोळे ओलावले. ते करुण स्वरात बोलले, "माफ करा आक्कासाहेब आणि दुर्गाराणी! तुमच्यासाठी आम्ही काहीच, काहीच करू शकलो नाही—"

"शंभूराजे, असं बोलू तरी नका. खूप खूप लढलात आपण. अगदी भरलेल्या मेघासारखं कोसळून पडलात आपण त्या पापी औरंग्यावर!" राणूबाई बोलल्या.

"आम्ही जरी राजबंदी स्त्रिया असलो तरी आम्हांला इथल्या लगबगीच्या हालचालींवरून बाहेरच्या वाऱ्याची दिशा समजत होती!" दुर्गाबाई बोलल्या,

"इतकंच कशाला, शंभूबाळ, औरंग्याच्या छावणीसंगे फिरताना आमचे डोळे नि कान उघडेच होते. गेल्या सातआठ वर्षांत तुमच्या धडाक्यानं औरंगजेबाची माणसंच काय पण जनावरंही धास्तावून चाचपडत होती. आभाळात चांदण्या जरी चमकल्या, तरी पातशहाच्या जनावरांना त्या जागी मराठ्यांच्या भालेबरच्या दिसायच्या!—"

शंभूराजांनी आपल्या काळजातली वेदना बोलून दाखवली; "दुर्गा, राणूआक्काऽ, बाळ कमळजा, तुम्हा तिघींना स्वराज्यात नेण्यासाठी आम्ही जिवाचा अगदी आटापिटा केला होता. अनेकदा अहमदनगरच्या किल्ल्याच्या भोवतीने आमच्या दहा-दहा, वीस-वीस हजारांच्या फौजांनी चकरा काढल्या होत्या. स्वत: हंबीरमामांनीही कडोविकोडीचा यत्न करून पाहिला. शेवटी किल्ल्यात जाणारा खंदक खोदण्याचीही आम्ही गुप्त योजना आखली होती. पण वैऱ्याला धोक्याची जाणीव झाली आणि त्यानं तुम्हांला इकडे बहादूरगडाकडं हलविलं. देवानं आणि दैवानं खैर केली असती, निदान चार-दोन महिन्यांसाठी तुमची पावलं आमच्या राजधानीला लागली असती, तर आम्ही धन्य झालो असतो!"

किती बोलावे? काय बोलावे? —सर्वांची अवस्था पावसात ओल्याचिंब भिजलेल्या वेलींसारखी झाली होती. आपल्या पित्याच्या फाटक्या पेहरावाकडे, अर्धवट वाढलेल्या डोईदाढीच्या केसांकडे पाहून कमळजा गांगरून गेली होती. पण त्याच पित्याच्या डोळ्यातले तेजस्वी पाणी पाहून तिचा ऊर अभिमानाने भरून येत होता. राजांनी कमळजाला जवळ बोलावले. आपल्या जखमी, मळकट ओंजळीत तिची हनुवटी पकडली. तिचा एक गोड मुका घेतला. आणि दुसऱ्याच क्षणी त्यांनी आपल्या लेकीला आलिंगन दिले. छातीशी जोराने कवटाळले. ते कळवळल्या सुरात बोलले— "बाळ, किती थोरली झालीस तू! तिथं आता रायगडाकडं आपण सारे असतो तर? - आमच्या लाडक्या कन्येचं लग्न एव्हाना आम्ही कोणा राजकुमाराशी थाटामाटात करून दिलं असतं. मंगलअक्षताबरोबर हर्षाच्या तोफांनी गडगडाट केला असता तिकडं, पोरी!..."

राणूआक्कांनी शंभूराजांच्या केसांत मायेनं बोटं रोवली. तिथेही अर्धवट वाढल्या केसांत त्यांना जखमांचे खोल व्रण आढळले. त्या समजुतीच्या सुरात म्हणाल्या, "राजेऽ, हेही दिवस जातील. शांत राहा."

"आक्कासाहेब, काळानं असे कठोर तडाखे आम्हांवरच का मारावेत? कसल्या ह्या अशुभ, घातकी वेळा म्हणायच्या? आमच्या ह्या लेकीला याआधी आम्ही कधीच भेटलो नव्हतो. तिला आज प्रथमच पोटाशी धरताना आनंदानं छाती भरून जाते. पण कसलं म्हणायचं हे दुर्दैव? जगाच्या इतिहासात असेल असा कोणी राजा जो आपल्या दहा वर्षांच्या राजकन्येला आयुष्यात पहिल्यांदाच भेटतो आहे, तेही पुन्हा कधी न भेटण्यासाठी?"

शंभूराजांच्या त्या उद्गारांनी सर्वांचे काळीज कालवून गेले. इतक्यात पहाऱ्यावरचा फौजदार दुलारसिंग यमदूतासारखा आत डोकावला. खाकरत मोठ्याने सांगू लागला— "जल्दी करो. आप सबके लिए वखत बहुत थोडा है..."

फौजदाराच्या त्या कठोर इशाऱ्याने सर्वांना दुष्ट काळाचा जबडा दिसला. त्या स्वर्गीय मिलाफातील क्षणभंगुरतेची जाणीव झाली. शंभूराजे दुर्गाबाईंचा स्निग्ध हात हाती धरत बोलले, "दुर्गा, एक स्त्री म्हणून, एक पत्नी म्हणून नव्हे, तर एक मानवी जीव म्हणून सुद्धा तुम्हांला आम्ही कोणतंच सुख देऊ शकलो नाही."

"राजे, जे लाभलं, वाट्याला आलं तेही खूप होतं. शिवाजीराजांची सून आणि शंभूराजांची पत्नी ह्या शब्दांचा लोकांकडून मिळणारा गोड आहेर स्वर्गसुखापेक्षा काय कमी प्रतीचा आहे?"

आक्कासाहेब पुढे सरकल्या. त्यांनी गडबडीने विचारले, "काय, काय हवं आहे त्या दुष्ट राक्षसाला?"

"राणूआक्का, दुर्गा, पातशहानं अनेकदा निरोप धाडला आहे. तुमच्यासकट आम्हांलाही जीवदान द्यायला तो तयार आहे."

"पण कशाच्या बदली?" दुर्गाबाई आणि राणूबाईंनी एकदम विचारले.

"आम्ही आमच्या स्वराज्यातल्या महत्त्वाच्या सर्व किल्लेदारांना इथं बोलावून घ्यायचं. सर्व गडदुर्गांच्या चाव्या आणि ताबे खानाच्या अंमलदारांकडं सोपवायचे. आणि आपला हा मुलूख, ही माती सोडून दूर निघून जायचं! हिंदुस्थानच्या दुसऱ्या कोणत्याही भागात पातशहा आम्हांला खास जहागीर द्यायला आणि जिंदगीभर ऐषोआरामाची सोय करायला तयार आहे."

"नाहीऽ, नाही! अजिबात नाही! स्वतःचा प्राण गमावलात तरी एकही किल्ला खाली करू नका." दुर्गाबाई ओरडल्या.

"आपल्या आबासाहेबांच्या वचनापासून बिलकूल फारकत घेऊ नका—" आक्कासाहेब बोलल्या.

शंभूराजे उदासवाणे हसत बोलले, "दुर्गाराणी, पातशहाच्या मेहरबानीनं किती दीर्घकाळानं भेटतो आहोत आपण. त्याची अशीच मर्जी राखली तर आपली सुटका होईल. सधवा म्हणून उरलेलं आयुष्य काढाल तुम्ही."

दुर्गाबाईंना जोराचा हुंदका फुटला. त्या शंभूराजांना हात जोडत कळवळून रडत म्हणाल्या, "नका राजेऽ, थट्टेतही असं बोलू नका. आमच्या मामंजीसाहेबांच्या – शिवाजीराजांच्या ध्येयस्वप्नांपुढं सधवेपणाची काय तमा? नाही तरी राजेऽ गेल्या दहाबारा वर्षांत वैधव्यात राहायची सवय जडलीच आहे या शरीराला. उरलं आयुष्य कसंही काढू."

"खरं आहे, शंभूबाळ! आमचे प्राण वाचोत वा जावोत, पण आमच्या प्राणांच्या

मोहापायी आबासाहेबांच्या इभ्रतीला धक्का पोचेल असा कोणताही कौलकरार करू नका.'' राणूबाईंनी निक्षून सांगितले.

तितक्यात त्या मोडक्या दरवाजावरचे पहारेकरी बाहेरच्या चौकटीवर लाकडाचे ठोसे मारू लागले. वेळ संपल्याचे इशारे देऊ लागले. ताटातुटीच्या केवळ कल्पनेनेच सर्वांचे काळीज चरकले. राणूआक्का, शंभूराजे, दुर्गाबाई, कमळजा अशा चौघांनीही कडे करून एकमेकांना मिठीत घेतले. आवेगाने एकमेकांचे मुके घेतले. ''बाबाऽ बाबाऽ'' करून आकान्त करणाऱ्या कमळजाच्या डोळ्यांतून घळघळ वाहणारे अश्रू शंभूराजांनी बघितले. प्रीतीसाठी तहानलेल्या त्या चार जिवांनी एकमेकांच्या मुक्यांबरोबर एकमेकांचे अश्रूही पिऊन टाकले.

त्या तिघीही शंभूराजांकडे अश्रुभरल्या डोळ्यांनी पाहत हळू हळू मागे सरकू लागल्या. तितक्यात बाजूच्या कोपऱ्यातून कलशांची हाक आली, ''राणूआक्काऽ''

त्या हाकेसरशी राणूबाई चमकल्या. कविराजांच्या दिशेनं झप झप पावले टाकत पुढे गेल्या. कलशांना प्रेमाने जवळ करत गहिवरून बोलल्या,

''कविबुवाऽ सुखात, दुःखात, बदनामीमध्ये आणि आता मरणाच्या दारात सुद्धा तुम्ही आमच्या शंभूबाळांची संगतसोबत केलीत. पुढच्या जन्मी आमच्या शंभूबाळांचे मित्र म्हणून नव्हे तर आमचेच सख्खे बंधू म्हणून जन्माला या.''

दुर्गाबाई आणि कमळजाने कवी कलशांच्या पावलांचे दर्शन घेतले. कविराजांचा कंठ दाटून आला. ते बोलले, ''दुर्गाभाभीऽ राणूआक्काऽ सह्यपर्वताच्या दऱ्याखोऱ्यांत अजून औरंग्या विरोधी जंग करणाऱ्या आमच्या साथीदारांना ह्या कलशाचा कोणाकडून तरी सांगावा धाडून द्या.

फाँसी की फाँस गले से लगाय चले हम मौज की चाल सदही
जानि परै अजहूँ पग के तल लोहे की कील सतेज गड़ाही
लोभ नही जिनगी का कभी था पै होती जो हाथ खड्ग दुधारी
साथ तुम्हारे महारण में लडता नितही बन वीर जुझारी।''

(मस्तीत चाललो फाशीच्या फंदावरूनी
तळपायामाजी खिळे अजूनी कुरकुरतात
गड्यांनोऽ जिंदगीचा लोभ कधी नव्हता आम्हा
परी अजून हवी होती तेग हातात
जंगेमैदान जागवित अजुनी झुंजलो असतो
तुमच्याच सहवासात!'')

९.

उजाडले तरी सूर्य कुठे आहे, संभाजी हाताशी लागला तरी मरगठ्ठ्यांचा मुलूख कबजात कुठे आहे, अशी अवस्था औरंगजेबाची झाली होती. प्लेगच्या साथीमध्ये औरंगाबादी मेहल त्याला सोडून गेली होती. त्यामुळे तो आधीच काहीसा हळवा बनला होता. एकीकडे नाठाळ संभाला कैद केल्याचा आनंद खूप होता, पण दुसरीकडे शहजादा मुअज्जमला बंदीखान्यात कैदी म्हणून फेकावे लागले होते. शहजादा अकबरासारखा प्यारा शहजादा त्याला कायमचा पारखा झाला होता. इराणच्या शहाची मदत घेऊन तिकडून हिंदुस्थानवर स्वारी करण्याच्या वल्गना करत होता. झुल्फिकारखान आणि शहजादा आझम सह्याद्रीच्या पर्वतरांगामध्ये वेगाने जाऊन पोचले होते खरे, पण त्या आघाडीवरूनही अद्यापी खुषीच्या फारशा वार्ता येत नव्हत्या.

दैवाने औरंगजेबाचे हसेच करून सोडले होते! रात्रीच्या खान्यावेळी पातशहा अलीकडे न चुकता उदेपुरी आणि शहजादी जिनतउन्निसा यांना सोबत घ्यायचा. त्यांच्याशी हृद्गत व्यक्त करताना त्याला हलके हलके वाटायचे.

पातशहाचा आजचा नूरही फारसा ठीक दिसत नव्हता. तो तक्रारीच्या सुरात आपल्या शहजादीला बोलला, "जिनत, खूप कोशिश केली आमच्या अंमलदारांनी, पण तो निकम्मा काफरबच्चा निघाला ठार उलट्या कलेजाचा!"

"क्यूं, अब्बाजान?"

"आखीरकार तो पत्थर काही पिघलला नाही. खुफिया लोगोंसे पता चला, संभाची औरत, बेहन आणि बेटीही खूप जिद्दी, घमंडी आहेत. सबके सब फाँसी के तख्त पे चलने के लिए तैयार है. लेकिन समझोता नही चाहते."

"अब्बाजानऽ, धीरज रखिए. सारं काही ठीक होईल."

"नही, बिटियाँ. संभा तो शैतानही है. तुझ्या नजरेच्या कोन्यात त्या जहन्नमीबद्दल तू थोडासुद्धा रहम बाळगू नकोस."

पातशहाचे कान तसे बाहेरही होते. कालपासून शहाबुद्दीनखान खूप बिनसल्यासारखा बाता करत होता. येनकेन प्रकारेण संभाला सबक शिकवायच्या गोष्टी मनात आणत होता. तोळामासा प्रकृतीची उदेपुरी मघापासून थोडी दूरच होती. तिने पातशहा आणि शहजादीच्या संवादात भाग घेतला नव्हता. इतक्यात महालाच्या बाहेर काही खोजे आणि दासी लगबगीने येऊन पोचल्या. त्यांच्याशी उभ्या उभ्या गोष्टी करून उदेपुरी आत आली, तेव्हा तिची चर्या खूपच लाल दिसत होती.

उदेपुरी रागाच्या कैफातच औरंगजेबासमोर येऊन उभी ठाकली. त्याच्या डोळ्याला

डोळा देत ती बोलली, "पातशहा सलामत, मनुष्याच्या जुलूमजबरदस्तीला काही मर्यादा आहेत की नाही? एकेकाळी दारासारख्या पाक आणि जिंदादिल शहजाद्याशी माझी शादी झाली होती. त्याचा कत्ल करून त्याच्या तख्तासकट आपण मला छिनून घेतलंत. तख्त बेचारं लकडीचं होतं. पण माझ्या जजबातची आपण कधी परवाह केली नाही. पण ते सारं गिळून पुरी जिंदगी शहेनशहांची मर्जी राखण्यासाठी मी जुलुमाची शेज सजवत राहिले. केली कधी तक्रार?"

"खामोश बेगमऽ तुझे आज क्या हो गया है?" औरंगजेब भयंकर संतापून एकदा उदेपुरीकडे आणि एकदा शहजादीकडे बघू लागला.

"ऐकू देत शहजादीला. ती काही नासमज लडकी नव्हे. लेकिन हजरतऽ, ज्या माणसानं आपल्या शोहरचा भरल्या बाजारात कत्ल केला, त्याचीच शेज सजवत जन्मभर जुलूम सहन करायला सुद्धा हौसला लागतो. पण आता त्याची अगदी हद्द झाली आहे—"

"लेकिन ऐसा क्या हुआ बेगम?"

"आपका कुत्ता शहाबुद्दीनखान, ऊठसूठ बड्या बड्या बाता करण्यात ज्याची हयात गेली, संभा डावीकडून येतो आहे असं कळताच उजवीकडे भागणारा चुहा! — उसकी इतनी मजाल?"

"क्या हुआ? बताओ तो सही—" पातशहाचा आवाज खूपच वाढला.

"त्या बुढ्ढ्या शहाबुद्दीनने आज संभाकडे म्हणे पैगाम धाडला आहे. बऱ्या बोलानं किल्ल्यांच्या चाव्या दे. ताबा दे. नाही तर भरल्या बाजारात तुझ्या औरतींवर हशम आणि गुलामांची पोरे सोडू. त्यांची अब्रू लुटू."

"बस् इतनाही? मुझे लगा आपके माथे पे अस्मान गिर पडा था." पातशहा शांत होऊन खाली बसला. उदेपुरीच्या रागाचा पारा मात्र चढतच गेला. शहजादीही रागाने गोरीमोरी झाली होती. त्या दोघींची समजूत काढत पातशहा बोलला,

"इतकी बहस करायचं तुम्हा दोघींना काय कारण? किती फक्र कराल त्या संभाची! कुत्ता क्या और कैदी क्या - दोन्हो बराबरऽ!"

आता मात्र उदेपुरीच्या रागाने परिसीमा गाठली होती. ती सरळ पातशहाला सन्मुख बसली. उभ्या जिंदगीमध्ये प्रथमच ती आपल्या हजरतशी असा वाद घालत होती, "ती दुर्गा— ती राणू. हा काही फक्त संभाजीचा जनाना नव्हे. त्या शिवाजीच्या लेकीसुना आहेत. पातशहासलामत, त्या शिवाने जिंदगीभर खूब दंगाफसाद आणि खूनखराबाही केला. पण त्याने कोणा इस्लामी माँबेहेनींच्या अंगाला स्पर्श केला नाही. शिवाच्या ह्या सचाईबद्दल त्याच्या मौतीनंतर आपण त्याची जाहीर तारीफ केली होती. तो संभा बडा बदफैली आहे. इष्कबाज, दारूबाज आहे अशी गवाह मरगठ्ठ्यांचे बडे बडे शास्त्रीपंडितही देतात. पण तशी तक्रार कोणा मुसलमानाने

कधीच केलेली नाही. उलट इस्लामच्या माँबेहेनना संभाने जिंदगीभर आपल्या बापाप्रमाणेच इज्जत दिली आहे.''

त्या जनानी हल्ल्यापुढे पातशहा दबून गेला. त्याने तात्काळ शहाबुद्दीन खानाकडे आपली अक्कल आवरण्याचा संदेशा पाठवून दिला. त्यामुळे बुड्ढा शहाबुद्दीन भानावर आला.

दिवस पालटत होते. महाडकडून वरचेवर झुल्फिकार खलिता पाठवायचा. आज आपली घोडी बिरवाडीला जाऊन भिडली. उद्या अवचितगडापर्यंत जाऊन आलो. तळ्याच्या किल्ल्याला वेढा दिला आहे. ते खलिते वाचून औरंगजेब असदखानावर ओरडायचा, ''क्या आपका बेटा मुझे नक्शा पढनेका तरीका बता रहा है?''

झुल्फिकार रायगडावर सरळ हमला करायला घाबरत होता. महाराणी येसूबाईही शरण जायची चिन्हे दिसत नव्हती. पातशहाच्या हैराण मनाला अजिबात शांती वाटत नव्हती. संभाजीराजांवरचा त्याचा गुस्सा यत्किंचितही कमी झाला नव्हता. तो शहजादीकडे पाहत वैतागून म्हणाला, ''जिनतऽ आज त्या पापी संभाला मुकर्रबखानाने कैद करून वीस दिवस झाले. दारासारख्या सग्या भावाला दोनतीन दिवसांच्या आत कत्ल करून जेहन्नममध्ये धाडणारा हा शहेनशहा औरंगजेब; त्या काफराला वीस दिवस लोटूनही कसा जिंदा ठेवतो, या कल्पनेनं काही बुजुर्ग बावरतात. शहेनशहा डरपोक निघाला अशी गैरसमजूत करून बालबच्चे चोरून का होईना, हसतात. आमचा मजाक उडवतात. शहेनशहाची अशी नाचक्की याआधी कधीच झाली नव्हती.''

''मेरे आका, तुमचा जीव काही त्या संभामध्ये नव्हे, तर मरगठ्ठ्यांच्या किल्ल्यात अडकला आहे.'' उदेपुरी बोलली.

''नही तो क्या बेगम? उद्या रामशेजच्या हिशोबाने एकेका किल्ल्यावर निशाण गाडण्यासाठी जर सहा-सहा वर्षं लागणार असतील, तर ही जिंदगी पुरेल मरगठ्ठ्यांचा मुलूख जिंकायला?''

''अब्बाजानऽ, तर आपण स्वत: का जाऊन भेटत नाही त्या संभाला. जे तलवारीनं जमलं नाही ते तुम्ही जिभेच्या मिठ्या कटारीनं पैदा कराल. आपल्या शब्दांची ताकद आपण अकबरभैय्याला लिहिलेल्या खलित्यांतून मी अनेकदा जाणली आहे.''

''लेकिन फिर भी शहजादी, हिंदुस्तांका पातशहा बंदीखानेमे जायेगा, वो भी उस मामुली काफरबच्चासे मिलने?'' औरंगजेबाच्या कपाळावरच्या आठ्या खूपच भीतिदायक वाटत होत्या.

१०.

एके दिवशी आपल्या महालामध्ये पातशहाने दंगा सुरू केला— ''सबके सब बेवकूफ आहेत. कशाचे पहारे करता? कसला कडा बंदोबस्त ठेवता? दुश्मनांचे काही जासूद आपल्या बहादूरगडापर्यंत पोचले असल्याची खबर आली आहे. त्यांची इतकी हिंमत होतेच कशी?'' ती असंभाव्य गोष्ट खरेच घडली आहे, हे लोकांच्या गळी उतरविण्यासाठी औरंगजेबाने कांगावा सुरू केला होता. ''उस करीमखाँ को बुलावो. उस शैतान बरामद को बुलावो. वो पागल दस्तगीरखाँ कुठे गेला?'' औरंगजेबाने आपल्या दहाबारा अंमलदारांना रात्रीचेच महालात बोलावून घेतले. पहाऱ्यातील ढिलाईबद्दल त्यांची खूप नालस्ती केली. तेव्हा एकदोघे हिंमत करून बोलले,

''जहाँपन्हाँ, आपण हवं तर बंदोबस्त स्वत: येऊन बघा.''

''क्यूं नही? तुमची नादानी बघून आम्हांला आता रात्रीचं गस्तीवाल्यासारखं फिरावं लागणारच.'' असे बोलून पातशहा थांबला नाही. तो लागलीच बाहेर पडला.

त्या रात्री पातशहाने अनेक चौक्यापहाऱ्यांचे निरीक्षण केले. दुसऱ्या रात्रीही फेरफटका मारला. तिसरी रात्र तर बहादूरगडवासीयांना नित्याचीच वाटली. ज्या बाजूला ते खतरनाक राजबंदी बंदीखान्यात अडकवले होते, तिकडे सहज तपास करता करता पातशहा जाऊन पोचला. सोबत फक्त असदखान होता. तेथे असे पोचण्यापूर्वी कवी कलश आणि शंभूराजांच्या दंडापायातले साखळदंड कूडाच्या मेढींना नीट बांधले आहेत किंवा कसे, राजबंदी ढिले तर नाहीत नव्हे, या साऱ्या व्यवस्थेची पातशहाने आधीच खात्री करून घेतली होती. मगच त्या अंधारगुहेत पाऊल टाकले होते.

बंदोबस्ताचे वरपांगी नाटक करत पातशहा त्या दोघा राजबंद्यांकडे येऊन पोचला होता. त्या दोघांचे अन्नसेवन खूपच कमी झालेले. मारझोडीने त्यांच्या अंगावरची वस्त्रे फाटलेली. दशा दशा झालेली. परंतु त्यांच्या ताठ मानेतली गुर्मी आणि डोळ्यांतला खुन्नस जराही कमी झाला नव्हता. वजीर पाठीमागे थांबला. चिडियाघरात बांधलेल्या सिंहाच्या बछड्याकडे पाहावे, तशी पातशहाने शंभूराजांवर नजर लावली. राजांकडे गुश्श्याने, तिरस्काराने पाहत पातशहा बोलला, ''संभा ऽ जवाँमर्द, तीस वर्षं झाली असतील या गोष्टीला. माझ्या सग्या भावाची, शहजादा दाराची अशीच मरतुकड्या हत्तीवरून धिंड काढली होती मी दिल्लीच्या रस्त्यातून. तेव्हा त्या बेवकूफ इसमाच्या बेइज्जतीवर मी खुषीने खूप हसलो होतो.''

''पातशहाऽ तूच बेवकूफ आहेस. दारा एक भला, नेक आदमी होता. हिंदू आणि मुसलमान दोघांचाही प्यारा शहजादा.'' मधेच कवी कलश बोलले.

''पागल शायर, मुझे लगता है - तू तुझ्या जुबानवर ताबा ठेवलेलाच बरा!

नाही तर तुझी ही लाल, चुरूचुरू बोलणारी जीभ - मुझे जडसे उखडनी होगी.'' पातशहा कडाडला.

कलश थोडे चूप झाले. तेव्हा पातशहा पुढे बोलला, ''रयतेला भुरळ पाडायची कला त्या दगाबाज दाराला चांगली मालूम होती. त्यामुळेच दाराचा भर रस्त्यातला जुलूस बघून दिल्लीतले अनेक मर्द छाती पिटत होते. औरती भिंतीवर डोके आपटत होत्या. केवढा रोनाधोना चालविला होता आमच्या बेवकूफ रयतेने. और इधर शिवाच्या भूमीतून विदुषकाचा लिब्बास चढवून मी तुला मुर्ग्यासारखा नाचवत इकडे घेऊन आलो, तेव्हा माझ्या घोड्यांचा लगाम खेचायला कोणीही मायेचा पूत पुढं धावला नाही. बोल, ये तेरी हार है या जीत?''

''केवळ घातपात! बेवकूफ पातशहा, अशा घातापातांतून, रडीच्या डावातून पैदा केलेल्या गोष्टीला तू फतेह मानत असशील, तर तू गद्दारांचाच शहेनशहा ठरशील! हिंदुस्थानचा नव्हे—'' शंभूराजे बोलले.

''ये रग, ये मस्ती—?''

''का नाही, अजूनही हिंमत असेल तर आमच्या अंगावरच्या तोडून दाखव ह्या बेड्या. काढ मैदानात बाहेर तुझा कोणी सिपाहसालार, शहजादा, नाही तर पोता. होऊन जाऊंदे आमनेसामने जंग. आमच्या हातात नाचणारी तेगच तुझ्या सवालाचा चांगला जबाब देईल!''

पातशहा काहीच बोलला नाही. थोडा वेळ तसाच शांत राहून पुन्हा नेटाने बोलला, ''संभा, तुझ्या धिंडीच्या वखताला काय कमी दुनिया देखलीस? कौन कौन आले तुझ्या मदतीला? बेवकूफ राजा! अपनी प्यारी जिंदगी बचा. आरजू, हसरत, महत्त्वाकांक्षा ह्या साऱ्या गोष्टी म्हणजे छताला अडकवलेली काचेची नकली झुंबरं. एकदा फुटली की त्यांच्या काचा वेचायला सुद्धा कोणी थांबत नाही.''

शंभूराजे चूप होते. मात्र त्यांचे तांबूसजाळ वटारलेले डोळे पातशहावरून गरगर फिरत होते. त्यांची समजूत काढायचा प्रयत्न करीत औरंगजेब बोलला, ''दुनियादारीच्या तराजूमध्ये फक्त व्यवहार मोजला जातो! जो व्यवहार शिवाजीच्या सर्व जमाईराजांना समजला, तशी अक्कलहुशारी तुला कधी येणार? शिवाच्या जमाईराजांसारखा पातशाही फौजेत त्याच्या राजकुमाराचाही सम्मान राखला जाईल. मनातला आंदेशा काढून टाक. आम्हांला आपले मान!''

''ती नादान धिंड काढून आपण आमचा किती सन्मान केलात हे जगाला चांगलं ठाऊक झालं आहे—''

''ती धिंड होती एक सबक, ना फक्त तुझ्यासाठी. पण अल्लातालाने आम्हांला बहाल केलेल्या ह्या सल्तनतशी जे कोण बदमाष नादानी करतील त्या सर्वांसाठी.''

शंभूराजे अधिक काही बोलले नाहीत. पातशहा आतून खूप उद्विग्न झाला

होता. शंभूराजांना त्याने जखडून वीस दिवस लोटले होते. हाताशी किल्ल्यांच्या चाव्या लागत नव्हत्या. झुल्फिकारखानाचा गुप्त खलिता आला होता— ''अजून रायगडचा किल्ला काबीज होत नाही. आम्ही महाडच्या बाजूला डेरा देऊन आहोत. रायगडला वेढा टाकायची बार बार कोशीस करत आहोत. परंतु धनाजी आणि संताजीचे खुफियां लुटेरे रात्री बेरात्री टोळधाडीसारखे धावून येतात. खूप बरबादी करतात. सह्याद्रीत घुसण्यात आमची फतेह झाली आहे, पण त्यांचे किल्ले हासिल करणे एवढ्यात मुमकीन दिसत नाही.''

तो मजकूर हवालदिल करणारा होता. रायगडची राणीही शरण यायचे नाव नव्हते. काहीही करून थोडेफार यश मिळणे आवश्यक बनले होते. आपल्या लाघवी भाषेची मोहिनी शंभूराजांवर टाकायचा प्रयत्न करीत औरंगजेब बोलला, ''संभाऽ तुझ्या बापाचा, त्या काफर शिवाचा मला नेहमीच हेवा वाटत आला आहे—''

शंभूराजांनी औरंगजेबाकडे बिथरल्या नजरेने बघितले. पातशहा बोलला, ''एका जंगली चुव्याने, मामुली जमीनदाराने मरगठ्ठ्यांची सल्तनत उभी करावी, ही गोष्ट किती बहादुरीची!''

''पातशहाऽ माझ्या पित्याची दौलत म्हणजे कोणा घमेंडखोर सुलतानाची राजगादी नव्हती. ते गोरगरिबांचं, त्यांच्या ध्येयस्वप्नांचं राज्य होतं.''

काहीशा भारावल्या सुरात औरंगजेब बोलला, ''कितना खुशकिस्मत तो शिवा, ज्यानं तुझ्यासारख्या होनहार बच्चाला जन्म दिला. तुझा खूब नाझ वाटतो आम्हांला! आदमी अनुभवानं शहाणा होतो. ठेच लागल्यानं सावध होतो. तू तर मला आठ वर्षं गरगर फिरवलंस. त्या अनुभवाच्या नतीजा म्हणून मी खुली कबुली देतो शहजादे, ही तारीफ नव्हे हकीकत आहे. आपल्या बापानंतर मरगठ्ठ्यांच्या गादीसाठी तू जसा आमच्याशी आठ सालांचा कडा मुकाबला केलास, किल्ले झुंजवत ठेवलेस, दर्याचे पाणी पेटवलेस, तशी जरी थोडीफार हैसियत माझ्या चार शहाजाद्यांपैकी कोणा एकामध्ये असती तर— ?''

शंभूराजांनी खोलवर श्वास घेतला. ते पातशहाच्या डोळ्यांकडे आपली बेदरकार नजर लावत बोलले, ''अवरंगशहाऽ अशी वरपांगी तारीफ करण्याऐवजी तुला काय हवं, ते साफ दिलानं सांगून मोकळा हो.''

''तुझा अव्वल खजाना कुठं आहे?''

''गडा-गडावर.''

''आमच्या फौजेतले कोण कोण शैतान तुला सामील आहेत?''

''माहीत नाही.''

''घमंडी संभा, अजून होशमध्ये ये. एका बेवकूफ शायराच्या नादी लागून नादान बनू नकोस. तुला अंदाज नाही. अभीतक आमच्या झुल्फिकारखानाची चाळीस

हजार घोडी तुझ्या मुलखात पुरी घुसली असतील. त्यांनी रायगडाला वेढाही घातला असेल."

"बेवकूफ पातशहा, आमचा रायगड ठिसूळ मातीच्या ढिगाऱ्यांपासून बनवलेला नाही."

"पोलादाचा असला तरी त्याला पिघलवून टाका, असा हुक्म देऊनच मी झुल्फिकारला तिकडं धाडला आहे."

"पत्थराचा आहे म्हणूनच सांगतो- तो दुभंगणारसुद्धा नाही."

"बेमुर्वत काफरबच्चा, आपली जान बचावो. कोणाच्या आणि कशाच्या जोरावर तू इतकी घमेंड करतोस? तुझ्या मुलखात, दरीदरीत आमच्या फौजा घुसू लागल्या आहेत. आणि इकडे जरा बारीकीसे जाँच कर. तुझ्या मुलखातले सारे वतनदार आमच्या वळचणीला धाव घ्यायला लागले आहेत."

"वतनाच्या तुकड्यासाठी जी जी करणारे काही वतनदार म्हणजे महाराष्ट्र नव्हे! मर्दांचा खरा महाराष्ट्र झुकणार नाही, वाकणार तर नाहीच नाही!"

पातशहाने आवंढा गिळला. तो पुन्हा एकदा अट्टहासाने बोलला, "संभा, तुझ्याकडून मला फक्त दोनच गोष्टी हव्यात. एक फितुरांची फेरिस्त आणि सह्याद्रीतल्या सर्व बळकट किल्ल्यांच्या चाव्या, ताब्यांसह!"

पातशहाच्या त्या आर्जवाने शंभूराजांना त्याही स्थितीमध्ये हसू फुटले. औरंगजेबाची खिल्ली उडवत संभाजीराजे बोलले, "मूर्ख पातशहा, अरे सह्याद्रीच्या अंगाखांद्यावरचे आमचे बळकट किल्ले ही तर आमची शोभा, सामर्थ्य आणि गंडस्थळं! कोणाकडे काहीही मागायची बेवकूफी करतोस? उद्या तू ईदच्या चांदकडं जोगवा मागशील, अस्मानातल्या साऱ्या चांदण्यांचा वेल खुडून दे म्हणून! आहे ते मुमकीन?"

शंभूराजांच्या त्या जाबसालावर कोपऱ्यातून हास्याचे फवारे सुटले. कवी कलश पातशहाच्या बेवकूफीवर मनापासून हसत होते. शंभूराजांकडून आणि कविराजांकडून होणारा उपमर्द, उपहास, चालवली गेलेली आपली कुचेष्टा पाहून पातशहा आतून खूप बिथरला. त्याला रामशेजच्या किल्ल्याची याद आली. एका रामशेजने साडेसहा वर्षांत नामोहरम केलेले आपले सर्व नामचंद सरदार डोळ्यांपुढे उभे राहिले. ह्या हिशोबाने मराठ्यांचे सर्व बलाढ्य किल्ले जिंकायला अजून किती काळ द्यावा लागेल? — या विचाराने पातशहा मनातून घाबरून गेला. तरीही त्याने आपल्या राजबंद्यांपुढे आपली कैफियत मांडली, "संभाऽ तू एका गोष्टीचा विसर पडू देऊ नकोस. दयामाया, प्यार मुहब्बत अशा झुठ्या जळवा आम्ही आमच्या कलेजाला कधीच चिकटवून घेत नाही. उघड्या सत्याचे पुजारी आहोत आम्ही. तुझ्याशी वादा करतो, तुझ्या साऱ्या बड्या किल्ल्यांचा ताबा तू माझ्या अंमलदारांच्या कबजात दे. आणि तुझ्या ह्या दोस्तासकट अय्याशी करण्यासाठी ही सरजमीन सोडून तू

कोणत्याही मुलखात निघून जा.''

''वाऽ पातशहा!'' कवी कलश खदखदून हसले.

''ये मजाक नही है बेवकूफ शायर! हवं तर कुराणे शरीफवर हात ठेवून आम्ही तुम्हांला वचन देतो—''

पातशहाकडे पाहत शंभूराजे छद्मीपणे हसले. ते म्हणाले, ''आमच्या गडदुर्गांच्या चाव्या हासिल करण्यासाठी तू खूपच बेताब दिसतोस पातशहा! न लढता, सरळ किल्ल्यांचा ताबा तुझ्याकडे द्यायचा म्हणतोस?''

''बिलकूल.''

''अशी फुकाफुकी आणि विनासायास मुलूखगिरी करायची, तर तू तिकडं उत्तरेत का जात नाहीस? तिथे तुझ्यासारख्या ऐतखाऊ अवलादींना किल्ल्यांच्या चाव्या मिळतातच, पण त्याचबरोबर नक्षत्रांसारख्या आपल्या बहुबेटींचे हात दुश्मनांच्या हवाली करून दौलती बचावणाऱ्यांच्या अवलादी तिकडे राहतात. आम्हा मराठ्यांचा उसूलच वेगळा! आम्ही मराठे किल्ल्यावरील प्रत्येक दगडाला आपल्या गरम रक्ताचा शेंदूर पहिल्यांदा फासतो आणि त्यांचं रक्षण करता करता जळून खाक होतो.''

११.

''मेरे आकाऽ सियासतीच्या मामल्यामध्ये मी कधीच दखलअंदाजी केली नव्हती. पण नऊ-दहा बरस झाले. रोज मोहिमा, रोज नव्या जागी पाडाव. पातशहाचा डेरा असला म्हणून काय झालंऽ? ह्या खानबदोशीचा आता उबग आला आहे!'' उदेपुरी बोलली.

''शाही डेऱ्यात राहणाऱ्या माणसाची ही हालत! मग रोज जंगे मैदानातल्या धूर आणि धग सोसणाऱ्या शिपायांची काय तऱ्हा असेल, बेगम?'' पातशहाने उलटा सवाल केला.

बाजार त्रासले होते. जादा रोजमुऱ्यासाठी फौजी बेताब झाले होते. अनेक बेहेडे वाढीव पगारासाठी अडून बसले होते. त्या साऱ्या सवालांची चिंता पातशहाला सतावीत होती. उदेपुरी पुढे बोलली, ''आता बाकी काय राहिलं आहे? संभाही गवसला.''

''पण त्याचे किल्ले, त्याचा नादान मुल्क कुठे कबजात आला आहे?''

''तशी जरुरत पडली तर संभाला बरोबर घ्या.''

''दिल्लीकडं?''

''क्यूं नही?''

''बेगम, हा जंग आम्ही अशा चोटीला नेऊन सोडला आहे की, आम्ही

निम्म्यातून पळू म्हटलं तरी मुमकीन नाही. आमच्या पाठोपाठ मरगट्ठे धावत येतील. काय असेल ते असो. पण संभाच्या वा माझ्या तकदिरीचा जो काही फैसला असेल, त्याची अखेर या मिट्टीतच होईल !'' पातशहा कोरडे उसासे टाकत बोलला.

एके रात्री अचानक पातशहाला उपरती झाली. त्याला आठवले, कवी कलश म्हणजे संभाचा श्वास आहे, याची कल्पना मराठ्यांच्या प्रत्येक घरात, गावात आणि पोरासोरातही आहे. नेमका हाच धागा पकडला तर? पातशहा रात्रीचाच उठला. त्याची पावले महालाबाहेर पडली. गस्तीची पथके सावध झाली. बहुतेक शहेनशहा तपासणीच्या कामी बाहेर पडला असावा. फौजेत घाबरगुंडी उडाली. मात्र पातशहा त्या कुप्रसिद्ध बंदीखान्याकडे वळला नाही. त्याने रुहुल्लाखानाच्या डेऱ्यात मध्यरात्री एकट्या कवी कलशांना घेऊन यायचा फौजदाराला हुकूम दिला.

कविराजांची पावले डेऱ्यात आली. त्यांनी समोरच्या तक्क्याला रेलून बसलेला अस्वस्थ पातशहा बघितला, तसे कविराज मनापासून हसले. शंभूराजांना अलग पाडून कलशांना बोलवण्यामागचे रहस्य त्यांच्या तात्काळ लक्षात आले.

आजपर्यंत औरंगजेबाने कविराजांना आणि शंभूराजांना धमक्या, धाकधपटशा, खोटी वचने, तात्काळ जीवे मारण्याचे इशारे असे अनेक कडू काढे पाजून पाहिले होते. त्या कोणत्याही औषधीचा परिणाम त्या दोघांवर झाला नव्हता. म्हणून तर औरंगजेब कलशांना एकट्याला गाठून ही नवी तिरकी चाल खेळू पाहत होता. तैलबुद्धीच्या कविराजांनी सारा मतलब जाणला.

रुहुल्लाखानाच्या डेऱ्यात चिरागदाने जळत होती. त्याच्या तांबूसलाल उजेडात पातशहाची आणि खानाची मुद्रा काही औरच दिसत होती. कविराज आत येताच खानाने डोळ्यानेच खुणा केल्या. तसे कलशांच्या अंगाखांद्यावरचे बेड्यांचे बरेच ओझे खाली उतरवले गेले. पातशहाची पर्वा न करता खळखळून हसत, औरंग्याचीच खिल्ली उडवत कविराज बोलले, ''लोऽ एक बेवकूफ पातशहा एक नादान शायरसे सौदा करनेके लिए खुद चला आया.''

सलामीलाच कविराजांकडे हसून पाहात औरंगजेबाने सरळ सवाल केला, ''बोलोऽ कविराज क्या चाहते हो?''

त्यावर मनमुराद हसत कलश बोलले, ''शायर आणि कवींच्या मेंदूत मस्तीचा बारूद भरलेला असतो शहेनशहा! आमच्या दुनियेत सिंहासनाला कवडीइतकंही मोल नसतं. आमचा कैफ, आमची बेहोषी आणि बेखुदी म्हणजेच आमचं सिंहासन.''

पातशहाने कवी कलशांकडे दयेने पाहिले आणि उपहासाने हसत तो बोलला, ''पागलखान्याच्या फटीतून जे लोक बाहेर पळून येतात, त्यांनाच दुनिया शायर म्हणून ओळखते! तूही एक नादान शायर आहेस, बस्.''

“बिलकूल.”

“म्हणूनच तुला जागीर, हिरेजवाहरात अशी कसलीही चाहत असणार नाही.”

“जी हाँ, अंगावर लाज झाकण्याइतका लिबास आणि शंभूराजासारख्या दोस्ताचा नव्हे फरिश्त्याचा सहवास लाभला की माझ्यासारख्याला अजून दुसरं काय हवं?” कवी कलश बेपर्वाईने बोलले.

“लेकिन तू खाली शायर नाहीस. एक बम्मन आहेस. वोभी सीधासाधा बम्मन नव्हे तर कनोजका बम्मन.” कलशांच्या डोळ्यांत रोखून पाहत पातशहा बोलला.

“पण त्याने काय फरक पडतो?”

“तुम्ही कनोजवाले आपलं पोट जाळण्यासाठी देवाधर्माचं ढोंग रचता. गंगेकाठी तीर्थासाठी आलेल्या यात्रेकरूंना दौलतीच्या लालचेनं लुटता. त्यांच्या अंगावरचे गहने ओरबडून घेता, त्या यात्रेकरूंना बेचाऱ्यांना गंगेच्या वाळूमध्ये दफन करता, आणि त्यांना जन्नत मिळाली असा उलटा संदेशा त्या बदनसीब यात्रेकरूंच्या घरी पाठवून देता.”

“हुजूर, तुम्हांला काय म्हणायचं आहे?”

“तूही त्याच कनोजचा एक बम्मन आहेस. एक भुका प्यासा बम्मन!”

“लेकिन पातशहा— ?”

“तुझ्याकडं आमचं तसं छोटंसंच काम आहे. त्या संभाचा मुख्य दिवाण, वजीरे आझम म्हणून तुला सारे मरगठ्ठे ओळखतात. त्या संभासह तू गिरफ्दार झाला आहेस, ही खबर चारो तरफ केव्हाच फैलावली आहे. अभी बस्, आपको इतनाही करना है–”

“काय?”

“तुझ्या स्वतःच्या सहीशिक्क्यानं मराठ्यांच्या प्रत्येक किल्लेदाराला एक खुला हुकूमनामा धाडायचा. संभाजीनं आपली जान बचावण्यासाठी औरंगजेब पातशहाशी सौदा केला आहे, असं दडपून सांगायचं. ‘उसके मुताबिक किल्ले खाली करा. मोगलांच्या ताब्यात द्या’ असा हुक्म कळवायला मला— म्हणजे तुला कवी कलशला संभाने सांगितलं आहे, असा झूटा कांगावा करायचा.”

“खोटे हुकूम? शंभूराजांच्या नावे खोटे हुकूम?” कलश

“हां!, क्यूं नही? कंबख्त शायर’ ह्या एका छोट्याशा शाही सेवेबद्दल तुला मालामाल करू. बोलोऽ कौनसी जागीर चाहिए तुझे? - बरेली, ससाराम, कानपूर या आग्रा?” आपले इच्छित साधण्यासाठी घाईला आलेला पातशहा विचारू लागला.

कलशांनी पातशहाकडे उपहासाने आपादमस्तक बघितले. पातशहाच्या कुत्सित नजरेला आपल्या निर्धारी नजरेने जाळत कविराज उत्तरले, “पातशहा सलामत, आपण खूप कमीने आहात, हे तुमच्या शहजाद्या अकबरापासून अनेकांनी आम्हांला सांगितलं होतं. लेकिन आज तो मुझे पता चला, की आप तो दुनियाके सब

कमीनोंके, मक्कारोंके सरताज हो!''

"जबान संभालो, बेवकूफ!'' पातशहा कडाडला.

"अरे, स्वार्थासाठी सग्या भावांच्या पोटात आणि पाठीत खंजीर खुपसणारा बदमाष तू. आपल्या पंडित दारासारख्या हुशार भावाचं तू मुंडकं कापलंस. ते धुतलेलं ताजं मुंडकं एखाद्या खेळण्यासारखं मांडीवर घेऊन तू ते बराच काळ निरखत बसलास, इतका तू हैवान! आपल्या जन्मदात्या मातापित्याचं पिण्याचं पाणी तोडणारा तू एक हरामजादा. यारीदोस्तीचा खरा जलवा काय असतो, हे तुझ्यासारख्या निष्ठुर हृदयाच्या मनुष्याला काय कळणार?''

"ठहरो, पागल! खामखाह जिंदगी गमावून बसशील—''

"करून करून माझं काय वाकडं करशील रे, बुड्ढ्या कोल्ह्या?''

"पागल बम्मन - तुला फांसीच्या फंद्यावर लटकावेन मी.''

"छोड! अरे शंभूसारख्या एका दिलदार दोस्तासाठी ह्या नादान जिंदगीचा जुलूस केव्हाही आणि कसाही संपला तरी बेहत्तर!'' कलश गर्वाने उद्गारले.

त्या सडेतोड उत्तराने पातशहा काहिलीतल्या रसासारखा गरमागरम झाला. त्याने बाहेर चाबूक, कोयंडे घेऊन उभ्या असलेल्या आपल्या खोजांना आणि फौजींना आत बोलावले. कविराजांच्या अंगावर सपासप आसूड पडू लागले. काही काठ्याही पडल्या. त्यांच्या मस्तकातून रक्ताची धार लागली. जखमी जनावरासारखे कविराजांना तेथून बाहेर फरफटत ओढत नेले.

१२.

ज्या दिवशी पातशहाने बहादूरगड सोडायची तयारी केली, त्याच्या आदल्या रात्री फौलादखान हळूच पातशहाच्या कानाशी लागला, "जहाँपन्हाँऽ, संभा नही, तो संभाका दिवाण सही! शेवटी तो कलुशा फुटला आहे. साहेबस्वारींना स्वत: भेटून त्याला आपला मकसद खुला करायचा आहे.''

पातशहाचा स्वत:च्या कानांवर आणि डोळ्यांवर विश्वास बसत नव्हता. पण ह्या मार्गाने जरी अखेरीस यश मिळत असेल, तर ते त्याला हवे होते. त्यामुळेच औरंगजेब कलशांच्या भेटीस उत्सुक होता. गेल्या भेटीतच कविराज मागतील ती जहागीर देण्याची तयारी पातशहाने दाखवली होती. मात्र 'जहागिरी'च्या मंत्राने अशी आणि इतक्या लवकर जादूची कांडी फिरेल, याची कल्पना पातशहाला नव्हती.

अनेक दिवसांची उपासमार, वेळोवेळी फौजींकडून झालेली बेदम मारहाण, यामुळे कविराजांच्या शरीरावरची रया निघून गेली होती. देह थकल्यासारखा झालेला. डोक्यावरच्या केसांत कोंडा भरल्यासारखे झालेले. अत्तरांचे शौकीन

असलेल्या कविराजांच्या अंगाला रक्ताचा, घामाचा कुबट वास येत होता.

पातशहाने कलशांना आपल्या नाकासमोरच्या गादीवर बसण्याचा इशारा केला. पण कलश उभेच होते. पातशहा औरंगजेब थोडा गुर्मीतच बोलला,

"क्यूं कविराज, कौनसी जहागीर चाहिये? आग्रा, बरैली, लखनौ या ससाराम? बोलो कौनसी?"

"खाली एक फर्याद घेऊन आलो आहे आपल्या दरबारात." कलशांचा स्वर खूप कोरडा होता.

"कैसी और कौनसी फर्याद?"

"शहेनशहाऽ, माझे तुकडे करून कुत्र्यांच्या पुढे टाकलेस तरी बेहत्तर, पण माझ्या राजाला राजासारखे वागव."

कलशाचे कथन ऐकून पातशहा चक्रावला. त्याने गुश्श्यातच विचारले, "कशासाठी आला आहेस? तुझी जान बचवायला की संभाची?"

"भीक आम्ही नाही मागत तुझ्यापुढे. फक्त तैमूरच्या थोर वंशाची ऊठसूठ बात करणाऱ्या शहेनशहाला मी इतकंच सांगायला आलोय— बोकड कापणारा कत्तलबाज खाटिक आणि हिंदुस्थानच्या सिंहासनावर बसणारा राजा— या दोघांच्या बर्तावामध्ये किमान काही फरक असावा!"

कलशांच्या त्या बोलण्याने पातशहाचे स्वारसेवक थरथर कापू लागले. पातशहाचे डोळे रागाने असे गरगर फिरू लागले की, जणू काही ते कपाळामध्येच घुसत चालले होते. कलशांच्या जिभेची समशेर सपासप वार करतच होती,

"केवढी ही घोर विटंबना! धिंड काय, जुलूस काय. आपल्या आसुरी आनंदाचं असं बेछूट दर्शन, आपल्या द्वेषाचं असं ओंगळवाणं प्रदर्शन, आपल्या दुष्ट बुद्धीचं असं नर्तन जगामध्ये कोणीही सत्ताधीशाने केलं नसेल."

"काफरांचा सन्मान करायची आमची रीत अशीच असते, बेवकूफ!"

"पातशहाने दुश्मनांकडून तरी किमान तहजीब आणि दिलदारी शिकावी."

"कोणत्या तहजीबचे आणि दिलदारीचे धडे आम्हांला देतोस, तू पागल शायरऽ?" पातशहा खेकसला.

"हा शायर थोडा थोडा इतिहासही जाणतो. तुमची आणि सुजाची जेव्हा जनममरणाची झुंज चालली होती, तेव्हा पंजाबात मिर्झाराजा जयसिंग तुझ्या विरोधात लढत होता. तेव्हा तिथल्या लाखीच्या अरण्यात तुझ्यावर असा कठीण प्रसंग उद्भवला होता की, तू अचानक त्या जंगलात मिर्झाराजा जयसिंगांना एकटादुकटा सापडला होतास. सिंहाच्या पंज्यात एखाद्या भेडबकरीचा पाय सापडावा तसा. त्याच वेळी अजिबात दयाबुद्धी न दाखवता त्याने तुझा गळा चिरला असता, तर औरंगजेब नावाचं हे संकट आज शिल्लकही उरलं नसतं!"

कलशांच्या त्या माहितीने पातशहा बावरला. लगेच स्वत:ला सावरत आपल्या खोजांवर - पहारेकऱ्यांवर ओरडला, "बदमाषोंऽ पागलोऽऽ क्या देख रहे हो? ओढा ह्या बेशरम शायराला. त्याच्या तंगड्या तोडून फेकून द्या एखाद्या गंद्या नाल्यात. कायमच्या."

पातशहाचे खोजे, स्वारशिपाई कविराजांना फरफटत ओढत नेऊ लागले. तेव्हा मागे वळत, दातओठ खात कलश मोठमोठ्याने गर्जू लागला,

"अल्लाची सेवा फक्त टोप्या शिवायचं नाटक करून होत नाही. पागल पातशहा, तुझ्या मेंदूचे टाकेच ढिले झाले आहेत—"

"अरे, देखते क्या हो कंबख्तोऽ? पकडो! ले जाओ उस नादान शायरको!"

पातशहाच्या हुकमाबरोबर सैनिकांनी कलशांवर झडप घातली. तरी फौजींच्या गर्दीतून तो बाहेर उसळून येत होता. मोठ्याने शायरी गात होता—

"पाप कर्म करके सदा कहता बिस्मिल्लाऽऽह
ढोंग किया, टोपी सिया मिले नही अल्लाह
निज दिमाग को टाँक लो, पागल है पातशाह।"

("पापे करूनी, तव ओठ बोलती बिस्मील्लाऽ
टोप्या शिवतो ढोंगी, अशाने का गवसेल अल्ला
मेंदूला टाके घालाऽ पातशहाच पागल झालाऽऽ")

त्या अर्धवट ओळी जेव्हा कानावर पडल्या, तेव्हा तर पातशहा बेभान झाला. आपली कट्यार हाती घेत गरजला, "क्या सुन रहे हो? पहिले ह्या बेबाक शायराच्या जिभेचा शेंडा उडवा. त्याची लाल चुरचुरती जीभ कापून टाकाऽ" कलशांच्या भोवती दाटी झाली. सुऱ्या-कट्यारी पुढे धावल्या.

बलाढ्य शरीरयष्टीचा एक पठाण कविराजांच्या छाताडावर बसला. दुसऱ्या दोघांनी त्यांचे पाय ऊसाचे कांडे पिळगटल्यासारखे मागे खेचले. दोघांनी आपल्या राकट हातांनी कविराजांची मुंडी पकडली. एकाने त्यांच्या तोंडावर जोरकस तडाखा हाणला. जबड्यात हात घातला. त्या गडबडीत कविराजांचे समोरचे चार दात निखळून पडले. त्या धटिंगणाचा हात कविराजांची जीभ बाहेर खेचायचा प्रयत्न करीत होता. तेव्हा कलशांचे डोळे पांढरे झालेले. श्वास कोंडलेला. तेवढ्यात पुढे खेचली गेलेली कविराजांची जीभ एकाच्या कट्यारीने छाटली. अर्धवट मुंडी तुटून आपले पंख फडफडवीत जागेवरच तळमळणाऱ्या कोंबडीसारखी त्यांची अवस्था झाली. कविराजांच्या तोंडातून शब्दाऐवजी रक्ताचा लोळ गळत होता. ठसके बसून डोळ्यांतून अश्रू पाझरत होते. श्वास कोंडून तळमळ वाढली होती.

१३.

सुरईतले पाणी पातशहाने घटाघटा घोटले. त्याच्या दमल्याभागल्या काटक देहाला थोडी हुशारी वाटली. त्याने आपल्या भुंड्या डोक्यावरून हलक्यानेच बोटे फिरवली. तो भारावल्यासारखा उदेपुरीला बोलला, ''बेगमऽ, एक बात तुझ्यापुढं बोलून दिलातला दर्द भी खुला करतो.''

''ऐसी क्या बात है, मेरे आका?''

''जी हां बेगम! माझ्यापेक्षा ह्या जहन्नमी संभाचा बाप किती बडी किस्मतवाला, ज्यानं संभासारखा एक बहादूर शिपाई पैदा केला! और हमारे चार, चार शहजादे. बस्! सारी गद्ध्यांचीच गर्दीऽ! ह्या संभासारखा असा एखादा होनहार बच्चा आमच्या पोटी जन्मला असता तर अल्लाकडे फक्त मी दोनच गोष्टी मागितल्या असत्या, एक जपाची माळ आणि दुसरी नमाजाची चादर. बस्! या दोन गोष्टी काखोटीला मारून, एक पाक फकीर बनून मी मक्कामदिनेच्या यात्रेला कायमचा निघून गेलो असतो.''

उदेपुरीने पातशहाच्या जीवनातले अनेक चढउतार, यशापयशाचे क्षण जवळून पाहिले होते. पण पातशहाची चर्या अलीकडे तिला बघवत नव्हती. उदेपुरीला आपल्या धन्याची दया आली. ती बोलली,

''मेरे आका, जशी आपण तमन्ना बाळगली, तशी अल्लानं साथ दिली. विजापूर संपले. गोवळकोंडा शरण आला. शिवाचा बच्चासुद्धा सापडला. पण फतेहचा आनंद काही म्हणावा तसा चर्येवर दिसत नाही. आखीर क्या बात है, मेरे हजरत?''

पातशहाने कोणतीच प्रतिक्रिया व्यक्त केली नाही. जपाची माळ छातीजवळ घेऊन तो बराच वेळ कुराणातील आयतांचे मनन करीत तसाच बसून होता. त्याच्या चित्तवृत्ती फुलवण्याच्याच उद्देशाने उदेपुरी बोलली, ''हजरत, आपल्या जवानीतला तो जंग अजूनही आपले साथीच काय, पण जनावरंही विसरली नसतील. ते बल्कच्या मोहिमेतलं घमासान युद्ध. दिवस मावळतीला चालला होता. तेव्हा नेमकी हजरतांची सायंकाळच्या नमाजाची वेळ झाली. आपण जंगे मैदानातच चादर अंथरून नमाज पढत होता. तेव्हा आपल्या शरीराच्या डाव्या आणि उजव्या बाजूने तोफांचे गोळे चाटून जात होते. बाणांच्या फैरी उडत होत्या. जंगे मैदानात एक आपण सोडलात, तर असं उघड्यावर कोणीही नव्हतं. हत्तींच्या, मोर्च्यांच्या, घोड्यांच्या किमान ढालींच्या आडोशाने तरी प्रत्येकजण जंग खेळत होता. आपले ध्यान विचलित न होऊ देता उघड्यावर नमाज पढणारे हसरत बघून बाकी सगळ्यांचे डोळे आसवांनी भरले होते. सारे फौजी 'वो देखो जिंदा पीर' म्हणत जिल्लेसुबहानींकडे बोट दाखवत होते.''

''अब्बाजान! अनेक फौजींकडून ही हकिकत मी सुद्धा ऐकली आहे, ''

शहजादी जिनतउन्निसा बोलली, "गुस्ताखी माफ, अब्बाजान! पण मला सुद्धा उगाचच भीती वाटते. आंदेशा येते. त्या एवढ्या मोठ्या युद्धाचा अंगार अंगावर घेतानाही तुम्हांला कधी डर वाटला नाही. आणि आज तुमचे तिन्ही बलाढ्य दुश्मन मिट्टीमध्ये मिळूनसुद्धा आपल्या चर्येवर रौनक का दिसत नाही?"

"बिटिया, कुतुबशाही आणि आदिलशाही मिट्टीला मिळाली. त्यांचे दोन्ही पातशहा आमच्या बंदीखान्यात येऊन पडले. इकडे मरगठ्ठ्यांचा संभा आमच्या कैदखान्यात गंजतो आहे, हेही खरं. पण ह्या मरगठ्ठ्यांच्या भूमीत शिवानं आणि संभानं असा कोणता सुरंगी बारूद पेरून ठेवला आहे, कोणास ठाऊक! राजा गिरफ्तार झाला, म्हणून आज मरगठ्ठ्यांचं राज्य संपलेलं नाही. आम्ही पाठवलेल्या झुल्फिकारसारख्या सेनानींच्या हाताला यश नाही. झाडाच्या शेंडीवर माकडं बसावीत, तसे प्रत्येक किल्ल्याच्या संरक्षणासाठी बुरुजाबुरुजावर मरगठ्ठे हत्यारं घेऊन बसलेत. संभाच्या गळ्यात गिरफ्तारीची पेंढी बांधून महिन्यावर गाठ आली. पण त्याची महाराणी— ती डाकन येसूबाई रायगडाचा ताबा सोडायला तयार नाही. चाबकाच्या आसुडानं कलशाची आणि संभाची पाठ फोडली, चमडी लोळवली, तरी ते ताकास तूर लागू देत नाहीत. हा कसला फतेह बिटिया?"

बराच वेळ पातशहा विचारमग्न होऊन बसला होता. नंतर त्याने असदखानाला खाजगीकडे बोलावून सांगितले, "वझीरे आझम, ह्या बहादूरगडावरची जागाच अशुभ आहे. इथं महाल गडप होतात आणि इथली मिट्टी उकरायला गेलं की भुंगे अंगावर धावून येतात. अन फतेह मिळूनही फतेहची खुषी काही हासील होत नाही."

"हुजूर?—"

"हांऽ असदखान. उद्याच डेरेदांडे बाहेर काढा. आपल्या दोन्ही राजबंद्यांना बंदोबस्तात सोबत घ्या."

"लेकिन जहाँपन्हाँ, निघायचं कुठं म्हणून बिनीवाल्यांना सांगू?"

"पुणे के आसपास."

दुसऱ्या दिवशी दुपारीच पातशहाची काही लाख घोडी-माणसं भीमेचा काठ धरून वर सरकू लागली. तुळापूर आणि कोरेगाव भीमाच्या दरम्यान छावण्या टाकायचे औरंगजेबाने मनाशी नक्की केले होते. त्यापाठीमागे त्याचे हिसाब खूप होते. त्याचा ताळेबंद त्याच्या धूर्त मेंदूमध्ये सुरू होता. एकदा पुण्याच्या जवळपास पोचले की, पुणे आणि चाकण भागावर वचक बसणार होताच, पण उत्तर कोकणात उतरणाऱ्या वाटांवरही पातशहाची दहशत बसणार होती. जागेच्या बदलामुळे घोडीमाणसं हुशार, तरतरीत होणार होती. शिवाय झुल्फिकारसारखे आपले कंबख्त सेनानी खाली कोकणात कोणता जंग खेळताहेत, याची जवळून माहिती मिळणार होती.

पातशहाच्या सोबत ते दोन राजबंदीही होते. त्यांच्यावरचे ते शारीरिक आणि मानसिक अत्याचार तसेच सुरू होते. त्यांचे चीत्कार जवळून ऐकून कदाचित रायगडावरच्या महाराणीचे काळीज फाटेल आणि आपल्या धन्याची जान बचावण्यासाठी तरी ती तुळापूरकडे धावतपळत येईल, तर त्या गोष्टीसाठी पातशहाही खूप आतुरला होता!

३ मार्च १६८९ ला पातशाही फौजा भीमा कोरेगावच्या रानापर्यंत येऊन पोचल्या. तुळापूरच्या पाठीमागचा डोंगर धरून खाली भीमाकाठाने पातशहाचा तळ पसरला होता. एकीकडून तेथे वाहत येणारी तुकोबाची इंद्रायणी आणि दुसरीकडून येणारी भीमा, ह्या दोघींच्या संगमावरच तुळापूर वसले होते. दोन्ही नद्यांच्या मध्ये एक टेकडीसारखा उंचवट्याचा भाग बनला होता. त्या मोकावर औरंगजेबाने आपल्या लालबारीचा तळ उभारला होता. त्याच्या उरलेल्या तीन लाख फौजेचा, बाजारांचा आणि बुणग्यांचा तळ पार वडू बुद्रुक, वढू खुर्द, आपटी ते कोरेगाव भीमा गावापर्यंत पसरला होता.

लालबारीचे डेरेदांडे ज्या दिवशी तेथे लागले, त्याच दिवशी सायंकाळी औरंगजेबाने मियाँखानाला एकांतात बोलावून घेतले. मियाँखानाच्या कानामध्ये औरंगजेब कुजबुजला, "फौजेतला आमचा सर्वांत विश्वासाचा माणूस म्हणून आम्ही तुला पाचारण केलं आहे, मियाँखान."

"जहाँपन्हाँ, आपके खातीर तो जान हाजीर है."

"आम्हांला एक आंदेशा येतो. नव्हे, आमची खात्रीच झाली आहे की, आमच्या छावणीतले काही मक्कार अजूनही खुफिया तौरपर त्या संभाला शामील आहेत."

"क्या बात कर रहे हो मेरे आका?" मियाँखानाच्या घशाला जणू कोरडच पडली.

"त्यासाठीच आम्ही तुम्हांला मुद्दाम बुलावा पाठवला. आमचा कोणावर भरोसा उरला नाही. कौन है यह मक्कार उनको आपही ढूंढ निकालिये"

"बिलकूल, जाती तौरपर कोशीस करूंगा, मेरे आका!" मियाँखानने सौगंध खाल्ली.

तुळापूरच्या छावणीतही दिवस पालटू लागले. झुल्फिकारखानाकडून फतेहची बातमी नाही. मराठ्यांची महाराणी आणि तिच्या फौजा शरण यायचेही नाव नाही. त्यामुळे पातशहा खूपच संतापला. त्या दोन राजबंद्यांना पकडून पूर्ण महिना लोटला होता. तरीही राजबंदी जिवंत होते. पातशहाच्याच नव्हे, तर सर्व फौजींच्या डोळ्यां-समोर त्या क्रूर सत्यकथा पुन:पुन्हा तरळत होत्या. मथुरेत बेचिराख केलेले ते गोसावी, तो गोकला, दारा शुकोह, भाई मतिदास, भाई सतिदास, दयालदास आणि गुरू तेगबहादूर.... संभा आणि कलशांना मारझोड करूनही हाती काहीच गवसत

नव्हते. आपल्या छावणीतले सारे मर्दच नव्हे, तर फौजी बाजारातली रांडापोरेसुद्धा आपणाला दुबळा, घाबरट समजू लागली आहेत, आपणाकडे बघून उपहासाने हसत आहेत असा पातशहाला भास होऊ लागला.

रागाच्या भरात औरंगजेबाने एके सकाळी रुहुल्लाखानाला हुक्म दिला, "जाऽ त्या कवी कलशाच्या डोळ्यांत तापती सळई फिरवून त्या कुत्त्याचे डोळे काढा!—"

खोजे, हशम आणि इतर फौजी तिकडे धावले. हुकमाची तामिली झाली. कविराजांचे ते पाणीदार डोळे आणि त्यातल्या चमकत्या बाहुल्या नाहीशा झाल्या. त्यांच्या डोळ्यांच्या फक्त भयावह खाचा उरल्या.

पातशहा राजबंद्यांची रोज बारकाईने चौकशी करायचा. दोन्ही राजबंद्यांचा देह तालीमबाजीवर पोसला होता, म्हणूनच ते खूप टणक, धीरोदात्त होते. त्यांच्या जागी कोणी दुबळ्या मनाचे असते तर ते केव्हाच हाय खाऊन मरून गेले असते. कविराजांचे आणि शंभूराजांचे अन्न खूप कमी झालेले.

एके दिवशी सकाळीच औरंगजेबाने शंभूराजांना आपल्या सदरेवर आणले. त्यांच्या अतिशय पाणीदार डोळ्यांकडे बघत पातशहा विषादाने हसला. आपल्या सरदारांपुढे शंभूराजांची खिल्ली उडवत तो बोलला, "संभाऽ दोस्ताच्या डोळ्यांच्या खाचा बघून तरी तू शहाणा होशील असं वाटलं होतं. पण खैर—"

औरंगजेबासारख्या सैतानाकडे नजर लावणे, हे शंभूराजांना पाप वाटत होते. त्यांचे लालजर्द डोळे सुडाच्या आगीने नुसते ठिणग्या टाकत होते.

पातशहा गुश्श्यात बोलला, "तुझ्या दोस्ताची जीभ आम्ही मागेच छाटून टाकली होती. तुझी शिल्लक ठेवली होती ती शिकस्तीची-पराभवाची बात ऐकण्यासाठी. पण तुझं तकदीरच खराब दिसतं, त्याला तुझे तेहतीस कोटी देव तरी काय करतील?"

अतिशय दुखावलेला, फतेह मिळूनही हाती काहीही न गवसलेला पातशहा खूप चिडला होता. भडकला होता. तो दातओठ खात धीम्या सुरात गरजला, "संभाऽ तुला आता नवी दृष्टी देण्याचीच गरज आहे!" आधीच ठरल्याप्रमाणे बाजूला तापत्या सळ्या तयार होत्या. त्या ज्वालांच्या लालभडक कांड्यांना औरंगजेबाने एकदा बघून घेतले. सरदारांच्या मेळ्यात मागच्या बाजूला भयभीत होऊन मियाँखान खडा होता. पातशहाची त्याच्यावर नजर खिळली. त्याने करारी शब्दांत हाक दिली, "आईये, मियाँखान, सामने आईये—"

मियाँखान समोर येऊन लटपटत्या अंगाने उभा राहिला. शंभूराजांचे हात पाठीमागे बांधलेले. त्यांचे वटारले डोळे पाहात औरंगजेब खुषीने हसला. तो बोलला, "वझीरे आझम, संभाला नवी दृष्टी देण्याची नापाक कामगिरी बजावायला आम्हांला एका इमानी मनुष्याची गरज होती. आणि मियाँखानसारखा इतका वफादार इसम आमच्या लष्करात दुसरा कोण भेटणार?"

मियाँखान पातशहापुढे गयावया करू लागला. तोच पातशहा लोहारांवर ओरडला, "मियाँखान नाही म्हणत असेल, तर संभाआधी त्यालाच दृष्टी द्या." खानाच्या हातांना हीव भरले होते. त्याने थरथरत्या हाताने पोलादाच्या त्या पेटत्या कांड्या हाती धरल्या. चार धीमी पावले टाकत तो शंभूराजांजवळ चालत गेला, — आणि शंभूराजांच्या तेजस्वी डोळ्यांकडे त्या तप्त सळ्या नेता नेता त्याने त्या कचकन आपल्या पोटात खुपसल्या. एकच गिल्ला उडाला. पातशहाच्या इशाऱ्याने हशम पुढे धावले. त्यांनी मियाँखानच्या अंगावर तलवारीचे कचाकच घाव घातले. मियाँखानाचे रक्तमांस शंभूराजांच्या पायावर ओघळले.

पातशहाच्या इच्छेप्रमाणे हशम पुढे सरसावले.

रांजणातून रवी गोलाकार फिरवावी, तशा त्या तप्त, लालजर्द सळ्या शंभूराजांच्या डोळ्यांतून फिरल्या! चर्र चर्र आवाज आला. डोळ्यांत धूर माजला. चर्येवरची कातडी थरथरली इतकेच. पण तोंडातून भीतीची, आक्रोशाची आरोळी उठली नाही. त्या गोष्टीचे मात्र औरंगजेबाला खूप दुःख झाले.

१४.

जिंजीच्या भव्य किल्ल्याच्या पायथ्याशी केसोपंत त्रिमलांचा मुक्काम पडला होता. आज दिवस बुडताबुडताच इकडे ती दुष्टवार्ता येऊन पोचली होती,

"शंभूराजे कैद झाले आहेत. त्यांना औरंगजेबानं साखळदंड बांधून पकडून नेलं आहे."

त्या वृत्ताने केसो त्रिमलांच्या काळजाचा ठाव घेतला होता.

केसो त्रिमलांच्या अंगातले इमानी रक्त त्यांना गप्प बसू देईना. वर बालेकिल्ल्यावर हरजीराजांकडे ती बातमी गेली. तिथे ते वृत्त पोचताच हरजी आपणास तात्काळ बोलावतील याची त्यांना खात्री होतीच. तरीही त्यांनी तयारी सुरू केली. आपल्या पथकांना हजर राहायचा इशारा दिला. "कोणत्याही क्षणी औरंगजेबाचा बदला घेण्यासाठी आम्हांला महाराष्ट्र मुलखात परतावं लागेल. पल्ला दांडगा आहे. तयार राहा." त्यांनी पथकांच्या म्होरक्यांना बोलावून सांगितले.

केसो त्रिमलांचे वडील बंधू मोरोपंत शिवरायांच्या अष्टप्रधानांत पेशवे होते. त्यांनी राजांसाठी लेखणीबरोबर तलवारही गाजवली होती. पिंगळे घराण्याच्या इमानी रक्ताचा वारसा केसोपंतांनी रामशेजच्या किल्ल्यावरही चालवून दाखवला होता. दोन वर्षे किल्ला अजिंक्य राखला होता. आपल्या विश्वासाचे मनुष्य म्हणूनच शंभूराजांनी त्यांची रवानगी दक्षिणेत कर्नाटक-तामिळ देशात केली होती. तिन्हीसांजेचीच वाड्याबाहेर घोडी खिंकाळली. "लगेच पुण्याकडं परतावं लागेल. तात्काळ मसलतीसाठी

वर या. तुमची वाट बघत आम्ही दरवाजातच उभे आहोत,'' — असा हरजींचा
सांगावा आला. तेव्हा वृद्ध, काटक केसो त्रिमल जिंजीचा तो उंच किल्ला चढून
लागलेच वर आले. घामाघूम होऊन हरजी महाडिकांपुढे उभे राहिले.

हरजी झोपाळ्यावर खुषीत बसलेले दिसले. त्या दालनाच्या कोपऱ्यातून
कोणाचा तरी रडण्याचा आवाज ऐकू येत होता. तो बहुधा अंबिकाबाईंचा असावा.
शेवटी शंभूराजे म्हणजे त्यांचे पाठचे बंधू. केसोपंत गोंधळून समोरच्या बैठकीवर
बसू लागले. तोच कोपऱ्यात उभ्या असलेल्या आपल्या पहारेकऱ्यांकडे हरजींनी
नजर टाकली. तसे एका वेळी आठदहाजण केसो त्रिमलांच्या अंगावर धावून गेले.
त्यांना कैद करून ओढत बंदीखान्याकडे नेले गेले. केसोपंतांची इमानी मुद्रा
अपमानाने लाल झाली. मराठ्यांचा राजा दूर मायदेशी कैद झाला; त्याच्या मदतीला
धावून जाण्याऐवजी महाडिकांसारखा राजांचा सख्खा मेहुणा असे घातकी डाव
टाकील, असा पुसटसाही विचार त्यांच्या मनाला शिवला नव्हता!

हरजींनी केसोपंत गेले त्या दिशेने हसून नजर टाकली. महाडिकांचा कारभारी
आधीच येऊन लेखनसामग्री घेऊन बसला होता. हरजीराजे औरंगजेबासाठी मजकूर
सांगू लागले,

"उपर भगवानका अस्मान और नीचे पातशहा मेहरबान, ही वास्तव
स्थिती आम्ही जाणतो. आपण आमचे साडूबंधू गणोजीराजे शिर्के आणि
महादजी निंबाळकर यांच्यावर जशी मर्जी ठेवली आहेत, तसाच कृपालोभ
आम्हांवर असू द्यावा. जरी आम्ही शिवाजीचे जामात असलो तरी आमचे
मस्तक शिवाजीच्या पोरासारखे, संभासारखे फिरलेले नाही. सबब खाविंदांनी
आम्हांवर कृपा ठेवून पातशाहीच्या सेवेची देवदुर्लभ संधी द्यावी.''

१५.

रायगडावर शोककळा पसरली होती. दहा वर्षांपूर्वी शिवाजीराजांच्या आकस्मिक
निधनाने राजधानीला धरणीकंपाचा हादरा बसला होता. आता दशकानंतर मोगलांकडून
शंभूराजे जिवंत पकडले गेले, हा दुसरा तडाखा हिंदवी स्वराज्याच्या खूपच वर्मी
लागला होता. संभाजीराजांसारख्या ध्येयधुरंधर, रणशूर आणि कर्तव्यकठोर राजाच्या
जीवनामध्ये अवघ्या बत्तिसाव्या वर्षी असा प्रसंग ओढवावा, याचेच प्रजाजनांना खूप
दुःख झाले होते.

येसूबाई महाराणींच्या अंगावर तर जणू ब्रह्मांड कोसळले होते. एखाद्या उंच
कड्यावरून मृग पाय घसरून खाली पडावा, त्याचा गतप्राण देह पाहून हरणी

वेडीपिशी व्हावी, आपल्या जखमी ह्रदयाच्या तीव्र कळावेदना सोसत थय थय नाचावी, तशी अवस्था येसूबाई महाराणींची झाली होती. जो जन्माने राजा होता, वृत्तीने राजर्षी होता, अशा आपल्या प्राणप्रिय पतिराजांच्या नशिबी हे असे दुर्दैवाचे दशावतार यावेत ना!

महाराणींना राजांच्या स्मृती दाटून यायच्या. औरंगजेबासारखा क्रूरकर्मा स्वस्थ बसणार नाही, याची खात्री होतीच. शंभूराजेसुद्धा कोणतीही तडजोड वा समझोता स्वीकारायला तयार नव्हते. त्यामुळेच एकीकडे मनाच्या गाभाऱ्यात ती दुष्ट मृत्युघंटा घणघण वाजत होती. कराल काळाचा भीतिप्रद दरवाजा करकरत होता. त्याच वेळी महाराणींना रोजचा राज्यकारभार, पत्रव्यवहार, देणीघेणी, किल्ल्या- किल्ल्यांवरच्या गडकऱ्यांना व सरदारांना धीर देणे, जिथे शिबंदी कमी पडेल तिकडे ती वेळेत पाठवणे आणि रायगडाला घास गिळू पाहणारे झुल्फिकाराचे आक्रमण थोपविणे ही सारी कामे पाहावी लागत होती.

महाराणींना राजवाडा खायला उठायचा. चौक्यापहारे बघण्याच्या निमित्ताने त्या कधीमधी वाड्यातून बाहेर पडत. सोबत ताराबाई, खंडो बल्लाळ आणि इतरजण असत. त्या बुरुजाबुरुजांवरून रायगडाभोवतालीच्या अंधारडोहाकडे बघत. त्या अंधारडोहांनाच साद घालावी असे त्यांना वाटे. कधी, कधी भेटणार होते राजे? या जन्मी की दुर्दैवाने आता दुसऱ्याच जन्मी? आभाळकडांवरून त्यांची नजर माथ्यावरच्या शीतल चंद्राकडे जायची नाही. चुकून चंद्रदर्शन झाले की, शंभूराजांच्या आठवणीने जीव वेडापिसा होऊन जायचा!

येसूराणींच्या भाळावरचा सौभाग्यसूर्य अस्ताकडे प्रवास करीत होता. क्रूरकर्मा औरंगजेब मागे हटायला तयार नव्हता. त्याच्या फौजा बहादूरगड सोडून तुळापुराकडे आगेकूच करू लागल्याच्या वार्ता येत होत्या. जवळपासच्या दऱ्याखोऱ्यात येऊन स्वराज्यदुर्गाचे बुरूज ढासळावायचा शहेनशहाचा बेत दिसत होता. प्रत्येक दिवसागणिक अनेक अनुभवी, जाणती माणसे, वतनदार आपल्या स्वार्थाच्या शिळ्या तुकड्यापोटी पातशहाच्या तंबूकडे धाव घेत होती. अशा वेळी सह्याद्रीतल्या दऱ्याखोऱ्यातले साडेतीनशे किल्ले वाचवणे, ते झुंजत ठेवणे आवश्यक होते. रात्रीचा दिवस करून येसूबाई महाराणी आल्या प्रसंगाला निर्धाराने तोंड देत होत्या.

शंभूराजांचा मियाँखान आणि इतर मोगली मंडळींशी आतून खूप दोस्ताना होता. त्यामुळे तुटक आणि त्रोटक स्वरूपात का होईना पण वेगवेगळ्या मार्गांनी रायगडापर्यंत राजांचे गुप्त संदेश अजूनही पोचत होते. अलीकडच्या शंभूराजांच्या संदेशातील निर्वाणीच्या भाषेने येसूबाई खूप दुःखविव्हळ झाल्या होत्या. राजांनी निरोप धाडला होता, "येसूराणी, आम्ही या आधी कळविल्याप्रमाणे कळिकाळाशी मुकाबला करायला सज्ज राहा. महाराष्ट्राच्या कपाळावर आबासाहेबांनी गोंदलेले

हिंदवी स्वराज्याचं गोंदण कायम राहण्यासाठी प्रसंगी आपलं कुंकू पुसायची तुम्ही तयारी ठेवा. आम्हांला विसरा, राज्य सांभाळा.''

ग्रहतारे फिरले होते. मराठ्यांवर काळ उलटला होता. तरीही जळत्या घराच्या निखाऱ्यावर वांगे भाजणाऱ्या स्वार्थी अवलादी कमी नव्हत्या. ही काळवेळ परतून जावी, काही तरी चमत्कार घडून राजांनी पुन्हा स्वराज्यात यावे, अशी येसूबाईंच्या मनाला तळमळ लागली होती. एके दिवशी खाली मुंड्या घालून पुनवडीचे बडे व्यापारी कांताशेठ बिहारीमल आले. त्यांच्या सोबत बारामतीकर जिवाप्पा नाईक, तुकोबा सोनसाखळे आदी व्यापारी मंडळी होती. त्यांच्या पेढ्या पुण्यात होत्या. गोंवळकोंडा, विजापूर ते औरंगजेबाच्या बाजारांशी त्यांचा व्यापारउदीम सुरू होता.

ही लक्ष्मीपुत्र मंडळी महाराणींना रायगडावर भेटली. हळूच सांगू लागली, ''पातशहाचा खजानवीस रूहुल्लाखान आणि त्यांच्या तीनशे बाजारांशी आमचा रोजचा संबंध आहे. आमच्या तडजोडीने राजांचे प्राण अजूनही बचावू शकतील.''

महाराणींनी त्यांच्यावर डोळे रोखले. ती कल्पना ऐकायलासुद्धा किती गोड होती. कांताशेठ आणि मंडळी पुन्हा हळू पण आशादायी सुरात बोलली, ''पातशहाच्या फौजेत, अंमलदारांत खूप भ्रष्टाचार चालतो. आपल्याही कानावर असेल—''

येसूबाई क्षणभरच थांबल्या. लगेच खंडो बल्लाळांकडे मोहरा वळवत बोलल्या,

''खंडोबा ऽ, यांना या कामगिरीसाठी हवे तेवढे द्रव्य द्या.''

महाराणी सदरेवरून उठल्या. त्यांची पावले थबकली. या प्रकारामध्ये आपली फसवणूकच होण्याची शक्यता अधिक आहे, हे त्यांना चांगले ठाऊक होते. आलेल्या मंडळींच्या डोळ्यांत भरवशाचे रंग दिसत नव्हते. महाराणींच्या पाठोपाठ ताराबाई आतल्या दालनामध्ये येत बोलल्या, ''वहिनीसाहेब, द्रव्य चोरांच्याच बिळामध्ये जायची शक्यता अधिक!''

''ताराऊ, आम्हांलाही समजतं सारं! पण एखाद्या अंधूक शक्यतेच्या दांडीवरून जरी राजांचे प्राणपाखरू बचावणार असेल तर —''

''चुकलंच आमचं वहिनीसाहेब! दादामहाराजांच्या प्राणापुढे मूठभर द्रव्याची काय मातबरी?''

रदबदलीच्या नावे बकोटीला जाडजूड थैल्या घेऊन ते महाभाग निघून गेले. त्यांची अडखळती पावले पातशहाच्या छावणीपर्यंत पोचायचा प्रश्नच नव्हता. 'ही महाराणी तरी औरंग्याच्या तडाख्यापुढं अजून किती दिवस जित्ती राहणार आहे?' –प्रवासात त्या महाभागांची अन्नदातीबद्दल टकळी सुरू होती. मुळेच्या काठावरच त्या चोरांनी द्रव्य वाटून घेतले. ते आपापल्या गढ्यांकडे आणि पेढ्यांकडे निघून गेले.

शंभूराजांची ती पाशवी धिंड, तो छळ ह्या साऱ्या दुर्दैवी कथा राजधानीच्या दरवाजापर्यंत येऊन आदळत होत्या. पण आता खरा सवाल एकच होता. असे

किती दिवस चालायचे? ह्या वणव्यातून सहीसलामत बाहेर नेणारी, कमीत कमी निखाऱ्याची पाऊलवाट कोठून शोधून काढायची? प्रल्हाद निराजी, येसाजी कंक, रामचंद्रपंत अशी बुजुर्ग मंडळी डोक्यात डोकी घालून बसत होती. सर्वांचा एकच सल्ला पडला, "महाराणी ऽ अशी गोंधळाची परिस्थिती राहू देणं दौलतीच्या हिताचं नाही. आपण तरी राजांच्या नावे किती दिवस कारभार पाहाणार?"

"स्पष्टच सांगायचं तर, रायगडचं सिंहासन रिक्त ठेवणं कोणाच्याच हिताचं नाही." येसाजींनी पोक्त सल्ला दिला.

येसूबाईंनी राजारामसाहेबांना आणि ताराऊंना पाचारण केलं. त्यांना विचारलं, "आपला सल्ला काय?"

"दादामहाराजांवर येऊ नये ती वेळ आली, त्यांचे दौलतीवर अनंत उपकार. त्यांची जागती आठवण म्हणून त्यांच्याच चिरंजीवांना बाळ शाहूंना गादीवर बसवा. आम्ही पाठीशी राहू त्यांच्या." राजारामसाहेबांनी शब्द दिला.

कारभारी पक्षाचे दुष्ट म्होरके संपले होते, पण ती वृत्ती अद्याप नष्ट झाली नव्हती. राजारामसाहेबांनी मनाचा मोठेपणा दाखवला, पण भाऊबंदकीच्या निखाऱ्यावर फुंकर घालून मत्सराच्या आगीही अनेकजण पेटवायला अजून टपलेलेच होते.

महाराणी येसूबाई बोलल्या, "समतोल आणि सारासारविचारानंच राज्य वाचेल. नको तेथे स्वार्थभावना दाखवणं मामंजीसाहेबांच्या लेकीसुनांना शोभणारं नाही. औरंगजेबासारखा भोसल्यांच्या तीन तीन पिढ्यांना पुरून उरणारा वैरी आवरणं, त्याच्याशी एकदिलानं टक्कर देणं महत्त्वाचं."

"त्यासाठीच आपण आपल्या चिरंजीवांचा, बाळ शाहूंचा राज्याभिषेक लवकर उरकून घ्या." सर्वांनी सल्ला दिला.

"नाही ऽऽ" धीम्या पण धीट, निर्वाणीच्या शब्दांत महाराणींनी नकार दिला. त्या बोलल्या, "सात वर्षांच्या बाल शाहूपेक्षा राजारामसाहेब सज्ञान आहेत. कर्तबगार आहेत. त्यांनाच सिंहासनावर बसवू."

ज्या दिवशी निर्णय झाला, त्याच दिवशी छोटेखानी सोहळा आणि विधी पार पडले. राजारामसाहेब हिंदवी स्वराज्याचे तिसरे छत्रपती झाले. त्यांनी कृतकृत्य होऊन आपल्या थोरल्या वहिनीसाहेबांना वंदन केले. त्यांचे आशीर्वाद घेतले.

दिसामासाने रायगडाभोवतीचा फास आवळला जात होता. झुल्फिकारखानाने आजूबाजूच्या अनेक रानवाटा, खिंडी अडवल्या होत्या. वैऱ्याची पथके एक दिवस रायगडवाडीजवळ चालून आली. किल्ल्याचं संरक्षण करणारी राजांची शिबंदी चितदरवाजाच्या आतल्या अंगाला सरकली. अनेक जखमी, रक्ताने माखलेले स्वारराऊत गडावर धावले. त्यांचे भेसूर चेहरे बघवत नव्हते. बाहेर जाण्याचा

एकमेव मार्ग बंद झाला. असा भयानक फास रायगड राजधानीने आधी कधीच अनुभवला नव्हता.

सरकारकून, कारभारी, प्रजानन सारे चिंतेत पडले. शिवरायांचा दुसरा वारसदारही जर मोगलांच्या हाती लागला, तर संपले स्वराज्य. आटोपला सारा कारभार. पण ह्या भयंकर पेचातून बाहेर पडायचे तरी कुठे?

चितदरवाजाकडून गडावर महादरवाजापर्यंत येणारी पुसाटीची वाट सोडली तर दुसरा मार्ग नव्हता. हा मार्ग वगळता आपल्या दूधपित्या लेकराच्या मायेपोटी एक हिरकणी तेवढी जीव धोक्यात घालून किल्ला उतरली होती. तीही बाजू शिवाजीराजांनी तासून टाकली होती. रायगडावरचे पक्षी, वारा आणि पाऊसपाणी सोडले तर ती चितदरवाजाची एक वाट सोडता गडाला दुसरी वाटच नव्हती.

त्या दिवशी सायंकाळी ताराऊ आणि येसूबाईंनी जगदीश्वराला अभिषेक घातला. तिन्हीसांजेच्या पालख्या मंदिराकडून राजप्रासादाकडे चालल्या. वाटेत गडावर ब्राह्मणवाडा होता. तेथेच बाजूला धनगरवाडा. तिन्हीसांजेची मेंढरे बेंऽ बेंऽऽ करत आपल्या कोठारात परतत होती. छोट्या छोट्या पंचवीस-तीस कोकरांना कांबटाच्या मोठमोठ्या डालग्यांआड कोंडले जाते होते. राजप्रासादात पंत, कारभारी, फडणीस, पहारेकरी सारे चिंताग्रस्त होऊन बसलेले. मोगलांच्या फासक्यातून राजपरिवार कसा वाचवायचा?

महाराणींच्या कानामध्ये अजून मघाच्या त्या कोकरांचा गलबलाट रुंजत होता. त्यांनी तातडीने स्वारशिपाई धाडले. त्या मोठाल्या डाली आणल्या गेल्या. मध्यरात्री वाघदरवाजाच्या मागच्या बुरुजावरून रस्सीदोरखंड खाली सोडले गेले. काही सेवकांना डालपाटीत बसवून दोराने खाली सोडावयाची धोकादायक तालीम झाली. दूर रानातून मोगलांच्या फौजेतील पेटते पलिते आणि हलाल दिसत होते. त्यांच्या हालचाली नि हाक्या सुरू होत्या. आता थांबायला वेळ नव्हता. येसूबाईंनी राजाराम आणि ताराबाईंना एका मोठ्या डालपाटीत बसायची आज्ञा केली. सोबत मोजके स्वारशिपाई निघणार होते. येसूबाई काळजीच्या सुरात बोलल्या, "अजिबात वेळ दवडू नका. चलाऽ, पहिले बाहेर पडा. आपल्या बाकीच्या किल्ल्यांवर अजून जागोजाग शिबंदी शिल्लक आहे. तिकडे धाव घ्या. स्वत:चा जीव वाचवा. राज्य वाचवा. लढते राहा."

"पण वहिनीसाहेब आपण?" राजारामसाहेबांनी कातर सुरात विचारले.

"नाही ऽ वहिनीसाहेब! आपणही आमच्यासंगं यायलाच पाहिजे. आपण मागे राहाल तर कैदी व्हाल." ताराऊ कळवळून बोलल्या. त्यांचे डोळे अश्रूंनी भरलेले होते.

"आम्ही मुद्दामच कैद व्हायचीच तयारी ठेवलीय. तुम्ही दोघे तात्काळ निघून जा. नाहीतर आपण सारेच कैद होऊ."

"म्हणजे?"

"आम्ही गिरफ्तार होण्यात फायदा आहे. दस्तुरखुद्द शंभूराजांचं कुटुंब कैद झालं, या आनंदात दुश्मन चारदोन रोज ढिला पडेल. तेवढ्या अवधीत तुम्ही दोघे धोक्याच्या रेषेपल्याड निघून जा ऽ"

येसूबाईं महाराणींचे ते असामान्य औदार्य, अतुलनीय समज पाहून राजाराम आणि ताराऊंना हुंदके फुटले. वैऱ्याच्या फौजा रायगडाचा ताबा घेण्यासाठी रात्रीच्याही धाव घेत होत्या. त्यांचे आवाज आता जवळ ऐकू येऊ लागले होते. हात उंचावून महाराणींचा निरोप घेण्याइतपतही सवडही ताराऊ आणि राजारामांना मिळाली नाही. तोवर दोरांना टांगलेल्या त्या डालपाट्या बुरुजांवरून खाली सोडल्या गेल्या.

येसूबाईंनी समाधानानं क्षणभर डोळे मिटले. जगदीश्वराचे आभार मानले.

१६.

"बेवकूफ पातशहा, मौत आली तरी बेहत्तर! पण आम्हांला तुझा धर्म स्वीकारायचा नाही. तुझ्या मजहबसाठी युक्तीनं जाळं टाकू पाहशील, तर त्यामध्ये हा शिवपुत्र कदापिही फसायचा नाही!—" शंभूराजांनी सडेतोड जबाब दिला.

"मजहबके वास्ते मैं रूखा भी नही हूँ." औरंगजेब कुत्सितपणे हसला.

"खजाना म्हणशील तर आमचा प्रत्येक किल्ला एक खजानाच आहे. तुझ्या बुढ्या बदनमध्ये अजून खुमखुमी असेल तर बेवकूफ पातशहा, अल्लाच्या घरी जाण्याआधी शिवाजी-संभाजीचे किल्ले जिंकूनच दाखव." शंभूराजे आव्हानात्मक भाषेत बोलले.

"संभाऽ, आमचा सवाल मजहबच्या, आरजूच्या आणि खजान्याच्या चाहती पलीकडचा आहे — आम्हांला हिंदुस्थानची सियासत अजून काही वर्षं चालवायची खुमखुमी आहेच आहे. म्हणूनच एक राज्यकर्ता या नात्यानं आम्हांला तुझ्याकडून साफ साफ जवाब हवा आहे— बोलऽ, तुला आणि त्या दोन नादान दख्खनी शिया हुकुमतींना आमचे कोण कोण गद्दार साथीदार खुफिया तौरपर सामील होते? — ह्या एकाच सवालाचा जवाब देशील, तर अजूनही आपली प्यारी जिंदगी बचावशील."

"आमच्या मौतीचा फतवा तर काल दुपारीच तुझ्या काझीने जारी केला आहे."

"काझी, मौलवी, फतवा ह्या साऱ्या बाबी म्हणजे आम्हा राज्यकर्त्यांच्या कट्यारीवरची मखमली आवरणे असतात. हवा तर फतवा खारिज करू वा शेवटी त्याचा अंमल करायचा की नाही तेही आमच्याच मुठ्ठीमध्ये आहे — बोल ऽ बोल ऽऽ तुला आतून आमचे कोण कोण दगाबाज सामील होते — ज्या मक्कार बदमाषांनी गेली नऊ वर्षं दख्खनच्या रानातून दरवेशासारखं आम्हांला गरगर फिरवायला तुझ्या सारख्या जहन्नमीला मदत केली, ते कोण आहेत?"

शंभूराजांचे पोट पाठीशी गेलेले. गेल्या काही दिवसांत पोटात अन्नाचे कण देखील नव्हते. त्यांचे ओठ सुकलेले. डोळ्यांपुढे अंधार. प्रकृती तोळामासा झालेली. त्याही स्थितीमध्ये राजे बेहोषीत हसले आणि पातशहाला बोलले, "तुला हव्या असलेल्या सवालाचा जबाब आम्ही कधीच देऊ शकणार नाही!—"

"क्यूं?"

"आम्ही आमच्या दुश्मनांवर समोरून समशेर चालवतो अन आमच्या दोस्तांच्या पाठी मात्र शाबूत ठेवतो, त्या त्यांना शाबासकी देण्यासाठी! गद्दारीचे छुपे खंजर चालवण्यासाठी नव्हे !"

शंभूराजांच्या अखेरच्या जबाबापुढे पातशहा काळाठिक्कर पडला. कोणतीही गोष्ट शंभूराजांकडून मिळवता आली नाही, याचे त्याला वैषम्य वाटू लागले. बंदीखान्याच्या चारी कोपऱ्यात धूर ओकणाऱ्या मशाली पातशहाच्या पुढच्या हालचालींकडे डोळे रोखून पाहत होत्या. बाजूच्या सुरईतले पाणी तो घटघट प्याला. त्याने समोर नीट पाहिले. पुढच्या मेढीला कवी कलशांनाही आपादमस्तक जखडूनच टाकलेले.

पातशहाला तिथे अधिक वेळ थांबवले नाही. तो उठला. झपझप पावले टाकत बंदीखान्यातून बाहेर पडला. मशालींच्या उजेडातील शेकडो जागत्या नजरा त्याच्याकडे रोखून पाहात होत्या. थोडे अंतर गेल्यावर पातशहाची जडावली पावलेही अडखळली. त्यालाच सवाल करू लागली. काय ठरवले आहेस तू? आपल्या जातिदुश्मनाला तसाच जिंदा ठेवायचा?.... काझी मौलवींनी फतवा काढल्यावर सुद्धा?

१७.

ती अमावस्येच्या आधीची रात्र होती. भीमेकाठी गारठा पडला होता. मिट्ट काळोख पडलेला. बाजूच्या नदीमध्ये मोठाले डोह. त्याच्या पृष्ठभागावरून वारा भिर भिर वाहात होता. तुळापूरच्या मागच्या टेकडीपल्याडून मध्येच कोल्ह्यांचा कल्ला उठे. कुठे एखादे कुत्रे गळा काढून रडे, तर बेवारशी झाल्यासारखी एखादी टिटवी मधूनच नदीच्या डोहावरून टिंव ऽ टिंव असा कर्कश आवाज करत अल्याड पल्याड उडत जाई. मेढी, गवत आणि बांबूच्या मेखांपासून बनवलेला नदीकाठचा तो बंदीखाना. रानटी जनावरे डांबून ठेवावीत तसे कविराजांना आणि शंभूराजांना आत डांबले गेले होते. त्या दोघाही दुर्दैवी जिवांना गेले अडतीस-चाळीस दिवस नीट आंघोळ मिळाली नव्हती. मियाँखानाचे काही साथीदार अजूनही बंदीखान्याच्याच नोकरीवर होते. धन्याला दिलेल्या शब्दाप्रमाणे ते होईल ती राजांची शुश्रुषा करत होते. त्या दोघा राजबंद्यांनी अंगाला खूप खाज सुटते, बदबू येते, अशा तक्रारी वेळोवेळी केल्या होत्या. त्यामुळेच अधेमधे कधी तरी भिस्ती पाण्याची भांडी घेऊन

येत. गायीम्हशीच्या अंगावर पात्रातून पाणी मारावे तसे चार दिवसांतून दोघांच्या अंगावर पाणी फेकले जाई. अलीकडे वेळोवेळी झालेल्या मारझोडीमुळे दोघांचेही देह चांगले फुणफुणत होते. डोक्यावरील केसांचे पुंजके खोजांनी आणि पहारेकऱ्यांनी वेळोवेळी ओढलेले. केसांची मुळे तुटून तेथून तीव्र वेदना अद्यापि सुटत होत्या. अनंत यातनांच्या जळवा अंगाची आग आग करत होत्या. कविराजांना तर जीभही नव्हती. वेदनेला वाचाच उरली नव्हती!

मध्यरात्र उलटून गेली. डोहाच्या पात्रावर वाऱ्याची एक झुळूक निर्माण झाली. ती काही काळ तेथेच गडबडा लोळू लागली. बघता बघता त्या भिरभिर वाऱ्याला एक मानवी आकार निर्माण झाला. कसलीशी करुण, वेदनामय शीळ घातल्याचा आवाज करत तो वाऱ्याचा झोत नदीची दरड चढून वर आला. बघता बघता तो बंदीखान्याच्या फटीतून लीलया आत घुसला.

तो सळसळता वारा शंभूराजांच्या देहाभोवती खेळू लागला. एखाद्या वैद्याने डोक्यावर हात ठेवावा, जखमा तपासाव्यात, तसा वारा राजांच्या मस्तकाभोवती फिरू लागला. त्यांच्या सर्वांगाशी लगट करू लागला. त्यांना मिठ्या मारू लागला.

शंभूराजे ग्लानीतून जागे झाले. कोण कोण फिरवत आहे मायाळू बोटे आपल्या केसांतून अशा काळोख्या अवसेच्या रात्री? कोणाच्या पावलांचा हा आवाज? ह्या जखमी, वेदनेनं जर्जर झालेल्या आपल्या दुबळ्या देहाला कोण आपल्या कवेत घेते आहे? कोणाचा हा शरीरगंध नि हा उष्ण श्वास —? हवाहवासा वाटणारा! ओळखीचा!!

शंभूराजांची गात्रे फुलून आली. जखमी, नेत्रहीन डोळ्यांतून चिकट द्रव वाहू लागला. ते पुरते मोहरून गेले. अंगातल्या तीव्र वेदनांचा कब्जा अनंत आनंदलहरींनी घेतला. तोवर समोरच्या अदृश्य हाताचा तळवा राजांच्या भव्य भाळावरून फिरू लागला. गालाला चुंबनाचा स्पर्श झाला. हा मानवी देह, त्याचा सोनचाफ्यासारखा गंध, त्या स्पर्शातली अपूर्व माया — समोरच्या त्या भासमूर्तीच्या कवेत आपला देह झोकून देत शंभूराजे आनंदहुंदका फोडत बोलले, "आबासाहेबऽ, आबासाहेब ऽऽ आलात अखेरच्या रात्री आपल्या शंभूबाळाला भेटायला?"

कपाळावरचा तो हात आता राजांच्या पाठीवरून फिरू लागला. ती भासमूर्ती अधिक जवळ बिलगली. तिने राजांना घट्ट आलिंगन दिले. समोरून कारुण्यगर्भ आवाज कानावर पडला, "शंभू ऽ लेकरा, किती दुष्ट ही दैवगती!"

"आबासाहेब, आपण?"

"होय, आम्हीच!"

"आबासाहेब, आपण अखेर भेटलात. आम्ही धन्य झालो. ह्या शंभूकडून काही गुन्हे घडले असल्यास माफ करा."

"लेकरा, असं बोलू तरी नकोस. घोड्याच्या पाठीवर आपलं सिंहासन लादून

असा एखादाच महायोद्धा देश-धर्म-मातीसाठी आठ-आठ वर्षं जंग छेडू शकतो! यश-अपयशाच्या तडाख्यांची पर्वा न करता अवघ्या बत्तीस वर्षांच्या उंबरठ्यावर औरंग्यासारख्या कळिकाळाशी तू दिलेली कडवी झुंज केवळ अद्वितीय आणि अद्‌भुत आहे, बेटा शंभू!''

"आबा, अंगामध्ये जितकं बळ होतं, जितकी शक्ती होती, तितकी सारी, आम्ही पणाला लावली होती!....''

"झोपेचं सोंग घेतलेले मतलबी कुंभकर्ण तुझ्या ह्या महासाहसाकडे दुर्लक्ष करतील, पण सह्याद्रीच्या प्रत्येक दरीत, वाटाआडवाटांवर, घाटागवंडांवर, महाराष्ट्र-भूवरच्या दूरदूरच्या प्रदेशात, बुऱ्हाणपूरच्या वेशीपासून त्रिचनापल्लीच्या तामिळ देशापर्यंत ज्या पाषाणांवर, मातीवर तू आणि तुझ्या सहस्र सहकाऱ्यांनी रक्त सांडले, ती माती आणि ते पाषाण कसे विसरतील? असा कृतघ्नपणा दाखवायला त्या काय मनुष्यजाती आहेत?—''

"आबासाहेब ऽ आम्ही तो बदनाम—''

"नको ऽ नको, धीरोत्तम राजकुमारा. बलदंड महाराष्ट्रपुत्रा, अशी प्रमादाची भावनाही मनात आणू नकोस. वरून आभाळातून, चांदण्यांच्या डोळ्यांनी गेली आठ-नऊ वर्षं सारं पाहात होतो आम्ही. एक खरीखुरी गोष्ट सांगू तुला, शंभू?''

"आबासाहेब—?''

"ह्या जन्ममृत्यूच्या दुष्ट परमेश्वरी खेळाने आमचे हात जखडले आहेत म्हणून. अन्यथा स्वर्गाच्या महादरवाजांना ढुसण्या मारून आम्ही तेथून केव्हाच बाहेर पडलो असतो. हातात खड्ग घेऊन माझ्या महापराक्रमी लेकरा, तुझ्या मदतीला आम्ही स्वत: कधीचे धावून आलो असतो!...''

"आबासाहेब, ह्या कोंडलेल्या दिशा— आप्तस्वकीयांचे काळजावरचे घातकी वार— जीव अगदी भांबावून गेला होता! काळाने हातामधले शस्त्र नेले. नेत्र नेले.''

"शंभूराजा! अंधकाराच्या काटेरी वाटा तुडवताना तुझ्या चर्येवर निराशेचा एखादा ओरखडाही तू कधी येऊ दिला नाहीस. आता दिलाच्या कोपऱ्यातसुद्धा अपराधीपणाचे पुसटसे कणही ठेवू नकोस. आज ना उद्या, कधी ना कधी तुझ्या कार्यापुढं सर्वांना आदरानं मस्तकं झुकवावी लागतील. आपल्या बुद्धिबळानं आणि बाहुबळानं तू पाच लाख माणसांच्या आणि चार लाख जनावरांच्या मोगली महापुरास आठ वर्षं तुंबा घातलास. कदाचित दुर्दैवानं अवघ्या पाच-सहा महिन्यात तू पातशहाच्या रेट्यापुढं मोडून पडला असतास. त्या पापी औरंग्याची जीत झाली असती. आणि हातामध्ये जिझीया कराचे काटेरी शस्त्र घेऊन आलेल्या मोगलांचा महापूर ह्या प्रदेशात फुटला असता, तर तुकोबा-रामदासांचा आणि शिवाजीचा महाराष्ट्र कुठे नि किती उरला असता?''

शंभूराजांनी राजांच्या खांद्यावर मान टाकली. त्या मायेच्या उबीने त्यांना धन्य धन्य वाटत होते!

"शंभू, माझ्या बहादूर पुत्रा! औरंगजेब म्हणजे अनेक राहुकेतूंना वस्त्रगाळ करून दैवानं बनवलेला एक दुष्ट क्रूरकर्मा! जगातल्या एका बलाढ्य शक्तीशी तू किती हिंमतीनं टक्कर दिलीस. या आधी हा महादैत्य दिल्ली किंवा आग्र्याच्या राजमहालात बसायचा, तेव्हा त्याच्या नुसत्या निरोपानेही दक्षिणेतल्या राजवटी चळाचळा कापायच्या. कुतुबशाही, आदिलशाहीसारख्या हुकुमतींना तर त्याच्या सावलीचा, पडछायेचाही धाक वाटायचा. शंभू, तुझ्यासकट आम्हांला बिनगुमान त्या राक्षसानं आग्र्यापर्यंत जायला जुलमानं भाग पाडलं होतं. पुरंदराचा तो नामुष्कीचा तह म्हणजे आमच्या जिंदगीतले ते अपमानपर्वच होते. पोराऽ, असा हा अत्यंत घातकी, कपटी, मदमस्त शत्रू आपला सेनासमुद्र घेऊन जेव्हा महाराष्ट्रावर चालून आला, तेव्हा त्या दर्याच्या लाटा बघूनच एखादा जीव घेऊन दूर पळून गेला असता. पण अजिबात भांबावून न जाता, आपल्या पाठीपोटाशी सह्याद्रीच्या रांगा बांधून त्या दुष्टाशी तू कडवी, दीर्घ झुंज दिलीस!

"जेव्हा अनेक जाणत्यांच्या तलवारी गंजून पडल्या होत्या, बुद्धिवंतांच्या प्रज्ञेला चळ भरला होता, मर्दांची पावलं विकलांग झाली होती, सामान्य रयत दुष्काळाच्या तडाख्यानं मोडून पडली होती, तेव्हा उरली-सुरली माणसं एकत्र बांधून, शिरावर कोसळलेले कडे दूर करत संकटांच्या गिरिकंदरातून तू रस्ता खोदलास. एवढ्या मोठ्या फौजेशी, इतक्या कमी साधनानिशी आणि इतकी वर्षं दीर्घ झुंज देणारा दुसरा महामर्द शोधण्यासाठी इतिहासाची पानं उलटीसुलटी करावी लागतील. खरं सांगू शंभूऽ, आम्हांला तर वाटतं— तुझा भविष्यकालीन पराक्रम ध्यानी धरूनच आमच्या तुकोबामाऊलींनी केवळ तुझ्याचसाठी ह्या ओळी लिहून ठेवल्या असतील–

पुत्र व्हावा ऐसा गुंडा
त्याचा तिहीं लोकी झेंडा!"

"बस्! बस्! आबासाहेब, मृत्यूच्या महामंदिराकडे आमचा प्रवास सुरू होण्यापूर्वी आपण भेटलात. आपल्या ह्या शब्दांनी आम्हांला इतकं तृप्त बनवलं आहे की, आता अंगावर सहस्र मरणांचा वर्षाव पडला तरी बेहत्तरऽ!"

"शंभूऽ, आज ह्या शिवाजीचे काळीज तीळ तीळ तुटते ते फक्त दोन गोष्टींसाठी. आप्तस्वकीयांनीच असा दगलबाजीचा खोडा घालून तुझ्या पराक्रमी वारूचे पाय तोडावेत ना! दुसरं खूप खूप वाईट वाटते ते दैवगतीच्या दुष्ट खेळाबद्दल!–"

"आबासाहेबऽ!"

"होय शंभूराया. आमच्याही जिंदगीमध्ये कसोटीचे क्षण काय कमी उगवले

होते? कुटिल अफजलखानाच्या भेटीसाठी आम्ही पालखीतून निघालो होतो, पण भोयांच्या पावलांबरोबर मृत्यू आमच्यासवे वाटचाल करीत होता. तेथून केवळ सुदैवाने बचावलो. आग्ऱ्याच्या बंदीखान्याभोवतीचा तो सहस्र यवनांचा भूतमेळा काय कमी थरारक होता? तेथूनही पोरा तुझ्यासकट सहीसलामत सुटलो! जालनापूर जिंकून येताना संगमनेरजवळच्या जंगलात रणमस्तखानाच्या मगरमिठीतून तर बाल बाल बचावलो होतो! थोडक्यात बचावलो नाही तर जे दुर्दैव तुझ्यावर संगमेश्वरात ओढवले, तेच आमच्यावर संगमनेरात ओढवणार होतेऽ!''

शिवाजीराजे अडखळले. त्यांना जोराचा हुंदका दाटून आला. शंभूराजांच्या मुखाकडे, विशेषत: त्यांच्या डोळ्यांच्या खाचांकडे बघताना ते पुरते हादरून गेले होते. शंभूराजांचे श्रमले, जखमी शिर आपल्या छातीशी कवटाळत ते उद्गारले,

''शंभूऽ, आमच्या जिंदगीमध्ये दैवगतीनं, तकदीरानं सद्भाग्याच्या संदुकाच्या संदुका भरून आमच्या पायावर ओतल्या होत्या. पण आज खूप वाईट वाटतं ते एकाच गोष्टीसाठी. त्यातल्या चारदोन मुठी जर त्याच दैवगतीनं माझ्या शंभूबाळासाठी राखून ठेवल्या असत्या तर—''

''आबासाहेब!—''

''पोरा, कुठं, कुठं गेले ते तुझे गहिरे, तेजस्वी डोळे?''

''आबासाहेब, केवळ वतनाच्या भुकेसाठी आपल्या भूमीतल्या अनेकांनी शेवटी दगाफटका केला. आज मृत्यूआधी नेत्र गेले ते एका अर्थी बरंच झालं! वतनाच्या स्वार्थासाठी चटावलेला हा मेलेला महाराष्ट्र बघण्यापेक्षा डोळे गेलेले काय वाईट?''

''खरं आहे तुझं पोरा! दुष्काळाच्या तडाख्याशी रयतेनं दोन हात केले. सामान्य गोरगरीब लोक आपल्या हिंदवी स्वराज्यासाठी तुझ्या झेंड्याखाली उभे राहिले. त्यांनी अगरबत्तीसारखा देह जाळला. पण इथल्या वतनदारांनी, स्वार्थाने बरबटलेल्या जाणत्यांनीच तुझा घात केला. अन्यथा संगमेश्वरापासून ते तुळापुरापर्यंतच्या दीर्घ प्रवासात सर्वांनी मिळून एकत्र दगडफेक जरी केली असती, तरी पातशहा केव्हाच परलोकवासी झाला असता! पण स्वार्थासाठी इथल्या जाणत्यांनाच राजा मरावा, राज्य बुडावं आणि वतनं तेवढी टिकावीत, असंच वाटत होत. तुझ्यावर ओढवलेला हा दैवघात म्हणजे ह्या साऱ्याचाच परिपाक आहे!—''

''आपल्या शब्दांनी किती कोडी सोडवलीत, आबासाहेब!''

''बा महाराष्ट्रा! साफल्यपूर्ण जीवन कसं जगावं हे ह्या शिवाजीनं तुम्हांला शिकवलं असेल, पण देशधर्म आणि मातीसाठी मरावं कसं याचा बोध रयतेनं आमच्या शंभूराजांपासून घ्यावा! हे महाराष्ट्रा, ह्या शिवाजीच्या गौरवाच्या नादात, आमच्या शंभूराजांच्या बलिदानांकडे दुर्लक्ष करायचा प्रमाद करू नकोस. शंभू, आपल्या पराक्रमानं तू गाठलेला कळस पाहून एकच सांगावसं वाटतं. काही

वर्षांमागे सिसोदिया वंशाशी असलेलं आमचं नातं शोधण्यासाठी आम्ही आमच्या बाळाजी चिटणिसांना राजपुतान्यात पाठवलं होतं; पण झुंजार शंभूराया, ज्या दिवशी तुझ्या पराक्रमाची गाथा जनांसमोर येईल, तेव्हा आपल्या पूर्वजांच्या वंशावळींचा शोध घ्यायला कोणी राजस्थानच्या वाळूकडे धावण्याचा मूर्खपणा करणार नाही. उलट बाहेरचेच महायोद्धे ह्या पोलादी सह्यपर्वतांशी आपले नातेसंबंध जुळतात का, याचा शोध घेण्यासाठी इकडे धाव घेतील.''

"आबासाहेब, आपल्या शब्दांनी आम्ही पावन झालो. मृत्यूच्या उंबरठ्यावर आज आमच्या काळजात कोणतंही शल्य उरलेलं नाही. उलट मृत्यूला मिठी मारण्यासाठी आम्ही अधीर झालो आहोत. ह्या संभाजीच्या मृत्यूने मेलेला महाराष्ट्र जागा होणार असेल, गवताला भाले फुटून आलमगीर पातशहाची कबर इथे दक्षिणेतच गाडली जाणार असेल, तर असा मृत्यू आम्हांला भाग्यदायीच वाटेल!''

१८.

नदीकाठाहून पाखरांचे आवाज आले. भल्या सकाळी गार वारा जोराने वाहत होता. राजांच्या डोळ्यांपुढे अंधार. दिवसरात्रीचा प्रवास चराचराच्या हालचालींवरूनच फक्त जाणून घ्यायचा. पहाटे पहाटे त्यांना किती शांत झोप लागली होती. विहिरीच्या तळातून बुडबुड्यांचे आवाज यावेत, तसे राजांच्या मुखातून शब्द बाहेर पडले, ''कविराज—?''

कविराजांनी फक्त कान टवकारले. त्यांच्या तोंडात जीभ नव्हती. डोळ्यांच्या सरोवरातील बुबुळं नाहीशी होऊन फक्त खाचा उरलेल्या. त्या दोघा राजबंद्यांना आता अन्नपाण्याची वासना उरली नव्हती. पातशहाचे धटिंगण त्यांच्या लांब केसांची झुलपे घट्ट पकडून त्यांना हिसके देत. जुलमाने जगण्यापुरते कसंबसे चंबूभर दूध पाजत. ते दोघेही कमालीचे कृश झाले होते. शंभूराजांचे डोळेही तप्त सळईने जाळून, खुडून नेलेले.अनंत यातनांच्या जुलमाने हे दोन्ही मनुष्यदेह थकतील, मृत्यूला घाबरून जिंदगीची भीक मागण्यासाठी गडबडा लोळतील अशी अपेक्षा औरंगजेबाने मनातून ठेवली होती. त्याच लालसेने शंभूराजांची जीभ अजून काटली नव्हती, इतकंच!

शंभूराजे उदासवाणे हसले. त्यांनी ''कविराजऽ'' असा शब्द उच्चारताच दुसरा एक फाटका, मानवी रक्तमांसाचा जिवंत गोळा त्यांच्याकडे सरकला. राजांनी चाचपडत कलशांचा तळहात आपल्या हाती धरला. ते बोलले,

"पानी केरा बुदबुदा अस मानूस की जात ।

देखत ही छिप जाएगा जों तारा परभात ।।

मनुष्याचं जीवन पाण्यावरच्या बुडबुड्यासारखं क्षणभंगुर. पाहता पाहता पहाटतारा जसा अचानक, अकस्मात लुप्त होऊन जातो, तशीच मनुष्यजन्माची अखेर होते. त्याबद्दल खंत कसली नि खेद तरी कसला! आम्ही एका अर्थी सद्‌भागी. काल राती वाऱ्याचं रूप घेऊन आमचे आबासाहेब आले. कडकडून भेटले. किती तरी वेळ आम्हा दोघांचं हितगुज चाललं होतं. त्या आनंदडोहात आम्ही आकंठ बुडून गेलो होतो. त्या एकाच भेटीनं हे शरीर इतकं पावन झालं आहे म्हणून सांगू!— आता येऊदे केव्हाही त्या यमदूतांनाऽ!"

कविराज पुढे सरकले. राजांचा खडबडीत, थकला हात त्यांनी आपल्या गालाजवळ धरला. त्यांचे मन उचंबळून आले. त्या कोंदट, राक्षसी बंदीखान्यात आता त्या पाशवी बेड्याही समाधानानं हसू लागल्या. शंभूराजे म्हणाले,

"मृत्यू असतो एक हट्टी पाहुणा. हाकलून दिला तरी देवडीवर ठाण मांडून बसणारा एक हट्टी मेहमान. आता त्यानं केव्हाही यावं— बिजलीचा लोळ बनून, धरणीकंपाचं–लाव्हाचं रूप घेऊन जिभल्या चाटत वा राजप्रसादाचे खांब माथ्यावर कोसळवत! कविराज, आता ह्या देहाला मृत्यूची तमा वा भीती राहिली नाहीऽ!"

बोलता बोलता शंभूराजांच्या नासिकेतून उष्ण श्वास वाहू लागला. हाताच्या मुठी वळल्या. बेचैन होऊन राजे म्हणाले,

"उरली होती तमन्ना फक्त एकाच गोष्टीची. त्या पापी औरंगजेबाची मुंडी छाटून ती चितदरवाजाच्या उंबरठ्याखाली एकदा गाडली असती आणि हसत हसत स्वर्गाच्या शिड्या चढून निर्धास्त मनानं वर गेलो असतो! आज आम्हांला दु:ख होतं ते एकाच गोष्टीचं. ज्या हातांनी दूर कावेरीच्या महापात्रांत घोडी घातली होती; त्रिचनापल्लीच्या गर्विष्ठ पाषाणकोटाच्या तटबंद्यांना सुरुंग लावले होते; पोर्तुगिजांच्या व्हाइसरॉयला आपली जान बचावण्यासाठी होडक्यात बसून जीव घेऊन दूर पळायला भाग पाडलं होतं; नाठाळ सिद्दींच्या शेपट्या तोडून त्यांना जंजिऱ्याच्या बिळातच वळवळत ठेवलं होतं; मोकाट श्वान फक्त दुरूनच गुरगुरत फिरून जावेत, तशा औरंगजेबाच्या पाच लाख फौजेला सह्याद्रीच्या पर्वतराजीत ज्यानं घुसू दिलं नाही; एखाद– दुसऱ्या किल्ल्यावरच्या निशाणालाही हात लावण्याची मोगलांची हिंमत झाली नाही, त्याच शंभूच्या पाठीत आप्तस्वकीयांनी बगावतीची विखारी कट्यार घुसवावी! खैर, ह्या शंभूनं जिंदगीभर मरणाला कधीच मोजलं नव्हतं. मृत्यूच्या तटबंदीला आम्ही अनेक-वार ढुसण्या दिल्या. उलट मृत्यूलाच आमची आणि आमच्या बहादूर माणसाजनावरांची इतकी धास्ती असायची की, तो अनेकदा आडोशाला पळून जायचा. रणांगणात मृत्यू भेटला असता, तर त्याला उघड्यावर मिठी मारून, जळून

खाक होताना साता जन्माची धन्यता वाटली असती! पण आज मृत्यू हा असा चोराचिलटांच्या घातकी पावलानं, दबतदचकत यावा, याचंच खूप दु:ख होतं."

दुपारी अचानक वाहणांचे धाड धाड आवाज ऐकू आले. त्यांची काटेरी कुरकुर, अस्पष्ट कुजबुज आणि वेगवान हालचाली यावरून शंभूराजांनी ओळखले. ते मृत्यूदूतच होते. राजे सावध झाले. पण ती भयप्रद पावले पलीकडेच थांबली. कानावर कवी कलशांच्या बाजूचीच झटापट ऐकू आली. सैतानाच्या त्या दूतांनी कविराजांना जखडले वाटते. पावले दूर निघाली. डोळ्यांच्या खाचांना दृष्टी नव्हती, पण राजांच्या शरीराची सारी रंध्रे सख्या दोस्तासाठी आक्रंदत होती.

शंभूराजांनी कठोर सुरात हाक दिली, "थांबाऽऽ. इकडे याऽऽ."

त्या हाळीची जरब खूप धारदार आणि तीक्ष्ण होती, जिने त्या यमदूतांचेही पाय लटपटले. ते यांत्रिकपणे कलशांना घेऊन राजांच्या पुढे आले. दोघांच्या श्वासांना एकमेकांची ओढ होती. शंभूराजांनी "कविराजऽऽ" करून हंबरडा फोडला. तसे ते दोन्ही देह एकमेकांकडं ओढले गेले.

दोघांचेही हात पाठीवर बांधलेले. एकमेकांना मिठीत घ्यायची त्या दोन्ही देहांना खूप आस होती. परंतु ते शक्य नव्हते. गारगोटीवर गारगोटी घासली की त्यातून ठिणग्या बाहेर पडतात. तसे ते दोन्ही देह एकमेकांत जणू जिवाशिवाचा सेतू बांधत होते. त्यांचे श्वास, हुंकार यांनी न्याराच गोफ तयार केलेला. कविराजांना जिभेअभावी बोलता येत नव्हते. त्यामुळे त्या देहाची विलक्षण तडफड चालली होती. पंख तुटलेला जटायूही असा तळमळला नसेल!

शंभूराजांनी आक्रंदत विचारले, "कविराजऽ, चाललात आपण मृत्यूच्या महामंदिराकडे? आमच्याही आधी? किती भाग्यवान आहात आपण?"

कविराजांच्या देहाची तगमग तगमग झाली. औरंगजेबाच्या दुष्ट कट्यारीने जिभेचा शेंडा कापून नेला होता. पण त्यांच्या तापलेल्या नसा, फुललेली रंध्रे, अंगावर सरसरून उभा राहिलेला काटा, त्यांचा अवघा देहच बोलू लागला. श्वासांनाही शब्द फुटले, "होय राजन, आहेच मी भाग्यवानऽ! म्हणून तर तुमच्या आधी धावलो त्या स्वर्गमंदिराकडे. देवाच्या दरबारातल्या फुलांच्या परड्या लुटून आणतो आणि तुमच्या मार्गावर अंथरतो! इतक्या दिवसांच्या अतिश्रमाने आपली पावले भेगाळली असतील, थकली असतील. मिळो त्यांना तेवढाच दिलासा—"

त्या स्पर्शाचे सुख तरी कुठे दीर्घकाळ मिळणार? त्या यमदूतांनी कविराजांना खेचून दूर केले. कलशांना तसेच ओढत नदीकाठावर नेले गेले.

— दुपारीच औरंगजेबाच्या धटिंगणांनी कारभार आटोपला होता. कविराजांचे हात, पाय असे एकेक अवयव तोडण्यात आले. ते रक्तमांस नदीच्या दरडीवर भिरकावले गेले. पंधरा मैलांच्या परिघात पसरलेल्या पातशहाच्या तळावर खूप

सन्नाटा पसरला होता. कवी कलशांना हालहाल करून मारल्याची खबर सर्वत्र झाली होती. फौजी तळाने अनुभवले होते, कवी कलशांच्यावर होणारे अत्याचार ही जणू शंभूराजांवर केल्या जाणाऱ्या प्रत्येक अत्याचाराची रंगीत तालीमच असायची! पातशहाच्या फौजेत काम करणारे गरीब मराठी भिस्ती, पाणके, वाढपी चोरून रडत होते. शिवाजीराजांच्या मृत्यूनंतर अवघ्या दहा वर्षांमध्ये त्यांच्या पुत्रावर, स्वराज्याच्या दुसऱ्या छत्रपतीवर ओढवलेला हा दु:खद प्रकार त्यांना खूप भिववत होता.

पातशाही तळावर सजेची अंमलबजावणी करण्यासाठी एक वेगळे फाशीतख्त होते. पण तिकडे कविराजांना किंवा शंभूराजांना न नेण्याचा निर्णय पातशहानेच घेतला होता. जिथे जिथे आणि जेव्हा जेव्हा संधी गवसेल तेव्हा पातशहा शंभूराजे आणि कलश हे मामुली कैदी आहेत, फाशीतख्ताकडेही त्यांना घेऊन जायची त्यांची औकात नाही, असे अट्टहासाने सांगत होता. त्याचाच परिणाम म्हणून कलशांच्या देहाचे तुकडे भीमा नदीच्या दरडीवर पडले होते.

तिन्हीसांजेची खबर बाहेर पडली. संभाच्या शिक्षेचा अंमल दस्तुरखुद्द आलमगीर पातशहांना बघायचा आहे. त्यासाठी ते नदीकडे निघाले आहेत. ती गोष्ट समजताच गोटाच्या दारातच असदखानाने त्यांना रोखून धरले,

"जहाँपन्हाँ, संभा मामुली कैदी असल्याचं आपणच सांगता. त्याची औकात ती काय, की शिक्षेच्या अंमजबजावणीसाठी स्वत: किब्लाऐ-आलमनी तिथे हजर राहावं?"

पातशहाने काहीच प्रतिक्रिया व्यक्त केली नाही. तो थांबलाही नाही. त्याची अंबारी वेगाने काळोख्या नदीतीराकडे चालली.

पातशहा दरडीवर पोचला. भीमेच्या पात्रात सूर्याचा गोळा दडत होता. आजूबाजूच्या सर्व राहुट्यांना, गोटांना, पागांना नेत्र फुटले होते. सर्वांच्या नजरा नदीतीराकडेच लागल्या होत्या. डोणीडोणीत पाखरे चिडीचूप झालेली. दोन चुकार टिटव्या टींवऽ टींवऽऽ करत वेगाने पात्र ओलांडून पलीकडे गेल्या. साखळदंडांनी बद्ध केलेले शंभूराजे भीमेच्या उतरणीवर उभे होते. त्यांच्या डोळ्यांच्या खाचातून मेणासारखा द्रव पाझरत असल्याचा भास होत होता. डोईदाढीचे दीड महिन्याचे बाल ताठ झालेले. ते योग्याच्या दिमाखात उभे होते. रापलेली चर्या उन्मादाने, हर्षाने माखल्यासारखी दिसत होती. इतक्या संकटांनंतर, वादळवाऱ्यांच्या जीवघेण्या तडाख्यानंतरही मान आणि पाठीचा कणा ताठ होता.

भीमेच्या पात्रात अंधार पाझरू लागला. दरडीवर मोगलांच्या दिवट्या आणि हलाल पेटले. मशालींच्या उजेडात, मृत्यूच्या उंबरठ्यावर उभे असतानाही शंभूराजांच्या चर्येवर एक और दिमाख होता. ते पाहून त्या मृत्युंजयी अमावस्येच्याही काळजाचा थरकाप उडालेला!

पातशहा धिमी पावले टाकत पुढे गेला. हातामध्ये आखूड पात्यांचे पण मजबूत, अतिशय धारदार जमदाडे आणि कुऱ्हाडी घेतलेले पाच दैत्य तिथे उभे होते. पाठीमागे तात्पुरता खांब उभारला गेला होता. त्यावर अजून कलशांच्या रक्ताच्या ताज्या खुणा होत्या. पातशहाने आपल्या नजरेचा इशारा करताच त्यातले दोन दैत्य गडबडीने पुढे झाले. त्यांनी एक खोल घळईची काळी टोपी उलटी करून राजांच्या मुंडीमध्ये अडकवली. तिचे बंध ते गळ्याजवळ रिवाजाप्रमाणे बांधू लागले. तसा पातशहा कडाडला,

"चलो ऽ हटो बेवकूफो, कैद्याला आँखेच नाहीत, तर ते बांधता कशाला?"

—त्याबरोबर ती टोपी दूर फेकली गेली.

औरंगजेब स्वत: त्या खांबाजवळ जाऊन उभा राहिला. त्याने त्या धटिंगणांना थोडेसे दूर होण्याचा हाताने इशारा केला.

खांबाशी जखडलेल्या त्या देहाकडे औरंगजेब उन्मादाने बघत होता. ह्याच नरदेहाने पाच वर्षे पातशहाच्या डोईवरचा किमाँश हिसकावून घेतला होता. नाराजीने, अपमानाने आणि वैफल्याने औरंगजेबाला दख्खनदेशी गरगरा फिरवले होते. तोच जिद्दी, बगावतखोर देह आपल्या मुठीत यावा याचे पातशहाला खूप समाधान होते. शृंखलेने खांबाशी जखडलेल्या त्या देहाकडे पाहत औरंगजेब बोलला,

"संभाऽ जहन्नमी! तू तुझ्या बापापेक्षा आम्हांला दसपट परेशान केलंस, सतावलंस. आमची एकही गुजारिश कबूल केली नाहीस! किमान तुझ्या तोंडून शरणागतीचे लब्ज ऐकावेत, या एकाच इराद्यानं आम्ही तुझी जुबान शाबूत ठेवली होती. तिचाही तू इस्तेमाल केला नाहीस. आमच्याशी गेली कैक सालं गद्दारी करणाऱ्या बगावतखोरांची नावंही सांगायला तू तयार होत नाहीस. तुझ्या डोळ्यांच्या खोबणीतून तुझी नजर काढून आज पुरे सात दिवस लोटले; तुला अंधाराच्या दर्यात ढकलून दिलं, तरी तुझ्या घमंडी पायांना अजून कपकपी सुटत नाही! मौतच्या दारात तुझा जानवरासारखा जुलूस काढूनही रायगडाच्या शिखरावर बसलेली तुझी राणी गडबडून जात नाही. ती दुर्गांच्या, किल्ल्यांच्या चाव्या घेऊन तुझी जिंदगी मागण्यासाठी आमच्यापुढं सर फटकत नाही. सह्याद्रीच्या पहाडासारखी तुम्हा दोघांची किती ही बेगुमानी!! संभा, तुला यापुढं आता जिंदा ठेवावा, यासाठी वजह तरी काय उरली आहे?–"

मृत्यूच्या उंबरठ्यावर जराही न डगमगता तो महायोगी धैर्याने तसाच उभा होता. कमालीचा ताठ, अविचल, हा नाही की हूं नाही! जीवन-मरणाच्या कल्पनेच्याही कैक योजने उंच जाऊन, तो पोचला होता. पातशहाचे लष्कर, कैदखाना आणि त्याच्या राक्षसी चाली या साऱ्या गोष्टी त्याला खूप मामुली वाटत होत्या. त्याच्या काळजाच्या कप्प्यामध्ये मात्र जगदंबेचा, जगदीश्वराचा आणि शिवरायांचा अखंड

धावा सुरू होता. पातशहा आपली दमदार आणि करारी पावले टाकत त्या ज्वलज्वलनतेजस वीराच्या अगदी जवळ जाऊन कुजबुजला,

"संभा, काफरबच्चा, आम्ही गेल्या आठ सालातला जंगे मैदानावरचा तुझा जलवा देखला आहे. त्याला दाद देण्यासाठी तुझे कैक गुन्हे माफ करायची आणि तुला राजबंदी म्हणून उमरकैदेत ठेवायची चाह आमच्यासारख्या शहेनशहाच्या उरामध्ये पैदा झाली, तर त्यात गैर ते काय? इस वास्ते एक और आखरी मौका ले ले! बता दे, कुठं आहेत तुझे हिरेजवाहरातसे लबालब खजाने?— इतना तो बता दे. कौन, कौन है वो गद्दार? जे जिंदगीभर पातशहाचं नमक खातात आणि दुश्मनांची शायरी गातात?"

पातशहाच्या त्या दरडावणीचा काहीही उपयोग झाला नाही. शंभूराजांच्या मुखा-वरची ती बेदरकारी, ती ताठ मान अगर पाठ त्या मग्रूर पातशहापुढे जराही झुकली नाही. तसा औरंगजेब वैफल्याने, काहीसा त्रासून, कसनुसा हसत बोलला,

"संभा, केवळ खुदाची खैर म्हणून एका बेसावध वक्ताला तू आमच्या एका बाटग्या दखखनी सरदाराच्या हाती लागलास. नाही तर तू जंगली पंछी, बहता वारा. तुला यापुढे मात्र जिंदा ठेवायचा गुन्हा आम्ही हरगीज करणार नाही. क्योंकि इस बार अगर हम तुम्हे जिंदा छोड देगें, तो हमे पूरा यकीन है की, तू बचेगा तो हमारा खात्मा जरूर करेगा! ये बात जैसे तुम जानते हो, वैसे हम भी खूब जानते है –"

अधिक न थांबता पातशहाने आपल्या धटिंगणांकडे गुरकावून बघितले. त्यांच्या हाती जमदाड्यांची आणि कुऱ्हाडींची धारदार पाती होती. मशालींच्या तांबूस प्रकाशात ती कमालीची लखलखत होती. बाजूलाच भीमेचा काळाशार डोह. ते सैतानी दृश्य आपल्या डोळ्यांसमोर घडू नये या भीतीपोटीच जणू उजेड अंधाराच्या आडोशाला पळून गेला होता. आज काहीसा लवकरच सूर्यास्त झाला होता. कुठे तरी कुत्र्यांचा कलकलाट चाललेला. "जगदंब, जगंदबऽ" राजे तोंडातल्या तोंडात पुटपुटू लागले. डोळ्यांच्या खाचात नेत्रकमळे नव्हती. परंतु राजांच्या मनःचक्षूसमोर अनेक दृश्यांचा झिरझिरीत पडदा हलू लागला.

.....पुरंदरावर कोसळत्या पर्जन्यधारा. हिंदवी स्वराज्याच्या छत्रपतींच्या पोटी पुत्ररत्न जन्मलेले. ते आनंदसोहळे, वडापारंब्यांना बांधलेले ते झोपाळे. त्या गोऱ्यागोमट्या, तेजस्वी बाळाला पाळण्यात घालून, सुवर्णकड्यांना हलकासा झोका देत धाराऊ, जिजाबाई आणि सोयराबाई गात होत्या —

"नीज नीज रे शंभूबाळा
शिवबाच्या वेल्हाळा
नीज नीज रे शंभूबाळ"

बाजूलाच बिछायतीवर रुग्णाईत सईबाई बसलेल्या. आपल्या क्षीण डोळ्यांनी त्या आपल्या गोऱ्यागोमट्या राजकुमाराकडे लडिवाळपणे बघत होत्या.

त्या बाणकोटच्या खाडीतल्या लाटा. शिवरायांच्या खांद्याचा आधार घेत पोहणारे कुमार शंभूराजे, आपल्या इवल्या अंगावरचे वस्त्रालंकार सांभाळत पातशहाच्या कठोर नजरेला नजर देत आग्र्याच्या दरबारात खडा असलेला नऊ वर्षांचा तो कोवळा राजकुमार, शृंगारपुरात पाठ शिकताना वर्गमैत्रीण येसूशी केलेली ती मौजमजा, बुऱ्हाणपूरच्या वेशीपासून ते खाली कावेरीच्या पात्रात कोसळलेल्या त्रिचनापल्लीच्या भिंतींचा ढिगारा, सह्याद्रीसह दक्षिणेच्या हरेक दऱ्याखोऱ्यात, गिरिकंदरात, साध्या साध्या ओढ्याओघळीकाठी देश, धर्म आणि मातीसाठी ठार झालेले सहस्र साथीदार–दुष्काळाला दाद न देता तगलेली जनावरं– पोट पाठीशी लागले असतानाही जिद्दीने पातशहाविरुद्ध उभे राहिलेले ते भालाईत, ते तलवारबाज, आठ वर्षांच्या अखंड संघर्षात ठार झालेली मांडीखालची अनेक घोडी— काय, काय आठवत नव्हतं शंभूराजांना?

आपले कोणतेही म्हणणे ऐकायला संभाजी तयार नाही, हे पाहून पातशहा भयंकर संतापला. त्याने फरशधारी पथकाला बाजूला केले. बोटात वाघनख्या घातलेल्या हैवानांचे एक पथक शेजारी तयार होतेच. पातशहाने त्यांना इशारा केला. तसे हशम पुन्हा पुढे धावले.

— शंभूराजांना खांबाशी घट्ट बांधले गेले. दोन बलदंड शरीराचे राक्षस पुढे झाले. एकाने पाठीच्या वरच्या मणक्यापासून आणि दुसऱ्याने समोरून गळ्यापासून शंभूराजांच्या अंगात वाघनख्या घुसवल्या. त्या राक्षसांना जोर चढावा म्हणून तंबूरताशे जोरजोराने वाजवले जाऊ लागले. तसे ते दोन्ही राक्षस "दीनऽ दीनऽऽ" करत बेंबीच्या देठापासून ओरडू लागले. राजांच्या अंगामध्ये तीक्ष्ण वाकड्या वाघनख्या घुसवून जोराने खाली खेचून ओढू लागले. राजांची त्वचा टरटरा फाटू लागली. कातडी सोलली जाऊ लागली. आतडी तुटू लागली. त्या दोघांच्या हातावर रक्ताचे उमाळे फुटून रक्ताच्या धारा खाली सांडू लागल्या.

शंभूराजांनी जीव बचावण्यासाठी हंबरडा फोडला नाही. पण दातात दात रुतवून तो अत्याचार सहन करण्याचा ते प्रयत्न करीत होते. वस्त्राच्या चिंध्या कराव्यात तशा त्यांच्या रक्तमांसाच्या चिंध्या होत होत्या. तो लोळागोळा होणारा मानवी देह जागच्या जागी थरथरत होता. अंगातून रक्ताचे उमाळे लागलेले. महादेवाच्या पिंडीवरून अभिषेकाचे दहीदूध पायदळी पडावे, तसे रक्त राजांच्या पायाभोवती गोळा झालेले. त्यांच्या बकऱ्यासारख्या सोलल्या गेलेल्या देहाकडे बघून औरंगजेब खदखदा हसत होता. राजांचे फाडलेले जिवंत शरीर जागच्या जागी थडथड उडत होते.

तो जिवंत देह सोलून ते दोघे हैवान बाजूला झाले. त्या बरोबर पातशहाने त्या फरशधारी पाच धटिंगणांना इशारा केला. त्या दैत्यांचे हात थरथरले, पण क्षणभरच.

दुसऱ्याच क्षणी ते शंभूराजांवर तुटून पडले. एकाने आपल्या हातातल्या कुऱ्हाडीचे धारदार पाते जोराने राजांच्या मानेत घुसवले. तशी रक्ताची एक चिळकांडी उडाली. मुंडी अर्धी तुटली. खाली ओघळू लागली. त्या पाठोपाठ दुसरा एक जोरदार घाव बसला. शिर धडावेगळे झाले.

पातशहाच्या समोर खोजांनी तबकात राजांची मुंडी धरली. औरंगजेबाने ती हातामध्ये घेतली. त्या गरम शिरावरून, रक्ताने माखल्या दाढीवरून त्याने खुषीत हात फिरवला. काही वर्षांपूर्वी आपल्या थोरल्या भावाची — दाराची मुंडीही त्याने अशीच अगदी थंडपणे चाचपून बघितली होती.

असदखानाच्या हवाली मुंडी करत पातशहा गरजला, "ह्या काफरबच्चाच्या मुंडीत भाल्याचं टोक घुसवा. हे मुंडकं दक्षिणेत गावोगाव नाचवा. दहशत बसवा. हा औरंगजेब जोवर जिंदा आहे, तोवर ह्या दख्खनच्या मिट्टीमध्ये दुसरा कोणी संभा पैदा होता कामा नये!"

औरंगजेबाने त्या दैत्यांना पुन्हा इशारा केला. दुसऱ्याच क्षणी ते सारे शंभूराजांवर तुटून पडले. कुऱ्हाडींची धारदार पाती नाचली. खांबाला जखडलेल्या देहातून रक्ताचे पाट वाहू लागले. मांसाचे तुकडे खाली मातीत कोसळले. रक्तमांस इतस्ततः पडले. भीमामाई शहारली! काळोखात बुडालेला सखा सह्याद्री दुःखानं हेलावून गेला!!

शाही हुकूम झाला. त्यानुसार ते गरमागरम तुकडे, रक्तगोळे एका बुट्टीत जमा केले गेले. मुडदेफरासांनी ते लागलेच भीमेच्या काठावर फेकून दिले. काही रक्तगोळे नदीच्या पात्रात तर काही दरडीवर जाऊन पडले.

आपल्या उभ्या जिंदगीतली एक महान कामगिरी पार पाडल्याच्या कैफात पातशहा समोरची दरड चढत झपाट्याने काळोख्या रात्री वर आला. ह्या एका फतेहसाठी आलमगीराने किती रक्त, घाम आटवला होता! लाखो माणसाजनावरांना पागल करून सोडले होते. भुके मारले होते. रोगराईच्या तोंडी दिले होते.

दमलाभागला पातशहा तुळापूरच्या भीमेच्या काठावर येऊन उभा राहिला. त्या काळ्याकुट्ट अवसेच्या रात्री नदीच्या काळपट डोहाकडे धास्तावल्या नजरेने बघू लागला. तोवर पातशाही तळावर नौबतीने फतेहचा इशारा दिला होता. खुषीने एकावेळी शेकडो तंबूरताशे वाजू लागले. हजारो मोगल सैनिक फौजी बाजारातून नाचू लागले. मशालींचाही नाच सुरू झाला. "संभा मर गयाऽ संभाका कत्ल कियाऽ —" असे जोरजोराने ओरडत स्वारराऊतांच्या गिल्ला सुरू झाला. ती अमावस्येची रात्र म्हणजे दैत्यांच्या जलशाचीच रात्र ठरली. अस्मानात फतेहच्या चंद्रज्योती उजळल्या. हर्षाचे आपटबार फुटू लागले.

काठावर उभा असलेला पातशहा उगाचच दचकून नदीच्या अंधाऱ्या पात्राकडे पुनःपुन्हा बघत होता. तिथे काळोखपाण्यात संभा खडा तर नाही ना या शंकेने

क्षणभर त्याला भेडसावले. पण ईदच्या सणासारखा फौजेत सर्वत्र जल्लोष सुरू होता. शंकेला जागा उरली नव्हती. संपला काफरबच्चा संभा अखेर संपला! गेली आठ वर्षे आपल्या लाखो माणसाजनावरांना ज्याने दे माय धरणी ठाय करून सोडले होते, तो संभा अखेर संपला. त्या जहन्नमी शिवाचा मग्रूर कार्टा संपला!

औरगंजेब मोठ्या समाधानाने मनापासून हसला. खदखदा हसला. पुन:पुन्हा हसला. मिळालेले यशच इतके अकल्पित आणि असाध्य होते की, कोणाही पातशहाने विदुषकासारखे पोटभर हसून घ्यावे. हळूहळू हास्य सरले. पहिला कैफ जिरला. पातशहाच्या अंगात ठासून भरलेला एक क्रूर हैवान आलमगीराचे अति-हिंसात्मक रूप बघून स्वत: दूर पळून गेला. पातशहाच्या सर्वांगात एक अनाम रितेपणा भरला. तो गांगरून गेला. त्याला आता आपल्या फतेहचीच भीती वाटू लागली. रितेपण खायला उठले. बैचेन करू लागले. जर खरेच संभा संपला असेल तर यापुढे लढायचे तरी कोणाविरुद्ध?

"पातशहा सलामतऽ चलिये; हजरत चलियेऽ—" त्या हाकांनी पातशहा दचकला. भानावर आला. शहाबुद्दीनखान, रूहुल्लाखान, हसन अलिखान असे अनेक बडे सरदार आणि दरकदार नदीतीरी धावले होते. आपल्या धन्याच्या त्या दिग्विजयासाठी त्यांना त्याची वाहवा करायची होती. रुहुल्लाखान चेकाळून बोलला,

"चलिये हजरत, तुम्हांला मुबारक बात देण्यासाठी आपली सारी फौज तिकडं बेताब बनली आहे. तेथेच आपल्या सर्व नामचंद सरदारांनी फतेहचा बडा दरबार भरवला आहे."

"त्यासाठी मरगठ्ठ्यांचे बडे बडे बम्मन जमीनदार आणि नेक मराठा वतनदार तिकडे खास मौजूद आहेत. चलिये, उनसे मुलाकात कीजिए." हसन अलिखान बोलला.

पातशहा कसनुसा हसत बोलला, "क्या मिलना मराठोंके उन कुत्तोंसे? वतनाच्या लालचेने आलेले कुत्ते— उनकी क्या पर्वाह?"

"लेकिन, लेकिन जहाँपन्हाँ—"

"फक्र मत कीजिए, उन नादानोंका. त्यांना आज हाकलून दिले तरी उद्या पैरोमें पूंछ डालके फिर वापिस आ जायेंगे वो नामर्द!"

"लेकिन जहाँपन्हाँ, फौजेचे एक जरुरी काम आहे आपणाकडे." इखलासखान पातशहाच्या भुंड्या मस्तकाकडे पाहत बोलला, "आपके सरपर कितने सालोंसे ताज नही—"

"अं?"

"जी हां, मेरे आका, चलिये आपऽ सालोसाल आपले भुंडे मस्तक बघताना आम्हां फौजींना स्वत:ची लाज वाटायची. संभाचा खात्मा केल्याशिवाय डोक्यावर

किमाँश न घालण्याची सौगंध आपण पाच सालामागेच घेतली होती. खास कल्याणच्या सोनाराकडून आज अर्धा करोड किमती हिरेजवाहारतनी मढवलेला किमाँश— राज-मुकूट आम्ही आणला आहे साहेबस्वारींसाठी!''

''हांऽ हां, हुजूर! चलिए, आज तो किमाँश तुम्हांला पुरे शानशौकत के साथ पेश करायचा आहे.'' एकदम पाचसहाजण बोलले.

''इसकी क्या वजह है?'' खिन्न पातशहाने विचारले.

''आपल्या जबरदस्त बहादुरीबद्दल. आपल्या एका निहायत नापाक, नादान दुश्मनाला आपण आज जिंदा कत्ल केलात. आपने तो बहुत बडा सवाब हासिल किया हजरतऽ!''

आपल्या साथीदारांनी चालवलेल्या त्या प्रशंसेचा पातशहाला उबग आला. तो चालता चालता थबकला. त्याला दम लागल्यासारखे झाले. खरे बोलावे की बोलू नये?— त्याच्यातला कठोर शासक आपल्या पापण्यांच्या दरवाजावर कडा पहारा देत होता. परंतु त्याच्या मनाच्या तळघरात, खोलवर वास करणारा मनुष्यप्राणी द्रवला. त्यानेच पातशहाचा घात केला. डोळ्यांच्या बाहुल्याआड भरून आलेल्या आसवांच्या बुधल्यांना तडे गेले. पातशहाच्या पहाऱ्याची पर्वा न करता त्याच्या डोळ्यांतून हळूच दोनतीन अश्रू खाली ओघळले. गालावरून ते त्याच्या पांढुरक्या दाढीत झिरपले.

औरंगजेब उदासवाण्या सुरात बोलला, ''अरे बेवकूफोऽ, कैसा जश्न मना रहे हो? मारणारा मेला आणि मेलेला अमर झाला! जिसने कत्ल किया वो मर गया और जिसका कत्ल हुआ वो तो अमर हो गया!!''

१९.

धरणीकंपानंतरच्या उद्ध्वस्त, कळाहीन दिवसासारखाच तो भयंकर दिवस होता. भीमा कोरेगाव परिसरातील बहुतांशी गावपाड्यात सुतकी कळा आणि भीतिदायक शांतता पसरली होती. सहा-सात गावांच्या रानाशिवारात पसरलेला तो तीनसाडेतीन लाखांचा पातशाही तळ दिवसाही डुलक्या घेत होता. नेहमी संगीत आणि गाण्याबजावण्याला विरोध करणाऱ्या पातशहाने काल मौजमजेला खुली परवानगी दिली होती. काफरांच्या नि:पातानिमित्त गाणेबजावणे, हैदोसदुल्ला रात्रभर अखंड सुरू होता. आज पहाटे उशिरापर्यंत पातशाही तळ जागला होता.

वढू गावची तऱ्हा सर्वांपेक्षा वेगळी होती. काल तिन्हीसांजेला शंभूराजांची निर्घृण हत्या झाल्याचे काही मोजक्याच मंडळींना समजले होते. बाकी गावातली बहुतांशी तरणीताठी पोरे घराघरात विव्हळत पडली होती. दोनच दिवसांमागे

पातशाही फौजेतील धटिंगणांनी त्यांना घराघरामध्ये घुसून बेदम मार दिला होता. गेल्या पाच-सहा दिवसांत गावच्या जित्रापात पातशाही घोडी यायची. उभ्या पिकात घुसून त्याची पार नासाडी करून टाकायची. विशेषत: रुहुल्लाखानाच्या बेड्यातील जनावरे मोकाट सोडली जात होती.

त्या विध्वसांमुळे गावकरी चिडले. तरुण पोरांनी लाठ्याकाठ्या घेऊन घोड्यांना दामटले. तो बेडा नदीपार केला. त्यामुळे रुहुल्लाखान चिडला. त्याच रात्री खानाचे दोनतीनशे घोडेस्वार वढूवर चालून आले. काफरांच्या पोरांचा हा चढेलपणा त्यांना सहन झाला नाही. त्यांनी प्रत्येक घरात घुसून तरणी पोरे आणि बाप्या माणसांना हिसकावून घराबाहेर ओढून काढले. प्रत्येक आळीच्या नाक्यावर धरून बेदम मारले. त्या गोष्टीला दोन दिवस झालेले. पोरांच्या शेकल्या गेलेल्या पाठी धड झाल्या नव्हत्या. अनेकजण लंगडत विव्हळत घरात पडून होते. पातशहाच्या विरोधात तक्रार तरी कोणाकडे करणार? मुका मार सहन करीत सारे दुखऱ्या अंगाने आपापल्या छपराच्या आडोशाला निपचित पडून होते.

दुपार कलली. गावच्या दामाजी पाटलाच्या वाड्यातले धुण्याचे मोठे गाठोडे घेऊन जना परटीण बाहेर पडली. तिन्हीसांज व्हायच्या आधी तिला नदीघाटावर धुणं संपावयचं होतं. ती भीमा आणि इंद्रायणीच्या संगमाच्या बाजूच्या डोहाकडे आली. नदीच्या पात्रात मध्ये फाका पडलेला. पलीकडच्या तुळापूरच्या काठाच्या वर जागोजाग फौजी बिचवे आणि राहुट्या उभ्या होत्या.

त्या बाजूला थोडे निवळशंख पाणी आणि धुलाईसाठी मोठासा खडक जनाला दिसला. तशी ती तिकडे झपाट्याने गेली. पाटलाची बाराबंदी खंगळून धुऊ लागली. जनाची तीस वर्षांची उमर होती. माहेर पाबळ आणि सासर वढू. लहानपणापासून तिने गोंधळ्यांच्या मुखातून शिवाजीराजांचे पोवाडे ऐकलेले. त्यामुळे रायगडाच्या परिसरा-बाबत तिला खूप आकर्षण होते. लग्नाआधी ती आपल्या बापाला दोनतीन वेळा बोलली देखील होती, "तात्या, मला तिकडं रायगडाकडं पाचाडबिचाड गावचा नवरा का करून देत नाय?"

"इतक्या लांब कशाला ग खुळे?" बापाने विचारले.

"तिथं नांदली तर एक ना एक दिवस शिवाजी आणि संभाजी राजांचा पोशाख धुयाला मिळंल की! जन्माचं कल्याण झाल्यासारखं वाटंल!"

जनाच्या नशिबात वढूच होतं. गावची परटीण या नात्यानं दामाजी पाटलाच्या घरची रग्गड कापडं धुवायला मिळायची. रोजच्यासारखेच इमानेइतबारे तिचं काम सुरू होतं. तोवर तुळापूर गावचा बैजा धनगर आपली मेंढरं घेऊन पल्याडच्या काठाला आलेला दिसला. कपडे निर्मळ धुण्याच्या उद्देशाने जना थोडी खोल पाण्यात उतरली. स्वच्छ पाण्यात पीळ भरू लागली. तेव्हा कपड्याबरोबर एक

विचित्र वस्तू तिच्या हाताला लागली. ती दोरीसारखी गिळगिळीत वस्तू वर दरडीकडं भिरकावत जना संतापानं ओरडली,

"कोण मेलीऽ माणसं हायेत का जनावरं? बकऱ्याची आतडी पाण्यात टाकायचा खोटापणा मी म्हणते का करत्यात? जळ्ळं त्वांड ह्या मेल्यांचं!"

जनाचा दंगा ऐकून बैज्या धनगर कसनुसा हसत बोलला,

"जनाऽ ते आतडं बकऱ्याचं न्हाय, माणसाचं हाय—"

"आंऽ? काय बोलता?"

"तुला म्हाईत नाय का? काल राती त्या पातशहानं शिवाजीच्या लेकराला, शंभूराजाला इथं नदीकाठाला बकऱ्यासारखा कापला. त्याचं रक्तमांस ते—ते नीट बघ. मागच्या दरडाला पडलंय."

"काय सांगताय काय, मामा?"

"हात लावू नकोऽ पळ घरला. शंभूराजांच्या मांसाला शिवू नका, असा पातशहाचा हुकूम हाय. खानाची माणसं बेदम ठोकून काढत्याल तुला."

धुणे होते तसेच गोळा करून जना पटकन मागे वळली. पाणंदीने ठ्या आपल्या गावाकडे पळू लागली. तिने पाटलाच्या वाड्यात आपली धुणेपाटी जवळजवळ खाली आपटलीच. तिची ती तऱ्हा बघून राधाई पाटलीणीने विचारलं,

"काय, काय झालंय आज तुला? कापडं न धुता तशीच माघारा आलीस ती? सापकिरडू बघितलंस का नदीघाटावर?"

"आपल्या गावच्या बाप्यांनी अंगावर धडुतं नाय घातली म्हणून काय जातं? तसंच नागव्यानं फिरूदेत की मेल्यांना!" जना चिडून बोलली.

"काय बोलतीस काय, द्वाडा?"

"आयसाब, अवो शिवाजीराजाच्या लेकराची आतडी त्या पातशहानं आपल्या नदीला वाळत घातल्यात. त्याची लाज कशी नाय वाटत आमच्या गावच्या मर्दांना? कशाला व्हटावर मिशा ठेवून पीळ भरत्यात आणि बाजारात छाती काढून हिंडत्यात रांडुळं मेलं!"

ती खबर ऐकून राधाई पाटलीणीच्या हातचा घास ओघळून पडला. पाटलाच्या वाड्याबरोबर सुतारमेटावर आणि गावचावडीवरही ती धक्कादायक खबर पोचली. तसं गावाचं काळीज हलले. महादेवाच्या मंदिरामध्ये गोरखनाथबुवा गेल्या काही दिवसांपासून मुक्कामी होते. त्यांच्याकडे गावातले सानथोर पळत गेले. तर तेही दुःखाने हेलावून गेलेले. ती बुरी खबर त्यांच्या कानावर आधीच पोचलेली दिसत होती.

तिन्हीसांजेचे दामाजी पाटील कोरेगावाहून गावात परतले. त्यांच्याभोवती माणसं गोळा झाली. गोपाळ नाक "जोहार मायबाप–" करीत आला. पुन्हा

महादेवाच्या पडवीला न बोलवता गाव गोळा जमला. सारे उदासवाणे. पातशहाच्या करणीने साऱ्यांचे हृदय हलले होते. भीतीने अंगात हुडहुडी भरली होती. शंभूराजांच्या हत्येची बातमी ऐकून सर्वांनाच वाईट वाटलेले. अनेकांचे डोळे पाण्याने भरलेले.

न राहवून गोरखनाथ बोलले, "बाकी काही नाही. पण राजांच्या लेकराचं रक्तमांस आपल्या गावशिवेच्या बाजूला पडावं आणि आम्ही गप् बसून राहावं याचं दुःख वाटतंय—"

"खरं हाय म्हाराज तुमचं!" मंदिराच्या बाहेर बसलेला गोविंद नाक हाळी दिल्यासारखा लांबूनच बोलला, "शिवाजीराजानं आपल्या लेकराबाळांवर, ह्या मुलखावर काय कमी उपकार केल्यात व्हय? आज त्याच्या पोराचा आतडीकोथळा आमच्या हद्दीजवळ पडावा आणि आमी मूग गिळून गप् ऱ्हावं, हे नाय बरं वाटत बगा, पाटील."

दामाजी पाटील भाविक वृत्तीचा, पंढरीची नित्यनियमाने वारी करणारा. तुकोबांच्या चिरंजीवांना, नारायण महाराजांना गेल्या काही वर्षांत सरकारातून मदत होत होती. शंभूराजांच्या काळातच देहूतून पंढरीला पालखी सुरू झाली होती. तिच्यासंगे दामाजींनी चार वाऱ्या केल्या होत्या. गोविंद नाकानं तर जन्मभर शंभूराजांच्या बहादुरीच्या कितीतरी गोष्टी ऐकल्या होत्या. त्याचा सख्खा मावसभाऊ रायाप्पा नाक आपल्या भावाला घेऊन म्हणे बहादूरगडाकडे निघून गेला होता. त्याला शंभूराजांची भेट घ्यायची होती. परंतु ते दोघे भाऊ अजून माघारा परतले नव्हते. तिकडेच कुठे परागंदा झालेले. असे उभ्या गावाचे शिवाजी आणि संभाजीशी नाते होते. त्यामुळेच सारे आबालवृद्ध हळहळत होते.

आजचा प्रसंग खूप बाका होता. सर्वांचे म्हणणे ऐकून घेऊन दामाजी पाटील निर्णायकी सुरात बोलला, "मंडळी, तुमच्यापेक्षा शंभूराजांसाठी माझं काळीज जास्ती जळतंय! पण करायचं काय? गावाच्या भोवतीनं तीनचार लाख फौजेचा तळ पडलाय! पातशहाची ताकद दांडगी. त्यानं त्या रक्तमांसाला कोणी शिवू नये, असं फर्मान काढलंय—"

"खरं हाय पाटील, आज दिवसभर आजूबाजूच्या दहा गावातलं फारसं माणूस-काणूस भाईर नाय पडलेलं. उगाच पातशहाची कळ काढायला नको, ही त्यांना भीती. आपल्या गावातल्या साठ-सत्तर तरण्या पोरास्नी चार दिवसांमागं आस्सं बेदम ठोकलंय त्यांनी की, अजून पोरांनी आंथरूणं सोडलेली न्हाइत. त्यात गावावर नवी बिलामत नको. पंचक्रोशीतली बाकीची सारी गावं गपगार बसल्यात तर आपुनच कशाला घोड्यावर बसायचं?"

जेवणवेळ झाली होती. गावपाटलानं निकाल दिलेला. गावकरी आपापल्या घराकडे परतले. भाकरतुकडा खाऊन अंथरूणात पडायची तयारी करू लागले.

पण जना परटीण मोठी जिद्दीची बाई होती. तिची आणि राधाई पाटलीणीची खूप दोस्ती होती. जना आज भाकरतुकडा विसरून राधाईच्याच वाड्यावर बसून होती. राधाईने पाटलांना जेवण वाढता वाढता पुन्हा एकदा विषय काढला, "शंभूराजांसाठी काय तरी करा कारभारी!" खूप आग्रह धरला. परंतु मोगली फौजेच्या विरुद्ध पोहायची दामाजीची इच्छा नव्हती.

शेवटी वाड्यात राधाई आणि जना उरल्या. राधाईने गोविंदा येसकराकडून सांगावा दिला. तशा अनेक घरातल्या आयामाया, लहानथोर पोरी पाटीलवाड्यात गोळा झाल्या. गावातल्या त्या आयामायांसमोर हातवारे करीत जना बोलली,

"एवढी दांडगी दुनिया काय ओस पडलीया? आपल्याच गावाच्या शिवंशेजारी शंभूराजांच्या मांसाचं तुकडं का पडावंत? पाटलीणबाई, मी सांगती बगा– आमच्या पूर्वजांनी गेल्या जल्मात मोठं पुण्याईचं काम केल्यालं असावं. म्हनून तर शिवाजीचा बाळ आपल्या गावपंढरीच्या मांडीवर झोपायला इतक्या लांब आलाय!"

शिवाजी आणि संभाजी राजांविषयी अधिक गोष्टी निघाल्या. त्या आठवणींनी आयामायांची काळजं हेलावली. रात्र बरीच वाढली, तरी कोणी तेथून बाजूला हलायला तयार होईना. मंदिरातल्या गोरखनाथबुवाला पाटलीणीने बोलावून घेतले. काही वर्षांमागे सज्जनगडावर शंभूराजांची भेट कशी झाली होती; स्वराज्याचा युवराज कसा धाडसी आणि नेक होता ह्या आठवणी काढत बुवांनी आपले डोळे पुसले. बाकीचेही हेलावून गेले. तेवढ्यात त्या साऱ्या प्रकाराने बेचैन झालेला गोविंद नाक पुन्हा तिथे येऊन पोचला. आपल्या हातातली काठी पोटाबर धरत दूर बसून राहिला.

जना त्वेषानं पेटली होती. ती चवड्यावर बसत गोरखनाथाला चिडून विचारू लागली, "बुवाऽ समजा. मोठ्ठा धरणीकंप झाला. त्यात पुरा गाव गाडला जाऊ शकतू का नाय?"

"खरं आहे."

"रानात वणवा पेटला तर तिथली गावंबी जळून खाक होत्यात का नाय?"

"बिलकूल, लेकी."

"मंग मी म्हनते. आमी असंच उठून गेलू आणि शंभूराजांचं मांस गोळा करून आणलं, त्याला अग्नी दिला, म्हणून पातशहा करून करून काय करंल? गाव जाळंल, इतकंच नव्हं?"

जनाच्या बोलण्यानं राधाई पाटलीणसुद्धा पेटून उठली. तिच्या अंगातलं रक्त गरम झालं. त्यातच गोरखनाथ बोलले,

"आपल्या रीतीरिवाजाप्रमाणं गावात चावडी अगर नदीजवळ कधी कोणा बेवारशी माणसाचं प्रेत आढळलं, तरी ते सडलेलं प्रेत उचलावं; त्याच्यावर अग्निसंस्कार करून मनुष्यदेहाला मुक्ती द्यावी, असं शास्त्रपुराणं सांगतात —"

"आणि इथं शिवाजीच्या बाळाचं तुकडं बेवारशासारखं नदीत पडल्यात. आमी सारे नामर्दावाणी बांगड्या भरून गप्ऽ!...." लांबून गोविंद नाकचा आवाज आला.

त्या जमावाला त्वेषाची आणि संतापाची जणू चूड लागली. साऱ्या अबला सबला होऊन उभ्या ठाकल्या. संतापाने त्या पेटून उठल्या.

"चलाऽ नदीकडं चलाऽऽ" एकच आरोळी उठली. आयामाया हातात केरसुणीची दांडी, मुसळे, दांडकी जे सापडेल ते घेऊन नदीकडे जायला सिद्ध झाल्या. बाहेर गच्च काळोख. पण साऱ्या लेकीबाळी, आयामाया पदर खोचून एकाच निर्धाराने तयार झाल्या होत्या.

वाड्यातला तो गलका दामाजी पाटलाच्या कानावर गेला. आत शिणून झोपलेला पाटील गडबडीने बाहेर आला. तो गुरकावला, "कारभारणी, काय ह्यो पोरकटपणा चालविलात? पातशहानं गावावरनं गाढवाचा नांगर फिरवला म्हणजे कळंल तुमाला!"

"कारभारीऽ, शिवाजीच्या लेकरांचं मांस घारीगिधडांना देण्यापरास आपण मेल्यालं काय वाईट?— असा गाव आनि असा जल्म हवा कशाला? सांभाळा तुमचा गाव नि घर! निघालू आम्हीऽ"

राधाई पाटलीणीनं हातात भाल्याची काठी घेतली आणि ती वाड्यातून तरातरा बाहेर पडली. तिच्याबरोबर जना परटीण, हातामध्ये कमठा धरलेले गोरखनाथबुवा आणि वढू गावातली स्त्री शक्ती झपाट्याने बाहेर पडली. गावाची वेस मागं टाकत सारे नदीकडे धावू लागले. समोरच्या फळीत हातातली काठी नाचवत गोविंद नाक होता.

एकदाचा नदीचा गवंड आला. पातशाही फौजेला सुगावा लागू नये, म्हणून हळू, नेटानं स्त्रिया दरड उतरू लागल्या. आसमंतात काळाकुट्ट अंधार होता. आयामायांनी पाठीमागे सहज वळून पाहिले. तर गावातले सारे पुरुष त्यांच्या पाठोपाठ धावत नदीकिनारी आलेले. त्यात दामाजी पाटीलही होता. घराघरात जखमी होऊन पडलेल्या पोरांपैकी काहीजण लंगडत मोठ्या इर्षेने मागोमाग धावत आलेले.

दंगामस्ती, मौजमजा करून पातशहाचे सैनिक उशिरा पण डारडूर झोपलेले.

गावकरी दबकत दबकत पात्र ओलांडून पल्याड गेले. त्यांनी काडांच्या चुडी पेटवल्या. त्यांच्या फुरफुरत्या प्रकाशात नदीकाठ चाचपडला. शंभूराजांचे कान, पाय, हाताचा तुकडा असे एक एक अवयव सापडू लागले. गावकऱ्यांनी आपली नेसूची धोतरं सोडली. त्यामध्ये शंभूराजांच्या मांसाचे मिळतील ते तुकडे वेचून वेचून गोळा केले.

लागलेच सारे झपाट्याने पुन्हा परतले. गावच्या चावडीवर माघारा आले.

पोरासोरांनी आपापल्या घरात धाव घेतली. कोणी शेणकुटं आणली. कोणी लाकूडफाटा आणला. दहनाची तयारी झाली. पण सर्वांना एकच पेच पडला—

चिता रचायची कोणाच्या जागेत?

दामाजी पाटील तर आता आपल्या साऱ्या जमिनीवर पाणी सोडायला तयार होता. पण त्याचा जमीनजुमला कोसभर अंतरावर होता. बाकीचे जमीनमालक घाबरले. उद्या पातशहाचे दरकदार आले आणि जमिनीचा मालक म्हणून त्यांनी आपलाच गळा पकडला तर?....''

कुळवाड्यांची ती भंबेरी गोविंद नाकला सहन झाली नाही. तो पुढे धावला. गावाशेजारची आपली जमीन दाखवत बोलला, ''या इकडं या. ही आम्हा महारांची वतनी जमीन. इथं आमच्याच जमिनीत द्या दहन शंभूराजांना! तुम्हा कुरवाड्यांना घर लागतं. जमीन लागती. आमी महारं, आमांला तुमच्यासारकं लाडकोड कुटं असत्यात? समजा, उद्या पातशहाचं संकट आलं, तर कुटंबी निगून जाऊ! प्वॉट भरू—''

''अरं, गोविंदाचा मावसभाव रायाप्पाबी शंभूराजांचा सेवक होता.'' मध्येच कोणीतरी बोलले.

''नुसता रायाप्पा नव्हं, दाजी, शिवाजी महाराजांच्या पालखीला जन्मभर भोई म्हणून कुणी खांदा दिला होता वो? आमच्याच जातीनं की! आनि ह्या शंभूबाळाची गोष्ट काय सांगावी? आमा म्हारापोरांच्या थाटलीत हात घालून घुगऱ्या खानारा ह्यो पयला राजा हुता रं बाबांनो! कसं इसरू आमी त्याला?''

गोविंदाच्याच जागेत टाकोटाक सरण रचले गेले. अंत्यसंस्कार लवकर आटोपणे आवश्यक होते. पातशहाचा घाला केव्हाही येण्याची भीती होती. दामाजी पाटलाने चौफेर गोफणगुंडे घेऊन गावातल्या पोरांची फौज उभी केली होती. अचानक वैऱ्याची घोडी धावून आली तर त्यांना वेशीबाहेर आडवा. गोफणीतल्या दगडांनी लोळवा. प्राण गेला तरी अंत्यसंस्कारात अडथळा आणू देऊ नका, असे त्यांना बजावून सांगितले होते. त्यानुसार पोरे पहारा देत गावाबाहेर खडी होती.

गोरखनाथबुवांनी बेलपत्रे, तुळशीपत्रे वाहिली.

शंभूराजांच्या चितेला अग्नी दिला गेला.

आग धडाधड पेटू लागली.

काळ्यामिट्ट अस्मानाकडे झेपावू लागली.

त्या बरोबर गावकऱ्यांना जोराचा हुंदका फुटला. स्त्रियापोरे धाय मोकलून रडू लागली. एकमेकांना मिठ्या मारत उभ्या गावाने आकांत चालवला.

''अरं रायगडाच्या राजेश्वराऽऽ कुठून कुठं आलास रं पाखराऽऽ?''— ''अरे शंभूराजाऽऽ''

त्या शोकाला अंत नव्हता. लोक गुरासारखे हंबरत होते!....

धाकटी पहाट व्हायच्या आधीच चिता विझवली गेली. राजांची गरम रक्षा घेऊन पुन्हा सारा गाव भीमेच्या काठाकडे धावला. तांबडे फुटता फुटता ती रक्षा

नदीत अर्पण केली गेली.

आता उजाडू लागले होते. पाखरे जागी होऊ लागलेली. नदीकाठावरचा जमलेला तो बहादूर वढू गाव एकमेकांकडे अभिमानाने बघत होता. एक महान कार्य आपल्या हातून घडल्याचे समाधान सर्वांच्या मुखावर होते. विशेषतः बायाबापड्यांच्या तोंडावर मोठी वीरश्री झळकत होती.

भीमेच्या पात्राकडे पाहत गोरखनाथबुवांनी हात जोडले. मनोभावे त्या पात्राला वंदन केले. बुवांच्या आजूबाजूला गावकऱ्यांनी दाटी केली. तेव्हा सद्‌गदित होऊन बुवा बोलले,

''खरंच गावकऱ्यांनोऽ, तुमच्या पूर्वजांची थोर पुण्याई म्हणून शिवाजीचा हा पराक्रमी बाळ चिरनिद्रा घेण्यासाठी तुमच्या गावमातीच्या मांडीवर आला!— ती बघा पल्याडची इंद्रायणी! काही सालामागं समाजकंटकांनी तुकोबा माऊलींची अभंगगाथा तिच्या डोहात बुडवली होती. स्वतः इंद्रायणी मातेनं ती पाण्याबाहेर आणून दिली म्हणतात. तशीच काळाच्या डोहात भिजलेली आमच्या पराक्रमी शिवपुत्राची ही गाथा वर यायला किती वर्षं लागतील कोणास ठाऊक! पण आज, उद्या, परवा, तेरवा — काही शतकांच्या प्रवासानंतर का होईना, ती वर येईलच! कारण सत्याएवढी शाश्वत गोष्ट दुनियेमध्ये अन्य नाही! पण जेव्हा न केव्हा गैरसमजाचे, बदनामीचे तकलादू पडदे फाडून ही खरीखुरी हकीगत समाजमनाला कळेल, तेव्हा मात्र शेजारच्या देहू आणि आळंदीसारख्या इथे वढु गावातही, यात्रा भरतील! आपल्या देशासाठी, धर्मासाठी आणि मातीच्या अभिमानासाठी मृत्यूला मिठी मारणाऱ्या ह्या मर्दाच्या समाधीचं दर्शन घेण्यासाठी ह्या शक्तिस्थळाकडे दुनिया धावेल!!!''

॥ समाप्त ॥

संभाजी : वास्तव आणि अवास्तव

१. संभाजीराजांची व्यक्तिरेखा मलिन, कल्पित आणि विपर्यस्त बनवण्याची पहिली सुरुवात कोणी केली असेल, तर ती मल्हार रामराव चिटणीसांनी. हा बाळाजी आवजी चिटणीसांचा वंशज. त्यांनी ही बखर लिहिली शंभूराजांच्या मृत्यूनंतर तब्बल एकशे बावीस वर्षांनी. आपले पूर्वज बाळाजी आवजी आणि त्यांचा पुत्र आवजी बाळाजी यांना हत्तीच्या पायदळी तुडवून मारल्याबद्दलचा राग मल्हाररावांच्या मनात होता. हे बखरलेखन हा एक सूडाचाच भाग होता. ही बखर भाषेच्या दृष्टीने मोठी रसाळ आणि चित्ताकर्षक होती. परंतु ते सर्व एकांगी, कल्पित आणि बेंगरूळ चित्र होते.

२. मल्हाररावांनी जास्तीत जास्त दुगाण्या कवी कलशांच्या नावे झाडल्या आहेत. त्या अघोरी कापालिकामुळेच राजा आणि राज्य धोक्यात आले, हे त्यांचे मुख्य अनुमान. परंतु शंभूराजा औरंगजेबासारख्या शत्रूशी आणि त्याच्या बलाढ्य सेनासागराशी तब्बल आठ वर्षे झुंजत होता, हे मल्हाररावांच्या गावीही नाही.

मुख्यत: शंभूराजांच्या कर्नाटकातील दोन महत्त्वपूर्ण मोहिमा, बुऱ्हाणपूर परिसरातील त्यांच्या चमकदार हालचाली, त्यांनी कुशाग्र इंग्रजांना घातलेला खोडा, अरबांशी केलेला दोस्ताना, पोर्तुगीजांविरुद्ध वसईपासून पणजीपर्यंतच्या पश्चिम किनारपट्टीवर प्रत्येक बंदरामध्ये पेटवलेला संघर्ष, यांच्या योग्य त्या नोंदी त्यामध्ये नव्हत्या. शिवाय शंभूराजांना आप्तस्वकीयांनी आणि स्वार्थी मेहुण्यापाहुण्यांनी जेरबंद केले होते, हे वास्तव. विशेषत: १६८५ नंतर महाराष्ट्रामध्ये पडलेले मोठे दुष्काळ आणि राज्यावर पडलेला त्याचा मोठा ताण, तसेच गोवळकोंडेकरांना आणि विजापूरकरांना एकत्र बांधून राजांनी पातशहाच्या आक्रमणाविरुद्ध छेडलेला महासंग्राम यांची दखल ह्या बखरीने घेतलीच नव्हती.

३. रियासतकार सरदेसाई यांची मराठ्यांच्या इतिहासलेखनविषयक कामगिरी केवळ अद्वितीय. ग्रँट डफनंतर मराठ्यांच्या क्रमवार इतिहासलेखनाची मोठी कामगिरी त्यांनीच पार पाडली. इतिहासातील अनेक काजळी कोपऱ्यांवर झगझगीत प्रकाश टाकला. सरदेसाईंनी १९३२ मध्ये 'हितचिंतक' मासिकात 'भाऊसाहेब पेशवे यांच्या जीवनवृत्ताचे धागेदोरे' नावाचा सुंदर लेख लिहिला होता. 'पानिपत' कादंबरीच्या लेखनावेळी भाऊसाहेबांची अभिनव व्यक्तिरेखा चितारताना मला त्या लेखाचा चांगला उपयोग झाला होता.

मात्र रियासतीमध्ये शंभूकाळ लिहिताना सरदेसाईंमधील साक्षेपी, शिस्तबद्ध, चौकस आणि चिकित्सक इतिहासकार हरवला आहे. बखरींनी निर्माण केलेल्या संभाजीराजांच्या असत्य आणि भडक चित्रणाची व पूर्वग्रहद्वेषाची राळ त्यांच्या संभाजीवरील लेखनावर इतकी गडद जाऊन बसली आहे की, त्यांनी जवळपास मल्हार रामरावांची कार्बन कॉपीच काढली आहे. अनेक असत्य आणि विपर्यस्त

विधानांनी रियासत भरली आहे.

शिवाजीराजांनी शंभूराजांना पन्हाळ्यावर कधीही कैदेत वा नजरकैदेत ठेवले नव्हते, अशीच ग्वाही अस्सल ऐतिहासिक कागदपत्रे देतात. दिलेरखानाकडे जाताना राजांच्या समवेत त्यांची दुर्गादेवी नावाची धर्मपत्नी होती, येसूबाई नव्हत्या. मात्र रियासतकार येसूबाईंना तिकडे पाठवून देतात आणि वर त्यांची सुटकाही त्यांना पुरुषी वेष चढवून अत्यंत नाट्यपूर्णरीत्या करतात. आपल्या 'शककर्ता शिवाजी' या पहिल्या रियासत खंडात पान क्र. ३४४ वर (अगदी आताची नवीन संदर्भासहित 'पॉप्युलर प्रकाशना'ने प्रकाशित केलेली आवृत्ती पहा–) ''सोयराबाई संभाजीकडून मारली गेली.'' — असे विधान रियासतकार दडपून करतात. याउलट शंभूराजांच्या मंचकारोहणानंतर सोयराबाई रायगडावर वर्ष दीड वर्ष जिवंत असल्याचे असंख्य पुरावे तेव्हाही उपलब्ध होते. आताही उपलब्ध आहेत.

४. शंभूराजांसंदर्भात उपलब्ध असलेली गाडीभर अस्सल पोर्तुगीज साधने, त्यांची आणि कवी कलशांची अनेक अस्सल पत्रे, संभाजीराजे आणि इंग्रजांच्या दरम्यान झालेले अस्सल करार, राजांनी केलेले संस्कृत लेखन, आजही वाराणसीच्या 'काशी प्रचारिणी सभे'च्या कागदोपत्री उपलब्ध असलेली त्यांची संस्कृत आणि ब्रिजभाषेतील काव्ये - महाकाव्ये या सर्व बाबींकडे दुर्दैवाने अभ्यासकांनी दुर्लक्ष केले. उलट शिवरायांसारख्या युगपुरुषाच्या पोटी जन्माला आलेला एक मद्यपी, विषयासक्त, अतिशय तापट असा बेछूट राजकुमार चितारण्यामध्येच जणू अभ्यासकांत स्पर्धा लागली होती!

'काफरबच्चा संभाजी' आपल्या हाताशी लागत नाही, तोवर मी डोक्यावर किमाँश (राजमुकूट) घालणार नाही, अशी प्रतिज्ञा औरंगजेबाने केली होती. त्याप्रमाणे आपल्या भुंड्या मस्तकाने हिंदुस्थानचा हा शहेनशहा संभाजीच्या शोधासाठी दक्षिणेत वणवण भटकला होता. या गोष्टीचे ऐतिहासिक पुरावे उपलब्ध असतानाही आमच्या नाटककारांना त्यामध्ये कधी नाट्य दिसले नाही. उलट आपल्या सावत्र आईस रागापोटी भिंतीमध्ये छिनून मारणारा दुष्ट, कोपिष्ट राजकुमार हे त्यांना केवढे मोठे 'dramatic device' वाटले. त्याचीच री इतिहासकारांनी ओढावी, हे केवळ दुर्दैव! याउलट कुडाळकर बाकरेशास्त्रींना शंभूराजांनी करून दिलेल्या आणि आजही उपलब्ध असलेल्या संस्कृत दानपत्रामध्ये आपल्या सावत्र आईचे वर्णन हा भावुक मनाचा राजकुमार ''त्या स्फटिकाहून निर्मळ होत्या—'' असे करतो. 'उग्रप्रकृती संभाजी' हा रियासतीचा खंड तर त्याच्या शीर्षकापासूनच असत्याने भरलेला आहे.

५. हे सर्व विस्ताराने लिहिण्यामागचे कारण असे की, मल्हार रामरावांच्या घोडचुका रियासतकारांनी अंधपणाने स्वीकारल्या. बरे, नाटककारांनी रियासतीकडे उत्तम ऐतिहासिक साधनग्रंथ म्हणून पाहिले! संभाजी हा एक मराठीतील एकमेवाद्वितीय

असा विषय आहे की, या एकाच विषयावर मायमराठीमध्ये सत्तराहून अधिक नाटके लिहिली गेली आहेत. बरे, नाटककारांच्या प्रतिभेला तरी कल्पनेचे किती पंख फुटावेत! रायगडावरील छोटेखानी गंगासागर नावाच्या तळ्यात त्यांनी कल्पनेच्या नावा सोडल्या; त्या तलावात महाराणी येसूबाई होडीत बसून प्रवास करतात; नावेतून उतरून त्या तडक रंगभूमीवर प्रवेश करतात. त्यांचा प्रवेश रंगमंचावर होतो, तो मुळी आपल्या बदफैली नवऱ्याची खरडपट्टी काढण्यासाठीच!

कवी कलश यांच्या परिचय प्रवेशाचा पडदा उघडतो, तेव्हा कविराजांना रेड्याच्या कातडीवर अनुष्ठानास बसवले जाते. रेड्याचे ओले वा वाळके कातडे किती जड आणि जाड असते! ते अंथरायला किती लोक लागतील! एकदा अविवेकाने उंची गाठल्यावर उतरणाऱ्या व्यक्तिरेखा चित्रविचित्रच असणार! एका जुन्या नाट्यकर्मीने मला असे सांगितले की, कलशांच्या या प्रवेशासाठी आम्ही तेव्हा रेड्याच्या कातड्याजागी बोकडांची वाळली कातडी अंथरत असू!

६. प्रा. नरहर कुरुंदकर 'श्रीमान योगी'च्या प्रस्तावनेत म्हणतात, "संभाजीने पोर्तुगीजांचे तीन चतुर्थांश राज्य जिंकून स्वतःच्या प्रदेशाला जोडले. कर्नाटकातील राज्य दुप्पट झाले. सेना मूळच्या दुप्पट झाली... शिवाजीच्या राजकारणाचा विकास संभाजीत दिसतो!" कुरुंदकरांनी १९६० मधेच एक विस्तृत लेख लिहून शंभू चरित्रावर खूप झगझगीत प्रकाश टाकला होता. अरबी आणि फार्सी साधनांचा धांडोळा घेऊन सेतू माधवराव पगडींसारखा ज्येष्ठ अभ्यासक संभाजीबद्दल जीवनभर गौरवाने लिहीत आणि बोलत राहिला. शिवपुत्र संभाजीने आपल्या हिंदुस्थानी पोर्तुगीज हुकुमतीस कसे हैराण करून सोडले, हे पोर्तुगीज व्हाइसरॉय कौंट दी आल्व्होरने आपल्या पोर्तुगालच्या राजास कळविल्याचे अनेक दस्तऐवजही उपलब्ध आहेत. पण या सर्व बाबींकडे पूर्णतः दुर्लक्ष केले गेले.

प्रा. कुरुंदकरांनी अभ्यासाअंती असे मत नोंदवले आहे की — "संभाजीच्या बदफैलीपणाचा पहिला उच्चार १६९० नंतरचा आहे." श्री. पगडी यांचेही असेच मत होते. याचाच दुसरा अर्थ, शंभूराजांच्या शिस्तीच्या बडग्याने जी मंडळी दुखावली गेली होती किंवा वतने न वाटण्याचे आपल्या पित्याचे चांगले धोरण ह्या शिवपुत्राने ज्या कठोरपणे राबवले, त्यामुळे महाराष्ट्रातील बरेच वतनदार, जमीनदार दुखावले गेले होते. त्यांनी संभाजीराजांच्या मृत्यूनंतर त्यांच्या पश्चातच त्यांच्या बदनामीला मोठ्या प्रमाणावर सुरुवात केली.

७. शिवराजांच्या अष्टप्रधानांतील त्यांचे अनेक प्रधान, सरकारकून दुर्दैवाने पहिल्यासारखे पुढे प्रामाणिक राहिले नव्हते. अर्थात, बाळाजी आवजी आणि मोरोपंतांसारखे सन्माननीय अपवाद या गोष्टीला होते. मात्र राजकारणकुशल अण्णाजी दत्तो आणि त्यांनी जागोजाग नेमलेले मोरो दादाजीसारखे अनेक स्वार्थी कारकून

यांच्याकडून मोठ्या प्रमाणावर भ्रष्टाचार आणि अप्रामाणिकपणा घडत होता. त्यांच्या विरोधात तरुण आणि पाक दिलाच्या शंभूराजांनी प्रथम आवाज उठवला. पर्यायाने दुखावलेल्या कारभाऱ्यांनी राजांचे कान भरले. त्यामुळेच शिवाजीराजांनी ऐनवेळी शंभूराजांना कर्नाटकाच्या मोहिमेवर नेले नाही आणि सरकारकून व राजपुत्र यांच्यातील संघर्षाला खरी सुरुवात झाली. अर्थातच, दोन पिढ्यांतील मतभेदाचे बीजही यामध्ये होतेच.

शिवरायांचा पुत्र असलेल्या आणि महाराष्ट्राचा दुसरा छत्रपती बनलेल्या शंभूराजांच्या अन्नामध्ये काही सरकारकुनांनी अक्षरश: विष कालवून त्यांना जीवे मारायचा अनेकदा प्रयत्न केला. ह्या राजद्रोहावर आणि गद्दारीवर शंभूराजांनी पुन:पुन्हा दया दाखवूनही त्याच मंडळींकडून तसाच राजद्रोह घडला. आपल्या राजाला त्यांनी पुन:पुन्हा जीवे मारण्याची कटकारस्थाने केली. म्हणूनच शेवटी शंभूराजांना त्या संबंधित सरकारकुनांना योग्य ती सजा देण्याचे राजकर्तव्य पार पाडावे लागले. ह्या सजा मिळालेल्या मंडळींच्या वंशजांनी संभाजीराजांच्या पश्चात त्यांच्या चरित्रावर उठवलेली राळ म्हणजेच महाराष्ट्राच्या माथी मारलेले खोटे शंभूचरित्र! पानिपताच्या रणांगणावर भाऊसाहेबांना काळाच्या तोंडी देऊन जी मंडळी महाराष्ट्रदेशी पळून आली, त्यांनी स्वत:ची कातडी बचावण्यासाठी सांगितलेला पानिपताचा खोटा इतिहास आणि संभाजीराजांची जाणीव-पूर्वक केली गेलेली बदनामी, या दोन्हीही गोष्टींमागची वृत्ती एकच आहे!

८. औरंगजेबाचे महाआक्रमण परतवून लावण्यासाठी संभाजीराजांनी सर्वतोपरी प्रयत्न केले होते. कुतुबशहा आणि आदिलशहाशीच नव्हे, तर इक्केरीच्या बसाप्पा नाईकापर्यंत त्यांनी दक्षिणेत अनेक राजांशी स्नेह साधून एक दक्षिणेचा गट तयार करण्याचा प्रयत्न केला होता. मात्र कुतुबशहा मुळात गुलछबू वृत्तीचा आणि आदिलशहा वयाने व अनुभवाने अगदीच लहान. तरीही दक्षिण वाचवण्यासाठी संभाजीराजे, हंबीरराव मोहिते, निळोपंत पेशवे, खंडो बल्लाळ, केसो त्रिमल पिंगळे यांचे प्रयत्न खूप उल्लेखनीय आहेत. औरंगजेबाच्या सेनासमुद्रापुढे जर संभाजीराजांनी आठ वर्षं न लढता चार-दोन महिन्यांत शस्त्र टाकले असते, तर आजचा महाराष्ट्र कुठे राहिला असता?

९. कवी कलशांच्या निमित्ताने नाटककारांनी एका अत्यंत पाताळयंत्री आणि कपटी व्यक्तिरेखेचा शोध लावला आहे. परंतु कविराजांच्या उपलब्ध असलेल्या काव्यपंक्तींवरून ह्या इमानी, राजनिष्ठ सेवकाचे मन वाचावे. एकीकडे शिवाजीराजांचे सर्व जावई औरंगजेबाला जाऊन मिळाले होते, तर दुसरीकडे दूरदेशीच्या ह्या कनोजी ब्राह्मण सेवकाने शंभूराजांची साथ अगदी मृत्यूच्या महामंदिरापर्यंत केली. विशेषत: १६८५ नंतर महाराष्ट्रातील अनेक मराठा आणि ब्राह्मण वतनदार जेव्हा वतनाच्या शिळ्या तुकड्यासाठी औरंगजेबाच्या पायाकडे धाव घेत होते, तेव्हा त्यांनी असा राजद्रोह करू नये आणि शंभूराजांची साथ सोडू नये, म्हणून ह्याच कवी कलशाने

कळकळीची पत्रे त्यांना लिहिली आहेत. अशी अनेक अस्सल पत्रे आजही कागदोपत्री उपलब्ध आहेत. इतकेच नव्हे, तर जुलमामुळे परधर्मात गेलेल्या हरसुळच्या कुलकर्ण्यांना हिंदुधर्मात पुन्हा माघारी घ्यावे, त्यांचे शुद्धीकरण करावे, असे याच कवी कलशाने लिहिलेले पत्र आज पेशवे दप्तरामध्ये उपलब्ध आहे. या सर्व अस्सल ऐतिहासिक कागदपत्रांतील भाषा जर समजावून घेतली, तर नाटककारांनी आणि बखरकारांनी चितारलेले कलशांचे दुष्ट चित्र आपोआपच गळून पडल्याशिवाय राहत नाही.

१०. बुसातीन-उस्-सलातिन' या ग्रंथात असे म्हटले आहे की, शंभूराजांचे एका ब्राह्मण कन्येशी प्रेमप्रकरण होते. तिला भेटण्यासाठी रात्री ते गडाबाहेर जात असत. ही मुलगी म्हणजे सुरनवीस अण्णाजी दत्तो यांची कन्या होती, असेही काहीजण मानतात. 'द मिलिटरी सिस्टिम ऑफ मराठाज्' हा संशोधनपर अव्वल ग्रंथ लिहिताना डॉ. सेन यांनी काही महत्त्वाच्या नोंदी केल्या आहेत. त्यांच्या अनुमानानुसार शिवकाळामध्ये त्या त्या किल्ल्याचा किल्लेदार रोज सायंकाळी स्वत: गडाचा मुख्य दरवाजा आतून कुलूपबंद करून घेत असे, आणि दुसऱ्या दिवशी प्रात:काळी तो स्वत: चाव्या घेऊन जाई; नंतरच त्याच्या साक्षीने दरवाजा उघडला जात असे. अशा परिस्थितीत आणि स्वत: शिवाजीराजे गडावर मुक्कामास असताना अशी मध्यरात्रीची मुशाफिरी शंभूराजे करत असतील, हे केवळ असंभव! गोदावरीची एक लोककथा श्री. द. ग. गोडसे यांनी मोठी रंगवून सांगितली आहे. इतिहास असे सांगतो की, शंभूराजांना अप्रतिम सौंदर्याची मोठी देणगी लाभली होती. ते शिवरायांपेक्षाही अधिक सुंदर होते, असे सांगितले जाते. एखाद्या सौंदर्यवान आणि कर्तबगार पुरुषाच्या एकतर्फी प्रेमात अनेक स्त्रिया पडू शकतात. पण याचा अर्थ तो स्त्रीलंपट वा इष्कबाज असतो असे नाही.

११. जेव्हा शंभूराजे संगमेश्वरात पकडले गेले, तेव्हा ते बेसावध वा बेफिकीर होते का किंवा मानुचीसारखा या भागामध्ये कधीही न आलेला इटालियन प्रवासी थापा मारतो तसे ते ऐयाशीमध्ये गुंतले होते का? मुळात बखरकार आणि इतिहासकार या दोघांनी राजांच्या या दौऱ्याच्या वेळी कोण कोण सोबत होते, याची यादी दिलेली आहे. रायगडचा मुलखी कारभार नेटाने सांभाळणाऱ्या महाराणी येसूबाई, हिंदवी स्वराज्याचे सेनापती म्हाळोजी घोरपडे, रामदासस्वामींचे पट्टशिष्य रंगनाथ स्वामी, धनाजी-संताजी असा कर्तृत्ववान आप्तस्वकीयांचा मेळा सोबत असताना शंभूराजे तेथे इष्कबाजीमध्ये कशासाठी रमतील? बरे, संगमेश्वराला पोचण्यापूर्वी आधी दोनतीन रात्रीमध्ये राजांनी जवळच्या विशाळगडाचा पडलेला मोठा बुरूज पुन्हा बांधून काढल्याचे इतिहासच सांगतो! हे काम पूर्ण करण्यासाठी इतर वेळी काही महिने लागले असते. त्याच वेळी दूर दक्षिणेत तामिळ प्रांतात केसो त्रिमल पिंगळ्यांच्या नेतृत्वाखाली त्यांची अठरा हजाराची फौज लढत होती आणि आंबा घाटात सातआठ हजारांची मलकापुरी फौज

उभी होती! मग हा राजपुत्र बेसावध तरी कसा? आज आपल्या घरामध्ये लग्नकार्यानिमित्त फक्त शंभरदोनशे पाने वाढायची असली, तरी त्याची तयारी करताना आपली कंबर वाकते; तिथे हा अवघ्या बत्तीस वर्षांचा शिवपुत्र एकीकडे प्रचंड दुष्काळाशी, पातशहाला सामील झालेल्या आपल्या सख्ख्या मेव्हण्यांशी, आपल्या लबाड, देशद्रोही वतनदारांशी एकाकी झुंजत होता! आपली अवघी साठ सत्तर हजारांची फौज घेऊन औरंगजेबाच्या सेनासमुद्राशी झुंज द्यायला ह्या शिवपुत्राला किती तयारी करावी लागली असेल, याची केवळ कल्पनाच केलेली बरी!

१२. संभाजी महाराजांनी दक्षिणेत ज्या दोन महत्त्वपूर्ण मोहिमा केल्या, त्याची पुरेशी नोंद डॉ. बी. मुद्दाचारी यांच्याखेरीज अन्य कोणी घेतल्याचे दिसून येत नाही. अजूनही राजांच्या दख्खनधडकेची साक्ष देणारे अनेक शिलालेख, तामिळ आणि कानडीतील बक्कळ पुरावे उपलब्ध आहेत; परंतु त्यांचा फारसा कोणी धांडोळा घेतल्याचे दिसून येत नाही.

काही महिन्यांमागे मी आय. ए. एस. श्रेणीतील माझे मित्र श्री. आनंद पाटील (जिल्हाधिकारी, शिवगंगा, तामिळनाडू) यांच्यासोबत त्रिचन्नापल्लीला भेट दिली. आज त्रिचन्नापल्ली ह्या शहराचे बोधचिन्ह म्हणून तेथील पाषाणकोटाची प्रतिमा वापरली जाते. आजही त्या पाषाणकोटाभोवती वेढा देऊन बसलेल्या कावेरी नदीचे विशाल पात्र पाहताना धडकी भरते. एके काळी याच कावेरीच्या जळामध्ये घोडी घालून शंभूराजांनी दक्षिणेतला तो पाषाणकोट कसा जिंकला असेल, याची कल्पना करतानाही अंगाचा थरकाप उडतो! कुठे मध्यप्रदेशातील बुऱ्हाणपूर, कुठे गोव्याचा सांत इस्तेहांवचा किल्ला आणि कुठे तामिळ प्रदेशातील पाषाणकोट! शिवपुत्राच्या कर्तृत्वाचा आलेख असा खूप दांडगा आहे. या सर्व स्थळांना भेटी देताना मला खूप समाधान वाटले.

जंजिऱ्याजवळ ओहोटीच्या वेळी आजही शंभूराजांनी दर्यामध्ये बांधलेल्या त्या सेतूचे काही पाषाण गतकाळाची साक्ष देत असल्याचे दिसून येते. शंभूराजांचा घात करणारी शिरकाणातील ती मळेघाटाची निबिड वाट अजूनही शिवकाळासारखीच भीतिदायक, अंधारी आणि गूढरम्य वाटते. एसटीच्या चढउतारासाठी अलीकडे अणुस्कुरा घाट फोडून सोपा केला आहे. तरीही तो अनेक वाहनांचे प्राण घेतो. त्याच्या वळणावळणातून आजही शंभूकाळाच्या खुणा सांगणारी ती तुटकी वाट शाबूत आहे.

मगनलाल ड्रेसवाल्याच्या कपडेपटातील भाड्याची वस्त्रे अंगावर घालून मद्यपी म्हणून रंगमंचावर नाचणारा संभाजी वेगळा आहे आणि सह्याद्रीच्या दऱ्याखोऱ्यांचा ढालीसारखा वापर करून, घोड्यावर आपले सिंहासन लादून पातशाही फौजेशी आजन्म संघर्ष करीत, महाराष्ट्राच्या इतिहासात रणावरचे ऊन इतके दीर्घकाळ सोसणारा संभाजी खूप वेगळा आहे.

१३. शंभूराजांचा शोकान्त तर खूपच दारूण आहे! नाटककार आपल्या

तिसऱ्या अंकात रंगवतात, तसे संभाजी आणि औरंगजेब यांचे एकमेकांसमोर येणे तेवढे सहज जुळवून आणल्यासारखे नाही. उलट राजांना घातपाताने संगमेश्वरात पकडल्यापासून ते त्यांच्या तुळापुरातील मृत्यूपर्यंतचा हा चाळीसबेचाळीस दिवसांचा प्रवास अत्यंत वेदनादायी आहे. दारासारख्या आपल्या सख्ख्या बंधूचीसुद्धा औरंगजेबाने चार दोन दिवसांतच वासलात लावली होती. मात्र औरंगजेबाला शंभूराजाकडून त्याच्या सर्व महत्त्वाच्या किल्ल्यांचा ताबा हवा होता. त्या कालखंडामध्ये महाराणी येसूबाई, दुर्गाबाई आणि शंभूराजांच्या सर्वच कुटुंबीयांवर किती अरिष्टे ओढवली असतील याची केवळ कल्पनाच केलेली बरी!

१४. ताराबाईकालीन कागदपत्रांमध्ये अर्जोजी यादवांचे अस्सल पत्र आहे. त्यामध्ये ''मातोश्री दुर्गाबाईंना भेटून आलो'' — असा स्पष्ट उल्लेख आहे. दुर्गाबाई ह्या शंभूराजांच्या पत्नी होत्या की उपस्त्री अशी काही अभ्यासकांना वाटणारी शंका त्यामुळेच गैरलागू ठरते.

१५. बखरकार आणि तद्नंतर इतिहासकार रंगवतात, तशी औरंगजेबाची कोणतीही शहजादी तेव्हा लग्नाच्या वयाची नव्हती. त्यामुळे नाटकी पद्धतीने शंभूराजांनी तिचा हात मागावयाचा प्रश्नच उद्भवत नाही! शिवाय संभाजी जन्मभर व्यसनाधीन आणि बदफैली होता; परंतु आपला मृत्यू डोळ्यापुढे दिसताच बिचारा धर्माला जागला; एका दिवसासाठी का होईना 'धर्मवीर' बनला, असे त्यांचे सरळधोपट चित्र रेखाटणेही योग्य नव्हे. जन्मभर व्यसनाधीन आणि बदफैली असलेला मनुष्य आपल्या मूळ वृत्तीला धरून पातशहाकडे जनानखान्याच्या किल्ल्या मागेल. बाकीची बडबड करत कशाला बसेल?

काही मंडळी मृत्यूप्रसंगी शंभूराजांचे फिल्मी पद्धतीने एका दिवसात मनपरिवर्तन झाल्याचे जे सांगतात, ती गोष्टच मुळात खोटी आहे! खरी गोष्ट अशी की, युगपुरुष शिवाजीचा कर्तृत्ववान पुत्र म्हणून संभाजीराजे जन्मभर आपल्या वडिलांच्या पुण्याईला जागले होते. औरंगजेबाविरुद्ध अंबरचा राजा रामसिंग याला त्यांनी लिहिलेले संस्कृत पत्रही उपलब्ध आहे, ज्यामध्ये औरंगजेबासारख्या वैऱ्याला नेस्तनाबूत करण्यासाठी एक होण्याचे आवाहन संभाजीराजे उत्तरेतील राजांनाही करतात. त्यांना मराठा आरमाराचे महत्त्व चांगले माहीत होते. म्हणूनच शिवाजीराजांच्या पश्चात आपल्या आरमारातील एकही गलबत त्यांनी कमी होऊ दिले नाही. मुंबई बंदराचे महत्त्व जाणून इंग्रज गव्हर्नर केजविनकडून त्यांनी मुंबई खरेदी करण्याचा प्रयत्न केला. शेवटी या शिवपुत्राने कराल काळाच्या तोंडी आपली स्वत:ची मुंडी दिली, परंतु त्यावेळी सह्याद्रीच्या अंगाखांद्यावरचा एकही महत्त्वपूर्ण किल्ला औरंगजेबाला मिळू दिला नाही! त्रिचनापल्लीपासून ते बुऱ्हाणपुरापर्यंत त्यांनी तलवार गाजवली होती. ज्या ध्येयापोटी तो आठ वर्षे कळिकाळाशी झुंजला, त्याच ध्येयापोटी

वयाच्या अवघ्या बत्तीसाव्या वर्षी तो बाणेदारपणाने मृत्यूला सामोरा गेला!

१६. या बृहत् कादंबरीच्या लेखनानिमित्त ज्या माझ्या अनेक सुहृदांनी सहकार्य केले, त्यांचे मी आभार मानतो. विशेषत: थोर संशोधक डॉ. र.वि. हेरवाडकर यांच्या कन्या सौ. शिरीन कुलकर्णी यांनी हेरवाडकरांच्या संग्रहातील अनेक ग्रंथ उपलब्ध करून दिले. त्या दुर्मिळ ग्रंथसंपदेचा मला चांगला उपयोग झाला. तसेच डॉ. सदाशिव शिवदे यांनी आपल्या संग्रहातील कागदपत्रे मला उपलब्ध करून दिली. त्याबद्दल मी त्यांचा शतश: ऋणी आहे. आज महाराष्ट्रात शंभूसाहित्यावर सखोल अभ्यास करणारे डॉ. जयसिंगराव पवार आणि डॉ. सदाशिव शिवदे हे दोघेही तगडे संशोधक आहेत. या दोघांशी वेळोवेळी झालेली चर्चा आणि त्यांनी दिलेले प्रोत्साहन मला निश्चितच उपयोगी पडले आहे. याशिवाय पुण्याच्या डेक्कन कॉलेजच्या ग्रंथपाल सौ. मोरे, तसेच लोकमान्य टिळक ग्रंथालय, चिपळूण येथील कार्यवाह — माझे मित्र प्रकाश देशपांडे, सुधागड पालीचे श्री. सूर्यकांत ताटे आणि श्री. सुरेश पोतदार यांचीही मदत मोलाची आहे. पत्रकार श्री. मधुकर भावे आणि उल्हासदादा पवार यांनी हा संकल्प सिद्धीस जावा म्हणून मला नेहमीच प्रेरणा दिली.

बहादूरगड (ता. श्रीगोंदा) येथील भेटीसाठी माझे मित्र प्रकाशक श्री. अरुण जाखडे यांनी पुरेसा वेळ दिला. माझ्या शृंगारपूर आणि संगमेश्वर भेटीमध्ये श्री. मुरलीधर बोरसूदकर, सत्यवान विचारे, श्रीकांत बेडेकर, शृंगारपूरचे दिपक म्हस्के व विनायक म्हस्के आणि आमचे अधिकारी मित्र दिनकर पाटील, वसंत पाटील ही सारी मंडळी मोठ्या उत्साहाने सहभागी झाली होती. माझ्या निबिड मळेघाटाच्या मोहिमेमध्ये सत्यवान विचारे यांच्यावर तर सर्पदंशासारखा कठीण प्रसंग ओढवला होता. गोव्याहून साधनसामग्री पुरवणारे माझे ज्येष्ठ मित्र, माजी केंद्रीय मंत्री रमाकांत खलप आणि नाशिकचे लोकेश शेवडे यांचेही मी आभार मानतो. तसेच श्री. उद्धव ठाकरे यांनी स्वत: हेलिकॉप्टरमधून घेतलेली जंजिरा आणि रायगड किल्याची दोन महत्त्वपूर्ण छायाचित्रे मला पुरवल्याबद्दल त्यांचा मी आभारी आहे. या ग्रंथाचे मोल वाढवणारी बहुतांशी सर्व छायाचित्रे माझ्याबरोबर गावोगावी आणि किल्लोकिल्ली फिरून टिपल्याबद्दल मी छायाचित्रकार प्रवीण देशपांडे यांना धन्यवाद देतो.

या कादंबरीबाबत माझे मित्र कादंबरीकार श्री. अनंत सामंत, श्री. संभाजी जाधव तसेच माझ्या पत्नी सौ. चंद्रसेना पाटील, बंधू सुरेश पाटील, कविवर्य महेश केळुसकर यांच्यासोबत झालेली चर्चा मला निश्चितच उपयोगी पडली. माझे मित्र गझलकार श्री. दिलीप पांढरपट्टे यांच्याशी झालेल्या चर्चेचा मला उर्दू भाषेच्या संदर्भात चांगला उपयोग झाला. या कादंबरीची प्रेस कॉपी तयार करण्याची अत्यंत महत्त्वाची जबाबदारी श्री. पंडित आलुगडे यानी पार पाडल्याबद्दल त्यालाही मी

शाबासकी देतो.

श्री. शंकर सारडा, प्रा. म. द. हातकणंगलेकर, निर्मल भट्टाचार्य, वामन होवाळ, सुहास सोनावणे, कल्याण तावरे, डॉ. सुवर्णा निंबाळकर आणि श्री. विलास राठोड, डॉ. हिकमत उढाण, प्रा. अशोक गोडबोले, श्री. रमेश किर यांनी माझ्यावर आणि माझ्या साहित्यावर नेहमीच प्रेम केले आहे. त्यांचेही ऋण न फिटण्यासारखे आहे.

चित्रकार श्री. चंद्रमोहन कुलकर्णी यांनी रेखाटनाची जबाबदारी पार पाडल्याबद्दल तसेच ही बृहत् कादंबरी वेळेत आणि दिमाखात प्रसिद्ध केल्याबद्दल मी श्री. अनिल आणि सुनील मेहता या दोघा पितापुत्रांचे आभार मानतो. प्रकाशनासंदर्भात मेहता पब्लिशिंग हाऊसच्या श्रीमती चारुलता पाटील, अश्विनी खरे यांनाही मी धन्यवाद देतो.

माझ्या आजवरच्या कादंबऱ्यांप्रमाणेच 'संभाजी' या कादंबरीचे स्वागत माय-मराठीतील, असेच देशातील इतर भाषांतील माझे असंख्य वाचक करतील, याची मला खात्री आहे.

प्रस्तुत कादंबरीमध्ये लिहिलेल्या तारखा, सनावळ्या व इतर परिमाणे इंग्रजी पद्धतीने मुद्दाम वाचकांच्या सोयीसाठी दिलेली आहेत, याची कृपया वाचकांनी नोंद घ्यावी.

१७. शंभूराजांच्या व्यक्तिमत्त्वावर नव्याने प्रकाश टाकण्याचे महत्त्वपूर्ण कार्य पहिल्यांदा श्री. वा. सी. बेंद्रे यांनी केले. त्यानंतर सेतू माधवराव पगडी, कमल गोखले, विजय देशमुखांपासून ते आता डॉ. जयसिंगराव पवार व डॉ. सदाशिव शिवदे यांच्यापर्यंत मंडळींनी हे काम अव्याहतपणे सुरूच ठेवले आहे. स्वातंत्र्यवीर सावरकरां-सारख्या क्रांतिकारकांनीही शंभूराजांच्या कार्यकर्तृत्वाचा अनेकदा गौरव केला आहे.

या कादंबरीच्या निर्मितीमध्ये इतिहासकार वि. गो. खोबरेकर, तसेच रघुवीर देशमुख, पाचाड, इनायतखान देशमुख, महाड तसेच रायगडावरील जि. प. रायगडच्या सर्व कर्मचाऱ्यांचे मन:पूर्वक आभार.

दिनांक २६ फेब्रुवारी १९०८ या दिवशी सायंकाळी सोलापूर येथील दासनवमीच्या सोहळ्यात लोकमान्य टिळकांनी एक भाषण केले होते. त्यामध्ये ह्या शिवपुत्राचे गुणगान करताना लोकमान्यांनी एक स्वनिर्मित संस्कृत श्लोक म्हटला होता. त्यानेच मी माझ्या या निवेदनाचा शेवट करतो-

"स्वधर्मे निधनं श्रेयो
गीतावचनं उज्ज्वलम्
शिवसुतोश्च हौतात्म्यं
धर्मराष्ट्रकृत्ये खलु ।।"

विश्वास पाटील

संदर्भ साधने

१.	ऐतिहासिक साधने (१५८८ ते १८२१)	संपादक : शां. वि. आवळसकर
२.	श्री शिवछत्रपतींची ९१ कलमी बखर आणि भोसले घराण्याची चरित्रावली	वि. स. वाकसकर
३.	हिंदवी स्वराज्य आणि मोगल	सेतुमाधवराव पगडी
४.	श्री शिवछत्रपती- संकल्पित शिवचरित्राची प्रस्तावना, आराखडा व साधने	त्र्यं. शं. शेजवलकर
५.	भारतवर्षीय मध्ययुगीन चरित्रकोश	सि. वि. चित्राव
६.	अर्वाचीन महाराष्ट्रेतिहासातील राज्यकारभाराचा अभ्यास (भाग १ला)	शं. ना. जोशी
७.	मराठ्यांच्या इतिहासाची साधने खंड १ते८	वि. का. राजवाडे
८.	कोकणचा राजकीय इतिहास	डॉ. वि. गो. खोबरेकर
९.	मोगल-मराठा संघर्ष (फारसी साधने)	संपादक : सेतुमाधवराव पगडी
१०.	महाराष्ट्राचा पत्ररूप इतिहास	संपादक : द. वि. आपटे व प्रा. रा. वि. ओतुरकर
११.	कवीन्द्र परमानन्दकृत श्री शिवभारत	संपादक : सदाशिव महादेव दिवेकर
१२.	मल्हार रामराव चिटणीस विरचित श्रीमंत छत्रपती संभाजी महाराज आणि थोरले राजाराम महाराज यांची चरित्रे	संपादक : र. वि. हेरवाडकर
१३.	मराठ्यांच्या इतिहासाची साधने-पोर्तुगीज दप्तर-खंड तिसरा आशिया विभाग (१ते५)	संपादक : ए. बी. द. ब्रागांस परेरा अनुवादक- स. शं. देसाई
१४.	मराठी साम्राज्याची छोटी बखर	र. वि. हेरवाडकर
१५.	औरंगजेब– शक्यता आणि शोकांतिका	रवींद्र गोडबोले
१६.	रायगडची जीवनगाथा	शांताराम विष्णू आवळसकर

१७.	संभाजीकालीन पत्रसारसंग्रह	संपादक : शं. ना. जोशी
१८.	श्री छत्रपती आणि त्यांची प्रभावळ	सेतुमाधवराव पगडी
१९.	ताराबाईकालीन कागदपत्रे खंड १ला	संपादक : अप्पासाहेब पवार
२०.	कृष्णाजी अनंत सभासद-विरचित शिवछत्रपतींचे चरित्र	संपादक : प्रा. दत्ता भगत
२१.	मराठे व औरंगजेब	संपादक : सेतुमाधवराव पगडी
२२.	मराठी रियासत खंड १	गोविंद सखाराम सरदेसाई
२३.	मराठ्यांचे स्वातंत्र्ययुद्ध (खाफीखानाचा साधनग्रंथ)	संपादक : सेतुमाधवराव पगडी
२४.	शिवकालीन महाराष्ट्र	वा. कृ. भावे
२५.	पोर्तुगीज-मराठे संबंध– अर्थात पोर्तुगीजांच्या दप्तरातील मराठ्यांचा इतिहास	डॉ. पांडुरंग सखाराम पिसुर्लेकर
२६.	महाराष्ट्राची धारातीर्थे (भाग पहिला, दुसरा)	पं. महादेवशास्त्री जोशी
२७.	प्रभूरत्नमाला	सखाराम गणेश मुजुमदार
२८.	श्री शिवछत्रपती विजय	सौ. विभा वा. दातार
२९.	आज्ञापत्रे आणि राजनीती-रामचंद्रपंत अमात्य	संपादन : शं. ना. जोशी
३०.	श्री मच्छंभुनृपविरचितम बुधभूषणम् (संस्कृत-इंग्लिश)	एच. डी. वेलणकर (संपादक)
३१.	तंजापुरी श्री बृहदीश्वरालयस्थ शिलालिखित भोसले वंश चरित्र- श्री. वे. निवासाचार्य (द्राविडी भाषांतर) श्री. एस. गोपालन-	
३२.	मराठ्यांच्या इतिहासाचा मागोवा (पूर्वार्ध)	पी. एन. देशमुख
३३.	सह्याद्री (महाराष्ट्र स्तोत्र)	सदाशिव आत्माराम जोगळेकर
३४.	श्री छत्रपती संभाजी महाराज यांचे विचिकित्सक चरित्र	वा. सी. बेंद्रे
३५.	अहकामे आलमगिरी-औरंगजेबाची आज्ञापत्रे	सेतुमाधवराव पगडी
३६.	शिवपुत्र संभाजी	डॉ. सौ. कमल गोखले
३७.	औरंगजेबनामा	अनुवादक : मुन्शी देवीप्रसादजी

३८.	मराठ्यांचे स्वातंत्र्यसमर (पूर्वार्ध) छत्रपती संभाजी	प्रा. श. श्री. पुराणिक
३९.	साद सह्याद्रीची! भटकंती किल्ल्यांची	प्र. के. घाणेकर
४०.	छत्रपती संभाजी स्मारक-ग्रंथ	डॉ. जयसिंगराव पवार
४१.	शहेनशहा	ना. सं. इनामदार
४२.	ज्वलज्ज्वलनतेजस संभाजीराजा	डॉ. सदाशिव शिवदे
४३.	आंगरेकालीन अष्टागार	प्रकाशक : शां. वि. आवळसकर
४४.	असे होते मोगल	ज. स. चौबळ
४५.	महाराणी येसूबाई	डॉ. सदाशिव शिवदे
४६.	रायगड किल्ल्याचे वर्णन	गोविंद बाबाजी जोशी
४७.	राजेशिर्के घराण्याचा संक्षिप्त इतिहास	राम राजेशिर्के
४८.	शिवस्नुषा महाराणी येसूबाई	सुशीला खेडकर
४९.	नियतीच्या विळख्यात औरंगजेब	सेतुमाधवराव पगडी
५०.	मराठेशाहीतील मनस्विनी	डॉ. सु. र. देशपांडे
५१.	हुतात्मा संभाजी : एक विवाद्य व्यक्तिमत्त्व	शंकरराव सावंत
५२.	मराठेशाहीचा मागोवा	डॉ. जयसिंगराव पवार
५३.	श्रीमान योगी	रणजित देसाई
५४.	शहजादा दारा शुकोह	सदाशिव आठवले
५५.	इतिहासाचा मागोवा	सेतुमाधवराव पगडी
५६.	दर्यादिल	काका विधाते
५७.	धर्मवीर छत्रपती संभाजी महाराज	अरुण जाखडे
५८.	मराठ्यांच्या इतिहासाची साधने	विश्वनाथ काशिनाथ राजवाडे
५९.	राजा शिवाजी : वाङ्‌मयीन मिथ	डॉ. दत्ता पवार
६०.	तारे जंजिऱ्याचे	गजानन बागडे
६१.	अर्घ्य	नयनतारा देसाई
६२.	छत्रपती संभाजी	प्र. के. घाणेकर
६३.	इथे ओशाळला मृत्यू (नाटक)	वसंत कानेटकर
६४.	शिवपुत्र	राजकुंवर बोबडे
६५.	रायगडाला जेव्हा जाग येते (नाटक)	वसंत कानेटकर
६६.	राजा शंभू छत्रपती	विजय देशमुख

६७. छावा (नाटक) — शिवाजी सावंत

६८. महाड गॅझेट — प्रभाकर रघुनाथ भुस्कुटे

६९. बेबंदशाही (नाटक) — वि. ह. औंधकर

७०. इतिहाससंग्रह — सं.: दत्तात्रय बळवंत पारसनीस

७१. राजसंन्यास (नाटक) — राम गणेश गडकरी

७२. भोसला दरबारके हिंदी कवी — डॉ. कृष्ण दिवाकर

७३. छत्रपती शिवाजी महाराज जीवन-रहस्य — नरहर कुरुंदकर

७४. मराठ्यांचा आत्मयज्ञ (नाटक) — नाथमाधव

७५. सती गोदावरी (नाटक) — शंकर बळवंत चव्हाण

७६. छत्रपती संभाजी — लोककवी मनमोहन

७७. शोधनिबंध संग्रह — भास्कर धाटावकर

७८. कादंबरीमय शिवकाल — गो. नी. दांडेकर

७९. संभाजीमहाराजांचे चरित्र — कै. भाऊसाहेब पवार

८०. Military History of India — Sir Jadunath Sarkar

८१. Gazetters of the Bombay Persidency Kolaba District, Ahmadnagar, Poona and Kolhapur districts. — —

८२. The History of Maratha People — C.A.Kincaid and Parasnis

८३. History of Aurangzib Vol. I to IV — J. N. Sarkar

८४. The History of India — Elliot and Dowson 8 vols.

८५. Shivaji Souvenir — edited by G.S.Sardesai

८६. Shivaji and his times — Jadunath Sarkar

८७. Mogul India or Storia Do Mogor-Niccolao Manucci-Vol.1,2,3,4 — translated by William Irvine

८८. Administrative System of the Marathas — Surendranath Sen

८९. House of Shivaji — J. N. Sarkar

९०. Aurangzib- And the Decay of the Mughal Empire — Stanley Lane Poole

९१. The Military System of Marathas — Surendranath Sen

९२. The Grand Rebel — Dennis Kincaid

९३. Anecdotes of Aurangzib and Historical Essays — J.N. Sarkar

९४. Mughal Rule In India — S.M.Edwardes and H.L.O.Garrett

९५. Maratha History Seminar Volume Bombay University

९६. The Mughal-Maratha Relations — G. T. Kulkarni

९७. History of the Rise of the Mohomedan Power in India- Translated from the original Persian of Mohomad kasim Ferishta-Vol. I, II, III, IV — John Briggs

९८. Tavernier's Travels in India Ball.Crooke-V. Ball Vol.I, Vol. II — Editor : William Crooke

९९. Shivaji's Visit to Aurangzib at Agra (Rajasthani Records) — Jadunath Sarkar and Raghubir Sinh

१००. The Mysore- Maratha Relations in the 17th Century — B. Muddachari

१०१. Mughal Administration — Jadunath Sarkar

१०२. Durgadas Rathod — Raghubir Sinh

१०३. Gazetters of Tamil Nadu Tiruchirappalli District — Edited by : Dr. K. S. K. Velmani

१०४. Rajah Serfoji-II (With a Short History of Thanjavur Marathas) — Prince Tulajendra Rajah P. Bhosale

१०५. History of Tamilnadu (A.D.1336-A.D.1984) — N. Subrahmanian

१०६. Jedhe Chronology (Kareena) — Jadunath Sarkar

१०७. Historical Fragments of Mughal Empire — Orme

■

श्री. विश्वास पाटील यांची ग्रंथसंपदा

१. **गाभुळलेल्या चंद्रबनात** : *मराठी* - मेहता पब्लिशिंग हाऊस, पुणे (तिसरी आवृत्ती)

२. **नागकेशर** : *मराठी* - मेहता पब्लिशिंग हाऊस, पुणे (दुसरी आवृत्ती)
हिंदी - रवी बुले, राजकमल, दिल्ली

३. **पानिपत** : *मराठी*, राजहंस प्रकाशन, पुणे, (पंचेचाळीसावी आवृत्ती) *हिंदी* अनुवादक - मो. ग. तपस्वी, भारतीय ज्ञानपीठ, दिल्ली (बारावी आवृत्ती), *गुजराती* - डॉ. प्रतिभा दवे, नवभारत साहित्य मंदिर, अहमदाबाद, *पंजाबी* - प्रकाशन विभाग पंजाब सरकार, पतियाळा, *कन्नड* - डॉ. चंद्रकांत पोकळे, सपना बुक हाऊस, बंगलोर, *इंग्रजी* - अनु. नदिम खान, वेस्ट लँड (दुसरी आवृत्ती)

४. **पांगिरा** : *मराठी*, राजहंस प्रकाशन, (सतरावी आवृत्ती)
हिंदी - प्रकाश भातंब्रेकर, वाणी प्रकाशन, दिल्ली
कन्नड - डॉ. चंद्रकांत पोकळे, सपना बुक स्टॉल, बंगलोर

५. **झाडाझडती** : *मराठी*, राजहंस प्रकाशन, (सव्विसावी आवृत्ती) *हिंदी* - डॉ. गजानन चव्हाण, वाणी प्रकाशन, *दिल्ली* (चौथी आवृत्ती) *कन्नड* - डॉ. चंद्रकांत पोकळे, साहित्य अकादमी, बंगलोर. *इंग्रजी* - डॉ. कीर्ती रामचंद्र, A Dirge for The Dammed, हॅचेट दिल्ली. *उर्दू* - साजिद रशीद, साहित्य अकादमी, दिल्ली. *गुजराती* - 'लोहिना आसू' या शिर्षकाने डॉ. प्रतिभा दवे, नवभारत साहित्य मंदिर, अहमदाबाद. *मल्याळम्* - कालियाथ दामोदरन, साहित्य अकादमी, दिल्ली *आसामी* - 'बिदिर्ण बागझाई' भरत ठाकूर, साहित्य अकादमी, दिल्ली (तिसरी आवृत्ती)

६. **चंद्रमुखी** : *मराठी,* राजहंस प्रकाशन, पुणे, (दहावी आवृत्ती)
हिंदी - डॉ. रामजी तिवारी आणि रमेश तिवारी, वाणी व ज्ञानपीठ, दिल्ली (चौथी आवृत्ती)
मल्याळम् - कालियाथ दामोदरन्, मातृभूमी प्रकाशन, त्रिवेंद्रम.
कन्नड - डॉ. चंद्रकांत पोकळे, सपना बुक हाऊस, बेंगलोर

७. **लस्ट फॉर लालबाग** : *मराठी,* राजहंस प्रकाशन, पुणे (तिसरी आवृत्ती)
कन्नड - सोषने - अनु. डॉ. चंद्रकांत पोकळे, बंगलोर
हिंदी – रामजी तिवारी, राजकमल, दिल्ली

८. **संभाजी** : *मराठी* - मेहता पब्लिशिंग हाऊस, पुणे (विसावी आवृत्ती) *हिंदी* - डॉ. रामजी तिवारी, भारतीय ज्ञानपीठ, दिल्ली (चौथी आवृत्ती) *इंग्रजी* - अनु. विक्रांत पांडे, वेस्ट लँड (दुसरी आवृत्ती), *कन्नड* – डॉ. चंद्रकांत पोकळे, सपना बुक हाऊस, बेंगलोर

९. **क्रांतिसूर्य** : *मराठी* - मेहता पब्लिशिंग हाऊस, पुणे (आठवी आवृत्ती)

१०. **महानायक** : *मराठी,* राजहंस प्रकाशन, पुणे, (पंचविसावी आवृत्ती) *हिंदी* - डॉ. रामजी तिवारी आणि रमेश तिवारी, भारतीय ज्ञानपीठ, दिल्ली, (चौदावी आवृत्ती) *गुजराती* - डॉ. प्रतिभा दवे, आर. आर. शेठ अँण्ड कंपनी, अहमदाबाद, (दुसरी आवृत्ती) *कन्नड* - डॉ. चंद्रकांत पोकळे, सपना बुक हाऊस, बंगलोर, (पाचवी आवृत्ती) *राजस्थानी* - सत्यनारायण शास्त्री, साहित्य अकादमी, दिल्ली.

मल्याळम् - प्रा. पी. माधवन पिल्लई, डी. सी. बुक्स, कोट्टायम.

इंग्रजी - अनु. डॉ.कीर्ती रामचंद्र, वेस्ट लँड (पाचवी आवृत्ती)
बंगाली - दिपेन चक्रवर्ती, आनंद बुक पब्लिशर्स, कलकत्ता (तिसरी आवृत्ती)

ओरिया - न्यू एज पब्लिकेशन्स, कटक *तामिळ* - डॉ. एस. सुब्रह्मणम्, हिंदी हृदय, चेन्नई

११. **आंबी** : *मराठी* - मेहता पब्लिशिंग हाऊस, पुणे (तिसरी आवृत्ती)

१२. **महासम्राट**
खंड पहिला :
झंझावात : मेहता पब्लिशिंग हाऊस, पुणे (दुसरी आवृत्ती)
इंग्रजी - अनु. नदीम खान, वेस्ट लँड. *हिंदी* - अनु. रवि बुले राजकमल,
कन्नड - अनु. चंद्रकांत पोकळे, सपना बुक हाऊस

१३. **महासम्राट**
खंड दुसरा :
रणखैंदळ : मेहता पब्लिशिंग हाऊस (पहिली आवृत्ती), *इंग्रजी* – The Whirlwind – नदिन खान, वेस्ट लँड, दिल्ली, *कन्नड* – अनु. चंद्रकांत पोकळे, सपना बुक हाऊस, बेंगलोर

१४. **दुडिया** : *मराठी* - मॅजेस्टिक प्रकाशन, (दुसरी आवृत्ती) *हिंदी* - राजकमल प्रकाशन, *इंग्रजी* (Niyogi Delhi) अनु. नदीम खान, *कन्नड* - सपना पब्लिकेशन, बेंगलोर, *ओडिया* – ब्लॅक ईगल बुक्स, डुब्लिन अनु. - डॉ. महेंद्र प्रसाद, *आसामी* – अनु. चंदसुद्धा गोस्वामी आंकबाक, गोहत्ती, *बंगाली* – अनु. शंतनू गंगोपाध्याय, रिटो प्रकाशन, *मल्याळम्* – ए.आ. नायर, चिंथा पब्लिशर्स

१५. **पानिपतचे रणांगण (नाटक)** : *मराठी,* मेहता पब्लिशिंग हाऊस, (दुसरी आवृत्ती)

१६. **नॉट गॉन विथ द विंड** : *मराठी* - मेहता पब्लिशिंग हाऊस, पुणे (चौथी आवृत्ती) इंग्रजी - All Time Favourite Books & Movies अनुवाद - नदीम खान, नियोगी बुक्स, दिल्ली. (पहिली आवृत्ती) *हिंदी - बड़ि किताबो पर बड़ि फिल्मे - अनु.* डॉ. रामजी तिवारी, भारतीय ज्ञानपीठ, दिल्ली (तिसरी आवृत्ती)

१७. **बंदा रुपाया** : *मराठी* - मेहता पब्लिशिंग हाऊस, पुणे (तिसरी आवृत्ती)

१८. **अण्णाभाऊंची दर्दभरी दास्तान** : *मराठी* - राजहंस प्रकाशन, पुणे (तिसरी आवृत्ती) *इंग्रजी* – नादिम खान, साहित्य अकादमी दिल्ली *हिंदी* – सुरेश माहेश्वरी, वाणी प्रकाशन

१९. **दी ग्रेट कांचना सर्कस** : रवी बुले, वाणी प्रकाशन, दिल्ली

आगामी : **१. माणसं माझी : विठा ते विल्यम शेक्सपिअर.**

■

जोत्याजी केसरकर यांची समाधी-
मु. पो. पुनाळ
(कोल्हापूर)

पंचगंगा नदी, नार्वे (गोवा)-
इथेच संभाजीराजांना
पोर्तुगीज व्हाइसरॉयने
जिवंत पकडायचा
अयशस्वी प्रयत्न केला होता.

एक

सप्तकोटेश्वर देवालय, डिचोली (गोवा) परिसर-
याच परिसरात संभाजीराजांचे दारूगोळ्याचे कारखाने होते.

फकीर याकूबबाबा अवलिया यांचा दर्गा, मु. पो. केळशी (रत्नागिरी)-
रामदास आणि तुकाराम यांच्याबरोबरच
शिवाजी आणि संभाजी या दोघा पितापुत्रांचे हे मुस्लिम गुरू होते.

रामशेजचा किल्ला-
नाशिकजवळचा हा किल्ला संभाजीराजांकडून काबीज करायला औरंगजेबाला साडेसहा वर्षे झुंज द्यावी लागली.

त्रिचनापल्लीचा पाषाणकोट-
दुथडी भरून वाहणाऱ्या कावेरी नदीत घोडी घालून शंभूराजांनी हा तामिळ प्रदेशातला किल्ला म्हैसूरकर चिक्कदेवराजाकडून जिंकून घेतला होता.

बाळाजींची समाधी,
मु. औंढा,
ता. सुधागड-पाली,
जि. रायगड-
इथेच शंभूराजांनी
आपल्या कारभाऱ्यांना
हत्तीच्या पायाखाली
तुडवून मारले होते.

मौजे आसरे नवघर,
ता. सुधागड-पाली
येथील
वीरेश्वर मंदिर-
बाळाजी चिटणीस
यांच्या स्मृतिप्रीत्यर्थ
शंभूराजांनीच हे
बांधले होते.

**शृंगारपूरच्या पाठीशी
असलेला दुर्गम प्रचितगड-**
याच परिसरातील निबिड
मळेघाटातील वाटेने
मुकर्रबखानाने
शंभूराजांना
पकडून नेले.

रायगड -
द्वादशकोनी मनोऱ्यातून
घडणारे गंगासागरदर्शन

रायगड - दर्शन

रायगड हवाई दर्शन -
कोपऱ्यात दिसणारा कोकणदिवा

सहा

अजिंक्य जंजिरा -
जो शिवाजी आणि संभाजीराजांना एकूण नऊ वेळा आक्रमण करूनही जिंकता आला नाही.
मात्र छायाचित्रात दिसणाऱ्या सागरखाडीमध्ये पाषाणांचा मोठा सेतू बांधून
हा दुर्ग जिंकायचा शंभूराजांनी धाडसी प्रयत्न केला होता.

बहादूरगड, मौजे पेडगाव, ता. श्रीगोंदा-
याच परिसरात संभाजीराजांची कुप्रसिद्ध धिंड काढण्यात आली होती.

इंद्रायणी आणि भीमा नदीचा संगम, मौजे तुळापूर-
इथेच छायाचित्रात दिसणाऱ्या कमानीजवळ औरंगजेबाने शंभूराजांची निर्घृण हत्या केली.

वढू-बुद्रुक येथील संभाजीराजांची समाधी -
(पुण्याहून अहमदनगरकडे जाताना ३० कि.मी. अंतरावर)
प्रवेशद्वाराजवळ कवी कलश यांची समाधी.
मृत्यूनंतरही जणू कविराज आपल्या धन्याची राखण करत बसले आहेत.